SHABDA MANI DARPANA
KESIRAJA'S
JEWEL MIRROR OF GRAMMER

SHABDA MANI DARPANA
KESIRAJA'S
JEWEL MIRROR OF GRAMMER

EDITED BY

F. KITTEL

SECOND REVISED EDITION

GYAN

Published by

Gyan Publishing House
5, Ansari Road
Daryaganj, New Delhi-110002
Phone: 011-47034999, 9811692060
E-mail: books@gyanbooks.com

Distribution Network
gyanbooks.com
India, USA, Canada, UK, Australia, France

ISBN : 978-81-212-3045-2 (PB)
First Published, 1920

2nd Impression 2020

Printed at: Gyan Press, Delhi.

Shabda Mani Darpana Kesiraja's
Jewel Mirror of Grammer
Author: F. Kittel

ಕೇಶಿರಾಜಕವಿಯ

ಶಬ್ದಮಣಿದರ್ಪಣಂ

ಎರಡನೆಯ ಸುಧಾರಿಸಲ್ಪಟ್ಟ ಆವೃತ್ತಿ

KÊŠIRÂJA'S

JEWEL MIRROR OF GRAMMAR

EDITED

by the **Rev. F. KITTEL**

Dr. Phil. Tübingen.

SECOND AND REVISED EDITION

ಯಾದೃಶಂ ಪುಸ್ತಕಂ ದೃಷ್ಟ್ವಾ ತಾದೃಶಂ ಲಿಖಿತಂ ಮಯಾ ।
ಯದಿ ಶುದ್ಧಮಶುದ್ಧಂ ವಾ ಮಮ ದೋಷೋ ನ ವಿದ್ಯತೇ ॥

MANGALORE
BASEL MISSION BOOK & TRACT DEPOSITORY
1899

PREFACE.

The emendations in the present edition refer principally to Kêširâja's quotations from previous poets. They are based partly on the different readings given in the Appendix to the first edition, but chiefly on a manuscript from Mûḍabidaru near Mangalore. A loan of this manuscript on palmyra leaves was obtained through the kind endeavours of the late Dr. A. C. Burnell in the year 1872. It is on the whole, a good one; nevertheless it has been impossible to give a few of the quotations, also with its aid, in a correct form. Such doubtful quotations have been marked out with a sign of interrogation in parenthesis, thus (?).

The Commentator on Keširâja's work in the Mûḍabidaru manuscript is not Nishṭhûrasañjayya (or Nishṭhûranañjayya); his name, however, does not appear. Though the wording of his commentary often is different from that of the first-mentioned one's (it may be called somewhat more archaeic), the meaning is essentially the same.

The Editor believes that the present edition fairly represents Kêširâja's original, and trusts that all scholars nterested in the Kannaḍa language will, therefore, grate-ılly welcome it.

Dr. F. Kittel.

Tübingen, 11th May, 1897.

ಶಬ್ದಮಣಿದರ್ಪಣಂ

ನಿಷ್ಠೂರಸಂಜಯ್ಯನವರು (o. r. ನಿಷ್ಠೂರನಂಜಯ್ಯನವರು)
ಬರೆದ ವ್ಯಾಖ್ಯಾನಂ ಸಹಿತಮಾದುದು.

The Jewel Mirror of Grammar, with the Commentary of Nishṭhûra Sańjayya (or -Nańjayya).

ಪೀಠಿಕೆ Preface.

ಮೂಲಂ, Original text in the Kanda-metre.[1]

The Author's esteem for Speech.

ಶ್ರೀವಾಗ್ದೇವಿಗೆ ಶಬ್ದದಿ
ನಾವಾವಿಂದ್ರಿಯದ ವಿಷಯಮಂ ಶ್ರೋತ್ರದೊಳು
ದ್ಭಾವಿಪ ನಿರ್ಮಲಮೂರ್ತಿಗಿ
ಳಾವಂದ್ಯೆಗೆ ಶಾಸ್ತ್ರಮುಖದೊಳವನತನಪ್ಪೆಂ ॥ 1 ॥

ಪದಚ್ಛೇದಂ, Separation of the words.

ಶ್ರೀವಾಗ್ದೇವಿಗೆ ಶಬ್ದದಿಂ ಆ ಆ ಇಂದ್ರಿಯದ ವಿಷಯಮುಂ ಶ್ರೋತ್ರದೊಳ್ ಉದ್ಭಾವಿಪ ನಿರ್ಮಲಮೂರ್ತಿಗೆ ಇಳಾವಂದ್ಯೆಗೆ ಶಾಸ್ತ್ರಮುಖದೊಳ್ ಅವನತಂ ಅಪ್ಪೆಂ.

ಅನ್ವಯಂ[2], Arrangement of the words in their prose-order.

ಆ ಆ ಇಂದ್ರಿಯದ ವಿಷಯಮಂ ಶ್ರೋತ್ರದೊಳ್ ಶಬ್ದದಿಂ ಉದ್ಭಾವಿಪ ನಿರ್ಮಲಮೂರ್ತಿಗೆ ಇಳಾವಂದ್ಯೆಗೆ ಶ್ರೀವಾಗ್ದೇವಿಗೆ ಶಾಸ್ತ್ರಮುಖದೊಳ್ ಅವನತಂ ಅಪ್ಪೆಂ.

---

1) The Kanda-metre is twice:

⏑⏑⏑⏑ | ⏑⏑⏑⏑ | ⏑⏑⏑⏑
⏑⏑⏑⏑ | ⏑⏑⏑⏑ | ⏑⏑⏑⏑ | ⏑⏑⏑⏑ | ⏑⏑⏑⏑

The other forms these original verse-feet may assume are: — —; — ⏑⏑; ⏑⏑ —; ⏑ — ⏑; see our edition of Nâgavarma's Metrics, verses 81, 82, 83, 84.

2) The ಪದಚ್ಛೇದಂ and ಅನ್ವಯಂ are given only in two of our Manuscripts; they will be, however, a help to beginners. The ಟೀಕು too is often wanting in the Mûḍabidaru Manuscript.

ಟೀಕು, Meaning of each word and Remarks as given by Nishṭhûra Sańjayya.

ಆ ಆ ಇಂದ್ರಿಯದ = ಶ್ರೋತ್ರ ತ್ವಕ್ಕು ನೇತ್ರ ಜಿಹ್ವೆ ಘ್ರಾಣಂಗಳೆಂಬ ಸರ್ವೇಂದ್ರಿಯಂಗಳ; ವಿಷಯಮಂ = ಶಬ್ದ ಸ್ಪರ್ಶ ರೂಪ ರಸ ಗಂಧಂಗಳೆಂಬ ಸಮಸ್ತ ವಿಷಯಂಗಳಂ; ಶ್ರೋತ್ರದೊಳ್ = ಶ್ರೋತ್ರೇಂದ್ರಿಯವೊಂದಱಲ್ಲಿಯೆ; ಶಬ್ದದಿಂ = ಶಬ್ದದಿಂದೆ; ಉದ್ಭಾವಿಪ = ಅಭಿವ್ಯಕ್ತವಾಗಿ ಆಚ‌ಯಿಸುವ; ನಿರ್ಮಲಮೂರ್ತಿಗೆ = ವಿಮಲಸ್ವರೂಪಿಯಾದ; ಇಳಾವಂದ್ಯೆಗೆ = ಭೂಜನದಿಂದೆ ವಂದಿಸಿಕೊಂಬುಳಾದ; ಶ್ರೀ = ಐಶ್ವರ್ಯೋಪಲಕ್ಷಿತೆಯಾದ; ವಾಗ್ದೇವಿಗೆ = ವಾಕ್ಕೆಂಬ ದೇವಿಗೆ; ಶಾಸ್ತ್ರಮುಖದೊಳ್ = ಶಬ್ದಶಾಸ್ತ್ರಪ್ರಾರಂಭದಲ್ಲಿ; ಅವನತಂ = ನಮಸ್ಕರಿಸುವಾತಂ; ಅಪ್ಪೆಂ = ಆಗುವೆಂ.

ವೃತ್ತಿ, The author's explanatory Gloss.

ಕಾಂತಿಯೆಂಬ ಗುಣದೊಳನ್ವಿತೆಯುಪ್ಪ ವಾಕ್ಕೆಂಬ ದೇವಿಗೆ ಪಂಚೇಂದ್ರಿಯಂಗಳ ವಿಷಯಮಪ್ಪ ಶಬ್ದ ಸ್ಪರ್ಶ ರೂಪ ರಸ ಗಂಧಂಗಳೊಳ್ಪಂ ಶ್ರೋತ್ರೇಂದ್ರಿಯವೊಂದಱಿರಲ್ಲಿಯೆ ಶಬ್ದಮುಖದಿನಭಿವ್ಯಕ್ತಿಯಂ ಮಾಳ್ಪ ವಿಮಲಸ್ವರೂಪಿಗೆ ಭುವನಸ್ತುತ್ಯೆಗೆ ಯೀ ಶಾಸ್ತ್ರಪ್ರಾರಂಭದಲ್ಲಿ ನಮಸ್ಕರಿಸುವಾತನಪ್ಪೆಂ.

ಮೂಲಂ.

The Author's name is Keśava, his father is Mallikârjuna, and he is a daughter's son of the poet Sumanobâṇa who is a teacher to the Yâdavas.

ಕವಿಸುಮನೋಬಾಣನ ಯಾ
ದವಕಟಕಾಚಾರ್ಯನೆಸೆವ ದೌಹಿತ್ರನೆನಾಂ ।
ಕವಿಕೇಶವನೆಂ ಯೋಗಿ
ಪ್ರವರಚಿದಾನಂದಮಲ್ಲಿಕಾರ್ಜುನಸುತನೆಂ ॥ 2 ॥

ಪದಚ್ಛೇದಂ.—ಕವಿಸುಮನೋಬಾಣನ ಯಾದವಕಟಕಾಚಾರ್ಯನ ಎಸೆವ ದೌಹಿತ್ರನೆಂ ಆಂ, ಕವಿಕೇಶವನೆಂ, ಯೋಗಿಪ್ರವರಚಿದಾನಂದಮಲ್ಲಿಕಾರ್ಜುನಸುತನೆಂ. (See Sûtra 219.)

ಅನ್ವಯಂ.—ಯಾದವಕಟಕಾಚಾರ್ಯನ ಕವಿಸುಮನೋಬಾಣನ ಎಸೆವ ದೌಹಿತ್ರನೆಂ, ಯೋಗಿಪ್ರವರಚಿದಾನಂದಮಲ್ಲಿಕಾರ್ಜುನಸುತನೆಂ, ಆಂ ಕವಿಕೇಶವನೆಂ.

ಟೀಕು.—ಯಾದವ = ಯದುಕುಲದ ಕ್ಷತ್ರಿಯರ; ಕಟಕ = ಸಮೂಹಕ್ಕೆ; ಆಚಾರ್ಯನ = ಗುರುವಾದ; ಕವಿಸುಮನೋಬಾಣನ = ಸುಮನೋಬಾಣನೆಂಬ ಕವೀಶ್ವರನ; ಎಸೆವ ದೌಹಿತ್ರನೆಂ = ಶೋಭಿಸುವ ಮಗಳ ಮಗನಾದ; ಯೋಗಿ = ಯೋಗಿಗಳಲ್ಲಿ; ಪ್ರವರ = ಅತ್ಯಂತ ಶ್ರೇಷ್ಠನಾದ; ಚಿದಾನಂದಮಲ್ಲಿಕಾರ್ಜುನ = ಜ್ಞಾನಾನಂದಮುಳ್ಳ ಮಲ್ಲಿಕಾರ್ಜುನನ; ಸುತನೆಂ = ಮಗನಾದ; ಆಂ = ಶಾಸ್ತ್ರಕಾರನಾದ ನಾಂ; ಕವಿಕೇಶವನೆಂ = ಕೇಶಿರಾಜಕವೀಶ್ವರಂ.

ವೃತ್ತಿ.—ಯಾದವಕಟಕೋಪಾಧ್ಯಾಯನಪ್ಪ ಕವಿಸುಮನೋಬಾಣನ ಮಗಳ ಮಗನೆಂ, ಯೋಗಿವಲ್ಲಭನಪ್ಪ ಮಲ್ಲಿಕಾರ್ಜುನನಂದನನೆಂ, ಕೇಶಿರಾಜ ಕವಿಯೆಂ ಆಂ.

ಮೂಲಂ.

This Grammar is composed at the request of learned men.

ಗುಣಮಮರೆ ಶಬ್ದಮಣಿದ
ರ್ಪಣನಾಮವನಿಟ್ಟು ನೆಱೆಯೆ ಕರ್ಣಾಟಕಲ |
ಕ್ಷಣಶಬ್ದಶಾಸ್ತ್ರಮಂ ಲಾ
ಕ್ಷಣಿಕರ್ಪೇೞೆಂದು ಬೆಸಸೆ ಬಗೆವುಗೆ ಪೇೞ್ದೆಂ || 3 ||

ಪದಚ್ಛೇದಂ.—ಗುಣಂ ಅಮರೆ, ಶಬ್ದಮಣಿದರ್ಪಣನಾಮವಂ ಇಟ್ಟು ನೆಱೆಯೆ, ಕರ್ಣಾಟಕಲಕ್ಷಣಶಬ್ದಶಾಸ್ತ್ರಮಂ—ಲಾಕ್ಷಣಿಕರ್, ಪೇೞ್ ಎಂದು, ಬೆಸಸೆ—ಬಗೆವುಗೆ ಪೇೞ್ದೆಂ.

ಯಥಾನ್ವಯಂ. ಟೀಕು.—ಗುಣಂ = ಶಬ್ದಸಾಮರ್ಥ್ಯವೆಂಬ ಗುಣಂ; ಅಮರೆ = ಪೊರ್ದುಗೆಯ್ದುವಾಗಲಾಗಿ; ಶಬ್ದಮಣಿದರ್ಪಣನಾಮವಂ = ಶಬ್ದಮಣಿದರ್ಪಣವೆಂಬ ಪೆಸರಂ; ಇಟ್ಟು = ಕೊಟ್ಟು; ನೆಱೆಯೆ = ಪೆರ್ಚುಗೆಯಾಗೆ; ಕರ್ಣಾಟಕ = ಕನ್ನಡಕ್ಕೆ; ಲಕ್ಷಣ = ಲಕ್ಷಣವಾದ; ಶಬ್ದಶಾಸ್ತ್ರಮಂ = ವ್ಯಾಕರಣಶಾಸ್ತ್ರವಂ; ಲಾಕ್ಷಣಿಕರ್ = ಲಕ್ಷಣಾಚಾರ್ಯರ್; ಪೇೞೆಂದು = ಹೇೞೆಂದು; ಬೆಸಸೆ = ನಿರೂಪಿಸೆ; ಬಗೆವುಗೆ = ಮನಂಬುಗೆ; ಪೇೞ್ದೆಂ = ಹೇೞ್ದೆಂ.

ವೃತ್ತಿ.—ಶಬ್ದಸಾಮರ್ಥ್ಯಮಮರೆ, ವಿಸ್ತಾರದಿಂ ಕರ್ಣಾಟಕವ್ಯಾಕರಣಮಂ, ಶಬ್ದಮಣಿದರ್ಪಣಮೆಂಬ ಪೆಸರನಿಟ್ಟು—ಲಕ್ಷಣಾಚಾರ್ಯರ್, ಪೇೞೆಂದು, ಬೆಸಸೆ—ಮನಂಬುಗುವಂತೆ, ಪೇೞ್ದೆಂ.

ಮೂಲಂ.

Let learned men receive this work kindly!

ಅವಧರಿಪುದು ವಿಬುಧರ್ ದೋ
ಷವಿದಱೊಳೇನಾನುಮುಳ್ಳೊಡಂ ಪ್ರಿಯದಿಂ ತಿ |
ರ್ದುವುದು ಗುಣಯುಕ್ತಮುಂ ದೋ
ಷವಿದೂರಮುಮಾಗೆ ಮೆಚ್ಚಿ ಕೈಕೊಳ್ವುದಿದಂ || 4 ||

ಪದಚ್ಛೇದಂ.—ಅವಧರಿಪುದು ವಿಬುಧರ್; ದೋಷಂ ಇದಱೊಳ್ ಏನಾನುಂ ಉಳ್ಳೊಡಂ ಪ್ರಿಯದಿಂ ತಿರ್ದುವುದು; ಗುಣಯುಕ್ತಮುಂ ದೋಷವಿದೂರಮುಂ ಆಗೆ, ಮೆಚ್ಚಿ, ಕೈಕೊ

ಅನ್ವಯಂ.—ಇದಂ ವಿಬುಧರ್ ಅವಧರಿಪುದು; ಇವಱೊಳ್ ದೋಷಂ ಏನಾನುಂ ಉಳ್ಳೊಡಂ ಪ್ರಿಯದಿಂ ತಿರ್ದುವುದು; ಗುಣಯುಕ್ತಮುಂ ದೋಷವಿದೂರವುಂ ಆಗೆ, ಮೆಚ್ಚಿ, ಕೈಕೊಳ್ವುದು.

ಯಥಾನ್ವಯಂ. ಟೀಕು.—ಇದಂ = ಈ ಶಬ್ದಮಣಿದರ್ಪಣವಂ; ವಿಬುಧರ್ = ವಿದ್ವಾಂಸರ್; ಅವಧರಿಪುದು = ಕೇಳ್ವುದು; ಇದಱೊಳ್ = ಈ ಶಬ್ದಮಣಿದರ್ಪಣದಲ್ಲಿ; ದೋಷಂ = ಅಷ್ಟಾದಶದೋಷಂ; ಏನಾನುಂ = ಎತ್ತಾನುಂ; ಉಳ್ಳೊಡಂ = ಉಂಟಾದೊಡೆಯುಂ; ಪ್ರಿಯದಿಂ = ಪ್ರೀತಿಯಿಂದೆ; ತಿರ್ದುವುದು = ನೇರಿತ್ತಂ ಮಾಡುವದು; ಗುಣಯುಕ್ತಮುಂ = ಶಬ್ದಸಾಮರ್ಥ್ಯವೆಂಬ ಗುಣದೊಡನೆ ಕೂಡಿದುದುಂ; ದೋಷವಿದೂರಮುಂ = ದೋಷರಹಿತವಾದುದುಂ; ಆಗೆ = ಆಗಲಾಗಿ; ಮೆಚ್ಚಿ = ಒಡಂಬಟ್ಟು; ಕೈಕೊಳ್ವುದು = ಅಂಗೀಕರಿಸುವದು.

ವೃತ್ತಿ.—ಶಬ್ದಮಣಿದರ್ಪಣದೊಳೇನಾನುಂ ದೋಷಮುಳ್ಳೊಡಂ ವಿದ್ವಾಂಸರವಧರಿಸಿ, ಕೇಳ್ದು, ಕರುಣದಿಂ, ಮನಪ್ರೀತಿವೆರಸಿ, ತಿರ್ದುವುದು; ಗುಣಾನ್ವಿತಮುಂ ನಿರ್ದೋಷಮುಮಾಗೆ, ಮೆಚ್ಚಿ, ಸ್ವೀಕರಿಪುದು.

ಮೂಲಂ.

ಗಜಗನ ಗುಣನಂದಿಯ ಮನ
ಸಿಜನಸಗನ ಚಂದ್ರಭಟ್ಟಗುಣವರ್ಮಶ್ರೀ ।
ವಿಜಯರ ಹೊಂನನ ಹಂಪನ
ಸುಜನೋತ್ತಂಸನ ಸುಮಾರ್ಗಮಿದಱೊಳೆ ಲಕ್ಷ್ಯಂ ॥ 5 ॥

In this work quotations (*cf.* S. 196) have been made, for instance, from the works of the poets Gajaga Guṇanandi (s. S. 24 ?), Manasija, Asaga, Čandrabhaṭṭa, Guṇavarma (s. S. 118), Śrīvijaya, Honna, Hampa and Sujanottaṁsa (s. Ss. 88; 90; 108; 134 ?).

ಪದಚ್ಛೇದಂ.—ಗಜಗನ, ಗುಣನಂದಿಯ, ಮನಸಿಜನ, ಅಸಗನ, ಚಂದ್ರಭಟ್ಟಗುಣವರ್ಮಶ್ರೀವಿಜಯರ, ಹೊಂನನ, ಹಂಪನ, ಸುಜನೋತ್ತಂಸನ ಸುಮಾರ್ಗಂ ಇದಱೊಳೆ ಲಕ್ಷ್ಯಂ.

ಯಥಾನ್ವಯಂ. ಟೀಕು.—ಗಜಗನ = ಗಜಗನೆಂಬ ಕವೀಶ್ವರನ; ಗುಣನಂದಿಯ = ಗುಣನಂದಿಯೆಂಬ ಕವೀಶ್ವರನ; ಮನಸಿಜನ = ಮನಸಿಜನೆಂಬ ಕವೀಶ್ವರನ; ಅಸಗನ = ಅಸಗನೆಂಬ ಕವೀಶ್ವರನ; ಚಂದ್ರಭಟ್ಟಗುಣಪರ್ಮಶ್ರೀವಿಜಯರ = ಚಂದ್ರಭಟ್ಟನೆಂಬ ಗುಣವರ್ಮನೆಂಬ ಶ್ರೀವಿಜಯನೆಂಬೀ ಕವೀಶ್ವರರ; ಹೊಂನನ = ಹೊಂನನೆಂಬ ಕವೀಶ್ವರನ; ಹಂಪನ = ಹಂಪನೆಂಬ ಕವೀಶ್ವರನ; ಸುಜನೋತ್ತಂಸನ = ಸುಜನೋತ್ತಂಸನೆಂಬ ಕವೀಶ್ವರನ; ಸುಮಾರ್ಗಂ = ಲೇಸಾದ ಕಾವ್ಯಮಾರ್ಗಂ; ಇದಱೊಳೆ = ಈ ಶಬ್ದಮಣಿದರ್ಪಣದಲ್ಲಿಯೆ; ಲಕ್ಷ್ಯಂ = ಉದಾಹರಣೆಗಳ್ ಕುಱುವಾಗಿರ್ಪವು.

ವೃತ್ತಿ.—ಈ ಕವಿಗಳಾದಿಯಾದ ಮತ್ತಂ ಪಲಂಬರ್ಪ್ರಸಿದ್ಧಕವಿಗಳುದಾಹರಣಂಗಳಿದಱಿಕೊಳೊಳವು.

ಮೂಲಂ.

Besides, the Author wrote an explanatory Gloss (ಅರ್ಥವೃತ್ತಿ) to each Rule (ಸೂತ್ರಂ).

ಪ್ರಾಸಚ್ಛಂದೋನ್ವಯವಿ
ನ್ಯಾಸದಿನಂತಿಂತು ಶಬ್ದಮಿರ್ಕುಂ ವೃತ್ತಿ ।
ವ್ಯಾಸಂ ತದ್ವ್ಯಾಕುಳಮೆಂ
ದಾ ಸೂತ್ರಕ್ಕರ್ಥವೃತ್ತಿ ವರ್ತಿಸೆ ಬರೆದೆಂ ॥ 6 ॥

ಪದಚ್ಛೇದಂ.—ಪ್ರಾಸಛ್ಛಂದೋನ್ವಯವಿನ್ಯಾಸದಿಂ ಅಂತು ಇಂತು ಶಬ್ದಂ ಇರ್ಕುಂ; ವೃತ್ತಿವ್ಯಾಸಂ ತದ್ವ್ಯಾಕುಳಂ ಎಂದು, ಆ ಸೂತ್ರಕ್ಕೆ ಅರ್ಥವೃತ್ತಿ ವರ್ತಿಸೆ ಬರೆದೆಂ.

ಅನ್ವಯಂ.—ಪ್ರಾಸಛ್ಛಂದೋನ್ವಯವಿನ್ಯಾಸದಿಂ ಶಬ್ದಂ ಅಂತಿಂತು ಇರ್ಕುಂ; ವೃತ್ತಿವ್ಯಾಸಂ ತದ್ವ್ಯಾಕುಳಂ ಎಂದು, ಆ ಸೂತ್ರಕ್ಕೆ ಅರ್ಥವೃತ್ತಿ ವರ್ತಿಸೆ ಬರೆದೆಂ.

ಟೀಕು.—ಪ್ರಾಸ = ಷಟ್ಪ್ರಾಸಂಗಳ; ಛಂದಃ = ಛಂದಸ್ಸಿನ; ಅನ್ವಯ = ಅರ್ಥದ; ವಿನ್ಯಾಸದಿಂ = ನಿಱುಗೆಯಿಂದೆ; ಶಬ್ದಂ = ಶಬ್ದಂಗಳ್; ಅಂತಿಂತು = ಪಲ್ಲಟವಾಗಿ; ಇರ್ಕುಂ = ಇರ್ಪುವು; ವೃತ್ತಿವ್ಯಾಸಂ = ವೃತ್ತಿವಿಸ್ತಾರಂ; ತತ್ = ಅದು; ವ್ಯಾಕುಳಮೆಂದು = ಸಂದೇಹವಪ್ಪುದೆಂದು; ಆ ಸೂತ್ರಕ್ಕೆ = ಆಯಾ ಸೂತ್ರಂಗಳ್ಗೆ; ಅರ್ಥವೃತ್ತಿ = ಅರ್ಥದ ವೃತ್ತಿ; ವರ್ತಿಸೆ = ಪ್ರವರ್ತಿಸೆ; ಬರೆದೆಂ = (ಅನ್ತಹ) ವೃತ್ತಿಯಂ ಲಿಖಿಸಿದೆಂ.

ವೃತ್ತಿ.—ಪ್ರಾಸದ ಛಂದದ ಅನ್ವಯದ ನಿಱುಗೆಯಿಂ ಶಬ್ದಂಗಳ್ ವ್ಯತ್ಯಯಮಾಗಿರ್ಪುವು; ಅವಱವಱ ಬಱಿಯೊಳ್ವೃತ್ತಿಯ ವಿಸ್ತಾರಂ ವ್ಯಾಕುಲಮಾದಪುದೆಂದಾ ಸೂತ್ರಕ್ಕೆ ತಾತ್ಪರ್ಯಾರ್ಥಂ ಪ್ರವರ್ತಿಸುತ್ತಮಿರೆ ಬರೆದೆಂ.

ಮೂಲಂ.

The learned will accept this work favourably on account of its completeness.

ಜನಮಂಗೀಕರಿಪುದು ನೆ
ಟ್ಟನೆ ಸಂಬಂಧಾಭಿಧೇಯಶಕ್ಯಾನುಷ್ಠಾ ।
ನನಿಜೇಷ್ಟಸಿದ್ಧಿಗಳ್ನೆಲ
ಸಿ ನಿಂದ ಕಾರಣದೆ ಶಬ್ದಮಣಿದರ್ಪಣಮಂ ॥ 7 ॥

ಪದಚ್ಛೇದಂ.—ಜನಂ ಅಂಗೀಕರಿಪುದು, ನೆಟ್ಟನೆ ಸಂಬಂಧಾಭಿಧೇಯಶಕ್ಯಾನುಷ್ಠಾನನಿಜೇಷ್ಟಸಿದ್ಧಿಗಳ್ ನೆಲಸಿನಿಂದ ಕಾರಣದೆ, ಶಬ್ದಮಣಿದರ್ಪಣಮಂ.

ಅನ್ವಯಂ.—ಸಂಬಂಧಾಭಿಧೇಯಶಕ್ಯಾನುಷ್ಠಾನನಿಜೇಷ್ಟಸಿದ್ಧಿಗಳ್ ನೆಟ್ಟನೆ ನೆಲಸಿ ನಿಂದ ಕಾರಣದೆ ಶಬ್ದಮಣಿದರ್ಪಣಮಂ ಜನಂ ಅಂಗೀಕರಿಪುದು.

ಟೀಕು.—ಸಂಬಂಧ = ಪ್ರಕೃತಿಪ್ರತ್ಯಯಸಂಬಂಧ[1] ಲಕ್ಷ್ಯಲಕ್ಷಣಸಂಬಂಧ[2] ವಿಶೇಷ್ಯವಿಶೇಷಣಸಂಬಂಧ[3] ಕರ್ತೃಕರ್ಮಕ್ರಿಯಾಸಂಬಂಧಮೆಂದು[4], ಪೊರ್ದುಗೆಗೆ ನಿಮಿತ್ತಂ; ಅಭಿಧೇಯಂ = ಅರ್ಥಂ; ಶಕ್ಯಾನುಷ್ಠಾನಂ = ಆ ಅರ್ಥವನ್ನು ಸಾಧಿಸಲ್ತಕ್ಕ ಉದ್ಯೋಗಂ; ನಿಜ = ತನ್ನ; ಇಷ್ಟಸಿದ್ಧಿಗಳ್ = ಇಷ್ಟಾರ್ಥಸಿದ್ಧಿಗಳ್; ನೆಟ್ಟನೆ = ವ್ಯಕ್ತಮಾಗಿ; ನೆಲಸಿ = ನೆಲೆಗೊಂಡು, ನಿಂದ ಕಾರಣದೆ = ಇರ್ಪ ಕಾರಣದಿಂದೆ; ಶಬ್ದಮಣಿದರ್ಪಣಮಂ = ಶಬ್ದಮಣಿದರ್ಪಣವೆಂಬ ಶಾಸ್ತ್ರಮಂ; ಜನಂ = ವಿದ್ವಜ್ಜನಂ; ಅಂಗೀಕರಿಪುದು = ಸ್ವೀಕರಿಸುವದು.

ವೃತ್ತಿ.—ಸಂಬಂಧಮೆಂದು, ಪೊರ್ದುಗೆ ಅಭಿಧೇಯಮೆಂದರ್ಥಂ; ಶಕ್ಯಾನುಷ್ಠಾನಮೆಂದಾ ಪದಾರ್ಥಮಂ ಸಾಧಿಸಲ್ತಕ್ಕುದ್ಯೋಗಂ; ಇಷ್ಟಸಿದ್ಧಿಯೆಂದದರಿಫಲಪ್ರಾಪ್ತಿ. ಇವು ಶಬ್ದಮಣಿದರ್ಪಣದೊಳ್ನೆಲೆಗೊಂಡಿರ್ಪುದರಿಂ ಸ್ವೀಕರಿಸದ ಲೋಕಮಿಲ್ಲ.

ವ್ಯಾಕರಣಪ್ರಾರಮ್ಭಂ Commencement of the Grammar.

ಮೂಲಂ.

This work has 8 Chapters.

ಕ್ರಮದಿಂದೆ ಸಂಧಿ ನಾಮಂ
ಸಮಾಸಮಾ ತದ್ಧಿತಂ ಪೊದಟ್ಟಿದಾಖ್ಯಾತಂ ।
ಪ್ರಮುದಿತ ಧಾತುವಪಭ್ರಂ
ಶಮವ್ಯಯಂ ಸಂಧಿ ಶಬ್ದಮಣಿದರ್ಪಣದೊಳ್ ॥ 1 ॥

ಪದಚ್ಛೇದಂ.—ಕ್ರಮದಿಂದೆ ಸಂಧಿ, ನಾಮಂ, ಸಮಾಸಂ, ಆ ತದ್ಧಿತಂ, ಪೊದಟ್ಟಿದ ಆಖ್ಯಾತಂ, ಪ್ರಮುದಿತ ಧಾತುಂ, ಅಪಭ್ರಂಶಂ, ಅವ್ಯಯಂ—ಸಂಧಿ ಶಬ್ದಮಣಿದರ್ಪಣದೊಳ್.

ಅನ್ವಯಂ.—ಶಬ್ದಮಣಿದರ್ಪಣದೊಳ್ ಕ್ರಮದಿಂದೆ ಸಂಧಿ, ನಾಮಂ, ಸಮಾಸಂ, ಆ ತದ್ಧಿತಂ, ಪೊದಟ್ಟಿದಾಖ್ಯಾತಂ, ಪ್ರಮುದಿತಧಾತುಂ, ಅಪಭ್ರಂಶಂ, ಅವ್ಯಯಂ ಸಂಧಿ.

---

1) Relation between themes and affixes. 2) Relation between definables and definitions. 3) Relation between Substantives and Adjectives. 4) Relation between Subjects, Objects and Predicates.

ಟೀಕು.—ಶಬ್ದಮಣಿದರ್ಪಣದೊಳ್ = ಶಬ್ದಮಣಿದರ್ಪಣದಲ್ಲಿ; ಕ್ರಮದಿಂದೆ = ತರುವಾಯಿಂದೆ; ಸಂಧಿ = ಸಂಧಿಪ್ರಕರಣಮೆಂದು; ನಾಮಂ = ನಾಮಪ್ರಕರಣಮೆಂದು; ಸಮಾಸಂ = ಸಮಾಸಪ್ರಕರಣಮೆಂದು; ಆ ತದ್ಧಿತಂ = ಆ ಪ್ರಸಿದ್ಧವಾದ ತದ್ಧಿತಪ್ರಕರಣಮೆಂದು; ಪೊದಱ್ದ = ಪ್ರಸಿದ್ಧವಡೆದ; ಆಖ್ಯಾತಂ = ಆಖ್ಯಾತಪ್ರಕರಣಮೆಂದು; ಪ್ರಮುದಿತಧಾತುಂ = ವಿಶೇಷವಾಗಿ ಸಂತೋಷಿಸಲ್ಪಟ್ಟ ಧಾತುಪ್ರಕರಣಮೆಂದು; ಅಪಭ್ರಂಶಂ = ಅಪಭ್ರಂಶಪ್ರಕರಣಮೆಂದು; ಅವ್ಯಯಂ = ಅವ್ಯಯಪ್ರಕರಣಮೆಂದು; ಸಂಧಿ = ಸಂಧಿಗಳೆಂಟು.

ವೃತ್ತಿ.—ತರುವಾಯಿಂ ಸಂಧಿಯೆಂದುಂ, ನಾಮಮೆಂದುಂ, ಸಮಾಸಮೆಂದುಂ, ತದ್ಧಿತಮೆಂದುಮ್, ಆಖ್ಯಾತಮೆಂದುಂ, ಧಾತುಮೆಂದುಮ್, ಅಪಭ್ರಂಶಮೆಂದುಮ್, ಅವ್ಯಯಮೆಂದುಮ್, ಈ ಶಬ್ದಮಣಿದರ್ಪಣದೊಳ್ಸಂಧಿಯೆಂಟಕ್ಕುಂ.

ಮೂಲಂ.

Origin of Sound (ಶಬ್ದದ್ರವ್ಯಂ) and Speech (or words, ಶಬ್ದಂ; *cf.* S. 34).

ಅನುಕೂಲಪವನನಿಂ ಜೀ
ವನಿಷ್ಟದಿಂ ನಾಭಿಮೂಲದೊಳ್ಕಹಳೆಯ ಪಾಂ ।
ಗಿನ ವೊಲ್ ಶಬ್ದದ್ರವ್ಯಂ
ಜನಿಯಿಸುಗುಂ ಶ್ವೇತಮದಱ ಕಾರ್ಯಂ ಶಬ್ದಂ ॥ 2 ॥

ಪದಚ್ಛೇದಂ.—ಅನುಕೂಲಪವನನಿಂ ಜೀವನ ಇಷ್ಟದಿಂ ನಾಭಿಮೂಲದೊಳ್ ಕಹಳೆಯ ಪಾಂಗಿನ ವೊಲ್ ಶಬ್ದದ್ರವ್ಯಂ ಜನಿಯಿಸುಗುಂ ಶ್ವೇತಂ; ಅದಱ ಕಾರ್ಯಂ ಶಬ್ದಂ.

ಅನ್ವಯಂ.—ಜೀವನ ಇಷ್ಟದಿಂ ಅನುಕೂಲಪವನನಿಂ ನಾಭಿಮೂಲದೊಳ್ ಕಹಳೆಯ ಪಾಂಗಿನ ವೊಲ್ ಶಬ್ದದ್ರವ್ಯಂ ಶ್ವೇತಂ ಜನಿಯಿಸುಗುಂ; ಅದಱ ಕಾರ್ಯಂ ಶಬ್ದಂ.

ಟೀಕು.—ಜೀವನ = ಜೀವಾತ್ಮನ; ಇಷ್ಟದಿಂ = ಇಚ್ಛೆಯಿಂದೆ; ಅನುಕೂಲಪವನನಿಂ = ಜೀವನೊಡನೆ ಅನುಕೂಲವಾದ ಪ್ರಾಣವಾರುತನಿಂದೆ; ನಾಭಿಮೂಲದೊಳ್ = ನಾಭಿಯ ಮೊದಲಲ್ಲಿ; ಕಹಳೆಯ ಪಾಂಗಿನ ವೊಲ್ = ನೆಗಪಿದ ಕಹಳೆಯಾಕಾರದ ಹಾಗೆ; ಶಬ್ದದ್ರವ್ಯಂ = ಶಬ್ದವೆಂಬ ದ್ರವ್ಯಂ; ಶ್ವೇತಂ = ಧವಳವರ್ಣವಾಗಿ; ಜನಿಯಿಸುಗುಂ = ಪುಟ್ಟುವುದು; ಅದಱ = ಆ ಶಬ್ದದ್ರವ್ಯದ; ಕಾರ್ಯಂ = ಪ್ರಯೋಜನಂ; ಶಬ್ದ = ಶಬ್ದಮಕ್ಕುಂ.

ವಿಚಾರಂ, Remark.—ಶಬ್ದದ್ರವ್ಯಮೆಂದೊಡೆ ಘಟಕ್ಕೆ ಮೃತ್ತಿಕೆಯೆಂತಂತೆ ಅಕ್ಷರಾತ್ಮಕವಾದ ಶಬ್ದಂಗಳ್ಪುಟ್ಟುವುದರ್ಕೆ ಉಪಾದಾನಕಾರಣವಾದ ವಸ್ತುವೆಂದಱಿವುದು; ಶಬ್ದಕ್ಕೆ ದ್ರವ್ಯತ್ವಮಂ ಜೈನರ್ ಪೇೞ್ವಪರ್.

ವೃತ್ತಿ.—ಅನುಕೂಲಪವನನ ಬೆಂಬಳಿಯಿಂ ಜೀವನೊಡನೆ ಸಂಬಂಧ ಮಾಗಿರ್ಪುದರಿಂ ನಾಭಿಯ ಮೊದಲಲ್ಲಿ ನೆಗಪಿದ ಕಹಳೆಯಾಕಾರದಿಂ ಶಬ್ದ ಮೆಂಬ ದ್ರವ್ಯಂ ಧವಳವರ್ಣವಾಗಿ ಪುಟ್ಟುಗುಂ; ಅದಱ ಕಾರ್ಯಮಂ ಶಬ್ದ ಮೆಂಬರ್.

ಮೂಲಂ.

Usefulness of Grammar.

ವ್ಯಾಕರಣದಿಂದೆ. ಪದಮಾ
ವ್ಯಾಕರಣದ ಪದದಿನರ್ಥಮರ್ಥದೆ ತತ್ವಾ ।
ಲೋಕಂ ತತ್ವಾಲೋಕದಿ
ನಾಕಾಂಕ್ಷಿಪ ಮುಕ್ತಿಯಕ್ಕುಮ. ಬುಧರ್ಗೆ ಫಲಂ ॥ 3 ॥

ಪದಚ್ಛೇದಂ.—ವ್ಯಾಕರಣದಿಂದೆ ಪದಂ, ಆ ವ್ಯಾಕರಣದ ಪದದಿಂ ಅರ್ಥಂ, ಅರ್ಥದೆ ತತ್ವಾಲೋಕಂ, ತತ್ವಾಲೋಕದಿಂ ಆಕಾಂಕ್ಷಿಪ ಮುಕ್ತಿ ಅಕ್ಕುಂ; ಅದೆ ಬುಧರ್ಗೆ ಫಲಂ.

ಯಥಾನ್ವಯಂ. ಟೀಕು.—ವ್ಯಾಕರಣದಿಂದೆ=ಶಬ್ದ ಶಾಸ್ತ್ರದಿಂದೆ; ಪದಂ=ಪದಸಿದ್ಧಿ; ಅಕ್ಕುಂ=ಅಪ್ಪುದು; ಆ ವ್ಯಾಕರಣದ=ಆ ಶಬ್ದ ಶಾಸ್ತ್ರದ; ಪದದಿಂ=ಪದಸಿದ್ಧಿಯಿಂದೆ; ಅರ್ಥಂ=ಅರ್ಥವಿಚಾರಂ ಅಪ್ಪುದು; ಅರ್ಥದೆ=ಅರ್ಥವಿಚಾರದಿಂದೆ; ತತ್ವಾಲೋಕಂ=ತತ್ವಜ್ಞಾನಂ ಅಪ್ಪುದು; ತತ್ವಾಲೋಕದಿಂ=ತತ್ವಜ್ಞಾನದಿಂದೆ; ಆಕಾಂಕ್ಷಿಪ ಮುಕ್ತಿ=ಬಯಸಲ್ತಕ್ಕ ಮೋಕ್ಷಂ ಅಪ್ಪುದು; ಅದೆ=ಆ ಮೋಕ್ಷವೆ; ಬುಧರ್ಗೆ=ವಿದ್ವಾಂಸರ್ಗೆ; ಫಲಂ=ಸತ್ಫಲಂ ಅಪ್ಪುದು.

ವೃತ್ತಿ.—ವ್ಯಾಕರಣದಿಂದೆ ಪದಸಿದ್ಧಿಯಕ್ಕುಂ; ಆ ವ್ಯಾಕರಣದ ಪದಸಿದ್ಧಿಯಿಂದರ್ಥಜ್ಞಾನಮಕ್ಕುಂ; ಆ ಜ್ಞಾನದಿಂ ತತ್ವವಿಚಾರಮಕ್ಕುಂ; ತತ್ವವಿಚಾರದಿಂ ಬಯಸುವ ಮುಕ್ತಿ ದೊರೆಕೊಳ್ಗುಂ; ಬುಧರ್ಗದುಕಾರಣದಿಂ ವ್ಯಾಕರಣಮುಪಾದೇಯಂ.

೧ನೆಯ ಅಧ್ಯಾಯಂ CHAPTER.

ಸಂಧಿ On Letters and Euphonism.

1. ಅಕ್ಷರಸಂಜ್ಞಾಪ್ರಕರಣಂ First Section: On Letters.

ಸೂತ್ರಂ Aphorism or Rule.

Letters the first subject to be treated of.

ಆರಯೆ ತಚ್ಛಾಸ್ತ್ರವ್ಯವ
ಹಾರಜ್ಞಾನಾರ್ಥಮಾಗೆ ಪೇೞಲ್ಪಡೆಗುಂ
ಧೀರರಿನಕ್ಷರಸಂಜ್ಞಾ
ಕಾರಂ ವ್ಯಾಕರಣದಾದಿಯೊಳ್ಪರಿವಿಡಿಯಿಂ ॥ 1 ॥

ಪದಚ್ಛೇದಂ.— ಆರಯೆ ತಚ್ಛಾಸ್ತ್ರವ್ಯವಹಾರಜ್ಞಾನಾರ್ಥಂ ಆಗೆ ಪೇೞಲ್ ಪಡೆಗುಂ ಧೀರರಿಂ ಅಕ್ಷರಸಂಜ್ಞಾಕಾರಂ ವ್ಯಾಕರಣದ ಆದಿಯೊಳ್ ಪರಿವಿಡಿಯಿಂ.

ಅನ್ವಯಂ.—ತಚ್ಛಾಸ್ತ್ರವ್ಯವಹಾರಜ್ಞಾನಾರ್ಥಂ ಆಗೆ, ಆರಯೆ, ವ್ಯಾಕರಣದ ಆದಿಯೊಳ್ ಧೀರರಿಂ ಅಕ್ಷರಸಂಜ್ಞಾಕಾರಂ ಪರಿವಿಡಿಯಿಂ ಪೇೞಲ್ ಪಡೆಗುಂ.

ಟೀಕು.—ತಚ್ಛಾಸ್ತ್ರ = ಆ ಶಬ್ದಶಾಸ್ತ್ರದ; ವ್ಯವಹಾರ = ವ್ಯವಹಾರಮಂ; ಜ್ಞಾನಾರ್ಥಮಾಗೆ = ತಿಳಿವ ಪ್ರಯೋಜನಮಾಗಿ; ಆರಯೆ = ವಿಚಾರಿಸೆ; ವ್ಯಾಕರಣದ = ವ್ಯಾಕರಣಶಾಸ್ತ್ರದ; ಆದಿಯೊಳ್ = ಮೊದಲಲ್ಲಿ; ಧೀರರಿಂ = ವಿದ್ವಾಂಸರಿಂದೆ; ಅಕ್ಷರಸಂಜ್ಞಾಕಾರಂ = ಅಕ್ಷರಂಗಳ ಸಂಜ್ಞಾಸ್ವರೂಪಂ; ಪರಿವಿಡಿಯಿಂ = ತರುವಾಯಿಂದೆ; ಪೇೞಲ್ಪಡೆಗುಂ = ಹೇೞಲ್ಪಡುವುದು.

ವೃತ್ತಿ.—ಆ ಶಬ್ದಶಾಸ್ತ್ರವ್ಯವಹಾರಮಂ ತಿಳಿಯಲೋಸ್ಕರಮಾಗಕ್ಷರಸಂಜ್ಞಾಸ್ವರೂಪಂ ವ್ಯಾಕರಣದ ಮೊದಲೊಳ್ ಕ್ರಮದಿಂ ಪೇೞಲ್ಪಡೆಗುಂ.

ಸೂತ್ರಂ.

The two synonyms for "Letter" are ಅಕ್ಷರಂ and ವರ್ಣಂ.

ಅಕ್ಕರಮುಂ ವರ್ಣಮುಮೆಂ
ದಕ್ಕುಂ ಶುದ್ಧಾಕ್ಷರಕ್ಕೆ ನಾಮಂ ಬರೆಪಂ |
ಬೊಕ್ಕುಚ್ಚರಿಸಲ್ಬಾರದು
ವಕ್ಕರಮಲ್ತವು ಘನಸ್ವನಾದಿಧ್ವನಿಗಳ್ || 2 ||

ಪದಚ್ಛೇದಂ.— ಅಕ್ಕರಮುಂ ವರ್ಣಮುಂ ಎಂದು, ಅಕ್ಕುಂ ಶುದ್ಧಾಕ್ಷರಕ್ಕೆ ನಾಮಂ; ಬರೆಪಂಬೊಕ್ಕು ಉಚ್ಚರಿಸಲ್ ಬಾರದುವು ಅಕ್ಕರಂ ಅಲ್ತು, ಅವು ಘನಸ್ವನಾದಿಧ್ವನಿಗಳ್.

ಯಥಾನ್ವಯಂ. ಟೀಕು.— ಅಕ್ಕರಮುಂ = ಅಕ್ಕರಮೆಂದುಂ; ವರ್ಣಮುಂ = ವರ್ಣಮೆಂದುಂ; ಶುದ್ಧಾಕ್ಷರಕ್ಕೆ = ಶುದ್ಧವಾದಕ್ಷರಂಗಳ್ಗೆ; ನಾಮಂ = ಪೆಸರ್; ಅಕ್ಕುಂ = ಅಪ್ಪುದು; ಬರೆಪಂಬೊಕ್ಕು = ಬರೆವುದಂ ಪೊಕ್ಕು; ಉಚ್ಚರಿಸಲ್ ಬಾರದುವು = ಉಚ್ಚಾರಣೆಗೆ ಬಾರದುವು; ಅಕ್ಕರಂಗಳ್ = ಅಕ್ಷರಂಗಳ್; ಅಲ್ತು = ಅಲ್ಲ; ಅವು = ತಾವು; ಘನ = ಮೇಘದ; ಸ್ವನ = ಧ್ವನಿ; ಆದಿ = ಮೊದಲಾದ; ಧ್ವನಿಗಳ್ = ಪಲವು ತೆಱದ ಧ್ವನಿಗಳ್ ಅಪ್ಪುವು.

ವೃತ್ತಿ.— ಅಕ್ಕರಮೆಂದುಂ, ವರ್ಣಮೆಂದುಂ, ಶುದ್ಧಾಕ್ಷರಕ್ಕೆ ಪರ್ಯಾಯನಾಮಂ; ಬರೆಯಲುಮುಚ್ಚರಿಸಲ್ಬಾರದುವಕ್ಷರಂಗಳಲ್ತವು ಮೊೞಗು ಮೊದಲಾದ ಪಲ ತೆಱದ ಧ್ವನಿಗಳ್.

ಸೂತ್ರಂ.

In each letter Sound and Form.

ವ್ಯವಹರಿಪುವೆರಡು ರೂಪಿಂ
ದವಕ್ಕರಂ ಶ್ರಾವಣಂ ಸ್ವನೈಕಾಕಾರಂ |
ವಿವಿಧಾಕಾರಂ ಲಿಪಿಭೇ
ದವೃತ್ತಿಯಿಂ ಚಾಕ್ಷುಷಂ ಪುರಾತನಮತದಿಂ || 3 ||

ಪದಚ್ಛೇದಂ.— ವ್ಯವಹರಿಪುವು ಎರಡು ರೂಪಿಂದೆ ಅವು ಅಕ್ಕರಂ; ಶ್ರಾವಣಂ ಸ್ವನೈಕಾಕಾರಂ, ವಿವಿಧಾಕಾರಂ ಲಿಪಿಭೇದವೃತ್ತಿಯಿಂ ಚಾಕ್ಷುಷಂ; ಪುರಾತನಮತದಿಂ.

ಅನ್ವಯಂ.— ಪುರಾತನಮತದಿಂ ಅಕ್ಕರಂ ಅವು ಎರಡು ರೂಪಿಂದೆ ವ್ಯವಹರಿಪುವು; ಸ್ವನೈಕಾಕಾರಂ ಶ್ರಾವಣಂ, ಲಿಪಿಭೇದವೃತ್ತಿಯಿಂ ವಿವಿಧಾಕಾರಂ ಚಾಕ್ಷುಷಂ.

ಟೀಕು.—ಪುರಾತನಮತದಿಂದೆ = ಪೂರ್ವದ ಕವಿಗಳ ಮತದಿಂದೆ; ಅಕ್ಕರಂ = ಅಕ್ಷರಂಗಳ್; ಅವು = ಅವು ತಾಂ; ಎರಡು ರೂಪಿಂದೆ = ಶ್ರಾವಣ ಚಾಕ್ಷುಷವೆಂಬೆರಡು ತೆಱದಾಕಾರದಿಂದೆ; ವ್ಯವಹರಿಪುವು = ವರ್ತಿಪುವು; ಸ್ವನೈಕಾಕಾರಂ = ಧ್ವನಿಯೊಂದಱಾಕಾರವನುಳ್ಳುದು; ಶ್ರಾವಣಂ ಶ್ರಾವಣವೆನಿಪುದು; ಲಿಪಿ = ಲಿಪಿಗಳ; ಭೇದ = ಭೇದದ; ವೃತ್ತಿಯಿಂ = ವರ್ತನೆಯಿಂದೆ; ವಿವಿಧಾಕಾರಂ = ನಾನಾಪ್ರಕಾರವಾದ ಆಕಾರವನುಳ್ಳುದು; ಚಾಕ್ಷುಷಂ = ಚಾಕ್ಷುಷವೆನಿಸುವದು.—ಶ್ರಾವಣವೆಂದೊಡೆ ಕಿವಿಯಲ್ಲಿ ಕೇಳ್ವುದು; ಚಾಕ್ಷುಷವೆಂದೊಡೆ ಕಣ್ಣೊಳ್ಕಾಣ್ಬುದೆಂದಱಿವುದು.

ವೃತ್ತಿ.—ಎರಡುತೆಱದಾಕಾರದಿಂದಕ್ಕರಂ ವರ್ತಿಸುಗುಂ; ಶಬ್ದಾಕಾರದಿಂ ಕಿವಿಗೆ ವಿಷಯಮಾದಕ್ಷರಂ ಶ್ರಾವಣಮೆಂಬುದು, ಲಿಪಿಭೇದದಿಂ ಪಲವಾಕಾರಮಾಗಿ ಕಣ್ಗೆ ತೋಱುವಕ್ಕರಂ ಚಾಕ್ಷುಷವೆಂಬುದು; ಇದನಾದಿಮಾರ್ಗದಿನಱಿವುದು.

1. The Alphabet.

ಸೂತ್ರಂ.

The 48 independent (for the dependent ones see Ss. 12; 17) letters of the Saṁskṛita-Canarese Alphabet.*

ವರ್ಣಂಗಳ ಪಾಠಕ್ರಮ
ಮರ್ಣವವೃತಧಾತ್ರಿಯೊಳ್ಪ್ರಸಿದ್ಧಂ ನಿಜದಿಂ |
ವರ್ಣಂಗಳಕಾರಾದ್ಯಾ
ಪೂರ್ಣತೆಯಂ ಪಡೆವುವಾ ೞಕಾರಂಬರೆಗಂ || 4 ||

ಪದಚ್ಛೇದಂ.—ವರ್ಣಗಳ ಪಾಠಕ್ರಮಂ ಅರ್ಣವವೃತಧಾತ್ರಿಯೊಳ್ ಪ್ರಸಿದ್ಧಂ ನಿಜದಿಂ; ವರ್ಣಂಗಳ್ ಅಕಾರಾದ್ಯಾಪೂರ್ಣತೆಯಂ ಪಡೆವುವು, ಆ ೞಕಾರಂಬರೆಗಂ.

ಅನ್ವಯಂ.—ಅರ್ಣವವೃತಧಾತ್ರಿಯೊಳ್ ವರ್ಣಂಗಳ ಪಾಠಕ್ರಮಂ ನಿಜದಿಂ ಪ್ರಸಿದ್ಧಂ; ವರ್ಣಂಗಳ್ ಅಕಾರಾದ್ಯಾಪೂರ್ಣತೆಯಂ ಆ ೞಕಾರಂಬರೆಗಂ ಪಡೆವುವು.

ಟೀಕು.—ಅರ್ಣವ = ಸಮುದ್ರದಿಂದೆ; ವೃತ = ಸುತ್ತಲ್ಪಟ್ಟ; ಧಾತ್ರಿಯೊಳ್ = ಭೂಮಿಯಲ್ಲಿ; ವರ್ಣಂಗಳ = ಅಕ್ಷರಂಗಳ; ಪಾಠಕ್ರಮಂ = ಓದುವನುಕ್ರಮಂ; ನಿಜದಿಂ = ಸಹಜದಿಂದೆ; ಪ್ರಸಿದ್ಧಂ = ಪ್ರಸಿದ್ಧಂ; ವರ್ಣಂಗಳ್ = ಅಕ್ಷರಂಗಳ್; ಅಕಾರ = ಅಕಾರಂ; ಆದಿ = ಮೊದಲಾಗಿ; ಆಪೂರ್ಣತೆಯಂ = ಪರಿಪೂರ್ಣತ್ವಮಂ; ಆ ೞಕಾರಂಬರೆಗಂ = ಆ ೞಕಾರಂಪರಿಯಂತರಂ; ಪಡೆವುವು = ಹಡೆವುವು.

* The ೞ್ under this rule is the ಕ್ಷೞಂ.

ವೃತ್ತಿ.—ಅಕ್ಕರಂಗಳನೋದುವನುಕ್ರಮಂ ಕಡಲುಡಿಗೆಯಾದ ಪೊಡವಿಯೊಳ್ಪ್ರಸಿದ್ಧಂ; ಅಕ್ಕರಂಗಳಕಾರಂ ಮೊದಲಾಗಿ ಳಕಾರಪರ್ಯಂತಂ ಪರಿಪೂರ್ಣಮಾಗಿರ್ಪುವು; ಅವಾವುವೆಂದೊಡೆ—

ಅ ಆ, ಇ ಈ, ಉ ಊ, ಋ ೠ, ಌ ೡ, ಏ ಐ, ಓ ಔ; ಕ್ ಖ್, ಗ್ ಘ್, ಙ್; ಚ್ ಛ್, ಜ್ ಝ್, ಞ್; ಟ್ ಠ್, ಡ್ ಢ್, ಣ್; ತ್ ಥ್, ದ್ ಧ್, ನ್; ಪ್ ಫ್, ಬ್ ಭ್, ಮ್; ಯ್, ರ್, ಲ್, ವ್, ಶ್, ಷ್, ಸ್, ಹ್, ಳ್.

ಸೂತ್ರಂ.

The Samskrita ಳ್ must take the form of ಳ್ (ಕ್ಷಳಂ) to be in Alliteration (ನಿಯಾಮಂ, ಪ್ರಾಸಂ) with the Canarese ಳ್ (ಕುಳಂ).

ಕುಳದ ನಿಯಾಮದೊಳೆಂದುಂ
ಕ್ಷಳಕ್ಕೆ ಲಾಕ್ಷರವಿಕಲ್ಪಮಿಲ್ಲ ವಿಕಲ್ಪಂ ।
ಕ್ಷಳನಲ್ಲದಿಲ್ಲ ಸಂಸ್ಕೃತ
ದೊಳಾ ಲಕಾರಕ್ಕೆ ಪೇೞ್ದಿನದಱಿಂ ಕ್ಷಳನಂ ॥ 5 ॥

ಪದಚ್ಛೇದಂ.—ಕುಳದ ನಿಯಾಮದೊಳ್ ಎಂದುಂ ಕ್ಷಳಕ್ಕೆ ಲಾಕ್ಷರವಿಕಲ್ಪಂ ಇಲ್ಲ; ವಿಕಲ್ಪಂ, ಕ್ಷಳಂ ಅಲ್ಲದೆ, ಇಲ್ಲ; ಸಂಸ್ಕೃತದೊಳ್ ಆ ಲಕಾರಕ್ಕೆ ಪೇೞ್ದಂ ಅದಱಿಂ ಕ್ಷಳನಂ.

ಅನ್ವಯಂ.—ಕುಳದ ನಿಯಾಮದೊಳ್ ಕ್ಷಳಕ್ಕೆ ಲಾಕ್ಷರವಿಕಲ್ಪಂ ಎಂದುಂ ಇಲ್ಲ; ವಿಕಲ್ಪಂ, ಕ್ಷಳಂ ಅಲ್ಲದೆ, ಇಲ್ಲ; ಅದಱಿಂ ಸಂಸ್ಕೃತದೊಳ್ ಆ ಲಕಾರಕ್ಕೆ ಕ್ಷಳನಂ ಪೇೞ್ದಂ.*

ಟೀಕು.—ಕುಳದ = ಕುಳಳಕಾರದ; ನಿಯಾಮದೊಳ್ = ಪ್ರಾಸಿನಲ್ಲಿ; ಕ್ಷಳಕ್ಕೆ = ಕ್ಷಳಳಕಾರಕ್ಕೆ; ಲಾಕ್ಷರವಿಕಲ್ಪಂ = ಲಕಾರದ ವಿಕಲ್ಪ; ಎಂದುಂ = ಆವಾಗಳುಂ; ಇಲ್ಲ = ಉಂಟಾಗದು; ವಿಕಲ್ಪಂ = ಕುಳಪ್ರಾಸಿಂಗೆ ವಿಕಲ್ಪಂ; ಕ್ಷಳನಲ್ಲದೆ = ಕ್ಷಳಳಕಾರಮಲ್ಲದೆ; ಇಲ್ಲ = ಲಕಾರದ ವಿಕಲ್ಪಮಿಲ್ಲ; ಅದಱಿಂ = ಅದು ಕಾರಣದಿಂದೆ; ಸಂಸ್ಕೃತದೊಳ್ = ಸಂಸ್ಕೃತದಲ್ಲಿ; ಆ ಲಕಾರಕ್ಕೆ = ಆ ಸಂಸ್ಕೃತದಲ್ಲಿರ್ದ ಲಕಾರಕ್ಕೆ; ಕ್ಷಳನಂ = ಕ್ಷಳನೆಂಬ ಳಕಾರಮಂ; ಪೇೞ್ದಂ = ಹೇೞ್ದಂ.

ವಿಚಾರಂ.—ಕುಳಮೆಂದೊಡೆ ಕನ್ನಡ ಶಬ್ದದಲ್ಲಿ ಇರ್ದ ಳಕಾರಂ; ಕ್ಷಳಮೆಂದೊಡೆ, ಸಂಸ್ಕೃತ ಶಬ್ದದಲ್ಲಿ ॥ ಲಳಯೋರ್ ಅಭೇದಃ ॥ ಎಂದು, ಉಂಟಾಗಿ, ಲಕಾರ ಳಕಾರಂಗಳ್ಗೆ ಭೇದವಿಲ್ಲದ ಳಕಾರವೆಂದಱಿವುದು.

* 16ನೆಯ ಸೂತ್ರಮಂ ನೋಡು.

ವೃತ್ತಿ. ಕುಳಪ್ರಾಸಮಾಗೆ ಪೇೞ್ದಿ ಕಬ್ಬಂ ಸೆಱಿಕೆ ಗೆಯ್ವುದಾಗಿ, ಲಕಾರಮಂ ವಿಕಲ್ಪಮುಂ ಮಾಡಬಾರದು; ಲಕಾರಪ್ರಾಸಮಾಗೆ ಪೇೞ್ದಿ ಕನ್ನಡದ ಕಬ್ಬದೊಳ್ ಕ್ಷಳನಂ ವಿಕಲ್ಪದಿನಿರಿಸ ಬಾರದು, ಇದುವುಮಾಗದು. ಕ್ಷಳನೆಂಬುದಿಲ್ಲದೆ, ಸಂಸ್ಕೃತಪದದ ಲಕಾರಕ್ಕೆ ವಿಕಲ್ಪಮುಂ ಪೇೞಿಲ್ಲಾರದಾಗಿ, ಕ್ಷಳನನಿದೞೊಳೆ ಬೆರಸಿ ಪೇೞ್ದೆಂ.

ಪ್ರಯೋಗಂ. Application of the foregoing rule.

ಕುಳಕ್ಷಳಪ್ರಾಸಕ್ಕೆ—ಕಿಳಿಱಿ ಹಯಂಗಳ್, ಗರ್ಜಿಸೆ
ಜಳದನಿಭಂಗಳ್ ಗಜಂಗಳ್, ಇತ್ಯಾದಿ (ಕಂದಭಾಗಂ)

ಲಕಾರಕ್ಕೆ ಕ್ಷಳನನಿರಿಸ ಬಾರದುದರ್ಕೆ—
ಓಲಗದೊಳೊರ್ಮೆ ನತನರ
ಪಾಲಕಚೂಡಾಮಣಿದ್ಯುತಿಪ್ಲುತಚರಣಂ (ಕಂದಾರ್ಧಂ).

2. The Vowels.

ಸೂತ್ರಂ.

There are 14 Samskrita-Canarese Vowels; excepting ಏ, ಐ and ಓ, ಔ (which are Diphthongs, ಸಂಧ್ಯಕ್ಷರಂಗಳ್, *cf.* S. 10), they are Monophthongs (ಸಮಾನಂಗಳ್), and Homogens (ಸವರ್ಣಂಗಳ್).

ತರದಿನಕಾರಂ ಮೊದಲಾ
ಗಿರೆ ಪದಿನಾಲ್ಕುಂ ಸ್ವರಂಗಳಾದಿಯ ಪತ್ತ |
ಕ್ಕರಮುಂ ಸಮಾನಮೆನಿಸುಗು
ಮೆರಡೆರಡವಱೊಳ್ ಸವರ್ಣಮೆಂತೋದಿದೊಡಂ ||6||

ಪದಚ್ಛೇದಂ.—ತರದಿಂ ಅಕಾರಂ ಮೊದಲ್ ಆಗಿ ಇರೆ, ಪದಿನಾಲ್ಕುಂ ಸ್ವರಂಗಳ್; ಆದಿಯ ಪತ್ತು ಅಕ್ಕರಮುಂ ಸಮಾನಂ ಎನಿಸುಗುಂ, ಎರಡು ಎರಡು ಅವಱೊಳ್ ಸವರ್ಣಂ, ಎಂತು ಓದಿದೊಡಂ.

ಅನ್ವಯಂ.—ತರದಿಂ ಅಕಾರಂ ಮೊದಲ್ ಆಗಿ ಇರೆ, ಪದಿನಾಲ್ಕುಂ ಸ್ವರಂಗಳ್; ಆದಿಯ ಪತ್ತಕ್ಕರಮುಂ ಸಮಾನಂ ಎನಿಸುಗುಂ, ಅವಱೊಳ್ ಎರಡೆರಡು, ಎಂತು ಓದಿದೊಡಂ, ಸವರ್ಣಂ.

ಟೀಕು.—ತರದಿಂ = ತರುವಾಯಿಂದೆ; ಅಕಾರಂ = ಅತ್ವಂ; ಮೊದಲಾಗಿ = ಆದಿಯಾಗಿ; ಇರೆ = ಇರಲಾಗಿ; ಪದಿನಾಲ್ಕುಂ = ಹದಿನಾಲ್ಕಕ್ಷರಂಗಳುಂ; ಸ್ವರಂಗಳ್ = ಸ್ವರಾಕ್ಷರಂಗಳ್; ಎನಿ

ಸುಗುಂ= ಎನಿಸುವವು; ಆದಿಯ= ಮೊದಲ; ಪತ್ತಕ್ಕರಮುಂ= ಹತ್ತಕ್ಷರಂಗಳು; ಸಮಾನಂ= ಸಮಾನಂಗಳ್; ಎನಿಸುಗುಂ= ಎನಿಸುವವು; ಅವದೊಳ್= ಆ ಸಮಾನಸಂಜ್ಞೆಯುಂ ಪಡೆದ ಹತ್ತಕ್ಷರಂಗಳಲ್ಲಿ; ಎರಡೆರಡು= ಎರಡೆರಡಕ್ಷರಂಗಳ್; ಎಂತೋದಿದೊಡಂ= ಅನುಲೋಮ ವಿಲೋಮಂಗಳಾಗಿ ಹ್ಯಾಗೆ ಓದಿದೊಡೆಯುಂ; ಸವರ್ಣಂ= ಸವರ್ಣಂಗಳ್; ಎನಿಸುಗುಂ= ಎನಿಸುವವು.

ವೃತ್ತಿ.—ಕ್ರಮದಿಂದಕಾರಂ ಮೊದಲಾಗಿ ಔಕಾರಪರ್ಯಂತಮಿಪ್ಪ ಪದಿನಾಲ್ಕಕ್ಕರಂ ಸ್ವರಸಂಜ್ಞೆಯಂ ಪಡೆಗುಮ್; ಅಲ್ಲಿ ಮೊದಲ ಪತ್ತಕ್ಕರಂ ಸಮಾನಸಂಜ್ಞೆಯಂ ಪಡೆಗುಮ್; ಆ ಪತ್ತಕ್ಕರಂಗಳೊಳೆರಡೆರಡಕ್ಕರಂಗಳ್, ತಮ್ಮೊಳನುಲೋಮದೊಳಿರ್ದೊಡಂ ವಿಲೋಮದೊಳಿರ್ದೊಡಂ, ಸವರ್ಣಸಂಜ್ಞೆಯಂ ಪಡೆಗುಂ.

ಪದಿನಾಲ್ಕು ಸ್ವರಂಗಳ್—ಅ ಆ, ಇ ಈ, ಉ ಊ, ಋ ೠ, ಌ ೡ, ಏ ಐ, ಓ ಔ ಎಂಬೀ ಪದಿನಾಲ್ಕುಂ ಸ್ವರಂಗಳ್.

ಸಮಾನಸಂಜ್ಞಾಕ್ಷರಂಗಳ್— ಅ ಆ, ಇ ಈ, ಉ ಊ, ಋ ೠ, ಌ ೡ ಎಂಬಿವು ಪತ್ತುಂ ಸಮಾನಸಂಜ್ಞೆಗಳ್.

ಅನುಲೋಮಕ್ಕೆ—ಅ ಆ, ಇ ಈ ಎಂಬೀ ಪ್ರಕಾರಮಾಗಿ ಆ ಪತ್ತಕ್ಷರಂಗಳ್ ಅನುಲೋಮದೊಳಿರ್ದೊಡಂ ಸವರ್ಣಸಂಜ್ಞೆಯಂ ಪಡೆಗುಂ.

ವಿಲೋಮಕ್ಕೆ—ಆ ಅ, ಈ ಇ ಎಂಬೀ ಪ್ರಕಾರಮಾಗಿರ್ದೊಡಂ ಸವರ್ಣಸಂಜ್ಞೆಯಂ ಪಡೆಗುಂ.

ಸೂತ್ರಂ.

Further remark on the Homogeny of the said 10 Vowels.

ಕ್ರಮದಿಂ ಹ್ರಸ್ವಕ್ಕಂ ಹ್ರ
ಸ್ವಮೊದವೆ ದೀರ್ಘಕ್ಕೆ ದೀರ್ಘಮೊದವೆ ತಗುಳ್ಗುಂ ।
ಸಮ ಸಂದಾ ಯುಗಳಂಗಳೊ
ಳಮಳಿನಮಾಗೆಲ್ಲಿಯುಂ ಸವರ್ಣವಿಧಾನಂ ‖ 7 ‖

ಪದಚ್ಛೇದಂ.—ಕ್ರಮದಿಂ ಹ್ರಸ್ವಕ್ಕಂ ಹ್ರಸ್ವಂ ಒದವೆ, ದೀರ್ಘಕ್ಕೆ ದೀರ್ಘಂ ಒದವೆ, ತಗುಳ್ಗುಂ ಸಮ ಸಂದ ಆ ಯುಗಳಂಗಳೊಳ್, ಅಮಳಿನಂ ಆಗಿ, ಎಲ್ಲಿಯುಂ ಸವರ್ಣವಿಧಾನಂ.

ಅನ್ವಯಂ—ಸಮ ಸಂದಾ ಯುಗಳಂಗಳೊಳ್ ಕ್ರಮದಿಂ ಹ್ರಸ್ವಕ್ಕಂ ಹ್ರಸ್ವಂ ಒದವೆ, ದೀರ್ಘಕ್ಕೆ ದೀರ್ಘಂ ಒದವೆ, ಅಮಳಿನಂ ಆಗಿ ಎಲ್ಲಿಯುಂ ಸವರ್ಣವಿಧಾನಂ ತಗುಳ್ಗುಂ.

ಟೀಕು.—ಸಮ ಸಂದ = ಸಮಾನವಾಗಿ ಸಂದ; ಆ ಯುಗಳಂಗಳೊಳ್ = ಆ ಎರಡೆರಡಕ್ಷರಂಗಳಲ್ಲಿ; ಕ್ರಮದಿಂ = ತಱುವಾಯಿಂದೆ; ಹ್ರಸ್ವಕ್ಕಂ = ಹ್ರಸ್ವಾಕ್ಷರಕ್ಕೆಯುಂ; ಹ್ರಸ್ವಂ = ಹ್ರಸ್ವಾಕ್ಷರಂ; ಒದವೆ = ಪ್ರಾಪ್ತಿಸೆ; ದೀರ್ಘಕ್ಕೆ = ದೀರ್ಘಾಕ್ಷರಕ್ಕೆ; ದೀರ್ಘಂ = ದೀರ್ಘಾಕ್ಷರಂ; ಒದವೆ = ಪ್ರಾಪ್ತಿಸೆ; ಅಮಳಿನವಾಗಿ = ನಿರ್ದೋಷವಾಗಿ; ಎಲ್ಲಿಯುಂ = ಆವೆಡೆಯಲ್ಲಿಯುಂ; ಸವರ್ಣವಿಧಾನಂ = ಸವರ್ಣಸಂಜ್ಞಾವಿಧಾನಂ; ತಗುಳ್ಗುಂ = ಐದುವುದು.

ವೃತ್ತಿ.—ತಱುವಾಯಿಂದಾ ಯುಗಳಂಗಳೊಳೆ ಹ್ರಸ್ವಕ್ಕೆ ಹ್ರಸ್ವಂ ಪರಮಾದೊಡಂ, ದೀರ್ಘಕ್ಕೆ ದೀರ್ಘಂ ಪರಮಾದೊಡಂ, ನಿರ್ದೋಷಮಾಗಿ ಸವರ್ಣಸಂಜ್ಞೆ ವರ್ತಿಸುಗುಂ. ಎಂತೆಂದೊಡೆ—

ಹ್ರಸ್ವಕ್ಕೆ—ಅ ಅ; ಇ ಇ; ಉ ಉ; ಋ ಋ; ಌ ಌ.
ದೀರ್ಘಕ್ಕೆ—ಆ ಆ; ಈ ಈ; ಊ ಊ; ೠ ೠ; ೡ ೡ.

ಸೂತ್ರಂ.

The 4 Vowels ಎ ಏ, ಒ ಓ are inherent in Canarese and form two distinct pairs of letters each of homogen character. (In Samskṛita there is neither ಎ nor ಒ; cf. S. 19).

ಸವನಿಸಿದೆ ಏ ಒ ಓ ಎಂ
ಬಿವು ಕನ್ನಡದೊಳ್ಸ್ವಭಾವದಿಂದೊಳವು ಸವ |
ರ್ಣವುಮಪ್ಪುವು ವರ್ಣಾಂಕಂ
ಸವರ್ಣಸಂಜ್ಞೆಯೊಳಮೊದವುಗುಂ ವ್ಯಾಕೃತಿಯೊಳ್ ||8||

ಪದಚ್ಛೇದಂ.—ಸವನಿಸಿದ ಎ ಏ, ಒ ಓ ಎಂಬ ಇವು ಕನ್ನಡದೊಳ್ ಸ್ವಭಾವದಿಂದೆ ಒಳವು; ಸವರ್ಣವುಂ ಅಪ್ಪುವು; ವರ್ಣಾಂಕಂ ಸವರ್ಣಸಂಜ್ಞೆಯೊಳಂ ಒದವುಗುಂ ವ್ಯಾಕೃತಿಯೊಳ್.

ಅನ್ವಯಂ.—ಕನ್ನಡದೊಳ್ ಸವನಿಸಿದ ಎ ಏ, ಒ ಓ ಎಂಬಿವು ಸ್ವಭಾವದಿಂದೆ ಒಳವು; ಸವರ್ಣವುಂ ಅಪ್ಪುವು; ವ್ಯಾಕೃತಿಯೊಳ್ ಸವರ್ಣಸಂಜ್ಞೆಯೊಳಂ ವರ್ಣಾಂಕಂ ಒದವುಗುಂ.

ಟೀಕು.—ಕನ್ನಡದೊಳ್ = ಕನ್ನಡ ಭಾಷೆಯಲ್ಲಿ; ಸವನಿಸಿದ = ಪ್ರಾಪ್ತಿಸಿದ; ಎ ಏ ಒ ಓ = ಎ ಏ ಒ ಓ ಎಂಬಿವು ಹ್ರಸ್ವ ದೀರ್ಘಂಗಳಾಗಿ; ಎಂಬ ಇವು = ಈ ಯುಗಳಾಕ್ಷರಂಗಳ್; ಸ್ವಭಾವದಿಂದೆ = ಸಹಜದಿಂದೆ; ಒಳವು = ಉಂಟು; ಸವರ್ಣವುಂ = ಸವರ್ಣಗಳುಂ; ಅಪ್ಪುವು = ಆಗುವವು; ವ್ಯಾಕೃತಿಯೊಳ್ = ವ್ಯಾಕರಣದಲ್ಲಿ; ಸವರ್ಣಸಂಜ್ಞೆಯೊಳಂ = ಸವರ್ಣವೆಂಬ ಸಂಜ್ಞೆಯಲ್ಲಿಯುಂ; ವರ್ಣಾಂಕಂ = ವರ್ಣವೆಂಬ ಸಂಜ್ಞೆ; ಒದವುಗುಂ = ಪ್ರಾಪ್ತಿಸುವುದು.

ವಿಚಾರಂ.—ವರ್ಣಸಂಜ್ಞೆ ಎಂತೆಂದೊಡೆ, ಅವರ್ಣಂ ಇವರ್ಣಂ ಉವರ್ಣಂ ಎಂಬಂತೆ ಇವಂ ತಿಳಿವುದು.

ವೃತ್ತಿ.—ಎ ಏ, ಒ ಓ ಎಂಬೀ ಯುಗಳಾಕ್ಷರಂಗಳ್ವಿಶಂಕಾವಧಾರಣನಿಪಾತಂಗಳಲ್ಲದೆ ನಿಜದಿನೊಳವು; ಸವರ್ಣಸಂಜ್ಞೆಯುಮವರ್ಕೆ ದೊರೆಕೊಳ್ವುದು; ವ್ಯಾಕರಣದೊಳ್ ಸವರ್ಣಸಂಜ್ಞೆ ವರ್ಣಸಂಜ್ಞೆಯುಮುಂಟು.

ಪ್ರಯೋಗಂ.—ಎಲೆ, ಎಱವಂ; ಏರಿ, ಏತಂ.—ಒಕ್ಕಲ್, ಒರೆಗಲ್; ಓತಂ, ಓರಗೆ.

ಎತ್ತುಂಗೋಲುಂ ಬಿರಯಿಗೆ । ಚಿತ್ತಭವಂ || ಕಂದಭಾಗಂ || .
ಎಡಱಿದರನಟ್ಟಿ ವೋೞುವ
ಪಡಿಯಱಿಗಟ್ಟಿಗೆಗಳ್ || ಕಂದಭಾಗಂ || .
ಏಳಿದಂ ಗೆಯ್ಯಲಿವಿಾಗಳ್.
ಏತಱಿ ಮಾತೋ ಭೂತಳದೊಳ್.
ಏಱಿಂ ಬೆಸನಮುಮಂ ನರಪಾಲನುಱಿಗೆ.
ಒತ್ತರಮೊತ್ತಿದಂತೆ ಬೆಱಿಗಾಗೆ ಕೃಪಾದಿಗಳೊತ್ತೆ.
ಓಸರಿಸಿದ ಜವನಿಕೆಯೊಡ
ನೋಸರಿಸಿದನಲ್ತೆ ಕಂತು || ಕಂದಭಾಗಂ ||

ಸೂತ್ರಂ.

As will have been observed, the Vowels are long and short. The Samskrita-Canarese vowels, except ಅ and ಆ, are called "Benders" (ನಾಮಿಗಳ್).*

ವಿದಿತಸಮಾನಂಗಳ ಪೂ
ರ್ವದಕ್ಕರಂ ಹ್ರಸ್ವಮದಱಿ ಪರದಕ್ಕರಮಂ ।
ತದು ದೀರ್ಘಮವರ್ಣಂ ಪಿಂ
ಗಿದಾ ಸ್ವರಂ ನಾಮಿಯೆಂದು ಪೇೞಿಲ್ಪಡೆಗುಂ || 9 ||

* Nâmi means "bending"; the Nâmi vowels bend or change a Dental into a Cerebral. The author does not make use of the word again.

ಪದಚ್ಛೇದಂ.—ಎದಿತಸಮಾನಂಗಳ ಪೂರ್ವದ ಅಕ್ಕರಂ ಹ್ರಸ್ವಂ, ಅದಱ ಪರದ ಅಕ್ಕರಂ ಅಂತು ಅದು ದೀರ್ಘಂ; ಅವರ್ಣಂ ಪಿಂಗಿದಾ ಸ್ವರಂ, ನಾಮಿ ಎಂದು, ಪೇೞಲ್ ಪಡೆಗುಂ.

ಯಥಾನ್ವಯಂ. ಟೀಕು.—ಎದಿತ = ಪ್ರಸಿದ್ಧವಾದ; ಸಮಾನಂಗಳ = ಸಮಾನ ಸಂಜ್ಞೆಯಂ ಪಡೆದ ಪತ್ತಕ್ಕರಂಗಳ; ಪೂರ್ವದ = ಮೊದಲ; ಅಕ್ಕರಂ = ಅಕ್ಷರಂ; ಹ್ರಸಂ = ಹ್ರಸ್ವಾಕ್ಷರಂ; ಅದಱ = ಆ ಹ್ರಸ್ವಾಕ್ಷರದ; ಪರದ = ಮುಂದಣ; ಅಕ್ಕರಂ = ಅಕ್ಷರಂ; ಅಂತು = ಹಾಗೆ; ಅದು = ತಾಂ; ದೀರ್ಘಂ = ದೀರ್ಘಾಕ್ಷರಂ; ಅವರ್ಣಂ = ಅ ಆ ಎಂಬ ಸವರ್ಣಂ; ಪಿಂಗಿದ = ತೊಲಗಿದ; ಆ ಸ್ವರಂ = ಆ ಹನ್ನೆರಡು ಸ್ವರಾಕ್ಷರಂಗಳ್; ನಾಮಿಯೆಂ. ದು = ನಾಮಿಗಳೆಂದು; ಪೇೞಲ್ಪಡೆಗುಂ = ಪೇಳಲ್ಪಡೆವುವು.

ವೃತ್ತಿ.—ಸಮಾನಸಂಜ್ಞೆಯಂ ಪಡೆದ ಪತ್ತಕ್ಕರಂಗಳ ಮೊದಲಕ್ಕರಂಗಳ್ ಹ್ರಸ್ವಂಗಳ್, ಅವಾವುವೆಂದೊಡೆ—ಅ, ಇ, ಉ, ಋ, ಌ ಎಂಬಿವು; ಎ, ಒ ಎಂಬಿವುಮಂತೆ ಸಲ್ವುವು. ಅಪಱ ಮುಂದಣಕ್ಕರಂಗಳ್ ದೀರ್ಘಂ; ಅವಾವು ವೆಂದೊಡೆ—ಆ, ಈ, ಊ, ೠ, ೡ, ಏ, ಓ. ಅ ಆ ಎಂಬ ವರ್ಣಂ ಪಿಂಗಿ ದಾ ಪನ್ನೆರಡು ಸ್ವರಂಗಳ್ ನಾಮಿಸಂಜ್ಞೆಯಂ ಪಡೆವುವು; ಅವಾವುವೆಂದೊಡೆ— ಇ, ಈ; ಉ, ಊ; ಋ, ೠ; ಌ, ೡ; ಎ, ಐ; ಒ, ಔ ಎಂಬಿವು.

ಉಪೇಂದ್ರವಜ್ರವೃತ್ತಂ.[1]

ಅವರ್ಣವಾದಕ್ಕೆಡೆಯಾಗದೊಳ್ಪಿಂ
ದವರ್ಣಿಕಾಮರ್ ಗುಣವೃದ್ಧಿಧಾಮರ್ ।
ದಿವಾಕರರ್ ವ್ಯಾಕೃತಿನಾಮಿಗಳ್ ಪೋಲ್
ದಿವಕ್ಕೆ ಪನ್ನೀರ್ವರೆ ಮುಖ್ಯರಾದರ್ ॥

ಸೂತ್ರಂ.

The 4 Diphthongs (cf. S. 6). Metrical quantity of the Vowels.

ಕ್ರಮದೆ ಗುರುದೀರ್ಘಮೇಕಾ
ರಮುಖ್ಯಸಂಧ್ಯಕ್ಷರಂಗಳವು ನಿಜದಿಂ ಹ್ರ ।
ಸ್ವಮದೇಕಮಾತ್ರಕಂ ದೀ
ರ್ಘಮುಭಯಮಾತ್ರಂ ತ್ರಿಮಾತ್ರಕಂ ಪ್ಲುತಮಕ್ಕುಂ
॥ 10 ॥

[1] This metre is of the Upêndravajra, i. e. 4 times:
⏑–⏑|––⏑|⏑–⏑|––|

ಪದಚ್ಛೇದಂ.—ಕ್ರಮದೆ ಗುರು ದೀರ್ಘಂ ಏಕಾರಮುಖ್ಯಸಂಧ್ಯಕ್ಷರಂಗಳ್ ಅವು ನಿಜದಿಂ; ಹ್ರಸ್ವಂ ಅದು ಏಕಮಾತ್ರಕಂ, ದೀರ್ಘಂ ಉಭಯಮಾತ್ರಂ, ತ್ರಿಮಾತ್ರಕಂ ಪ್ಲುತಂ ಅಕ್ಕುಂ.

ಅನ್ವಯಂ.—ಕ್ರಮದೆ ಏಕಾರಮುಖ್ಯಸಂಧ್ಯಕ್ಷರಂಗಳ್ ಅವು ನಿಜದಿಂ ಗುರು ದೀರ್ಘಂ ಅಕ್ಕುಂ; ಏಕಮಾತ್ರಕಂ ಅದು ಹ್ರಸ್ವಂ, ಉಭಯಮಾತ್ರಂ ದೀರ್ಘಂ, ತ್ರಿಮಾತ್ರಕಂ ಪ್ಲುತಂ ಅಕ್ಕುಂ.

ಟೀಕು.—ಕ್ರಮದೆ = ತಱುವಾಯಿಂದೆ; ಏಕಾರ = ಏಕಾರಂ; ಮುಖ್ಯ = ಮೊದಲಾದ; ಸಂಧ್ಯಕ್ಷರಂಗಳ್ = ಏ ಐ, ಓ ಔ ಎಂಬ ಸಂಧ್ಯಕ್ಷರಂಗಳ್; ಅವು = ಅವು ತಾಂ; ನಿಜದಿಂ = ಸ್ವಭಾವದಿಂದೆ; ಗುರು = ಗುರುಗಳುಂ; ದೀರ್ಘಂ = ದೀರ್ಘಂಗಳುಂ; ಅಕ್ಕುಂ = ಅಪ್ಪುವು; ಏಕಮಾತ್ರಕಂ = ಒಂದು ಮಾತ್ರೆಯನುಳ್ಳುದು; ಅದು = ಅದು ತಾಂ; ಹ್ರಸ್ವಂ = ಹ್ರಸ್ವಾಕ್ಷರಂ ಅಪ್ಪುದು; ಉಭಯಮಾತ್ರಂ = ಎರಡು ಮಾತ್ರೆಯನುಳ್ಳುದು; ದೀರ್ಘಂ = ದೀರ್ಘಾಕ್ಷರಂ ಅಪ್ಪುದು; ತ್ರಿಮಾತ್ರಕಂ = ಮೂಱು ಮಾತ್ರೆಯನುಳ್ಳುದು; ಪ್ಲುತಂ = ಪ್ಲುತವಾದಕ್ಷರಂ ಅಪ್ಪುದು.

ವಿಚಾರಂ.—ಸಂಧ್ಯಕ್ಷರಂಗಳೆಂದೊಡೆ ಸಂಸ್ಕೃತವ್ಯವಹಾರದಲ್ಲಿ ಸಂಧಿಯಾದಕ್ಷರಂಗಳೆಂದಱಿವುದು; ಅದೆಂತೆಂದೊಡೆ, ಅಕಾರಮುಂ ಇಕಾರಮುಂ ಕೂಡಿ ಸಂಧಿಯಾಗೆ, ಏಕಾರಂ ಪುಟ್ಟುಗುಂ; ಅಕಾರಮುಂ ಏಕಾರಮುಂ ಕೂಡಿ ಸಂಧಿಯಾಗೆ, ಐಕಾರಂ ಪುಟ್ಟುಗುಂ; ಅಕಾರಮುಂ ಉಕಾರಮುಂ ಕೂಡಿ ಸಂಧಿಯಾಗೆ, ಓಕಾರಮುಂ ಪುಟ್ಟುಗುಂ; ಅಕಾರಮುಂ ಓಕಾರಮುಂ ಕೂಡಿ ಸಂಧಿಯಾಗೆ, ಔಕಾರಮುಂ ಪುಟ್ಟುಗುಂ. ಇದರ್ಕುದಾಹರಣೆಗಳ್—

ಅಕಾರಂ ಇಕಾರಂ ಕೂಡಿ ಏಕಾರಮಾದುದರ್ಕೆ—ನಿಜ ಇಷ್ಟ ಸಿದ್ಧಿಗಳ್ = ನಿಜೇಷ್ಟಸಿದ್ಧಿಗಳ್.
ಐಕಾರಕ್ಕೆ—ಜ್ಯಾದಿ ಸಮಸ್ತ ಏಕಾಕ್ಷರಂ = ಜ್ಯಾದಿಸಮಸ್ತೈಕಾಕ್ಷರಂ.
ಓಕಾರಕ್ಕೆ—ವಿದಿತ ಉಭಯ ಕರ್ತೃಕಂ = ವಿದಿತೋಭಯಕರ್ತೃಕಂ.
ಔಕಾರಕ್ಕೆ—ವಿದಿತ ಓಕಾರಂ = ವಿದಿತೌಕಾರಂ ಎಂಬಂತೆ.

ವೃತ್ತಿ.—ತಱುವಾಯಿಂ ಗುರುವುಂ ದೀರ್ಘಮುಂ ಗೂಢಸಂಧಿಯುಮಾಗಿ ಸ್ವಭಾವದಿಂದೇಕಾರಂ ಮೊದಲಾದ ಸಂಧ್ಯಕ್ಷರಂಗಳಪ್ಪುವು; ಅವಾವುವೆಂದೊಡೆ—ಏ ಐ, ಓ ಔ.

ವರಸಂಧ್ಯಕ್ಷರದಂತಿರೆ
ಗುರು ದೀರ್ಘಂ ಗೂಢಸಂಧಿಯೆಸೆ ತೋಳ್ ನಾಲ್ಕುಂ ।
ಕರಮೆಸೆದಿರ್ಕುಂ ಪದ್ಮೋ
ದರಂಗೆ ಚಕ್ರಾಸಿಶಂಖಶಾರ್ಙಸಮೇತಂ ॥ ಕಂದಂ ॥

ಎರಡು ವ್ಯಂಜನಮನುಚ್ಚರಿಸುವನಿತು ಕಾಲಂ ಮಾತ್ರೆಯೆಂಬುದು, ಅದು ಹ್ರಸ್ವಮೆನಿಪುದು, ಲಘುವೆನಿಪುದು; ಸ್ವರವ್ಯಂಜನದಿನೇಕಮಾತ್ರಮಾದೊಡೆ ಹ್ರಸ್ವಂ; ದ್ವಿಮಾತ್ರಮಾದೊಡೆ ದೀರ್ಘಂ; ತ್ರಿಮಾತ್ರಮಾದೊಡೆ ಪ್ಲುತಂ.

ಪ್ರಯೋಗಂ.—ಹ್ರಸ್ವದೀರ್ಘಪ್ಲುತಕ್ಕೆ—ಭು ಭೂ ಭೂೞ ಎಂದು, ಪೂರಯಿಸಿದುದು ಶಂಖಂ; ಕು ಕೂ ಕೂೞ ಎಂದು, ಕೋಟಿ ಕೂಗಿದುವಾಗಳ್.

ಸೂತ್ರಂ.

On Anusvâra (ಂ) and Visarga (ಃ).

ಬಿಂದುಮನುಸ್ವಾರಂ ತಾ
ನೆಂದಕ್ಕುಂ ಸೊನ್ನೆ ಮುತ್ತುವೋಲ್ ವೃತ್ತತೆಯಿಂ |
ಸಂದಿರ್ಪುದಂತದಡಕಿ
ಲ್ವೊಂದಿರೆ ಮಣಿಗೊಪ್ಪುವೋಲ್ ವಿಸರ್ಗಮೆನಿಕ್ಕುಂ||11||

ಪದಚ್ಛೇದಂ.—ಬಿಂದುಂ ಅನುಸ್ವಾರಂ ತಾಂ ಎಂದು, ಅಕ್ಕುಂ ಸೊನ್ನೆ; ಮುತ್ತುವೋಲ್ ವೃತ್ತತೆಯಿಂ ಸಂದಿರ್ಪುದು. ಅಂತು ಅದು ಅಡಕಿಲ್ ವೊಂದಿ ಇರೆ, ಮಣಿಗೊಪ್ಪುವೋಲ್ ವಿಸರ್ಗಂ ಎನಿಕ್ಕುಂ.

ಅನ್ವಯಂ.—ಬಿಂದುಂ ಅನುಸ್ವಾರಂ ಎಂದು, ಸೊನ್ನೆ ತಾಂ ಅಕ್ಕುಂ; ವೃತ್ತತೆಯಿಂ ಮುತ್ತುವೋಲ್ ಸಂದಿರ್ಪುದು. ಅಂತು ಅದು ಅಡಕಿಲ್ವೊಂದಿರೆ, ಮಣಿಗೊಪ್ಪುವೋಲ್ ವಿಸರ್ಗಂ ಎನಿಕ್ಕುಂ

ಟೀಕು.—ಬಿಂದು = ಬಿಂದುವೆಂದೂ; ಅನುಸ್ವಾರಂ = ಅನುಸ್ವಾರವೆಂದೂ; ಸೊನ್ನೆ = ಸೊನ್ನೆ; ತಾಂ = ತಾಂ; ಅಕ್ಕುಂ = ಅಪ್ಪುದು; ವೃತ್ತತೆಯಿಂ = ಬಟ್ಟತ್ತಾಗಿರ್ಪುದಱಿಂದೆ; ಮುತ್ತುವೋಲ್ = ಮುತ್ತಿನ ಮಣಿಯ ಹಾಗೆ; ಸಂದಿರ್ಪುದು = ಸಲುವಳಿಯಾಗಿರ್ಪುದು; ಅಂತು = ಹಾಗೆ; ಅದು = ಆ ಸೊನ್ನೆ; ಅಡಕಿಲ್ವೊಂದಿರೆ = ಒಂದಱ ಮೇಲೊಂದಿರೆ; ಮಣಿಗೊಪ್ಪುವೋಲ್ = ಮಣಿಗೊಪ್ಪಿನ ಹಾಗೆ; ವಿಸರ್ಗಂ = ವಿಸರ್ಜನೀಯಂ; ಎನಿಕ್ಕುಂ = ಎನಿಸುವುದು.

ವೃತ್ತಿ.—ಬಿಂದುವೆಂದುಮನುಸ್ವಾರಮೆಂದುಂ ಸೊನ್ನೆಗೆ ಪೆಸರಕ್ಕುಂ; ಬಿಂದು ಮುತ್ತಂ ಪೋಲ್ತು, ಸೊನ್ನೆಯಂತೆ ಬಟ್ಟತ್ತಾಗಿರ್ಪುದಱಿಂ ಶೂನ್ಯಶಬ್ದಂ; ತದಪಭ್ರಂಶಮಾಗೆಯುಂ ಕನ್ನಡದೊಳ್ಸೊನ್ನೆಯೆಂದಾಯ್ತು; ಬಿಂದುವಿನಂತಿರ್ಪುದಱಿಂ ಬಿಂದುವೆಂದಾಯ್ತು; ಬಿಂದುಸ್ವರೂಪಂ|| ಂ||. ಮಣಿಗೊಪ್ಪುವಿನಂತಿರೆ,

ಎರಡು ಸೊನ್ನೆಯುಮಡಕಿಲಾಗಿ ನಿಲೆ, ವಿಸರ್ಗಮೆನಿಸುಗುಂ; ವಿಸರ್ಜನೀಯ ಮೆಂದುಂ ವಿಸರ್ಗಕ್ಕೆ ಪೆಸರ್; ವಿಸರ್ಗಸ್ವರೂಪಂ ‖ ಃ ‖.

ಪ್ರಯೋಗಂ. ಬಿಂದುವಿಂಗೆ — ಆಂದೋಳಂ ಅಂದುಗೆ, ಅಂಬಿಕೆ.— ಬೆರ್ಚಿ ಬೆಳ್ಪಳಿಸಿ ಬಂದಂ ಫಲ್ಗುಣನಲ್ಲಿ; ಸಂದ ಯಮಣಂ ತಾನಿಲ್ಲ.

ವಿಸರ್ಗಕ್ಕೆ—ಅಃ, ಸಂದಯಮಿಲ್ಲ! ಮೆಚ್ಚಿದೆಂ.

ಸೂತ್ರಂ.

They are half vowels, half consonants, and called Yôgavâhas, *i. e.* letters which are dependent on others (*cf.* S. 17).

ಸ್ವರಪರದೊಳಿರ್ಪ ತೆಱದಿಂ
ದುರು ಮುಖ್ಯೋಚ್ಚಾರಣಕ್ಕೆ ಬಾರದ ಕತದಿಂ |
ಪರಿಕಿಸೆ ಬಿಂದುವಿಸರ್ಗಂ
ಸ್ವರಾಂಗಮುಂ ವ್ಯಂಜನಾಂಗಮುಂ ತಾವೆಂಬರ್ ‖12‖

ಪದಚ್ಛೇದಂ.—ಸ್ವಪರದೊಳ್ ಇರ್ಪ ತೆಱದಿಂದೆ ಉರು ಮುಖ್ಯೋಚ್ಚಾರಣಕ್ಕೆ ಬಾರದ ಕತದಿಂ, ಪರಿಕಿಸೆ, ಬಿಂದುವಿಸರ್ಗಂ ಸ್ವರಾಂಗಮುಂ ವ್ಯಂಜನಾಂಗಮುಂ ತಾಂ ಎಂಬರ್.

ಯಥಾನ್ವಯಂ. ಟೀಕು.—ಸ್ವರ = ಸ್ವರಾಕ್ಷರಂಗಳ; ಪರದೊಳ್ = ಮುಂದುಗಡೆ ಯಲ್ಲಿ; ಇರ್ಪ ತೆಱದಿಂದೆ = ಇರ್ಪ ರೀತಿಯಿಂದೆ; ಉರು = ವಿಶೇಷವಾಗಿ; ಮುಖ್ಯೋಚ್ಚಾರಣ ಕ್ಕೆ = ಮುಖ್ಯವಾಗಿ ಉಚ್ಚರಿಪುದಕ್ಕೆ; ಬಾರದ ಕತದಿಂ = ಬಾರದ ಕಾರಣದಿಂದೆ; ಪರಿಕಿಸೆ = ವಿಚಾ ರಿಸೆ; ಬಿಂದು = ಸೊನ್ನೆ; ವಿಸರ್ಗಂ = ವಿಸರ್ಜನೀಯಂ; ಸ್ವರಾಂಗಮುಂ = ಸ್ವರಾಂಗಮೆಂದುಂ; ವ್ಯಂಜನಾಂಗಮುಂ = ವ್ಯಂಜನಾಂಗಮೆಂದುಂ; ತಾಂ = ವಿದ್ವಾಂಸರ್ಕಳ್; ಎಂಬರ್ = ಪೇಳ್ವರ್.

ವಿಚಾರಂ.—ಸ್ವರಂಗಳ ಪರದೊಳಿರ್ಪುದಱಿಂ ಸ್ವರಾಂಗಮೆಂದುಂ, — ಸಂಸ್ಕೃತದೊಳ್ ‖ ಮೋನುಸ್ವಾರಃ ‖ [1] ಸ್ರೋರ್ವಿಸರ್ಗಃ ‖ ಎಂಬ ಸೂತ್ರಂಗಳಿಂದೆ— ಮಕಾರಮನುಸ್ವಾರ ಮೆಂದುಂ ರೇಫ ಸಕಾರಂಗಳ್ವಿಸರ್ಗಮೆಂದುಂ ಪೇೞ್ವುದಱಿಂ ವ್ಯಂಜನಾಂಗಮೆಂದುಂ, ಪೇೞ್ವರ್. ಅದಱಿಂ ಕೆಲಂಬರ್ ವ್ಯಾಕರಣಕಾರರ್ ಸ್ವರಸಂಜ್ಞೆಯಲ್ಲಿ ಪೇೞ್ವರ್; ಕೆಲಂಬರ್, ಜಿಹ್ವಾಮೂಲೀಯೋಪಧ್ಮಾನೀಯಬಿಂದುವಿಸರ್ಗಂಗಳಂ ವ್ಯಂಜನಸಂಜ್ಞೆಯಲ್ಲಿ ಯೋಗವಾಹಂಗಳೆಂದು, ಪೇೞ್ವರ್.

1) ಪಾಣಿನಿಸೂತ್ರಂ VIII, 3, 28.

ವೃತ್ತಿ.—ಸ್ವರಂಗಳ ಪರದೊಳಿರ್ಪ ದೂಸಱಿಂ ಸ್ವರಾಂಗಮುಮಪ್ಪುವು; ಸ್ವತಂತ್ರಮಾಗುಚ್ಚರಿಸಲ್ಬಾರದುದಱಿಂ ಬಿಂದು ವಿಸರ್ಗಂಗಳ್ ಸ್ವರಾಂಗಮುಂ ವ್ಯಂಜನಾಂಗಮುಮಪ್ಪುವು.

ಇದು ಸ್ವರಸಂಜ್ಞೆ.

3. The Consonants.

ಸೂತ್ರಂ.

The 34 Saṁskṛita-Canarese Consonants, being classified (ವರ್ಗಾಕ್ಷರಂಗಳ್) and not classified (ಅವರ್ಗಾಕ್ಷರಂಗಳ್).

ಪ್ರಕಟತರವ್ಯಂಜನಸಂ
ಜ್ಞೆ ಕಕಾರದಿನಾ ಳಕಾರಪರ್ಯಂತಂ ಪಂ |
ಚಕಪಂಚಕಂಗಳಿಂ ಪಂ
ಚಕಮಕ್ಕುಂ ವರ್ಗಮಂತ್ಯವರ್ಣಮವರ್ಗಂ ‖ 13 ‖

ಪದಚ್ಛೇದಂ.—ಪ್ರಕಟತರವ್ಯಂಜನಸಂಜ್ಞೆ ಕಕಾರದಿಂ ಆ ಳಕಾರಪರ್ಯಂತಂ; ಪಂಚಕ ಪಂಚಕಂಗಳಿಂ ಪಂಚಕಂ ಅಕ್ಕುಂ ವರ್ಗಂ; ಅಂತ್ಯವರ್ಣಂ ಅವರ್ಗಂ.

ಅನ್ವಯಂ.—ಕಕಾರದಿಂ ಆ ಳಕಾರಪರ್ಯಂತಂ ಪ್ರಕಟತರವ್ಯಂಜನಸಂಜ್ಞೆ; ಪಂಚಕ ಪಂಚಕಂಗಳಿಂ ವರ್ಗಂ ಪಂಚಕಂ ಅಕ್ಕುಂ; ಅಂತ್ಯವರ್ಣಂ ಅವರ್ಗಂ.

ಟೀಕು.—ಕಕಾರದಿಂ=ಕಕಾರದಿಂದೆ; ಆ ಳಕಾರಪರ್ಯಂತಂ=ಆ ಳಕಾರಪರ್ಯಂತವಾಗಿ; ಪ್ರಕಟತರ=ಪ್ರಸಿದ್ಧಮಾದ; ವ್ಯಂಜನಸಂಜ್ಞೆ=ವ್ಯಂಜನಾಕ್ಷರಂಗಳೆಂಬ ಸಂಜ್ಞೆ ಅಪ್ಪುದು; ಪಂಚಕಪಂಚಕಂಗಳಿಂ=ಐದೈದಕ್ಷರಂಗಳಿಂದೆ; ವರ್ಗಂ=ವರ್ಗಸಂಜ್ಞೆ; ಪಂಚಕಂ=ಐದುವರ್ಗಂ; ಅಕ್ಕುಂ=ಅಪ್ಪುವು; ಅಂತ್ಯವರ್ಣಂ=ಕಡೆಯಣೊಂಬತ್ತಕ್ಷರಂಗಳೆ; ಅವರ್ಗಂ=ಅವರ್ಗಾಕ್ಷರಂಗಳ್ ಅಪ್ಪುವು.

ವೃತ್ತಿ.—ಕಕಾರಂ ಮೊದಲಾಗಿ ಳಕಾರಪರ್ಯಂತಂ ವರ್ತಿಪ ವರ್ಣಂಗಳ್ ವ್ಯಂಜನಸಂಜ್ಞೆಯುಂ ಪ್ರತ್ಯೇಕಂ ಪಡೆಗುಂ ಕ್ ಖ್ ಗ್ ಘ್ ಙ್, ಚ್ ಛ್ ಜ್ ಝ್ ಞ್, ಟ್ ಠ್ ಡ್ ಢ್ ಣ್, ತ್ ಥ್ ದ್ ಧ್ ನ್, ಪ್ ಫ್ ಬ್ ಭ್ ಮ್; ಯ್ ರ್ ಲ್ ವ್ ಶ್ ಷ್ ಸ್ ಹ್ ಳ್ ಎಂಬಿವು 34 ವ್ಯಂಜನಂಗಳ್; ಅವಱೊಳ್ ಕಕಾರಂ ಮೊದಲಾಗಿ ಮಕಾರಪರ್ಯಂತಾಮೈದೈದು ವರ್ಣಂಗಳೊಂದೊಂದು ವರ್ಗಮಾಗಿ, ವರ್ಗಮೈದಕ್ಕುಂ; ಆ ವರ್ಗಾಕ್ಷರಂಗಳರ್ಪತ್ತೈದಱಿ ಕಡೆಯಕ್ಕರಂಗಳವರ್ಗಂಗಳ್, ಯ್ ರ್ ಲ್ ವ್ ಶ್ ಷ್ ಹ್ ಳ್ ಎಂಬಿವು.

ಸೂತ್ರಂ.

The Aspirates. In Canarese they are chiefly used in numbers (ಸಂಖ್ಯೆ) and imitative sounds (ಅನುಕೃತಿ).

ವರ್ಗದ್ವಿತೀಯವರ್ಣಂ
ವರ್ಗಚತುರ್ಥಾಕ್ಷರಂ ಮಹಾಪ್ರಾಣಮವಂ।
ಮಾರ್ಗವಿದರ್ಸಂಖ್ಯೆಯೊಳಂ ಬಲ್ಲವರು—
ಭೋರ್ಗರೆವನುಕೃತಿಯೊಳಂ ಪ್ರಯೋಗಿಸುತಿರ್ಪರ್
|| 14 ||

ಪದಚ್ಛೇದಂ.—ವರ್ಗದ್ವಿತೀಯವರ್ಣಂ ವರ್ಗಚತುರ್ಥಾಕ್ಷರಂ ಮಹಾಪ್ರಾಣಂ; ಅವಂ ಮಾರ್ಗವಿದರ್ ಸಂಖ್ಯೆಯೊಳಂ ಭೋರ್ಗರೆವ ಅನುಕೃತಿಯೊಳಂ ಪ್ರಯೋಗಿಸುತ ಇರ್ಪರ್.

ಯಥಾನ್ವಯಂ. ಟೀಕು.—ವರ್ಗ = ವರ್ಗಂಗಳ; ದ್ವಿತೀಯವರ್ಣಂ = ಖ್ ಛ್ ಠ್ ಥ್ ಫ್ ಎಂಬೆರಡನೆಯ ಅಕ್ಕರಂಗಳುಂ; ವರ್ಗ = ವರ್ಗಂಗಳ; ಚತುರ್ಥಾಕ್ಷರಂ = ಘ್ ಝ್ ಢ್ ಧ್ ಭ್ ಎಂಬ ನಾಲ್ಕನೆಯ ಅಕ್ಷರಂಗಳುಂ; ಮಹಾಪ್ರಾಣಂ = ಮಹಾಪ್ರಾಣಾಕ್ಷರಂಗಳೆನಿಸುವುವು; ಅವಂ = ಆ ಮಹಾಪ್ರಾಣಾಕ್ಷರಂಗಳಂ; ಮಾರ್ಗವಿದರ್ = (ಕನ್ನಡದ) ಕವಿಮಾರ್ಗಮಂ ಬಲ್ಲವರ್; ಸಂಖ್ಯೆಯೊಳಂ = ಸಂಖ್ಯಾವಾಚಿಗಳಲ್ಲಿಯುಂ; ಭೋರ್ಗರೆವ = ಧ್ವನಿ ಗೆಯ್ವ; ಅನುಕೃತಿಯೊಳಂ = ಅನುಕರಣಶಬ್ದಂಗಳಲ್ಲಿಯುಂ; ಪ್ರಯೋಗಿಸುತಿರ್ಪರ್ = ಪ್ರಯೋಗವಂ ಮಾಡುತಿರ್ಪರ್.

ವಿಚಾರಂ.—ವರ್ಗದೆರಡನೆಯ ನಾಲ್ಕನೆಯ ಅಕ್ಷರಂಗಳ್ಮಹಾಪ್ರಾಣಂಗಳಾದಲ್ಲಿ ವರ್ಗದೊಂದನೆಯ ಮೂಱನೆಯ ಕ್, ಚ್, ಟ್, ತ್, ಪ್; ಗ್ ಜ್, ಡ್, ದ್, ಬ್ ಎಂಬಿವು ಅಲ್ಪಪ್ರಾಣಂಗಳೆಂದಱಿವುದು.

ವೃತ್ತಿ.—ವರ್ಗದೆರಡನೆಯಕ್ಕರಂಗಳುಂ ನಾಲ್ಕನೆಯಕ್ಕರಂಗಳುಂ ಮಹಾಪ್ರಾಣಂಗಳೆನಿಸುಗುಂ; ಇವಂ ಸಂಖ್ಯೆಯೊಳಮನುಕರಣದೊಳಂ ಮಾರ್ಗವಿದರ್ ಪ್ರಯೋಗಿಸುವರ್.

ಪ್ರಯೋಗಂ. ಸಂಖ್ಯೆಗೆ—ಇರ್ಛಾಸಿರಂ; ಎಣ್ಛಾಸಿರಂ; ನೂರ್ಛಾಸಿರಂ; ಪದಿನೆಣ್ಛಾಸಿರಂ; ಲೋಹವಕ್ಕರೆಯ ಜಾತ್ಯಶ್ವಂಗಳಿರ್ಛಾಸಿರಂ.

ಅನುಕರಣಕ್ಕೆ—ಖಣಿಲನೆ, ಖಱಿಲನೆ, ಛಮ್ಮನೆ, ಧುಮ್ಮನೆ, ಝುಲುಮ್ಮನೆ, ಪಠಿಲ್ಲನೆ, ಢಮ್ಮನೆ, ಥೊಪ್ಪನೆ, ಧಣಮ್ಮನೆ, ಫ್ರೊಟ್ಟನೆ, ಘಱಿಲನೆ, ಝಲ್ಲನೆ, ದುಢುಮ್ಮನೆ, ಧಱಿಮ್ಮನೆ, ಭೋರನೆ ಎಂಬಿವಾದಿಯಾಗಱಿವುದು.

See s. S. 23, No. 110.

ಸೂತ್ರಂ.

Besides, there are some other words used by Canarese people in which the Aspirates appear. The Nasals.

ಒಳವು ಮಹಾಪ್ರಾಣಂಗ
ಳ್ವಿಳಸತ್ಕರ್ಣಾಟಭಾಷೆಯೊಳ್ ಕೆಲವು ನಿಜೋ |
ಜ್ಜ್ವಳಮಾಗಿ ವರ್ಗದಂತ್ಯಂ
ಗಳನಱಿಯನುನಾಸಿಕಾಖ್ಯೆಯಂ ತಳೆದಿರ್ಕುಂ||15||

ಪದಚ್ಛೇದಂ.— ಒಳವು ಮಹಾಪ್ರಾಣಂಗಳ್ ವಿಳಸತ್ಕರ್ಣಾಟಭಾಷೆಯೊಳ್ ಕೆಲವು ನಿಜೋಜ್ಜ್ವಳಂ ಆಗಿ; ವರ್ಗದ ಅಂತ್ಯಂಗಳಂ, ಅಱಿ, ಅನುನಾಸಿಕಾಖ್ಯೆಯಂ ತಳೆದು ಇರ್ಕುಂ.

ಅನ್ವಯಂ.— ವಿಳಸತ್ಕರ್ಣಾಟಭಾಷೆಯೊಳ್ ಮಹಾಪ್ರಾಣಂಗಳ್ ಕೆಲವು ನಿಜೋಜ್ಜ್ವಳಂ ಆಗಿ ಒಳವು; ವರ್ಗದ ಅಂತ್ಯಂಗಳಂ, ಅಱಿ, ಅನುನಾಸಿಕಾಖ್ಯೆಯಂ ತಳೆದು ಇರ್ಕುಂ.

ಟೀಕು.— ವಿಳಸತ್=ಒಪ್ಪಲ್ಪಟ್ಟ; ಕರ್ಣಾಟ=ಕನ್ನಡದ; ಭಾಷೆಯೊಳ್=ಭಾಷೆಯಲ್ಲಿ; ಮಹಾಪ್ರಾಣಂಗಳ್=ಮಹಾಪ್ರಾಣಂಗಳಾದ; ಕೆಲವು=ಕೆಲವು ಶಬ್ದಂಗಳ್; ನಿಜ=ನಿಜದಿಂದೆ; ಉಜ್ಜ್ವಳಂ=ಪ್ರಕಾಶಿಪುವು; ಆಗಿ=ಆಗಿ; ಒಳವು=ಉಂಟು; ವರ್ಗದ=ವರ್ಗಂಗಳ; ಅಂತ್ಯಂಗಳಂ=ಙ್, ಞ್, ಣ್, ನ್, ಮ್ ಎಂಬ ಅಂತ್ಯಾಕ್ಷರಂಗಳಂ; ಅಱಿ=ತಿಳಿ; ಅನುನಾಸಿಕಾಖ್ಯೆಯಂ=ಅನುನಾಸಿಕವೆಂಬ ಪೆಸರಂ; ತಳೆದು=ಧರಿಸಿ; ಇರ್ಕುಂ=ಇರ್ಪುವು.

ವಿಚಾರಂ.— ಅನುನಾಸಿಕವೆಂದೊಡೆ ಮುಖನಾಸಿಕದೊಡನೆ ಕೂಡಿ ಉಚ್ಚರಿಪುದು.

ವೃತ್ತಿ.—ಒಪ್ಪುವ ಕನ್ನಡದೊಳೆ ಸ್ವಭಾವದಿಂ ಕೆಲವು ಮಹಾಪ್ರಾಣಂಗಳೊಳವು; ಅವಾವುವೆಂದೊಡೆ—

ವರ್ಗದ್ವಿತೀಯಾಕ್ಷರಂಗಳ್ಗೆ— ವಕ್ಖಾಣಂ, ದೆಖ್ಖಾಣಂ (ದೆಖ್ಖಾಳಂ). ಪಖ್ಖಾಳಂ, ಅಖ್ಖಡಂ (ಅಖ್ಖಣ್ಡಂ), ಖೊಪ್ಪರಂ, ಖಾಣಂ, ಖಾರಿಗೆ. - ಛಲ್ಲಿ ಮಾಡಿದಂ (ಛಲ್ಲಂ ಮಾಡಿದಂ), ಛರ್ಪಿಸಿದಂ (ಛಪ್ಪಿಸಿದಂ), ಎಕ್ಕಛಾಯಂ.— ಠಾವು, ಠಾಣಂ, ಠಕ್ಕಿಸಿದಂ (ಠೆಕ್ಕಿಸಿದಂ), ಠಾಣೆಸಿತು.—ಥಟ್ಟು, ಥಾಪನೆ, ಸುತ್ಥಣೆ (ಸುತ್ಥಣೆಯುಂ, ಸತ್ಥಣೆ), ಮತ್ಥವಟ್ಟಗೆ, ಕಥಾಯ (ಕತ್ಥಾಯುಂ).— ಫಳೆಯಕಾಱಂ, ಫೆಳಾವುಗಂ, ಫೌಳಿ, ಅಫಳಿಯುಂ (ಅಪ್ಫಳಿಯುಂ).

ವರ್ಗಚತುರ್ಥಾಕ್ಷರಂಗಳ್ಗೆ—ಘಱಿಯುಂ, ಘಾಱಿಗೆ (ಘಾರಿಗೆ), ಘೋಱಿಗೆ, ಘೋಸಂ, ಘಾಸಿ, ಘಾಸರಂ.—ಝುಳಂ, ಝುಳಕಂ, ಝುಲ್ಲಱಿ (ಝುಲ್ಲರಿ), ಝುಱಿಸಿತು, ಝಾಳಿಸಿತು, ಝುಳಪಿಸಿತು, ಝುಲ್ಲಿ, ಝುಂಕೆ.—

ಢೊಂಕಣಿ, ಢೆಂಕಣ, ಅಢಾಳಂ, (ಢಾಳಂ), ವೇಢೆಯಂ, ಢೆಂಕೆ, ಢೊಕ್ಕರಂ.— ಧಟಿಂ, ಧಾಳಿ, ಧಾರಿ, (ಧವಳಂ) (ಧವಡಂ).—ಭಂಗಾರಂ, ಭಂಡಾರಂ, ಭರಿಕ್ಕೆ, ಭಲ್ಲೆಯಂ, ಭಾವಂ.—ಕಂಭಕ್ಕಂ ಭಾಸೆಗಂ ವಿಕಲ್ಪಂ.

ವರ್ಗಂಗಳೈದನೆಯ ಅಕ್ಕರಂಗಳನುನಾಸಿಕಾಖ್ಯೆಯಂ ಪಡೆಗುಂ; ಙ್, ಞ್, ಣ್, ನ್, ಮ್ ಎಂಬಿವು; ಇವರ್ಕೆ ಪ್ರಯೋಗಂ—

ಬಿಜ್ಜಂಬೆತ್ತೆಸೆವಞ್ಚಿಯ
ಸಜ್ಜುಳಮನ್ ತೊಣ್ದುಗೆಡೆವ ಶುಕಸಾರಿಕೆಯುಂ |
ಸೊಜ್ಜೆ ಬಲವನ್ದು ತೀಡುವ
ತೆಙ್ಕಣ ಗಾಳಿಯುಮದೇಮ್ ಮನಙ್ಗೊಳಿಸಿದುವೋ || ಕಂದಂ ||

ಸೂತ್ರಂ.

ಯ, ವ, ಲ are Nasals and Non-nasals. The ಕ್ಷಳಂ again (see S. 5).

ಅನುನಾಸಿಕಮುಂ ಯವಲಮ
ನನುಸಾಸಿಕಮುಂ ದಲೆಂಬರಾ ಸಂಸ್ಕೃತಶ |
ಬ್ದನಿಯುಕ್ತಲಕಾರದ ನೆಲೆ
ಗೆ ನಿಂದು ಸರಿಯಾಗಿ ಸಲ್ವುದಂ ಕ್ಷಳನೆಂಬರ್ || 16 ||

ಪದಚ್ಛೇದಂ.—ಅನುನಾಸಿಕಮುಂ ಯ ವ ಲಂ ಅನನುನಾಸಿಕಮುಂ ದಲ್ ಎಂಬರ್; ಆ ಸಂಸ್ಕೃತಶಬ್ದನಿಯುಕ್ತ ಲಕಾರದ ನೆಲೆಗೆ ನಿಂದು ಸರಿಯಾಗಿ ಸಲ್ವುದಂ ಕ್ಷಳಂ ಎಂಬರ್.

ಅನ್ವಯಂ.—ಯವಲಂ ಅನುನಾಸಿಕಮುಂ ಅನನುನಾಸಿಕಮುಂ ದಲ್ ಎಂಬರ್; ಆ ಸಂಸ್ಕೃತಶಬ್ದನಿಯುಕ್ತಲಕಾರದ ನೆಲೆಗೆ ಸರಿಯಾಗಿ ನಿಂದು ಸಲ್ವುದಂ ಕ್ಷಳಂ ಎಂಬರ್.

ಟೀಕು.—ಯವಲಂ = ಯಕಾರ ವಕಾರ ಲಕಾರಂಗಳ್; ಅನುನಾಸಿಕಮುಂ = ಅನುನಾಸಿಕಂಗಳೆಂದುಂ; ಅನನುನಾಸಿಕಮುಂ = ನಿರನುನಾಸಿಕಂಗಳೆಂದುಂ; ದಲ್ = ನಿಶ್ಚಯವಾಗಿ; ಎಂಬರ್ = ಪೇಳ್ವರ್; ಆ ಸಂಸ್ಕೃತ = ಆ ಸಂಸ್ಕೃತದ; ಶಬ್ದ = ಶಬ್ದದಲ್ಲಿ; ನಿಯುಕ್ತ = ಕೂಡಲ್ಪಟ್ಟ; ಲಕಾರದ = ಲತ್ವದ; ನೆಲೆಗೆ = ಸ್ಥಾನಕ್ಕೆ; ಸರಿಯಾಗಿ = ಸಮಾನವಾಗಿ; ನಿಂದು = ನೆಲೆಗೊಂಡು; ಸಲ್ವುದಂ = ಸಲುವಳಿಯಾಗಿರ್ಪ ಳಕಾರಮಂ; ಕ್ಷಳಂ = ಕ್ಷಳನೆಂದು; ಎಂಬರ್ = ಪೇಳ್ವರ್.

ವೃತ್ತಿ.—ಯ ವ ಲಂಗಳನುನಾಸಿಕಂಗಳುಂ ನಿರನುನಾಸಿಕಂಗಳುಮಪ್ಪುವು; ಸಂಸ್ಕೃತ ಶಬ್ದದಲ್ಲಿ ಯುಕ್ತಮಾದ ಲಕಾರದ ಸ್ಥಾನಕ್ಕೆ ನಿಂದು ಸರಿಯಾಗಿ ಸಲ್ವ ಳಕಾರಮಂ ಕ್ಷಳನೆಂಬರ್.

ಪ್ರಯೋಗಂ.—ಅನುನಾಸಿಕ ಯಕಾರಕ್ಕೆ—ಮೇಯಿಸಿದಂ, ನೋಯಿಸಿದಂ, ಮಯಣಂ, ನಯಣಂ, ಮಾಯಂ.

ಅನುನಾಸಿಕ ವಕಾರಕ್ಕೆ—ಸೇವಂ, ಸೋವೆ, ಸಾವೆ, ಜಾವಂ, ಮಾವಂತಂ, ಕೋವಣಂ, ಕಾವಣಂ, ಸೇವಗೆ.

ಅನುನಾಸಿಕ ಲಕಾರಕ್ಕೆ—ಕೊಲ್ಲಣಿಗೆ, ಅಲ್ಲಣಿಗೆ ಎಂದು ಮೇಳಂ; ಹಲ್ಲಣಂ, ಇಲ್ಲಣಂ.

ನಿರನುನಾಸಿಕ ಯಕಾರಕ್ಕೆ—ಬಯಕೆ, ಬಿಯದಂ, ಬಿಯಳಂ, ದಯಕಾಱಿಂ, ದಾಯಿಗಂ, ವಾಯಂ, ಬಯಲ್.

ನಿರನುನಾಸಿಕ ವಕಾರಕ್ಕೆ—ಕವಳಂ, ಹವಳಂ. ತಿವಳಿ, ತವಕಂ (ಅವಕಂ).

ನಿರನುನಾಸಿಕ ಲಕಾರಕ್ಕೆ—ಹಾಲಿಗೆ, ಹಲಸಿಗಂ, ಹಲಗೆ, ನೆಲಕಲನೆಂದು ಲೋಭಿ.

ಲಕಾರಕ್ಕೆ ಕ್ಷಳಂ—ಜಲಂ = ಜಳಂ; ತಿಲಂ = ತಿಳಂ; ಫಲಂ = ಫಳಂ; ಬಲಂ = ಬಳಂ; ಖಲಂ = ಖಳಂ; ಕಮಲಂ = ಕಮಳಂ.

ಸೂತ್ರಂ.

Besides ಂ and ಃ (Ss. 11; 12), there are two other Yôgavâhas viz. ⌛ and ಽಽ[1], the first occurring before ಕ, the second before ಪ (*cf.* S 32).

ಸಮ ಸಂದಿರ್ದ ⌛ಕಮುಮ
ಽಪಮುಮೊಂದಿದ ಬಿಂದುವುಂ ವಿಸರ್ಗಮುಮೆಂದ |
ಕ್ಕುಮಿವೆಯ್ದು ಯೋಗವಾಹಂ
ಕ್ರಮದಿಂ ಕಪಯುಗಳಮಿವಱೊಳನುಬಂಧಂಗಳ್ ||17||

ಪದಚ್ಛೇದಂ.—ಸಮ ಸಂದು ಇರ್ದ ⌛ಕಮುಂ ಽಪಮುಂ ಒಂದಿದ ಬಿಂದುವುಂ ವಿಸರ್ಗಮುಂ ಎಂದು, ಅಕ್ಕುಂ ಇವು ಎಯ್ದು ಯೋಗವಾಹಂ; ಕ್ರಮದಿಂ ಕಪಯುಗಳಂ ಇವಱೊಳ್ ಅನುಬಂಧಂಗಳ್.

ಯಥಾನ್ವಯಂ. ಟೀಕು.—ಸಮಸಂದು = ಸಮಾನವಾಗಿ ಸಂದು; ಇರ್ದ = ಇರ್ದ; ⌛ಕಮುಂ = ⌛ಕಿಂಬ ಜಿಹ್ವಾಮೂಲೀಯಮುಂ; ಽಪಮುಂ = ಽಪಿಂಬ ಉಪಧ್ಮಾನೀಯಮುಂ; ಒಂದಿದ = ಕೂಡಿದ; ಬಿಂದುವುಂ = ಸೊನ್ನೆಯುಂ; ವಿಸರ್ಗಮುಂ = ವಿಸರ್ಜನೀಯ

1) These 2 Sibilants correspond to the Vajrâkṛiti and Gajakumbhâkṛiti in the Devanâgari. S. 32 includes ⌛ and ಽಽ among the Saṁskṛita-Canarese letters.

ಮುಂ; ಎಂದು = ಎಂದು; ಇವು = ಈ ನಾಲ್ಕಕ್ಷರಂಗಳ್; ಎಯ್ದೆ = ಚನ್ನಾಗಿ; ಯೋಗವಾಹಂ= ಯೋಗವಾಹಾಕ್ಷರಂಗಳ್; ಅಕ್ಕುಂ = ಅಪ್ಪುವು; ಕ್ರಮದಿಂ = ತಱುವಾಯಿಂದೆ; ಕಪಯುಗಳಂ= ಕಕಾರ ಪಕಾರಂಗಳೆಂಬೆರಡುಂ; ಇವಱೊಳ್ = ಈ ಜಿಹ್ವಾಮೂಲೀಯೋಪಧ್ಮಾನೀಯಂಗಳಲ್ಲಿ; ಅನುಬಂಧಂಗಳ್ = ಸಂಬಂಧಂಗಳಾಗಿರ್ಪುವು.

ವೃತ್ತಿ.—ಕಕಾರಮುಚ್ಚಾರಣಾರ್ಥಮಾಗುಱಿದ, ಪಸುಂಬೆಯ ಲಚ್ಚಣ ದಂತಿರ್ದ ವರ್ಣಂ ಜಿಹ್ವಾಮೂಲೀಯಮೆಂಬುದು; (ಕಕಾರಸಂಗಡದ) ಅದಱ ಸ್ವರೂಪಂ || ≍ಕ ||

ಪಕಾರಮುಚ್ಚಾರಣಾರ್ಥಮಾಗುಱಿದ ಕುಮಾರೀಸ್ತನಯುಗಳಾಕೃತಿಯ ವರ್ಣಮುಪಧ್ಮಾನೀಯಂ: (ಪಕಾರಸಂಗಡದ) ಅದಱ ಸ್ವರೂಪಂ || ≍ಪ ||.

ಕೈವಾರಮುಂ ಬೀಸಿದಂತೆ ಬಟ್ಟಿತ್ತಾಗಿ ತೋರ್ಪುದು ಸೊನ್ನೆ; ಅದಱ ರೂಪಂ || ೦ || .

ಮೇಲೆಯುಂ ಕೆಳಗೆಯುಂ ಆ ತೆಱದಿನಿರೆ, ವಿಸರ್ಗಮದಱ ಸ್ವರೂಪಂ ||ಃ||.

ಈ ನಾಲ್ಕು ಯೋಗವಾಹಂಗಳ್.

4. The Canarese Consonants ಱ, ೞ, ಳ (ಕುಳಂ).

ಸೂತ್ರಂ.

On the three Canarese consonants ಱ[1], ೞ[2], and ಳ. They are cognates of ರ, ಡ. ಡ is often changed into ೞ in Canarese words (*cf.* S. 232; see s. S. 66; S. 183), and sometimes in Tadbhavas (ನಾಡಿಕಾ = ನಾೞಿಗೆ).

ಅತಿಪೀಡಸದಿಂದ ರೇಫಾ
ಶ್ರಿತಮಾದ ಱಕಾರಮುಂ ಸಮಂತು ಡಕಾರಾ |
ಶ್ರಿತಮಾದ ೞ[3]ನುಮಂಗೀ
ಕೃತಪದಲತ್ವಕೆ ಸನೇಮ ಸಲ್ಲದ ಕುಳನುಂ || 18 ||
ಇವು ವರ್ಣಾವೃತ್ತಿಗೆ ಸ
ಲ್ಲುವು; ಸಂದುಂ ಪ್ರಾಸದೆಡೆಗೆ ಸಲ್ಲವು; ಯಮಕ |
ವ್ಯವಹೃತಿಗಾಗವು; ದೇಶೀ
ಯವೆನಿಪುವಾ ಹ್ರಸ್ವಮೆನಿಸಿದಾ ಎ ಒ ಸಹಿತಂ || 19 ||

ಪದಚ್ಛೇದಂ.—ಅತಿಪೀಡನದಿಂ ರೇಫಾಶ್ರಿತಂ ಆದ ಱಕಾರಮುಂ, ಸಮಂತು ಡಕಾರಾಶ್ರಿತಂ ಆದ ೞನುಂ ಅಂಗೀಕೃತಪದಲತ್ವಕೆ ಸನೇಮ ಸಲ್ಲದ ಕುಳನುಂ—ಇವು ವರ್ಣಾವೃತ್ತಿಗೆ

1) = ಮಲಯಾಳಂ || റ || . 2) = ಮಲಯಾಳಂ || ഴ || . 3) ೞ ಎಂಬ ಈ ಅಕ್ಷರಂ ಉಚಿತೋಚ್ಚಾರಣಕ್ಕಾಗಿ ಡ ಎಂಬುವದಱ ಪಿಂದೆ ಇಟ್ಟಿರ್ಪುದು.

ಸಲ್ವುವು; ಸಂದುಂ ಪ್ರಾಸದ ಎಡೆಗೆ ಸಲ್ಲವು; ಯಮಕ ವ್ಯವಹೃತಿಗೆ ಆಗವು; ದೇಶೀಯಂ ಎನಿಪುವು, ಆ ಹ್ರಸ್ವಂ ಎನಿಸಿದ ಆ ಎ ಒ ಸಹಿತಂ.

ಯಥಾನ್ವಯಂ. ಟೀಕು.—ಅತಿಪೀಡನದಿಂ = ರೇಫೆ ಪುಟ್ಟುವ ಸ್ಥಾನವಂ ಬೆಟ್ಟಿತ್ತಾಗಿ ಉಚ್ಚರಿಪುದಱಿಂದೆ, ರೇಫಾಶ್ರಿತಂ = ರೇಫೆಯನಾಶ್ರೈಸಿ ಪುಟ್ಟಿಪುದು; ಅದ = ಆದ; ಱಕಾರಮುಂ = ಱಕಾರಮುಂ; ಸಮಂತು = ಹಾಗೆ; ತಕಾರಾಶ್ರಿತಂ = ಡಕಾರವನಾಶ್ರೈಸಿ ಪುಟ್ಟಿದುದು; ಅದ = ಆದ; ಱೞನುಂ = ಱೞನೆಂಬ ೞಕಾರವುಂ; ಅಂಗೀಕೃತಪದಲತ್ವಕೆ = ಅಂಗೀಕರಿಸಲ್ಪಟ್ಟ ಪದಂಗಳ ಲಕಾರಕ್ಕೆ; ಸನೇಮ = ಪ್ರಾಸು; ಸಲ್ಲದ = ಸಲುವಳಿಯಾಗದ; ಕುಳನುಂ = ಕುಳವೆಂಬ ಳಕಾರಮುಂ; ಇವು = ಈ ಅಕ್ಷರಂಗಳ್; ವರ್ಣಾವೃತ್ತಿಗೆ = ವರ್ಣಂಗಳಾವೃತ್ತಿಗೆ; ಸಲ್ವುವು = ಸಲುವಳಿಯಪ್ಪುವು; ಸಂದುಂ = ವರ್ಣಾವೃತ್ತಿಗೆ ಸಂದುಂ; ಪ್ರಾಸದ = ನಿಯಾಮದ (ನಿಯಮದ); ಎಡೆಗೆ = ಸ್ಥಾನಕ್ಕೆ; ಸಲ್ಲವು = ಸಲುವಳಿಯಾಗವು; ಯಮಕವ್ಯವಹೃತಿಗೆ = ಯಮಕವ್ಯವಹಾರಕ್ಕೆ; ಆಗವು = ಸಲುವಳಿಯಾಗವು; ಆ ಹ್ರಸ್ವಮೆನಿಸಿದ = ಆ ಸ್ವರಸಂಜ್ಞೆಯಲ್ಲಿ ಹ್ರಸ್ವಂಗಳೆನಿಸಿದ; ಆ ಎ ಒ ಸಹಿತಂ = ಆ ಎ ಒ ಎಂಬಿವು ಸಹಿತವಾಗಿ; ದೇಶೀಯಂ = ದೇಶೀಯಾಕ್ಷರಂಗಳ್; ಎನಿಪುವು = ಎನಿಸುವುವು.

ವೃತ್ತಿ.—ರೇಫೆ ಪುಟ್ಟುವ ತಾಣಮಂ ಬೆಟ್ಟಿತ್ತಾಗುಚ್ಚರಿಸೆ, ಱಕಾರಂ ಪುಟ್ಟುಗುಂ; ಡಕಾರಂ ಪುಟ್ಟುವ ತಾಣಮಂ ಬೆಟ್ಟಿತ್ತಾಗುಚ್ಚರಿಸೆ, ಱೞಂ ಪುಟ್ಟುಗುಂ; ಲಕಾರಂ ಪುಟ್ಟುವ ತಾಣಮಂ ಬೆಟ್ಟಿತ್ತಾಗುಚ್ಚರಿಸೆ, ಕುಳಳಕಾರಂ ಪುಟ್ಟುಗುಂ. (ರೇಫೆ ಮೂರ್ಧನ್ಯಂ, ಱಕಾರಮದಱೊಳ್ ಏಕಸ್ಥಾನಿ; ಡಕಾರಂ ಮೂರ್ಧನ್ಯಂ, ಱೞನದಱೊಳೇಕಸ್ಥಾನಿ; ಲಕಾರಂ ದಂತ್ಯಂ, ಕುಳನದಱೊಳೇಕಸ್ಥಾನಿ.) 'ಮೊರೆ, ಮೊಱೆ; ಮರೆ, ಮಱೆ;—ಕೋಡಿ, ಕೋೞಿ; ಕಡಲ್, ಕೞಲ್;—ಮೊಲೆ, ಮೊಳೆ; ಕಲೆ, ಕಳೆ;)—ಇಂತೇಕಸ್ಥಾನಿಗಳಾದ ಕಾರಣದಿಂದಿವು ವರ್ಣಾವೃತ್ತಿಗೆ ಸಲ್ವುವು; ನಿಯಾಮಕ್ಕಂ ಯಮಕ ವ್ಯವಹೃತಿಗೆಮಾಗವು. (ಱಕಾರಮುಂ ಱೞನುಂ ಕುಳನುಂ ಹ್ರಸ್ವಮಾದ ಎ ಒ ಎಂಬಿವುಂ ಸಂಸ್ಕೃತದೊಳಿಲ್ಲ) ಅವು ಕೂಡಿ ದೇಶೀಯಂಗಳಾಗಿ ಕನ್ನಡದೊಳೊಳವು.

ಪ್ರಯೋಗಂ.—ರೇಫೆ, ಱಕಾರಂಗಳ ವರ್ಣಾವೃತ್ತಿಗೆ—

ಸುರಗಿಱಿದೊೞಗಿದ ಬಿರುದರ
ಕರುಳಂ ಕೊಱೆಕೊಱೆದು ಮರುಳಿರುಳ್ತಿಂಬೆಡೆಯೊಳ್

|| ಕಂದಾರ್ಧಂ ||

ಡಕಾರ ಱಱಂಗಳ ವರ್ಣಾವೃತ್ತಿಗೆ—

ಖೞಿಲೆ ನುಡಿದಱಿಲೆ ಬಗ್ಗಿಸಿ

ಘೞಿಲನೆ ನಡೆಯೆಂದು ಜಡಿದು ಸಾರಥಿಯಂ || ಕಂದಭಾಗಂ ||

ಲಕಾರ ಕುಳಂಗಳ ವರ್ಣಾವೃತ್ತಿಗೆ—

ದೆಸೆಗಳನಳುರ್ದುಸುರಲ್ಕೆಳರ್ದು ವಿಳಿರ್ದುತಳರ್ದತ್ತಾಗಳ್.

ರೇಫೆ ಱಕಾರಂಗಳ ನಿಯಮಮಾಗದುದರ್ಕೆ—

ಧುರದೊಳ್ಪಱಿಮಱಿಯಾಡುವ

ತೆಱದಿಂದುಱಿದಿಱಿದನೆಂಬ ನಿಯಮಂ ದೂಷ್ಯಂ ||ಕಂದಾರ್ಧಂ||

ಡಕಾರ ಱಱಂಗಳ್ಗೆ ಪ್ರಾಸಮಾಗದುದರ್ಕೆ—

ಕೋಡದಿಱಿದಿಂದ್ರರಾದರ್

ನಾಱಿಗೆಯೊಳ್ ವೀರರೆಂಬ ನಿಯಮಂ ದೂಷ್ಯಂ || ಕಂದಾರ್ಧಂ||

ಲಕಾರ ಕುಳಂಗಳ ಪ್ರಾಸಮಾಗದುದರ್ಕಂ—

ನೆಲದೊಳ್ ಪಗೆ ಪುಗೆ ಫಣಿಯು ಪೊ

ಲೊಳಪೊಕ್ಕಳಱಿಸಿದನೆಂಬ ನಿಯಮಂ ದೂಷ್ಯಂ || ಕಂಧಾರ್ಧಂ ||

ಯಮಕಂಗಳಾಗದುದರ್ಕೆ-

ಕರೆಯಂ ನೆರವಂ ವಂಶಂ

ಕಱಿಯಂ ಪೊತ್ತಪ್ಪುದೆಂದು ಸಂಗರಮುಖದೊಳ್ ||ಕಂದಾರ್ಧಂ||

ಇಲ್ಲಿ ಶಬ್ದಾವೃತ್ತಿ ಕೆಟ್ಟಪ್ಪುದಾಗಿಯುಂ, ಕಱಿಯಂ ಪೊತ್ತಪ್ಪುದೆಂಬುದಂ ಕರೆಯಂ ಪೊತ್ತಪ್ಪುದೆಂದೊಡೆ ಅರ್ಥಘಟನೆಯಿಲ್ಲಾಗಿಯುಂ, ಯಮಕಲಕ್ಷಣಮಿಲ್ಲ.

ಡಕಾರ ಱಱಂಗಳುಂ ಲಕಾರ ಕುಳಂಗಳುಂ ಈ ತೆಱದಿಂ ಯಮಕಕ್ಕೆ ಸಲ್ಲವು.

ಡಕಾರಕ್ಕಾದೇಶಮಾದ ಱಕಿಕ್ಕೆ ಪ್ರಯೋಗಂ—ಕಾಡುಕಿಚ್ಚು=ಕಾಱ್ಕಿಚ್ಚು; ಕೋಡುಕುಟ್ಟು=ಕೋಱ್ಕುಟ್ಟು; ನೀಡುಕರಿಸಿದಂ=ನೀಱ್ಕರಿಸಿದಂ; ಬೀಡುಕೊಂಡಂ=ಬೀಱ್ಕೊಂಡಂ; ನಾಡಕಡೆ=ನಾಱ್ಕಡೆ; ಸೆಡುಪಟ್ಟಂ=ಸೆಱ್ಪಿಟ್ಟಂ; ನೀರಡಿಕೆ=ನೀರಱ್ಕೆ; ಎರಡುಮೂಱು=ಎರಱ್ಮೂಱು; ಮಾಡುವಂ=ಮಾಱ್ಪಿಂ; ನೋಡುವಂ=ನೋಱ್ಪಿಂ; ಬೇಡುವಂ=ಬೇಱ್ಪಿಂ; ಬೆಗಡುವಂ=ಬೆಗಱ್ಪಿಂ; ಪಱ್ಕೆ ತಱ್ಕೈಸಿದನೆಂಬಲ್ಲಿ ತಡಕೈಯ್ಯಂ ಮಾಡಿದನೆಂಬರ್ಥಂ;

ನಾಡಿ=ನಾಱಿ; ನಾಡಿಕಾ=ನಾಱಿಗೆ, ನಾಱಿಗೆಯೆಂದು ಘಱಿಗೆ; ಎಸಡಿಗೆ=ಎಸಱ್ಗೆ, ಪೂವಿನೆಸಳೊಳ್ ಕುಳಂ; ಕಿವುಡು ಕೇಳ್ವನೆಂಬಲ್ಲಿ ಕಿವುಱ್ಗೇಳ್ವಂ.

ಸೂತ್ರಂ.

Samskrita ಡ changed also into ಳ in some Tadbhava-nouns (*cf*. S. 284).

ದಾಡಿಮಮಾ ಕೂಷ್ಮಾಂ
ಗೌಡಂ ಗುಡಮಡಸಿ ಪೊಡೆವ ಝುಗಡೆ ವಿಡಂಗಂ ।
ಕೂಡೆ ಕುಳನೇಡಕಮುಮಱಿ
ರೂಢಿಯ ಕುಳನೆಂದು ಱಿಱಿದಪಭ್ರಂಶತೆಯೊಳ್ ॥20॥

ಪದಚ್ಛೇದಂ.—ದಾಡಿಮಂ, ಆ ಕೂಷ್ಮಾಂಡಂ, ಗೌಡಂ, ಗುಡಂ, ಅಡಸಿ ಪೊಡೆವ ಝುಗಡೆ, ವಿಡಂಗಂ ಕೂಡೆ ಕುಳಂ; ಏಡಕಮುಂ, ಅಱ್, ರೂಢಿಯ ಕುಳಂ ಎಂದು, ಱಿಱಿದ ಅಪಭ್ರಂಶತೆಯೊಳ್।

ಅನ್ವಯಂ.—ಱಿಱಿದ ಅಪಭ್ರಂಶತೆಯೊಳ್ ದಾಡಿಮಂ, ಆ ಕೂಷ್ಮಾಂಡಂ, ಗೌಡಂ, ಗುಡಂ, ಅಡಸಿ, ಪೊಡೆವ ಝುಗಡೆ, ವಿಡಂಗಂ ಕೂಡೆ ಕುಳಂ; ಏಡಕಮುಂ ರೂಢಿಯ ಕುಳಂ ಎಂದು, ಅಱ್!

ಟೀಕು.—ಱಿಱಿದ=ಱಿಱಿವೆಂಬ ವಿಕಾರದ; ಅಪಭ್ರಂಶತೆಯೊಳ್=ತದ್ಭವದಲ್ಲಿ; ದಾಡಿಮಂ=ದಾಡಿಮವೆಂಬ ಶಬ್ದಂ; ಆ ಕೂಷ್ಮಾಂಡಂ=ಆ ಕೂಷ್ಮಾಂಡಮೆಂಬ ಶಬ್ದಂ; ಗೌಡಂ=ಗೌಡವೆಂಬ ಶಬ್ದಂ; ಗುಡಂ=ಗುಡಮೆಂಬ ಶಬ್ದಂ; ಅಡಸಿ=ಸಂಗಡಿಸಿ; ಪೊಡೆವ=ಹೊಡೆವ; ಝುಗಡೆ=ಝುಗಡೆಯೆಂಬ ಶಬ್ದಂ; ವಿಡಂಗಂ=ವಿಡಂಗವೆಂಬ ಶಬ್ದಂ; ಕೂಡೆ=ಒಡನೆ; ಕುಳಂ=ಕುಳವೆಂಬ ಳಕಾರಂ; ಏಡಕಮುಂ=ಏಡಕಮೆಂಬ ಶಬ್ದಮುಂ; ರೂಢಿಯ=ಪ್ರಸಿದ್ಧಿಯ; ಕುಳನೆಂದು=ಕುಳಮೆಂಬ ಳಕಾರಮೆಂದು; ಅಱ್=ತಿಳಿ!

ವೃತ್ತಿ.—ದಾಳಿಂಬಂ, ಕುಂಬಳಂ, ಗೌಳಂ, ಗುಳಂ, ಝುಗಳೆ, ವಿಳಂಗಂ ಇವು ಕೂಡೆ ಡಕಾರಕ್ಕೆ ಪುಟ್ಟಿ ಱಿಱಿದಪಭ್ರಂಶತೆಯಂ ಪಡೆದುಂ ರೂಢಿಯ ಕುಳಂಗಳ್; ಏಳಗಮೆಂಬುದು ಏಡಕಕ್ಕೆ ಪುಟ್ಟಿಯುಂ ಕುಳಂ.

ಸೂತ್ರಂ.

Samskrita ಟ, ತ, ಠ, ರ, ಳ (ಕ್ಷಳಂ) changed into ಱ (*cf*. Ss. 257; 260) in Tadbhavas.

ಕೃತಿಮಾರ್ಗದೊಳುಂಟು ಟಕಾ
ರತಕಾರಠಕಾರರೇಫದೆಡೆಗಂ ಬಹುಳ ।
ಸ್ಥಿತಿಯಿಂ ಕ್ಷಳಕಮಪಭ್ರಂ
ಶತೆಯೊಳ್ಸುಕವೀಂದ್ರರಿಂದೆ ಱಿಱಿದಾದೇಶಂ ॥ 21 ॥

ಪದಚ್ಛೇದಂ.—ಕೃತಿಮಾರ್ಗದೊಳ್ ಉಂಟು ಟಕಾರತಕಾರಠಕಾರರೇಫದ ಎಡೆಗಂ ಬಹುಳ ಸ್ಥಿತಿಯಿಂ ಕ್ಷಳಕಂ ಅಪಭ್ರಂಶತೆಯೊಳ್ ಸುಕವೀಂದ್ರರಿಂದೆ ೞಡದ ಆದೇಶಂ.

ಅನ್ವಯಂ.—ಕೃತಿಮಾರ್ಗದೊಳ್ ಸುಕವೀಂದ್ರರಿಂದೆ ಅಪಭ್ರಂಶತೆಯೊಳ್ ಟಕಾರತಕಾರಠಕಾರರೇಫದ ಎಡೆಗಂ ಕ್ಷಳಕಂ ಬಹುಳ ಸ್ಥಿತಿಯಿಂ ೞಡದ ಆದೇಶಂ ಉಂಟು.

ಟೀಕು.—ಕೃತಿಮಾರ್ಗದೊಳ್ = ಕಾವ್ಯಮಾರ್ಗದಲ್ಲಿ; ಸುಕವೀಂದ್ರರಿಂದೆ = ಸತ್ಕವೀಂದ್ರರಿಂದೆ; ಅಪಭ್ರಂಶತೆಯೊಳ್ = ಅಪಭ್ರಂಶದಲ್ಲಿ; ಟಕಾರತಕಾರಠಕಾರರೇಫದ = ಟಕಾರದ ತಕಾರದ ಠಕಾರದ ರೇಫೆಯ; ಎಡೆಗಂ = ಸ್ಥಾನಕ್ಕೆಯು; ಕ್ಷಳಕಂ = ಕ್ಷಳಳಕಾರಕ್ಕೆಯುಂ; ಬಹುಳ ಸ್ಥಿತಿಯಿಂ = ಬಹುಳಸ್ಥಿತಿಯಿಂದೆ; ೞಡದ = ೞಡಮೆಂಬ ೞಕಾರದ; ಆದೇಶಂ = ಆದೇಶಂ; ಉಂಟು = ಉಂಟಾಗಿರ್ಪುದು.

ವಿಚಾರಂ.—ಆದೇಶಮೆಂದೊಡೆ ಮೊದಲಿರ್ದುದನಂ ತೊಲಗಿಸಿ ಬರ್ಪುದೆಂದಱಿವುದು.

ವೃತ್ತಿ.—ಕಾವ್ಯಮಾರ್ಗದೊಳ್ ಟಕಾರ ತಕಾರ ಠಕಾರ ರೇಫ ಕ್ಷಳಂಗಳ್ಗೆ ೞಕಾರಾದೇಶಮ್ ಅಪಭ್ರಂಶತೆಯೊಳುಂಟು.

ಪ್ರಯೋಗಂ. ಟಕಾರಕ್ಕೆ—ಘಟಿಕೆ = ಗೞಿಗೆ; ಘೋಟಿಕೆ = ಗೋೞಿಗೆ; ಧಾಟಿ = ದಾೞಿ; ಲಾಟಂ = ಲಾೞಿಂ; ಲಾಟಭಾಷಿಕಂ = ಲಾೞಿಬಾಸೆಗಂ; ಘೋಟಾರೂಢಂ = ಗೋೞಿರಾಯಿಲಂ; ಕುಕ್ಕುಟಂ = ಕೋೞಿ.

ತಕಾರಕ್ಕೆ—ಪ್ರತಿಹಸ್ತಂ = ಪೞಿಹತ್ತ; ಪ್ರತಿಪಾದುಕಂ = ಪೞಿವಾವುಗೆ.

ಠಕಾರಕ್ಕೆ—ಮಠಿಕೆ = ಮೞಿಗೆ; ಪೀಠಿಕೆ = ಪೀೞಿಗೆ.

ರೇಫಕ್ಕೆ—ಕ್ರೂರಂ = ಕೂೞ್; ಝುಲ್ಲರಿ = ಝುಲ್ಲೞಿ.

ಕ್ಷಳಕ್ಕೆ—ತಾಳಂ = ತಾೞ್; ಪುಳಿನಂ = ಪುೞಿಲ್; ಕಳಮಂ = ಕೞಿವೆ; ಅರ್ಗಳಂ = ಅಗುೞಿ; ವಣ್ಣಾಳಿ = ಮನ್ನೞಿ; ಅಳಿಕಾಬದ್ಧಂ = ಅೞಿಗೆವದ್ದಂ.

ಸೂತ್ರಂ.

Samskṛit ಟ changed also into ೞ (ಕುೞಂ) in some Tadbhavas (*cf.* S. 272).

ಸ್ಫಟಿಕಂ ಪೇಟಿಕೆ ಏಟಿಕೆ
ಘುಟಿಕೆ ವರಾಟಂ ಪೊದೞ್ದ ರಘಟಿ ಕುೞಂ ತಾಂ |
ಸ್ಫುಟಸಹಿತಂ; ಸ್ಫೋಟಕಲಂ
ಪಟಶಬ್ದಯುಗಂ ಱಱಿಕ್ಕೆ ನೆಱೆ ಸಂದೇಹಂ || 22 ||

ಪದಚ್ಛೇದಂ.—ಸ್ಫಟಿಕಂ, ಪೇಟಿಕೆ, ಏಟಿಕೆ, ಘುಟಿಕೆ, ವರಾಟಂ, ಪೊದೞ್ದ ರಘಟಿ ಕುೞಂ ತಾಂ ಸ್ಫುಟಸಹಿತಂ; ಸ್ಫೋಟಕಲಂಪಟಶಬ್ದಯುಗಂ ಱಱಿಕ್ಕೆ ನೆಱೆ ಸಂದೇಹಂ.

ಅನ್ವಯಂ.—ಸ್ಫಟಿಕಂ, ಪೇಟಿಕೆ, ಏಟಿಕೆ, ಘುಟಿಕೆ, ವರಾಟಂ, ಪೊದೞ್ದ ರಘಟಿ ಸ್ಫುಟಸಹಿತಂ ತಾಂ ಕುೞಂ; ಸ್ಫೋಟಕಲಂಪಟಶಬ್ದಯುಗಂ ಱಱಿಕ್ಕೆ ನೆಱೆ ಸಂದೇಹಂ.

ಟೀಕು.—ಸ್ಫಟಿಕಂ = ಸ್ಫಟಿಕವೆಂಬ ಶಬ್ದಂ; ಪೇಟಿಕೆ = ಪೇಟಿಕೆಯೆಂಬ ಶಬ್ದಂ; ಏಟಿಕೆ = ಏಟಿಕೆಯೆಂಬ ಶಬ್ದಂ; ಘುಟಿಕೆ = ಘುಟಿಕೆಯೆಂಬ ಶಬ್ದಂ; ವರಾಟಂ = ವರಾಟವೆಂಬ ಶಬ್ದಂ; ಪೊದೞ್ದ = ಪ್ರಸಿದ್ಧವಾದ; ರಘಟಿ = ರಘಟಿಯೆಂಬ ಶಬ್ದಂ; ಸ್ಫುಟಸಹಿತಂ = ಸ್ಫುಟಮೆಂಬ ಶಬ್ದಸಹಿತಮಾಗಿ; ತಾಂ = ಈ ಶಬ್ದಂಗಳ್ ತಾಂ; ಕುೞಂ = ೞಕಾರಮಪ್ಪುವು; ಸ್ಫೋಟಕಲಂಪಟಶಬ್ದಯುಗಂ = ಸ್ಫೋಟಕವೆಂಬ ಲಂಪಟವೆಂಬ ಶಬ್ದಗಳೆರಡುಂ; ಱಱಿಕ್ಕೆ = ಱಱಿವೆಂಬ ಱಕಾರಕ್ಕೆ; ನೆಱೆ = ಚನ್ನಾಗಿ; ಸಂದೇಹಂ = ಸಂದೇಹಮಪ್ಪುವು, ಕುೞವೇ ಅಪ್ಪುದೆಂಬುದರ್ಥಂ.

ವೃತ್ತಿ.—ಪೞಿಕಂ, ಪೇೞಿಗೆ, ಏೞಿಗೆ, ಗುೞಿಗೆ, ವರಾೞಂ, ರಗೞೆ, ಪುೞಂ ಇವು ಅಪಭ್ರಂಶದೊಳ್ ಟಕಾರಕ್ಕೆ ಪುಟಿಯುಂ ಕುೞಂಗಳಾದುವು; (ಸ್ಫೋಟಕಶಬ್ದಕ್ಕಾದ ಹೋೞಿಗೆಯೆಂಬುದುಂ, ಲಂಪಟಶಬ್ದಕ್ಕಾದ ಲಂಬೞಮೆಂಬುದುಂ ಱಱಿಕ್ಕೆ ಸಂದೇಹಂ, ಕುೞಂಗಳೆಯಪ್ಪವು.)

ಸೂತ್ರಂ.

A list of words with the letter ಱ.

ಏಕದ್ವಿತ್ರಿಚತುಃಪಂ
ಚಾಕಲಿತಾರ್ಥಂಗಳಾಗಿ ಱಱಿನೊಳವು ನಿಸ |
ಗಾರ್ಕೃತಿಯಿಂದವನಾದಿಮ
ಹಾಕವಿಕೃತಿದೃಷ್ಟಮಮಂ ನಿರಾಕುಳಮುಸಿರ್ವೆಂ ||23||

ಪದಚ್ಛೇದಂ.— ಏಕದ್ವಿತ್ರಿಚತುಃಪಂಚಾಕಲಿತಾರ್ಥಂಗಳ್ ಆಗಿ ೞೞಂ ಒಳವು; ನಿಸರ್ಗಾಕೃತಿಯಿಂದೆ ಅವಂ ಆದಿಮಹಾಕವಿಕೃತಿದೃಷ್ಟಮಂ ನಿರಾಕುಳಂ ಉಸಿರ್ವೆಂ.

ಯಥಾನ್ವಯಂ. ಟೀಕು.—ಏಕ = ಒಂದಱಲ್ಲಿ; ದ್ವಿ = ಎರಡಱಲ್ಲಿ; ತ್ರಿ = ಮೂಱಱಲ್ಲಿ; ಚತುಃ = ನಾಲ್ಕಱಲ್ಲಿ; ಪಂಚ = ಐದಱಲ್ಲಿ; ಆಕಲಿತ = ಕೂಡಲ್ಪಟ್ಟ; ಅರ್ಥಂಗಳ್ = ಅರ್ಥವುಳ್ಳವು; ಆಗಿ = ಆಗಿ; ೞೞಂ = ೞೞಶಬ್ದಂಗಳ್; ಒಳವು = ಉಂಟು; ನಿಸರ್ಗಾಕೃತಿಯಿಂದೆ = ನಿಶ್ಚಯಾಕಾರದಿಂದೆ; ಅವಂ = ಆ ೞೞಶಬ್ದಂಗಳುಂ; ಆದಿ = ಪೂರ್ವದ; ಮಹಾಕವಿ = ಮಹಾಕವಿಗಳ; ಕೃತಿದೃಷ್ಟಮಂ = ಕಾವ್ಯದೃಷ್ಟಮಂ; ನಿರಾಕುಳಂ = ವ್ಯಾಕುಳವಿಲ್ಲದ ಹಾಗೆ; ಉಸಿರ್ವೆಂ = ಪೇೞ್ವೆಂ.

ವೃತ್ತಿ.—ಒಂದರ್ಥಮಂ ಎರಡರ್ಥಮಂ ಮೂಱರ್ಥಮಂ ನಾಲ್ಕರ್ಥಮಂ ಐದರ್ಥಮಂ ಪೇೞ್ವ ಸಹಜ ೞೞಂಗಳಂ ಪ್ರಾಮಾಣಪುರುಷರ ಕಾವ್ಯಮಾರ್ಗದಿಂ ಕಂಡು, ನೆಱೆ ಪೇೞ್ದಪೆಂ. ಅವಾವೆಂದೊಡೆ—

ಒಂದರ್ಥಕ್ಕೆ—

1. ಉೞುಗೆಂದು, ಬೇಟಂ.
2. ಉೞುಗಿದನೆಂದು, ಒಲ್ದಂ.
3. ಈೞ್ದನೆಂದು, ಸೆಳೆದಂ.
4. ಆೞ್ದನೆಂದು, ಮುೞುಗಿದಂ.
5. ಬೞಲ್ದನೆಂದು, ಜಗುೞ್ದಂ.
6. ಜಗುೞ್ದನೆಂದು, ಜಾಱಿದಂ.
7. ಅಗುೞ್ದನೆಂದು, ನೀರ್ನೆಲೆದಪ್ಪಿದಂ.
8. ತೆಗೞ್ದನೆಂದು ಪಱಿದಂ.
9. ಅಸಕೞಿದನೆಂದು, ಕೈ ಮಾಱಿದಂ.
10. ತೞ್ಗಿದನೆಂದು, ಕುಸಿದಂ.
11. ಕಿೞ್ಗಿದನೆಂದು, ಗುಜ್ಜಂ.
12. ದಂಡುೞಿಗನೆಂದು, ದಂಡದೊಳ್ ಪಡೆದವಂ.
13. ಆೞಾೞಿಗಮೆಂದು, ಒಂದು ಸಾಮಾನ್ಯ ಮಾಲಾಬಂಧಂ.
14. ಅವಗೞಿಯುಮೆಂದು, ಉರವಣೆಕಾರ್ತನಂ.
15. ಬೞಿಯನೆಂದು, ವಿಧೇಯಂ.
16. ಹಾೞ್ಮೆಹಾೞನೆಂದು, ತುಡುಗುಣಿನಾಯ್.
17. ಪೊಂಪುೞಿಯೆಂದು, ಪೆರ್ಚುಗೆ.
18. ಪುೞ್ಚೞಿಯೆಂದು, ಕೇಡು.
19. ಕೞ್ಚೞಿಯೆಂದು, ಬಿರುದಿನ ಬಳಿ.
20. ಚಕ್ಕೞಿಯೆಂದು, ಒತ್ತಿ ಚಪ್ಪಟೆಯಾದುದು.
21. ಮಣ್ಮೞಿಯೆಂದು, ರೂಪೞಿದ ಸಾವು.
22. ದಡ್ಡೞಿಯೆಂದು, ಸಂಕಲೆ.

23. ತೊೞ್ತುೞಿಯೆಂದು, ಸೊಪ್ಪಾದುದು.

24. ಪಾೞಿಯೆಂದು, ಕ್ರಮಂ.

25. ಕೂೞನೆಂದು, ಎಗ್ಗಂ.

26. ಘೞಿಯಮೆಂದು, ಸಮಕಟ್ಟು.

27. ಕೆೞವನೆಂದು, ಮುದುಕಂ.

28. ಪೞಿಗಮೆಂದು, ಒಣಗಿದೆಲೆ.

29. ಕೞಕುೞಮೆಂದು, ಸ್ಥಾನವ್ಯಾಕುಲತೆ.

30. ಉೞಿಗನೆಂದು, ಶಕುನದ ಪಕ್ಕಿ.

31. ದೞಪುೞಮೆಂದು, ಬಲ್ಸೂೞ್.

32. ತಲ್ಲೞಮೆಂದು, ಭಯಂ.

33. ಗುೞಮೆಂದು, ಆನೆ ಕುದುರೆಗಳ ಪಕ್ಕರಕೆ.

34. ಗೞಪನೆಂದು, ಸೊರಹಂ.

35. ಬೞಿಯಂ, ಬೞಿಕಂ, ಬೞಿಕ್ಕಂ, ಬೞಿಕೆ, ಬೞಿಕ್ಕೆ ಎಂಬಿವು ಪಶ್ಚಾದರ್ಥಂಗಳ್.

36. ಅೞ್ತಿಯೆಂದು, ಪ್ರೀತಿ; ಅದನ್ನರ್ತಿಯೆಂದು ಪೇೞ್ವುದಬದ್ಧಂ.

37. ಅೞ್ಕಿರ್ತನೆಂದು, ಪ್ರೀತಿವಟ್ಟಂ.

38. ಜರ್ಕೊೞವಿಯೆಂದು, ಜಲಯಂತ್ರಂ.

39. ತೊೞಲ್ವುದಾಗಿ. ತೊೞಕಲ್.

40. ಉೞಿಕು, ಉೞಿವು, ಕೞಿವು ಎಂಬಿವು ಭಾವವಾಚಿಗಳ್.

41. ಮೊೞಗು ಎಂದು, ವಾದ್ಯಂ.

42. ಒೞ್ಕೆಂದು, ನದಿಪ್ರವಾಹಂ.

43. ಪೆೞಕೆಂದು, ಜಗಳಂ.

44. ಪೊೞಕೆಂದು ಸಾಮಾನ್ಯಾಕೃತಿ.

45. ಪೞಪೆಂದು, ನರೆಗಿಕ್ಕುವ ಕರ್ಪುರ.

46. ಪೞುವೆಂದು, ಅಡವಿ.

47. ಪೞ್ಕಿ ತೞ್ಕೈಸಿದಂ ತಪಕಯ್ಯಂ ಮಾಡಿದನೆಂಬುದರ್ಥಂ.

48. ಏೞೆಂದು, ಸಂಖ್ಯಾವಾಚಿ.

49. ಮೞಲ್ದುದು, ಮೞಮೞಿಸಿತ್ತು ಎಂಬಿರಡುಂ ಕಣ್ಣದಡಿದ ಭಾವಂ.

50. ಪುೞ್ಗಿಯೆಂದು, ಉರ್ದು ತೊವರಿ ಹೆಸಱು ಮೊದಲಾದುವನಿಕ್ಕಿ ಅಟ್ಟ ಕೂೞ್.

51. ಹೞ್ಗಿಯೆಂದು, ದೂವೆಯೊಳ್ ತೞಲಂ ಪೂೞ್ದ ಕ್ರಿಯೆ.

52. ತೞಲೆಂದು, ಮುತ್ತ ಕಾಯ್.

53. ತುೞಿಕಲೆಂದು, ಸೊಪ್ಪಾದುದು

54. ಆದವೞಲೆಂದು, ಮೞುಕಂ.

55. ಸೂೞೆಂದು, ಬಾರಿ.

56. ಸೂೞಾಯ್ತನೆಂದು, ಸೂೞ್ಗಿರೆವಂ.

57. ಪಾೞೆಂದು, ಶೂನ್ಯಸ್ಥಾನಂ.

58. ಚಾೞೆಂದು, ರಾಹು.

59. ಪೋೞೆಂದು, ಸೀೞ್ದ ಭಾಗಂ.

60. ಬೋೞಿನ್ದು, ಚಾಪಂ.

61. ಈ ಸೂೞೆಂದು, ವರ್ತಮಾನ ವರುಷಂ.

62. ತುಪ್ಪೞೆಂದು, ಪಕ್ಕಿಯ ರೋಮಂ.

63. ತಿಪ್ಪೞು ಎಂದು, ಪಕ್ಕಿಯ ಗಱಿ.

64. ಬೆೞಲೆಂದು, ಒಂದು ಮರಂ.

65. ಪೋೞಲೆಂದು, ಮರದ ಪೊಟ್ಟೆ.

66. ಬಿೞಲೆಂದು, ಮರದ ಜಡೆ.

67. ದಾಸುೞೆಂದು, ಪೊಯ್ದ ಬೞ.

68. ಉಂಬೞಯೆಂದು, ಕೊಡಿಗೆ.

69. ಜಾೞಗೆಯೆಂದು, ಉಡುಗೆ.

70. ಪೊೞ್ತಿಡೆಯೆಂದು, ಉದಯಕಾಲಂ.

71. ಕೞಲೆಯೆಂದು, ಮುಳ್ವೆರಸಿದ ಗುಜುೞು ಗೊಂಬು.

72. ಬಾೞ್ತೆಯೆಂದು, ಪ್ರಯೋಜನಂ,

73. ಬೋೞೆಯೆಂದು, ಒಂದಂಬಿನ ಭೇದಂ.

74. ಬೞ್ಕೆಯೆಂದು, ಒಂದು ಮರಂ.

75. ಆೞ್ಕಮೆಯೆಂದು, ಆೞವೆ.

76. ಉೞ್ಕೆಯೆಂದು, ಉಳ್ವ ಭಾವಂ.

77. ಎೞವಿದನೆಂದು, ನೀವಿದಂ.

78. ನುೞೆಯೆಂದು, ವೃಷ್ಟಿ.

79. ಕೞಲಿಯೆಂದು, ಬಿದಿರ ಕುಡಿ.

80. ಪೊೞಲೆಂದು, ಪುರಂ.

81. ಅೞ್ಕೆಯೆಂದು, ರೋದನಂ.

82. ಸುೞಯೆಂದು, ಜಲಾವರ್ತಂ.

83. ಕುೞಯೆಂದು, ಅಗುೞ್ದಡೆ.

84. ಬೆಂಬೞಯೆಂದು, ಪಿಂದೆ ಬರ್ಪುದು.

85. ಬೞವೞಯೆಂದು, ಕೊಟ್ಟ ವಸ್ತುವಿನ ಬೞಯೊಳ್ ಕುಡುವುದು.

86. ಪೞ್ತಿಯೆಂದು, ಕಾರ್ಪಾಸಂ.

87. ಅಗೞ್ತೆಯೆಂದು, ಖನನಂ.

88. ಪೊಗೞ್ತೆಯೆಂದು, ಕೀರ್ತನಂ.

89. ಕಿೞ್ತನೆಂದು, ನಿರ್ಮೂಲಿಸಿದಂ.

90. ಪೞಯಿಗೆಯೆಂದು, ಕೇತನಂ.

91. ಮೞ್ತೆಯೆಂದು, ಒಂದು ಮರಂ.

92. ಗೞಸೆಂದು, ಗೆಡ್ಡೆ.

93. ಕುೞಮೆಂದು, ನೇಗಿಲ್ವಾಯ್ಯ ಕರ್ಬುನಂ.

94. ಪುೞುವೆಂದು, ಕೀಟಂ.

95. ಪೞದೆಂದು, ಜೀರ್ಣಂ.

96. ಮುೞ್ತಗಮೆಂದು, ಒಂದು ಮರಂ.

97. ಕೞ್ತೆಯೆಂದು, ಗರ್ದಭಂ.

98. ಕೞ್ತಲೆಯೆಂದು, ಮರ್ಪು.

99. ಕಿಮುೞ್ಚಿದನೆಂದು, ಚಿಕ್ಕಣಮಾಗಿ ಮಾಡಿದಂ.

100. ಕಿಮುೞ್ದುೞದನೆಂದು, ಸಣ್ಣಮಾಗಿ ತುೞದಂ.

101. ಪೇೞ್ದನೆಂದು, ನಿರೂಪಿಸಿದಂ.

102. ಬಾೞುಕವೆಂದು, ಸೀೞ್ದೊಣಗಿ ಬಾಡ್ದ ಶಾಖಂ.

103. ಮೊೞಕಾಲೆಂದು, ಒಳ್ದೊಡೆಯ ಸಂದು.

104. ಕೊಂಕುೞೆಂದು, ಕಕ್ಷಮೂಲಂ.

105. ಮೊೞನೆಂದು, ಅರತ್ನಿ.

106. ಪೆೞವನೆಂದು, ಕಾಲಿಲ್ಲದವಂ.

107. ಪೊಕ್ಕುೞೆಂದು, ನಾಭಿ.

108. a. ತೇೞೆಂದು, ವೃಶ್ಚಿಕಂ.

108. b. ನೆಗೞೆಂದು, ನಕ್ರಂ.

109. ಬೋೞತರಮೆಂದು, ಮುಂಡಿ.

110. ಖೞ್ಲೆನೆ (or ಖೞ್ಲನೆ), ಛೞ್ಲೆನೆ; ಘೞ್ಲೆನೆ, ಫೞ್ಲೆನೆ, ಘುೞ್ಮನೆ, ಘುೞುಮ್ಮೆನೆ, ಥೞಮ್ಮೆನೆ—ಇವು ಮೊದಲಾದ ಮಹಾಪ್ರಾಣಾನುಕರಣಂಗಳ್ ನಿತ್ಯ ೞೞಂಗಳ್.

111. ಪೞಪೞನೆ, ಪೞ್ಪೞನೆಯೆಂದು, ವಿರಳಾರ್ಥಂ.

112. ಗೞಗೞನೆಯೆಂದು, ಬೇಗಂ.

113. ಕೞ್ಕನೆಯೆಂದು, ಆಕಸ್ಮಿಕಂ.

114. ಸೞ್ಲೆನೆ, .ನೞ್ಕನೆಯೆ ಮುೞ್ದುದು—ಇವುಂ ಅನುಕರಣಂಗಳ್.

115. ತೞತೞಗುದಿ, ತೞ್ತೞಗುದಿಯೆಂಬಿವು ಕಾಸುವ ರಸದ್ರವ್ಯಾನುಕರಣಂಗಳ್.

116. ತೞತೞನೆ ನೇಸರ್ಮೂಡಿದುದು.

117. ಕೞಕೞ್ಸಿದನರ್ಕಂ.

118. ಗೋೞ್ಟ್ಟಂ, ಗೀೞ್ಟ್ಟಂ, ಗೞಗೞನೆ.

119. ಗುೞುಗುೞು ಗೞಗೞಿಯೆನುತಂ ಪರಿವ ಪರಿವೊನಲ್ ಸೊಗಯಿಸುಗುಂ—ಇವು ಮೊದಲಾದುವಲ್ಪಪ್ರಾಣಾನುಕರಣಂಗಳ್; ೞಿನುಂ ಕುಳನುಮಪ್ಪುವು.

120 ಹಿೞ್ದುದೆಂದು, ರಸಮಂ ಹಿಂಡುವಲ್ಲಿ ೞಿಂ; ಬಿರಿದುದೆಂಬಲ್ಲಿ ಕುಳಂ.

121. ತೞ್ಯೆಂದು, ಸ್ಥೂಲದಾರುವಿನೊಳ್ ೞಿಂ; ಸತ್ತಾರ್ಥದೊಳ್ ಕುಳಂ. ತಳಿಯ ಕೂೞ್ಪಿರೊಳ್ ಪಣ್ತಾರವೆ.

122. ತೞಿಯೆಂದು, ಆತಪತ್ರದೊಳ್ ೞಿಂ; ತಳಿಯೆಂಬ ಕ್ರಿಯೆಯೊಳಂ ಪಶುವಿನ ತಳಿಯೊಳಂ ಕುಳಂ.

123. ಕೊೞಲೆಂದು, ವೇಣುವಾದ್ಯದೊಳ್ ೞಿಂ; ಕೊಳಲೆಂಬ ಕ್ರಿಯೆಯೊಳ್ ಕುಳಂ.

124. ಕೇೞ್ಯೆಂದು, ಪಂಕ್ತಿಯೊಳ್ ೞಿಂ; ಕ್ರೀಡೆಯೊಳ್ ಕ್ಷಳಂ.

125. ಬಾೞ್ದೆಂದು, ಜೀವನಾರ್ಥದೊಳ್ ೞಿಂ; ನಾವಿದವಾಳ್, ಕೂರ್ವಾಳ್, ಹರಗುವಾಳ್, ಎಂಬಲ್ಲಿ ಕುಳಂ.

ಎರಡರ್ಥಕ್ಕೆ—

126. ನಾೞಿವೆಂದು ತುಂಬಿನೊಳಂ ಕೞ್ವಿನೊಳಂ (?) ೞಿಂ; ನಾೞಿವಾಸಗೆ ಕಳ್ಳವಾಸಗೆ. ನಾಳಂ ಸಂಸ್ಕೃತದೊಳ್ ಕ್ಷಳಂ.

127. ಎೞ್ಚಿನೆಂದು, ನೆಗೆದನುಂ ನಿದ್ರೆ ತಿಳಿದನುಮಕ್ಕುಂ.

128. ಬೞ್ದಿನೆಂದು, ಜೀವಿಸಿದನುಂ ಒಕ್ಕಲಾದನುಮಕ್ಕುಂ.

129. ಆೞ್ದಿನೆಂದು, ನೀರೊಳ್ ಮುೞುಂಗಿದನುಂ ಕೆಟ್ಟನುಮಕ್ಕುಂ.

130. ಕೞಿಲ್ದನೆಂದು, ಬಷವಾದನುಂ ಮನಮಿಕ್ಕನುಮಕ್ಕುಂ.

131. ಎೞಿಲ್ದನೆಂದು, ಜೋಲ್ದನುಂ ಬೞಿಲ್ದನುಮಕ್ಕುಂ.

132. ತೊೞಿಲ್ದನೆಂದು, ಭ್ರಮೆಗೊಂಡನುಂ ಗರವಟ್ಟಿಗೆವಂದನುಮಕ್ಕುಂ.

133. ತುೞ್ದನೆಂದು, ಬಡವಾದನುಂ ಅಗಲ್ದನುಮಕ್ಕುಂ.

134. ಇೞ್ದನೆಂದು, ಮೈಗುಂದಿದನುಂ ಕೆಳಗಣ್ಗೆ ವಂದನುಮಕ್ಕುಂ.

135 ಸುೞ್ದನೆಂದು, ಸಂಚಲಿಸಿದನುಂ ಬಟ್ಟೆವಂದನುಮಕ್ಕುಂ.

136. ಎೞ್ಚಿಸಿದನೆಂದು, ನಿದ್ರೆ ತಿಳಿಯಿಸಿದನುಂ ಎತ್ತಿ ಕಳೆದನುಮಕ್ಕುಂ.

137. ಅೞ್ದಿದನೆಂದು, ಸತ್ತನುಂ ಸೊಪ್ಪಾದನುಮಕ್ಕುಂ.

138. ಮುೞ್ಗಿದನೆಂದು, ಬಿದ್ದನುಂ ಪೊಡವಟ್ಟನುಮಕ್ಕುಂ.

139. ಗೞಿಯಿಸಿದನೆಂದು, ದೊರೆ ಕೊಳಿಸಿದನುಂ ದೊರೆ ಕೊಣ್ಡನುಮಕ್ಕುಂ.

140. ಅೞಿಪನೆಂದು, ಅೞಿಪುವನುಂ ಅೞಿಪಿದವನುಮಕ್ಕುಂ.

141. ತುೞಿಲ್‌ಸಂದನೆಂದು, ವೀರನುಂ ಪಂಚಮನುಕ್ಕುಂ.

142. ತುೞಿಲೆಂದು, ಪೊಡವಡಿಕೆಯುಂ ವೀರಮುಮಕ್ಕುಂ.

143. ಬೞ್ದುಂಕಿದನೆಂದು, ಜೀವಿಸಿದನುಂ ಬಿಡಲ್ಪಟ್ಟನುಮಕ್ಕುಂ; ಪುಲಿಯ ಬಾಯಿಂ ಬೞ್ದುಂಕಿದನೆಂಬಂತೆ.

144. ದೞಮೆಂದು, ಚತುರಂಗಬಲಮುಂ ಸಾಮಾನ್ಯಬಲಮುಮಕ್ಕುಂ.

145. ಪೞಹಮೆಂದು, ಬೇಂಟೆಯ ತೆರೆಯುಂ ವಾದ್ಯವಿಶೇಷಮುಮಕ್ಕುಂ.

146. ಅಗ್ಗೞಿಕೆಯೆಂದು, ಲಾಳವಿಂಡಿಗೆಯುಂ ಅವುಜದ ಮುಟ್ಟುಮಕ್ಕುಂ.

147. ಕೊತ್ತೞಿಯೆಂದು, ಕಾಗೆಯ ಮೊತ್ತಮುಂ ಬೆಸದವರ ನೆರವಿಯುಮಕ್ಕುಂ.

148. ಮೂೞಿಯೆಂದು, ಕಿವಿಯಿಲ್ಲದವಳುಂ ಕರಗದ ಜೂಳಿಯುಮ್ ಅಕ್ಕುಂ.

149. ಅೞಿಯೆಂದು, ವಂಚನೆಯುಂ ಏಕಾಗ್ರಚಿತ್ತಮುಮಕ್ಕುಂ; ಸಂಸ್ಕೃತದೊಳ್ ಸಖಿಯುಂ ಸಾಲುಂ ಬರ್ಪೆಡೆ ಅದು ಕ್ಷಳಂ.

150. ಅೞಿಯೆಂದು, ಬಳ್ಳದೞಿಯೊಳಂ ವಿಧಿಕ್ರಿಯೆಯೊಳಂ ೞೞಂ; ತುಂಬಿಯ ಪೇೞ್ವಲ್ಲಿ ಕ್ಷಳಂ.

151. ಎೞಿಯೆಂದು, ನೂಲೆೞೆಯೊಳಂ ಬರಸೆಳೆವುದೞೊಳಂ ೞೞಂ; ಭೂಮ್ಯರ್ಥದೊಳ್ ಕ್ಷ್ಮಳಂ.

152. ಗೞೆಯೆಂದು, ಕಡೆಗೋಲುಂ ಕೊಲ್ಲಟಗರಾಡುವುದುಮಕ್ಕುಂ.

153. ಪೞ್ಕೆಯೆಂದು, ಶಯನಮುಂ ಶಯನಸ್ಥಾನಮುಮಕ್ಕುಂ.

154. ತೊೞ್ತೆಂದು, ದಾಸನುಂ ದಾಸಿಯುಮಕ್ಕುಂ.

155. ಪೊೞೆಯೆಂದು, ಬಟ್ಟೆಯುಂ ತೊೞೆಯುಮ್ ಅಕ್ಕುಂ.

156. ಕೞಲೆಂದು, ಮಜ್ಜಗೆಯುಂ ಅಂದುಗೆಯುಮಕ್ಕುಂ.

157. ನೆೞಲೆಂದು, ಆತಪತ್ರಾದಿಛಾಯೆಯುಂ ಜಳದರ್ಪಣಪ್ರತಿಬಿಂಬಮುಮಕ್ಕುಂ.

158. ಇಕ್ಕೞೆಂದು, ವ್ಯಾಧಿವಿಕಾರಮುಂ ಸಂದಂಶಮುಮ್ ಅಕ್ಕುಂ.

159. ತುೞಿದನೆಂದು, ಕಾಲೊಳ್ ಮರ್ದಿಸಿದನುಂ ಘಾಸಿ ಮಾಡಿದನುಮಕ್ಕು.

160. ಬೀೞೆಂದು, ಮಾಡದ ಕೆಯ್ಯುಂ ಪತನಕ್ರಿಯೆಯುಮಕ್ಕುಂ.

161. ಮಲ್ಲೞಿಯೆಂದು, ಶರೀರವ್ಯಾಕುಲತೆಯುಂ ಸುತ್ತಿ ಬರ್ಪುದುಮಕ್ಕುಂ.

162. ನೆಗೞ್ತೆಯೆಂದು, ಪ್ರಸಿದ್ಧಿಯುಂ ಚರಿತ್ರಮುಮಕ್ಕುಂ.

ಮೂೞರ್ಥಕ್ಕೆ—

163. ಎೞ್ದನೆಂದು, ನೆಗೆದನುಂ ನಿದ್ರೆ ತಿಳಿದನುಂ ದೊರೆಕೊಂಡನುಮಕ್ಕುಂ.

164. ಕೞಲೆಂದು, ಪಿಂತೆ (No. 156) ಪೇೞ್ದುದಲ್ಲದೆ ತನುತ್ವಮುಮಕ್ಕುಂ.

165. ನೆೞಲೆಂದು, ಪಿಂತೆ (No. 157) ಪೇೞ್ದುದಲ್ಲದೆ ಒಂದು ಮರಮುಮಕ್ಕುಂ.

166. ಎೞ್ಚತ್ತನೆಂದು, ನಿದ್ರೆ ತಿಳಿದನುಂ ಕತ್ತನೋಸರಿಸಿದನುಂ ಮಱವೆ ಪಿಂಗಿದನುಮಕ್ಕುಂ.

167. ತಾೞೆಂದು, ಒಂದು ಮರನುಮ್ ಅಗುೞಿಯುಂ ಸೂರಣದ ದಂಟುಮಕ್ಕುಂ.

168. ಕೞ್ದನೆಂದು, ಸತ್ತನುಂ ದೂರಂಬೋದನುಂ ಕಯ್ಮೀೞ್ದನುಮಕ್ಕುಂ.

169. ಮೊೞಗೆಂದು, ಮುಗಿಲ ದನಿಯುಂ ಒಂದು ಮರದ ಪೆಸರುಂ ವಾದನವಿಧಿಯುಮಕ್ಕುಂ.

170. ಬಿೞ್ದುದೆಂದು, ಪೞಿಸಿದುದುಂ ಸತ್ತುದುಂ ಕಯ್ಜೋಲ್ದುದುಮಕ್ಕುಂ.

171. ಕೊೞೆತುದೆಂದು, ಜೀರ್ಣಿಸಿದುದುಮ್ ಅಳವೞಿಸಿ ಮಲಮೇೞ್ದುದುಂ ಮನವಿಕ್ಕಿದುದುಮಕ್ಕುಂ.

172. ಪೊೞ್ತೆಂದು ಸಾಮಾನ್ಯಕಾಲಮುಂ ಹ್ರಸವಕಾಲಮುಂ ನೇಸಱುಮಕ್ಕುಂ.

173. ಎೞ್ತೆಂದು, ಗೂಳಿಯುಮ್ ಆನಡುಹುಂ ಹೊರಸಿನ ನೆಯ್ಗೆಯ ಊಕೆಯ ನುಲಿಯುಮಕ್ಕುಂ.

174. ಸುೞಿಯೆಂದು, ಕೆಲಸಗಳ್ಳನುಂ ಸಸಿಯ ಸುೞಿಯುಂ ಸುೞಿವ ಭಾವಮುಮಕ್ಕುಂ. ಸುಳಿಯೆಂದೀಶ್ವರನ ಪೆಸರೊಳ್ ಕ್ಷಳಂ.

175. ಅೞಿದನೆಂದು, ಸತ್ತನುಂ ಕೆಟ್ಟನುಂ ಕೆಡಿಸಿದನುಮಕ್ಕುಂ.

176. ಬೋೞಮೆಂದು, ಮಿೞ್ತುವುಂ ಮುಂಡಮುಂ ಮುಂಡಮೆಂದೊಂದೌಷಧಿಯುಮಕ್ಕುಂ.

ನಾಲ್ಕರ್ಥಕ್ಕೆ—

177. ಪೞಿಯೆಂದು, ವಸ್ತ್ರವಿಶೇಷಮುಂ ದೂಷಣಮುಂ ನ್ಯಾಯಂ ಸೋವುವುದುಂ ಲೋಹದ ಘಟ್ಟಿಯುಮಕ್ಕುಂ.

178. ಉೞ್ದುದೆಂದು, ಬಿಟ್ಟುದುಂ ಜೀವಿಸಿದುದುಂ ಲಾಭಮಾನುದುಮಕ್ಕುಂ, ಇವಱೊಳ್ ೞಱಂ; ಅಡಂಗಿದುದಱೊಳಂ ಬಡಿಗೆಯ ಕಳ್ಳನ ಬೇಂಟೆಯ ಉಳಿಯೊಳಂ ಕುಳಂ; ಸ್ಥಾನವ್ಯಕ್ತಿಯಂ ಪೇೞ್ವೆಡೆ ಉೞ್; ಪೆಱವುೞಿಯೆಂಬ ವ್ಯಯಂ ೞಱಂ..

179. ಕೀೞೆಂದು, ದೊರೆಯಿಲ್ಲದ ಭಂಗಾರಮುಂ ತುರಗಮುಖದ ಲೋಹಮುಂ ಕ್ಷೀಣಕುಲನುಂ ಕೆಳಗುಮಕ್ಕುಂ.

180. ಸುೞಿಯೆಂದು, ಕೆಲಸಗಳ್ಳಂ ಮೊದಲಾದುದಲ್ಲದೆ (No. 174) ಜಲಾವರ್ತಮುಮಕ್ಕುಂ.

ಐದರ್ಥಕ್ಕೆ—

181. ಒೞಿಯೆಂದು, ಒಟ್ಟೆಯುಂ ವಂಶಮುಂ ಕರೆವನುಂ ಲೇಪಿಸುವುದುಂ ಪಿಂಗಲಿಯ ಒೞಿಗೊರಲುಮ್ ಅಕ್ಕುಂ ಮತ್ತೆಂಬ ಪೂರಕದ ಒೞಿ ಅವ್ಯಯವಾಗಿ ೞಱಂ.

ಇವು ಪ್ರಯೋಗದೃಷ್ಟಂಗಳಿವಱೊಳ್ ಸಂಶಯಮಿಲ್ಲ.

ಸೂತ್ರಂ.

In Alliteration double consonants with ರ್ (F) harmonize with ಱ್ when forming a part of a double consonant.

ಪಿರಿಯರ್ಸಲಿಪರ್ದಡ್ಡ
ಕ್ಕರದ ಱಱಿಕ್ಕೈದೆ ರೇಫೆವೆರಸಿದ ದಡ್ಡ ।
ಕ್ಕರಮಂ ಱಱಿನಾಗದನು
ಚ್ಚರಿಸಲ್ಕಾಗಿರ್ದ ತೆಱದಿನಂತದು ಶುದ್ಧಂ || 24 ||

ಪದಚ್ಛೇದಂ.—ಪಿರಿಯರ್ ಸಲಿಪರ್ ದಡ್ಡಕ್ಕರದ ಱಱಿಕ್ಕೆ ಐದೆ ರೇಫೆವೆರಸಿದ ದಡ್ಡಕ್ಕರಮಂ, ಱಱಿಂ ಆಗಿ; ಅದಂ ಉಚ್ಚರಿಸಲ್ಕೆ ಆಗಿರ್ದ ತೆಱದಿಂ ಅಂತು ಅದು ಶುದ್ಧಂ.

ಅನ್ವಯಂ.—ಪಿರಿಯರ್ ದಡ್ಡಕ್ಕರದ ಱಱಿಕ್ಕೆ ಐದೆ ರೇಫೆವೆರಸಿದ ದಡ್ಡಕ್ಕರಮಂ ಸಲಿಪರ್ ಱಱಿನಾಗಿ; ಅದಂ ಉಚ್ಚರಿಸಲ್ಕೆ ಆಗಿರ್ದ ತೆಱದಿಂ ಅಂತು ಅದು ಶುದ್ಧಂ.

ಟೀಕು.—ಪಿರಿಯರ್ = ಶ್ರೇಷ್ಠರಾದ ವಿದ್ವಾಂಸರ್; ದಡ್ಡಕ್ಕರದ = ಒತ್ತಿನಕ್ಷರದ; ಱಱಿಕ್ಕೆ = ಱಱಿಪ್ರಾಸಿಗೆ; ಅಯ್ದೆ = ಚನ್ನಾಗಿ; ರೇಫೆವೆರಸಿದ ದಡ್ಡಕ್ಕರಮಂ = ರೇಫೆಯೊಡನೆ ಕೂಡಿದ ದ್ವಿತ್ವಾಕ್ಷರಮಂ; ಸಲಿಪರ್ = ಪ್ರಾಸಿಂಗೆ ಸಲಿಸುವರ್; ಱಱಿನಾಗಿ = ಱಱಿಪ್ರಾಸವಾಗಿ; ಅದಂ = ಆ ರೇಫೆವೆರಸಿದ ದ್ವಿತ್ವಾಕ್ಷರಮಂ; ಉಚ್ಚರಿಸಲ್ಕೆ = ಓದುವುದರ್ಕೆ; ಆಗಿರ್ದ ತೆಱದಿಂ = ಸಲುವಳಿಯಾಗಿರ್ದ ರೀತಿಯಿಂದೆ; ಅಂತು = ಹಾಗೆ; ಅದು = ಅದು ತಾಂ; ಶುದ್ಧಂ = ಶುದ್ಧವಪ್ಪುದು.

ವೃತ್ತಿ.—ದಡ್ಡಕ್ಕರದ ಱಱಿಕ್ಕೆ ಪ್ರತಿಯಾಗಿ ರೇಫೆವೆರಸಿದ ದಡ್ಡಕ್ಕರಮಂ ಪ್ರಾಸಕ್ಕೆ ಪಿರಿಯರ್ ಪೇೞ್ದ ಪ್ರಯೋಗಮೊಳವು; ಆ ದಡ್ಡಕ್ಕರದ ರೇಫಮಂ ಱಱಿನಾಗುಚ್ಚರಿಸಲಾಗದು, ನಿಸರ್ಗದಿನದು ಶುದ್ಧಂ.

ಪ್ರಯೋಗಂ.
ಬಱ್ದುದು ಬಳ್ಳವಾಡಿ, ನೆಱೆ ನಂ
ಬಿದ್ದುರ್ದಾರುಹತಂ, ಜಿನೇಂದ್ರನಂ
ತಿರ್ದ್ದ ಮಹಾನುಭಾವರ್ ||
ಚುರ್ಚಿದ ವೋಲ್ ಬಿಸಿಲಳುರೆ

ಮುೞ್ಬಿದ ತಳಿರಂತೆ ಸೊಂದು, ಗುಣನಂದಿ || ಕಂದಭಾಗಂ ||
ಒಕ್ಕ್ರ್ಡಿತೆನೀರ್ಗೆ ಪೞಿ ಪ
ಟ್ಟಿಕ್ಕ್ರ್ಯ ಪಂಣೆಲೆಯ ಮುೞಿಗೆ ದೇಸಿಗರಂ ದೇ |
ವಕ್ಕ್ರ್ಳ್ಗೊಡೆಯರ್ ಮಾೞ್ಪಿರೆ?
ನೀೞ್ಕಿರಿಸದೆ ನಿಮ್ಮ ದೊರೆಗೆ ಬೊೞಿಯರೊಳರೇ? || ಕಂದಂ ||

ಸೂತ್ರಂ.

Words in which ಳ is preferred to ೞ.

ಝುಳಕಂ ಝುಳಿಪಿಸಿದಂ ಜೊಂ
ಗುಳಿ ಬೊಂಬುಳಿಯಾಳವಾಳಮಂತೆ ತಮಾಳಂ |
ವಳಿಗೆ ನೆಗೞ್ದೊಂದುಳಿ ಜಂ
ಗುಳಿ ಪುತ್ತಳಿ ಗೋಳಿ ಫೇಳಿ ೞಿೞಿಸಂದೇಹಂ || 25 ||

ಪದಚ್ಛೇದಂ.—ಝುಳಕಂ ಝುಳಿಪಿಸಿದಂ ಜೊಂಗುಳಿ ಬೊಂಬುಳಿ ಆಳವಾಳಂ, ಅಂತೆ ತಮಾಳಂ ವಳಿಗೆ ನೆಗೞ್ದ ಒಂದುಳಿ ಜಂಗುಳಿ ಪುತ್ತಳಿ ಗೋಳಿ ಫೇಳಿ ೞಿೞಿಸಂದೇಹಂ.

ಯಥಾನ್ವಯಂ. ಟೀಕು.—ಝುಳಕಂ = ಝುಳಕವೆಂಬ ಶಬ್ದಂ; ಝುಳಿಪಿಸಿದಂ = ಝುಳಿಪಿಸಿದನೆಂಬ ಶಬ್ದಂ; ಜೊಂಗುಳಿ = ಜೊಂಗುಳಿಯೆಂಬ ಶಬ್ದಂ; ಬೊಂಬುಳಿ = ಬೊಂಬುಳಿಯೆಂಬ ಶಬ್ದಂ; ಆಳವಾಳಂ = ಆಳವಾಳವೆಂಬ ಶಬ್ದಂ; ಅಂತೆ = ಹಾಗೆ; ತಮಾಳಂ = ತಮಾಳವೆಂಬ ಶಬ್ದಂ; ವಳಿಗೆ = ವಳಿಗೆಯೆಂಬ ಶಬ್ದಂ; ನೆಗೞ್ದ = ಪ್ರಸಿದ್ಧಿವಡೆದ; ಒಂದುಳಿ = ಒಂದುಳಿಯೆಂಬ ಶಬ್ದಂ; ಬಂಗುಳಿ = ಜಂಗುಳಿಯೆಂಬ ಶಬ್ದಂ; ಪುತ್ತಳಿ = ಪುತ್ತಳಿಯೆಂಬ ಶಬ್ದಂ; ಗೋಳಿ = ಗೋಳಿಯೆಂಬ ಶಬ್ದಂ; ಫೇಳಿ = ಫೇಳಿಯೆಂಬ ಶಬ್ದಂ; ೞಿೞಿಸಂದೇಹಂ = ೞಿೞಿಕ್ಕೆ ಸಂದೇಹಂ, ಕುಳವೆ ಅಪ್ಪುವೆಂಬುದರ್ಥಂ.

ವೃತ್ತಿ.—ಈ ಪೇೞ್ದ ಶಬ್ದಂಗಳ್ ೞಿೞಿಕ್ಕೆ ಸಂದೇಹಗಳಿವಂ ಪ್ರಯೋಗಮಂ ಕಂಡು ಪೇೞ್ದುದು.

ಸೂತ್ರಂ.

Canarese words in which ೞ is required.

ಇೞಿದೞಿಯನೇೞಿದಂ ಸೂ
ಕುೞಿಯೋಕುೞಿ ಕೞಱು ಪೆೞಱು ಮಱುಕುೞಿಯೞಿಯಂ।
ಕುೞಿಯಂ ಮೂೞಿಗೆ ಜಾೞಿಗೆ
ತೞಿಗೆಯೊೞಿರ್ಬೞಸು ಬೞಸಿಗಂ ಮೊೞೆ ತಾೞಂ || 26 ||

ಆೞಿಸಿದಂ ಪೇೞಿಸಿದಂ
ಕೇೞಂ ಜೂದಾೞಿಯೞಿಲೆ ಕೞವೞಮಾ ಮೆ ।
ಯ್ಮೇೞಂ ಮಾೞಂ ತಾೞಿಗೆ
ಯಿೞಿಗೆಯಿಱುಕುೞಿಯಿವಾದಿಯಾಗಱಿ ಕುೞನಂ ||27||

ಪದಚ್ಛೇದಂ.—ಇೞಿದೞಿಯಂ, ಏೞಿದಂ, ಸೂಕುೞಿ, ಓಕುೞಿ, ಕೞಱು, ಪೆೞಱು, ಮಱುಕುೞಿ, ಅೞಿಯಂ, ಕುೞಿಯಂ, ಮೂೞಿಗೆ, ಜಾೞಿಗೆ, ತೞಿಗೆಯೊೞಿರ್, ಬೞಸು, ಬೞಸಿಗಂ, ಮೊೞೆ, ತಾೞಂ, ಆೞಿಸಿದಂ, ಪೇೞಿಸಿದಂ, ಕೇೞಂ, ಜೂದಾೞಿ, ಅೞಿಲೆ, ಕೞವೞಂ, ಆ ಮೆಯ್ಮೇೞಂ, ಮಾೞಂ, ತಾೞಿಗೆ, ಈೞಿಗೆ, ಇಱುಕುೞಿ, ಇವು ಆದಿ ಆಗಿ ಅಱಿ ಕುೞನಂ!

ಅನ್ವಯಂ.—ಇವಾದಿಯಾಗಿ ಕುೞನಂ ಅಱಿ! ಉೞಿದುದು ಯಥಾನ್ವಯಂ.

ಟೀಕು.—ಇೞಿದೞಿಯಂ = ಇೞಿದೞಿಯನೆಂದು; ಏೞಿದಂ = ಏೞಿದನೆಂದು; ಸೂಕುೞಿ = ಸೂಕುೞಿಯೆಂದು; ಓಕುೞಿ = ಓಕುೞಿಯೆಂದು; ಕೞಱು = ಕೞಱೆಂದು; ಪೆೞಱು = ಪೆೞಱೆಂದು; ಮಱುಕುೞಿ = ಮಱುಕುೞಿಯೆಂದು; ಅೞಿಯಂ = ಅೞಿಯನೆಂದು; ಕುೞಿಯಂ = ಕುೞಿಯನೆಂದು; ಮೂೞಿಗೆ = ಮೂೞಿಗೆಯೆಂದು; ಜಾೞಿಗೆ = ಜಾೞಿಗೆಯೆಂದು; ತೞಿಗೆಯೊೞಿರ್ = ತೞಿಗೆಯೊೞಿರೆಂದು; ಬೞಸು = ಬೞಸೆಂದು; ಬೞಸಿಗಂ = ಬೞಸಿಗನೆಂದು; ಮೊೞೆ = ಮೊೞೆಯೆಂದು; ತಾೞಂ = ತಾೞಮೆಂದು; ಆೞಿಸಿದಂ = ಆೞಿಸಿದನೆಂದು; ಪೇೞಿಸಿದಂ = ಪೇೞಿಸಿದನೆಂದು; ಕೇೞಂ = ಕೇೞನೆಂದು; ಜೂದಾೞಿ = ಜೂದಾೞಿಯೆಂದು; ಅೞಿಲೆ = ಅೞಿಲೆಯೆಂದು; ಕೞವೞಂ = ಕೞವೞಮೆಂದು; ಆ ಮೆಯ್ಮೇೞಂ = ಆ ಮೆಯ್ಮೇೞಮೆಂದು; ಮಾೞಂ = ಮಾೞಮೆಂದು; ತಾೞಿಗೆ = ತಾೞಿಗೆಯೆಂದು; ಈೞಿಗೆ = ಈೞಿಗೆಯೆಂದು; ಇಱುಕುೞಿ = ಇಱುಕುೞಿಯೆಂದು; ಇವಾದಿಯಾಗಿ = ಇವು ಮೊದಲಾಗಿ; ಕುೞನಂ = ಕುೞಕಾರವಂ; ಅಱಿ = ತಿೞಿ.

ವೃತ್ತಿ.—ಈ ಪೇೞ್ದ ಶಬ್ದಂಗಳ್ ಕುೞಂಗಳ್.

ಸೂತ್ರಂ.

Canarese words in which ಲ is preferred to ಳ.

ಬೆರಲೆರಲೊರಲ್ಕೊರಲ್ಸರ
ಲರಲ್ಪರಲ್ಮರಲುಮಂತೆ ನರಲುಂ ಮುಂಗೈ ।
ಯ್ಸರಲುಂ ಲಾಂತಮಿವಂ ಗ್ರಾ
ಮ್ಯರಱಿಯದುಚ್ಚರಿಸುವರ್ ಕುೞಾಂತಭ್ರಮೆಯಿಂ ॥28॥

ಪದಚ್ಛೇದಂ.—ಬೆರಲ್ ಎರಲ್ ಒರಲ್ ಕೊರಲ್ ಸರಲ್ ಅರಲ್ ಪರಲ್ ಮರಲುಂ, ಅಂತೆ ನರಲುಂ ಮುಂಗೈಯ್ಸರಲುಂ ಲಾಂತಂ; ಇವಂ ಗ್ರಾಮ್ಯರ್, ಅಱಿಯದೆ, ಉಚ್ಚರಿಸುವರ್ ಕುೞಾಂತಭ್ರಮೆಯಿಂ.

ಅನ್ವಯಂ.—ಇವಂ ಗ್ರಾಮ್ಯರ್, ಅಱಿಯದೆ, ಕುೞಾಂತಭ್ರಮೆಯಿಂ ಉಚ್ಚರಿಸುವರ್.

ಟೀಕು.—ಬೆರಲ್ = ಬೆರಲೆಂಬ ಶಬ್ದಂ; ಎರಲ್ = ಎರಲೆಂಬ ಶಬ್ದಂ; ಒರಲ್ = ಒರಲೆಂಬ ಶಬ್ದಂ; ಕೊರಲ್ = ಕೊರಲೆಂಬ ಶಬ್ದಂ; ಸರಲ್ = ಸರಲೆಂಬ ಶಬ್ದಂ; ಅರಲ್ = ಅರಲೆಂಬ ಶಬ್ದಂ; ಪರಲ್ = ಪರಲೆಂಬ ಶಬ್ದಂ; ಮರಲುಂ = ಮರಲೆಂಬ ಶಬ್ದಮುಂ; ಅಂತೆ = ಹಾಂಗೆ; ನರಲುಂ = ನರಲೆಂಬ ಶಬ್ದಮುಂ; ಮುಂಗೈಯ್ಸರಲುಂ = ಮುಂಗೈಯ್ಸರಲೆಂಬ ಶಬ್ದಮುಂ; ಲಾಂತ = ಲಕಾರಾಂತಂ; ಇವಂ = ಈ ಲಕಾರಾಂತಶಬ್ದಂಗಳಂ; ಗ್ರಾಮ್ಯರ್ = ಮೂಢರ್; ಅಱಿಯದೆ = ತಿಳಿಯದೆ; ಕುೞಾಂತಭ್ರಮೆಯಿಂ = ಕುೞಾಂತಭ್ರಮೆಯಿಂದೆ; ಉಚ್ಚರಿಸುವರ್ = ಓದುವರ್.

ವೃತ್ತಿ.—ಬೆರಲ್ ಮೊದಲಾದ ಈ ಶಬ್ದಂಗಳ್ ನಿತ್ಯಮಾಗಿ ಲಾಂತಂಗಳ್; ಇವಂ ಬೆರಳು ಕೊರಳೆಂಬಂತೆ ಕುಳನಾಗುಚ್ಚರಿಸ ಬಾರದು.

ಸೂತ್ರಂ.

Transposition and interchange of (ಲ) and (ರ) and change of ರ(ಱ) into ೞ in some Canarese words.

ಮರಲರಲೆರಲೆಂಬಿವಱಿಂ
ತರಾಳರೇಫಕ್ಕೆ ಲತ್ವಮುಂ ದೊರೆಕೊಳ್ಗುಂ ।
ಪಿರಿದುಂ ಮಲರಲರೆಲರೆಂ
ದೊರೆವುದು ಕೃತಿಯೊಳ್ವಿಕಲ್ಪವಿಧಿಯಿಂದಮಿವಂ ॥29॥

ಪದಚ್ಛೇದಂ.—ಮರಲ್ ಅರಲ್ ಎರಲ್ ಎಂಬಿವಱಿ ಅಂತರಾಳರೇಫಕ್ಕೆ ಲತ್ವಮುಂ ದೊರೆಕೊಳ್ಗುಂ; ಪಿರಿದುಂ, ಮಲರ್ ಅಲರ್ ಎಲರ್ ಎಂದು, ಒರೆವುದು ಕೃತಿಯೊಳ್ ವಿಕಲ್ಪವಿಧಿಯಿಂದಂ ಇವಂ.

ಅನ್ವಯಂ.—ಮರಲ್ ಅರಲ್ ಎರಲ್, ಎಂಬಿವಱ ಅಂತರಾಳರೇಫಕ್ಕೆ ಲತ್ವಮುಂ ದೊರೆಕೊಳ್ಗುಂ; ಪಿರಿದುಂ ಕೃತಿಯೊಳ್ ಇವಂ, ಮಲರ್ ಅಲರ್ ಎಲರ್ ಎಂದು, ವಿಕಲ್ಪವಿಧಿಯಿಂದಂ ಒರೆವುದು.

ಟೀಕು.— ಮರಲ್ = ಮರಲೆಂದು; ಅರಲ್ = ಅರಲೆಂದು; ಎರಲ್ = ಎರಲೆಂದು; ಎಂಬಿವಱ = ಎಂಬೀ ಮೂರು ಶಬ್ದಂಗಳ; ಅಂತರಾಳ = ನಡುವಣ; ರೇಫಕ್ಕೆ = ರೇಫೆಗೆ; ಲತ್ವಮುಂ = ಲಕಾರವುಂ; ದೊರೆಕೊಳ್ಗುಂ = ಪ್ರಾಪ್ತಿಸುವುದು, ಉಂ ಎಂಬ ಸಮುಚ್ಚಯದಿಂದೆ ಅಂತ್ಯದ ಲತ್ವಕ್ಕೆ ರೇಫೆಯುಂ ದೊರೆಕೊಳ್ವುದು; ಪಿರಿದುಂ = ಬಹುಳವಾಗಿಯುಂ; ಕೃತಿಯೊಳ್ = ಕಾವ್ಯದಲ್ಲಿ; ಇವಂ = ಈ ಮೂಱು ಶಬ್ದಂಗಳಂ; ಮಲರ್ = ಮಲರೆಂದು; ಅಲರ್ = ಅಲರೆಂದು; ಎಲರ್ = ಎಲರೆಂದು; ವಿಕಲ್ಪವಿಧಿಯಿಂದಂ = ವಿಕಲ್ಪವಿಧಾನದಿಂದ; ಒರೆವುದು = ಪೇೞ್ವುದು.

ವಿಚಾರಂ. — ವಿಕಲ್ಪಮೆಂದೊಡೆ ಎರಡು ತೆಱನುಂಟೆಂಬರ್ಥಂ. ಪಿರಿದುಮೆಂಬ ಬಹುಳಗ್ರಹಣದಿಂ ಮರಲೆಂಬುದಱ ರೇಫೆಗೆ ಣತ್ವಮುಮಾಗಿ, ಮಣಲೆಂದುಮುಂಟು.

ವೃತ್ತಿ.—ಮರಲ್ ಅರಲ್ ಎರಲ್ ಎಂಬಿವಱ ಮಧ್ಯರೇಫೆಗೆ ಲತ್ವಮುಂ ಸಮುಚ್ಚಯವಶದಿಂದಂತ್ಯಲತ್ವಕ್ಕೆ ರೇಫಮುಮಾಗಿ, ಮಲರ್ ಅಲರ್ ಎಲರ್ ಎಂದು, ವಿಕಲ್ಪದಿನಕ್ಕುಂ; ಪಿರಿದೆಂಬುದಱಿಂ ಮರಲೆಂಬುದಱ ರೇಫೆಗೆ ಣತ್ವಮುಮಾಗಿ, ಮಣಲೆಂದುಮುಂಟು.

ಇದು ಱ ೞ ಕುಳ ಲಂಗಳ ಸಮಾಪ್ತಿ.

5. Words construed by the letters, and peculiarities of some letters.

ಸೂತ್ರಂ.

The 8 places where (the sounds of) the letters originate, are enumerated.

ಕೊರಲುಂ ಜಿಹ್ವಾಮೂಲಮು
ಮುರಮುಂ ತಾಲುಗೆಯುಮೋಷ್ಠಮುಂ ನಾಸಿಕೆಯುಂ।
ಶಿರಮುಂ ದಂತಮುಮೆಂದ
ಕ್ಕರಮುದಯಿಪ ತಾಣಮಾದುವೀ ಪೇೞ್ದೆಂಟುಂ ॥ 30 ॥

ಪದಚ್ಛೇದಂ. -ಕೊರಲುಂ ಜಿಹ್ವಾಮೂಲಮುಂ ಉರಮುಂ ತಾಲುಗೆಯುಂ ಓಷ್ಠಮುಂ ನಾಸಿಕೆಯುಂ ಶಿರಮುಂ ದಂತಮುಂ ಎಂದು, ಅಕ್ಕರಂ ಉದಯಿಪ ತಾಣಂ ಆದುವು ಈ ಪೇೞ್ದೆಂಟುಂ.

ಅನ್ವಯಂ.—ಈ ಪೇೞ್ದಿಂಟುಂ ಅಕ್ಕರಂ ಉದಯಿಪ ತಾಣಂ ಆದುವು ಎಂಬುದನ್ವಯಂ.

ಟೀಕು.—ಕೊರಲುಂ = ಕಂಠಮುಂ; ಜಿಹ್ವಾಮೂಲಮುಂ = ನಾಲಿಗೆಯ ಬುಡನುಂ; ಉರಮುಂ = ಎದೆಯುಂ; ತಾಲುಗೆಯುಂ = ಗಲ್ಲಮುಂ; ಓಷ್ಠಮುಂ = ತುಟಿಯುಂ; ನಾಸಿಕೆಯುಂ = ನಾಸಿಕೆಯುಂ; ಶಿರಮುಂ = ಮಸ್ತಕಮುಂ; ದಂತಮುಂ = ಪಲ್ಗಳುಂ; ಎಂದು = ಹೀಗೆಂದು; ಈ ಪೇೞ್ದಿಂಟುಂ = ಈ ಪೇೞ್ದಿಂಟು ತಾಣಂಗಳುಂ; ಅಕ್ಕರಂ = ಅಕ್ಷರಂಗಳ್; ಉದಯಿಪ ತಾಣಂ = ಹುಟ್ಟುವ ಸ್ಥಾನಂಗಳ್; ಆದುವು = ಪಲುವಳಿ ಆದುವು.

ವೃತ್ತಿ.—ಈ ಪೇೞ್ದಿಂಟಱೊಳ್ ಅಕ್ಕರಂಗಳ್ ಪುಟ್ಟುಗುಂ; ಅವಱೊಳೇಕಸ್ಥಾನಿಗಳನಱಿದು, ವರ್ಣಾವೃತ್ತಿಯಂ ಮಾೞ್ಪುದು.

ಸೂತ್ರಂ.

All letters divided into 5 kinds, viz. vowels, classified letters, unclassified letters, dependent letters, letters peculiar to Canarese (ದೇಶೀಯಂಗಳ್).

ಕವಿಗಳ್ಸ್ವರದಿಂ ವರ್ಗದಿ
ಸವರ್ಗದಿಂ ಯೋಗವಾಹದಿಂ ದೇಶಿಯೊಳು |
ದ್ಭವಮಪ್ಪ ವರ್ಣದಿಂ ಪಂ
ಚವಿಧಂತಾನೆಂದು ತಿಳಿಪುವರ್ಶುದ್ಧಗೆಯಂ || 31 ||

ಪದಚ್ಛೇದಂ.—ಕವಿಗಳ್ ಸ್ವರದಿಂ ವರ್ಗದಿಂ ಅವರ್ಗದಿಂ ಯೋಗವಾಹದಿಂ ದೇಶಿಯೊಳ್ ಉದ್ಭವಂ ಅಪ್ಪ ವರ್ಣದಿಂ ಪಂಚವಿಧಂ ತಾಂ ಎಂದು ತಿಳಿಪುವರ್ ಶುದ್ಧಗೆಯಂ.

ಅನ್ವಯಂ.—ಕವಿಗಳ್ ತಾಂ, ಸ್ವರದಿಂ ವರ್ಗದಿಂ ಅವರ್ಗದಿಂ ಯೋಗವಾಹದಿಂ ದೇಶಿಯೊಳ್ ಉದ್ಭವಂ ಅಪ್ಪ ವರ್ಣದಿಂ ಪಂಚವಿಧಂ ಎಂದು, ಶುದ್ಧಗೆಯಂ ತಿಳಿಪುವರ್.

ಟೀಕು.—ಕವಿಗಳ್ = ವಿದ್ವಾಂಸರ್; ತಾಂ = ತಾವು; ಸ್ವರದಿಂ = (ಅ, ಆ ಇತ್ಯಾದಿ) ಸ್ವರಾಕ್ಷರಂಗಳಿಂದೆ; ವರ್ಗದಿಂ = (ಕ, ಖ ಇತ್ಯಾದಿ) ವರ್ಗಾಕ್ಷರಂಗಳಿಂದೆ; ಅವರ್ಗದಿಂ = (ಯ, ರ ಇತ್ಯಾದಿ) ಅವರ್ಗಾಕ್ಷರಂಗಳಿಂದೆ; ಯೋಗವಾಹದಿಂ = (ಂ, ಃ ಇತ್ಯಾದಿ) ಯೋಗವಾಹಾಕ್ಷರಂಗಳಿಂದೆ; ದೇಶಿಯೊಳ್ = ಕನ್ನಡದ ದೇಶಿಯಲ್ಲಿ; ಉದ್ಭವಮಪ್ಪ ವರ್ಣದಿಂ = ಹುಟ್ಟಿದ (ೞ, ಱ ಇತ್ಯಾದಿ) ಅಕ್ಷರಂಗಳಿಂದೆ; ಪಂಚವಿಧಂ = ಐದು ಪ್ರಕಾರವೆಂದು; ಶುದ್ಧಗೆಯಂ = ಶುದ್ಧಾಕ್ಷರಂಗಳಂ; ತಿಳಿಪುವರ್ = ತಿಳಿಸುವರ್.

ವೃತ್ತಿ.—ಸ್ವರದಿಂ ವರ್ಗದಿಂ ಅವರ್ಗದಿಂ ಯೋಗವಾಹದಿಂ ದೇಶೀಯಂಗಳಿಂ, ಇಂತು, ಶುದ್ಧಾಕ್ಷರಂಗಳ್ ಕನ್ನಡದೊಳ್ ಪಂಚವಿಧಮೆಂದು, ಕವಿಗಳ್ಬಾಲಶಿಕ್ಷೆಯಂ ಮಾಳ್ಪಿರ್.

ಸೂತ್ರಂ.

There are 14 vowels, 25 classified letters, 9 unclassified ones, and 4 dependent letters (*cf.* S. 17) in the Samskṛita-Canarese Alphabet, *i. e.* altogether 52.

ತರದಿಂದಂ ಪದಿನಾಲ್ಕುಂ
ಸ್ವರಮಿರ್ಪತ್ತೈದು ವರ್ಣಮವು ವರ್ಗಂ ತ |
ತ್ಪರದೊಂಬತ್ತುಮವರ್ಗಂ
ಪರಿಭಾವಿಸೆ ಯೋಗವಾಹಮವು ನಾಲ್ಕೆ ವಲಂ ||32||

ಪದಚ್ಛೇದಂ.—ತರದಿಂದಂ ಪದಿನಾಲ್ಕುಂ ಸ್ವರಂ; ಇರ್ಪತ್ತೈದು ವರ್ಣಂ, ಅವು ವರ್ಗಂ; ತತ್ಪರದ ಒಂಬತ್ತುಂ ಅವರ್ಗಂ; ಪರಿಭಾವಿಸೆ, ಯೋಗವಾಹಂ ಅವು ನಾಲ್ಕೆ, ವಲಂ!

ಯಥಾನ್ವಯಂ. ಟೀಕು.—ತರದಿಂದಂ = ಕ್ರಮದಿಂದಂ; ಪದಿನಾಲ್ಕುಂ = ಹದಿನಾಲ್ಕಕ್ಷರಂಗಳುಂ; ಸ್ವರಂ = ಸ್ವರಾಕ್ಷರಂಗಳ್; ಇರ್ಪತ್ತೈದು ವರ್ಣಂ = ಇಪ್ಪತ್ತೈದಕ್ಷರಂಗಳ್; ಅವು = ಅವು; ವರ್ಗಂ = ವರ್ಗಾಕ್ಷರಂಗಳ್; ತತ್ಪರದ = ಆ ವರ್ಗಾಕ್ಷರಂಗಳ ಮುಂದಣ; ಒಂಬತ್ತು = ಒಂಬತ್ತಕ್ಷರಂಗಳ್; ಅವರ್ಗಂ = ಅವರ್ಗಾಕ್ಷರಂಗಳ್; ಪರಿಭಾವಿಸೆ = ವಿಚಾರಿಸೆ; ಯೋಗವಾಹಂ = ಯೋಗವಾಹಾಕ್ಷರಂಗಳ್; ಅವು = ಅವು; ನಾಲ್ಕೆ = ನಾಲ್ಕಕ್ಷರಂಗಳೆ; ವಲಂ = ನಿಶ್ಚಯಂ.

ವೃತ್ತಿ.—ಕ್ರಮದಿಂ ಸ್ವರಂ ಪದಿನಾಲ್ಕಕ್ಕರಂಗಳ್, ವರ್ಗಮಿರ್ಪತ್ತೈದಕ್ಕರಂಗಳ್, ಅವರ್ಗವೊಂಬತ್ತಕ್ಕರಂಗಳ್, ಯೋಗವಾಹಂ ನಾಲ್ಕಕ್ಕರಂಗಳ್; ಅಂತು ಸಂಸ್ಕೃತದೊಳ್ ಶುದ್ಧಗೆಯ್ಯೈವತ್ತೆರಡುಂ.

ಸೂತ್ರಂ.

But pure Canarese has only 47 letters.

ತಿಳಿ ದೇಶೀಯುವ[illegible]ವೈದಂ
ಕಳೆ ನೀಂ ಋೠವರ್ಣ ಶ ಷ ವಿಸರ್ಗ ᳵ ಜಿ |
ಕ್ಷಳಸಂ ನಾಲ್ವತ್ತೇೞಾ
ಯ್ತುಳೆ ಶುದ್ಧಗೆಯಚ್ಚಗಂನಡಕ್ಕೀ ಕ್ರಮದಿಂ || 33 ||

ಪದಚ್ಛೇದಂ.—ತಿಳಿ ದೇಶೀಯಮುಂ ಐದಂ! ಕಳೆ ನೀಂ ಋಌವರ್ಣ, ಶ, ಷ, ವಿಸರ್ಗ, ೱ, ೲ, ಕ್ಷಳನಂ! ನಾಲ್ವತ್ತೇೞಾಯ್ತು, ಅಳೆ, ಶುದ್ಧಗೆ ಅಚ್ಚಗನ್ನಡಕ್ಕೆ ಈ ಕ್ರಮದಿಂ.

ಅನ್ವಯಂ.—ದೇಶೀಯಮುಂ ಐದಂ ನೀಂ ತಿಳಿ! ಋಌವರ್ಣ, ಶ, ಷ, ವಿಸರ್ಗ, ೱ, ೲ, ಕ್ಷಳನಂ ಕಳೆ! ಈ ಕ್ರಮದಿಂ ಅಚ್ಚಗನ್ನಡಕ್ಕೆ ಶುದ್ಧಗೆ ನಾಲ್ವತ್ತೇೞಾಯ್ತು; ಅಳೆ!

ಟೀಕು.—ದೇಶೀಯಮುಂ = ದೇಶೀಯಾಕ್ಷರಂಗಳುಂ; ಐದಂ = (ಱ, ೞ, ಳ, ಎ, ಒ ಎಂಬಿವು) ಐದಂ; ನೀಂ = ನೀಂ; ತಿಳಿ = ಅಱಿ; ಋಌವರ್ಣ, ಶ, ಷ, ವಿಸರ್ಗ, ೱ, ೲ, ಕ್ಷಳನಂ = ಋವರ್ಣ, ಌವರ್ಣ, ಶಕಾರ, ಷಕಾರ, ವಿಸರ್ಗ, ಜಿಹ್ವಾಮೂಲೀಯ ಉಪಧ್ಮಾನೀಯ, ಕ್ಷಳಂಗಳೆಂಬಕ್ಕರಂಗಳಂ; ಕಳೆ = ಕರ್ಣಾಟಭಾಷೆಯೊಳಿಲ್ಲೆಂದು, ಬಿಡು; ಈ ಕ್ರಮದಿಂ = ಈ ರೀತಿಯಿಂದೆ; ಅಚ್ಚಗನ್ನಡಕ್ಕೆ = ಸಂಸ್ಕೃತಂ ಬೆರೆಯದ ಬಱಿಯ ಕನ್ನಡಕ್ಕೆ; ಶುದ್ಧಗೆ = ಶುದ್ಧಾಕ್ಷರಂಗಳ್; ನಾಲ್ವತ್ತೇೞಾಯ್ತು = ನಾಲ್ವತ್ತೇೞಕ್ಷರಂಗಳಾದವೆಂದು; ಅಳೆ = ಪ್ರಮಾಣಿಸು.

ವೃತ್ತಿ.—ಕನ್ನಡದೊಳ್ದೇಶೀಯಮೈದು ತೆಱಂ; ಪಿಂತಣೈವತ್ತೆರಡಕ್ಕರಂಗಳ್ಕೂಡೆ ಐವತ್ತೇೞಕ್ಕರಂಗಳ್; ಆವಱೊಳಗೆ ಋ ೠ, ಌ ೡ, ಶ, ಷ, ವಿಸರ್ಗ, ೱ, ೲ, ಕ್ಷಳಂಗಳೆಂಬ ಪತ್ತಂ ಕಳೆಯಲಚ್ಚಗನ್ನಡದೊಳ್ಶುದ್ಧಗೆ ನಾಲ್ವತ್ತೇೞು ವಿಧಂ; ನಿಸರ್ಗಮಾಗಿ ವಿಸರ್ಗಮಿಲ್ಲ.

The manner how, in the form of letters, articulate sound (ಶಬ್ದಂ), *i. e.* words, originates.

ತನು ವಾದ್ಯಂ ನಾಲಗೆ ವಾ
ದನದಂಡಂ ಕರ್ತೃವಾತ್ಮನವನ ಮನೋವೃ ।
ತ್ತಿನಿಮಿತ್ತಮಾಗಿ ಶಬ್ದಂ
ಜನಿಯಿಸುಗುಂ ಧವಳವರ್ಣಮಕ್ಷರರೂಪಂ ‖ 34 ‖

ಪದಚ್ಛೇದಂ.—ತನು ವಾದ್ಯಂ, ನಾಲಗೆ ವಾದನದಂಡಂ, ಕರ್ತೃವು ಆತ್ಮಂ; ಆವನ ಮನೋವೃತ್ತಿನಿಮಿತ್ತಂ ಆಗಿ ಶಬ್ದಂ ಜನಿಯಿಸುಗುಂ ಧವಳವರ್ಣಂ ಅಕ್ಷರರೂಪಂ.

ಅನ್ವಯಂ.—ಧವಳವರ್ಣಂ ಅಕ್ಷರರೂಪಂ ಶಬ್ದಂ ಜನಿಯಿಸುಗುಂ ಎಂಬುದನ್ವಯಂ.

ಟೀಕು.—ತನು = ಶರೀರಂ; ವಾದ್ಯಂ = ವಾದ್ಯವು; ನಾಲಗೆ = ಜಿಹ್ವೆಯು; ವಾದನ ದಂಡಂ = ವಾದ್ಯವಂ ನುಡಿಸುವ ಕುಡುಹು; ಆತ್ಮಂ = ಜೀವಾತ್ಮಂ; ಕರ್ತೃ = ವಾದ್ಯವಂ ನುಡಿಸುವ ಕರ್ತೃ; ಅವನ = ಆ ಜೀವಾತ್ಮನ; ಮನೋ = ಮನಸಿನ; ವೃತ್ತಿ = ವರ್ತನೆಗೆ; ನಿಮಿತ್ತಂ = ಕಾರಣಂ; ಆಗಿ = ಆಗಿ; ಧವಳವರ್ಣಂ = ಶ್ವೇತವರ್ಣಮಾದ; ಅಕ್ಷರರೂಪಂ = ಅಕ್ಷರಾತ್ಮಕಮಾದ; ಶಬ್ದಂ = ಧ್ವನಿ; ಜನಿಯಿಸುಗುಂ = ಹುಟ್ಟುವದು.

ವೃತ್ತಿ.— ಶರೀರಮೆ ವಾದ್ಯಂ, ನಾಲಗೆ ಬಾಜಿಸುವ ಕುಡುಹು, ವಾದಕನಾತ್ಮಂ; ಆತನ ಮನೋವೃತ್ತಿಯಿಂದೆ ಧವಳವರ್ಣಮಂತಪ್ಪಕ್ಷರರೂಪಮಪ್ಪ ಶಬ್ದಂ ಪುಟ್ಟುಗುಂ.

ಸೂತ್ರಂ.

ಪದದರ್ಥಮಂ ವಿಭಾಗಿಸು
ವುದಱಿಂದೆ ವಿಭಕ್ತಿಯಂತದಂ ಪ್ರತ್ಯಯಮೆಂ |
ಬುದು ತತ್ಪ್ರತ್ಯಯದಿಂ ಪೂ
ರ್ವದೊಳಿರ್ಕುಂ ಪ್ರಕೃತಿಯೆರಡುಮಮರ್ದೊದವೆ ಪದಂ[1] || 35 ||

(A word as) a Base (ಪ್ರಕೃತಿ) is either a nominal base (ಲಿಂಗಂ) or a verbal one (ಧಾತು). When it is augmented by suffixes (ಪ್ರತ್ಯಯಂ, ವಿಭಕ್ತಿ), which are either nominal (ನಾಮವಿಭಕ್ತಿ) or verbal ones (ಆಖ್ಯಾತವಿಭಕ್ತಿ), it becomes an inflected word (ಪದಂ). Also an Adverb (ಅವ್ಯಯಂ) and the nominal part of a compound may be inflected words.

ಪದಚ್ಛೇದಂ.— ಪದದ ಅರ್ಥಮಂ ವಿಭಾಗಿಸುವುದಱಿಂದೆ ವಿಭಕ್ತಿ, ಅಂತು ಅದಂ ಪ್ರತ್ಯಯಂ ಎಂಬುದು; ತತ್ಪ್ರತ್ಯಯದಿಂ ಪೂರ್ವದೊಳ್ ಇರ್ಕುಂ ಪ್ರಕೃತಿ; ಎರಡುಂ ಅಮರ್ದು ಒದವೆ, ಪದಂ.

ಅನ್ವಯಂ.—ತತ್ಪ್ರತ್ಯಯದಿಂ ಪೂರ್ವದೊಳ್ಪ್ರಕೃತಿ ಇರ್ಕುಂ.

ಟೀಕು.—ಪದದ = ಪದಂಗಳ; ಅರ್ಥಮಂ = ಪುರುಳಂ; ವಿಭಾಗಿಸುವುದಱಿಂದೆ = ವಿಭಾಗಿಸಿ ಕೊಡುವದಱಿಂದೆ; ವಿಭಕ್ತಿ = ವಿಭಕ್ತಿ ಎನಿಪುದು; ಅಂತು = ಹಾಂಗೆ; ಅದಂ = ಆ ವಿಭಕ್ತಿಯಂ; ಪ್ರತ್ಯಯಂ = ಪ್ರತ್ಯಯಮೆಂದು; ಎಂಬುದು = ಪೇಳ್ವುದು; ತತ್ಪ್ರತ್ಯಯದಿಂ = ಆ ವಿಭಕ್ತಿಯಿಂದೆ; ಪೂರ್ವದೊಳ್ = ಮೊದಲಲ್ಲಿ; ಪ್ರಕೃತಿ = ಪ್ರಕೃತಿ; ಇರ್ಕುಂ = ಇರ್ಪುದು; ಎರಡುಂ = ಪ್ರಕೃತಿ ಪ್ರತ್ಯಯಮೆಂಬೆರಡುಂ; ಅಮರ್ದು = ಪೊರ್ದುಗೆಯಾಗಿ; ಒದವೆ = ಪ್ರಾಪ್ತಿಸೆ; ಪದಂ = ಪದವೆನಿಸುವದು.

---

[1] **The Sûtra gives two meanings of ಪದಂ: 'word' (= ಶಬ್ದ) in ಪದದರ್ಥಮಂ, and 'inflected word'.**

ವೃತ್ತಿ.—ಶಬ್ದದೊಳಿರ್ದರ್ಥಮಂ ತಂತಂಮರ್ಥಾನುಗುಣಮಾಗಿ ವಿಭಾಗಿಸಿ ಕುಡುವದಱಿಂ ವಿಭಕ್ತಿಯೆನಿಸುಗುಂ, ಆ ವಿಭಕ್ತಿಯುಂ ಪ್ರತ್ಯಯಮೆನಲಕ್ಕುಂ ಅವಾವುವೆಂದೊಡೆ–ಮ್, ಅಮ್ ಮೊದಲಾದ ನಾಮಾಖ್ಯಾತವಿಭಕ್ತಿಗಳ್. ಅವಱಿಂ ಪಿಂದಿರ್ಪ ಲಿಂಗಮುಂ ಧಾತುಮುಂ ಪ್ರಕೃತಿಯೆನಲಕ್ಕುಂ; (ಪ್ರಕೃತಿಪ್ರತ್ಯಯಂಗಳೆರಡುಂ ಕೂಡೆ, ಪದಮಕ್ಕುಂ.) ಮರ ದೇವ ಎಂದು, (ನಾಮ)ಲಿಂಗಮುನಿಱಿಸಿ ಮ್ ಎಂಬ ವಿಭಕ್ತಿಯುಂ ಕುಡೆ, ಮರಂ ದೇವಂ ಎಂದು, (ನಾಮ)ಪದಮಕ್ಕುಂ. ನುಡಿ ನೋಡು ಎಂಬ ಧಾತುಮನಿಱಿಸಿ, ಅಮ್ ಎಂಬ (ಆಖ್ಯಾತ)ವಿಭಕ್ತಿಯುಂ ಕುಡೆ, ನುಡಿದಂ ನೋಡಿದಂ ಎಂದು, (ಆಖ್ಯಾತ)ಪದಮಕ್ಕುಂ. (ಅವ್ಯಯಮುಂ ಸಮಾಸದೊಳಗಣ ನಾಮಭಾಗಮುಂ ವಿಭಕ್ತಿಯುಂ ಕೊಟ್ಟುಱಿವುದಱಿಂ ಪದಮೆಂದಱಿವುದು.

ಸೂತ್ರಂ.

There ore Canarese words with obligatory and optional Anusvâra, with true and slack double consonants (ಶಿಥಿಲದ್ವಿತ್ವಂಗಳ್) and with double consonants which may be treated either as true or as slack.

ಕೆಲವು ನಿಜ ಬಿಂದುಗಳ್ ಕೆಲ
ಕೆಲವು ವಿಕಲ್ಪಾರ್ಥಬಿಂದುಗಳ್ದ್ವಿತ್ವಂಗಳ್ ।
ಕೆಲವಾ ಶಿಥಿಲದ್ವಿತ್ವಂ
ಕೆಲಮುಭಯಮುಮಾಗಿ ಕೆಲವು ಪದನಱಿವುದವಂ॥36॥

ಪದಚ್ಛೇದಂ.—ಕೆಲವು ನಿಜ ಬಿಂದುಗಳ್, ಕೆಲಕೆಲವು ವಿಕಲ್ಪಾರ್ಥಬಿಂದುಗಳ್, ದ್ವಿತ್ವಂಗಳ್ ಕೆಲವು, ಆ ಶಿಥಿಲದ್ವಿತ್ವಂ ಕೆಲಂ, ಉಭಯಮುಮಂ ಆಗಿ ಕೆಲವು ಪದಂ, ಅಱಿವುದು ಅವಂ.

ಅನ್ವಯಂ.—ಕೆಲವು ನಿಜ ಬಿಂದುಗಳ್, ಕೆಲಕೆಲವು ವಿಕಲ್ಪಾರ್ಥಬಿಂದುಗಳ್, ಕೆಲವು ದ್ವಿತ್ವಂಗಳ್, ಕೆಲಂ ಆ ಶಿಥಿಲದ್ವಿತ್ವಂ, ಕೆಲವು ಪದಂ ಉಭಯಮುಮಂ ಆಗಿ, ಅವಂ ಅಱಿವುದು.

ಟೀಕು.—ಕೆಲವು = ಕೆಲವು ಶಬ್ದಂಗಳ್; ನಿಜ ಬಿಂದುಗಳ್ = ನಿತ್ಯಬಿಂದುಗಳೆನಿಸುವುವು; ಕೆಲಕೆಲವು = ಹಲವು ಕೆಲವು ಶಬ್ದಂಗಳ್; ವಿಕಲ್ಪಾರ್ಥಬಿಂದುಗಳ್ = ವಿಕಲ್ಪದಿಂ ಸಬಿಂದುಕಮಬಿಂದುಕಮಾಗಿರ್ಪುವು; ಕೆಲವು = ಕೆಲವು ಶಬ್ದಂಗಳ್; ದ್ವಿತ್ವಂಗಳ್ = ಒತ್ತಕ್ಷರಂಗಳಾಗಿರ್ಪುವು; ಕೆಲಂ = ಕೆಲವು ಶಬ್ದಂಗಳ್; ಆ = ಆ ಪ್ರಸಿದ್ಧಮಾದ; ಶಿಥಿಲದ್ವಿತ್ವಂ = ಶಿಥಿಲವಾದ ದ್ವಿತ್ವಂಗಳಾ

ಗಿರ್ಪುವು; ಕೆಲವು ಪದಂ = ಕೆಲವು ಪದಂಗಳ್; ಉಭಯಮುಮಂ = ದ್ವಿತ್ವ—ಶಿಥಿಲದ್ವಿತ್ವಮೆಂಬು ಭಯಮುಮಂ, ಆಗಿ = ಆಗಿರ್ಪುವು; ಆವಂ = ಆ ಪದಂಗಳಂ; ಅಱಿವುದು = ತಿಳಿವುದು.

ವೃತ್ತಿ.—ಕೆಲವು ಪದಂಗಳ್ ಸ್ವಭಾವದಿಂ ನಿತ್ಯಬಿಂದುಗಳ್, ಕೆಲವು ಪದಂಗಳ್ ವಿಕಲ್ಪದಿಂ ಸಬಿಂದುಕಮಬಿಂದುಕಮಾಗಿರ್ಪುವು; ಕೆಲವು ಪದಂಗಳ್ನಿಯತದಿಂ ದ್ವಿತ್ವಂಗಳ್, ಕೆಲವು ಪದಂಗಳ್ ಶಿಥಿಲದ್ವಿತ್ವಂಗಳ್, ಕೆಲವು ಪದಂಗಳ್ಶಿಥಿಲಮುಂ ದ್ವಿತ್ವಮುಮಾಗಿರ್ಪುವು.

ಪ್ರಯೋಗಂ.—ನಿತ್ಯಬಿಂದುಗೆ—ಬೆಡಂಗು, ಕಡಂಗು, ಅಡಂಗು. ತೊಡಂಬೆ, ತೊಡಂಕು, ಕೊಡಂತಿ, ಪಡಂಗು, ಸಿಡುಂಬು, ಸೆಱಂಗು, ಎಱಂಕೆ, ತುಱುಂಬು, ತಱುಂಬು, ಕುಱುಂಬು, ಒಱಂತೆ, ಕೊಱಂತೆ, ಪಳುಂಕಿದಂ, ಕೂಂಕಿದಂ, ತೂಂಕಿದಂ, ಅವುಂಕಿದಂ, ಕವುಂಕುೞ್, ಪೇಂಕುಳಿ, ಚೆಲಂಕು, ತೆಂಕು, ಕುಸುಂಬೆ, ಹಸುಂಬೆ, ಮುಸುಂಬು, ಕಲ್ಕುಂಬು, ದಾಂಟು, ದೂಂಟು, ಗೆಂಟು, ಗೋಂಟು, ಗೆಂಟುಗೆ, ಗಂಟಿಗೆ, ಬೆಂಟೆ, ಸುಕಟಗೆ, ದ್ಯೋಂಟ, ಮೇಂಟೆ, ಮಾಂಟು, ನ್ಯಾಂಟಿದಂ, ಈಂಟು, ಕೊಂಟು, ಕುಂಟಣಿ, ಸೊರಂಟು, ಒರಂಟು, ತೆರಂಟು, ಸೀಂಟು, ತೋಂಟಂ, ತೋಂಟಿಗಂ, ಪೊಸಂತಿಲ್, ಗಳಂತಿಗೆ, ಪಳಂಚಿದಂ, ಸಾಂದು, ಸೇಂದು, ನಾಂದು, ಕಡುಂಬು, ಕೆಡಂದುಱು, ಕೊಡಂಬೆ, ಬಣ್ಣಂಬೆ, ಬಣ್ಣಂಜಿಗಂ, ಭೆಂದುಱು, ಬೆದಂಡೆ, ಚಲುಂಕಿದಂ, ಪಲುಂಬಿದಂ, ನಿಲುಂಬಿದಂ, ಆಸುಂಬಿದಂ, ಕರಂಡಗೆ, ತೆಂಥಲ್: ಇವು ಮೊದಲಾದುವು.

ವಿಕಲ್ಪಬಿಂದುಗೆ—ಕದಂಪು, ಕದಪು; ಕೊಡಂಕೆ, ಕೊಡಕೆ; ಇಱುಂಪೆ, ಇಱುಪೆ; ಸೊರಂಜು, ಸೊರಜು; ಜಿನುಂಗು, ಜಿನುಗು; ಬೆಳಂತಿಗೆ, ಬೆಳತಿಗೆ; ಕರಿಂಕು, ಕರಿಕು; ತೊಳಂಕು, ತೊಳಕು: ಕಣಂಜು, ಕಣಜು; ಅಱಂಬೆ, ಅಱಬೆ; ಕಱುಂಕೆ, ಕಱುಕೆ; ಕುಱುಂಕಿದಂ, ಕುಱುಕಿದಂ; ಇಱುಂಕಿದಂ, ಇಱುಕಿದಂ; ಕದ್ರುಂಕಿದಂ, ಕದ್ರುಕಿದಂ; ಧುಮುಂಮಿಱಿದಂ, ದುಘುಮಿಱಿದಂ; ತುಳುಂಕಿದಂ, ತುಳುಕಿದಂ; ಪೊಳಂಕಿದಂ, ಪೊಳಕಿದಂ: ಮುಸುಂಕಿದಂ, ಮುಸುಕಿದಂ; ಇವು ಮೊದಲಾದುವು.

ಇನ್ನು ನಿಯತದಿತ್ವಕೆ.—ಷಪ್ಪು, ಕಪ್ಪು (ಕಪಡಿ) ಬಪ್ಪಂಡಂ, (ಉಪ್ಪಂಡಂ) ತಿಪ್ಪುೞ್, ಸೂಪ್ಪುಗಳ್, ಕೂಪಂ, ಕೂಪು, ಚಪ್ಪರಂ, ಬಪ್ಪಂ, ಸೆಪ್ಪು, (ಕಪ್ಪಳಿ, ತಪ್ಪಡಿ) ಱೊಪ್ಪಂ, ತೆಪ್ಪಂ, ಟೆಪ್ಪರಂ) ದುಪ್ಪಡಿ, (ಉಪ್ಪಡಂ)

ಹಪ್ಪಳಿಕೆ, ಹಿಪ್ಪಲಿ,(ಸಿಪ್ಪು) ಸಕ್ಕರೆ, ಕಕ್ಕಸಂ, ಮೊಕ್ಕಳಂ, ಬಕ್ಕಸೆ, ರಕ್ಕಸಿ, ಕೆಕ್ಕೊರಸು, ಉಕ್ಕೆವಂ, ಬಕ್ಕರಸೆ, ಬಕ್ಕುಡಿದಂ, ಮೊಗ್ಗರಂ, ಮೊಗ್ಗು, ಬಗ್ಗಂ, ಬಗ್ಗಣೆ, ಎಗ್ಗಂ, ಲಗ್ಗಿಗಂ, ಅಗ್ಗಳಂ, ವೆಗ್ಗಳಂ, ಸುಗ್ಗಂ, ಸುಗ್ಗಿ, ಉಗ್ಗಂ, ಉಗ್ಗಿ, ತೊಟಿಲ್ದಂ, ಬಟಿಲ್ದಂ, ಕಟಿಲ್ದಂ, ಬಟ್ದಿಂ, ಬಿಟ್ದಿಂ, ಅಟ್ದಿಂ, ಎಟ್ದಿಂ, ಸುರುಳ್ದಂ, ಅಟ್ತಿ, ಕಟ್ತಿ, ಕಟ್ತಿಲೆ, ತೊಟ್ತಿ; ಇವು ಮೊದಲಾದುವು.

ಇನ್ನು ಶಿಥಿಲದ್ವಿತ್ವಕ್ಕೆ–ಮಗುಟ್ದಿಂ, ಅಗುಟ್ದಿಂ, ಜಗುಟ್ದಿಂ, ಪೊಗಟ್ದಿಂ, ತುಮುಟ್ದಿಂ, ನುಸುಳ್ದಂ, ಮಸುಳ್ದಂ, ಮುಗುಳ್ಚಂ, ತೆಗಟ್ದಿಂ, ನೆಗಟ್ದಿಂ, ತಿಮಿರ್ದಂ.

ಇನ್ನು ದ್ವಿತ್ವಮುಂ ಶಿಥಿಲಮುಂ ಆದುವರ್ಕೆ—ತಗುಳ್ದಂ, ಮೊರಳ್ಚಂ ಎಂಬಂತೆ.

Compare Sûtras 42. 43. 44. 45.

ಸೂತ್ರಂ.

Words having a short vowel of the penultimate with Rêpha.

ಉರ್ದುಂ ಬಿರ್ದುಂ ತರ್ದುಂ
ಮರ್ದುಂ ಗುರ್ದುಂ ಸಮಂತು ತಿರ್ದುಂ ಪರ್ದುಂ |
ಗರ್ದುಟಿಮುರ್ದಿದುದೆನೆಯುಂ
ಗರ್ದೆಯುಮಾ ಗುರ್ದೆಯುಂ ಸರೇಫಪದಂಗಳ್ ||37||

ಪದಚ್ಛೇದಂ.—ಉರ್ದುಂ, ಬಿರ್ದುಂ, ತರ್ದುಂ, ಮರ್ದುಂ, ಗುರ್ದುಂ; ಸಮಂತು ತಿರ್ದುಂ, ಪರ್ದುಂ, ಗರ್ದುಟಿಂ, ಉರ್ದಿಸುದು ಎನೆಯುಂ, ಗರ್ದೆಯುಂ, ಆ ಗುರ್ದೆಯುಂ ಸರೇಫಪದಂಗಳ್.

ಯಥಾನ್ವಯಂ. ಟೀಕು.—ಉರ್ದುಂ = ಉರ್ದೆಂದುಂ; ಬಿರ್ದುಂ = ಬಿರ್ದೆಂದುಂ; ತರ್ದುಂ = ತರ್ದೆಂದುಂ; ಮರ್ದುಂ = ಮರ್ದೆಂದುಂ; ಗುರ್ದುಂ = ಗುರ್ದೆಂದುಂ; ಸಮಂತು = ಹಾಂಗೆ; ತಿರ್ದುಂ = ತಿರ್ದೆಂದುಂ; ಪರ್ದುಂ = ಪರ್ದೆಂದುಂ; ಗರ್ದುಟಿಂ = ಗರ್ದುಟೆಂದುಂ; ಉರ್ದಿದುದೆನೆಯುಂ = ಉರ್ದಿದುದು ಎಂಬೊಡೆಯುಂ; ಗರ್ದೆಯುಂ = ಗರ್ದೆ ಎಂದುಂ; ಆ ಗುರ್ದೆಯುಂ = ಆ ಪ್ರಸಿದ್ಧವಾದ ಗುರ್ದೆ ಎಂದುಂ; ಸರೇಫಪದಂಗಳ್ = ರೇಫೆಯೊಡನೆ ಕೂಡಿದ ಪದಂಗಳೆನಿಸುವುವು.

ಸೂತ್ರಂ.

Further words of the same character.

ನುರ್ಗಿದುದೆನೆ ತರ್ಗಿದುದೆನೆ
ಕಿರ್ಗಿದುದೆನೆ ಜರ್ಗುವಿಬ್ದುದೆನೆ ಪೆರ್ಗತ್ತಾ |
ವೊರ್ಗಾದರ್ಪೆರ್ಗಳವೆನೆ
ಕುರ್ಗಿದುದೆನೆ ಮಾರ್ಗದೊಳ್ಸರೇಫಪದಂಗಳ್ ||38||

ಪದಚ್ಛೇದಂ.—ನುರ್ಗಿದುದು ಎನೆ, ತರ್ಗಿದುದು ಎನೆ, ಕಿರ್ಗಿದುದು ಎನೆ, ಜರ್ಗುವಿಬ್ದುದು ಎನೆ, ಪೆರ್ಗತ್ತು, ಆ ಒರ್ಗಾದರ್, ಪೆರ್ಗಳವು ಎನೆ, ಕುರ್ಗಿದುದು ಎನೆ, ಮಾರ್ಗದೊಳ್ ಸರೇಫಪದಂಗಳ್.

ಯಥಾನ್ವಯಂ. ಟೀಕು.—ಇವೆಲ್ಲಂ ಮಾರ್ಗದೊಳ್ ಸರೇಫಪದಂಗಳೆಂಬುದರ್ಥಂ.

ಸೂತ್ರಂ.

Further words of a similar character including, however, three terms with a long penultimate.

ಇರ್ಪುಂ ತೋರ್ಪುಂ ಕೆರ್ಪುಂ
ನೆರ್ಪು ಪೆರ್ಪೆಯುಮಡರ್ಪುಮಾರ್ಪುಂ ಕೂರ್ಪುಂ |
ಪರ್ಪರಿಕೆಯುಮೆರ್ಪುಂ ವ್ಯೈ
ಯ್ಗರ್ಪುಂ ಮೊದಲಾಗಿ ರೇಫಸಂಯೋಗಂಗಳ್ ||39||

ಪದಚ್ಛೇದಂ.—ಇರ್ಪುಂ, ತೋರ್ಪುಂ, ಕೆರ್ಪುಂ, ನೆರ್ಪುಂ, ಪೆರ್ಪೆಯುಂ, ಅಡರ್ಪುಂ, ಆರ್ಪುಂ, ಕೂರ್ಪುಂ, ಪರ್ಪರಿಕೆಯುಂ, ಎರ್ಪುಂ, ವ್ಯೈಯ್ಗರ್ಪುಂ ಮೊದಲ್ ಆಗಿ ರೇಫಸಂಯೋಗಂಗಳ್.

ಯಥಾನ್ವಯಂ. ಟೀಕು.—ಇವು ಮೊದಲಾದ ಶಬ್ದಂಗಳ್ ರೇಫೆಯೊಡನೆ ಕೂಡಿದ ಪದಂಗಳೆಂಬುದರ್ಥಂ.

ಸೂತ್ರಂ.

Words having a long penultimate-vowel with Rêpha.

ಆರ್ದಂ ಸಾರ್ದಂ ಪೋರ್ದಂ
ತೀರ್ದಂ ಪಾರ್ದಂ ಸಮಂತು ಪೀರ್ದಂ ಕಾರ್ದಂ |
ನೇರ್ದಂ ಬಾರ್ದಂ ಗೋರ್ದಂ
ಸೋರ್ದಂ ತಾನೆಂದೊಡಂ ಗುರೂಪಧೆಯಿನಿತುಂ ||40||

ಪದಚ್ಛೇದಂ. — ಆರ್ದಂ, ಸಾರ್ದಂ, ಪೋರ್ದಂ, ತೀರ್ದಂ, ಪಾರ್ದಂ; ಸಮಂತು ಪೀರ್ದಂ, ಕಾರ್ದಂ, ಸೇರ್ದಂ, ಬಾರ್ದಂ, ಗೋರ್ದಂ, ಸೋರ್ದಂ ತಾಂ ಎಂದೊಡಂ ಗುರೂಪಧೆ ಇನಿತುಂ.

ಅನ್ವಯಂ. — ಸೋರ್ದಂ ಎಂದೊಡಂ ತಾಂ ಇನಿತುಂ ಗುರೂಪಧೆ. ಉೞಿದುದು ಯಥಾನ್ವಯಂ.

ಟೀಕು. — ಸೋರ್ದಮೆಂದೊಡಂ ತಾಮಿನಿತು ಶಬ್ದಂಗಳುಂ ಗುರೂಪಧೆ, = ಗುರುವಾದು ಪಧೆ, ಎಂಬುದರ್ಥಂ.

ವಿಚಾರಂ.— ಉಪಧೆಯೆಂದೊಡೆ ವ್ಯಾಕರಣಂಗಳಲ್ಲಿ — ‖ ಅಂತ್ಯಾತ್ ಪೂರ್ವಮ್ ಉಪಧಾ ‖ ಎಂಬ ಸಂಜ್ಞಾಸೂತ್ರದಿಂ[1] — ಅಂತ್ಯದತ್ತಣಿಂ ಮೊದಲುಪಧೆಯು ಎಂದಱಿ!

ಸೂತ್ರಂ.

Further words of such a character.

ಊರ್ಗಳ್ಕೇರ್ಗಳ್ಬೇರ್ಗ
ಳ್ನಾರ್ಗಳ್ತೇರ್ಗಳ್ನೆಗೞ್ತೆಯಾರ್ಗಳ್ಕೂರ್ಗ ।
ಳ್ಸೇರ್ಗಳ್ಪೀರ್ಗಳ್ತಾರ್ಗ
ಳ್ಸೂರ್ಗಳ್ಕಾರ್ಗಳ್ಗುರೂಪಧಾರ್ಥಮೆನಿಕ್ಕುಂ ‖ 41 ‖

ಪದಚ್ಛೇದಂ.— ಊರ್ಗಳ್, ಕೇರ್ಗಳ್, ಬೇರ್ಗಳ್, ನಾರ್ಗಳ್, ತೇರ್ಗಳ್, ನೆಗೞ್ತೆಯ ಆರ್ಗಳ್, ಕೂರ್ಗಳ್, ಸೇರ್ಗಳ್, ಪೀರ್ಗಳ್, ತಾರ್ಗಳ್, ಸೂರ್ಗಳ್, ಕಾರ್ಗಳ್ ಗುರೂಪಧಾರ್ಥಂ ಎನಿಕ್ಕುಂ.

ಟೀಕು.— ಇವೆಲ್ಲಂ ಗುರೂಪಧಾರ್ಥಂಗಳೆಂಬುದರ್ಥಂ.

ಸೂತ್ರಂ.

ಪಿಂತಮರ್ದಿರೆ ಱೞಕುಳರೇ
ಫಾಂತಂ ಹ್ರಸ್ವಾದಿಲಿಂಗಮಂತವು ಗಳ್ಮೇ ।
ಣಂತೆ ಚತುರ್ಥಿಯ ಗೆಯೆ ಮೇ
ಣ್ಮಂತಮರ್ದಿರೆ ಪಿರಿದುಮೊದವುಗುಂ ಶಿಥಿಲತ್ವಂ ‖42‖

Slack double consonants (ಶಿಥಿಲದ್ವಿತ್ವಂಗಳ್) often occur in the (Nominative) Plural formed with ಗಳ್ and Dative Singular formed with ಗೆ (which is also the case-affix for the Dative Plural) of nominal bases with short penultimate which end either in ಱ್ or ೞ್ or ರ್. This ರ್ may also be a substitute (ಆದೇಶಂ) for ಱ್.

[1] ಅಂತ್ಯಾದ್ ವರ್ಣಾತ್ ಪೂರ್ವ ಉಪಧಾ ಎಂತ, ವಾಜಸನೇಯಿಪ್ರಾತಿಶಾಖ್ಯದೊಳುಂಟು (1, 35), also Pâṇini I, 1, 65.

ಪದಚ್ಛೇದಂ.—ಪಿಂತೆ ಅಮರ್ದು ಇರೆ ಱಕುಳರೇಫಾಂತಂ ಹ್ರಸ್ವಾದಿಲಿಂಗಂ ಅಂತು ಅವು, ಗಳ್ ಮೇಣ್ ಅಂತೆ ಚತುರ್ಥಿಯ ಗೆಯೆ ಮೇಣ್ ಮುಂತೆ ಅಮರ್ದು ಇರೆ ಪಿರಿದುಂ ಒದಗುವುಂ ಶಿಥಿಲತ್ವಂ.

ಅನ್ವಯಂ.—ಹ್ರಸ್ವಾದಿಲಿಂಗಂ ಱಕುಳರೇಫಾಂತಂ ಪಿಂತೆ ಅಂತು ಅವು ಅಮರ್ದಿರೆ, ಮೇಣ್ ಗಳ್ ಅಂತೆ ಮೇಣ್ ಚತುರ್ಥಿಯ ಗೆಯೆ ಮುಂತೆ ಅಮರ್ದಿರೆ, ಪಿರಿದುಂ ಶಿಥಿಲತ್ವಂ ಒದವುಗುಂ.

ಟೀಕು.—ಹ್ರಸ್ವಾದಿಲಿಂಗಂ = ಹ್ರಸ್ವಾದಿಲಿಂಗಂಗಳಾದ; ಱಕುಳರೇಫಾಂತಂ = ಱಾಂತ ಕುಳಾಂತ ರೇಫಾಂತಂಗಳಾದ ಶಬ್ದಂಗಳ್; ಪಿಂತೆ = ಹಿಂದುಗಡೆಯಲ್ಲಿ; ಅಂತು = ಹಾಂಗೆ; ಅವು = ಆ ಶಬ್ದಂಗಳ್; ಅಮರ್ದಿರೆ = ಪೊರ್ದುಗೆಯಾಗಿ ಇರೆ; ಮೇಣ್ = ವಿಕಲ್ಪದಿಂದೆ; ಗಳ್ = ಬಹುವಚನದಗಳಾಗಮಂ; ಅಂತೆ = ಹಾಂಗೆ; ಮೇಣ್ = ಅದಲ್ಲದೆ; ಚತುರ್ಥಿಯ = ಚತುರ್ಥೀವಿಭಕ್ತಿಯ; ಗೆಯೆ = ಗೆಕಾರಂ; ಮುಂತೆ = ಮುಂದುಗಡೆಯಲ್ಲಿ; ಅಮರ್ದಿರೆ = ಪೊರ್ದುಗೆಯಾಗಿರೆ; ಪಿರಿದುಂ = ಬಹುಳಮಾಗಿಯುಂ; ಶಿಥಿಲತ್ವಂ = ಶಿಥಿಲಮಪ್ಪತನಂ; ಒದವುಗುಂ = ಪ್ರಾಪ್ತಿಸುವುದು.

ವೃತ್ತಿ.—ಪೆಱಗಣ ಮೈಯೊಳ್ ಲಘು ಮೊದಲಾಗಿರ್ದ ಱಕುಳರೇಫಾಂತಂಗಳಪ್ಪಲಿಂಗಂಗಳಿರೆ, ಮುಂದೆ ಗಳ್ ಅಕ್ಕೆ, ಮೇಣ್ ಚತುರ್ಥಿಗಾದ ಗೆಕಾರಮಕ್ಕೆ, ಶೈಥಿಲ್ಯಮಕ್ಕುಂ.

ಪ್ರಯೋಗಂ.—ಱಾಂತಕ್ಕೆ—ಅಗಱ್ಗಳ್, ಎಸಱ್ಗಳ್, ನೆಗಱ್ಗಳ್ ಎಂದೊಡೆ ಜಲಚರಂಗಳ್, ಉಗುಱ್ಗಳ್; ಅಗಱ್ಗೆ, ಎಸಱ್ಗೆ, ನೆಗಱ್ಗೆ ಉಗುಱ್ಗೆ.

ಆದಿ ದೀರ್ಘಮಾದೊಡಂ ಗುರುವಾದೊಡಂ ಶಿಥಿಲಮಿಲ್ಲ—ಬಾಸುಱ್ಗಳ್, ಇಕ್ಕುಱ್ಗಳ್, ಪೊಕ್ಕುಱ್ಗಳ್; ಬಾಸುಱ್ಗೆ, ಇಕ್ಕುಱ್ಗೆ, ಪೊಕ್ಕುಱ್ಗೆ.

ಕುಳಾಂತಕ್ಕೆ—ಮುಗುಳ್ಗಳ್, ಪುಗುಳ್ಗಳ್, ಅಮಳ್ಗಳ್, ನಯಗುಣವಿಕ್ರಮದಮುಳ್ಗಳ್, ಎಸಳ್ಗಳ್ ಎಂದೊಡೆ ಪೂವಿನವು; ಮುಗುಳ್ಗೆ, ಪುಗುಳ್ಗೆ, ಅಮಳ್ಗೆ, ಎಸಳ್ಗೆ.

ಪಿರಿದುಂ ಎಂಬುದಱಿಂ ಕೆಲವೆಡೆಯೊಳ್ ಶಿಥಿಲಮಿಲ್ಲದುದರ್ಕೆ—ಕುರುಳ್ಗಳ್, ಪುರುಳ್ಗಳ್, ಮರುಳ್ಗಳ್; ಕುರುಳ್ಗೆ ಇತ್ಯಾದಿ.

ರೇಫಾಂತಕ್ಕೆ—ಕನರ್ಗಳ್, ಕೊನರ್ಗಳ್, ತಳಿರ್ಗಳ್, ಕುಳಿರ್ಗಳ್, ಲರ್ಗಳ್, ಎಲರ್ಗಳ್, ಉಗುರ್ಗಳ್, ಪೊಗರ್ಗಳ್, ಒಗರ್ಗಳ್, ಚಿಗುರ್ಗಳ್, ಬಿದಿರ್ಗಳ್, ಕದಿರ್ಗಳ್, ಕುದಿರ್ಗಳ್, ತಮರ್ಗಳ್, ತಿಮಿರ್ಗಳ್, ತೆಮರ್ಗಳ್, ಬೆಮರ್ಗಳ್, ಬೆಮರ್ಗಳನೂದಿ ನುಣ್ಪೊಡೆಗಳಂ ಪಿಡಿ ಕೆಯ್ಸಿ, ಎಸರ್ಗಳ್.

ಮೊಸರ್ಗಳ್, ಒಸರ್ಗಳ್, ಉಸಿರ್ಗಳ್, ಪಸುರ್ಗಳ್, ನವಿರ್ಗಳ್; ಕನರ್ಗೆ, ನವಿರ್ಗೆ, ನಡೆದುದು ತಲೆನವಿರ್ಗೂಟಂ, ಇತ್ಯಾದಿ.

ಱಕಾರಾದೇಶರೇಫೆಗಂ ಶಿಥಿಲತ್ವಂ—ಅಳಿರ್ಗಳ್, ಕೆಸರ್ಗಳ್, ಬಸಿರ್ಗಳ್, ಪೆಸರ್ಗಳ್, ಹಗರ್ಗಳ್, ಎಡರ್ಗಳ್ ಆವೆಡರ್ಗಳುಮಂ ತಿರ್ದುವೊಂದು ಕೋಡುಂ, ಪೆಂಪುಂ, ಅಳಿರ್ಗೆ ಇತ್ಯಾದಿ[1]. ಪಿರಿದುಮೆಂಬುದಱಿಂದೆ ಕಾದಲರ್ಗಳೆಂಬ ಪದನ ಆದಿ ದೀರ್ಘವಾಗಿಯುಂ ಶಿಥಿಲಮಾಯ್ತು.

ಸೂತ್ರಂ.

Also in Compounds (ಸಮಾಸಂ) slack double consonants occur when ಗ, ದ, ವ, ಜ are preceded by words with short penultimate which terminate either in ರ್ or ಳ್.

ಗದವಜಕಾರಮುವಿದಿರಿರೆ
ಪದಮಧ್ಯಂ ವಿಷಯಮಾಗನೇಕಾಕ್ಷರದೊಳ್ ।
ಪುದಿಯೆ ಲಘೂಪಧೆಕೆಲಕೆಲ
ವೊದವಿರ್ಕುಂ ರಾಂತಳಾಂತಮವು ಶಿಥಿಲತೆಯುಂ ॥ 43 ॥

ಪದಚ್ಛೇದಂ.—ಗದವಜಕಾರಂ ಅವು ಇದಿರ್ ಇರೆ, ಪದಮಧ್ಯಂ ವಿಷಯಂ ಆಗೆ ಅನೇಕಾಕ್ಷರದೊಳ್ ಪುದಿಯೆ, ಲಘೂಪಧೆ ಕೆಲ ಕೆಲವು ಒದವಿ ಇರ್ಕುಂ ರಾಂತಳಾಂತಂ ಅವು ಶಿಥಿಲತೆಯುಂ.

ಅನ್ವಯಂ.—ಪದಮಧ್ಯಂ ವಿಷಯಂ ಆಗೆ, ಗದವಜಕಾರಂ ಅವು ಇದಿರಿರೆ, ಅನೇಕಾಕ್ಷರದೊಳ್ ಪುದಿಯೆ, ಲಘೂಪಧೆ ಕೆಲ ಕೆಲವು ರಾಂತಳಾಂತಂ ಅವು ಶಿಥಿಲತೆಯುಂ ಒದವಿರ್ಕುಂ.

ಟೀಕು.—ಪದಮಧ್ಯಂ = ಸಮಾಸಮಧ್ಯಂ; ವಿಷಯಂ = ಪ್ರಯೋಜನಂ; ಆಗೆ = ಆಗೆ; ಗದವಜಕಾರಂ = ಗಕಾರ, ದಕಾರ, ವಕಾರ, ಜಕಾರಂಗಳ್; ಅವು = ಅವು; ಇದಿರಿರೆ = ಮುಂದಿರೆ; ಅನೇಕಾಕ್ಷರದೊಳ್ = ಅನೇಕಾಕ್ಷರದಲ್ಲಿ; ಪುದಿಯೆ = ಪ್ರವೇಶವಾಗೆ; ಲಘೂಪಧೆ = ಲಘುವಿನ ಉಪಧೆಯಾದ; ಕೆಲ ಕೆಲವು = ಹಲವು ಕೆಲವು; ರಾಂತಳಾಂತಂ = ರೇಫಾಂತಳಕಾರಾಂತ ಶಬ್ದಂಗಳ್; ಅವು = ಅವು ಶಿಥಿಲತೆಯುಂ = ಶಿಥಿಲತ್ವವಂ; ಒದವಿರ್ಕುಂ = ಪ್ರಾಪ್ತಿಯಾಗಿರ್ಪುವು.

ವೃತ್ತಿ.—ಮುಂತೆ ಗದವಜಕಾರಂಗಳಿರೆ, ಪೆಱಗಣ ಮೈಯೊಳು ರಾಂತಳಾಂತಗಳ್, ಸಮಾಸಮಧ್ಯವೆ ವಿಷಯಮಾಗಿ, ಪಲವಕ್ಕರಂಗಳೊಳ್ಕೂಡಿ ಲಘೂಪಧೆಯಾಗಿ ನಿಲೆ, ಆ ರಾಂತ ಳಾಂತಂಗಳ್ಗೆ ಶಿಥಿಲತ್ವಮಕ್ಕುಂ.

[1] The bases of these words in the Singular are: ಅಳಿಱ್, ಕೆಸಱ್, ಬಸಿಱ್, ಪೆಸಱ್, ಹಗಱ್, ಪೆಡಱ್.

ಪ್ರಯೋಗಂ.—ರಾಂತಕ್ಕೆ—ಕುಳಿಗರ್ಱಳಿ; ಬೆಳಗೆಱ್ಱಂಪು; ತಳಿದೋಱ್ರಣಂ; ಅಲದೋಱ್ರಣಂ; ಅಲದೋಱ್ಟಂ; ಬಿದಿರ್ದಟ್ಟ, ಪೊಗರ್ವಟ್ಟೆ; ಬೆಮರ್ವನಿ; ಅಲಜೋಱ್ಂಪಂ; ಕದಿಜೋಱ್ನ್ನಂ.

ಳಾಂತಕ್ಕೆ—ಮುಗುಳ್ಗ್ಗಾಯ್; ಅನುಳ್ದ್ದೊಂಗಲ್; ಎಸಳ್ವ್ವಸೆ; ಅಮಳ್ಜ್ಜಂತ್ರಂ.

ಸೂತ್ರಂ.

Further in conjugating verbs which end in ಟ್, ಳ್, ೞ್ or ರ್ and the first syllable of which is short, slack double consonants occur viz. before the affixes ದ, ದಪ, ವ, ಗೆ, ಗುಂ.

ಪುಗೆ ದದಪವಕಾರಂ ವಿಧಿ
ಯ ಗೆಕಾರಂ ವರ್ತಮಾನಕಾಲದ ಗುಂ ಧಾ
ತುಗೆ ೞಟಿಕುಳರೇಫಾಂತ
ಕ್ಕೊಗೆಗುಂ ಶಿಥಿಲತ್ವಮಗುರುಪೂರ್ವಸ್ಥಿತಿಯಿಂ || 44 ||

ಪದಚ್ಛೇದಂ.—ಪುಗೆ ದದಪವಕಾರಂ ವಿಧಿಯ ಗೆಕಾರಂ ವರ್ತಮಾನಕಾಲದ ಗುಂ ಧಾತುಗೆ, ೞಟಿಕುಳರೇಫಾಂತಕ್ಕೆ ಒಗೆಗುಂ ಶಿಥಿಲತ್ವಂ ಅಗುರುಪೂರ್ವಸ್ಥಿತಿಯಿಂ.

ಅನ್ವಯಂ.—ಅಗುರುಪೂರ್ವಸ್ಥಿತಿಯಿಂ ೞಟಿಕುಳರೇಫಾಂತಕ್ಕೆ, ಧಾತುಗೆ ದದಪವಕಾರಂ ವಿಧಿಯ ಗೆಕಾರಂ ವರ್ತಮಾನಕಾಲದ ಗುಂ ಪುಗೆ, ಶಿಥಿಲತ್ವಂ ಒಗೆಗುಂ.

ಟೀಕು.—ಅಗುರುಪೂರ್ವಸ್ಥಿತಿಯಿಂ = ಲಘು ಮೊದಲಾಗಿರ್ಪುದಱಿಂದೆ; ೞಟಿಕುಳರೇಫಾಂತಕ್ಕೆ = ೞಟಾಂತ ಕುಳಾಂತ ರೇಫಾಂತಗಳಾದ; ಧಾತುಗೆ = ಧಾತುಗಳ್ಗೆ; ದದಪವಕಾರಂ = ದಕಾರ ದಪಕಾರ ವಕಾರಂಗಳ್; ವಿಧಿಯ = ವಿಧ್ಯರ್ಥದ; ಗೆಕಾರಂ = ಗೆ ಎಂಬಕ್ಷರಂ; ವರ್ತಮಾನಕಾಲದ = ವರ್ತಮಾನಕಾಲಾರ್ಥದ; ಗುಂ = ಗುಂಕಾರಂ; ಪುಗೆ = ಪ್ರವೇಶಮಾಗೆ; ಶಿಥಿಲತ್ವಂ = ಶಿಥಿಲಮಪ್ಪತನಂ; ಒಗೆಗುಂ = ಪುಟ್ಟುಗುಂ.

ವೃತ್ತಿ.—[illegible]ಗಳಪ್ಪ ೞಟಿಕುಳರೇಫಾಂತಂಗಳಪ್ಪನೇಕಾಕ್ಷರಧಾತುಗಳ್ಗೆ ಭೂತವರ್ತಮಾನಭವಿಷ್ಯಂತಿಗಾದ || ದ || || ದಪ || || ವ || ಎಂಬಿವು ಪರಮಾದೊಡಂ, ಪ್ರಥಮಪುರುಷದ ವಿಧ್ಯರ್ಥದೊಳಾದ || ಗೆ || ಎಂಬುದು ಪರಮಾದೊಡಂ, ಪ್ರಥಮಪುರುಷದ ವರ್ತಮಾನಭವಿಷ್ಯಂತಿಗಾದ || ಗುಂ || ಎಂಬುದು ಪರಮಾದೊಡಂ, ಕ್ರಿಯಾಪದದೊಳ್ ಶಿಥಿಲತ್ವಮುನ್ನೈದುವುವು.

ಪ್ರಯೋಗಂ.—ಱೞಾಂತಂಗಳದ ದಪ ವಂಗಳ್ಗೆ—ಜಗುಱ್ದಂ, ಅಗುೞ್ದಂ, ಪೊಗೞ್ದಂ, ತೆಗೞ್ದಂ, ನೆಗೞ್ದಂ, ತುಮುೞ್ದಂ; ಜುಗುಱ್ದಪಂ ಇತ್ಯಾದಿ; ಜಗುಱ್ವಂ ಇತ್ಯಾದಿ.

ಗೆಕಾರಕ್ಕೆ—ತೆಗೞ್ಗೆ, ನೆಗೞ್ಗೆ, ಪೊಗೞ್ಗೆ ಎಂಬಂತಱಿವುದು.

ಗುಂ ಎಂಬುದರ್ಕೆ—ತೆಗೞ್ಗುಂ, ನೆಗೞ್ಗುಂ, ಪೊಗೞ್ಗುಂ ಎಂಬಂತುೞಿದುವರ್ಕೆಲ್ಲಂ ಪತ್ತಿಸುಗುಂ.—

ಕುಳಾಂತಕ್ಕೆ—ನುಸುಳ್ದಂ, ಮಸುಳ್ದಂ, ಸುಗುಳ್ದಂ; ಮಸುಳ್ದಪಂ ಇತ್ಯಾದಿ; ಮಸುಳ್ವಂ ಇತ್ಯಾದಿ.

ಗೆಕಾರಕ್ಕೆ—ನುಸುಳ್ಗೆ, ಮಸುಳ್ಗೆ ಎಂಬಂತೆ.

ಗುಂ ಎಂಬುದರ್ಕೆ—ನುಸುಳ್ಗುಂ, ಮಸುಳ್ಗುಂ ಎಂಬಂತೆ ಮಾೞ್ಪುದು.—

ತೆರಳ್ದಂ, ಪೊರಳ್ದಂ ಎಂಬಂತೆ ಕೆಲಕೆಲವೆಡೆಯೊಳ್ ಶಿಥಿಲತ್ವಮುಂ ದ್ವಿತ್ವಮುಮುಂಟು.—

ರೇಫಾಂತಕ್ಕೆ—ತೊಡರ್ದಂ, ತಳರ್ದಂ, ಕೆಳರ್ದಂ, ಎಡರ್ದಂ, ಅಳರ್ದಂ, ಅದಿರ್ದ, ಬಿದಿರ್ದಂ, ಅಮರ್ದಂ, ನಿಮಿರ್ದಂ; ನಿಮಿರ್ದಪಂ; ನಿಮಿರ್ವನೆಂಬಂತೆಲ್ಲಕ್ಕಂ ಪತ್ತಿಸುವುದು.

ಗೆಕಾರಕ್ಕೆ—ತೊಡರ್ಗೆ, ಅದಿರ್ಗೆ, ಬಿದಿರ್ಗೆ, ಎಡರ್ಗೆ ಎಂಬಂತೆ.

ಗುಂ ಎಂಬುದರ್ಕೆ—ಅಮರ್ಗುಂ, ನಿಮಿರ್ಗುಂ ಎಂಬಂತೆ.—

ದೀರ್ಘಾದಿಗೆ ಶಿಥಿಲತ್ವಮಿಲ್ಲ—ಆರ್ದಂ, ಸಾರ್ದಂ, ಪಾರ್ದಂ, ಸೋರ್ದಂ, ನೇರ್ದಮೆಂಬಂತೆ.—

ಸೂತ್ರಂ.

Slack double consonants also inherent in some few words.

ಬರ್ದಿಲಂ ಸಗ್ಗಕ್ಕೆ ಪೆಸ
ಗರ್ದೆಸೆವಮರ್ದುವಳ್ಳಿ ಕಂಪಲರ್ದುದೆನ |
ಲ್ಕೆರ್ದೆವಾಯುದಿಮುರ್ತ್ತೆ ಪೊದ
ಱ್ದೆರ್ದೆಯೆಂಬವು ಸಹಜಶಿಥಿಲವೃತ್ತಿಯನಾಳ್ಗುಂ ||45||[1]

[1] The Mûḍabidar M. S. and another one read ಕಂಪಲರ್ದುದೆನಲ್ ಗೆರ್ದೆವಾಯ್.

ಪದಚ್ಛೇದಂ.—ಬರ್ದಿಲಂ ಸಗ್ಗಕ್ಕೆ ಪೆಸಱ್, ಗರ್ದುಗು, ಎಸೆವ ಅಮರ್ದುವಳ್ಳಿ ಕಂಪಲರ್ದುದು ಎನಲ್ಕೆ, ಎರ್ದೆವಾಯ್, ಅದಿಮುರ್ತ್ತೆ, ಪೊದಟ್ಟಿ ಎರ್ದೆ ಎಂಬಿವು ಸಹಜಶಿಥಿಲವೃತ್ತಿಯಂ ಆಳ್ಗುಂ.

ಯಥಾನ್ವಯಂ. ಟೀಕು.—ಬರ್ದಿಲಂ = ಬರ್ದಿಲಮೆಂದು; ಸಗ್ಗಕ್ಕೆ = ಸ್ವರ್ಗಕ್ಕೆ; ಪೆಸರ್ = ಹೆಸರ್; ಗರ್ದುಗು = ಗರ್ದುಗು ಎಂದು; ಎಸೆವ = ಒಪ್ಪುವ; ಅಮರ್ದುವಳ್ಳಿ = ಅಮರ್ದುವಳ್ಳಿಯೆಂದು; ಕಂಪಲರ್ದುದು = ಕಂಪಲರ್ದುದು ಎಂದು; ಎನಲ್ಕೆ = ಪೇಳಲ್ಕೆ; ಎರ್ದೆವಾಯ್ = ಎರ್ದೆವಾಯೆಂದು; ಅದಿಮುರ್ತ್ತೆ = ಅದಿಮುರ್ತ್ತೆಯೆಂದು; ಪೊದಟ್ಟಿ = ಪ್ರಸಿದ್ಧಿವಡೆದ; ಎರ್ದೆ = ಎರ್ದೆಯೆಂದು; ಎಂಬಿವು = ಎಂಬೀ ಶಬ್ದಂಗಳ್; ಸಹಜಶಿಥಿಲವೃತ್ತಿಯಂ = ಸಹಜವಾದ ಶಿಥಿಲದ ವೃತ್ತಿಯಂ; ಆಳ್ಗುಂ = ತಾಳ್ಪುವು.

ವೃತ್ತಿ.—ಇದರ್ಕಿದೆ ವೃತ್ತಿ.

ಸೂತ್ರಂ.

Elision (ಲೋಪಂ) of the last letter (ವು) in certain nouns.

ನರವುಂ ನೆರವುಂ ದೇವರ
ಬರವುಂ ತೆರವುಂ ನೆಗೞ್ತೆಯೆೞ್ತಿರವುಂ ಸಂ |
ಚರಿಸುವ ನೊಳವುಂ ತಾಮರೆ
ಬರ ಮತದಿಂದಂತ್ಯವರ್ಣಲೋಪಮನಾಳ್ಗುಂ ‖46‖

ಪದಚ್ಛೇದಂ.—ನರವುಂ, ನೆರವುಂ, ದೇವರ ಬರವುಂ, ತೆರವುಂ, ನೆಗೞ್ತೆಯ ಎೞ್ತಿರವುಂ, ಸಂಚರಿಸುವ ನೊಳವುಂ ತಾಂ ಅರೆಬರ ಮತದಿಂದೆ ಅಂತ್ಯವರ್ಣಲೋಪಮಂ ಆಳ್ಗುಂ.

ಯಥಾನ್ವಯಂ. ಟೀಕು.—ನರವುಂ = ನರವು ಎಂಬ ಶಬ್ದಮುಂ; ನೆರವುಂ = ನೆರವು ಎಂಬ ಶಬ್ದಮುಂ; ದೇವರ ಬರವುಂ = ದೇವರ ಬರವು ಎಂಬ ಶಬ್ದಮುಂ; ತೆರವುಂ = ತೆರವು ಎಂಬ ಶಬ್ದಮುಂ; ನೆಗೞ್ತೆಯ = ಪ್ರಸಿದ್ಧಿಯ; ಎೞ್ತಿರವುಂ = ಎೞ್ತಿರವು ಎಂಬ ಶಬ್ದಮುಂ; ಸಂಚರಿಸುವ ನೊಳವುಂ = ಸಂಚಾರವ ಮಾಡ್ಪ ನೊಳವು ಎಂಬ ಶಬ್ದಮುಂ; ತಾಂ = ತಾಂ; ಅರೆಬರ = ಕೆಲಂಬರ; ಮತದಿಂದೆ = ಮತದಿಂದೆ; ಅಂತ್ಯ = ಕಡೆಯಣ; ವರ್ಣ = ಅಕ್ಷರದ; ಲೋಪಮಂ = ಅದರ್ಶನಮಂ; ಆಳುಂ = ತಾಳ್ಗುಂ.

ವೃತ್ತಿ.—ಈ ಪದಂಗಳ ಕಡೆಯ ವಕಾರಕ್ಕೆ ವಿಕಲ್ಪದಿಂ ಲೋಪಮುಂಟು.

ಪ್ರಯೋಗಂ.—ನರವು = ನರಂ; ನೆರಂ, ಬರಂ, ಎೞ್ತಿರಂ, ನೊಳಂ ಎಂದಱಿವುದು.

ಸೂತ್ರಂ.

Elision of the last letter in ಅಲ್ಲದೆ when it is emphasizing, and its non-elision in ಅಲ್ಲದು (ಅಲ್ತು) when it is denying (or, with ಎ, questioning).

ಪುದಿಗುಂ ನಿರ್ಧಾರಣದ
ಲ್ಲದೆಯೆಂಬ ದೆಕಾರದೆಡೆಗೆ ಪಿರಿದುಂ ಲೋಪಂ |
ಪುದಿಯದು ಲೋಪಂ ಪ್ರತಿಷೇ
ಧದೊಳಲ್ಲದುವೆಂಬ ಪದಮನಲ್ತೆನಲಕ್ಕುಂ || 47 ||

ಪದಚ್ಛೇದಂ.—ಪುದಿಗುಂ ನಿರ್ಧಾರಣದ ಅಲ್ಲದೆ ಎಂಬ ದೆಕಾರದ ಎಡೆಗೆ ಪಿರಿದುಂ ಲೋಪಂ; ಪುದಿಯದು ಲೋಪಂ ಪ್ರತಿಷೇಧದೊಳ್; ಅಲ್ಲದು ಎಂಬ ಪದಮಂ ಅಲ್ತು ಎನಲ್ ಅಕ್ಕುಂ.

ಅನ್ವಯಂ.—ನಿರ್ಧಾರಣದ ಅಲ್ಲದೆ ಎಂಬ ದೆಕಾರದ ಎಡೆಗೆ ಪಿರಿದುಂ ಲೋಪಂ ಪುದಿಗುಂ; ಪ್ರತಿಷೇಧದೊಳ್ ಲೋಪಂ ಪುದಿಯದು; ಅಲ್ಲದು ಎಂಬ ಪದಮಂ ಅಲ್ತು ಎನಲ್ ಅಕ್ಕುಂ.

ಟೀಕು.—ನಿರ್ಧಾರಣದ = ನಿರ್ಧಾರಣಾರ್ಥದ; ಅಲ್ಲದೆಯೆಂಬ ದೆಕಾರದ = ಅಲ್ಲದೆ ಎಂದು ಪೇೞ್ವ ದೆಕಾರದ; ಎಡೆಗೆ = ಸ್ಥಾನಕ್ಕೆ; ಪಿರಿದುಂ = ವಿಶೇಷವಾಗಿಯುಂ; ಲೋಪಂ = ಅದರ್ಶನಂ; ಪುದಿಗುಂ = ಪ್ರವೇಶವಾಗುವುದು; ಪ್ರತಿಷೇಧದೊಳ್ = ಪ್ರತಿಷೇಧದಲ್ಲಿ; ಲೋಪಂ = ಅದರ್ಶನಂ; ಪುದಿಯದು = ಪ್ರವೇಶವಾಗದು; ಅಲ್ಲದುವೆಂಬ ಪದಮಂ = ಅಲ್ಲದು ಎಂದು ಪೇೞ್ವ ಪದವಂ; ಅಲ್ತೆನಲ್ = ಅಲ್ತು ಎಂದು ಹೇೞಲ್; ಅಕ್ಕುಂ = ಆಪ್ಪುದು.

ವೃತ್ತಿ.—ನಿರ್ಧಾರಣಾರ್ಥಮಂ ಪೇೞ್ವ ಅಲ್ಲದೆಯೆಂಬ ಶಬ್ದದ ದೆಕಾರಕ್ಕೆ ವಿಕಲ್ಪದಿಂ ಲೋಪಮುಂಟು; ಅಲ್ಲದುವೆಂಬ ಪ್ರತಿಷೇಧದೊಳ್ ದುಕಾರಕ್ಕೆ ಲೋಪಮಾಗಲ್ಲೆನಲಾಗದು. ಅಲ್ಲದು ಎಂಬುದನಲ್ತೆಂದು ವಿಕಲ್ಪದಿನೆನಲಕ್ಕುಂ, ಅದರ್ಕೆ ಲಿಂಗವಚನವ್ಯವಸ್ಥೆಯಿಲ್ಲ.

ಪ್ರಯೋಗಂ.—ದೆಕಾರಲೋಪಕ್ಕೆ—ಗೊರವನಲ್ಲದೆ ಪೊಗೞೆನೆಂಬಲ್ಲಿ ಗೊರವನಲ್ಲ ಪೊಗೞೆನೆಂದುಂಟು.

ಪ್ರತಿಷೇಧದೊಳ್ ಲಿಂಗತ್ರಯಕ್ಕೆ—ಅವನಲ್ತು! ಅವಳಲ್ತು! ಅದಲ್ತು!

ವಚನತ್ರಯಕ್ಕೆ—ಓರ್ವನೆ ಗಂಡನಲ್ತೆ ಜಗತ್ತಳದೊಳ್? ಇರ್ಬರೆ ತೋಳ್ಗಳಲ್ತೆ ನೃಪತಿಗೆ ರಣದೊಳ್? ತೇಜೋನಿಧಿಕವಿನಿಳಯದೊಳ್ ಈಷತ್ಪ್ರಭರ್ ಮಹಾಪ್ರಭರಲ್ತೆ?

ಸೂತ್ರಂ.

The letters ಯ, ರ, ಲ, ಣ, ಳ, ಱ, ೞ very often occur (without the vowel ಅ, as ಯ್, ರ್, etc.) at the end of words.

ಯರಲಣನಳಱೞವರ್ಣೋ
ತ್ಕರಮೆ ವಲಂ ಪದದ ಕಡೆಯೊಳಸ್ವರವಿಧಿಯಂ |
ಪಿರಿದುಂ ತಾಳ್ದುಗುಮಿವನಱಿ
ವರೆ ಕನ್ನಡಗಬ್ಬದೊಳ್ತೊಡಂಕದೆ ಸಲ್ವರ್ || 48 ||

ಪದಚ್ಛೇದಂ.—ಯರಲಣನಳಱೞವರ್ಣೋತ್ಕರಮೆ ವಲಂ ಪದದ ಕಡೆಯೊಳ್ ಅಸ್ವರವಿಧಿಯಂ ಪಿರಿದುಂ ತಾಳ್ದುಗುಂ; ಇವಂ ಅಱಿವರೆ ಕನ್ನಡಗಬ್ಬದೊಳ್ ತೊಡಂಕದೆ ಸಲ್ವರ್.

ಯಥಾನ್ವಯಂ. ಟೀಕು.—ಯ ‖ ರ ‖ ಲ ‖ ಣ ‖ ನ ‖ ಳ ‖ ಱ ‖ ೞ = ಯಕಾರ, ರೇಫ, ಲಕಾರ, ಣಕಾರ, ನಕಾರ, ಳಕಾರ, ಱಕಾರ, ೞಕಾರಂಗಳೆಂಬ; ವರ್ಣ = ಅಕ್ಷರಂಗಳ; ಉತ್ಕರಮೆ = ಹೆಚ್ಚಿಗೆಯೆ; ವಲಂ — ನಿಶ್ಚಯವಾಗಿ; ಪದದ = ಪದಂಗಳ; ಕಡೆಯೊಳ್ = ಅಂತ್ಯದಲ್ಲಿ; ಅಸ್ವರವಿಧಿಯಂ = ವ್ಯಂಜನವಿಧಿಯಂ; ಪಿರಿದುಂ = ಬಹುಳವಾಗಿಯುಂ; ತಾಳ್ದುಗುಂ = ಧರಿಸುವುದು; ಇವಂ = ಈ ವ್ಯಂಜನಾಂತಶಬ್ದಂಗಳಂ; ಅಱಿವರೆ = ತಿಳಿವರೆ; ಕನ್ನಡಗಬ್ಬದೊಳ್ = ಟಕಕಾವ್ಯಂಗಳಲ್ಲಿ; ತೊಡಂಕದೆ = ತೊಡಕಿಲ್ಲದೆ; ಸಲ್ವರ್ = ಸಲುವಳಿಯಾಗಿರ್ಪರ್.

ವೃತ್ತಿ.—ಯಕಾರ ರೇಫ ಲಕಾರ ಣಕಾರ ನಕಾರ ಳಕಾರ ಱಕಾರ ೞಕಾರಂಗಳ್ ಕನ್ನಡದೊಳ್ ಪಿರಿದುಂ ವ್ಯಂಜನಾಂತಂಗಳಾಗಿ ಪದಂಗಳಾಗಿರ್ಪುವು; ಇವನಱಿದು ಪ್ರಯೋಗಿಸುವರ್ಗೆ ಕವಿತ್ವದೊಳ್ತೊಡಂಕಿಲ್ಲ.

ಪ್ರಯೋಗಂ.—ಯಕಾರಕ್ಕೆ—ಕೆಯ್, ಮೆಯ್, ನೆಯ್, ಕೊಯ್, ಪೊಯ್, ಪಾಯ್, ಸಾಯ್, ಬಾಯ್, ಬಯ್.

ರೇಫೆಗೆ—ನಾರ್, ಬೇರ್, ತೇರ್, ಒರ್, ತೆಮರ್, ಬೆಮರ್, ಉಸಿರ್, ಮೊಸರ್, ತಳಿರ್, ಕುಳಿರ್.

ಲಕಾರಕ್ಕೆ—ಪಾಲ್, ಕೇಲ್, ಕೋಲ್, ಸಾಲ್, ನೂಲ್, ಕಲ್, ನೆಲ್, ಬಿಲ್, ಕವಲ್, ಅವಲ್, ತಂದಲ್.

ಣಕಾರಕ್ಕೆ—ಪವಣ್, ನಾಣ್, ಜಾಣ್, ಮಾಣ್, ಗೇಣ್, ಕಣ್, ಮಣ್, ಪೂಣ್, ಪುಣ್.

ನಕಾರಕ್ಕೆ—ಪೊನ್, ಬೆನ್, ಎನ್, ಜೇನ್, ಸೀನ್, ಈನ್, ಬಾನ್, ಪೇನ್.

ಳಕಾರಕ್ಕೆ—ಒಳ್, ಬೆಳ್, ತಳ್, ಕಳ್, ಮಿದುಳ್, ಕರುಳ್, ಕುರುಳ್, ತಿರುಳ್, ಮುಗುಳ್.

ೞಕಾರಕ್ಕೆ—ಎೞ್, ಬಸಿೞ್, ಕೆಸೞ್, ಪೆಸೞ್, ನೇಸೞ್, ಎಟ್ಟಿೞ್, ಪೊೞಿವಾೞ್.

ಱಿಪಿಕ್ಕೆ—ವಾಱ್, ಪೋಱ್, ಬೀಱ್, ತೇಱ್, ಬಾಱ್, ಎಸಱ್, ಅಗಱ್, ನೆಗಱ್, ಪೊಗಱ್, ತ್ರೆಗಱ್.

ಪಿರಿದುಮೆಂಬುದಱಿಂ ಕೆಲವಱೊಳ್ವ್ಯಂಜನಮಿಲ್ಲ, ಅವಾವೆಂದೊಡೆ—ಕರು, ತಣು, ಅಸು, ಕಱು, ತುಱು, ಪಱು, ಪುಱು—ಇವು ಮೊದಲಾದುವು.

ಸೂತ್ರಂ.

The joining of two or more letters to each other is called (euphonic) combination (ಸಂಧಿ). Consonants without a vowel enter the following letter.

ಎರಡುಂ ಪಲವುಂ ವರ್ಣಂ
ಪರಸ್ಪರಂ ಕೂಡುವಂದಮದು ಸಂಧಿ ವಲಂ ।
ಸ್ವರರಹಿತವ್ಯಂಜನಮವು
ಪರವರ್ಣಮನೈದುತಿರ್ಪುವಾ ಸಂಹಿತೆಯೊಳ್ ॥ 49 ॥

ಪದಚ್ಛೇದಂ.—ಎರಡುಂ ಪಲವುಂ ವರ್ಣಂ ಪರಸ್ಪರಂ ಕೂಡುವ ಅಂದಂ ಅದು ಸಂಧಿ, ವಲಂ! ಸ್ವರರಹಿತ ವ್ಯಂಜನಂ ಅವು ಪರವರ್ಣಮುಂ ಐದುತೆ ಇರ್ಪುವು ಆ ಸಂಹಿತೆಯೊಳ್.

ಅನ್ವಯಂ.—ಎರಡುಂ ಪಲವುಂ ವರ್ಣಂ ಪರಸ್ಪರಂ ಕೂಡುವಂದಂ ಅದು ಸಂಧಿ, ವಲಂ! ಆ ಸಂಹಿತೆಯೊಳ್ ಸ್ವರರಹಿತವ್ಯಂಜನಂ ಅವು ಪರವರ್ಣಮುಂ ಐದುತೆ ಇರ್ಪುವು.

ಟೀಕು.—ಎರಡುಂ = ಎರಡಕ್ಷರಂಗಳುಂ; ಪಲವುಂ = ಹಲವಕ್ಷರಂಗಳುಂ; ಪರಸ್ಪರಂ = ಅನ್ಯೋನ್ಯವಾಗಿ; ಕೂಡುವಂದಂ = ಸಂಯೋಗವಾಗುವಂದಂ; ಅದು = ಅದು; ಸಂಧಿ = ಸಂಧಿಯೆನಿಪುದು; ವಲಂ = ನಿಶ್ಚಯಂ; ಆ ಸಂಹಿತಯೊಳ್ = ಆ ಸಂಧಿಯಲ್ಲಿ; ಸ್ವರರಹಿತ = ಸ್ವರಹೀನವಾದ; ವ್ಯಂಜನಂ = ವ್ಯಂಜನಾಕ್ಷರಂ; ಅವು = ಅವು; ಪರವರ್ಣಮುಂ = ಮುಂದಣಕ್ಷರವಂ; ಅಯ್ದುತೆ ಇರ್ಪುವು = ಕೂಡುತ್ತಿರ್ಪುವು.

ವೃತ್ತಿ.—ಎರಡಕ್ಕರಂ ಮೇಣ್ಪಲವಕ್ಕರಂ ತಮ್ಮೊಳನ್ಯೋನ್ಯಮಾಗಿ ಕೂಡುವುದು ಸಂಧಿಯೆನಿಸುಗುಂ. ಆ ಸಂಧಿಯಲ್ಲಿ ಸ್ವರರಹಿತವ್ಯಂಜನಂಗಳ್ಮುಂದಣಕ್ಕರಮನೈದುವುವು.

ಪ್ರಯೋಗಂ.—ಸ್ವರಯುಕ್ತವ್ಯಂಜನಕ್ಕೆ—ಕೂರ್ತು ಈವಂ=ಕೂರ್ತೀವಂ; ಎನ್ನ ಅರಸಂ=ಎನ್ನರಸಂ; ಮುಂನೆ ಇಱಿವಂ=ಮುಂನಿಱಿವಂ.

ಸ್ವರರಹಿತವ್ಯಂಜನಕ್ಕೆ—ಜಾಣ್ ಉಂಟು=ಜಾಣುಂಟು; ಕುರುಳ್ ಕೊಂಕಾಯ್ತು=ಕುರುಳ್ಕೊಂಕಾಯ್ತು.

ಸೂತ್ರಂ.

The two kinds of euphonic combination, viz. Internal (the joining of a nominal base or verbal theme and suffixes) and Final (the joining of a word to the end of another).

ಪದಮಧ್ಯಂ ಪದದಂತ್ಯಂ
ಎದಗ್ಧರಿಂ ಸಂಧಿವಿಷಯಮೆರಡಕ್ಕುಮಿಳಾ ।
ವಿದಿತಪ್ರಕೃತಿಪ್ರತ್ಯಯ
ಮೊದವಿದ ಪದಯುಗದ ಬೆರಕೆ ಬೇಡಿರ್ದುದಱಿಂ ॥50॥

ಪದಚ್ಛೇದಂ.— ಪದಮಧ್ಯಂ ಪದದ ಅಂತ್ಯಂ ವಿದಗ್ಧರಿಂ ಸಂಧಿವಿಷಯಂ ಎರಡು ಅಕ್ಕುಂ; ಇಳಾವಿದಿತಪ್ರಕೃತಿಪ್ರತ್ಯಯಂ, ಒದವಿದ ಪದಯುಗದ ಬೆರಕೆ ಬೇಡಿ ಇರ್ದುದಱಿಂ.

ಅನ್ವಯಂ.—ಇಳಾವಿದಿತಕೃತಿಪ್ರತ್ಯಯಂ ಒದವಿದ ಪದಯುಗದ ಬೆರಕೆ ಬೇಡಿರ್ದುದಱಿಂ ಪದಮಧ್ಯಂ ಪದದಂತ್ಯಂ ವಿದಗ್ಧರಿಂ ಸಂಧಿವಿಷಯಂ ಎರಡು ಅಕ್ಕುಂ.

ಟೀಕು.—ಇಳಾವಿದಿತಪ್ರಕೃತಿಪ್ರತ್ಯಯಂ=ಭೂಮಿಯಲ್ಲಿ ಪ್ರಸಿದ್ಧವಾದ ಪ್ರಕೃತಿ ಪ್ರತ್ಯಯಂಗಳ್; ಒದವಿದ ಪದಯುಗದ=ಪ್ರಾಪ್ತಿಸಿದ ಪದಂಗಳೆರಡಱ; ಬೆರಕೆ=ಸಂಯೋಗಂ; ಬೇಡಿರ್ದುದಱಿಂ=ಬೇಕಾಗಿರ್ದುದಱಿಂದೆ; ಪದಮಧ್ಯಂ=ಪದಮಧ್ಯಸಂಧಿಯೆಂದು; ಪದದಂತ್ಯಂ=ಪದಾಂತ್ಯಸಂಧಿಯೆಂದು; ವಿದಗ್ಧರಿಂ=ವಿದ್ವಾಂಸರಿಂದೆ; ಸಂಧಿವಿಷಯಂ=ಸಂಧಿಪ್ರಯೋಜನಂ; ಎರಡು=ಎರಡು ತೆಱಂ; ಅಕ್ಕುಂ=ಅಪ್ಪದು.

ವಿಚಾರಂ.—ಪ್ರಕೃತಿ ಪ್ರತ್ಯಯಂಗಳ್ಕೂಡುವುದು ಪದಮಧ್ಯಸಂಧಿಯೆನಿಪುದು; ಪದಂಗಳೆರಡು ಕೂಡುವಲ್ಲಿ ಮೊದಲ ಪದದ ಕಡೆಯೊಳಪ್ಪುದು ಪದಾಂತ್ಯಸಂಧಿಯೆನಿಪುದು.

ವೃತ್ತಿ.—ಪ್ರಕೃತಿ ಪ್ರತ್ಯಯಂಗಳ ಮಧ್ಯಮುಂ ಪೂರ್ವಪದದ ಕಡೆಯುಂ ಪರಪದದ ಮೊದಲುಂ ಕೂಡೆ, ಪದಮಧ್ಯಸಂಧಿ ಪದ್ಯಾಂತಸಂಧಿ ಎಂದು, ಸಂಧಿವಿಷಯಮಿರ್ತೆಱಂ.

ಪ್ರಯೋಗಂ.— ಪದಮಧ್ಯಸಂಧಿಗೆ ನಾಮವಿಭಕ್ತಿಯಲ್ಲಿ— ಮಾತು + ಅಮ್ = ಮಾತಂ; ಮಾತು + ಇಮ್ = ಮಾತಿಂ; ಮಾತು + ಇಂಗೆ = ಮಾತಿಂಗೆ; ಮಾತಿನ + ಅತ್ತಣಿಂ = ಮಾತಿನತ್ತಣಿಂ; ಮಾತು + ಇನ = ಮಾತಿನ; ಮಾತಿನ + ಒಳ್ = ಮಾತಿನೊಳ್; —

ಧಾತುವಿಭಕ್ತಿಯಲ್ಲಿ (ಆಖ್ಯಾತ-)—ನುಡಿದ + ಅಮ್ = ನುಡಿದಂ; ನುಡಿದ + ಅರ್ = ನುಡಿದರ್; ನುಡಿದ + ಅಯ್ = ನುಡಿದಯ್; ನುಡಿದ + ಇರ್ = ನುಡಿದಿರ್; ನುಡಿದ + ಎನ್ = ನುಡಿದೆನ್; ನುಡಿದ + ಎವು = ನುಡಿದೆವು.

ಪದಾಂತ್ಯಸಂಧಿಗೆ ನಾಮಪದಂಗಳಲ್ಲಿ – ಅವನ + ಆಳ್ತನಂ = ಅವನಾಳ್ತನಂ; ಕಾಮನ + ಅಂಡಲೆ = ಕಾಮನಂಡಲೆ;—

ಕ್ರಿಯಾಪದಂ ಬೆರಕೆಯಾದಲ್ಲಿ—ನುಡಿದರ್ + ಅವರ್ = ನುಡಿದರವರ್; ಬೆಸಸಿದೆವು + ಒಳ್ಪಂ = ಬೆಸಸಿದೆವೊಳ್ಪಂ. ಇಂತಱಿವುದು.

ಸೂತ್ರಂ.

The section on Letters finished.

ಇದು ಪೂರ್ವಪ್ರಕರಣಮಿಂ
ತಿದಱೊಳ್ಸಾಕಲ್ಯಸಂಜ್ಞೆ ಪೇೞಿವೆನಲ್ವೇ |
ಡುದಿತಪ್ರಕರಣಗಣಸೂ
ತ್ರದಿಷ್ಟದಿಂ ಸಂಜ್ಞೆಯೊಡನೆ ಪೇೞಿಲ್ಪಡೆಗುಂ || 51 ||

ಪದಚ್ಛೇದಂ.—ಇದು ಪೂರ್ವಪ್ರಕರಣಂ. ಇಂತು ಇದಱೊಳ್ ಸಾಕಲ್ಯಸಂಜ್ಞೆ ಪೇೞಿವು ಎನಲ್ ಬೇಡ! ಉದಿತಪ್ರಕರಣಗಣಸೂತ್ರದ ಇಷ್ಟದಿಂ ಸಂಜ್ಞೆಯೊಡನೆ ಪೇೞಿಲ್ ಪಡೆಗುಂ.

ಯಥಾನ್ವಯಂ. ಟೀಕು.—ಇದು = ಇದು; ಪೂರ್ವಪ್ರಕರಣಂ = ಮೊದಲ ಪ್ರಕರಣಂ; ಇಂತು = ಹೀಂಗೆ; ಇದಱೊಳ್ = ಈ ಪ್ರಕರಣದಲ್ಲಿ; ಸಾಕಲ್ಯಸಂಜ್ಞೆ = ಸಮಸ್ತಸಂಜ್ಞೆಗಳ್; ಪೇೞಿವೆನಲ್ವೇಡ = ಹೇೞುತಿಲ್ಲೆನ ಬೇಡ; ಉದಿತಪ್ರಕರಣಗಣಸೂತ್ರದ = ಉಂಟಾಗಲ್ಪಟ್ಟ ಪ್ರಕರಣದ ಸಮೂಹದ ಸೂತ್ರಂಗಳ; ಇಷ್ಟದಿಂ = ಇಷ್ಟದಿಂದೆ; ಸಂಜ್ಞೆಯೊಡನೆ = ಸಂಜ್ಞೆಯ ಕೂಡೆ; ಪೇೞಿಲ್ಪಡೆಗುಂ = ಹೇಳಲ್ಪಟ್ಟುವು.

ವೃತ್ತಿ.—ಸಂಜ್ಞಾಪ್ರಕರಣಂ ಸಂಪೂರ್ಣಂ.

|| ಸಂಜ್ಞಾಪ್ರಕರಣಂ ಸಮಾಪ್ತಂ. ||

2. ಸಂಧಿಪ್ರಕರಣಂ. Second Section: Particularities of Euphonic Combination.

1. Combination of Vowels.

ಸೂತ್ರಂ.

ಸ್ವರಮಿದರೊಳಿರೆ ವಿಭಕ್ತಿ
ಸ್ವರಕಂ ಪ್ರಕೃತಿಸ್ವರಕ್ಕಮಕ್ಕುಂ ಲೋಪಂ ।
ವರಸಂಸ್ಕೃತಕರ್ಣಾಟಕ
ಮೆರಡಱೊಳಂ ನಾಮರೂಢಿಯಱಿಯದ ಪಕ್ಷಂ ॥52॥

Elision of vowels (ಅ, ಇ, ಉ, ಎ) at the end of inflected and uninflected words (whether Saṁskṛit or Canarese) etc. before vowels is very frequent, but ought not to occur when the meaning would become uncertain.

ಪದಚ್ಛೇದಂ.—ಸ್ವರಂ ಇದಿರೊಳ್ ಇರೆ, ವಿಭಕ್ತಿ ಸ್ವರಕಂ ಪ್ರಕೃತಿಸ್ವರಕ್ಕಂ ಅಕ್ಕುಂ ಲೋಪಂ, ವರಸಂಸ್ಕೃತ ಕರ್ಣಾಟಕಂ ಎರಡಱೊಳಂ, ನಾಮರೂಢಿ ಅಱಿಯದ ಪಕ್ಷಂ.

ಅನ್ವಯಂ.—ವರಸಂಸ್ಕೃತಕರ್ಣಾಟಕಂ ಎರಡಱೊಳಂ—ನಾಮರೂಢಿ ಅಱಿಯದ ಪಕ್ಷಂ—ಸ್ವರಂ ಇದಿರೊಳ್ ಇರೆ, ವಿಭಕ್ತಿಸ್ವರಕಂ ಪ್ರಕೃತಿಸ್ವರಕ್ಕಂ ಲೋಪಂ ಅಕ್ಕುಂ.

ಟೀಕು.—ವರ = ಶ್ರೇಷ್ಠವಾದ; ಸಂಸ್ಕೃತಕರ್ಣಾಟಕಂ = ಸಂಸ್ಕೃತಕರ್ಣಾಟಕಂಗಳೆಂಬ; ಎರಡಱೊಳಂ = ಎರಡು ಶಬ್ದದಲ್ಲಿಯುಂ; ನಾಮರೂಢಿ = ನಾಮಪ್ರಸಿದ್ಧಿಯು; ಅಱಿಯದ ಪಕ್ಷಂ = ಕೆಡದ ಪಕ್ಷದಲ್ಲಿ; ಸ್ವರಂ = ಸ್ವರಾಕ್ಷರಂ; ಇದಿರೊಳ್ = ಮುಂದುಗಡೆಯಲ್ಲಿ; ಇರೆ = ಇರೆ; ವಿಭಕ್ತಿಸ್ವರಕಂ = ವಿಭಕ್ತಿಸ್ವರಕ್ಕೆಯುಂ; ಪ್ರಕೃತಿಸ್ವರಕ್ಕಂ = ಪ್ರಕೃತಿಸ್ವರಕ್ಕೆಯುಂ; ಲೋಪಂ = ಅದರ್ಶನಂ; ಅಕ್ಕುಂ = ಅಪ್ಪುದು.

ವೃತ್ತಿ.—ಸ್ವರಂ ಪರಮಾಗೆ, ಸಂಸ್ಕೃತದ ಕನ್ನಡದ ವಿಭಕ್ತಿಸ್ವರಕ್ಕಂ ಪ್ರಕೃತಿಯ ಸಹಜಸ್ವರಕ್ಕಂ, ನಾಮಪ್ರಸಿದ್ಧಿ ಕೆಡದ ಪಕ್ಷಂ, ಲೋಪಮಕ್ಕುಂ.

ಪ್ರಯೋಗಂ.—ಸಂಸ್ಕೃತಪ್ರಕೃತಿಯ ವಿಭಕ್ತಿಸ್ವರಲೋಪಕ್ಕೆ—ಕ್ರಮದೆ + ಆಯ್ತು = ಕ್ರಮದಾಯ್ತು; ಇಂದ್ರಂಗೆ + ಐರಾವತಂ = ಇಂದ್ರಂಗೈರಾವತಂ; ಗಿರಿಯತ್ತಣಿಂದೆ + ಇಱಿದಂ = ಗಿರಿಯತ್ತಣಿಂದಿಱಿದಂ; ಗೃಹದಲ್ಲಿ + ಇರ್ದಂ = ಗೃಹದಲ್ಲಿರ್ದಂ; ಈಶ್ವರನ + ಒಲವು = ಈಶ್ವರನೊಲವು.

ವಿಭಕ್ತ್ಯಾದಿ ಕೂಡುವೆಡೆ ಸಂಸ್ಕೃತಪ್ರಕೃತಿಸ್ವರಲೋಪಕ್ಕೆ—ಬುಧ + ಅರ್ = ಬುಧರ್; ಉದ್ಧತ + ಅರ್ = ಉದ್ಧತರ್; ದೇವ + ಎಂಬರ್ = ದೇವೆಂ

ಬರ್; ರಾಗ+ಇಸು=ರಾಗಿಸು; ಭಂಗ+ಇಸು=ಭಂಗಿಸು; ಭಾವ+ಇಸು=ಭಾವಿಸು. ಇಂತುೞಿದುವನಱಿವುದು.—

ಕರ್ಣಾಟಕಪ್ರಕೃತಿಯ ವಿಭಕ್ತಿಸ್ವರಲೋಪಕ್ಕೆ—ನೆಲದಿಂದೆ+ಉಣ್ಬಂ=ನೆಲದಿಂದುಣ್ಬಂ; ಲೇಸಿಂಗೆ+ಒಡೆಯಂ=ಲೇಸಿಂಗೊಡೆಯಂ; ಮರದತ್ತಣಿಂದೆ+ಇೞಿದಂ=ಮರದತ್ತಣಿಂದಿೞಿದಂ; ಚಲದ+ಆಣ್ಮಂ=ಚಲದಾಣ್ಮಂ; ಪೊಲದಲ್ಲಿ+ಇರ್ದಂ=ಪೊಲದಲ್ಲಿರ್ದಂ; ನೆಲದೆ+ಎೞ್ತಂದಂ=ನೆಲದೆೞ್ತಂದಂ.—

ಆಖ್ಯಾತವಿಭಕ್ತಿಸ್ವರಲೋಪಕ್ಕೆ—ಮಾಡಿದೆವು+ಒಳ್ಪಂ=ಮಾಡಿದೆವೊಳ್ಪಂ;—

ಕ್ರಿಯಾವಿಭಕ್ತಿಯಾದೇಶಮಾದ ಸ್ವರದ ಲೋಪಕ್ಕೆ—ಕೂಡಿ+ಇರ್ದಂ=ಕೂಡಿರ್ದಂ; ಪಸಿದು+ಉಣ್ಡಂ=ಪಸಿದುಣ್ಡಂ.—

ಕರ್ನಾಟಕ ಪ್ರಕೃತಿಸ್ವರಲೋಪಕ್ಕೆ 1) ಅಕಾರಕ್ಕೆ—ಅರಸ+ಆಳ್=ಅರಸಾಳ್; ಅಜ್ಜ+ಆನೆ=ಅಜ್ಜಾನೆ; ಜೀಯ+ಎಂಬಂ=ಜೀಯೆಂಬಂ; ಬಡಬಡ+ಆದಂ=ಬಡಬಡಾದಂ; ಸಾವಂತ+ಓಲಗಂ=ಸಾವಂತೋಲಗಂ. 2) ಇಕಾರಕ್ಕೆ—ದಾೞಿಟ್ಟಂ, ಹಂದಿಟ್ಟಂ, ಸ್ನವಡಿಟ್ಟಂ. 3) ಎಕಾರಕ್ಕೆ—ಸೇಸಿಕ್ಕಿದಂ, ಮುಡಿಗಿಕ್ಕಿದಂ, ಮತ್ತೆಲ್ಲಂ, ಮುನ್ನಿಱಿವಂ. 4) ಉಕಾರಕ್ಕೆ—ಸುತ್ತೋಲೆ, ಹತ್ತೆಂಟು, ಲೇಸೆಲ್ಲಂ, ಸೊವಡೊಂದು.

ನಾಮಂ ಕೆಡುವೊಡೆ ಸಂಸ್ಕೃತಕರ್ಣಾಟಕದ ಪ್ರಕೃತಿಸ್ವರಕ್ಕೆ ಲೋಪವಿಲ್ಲ—ಪಟು+ಏಕವಾಕ್ಯಂ=ಪಟುವೇಕವಾಕ್ಯಂ; ವಿಧು+ಇದು=ವಿಧುವಿದು; ಮಡು+ಇದು=ಮಡುವಿದು; ಕುಡು+ಇಲ್ಲ=ಕುಡುವಿಲ್ಲ.

ಸೂತ್ರಂ.

Insertion of ಯ after ಆ, ಇ, ಈ, ಓ, ಐ, ಎ, ಏ and after ಅ when it is the affix of the Genitive and followed by the emphasizing ಎ. (*cf.* S. 47; 56).

ಆತ್ವದಿನಿವರ್ಣದಿಂ ಮ
ತ್ತೋತ್ವದಿನೈತ್ವದಿನೆವರ್ಣದಿಂ ಮುಂದಕ್ಕಂ |
ಯತ್ವಮದವಧಾರಣೆ ಪರ
ಮತ್ವಂ ಪಿಂತಾಗೆ ಷಷ್ಠಿನಿಯಮದೆ ಯತ್ವಂ || 53 ||

ಪದಚ್ಛೇದಂ.—ಆತ್ವದಿಂ ಇವರ್ಣದಿಂ ಮತ್ತೆ ಓತ್ವದಿಂ ಐತ್ವದಿಂ ಎವರ್ಣದಿಂ ಮುಂದೆ ಅಕ್ಕಂ ಯತ್ವಂ ಅದು; ಅವಧಾರಣೆ ಪರಂ, ಅತ್ವಂ ಪಿಂತು ಆಗೆ ಷಷ್ಠಿನಿಯಮದೆ, ಯತ್ವಂ.

ಟೀಕು.—ಆ ಸಂಹಿತೆಯೊಳೆಂಬುದನುವರ್ತನೆ— ಅತ್ವದಿಂ = ಅಕಾರದಿಂದೆ; ಇವರ್ಣದಿಂ = ಇ ಈ ಎಂಬ ಸವರ್ಣದಿಂದೆ; ಮತ್ತೆ = ಬೞಿಕಂ; ಓತ್ವದಿಂ = ಓಕಾರದಿಂದೆ; ಐತ್ವದಿಂ = ಐಕಾರದಿಂದೆ; ಎವರ್ಣದಿಂ = ಎ ಏ ಎಂಬ ಸವರ್ಣದಿಂ; ಮುಂದೆ = ಮುಂದುಗಡೆಯಲ್ಲಿ; ಯತ್ವಂ = ಯಕಾರಂ; ಅದು = ಅದು; ಅಕ್ಕುಂ = ಆಪ್ಪುದು; ಅವಧಾರಣೆ = ನಿರ್ಧಾರಣೆಯ ಎಕಾರಂ; ಪರಂ = ಮುಂದಣದು; ಅತ್ವಂ = ಅಕಾರಂ; ಪಿಂತು = ಹಿಂದು; ಆಗೆ = ಆಗೆ; ಷಷ್ಠಿ = ಷಷ್ಠಿಯೆಂಬ ವಿಭಕ್ತಿಯ; ನಿಯಮದೆ = ಕಟ್ಟನಿಂದೆ; ಯತ್ವಂ = ಯಕಾರಂ ಅಪ್ಪುದು.

ವೃತ್ತಿ.— ‖ ಆ ‖ ಇ ‖ ಈ ‖ ಓ ‖ ಐ ‖ ಎ ‖ ಏ ‖ ಎಂಬಿವರ್ಕೆ ಸ್ವರಂ ಪರಮಾಗೆ, ನಡುವೆ ಯತ್ವಮಕ್ಕುಂ; ಷಷ್ಠಿಯಕಾರಂ ಪೆಱಗಿರೆ, ಅವಧಾರಣೆಯೆಕಾರಂ ಪೂರ್ವದೊಳಿರೆ, ನಿಯಮದಿಂ ಯತ್ವಮಕ್ಕುಂ.

ಪ್ರಯೋಗಂ.—ಆಕಾರಕ್ಕೆ—ಆಯಿರ್ದ ಮಾಱ್ಕೆಯಿಂ ಪರಮಾಯುಷ್ಯಾಂತಮ್ ಬರಂ. ಕಾಯಲುಂ ಬಲಗರ್ವದಿಂ ನೆಲವೆಲ್ಲಮಂ. ಸಾಯಲೆ ಪೇಡಿ ತಾನೀಯನೆ ಧರೆಯಂ; ಗಾಂಗೇಯ; ಕೇಳ್.

ಇತ್ವಕ್ಕೆ—ಕವಿಯಾರ್. ನಿಷ್ಕಾಮಿಯಾವಳ್. ಬಲಿಯಂ ಬೇಡುಗುವೆಂಧು ಕಟ್ಟದಲಗಂ ಕಿೞ್ತಿರ್ದ. ಪಿಡಿಯೆಂಸಿತಾಳಪತ್ರಮಂ ಜತಿಯಿತ್ತಂ.

ಈಕಾರಕ್ಕೆ—ಈಯಲ್ಬಂದತ್ತು ಕಲ್ಪಾಂಘ್ರಿಪಯಭಿಮತಮಂ. ಶ್ರೀಯಂ ಪೂರ್ವಾರ್ಜಿತಪುಣ್ಯಾಯತ್ತದಿನಱಿಸಿ ಕಾಣ್ಬ ವೊಲ್ ಕಂಡಂ. ಸ್ತ್ರೀಯೆಂಬ ನಾಡೆಯೆಂಬನ್ಯಾಯದ ಕೊಲೆಯೆಂಬ.

ಓಕಾರಕ್ಕೆ—ಅಮರಾಂಗನೆಯರ್ ಜೋಯೆಂದು ಪಾಡಿದರ್ ಜೋಗಳಮಂ. ಅಬ್ರಮ್ಹಣ್ಯಾಂ ಭೋಯೆನಲುಂ ಬ್ರಾಹ್ಮಣರ ವಿಧೋಯೆನಲುಂ. ನೋಯಿಸಿದಂ ತೋಯಲುಂ ಹಿಂಡಲುಂ.

ಐಕಾರಕ್ಕೆ—ದೈಯೆಂದಂ. ರೈಯೊದವಿತ್ತು. ಒದೆದದ್ರಿಕ್ಷಿತಿಸಂಧಿ ಪತ್ತುವಿಡೆ ಭೈಭೈಯೆಂಬಿನಂ ಕಿೞ್ತು.

ಎಕಾರಕ್ಕೆ—ತೊಱೆಯಂ ಪಾಯ್ದೆತ್ತಿ ಬಂದಂ ಗಡ ಮಸಗಿ ಜರಾಸಂಧಭೂಪಂ. ಪಸೆಯಿರ್ದಂ ಗರುಡವೇಗನೃಪನಂದನೆಯೊಳ್. ನಡೆ ನಡೆಯೆಂದೇ ನಡೆದುದೊ.

ಏಕಾರಕ್ಕೆ—ತೇಯಿಸಿದಂ. ಮೇಯಿಸಿದಂ. ಏಯೆಂದಂ. ಭೋಂಕನೆ ದೇವಸ್ತ್ರೀಯರ್ ಅಂದಾರತಿಯನುಘೆಯೆನ್ದು ತಂದೆತ್ತುತ್ತಿರ್ದರ್. ಉಘೇಯೆಂದು.

ಅವಧಾರಣೆಗೆ—ಆತನಯೆ ತೋರದೊಡೆಗಳ್. ಅವಳಯೆ, ಅದಱಿಯೆ.

ಸೂತ್ರಂ.

Further insertion of ಯ between Samskrita or Canarese themes with final ಅ and the affix ಇಸು and after imitative sounds with final (ಅ).

ಸದಮಳಸಂಸ್ಕೃತಕರ್ಣಾ
ಟದದಂತಪ್ರಕೃತಿಗಳ್ಗಿಸುಪ್ರತ್ಯಯಮಿಂ ।
ತಿದಿರಾಗೆ ಯತ್ವಮನುಕೃತಿ
ಪದಕಂ ಮುಂದನುಕೃತಿಸ್ವರಂ ನಿಲೆ ಯತ್ವಂ || 54 ||

ಪದಚ್ಛೇದಂ. — ಸದಮಳಸಂಸ್ಕೃತಕರ್ಣಾಟದ ಅದಂತ ಪ್ರಕೃತಿಗಳ್ಗೆ ಇಸುಪ್ರತ್ಯಯಂ ಇಂತು ಇದಿರ್ ಆಗೆ, ಯತ್ವಂ; ಅನುಕೃತಿಪದಕಂ ಮುಂದೆ ಅನುಕೃತಿಸ್ವರಂ ನಿಲೆ, ಯತ್ವಂ.

ಯಥಾನ್ವಯಂ. ಟೀಕು. — ಸತ್ = ಲೇಸಾದ; ಅಮಳ = ನಿರ್ಮಲವಾದ; ಸಂಸ್ಕೃತ = ಸಂಸ್ಕೃತದ; ಕರ್ಣಾಟದ = ಕನ್ನಡದ; ಅದಂತಪ್ರಕೃತಿಗಳ್ಗೆ = ಅಕಾರಾಂತವಾದ ಪ್ರಕೃತಿಗಳ್ಗೆ; ಇಸುಪ್ರತ್ಯಯಂ = ಇಸು ಎಂಬ ಪ್ರತ್ಯಯಂ; ಇಂತು = ಹೀಂಗೆ; ಇದಿರಾಗೆ = ಪರಮಾಗೆ; ಯತ್ವಂ = ಯಕಾರವಪ್ಪುದು; ಅನುಕೃತಿಪದಕಂ = ಅನುಕರಣಪದಕ್ಕೆಯುಂ; ಮುಂದೆ = ಮುಂದುಗಡೆಯಲ್ಲಿ; ಅನುಕೃತಿಸ್ವರಂ = ಅನುಕರಣವಂ ಪೇೞ್ವ ಸ್ವರಂ; ನಿಲೆ = ನೆಲಸೆ; ಯತ್ವಂ = ಯಕಾರವಪ್ಪುದು.

ವೃತ್ತಿ. — ಅಮಳತರ(ಸಂಸ್ಕೃತಕರ್ಣಾಟದ)ಕಾರಾಂತಪ್ರಕೃತಿಗಳ್ಗೆ ಇಸುಪ್ರತ್ಯಯಂ ಪರಮಾಗೆ, ನಡುವೆಯತ್ವಮಕ್ಕುಂ) ಅದಂತಮಪ್ಪ(ನುಕೃತಿಪದಕ್ಕೆ ಅನುಕೃತಿಸ್ವರಂ ಪರಮಾಗೆ, ಯತ್ವಂ.)

ಪ್ರಯೋಗಂ. — ಸಂಸ್ಕೃತಶಬ್ದದಲ್ಲಿ — ಶುದ್ಧ + ಇಸಿದಂ = ಶುದ್ಧಯಿಸಿದಂ; ತಾರ + ಇಸಿದಂ = ತಾರಯಿಸಿದಂ; ನಿರ್ಣ + ಇಸಿದಂ = ನಿರ್ಣಯಿಸಿದಂ; ಪೂರ + ಇಸಿದಂ = ಪೂರಯಿಸಿದಂ.

ಕನ್ನಡಶಬ್ದದಲ್ಲಿ — ಪಿರ + ಇಸಿದಂ = ಪಿರಯಿಸಿದಂ; ತೇರಯಿಸಿದಂ; ತೆಲ್ಲಯಿಸಿದಂ; ಮೇಳಯಿಸಿದಂ; ಓಲಯಿಸಿದಂ.

ಅನುಕೃತಿಸ್ವರಕ್ಕೆ — ಪಟಿಪಟಿಸಲ್ಬಿಟಿಯೆಂದಾಲಿಕಲ್ಗಳುದಿರ್ದುವು ನಭದಿಂ, ಗುಟಿುಗುಟಿುಗಟಿಗಟಿಯೆನುತುಂ ಪರಿವಪರಿವೊಸಲ್ ಸೊಗಯಿಸುಗುಂ.

ಸೂತ್ರಂ.

Insertion of ವ after ಉ, ಊ, ಋ, ೠ, ಌ, ೡ (ಇ, ಈ) In Canarese words arbitrariness regarding the insertion of ಯ or ವ may happen, but not in Samskrita words.

ಅವತರಿಸಿರ್ಕುಮುವರ್ಣದ
ಋವರ್ಣದೋತ್ವಾತ್ವದಗ್ರದೊಳ್ಸ್ವರಮಿರೆ ವ ।
ತ್ವವಿಧಾನಂ ಬಹುಳತೆ ಯ
ತ್ವವತ್ವದೊಳ್ಸಂಸ್ಕೃತಕ್ಕೆ ತಾನಿಲ್ಲೆಂದುಂ || 55 ||

ಪದಚ್ಛೇದಂ. — ಅವತರಿಸಿ ಇರ್ಕುಂ, ಉವರ್ಣದ ಋವರ್ಣದ ಓತ್ವೌತ್ವದ ಅಗ್ರದೊಳ್ ಸ್ವರಂ ಇರೆ, ವತ್ವವಿಧಾನಂ, ಬಹುಳತೆ ಯತ್ವವತ್ವದೊಳ್ ಸಂಸ್ಕೃತಕ್ಕೆ ತಾಂ ಇಲ್ಲ ಎಂದುಂ.

ಅನ್ವಯಂ.—ಉವರ್ಣದ ಋವರ್ಣದ ಓತ್ವೌತ್ವದ ಅಗ್ರದೊಳ್ ಸ್ವರಂ ಇರೆ, ವತ್ವವಿಧಾನಂ ಅವತರಿಸಿ ಇರ್ಕುಂ, ಸಂಸ್ಕೃತಕ್ಕೆ ಯತ್ವವತ್ವದೊಳ್ ಬಹುಳತೆ ತಾಂ ಎಂದುಂ ಇಲ್ಲ.

ಟೀಕು.—ಉವರ್ಣದ = ಉ ಊ ಎಂಬ ಸವರ್ಣದ; ಋವರ್ಣದ = ಋ ೠ ಎಂಬ ಸವರ್ಣದ; ಓತ್ವೌತ್ವದ = ಓಕಾರ ಔಕಾರದ; ಅಗ್ರದೊಳ್ = ಮುಂದೆ; ಸ್ವರಂ = ಸ್ವರಾಕ್ಷರಂ; ಇರೆ = ಇರೆ; ವತ್ವವಿಧಾನಂ = ವಕಾರದ ವಿಧಾನಂ; ಅವತರಿಸಿರ್ಕುಂ = ಹುಟ್ಟಿರ್ಪುದು; ಸಂಸ್ಕೃತಕ್ಕೆ = ಸಂಸ್ಕೃತಶಬ್ದಕ್ಕೆ; ಯತ್ವವತ್ವದೊಳ್ = ಯತ್ವಸಂಧಿ ವತ್ವಸಂಧಿಗಳಲ್ಲಿ; ಬಹುಳತೆ = ಬಹುಳತ್ವಂ; ತಾಂ = ತಾಂ; ಎಂದುಂ = ಆವಾಗಳುಂ; ಇಲ್ಲ = ಉಂಟಾಗದು.

ವಿಚಾರಂ.—ಕನ್ನಡದ ಶಬ್ದದಲ್ಲಿ ಯತ್ವವತ್ವಸಂಧಿಗಳಲ್ಲಿ ಬಹುಳಮುಂಟೆಂಬುದರ್ಥಂ ಆತ್ವದಿನಿವರ್ಣದಿಂ ಮತ್ತೋತ್ವದಿನೈತ್ವದಿನೆವರ್ಣದಿಂ ಮುಂದುಕ್ಕುಂ ಯತ್ವಂ (S. 53); ಉವರ್ಣದ ಋವರ್ಣದೋತ್ವೌತ್ವದಗ್ರದೊಳ್ಸ್ವರಮಿರೆ ವತ್ವವಿಧಾನವೆಂಬ ಈ ಯತ್ವಸಂಧಿವತ್ವಸಂಧಿಗಳಲ್ಲಿ ವಿಚಾರಮುಂಟು; ಅದಾವುದೆಂತೆಂದೊಡೆ—ಶಬ್ದಾನುಶಾಸನದಲ್ಲಿ ಸೂತ್ರಂ (1ನೆಯ ಪಾದದ 38ನೆಯ ಸೂತ್ರಂ) ‖ ಅತ ಓಷ್ಠ್ಯೇ ಸ್ವರೇ ಪರೇ ಆಕಾರಸ್ಯ ವಗ್ಭವತಿ ‖ ಎಂದುದಾಗಿ ಆಕಾರಕ್ಕೆ ಓಷ್ಠ್ಯಸ್ವರಂ ಪರಮಾಗೆ, ವತ್ವಸಂಧಿಯಾಗುವುದು—ಆ + ಉದಕಂ = ಆವುದಕಂ, ಆ + ಊರ್ = ಆವೂರ್, ಆವೂಟಂ. ಆವೊಲೆ, ಆವೋಲೆ ಎಂಬಂತೆ ಓಷ್ಠ್ಯಗ್ರಹಣದಿಂ ಕಂಠೌಷ್ಠ್ಯಮುಂ ಸಂಗ್ರಹಿಸಲ್ಪಟ್ಟದು[1].

ವೃತ್ತಿ.— ಉ ಊ ಋ ೠ ಓ ಔ ಎಂಬಿವರ್ಕೆ ಸ್ವರಂ ಪರಮಾಗೆ, ನಡುವೆ ವತ್ವಂ; ಸಂಸ್ಕೃತದೊಳ್ ಯತ್ವವತ್ವಂಗಳ್ಗೆ ಬಹುಳಮಿಲ್ಲ.

ನಿತ್ಯಕ್ರಮಪ್ರಯೋಗಂ

ಉಕಾರಕ್ಕೆ—ಕುಡುವುದು ಕೂರ್ಮೆಯಲ್ಲಿ. ಮನುವಿನ ಮಾರ್ಗಂ ಸುರಗುರುವಿನಱಿವು. ನೆಗೞ್ದಿನಾ ವಿಭುವಿಳೆಯೊಳ್.

ಊಕಾರಕ್ಕೆ—ಪೂವಿನ ಬಿಲ್ಲ ಕೊಪ್ಪನೊಡೆದೇೞಿಸಿ. ಲಲಿತಭ್ರೂವಂಗಜನಿಕ್ಷುಚಾಪಸಹಚರಮಕ್ಕುಂ.

ಋಕಾರಕ್ಕೆ—ಹೋತೃವೆಯಾನ್ ಅಧ್ವರಿಯೈ ಭ್ರಾತೃವೆ ನೀನ್ ಉೞಿದ ಋತ್ವಿಜರ್. ಕರ್ತೃವಾದಂದಿನಿತತಿಶಯಮಂ ತಾಳ್ದುದೀ ಕನ್ನೆಯಂದಂ.

1) ಉ, ಊ = ಓಷ್ಠ್ಯಂಗಳ್; ಒ, ಓ, ಔ = ಕಂಠೌಷ್ಠ್ಯಂಗಳ್.

ಋೂಕಾರಕ್ಕೆ—ಋೂವೆಂದಂ. ಋೂವಿತ್ತಂ.

ಓಕಾರಕ್ಕೆ—ಗೋವಿನ ಹಿಂಡು, ಗೋವಂ (ಗೋ+ ಅಂ), ಗೋವಿನ್ದಂ (ಗೋ+ ಇಂದಂ).

ಔಕಾರಕ್ಕೆ—ನಾವೆ ಳಿದಂ; ಗ್ಲಾವಂ ನೋಡಿದಂ. ಚೌವಿವಂ (?).

ಈ ಈ ಎಂಬಕ್ಕರಂಗಳನುಕರಿಸಿ ತೋಱುವಲ್ಲಿಯುಂ ನಡುವೆ ವತ್ವಂ—ಈವಿವುಗ್ರಂಥಂಗಳ್, ಈವಿದು ಗ್ರಂಥಂ; ಈ+ ಇದು becomes also ಇವಿದು.

ಕನ್ನಡದೊಳ್ ಯತ್ವವತ್ವಂಗಳ ಬಹುಳತೆಯಿಂ ಲೋಪಮುಂಟು—ಒತ್ತೆ+ ಇಟ್ಟಂ= ಒತ್ತಿಟ್ಟಂ (ಅಥವಾ) ಒತ್ತೆಯಿಟ್ಟಂ; ಒತ್ತಿಟ್ಟೆರುಳೀಕೆಯ ಕೈತವಕಂಜಿ ಪೊಱಮಟ್ಟರ್ದಂ; ತಗವೆಯುಪ್ಪೊಡೆ, ತಗವಪ್ಪೊಡೆ; ಮಾತು+ ಎಲ್ಲಂ= ಮಾತುವೆಲ್ಲಂ, ಮಾತೆಲ್ಲಂ; ಪೊಲೆಸೂರುಳ್; ಸೊಪಡು+ ಒಂದು= ಸೊವಡುವೊಂದು, ಸೊವಡೊಂದು.

ಸಂಸ್ಕೃತದ ನಿತ್ಯಕ್ಕೆ—ನದಿಯೆಲ್ಲಂ, ಸುರಸಿಂಧುವೆ, ವಿಧುವಿಲ್ಲದಿರುಳ್.

ವಿಧುವಿಲ್ಲದಿರುಳ್ ತನ್ನಯೆ
ವಧುವಿಲ್ಲದ ಲೀಲೆ ಮಧುರಮಧುವಿಲ್ಲದ ಪೂ ।
ದಧಿಯಿಲ್ಲದುಣಿಸದೆವುದೋ
ಬುಧರಿಲ್ಲದ ಸಭೆ ಸರಸ್ವತೀಮುಖತಿಲಕಾ ॥ ಕಂದಂ ॥

ಇಂತಱಿವುದು.

ಸೂತ್ರಂ.

No insertion of letters is allowed after the ಎ, ಏ or ಒ, ಓ in certain particles, strict emphasises, or suspicious questions, and after a syllable lengthened to three moras (ಪ್ಲುತಂ). (Exception to S. 53).

ಅವಿಕೃತಿಗಳೆವರ್ಣವೊವ
ರ್ಣವಂತ್ಯವೆನಿಸಿದ ನಿಪಾತಮವಧಾರಣೆ ತ ।
ಳ್ತ ವಿಶಂಕೆಗಳೆಂಬಿವಱೊಳ್
ವ್ಯವಹರಿಸದು ಸಂಧಿಯಾ ಪ್ಲುತಕ್ಕಮಭಾವಂ ॥ 56 ॥

ಪದಚ್ಛೇದಂ.—ಅವಿಕೃತಿಗಳ್ ಎವರ್ಣಂ ಒವರ್ಣಂ ಅಂತ್ಯಂ ಎನಿಸಿದ ನಿಪಾತಂ, ಅವಧಾರಣೆ, ತಳ್ತ ವಿಶಂಕೆಗಳ್ ಎಂಬಿವಱೊಳ್ ವ್ಯವಹರಿಸದು ಸಂಧಿ; ಆ ಪ್ಲುತಕ್ಕಂ ಅಭಾವಂ.

ಅನ್ವಯಂ.—ಎಂಬಿವಱೊಳ್ ಸಂಧಿ ವ್ಯವಹರಿಸದು; ಆ ಪ್ಲುತಕ್ಕಂ ಅಭಾವಂ ಎಂಬು ದನ್ವಯಂ.

ಟೀಕು.—ಅವಿಕೃತಿಗಳ್ = ನಿರ್ವಿಕಾರಿಗಳಾದ; ಎವರ್ಣಂ = ಎ ಏ ಎಂಬ ಸವರ್ಣಂ; ಒವರ್ಣಂ = ಒ ಓ ಎಂಬ ಸವರ್ಣಂ; ಅಂತ್ಯಂ = ಕಡೆ; ಎನಿಸಿದ ನಿಪಾತಂ = ಎನಿಸಿದವ್ಯಯಂ; ಅವಧಾರಣೆ = ನಿರ್ಧಾರಣೆಯ ಏಕಾರಂ; ತಳ್ತ = ಪೊರ್ದುಗೆಯಾದ; ವಿಶಂಕೆಗಳ್ = ವಿಶಂಕೆ ಗಳ್; ಎಂಬಿವಱೊಳ್ = ಎಂಬಿವಱಲ್ಲಿ; ಸಂಧಿ = ಸಂಹಿತೆ; ವ್ಯವಹರಿಸದು = ಬಾರದು; ಆ ಪ್ಲುತಕ್ಕಂ = ಆ ಮೂಱು ಮಾತ್ರೆಯನುಳ್ಳ ಪ್ಲುತಕ್ಕಂ; ಅಭಾವಂ = ಸಂಧಿಯಿಲ್ಲ.

ವೃತ್ತಿ.—ನಿರ್ವಿಕಾರಿಗಳಪ್ಪ ಎ ಏ, ಒ ಓ ಎಂಬಿವು ಕಡೆಯಾದ ನಿಪಾತ ಮುಮ್, ಅವಧಾರಣೆಯುಂ, ವಿಶಂಕೆಯುಮ್ ಎಂಬಿವರ್ಕೆ ಸ್ವರಂ ಪರಮಾಗೆ, ಸಂಧಿಯಿಲ್ಲ; ಪ್ಲುತಕ್ಕಮಂತೆ ಸಂಧಿಯಿಲ್ಲ.

ಪ್ರಯೋಗಂ.—ನಿಪಾತಕ್ಕೆ -ಅರಮೆ ಅರಲ್ದ ಬಯಲ್ದಾವರೆಗಳ; ಎಲೆ ಇರ್ಪತ್ತೆ ತುಹಿನಕ್ಷೋಣೀಧ್ರದುತ್ತುಂಗಸಾನುಗಳೊದರೆ ಅಶ್ವಶಿಕ್ಷೆಯಿಂ: ಅರೆ ಎಡೆ ಹಸ್ತಿಶಿಕ್ಷಣವಿಚಕ್ಷಣರಿಂದರೆ ಅಶ್ವಶಿಕ್ಷೆಯಿಂ; ಒಹೋ ಇರಲಿಂ ಪೆಱುವಱ ಮಾಹಾತ್ಮ್ಯಮುಂ.

ಅವಧಾರಣೆಗೆ—ನುಡಿದನೆ ಕಾವುದನೇ? ಎರ್ದೆ
ಗಿಡದಿರ್ ಜವನಿಟ್ಟರಕ್ಕೆ! ನಿನಗೀವುದನೇಂ |
ನುಡಿದನೊ? ಅದು ಕಯ್ಯದು. ಮೋ
ಣ್ನುಡಿದುದು ತಪ್ಪುಗುಮೆ, ಗಂಗಚೂಡಾಮಣಿಯಾ
|| ಕಂದಂ ||

ಇಂದ್ರನಾತನೆ ಗುಣೋನ್ನತನಾತನೆ ಅಂಬುಜೋದರಂ.

ವಿಶಂಕೆಗೆ—ಇನಿಯನೆ? ಬೆಲ್ಲದಿಂದಿನಿಯನೀವನೆ? ಅಃ ಪಿರಿದೀವನಿತ್ತುದಂ ನೆನೆವನೆ? ಚೀಃ ಅದಂ ನೆನೆಯಂ. ಆನೆಯೊ ಅದ್ರಿಯೊ? ಗುರುವಿಲ್ಲ ಕರ್ಣನಿಲ್ಲ ಗುರುವಿನ ಮಗನಿಲ್ಲವೆನ್ನರೆ ಎನ್ನನಿನಿಯಂ ಕವಿರಾಜಕುಂಜರಂ.

ಪ್ಲುತಕ್ಕೆ—ಕು ಕೂ ಕೂ೩ ಎಂದು, ಕೋಟಿ ಕೂಗಿತ್ತಾಗಳ್: ಹಾ ರಾಮಾ೩ ಎಂದು, ಸೀತೆ ಬಾಯಟಿದಟ್ಟಿಳ್.

ಸೂತ್ರಂ.

Further, insertion of letters is not allowed after the ಓ in approvals or reproaches, after ಎಮ in consent, after the ಆ in surprise, and after particles of lamentation.

ಮೆಚ್ಚಿನೊಳಾಕ್ಷೇಪಕದೊ
ಳ್ಬೆಚ್ಚೋವಭ್ಯುಪಗಮಾರ್ಥದೆಮಶಬ್ದಂ ಕ |
ಟ್ಟಚ್ಚರಿಯ ಗಡಾರ್ಥಾತ್ವಂ
ಬಿಚ್ಚಿರ್ಕುಂ ಸ್ವರಮವಿದಿರೊಳಿರೆ ಖೇದದೊಳಂ ||57||

ಪದಚ್ಛೇದಂ.—ಮೆಚ್ಚಿನೊಳ್ ಆಕ್ಷೇಪಕದೊಳ್ ಬೆಚ್ಚ ಓ, ಅಭ್ಯುಪಗಮಾರ್ಥದ ಎಮ ಶಬ್ದಂ, ಕಟ್ಟಚ್ಚರಿಯ ಗಡಾರ್ಥಾತ್ವಂ ಬಿಚ್ಚಿರ್ಕುಂ, ಸ್ವರಂ ಅವು ಇದಿರೊಳ್ ಇರೆ; ಖೇದದೊಳಂ.

ಅನ್ವಯಂ.—ಮೆಚ್ಚಿನೊಳ್ ಆಕ್ಷೇಪಕದೊಳ್ ಬೆಚ್ಚ ಓ, ಅಭ್ಯುಪಗಮಾರ್ಥದ ಎಮ ಶಬ್ದಂ, ಕಟ್ಟಚ್ಚರಿಯ ಗಡಾರ್ಥಾತ್ವಂ—ಸ್ವರಂ ಅವು ಇದಿರೊಳ್ ಇರೆ—ಖೇದದೊಳಂ ಬಿಚ್ಚಿರ್ಕುಂ.

ಟೀಕು.—ಮೆಚ್ಚಿನೊಳ್ = ಮೆಚ್ಚಿನಲ್ಲಿ; ಆಕ್ಷೇಪಕದೊಳ್ = ಆಕ್ಷೇಪಕದಲ್ಲಿ; ಬೆಚ್ಚೋ = ಬೆಚ್ಚುಬೆಸುಗೆಯಾದ ಓಕಾರಂ; ಅಭ್ಯುಪಗಮಾರ್ಥದ = ಅಂಗೀಕಾರಾರ್ಥದ; ಎಮಶಬ್ದಂ = ಎಮ ಎಂಬ ಶಬ್ದಂ; ಕಟ್ಟಚ್ಚರಿಯ = ಕಡಿದಾದಾಶ್ಚರ್ಯದ; ಗಡಾರ್ಥಾತ್ವಂ = ಗಡಾರ್ಥದ ಆಕಾರಂ; ಸ್ವರಂ = ಸ್ವರಾಕ್ಷರಂ; ಅವು = ಅವು; ಇದಿರೊಳ್ = ಮುಂದೆ; ಇರೆ = ಇರೆ; ಖೇದದೊಳಂ = ದುಃಖದಲ್ಲಿಯುಂ; ಬಿಚ್ಚಿರ್ಕುಂ = ಸಂಧಿ ಬಿಚ್ಚಿರ್ಪುದು.

ವೃತ್ತಿ.—ಮೆಚ್ಚಿನೊಳ್ ಆಕ್ಷೇಪಕದೊಳ್ ನೆಲಸಿರ್ದ ಓಕಾರಕ್ಕಂ, ಅಂಗೀಕಾರಾರ್ಥದ ಎಮಶಬ್ದಕ್ಕಂ, ಗಡಾರ್ಥಕ್ಕಾದೇಶಮಾದಾಕಾರಕ್ಕಂ—ಸ್ವರಂ ಪರಮಾಗೆ—ಸಂಧಿಯಿಲ್ಲ; ಖೇದದೊಳಮಂತೆ ಸಂಧಿಯಿಲ್ಲ.

ಪ್ರಯೋಗಂ.—ಮೆಚ್ಚಿಂಗೆ—ಎಂತೆಂತೋ ಆಃ ಕಬ್ಬಮೊಳ್ಪಿತ್ತಾಯ್ತು; ಏನೇನೋ ಓದಿನ ಪರಿ ಲೇಸು ಲೇಸು.

ಆಕ್ಷೇಪಕ್ಕೆ—ಎಡಱಿದನೋ ಅವನ ನೊಸಲಕ್ಕರವಂ ತೊಡೆದುದಕ್ಕಂ; ಮುತ್ತಿದನೋ ಇಂದೆ ಕೋಂಟೆ ಧೂಳಿಪಟಂ.

ಎಮಶಬ್ದಕ್ಕೆ—ನಿಮಗಕ್ಕೆಮ ಅಬ್ಜಗರ್ಭನಾಯುಂ ಶ್ರೀಯುಂ; ಸಿಂಗಮಕ್ಕೆಮ ಅಂಜೆಂ;

ಗಡಾರ್ಥದಾಕಾರಕ್ಕೆ—ಪಾಲಾ ಅಮರ್ದಾ ಇನ್ನಿದು ಗಡಾ ಆನಾಇಮ್ಮಡಿಯಾ ಎರೞ್ಕಿದುರೆಯಾ ಇರ್ಬರ್ಗೆರೞ್ಕೈದುವಾ!

ಖೇದಕ್ಕೆ—ಅಯ್ಯೋ ಅಕ್ಕಟಾ ಇಂದ್ರಂಗೆ ಕೇಡಾಯ್ತೆ?

ಸೂತ್ರಂ.

It is also not used after ಪೊಱ, ಒಳ, ಪೊಸ, ಪೞ and ಎಳ.

ಪೊಱಗೊಳಗು ಪೊಸತು ಪೞಿದೆಳ
ದಱಿಕೆಯದಂತತೆಯುನಾ ಸಮಾಸಾಂತರದೊಳ್
ನೆಱೆ ತಾಳ್ದು ಸಂಧಿಯಾಗವು
ತಱಿಸಂದಿದಿರೊಳ್ಸ್ವರಂಗಳಾವುವು ಸಿಲೆಯುಂ || ೫೮ ||

ಪದಚ್ಛೇದಂ.—ಪೊಱಗು ಒಳಗು ಪೊಸತು ಪೞಿದು ಎಳದು ಅಱಿಕೆಯ ಅದಂತತೆಯುಂ ಆ ಸಮಾಸಾಂತರದೊಳ್ ನೆಱೆ ತಾಳ್ದು, ಇದಿರೊಳ್ ತಱಿಸಂದು ಸ್ವರಂಗಳ್ ಆವುವು ಸಿಲೆಯುಂ, ಸಂಧಿ ಆಗವು.

ಅನ್ವಯಂ.—ಪೊಱಗು ಒಳಗು ಪೊಸತು ಪೞಿದು ಎಳದು ಅಱಿಕೆಯ ಅದಂತತೆಯುಂ ಆ ಸಮಾಸಾಂತರದೊಳ್ ನೆಱೆ ತಾಳ್ದು, ಇದಿರೊಳ್ ತಱಿಸಂದು ಸ್ವರಂಗಳ್ ಆವುವು ಸಿಲೆಯುಂ ಸಂಧಿ ಆಗವು.

ಟೀಕು.—ಪೊಱಗು = ಪೊಱಗೆಂಬ ಶಬ್ದಂ; ಒಳಗು = ಒಳಗೆಂಬ ಶಬ್ದಂ; ಪೊಸತು = ಪೊಸತೆಂಬ ಶಬ್ದಂ; ಪೞಿದು = ಪೞಿದೆಂಬ ಶಬ್ದಂ; ಎಳದು = ಎಳದೆಂಬ ಶಬ್ದಂ; ಅಱಿಕೆಯ = ಉಪಾಂತದ ಅಕ್ಷರಕ್ಕೆ ಲೋಪಮಾಗಿ ಅಕಾರವಂ ಪಡೆವುದೆಂಬ ಅಱಿಕೆಯ; ಅದಂತತೆಯುಂ = ಅಕಾರಾಂತತ್ವವಂ; ಆ ಸಮಾಸಾಂತರದೊಳ್ = ಆ ಸಮಾಸಮಧ್ಯದಲ್ಲಿ; ನೆಱೆ = ಚನ್ನಾಗಿ; ತಾಳ್ದು = ಧರಿಸಿ; ಇದಿರೊಳ್ = ಮುಂದುಗಡೆಯಲ್ಲಿ; ತಱಿಸಂದು = ಚನ್ನಾಗಿ ಸಂದು; ಸ್ವರಂಗಳ್ = ಸ್ವರಾಕ್ಷರಂಗಳ್; ಆವುವು = ಆವುವು; ಸಿಲೆಯುಂ = ನೆಲೆಗೊಂಡಿರೆಯುಂ; ಸಂಧಿ = ಸಂಹಿತೆ; ಆಗವು = ಆಗವು.

ವೃತ್ತಿ.—ಪೊಱಗು ಒಳಗು ಪೊಸತು ಪೞಿದು ಎಳದು ಎಂಬಿವರ್ಕೆ ಸಮಾಸವಿಷಯದೊಳ್ಉಪಾಂತಾಕ್ಷರಕ್ಕೆ ಲೋಪಮಾಗಿ, ಅಕಾರಾಂತತೆಯನೈದಿ, ನಿಪಾತದಂತೆ, ಪರದೊಳ್ಸ್ವರಮಾವುದಿರ್ದೊಡಂ, ಸಂಧಿ ಇಲ್ಲ.

ಪ್ರಯೋಗಂ.—ಪೊಱ ಅಡಿ, ಒಳ ಅಟ್ಟಂ, ಪೊಸ ಅಡಕೆ, ಪೞ ಅಲಗು, ಎಳ ಅಂಚೆ.

ಸೂತ್ರಂ.

(In writing Canarese) combination of letters is not to occur when the final letter of the first word is short and the initial letter of the second word is a double consonant.—This double consonant, when a compound with Rêpha, is, sometimes, considered as slack.

ಪರಪದಪೂರ್ವಂ ದ್ವಿತ್ವಾ
ಕ್ಷರಮಾಗಿರೆ ಪೂರ್ವಪದದ ಚರಮಂ ಹ್ರಸ್ವಾ ।
ಕ್ಷರಮಾಗೆ ಸಂಧಿ ದೋಷಂ
ಸರೇಫಮಿದಿರಾಗೆ ಶಿಥಿಲಮೆಂದನುಕರಿಪರ್ ॥ 59 ॥

ಪದಚ್ಛೇದಂ.— ಪರಪದಪೂರ್ವಂ ದ್ವಿತ್ವಾಕ್ಷರಂ ಆಗಿ ಇರೆ, ಪೂರ್ವಪದದ ಚರಮಂ ಹ್ರಸ್ವಾಕ್ಷರಂ ಆಗೆ, ಸಂಧಿ ದೋಷಂ. ಸರೇಫಂ ಇದಿರ್ ಆಗೆ, ಶಿಥಿಲಂ ಎಂದು, ಅನುಕರಿಪರ್.

ಯಥಾನ್ವಯಂ. ಟೀಕು.—ಪರಪದ = ಮುಂದಣ ಪದದ; ಪೂರ್ವಂ = ಮೊದಲಕ್ಷರಂ; ದ್ವಿತ್ವಾಕ್ಷರಂ = ಒತ್ತಿನಕ್ಷರಂ; ಆಗಿ = ಆಗಿ; ಇರೆ = ಇರೆ; ಪೂರ್ವಪದದ = ಮೊದಲ ಪದದ; ಚರಮಂ = ಅಂತ್ಯಂ; ಹ್ರಸ್ವಾಕ್ಷರಂ = ಹ್ರಸ್ವವಾದಕ್ಷರಂ; ಆಗೆ = ಆಗೆ; ಸಂಧಿ ದೋಷಂ = ಸಂಧಿ ದೋಷವಪ್ಪುದು; ಸರೇಫಂ = ರೇಫೆಯೊಡನೆ ಕೂಡಿದಕ್ಷರಂ; ಇದಿರಾಗೆ = ಮುಂದಾಗೆ; ಶಿಥಿಲಮೆಂದು = ಶಿಥಿಲವಾಗುವುದೆಂದು; ಅನುಕರಿಪರ್ = ಅಂಗೀಕರಿಸುವರ್.

ವೃತ್ತಿ.—ಪರಪದದ ಮೊದಲಕ್ಕರಂ ದ್ವಿತ್ವಮಾಗಿರೆ, ಪೂರ್ವಪದದ ಕಡೆಯಕ್ಕರಂ ಲಘುವಾಗಿರೆ, ಸಂಧಿ ದೋಷಮಕ್ಕುಂ. ಛಂದೋವಿಷಯದೊಳ್ ಪರಪದದ ಪೂರ್ವಾಕ್ಷರಂ ರೇಫೆವೆರಸಿರ್ದೊಡಂ, ಶಿಥಿಲಮಾಗಲಾರ್ಪುದೆಂದು ಕೆಲಂಬರದನಂಗೀಕರಿಸುವರ್.

ಪ್ರಯೋಗಂ.—ಸಂಧಿದೋಷಕ್ಕೆ—ಬರಿಸಿಪ್ರಧಾನರಂ ಕು
ಳ್ಳಿರಿಸಿಪ್ರಿಯಕುಶಲವಾರ್ತೆಯಂ ನೆಱೆ ಕೇಳ್ದು ॥
ಸ್ಥಿರಮಿರ್ದುಪ್ರಭು ನುಡಿಯೆ
ಪ್ರರೂಢಮುದನಾದನಾತನೆಂಬುದಮಾರ್ಗಂ
॥ ಕಂದಂ ॥

ಸರೇಫಸಂಯೋಗಕ್ಕೆ—ಮಿಱುಗುತ್ತಿರ್ಪ ತ್ರಿಶೂಲದಿಂ ಪ್ರಣಯದೆ ತ್ರಿಪಥೆಗೆ ನಡೆತರೆ ತ್ರಿಣೇತ್ರನೊಲವಿಂಡೆ ತಾಳ್ದಿದಂ ಮಸ್ತಕದೊಳ್.

ಸೂತ್ರಂ.

But it ought not to be considered as slack.

ಬಗೆಯದೆ ಸತೃಣಾಭ್ಯವಹಾ
ರಿಗಳುಸಿರ್ವರ್ಗದ್ಯಕಾವ್ಯದೊಳ್ನಿರ್ಬಂಧಂ |
ಪುಗದೆಂದರೋಚಿಗಳದಂ
ತೆಗೞಿಂದಾ ಗದ್ಯಪದ್ಯಕಾವ್ಯದೊಳಿರ್ಕರ್ || 60 ||

ಪದಚ್ಛೇದಂ—ಬಗೆಯದೆ, ಸತೃಣಾಭ್ಯವಹಾರಿಗಳ್ ಉಸಿರ್ವರ್, ಗದ್ಯಕಾವ್ಯದೊಳ್ ನಿರ್ಬಂಧಂ ಪುಗದು ಎಂದು; ಅರೋಚಿಗಳ್ ಅದಂ, ತೆಗೞ್ ಎಂದು, ಆ ಗದ್ಯಪದ್ಯಕಾವ್ಯದೊಳ್ ಇರ್ಕರ್.

ಅನ್ವಯಂ.—ಸತೃಣಾಭ್ಯವಹಾರಿಗಳ್, ಗದ್ಯಕಾವ್ಯದೊಳ್ ನಿರ್ಬಂಧಂ ಪುಗದೆಂದು, ಬಗೆಯದೆ, ಉಸಿರ್ವರ್; ಅರೋಚಿಗಳ್ ಅದಂ, ತೆಗೞ್ ಎಂದು, ಆ ಗದ್ಯಪದ್ಯಕಾವ್ಯದೊಳ್ ಇರ್ಕರ್.

ಟೀಕು.—ಸತೃಣ = ತೃಣದೊಡನೆ ಕೂಡಿದ; ಅಭ್ಯವಹಾರಿಗಳ್ = ವ್ಯಾಪಾರವನುಳ್ಳ ಕವಿಗಳ್; ಗದ್ಯಕಾವ್ಯದೊಳ್ = ಗದ್ಯಕಾವ್ಯದಲ್ಲಿ; ನಿರ್ಬಂಧಂ = ಬಲಾತ್ಕಾರಂ; ಪುಗದೆಂದು = ಪ್ರವೇಶವಾಗದೆಂದು; ಬಗೆಯದೆ = ವಿಚಾರಿಸದೆ; ಅದಂ = ಆ ಸರೇಫಮಿದಿರಾಗೆ ಶಿಥಿಲಮಪ್ಪುದೆಂಬ ಸಂಧಿಯಂ; ಉಸಿರ್ವರ್ = ಪೇಳ್ವರ್; ಅರೋಚಿಗಳ್ = ಹೇಯವುಳ್ಳವರ್; ಅದಂ = ಆ ಸಂಧಿಯಂ; ತೆಗೞೆಂದು = ನಿಂದೆ ಬರ್ಪುದೆಂದು; ಆ ಗದ್ಯಪದ್ಯಕಾವ್ಯದೊಳ್ = ಆ ಗದ್ಯಕಾವ್ಯಪದ್ಯಕಾವ್ಯಂಗಳಲ್ಲಿ; ಇರ್ಕರ್ = ಪೇೞರ್.

ಸೂತ್ರಂ.

When ಅಲ್ is joined to ಕರೆ, and ಅದೆ to ಇರ, or at the end of a half verse or after quotations from Samskrita, or also after imitative sounds or before ಋ Combination of letters is optional.

ಕರೆಗತ್ತದಿರ್ಗೆಯಲ್ಲದೆ
ಪರಮಿರೆ ಪದ್ಯಾರ್ಧವಾಕ್ಯವೇಷ್ಟನದೆಡೆಗಂ |
ಸ್ಫುರದನುಕೃತಿಗಂ ಸ್ವರಮವು
ಪರಮಿರೆ ಋತ್ವಕ್ಕಮಂತೆ ಸಂಧಿವಿಕಲ್ಪಂ || 61 ||

ಪದಚ್ಛೇದಂ.—ಕರೆಗೆ ಅತ್ವದ ಇರ್ಗೆ ಅಲ್ ಅದೆ ಪರಂ ಇರೆ, ಪದ್ಯಾರ್ಥವಾಕ್ಯವೇಷ್ಟನದ ಎಡೆಗಂ ಸ್ಫುರದನುಕೃತಿಗಂ ಸ್ವರಂ ಅವು ಪರಂ ಇರೆ, ೞತ್ವಕ್ಕಂ ಅಂತೆ ಸಂಧಿವಿಕಲ್ಪಂ.

ಯಥಾನ್ವಯಂ. ಟೀಕು.—ಕರೆಗೆ = ಕರೆಯೆಂಬ ಧಾತುವಿಂಗೆ; ಅತ್ವದ = ಅಕಾರದ; ಇರ್ಗೆ = ಇರೆಂಬ ಧಾತುವಿಂಗೆ; ಅಲ್ = ಅಲ್ ಎಂದು; ಅದೆ = ಅದೆ ಎಂಬುದು; ಪರಮಿರೆ = ಪರವಾಗಿರೆ; ಪದ್ಯ = ಪದ್ಯಂಗಳ; ಅರ್ಥ = ಅರ್ಥದ; ವಾಕ್ಯವೇಷ್ಟನದ = ಸಂಸ್ಕೃತದ ವಾಕ್ಯವೇಷ್ಟನದ; ಎಡೆಗಂ = ಸ್ಥಾನಕ್ಕೆಯುಂ; ಸ್ಫುರತ್ = ಪ್ರಕಾಶಿಸುವ; ಅನುಕೃತಿಗಂ = ಅನುಕರಣಶಬ್ದಕ್ಕೆಯುಂ; ಸ್ವರಂ = ಸ್ವರಾಕ್ಷರಂಗಳ್; ಅವು = ಅವು; ಪರಮಿರೆ = ಪರದಲ್ಲಿರೆ; ೞತ್ವಕ್ಕಂ = ೞಕಾರಂ ಪರವಾದುದರ್ಕೆಯುಂ; ಅಂತೆ = ಹಾಂಗೆ; ಸಂಧಿ = ಸಂಹಿತೆ; ವಿಕಲ್ಪಂ = ವಿಕಲ್ಪವಪ್ಪುದು.

ವೃತ್ತಿ.—ಕರೆಯೆಂಬ ಶಬ್ದಕ್ಕೆ ಅಲ್ ಪರಮಾದೊಡಂ, ಅದಂತಮಾದ ಇರ್ಗೆ ಅದೆ ಪರಮಾದೊಡಂ, ಪದ್ಯಾರ್ಥಕ್ಕಂ ವಾಕ್ಯವೇಷ್ಟನಕ್ಕಂ ಅನುಕರಣೆಗಂ ಸ್ವರಂ ಪರಮಾದೊಡಂ, ಸಂಧಿವಿಕಲ್ಪಂ; ೞಕಾರಂ ಪರಮಾದೊಡಮಂತೆ ಕ್ರಮಂ.

ಅಲ್ ಅದೆಗಳ ವಿಸಂಧಿಗೆ—ಕರೆ + ಅಲ್ = ಕರೆಅಲ್; ಇರ + ಅದೆ = ಇರಅದೆ. ಬಗೆವೊಡಱಿನಿಸಿರಅದೆ.

ಅವಱ ಸಂಧಿಗೆ—ಮೈಗರೆಯಲ್ ಪಾಂಡವರ್ಗೆ ನೆಱೆಚಿದುವು ಬರಿಸಂ ಇರದೆ ಗರ್ಜಿಸಿ ಬೊಪ್ಪಲಂ ತಳರ್ದಂ ಜವಂ ತಳರ್ವಂದದಿಂ.

ಪದ್ಯಾರ್ಥಕ್ಕೆ ವಿಸಂಧಿಯಾದುದರ್ಕೆ—

ಅಲ್ಲಿ ಇಱಿದುಂಟೆಂಬರ್ಥದೊ
ಳೆಲ್ಲಿಯುಮುಳ್ಳೊಡೆಯವಂತಶಬ್ದಮುಮಕ್ಕುಂ ।
ಎಲ್ಲಂದದೊಳಂ ಪೋಲಿಸು
ವಲ್ಲಿ ಗುಣಾಧಿಕರೊಳಂತೆವೋಲೆನಲಕ್ಕುಂ ॥ ಕಂದಂ ॥

ಪದ್ಯಾರ್ಥಸಂಧಿಗೆ—ಬನದೊಳಗೆ ಪೋಗಿ ಪೊಸಪೂ
ವಿನ ಗೊಂಚಲನಕ್ಕ ನಿನಗೆ ತಂದಪ್ಪೆಂ ನೀ ।
ನಿನಿತೊಂದು ಬೇಗದಿಂ ನಿಂ
ನಿನಿಯನ ಪೞಿಕ್ಕೆಯೊಳಿರೆಂದು ಸಖಿ ತೊಲಗುವುದುಂ ॥ಕಂದಂ॥

ವಾಕ್ಯವೇಷ್ಟನವಿಸಂಧಿಗೆ—ಕಃ? ಕೇನಾರ್ಥಿ? ಕೋ? ದರಿದ್ರ ಎನೆತುಮನೆತುಮಂ ಧರ್ಮಜಂ ಸೂಱೆಗೊಟ್ಟಂ.

ವಾಕ್ಯವೇಷ್ಟನಸಂಧಿಗೆ—ನ ದೇವಚರಿತಂ ಚರನೆನಿಸಿದಯ್, ತ್ರಿಲೋಕೇಶರಾ!

ಅನುಕರಣವಿಸಂಧಿಗೆ—ಕವಕ್ಕವ ಎಲೆ ಎಲೆ ಉ ಊ ಪುಗಲ್ ಪುಗಲಿಂದೊಚ್ಚತಲೂಳ್ವ ಕೋಗಿಲೆಯುಂ.

ಅನುಕರಣಸಂಧಿಗೆ—ಛಂಮೆಂಬ; ಛಟಛಟೆಂಬ.

ಋಕಾರವಿಸಂಧಿಗೆ—ಎಸೆಗುಂ ಋಜ್ವಾಗತಂ ಕಣ್ಗೊಳಿಸುಗುಮಳವಟ್ಟಿರ್ದ ಋಜ್ವಾಗತಂ.

ಋಕಾರಸಂಧಿಗೆ—ಸರಸಮೃಜುವೀರನೆಂದಾ |
ತರುಣಿಯನೊಸೆದಿತ್ತಂ || ಕಂದಭಾಗಂ ||

ವಾಕ್ಯವೇಷ್ಟನಶಬ್ದಮುಂ ಅನುಕರಣಶಬ್ದಮುಮಿರ್ದಂತಿರ್ಪುವು, ಕನ್ನಡ ವಿಭಕ್ತಿಯಂ ಮಾಡಬೇಡ. ನವೋ ನವೋ ಭವತಿ ಜಾಯಮಾನೋಹ್ನಾ ಎಂಬ ಸಂಸ್ಕೃತವಾಕ್ಯಾಂತಮಂ, ಜಾಯಮಾನೋಹ್ನಮೆಂದು, ಉಪಸಂಹರಿಸಲಾಗದು; ಧಗಧಗ ಎಂಬುದುಂ ಧಗಧಗಂ ಎಸಲಾಗದು.

ಸೂತ್ರಂ.

Combinations of letters is to be used with much discretion, and obscenities are to be avoided by all means.

ಪದಯುಗದ ಸಂಧಿಯಂ ಬೇ
ಱೆದೊಂದಸಹ್ಯೋಕ್ತಿ ಪುಟ್ಟೆ ಮಾಡುವುದುಂ ಮಾ |
ರ್ಗದೊಳುಳ್ಳ ಸಂಧಿಯಂ ಕಿಡಿ
ಪುದುಮಾಗದು ತಾಂ ಯಥೇಷ್ಟಮೆಂದಱಿವುಳ್ಳರ್ ||62||

ಪದಚ್ಛೇದಂ.—ಪದಯುಗದ ಸಂಧಿಯಂ ಬೇಱೆ ಅದು ಒಂದು ಅಸಹ್ಯೋಕ್ತಿ ಪುಟ್ಟೆ ಮಾಡುವುದುಂ ಮಾರ್ಗದೊಳ್ ಉಳ್ಳ ಸಂಧಿಯಂ ಕಿಡಿಪುದುಂ ಆಗದು ತಾಂ, ಯಥೇಷ್ಟಂ ಎಂದು, ಅಱಿವುಳ್ಳರ್.

ಅನ್ವಯಂ.—ಅಱಿವುಳ್ಳರ್ ತಾಂ, ಯಥೇಷ್ಟಮೆಂದು, ಪದಯುಗದ ಸಂಧಿಯಂ ಬೇಱೆ ಅದೊಂದು ಅಸಹ್ಯೋಕ್ತಿ ಪುಟ್ಟೆ ಮಾಡುವುದುಂ ಮಾರ್ಗದೊಳುಳ್ಳ ಸಂಧಿಯಂ ಕಿಡಿಪುದುಂ ಆಗದು.

ಟೀಕು.—ಅಱಿವುಳ್ಳರ್ = ವಿಚಾರವುಳ್ಳ ಕವಿಗಳ್; ತಾಂ = ತಾಂ; ಯಥೇಷ್ಟಮೆಂದು = ಸಂಧಿಯಥೇಷ್ಟಮೆಂದು, ಇಚ್ಛೆ ಬಂದ ಹಾಂಗೆ ಎಂಬರ್ಥಂ; ಪದಯುಗದ = ಪದವೆರಡಱ; ಸಂಧಿ

ಯಂ = ಸಂಹಿತೆಯಂ; ಬೇಱ = ಅನ್ಯವಾಗಿ; ಅದೊಂದು = ಅದು ತಾನೊಂದು; ಅಸಹ್ಯೋಕ್ತಿ = ಅಸಹ್ಯವಾದ ವಾಕ್ಯಂ; ಪುಟ್ಟೆ = ಹುಟ್ಟೆ; ಮಾಡುವುದುಂ = ಸಂಧಿ ಮಾಡುವುದುಂ; ಮಾರ್ಗದೊಳ್ = ಕವಿಮಾರ್ಗದಲ್ಲಿ; ಉಳ್ಳ ಸಂಧಿಯಂ = ರೂಢಮಾಗಿ ಉಳ್ಳ ಸಂಧಿಯಂ; ಕೆಡಿಪುದುಂ = ಸ್ವರಲೋಪಸಂಧಿಯಂ ಮಾಡಿ ಕೆಡಿಸುವುದುಂ; ಆಗದು = ಸಲುವಳಿಯಾಗದು.

ವೃತ್ತಿ.—ಎರಡು ಪದಂಗಳ ನಡುವೆ, ಬೇಱೊಂದು ದುಃಪ್ರತೀತಿ ಪುಟ್ಟುವೊಡೆ, ಸಂಧಿಯಂ ಮಾಡಲಾಗದು; ಸಂಧಿ ಯಥೇಷ್ಟಮೆಂದು, ರೂಢಮಪ್ಪ ಸಂಧಿಯುಂ ಕೆಡಿಸಿ (ಸ್ವರಲೋಪಸಂಧಿಯಂ ಮಾಡಲ್ಲಾಗದು.

ಪ್ರಯೋಗಂ.—(ಸಂಧಿದೋಷಪರಿಹಾರದ) ಲಕ್ಷ್ಯಂ—

ಬನ್ನಿಯ ತರು ಡಕ್ಕೆಗೆ ಸುರ
ಹೊನ್ನೆಯ ತರು ಡಮರುಗಕ್ಕೆ ಕರುವಿಡಿದಿರ್ಪಾ ।
ಚೆನ್ನಂಗಿಯ ತರು ಡಾಣೆಗೆ
ಹೊನ್ನಂ ಕುಡುವೆಡೆಗೆ ಕಲ್ಪತರು ಡಾಕರಸಾ ॥ ಕಂದಂ ॥

(ಸಂಧಿದೋಷದ ಅಸಹ್ಯೋಕ್ತಿಗೆ)—(ಆಸೆಗಣಿತಾ. ಪೂಸಲೆಸೊಗಸು. ಹೇಲತಾಕೋಮಲಾಂಗ). ಪೂಱವಕೆಯನ್ತರವೇಱಿನೇ. ಪೊಸ ತುಲ್ಲಾರಂ. ಮೆಚ್ಚುತುಣ್ಣೆ.

ವಿಸಂಧಿದೋಷಕ್ಕೆ—ಅಸಿಯ ಬಱಿ ಬೆಸೆದ ಪಟ್ಟಿಗೆ
ಮಿಸುಗುವ ಅಱಿನ್ನೈದೆ ತೊಳಪ ಕನ್ನವುರಂ ಚೆ ।
ಲ್ವೆಸದಿರೆ ಬಲವರ್ಪ ವಿಟರ್
ಕುಸುಮೇಷುವ ಮೇಳದವರ್ಗಳೆನಿಸಿದರದಱೊಳ್
॥ ಕಂದಂ ॥

ಪೊನ್ನ ಅಂದಳಂ ಎಂದಿಂತು ಸಂಧಿಯುಂ ಕಿಡಿಸಲಾಗದು.

ಸೂತ್ರಂ.

Also sounds disagreeable to the ear (for instance the joining of two Rêphas) are to be avoided.

ಎರಡುಂ ರೇಫೆಗಳಂ ತಂ
ದುರವಣೆಯಿಂ ಕೂಡಿದಂತೆವೋಲ್ಶ್ರುತಿಕಷ್ಟಂ ।
ಬರೆ ಸಂಧಿ ಮಾಡಲಾಗದು
ಕರಡೆಯ ಗಿರ್ಗಟದ ದನಿವೊಲಮರವವೆಂದುಂ ॥ 63 ॥

ಪದಚ್ಛೇದಂ.—ಎರಡುಂ ರೇಫೆಗಳಂ ತಂದು ಉರವಣೆಯಿಂ ಕೂಡಿದಂತೆವೋಲ್ ಶ್ರುತಿ ಕಷ್ಟಂ ಬರೆ, ಸಂಧಿ ಮಾಡಲ್ ಆಗದು; ಕರಡೆಯ ಗಿರ್ಗಟದ ದನಿವೊಲ್ ಅಮರವು ಅವು ಎಂದುಂ.

ಅನ್ವಯಂ.—ಅವು ಎಂದುಂ ಕರಡೆಯ ಗಿರ್ಗಟದ ದನಿವೊಲ್ ಅಮರವು.

ಟೀಕು.—ಎರಡುಂ ರೇಫೆಗಳಂ = ಪೂರ್ವಪದದ ಕಡೆಯಲ್ಲಿ ಪರಪದದ ಮೊದಲಲ್ಲಿ ಇರ್ದ ಎರಡು ರೇಫೆಗಳುಂ; ತಂದು = ತಂದು ಕೊಂಡು; ಉರವಣೆಯಿಂ = ಶೀಘ್ರದಿಂದೆ; ಕೂಡಿ ದಂತೆವೋಲ್ = ಕೂಡಿದ ಹಾಂಗೆ; ಶ್ರುತಿಕಷ್ಟಂ = ಶ್ರುತಿಕಷ್ಟವೆಂಬ ಕರ್ಣಕಠೋರಂ; ಬರೆ = ಬರೆ; ಸಂಧಿ ಮಾಡಲ್ = ಸ್ಂಧಿಯಂ ಮಾಡಲ್ಕೆ; ಆಗದು = ಸಲುವಳಿಯಾಗದು; ಅವು = ಅವು; ಎಂದುಂ = ಆವಾಗಳುಂ; ಕರಡೆಯ = ಕರಡೆಯೆಂಬ ವಾದ್ಯದ; ಗಿರ್ಗಟದ = ಗಿರ್ಗಟಿಯೆಂಬ ವಾದ್ಯದ; ದನಿವೊಲ್ = ಧ್ವನಿಯ ಹಾಂಗೆ; ಅಮರವು = ಪೊರ್ದುಗೆಯಾಗವು.

ವೃತ್ತಿ.—ಪದಂಗಳೆರಡಱಿಂತರಾಳರೇಫೆಗಳಂ, ಕೂಡಿದಂತೆ ಶ್ರುತಿಕಷ್ಟ ಮಾಗೆ, ಸಂಧಿಯಂ ಮಾಡಲಾಗದು; ಕರಡೆಯ ಗಿರ್ಗಟದ ಧ್ವನಿಯಂತಿರವು ನೇರ್ಪಡವು.

ಪ್ರಯೋಗಂ.—ರೇಫದ್ವಿತೀಯಸಂಧಿದೋಷಕ್ಕೆ—ಬಂದರ್ರಾವರ್; ದೇವರ್ರಕ್ಷಿಸುಗೆ; ಮೂವರ್ರಾಯರನೆ ಮಾಱುವಂತೆಸೆದಿರ್ಕುಂ.

ಶ್ರುತಿಕಷ್ಟಕ್ಕೆ—ವಿದ್ವಿಟ್ಸ್ತ್ರಯರೆಂದು, ಮಾಡಲಾಗದು.

ಸೂತ್ರಂ.

Combination of letters regarding the ಎ of strict emphasis and ಅರೆ, when their meaning is modified

ಅವಧಾರಣೆಯನಿಯೋಗ
ವ್ಯವಹೃತಿಯಿಂದಿರೆ ನಿಪಾತವಿಷಯದೊಳಲ್ಪಾ ।
ರ್ಥವನಾಳ್ದರೆ ವಸ್ತುವಿನ
ರ್ಥವನುಸಿರುತ್ತಿರೆ ತಗುಳ್ಚುವುದು ಸಂಹಿತೆಯಂ ||64||

ಪದಚ್ಛೇದಂ.—ಅವಧಾರಣೆ ಎ ಅನಿಯೋಗವ್ಯವಹೃತಿಯಿಂದೆ ಇರೆ, ನಿಪಾತವಿಷಯ ದೊಳ್ ಅಲ್ಪಾರ್ಥವಂ ಆಳ್ದ ಅರೆ ವಸ್ತುವಿನ ಅರ್ಥವಂ ಉಸಿರುತ್ತ ಇರೆ, ತಗುಳುವುದು ಸಂಹಿತೆಯಂ.

ಅನ್ವಯಂ.—ಸಂಹಿತೆಯುಂ ತಗುಳ್ಬುವುದು.

ಟೀಕು.—ಅವಧಾರಣೆ= ಅವಧಾರಣೆಯ ಏಕಾರಂ; ಅನಿಯೋಗವ್ಯವಹೃತಿಯಿಂದೆ= ತನ್ನ ನಿಯತಾರ್ಥವಂ ಬಿಟ್ಟು ಅನಿಯೋಗವ್ಯವಹಾರದಿಂದೆ; ಇರೆ= ಇರೆ; ನಿಪಾತವಿಷಯದೊಳ್= ಅವ್ಯಯವಿಷಯದಲ್ಲಿ; ಅಲ್ಪಾರ್ಥವಂ= ಕಿಱಿದೆಂಬಲ್ಪಾರ್ಥವಂ; ಅಳ್ದ= ತಾಳ್ದ; ಅರೆ= ಅರೆಯೆಂಬ ಶಬ್ದಂ; ವಸ್ತುವಿನ= ಒಂದು ವಸ್ತುವಿನ; ಅರ್ಧವಂ= ಸರಿ ಭಾಗವಂ; ಉಸಿರುತ್ತಿರೆ= ಹೇೞುತ್ತಿರೆ; ಸಂಹಿತೆಯಂ= ಸಂಧಿಯಂ; ತಗಳ್ಬುವುದು= ಎಯ್ದುವದು.

ವೃತ್ತಿ.—ಅವಧಾರಣೆಯ ಏಕಾರಂ ತನ್ನ ನಿಯತಾರ್ಥಮಂ ಬಿಟ್ಟು ಅನಿಯೋಗಮಾದಲ್ಲಿಯುಂ ಕಿಱಿದೆಡೆಯುಂ ಪೇೞ್ವ ನಿಪಾತಾರ್ಥದರೆಯೆಂಬ ಶಬ್ದಮೊಂದು ವಸ್ತುವಿನ ಭಾಗಮಂ ಪೇೞ್ವಲ್ಲಿಯುಂ ಸಂಧಿಯುಂಟು.

ಪ್ರಯೋಗಂ.— ಅನಿಯತನಿಯೋಗಸಂಧಿಗೆ—ಮಾಮರನಲ್ಲದಿಲ್ಲ; ತನಿಗಂಪಿನ ಮಲ್ಲಿಗೆಯಲ್ಲದಿಲ್ಲ. ಅರೆಯ ಸಂಧಿಗೆ—ಕುರುಪತಿಯುಂ ವಿಷು ಬೇಡಿದಂ ಧರೆಯರೆಯಂ.

2. Combination of Consonants.

ಸೂತ್ರಂ.

In combination ಕ, ತ, ಪ, when initials of the second word, are often changed into ಗ, ದ, ಬ.

ಇರೆ ವರ್ಗಪ್ರಥಮಂಗಳ್
ಪರದೊಳ್ ಚಟವರ್ಗಮುಱಿಯೆ ತಮ್ಮ ತೃತೀಯಾ |
ಕ್ಷರಮಕ್ಕುಂ ಪದವಿಧಿಯೊಳ್
ಪರಿಹರಿಸಲ್ಬಾರದಲ್ಲಿ ಬಹುಳಸ್ಥಿತಿಯಂ || 65 ||

ಪದಚ್ಛೇದಂ.—ಇರೆ ವರ್ಗಪ್ರಥಮಂಗಳ್ ಪರದೊಳ್—ಚಟವರ್ಗಂ ಉಱಿಯೆ—ತಮ್ಮ ತೃತೀಯಾಕ್ಷರಂ ಅಕ್ಕುಂ ಪದವಿಧಿಯೊಳ್; ಪರಿಹರಿಸಲ್ ಬಾರದು ಅಲ್ಲಿ ಬಹುಳಸ್ಥಿತಿಯಂ.

ಅನ್ವಯಂ.—ಪದವಿಧಿಯೊಳ್—ಚಟವರ್ಗಂ ಉಱಿಯೆ—ವರ್ಗಪ್ರಥಮಂಗಳ್ ಪರದೊಳ್ ಇರೆ, ತಮ್ಮ ತೃತೀಯಾಕ್ಷರಂ ಅಕ್ಕುಂ; ಅಲ್ಲಿ ಬಹುಳಸ್ಥಿತಿಯಂ ಪರಿಹರಿಸಲ್ ಬಾರದು.

ಟೀಕು.—ಪದವಿಧಿಯೊಳ್= ಸಮಾಸವಿಧಿಯಲ್ಲಿ; ಚಟವರ್ಗಂ= ಚವರ್ಗ ಟವರ್ಗಂಗಳ್; ಉಱಿಯೆ= ಹೊಱತಾಗೆ; ವರ್ಗ= ವರ್ಗಂಗಳ; ಪ್ರಥಮಂಗಳ್= ‖ ಕ ‖ ತ ‖ ಪ ‖ ಎಂಬ ಮೊದಲಕ್ಷರಂಗಳ್; ಪರದೊಳ್= ಪರಪದದಾದಿಯಲ್ಲಿ; ಇರೆ= ಇರೆ; ತಮ್ಮ= ತಮ್ಮ ತಮ್ಮ; ತೃತೀಯಾಕ್ಷರಂ= ‖ ಗ ‖ ದ ‖ ಬ ‖ ಎಂಬ ಮೂಱನೆಯಕ್ಷರಂಗಳ್; ಅಕ್ಕುಂ=

ಅಪ್ಪುವು; ಅಲ್ಲಿ = ಆ ತೃತೀಯಾಕ್ಷರವಾಗುವಲ್ಲಿ; ಬಹುಳಸ್ಥಿತಿಯಂ = ಬಹುಳದ ಸ್ಥಿತಿಯಂ; ಪರಿಹರಿಸಲ್ಬಾರದು = ಬಿಡಬಾರದು.

ವೃತ್ತಿ.—ಚಟವರ್ಗದಿಂ ಪಿಂಗಿದ ಕ, ತ, ಪಂಗಳ್ಪರಪದದಾದಿಯೊಳಿರ್ದು, ಸಮಾಸವಿಷಯದೊಳ್ತಮ್ಮ ತಮ್ಮ ತೃತೀಯಾಕ್ಷರಂಗಳಂ ಬಹುಳತೆಯಿನೆಯ್ದುಗುಂ.

ಪ್ರಯೋಗಂ.—ಕಕಾರದ ತೃತೀಯತ್ವಕ್ಕೆ—ಪಱಗನ್ನಡಂ ಪುದುಂಗೊಳೆ
ಕೊಱಸಕ್ಕದಮುಂ ತಗುಳ್ದು ಜಾಣೆಡೆವುತ್ತುಂ।
ಮೆಱಸಂಗೋದಂತಿರೆ ಪೇ
ರ್ವಿೞಿಗವಿಗಳ ಕವಿತೆ ಬುಧರನೆರ್ದೆಗೊಳಿಸುಗುಮೇ ॥ಕಂ॥

ಗೞಿಗೂಡಾಡುವರಿಂದ್ರನಂ ಗಿರಿಶನಂ ಸರ್ವಸ್ವಮಂ ಕೊಂಡು ಮುನ್ನುಱವರ್ ॥ ಇತ್ಯಾದಿ, ಮತ್ತೇಭವಿಕ್ರೀಡಿತವೃತ್ತಂ ॥

ತಕಾರದ ತೃತೀಯತ್ವಕ್ಕೆ—ಕಣ್ದೆಱವು; ಮೆಯ್ದುಡುಗೆ; ಮಣಿಯುಡಿದೊವಲುಂ ಪಿರಿಯ ಪಣೆಗಟ್ಟಂ; ನಿಱುದಲೆ ನೀಳ್ದವೆತ್ತ ನಗೆಗಣ್; ಬೆಳರ್ಗೆಂಪಿನ ಸೊಂಪನಾಳ್ದ ಬಾಯ್ದೆಱೆ.

ಪಕಾರದ ತೃತೀಯತ್ವಕ್ಕೆ—ಕಣ್ಬನಿ; ತಣ್ಬೞಲ್; ತಳದೊಳ್ ರುದ್ರಂ ಕಂಡಲ್ಲಿ ಕಣ್ಬೊಲನಾಗೆ.

ಬಹುಳಮೆಂಬುದಱಿಂದೆ ಕೆಲವೆಡೆಯೊಳಿಲ್ಲ—ತಲೆಕಟ್ಟು; ಬೆಸೆಕೋಲ್; ಒಳಕಯ್ಯೊಳಿರ್ದು ಪಲ್ಗಿರಿದೊಳವಾಲಂಗೊಂಡು; ಏದುಪಂಡು.

ಚಟವರ್ಗಕ್ಕೆ ತೃತೀಯತ್ವಮೆಂದುಮಿಲ್ಲದುದರ್ಕೆ—ಕಡುಚಾಗಿ; ಕಜ್ಜಳ್ಳಂ; ಚಿಕ್ಕಚೋಜಿಗಂ; ಬೞಚೆನ್ನಂ; ಕಡುಟಕ್ಕು; ಮಾಣಿಕಟಿಕ್ಕೆ; ಪೊಸಟೊಪ್ಪಿಗೆ; ಕಳ್ಳಟಪ್ಪಣಂ.

ಸೂತ್ರಂ.

The foregoing rule is, for instance, not made use of when ಕ, ತ, ಪ occur after ಒರ್ and ಇರ್ after ೯ when substitute of ಟ್, and after ಟ್ when substitute of ಡ್.

ಒಂದೆರಡರ್ಕೆ ಱಕಾರ
ಕ್ಕಂದಾದಾದೇಶರೇಫೆಗಂ ಡತ್ವಕ್ಕಂ।
ಬಂದಾದೇಶಱಿಕ್ಕಂ
ಸಂಧಿಸದು ತೃತೀಯವೃತ್ತಿ ಕತಪಕ್ಕೆಂದುಂ ॥ 66 ॥

ಪದಚ್ಛೇದಂ.—ಒಂದೆರಡರ್ಕೆ, ೞಕಾರಕ್ಕೆ ಅಂದು ಆದ ಆದೇಶರೇಫೆಗಂ, ಡತ್ವಕ್ಕಂ ಬಂದ ಆದೇಶೞೞಿಕ್ಕಂ ಸಂಧಿಸದು ತೃತೀಯವೃತ್ತಿ ಕತಪಕ್ಕೆ ಎಂದುಂ.

ಅನ್ವಯಂ.—ಒಂದೆರಡರ್ಕೆ, ೞಕಾರಕ್ಕೆ ಅಂದಾದಾದೇಶರೇಫೆಗಂ, ಡತ್ವಕ್ಕಂ ಬಂದಾದೇಶೞೞಿಕ್ಕಂ ಕತಪಕ್ಕೆ ತೃತೀಯವೃತ್ತಿ ಎಂದುಂ ಸಂಧಿಸದು.

ಟೀಕು.—ಇಲ್ಲಿ ಅನುವರ್ತನೆ—ಪದವಿಧಿಯೊಳ್ ವರ್ಗಪ್ರಥಮಂಗಳ್ ಪರದೊಳಿರೆ (S. 65) ಒಂದೆರಡರ್ಕೆ = ಒಂದೆರಡೆಂಬಿವರ್ಕೆ; ೞಕಾರಕ್ಕೆ = ೞತ್ವಕ್ಕೆ; ಅಂದು = ಆ ಸಮಾಸ ಮಾಡುವಂದು; ಆದಾದೇಶರೇಫೆಗಂ = ಆದ ಆದೇಶದ ರೇಫೆಗೆಯುಂ; ಡತ್ವಕ್ಕಂ = ಡಕಾರಕ್ಕೆಯುಂ; ಬಂದ ಆದೇಶೞೞಿಕ್ಕಂ = ಬಂದ ಆದೇಶದ ೞೞಿಕ್ಕೆಯುಂ; ಕತಪಕ್ಕೆ = ಪರವಾದ ಕತಪಂಗಳ್ಗೆ; ತೃತೀಯವೃತ್ತಿ = ಮೂಱನೆಯಕ್ಷರದ ವೃತ್ತಿ; ಎಂದುಂ = ಆವಾಗಳುಂ; ಸಂಧಿಸದು = ಸಂಘಟನೆಯಾಗದು, ಬಾರದೆಂಬುದರ್ಥಂ.

ವೃತ್ತಿ.—ಒಂದೆರಡೆಂಬಿವರ್ಕಂ, ೞಕಾರಕ್ಕಾದೇಶಮಾದ ರೇಫೆಗಂ, ಡಕಾರಕ್ಕಾದೇಶಮಾದ ೞೞಿಕ್ಕಂ ಪರಮಾದ ಕ ತ ಪಂಗಳ್ಗೆಂದುಂ ತೃತೀಯತ್ವಮಿಲ್ಲ.

ಪ್ರಯೋಗಂ.—ಒಂದರ್ಕೆ—ಒರ್ಕೈಸಿ ಬಿಲ್ಲಮಂಬುಮ
ನುರ್ಕಾಳ್ಗಳ್ ಸುರಿಗೆನೀಳ್ತು ಮೂಣ್ದಿರದಾ ಗೋ |
ವರ್ಕಳಿದಿರ್ಚಿದ ಘೋೞಾ
ಯ್ತು ಕರ್ಗಳೊಳೆಕ್ಕತುಳುಮಿೞ್ದು ಕುೞಿದೞಿಯಾದರ್ ||ಕಂದಂ||

ಒರ್ತುತ್ತೆಂಬಿನಂ ತುತ್ತಿ ದೇವಗಣಕ್ಕಚ್ಚರಿಯಾಗಿ ಪಾೞಿ; ಒರ್ಪಿಡಿಗೂೞಿಂ ಚಿತ್ರಗನ ಕಪ್ಪಡಮುಂ.

ಎರಡರ್ಕೆ—ಇರ್ಕೋಡಿಯಿಂ ತೀವಿ ನಾಲ್ದೆಸೆಗಂ ಸೂಸಿ; ಇರ್ತಲೆಗೊಬಜಂ; ಪಿರಿದಿರ್ಪತ್ತು ತೋಳುಂ ದಶಮುಖಕುಹರಾಟೋಪಮುಂ

ೞಕಾರಕ್ಕಾದೇಶಮಾದ ರೇಫೆಗೆ—ಮಾರ್ಕೊಂಡರಲ ಭೈರವಂ; ಮಾರ್ಕಟ್ಟೆ; ಮಾರ್ತಲೆ; ಮಾರ್ತಪ್ಪ ತೆರೆಗಳಿಂ ತರಲಾರ್ತುದು ತನ್ನದಿಗೆ ಸುರನದಿವಿಭ್ರಮಮಂ. ಬೇರ್ಪಟ್ಟಂ. ಏರ್ಪೆತ್ತರೇರ್ಪೆತ್ತರಂ ಪದುಳಂ ಮಾೞ್ಪುದುಚಿತಂ.

ಡಕಾರಕ್ಕಾದೇಶಮಾದ ೞೞಿಕ್ಕೆ—ಕಾೞ್ಕಿಚ್ಚು ತಗುಳೆ ತಮ್ಮೊಳ್ ಕೋೞ್ಕಟ್ಟ; ಕಾೞ್ತೞು ಮಸಗಿದ ವೋಲ್ ಒಡ್ಡಿದುದು ಕುರುಸೈನ್ಯಂ; ನಾೞ್ಪಿಗರಣಂ; ನಾೞ್ತಡುಗುಣಿ; ಕಾೞ್ಪಿರವಾಗೆ ಕಾವ್ಯರಸಮ್ ಅರ್ಥಮುಮಕ್ಕರಮುಂ ಪ್ರತೀತಿಯುಂ ಮಾೞ್ಪಿನೆಗಂ.

ಸಮುಚ್ಚಯವಶದಿಂದೆ ಕೆಳಗಣ್ಗಾದೇಶಮಾದ ಱಿಱಕ್ಕಂ ತೃತೀಯತ್ವಮಿಲ್ಲ, ಕಿೞ್ಕೆಱೆ ಎಂಬಂತೆ.

ಸೂತ್ರಂ.

After vowels and radical (half) consonants the letters ಪ, ಬ, ಮ are, also in metrical and nonmetrical prose, often changed into ವ.

ವಿದಿತಸ್ವರದಿನನಾದೇ
ಶದ ಸಹಜವ್ಯಂಜನಂಗಳಿಂ ಪರದ ಪವ |
ರ್ಗದ ನೆಲೆಗಕ್ಕುಂ ವತ್ವಂ
ಪದವಿಧಿಯೊಳ್ಬಹುಳವೃತ್ತಿಯಿಂ ವಾಕ್ಯದೊಳಂ || 67 ||

ಪದಚ್ಛೇದಂ.—ವಿದಿತಸ್ವರದಿಂ ಅನಾದೇಶದ ಸಹಜವ್ಯಂಜನಗಳಿಂ ಪರದ ಪವರ್ಗದ ನೆಲೆಗೆ ಅಕ್ಕುಂ ವತ್ವಂ ಪದವಿಧಿಯೊಳ್ ಬಹುಳವೃತ್ತಿಯಿಂ ವಾಕ್ಯದೊಳಂ.

ಅನ್ವಯಂ.—ಪದವಿಧಿಯೊಳ್ ಬಹುಳವೃತ್ತಿಯಿಂ, ವಾಕ್ಯದೊಳಂ ವಿದಿತಸ್ವರದಿಂ ಅನಾದೇಶದ ಸಹಜವ್ಯಂಜನಗಳಿಂ ಪರದ ಪವರ್ಗದ ನೆಲೆಗೆ ವತ್ವಂ ಅಕ್ಕುಂ.

ಟೀಕು.—ಪದವಿಧಿಯೊಳ್ = ಸಮಾಸದ ವಿಧಿಯಲ್ಲಿ; ಬಹುಳವೃತ್ತಿಯಿಂ = ಬಹುಳದ ವರ್ತನೆಯಿಂದೆ; ವಾಕ್ಯದೊಳಂ = ವಾಕ್ಯದಲ್ಲಿಯುಂ; ವಿದಿತಸ್ವರದಿಂ = ಪ್ರಸಿದ್ಧಮಾದ ಸ್ವರಾಕ್ಷರಂಗಳಿಂದೆ; ಅನಾದೇಶದ = ಆದೇಶವಲ್ಲದ; ಸಹಜವ್ಯಂಜನಂಗಳಿಂ = ಸಹಜವಾದ ವ್ಯಂಜನಾಕ್ಷರಂಗಳಿಂದೆ; ಪರದ = ಮುಂದಣ; ಪವರ್ಗದ = || ಪ || ಬ || ಮ ಎಂಬ ಪವರ್ಗದ; ನೆಲೆಗೆ = ಸ್ಥಾನಕ್ಕೆ; ವತ್ವಂ = ವಕಾರಂ, ಅಕ್ಕುಂ = ಅಪ್ಪುದು.

ವೃತ್ತಿ.—ಸ್ವರಂಗಳಿಂದನಾದೇಶದ ಸಹಜವಾದ ವ್ಯಂಜನಂಗಳಿಂ ಪರದೊಳಿರ್ದ ಪವರ್ಗಕ್ಕೆ ಸಮಾಸವಿಷಯದೊಳ್ವತ್ವಮಕ್ಕುಂ; ಬಹುಳಮೆಂಬುದಱಿಂ ಕೆಲವಱೊಳಿಲ್ಲ; ವಾಕ್ಯದೊಳಂ ವತ್ವಮುಂಟು.

ಪ್ರಯೋಗಂ.— ಸ್ವರಂಗಳ್ಗೆ —

ಪಕಾರಕ್ಕೆ—ಎಳವೆೞಱಿ ದಾಡೆ ಕೆಂದಳಿರ ನಾಲಗೆ ಮಾಮರದಳ್ಳಿಗೊಂ
ಬಿನೊಳ್ ಮಿಳಿರ್ವೆಳವಳ್ಳಿ ಬಾಲಮಲರ್ದೊಂಗಲೆ ಕೇಸರ
ಮೆಂಬಿನಂ ಮನಂ | ಗೊಳಿಮಧುಮಾಸಕೇಸರಿ ವಿಯೋ
ಗಿಗಳೆಂಬ ಮೃಗಂಗಳಂ ಭಯಂಗೊಳಿಸಿದುದುದ್ಧಕೀರಮ
ದಕೋಕಿಲಗರ್ಜಿತತರ್ಜಿತಂಗಳಿಂ || ಉತ್ಪಲಮಾಲಿಕಾವೃತ್ತಂ ||
ಬೆಳೆವೊಲನೆತ್ತಲ್ ಕಾಕಿಱಿದೆ ಪರ್ವಿದ ಪೆರ್ಬಾಳ್ (?).

ಬಕಾರಕ್ಕೆ—ನಡುವಣ ಕರ್ಪುಂ ಕಡೆಯಣ
ಕಡುವೆಳ್ಪುಂ ತುದಿಯ ಕೂರ್ಪುಮೆಸದಿರೆ ವಿಟರಂ ।
ಬಿಡದೆಸಲೆ ತೆಗೆದ ಮದನನ
ನಿಡಿಯಲರ್ಗಣೆಗಳನೆ ಪೋಲ್ತುವಾಕೆಯ ಕಣ್ಗಳ್ ॥ಕಂದಂ॥

ಮಕಾರಕ್ಕೆ—ಮರವಣಿಗಂ ಬೀಣೆಗಮಂ
ತರಮಾವುದು ದೋಷರಹಿತಮೃದುಲಲಿತಪದ ।
ಸ್ಫುರಿತಸರಸೋಕ್ತಿಗಂ ನಿ
ಷ್ಠುರಕುಕವಿಕಟೂಕ್ತಿಗಳ್ಗಮೇನಂತರಮೋ ॥ ಕಂದಂ ॥
ಕಳೆಯಲ್ಕಾಗದು ನರಪತಿಕುಳವನಱಿವ ಪಱಿವಾನಿಸನಂ.

ಸಹಜವ್ಯಂಜನಕ್ಕೆ—ಪ—ಬೇರ್ವೆರಸು ಕಾಯ್ತು ಪಲಸೆಳ ನೀರ್ವೊನಲಂ ಕಱಿದು ತೆಂಗು.

ಬ—ಮೆಯ್ಸುಸೆವೊಂದೆ ಪೂವಿನೊಳೆ ಪೋಗಿ ಮೊಗಂ ಮುರಿದಳ್ಳಿಗೊಪ್ಪಿ ಸೊಳ್ ಪಾದುದು.

ಮ—ಸಾತಿಶಯಾರ್ಥಮುಮಂ ಮೆಲ್ವಾತುಮನೊಸೆದಿತ್ತರೊಲಿದು ತವ ಗಿಲ್ಲದುವಂ.

ಬ—ಗೇಣ್ವಾಯ್ಗೆವೀೞಿದೆ. ಆಳ್ವಲ್ಮೆ. ತೋಳ್ವಲ್ಮೆ. ಪ—ಬೇಟಮಂ ಹಡೆದನೆ ಬಾೞ್ಗೆ ಬಾೞ್ಪಡಿನಿತಿಲ್ಲದ ಬಾೞ್ತೆಣನೇಕ ಬೞ್ದಿಪಂ.

ಆದೇಶವ್ಯಂಜನಕ್ಕೆ ವತ್ವಮಿಲ್ಲ—ಬ—ಇರ್ಬಾಳ್ ಮೂವಾೞ್ ಇಕ್ಕಿ ರ್ದುಪರೆಯೊಳ್; ಮ—ಇರ್ಮಡಿ;

ಧರೆಯೋಳ್ವೀರದ ಪೆಂಪಿನ
ನರನಿಂದಿರ್ಮಡಿ ಬಕಾರಿಯಿಂ ಮೂವಡಿ ಭಾ ।
ಸ್ಕರಸುತನಿಂ ನಾಲ್ವಡಿ ಮುರ
ಹರನಿಂದೈವಡಿ ನೆಗೞ್ತೆಯದಟರ ಭೀಮಂ ॥ ಕಂದಂ ॥

ಪ—ಕಿೞ್ಪೊಡೆ ರಸಭಾವಮಿರ್ಪೊಡೆ ಮುಖಂ ಸುರತೋತ್ಸವಗೋಮಿ ನೀಮುಖಂ.

ಬಹುಳಮೆಂಬುದಱಿಂ ಕೆಲವಱೊಳ್ವತ್ವಮಿಲ್ಲ.—

ಬ—ಕಣ್ಬೇಟಂ; ಆ ನಾಡು ಪಿರಿಯ ಕಣ್ಬೇಡು; ಕರ್ಬೇಡರೆ; ಸುಡು ಬಾಡು; ಮ—ಬಾಳ್ಮೊನೆ; ಪಾಲ್ಮನೆ; ಕತ್ತುರಿಮಿಗಂ; ಪ—ಕಯ್ಪುೞಿಗುಟ್ಟಿಯಾಡಿದರ್; ಪೂಪುಣುಂಬು; ಪಲ್ಪುೞಿಗುಟ್ಟಿದಂ.

ವಾಕ್ಯಕ್ಕೆ ವತ್ವಂ—ತಮರುರ್ಗೆವೋಪ ಕುಲಜಾಂಗನೆಯರ್ ಮಹಿಧರಂಗೆ ಪಡೆದರ್ ಮುದಮಂ; ದಿವದಿಂ ಕೆಲಸಕೆವರ್ಪ ದಿವಿಜಾಂಗನೆಯರ್; ಬೆಂಗೆವಂದಂ; ತರವೇಟ್ದಿಂ; ನೆಲೆಗೆವಂದಂ; ಕಾಮನ ಗರವಟಿಗೆವರ್ಪಂತೆ ಸುತ್ತಿ ಬರ್ಪುವು ಗಿಳಿಗಳ್.

ಸೂತ್ರಂ.

ಸ is often changed into ಚ, ಜ and ಛ after consonants, with the exception of ಯ and ಲ.

ಇರೆ ಯಲರಹಿತವ್ಯಂಜನ
ಪರಮಾಗಿ ಸಕಾರಮಲ್ಲಿ ಬಹುಳಂ ಚತ್ವಂ |
ಅರೆಎಡೆಯೊಳ್ಜತ್ವಂ ಮೇ
ಣರೆಎಡೆಯೊಳ್ಸಂಖ್ಯೆಯಾಗೆ ನಿಯತಂ ಛತ್ವಂ || 68 ||

ಪದಚ್ಛೇದಂ.— ಇರೆ ಯಲರಹಿತವ್ಯಂಜನಪರಂ ಆಗಿ ಸಕಾರಂ, ಅಲ್ಲಿ ಬಹುಳಂ ಚತ್ವಂ; ಅರೆ ಎಡೆಯೊಳ್ ಜತ್ವಂ; ಮೇಣ್ ಅರೆ ಎಡೆಯೊಳ್, ಸಂಖ್ಯೆ ಆಗೆ, ನಿಯತಂ ಛತ್ವಂ.

ಅನ್ವಯಂ.— ಯಲರಹಿತವ್ಯಂಜನಪರಂ ಆಗಿ ಸಕಾರಂ ಇರೆ, ಅಲ್ಲಿ ಬಹುಳಂ ಚತ್ವಂ; ಅರೆ ಎಡೆಯೊಳ್ ಜತ್ವಂ; ಮೇಣ್ ಅರೆ ಎಡೆಯೊಳ್, ಸಂಖ್ಯೆ ಆಗೆ, ನಿಯತಂ ಛತ್ವಂ.

ಟೀಕು.—ಯಲರಹಿತ = ಯಕಾರ ಲಕಾರಂಗಳಿಂ ವಿರಹಿತಂಗಳಾದ; ವ್ಯಂಜನ = ವ್ಯಂಜನಂಗಳ್ಗೆ; ಪರಂ = ಮುಂದಣಕ್ಷರಂ; ಆಗಿ = ಆಗಿ; ಸಕಾರಂ = ಸತ್ವಂ; ಇರೆ = ಇರೆ; ಅಲ್ಲಿ = ಆ ಸ್ಥಾನದಲ್ಲಿ; ಬಹುಳಂ = ಬಹುಳವಾಗಿ; ಚತ್ವಂ = ಚಕಾರವಪ್ಪುದು; ಅರೆಎಡೆಯೊಳ್ = ಕೆಲವೆಡೆಯಲ್ಲಿ; ಜತ್ವಂ = ಜಕಾರವಪ್ಪುದು; ಮೇಣ್ = ಅದಲ್ಲದೆ; ಅರೆಎಡೆಯೊಳ್ = ಕಿಱಿದೆಡೆಯಲ್ಲಿ; ಸಂಖ್ಯಾ = ಸಂಖ್ಯಾವಾಚ; ಆಗೆ = ಆಗೆ; ನಿಯತಂ = ಕಟ್ಟಾಗಿ; ಛತ್ವ = ಛಕಾರವಪ್ಪುದು.

ವೃತ್ತಿ.—ಯಕಾರ ಲಕಾರಂಗಳಂ ಕಳೆದುೞಿದ ವ್ಯಂಜನಂಗಳ್ಗೆ ಪರಮಾಗಿ ನಿಂದ ಸಕಾರಂ ಬಹುಳತೆಯಿಂ ಚತ್ವಮಕ್ಕುಂ; ಕೆಲವೆಡೆಯೊಳ್ಜತ್ವಮಕ್ಕುಂ; ಕಿಱಿದೆಡೆಯೊಳ್ಸಂಖ್ಯೆಯಾಗೆ ಛತ್ವಮಕ್ಕುಂ.

ಪ್ರಯೋಗಂ.—ಚತ್ವಕ್ಕೆ—ನುಣ್ಚಾರದ ತಿಣ್ಪು ಘನಘೋಷಗಭೀರಂ. ಪೆರ್ಚಂಚರದಿನಾಣತಿ ಮಾಡಿದುದುನ್ಮದಾಳಿ.

ಜತ್ವಕ್ಕೆ—ಕಟ್ಟಿದ ಘೊಂಜುರಿಗ್ಗೆಯೊಳಂ ಜನಮನೇಂ ಮನಂಗೊಳಿಸಿದುದೊ. ಮುಂಜೂರ್; ಮುಂಜೆಪ್ಪಿಂಗು; ತಣ್ಜೊಡರ್.

ಥತ್ವಕ್ಕೆ—ಪದಿನೆಣ್ಟಾಸಿರಲೋಹವಕ್ಕರೆಯ ಜಾತ್ಯಶ್ವಂಗಳಿರ್ಥಾಸಿರಂ ಮದಮಂ ಮುಕ್ಕುಳಿಸಿರ್ದ ದಂತಿಘಟೆಗಳ್ ನೂರ್ಥಾಸಿರಂಗಳ ವೋಲಾಯ್ತು ರಥಕಡುವೇಗದಿಂ.

ಬಹುಳಮೆಂಬುದಱಿಂ ಕೆಲವೆಡೆಯೊಳಿಲ್ಲ—

ಕಣ್ಸೋಲಮನಱಿಯುಂ ಪರ
ವೆಣ್ಸುರವಧುಗೆಣೆಯೆನಿಪ್ಪೊಡಂ ತೊಡರ್ದಾತಂ।
ಮೇಣ್ಸುರನಕ್ಕುಮೆಱಚಲಪ
ವಣ್ಸರಿಯೆ ಕೇಳ್ ಸರಿಗೆವಾರನಹಿತಕೃತಾಂತಂ ॥ ಕಂದಂ॥

ಸೋನೆಯ ಕೆಸರ್ಗಳಲರ್ದಲರ ಬೆಳ್ಸರಿ. ಕಳ್ಸವಿಗೆ ಕುಡಿದು ಧನಮಂ.

ಯಲಳಹಿತಕ್ಕೆ.—ಬಾಯ್ಸವಿಗೆ ಮೆಯ್ಸವಿ ಕಣ್ಸವಿಯಪ್ಪ ರೂಪು. ಕೆಯ್ಸುರಿಗೆ. ಮಾವಿನೊಳ್ ಮಸಗುತಮಿರ್ಪ ಬಲ್ಸೋನೆಯ ಸೋನೆಗೆ ಕಾಂಚನಕೇತಕಿವನಪ್ರಸರದಲಂಗಳ್ ಒಲೆಗುಡೆ. ಕಲ್ಸೆರೆ; ಮೆಲ್ಸರಂ. ಬಹುಳಮೆಂಬುದಱಿಂ ಸ್ವರಂಗಳ ಪರದಲ್ಲಿರ್ದ ಸಕಾರಕ್ಕಂ ಕಿಱಿದೆಡೆಗಳಲ್ಲಿ ಚಕಾರ ಜಕಾರಂಗಳಪ್ಪುವು—

ಮುಚ್ಚೆರೆ; ಮುಚ್ಚಾಲ್; ತುಡುಜೊಡರ್.

ಸೂತ್ರಂ.

When the vowel of *monosyllabic* Nominal bases ending in ನ್, ಣ್, ಲ್, ಯ್, ಳ್ is short, and such bases meet with an initial vowel, their end-consonant must be doubled. Particles (Adverbs) of such a description are excepted from this rule.

ಮೊದಲೊಳ್ ಹ್ರಸ್ವೈಕಸ್ವರ
ಮೊದವೆ ಪರಂ ಸ್ವರಮದಾಗೆ ನಣಲಯಳಂಗ।
ಳ್ಗುದಯಿಸುಗುಂ ದ್ವಿತ್ವಂ ಪೂ
ರ್ವದೀರ್ಘಕವ್ಯಯಕೆ ವರ್ಣತತಿಗದ್ವಿತ್ವಂ ॥ 69 ॥

ಪದಚ್ಛೇದಂ.—ಮೊದಲೊಳ್ ಹ್ರಸ್ವೈಕಸ್ವರಂ ಒದವೆ, ಪರಂ ಸ್ವರಂ ಅದು ಆಗೆ, ನ ಣ ಲ ಯ ಳಂಗಳ್ಗೆ ಉದಯಿಸುಗುಂ ದ್ವಿತ್ವಂ; ಪೂರ್ವದೀರ್ಘಕೆ, ಅವ್ಯಯಕೆ, ವರ್ಣತತಿಗೆ ಅದ್ವಿತ್ವಂ.

ಅನ್ವಯಂ.—ಮೊದಲೊಳ್ ಹ್ರಸ್ವೈಕಸ್ವರಂ ಒದವೆ, ಸ್ವರಂ ಅದು ಪರಂ ಆಗೆ, ನ ಣ ಲ ಯ ೞಂಗಳ್ಗೆ ದ್ವಿತ್ವಂ ಉದಯಿಸುಗುಂ; ಪೂರ್ವದೀರ್ಘಕೆ, ಅವ್ಯಯಕೆ, ವರ್ಣತತಿಗೆ ಅದ್ವಿತ್ವಂ.

ಟೀಕು.—ಮೊದಲೊಳ್ = ಆದಿಯಲ್ಲಿ; ಹ್ರಸ್ವ = ಹ್ರಸ್ವವಾದ; ಏಕ = ಒಂದು; ಸ್ವರಂ = ಸ್ವರಾಕ್ಷರಂ; ಒದವೆ = ಪ್ರಾಪ್ತಿಸೆ; ಸ್ವರಂ = ಸ್ವರಾಕ್ಷರಂ; ಅದು = ಅದು; ಪರಂ = ಮುಂದು; ಆಗೆ = ಆಗೆ; ನ ಣ ಲ ಯ ೞಂಗಳ್ಗೆ = ನಕಾರ ಣಕಾರ ಲಕಾರ ಯಕಾರ ೞಕಾರಂಗಳ್ಗೆ; ದ್ವಿತ್ವಂ = ದ್ವಿರ್ಭಾವಂ; ಉದಯಿಸುಗುಂ = ಹುಟ್ಟುವುದು; ಪೂರ್ವದೀರ್ಘಕೆ = ಆದಿದೀರ್ಘಕ್ಕೆ; ಅವ್ಯಯಕೆ = ಅವ್ಯಯಶಬ್ದಂಗಳ್ಗೆ; ವರ್ಣತತಿಗೆ = ಅನೇಕಾಕ್ಷರಕ್ಕೆ; ಅದ್ವಿತ್ವಂ = ದ್ವಿತ್ವಮಿಲ್ಲ.

ವೃತ್ತಿ.—ಹ್ರಸ್ವಮಪ್ಪೇಕಸ್ವರಂ ಪೂರ್ವಮಾಗೆ, ಸ್ವರಂ ಪರಮಾಗೆ, ಸಣಲಯೞಕಾರಂಗಳ್ಗೆ ದ್ವಿತ್ವಮುಂಟು; ಪೂರ್ವದೀರ್ಘಮಾದೊಡಂ ಅವ್ಯಯಮಾದೊಡಂ ಅನೇಕಾಕ್ಷರಮಾದೊಡಂ ದ್ವಿತ್ವಮಿಲ್ಲ.

ಪ್ರಯೋಗಂ.—ಆದಿಹ್ರಸ್ವಮಾಗೆ—ನಕಾರದ್ವಿರ್ಭಾವಕ್ಕೆ—ಬಿಡುಮುಡಿ ಬೆನ್ನಪ್ಪಳಿಸೆ.

ಣಕಾರಕ್ಕೆ—ಕಣ್ಣಿಂ ಕಾಣಳ್. ಚಿತ್ರದ ಪೆಣ್ಣಂತೆವೊಲ್ ಉಣ್ಣಳ್. ಮನದೊಳ್ ದಯಮಿಲ್ಲದವನ ಕಣ್ಣೇಂ ಪುಣ್ಣೇಂ. ಎಣ್ಣೆಯೊಳ್ ಅರನೇಱಿಲ ತನಿವಣ್ಣನುಣ್ಣಿಸಿದನ್ ಅಬ್ಜಭವಂ.

ಪೊನ್ನುಳ್ಳವನೆ ಕುಲೀನಂ
ಚೆನ್ನಂ ಕಲಿ ಸತ್ಯವಾದಿಯೆನಿಸುಗುಮದಱಿಂ ।
ದಿನ್ನುಂ ಪೊನ್ನನೆ ಪಡೆವುದು
ಪೊನ್ನಿಂ ಸಮನಿಸುಗುಮಲ್ತೆ ಪೆಣ್ಣುಂ ಮಣ್ಣುಂ ॥ ಕಂದಂ ॥

ಲಕಾರಕ್ಕೆ—ಕಲ್ಲೆಲ್ಲಂ ಕಿಸುಗಲ್ ಮರನೆಲ್ಲಂ ಮಾವಿಮ್ಮಾವು. ನೆಲ್ಲುಂ ಕೌಂಗುಂ ಮಾವುಂ ಮಲ್ಲಿಗೆಯುಂ. ಹುಲ್ಲುಂಹುಟ್ಟಿಗೆಯುಂ.

ಯಕಾರಕ್ಕೆ—ಮೆಯ್ಯ ಮಸಿ ಕೊರಲ ಬಕ್ಕಳಿ ಪುಯ್ಯೆ ಘರಿಲ್ಗರೆವ ಕೆಯ್ಯ ಕಂಕರಿಕೆ.

ೞಕಾರಕ್ಕೆ—ಮುೞ್ೞಾಗಿ. ಕೞ್ೞಾಟಂ. ಒೞ್ೞಾೞಿಡೆಗೊಡನೊದಱೆ ಭಟ್ಟನೊಳೋವಜಂ (?). ಬೇೞ್ೞಿರೆೞ್ೞಂ ಕೊದೞಿವೆರಸು ತಿಂಬಂ ನಾಗದೇವಂ (?).

ಪೂರ್ವದೀರ್ಘಮಾಗೆ—ನಕಾರಕ್ಕೆ—ಮಿಾನಾಗಿಯುಂ ಮೆಸಡಿಯಾಗಿಯುಂ ಮೇನಾಗಿಯುಂ ತಾನೆಲ್ಲಂ; ಬಾನುದ್ದಂ; ಏನಾಯ್ತು.

ಣಕಾರಕ್ಕೆ—ನಾಣಂ ಪಿಂಗಿಸಿ ಮುಗ್ಧೆಗೆ ಜಾಣಂ ಕೈ ಕೊಳಿಸುವಂತೆ. ಏಣುಂಟು.

ಲಕಾರಕ್ಕೆ—ಕೇಲಂ ಮಾಡುವ ತಿಗುರಿಯ ಕೋಲನ್ತೆವೋಲ್ ಇರ್ದು.

ಯಕಾರಕ್ಕೆ—ಈಯುಲಿಬಿಯಲ್ ಶರಣ್ಬುಗೆ ಕಾಯಲ್. ತಾಯೊರ್ವಳ್ ತನ್ದೆ ಬೇಱಿ. ಬಾಯಾರ್ವಳ್.

ಳಕಾರಕ್ಕೆ—ಆಳೋಳಿಯ ಮಾನಸಂಗೆ ಬಡವಂಗೆ. ತೋಳಾಟಂ; ಬಾಳೊಪ್ಪಂ.

ಅವ್ಯಯಕ್ಕೆ—ಕಲಿ ದಲಿವಂ ಜವನಲ್ಲಿಯುಂಡಿಗೆದಂದನೊ.

ಅನೇಕಾಕ್ಷರಕ್ಕೆ—ಸರಣಾರುಮ್ಮೊಳರೆ ಖಳಸಂಸರಣದೊಳ್. ಪರಲೆಲ್ಲಂ ಮುತ್ತುಮಾಣಿಕಂ ಪಾಸಱಿಗಳ್ ಪರುಸಂಗಳ್. ಎನ್ನ ಮಾತಿನೊಳ್ ತೊದಳುಂಟೆ. ಪರಲೆಲ್ಲಂ; ತೊದಳುಂಟೆ; ಪವಣೆಲ್ಲಂ.

ಸೂತ್ರಂ.

Monosyllabic Verbal themes ending in ನ್, ಣ್, ಲ್, ಯ್, ಳ್ do not allow that doubling when ಅಲ್ is joined; some ending in ಯ್, also ಅರಯ್ that is dissyllabic and has a long initial optionally do so; the themes ಉಯ್, ನೆಯ್, ಸುಯ್, ಬಯ್, however, always double their final, also in the Negative; before the suffix ಉ doubling is forbidden (excepting ಅರಯ್).

ಧಾತುಗಲುಂ ಪರಮಾದೊಡ
ಜಾತಂ ದ್ವಿತ್ವಂ ಯಕಾರದಲ್ಲಿ ವಿಕಲ್ಪಂ
ಮಾತ್ರೇನುಯ್ನೆಯ್ಸುಯ್ಬ
ಯ್ಧಾತುಗಳೊಳ್ದ್ವಿತ್ವಮಲ್ಲದಿಲ್ಲ ವಿಕಲ್ಪಂ || 70 ||

ಪದಚ್ಛೇದಂ.— ಧಾತುಗೆ ಅಲುಂ ಪರಂ ಆದೊಡೆ, ಅಜಾತಂ ದ್ವಿತ್ವಂ; ಯಕಾರದಲ್ಲಿ ವಿಕಲ್ಪಂ; ಮಾತ್ರೇಂ ಉಯ್ ನೆಯ್ ಸುಯ್ ಬಯ್ ಧಾತುಗಳೊಳ್ ದ್ವಿತ್ವಂ ಅಲ್ಲದೆ ಇಲ್ಲ ವಿಕಲ್ಪಂ.

ಅನ್ವಯಂ.— ಧಾತುಗೆ ಅಲುಂ ಪರಂ ಆದೊಡೆ, ದ್ವಿತ್ವಂ ಅಜಾತಂ; ಯಕಾರದಲ್ಲಿ ವಿಕಲ್ಪಂ; ಮಾತ್ರೇಂ ಉಯ್ನೆಯ್ಸುಯ್ಬಯ್ಧಾತುಗಳೊಳ್ ದ್ವಿತ್ವಂ ಅಲ್ಲದೆ ವಿಕಲ್ಪಂ ಇಲ್ಲ.

ಟೀಕು. — ಅನುವರ್ತನೆ — ನಣಲಯಳಕಾರಂಗಳಂತ್ಯವಾದ ಧಾತುಗೆ = ಧಾತುಗಳ್ಗೆ; ಅಲುಂ = ಅಲ್ ಎಂಬುದುಂ, ಉಂ ಎಂಬ ಸಮುಚ್ಚಯದಿಂದೆ ಎಕಾರಾದಿಸ್ವರಂಗಳುಂ; ಪರಂ = ಮುಂದು; ಆದೊಡೆ = ಆದರೆ; ದ್ವಿತ್ವಂ = ದ್ವಿರ್ಭಾವಂ; ಅಜಾತಂ = ಹುಟ್ಟದು; ಯಕಾರದಲ್ಲಿ = ಯಕಾರಾಂತಧಾತುವಿನಲ್ಲಿ; ವಿಕಲ್ಪಂ = ವಿಕಲ್ಪವಾಗಿ ಬರ್ಪುದು; ಮಾತೇಂ = ಹೇಳ್ವುದೇಂ; ಉಯ್ನೆಯ್ಸುಯ್ಬಯ್ಧಾತುಗಳೊಳ್ = ಉಯ್ ॥ ನೆಯ್ ॥ ಸುಯ್ ॥ ಬಯ್ ॥ ಎಂಬ ಧಾತುಗಳಲ್ಲಿ; ದ್ವಿತ್ವಮಲ್ಲದೆ = ದ್ವಿರ್ಭಾವಮಲ್ಲದೆ; ವಿಕಲ್ಪಂ = ವಿಕಲ್ಪಂ; ಇಲ್ಲ = ಉಂಟಾಗದು.

ವೃತ್ತಿ. — ನಣಲಯಳಕಾರಂಗಳಂತ್ಯವಾದ ಧಾತುಗಲ್ಪರಮಾದೊಡಂ ದ್ವಿತ್ವಮಿಲ್ಲ; ಯಕಾರಾಂತದಲ್ಲಿ ವಿಕಲ್ಪಂ; ಉಯ್ ನೆಯ್ ಸುಯ್ ಬಯ್ ಎಂಬಿವರ್ಕೆ ಅಲ್ಪರಮಾದೊಡಂ ವಿಭಕ್ತಿಸ್ವರಂ ಪರಮಾದೊಡಂ ದ್ವಿತ್ವಂ ನಿತ್ಯಂ.

ಪ್ರಯೋಗಂ. — ಅದ್ವಿತ್ವಕ್ಕೆ — ಎಸಲ್ತಕಂ; ತಿನಲ್ಕೊಂಡಂ; ಉಣಲ್ಬಂದಂ; ಮೆಲಲ್ಪೋದಂ; ಕೊಲಲ್ಬಗೆವಂ; ಕೊಲಲ್ಸಾರ್ದಂ; ಕಳಲ್ನೋಡಿದಂ.

ಯತ್ವಕ್ಕೆ — ಪೊಯಲುಂ, ಪೊಯ್ಯಲುಂ; ಕೊಯಲುಂ, ಕೊಯ್ಯಲುಂ. — ಆದಿ ದೀರ್ಘಮಾದೊಡಂ ಅನೇಕಾಕ್ಷರಮಾದೊಡಂ ವಿಭಕ್ತಿಸ್ವರಮುಂ ಪರಮಾದೊಡಮ್ ಆರಯ್ ಎಂಬ ಧಾತುಗೆ ದ್ವಿತ್ವವಿಕಲ್ಪಂ — ಆರಯಲುಂ, ಆರಯ್ಯಲುಂ; ಆರಯಿಂ, ಆರಯ್ಯಿಂ; ಆರಯೆ, ಆರಯ್ಯೆ ಎಂಬಂತೆ.

ಉಯ್ಯಾದಿನಿತ್ಯದ್ವಿತ್ವಕ್ಕೆ — ಉಯ್ಯಂ, ನೆಯ್ಯರ್, ಸುಯ್ಯಯ್, ಬಯ್ಯವು; ಉಯ್ಯಲುಂ, ನೆಯ್ಯಲುಂ ಎಂಬಂತೆ. — ಸಮುಚ್ಚಯವಶದಿಂದೆಕಾರಾದಿಸ್ವರಂ ಪರಮಾದೊಡೆ ದ್ವಿತ್ವಮಿಲ್ಲ — ಎನೆ; ಕೊಲೆ; ಉಣೆ.

ಸೂತ್ರಂ.

The final ನ್, ಣ್, ಲ್, ಯ್, ಳ್ of all monosyllabic Verbal themes (only excepting ಕಳ್, however, must be doubled in the Negative.

ಪ್ರತಿಷೇಧದ ಧಾತುಗೆ ಮುಂ
ದೆ ತಱುಂಬೆ ವಿಭಕ್ತಿ ಪೂರ್ವಕಾಲಕ್ರಿಯೆಯೊಳ್ ।
ಪ್ರತಿಷೇಧದದೆಂಬುದು ಮುಂ
ದೆ ತೋಱಿ ಮೇಣ್ದ್ವಿತ್ವವೃತ್ತಿ ನಿತ್ಯಮೆನಿಕ್ಕುಂ ॥ 71 ॥

ಪದಚ್ಛೇದಂ. — ಪ್ರತಿಷೇಧದ ಧಾತುಗೆ ಮುಂದೆ ತಱುಂಬೆ ವಿಭಕ್ತಿ, ಪೂರ್ವಕಾಲಕ್ರಿಯೆಯೊಳ್ ಪ್ರತಿಷೇಧದ ಅದೆ ಎಂಬುದು ಮುಂದೆ ತೋಱಿ ಮೇಣ್, ದ್ವಿತ್ವವೃತ್ತಿ ನಿತ್ಯಂ ಎನಿಕ್ಕುಂ.

ಅನ್ವಯಂ.— ಪ್ರತಿಷೇಧದ ಧಾತುಗೆ ಮುಂದೆ ವಿಭಕ್ತಿ ತಱುಂಬೆ, ಮೇಣ್ ಪೂರ್ವಕಾಲ ಕ್ರಿಯೆಯೊಳ್ ಪ್ರತಿಷೇಧದ ಅದೆ ಎಂಬುದು ಮುಂದೆ ತೋಱೆ, ದ್ವಿತ್ವವೃತ್ತಿ ನಿತ್ಯಂ ಎನಿಕ್ಕುಂ.

ಟೀಕು.— ಅನುವರ್ತನೆ— ನಣಲಯಳಕಾರಂಗಳಂತ್ಯವಾದ ಪ್ರತಿಷೇಧದ = ಪ್ರತಿಷೇಧಾರ್ಥದ; ಧಾತುಗೆ = ಧಾತುಗಳ್ಗೆ; ಮುಂದೆ = ಮುಂದುಗಡೆಯಲ್ಲಿ; ವಿಭಕ್ತಿ = ಪ್ರತ್ಯಯಂ; ತಱುಂಬೆ = ನಿಂದಿರೆ; ಮೇಣ್ = ಅದಲ್ಲದೆ; ಪೂರ್ವಕಾಲಕ್ರಿಯೆಯೊಳ್ = ಭೂತಕಾಲಕ್ರಿಯೆಯಲ್ಲಿ; ಪ್ರತಿಷೇಧದ = ಪ್ರತಿಷೇಧಾರ್ಥದ; ಅದೆ ಎಂಬುದು = ಅದೆ ಎಂಬುದು; ಮುಂದೆ = ಮುಂಗಡೆಯಲ್ಲಿ; ತೋಱೆ = ಕಾಣಿಸೆ; ದ್ವಿತ್ವವೃತ್ತಿ = ದ್ವಿಭಾವದ ವೃತ್ತಿ; ನಿತ್ಯಂ = ನಿತ್ಯಂ; ಎನಿಕ್ಕುಂ = ಎನಿಸುವುದು.

ವೃತ್ತಿ.— ಪ್ರತಿಷೇಧದರ್ಥದೊಳೆ ಧಾತುವಿಂಗೆ ವಿಭಕ್ತಿ ಪರಮಾದೊಡಂ, ಭೂತಕಾಲಕ್ರಿಯೆಯೊಳ್ ಪ್ರತಿಷೇಧಮನುಸಿರ್ವ ಅದೆ ಎಂಬುದು ಪರಮಾದೊಡಂ, ನ ಣ ಲ ಯ ಳಂಗಳ್ಗೆ ದ್ವಿತ್ವವೃತ್ತಿ ನಿತ್ಯಂ.

ಪ್ರಯೋಗಂ.— ವಿಭಕ್ತಿಗೆ— ಎನ್ನಂ, ಎನ್ನರ್; ಉಣ್ಣಂ, ಉಣ್ಣರ್; ಮೆಲ್ಲಯ್, ಮೆಲ್ಲರ್; ಬಯ್ಯೆನ್, ಬಯ್ಯೆವು; ಕೊಳ್ಳೆನ್, ಕೊಳ್ಳೆವು.

ಅದೆಗೆ— ಎನ್ನದೆ, ತಿನ್ನದೆ, ಉಣ್ಣದೆ, ಒಲ್ಲದೆ, ಬಯ್ಯದೆ, ಕೊಳ್ಳದೆ.

ಮೇಣೆಂಬುದಱಿಂ ಕಳ್ ಎಂಬ ಧಾತುವಿಂಗೆಲ್ಲಿಯುಂ ದ್ವಿತ್ವಮಿಲ್ಲ— ಕಳಲ್ಪೋದಂ, ಕಳಲ್ಬಂದಂ, ಕಳದೆ ಬಂದಂ ಇಂತಱಿವುದು.

ಗದ್ಯಂ.— ಇದು ಸಮಸ್ತಶಾಬ್ದಿಕಜನಮನೋಜನಿತಶಬ್ದಸಂದೇಹಶಲ್ಯಚಾರುಚುಂಬಕಾಯಮಾನಾನೂನಕರ್ಣಾಟಕಲಕ್ಷಣಶಿಕ್ಷಾಚಾರ್ಯಸುಕವಿಕೇಶಿರಾಜವಿರಚಿತಮಪ್ಪ ಶಬ್ದಮಣಿದರ್ಪಣದೊಳ್ ಸಂಧಿಕಾರ್ಯಮೆಂಬ ಪ್ರಥಮಸಂಧಿ ಸಂಪೂರ್ಣಂ.

೧ನೆಯ ಅಧ್ಯಾಯಂ ಸಮಾಪ್ತಂ.

೨ನೆಯ ಅಧ್ಯಾಯಂ. II. CHAPTER.

ನಾಮಪ್ರಕರಣಂ.

ON NOUNS.

ಸೂತ್ರಂ.

ಕ್ರಿಯೆಯಂ ನುಡಿಯದುದು ವಿಭ
ಕ್ತಿಯುಮಿಲ್ಲದುದರ್ಥಮುಳ್ಳುದಂತಡು ಲಿಂಗಂ |
ನಿಯತಚತುರ್ಭೇದಮದಾ
ರಯೆ ಕೃತ್ತದ್ಧಿತಸಮಾಸನಾಮಸ್ಥಿತಿಯಿಂ || 72 ||

Nominal bases are either Verbal forms (ಕೃತ್), or with certain suffixes (ತದ್ಧಿತಂ), or Compound forms (ಸಮಾಸಂ, or Ready nouns (ನಾಮಂ). Their Declension.

ಪದಚ್ಛೇದಂ.—ಕ್ರಿಯೆಯಂ ನುಡಿಯದುದು, ವಿಭಕ್ತಿಯಂ ಇಲ್ಲದುದು, ಅರ್ಥಂ ಉಳ್ಳುದು, ಅಂತು ಅದು ಲಿಂಗಂ; ನಿಯತಚತುರ್ಭೇದಂ, ಅದು ಆರಯೆ, ಕೃತ್ತದ್ಧಿತಸಮಾಸನಾಮಸ್ಥಿತಿಯಿಂ.

ಅನ್ವಯಂ.—ಕ್ರಿಯೆಯಂ ನುಡಿಯದುದು, ವಿಭಕ್ತಿಯಂ ಇಲ್ಲದುದು, ಅರ್ಥಂ ಉಳ್ಳುದು, ಅಂತು ಅದು ಲಿಂಗಂ; ಅದು ಆರಯೆ, ಕೃತ್ತದ್ಧಿತಸಮಾಸನಾಮಸ್ಥಿತಿಯಿಂ ನಿಯತಚತುರ್ಭೇದಂ.

ಟೀಕು.—ಕ್ರಿಯೆಯಂ = ಕ್ರಿಯಾರ್ಥವಂ; ನುಡಿಯದುದು = ಹೇಳದುದು; ವಿಭಕ್ತಿಯಂ = ಸಪ್ತವಿಭಕ್ತಿಗಳಂ; ಇಲ್ಲದುದು = ಇಲ್ಲದೆ ಇರ್ದುದು; ಅರ್ಥಂ = ಪುರುಳ್; ಉಳ್ಳುದು = ಉಂಟಾದುದು; ಅಂತು = ಹಾಂಗೆ; ಅದು = ಅದು; ಲಿಂಗಂ = ಲಿಂಗವೆನಿಸುವುದು; ಅದು = ಆ ಲಿಂಗಂ; ಆರಯೆ = ವಿಚಾರಿಸೆ; ಕೃತ್ತದ್ಧಿತಸಮಾಸನಾಮ = ಕೃಲ್ಲಿಂಗಮೆಂಬ, ತದ್ಧಿತಲಿಂಗಮೆಂಬ, ಸಮಾಸಲಿಂಗಮೆಂಬ ನಾಮಲಿಂಗಮೆಂಬ; ಸ್ಥಿತಿಯಿಂ = ಇರ್ಕೆಯಿಂದೆ; ನಿಯತ = ನಿಶ್ಚಿತವಾದ; ಚತುರ್ಭೇದಂ = ನಾಲ್ಕು ಭೇದವಾಗಿರ್ಪುದು.

ವೃತ್ತಿ.—ಕ್ರಿಯಾವಾಚಕಮಾಗಿ ಸಲ್ಲದುದು, ಸತ್ತ್ವವಿಭಕ್ತಿಗಳನಿಲ್ಲದುದು, ನಿರರ್ಥಮಾಗಿ ಸಲ್ಲದುಗು ಲಿಂಗಮೆನ್ನಿಸುಗುಂ; ಆ ಲಿಂಗಂ ಕೃತ್ತೆಂದು, ತದ್ಧಿತ ಮೆಂದು, ಸಮಾಸಮೆಂದು, ನಾಮಮೆಂದು, ನಾಲ್ಕು ತೆಱನಕ್ಕುಂ.

ಪ್ರಯೋಗಂ.—ನಾಮವಿಭಕ್ತಿ ಪತ್ತಿಸುವುದು

ಕೃತ್ತಿಂಗೆ.—ಮಾಡಿದ, ಬೇಡಿದ, ನೋಡಿದ ಕೂಡಿದ ಎಂದಿರಿಸಿ, ಕೃತ್ತನ ಱಿವುದು; ತೆಱವಾಯಿಂ—ಮಾಡಿದಂ, ಮಾಡಿದನಂ, ಮಾಡಿದನಿಂ, ಮಾಡಿ ದಂಗೆ, ಮಾಡಿದನತ್ತಣಿಂ, ಮಾಡಿದನ, ಮಾಡಿದನೊಳ್ ಎಂದೀ ಪರಿ ವಿಭಕ್ತಿ ಮಾಲೆಯಕ್ಕುಂ. ತನ್ನ ನೀಳ್ದ ಜಸದಿಂ ಬೆಳ್ದಿಂಗಳಂ ಮಾಡಿದಂ. ಬೇಡಿದನಿಷ್ಟ ಮಂ ಸಲಿಪುದುಂ ಕರ್ಣಂಗೆ ಜನ್ಮವ್ರತಂ. ಕೂಡಿದಂಗೆರಡಂ ಬಗೆವಾತನುಂ ನರಕದೊಳ್ ಬೀೞ್ವಿಲ್ಲಿಗೇಂ ಸಂದಯಂ.

ತದ್ಧಿತಕ್ಕೆ.—ಅಡಪವಳ, ಮಡಿವಳ ಎಂದಿರಿಸಿ, ತದ್ಧಿತಮನಱಿವುದು; ತೆಱವಾಯಿಂ—ಅಡಪವಳಂ, ಅಡಪವಳನಂ, ಅಡಪವಳನಿಂ, ಅಡಪವಳಂಗೆ, ಅಡಪವಳನತ್ತಣಿಂ, ಅಡಪವಳನ, ಅಡಪವಳನೊಳ್ ಇಂತಕ್ಕುಂ.

ಷಟ್ಸಮಾಸಂಗಳ್ಗಂ ಸಪ್ತವಿಭಕ್ತಿಯುಂ ಪತ್ತಿಸುವುದು.

ಕನ್ನಡಸಮಾಸಕ್ಕೆ—ತೆಂಗಾಳಿ, ತೆಂಗಾಳಿಯಂ, ತೆಂಗಾಳಿಯಿಂ, ತೆಂಗಾಳಿಗೆ, ತೆಂಗಾಳಿಯತ್ತಣಿಂ, ತೆಂಗಾಳಿಯ, ತೆಂಗಾಳಿಯೊಳ್.—ಇಮ್ಮಾವು; ಈರ್ಬೈದು; ಕುಡುವಿಲ್ಲಂ; ಮರಗಿಡುಬಳ್ಳಿಪುಲ್ಪೊದಱ್ ಪಕ್ಕಿಮಿಗಂಗಳ್; ಮುಂಗಯ್.

ಸಂಸ್ಕೃತಸಮಾಸದಲ್ಲಿ—ಪುರವನ, ನೀಲೋತ್ಪಲ, ತ್ರಿಶೂಲ, ಸದಯೆ, ತರುಲತೆ, ಜಿತಮದನ ಎಂಬಿವು ಮುಂದಿಂತೆ ಸಮಾಸಲಿಂಗಂಗಳಪ್ಪುವು; ಇವ ರ್ಕಂ ವಿಭಕ್ತಿ ಪತ್ತಿಸುವುದು—ಪುರವನಂ, ಪುರವನಮಂ, ಪುರವನದಿಂ, ಪುರ ವನಕೆ, ಪುರವನದತ್ತಣಿಂ, ಪುರವನದ, ಪುರವನದೊಳ್.

ಆದವಿಷ್ಣು ಎಂಬ (ಕನ್ನಡದ) ಗಮಕಸಮಾಸಮುಂ ಪಿರಿದೀವ ಎಂಬ (ಕನ್ನಡದ) ಕ್ರಿಯಾಸಮಾಸಮುಂ ಕೃತ್ಯಪ್ರವಿಷ್ಟಲಿಂಗಂಗಳ್; ಇವುಮವಱಿಂತೆ ಸಲ್ಬುವು—ಜಲದನಿಭೋರಸ್ಥಲನಾದವಿಷ್ಣುವಿಜಯಾದಿತ್ಯಂ; ಪಿರಿದೀವಂ ನಿಲೆ ನುಡಿವಂ ಸೆರಗಂ ಬೆರಗಂ ಪ್ರತಾಪಿ.

ನಾಮಲಿಂಗಕ್ಕೆ.—ಅರಸ, ಇಂದ್ರ, ಮೊಲ, ವರಾಹ, ಹರಿಣ, ಮೂಷಕ ಎಂದಿರಿಸಿ, ಸಪ್ತವಿಭಕ್ತಿಯಂ ಪತ್ತಿಸುವುದು—ಅರಸಂ, ಅರಸನಂ, ಅರಸನಿಂ, ಅರಸಂಗೆ, ಅರಸನತ್ತಣಿಂ, ಅರಸನ, ಅರಸನೊಳ್. ಈ ಪರಿಯಿನಱಿವುದು. ಅರಸಂ ಮೂರ್ಖಂ ಶಚಿವರ್ ಸರಸ್ವತಿದ್ರೋಹರ್. ಆಡಿದನಿಂದ್ರನಿಂದ್ರರನಿತುಂ ಕೈವಾರಮಂ ಮಾಡಿದರ್. ಇಂದುಬಿಂಬದ ಮೊದಲಂ ಕಲಿಮೂಕವರಾಹನಗ್ನಿಮಿತ್ರನ ಹರಿಣಂ. ವಿನಾಯಕನ ಮೂಷಕಂ. ಅರಸನೆಂಬುದರ್ಕೆ ಅರಸು ಎಂದುಮುಂಟು. ಕ್ರಿಯಾರ್ಥಮಂ ನುಡಿವ ಧಾತು ಲಿಂಗಮಲ್ಲದು—ತೀಡು, ನೋಡು, ಬೇಡು, ಇಸು, ಪಸು ಎಂಬಿವು ಮೊದಲಾದುವು.

ಸೂತ್ರಂ.

As a nominal base of a Canarese verbal theme is used the 3rd Person Singular of the Past and Future tenses with their Augment (ಆಗಮಂ), but without their Suffixes (ವಿಭಕ್ತಿ).

ಭೂತಭವಿಷ್ಯತ್ಕ್ರಿಯೆಗಳು
ಪೇತವಿಭಕ್ತಿಗಳನುೞಿಯೆ ಕೃತ್ತಪ್ಪುವಸಂ
ಭೂತಂ ಸಂಪ್ರತಿವಿಧಿಗಳೊ
ಳಾ ತೆಱದಿಂ ಮಧ್ಯಮೋತ್ತಮಕ್ರಿಯೆಗಳೊಳಂ ||73||

ಪದಚ್ಛೇದಂ.—ಭೂತಭವಿಷ್ಯತ್ಕ್ರಿಯೆಗಳ್ ಉಪೇತವಿಭಕ್ತಿಗಳಂ ಉೞಿಯೆ, ಕೃತ್ತು ಅಪ್ಪವು; ಅಸಂಭೂತಂ ಸಂಪ್ರತಿ ವಿಧಿಗಳೊಳ್, ಆ ತೆಱದಿಂ ಮಧ್ಯಮೋತ್ತಮಕ್ರಿಯೆಗಳೊಳಂ.

ಅನ್ವಯಂ.—ಸಂಪ್ರತಿ ವಿಧಿಗಳೊಳ್, ಆ ತೆಱದಿಂ ಮಧ್ಯಮೋತ್ತಮಕ್ರಿಯೆಗಳೊಳಂ ಅಸಂಭೂತಂ.

ಟೀಕು.—ಭೂತ = ಭೂತಕಾಲದ; ಭವಿಷ್ಯತ್ = ಭವಿಷ್ಯತ್ಕಾಲದ; ಕ್ರಿಯೆಗಳ್ = ಕ್ರಿಯಾಪದಂಗಳ್; ಉಪೇತ = ತಮ್ಮಲ್ಲಿ ಕೂಡಿರ್ದ; ವಿಭಕ್ತಿಗಳಂ = ಕ್ರಿಯಾವಿಭಕ್ತಿಗಳಂ; ಉೞಿಯೆ = ಕಳೆಯೆ; ಕೃತ್ತು = ಕೃಲ್ಲಿಂಗಂ; ಅಪ್ಪವು = ಆಗುವುವು; ಸಂಪ್ರತಿ = ವರ್ತಮಾನಕಾಲಕ್ರಿಯೆಗಳಲ್ಲಿ; ವಿಧಿಗಳೊಳ್ = ವಿಧಿಕ್ರಿಯೆಗಳಲ್ಲಿ; ಆ ತೆಱದಿಂ = ಆ ರೀತಿಯಿಂದೆ; ಮಧ್ಯಮ = ಮಧ್ಯಮಪುರುಷದ; ಉತ್ತಮ = ಉತ್ತಮಪುರುಷದ; ಕ್ರಿಯೆಗಳೊಳಂ = ಕ್ರಿಯೆಗಳಲ್ಲಿಯುಂ; ಅಸಂಭೂತಂ = ಕೃತ್ತು ಹುಟ್ಟದು.

ವೃತ್ತಿ.—ಭೂತಕಾಲಕ್ರಿಯೆಯುಂ ಭವಿಷ್ಯಂತಿಯ ಕ್ರಿಯೆಯುಂ ತಮ್ಮ ತಮ್ಮಂತರ್ಗತಾಗಮಂಗಳಂ ಬೆರಸಿರ್ದು, ವಿಭಕ್ತಿಮಾತ್ರಮಂ ಕಳೆಯೆ, ಕೃಲ್ಲಿಂಗಮಪ್ಪುವು; ವರ್ತಮಾನಕ್ರಿಯೆಯುಂ ವಿಧಿಕ್ರಿಯೆಯುಂ ಮಧ್ಯಮಪುರುಷಕ್ರಿಯೆಯುಮ್ ಉತ್ತಮಪುರುಷಕ್ರಿಯೆಯುಂ ಕೃಲ್ಲಿಂಗವಾಗವವರ್ಕೆ (ನಾಮ) ವಿಭಕ್ತಿಯಂ ಪತ್ತಿಸಲಾಗದು.

ಪ್ರಯೋಗಂ.—ಭೂತವತಿಯ ಕೃತ್ತಿಂಗೆ—ನಲಿದಂ ಎಂಬಲ್ಲಿ ಅಮ್ ಎಂಬ ವಿಭಕ್ತಿಯಂ ಕಳೆದು, ನಲಿದ ಎಂಬ ಕೃತ್ತನಿರಿಸಿ, ನಾಮವಿಭಕ್ತಿಯಂ ಪತ್ತಿಸಿ, ನಲಿದಂ, ನಲಿದನಂ, ನಲಿದನಿಂ ಎಂದು, ಮಾೞ್ಪುದು. ಬಾೞ್ದಿನೆಂದು ಮದನಂ ನಲಿದಂ ನಡೆ ನೋಡಿ ಚೂತವಮಂ.

ಮದಗಜವೆರಡಱ ಬಾಲದ
ಮೊದಲಂ ಪಿಡಿದೆತ್ತಿಯೊತ್ತಿ ನುರ್ಗುತ್ತಿರೆಯಾ ।
ಸ್ಯದಿನೊಗುವ ರಕ್ತಮುರಿಯೆನೆ
ತಿದಿಯೊತ್ತುವ ಕಮ್ಮಱಿಂಬೊಲಿರ್ದಂ ಭೀಮಂ ॥ ಕಂದಂ ॥

ಬಂದನೀಗಳ್ ಪೆಱನಲ್ಲಂ ದುರ್ಜಯಂ ಕೌರವಕುಳನಳಿನೀಕುಂಜರಂ ಭೀಮಸೇನಂ ॥

ಭವಿಷ್ಯಂತಿಯ ಕೃತ್ತಿಂಗೆ—ಬೇಡುವಂ, ಪೊಯ್ವಂ.

ಕೃತ್ತಾಗದವರ್ಕೆ—ನೋಡಿದಪಂ, ಮಾಡಿದಪಂ (Present tense); ಕುಡು, ತುಡು (Imperative); ಬೇಡಿದಯ್, ಬೇಡಿದಿರ್ (2nd Persons of the Past); ಪಾಡುವೆನ್, ಪಾಡುವೆವು (1st Persons of the Future) ಎಂಬಂತೆ.

ಸೂತ್ರಂ.

S. 73 concerns also verbal nominal bases formed from Samskrita abstract Verbal nouns (ಭಾವವಚನಂ) by means of ಇಸು.

ವಿನುತಕ್ರಿಯಾತ್ಮಕಂಗಳು
ಮೆನಿಸುವ ಸಂಸ್ಕೃತದ ಭಾವವಚನಂಗಳನಾ ।
ಯ್ದನಿತರ್ಕಮಿಸುಪ್ರತ್ಯಯ
ವನೆ ಪತ್ತಿಸಿ ನಿಱಿಸೆ ಬರ್ಕುಮಾ ಕೃಲ್ಲಿಂಗಂ ॥ 74 ॥

ಪದಚ್ಛೇದಂ. — ಎನುತಕ್ರಿಯಾತ್ಮಕಂಗಳುಂ ಎನಿಸುವ ಸಂಸ್ಕೃತದ ಭಾವವಚನಂಗಳಂ ಆಯ್ದು, ಅನಿತರ್ಕಂ ಇಸುಪ್ರತ್ಯಯವನೆ ಪತ್ತಿಸಿ, ನಿಱಿಸೆ, ಬರ್ಕುಂ ಆ ಕೃಲ್ಲಿಂಗಂ.

ಅನ್ವಯಂ. — ಆ ಕೃಲ್ಲಿಂಗಂ ಬರ್ಪುದು.

ಟೀಕು. — ಎನುತ = ಕೊಂಡಾಡಲ್ಪಟ್ಟ; ಕ್ರಿಯಾತ್ಮಕಂಗಳುಂ = ಕ್ರಿಯಾಸ್ವರೂಪಂಗಳುಂ; ಎನಿಸುವ = ಎನಿಸುವ; ಸಂಸ್ಕೃತದ = ಸಕ್ಕದದ; ಭಾವವಚನಂಗಳಂ = ಭಾವವಾಚಿಗಳಂ; ಆಯ್ದು = ಆಯ್ದು ಕೊಂಡು; ಅನಿತರ್ಕಂ = ಅಷ್ಟಕ್ಕೆಯುಂ; ಇಸುಪ್ರತ್ಯಯವನೆ = ಇಸು ಎಂಬ ಪ್ರತ್ಯಯವನೆ; ಪತ್ತಿಸಿ = ಪೊರ್ದುಗೆಯಂ ಮಾಡಿ; ನಿಱಿಸೆ = ನಿಱುಗೆ ಮಾಡೆ; ಆ ಕೃಲ್ಲಿಂಗಂ = ಆ ಹಿಂದೆ ಹೇಳ್ದ ಕೃಲ್ಲಿಂಗಂ; ಬರ್ಕುಂ = ಬರ್ಪುದು. — ಅದೆಂತೆಂದೊಡೆ

ವಿಚಾರಂ. — ಭಾವ ಭಂಗ ಭಾಗ ಭೋಗ ಧ್ಯಾನವೆಂಬಿವಾದಿಯಾದ ಭಾವವಾಚಿಗಳ ಮೇಲೆ ಇಸುಪ್ರತ್ಯಯಂ ಪತ್ತೆ, ಭಾವಿಸು ಭಂಗಿಸು ಭಾಗಿಸು ಭೋಗಿಸು ಧ್ಯಾನಿಸು ಎಂದು, ಕಂನಡಕ್ಕೆ ಧಾತುವಾದಲ್ಲಿ ಆಖ್ಯಾತದಲ್ಲಿ ಕ್ರಿಯಾಪದಂಗಳಾಗೆ, ಭೂತಭವಿಷ್ಯತ್ಕ್ರಿಯೆಗಳುಪೇತವಿಭಕ್ತಿಗಳನುಱಿಯೆ, ಕೃತ್ತಪ್ಪುವೆಂದಱಿವುದು.

ವೃತ್ತಿ. — ಕನ್ನಡಕ್ಕೆ ಕ್ರಿಯಾತ್ಮಕಂಗಳಪ್ಪ ಸಂಸ್ಕೃತದ ಭಾವವಚನಂಗಳನಾಯ್ದು ಕೊಂಡು, ಇಸುಪ್ರತ್ಯಯಮಂ ಪತ್ತಿಸಿ, ಕೃಲ್ಲಿಂಗಮಂ ಮಾಡಿಪ್ಪುದು.

ಪ್ರಯೋಗಂ. — ಭಾವಿಸಿದಂ, ಭಂಗಿಸಿದಂ, ಭಾಗಿಸಿದಂ, ರಂಗಿಸಿದಂ, ರಾಗಿಸಿದಂ, ಭೋಗಿಸಿದಂ, ಪ್ರೇರಿಸಿದಂ, ವರ್ಣಿಸಿದಂ, ವರ್ತಿಸಿದಂ, ತರ್ಜಿಸಿದಂ; ಚರಿಸಿದಂ, ಚರಯಿಸಿದಂ; ಧರಿಸಿದಂ, ಧರಯಿಸಿದಂ.

ಜಳನಿಧಿ ಜಳಚರಚಯಮುಮಂ ರತ್ನಚಯಮುಮಂ ಧರಿಸುವವೊಲ್.

ಸೂತ್ರಂ.

Also verbs and sentences have been considered as nominal bases.

ಸಮುಪಾತ್ತಕ್ರಿಯೆಯುಂ ವಾ
ಕ್ಯಮಾಲೆಯುಂ ಸುಕವಿರಚಿತನಾಮಮುದಾದಂ |
ದಮರ್ಗುಂ ಲಿಂಗಂ ಮಾರ್ಗ
ಕ್ರಮಮಂ ಕಾಣಲ್ಕೆ ಬರ್ಪುದಾದ್ಯರ ಕೃತಿಯೊಳ್ ||75||

ಪದಚ್ಛೇದಂ. — ಸಮುಪಾತ್ತಕ್ರಿಯೆಯುಂ ವಾಕ್ಯಮಾಲೆಯುಂ ಸುಕವಿರಚಿತನಾಮಂ ಅದು ಆದ ಅಂದು ಅಮರ್ಗುಂ ಲಿಂಗಂ; ಮಾರ್ಗಕ್ರಮಮಂ ಕಾಣಲ್ಕೆ ಬರ್ಪುದು ಆದ್ಯರ ಕೃತಿಯೊಳ್.

ಅನ್ವಯಂ.— ಸಮುಪಾತ್ತಕ್ರಿಯೆಯುಂ ವಾಕ್ಯಮಾಲೆಯುಂ ಸುಕವಿರಚಿತನಾಮಂ ಅದು ಆದಂದು ಲಿಂಗಂ ಅಮುರ್ಗುಂ; ಮಾರ್ಗಕ್ರಮುಮಂ ಆದ್ಯರ ಕೃತಿಯೊಳ್ ಕಾಣಲ್ಕೆ ಬರ್ಪುದು.

ಟೀಕು.—ಸಂ = ಲೇಸಾಗಿ; ಉಪಾತ್ತ = ಎಯ್ದಲ್ಪಟ್ಟ; ಕ್ರಿಯೆಯುಂ = ಕ್ರಿಯೆಯುಂ; ವಾಕ್ಯಮಾಲೆಯುಂ = ವಾಕ್ಯಂಗಳ ಸಮೂಹಮುಂ; ಸುಕವಿ = ಸತ್ಕವೀಶ್ವರರಿಂದೆ; ರಚಿತ = ರಚಿಸಲ್ಪಟ್ಟ; ನಾಮಂ = ಪೆಸರ್; ಅದು = ಅದು; ಆದಂದು = ಆದ ಕಾಲದಲ್ಲಿ; ಲಿಂಗಂ = ಲಿಂಗವೆಂಬ ಸಂಜ್ಞೆ; ಅಮುರ್ಗುಂ = ಪೊರ್ದುಗೆಯಪ್ಪುದು; ಮಾರ್ಗಕ್ರಮುಮಂ = ಅವಱ ಮಾರ್ಗದ ರೀತಿಯಂ; ಆದ್ಯರ = ಪೂರ್ವಕವಿಗಳ; ಕೃತಿಯೊಳ್ = ಕಾವ್ಯಂಗಳಲ್ಲಿ; ಕಾಣಲ್ಕೆ = ಕಂಡು ಹಿಡಲ್ಕೆ; ಬರ್ಪುದು — ಬರ್ಪುದು.

ವೃತ್ತಿ.—ಎಯ್ದಲ್ಪಟ್ಟ ಕ್ರಿಯೆಯುಂ ವಾಕ್ಯಮಾಲೆಯುಂ ಕವೀಶ್ವರರಿಂ ರಚಿತವಾಗಿ ನಾಮವಾದಲ್ಲಿ ಲಿಂಗಮಪ್ಪುವು; ಅವಱ ತೆಱಮಂ ಪುರಾತನ ಕೃತಿಗಳಲ್ಲಿ ಕಾಣ ಬರ್ಪುದು.

ಪ್ರಯೋಗಂ.—ಕ್ರಿಯೆಗೆ—ನವೋಽಸ್ತುಗಳಿರ್ಪಂದದಿನಿರ್ದಂ. (ನಷೋಽಸ್ತುಗಳೆಂದು ಸವಣರ್ಗೆ ಪೆಸರಾಯ್ತು)

ವಾಕ್ಯಮಾಲೆಗೆ—ಅಹಿಂಸಾ ಪರಮೋ ಧರ್ಮಮೆಂಬುದನೀ ತತ್ವವಿತು ವರ್ರೇಣ್ಯರಱಿದರ್, ತ್ರೈಲೋಕ್ಯಚೂಡಾಮಣಿ. (ತತ್ವವಿತ್ತುವರ್ರೇಣ್ಯರೆಂದು ಶ್ರೌತರ್).

ತೋಳ್ಗೊಪ್ಪುವನಾಳ್ದರ ಕೈದುವೊತ್ತರ ದೇವಂ ಗುಣಕ್ಕೆ ನೆಲ್ಲಗಣೇಶಂ ಸೊರ್ಕಾನೆಗಳಂಕಂ.

ಸೂತ್ರಂ.

Ready nouns are: 1, such of which the meaning is everywhere well known (but the etymological analysis of which is not apparent at first sight, ರೂಢನಾಮಂ, ನಿಶ್ಚಿತನಾಮಂ, ಡಿಟಡ ನಾಮಂ); 2, such the meaning of which is self-evident (ಅನ್ವರ್ಥನಾಮಂ); 3, such as are of

ಕ್ಷಿತಿಯೊಳೆ ರೂಢಾನ್ವರ್ಥಾಂ
ಕಿತಮೆಂದಾ ನಾಮಮಱಿಗೆ ಮೂದೆಱಿನಸಮಾ |
ಸತೆಯೊಳ್ನೆಲಸಿರ್ಪುದು ನಿ
ಶ್ಚಿತನಾಮಂ ಪಂಚವರ್ಣಕೃತಪರಿಮಾಣಂ || 76 ||

mark, *i. e.* proper-names (ಅಂಕಿತನಾಮಂ). Those of self-evident meaning are of two kinds: *a.*, such as refer to properties (ಗುಣಾನುರೂಪಂ); *b.*, such as refer to condition (ಅರ್ಥಾನುರೂಪಂ).

ಪದಚ್ಛೇದಂ.—ಕ್ಷಿತಿಯೊಳ್, ರೂಢಾನ್ವರ್ಥಾಂಕಿತಂ ಎಂದು, ಆ ನಾಮಂ; ಅಱಿಗೆ ಮೂದೆಱಂ; ಅಸಮಾಸತೆಯೊಳ್ ನೆಲಸಿ ಇರ್ಪುದು ನಿಶ್ಚಿತನಾಮಂ ಪಂಚವರ್ಣಕೃತಪರಿಮಾಣಂ.

ಅನ್ವಯಂ.—ಕ್ಷಿತಿಯೊಳ್, ರೂಢಾನ್ವರ್ಥಾಂಕಿತಂ ಎಂದು, ಆ ನಾಮಂ ಮೂದೆಱಂ, ಅಱಿಗೆ; ನಿಶ್ಚಿತನಾಮಂ ಪಂಚವರ್ಣಕೃತಪರಿಮಾಣಂ ಅಸಮಾಸತೆಯೊಳ್ ನೆಲಸಿರ್ಪುದು.

ಟೀಕು.—ಕ್ಷಿತಿಯೊಳ್ = ಭೂಲೋಕದಲ್ಲಿ; ರೂಢ = ರೂಢನಾಮಮೆಂದು; ಅನ್ವರ್ಥ= ಅನ್ವರ್ಥನಾಮಮೆಂದು; ಅಂಕಿತಂ = ಅಂಕಿತನಾಮಮೆಂದು; ಆ ನಾಮಂ = ಆ ಪಿಂದೆ ಪೇೞ್ದ ನಾಮಲಿಂಗಂ; ಮೂದೆಱಂ = ಮೂಱು ತೆಱನೆಂದು; ಅಱಿಗೆ = ತಿಳಿಗೆ; ನಿಶ್ಚಿತನಾಮಂ = ರೂಢ ನಾಮಂ; ಪಂಚವರ್ಣ = ಐದಕ್ಷರದಿಂದೆ; ಕೃತ = ಮಾಡಲ್ಪಟ್ಟ; ಪರಿಮಾಣಂ = ಪ್ರಮಾಣವ ನುಳ್ಳುದಾಗಿ; ಅಸಮಾಸತೆಯೊಳ್ = ಸಮಾಸವಲ್ಲದುದಱಲ್ಲಿ; ನೆಲಸಿರ್ಪುದು = ನೆಲೆಗೊಂಡಿ ರ್ಪುದು.

ವೃತ್ತಿ.—ರೂಢನಾಮಮೆಂದುಂ, ಅನ್ವರ್ಥನಾಮಮೆಂದುಂ, ಅಂಕಿತನಾ ಮಮೆಂದುಂ, ನಾಮಂ ಮೂದೆಱನಾಗಿರ್ಪುದು, ರೂಢನಾಮಂ ಪ್ರಸಿದ್ಧ ತೆಱನಾಗಿರ್ಪುದು. ಅನ್ವರ್ಥನಾಮಂ ಗುಣಾನುರೂಪಮೆಂದುಂ, ಅರ್ಥಾ ನುರೂಪಮೆಂದುಮಿರ್ತೆಱಮಾಗಿರ್ಪುದು. ಅಂಕಿತನಾಮಂ ಪೆಸರನ್ನಿಡುವ ನಿಷ್ಟದಿನೆಂತಾದೊಡಮಿರ್ಪುದು. ದಿಟದ ನಾಮಂ ಸಮಾಸಮಿಲ್ಲದ್ದೊಂದಕ್ಕರಂ ಮೊದಲಾಗಿ ಎಯ್ದುಕ್ಕರಂಬರಮುಂಟು.

ಪ್ರಯೋಗಂ.—ರೂಢನಾಮಕ್ಕೆ—ನೆಲಂ, ಪೊಲಂ, ಜಲಂ ಎಂಬಂತೆ:

ಗುಣಾನುರೂಪಾನ್ವರ್ಥಕ್ಕೆ—ದಾನಿ ದಯಾಪರನತ್ಯಭಿ
ಮಾನಿ ಪರಾಕ್ರಮಿ ಯಶೋರ್ಥಿ ನೀತಿಜ್ಞಂ ವಿ।
ದ್ಯಾನಿಲಯನೆನಿಪ ನೃಪಂ ॥ ಕಂದಭಾಗಂ ॥

ಅರ್ಥಾನುರೂಪಾನ್ವರ್ಥಕ್ಕೆ—ಹೆಬ್ಬೆಗಾಲಂ, ನಿಡುಮೂಗಂ, ಕುಸಿಗೊರ
ಲಂ, ಸವಟವಾಯಂ, ಗುಳ್ಳೆಗಣ್ಣಂ, ಹಡಿ
ದಲೆಯಂ ಎಂಬಂತೆ.

ಅಂಕಿತನಾಮಕ್ಕೆ—ಕಾಟಂ, ಕಸವಂ, ದೂಡಿಗಂ, ಮಾಚಂ, ಮಾರಂ ಎಂಬಿವು ಮೊದಲಾದುವು. ಸಾರ್ಥಕಮಲ್ಲದವೆಲ್ಲಾ ಭಾಷೆಗಮಿಾ ತೆಱದೆ ಸಲ್ವುದು.

ದಿಟದ ನಾಮಂಗಳ ಅಕ್ಷರವೃತ್ತಿಗೆ—ಪೂ, ಮರಂ, ಹೊತ್ತಗೆ, ಕವಳಿಗೆ, ಕಟ್ಟವತ್ತಿಗೆ.

ಸೂತ್ರಂ.

Adjectives (ಗುಣವಚನಂ), among which several terminate in ತು and ದು. Those with final ತು may double the ತ of this syllable.

ಒಳ್ಳಿತು ಮೆಲ್ಲಿತು ಬೆಟ್ಟಿತು
ತೆಳ್ಳಿತು ಬಸಿದಸಿದು ಕಡಿದು ನಿಡಿದಿನಿದೆಂಬಂ |
ತುಳ್ಳುವು ತುದುಕಡೆಯೆನೆ ಕೈ
ಕೊಳ್ಳಂ ಗುಣವಾಚಿ ಮೇಣ್ತುಕಾರಂ ದ್ವಿತ್ವಂ || 77 ||

ಪದಚ್ಛೇದಂ.—ಒಳ್ಳಿತು ಮೆಲ್ಲಿತು ಬೆಟ್ಟಿತು ತೆಳ್ಳಿತು ಬಸಿದು ಅಸಿದು ಕಡಿದು ನಿಡಿದು ಇನಿದು ಎಂಬಂತೆ ಉಳ್ಳುವು || ತು || ದು || ಕಡೆ ಎನೆ, ಕೈಕೊಳ್ಳಂ ಗುಣವಾಚಿ; ಮೇಣ್ ತುಕಾರಂ ದ್ವಿತ್ವಂ.

ಅನ್ವಯಂ.—ಗುಣವಾಚಿ ಕೈಕೊಳ್ಳಂ; ಮೇಣ್ ತುಕಾರಂ ದ್ವಿತ್ವಂ.

ಟೀಕು.—ಒಳ್ಳಿತು = ಒಳ್ಳಿತೆಂದು; ಮೆಲ್ಲಿತು = ಮೆಲ್ಲಿತೆಂದು; ಬೆಟ್ಟಿತು = ಬೆಟ್ಟಿತೆಂದು; ತೆಳ್ಳಿತು = ತೆಳ್ಳಿತೆಂದು; ಬಸಿದು = ಬಸಿದೆಂದು; ಅಸಿದು = ಅಸಿದೆಂದು; ಕಡಿದು = ಕಡಿದೆಂದು; ನಿಡಿದು = ನಿಡಿದೆಂದು; ಇನಿದು = ಇನಿದೆಂದು; ಎಂಬಂತೆ = ಎಂಬ ಹಾಂಗೆ; ಉಳ್ಳುವು = ಉಂಟಾದ ಶಬ್ದಂಗಳ್; ತುದುಕಡೆಯೆನೆ = ತುಕಾರಾಂತ ದುಕಾರಾಂತವೆನೆ; ಗುಣವಾಚಿ = ಗುಣವಚನಂಗಳೆಂದು; ಕೈಕೊಳ್ಳಂ = ಒಡಂಬಡಿಂ; ಮೇಣ್ = ವಿಕಲ್ಪದಿಂದೆ; ತುಕಾರಂ = ತುಕಾರಾಂತ; ದ್ವಿತ್ವಂ = ದ್ವಿರ್ಭಾವಂ.

ವೃತ್ತಿ.—ತುಕಾರ ದುಕಾರಂಗಳೆ ಕಡೆಯಾಗಿ ಪಲವು ಗುಣವಚನಂಗಳೊಳವು; ಅವಱೊಳ್ತುಕಾರಾಂತಕ್ಕೆ ವಿಕಲ್ಪದಿಂ ದ್ವಿತ್ವಮುಂಟು.

ಪ್ರಯೋಗಂ.—ಬೆಟ್ಟಿತು, ಬೆಟ್ಟಿತ್ತು; ದಟ್ಟಿತು, ದಟ್ಟಿತ್ತು; ಒಳ್ಳಿತು, ಒಳ್ಳಿತ್ತು; ಮೆಲ್ಲಿತು, ಮೆಲ್ಲಿತ್ತು; ತೆಳ್ಳಿತು, ತೆಳ್ಳಿತ್ತು; ತೋರಿತ್ತು; ನೇರಿತ್ತು; ಕೂರಿ

ತ್ತು; ಉದ್ದಿತ್ತು; ನುಣ್ಣಿತ್ತು; ತಣ್ಣಿತ್ತು; ಬಿಣ್ಣಿತ್ತು; ಗುಂಡಿತ್ತು; ಅಗಲಿತ್ತು; ದೊಡ್ಡಿತ್ತು; ಬಲ್ಲಿತ್ತು ಎಂಬಂತೆ ನೋಡಿ ಕೊಳ್ವುದು.

ದುಕಾರಾಂತಕ್ಕೆ—ಬಸಿದು, ಅಸಿದು, ಕಡಿದು, ನಿಡಿದು, ಕಱಿದು, ಬಿಳಿದು ಎಂಬಂತಱಿವುದು.

ಸೂತ್ರಂ.

ಅದು, ಇದು, ಉದು, ಆವುದು, ಎಲ್ಲದು, ಪೆಱಿತು, ಏನ್, ಪೆಱವು are called Pronouns (ಸರ್ವನಾಮಂ), and (except ಏನ್) conform to the 3 (principal) genders.

ಅದುವಿದುವುದುವಾವುದುವೆ
ಲ್ಲದು ಪೆಱಿತೇನ್ಪೆಱವೆನಿಪ್ಪ ಶಬ್ದಂಗಳ್ತ |
ಪ್ಪದೆ ಸರ್ವನಾಮಮಕ್ಕುಂ
ವಿದಗ್ಧರಿವನಱಿದು ನಿಱಿಕೆ ಲಿಂಗಸ್ಥಿತಿಗೊಳ್ || 78 ||

ಪದಚ್ಛೇದಂ.—ಅದು ಇದು ಉದು ಆವುದು ಎಲ್ಲದು ಪೆಱಿತು ಏನ್ ಪೆಱವು ಎನಿಪ್ಪ ಶಬ್ದಂಗಳ್ ತಪ್ಪದೆ ಸರ್ವನಾಮಂ ಅಕ್ಕುಂ; ವಿದಗ್ಧರ್ ಇವಂ ಅಱಿದು, ನಿಱಿಕೆ ಲಿಂಗಸ್ಥಿತಿಯೊಳ್.

ಅನ್ವಯಂ.—ವಿದಗ್ಧರ್ ಇವಂ ಅಱಿದು, ಲಿಂಗಸ್ಥಿತಿಯೊಳ್ ನಿಱಿಕೆ ಎಂಬುದನ್ವಯಂ.

ಟೀಕು.—ಅದು = ಅದೆಂದು; ಇದು = ಇದೆಂದು; ಉದು = ಉದೆಂದು; ಆವುದು = ಆವುದೆಂದು; ಎಲ್ಲದು = ಎಲ್ಲದೆಂದು; ಪೆಱಿತು = ಪೆಱಿತೆಂದು; ಏನ್ — ಏನ್ ಎಂದು; ಪೆಱವು = ಪೆಱವೆಂದು; ಎನಿಪ್ಪ ಶಬ್ದಂಗಳ್ = ಎನಿಸುವ ಶಬ್ದಂಗಳ್; ತಪ್ಪದೆ = ತೊಲಗದೆ; ಸರ್ವನಾಮಂ = ಸರ್ವನಾಮಂಗಳ್; ಅಕ್ಕುಂ = ಅಪ್ಪುವು; ವಿದಗ್ಧರ್ = ವಿದ್ವಾಂಸರ್; ಇವಂ = ಈ ಸರ್ವನಾಮಂಗಳಂ; ಅಱಿದು = ತಿಳಿದು; ಲಿಂಗಸ್ಥಿತಿಯೊಳ್ = ತ್ರಿವಿಧಲಿಂಗಸ್ಥಿತಿಯೊಳ್; ನಿಱಿಕೆ = ನಿಱುಗೆ ಮಾಡುಗೆ.

ವೃತ್ತಿ.—ಅದು, ಇದು, ಉದು, ಆವುದು, ಎಲ್ಲದು, ಪೆಱಿತು, ಏನ್, ಪೆಱವೆಂಬಿವಾಧಿಯಾದುವು ಸರ್ವನಾಮಂಗಳ್.

ಸೂತ್ರಂ.

ಏನ್, however, is used, as it stands, for all genders as well in the Singular as in the Plural.

ಏನೆಂಬ ಸರ್ವನಾಮಂ
ತಾನದು ದಲ್ಲಿಂಗದೇಕವಚನಂ ನಿಜದಿಂ |
ಪೀನಂ ಬಹುವಚನಾರ್ಥಮ
ನಾನಲ್ಸಾಲ್ದತ್ತು ಮತ್ತೆ ಕೃತಿಪದ್ಧತಿಯೊಳ್ || 79 ||

ಪದಚ್ಛೇದಂ.—ಏನ್ ಎಂಬ ಸರ್ವನಾಮಂ ತಾಂ ಅದು ದಲ್ ಲಿಂಗದ ಏಕವಚನಂ ನಿಜದಿಂ; ಪೀನಂ ಬಹುವಚನಾರ್ಥಮಂ ಆನಲ್ ಸಾಲ್ದತ್ತು ಮತ್ತೆ ಕೃತಿಪದ್ಧತಿಯೊಳ್.

ಅನ್ವಯಂ.—ಏನ್ ಎಂಬ ಸರ್ವನಾಮಂ ತಾಂ ಅದು ದಲ್ ನಿಜದಿಂ ಲಿಂಗದ ಏಕವಚನಂ; ಮತ್ತೆ ಕೃತಿಪದ್ಧತಿಯೊಳ್ ಪೀನಂ ಬಹುವಚನಾರ್ಥಮಂ ಆನಲ್ ಸಾಲ್ದತ್ತು.

ಟೀಕು.—ಏನ್ = ಏನೆಂದು; ಎಂಬ ಸರ್ವನಾಮಂ = ಎಂಬ ಸರ್ವನಾಮಶಬ್ದಂ; ತಾನದು = ಅದು ತಾಂ; ದಲ್ = ನಿಶ್ಚಯವಾಗಿ; ನಿಜದಿಂ = ಸ್ವಭಾವದಿಂದೆ; ಲಿಂಗದ = ಲಿಂಗತ್ರಯದ; ಏಕವಚನಂ = ಏಕವಚನಮೆನಿಪುದು; ಮತ್ತೆ = ಬಳಿಕಂ; ಕೃತಿಪದ್ಧತಿಯೊಳ್ = ಕಾವ್ಯಪದ್ಧತಿಯಲ್ಲಿ; ಪೀನಂ = ವಿಶೇಷವಾಗಿ; ಬಹುವಚನಾರ್ಥಮಂ = ಬಹುವಚನದರ್ಥವಂ; ಆನಲ್ = ಧರಿಸಲ್; ಸಾಲ್ದತ್ತು = ಸಲುವಳಿಯಾಯಿತು.

ವೃತ್ತಿಪ್ರಯೋಗಂ.—ಏಕವಚನಕ್ಕೆ—ಅವನೇನ್, ಅವಳೇನ್, ಅದೇನ್.
ಬಹುವಚನಾರ್ಥಕ್ಕೆ—ತತ್ಪರಿಜನಾಲಾಪಂಗಳೇನ್.

ಸೂತ್ರಂ.

Pure Saṁskṛita crude nouns (ಪ್ರಕೃತಿ) are used in an unaltered form as nominal bases in Canarese, and are then called ಸಮಸಂಸ್ಕೃತಂ. They (generally) cannot form compounds with pure Canarese words.

ಸಮುದಿತಸಂಖ್ಯಾವ್ಯಯರಹಿ
ತಮೆನಿಸಿ ವರ್ತಿಪ ನಿಘಂಟುವಿನ ನಾಮಪದೋ |
ತ್ತಮವರ್ಣಪ್ರಕೃತಿಗಳಂ
ಸಮಸಂಸ್ಕೃತವೆಸರನಿಟ್ಟು ಲಿಂಗಂ ಮಾಳ್ಪರ್. ||80||

ಪದಚ್ಛೇದಂ.—ಸಮುದಿತಸಂಖ್ಯಾವ್ಯಯರಹಿತಂ ಎನಿಸಿ ವರ್ತಿಪ ನಿಘಂಟುವಿನ ನಾಮಪದೋತ್ತಮವರ್ಣಪ್ರಕೃತಿಗಳಂ ಸಮಸಂಸ್ಕೃತವೆಸರಂ ಇಟ್ಟು, ಲಿಂಗಂ ಮಾಳ್ಪರ್.

ಯಥಾನ್ವಯಂ. ಟೀಕು.—ಸಂ = ಲೇಸಾಗಿ; ಉದಿತ = ಉಂಟಾದ; ಸಂಖ್ಯಾ = ಸಂಖ್ಯಾವಾಚಿಗಳಿಂದೆ; ಅವ್ಯಯ = ಅವ್ಯಯಶಬ್ದಂಗಳಿಂದೆ; ರಹಿತಂ = ವಿರಹಿತಂ; ಎನಿಸಿ = ಎನಿಸಿ; ವರ್ತಿಪ = ವರ್ತಿಸುವ; ನಿಘಂಟುವಿನ = ಅಮರಸಿಂಹ ಮೊದಲಾದ ಸಂಸ್ಕೃತನಿಘಂಟುಗಳ; ನಾಮಪದ = ಅಭಿಧಾನಪದಂಗಳಾದ; ಉತ್ತಮವರ್ಣ = ಸುಲಲಿತಾಕ್ಷರಂಗಳಾದ; ಪ್ರಕೃತಿಗಳಂ = ವಿಭಕ್ತಿರಹಿತಮಾದ ಶಬ್ದಂಗಳಂ; ಸಮಸಂಸ್ಕೃತವೆಸರನಿಟ್ಟು = ಸಮಸಂಸ್ಕೃತವೆಂಬ ಹೆಸರಿಟ್ಟು; ಲಿಂಗಂ ಮಾಳ್ಪರ್ = ಶಬ್ದಜ್ಞರ್ ಲಿಂಗವಂ ಮಾಡುವರ್.

ವೃತ್ತಿ.—ಸಂಖ್ಯಾವ್ಯಯಂಗಳಂ ಕಳೆದುೞಿದ ನಿಘಂಟುವಿನ ಸುಲಲಿತಾಕ್ಷರಂಗಳಪ್ಪ ನಾಮಪ್ರಕೃತಿಗಳಂ ಕನ್ನಡಕ್ಕೆ ಸರಿ ಮಾಡಿ, ಸಮಸಂಸ್ಕೃತಮೆಂಬ ಪೆಸರನ್ನಿಟ್ಟು, ಶಬ್ದಜ್ಞರ್ ಲಿಂಗಮುಂ ಮಾಡ್ಪಿರ್.

ಪ್ರಯೋಗಂ.—(ಕಾಮ) ಕಾಮಂ, (ಭೀಮ) ಭೀಮಂ, (ರಾಮ) ರಾಮಂ, (ಸೋಮ) ಸೋಮಂ, (ನಾರದ) ನಾರದಂ, (ನಾರಾಯಣ) ನಾರಾಯಣಂ ಎಂಬಂತೆ.

ಆ ಸಮಸಂಸ್ಕೃತಂಗಳನಚ್ಚಗನ್ನಡದೊಳ್ಬೆರಸಿ ಸಮಾಸಂ ಮಾಡಲಾಗದು ಅದಕ್ಕುದಾಹರಣೆ—

ಅರಸುಕುಮಾರನನಾಯತ
ತರಗಡೆಗಣ್ಣಿಂದೆ ನೋಡಿ ಕೆಳದಿಸಮೇತಂ |
ಪರಿಗತನಗೆಯಿಂದಿರ್ದಂ || ಕಂದಭಾಗಂ ||

ಮುಖತಾವರೆ, ಕಣ್ಣಮಲಮೆಂಬಂತೆ.

ಸೂತ್ರಂ.

Saṁskṛita Adverbs, Pronouns, and Participles with final ಅತ್, when not being parts of componnds cannot form declinable bases in Canarese.

ಎದಿತಮೆನಿಪ್ಪವ್ಯಯಮುಂ
ತ್ಯದಾದಿಯುಂ ಶತೃಇಾಂತಮುಂ ಸಂಸ್ಕೃತದೊಳ್ |
ಪದವಿಧಿಯಂ ನೆಱೆ ತಳೆದ
ಲ್ಲದೆ ಕನ್ನಡದಲ್ಲಿ ಲಿಂಗಮಾಗವು ನಿಜದಿಂ || 81 ||

ಪದಚ್ಛೇದಂ.—ಎದಿತಂ ಎನಿಪ್ಪ ಅವ್ಯಯಮುಂ ತ್ಯದಾದಿಯುಂ ಶತೃಇಾಂತಮುಂ ಸಂಸ್ಕೃತದೊಳ್ ಪದವಿಧಿಯಂ ನೆಱೆ ತಳೆದು, ಅಲ್ಲದೆ ಕನ್ನಡದಲ್ಲಿ ಲಿಂಗಂ ಆಗವು ನಿಜದಿಂ.

ಅನ್ವಯಂ.—ಕನ್ನಡದಲ್ಲಿ ನಿಜದಿಂ ಲಿಂಗಂ ಆಗವು.

ಟೀಕು.—ಎದಿತಂ = ಪ್ರಸಿದ್ಧಂ; ಎನಿಪ್ಪ = ಎನಿಸುವ; ಅವ್ಯಯಮುಂ = ಅವ್ಯಯಶಬ್ದಂಗಳುಂ; ತ್ಯದಾದಿಯುಂ = ತ್ಯತ್ ಎಂಬುದಾದಿಯಾದ ಸರ್ವನಾಮಶಬ್ದಂಗಳುಂ; ಶತೃಇಾಂತಮುಂ = ಶತೃಇಾಂತಶಬ್ದಮುಂ; ಸಂಸ್ಕೃತದೊಳ್ = ಸಂಸ್ಕೃತದಲ್ಲಿ; ಪದವಿಧಿಯಂ =

ಸಮಾಸವಿಧಿಯಂ; ನೆಱೆ = ಚನ್ನಾಗಿ; ತಳೆದಲ್ಲದೆ = ಧರಿಸಿದಲ್ಲದೆ; ಕನ್ನಡದಲ್ಲಿ = ಕರ್ಣಾಟಕದಲ್ಲಿ; ನಿಜದಿಂ = ಸ್ವಭಾವದಿಂದೆ; ಲಿಂಗಂ = ಲಿಂಗಂಗಳ್; ಆಗವು = ಸಲುವಳಿಯಾಗವು.

ವೃತ್ತಿ.—ಪ್ರಸಿದ್ಧಮಪ್ಪವ್ಯಯಂಗಳುಂ ತ್ಯದಾದಿಯುಂ ಶತೃಇಾಂತಮುಂ ಸಂಸ್ಕೃತದೊಳ್ಸಮಾಸಮಂ ಪಡೆದಲ್ಲದೆ ಕನ್ನಡದೊಳ್ಸ್ವಭಾವದಿಂ ಲಿಂಗಮಾಗವು.

ಪ್ರಯೋಗಂ.—ಅವ್ಯಯಕ್ಕೆ—ಅಂತರ್, ಬಹಿರ್, ಉಚ್ಚೈಸ್, ನೀಚೈಸ್, ಮುಹುರ್, ಪುನರ್, ಅಹಸ್, ಈಷತ್, ಯುಗಪತ್, ಪೃಥಕ್ ಇವು ಮೊದಲಾದ ಸಹಜಾವ್ಯಯಂಗಳಂನಿಱಿಸಿ, ವಿಭಕ್ತಿಯಂ ಪತ್ತಿಸಲಾಗದು.

ಅವ್ಯಯಸಮಾಸಕ್ಕೆ—ಅಂತರ್ಮುಖ, ಬಹಿರಂಗ, ಉಚ್ಚೈರ್ಧ್ವಾನ, ನೀಚೈರ್ಗತ, ಮುಹುರ್ನಿರೀಕ್ಷಣ, ಪುನಃಪಾಕ, ಪ್ರಾತಃಕಾಲ, ಅಹರ್ನಿಶ, ಈಷದ್ಭೇದ, ಯುಗಪತ್ಸಂಭ್ರಮ, ಪೃಥಕ್ಚರಿತ್ರ ಎಂದು, ಸಮಾಸಂ ಮಾಡಿ—ಅಂತರ್ಮುಖಂ, ಅಂತರ್ಮುಖನಂ, ಅಂತರ್ಮುಖನಿಂ, ಅಂತರ್ಮುಖಂಗೆ, ಅಂತರ್ಮುಖನತ್ತಣಿಂ, ಅಂತರ್ಮುಖನ, ಅಂತರ್ಮುಖನೊಳ್ ಎಂಬಂತೆಲ್ಲಕ್ಕಂ ವಿಭಕ್ತಿಯಂ ಪತ್ತಿಸುವುದು.

ತ್ಯದಾದಿಯಾದ ಸರ್ವನಾಮಂಗಳ್ಗೆ—ತ್ಯದ್, ತದ್, ಯದ್, ಏತದ್, ಇದಮ್, ಅದಸ್, ಯುಷ್ಮದ್, ಅಸ್ಮದ್, ಭವತ್, ಕಿಂ ಎಂದೀ ತ್ಯದಾದಿಶಬ್ದಂಗಳಂನಿಱಿಸಿ, ವಿಭಕ್ತಿಯುಂ ಕುಡದೆ,

ಇವಱ ಸಮಾಸಕ್ಕೆ—ತ್ಯತ್ಕಥನ; ತದ್ವಚನ; ಯತ್ಸುಖ; ಏತತ್ಸೌಖ್ಯ; ಇದನ್ನಿಮಿತ್ತ; ಅದಃಪುತ್ರ; ಅದಃಪುತ್ರನೆಂದೀತನ ಪುತ್ರನೆಂಬುದರ್ಥಂ; ಇದಂದೇವ, ಇದಂದೇವನೆಂದೀತನೆ ದೇವನೆಂಬರ್ಥಂ; ಯುಷ್ಮದ್ಗುಣ; ಅಸ್ಮದ್ಧಿತ್ರ; ಭವದ್ರಾಜ್ಯ; ಕಿಂವಾರ್ತೆಯೆಂದಾರ ವಾರ್ತೆಯೆಂಬರ್ಥ; ಈ ತೆಱದಿಂ ನಿಱಿಸಿ ಸಮಾಸಮಂ ಮಾಡಿ, ವಿಭಕ್ತಿಯಂ ಪತ್ತಿಸುವುದು—ತ್ಯತ್ಕಥನಂ, ತ್ಯತ್ಕಥನಮಂ, ತ್ಯತ್ಕಥನದಿಂ ಎಂಬಂತಱಿವುದು.

ಶತೃಇಾಂತಕ್ಕೆ[1]—ಕ್ವಣತ್, ಝಣತ್, ಭ್ರಮತ್, ರಟತ್, ಚಳತ್, ದಳತ್, ಮಿಳತ್, ಲಸತ್ ಮುಂಚತ್, ಚಂಚತ್, ಘೋಷ್ಯತ್ ಎಂಬೀ ಶತೃಇಾಂತಗಳ್ಗೆ ವಿಭಕ್ತಿಯಂ ಪತ್ತಿಸದೆ,

[1] ಶತೃ or ಶತೃ denotes, according to Pâṇini, the kṛit or affix ಅತ್.

ಇವಱಿ ಸಮಾಸಕ್ಕೆ—ಕ್ವಣತ್ಕಂಕಣ, ಝಣನ್ನೂಪುರ, ಭ್ರಮದ್ಭ್ರಮರ, ರಟತ್ಕೋಕಿಲ, ಚಳತ್ಕುಂತಳ, ದಳತ್ಕೈರವ, ಮಿಳದ್ವಿಷ್ಕಿರ, ಲಸದ್ವಚನ, ಮುಂಚತ್ಕಂಚುಕ, ಚಂಚದ್ರೂಪ, ಗರ್ಜನ್ಮೇಘ, ಘೋಷ್ಯದರ್ಣವ ಎಂದಿರಿಸಿ, ಸಮಾಸಮಂ ಮಾಡಿ, ಎಲ್ಲಕ್ಕಂ ವಿಭಕ್ತಿಯಂ ಪತ್ತಿಸುವುದು—ಕ್ವಣತ್ಕಂಕಣಂ, ಕ್ವಣತ್ಕಂಕಣಮಂ, ಕ್ವಣತ್ಕಂಕಣದಿಂ, ಕ್ವಣತ್ಕಂಕಣಕ್ಕೆ, ಕ್ವಣತ್ಕಂಕಣದತ್ತಣಿಂ, ಕ್ವಣತ್ಕಂಕಣದ, ಕ್ವಣತ್ಕಂಕಣದೊಳ್.

ಸೂತ್ರಂ.

ಏಕದ್ವಿತ್ರ್ಯಾದಿ ಸಮಾ
ಸಾಕೃತಿಯಿಂ ಪ್ರತ್ಯಯಾಂತದಿಂದಿರೆ ಲಘುವ |
ಪ್ಪೇಕಾರವುನತ್ವಮನಿರ
ದಾಕಾರಂ ಬಹುಳದಿಂದೆ ತಳೆದಿರೆ ಲಿಂಗಂ || 82 ||

Further the Saṁskṛita Numbers up to ten are indeclinables in Canarese, unless they form parts of compounds or are in conjunction with affixes (ಪ್ರತ್ಯಯಂ), here ತಯ, ಕ, ಮ.—To form Canarese declinable bases of Feminine Saṁskṛita nouns ending in ಆ, this ಆ is changed mostly into ಎ, seldom into ಅ.

ಪದಚ್ಛೇದಂ.—ಏಕದ್ವಿತ್ರ್ಯಾದಿ ಸಮಾಸಾಕೃತಿಯಿಂ ಪ್ರತ್ಯಯಾಂತದಿಂದೆ ಇರೆ, ಲಘುವಪ್ಪ ಏಕಾರಮುಂ ಅತ್ವಮುಂ, ಇರದೆ ಆಕಾರಂ, ಬಹುಳದಿಂದೆ ತಳೆದು ಇರೆ, ಲಿಂಗಂ.

ಅನ್ವಯಂ.—ಆಕಾರಂ ಲಘುವಪ್ಪೇಕಾರಮುಂ ಅತ್ವಮುಂ ಇರದೆ ಬಹುಳದಿಂದೆ ತಳೆದಿರೆ ಲಿಂಗಂ ಎಂಬುದನ್ವಯಂ.

ಟೀಕು.—ಏಕದ್ವಿತ್ರ್ಯಾದಿ = ಏಕ, ದ್ವಿ, ತ್ರಿ ಎಂಬಿವಾದಿಯಾದ ಸಂಖ್ಯಾವಾಚಿಶಬ್ದಂ; ಸಮಾಸಾಕೃತಿಯಿಂ = ಸಮಾಸಾಕಾರದಿಂದೆ; ಪ್ರತ್ಯಯಾಂತದಿಂದೆ = ತಯಪ್ರತ್ಯಯಂ ಮೊದಲಾದ ಪ್ರತ್ಯಯಾಂತದಿಂದೆ; ಇರೆ = ಇರೆ ಲಿಂಗವುಪ್ಪುವು; ಆಕಾರಂ = ಆಕಾರಾಂತಶಬ್ದಂ; ಲಘುವಪ್ಪೇಕಾರಮುಂ = ಲಘುವಾದೇಕಾರಮುಂ; ಅತ್ವಮುಂ = ಅಕಾರಮುಂ; ಇರದೆ = ನಿಲ್ಲದೆ; ಬಹುಳದಿಂದೆ = ಬಹುಳದಿಂದೆ; ತಳೆದು = ಧರಿಸಿ; ಇರೆ = ಇರೆ; ಲಿಂಗಂ = ಕನ್ನಡಕ್ಕೆ ಲಿಂಗಮಪ್ಪುವು.

ವೃತ್ತಿ.—ಏಕ, ದ್ವಿ, ತ್ರಿ, ಚತುರ್, ಪಂಚ, ಷಟ್, ಸಪ್ತ, ಅಷ್ಟ, ನವ, ದಶ ಎಂಬಿವು ಸಹಜದಿಂ ಲಿಂಗಮಾಗವು; ಸಮಾಸಮಂ ಮೇಣ್ಪ್ರತ್ಯಯಾಂತ

ಮಂ ಮಾಡೆ, ಲಿಂಗಮಕ್ಕುಂ. ಆಕಾರಾಂತಂ ಹ್ರಸ್ವಮಪ್ಪೇತ್ವಮಂ ಪಡೆದೊಡಂ ಅಕಾರಾಂತತೆಯಂ ಪಡೆದೊಡಂ ಲಿಂಗಮಕ್ಕುಂ.

ಪ್ರಯೋಗಂ.—ಸಂಖ್ಯಾವಾಚಿಸಮಾಸಕ್ಕೆ—ಏಕಾಂಗ, ದ್ವಿಮುಖ, ತ್ರಿಲೋಕ, ಚತುರ್ವೇದ, ಪಂಚಭೂತ, ಷಟ್ಕರ್ಮ, ಸಪ್ತದ್ವೀಪ, ಅಷ್ಟಭುಜ, ನವನಿಧಿ, ದಶವ್ಯಾಕರಣ ಎಂದು, ಸಮಾಸಮಾಗಲೊಡಂ—

ಸಂಖ್ಯಾವಾಚಿಪ್ರತ್ಯಯಾಂತಕ್ಕೆ—ಮೇಣ್ ದ್ವಿತಯ, ತ್ರಿತಯ, ಚತುಷ್ಕ, ಪಂಚಕ, ಷಟ್ಕ, ಸಪ್ತಕ, ಅಷ್ಟಕ, ನವಮ, ದಶಮ ಎಂದು, ಪ್ರತ್ಯಯಂ ಪತ್ತಲೊಡಂ—ಎಲ್ಲಕ್ಕಂ ವಿಭಕ್ತಿಯಂ ಪತ್ತಿಸುವುದು.

ಆಕಾರಮೆಕಾರಮಾದುದರ್ಕೆ—ಮಾಲಾ, ಬಾಲಾ, ಶಾಲಾ, ಏಲಾ, ಲೀಲಾ, ಜ್ವಾಲಾ, ಅಳಕಾ, ಕಳಿಕಾ, ತ್ರೇತಾ, ಸೀತಾ, ಯಾತ್ರಾ, ಮಾತ್ರಾ, ನಿದ್ರಾ, ಮುದ್ರಾ, ಕಶಾ, ಶಾಖಾ, ವೇಳಾ, ಜ್ವಾಲಾ, ರೇಖಾ, ಭಾಷಾ, ಮೂಷಾ, ದ್ರಾಕ್ಷಾ, ಲಾಕ್ಷಾ ಎಂಬಿವು ಮೊದಲಾದುವು ಏಕಾರಾಂತಮಂ ಪಡೆಯಲೊಡೆ ವಿಭಕ್ತಿ ಪತ್ತುಗುಂ; ಮಾಲೆ, ಬಾಲೆ, ಲೀಲೆ, ಭಾಷೆ, ಯಾತ್ರೆ ಎಂಬಂತೆ.

ಆಕಾರಮೆಕಾರಮುಮ್ ಅಕಾರಮುಮಾದುದರ್ಕೆ—ಗ್ರೀವಾ ಭಿಕ್ಷಾ ಎಂಬೆರಡು ಶಬ್ದಂಗಳ್ಗೆ ಗ್ರೀವ, ಗ್ರೀವೆ; ಭಿಕ್ಷ, ಭಿಕ್ಷೆ ಎಂದು ನಿಱಿಸುವುದು.

ಆಕಾರಮ್ ಅಕಾರಮಾದುದರ್ಕೆ—ಕಂಧರಾ, ಉಪತ್ಯಕಾ, ಕರುಣಾ, ಅಧಿತ್ಯಕಾ, ದಂಷ್ಟ್ರಕಾ, ವಾಲುಕಾ ಎಂಬಿವು ಮೊದಲಾದುವು—ಕಂಧರ, ಉಪತ್ಯಕ, ಕರುಣ ಎಂದು, ಅಕಾರಾಂತಂ ಪಡೆಯಲೊಡಂ ವಿಭಕ್ತಿ ಪತ್ತುಗುಂ, ಲಿಂಗಮಾಗಿ.

ಸೂತ್ರಂ.

Further, in forming Canarese nominal bases from Saṁskṛita nouns ending in ಆ, this ಆ also is sometimes changed into ಎ; Saṁskṛita final ಈ and ಊ become short; monosyllables remain as they are.

ಆದಂ ಹ್ರಸ್ವೈದಂತಮ
ದಾದತ್ವಂ ಹ್ರಸ್ವಮೆನಿಸಿದೀದೂದಂತಂ ।
ಜ್ಯಾದಿಸಮಸ್ತೈಕಾಕ್ಷರ
ಮಾದವಿಕೃತಿಶಬ್ದಮುಕ್ತಿವಿದರಿಂ ಲಿಂಗಂ ॥ 83 ॥

ಪದಚ್ಛೇದಂ.—ಅದಂ ಹ್ರಸ್ವೈದಂತಂ ಅದು ಆದ ಅತ್ವಂ, ಹ್ರಸ್ವಂ ಎನಿಸಿದ ಈದೂದಂತಂ, ಜ್ಯಾದಿಸಮಸ್ತೈಕಾಕ್ಷರಂ ಆದ ಅವಿಕೃತಿಶಬ್ದಂ ಉಕ್ತಿವಿದರಿಂ ಲಿಂಗಂ.

ಯಥಾನ್ವಯಂ. ಟೀಕು.—ಅದಂ = ಪೀನ ಗ್ರಹಣದಿಂದೆ; ಹ್ರಸ್ವೈದಂತಂ = ಕನ್ನಡಕ್ಕೆ ಹ್ರಸ್ವವಾದ ಎಕಾರಾಂತಮುಂ; ಅದು = ಆದು; ಆದತ್ವಂ = ಆದಕಾರಾಂತಶಬ್ದಮುಂ; ಹ್ರಸ್ವಂ = ಕನ್ನಡಕ್ಕೆ ಹ್ರಸ್ವಂ; ಎನಿಸಿದೀದೂದಂತಂ = ಎನಿಸಿದ ಈಕಾರಾಂತ ಊಕಾರಾಂತಂ; ಜ್ಯಾದಿ = ಜ್ಯಾ ಎಂಬ ಶಬ್ದವಾದಿಯಾದ; ಸಮಸ್ತ = ಬಹುಳವಾದ; ಏಕಾಕ್ಷರಮಾದ = ಏಕಾಕ್ಷರವಾದ; ಅವಿಕೃತಿಶಬ್ದಂ = ವಿಕಾರವಿಲ್ಲದ ಶಬ್ದಂಗಳ್; ಉಕ್ತಿವಿದರಿಂ = ವಾಕ್ಯವಿದರಿಂದೆ; ಲಿಂಗಂ = ಲಿಂಗಮಪ್ಪುವು.

ವೃತ್ತಿ.—ಆದಮೆಂಬ ಬಹುಳಗ್ರಹಣದಿಂದಾಕಾರಾಂತಮಲ್ಲದಕಾರಾಂತಮುಂ ಹ್ರಸ್ವಮಪ್ಪೇತ್ವಮಂ ಪಡೆದೊಡಂ ಲಿಂಗಮಕ್ಕುಂ; ಈಕಾರಾಂತ ಊಕಾರಾಂತಂಗಳ್ ಹ್ರಸ್ವಮಾದೊಡಂ ಲಿಂಗಮಕ್ಕುಂ; ಜ್ಯಾಶಬ್ದಂ ಮೊದಲಾದೇಕಾಕ್ಷರಶಬ್ದಂಗಳಿರ್ದ ತೆಱದಿಂ ಲಿಂಗಮಪ್ಪುವು.

ಪ್ರಯೋಗಂ.—ಅಕಾರಾಂತಕ್ಕೆ—ವಧ, ಅಭಿಲಾಷ, ಉದಾಹರಣ, ದರ್ಭ, ಪ್ರಶ್ನ, ಊಹ, ಅಳಕ ಎಂಬಿವು ವಧೆ, ಅಭಿಲಾಷೆ ಎಂಬಂತೆ ಎತ್ವಮಂ ಪಡೆದೊಡಂ ಲಿಂಗಮಪ್ಪುವು.

ಈಕಾರಾಂತಕ್ಕೆ—ಲಕ್ಷ್ಮೀ, ಗೌರೀ, ಸರಸ್ವತೀ, ಶಚೀ, ಭಾಮಿನೀ, ಗೋಮಿನೀ, ಕಾಮಿನೀ, ನಾರೀ, ಕುಮಾರೀ, ಕಾವೇರೀ, ಗೋದಾವರೀ, ಗಾಂಧಾರೀ ಎಂಬೀಕಾರಾಂತಕ್ಕೆ ಲಕ್ಷ್ಮಿ, ಗೌರಿ, ಸರಸ್ವತಿ ಎಂಬಂತೆ ಹ್ರಸ್ವಮಾದೊಡಂ,

ಊಕಾರಾಂತಕ್ಕೆ—ಸರಯೂ, ಕಂಡೂ, ಖರ್ಜೂ, ಕುಹೂ, ಜಂಬೂ. ಸ್ವಯಂಭೂ, ಖಲಪೂ, ಅಲಾಬೂ, ಅಭ್ರಮೂ, ಚಮೂ ಎಂಬೂಕಾರಾಂತಂಗಳ್ ಸರಯು, ಕಂಡು ಎಂಬಂತೆ ಹ್ರಸ್ವಮಾದೊಡಂ, ಲಿಂಗಮಕ್ಕುಂ.

ಏಕಾಕ್ಷರಕ್ಕೆ—ಜ್ಯಾ, ಮಾ, ಕ್ಷ್ಮಾ, ಶ್ರೀ, ಸ್ತ್ರೀ, ಧೀ, ಭ್ರೂ, ಕೂ ಎಂಬಿವು ಮೊದಲಾದ ಏಕಾಕ್ಷರಶಬ್ದಂಗಳಿರ್ದ ತೆಱದಿಂ ವಿಭಕ್ತಿಯಂ ಪಡೆವುವು.

ಸೂತ್ರಂ.

Saṁskṛita nouns with final ಅ, ಇ, ಉ and ಋ (generally) remain as they are in Canarese; but final ಋ is sometimes changed.

ಅತ್ವಾಂತಮುಮಿತ್ವಾಂತಮು
ಮುತ್ವಾಂತಮುಮಾ ಋದಂತಮುಂ ನಿಜಲಿಂಗಂ ।
ಋತ್ವಕ್ಕಾರಾದೇಶಂ
ತತ್ವಂ ಪೀನಂ ವಿಧಾತೃಶಬ್ದಂ ರಾಂತಂ ॥ 84 ॥

ಪದಚ್ಛೇದಂ.—ಅತ್ವಾಂತಮುಂ ಇತ್ವಾಂತಮುಂ ಉತ್ವಾಂತಮುಂ ಆ ಋದಂತಮುಂ ನಿಜಲಿಂಗಂ; ಋತ್ವಕ್ಕೆ ಆರಾದೇಶಂ, ತತ್ವಂ; ಪೀನಂ ವಿಧಾತೃಶಬ್ದಂ ರಾಂತಂ.

ಯಥಾನ್ವಯಂ. ಟೀಕು.—ಅತ್ವಾಂತಮುಂ = ಅಕಾರಾಂತಶಬ್ದಮುಂ; ಇತ್ವಾಂತಮುಂ = ಇಕಾರಾಂತಶಬ್ದಮುಂ; ಉತ್ವಾಂತಮುಂ = ಉಕಾರಾಂತಶಬ್ದಮುಂ; ಆ ಋದಂತಮುಂ = ಆ ಋಕಾರಾಂತಶಬ್ದಮುಂ; ನಿಜಲಿಂಗಂ = ನಿಜದಿ ಲಿಂಗಮಪ್ಪವು, ಇರ್ದ ಹಾಂಗೆ ಲಿಂಗವಪ್ಪದೆಂಬರ್ಥಂ; ಋತ್ವಕ್ಕೆ = ಋಕಾರಾಂತಕ್ಕೆ; ಆರಾದೇಶಂ = ಆರ ಎಂಬಾದೇಶವಪ್ಪುದು; ತತ್ವಂ = ತಕಾರಾಂತವಪ್ಪುದು; ಪೀನಂ = ವಿಶೇಷವಾಗಿ; ವಿಧಾತೃಶಬ್ದಂ = ವಿಧಾತೃವೆಂಬ ಶಬ್ದಂ; ರಾಂತಂ = ರೇಫಾಂತವಪ್ಪುದು.

ವೃತ್ತಿ. –ಅಕಾರಾಂತಮುಮಿಕಾರಾಂತಮುಮುಕಾರಾಂತಮುಂ ಋಕಾರಾಂತಮುಂ ಸ್ವಭಾವದಿಂ ಲಿಂಗಮಪ್ಪುವು; ಪೀನಗ್ರಹಣದಿಂ ಋಕಾರಾಂತಕ್ಕೆ ಆರಾದೇಶಮೊರ್ಮೆಯುಂಟು; ಧಾತೃಶಬ್ದಕ್ಕೆ ತಕಾರಮುಂ ವಿಧಾತೃಶಬ್ದಕ್ಕೆ ರೇಫಮುಮಕ್ಕುಂ.

ಪ್ರಯೋಗಂ.— ಅಕಾರಾಂತಕ್ಕೆ—ಭುವನ, ಭವನ, ನಳಿನ, ಶಯನ, ನಯನ, ಕುಲಿಶ, ಕಲಶ, ಕರಣ, ಚರಣ, ದೇಶ, ಕೋಶ, ಧ್ಯಾನ, ಮೌನ.

ಇಕಾರಾಂತಕ್ಕೆ—ಶ್ರುತಿ, ಸ್ಮೃತಿ, ಧೃತಿ, ಕೃತಿ, ಗತಿ, ಪತಿ, ಯತಿ, ಮತಿ, ಶುದ್ಧಿ, ಸಿದ್ಧಿ, ಬುದ್ಧಿ, ವೃದ್ಧಿ, ಕವಿ, ರವಿ, ಪವಿ, ಅರಿ, ಗಿರಿ, ಹರಿ, ಲಿಪಿ, ಕಪಿ, ಧ್ವನಿ, ಮುನಿ.

ಉಕಾರಾಂತಕ್ಕೆ—ಪಶು, ಶಿಶು, ರಿಪು, ಭಾನು, ಧೇನು, ಸಾನು, ಸೇತು, ಕೇತು, ಬಂಧು, ಸಿಂಧು, ದಾರು, ಭೀರು.

ಋಕಾರಾಂತಕ್ಕೆ—ಪಿತೃ, ಸವಿತೃ, ನಪ್ತೃ, ಕರ್ತೃ, ನೇತೃ, ಹೋತೃ, ಜಾಮಾತೃ, ದುಹಿತೃ, ಭರ್ತೃ, ನನಾಂದೃ, ಯಾತೃ, ಮಾತೃ, ಧಾತೃ.

ಆರಾದೇಶಕ್ಕೆ—ಸವಿತಾರ, ಕರ್ತಾರ, ನೇತಾರ, ಹೋತಾರ, ದುಹಿತಾರ, ಭರ್ತಾರ, ಜೇತಾರ.

ಧಾತೃಶಬ್ದದ ತಕಾರಕ್ಕೆ—ಧಾತ, ಮಾಂಧಾತ.—ಭೀತನ ಧಾತನ ಸತ್ಯೋಕ್ತಿ ಪೇತನ. ಮಾಂಧಾತನದೊರೆಯಪ್ಪ ಧೀರರುಂ ಚಾಗಿಗಳುಂ.

ವಿಧಾತೃಶಬ್ದದ ರಾಂತಕ್ಕೆ—ವಿಧಾತ್ರ. ಭೀತನಿಕಾಯಕ್ಕೆ ವಿಧಾತ್ರನುಂಡಿಗೆ ಜವಂ ಕೊಟ್ಟೊಲೆ.

ಸೂತ್ರಂ.

For ಪಿತೃ and ಸಖಿ are substituted ಪಿತರ and ಸಖ.

ಪಿತೃಶಬ್ದದೆಡೆಗರಾದೇ
ಶತೆ ಸಖಿಶಬ್ದಕ್ಕೆ ನೆಟ್ಟನತ್ವಾದೇಶ |
ಸ್ಥಿತಿಯಾಗೆ ಲಿಂಗಮಕ್ಕುಂ
ವಿತರ್ಕಮೇಂ ಪೇೞ್ ಸ್ವರಾಂತಮಿವು ಲಿಂಗಂಗಳ್ || 85 ||

ಪದಚ್ಛೇದಂ.— ಪಿತೃಶಬ್ದದ ಎಡೆಗೆ ಅರಾದೇಶತೆ, ಸಖಿಶಬ್ದಕ್ಕೆ ನೆಟ್ಟನೆ ಅತ್ವಾದೇಶಸ್ಥಿತಿ ಆಗೆ, ಲಿಂಗಂ ಅಕ್ಕುಂ. ವಿತರ್ಕಂ ಏಂ? ಪೇೞ್! ಸ್ವರಾಂತಂ ಇವು ಲಿಂಗಂಗಳ್.

ಅನ್ವಯಂ.—ಲಿಂಗಂಗಳಿವು ಸ್ವರಾಂತಂ.

ಟೀಕು.—ಪಿತೃಶಬ್ದದ = ಪಿತೃ ಎಂಬ ಶಬ್ದದ; ಎಡೆಗೆ = ಸ್ಥಾನಕ್ಕೆ; ಅರಾದೇಶತೆ = ಅರ ಎಂಬಾದೇಶತ್ವಂ; ಸಖಿಶಬ್ದಕ್ಕೆ = ಸಖಿಯೆಂಬ ಶಬ್ದಕ್ಕೆ; ನೆಟ್ಟನೆ = ವ್ಯಕ್ತವಾಗಿ; ಅತ್ವಾದೇಶ ಸ್ಥಿತಿ = ಅಕಾರಾದೇಶಸ್ಥಿತಿ; ಆಗೆ = ಆಗೆ; ಲಿಂಗಂ = ಲಿಂಗಂ; ಅಕ್ಕುಂ = ಅಪ್ಪುದು; ವಿತರ್ಕಮೇಂ = ವಿವಾದವೇಂ; ಪೇೞ್ = ಹೇೞ್; ಲಿಂಗಂಗಳ್ = ಲಿಂಗಂಗಳ್; ಇವು = ಈ ಪೇೞ್ದುವು; ಸ್ವರಾಂತಂ = ಸ್ವರಾಂತಲಿಂಗಂಗಳ್ ಅಪ್ಪುವು.

ವೃತ್ತಿ.—ಸ್ವರ್ಗಸ್ಥರಪ್ಪ ಪಿತೃಗಳ್ಗರಾದೇಶಮುಂ ಸಖಿಶಬ್ದದಿಕಾರಕ್ಕಕಾರಮುಮಾಗೆ, ಲಿಂಗಮಕ್ಕುಂ.

ಪ್ರಯೋಗಂ.— ಪಿತೃಶಬ್ದಕ್ಕೆ—ಪಿತರಂ. ಬಡವರ ಪಿತರರನ್ತೆ ಮಱುಗಲ ತ್ರಿಕರ್ಣಂ.

ಸಖಿಶಬ್ದಕ್ಕೆ.—ಸಖಿಂ. ನಿಮಗೆ ಸಖಿಂ ಕಮಲಸಖಿಂ.

ಇವು ಸಂಸ್ಕೃತಸ್ವರಾಂತಲಿಂಗಂಗಳ್.

ಸೂತ್ರಂ.

Saṁskrita nominal bases ending in consonants are in Canarese, made to end in ಅ, or in ಉ with doubling of the final consonant; or their final consonant is dropped.

ಜನಮುಲಿವ ಸಂಸ್ಕೃತವ್ಯಂ
ಜನಾಂತಲಿಂಗಂಗಳತ್ತ್ವಮಂ ದ್ವಿತ್ವದಿನು ।
ತ್ವನಿಯೋಗಮನಂತ್ಯಾದ
ರ್ಶನಮಂ ಮೇಣ್ತಾಳ್ದು ಕನ್ನಡಕ್ಕಿವು ಲಿಂಗಂ ॥ 86 ॥

ಪದಚ್ಛೇದಂ.—ಜನಂ ಉಲಿವ ಸಂಸ್ಕೃತವ್ಯಂಜನಾಂತಲಿಂಗಂಗಳ್ ಅತ್ವಮಂ ದ್ವಿತ್ವದಿಂ ಉತ್ವನಿಯೋಗಮಂ ಅಂತ್ಯಾದರ್ಶನಮಂ ಮೇಣ್ ತಾಳ್ದು, ಕನ್ನಡಕ್ಕೆ ಇವು ಲಿಂಗಂ.

ಯಥಾನ್ವಯಂ. ಟೀಕು.— ಜನಂ = ವಿದ್ವಜ್ಜನಂ; ಉಲಿವ = ಪೇೞ್ವ; ಸಂಸ್ಕೃತ = ಸಂಸ್ಕೃತದ; ವ್ಯಂಜನಾಂತ = ವ್ಯಂಜನಾಂತಂಗಳಾದ; ಲಿಂಗಂಗಳ್ = ಪ್ರಕೃತಿಸಂಜ್ಞೆಯುಳ್ಳ ಲಿಂಗಂಗಳ್; ಅತ್ವಮುಂ = ಅಕಾರಮಂ; ದ್ವಿತ್ವದಿಂ = ದ್ವಿಥ್ರ್ಭಾವದೊಡನೆ; ಉತ್ವನಿಯೋಗಮಂ = ಉಕಾರದ ನಿಯೋಗಮಂ; ಅಂತ್ಯ = ಕಡೆಯಕ್ಷರದ; ಅದರ್ಶನಮಂ = ಲೋಪಮಂ; ಮೇಣ್ = ವಿಕಲ್ಪದಿಂದೆ; ತಾಳ್ದು = ಧರಿಸಿ; ಕನ್ನಡಕ್ಕೆ = ಕರ್ಣಾಟಕಕ್ಕೆ; ಇವು = ಈ ಪೇೞ್ದುವು; ಲಿಂಗಂ = ಲಿಂಗಮಪ್ಪುವು.

ವಿಚಾರಂ.— ಇಲ್ಲಿ ವಿಚಾರಮುಂಟು—ಸಕಾರಾಂತಪ್ರಕೃತಿಗಳ್ಗೆ ದ್ವಿತ್ವದಿಂ ಉತ್ವಮುಮಂತ್ಯಲೋಪಮುಂ ವಿಕಲ್ಪಂದಿಂದಕ್ಕುಂ. ಶಬ್ದಾನುಶಾಸನದಲ್ಲಿ ಸೂತ್ರಂ (2, 34) ॥ ಉಗದಾದೀನಾಂ ॥ ವೃತ್ತಿ ॥ ಅದಾದೀನಾಂ ಶಬ್ದಾನಾಂ ಉಗಾಗಮೋ ಭವತಿ ॥ ಎಂದುದಾಗಿ, ಅದಾದಿಗಳ್ಗೆ (ಅಪ್ ಮುಂತಾದ ಶಬ್ದಂಗಳ್ಗೆ) ಉಗಾಗಮಂ ಬರ್ಪುದು; ಉಗಾಗಮಂ ಬಂದಲ್ಲಿ ದ್ವಿತ್ವಮುಂಟು. ಅಪ್, ವಿಯತ್, ಸಂಯತ್, ವಿದ್ಯುತ್, ಜಗತ್, ದ್ಯುತ್, ಪುರಿತತ್, ಅಗ್ನಿಚಿತ್,

ಯಜುಸ್, ಸದಸ್, ತಟಿತ್ ಇವಾದಿಯಾದುವು ಅಜಾದ್ಯಾಕೃತಿಗಣಂ; ಇವರ್ಕೆ ದ್ವಿತ್ವದಿಂ ಉತ್ವಮುಂಟು. ಸೂತ್ರಂ (2, 35) ‖ ವಾಗಾದೀನಾಂ ಸ್ವಂತವಚ್ಚ ‖ ವೃತ್ತಿ ‖ ವಾಚ್ ಇತ್ಯೇವಮ್ ಆದೀನಾಂ ಶಬ್ದಾನಾಂ ಸ್ವಂತವತ್ ಪ್ರಥಮೈಕವಚನವದ್ ರೂಪಮ್ ಅತಿದಿಶ್ಯತೇ ಉಗಾಗಮಶ್ ಚ ಭವತಿ ‖ ಎಂದುದಾಗಿ, ವಾಗಾದಿಗಣಕ್ಕೆ ಸಂಸ್ಕೃತಪ್ರಥಮೈಕವಚನದ ಮೇಲೆ ದ್ವಿತ್ವದಿನುತ್ವಮಕ್ಕುಂ; ವಾಕ್ಕು, ದಿಕ್ಕು, ತ್ವಕ್ಕು, ಋಕ್ಕು, ಉಷ್ಣಿಕ್ಕು, ಕ್ಷುತ್ತು, ಪ್ರತಿಪತ್ತು, ಪರಿಷತ್ತು ಎಂಬಂತೆ. ವಾಚ್, ತ್ವಚ್, ಕ್ಷುಧ್, ವಿರುಧ್, ಸಮಿಧ್, ಸಂಪದ್, ಪ್ರತಿಪದ್, ಪರಿಷದ್, ವಿಪದ್, ಉಷ್ಣಿಹ್, ಋಚ್, ಸ್ರಜ್, ದ್ವಿಷ್, ದಿಶ್, ವಿಶ್ ಇವಾದಿಯಾದುವು ವಾಗಾದ್ಯಾಕೃತಿಗಣಂ. ಸೂತ್ರಂ (2, 36) ‖ ಮಹದಾದೀನಾಮ್ ಅಪಿ ‖ ವೃತ್ತಿ ‖ ಮಹದಾದೀನಾಂ ಶಬ್ದಾನಾಂ ಸ್ವಂತವದ್ ರೂಪಮ್ ಅತಿದಿಶ್ಯತೇ ಉಗಾಗಮಶ್ ಚ ಭವತಿ ನಪುಂಸಕಲಿಂಗವಿಷಯೇ ‖ ಎಂದುದಾಗಿ, ಮಹದಾದಿಗಣಕ್ಕೆ ನಪುಂಸಕಲಿಂಗದಲ್ಲಿ ಪ್ರಥಮೈಕವಚನದ ಮೇಲೆ ದ್ವಿತ್ವದಿಂ ಉತ್ವಮಕ್ಕುಂ. ಮಹತ್ತು, ಬೃಹತ್ತು, ಪ್ರಾಕ್ಕು, ಅವಾಕ್ಕು, ಸಮ್ಯಕ್ಕು ಎಂಬಂತೆ; ಪುಲ್ಲಿಂಗದಲ್ಲಿ ಮಹಂತಂ, ಬೃಹಂತಂ, ಪ್ರಾಂಚಂ, ಸಮ್ಯಂಚಂ, ಪ್ರತ್ಯಂಚಂ ಎಂದಕ್ಕುಂ. ಮಹತ್, ಬೃಹತ್, ಪ್ರಾಚ್, ಅವಾಚ್, ಪ್ರತ್ಯಚ್, ಉದಚ್, ತಿರ್ಯಚ್, ವಿಷ್ವಚ್, ನ್ಯಚ್, ಅಮುದ್ರ್ಯಚ್, ಅದದ್ರ್ಯಚ್, ಅಮುಮುಯಚ್, ಅದಮುಯಚ್, ಸಧ್ರ್ಯಚ್, ಸಮ್ಯಚ್ ಇವಾದಿಯಾದುವು ಮಹದಾದ್ಯಾಕೃತಿಗಣಂ.

ವೃತ್ತಿ. — ಸಂಸ್ಕೃತದ ವ್ಯಂಜನಾಂತಲಿಂಗಂಗಳತ್ವಮಂ ಪಡೆದುಂ ದ್ವಿತ್ವಂ ಬೆರಸಿದುತ್ವಮಂ ಪಡೆದುಂ ಅಂತ್ಯಲೋಪಮಂ ಮೇಣ್ಪಡೆದುಂ ಲಿಂಗಮಕ್ಕುಂ.

ಪ್ರಯೋಗಂ.—ದಿವ್, ಸ್ರಜ್, ಚತುರ್, ಮರುತ್, ಬುಧ್, ಕಕುಭ್, ವೇದವಿದ್, ಪುರ್, ಮುದ್, ಸಮುಪಯಸ್, ಗುಣಭಾಜ್, ವಿಹಾಯಸ್, ಸಂಪದ್ ಇವು ಮೊದಲಾದ ವ್ಯಂಜನಾಂತಕ್ಕೆ ದಿವ, ಸ್ರಜ, ಚತುರ ಎಂಬಂತತ್ವಮಾದೊಡಂ—

ರಜ್, ಅಪ್, ಕ್ಷುತ್, ಪ್ರತಿಪತ್, ಋಕ್, ಯಜುಸ್, ವಿದ್ಯುತ್, ದ್ವಿಟ್, ಪ್ರಾವೃಟ್, ವಾಕ್ ಇವು ಮೊದಲಾದುವರ್ಕೆ ಉತ್ವಂ ಬೆರಸಿ ದ್ವಿರ್ಭಾವಮಾಗಿ ರಜ್ಜು, ಅಪ್ಪು, ಕ್ಷುತ್ತು ಎಂಬಂತಾದೊಡಂ—

ರಾಜನ್, ಮೂರ್ಧನ್, ಪೂಷನ್, ಅರ್ಯಮನ್, ಮಘವನ್, ಕರಿನ್, ಷಂಡನ್, ಧಾಮನ್, ಸೀಮನ್, ಊಷ್ಮನ್, ಕರ್ಮನ್, ಚರ್ಮನ್, ಬ್ರಹ್ಮನ್, ಪುರೂರವನ್ ಅಧ್ವನ್, ಯುವನ್ ಇವು ಮೊದಲಾದ ಶಬ್ದಂಗಳಂತ್ಯಲೋಪಮಾಗಿ ರಾಜ, ಪೂಷ, ಮೂರ್ಧ ಎಂಬಂತಾದೊಡಂ ಲಿಂಗಮಪ್ಪುವು; ಸೀಮೋಷ್ಮಂಗಳದಂತತೆಗೆ, ಸೀಮೆ ಊಷ್ಮೆ ಎಂದು, ಎತ್ವಮುಮುಂಟು.

ಮೇಣೆಂಬ ಏಕಲ್ಪಾರ್ಥದಿಂ ಸಕಾರಾಂತದಲ್ಲಿ—ಯಶ, ಯಶಸ್ಸು; ತೇಜ, ತೇಜಸ್ಸು; ವಯ, ವಯಸ್ಸು; ಪಯ, ಪಯಸ್ಸು; ಮನ, ಮನಸ್ಸು; ಶ್ರೇಯ, ಶ್ರೇಯಸ್ಸು ಎಂದು, ಸಲ್ವುದು.

ಮೇಣೆಂಬುದಱಿಂ ಸಹಜ ವ್ಯಂಜನಮಾಗೆಯೆ ಕೆಲವಿರ್ಪುವು— ವಾಕ್, ಗಿೞ್; ಏಕಕಾಲಂ ಯುಗಪದ್. ಶ್ರುತದೇವಿ ವಾಣಿ ವಾಗ್ ಭಾರತಿ ವಚನಂ ಭಾಷೆ. ಮೇಣೆಂಬುದಱಿಂ ಗಿೞ್ ಎಂಬುದರ್ಕೆ ಗಿರೆ ಎಂದೆತ್ವಮುಮುಂಟು.

ಸೂತ್ರಂ.

The Nominative Plural of certain Saṁskṛita words, after having dropped its visarga, is used as a nominal base in Canarese.

ಪ್ರಚುರತೆಯಿಂ ಪ್ರಥಮಾಬಹು
ವಚನಂಗಳವೇಕವಚನಕೃತಲಿಂಗಂಗಳ್ ।
ನಿಚಿತವಿಸರ್ಗಮನುೞಿದಂ
ದುಚಿತಜ್ಞರ್ತಿಳಿವುದಿವನುದಾಹೃತಿಮುಖದಿಂ ॥ 87 ॥

ಪದಚ್ಛೇದಂ.—ಪ್ರಚುರತೆಯಿಂ ಪ್ರಥಮಾಬಹುವಚನಂಗಳ್ ಅವು ಏಕವಚನಕೃತಲಿಂಗಂಗಳ್, ನಿಚಿತವಿಸರ್ಗಮಂ ಉೞಿದ ಅಂದು; ಉಚಿತಜ್ಞರ್ ತಿಳಿವುದು ಇವಂ ಉದಾಹೃತಿ ಮುಖದಿಂ.

ಅನ್ವಯಂ.—ಪ್ರಚುರತೆಯಿಂ ಪ್ರಥಮಾಬಹುವಚನಂಗಳ್, ಅವು ನಿಚಿತವಿಸರ್ಗಮಂ ಉೞಿದಂದು, ಏಕವಚನಕೃತಲಿಂಗಂಗಳ್; ಉಚಿತಜ್ಞರ್ ಇವಂ ಉದಾಹೃತಿಮುಖದಿಂ ತಿಳಿವುದು.

ಟೀಕು.—ಪ್ರಚುರತೆಯಿಂ=ಪ್ರಸಿದ್ಧಿಯಿಂದೆ; ಪ್ರಥಮಾಬಹುವಚನಂಗಳ್=ಸಂಸ್ಕೃತದ ಪ್ರಥಮಾವಿಭಕ್ತಿಯ ಬಹುವಚನಂಗಳ್; ಅವು=ಅವು; ನಿಚಿತವಿಸರ್ಗಮಂ=ನಿಶ್ಚಯಿಸಲ್ಪಟ್ಟ ವಿಸರ್ಜನೀಯವಂ; ಉೞಿದಂದು=ಬಿಟ್ಟಂದು; ಏಕವಚನ=ಏಕವಚನವಾಗಿ; ಕೃತ=ಮಾಡಲ್ಪಟ್ಟ; ಲಿಂಗಂಗಳ್=ಲಿಂಗಂಗಳೆನಿಸುವುವು; ಉಚಿತಜ್ಞರ್=ಇಂಗಿತಜ್ಞರ್; ಇವಂ=ಈ ಶಬ್ದಂಗಳಂ; ಉದಾಹೃತಿಮುಖದಿಂ=ಉದಾಹರಣೆಯ ಮುಖದಿಂದೆ; ತಿಳಿವುದು=ಅಱಿವುದು.

ವೃತ್ತಿ.—ಸಂಸ್ಕೃತದ ಪ್ರಥಮಾಬಹುವಚನಂಗಳ್ತಂಮ ವಿಸರ್ಗಮಂ ಕಳೆಯೆ, ಕನ್ನಡದೊಳೇಕವಚನಮಾಗಿ, ಲಿಂಗಮಪ್ಪುವು.

ಪ್ರಯೋಗಂ.—ಶ್ವಾನ, ಯುವಾನ, ಅಧ್ವಾನ, ಸಹಾಯ, ಜ್ಯಾಯಾಂಸ, ಕನೀಯಾಂಸ, ವಿದ್ವಾಂಸ, ಭಾಸ್ವಂತ, ಶ್ರೀಮಂತ, ಹನುಮಂತ ಇವು ಪೊದಲಾದುವು.

ಸೂತ್ರಂ.

One may say that there are 9 different genders in Canarese.

ನೀನಱಿ ಕರ್ಣಾಟಕದೊ
ಳ್ಪೀನಂ ಸ್ತ್ರೀಪುಂನಪುಂಸಕೋಭಯಪುಂಸ್ತ್ರೀ ।
ಸ್ತ್ರೀನಪ್ಸಮಸ್ತವಾಚ್ಯಾ
ನ್ಯೂನಾವ್ಯಯಮೆಂದು ಲಿಂಗವೊಂಬತ್ತು ತೆಱಿಂ ॥88॥

ಪದಚ್ಛೇದಂ.—ನೀಂ ಅಱಿ ಕರ್ಣಾಟಕದೊಳ್ ಪೀನಂ, ಸ್ತ್ರೀಪುಂನಪುಂಸಕೋಭಯಪುಂಸ್ತ್ರೀಸ್ತ್ರೀನಪ್ಸಮಸ್ತವಾಚ್ಯಾನೂನಾವ್ಯಯಂ ಎಂದು, ಲಿಂಗಂ ಒಂಬತ್ತು ತೆಱಿಂ!

ಅನ್ವಯಂ.— ಲಿಂಗಂ ಒಂಬತ್ತು ತೆಱಿಂ ನೀಂ ಅಱಿ!

ಟೀಕು.— ಕರ್ಣಾಟಕದೊಳ್ = ಕನ್ನಡದಲ್ಲಿ; ಪೀನಂ = ವೆಗ್ಗಳವಾಗಿ; ಸ್ತ್ರೀ = ಸ್ತ್ರೀಲಿಂಗವೆಂದು; ಪುಂ = ಪುಲ್ಲಿಂಗವೆಂದು; ನಪುಂಸಕ = ನಪುಂಸಕಲಿಂಗವೆಂದು; ಉಭಯ = ಪುಂನಪುಂಸಕಲಿಂಗವೆಂದು; ಪುಂಸ್ತ್ರೀ = ಪುಂಸ್ತ್ರೀಲಿಂಗವೆಂದು; ಸ್ತ್ರೀನಪ್ = ಸ್ತ್ರೀನಪುಂಸಕಲಿಂಗವೆಂದು; ಸಮಸ್ತ = ತ್ರಿವಿಧಲಿಂಗವೆಂದು; ವಾಚ್ಯ = ವಿಶೇಷ್ಯಾಧೀನಲಿಂಗವೆಂದು; ಅನೂನ = ಕೊರತೆಯಿಲ್ಲದ; ಅವ್ಯಯಂ = ಅವ್ಯಯಲಿಂಗವೆಂದು; ಲಿಂಗಂ = ಲಿಂಗಂಗಳ್; ಒಂಬತ್ತು ತೆಱಿಂ = ಒಂಬತ್ತು ಪ್ರಕಾರವೆಂದು; ನೀಂ = ನೀಂ; ಅಱಿ = ತಿಳಿ.

ವೃತ್ತಿ.—ಕನ್ನಡದೊಳ್ ಪಿರಿದುಂ ಸ್ತ್ರೀಲಿಂಗಮೆಂದುಂ, ಪುಲ್ಲಿಂಗಮೆಂದುಂ, ನಪುಂಸಕಲಿಂಗಮೆಂದುಂ, ಪುಂಸ್ತ್ರೀಲಿಂಗಮೆಂದುಂ, ಸ್ತ್ರೀನಪುಂಸಕಲಿಂಗಮೆಂದುಂ, ಪುಂನಪುಂಸಕಲಿಂಗಮೆಂದುಂ, ತ್ರಿವಿಧಲಿಂಗಮೆಂದುಂ, ವಿಶೇಷ್ಯಾಧೀನಲಿಂಗಮೆಂದುಂ, ಅವ್ಯಯಲಿಂಗಮೆಂದುಂ, ಲಿಂಗವೊಂಬತ್ತು ತೆಱಿಂ.

ಪ್ರಯೋಗಂ.—ಸ್ತ್ರೀಲಿಂಗಕ್ಕೆ—ಅರಸಿ, ದೇವಿ.

ಪುಲ್ಲಿಂಗಕ್ಕೆ—ಅರಸಂ, ದೇವಂ, ನರಂ, ಸುರಂ.

ನಪುಂಸಕಲಿಂಗಕ್ಕೆ—ಕನ್ನಡಿ, ಕಳಸು, ಜೆಡೆ, ಕೊಡೆ.

ಪುಂನಪುಂಸಕಲಿಂಗಕ್ಕೆ—ರವಿ ಮೂಡಿದಂ, ರವಿ ಮೂಡಿದುದು; ವಿಧುವಿವಂ, ವಿಧುವಿದು; ಇವಱಿಂತೆ ಮಂಗಳಬುಧಬೃಹಸ್ಪತ್ಯಾದಿನವಗ್ರಹಗಳೆಲ್ಲಂ ಪುಂನಪುಂಸಕಲಿಂಗಂಗಳ್; ಆಳಿವಂ, ಆಳಿದು; ಬಸಂತಂ ಬಂದಂ, ಬಸಂತಂ ಬಂದುದು; ಮಲಯಾನಿಲಂ ತೀಡಿದಂ, ಮಲಯಾನಿಲಂ ತೀಡಿದುದು; ಕಾಮಂಗೆಯುಂ ಕಾಮಕ್ಕಮೇಕತ್ವಮುಳ್ಳುದಱಿಂ ಕಾಮನೆಚ್ಚಂ, ಕಾಮಂ ಪೆರ್ಚಿದುದು. ಇವೆಲ್ಲಂ ಪುಂನಪುಂಸಕಂ.

ಪುಂಸ್ತ್ರೀಲಿಂಗಕ್ಕೆ—ಇವರ್ ಪುರುಷರ್, ಇವರ್ ಸ್ತ್ರೀಯರ್; ಅವರ್ ಗಂಡರ್, ಅವರ್ ಪೆಂಡಿರ್, ಉವರ್ ದೇವರ್, ಉವರ್ ದೇವಿಯರ್. ತೊಟ್ಟಿತ್ತೆಂಬುದುಮಂತೆ—ಇವಂ ದೇವರ ತೊಟ್ಟಿತ್ತು, ಇವಳ್ದೇವರ ತೊಟ್ಟಿತ್ತು.

ಸ್ತ್ರೀನಪುಂಸಕಕ್ಕೆ—ಆ ಪೆಣ್ಬಾಣೆ, ಆ ಪೆಣ್ಬಂದುದು; ಆ ಕನ್ನಿಕೆ ಸಲಕ್ಷಣೆ, ಆ ಕನ್ನಿಕೆ ಪೊಲ್ಲದು. ಸಿರಿ ಸರಸ್ವತಿ ದೇವತೆ ಎಂಬಿವುಮಂತೆ—ಸಿರಿಯೊಲ್ವಳೆ ಹೃದ್ಯವಿದ್ಯರಂ; ಸಿರಿಯೊಂದಾಗದೊಡಮೇನೊ ಸುಜನೋತ್ತಂಸಾ; ಸರಸ್ವತಿ ಕಯ್ನೆರವಾಗೆ ಪೇೞ್ದಪಳ್; ಪರಮಜಿನೇನ್ದ್ರವಾಣಿಯೆ ಸರಸ್ವತಿ ಬೆಱೆದು ಪೆಣ್ರೂಪಮುಮಂ ಧರಿಯಿಸಿ ನಿಂದುದಲ್ತದುವೆ; ದೇವತೆಯರ್ ಮೆಚ್ಚಿ ವರಮನರಸಂಗಿತ್ತರ್; ಬಾರಿಸಿದುವು ಬಿಡದೆ ಜಡೆದು ವನದೇವತೆಗಳ್. ಆವಳ್ ಸಜ್ಜನವೆಣ್, ಆದು ಸಜ್ಜನವೆಣ್.

ತ್ರಿಲಿಂಗಕ್ಕೆ—ನೀನರಸಂ, ನೀನರಸಿ, ನೀಂ ಪಶು; ತಾನ್, ಆನ್, ಏನ್, ಏತರ್ಕೆ, ಅದರ್ಕೆ ಶಿಶು, ಹಸುಳೆ, ಮಗುವು, ಕೂಸು, ಸೊಂದಿ, ಪಗೆ, ಕೆಳೆ, ಅರಸು, ತರುವಲಿ ಎಂಬಿವೆಲ್ಲಮಂತೆ.

ವಾಚ್ಯಲ್ಲಿಂಗಮೆಂದು ವಿಶೇಷ್ಯಾಧೀನಲಿಂಗಕ್ಕೆ—ನೇರಿದನಿವಂ, ನೇರಿದಳಿವಳ್; ನೇರಿತ್ತಿದು; ಅಭಿಮಾನಿ, ದಾನಿ, ಸಾಧು, ಪಟು, (ಹಡೂ) ಚಂಡಿ, ರಾಗಿ, ಭೋಗಿ, ಸುಖಿ, ಹೇಡಿ, ಕಲಿ, ಗುರು, ಲಘು ಇವುಮಾ ತೆಱದೆ ಸಲ್ಪುವು.

ಅವ್ಯಯಲಿಂಗಕ್ಕೆ—(ಕಂಮಿದಂ, ಕಂಮಿದಳ್, ಕಂಮಿತು) ಭೋಂಕನೆ ಬಂದಂ, ಭೋಂಕನೆ ಬಂದಳ್, ಭೋಂಕನೆ ಬಂದುದು; ತೊಟ್ಟನೆ, ಮೆಲ್ಲನೆ, ಕಮ್ಮನೆ, ಇಮ್ಮನೆ, ಸುಮ್ಮನೆ, ಸಿಯ್ಯನೆ, ಕೆಚ್ಚನೆ, ಪಚ್ಚನೆ, ಪೆಳ್ಪನೆ, ತೆಳ್ಪನೆ,

ಬೆಳ್ಪಳಂ, ಚೆಚ್ಚರಂ, ನೆರ್ನೆರಂ, ಸೋಡಂ, ಬಾಡಮೆಂದು ಬಱಿದೆಂಬರ್ಥಂ, ಅಂತೆವೋಲ್, ಮಿಗೆ, ದಲ್, ವಲಕೆ, ತೆಱಿಂ, ಕೇಸಂ, ಮತ್ತೆ, ಬಲ್ಲೆ. ಇವಾದಿಯಾಗಱಿವುದು.

ಸೂತ್ರಂ.

The 6 classes of words of dependent gender (ವಾಚ್ಯಲಿಂಗಂ, ವಿಶೇಷ್ಯಾಧೀನಲಿಂಗಂ): Pronouns, Adjectives, Relative or Adjective Compounds (ಬಹುವ್ರೀಹಿ) nominal bases of verbal themes, Taddhita nouns, and Numerals.

ಬಗೆ ನೀನಾನ್ತಾನೆಂಬು
ಕ್ತಿಗಳುಂ[1] ಗುಣವಚನಸರ್ವನಾಮಬಹುವ್ರೀ ।
ಹಿಗಳುಂ ಕೃತ್ತದ್ಧಿತಸಂ
ಖ್ಯೆಗಳುಂ ಸಲೆ ವಾಚ್ಯಲಿಂಗಮೆಂದೀ ಕ್ರಮದಿಂ ‖ 89 ‖

ಪದಚ್ಛೇದಂ.—ಬಗೆ, ನೀನ್ ಆನ್ ತಾನ್ ಎಂಬ ಉಕ್ತಿಗಳುಂ ಗುಣವಚನ ಸರ್ವನಾಮ ಬಹುವ್ರೀಹಿಗಳುಂ ಕೃತ್‌ತದ್ಧಿತ ಸಂಖ್ಯೆಗಳುಂ ಸಲೆ ವಾಚ್ಯಲಿಂಗಂ ಎಂದು, ಈ ಕ್ರಮದಿಂ!

ಅನ್ವಯಂ.—ವಾಚ್ಯಲಿಂಗಂ ಎಂದು, ಈ ಕ್ರಮದಿಂ ಬಗೆ ಎಂಬುದನ್ವಯಂ.

ಟೀಕು.—ನೀಂ = ನೀನೆಂದು; ಅಂ = ಆನೆಂದು; ತಾಂ = ತಾನೆಂದು; ಎಂಬುಕ್ತಿಗಳುಂ = ಎಂಬ ವಾಕ್ಯಂಗಳುಂ; ಗುಣವಚನ = ಗುಣವಚನಂಗಳುಂ; ಸರ್ವನಾಮ = ಸರ್ವನಾಮಂಗಳುಂ; ಬಹುವ್ರೀಹಿಗಳುಂ = ಬಹುವ್ರೀಹಿಶಬ್ದಂಗಳುಂ; ಕೃತ್ = ಕೃತ್ತುಗಳುಂ; ತದ್ಧಿತ = ತದ್ಧಿತಂಗಳುಂ; ಸಂಖ್ಯೆಗಳುಂ = ಸಂಖ್ಯಾವಾಚಿಗಳುಂ; ಸಲೆ = ಚನ್ನಾಗಿ; ವಾಚ್ಯಲಿಂಗಂ = ವಿಶೇಷ್ಯಾಧೀನಲಿಂಗಮೆಂದು; ಈ ಕ್ರಮದಿಂ = ಈ ರೀತಿಯಿಂದೆ; ಬಗೆ = ಭಾವಿಸು.

ವೃತ್ತಿ.—ನೀನ್, ಆನ್, ತಾನ್ ಎಂಬಿವುಂ ಗುಣವಚನಮುಂ ಸರ್ವನಾಮಮುಂ ಬಹುವ್ರೀಹಿಯುಂ ಕೃತ್ತುಂ ತದ್ಧಿತಮುಂ ಸಂಖ್ಯೆಯುಂ ವಿಶೇಷ್ಯಾಧೀನಲಿಂಗಮೆಂದಱಿವುದು.

ಪ್ರಯೋಗಂ.—ನೀನ್ ಆನ್ ತಾನ್ ಎಂಬಿವರ್ಕೆ—ನೀಂ ಕಾಮಂ, ನೀಂ ರತಿ, ನೀಂ ಗಿಳಿ; ಆಂ ಶಿವಂ, ಆಂ ಗೌರಿ, ಆಂ ನಂದಿ; ತಾನವಂ, ತಾನವಳ್, ತಾನದು.

ಗುಣವಚನಕ್ಕೆ—ಇನಿಯಂ, ಇನಿಯಳ್, ಇನಿದು.

---

[1] Kêśava does not rank ನೀನ್, ಆನ್, ತಾನ್ with the Pronouns (ಸರ್ವನಾಮ); he calls them ಉಕ್ತಿ.

ಸರ್ವನಾಮಕ್ಕೆ—ಪೆಱಂ, ಪೆಱಳ್, ಪೆಱತು.

ಬಹುವ್ರೀಹಿಗೆ—ಅವಂ ವಿಮಲಮತಿ, ಅವಳ್ ವಿಮಲಮತಿ, ಅದು ವಿಮಲಮತಿ; ಅವಂ ಕುಸಿಗೊರಲಂ, ಅವಳ್ ಕುಸಿಗೊರಲೆ, ಅದು ಕುಸಿಗೊರಲ್.

ಕೃತ್ತಿಂಗೆ—ಪಾಡಿದಂ, ಪಾಡಿದಳ್, ಪಾಡಿದುದು.

ತದ್ಧಿತಕ್ಕೆ—ಓದಾಳಿ ಇವಂ, ಓದಾಳಿ ಇವಳ್, ಓದಾಳಿ ಇದು.

ಸಂಖ್ಯೆಗೆ—ಸಾಯಿರ ಗಂಡರ್, ಸಾಯಿರ ಪೆಂಡಿರ್, ಸಾಯಿರ ಮನೆಗಳ್.

ಸೂತ್ರಂ.

Particles (Indeclinables), though mostly unchangeable, adjust themselves, as it were, to cases, number and gender.

ದೊರೆವಡೆದವ್ಯಯಲಿಂಗಂ
ಸರಿ ಸರ್ವವಿಭಕ್ತಿಗಂ ತ್ರಿಲಿಂಗಕ್ಕಂ ತಾಂ |
ಸರಿ ವಚನತ್ರಿತಯಕ್ಕಂ
ಸರಿಯೆನಿಸಿ ವಿಕಾರಮಿಲ್ಲದರ್ಥಮನೀಗುಂ || 90 ||

ಪದಚ್ಛೇದಂ.—ದೊರೆವಡೆದ ಅವ್ಯಯಲಿಂಗಂ ಸರಿ ಸರ್ವವಿಭಕ್ತಿಗಂ, ತ್ರಿಲಿಂಗಕ್ಕಂ ತಾಂ ಸರಿ, ವಚನತ್ರಿತಯಕ್ಕಂ ಸರಿ ಎನಿಸಿ, ವಿಕಾರಂ ಇಲ್ಲದೆ, ಅರ್ಥಮಂ ಈಗುಂ.

ಅನ್ವಯಂ.—ದೊರೆವಡೆದವ್ಯಯಲಿಂಗಂ ಸರ್ವವಿಭಕ್ತಿಗಂ ಸರಿ, ತ್ರಿಲಿಂಗಕ್ಕಂ ತಾಂ ಸರಿ, ವಚನತ್ರಿತಯಕ್ಕಂ ಸರಿ ಎನಿಸಿ, ವಿಕಾರಂ ಇಲ್ಲದೆ, ಅರ್ಥಮಂ ಈಗುಂ.

ಟೀಕು.—ದೊರೆವಡೆದ = ಪ್ರಸಿದ್ಧವಡೆದ; ಅವ್ಯಯಲಿಂಗಂ = ಅವ್ಯಯಲಿಂಗಂಗಳ್; ಸರ್ವವಿಭಕ್ತಿಗಂ = ಸಪ್ತವಿಭಕ್ತಿಗೆಯುಂ; ಸರಿ = ಸಮಾನಂ; ತ್ರಿಲಿಂಗಕ್ಕಂ = ಮೂಱು ಲಿಂಗಕ್ಕೆಯುಂ; ತಾಂ = ತಾಂ; ಸರಿ = ಸಮಾನಂ; ವಚನತ್ರಿತಯಕ್ಕಂ = ಏಕವಚನ ದ್ವಿವಚನ ಬಹುವಚನಂಗಳ್ಗೆಯುಂ; ಸರಿಯೆನಿಸಿ = ಸಮಾನವೆನಿಸಿ; ವಿಕಾರಮಿಲ್ಲದೆ = ರೂಪಾಂತರವನೆಯ್ದದೆ; ಅರ್ಥಮಂ = ಅರ್ಥವಂ; ಈಗುಂ = ಕೊಡುವುವು.

ವೃತ್ತಿ.—ಅವ್ಯಯಲಿಂಗಂ ಸಪ್ತವಿಭಕ್ತಿಗಂ ಲಿಂಗತ್ರಯಕ್ಕಂ ವಚನತ್ರಯಕ್ಕಂ ಸರಿಯಾಗಿರ್ದ ತೆಱದಿನರ್ಥಮಂ ಕುಡುಗುಂ.

ಪ್ರಯೋಗಂ.—ಪ್ರಥಮಾವಿಭಕ್ತಿಗೆ—ನಿರ್ನರಂ ಬಂದನೆಂಬಲ್ಲಿ ನಿರ್ನಿಮಿತ್ತಂ ಬಂದನೆಂಬ ಪ್ರಥಮೆಯನಱಿವುದು.

ಸುರ-ತರು-ನಂದಗಳಿರ ರತ್ನ-ಪಿನದ್ಧ-ವಿಮಾನ-ಕುಟ್ಟಿಮಾಂ
ತರ-ಸುರಸಾಲಯಂಗಳಿರ ಚಾರು-ವಿಲೋಲ-ಕಟಾಕ್ಷ-ಪಾತ-ಸುಂ
ದರ-ಪರಿವಾರ-ದೇವಿಯರಿರಾ ಕಡುಕೈದು ಕೃತಾಂತನಿಂತು ನಿ
ರ್ದರಮೆಱೆದುಯ್ಯೆ ಬಾರಿಸದೆ ಕೆಮ್ಮನುಪೇಕ್ಷಿಸಿ ನೋಡುತಿರ್ಪಿರೇ
|| ಚಂಪಕಮಾಲಾವೃತ್ತಂ ||

ದ್ವಿತೀಯಾವಿಭಕ್ತಿಗೆ—ಜೆಚ್ಚರಂ ನುಡಿದನೆಂಬಲ್ಲಿ ಜೆಚ್ಚರಮಂ ನುಡಿದನೆಂಬ ದ್ವಿತೀಯೆಯನಱಿವುದು.

ತೃತೀಯಾವಿಭಕ್ತಿಗೆ—ಅವರ್ಕೆ ಅಂತಱಿಂದೆಂಬವಱಿಲ್ಲಿ ಪರಿವಿಡಿಯಿಂ ಅದಱಿಂದೆ ಎಂಬ ತೃತೀಯೆಯನಱಿವುದು. ಅಂತಱಿಂದವರನಾ ಪೊೞ ಲೊಳ್ ಕಾಣಲ್ಬಂದತ್ತು. ಅವರ್ಕೆಯ್ದೆ ಕವಲ್ಗವಲ್ತು ಪಲವುಂ ಕೊಂಬಾದು ವೊಳ್ಗೊಂಬುಮಂ (?).

ಚತುರ್ಥಿಗೆ—ಪಚ್ಚನೆ ಕೆಚ್ಚನೆ ಬಗೆಯನೆಂಬಲ್ಲ ಚತುರ್ಥಿಯನಱಿವುದು.

ಷಷ್ಠಿಗೆ—ಮತ್ತಿನ ಎಂಬಲ್ಲಿ ಷಷ್ಠಿ, ಮತ್ತಿನ ಮತ್ತಿನ ಬೇರ್ಗಳ ಭಿತ್ತುಗ ಳಾವೆಡೆಯೊಳೇನೊ ಸುಜನೋತ್ತಂಸಾ.

ತ್ರಿಲಿಂಗಕ್ಕೆ—ಮಿಗೆ ಬಱಿಲ್ದಂ, ಮಿಗೆ ಬಱಿಲ್ದಳ್, ಮಿಗೆ ಬಱಿಲ್ದುದು; ಮತ್ತೆ ನೋಡಿದಂ, ಮತ್ತೆ ನೋಡಿದಳ್, ಮತ್ತೆ ನೋಡಿದುದು.

ವಚನತ್ರಯಕ್ಕೆ—ಭೋಂಕನೊರ್ವಂ ಬಂದಂ, ಮೆಲ್ಲನಿರ್ವರ್ ನುಡಿದರ್, ನೆಟ್ಟನೆಲ್ಲರುಂ ಪೋದರ್.

ಸೂತ್ರಂ.

Only 3 genders are used in Canarese.

ಪುರುಷರೆ ಪುಲ್ಲಿಂಗಂ ಸ್ತ್ರೀ
ಯರೆ ತಾಂ ಸ್ತ್ರೀಲಿಂಗಮುೞಿದುವೆಲ್ಲಂ ನಪ್ಪಾ ।
ಗಿರೆ ಸಲ್ಗುಂ ಕನ್ನಡದೊಳ್
ಪರಿವರ್ತಿಸವುೞಿದ ಲಿಂಗಮೊಳವಾಗಿರ್ದುಂ ‖ 91 ‖

ಪದಚ್ಛೇದಂ.—ಪುರುಷರೆ ಪುಲ್ಲಿಂಗಂ, ಸ್ತ್ರೀಯರೆ ತಾಂ ಸ್ತ್ರೀಲಿಂಗಂ, ಉೞಿದುವು ಎಲ್ಲಂ ನಪ್ಪು ಆಗಿ ಇರೆ, ಸಲ್ಗುಂ ಕನ್ನಡದೊಳ್; ಪರಿವರ್ತಿಸವು ಉೞಿದ ಲಿಂಗಂ, ಒಳವು ಆಗಿ ಇರ್ದುಂ.

ಅನ್ವಯಂ.—ಉೞಿದ ಲಿಂಗಂ ಒಳವಾಗಿ ಇರ್ದುಂ, ಪರಿವರ್ತಿಸವು.

ಟೀಕು.—ಪುರುಷರೆ= ಪುರುಷರಂ ಪೇೞ್ವ ಶಬ್ದಂಗಳೆ; ಪುಲ್ಲಿಂಗಂ= ಪುಲ್ಲಿಂಗವೆನಿಪುವು; ಸ್ತ್ರೀಯರೆ= ಸ್ತ್ರೀಯರಂ ಪೇೞ್ವ ಶಬ್ದಂಗಳೆ; ತಾಂ= ತಾಂ; ಸ್ತ್ರೀಲಿಂಗಂ= ಸ್ತ್ರೀಲಿಂಗವೆನಿಪುವು; ಉೞಿದುವು= ಪುರುಷರಂ ಸ್ತ್ರೀಯರಂ ಪೇೞದೆ ಉೞಿದ ಶಬ್ದಂಗಳ್; ಎಲ್ಲಂ= ಎಲ್ಲವು; ನಪ್ಪಾಗಿರೆ= ನಪುಂಸಕಲಿಂಗವಾಗಿರೆ; ಸಲ್ಗುಂ= ಸಲ್ವುವು; ಕನ್ನಡದೊಳ್= ಕರ್ಣಾಟಕಶಬ್ದದಲ್ಲಿ; ಉೞಿದ ಲಿಂಗಂ= ಮಿಕ್ಕ ಲಿಂಗಂಗಳ್; ಒಳವಾಗಿರ್ದುಂ= ಉಂಟಾಗಿರ್ದುಂ; ಪರಿವರ್ತಿಸವು= ಪ್ರವರ್ತಿಸವು.

ವೃತ್ತಿ.—ಪುರುಷರಂ ಪೇೞ್ವ ಶಬ್ದಂಗಳ್ಪುಲ್ಲಿಂಗಂಗಳ್; ಸ್ತ್ರೀಯರಂ ಪೇೞ್ವ ಶಬ್ದಂಗಳ್ ಸ್ತ್ರೀಲಿಂಗಂಗಳ್; ಉೞಿದುವೆಲ್ಲಂ ನಪುಂಸಕಲಿಂಗಂಗಳ್.

ಪ್ರಯೋಗಂ.—ಪುಲ್ಲಿಂಗಕ್ಕೆ—ಶಿವ, ಶಂಕರ, ಭೀಮ, ರಾಮ, ಅರಸ ಇವು ಮೊದಲಾದುವು.

ಸ್ತ್ರೀಲಿಂಗಕ್ಕೆ—ಗೌರಿ, ಪಾರ್ವತಿ, ಲಕ್ಷ್ಮಿ, ಸರಸ್ವತಿ, ಶಚಿ, ರೋಹಿಣಿ, ಕಾಮಿನಿ, ಭಾಮಿನಿ, ರಮಣಿ ಇವು ಮೊದಲಾದುವು.

ನಪುಂಸಕಲಿಂಗಕ್ಕೆ—ಮರ, ಗಿಡು, ಬಳ್ಳಿ, ಪುಲ್, ಪೊದಱ್, ಪುಲಿ, ಕರಡಿ, ಗಟ್ಟ, ಬೆಟ್ಟ, ಜೆಡೆ, ಕೊಡೆ, ಕನ್ನಡಿ, ಕಳಸ. ಇಂತಪ್ಪ ಚೇತನಾಚೇತನ ವಸ್ತುಗಳೆಲ್ಲಂ ನಪುಂಸಕಮೆ.

ಇಂತು ಲಿಂಗತ್ರಯಂ ಕನ್ನಡದೊಳ್ ಪಿರಿದುಂ ಪ್ರಸಿದ್ಧಂ, ಮಿಕ್ಕ ಲಿಂಗಂಗಳೆಲ್ಲ ಕ್ವಚಿತ್ಪ್ರಯೋಗಂಗಳೆ.

ಸೂತ್ರಂ.

ಜನ and ಮಹಾಜನ are Neuters; ದುರ್ಜನ, ಸಜ್ಜನ and ಸುಜನ Masculines.

ಜನಶಬ್ದಮದು ನಪುಂಸಕ
ಮೆನಿಕುಂ ದುಸ್ಸತ್ಸುಕಾರಮವು ಪೆಱಗಿರೆ ನೆ ।
ಟ್ಟನೆ ಪುಲ್ಲಿಂಗಂ ಮತ್ತಾ
ಜನಂ ಮಹಾಚ್ಛಬ್ದಮಿರೆ ನಪುಂಸಕಮಕ್ಕುಂ ॥ 92 ॥

ಪದಚ್ಛೇದಂ.—ಜನಶಬ್ದಂ ಅದು ನಪುಂಸಕಂ ಎನಿಕುಂ; ದುಸ್ಸತ್ಸುಕಾರಂ ಅವು ಪೆಱಗೆ ಇರೆ, ನೆಟ್ಟನೆ ಪುಲ್ಲಿಂಗಂ; ಮತ್ತೆ ಆ ಜನಂ, ಮಹಚ್ಛಬ್ದಂ ಇರೆ, ನಪುಂಸಕಂ ಆಕ್ಕುಂ.

ಯಥಾನ್ವಯಂ. ಟೀಕು.—ಜನಶಬ್ದಂ= ಜನಮೆಂಬ ಶಬ್ದಂ; ಅದು= ಅದು; ನಪು-

ಸಕಂ = ನಪುಂಸಕಲಿಂಗಂ; ಎನಿಕುಂ = ಎನಿಸುವುದು; ದುಸ್ ಸತ್ ಸುಕಾರಂ = ದುಃ ಎಂಬುದುಂ, ಸತ್ ಎಂಬುದುಂ, ಸು ಎಂಬುದುಂ; ಅವು = ಅವು; ಪೆಱಗೆ = ಪಿಂದೆ; ಇರೆ = ಇರೆ; ನೆಟ್ಟನೆ = ವ್ಯಕ್ತವಾಗಿ; ಪುಲ್ಲಿಂಗಂ = ಪುಲ್ಲಿಂಗಂ ಎನಿಸುವುದು; ಮತ್ತೆ = ಅದಲ್ಲದೆ; ಆ ಜನಂ = ಆ ಜನಶಬ್ದಂ; ಮಹಚ್ಛಬ್ದಂ = ಮಹತ್ ಎಂಬ ಶಬ್ದಂ; ಇರೆ = ಪಿಂದಿರೆ; ನಪುಂಸಕಂ = ನಪುಂಸಕಲಿಂಗಂ; ಅಕ್ಕುಂ = ಅಪ್ಪುದು.

ವೃತ್ತಿ.—ಜನಶಬ್ದಂ ನಿಜದಿಂ ನಪುಂಸಕಂ; ದುಸ್ ಎಂಬುದುಂ ಸತ್ ಎಂಬುದುಂ ಸು ಎಂಬುದುಂ ಪೆಱಗಿರೆ, ಪುಲ್ಲಿಂಗಮಕ್ಕುಂ; ಮಹಚ್ಛಬ್ದಂ ಪೆಱಗಿರ್ದೊಡಂ, ಮಹಾಜನಮೆಂದು, ನಪುಂಸಕಮಕ್ಕುಂ.

ಪ್ರಯೋಗಂ.—ಪುಲ್ಲಿಂಗಕ್ಕೆ—ದುರ್ಜನಂ, ಸಜ್ಜನಂ, ಸುಜನಂ.

ನಪುಂಸಕಕ್ಕೆ—ಜನಂ, ಮಹಾಜನಂ.

ಸೂತ್ರಂ.

The 7 Cases. Declension of the Singular of a Neuter ending in ಅ.

ಸಂದಿಸಿ ಮ್ಮಿಂಕೆಯದ್ದದೊಳೆ,
ಯೆಂದಿರ್ಪುವು ಸಪ್ತವಿಧವಿಭಕ್ತಿಗಳವು ಮಾ ।
ರ್ಗಂದಪ್ಪದರ್ಥವಶದಿಂ
ಪಿಂದೆಣಿಸಿದ ವಿವಿಧವಿಧದ ಲಿಂಗಕ್ಕೆಲ್ಲಂ. ‖ 93 ‖

ಪದಚ್ಛೇದಂ.—ಸಂದಿಸಿ ‖ ಮ್ ‖ ಅಂ ‖ ಇಂ ‖ ಕೆ ‖ ಅದ್ ‖ ಅದ್ ‖ ಒಳೆ ‖ ಎಂದು, ಇರ್ಪುವು ಸಪ್ತವಿಧವಿಭಕ್ತಿಗಳ್; ಅವು, ಮಾರ್ಗಂದಪ್ಪದೆ, ಅರ್ಥವಶದಿಂ ಪಿಂದೆ ಎಣಿಸಿದ ವಿವಿಧ ವಿಧದ ಲಿಂಗಕ್ಕೆ ಎಲ್ಲಂ.

ಅನ್ವಯಂ.—ಪಿಂದೆ ಎಣಿಸಿದ ವಿವಿಧವಿಧದ ಲಿಂಗಕ್ಕೆ ಸಪ್ತವಿಧವಿಭಕ್ತಿಗಳ್; ಅವು ಎಲ್ಲಂ, ಮಾರ್ಗಂದಪ್ಪದೆ, ಅರ್ಥವಶದಿಂ ಸಂದಿಸಿ, ಮುಮಿಂ ಕೆ ಅದದೊಳೆ ಎಂದು, ಇರ್ಪುವು.

ಟೀಕು.—ಪಿಂದೆ = ಹಿಂದೆ; ಎಣಿಸಿದ ವಿವಿಧವಿಧದ = ಹೇಳಿದ ನಾನಾಪ್ರಕಾರದ; ಲಿಂಗಕ್ಕೆ = ಲಿಂಗಂಗಳ್ಗೆ; ಸಪ್ತವಿಧ = ಏೞು ತೆಱನಾದ; ವಿಭಕ್ತಿಗಳ್ = ಪ್ರತ್ಯಯಂಗಳ್; ಅವು = ಅವು; ಎಲ್ಲಂ = ಎಲ್ಲವು; ಮಾರ್ಗಂದಪ್ಪದೆ = ಕವಿಮಾರ್ಗಂ ತಪ್ಪದೆ; ಅರ್ಥವಶದಿಂ = ಅರ್ಥವಶದಿಂದೆ; ಸಂದಿಸಿ = ಪೊರ್ದುಗೆಯಾಗಿ; ಮುಮಿಂಕೆಯದದೊಳೆ = ಮ್, ಅಮ್, ಇಮ್, ಕೆ, ಅತ್, ಅತ್, ಒಳ್ ಎಂಬಿವೆ; ಎಂದು = ಹೀಗೆಂದು; ಇರ್ಪುವು = ಇರ್ಪುವು.

ವೃತ್ತಿ.—ಪಿಂತೆ ಪೇೞ್ದ ನಾನಾ ತೆಱದ ಲಿಂಗಂಗಳ್ಗೆ ಪರಮಾಗಿ ನಾಮ ವಿಭಕ್ತಿಗಳ್, ಮ್ (S. 105), ಅಮ್ (Ss. 104; 106), ಇಮ್ (S. 107), ಕೆ (Ss. 113; 114), ಅತ್ (Ss. 106; 116), ಅತ್ (Ss. 106; 117), ಒಳ್ (S. 119) ಎಂದು, ಪ್ರಥಮೆಗಂ ದ್ವಿತೀಯೆಗಂ ತೃತೀಯೆಗಂ ಚತುರ್ಥಿಗಂ ಪಂಚಮಿಗಂ ಷಷ್ಠಿಗಂ ಸಪ್ತಮಿಗಂ ಏೞಾಗಿ, ಕಾರಕವಶದಿಂ ಪತ್ತುಗುಂ. ಆ ಕಾರಕಮೆಂಬುದು (*i. e.* the relation which, in a sentence, a noun bears to the verb) ಕ್ರಿಯಾನಿಮಿತ್ತಂ; ಅದು ಕರ್ತೃವೆಂದುಂ (agent), ಕರ್ಮಮೆಂದುಂ (object), ಕರಣಮೆಂದುಂ (instrument), ಸಂಪ್ರದಾನಮೆಂದುಂ (bestowing), ಅಪಾದಾನಮೆಂದುಂ (taking away), ಅಧಿಕರಣಮೆಂದುಂ (relation to site), ಷಡ್ವಿಧಮಾಗಿರ್ಪುದು; ಷಷ್ಠಿಯೆಂದು, ಸಂಬಂಧಾರ್ಥಂ (connexion).

ಪ್ರಯೋಗಂ.—ಮರಂ, ಮರನಂ, ಮರದಿಂ, ಮರಕ್ಕೆ, ಮರದತ್ತಣಿಂ, ಮರದ, ಮರದೊಳ್, (ಮರನೆ, voc.) ಇಂತರ್ಥವಶದಿಂ ವಿಭಕ್ತಿ ಪರಿಣಾಮಿಪುವು. ವಿಭಕ್ತಿ ವಿಕಾರಮನೆಯ್ದುವುದಱಿಂ ಪದಂ ನಾನಾರೂಪಮಪ್ಪುದು.

ಮರನಿರ್ದುದು. ಮರನಂ ಕಡಿ!
ಮರದಿಂ ಮಾಡಾನೆಯಂ! ಮರಕ್ಕೆಱೆ ನೀರಂ! ।
ಮರದತ್ತಣಿನೆಲೆಯುದಿರ್ದುದು.
ಮರದದು ಪಣ್. ಮರದೊಳಿರು! ತಳಿರ್ತಿರು, ಮರನೇ! ॥ ಕಂದಂ ॥

ಸೂತ್ರಂ.

There are 2 Numbers in Canarese: Singular and Plural. The thought of a Dual is allowed.

ಏಕದ್ವಿತ್ವಬಹುತ್ವಮ
ನೇಕದ್ವಿಬಹುತ್ವವಸ್ತುಗಳೊಳಾಚರಿಪರ್ ।
ಸ್ತ್ರೀಕಾರಂ ಕನ್ನಡದೊಳ
ಗೇಕಬಹುತ್ವಂ ದ್ವಿವಚನಮುಚಿತದೆ ಬರ್ಕುಂ ॥ 94 ॥

ಪದಚ್ಛೇದಂ.— ಏಕದ್ವಿತ್ವಬಹುತ್ವಮಂ ಏಕದ್ವಿಬಹುತ್ವವಸ್ತುಗಳೊಳ್ ಆಚರಿಪರ್; ಸ್ತ್ರೀಕಾರಂ ಕನ್ನಡದೊಳಗೆ ಏಕಬಹುತ್ವಂ, ದ್ವಿವಚನಂ ಉಚಿತದೆ ಬರ್ಕುಂ.

ಅನ್ವಯಂ.—ಏಕದ್ವಿಬಹುತ್ವವಸ್ತುಗಳೊಳ್ ಏಕದ್ವಿತ್ವಬಹುತ್ವಮಂ ಅಚರಿಪರ್; ಕನ್ನಡದೊಳಗೆ ಏಕಬಹುತ್ವಂ ಸ್ವೀಕಾರಂ, ದ್ವಿವಚನಂ ಉಚಿತದೆ ಬರ್ಕುಂ.

ಟೀಕು.—ಏಕದ್ವಿಬಹುತ್ವವಸ್ತುಗಳೊಳ್ = ಏಕವಸ್ತು ದ್ವಿವಸ್ತು ಬಹುವಸ್ತುಗಳಲ್ಲಿ; ಏಕದ್ವಿತ್ವಬಹುತ್ವಮಂ = ಏಕವಚನ ದ್ವಿವಚನ ಬಹುವಚನವಂ; ಆಚರಿಪರ್ = ಪೇಳ್ವರ್; ಕನ್ನಡದಲ್ಲಿ = ಕರ್ಣಾಟಭಾಷೆಯಲ್ಲಿ; ಏಕಬಹುತ್ವಂ = ಏಕವಚನ ಬಹುವಚನಂಗಳ್; ಸ್ವೀಕಾರಂ = ಅಂಗೀಕಾರಂ; ದ್ವಿವಚನಂ = ದ್ವಿವಚನಂ; ಉಚಿತದೆ = ಉಚಿತದಿಂದೆ; ಬರ್ಕುಂ = ಬರ್ಪುದು.

ವೃತ್ತಿ.—ಒಂದೆರಡು ಮೂಱೆಂದು, ಪದಾರ್ಥಮನೆಣಿಸುವೆಡೆಯೊಳ್ ಏಕವಚನ ದ್ವಿವಚನ ಬಹುವಚನಂಗಳಂ ಸ್ವೀಕರಿಸುವರ್; ಏಕವಚನ ಬಹುವಚನಂಗಳ್ಕನ್ನಡದೊಳತಿವ್ಯಕ್ತಂಗಳ್; ದ್ವಿವಚನಮನೌಚಿತ್ಯದಿನಱಿವುದು.

ಪ್ರಯೋಗಂ.—ಏಕದ್ವಿಬಹುತ್ವಂಗಳ್ಗೆ—ಮೇರುವಿದು; ಕಣ್ಗಳಿವು; ಕುರುಳ್ಗಳಿವು; ಕವಿಯಿವಂ; ಕವಿಗಳಿವರ್.

ಔಚಿತ್ಯದ ದ್ವಿವಚನಕ್ಕೆ—ಭೀಮಾರ್ಜುನರ್, ರಾಮಲಕ್ಷ್ಮಣರ್, ನಕುಲ ಸಹದೇವರ್ ಎಂಬಂತಱಿವುದು.

ಸೂತ್ರಂ.

Formation of the Nominative Dual and Plural with ಗಳ್ in (here Neuter) bases, excepting (Neuter) Pronouns and Adjectives in which ಅವು is substituted for ಗಳ್. (For Masculines and Feminines with ಗಳ್ see, for instance, §s. 101; 102; 103.)

ಸಮನಿಸುಗುಮಾ ವಿಭಕ್ತಿಗ
ಳ ಮೊದಲೊಳಾದಂ ಗಳಾಗಮಂ ದಿತ್ವಬಹು |
ತ್ವಮದಾಗೆ(ಗಳಾಗಮಕವು
ಸಮನಿಸುಗುಂ ಸರ್ವನಾಮಗುಣವಚನದೊಳಂ) || 95 ||

ಪದಚ್ಛೇದಂ.—ಸಮನಿಸುಗುಂ ಆ ವಿಭಕ್ತಿಗಳ ಮೊದಲೊಳ್ ಅದಂ ಗಳಾಗಮುಂ, ದ್ವಿತ್ವಬಹುತ್ವಂ ಅದು ಆಗೆ; ಗಳಾಗಮಕೆ ಅವು ಸಮನಿಸುಗುಂ ಸರ್ವನಾಮಗುಣವಚನದೊಳಂ;

ಅನ್ವಯಂ.— ದ್ವಿತ್ವಬಹುತ್ವಂ ಅದು ಆಗೆ, ಆ ವಿಭಕ್ತಿಗಳ ಮೊದಲೊಳ್ ಆದಂ ಗಳಾಗಮಂ ಸಮನಿಸುಗುಂ; ಸರ್ವನಾಮಗುಣವಚನದೊಳಂ ಗಳಾಗಮಕೆ ಅವು ಸಮನಿಸುಗುಂ.

ಟೀಕು.—ದ್ವಿತ್ವಬಹುತ್ವಂ= ದ್ವಿವಚನ ಬಹುವಚನಂ; ಅದು= ಅದು; ಆಗೆ= ಆಗೆ; ಆ ವಿಭಕ್ತಿಗಳ= ಆ ಸಪ್ತವಿಭಕ್ತಿಗಳ; ಮೊದಲೊಳ್= ಆದಿಯಲ್ಲಿ; ಆದಂ= ಆದಮೆಂಬ ವಿಶೇಷದಿಂದೆ; ಗಳಾಗಮಂ= ಗಳ್ ಎಂದಾಗಮಂ; ಸಮನಿಸುಗುಂ= ಪ್ರಾಪ್ತಿಸುವುದು; ಸರ್ವನಾಮ ಗುಣವಚನದೊಳಂ= ಸರ್ವನಾಮ ಗುಣವಚನಂಗಳಲ್ಲಿ; ಗಳಾಗಮಕೆ= ಗಳೆಂದಾಗಮಕ್ಕೆ; ಅವು= ಅವು (ಇವು, ಉವು) ಎಂದಾಗಮಂ; ಸಮನಿಸುಗುಂ= ಪ್ರಾಪ್ತಿಸುವುದು.

ವೃತ್ತಿ.— ದ್ವಿವಚನಬಹುವಚನವಿವಕ್ಷೆಯಾದೊಡೆ ವಿಭಕ್ತಿಗಳ ಮೊದಲೊಳ್ಗಳಾಗಮಮಕ್ಕುಂ; ಸರ್ವನಾಮ ಗುಣವಚನಂಗಳೊಳ್ಗಳಾಗಮಕ್ಕಾದೇಶಮಾಗವುಮಕ್ಕುಂ.

ಪ್ರಯೋಗಂ.—

ದ್ವಿವಚನಕ್ಕೆ—ತೊಡೆಗಳ್, ಕಣ್ಗಳ್, ತೋಳ್ಗಳ್.

ತೊಡೆಗಳ್ ರಂಭಾಸ್ತಂಭದ
ಕ್ಕಡೆಗಳ್ ಕಣ್ಗಳ್ ಮನೋಜವೀರನ ಗೇಣ್ಗಳ್ ।
ನಿಡುದೋಳ್ಗಳ್ ದಿಕ್ಕರಿಕರ
ದೊಡನಾಡಿಗಳೆನಿಸಿ ಮೆಱೆವುದಾತನ ರೂಪಂ ‖ ಕಂದಂ ‖

ಬಹುವಚನಕ್ಕೆ—ಕೊಳಂಗಳ್ ದಲಿತಾಬ್ಜಂಗಳ್ ಸಮೃದ್ಧಮಧುಗಳ್.
ಚಲದಳಿಕುಲಾಕುಲಂಗಳ್.

ಸರ್ವನಾಮದ ಅವುವಿಂಗೆ—ಅವು, ಇವು, ಉವು.

ಅವು ಪಿರಿಯುವು ಭಾವಿಪೊಡಿಂ
ತಿವು ಕಿಱಿಯುವೆನಿಪ್ಪುದಿದುವೆ ಭೇದಂ ನಿಮಗಾ ।
ವುವು ಮನಕೇಱುವುವಟ್ಟಿಕಿಱಿ
ನವನಾಯ್ಕುಳಿಗೊಳ್ಳಿಮೆಂದು ನವರತ್ನಮುಮಂ ‖ ಕಂದಂ ‖

ಗುಣವಚನಂಗಳ್ಗೆ—ಇನಿಯವು, ಮೆಲ್ಲಿದುವು, ಬೆಟ್ಟಿದುವು.

ಇನಿಯವು ವಿಷಯಸುಖಂ ನಂಜಿನ ಸವಿವೋಲ್.
ಮೆಲ್ಲಿದುವಪ್ಪ ಕಾಲ ತಳಮುಂ ಕಡುವೆಟ್ಟಿದುವಪ್ಪ ಹಸ್ತಮುಂ.

ಸೂತ್ರಂ.

In joining the ಅವು to the bases of the *Pronouns* mentioned in *S.* 78, the last syllable of them and the first of ಅವು suffer elision (ಲೋಪಂ). (The instances presuppose *S.* 110). The *Adjectives* with final ದು (*S.* 77) drop this syllable.

ಸಂಗಡಿಸಿ ಸರ್ವನಾಮದ
ಲಿಂಗಾಂತ್ಯಾಕ್ಷರಕಮವುವಿನಾದ್ಯಕ್ಷರಕಂ ।
ಪಿಂಗದೆ ಲೋಪಂ ಗುಣವಚ
ನಂಗಳೊಳಂತ್ಯಂ ದುಕಾರಮಾದೊಡೆ ಲೋಪಂ ॥96॥

ಪದಚ್ಛೇದಂ—ಸಂಗಡಿಸಿ ಸರ್ವನಾಮದ ಲಿಂಗಾಂತ್ಯಾಕ್ಷರಕಂ ಅವುವಿನ ಅದ್ಯಕ್ಷರಕಂ ಪಿಂಗದೆ ಲೋಪಂ; ಗುಣವಚನಂಗಳೊಳ್ ಅಂತ್ಯಂ ದುಕಾರಂ ಆದೊಡೆ ಲೋಪಂ.

ಅನ್ವಯಂ.— ಸರ್ವನಾಮದ ಲಿಂಗಾಂತ್ಯಾಕ್ಷರಕಂ ಅವುವಿನ ಆದ್ಯಕ್ಷರಕಂ ಸಂಗಡಿಸಿ ಪಿಂಗದೆ ಲೋಪಂ; ಗುಣವಚನಂಗಳೊಳ್ ಅಂತ್ಯಂ ದುಕಾರಂ ಆದೊಡೆ ಲೋಪಂ.

ಟೀಕು.— ಸರ್ವನಾಮದ = ಸರ್ವನಾಮಶಬ್ದದ; ಲಿಂಗ = ಲಿಂಗದ; ಅಂತ್ಯ = ಕಡೆಯಣ; ಅಕ್ಷರಕಂ = ಅಕ್ಕರಕ್ಕೆಯುಂ; ಅವುವಿನ = ಅವು ಎಂಬಾಗಮದ; ಆದಿ = ಮೊದಲ; ಅಕ್ಷರಕಂ = ಅಕ್ಕರಕ್ಕೆಯುಂ; ಸಂಗಡಿಸಿ = ಒಂದಾಗಿ; ಪಿಂಗದೆ = ತೊಲಗದೆ; ಲೋಪಂ = ಅದರ್ಶನಮಪ್ಪುದು; ಗುಣವಚನಂಗಳೊಳ್ = ಗುಣವಚನಂಗಳಲ್ಲಿ; ಅಂತ್ಯಂ = ಕಡೆಯಕ್ಕರಂ; ದುಕಾರಂ = ದುತ್ವಂ; ಆದೊಡೆ = ಆದೊಡೆ; ಲೋಪಂ = ಅದರ್ಶನಮಪ್ಪುದು.

ವೃತ್ತಿ.—ಸರ್ವನಾಮಶಬ್ದದ ಲಿಂಗದ ಕಡೆಯಕ್ಕರಕ್ಕಂ ಪರದ ಅವುವಿನ ಮೊದಲಕ್ಕರಕ್ಕಂ ಸಂಗಡದಿಂ ಲೋಪಮಕ್ಕುಂ; ದುಕಾರಾಂತಮಾದ ಗುಣವಚನದ ಕಡೆಗೆ ಲೋಪಂ.

ಪ್ರಯೋಗಂ.—

ಸರ್ವನಾಮಕ್ಕೆ—ಪೆಱವಱ, ಪೆಱವಱೊಳ್, ಎಲ್ಲವಱ

ಪೆಱವಱ ಧರ್ಮಂಗಳನೇ
ತೆಱದಿಂದಂ ತಂದು ಪೆಱವಱೊಳ್ ಪತ್ತಿಸಿ ಕ ।
ಣ್ದೆಱೆಯೆ ಚತುರೋಕ್ತಿಕೃತಿಯೊಳ್
ನೆಱೆದಿರೆ ಪೇೞ್ವುದು ಸಮಾಧಿಯೆನೆ ಪೆಸರ್ವಡೆಗು

॥ ಕಂದಂ ॥

ಗುಣವಚನಕ್ಕೆ—ಕರಿಯವು, ಪಿರಿಯವು, ಅಸಿಯವು, ಬಿಳಿಯವು.

ಬಿರಯಿಗಳ ಸುಯ್ಗಳೊಡನೆಯೆ
ಪಿರಿಯವು ದಿವಸಂಗಳಾದುವವರವರಳ್ಕೆ |
ಸ್ಫುರಿತಂಗಳೊಡನೆ ಕುಂದಿದು
ವಿರುಳ್ಗಳುಮಂ ಮುಂಚಿ ಬಂದ ಜಲದಾಗಮದೊಳ್
|| ಕಂದಂ ||

ಸೂತ್ರಂ.

Further in joining the ಅವು to Adjectives ending in ತು (S. 77), this ತು becomes ದು, and (partial) elision takes place. Formation of the Nominative Plural of Feminines and Masculines with ಇರ್, ಅರ್, ದಿರ್, ವಿರ್, these being substitutes of ಗಳ್.

ಅಕ್ಕುಂ ಕೂಡೆ ತುಕಾರಾಂ
ತಕ್ಕೆ ತೃತೀಯತ್ವಮವುವಿನಾದಿಗೆ ಲೋಪಂ |
(ಮಿಕ್ಕಾ ಸ್ತ್ರೀಪುಲ್ಲಿಂಗದೊ
ಳಕ್ಕುಮಿರದಿರ್ವಿರೆಂದು ಲೋಕೋಕ್ತಿಗಳೊಳ್ || 97 ||

ಪದಚ್ಛೇದಂ.—ಅಕ್ಕುಂ ಕೂಡೆ ತುಕಾರಾಂತಕ್ಕೆ ತೃತೀಯತ್ವಂ, ಅವುವಿನ ಆದಿಗೆ ಲೋಪಂ; ಮಿಕ್ಕ ಆ ಸ್ತ್ರೀಪುಲ್ಲಿಂಗದೊಳ್ ಅಕ್ಕುಂ, ಇರ್, ಅರ್, ದಿರ್, ವಿರ್ ಎಂದು ಲೋಕೋಕ್ತಿಗಳೊಳ್.

ಅನ್ವಯಂ.—ತುಕಾರಾಂತಕ್ಕೆ ತೃತೀಯತ್ವಂ, ಅವುವಿನ ಆದಿಗೆ ಲೋಪಂ ಕೂಡೆ; ಮಿಕ್ಕಾ ಸ್ತ್ರೀಪುಲ್ಲಿಂಗದೊಳ್ ಲೋಕೋಕ್ತಿಗಳೊಳ್, ಇರದಿರ್ವಿರ್ ಎಂದು, ಅಕ್ಕುಂ.

ಟೀಕು.—ತುಕಾರಾಂತಕ್ಕೆ = ಗುಣವಚನಂಗಳಲ್ಲಿ ತುಕಾರಾಂತಕ್ಕೆ; ತೃತೀಯತ್ವಂ = ಮೂರನೆಯಕ್ಷರದ ಭಾವಂ; ಅವುವಿನ = ಅವಾಗಮದ; ಆದಿಗೆ = ಮೊದಲಕ್ಷರಕ್ಕೆ; ಲೋಪಂ = ಅದರ್ಶನಂ; ಕೂಡೆ = ಒಡನೆ ಆಗುವುದು; ಮಿಕ್ಕಾ = (ನಪುಂಸಕಲಿಂಗದ) ಸರ್ವನಾಮಗುಣವಚನಂಗಳಲ್ಲದುಳಿದ ಅ; ಸ್ತ್ರೀಪುಲ್ಲಿಂಗದೊಳ್ = ಸ್ತ್ರೀಪುಲ್ಲಿಂಗಗಳಲ್ಲಿ; ಇರದಿರ್ವಿರೆಂದು = ಇರ್, ಅರ್, ದಿರ್, ವಿರ್ ಎಂದು; ಲೋಕೋಕ್ತಿಗಳೊಳ್ = ಜನವಾಕ್ಯಂಗಳಲ್ಲಿ; ಅಕ್ಕುಂ = ಅಪ್ಪುದು.

ವೃತ್ತಿ.—ಗುಣವಚನದ ತುಕಾರಾಂತಕ್ಕೆ (ವರ್ಗದ) ತೃತೀಯತ್ವಮುಮವುವಿನಾದಿಗೆ ಲೋಪಮುಮಕ್ಕುಂ; (ಪಿಂತೆ ಸೂಚಿಸಿರ್ಪ ನಪುಂಸಕಲಿಂಗದ) ಸರ್ವನಾಮ ಗುಣವಚನಂಗಳಲ್ಲದ ಸ್ತ್ರೀಲಿಂಗಪುಲ್ಲಿಂಗದೊಳ್ ಗಳ್ ಎಂಬುದರ್ಕಾದೇಶಮಾಗಿ ಇರ್ ಅರ್ ದಿರ್ ವಿರ್ ಎಂದಕ್ಕುಂ.

ಪ್ರಯೋಗಂ.—ತೃತೀಯತ್ವಕ್ಕಂ ಅವುವಿನ ಲೋಪಕ್ಕಂ—ಒಳ್ಳಿದುವು, ತೆಳ್ಳಿದುವು, ದಟ್ಟಿದುವು, ಬೆಟ್ಟಿದುವು. ಬೆಟ್ಟಿದುವುಮೆನಿಪ್ಪ ಲೋಹಖುರವಳೆಯಂಗಳ್.

ಇರ್ಗೆ—ಪೆಂಡಿರ್, ತೊೞ್ತಿರ್. ತುಱುಗಳ ಪೆಂಡಿರ ಪಾರ್ವರ ಮಱಿವೊಕ್ಕರ. ತದ್ದಾರಾವುರ ಸ್ತ್ರೀಯರಂ ತೊೞ್ತಿರ್ಮಾಡಿದ.

ಅರ್ಗೆ—ದೇವರ್, ನಂಟರ್, ನಲ್ಲರ್. ಹುಸಿಯಾದೊಡೆ ದೇವರ ಪಾದದಾಣೆ. ನಂಟರ ನಲ್ಲರ ಮಾತುಗಳೆದೋಪಸೆ ಪರಮಾತ್ಮ.

ದಿರ್ಗೆ—ಇವಳ್ದಿರ್, ಇವಂದಿರ್, ಅವಂದಿರ್. ಇವಂದಿರೊಳಿವಂದಿರಂ.

ವಿರ್ಗೆ—ತಂದೆವಿರ್, ತಾಯ್ವಿರ್, ಸೊಸೆವಿರ್. ಅವನತನಾಗಿ ತಂದೆವಿರ, ತಾಯಿವಿರ ಕಲ್ಪಿಸಿದುಕ್ತಿ.

ಸೂತ್ರಂ.

ಅರ್ is suffixed to all Feminine and Masculine bases in the Plural, with the necessary elision.

ಬರೆ ಪುಂಸ್ತ್ರೀಲಿಂಗಮುಮಮು
ರ್ದಿರೆ ಸಂಖ್ಯಾಸರ್ವನಾಮಕೃದ್ಗುಣವಚನ |
ಸ್ಫುರದುರುತದ್ಧಿತಮುಂ ಮುಂ
ದರುವಕ್ಕುಮದಂತಲಿಂಗದೊಳ್ವಿಧಿಲೋಪಂ || 98 ||

ಪದಚ್ಛೇದಂ.—ಬರೆ ಪುಂಸ್ತ್ರೀಲಿಂಗಮುಂ, ಅಮರ್ದು ಇರೆ ಸಂಖ್ಯಾಸರ್ವನಾಮಕೃದ್ಗುಣವಚನಸ್ಫುರದುರುತದ್ಧಿತಮುಂ, ಮುಂದೆ ಅರು ಅಕ್ಕುಂ; ಅದಂತಲಿಂಗದೊಳ್ ವಿಧಿಲೋಪಂ.

ಅನ್ವಯಂ.—ಪುಂಸ್ತ್ರೀಲಿಂಗಮುಂ ಬರೆ, ಸಂಖ್ಯಾಸರ್ವನಾಮಕೃದ್ಗುಣವಚನಸ್ಫುರದುರುತದ್ಧಿತಮುಂ ಅಮರ್ದು ಇರೆ, ಮುಂದೆ ಅರು ಅಕ್ಕುಂ; ಅದಂತಲಿಂಗದೊಳ್ ವಿಧಿಲೋಪಂ.

ಟೀಕು.—ಪುಂಸ್ತ್ರೀಲಿಂಗಮುಂ = ಪುಲ್ಲಿಂಗ ಸ್ತ್ರೀಲಿಂಗಂಗಳುಂ; ಬರೆ = ಬರೆ; ಸಂಖ್ಯಾ = ಸಂಖ್ಯಾವಾಚಿಗಳುಂ; ಸರ್ವನಾಮ = ಸರ್ವನಾಮಂಗಳುಂ; ಕೃತ್ = ಕೃತ್ತುಗಳುಂ; ಗುಣವಚನ = ಗುಣವಚನಂಗಳುಂ; ಸ್ಫುರತ್ = ಪ್ರಕಾಶಿಸಲ್ಪಟ್ಟ; ಉರು = ಉನ್ನತವಾದ; ತದ್ಧಿತಮುಂ = ತದ್ಧಿತಂಗಳುಂ; ಅಮರ್ದಿರೆ = ಆ ಪುಂಸ್ತ್ರೀಲಿಂಗಂಗಳಲ್ಲಿ ಪೊರ್ದುಗೆಯಾಗಿರೆ; ಮುಂದೆ = ಅಗ್ರದಲ್ಲಿ; ಅರು = ಗಳಾಗಮಕ್ಕಾದೇಶವಾಗಿ ಅರ್ ಎಂಬಾಗಮಂ; ಅಕ್ಕುಂ = ಆಗುವದು; ಅದಂತಲಿಂಗದೊಳ್ = ಅಕಾರಾಂತಲಿಂಗಂಗಳಲ್ಲಿ; ವಿಧಿಲೋಪಂ = ಹಿಂದೆ ಪೇೞ್ದ ವಿಧಿಗೆ ಲೋಪಂ ಅಕ್ಕುಂ.—ಮುಂದರಕ್ಕುಮತ್ವಾಂತಲಿಂಗದೊಳ್ವಿಧಿಲೋಪಂ ಎಂದು, ಪಾಠಾಂತರಂ. ಅರ್ = ಅರಾಗಮಂ; ಅಕ್ಕುಂ = ಆಗುವುದು; ಅತ್ವಾಂತಲಿಂಗದೊಳ್ = ಅಕಾರಾಂತಲಿಂಗದಲ್ಲಿ; ವಿಧಿಲೋಪಂ = ಪಿಂದೆ ಪೇೞ್ದ ವಿಧಿಗೆ ಲೋಪಂ ಅಕ್ಕುಂ.

ವೃತ್ತಿ.— ಪುಲ್ಲಿಂಗಮುಂ ಸ್ತ್ರೀಲಿಂಗಮುಂ ಪೆಱಗೆವರೆ, ಅರುವಕ್ಕುಂ; ಆ ಪುಂಸ್ತ್ರೀಲಿಂಗದೊಳಮರ್ದ ಸಂಖ್ಯೆಯು ಸರ್ವನಾಮಮುಂ ಕೃತ್ತುಂ ಗುಣವಚನಮುಂ ತದ್ಧಿತಮುಮಿರ್ದೊಡಂ ಪರದೊಳರುವಕ್ಕುಂ.

ಪ್ರಯೋಗಂ.—ಪುಲ್ಲಿಂಗಕ್ಕೆ— ಅರಸರ್, ಸಾಮಂತರ್, ಕೋವಿದರ್, ನಂದನರ್.

ಸ್ತ್ರೀಲಿಂಗಕ್ಕೆ— ದೇವಿಯರ್, ಕಾಂತೆಯರ್.

ಸಂಖ್ಯೆಗೆ — ಒರ್ವ ಬಿನ್ನಣಿಯಪ್ಪ ಬಡಗಿಯ ಪಾಂಗಿನ್ನಿಂದೆಲ್ಲಮಂ ಮಾಡ್ಡಿ ತಾಮಿರ್ವರುಂ ಕೆಯ್ದುವಂ ಬಿಸುಟರ್. ಪಯಿಂಛಾಸಿರ್ವರುಂ ಯುದ್ಧದೊಳ್.

ಸರ್ವನಾಮಕ್ಕೆ—ಪೆಱರುಮನಱಿ ನೀನುಮ್ ಆರಯ್ಸಿ ಏದಗ್ಧರಿಂ. ಅವರಿವರಳವೆ ಕಾವ್ಯವಿದ್ಯೆಯೊಳ್. ಉವರ್.

ಕೃತ್ತಿಂಗೆ— ಕೊಂದರ್ಕೇಚರರಂ ಸುರರಂದಱಿಯದೆ ನುಡಿದರ್. ಬೇಡಿದರ್.

ನುಡಿಗೆಲ್ಲಂ ಸಲ್ಲದ ಕಂ
ನಡದೊಳ್ ಚಾತ್ರಾಣಮುಂ ಬೆದಂಡೆಯುಮೆಂದೀ |
ಗಡಿನ ನೆಗಟ್ಟಿಯ ಕಬ್ಬದೊ
ಳೊಡಂಬಡಂ ಮಾಡಿದರ್ ಪುರಾತನಕವಿಗಳ್ ||.ಕಂದಂ ||

ಗುಣವಚನಕ್ಕೆ—ಆದ್ಯರುಮಕ್ಕುಮವಂದಿರ್ ಒಳ್ಳಿದರಪ್ಪವರೆಂದು. ಎನಗೆ ಬಲ್ಲಿದರಾಗಲಾರ್ಪರೆ ಗಾವಿಲರ್.

ತದ್ಧಿತಕ್ಕೆ— ಮಣಿಗಾಱರ್, ಕಂಚುಗಾಱರ್, ಒಱೆಗಾಱರ್.

ಪುಲ್ಲಿಂಗಮಪ್ಪದಂತಕ್ಕೆಲ್ಲಿಯುಂ ವಿಧಿಲೋಪಂ — ಸುರರ್, ನರರ್, ಚದುರರ್, ಪಾರ್ವರ್ ಎಂಬಂತೆ.

ಸೂತ್ರಂ.

In Masculine and Feminine bases denoting quantity (ಪವಣ್) and in numerals ವರ್, ಬರ್, ಒಬರ್, or, with elision of ಬ್, ಅರ್ occur in the Plural. Also ಒರ್ವ೯ಂ or ಒರ್ಬ೯ಂ.

ಪವಣೊಳಮಾ ಸಂಖ್ಯೆಯೊಳಂ
ವ್ಯವಹರಿಕುಂ ವತ್ವಮಲ್ಲಿ ಬಶ್ರುತಿಯುಂ ಸಂ |
ಭವಿಕುಮದಂತಂ ನಿಲೆ ಬಿಂ
ದುವಿಕಲ್ಪಂ ಬತ್ವಮೊರ್ಮೆ ಲೋಪಮನಾಳ್ಗುಂ ||99||

ಪದಚ್ಛೇದಂ.—ಪವಣೊಳಂ ಆ ಸಂಖ್ಯೆಯೊಳಂ ವ್ಯವಹರಿಕುಂ ವತ್ವಂ; ಅಲ್ಲಿ ಬಶ್ರುತಿಯುಂ ಸಂಭವಿಕುಂ; ಆದಂತಂ ನಿಲೆ, ಬಿಂದುವಿಕಲ್ಪಂ; ಬತ್ವಂ ಒರ್ಮೆ ಲೋಪಮಂ ಆಳ್ಗುಂ.

ಅನ್ವಯಂ.—ಪವಣೊಳಂ ಆ ಸಂಖ್ಯೆಯೊಳಂ ವತ್ವಂ ವ್ಯವಹರಿಕುಂ.

ಟೀಕು.—ಪವಣೊಳಂ = ಆ ಪುಂಸ್ತ್ರೀಲಿಂಗದೊಳಮರ್ದ ಪ್ರಮಾಣವಾಚಿಗಳಲ್ಲಿಯುಂ; ಆ ಸಂಖ್ಯೆಯೊಳಂ = ಆ ಸಂಖ್ಯಾವಾಚಿಗಳಲ್ಲಿಯುಂ; ವತ್ವಂ = ವಕಾರಂ; ವ್ಯವಹರಿಕುಂ = ವ್ಯವಹರಿಪುದು, ಬರ್ಪುದೆಂಬರ್ಥಂ; ಅಲ್ಲಿ = ಆ ಪುಂಸ್ತ್ರೀಲಿಂಗವಿಷಯವಾಗಿ ಬಂದ ವಕಾರದಲ್ಲಿ; ಬಶ್ರುತಿಯುಂ = ಬಕಾರದ ಶ್ರವಣಮುಂ; ಸಂಭವಿಕುಂ = ಹುಟ್ಟುವುದು; ಆದಂತಂ = ಆಕಾರಾಂತಂ; ನಿಲೆ = ನೆಲಸೆ; ಬಿಂದು = ಸೊಂನೆ; ವಿಕಲ್ಪಂ = ವಿಕಲ್ಪವಾಗಿ ಬರ್ಪುದು; ಬತ್ವಂ = ಬಕಾರಂ; ಒರ್ಮೆ = ಒಂದು ಬಾರಿ; ಲೋಪಮಂ = ಅದರ್ಶನಮಂ; ಆಳ್ಗುಂ = ತಾಳ್ವುದು.

ವೃತ್ತಿ.—ಆ ಪುಂಸ್ತ್ರೀಲಿಂಗವಿಷಯಮಾದ ಪವಣೊಳಂ ಸಂಖ್ಯೆಯೊಳಂ ವತ್ವಮಕ್ಕುಂ; ಆ ವತ್ವಕ್ಕೊರ್ಮೆ ಬಕಾರಮಕ್ಕುಂ; ಅಕಾರಾಂತಮಾದೆಡೆಯೊಳ್ ಬಿಂದು ವಿಕಲ್ಪದಿಂದಕ್ಕುಂ; ಬಕಾರಕ್ಕೊರ್ಮೆ ಲೋಪಮಕ್ಕುಂ.

ಪ್ರಯೋಗಂ.—ಪವಣೊಳ್ವಕಾರಕ್ಕೆ—ಎಲ್ಲವರ್. ಎಲ್ಲವರಂತೆವೊಲ್ ನುಡಿವರ್.

ಸಂಖ್ಯೆಗೆ—ಮೂವತ್ತುಮೂವರಾರ್ ದೇವರ್. ಇರ್ವರ್, ನೂರ್ವರ್

ಬಕಾರಕ್ಕೆ—ಅನಿಬರ್, ಇನಿಬರ್, ಎನಿಬರ್, ಒರ್ಬಂ, ಇರ್ಬರ್. ನೆರೆದರಸುಗಳನಿಬರುಮಂ ಕಾದಿ ಗೆಲ್ದನೊರ್ಬನೆ ಪಾರ್ಥಂ. ಒರ್ಬಂ ಬಂದೊಂದೆ ತೇರೊಳ್ ನೆರೆದ ಕುರುಬಲವ್ಯೂಹಮಂ.

ಅಕಾರಾಂತಬಿಂದುಗೆ ವಿಕಲ್ಪಂ—ಪಲಂಬರ್, ಪಲಬರ್; ಕೆಲಂಬರ್, ಕೆಲಬರ್.

ಬಕಾರಲೋಪಕ್ಕೆ—ಪಲರ್, ಕೆಲರ್, (ಎಲ್ಲರ್).

ಸೂತ್ರಂ.

ಪವಣಂ ಸೂಚಿಪ ಸಂಖ್ಯೆಯ
ನವಿಶೇಷದಿನುಸಿರ್ವ ರೂಢಿಯನಿತಿನಿತೆನಿತೆ |
ಲ್ಲವು ಕೆಲವು ಪಲವು ತಾಮಂ
ತ್ಯವರ್ಣಲೋಪಮನೆ ವತ್ವಮೊದವಿರೆ ಪಡೆಗುಂ ||100||

When in the classes of words mentioned in S. 99 the ವರ್ (ಬರ್) is put to ಅನಿತು, ಇನಿತು, ಎನಿತು, ಎಲ್ಲವು which express an indefinite quantity (ಪವಣ್), or to ಪಲವು, ಕೆಲವು which express a number (ಸಂಖ್ಯೆ), their last syllable is elided.

ಪದಚ್ಛೇದಂ.—ಪವಣಂ ಸೂಚಿಪ ಸಂಖ್ಯೆಯಂ ಅವಿಶೇಷದಿಂ ಉಸಿರ್ವ ರೂಢಿಯ ಅನಿತು ಇನಿತು ಎನಿತು ಎಲ್ಲವು ಕೆಲವು ಪಲವು ತಾಂ ಅಂತ್ಯವರ್ಣಲೋಪಮನೆ, ವತ್ವಂ ಒದವಿರೆ, ಪಡೆಗುಂ.

ಅನ್ವಯಂ.—ವತ್ವಂ ಒದವಿ ಇರೆ, ಪವಣಂ ಸೂಚಿಪ ಸಂಖ್ಯೆಯಂ ಅವಿಶೇಷದಿಂ ಉಸಿರ್ವ ರೂಢಿಯ ಅನಿತು ಇನಿತು ಎನಿತು ಎಲ್ಲವು ಕೆಲವು ಪಲವು ತಾಂ ಅಂತ್ಯವರ್ಣಲೋಪಮನೆ ಪಡೆಗುಂ.

ಟೀಕು.—ವತ್ವಂ = ವಕಾರಂ; ಒದವಿರೆ = ಪ್ರಾಪ್ತಿಸಿರೆ; ಪವಣಂ = ಪ್ರಮಾಣಂ; ಸೂಚಿಪ ಸಂಖ್ಯೆಯಂ = ಸೂಚಿಸುವ ಲೆಕ್ಕವಂ; ಅವಿಶೇಷದಿಂ = ವಿಶೇಷವಲ್ಲದುದರಿಂದೆ; ಉಸಿರ್ವ = ಪೇೞ್ವ; ರೂಢಿಯ = ಪ್ರಸಿದ್ಧಿಯ; ಅನಿತು = ಅನಿತೆಂಬುದು; ಇನಿತು = ಇನಿತೆಂಬುದು; ಎನಿತು = ಎನಿತೆಂಬುದು; ಎಲ್ಲವು = ಎಲ್ಲವೆಂಬುದು; ಕೆಲವು = ಕೆಲವೆಂಬುದು; ಪಲವು = ಪಲವೆಂಬುದು; ತಾಂ = ತಾಂ; ಅಂತ್ಯ = ಕಡೆಯಣ; ವರ್ಣ = ಅಕ್ಷರದ; ಲೋಪಮನೆ = ಅದರ್ಶನವನೆ; ಪಡೆಗುಂ = ಪಡೆವುದು.

ವೃತ್ತಿ.—ಅನಿತು ಇನಿತು ಎನಿತು ಎಲ್ಲವು ಎಂದು ಪವಣಂ ಪೇೞ್ವ ನಿರ್ವಿಶೇಷಶಬ್ದಂಗಳ್, ಸಂಖ್ಯೆಯಂ ಪೇೞ್ವ ಪಲವು ಕೆಲವು ಎಂಬ ಶಬ್ದಂಗಳ್ ವತ್ವಮಿದಿರೊಳಿರ್ದೊಡವಂತ್ಯಲೋಪಮಂ ಪಡೆವುವು.

ಪ್ರಯೋಗಂ.—ಅನಿಬರ್, ಇನಿಬರ್, ಎನಿಬರ್, ಎಲ್ಲವರ್, ಪಲವರ್, ಕೆಲಬರ್.

ಸೂತ್ರಂ.

Sometimes the augments (ಆಗಮಂ) ಕಳ್ and ಗಳ್ are suffixed to ಅರ್; ಕಳ್ alone is used too; and in the place of ಅರ್ and ವರ್ ಗಳ್ appears.

ವಿಕಲಂ ಪೆಱವಱೊಳರುವಿಂ
ಗೆ ಕಳಾಗಮಮಂತೆ ಸರ್ವನಾಮದೊಳಂ ತಾಂ |
ಪ್ರಕಟಂ ಗಳಾಗಮಂ ತಿಳಿ
ವಿಕಲ್ಪದಿಂದಪ್ಪುದಲ್ತೆ ಗಳ್ದಿರ್ವಿಗರ್ಗಂ || 101 ||

ಪದಚ್ಛೇದಂ.—ವಿಕಲಂ ಪೆಱವಱೊಳ್ ಅರುವಿಂಗೆ ಕಳಾಗಮಂ; ಅಂತೆ ಸರ್ವನಾಮದೊಳಂ ತಾಂ ಪ್ರಕಟಂ ಗಳಾಗಮಂ; ತಿಳಿ! ವಿಕಲ್ಪದಿಂದೆ ಅಪ್ಪುದು ಅಲ್ತೆ ಗಳ್ ದಿರ್ವಿಗರ್ಗಂ!

ಅನ್ವಯಂ.—ಪೆಱವಱೊಳ್ ಅರುವಿಂಗೆ ಕಳಾಗಮಂ ವಿಕಲಂ; ಅಂತೆ ಸರ್ವನಾಮದೊಳಂ ಪ್ರಕಟಂ ಗಳಾಗಮಂ ತಾಂ; ದಿರಿರ್ಗಳ್ಗಂ ಗಳ್ ವಿಕಲ್ಪದಿಂದೆ ಅಪ್ಪುದು, ಅಲ್ತೆ? ತಿೞಿ!

ಟೀಕು.—ಪೆಱವಱೊಳ್ = ಕೆಲವಱಲ್ಲಿ; ಅರುವಿಂಗೆ = ಅರಾಗಮಕ್ಕೆ; ಕಳಾಗಮಂ = ಕಳ್ ಎಂಬಾಗಮಂ; ವಿಕಲಂ = ವಿಕಲ್ಪವಾಗಿ ಬರ್ಪುದು; ಅಂತೆ = ಹಾಂಗೆ; ಸರ್ವನಾಮದೊಳಂ = ಪುಂಸ್ತ್ರೀಲಿಂಗವಿಷಯವಾದ ಸರ್ವನಾಮಂಗಳಲ್ಲಿಯುಂ; ಪ್ರಕಟಂ = ಪ್ರಸಿದ್ಧವಾದ; ಗಳಾಗಮಂ = ಗಳ್ ಎಂಬಾಗಮಂ; ತಾಂ = ತಾಂ ವಿಕಲ್ಪವಾಗಿ ಬರ್ಪುದು; ದಿರಿರ್ಗಳ್ಗಂ = ದಿರಾಗಮ ಇರಾಗಮಂಗಳ್ಗೆ; ಗಳ್ = ಗಳಾಗಮಂ; ವಿಕಲ್ಪದಿಂದೆ = ವಿಕಲ್ಪದಿಂದೆ; ಅಪ್ಪುದು = ಆಗುವದು; ಅಲ್ತೆ = ಅಲ್ಲವೆ; ತಿೞಿ = ಅಱಿ.

ವೃತ್ತಿ.—ಮತ್ತೆ ಕೆಲವಱೊಳರುವಿನ ಮೇಲೆ ಕಳಾಗಮಮಕ್ಕುಂ; ಪೆಱವಱೊಳರುವಿಲ್ಲದೆಯುಂ ಕಳಾಗಮಮಕ್ಕುಂ; ಸರ್ವನಾಮದೊಳರುವಿನ ಮೇಲೆ ಗಳಾಗಮಮಕ್ಕುಂ; ದಿರಿರ್ಗೆ ವಿಕಲ್ಪದಿಂ ಗಳಾಗಮಮಕ್ಕುಂ.

ಪ್ರಯೋಗಂ.—ಅರುವಿನ ಮೇಲೆ ಕಳಾಗಮಕ್ಕೆ—ಬುಧರ್ಕಳ್, ಗೋವರ್ಕಳ್, ಘೋೞಾಯಿಲರ್ಕಳ್ (ಘೋೞಾಯ್ತರ್ಕಳ್).

ಅರುವಿಲ್ಲದಲ್ಲಿ ಕಳ್—ಮಕ್ಕಳ್, ನಾೞ್ಕಳ್, ಕೋೞ್ಕಳ್.

ಅರುವಿನ ಮೇಲೆ ಸರ್ವನಾಮದೊಳ್ ಗಳಾಗಮಕ್ಕೆ—ಅವರ್ಗಳ್, ಇವರ್ಗಳ್, ಉವರ್ಗಳ್.

ದಿರ್ಗೆ—ಅಂಣಂದಿರ್, ಅಂಣಂಗಳ್: ಭಾವಂದಿರ್, ಭಾವಂಗಳ್; ಮಾವಂದಿರ್, ಮಾವಂಗಳ್; ಅಯ್ಯಂದಿರ್, ಅಯ್ಯಂಗಳ್; ಅಕ್ಕಂದಿರ್, ಅಕ್ಕಂಗಳ್.

ಇರ್ಗೆ—ಅತ್ತೆವಿರ್, ಅತ್ತೆಗಳ್; ತಾಯ್ವಿರ್, ತಾಯ್ಗಳ್; ತಂದೆವಿರ್, ತಂದೆಗಳ್.

ಸೂತ್ರಂ.

The Plural is used instead of the Singular in Honor of beloved and respectable persons, or in ridicule.

ಸವನಿಪುದಯತ್ನಕೃತಗೌ
ರವಮುಖದೊಳ್ಗುರುಮುನೀಶ್ವರಾದಿವಿಶಿಷ್ಟೋ |
ದ್ಭವವಿನಯದೊಳೊಂದಿದಸ
ಹ್ಯವೃತ್ತಿಯೊಳ್ತಾಂ ಬಹುತ್ವಮೇಕತ್ವದೊಳಂ ‖ 102 ‖

ಪದಚ್ಛೇದಂ.—ಸವನಿಪುದು ಅಯತ್ನಕೃತಗೌರವಮುಖದೊಳ್, ಗುರುಮುನೀಶ್ವರಾದಿ ವಿಶಿಷ್ಟೋದ್ಭವವಿನಯದೊಳ್, ಒಂದಿದ ಅಸಹ್ಯವೃತ್ತಿಯೊಳ್ ತಾಂ ಬಹುತ್ವಂ ಏಕತ್ವದೊಳಂ.

ಅನ್ವಯಂ.—ಅಯತ್ನಕೃತಗೌರವಮುಖದೊಳ್, ಗುರುಮುನೀಶ್ವರಾದಿವಿಶಿಷ್ಟೋದ್ಭವ ವಿನಯದೊಳ್, ಒಂದಿದಸಹ್ಯವೃತ್ತಿಯೊಳ್ ಏಕತ್ವದೊಳಂ ಬಹುತ್ವಂ ತಾಂ ಸವನಿಪುದು.

ಟೀಕು.—ಅಯತ್ನ = ಪ್ರಯತ್ನವಿಲ್ಲದೆ; ಕೃತ = ಮಾಡಲ್ಪಟ್ಟ; ಗೌರವಮುಖದೊಳ್ = ಗುರುತ್ವದ ಮುಖದಲ್ಲಿ; ಗುರು = ಗುರುಗಳ್; ಮುನೀಶ್ವರ = ಮುನೀಶ್ವರರ್; ಆದಿ = ಮೊದ ಲಾದ; ವಿಶಿಷ್ಟ = ವಿಶಿಷ್ಟರಲ್ಲಿ; ಉದ್ಭವ = ಹುಟ್ಟುವ; ವಿನಯದೊಳ್ = ವಿನಯದಲ್ಲಿ; ಒಂದಿ ದಸಹ್ಯವೃತ್ತಿಯೊಳ್ = ಕೂಡಿದ ಅಸಹ್ಯವಾದ ವೃತ್ತಿಯಲ್ಲಿ; ಏಕತ್ವದೊಳಂ = ಏಕವಚನದಲ್ಲಿ ಯುಂ; ಬಹುತ್ವಂ = ಬಹುವಚನಂ; ತಾಂ = ತಾಂ; ಸವನಿಪುದು = ಪ್ರಾಪ್ತಿಸುವುದು.

ವೃತ್ತಿ.—ಪಾತ್ರವಿಶೇಷಮಿಲ್ಲದೆಡೆಯೊಳ್ ಪ್ರಯತ್ನಮಲ್ಲದಿರ್ಪ ಗುರುತ್ವ ದೊಳಂ ಗುರುಮುನೀಶ್ವರಾದಿವಿಶೇಷತ್ವದೊಳಂ ಅಸಹ್ಯವೃತ್ತಿಯೊಳಂ ಏಕ ವಚನಕ್ಕೆ ಬಹುವಚನಮುಪ್ಪುದು.

ಪ್ರಯೋಗಂ.—ಪ್ರಯತ್ನಮಲ್ಲದ ಗುರುತ್ವಕ್ಕೆ—ಎಂಮ ತಂದೆಗಳ್, ಎಂ ಮಯ್ಯಂಗಳ್, ಎಂಮ ತಾಯ್ಗಳ್.

ಗುರುಮುನಿಜನಂಗಳ್ಗೆ—ಗುರುಗಳ್.

ಶ್ರೀಮತ್ಸಮಂತಭದ್ರ
ಸ್ವಾಮಿಗಳ ಜಗತ್ಪ್ರಸಿದ್ಧಕವಿಪರಮೇಷ್ಠಿ ।
ಸ್ವಾಮಿಗಳ ಪೂಜ್ಯಪಾದ
ಸ್ವಾಮಿಗಳ ಪದಂಗಳೀಗೆ ಶಾಶ್ವತಪದಮಮ್ ॥ ಕಂದಂ ॥

ಅಸಹ್ಯವೃತ್ತಿಗೆ—

ಬಡವಾದಿರರಸ! ಕಾಲೋ
ಳ್ನಡದಪಿರೊಡನಾರುಮಿಲ್ಲ. ಕಱೊಲೆಗಳೇಂ ನಿಂ ।
ಮುಡಿಯೊಳಗೆ! ಪಡುವ ದೇಗುಲ
ದೆಡೆಯಾವುದು? ಕುಡದ ನಿಮಗವಿಾಯೆಡಪಿಾಯ್ತೋ? ॥ ಕಂದಂ ॥

ಸೂತ್ರಂ.

When to words ending in ಅ of the Masculine and Feminine gender ಗಳ್ or ದಿರ್ is suffixed, the Bindu is put between; when such words are Neuters, its insertion before ಗಳ್ is optional, but when they are Samskrita Neuters, it is obligatory.

ಉದಯಿಸುಗುಂ ಗಳ್ದಿರ್ಗಳ
ಮೊದಲೊಳದಂತಕ್ಕೆ ಬಿಂದು ಪುಂಸ್ತ್ರೀಲಿಂಗ |
ಕ್ಕದು ನಪ್ಪಿನೊಳ್ವಿಕಲ್ಪಂ
ಪುದಿದಿರೆ ಗಳ್ಬಿಂದು ನಿಯತಮದು ಸಂಸ್ಕೃತದೊಳ್ || 103 ||

ಪದಚ್ಛೇದಂ.—ಉದಯಿಸುಗುಂ ಗಳ್‌ದಿರ್ಗಳ ಮೊದಲೊಳ್ ಅದಂತಕ್ಕೆ ಬಿಂದು ಪುಂಸ್ತ್ರೀಲಿಂಗಕ್ಕೆ; ಅದು ನಪ್ಪಿನೊಳ್ ವಿಕಲ್ಪಂ; ಪುದಿದು ಇರೆ ಗಳ್, ಬಿಂದು ನಿಯತಂ ಅದು ಸಂಸ್ಕೃತದೊಳ್.

ಅನ್ವಯಂ.—ಪುಂಸ್ತ್ರೀಲಿಂಗಕ್ಕೆ ಅದಂತಕ್ಕೆ ಗಳ್ದಿರ್ಗಳ ಮೊದಲೊಳ್ ಬಿಂದು ಉದಯಿಸುಗುಂ; ಅದು ನಪ್ಪಿನೊಳ್ ವಿಕಲ್ಪಂ; ಸಂಸ್ಕೃತದೊಳ್, ಗಳ್ ಪುದಿದು ಇರೆ, ಬಿಂದು ಅದು ನಿಯತಂ.

ಟೀಕು.—ಪುಂಸ್ತ್ರೀಲಿಂಗಕ್ಕೆ = ಪುಲ್ಲಿಂಗ ಸ್ತ್ರೀಲಿಂಗಂಗಳಾದ; ಅದಂತಕ್ಕೆ = ಅಕಾರಾಂತಂಗಳ್ಗೆ; ಗಳ್ದಿರ್ಗಳ = ಗಳಾಗಮ ದಿರಾಗಮಂಗಳ; ಮೊದಲೊಳ್ = ಆದಿಯಲ್ಲಿ; ಬಿಂದು = ಸೊನ್ನೆ; ಉದಯಿಸುಗುಂ = ಪುಟ್ಟುವುದು; ಅದು = ಆ ಬಿಂದು; ನಪ್ಪಿನೊಳ್ = ಅಕಾರಾಂತ ನಪುಂಸಕಲಿಂಗದಲ್ಲಿ; ವಿಕಲ್ಪಂ = ವಿಕಲ್ಪವಾಗಿ ಜನಿಯಿಸುವುದು; ಸಂಸ್ಕೃತದೊಳ್ = ಸಂಸ್ಕೃತಶಬ್ದಂಗಳಲ್ಲಿ; ಗಳ್ = ಗಳಾಗಮಂ; ಪುದಿದಿರೆ = ಪ್ರವೇಶವಾಗಿರೆ; ಬಿಂದು = ಸೊನ್ನೆ; ಅದು = ಅದು; ನಿಯತಂ = ನಿತ್ಯವಾಗಿ ಬರ್ಪುದು.

ವೃತ್ತಿ.—ಪುಲ್ಲಿಂಗಸ್ತ್ರೀಲಿಂಗದದಂತಕ್ಕೆ ಗಳ್ದಿರ್ಗಳ್ಪರಮಾಗೆ ನಡುವೆ ಬಿಂದುವಕ್ಕುಂ; ಅಕಾರಾಂತನಪುಂಸಕಲಿಂಗದೊಳ್ಗಳ್ಬರೆ, ಆ ಬಿಂದು ವಿಕಲ್ಪಂ; ಸಂಸ್ಕೃತದೊಳ್ಬಿಂದು ನಿತ್ಯಂ.

ಪ್ರಯೋಗಂ.—ಪುಲ್ಲಿಂಗಕ್ಕೆ—ಅಂಣಂಗಳ್, ಅಂಣಂದಿರ್; ಭಾವಂಗಳ್, ಭಾವಂದಿರ್; ಮಾವಂಗಳ್, ಮಾವಂದಿರ್; ಅಯ್ಯಂಗಳ್, ಅಯ್ಯಂದಿರ್.

ಸ್ತ್ರೀಲಿಂಗಕ್ಕೆ—ಅಕ್ಕಂಗಳ್, ಅಕ್ಕಂದಿರ್.

ನಪುಂಸಕಲಿಂಗಕ್ಕೆ—ಮರಂಗಳ್, ಮರಗಳ್; ಪೊಲಂಗಳ್, ಪೊಲಗಳ್; ಪಯಂಗಳ್, ಪಯಗಳ್; ಕೆಲಂಗಳ್, ಕೆಲಗಳ್.

ಸಂಸ್ಕೃತಕ್ಕೆ—ಗುಣಂಗಳ್; ಮದಂಗಳ್; ದೇಶಂಗಳ್; ಕೋಶಂಗಳ್; ಪಾಶಂಗಳ್ ಎಂಬಂತೆ.

ದೋಷಕ್ಕೆ—ದೇಶಿಗಳ್.

ಸೂತ್ರಂ.

When the Bindu is followed by a vowel, it is changed either into ನ್ or ಮ್; such a ಮ್ again may take the form of ವ್. Also a radical ಮ್ frequently appears as ವ್.

ಪರದೊಳ್ಸ್ವರಮಿರೆ ಬಿಂದುಗೆ
ದೊರೆಕೊಳ್ಗುಂ ನತ್ವಮತ್ವಮಾ ಮತ್ವಕ್ಕು |
ಚ್ಚರಿಪರ್ವತ್ತ್ವಮನರೆಬ
ರ್ನಿರವದ್ಯಂ ನಿಜಮಕಾರದೆಡೆಗಂ ವತ್ವಂ || 104 ||

ಪದಚ್ಛೇದಂ.—ಪರದೊಳ್ ಸ್ವರಂ ಇರೆ, ಬಿಂದುಗೆ ದೊರೆಕೊಳ್ಗುಂ ನತ್ವ-ಮತ್ವಂ; ಆ ಮತ್ವಕ್ಕೆ ಉಚ್ಚರಿಪರ್ ವತ್ವಮಂ ಅರೆಬರ್; ನಿರವದ್ಯಂ ನಿಜಮಕಾರದ ಎಡೆಗಂ ವತ್ವಂ.

ಅನ್ವಯಂ.—ಪರದೊಳ್ ಸ್ವರಂ ಇರೆ, ಬಿಂದುಗೆ ನತ್ವಮತ್ವಂ ದೊರೆಕೊಳ್ಗುಂ; ಆ ಮತ್ವಕ್ಕೆ ಅರೆಬರ್ ವತ್ವಮಂ ಉಚ್ಚರಿಪರ್; ನಿರವದ್ಯಂ ನಿಜಮಕಾರದ ಎಡೆಗಂ ವತ್ವಂ.

ಟೀಕು.—ಪರದೊಳ್ = ಮುಂದೆ; ಸ್ವರಂ = ಸ್ವರಾಕ್ಷರಂ; ಇರೆ = ಇರೆ; ಬಿಂದುಗೆ = ಸೊನ್ನೆಗೆ; ನತ್ವಮತ್ವಂ = ನಕಾರ ಮಕಾರಂ; ದೊರೆಕೊಳ್ಗುಂ = ಪ್ರಾಪ್ತಿಸುವುದು; ಆ ಮತ್ವಕ್ಕೆ = ಆ ಬಿಂದುವಿಂಗೆ ಬಂದ ಮಕಾರಕ್ಕೆ; ಅರೆಬರ್ = ಕೆಲಂಬರ್; ವತ್ವಮಂ = ವಕಾರಮಂ; ಉಚ್ಚರಿಪರ್ = ಉಚ್ಚರಿಸುವರ್; ನಿರವದ್ಯಂ = ಅವಧಿಯಿಲ್ಲದೆ; ನಿಜಮಕಾರದ = ಬಿಂದುವಿಂಗೆ ಬಂದುದಲ್ಲದ ನಿಜಮಕಾರದ; ಎಡೆಗಂ = ಸ್ಥಾನಕ್ಕೆಯುಂ; ವತ್ವಂ = ವಕಾರಮಪ್ಪುದು.

ವೃತ್ತಿ.—ಸ್ವರಂ ಪರಮಾಗೆ, ಬಿಂದುವಿಂಗೆ ನಕಾರ ಮಕಾರಂಗಳಕ್ಕುಂ; ಆ ಮಕಾರಕ್ಕೊರ್ಮೆ ವಕಾರಮಕ್ಕುಂ. ಸಹಜಮಕಾರಕ್ಕಂ ವಕಾರಮಕ್ಕುಂ.

ಪ್ರಯೋಗಂ.—ನಕಾರಕ್ಕೆ—ಪೊಲನಱಿಯದ ನೆಲನಱಿಯದ ಕೆಲನಱಿಯದ ಮಿಗದ ಮೂಱು ವಿಧವಱಿಯದ.

ಇವಳ ಶೃಂಗಾರಸಾರಂ ಕುಸುಮಶರನೆ ಮೇಣ್ ಮಾಡಿದಂ ಪ್ರೋಲ್ಲಸತ್ಪ
ಲ್ಲವಪುಷ್ಪಂ ಮೇಣ್ ಬಸಂತಂ ಬಯಸೆ ಪಡೆದನೆತ್ತಂ ಸುಧಾಸೌಧಮಂ ಸೂ|

ಸುವ ಚಂದ್ರಂ ತಾನೆ ಮೇಣ್ ಪುಟ್ಟಿಸಿದನತ್ತಿಜಡಂ ಛಾಂದಸಂ ಪದ್ಮಜಂ ನಿ
ಕ್ಕುವಮಲ್ಲಂ ಕರ್ತೃ ತಾನಂದದಿನಿತತಿಶಯಕ್ಕೆ ತಾಳ್ದುದೀ ಕನ್ನೆಯಂದಂ ||

(This verse is not in the Mûḍabidar MS.)

ಮಕಾರಕ್ಕೆ—ಕುಲಮುಂ ಚಲಮುಂ ವಿದ್ಯಾಬಲಮುಂ ಶೌರ್ಯಾವಲೇಪಮುಂ ಪೊಗೞ್ಚೆ ನೆಲಂ.

ಆಯಿರ್ದ ಮಾೞ್ಕಿಯೊಳೆ ಪರ
ಮಾಯುಷ್ಯಾಂತಂಬರಂ ನಿರಾಕುಳಮಾಗಿ |
ಪಾರ್ಯಿರವಿನ ಜೈನಾಭಿ
ಪ್ರಾಯಂ ಪ್ರಾಯೋಪಗಮನಮುಂ ನೋನಿಸಿದಂ ||ಕಂದಂ||

ವಕಾರಕ್ಕೆ—ಕಂಣಿಂ ಕಾಣಂ ಕಿವಿಯಿಂ ಕೇಳಂ ಕಾಣ್ಬಂದವೆಂತು ತಲೆಯಿಲ್ಲದ ನಾ; ಶೌಚವಣ್ಣು ಪೆರ್ಮಾತು ಕುಲಂ; ನಾಸಿಕವಡ್ಡಂ ಬನ್ದನ್ದಮನೀಕ್ಷಿಸಿ.

ನಿಜಮಕಾರದ ವಕಾರಕ್ಕೆ—ತಾಮರೆ, ತಾವರೆ; ಸಾಮಂತಂ, ಸಾವಂತಂ; ತಿಮಿರ್, ತಿವಿರ್; ತೆಮರ್, ತೆವರ್; ಸಾಮಿ, ಸಾವಿ.

ಸೂತ್ರಂ.

In the Nominative Singular nominal bases terminating in ಅ receive the Bindu, but all others do not.

ಬಿಂದುವದಂತಕ್ಕುೞಿದೆಡೆ
ಗೆಂದುಂ ಪ್ರಥಮೈಕವಚನದೊಳ್ಲೋಪಮದಂ |
ತಂ ದೊರೆವಡೆದಿದಿರೊಳ್ಸ್ವರ
ಮೊಂದಿರೆ ಪುಲ್ಲಿಂಗದಲ್ಲಿ ನಾಗಮಮಕ್ಕುಂ ||105||

When words with final ಅ are Masculine, they insert the augment ನ (ನ್) before a vowel of the (other) terminations of the Singular.

ಪದಚ್ಛೇದಂ.—ಬಿಂದು ಅದಂತಕ್ಕೆ, ಉೞಿದ ಎಡೆಗೆ ಎಂದುಂ—ಪ್ರಥಮೈಕವಚನದೊಳ್—ಲೋಪಂ; ಅದಂತಂ ದೊರೆವಡೆದು, ಇದಿರೊಳ್ ಸ್ವರಂ ಒಂದಿ ಇರೆ, ಪುಲ್ಲಿಂಗದಲ್ಲಿ ನಾಗಮಂ ಅಕ್ಕುಂ.

ಅನ್ವಯಂ.—ಪ್ರಥಮೈಕವಚನದೊಳ್ ಅದಂತಕ್ಕೆ ಬಿಂದು, ಉೞಿದೆಡೆಗೆ ಎಂದುಂ ಲೋಪಂ; ಅದಂತಂದೊರೆವಡೆದು, ಇದಿರೊಳ್ ಸ್ವರಂ ಒಂದಿರೆ, ಪುಲ್ಲಿಂಗದಲ್ಲಿ ನಾಗಮಂ ಅಕ್ಕುಂ.

ಟೀಕು.—ಪ್ರಥಮೈಕವಚನದೊಳ್ = ಪ್ರಥಮಾವಿಭಕ್ತಿಯ ಏಕವಚನದಲ್ಲಿ; ಅದಂತಕ್ಕೆ = ಅಕಾರಾಂತ ಶಬ್ದಕ್ಕೆ; ಬಿಂದು = ಮಕಾರದ ಸೊನ್ನೆ ಅಪ್ಪುದು; ಉೞಿದೆಡೆಗೆ = ಅಕಾರಾಂತವಲ್ಲದುೞಿದೆಡೆಗೆ; ಎಂದುಂ = ಆವಾಗಲುಂ; ಲೋಪಂ = ಅದರ್ಶನಂ ಅಪ್ಪುದು; ಅದಂತಂ = ಅಕಾರಾಂತಂ; ದೊರೆವಡೆದು = ಪ್ರಸಿದ್ಧಿವಡೆದು; ಇದಿರೊಳ್ = ಮುಂದೆ; ಸ್ವರಂ = ವಿಭಕ್ತಿಸ್ವರಂ; ಒಂದಿರೆ = ಕೂಡಿರೆ; ಪುಲ್ಲಿಂಗದಲ್ಲಿ = ಪುಲ್ಲಿಂಗದಲ್ಲಿ; ನಾಗಮಂ = ನಕಾರಾಗಮಂ; ಅಕ್ಕುಂ = ಅಪ್ಪುದು.

ವೃತ್ತಿ.—ಪ್ರಥಮೈಕವಚನದೊಳಕಾರಾಂತಕ್ಕೆ ಬಿಂದುವಕ್ಕುಂ; ಅಕಾರಾಂತಮಲ್ಲದೆಡೆಯೊಳೆಲ್ಲಂ ಲೋಪಮಕ್ಕುಂ; ಅಕಾರಾಂತಪುಲ್ಲಿಂಗಕ್ಕೆ ಸ್ವರಾದಿ ಭಕ್ತಿ ಪರಮಾಗೆ, ನಕಾರಾಗಮಮಕ್ಕುಂ.

ಪ್ರಯೋಗಂ.—ಬಿಂದುಗೆ – ವೇದವಿದಂ ಕಾಲತ್ರಯ
ವೇದಿಬಹುಶ್ರುತನಥರ್ವಕುಶಲಂ ಶುಭವಂ ।
ಶೋದಯನುತ್ತಮನಾಶೀ
ರ್ವಾದಪರಂ ಪರಹಿತಂ ಪುರೋಹಿತನಕ್ಕುಂ ॥ ಕಂದಂ॥

ಬಿಂದುಲೋಪಕ್ಕೆ—ಪುಲ್, ಪೊದಱ್, ಗಿಡು, ಬಳ್ಳಿ, ಪುಲಿ, ಕರಡಿ, ಎರಲೆ ಇವು ಮೊದಲಾದುವು.

ಅಕಾರಾಂತಪುಲ್ಲಿಂಗದೊಳ್ ನಕಾರಾಗಮಕ್ಕೆ—ಅವನೊಳ್ಳಿದಂ, ಅವನಂ, ಅವನಿಂ, ಅವನತ್ತಣಿಂ, ಅವನ, ಅವನೊಳ್.

ಸೂತ್ರಂ.

In the Accusative Singular Canarese bases with final ಅ, when Neuters, affix either ನ್+ಅಂ (ನಂ) or ಮ್+ಅಂ (ಮಂ); but when Saṁskṛita Neuters, only ಮ್+ಅಂ (ಮಂ).—In the Instrumental, Ablative, Genitive and Locative Singular their augment is ದ (ದ್; *cf.* S. 98).

ವಿತತನಪುಂಸಕಲಿಂಗ
ದ್ವಿತೀಯೆಯೊಳ್ನತ್ವಮತ್ವವಿಧಿ ಮತ್ವಮೆ ಸಂ ।
ಗತಿವಡೆಗುಂ ಸಂಸ್ಕೃತದೊಳ್
ತೃತೀಯೆ ಮೊದಲಾದುವರ್ಕೆ ದಾಗಮಮಕ್ಕುಂ॥106॥

ಪದಚ್ಛೇದಂ.—ವಿತತನಪುಂಸಕಲಿಂಗದ್ವಿತೀಯೆಯೊಳ್ ನತ್ವ—ಮತ್ವ—ವಿಧಿ; ಮತ್ವಮೆ ಸಂಗತಿವಡೆಗುಂ ಸಂಸ್ಕೃತದೊಳ್; ತೃತೀಯೆ ಮೊದಲಾದುವರ್ಕೆ ದಾಗಮಮಂ ಅಕ್ಕುಂ.

ಅನ್ವಯಂ.—ವಿತತನಪುಂಸಕಲಿಂಗದ್ವಿತೀಯೆಯೊಳ್ ನತ್ವಮತ್ವವಿಧಿ; ಸಂಸ್ಕೃತದೊಳ್ ಮತ್ವಮೆ ಸಂಗತಿವಡೆಗುಂ; ತೃತೀಯೆ ಮೊದಲಾದುವರ್ಕೆ ದಾಗಮಂ ಅಕ್ಕುಂ.

ಟೀಕು.—ಅದಂತಕ್ಕೆಂಬುದನುವರ್ತನೆ—ವಿತತ = ನಾನಾ ಪ್ರಕಾರವಾದ; ನಪುಂಸಕ ಲಿಂಗ = ನಪುಂಸಕಲಿಂಗದ; ದ್ವಿತೀಯೆಯೊಳ್ = ದ್ವಿತೀಯಾವಿಭಕ್ತಿಯಲ್ಲಿ; ನತ್ವಮತ್ವವಿಧಿ = ನಕಾರ ಮಕಾರಂಗಳ ವಿಧಿ ಅಪ್ಪುದು; ಸಂಸ್ಕೃತದೊಳ್ = ಸಂಸ್ಕೃತಶಬ್ದದಲ್ಲಿ; ಮತ್ವಮೆ = ಮಕಾರವೆ; ಸಂಗತಿವಡೆಗುಂ = ಸಂಬಂಧವಾಗುವುದು; ತೃತೀಯೆ ಮೊದಲಾದುವರ್ಕೆ = ತೃತೀ ಯಾವಿಭಕ್ತಿ ಮೊದಲಾದ ಸ್ವರಾದಿವಿಭಕ್ತಿಗೆ; ದಾಗಮಂ = ದಕಾರಾಗಮಂ; ಅಕ್ಕುಂ = ಅಪ್ಪುದು.

ವೃತ್ತಿ.—ಕಂನಡದ್ಧೊಳಕಾರಾಂತನಪುಂಸಕಲಿಂಗಕ್ಕೆ ಪರಮಾದ ದ್ವಿತೀ ಯೆಗೆ ನಕಾರಮಕಾರಂಗಳಪ್ಪುವು; ಸಂಸ್ಕೃತದೊಳ್ಮಕಾರಮೆ ಅಕ್ಕುಂ; ತೃತೀ ಯೆ ಮೊದಲಾದ ವಿಭಕ್ತಿ ಪರಮಾಗೆ, ದಕಾರಾಗಮಮಕ್ಕುಂ.

ಪ್ರಯೋಗಂ.—ನಕಾರಕ್ಕೆ—ಪೊಲನಂ, ನೆಲನಂ, ಬಿಲನಂ, ಕೆಲನಂ.

ಮತ್ವಕ್ಕೆ—ಬೆಟ್ಟಮಂ, ಘಟ್ಟಮಂ, ಹಳ್ಳಮಂ, ಕೊಳ್ಳಮಂ, ಬಳ್ಳಮಂ, ಕೊಳಗಮಂ.

ಸಂಸ್ಕೃತಮತ್ವಕ್ಕೆ—ಕುಲಮಂ ಚಲಮಂ ವಿದ್ಯಾ
ಬಲಮಂ ಶೌರ್ಯಾವಲೇಪಮಂ ಪೊಗೞ್ಗೆ ನೆಲಂ |
ನೆಲಕೆಲ್ಲಂ ನೆಗೞ್ದಿಂ ದ್ವಿ
ಟ್ಕುಲಕುಲನಗ್ನಾಳನಪಟುಪವಿಪ್ರತಿಮಭುಜಂ
|| ಕಂದಂ ||

ನೂಂಕಿದನೆಂಬೊಂದರ್ಥದೊಳ್ ಅರ್ಧಚಂದ್ರನನಿತ್ತನೆಂದು, ನಕಾರಮು ಪಚಾರಮಾಯ್ತು.

ದಕಾರಾಗಮಕ್ಕೆ—ಮನದಿಂ, ಮನದತ್ತಣಿಂ, ಮನದ, ಮನದೊಳ್.
ಮನದಿಂ ಬೇಗಂ ಪುಟ್ಟಿದ
ನನೂನಫಲಕುಸುಮಕಿಸಲಯಂ ಭ್ರಾಜಿತಮಂ |
ಬನದೊಳಗೆ ಪವನನಂದನ
ನನಿಂದ್ಯಗುಣನೆಸೆವಶೋಕಧಾತ್ರೀರುಹದಿಂ || ಕಂದಂ ||

ಸೂತ್ರಂ.

For the Instrumental the terminations are: ಇಮ್, ಇಂದಮ್ and ಇಂದೆ. When a word ends in ಅ and is Neuter, the termination ಎ may be used.

ಸಮನಿಸಿ ತೋಱಿಸುಗುಮಿಮಿಂ
ದಮಿಂದೆಯೆಂಬಿವು ತೃತೀಯೆಯೊಳ್ಮತ್ತಮೆಕಾ ।
ರಮದೊಂದೆ ಮೇಣ್ತೃತೀಯೆಗೆ
ಸಮುಚಿತಮಾದೇಶಮಱಿದು ಕೊಳ್ಗೀ ಕ್ರಮದಿಂ ॥ 107 ॥

ಪದಚ್ಛೇದಂ.— ಸಮನಿಸಿ ತೋಱಿಸುಗುಂ ಇಮ್ ಇಂದಮ್ ಇಂದೆ ಎಂಬ ಇವು ತೃತೀಯೆಯೊಳ್; ಮತ್ತಂ ಎಕಾರಂ ಅದು ಒಂದೆ ಮೇಣ್ ತೃತೀಯೆಗೆ ಸಮುಚಿತಂ ಆದೇಶಂ; ಅಱಿದು ಕೊಳ್ಗ ಈ ಕ್ರಮದಿಂ.

ಅನ್ವಯಂ.—ತೃತೀಯೆಯೊಳ್ ಇಮ್ ಇಂದಮ್ ಇಂದೆ ಎಂಬಿವು ಸಮನಿಸಿ ತೋಱಿಸುಗುಂ; ಮತ್ತಂ ಎಕಾರಂ ಅದು ಒಂದೆ ಮೇಣ್ ತೃತೀಯೆಗೆ ಸಮುಚಿತಂ ಆದೇಶಂ; ಈ ಕ್ರಮದಿಂ ಅಱಿದು ಕೊಳ್ಗೆ.

ಟೀಕು.—ತೃತೀಯೆಯೊಳ್ = ತೃತೀಯಾವಿಭಕ್ತಿಯಲ್ಲಿ; ಇಮ್ = ಇಮ್ ಎಂದು; ಇಂದಮ್ = ಇಂದಮ್ ಎಂದು; ಇಂದೆ = ಇಂದೆ ಎಂದು; ಎಂಬಿವು = ಎಂಬೀ ಮೂಱು ರೂಪಂಗಳು; ಸಮನಿಸಿ = ಪ್ರಾಪ್ತಿಸಿ; ತೋಱಿಸುಗುಂ = ಕಾಣಿಸುವುವು; ಮತ್ತಂ = ಬಳಿಕಂ; ಎಕಾರಂ = ಎತ್ವಂ; ಅದೊಂದೆ = ಅದು ತಾನೊಂದೆ; ಮೇಣ್ = ವಿಕಲ್ಪದಿಂದೆ; ತೃತೀಯೆಗೆ = ತೃತೀಯಾವಿಭಕ್ತಿಗೆ; ಸಮುಚಿತಂ = ಉಚಿತವಾದ; ಆದೇಶಂ = ಆದೇಶವೆಂದು; ಈ ಕ್ರಮದಿಂ = ಈ ರೀತಿಯಿಂದೆ; ಅಱಿದು ಕೊಳ್ಗ = ತಿಳಿದು ಕೊಳ್ಗೆ.

ವಿಚಾರಂ.—ಅಕಾರಾಂತನಪುಂಸಕಲಿಂಗದಲ್ಲಿ ತೃತೀಯಾವಿಭಕ್ತಿಯ ಮೂಱು ರೂಪಿಂಗೆ ವಿಕಲ್ಪದಿಂದೆ ಎಕಾರಾದೇಶವಾಗುವುದೆಂದಱಿವುದು.

ವೃತ್ತಿ.—ಇಮ್ ಇಂದಮ್, ಇಂದೆ, ಎಂದು, ತೃತೀಯೆ ಮೂದೆಱನಾಗಿರ್ಪುದು; ಇವಕ್ಕಾದೇಶಮಾಗಿ ಬೇಱೊಂದೆಕಾರಮಪ್ಪುದು.

ಪ್ರಯೋಗಂ.—ಇಮೊದಿಗಳ್ಗೆ—ಗರುಡಿಯ ಬಳಸಿಂ, ಬಿಜ್ಜೋದರಗಳದಿಂದಾನೆ, ಹೋರಲಿಕ್ಕಿದ ತಱಿಯಿಂ, ತುರುಗದ ವಾಹಳಿಯಿಂ. ಭಯದಿಂದಮ್ಮುಳಿಸಿಂದಂ, ಸ್ಮಯದಿಂದಂ. ಭಯದಿಂದೆ, ರಾಗದಿಂದೆ; ತೊಡೆಸಂಕಲೆಯಿಕ್ಕಿದ ಪೊಲ್ಲಪ್ಪಡಿಯುಳ್ಳೆಗಳಿಂದೆ ಸುರಿದುವಿರ್ಕೆಲ್ಲಕೆ ಕರುಳ್.

ಆದೇಶದೆಕಾರಕ್ಕೆ—ಕ್ರಮದೆ, ನಯದೆ, ಭಯದೆ. ಬಗೆದಂತಾಗೆ ಸುರೇಂದ್ರರಿಂ ಕ್ರಮದೆ ಕಲ್ಯಾಣದ್ವಯಂ ಜೈನದೀಕ್ಷೆಗೆ ಪೂಣ್ದು.

ಸೂತ್ರಂ.

In the Instrumental (and Dative, Ablative, Genitive, Locative) Singular Nouns ending in ಉ, ಊ, ಋ, ೠ, ಓ, ಔ, some (Adverbs)

ವಿದಿತಮುವರ್ಣಋವರ್ಣೌ
ತ್ವದೊಳಂ ಹ್ರಸ್ವೈತ್ವದೊಳಮಿನಾಗಮವಿಧಿ ತ |
ಪ್ಪದು. ವತ್ವಸಂಧಿಯೆಡೆಯೊಳ
ಮುದಿತತೃತೀಯೆಯೊಳಮಱಿ ವಿಕಲ್ಪಸ್ಥಿತಿಯಿಂ

|| 108 ||

ending in ಎ insert the augment ಇನ್ before the terminations. Nouns, however, that receive a euphonic ವ (ವ್), use the augment ಇನ್ optionally, as do also Canarese Nouns ending in consonants or final ಉ.

ಪದಚ್ಛೇದಂ.—ವಿದಿತಂ ಉವರ್ಣಋವರ್ಣೌತ್ವದೊಳಂ ಹ್ರಸ್ವೈತ್ವದೊಳಂ ಇನಾಗಮವಿಧಿ ತಪ್ಪದು, ವತ್ವಸಂಧಿಯ ಎಡೆಯೊಳಂ ಉದಿತತೃತೀಯೆಯೊಳಂ, ಅಱಿ, ವಿಕಲ್ಪಸ್ಥಿತಿಯಿಂ.

ಅನ್ವಯಂ.—ಉದಿತತೃತೀಯೆಯೊಳಂ ಉವರ್ಣಋವರ್ಣೌತ್ವದೊಳಂ ಹ್ರಸ್ವೈತ್ವದೊಳಂ ವಿದಿತಂ ಇನಾಗಮವಿಧಿ ತಪ್ಪದು; ವತ್ವಸಂಧಿಯ ಎಡೆಯೊಳಂ ವಿಕಲ್ಪಸ್ಥಿತಿಯಿಂ. ಅಱಿ!

ಟೀಕು.—ಉದಿತ = ಹುಟ್ಟಲ್ಪಟ್ಟ; ತೃತೀಯೆಯೊಳಂ = ತೃತೀಯಾವಿಭಕ್ತಿಯಲ್ಲಿ; ಉವರ್ಣ = ಉ ಊ ಎಂಬ ಸವರ್ಣದಲ್ಲಿ; ಋವರ್ಣ = ಋ ೠ ಎಂಬ ಸವರ್ಣದಲ್ಲಿ; ಔತ್ವದೊಳಂ = ಔಕಾರ ಓಕಾರಂಗಳಲ್ಲಿಯುಂ; ಹ್ರಸ್ವ = ಹ್ರಸ್ವದ; ಏತ್ವದೊಳಂ = ಏಕಾರದಲ್ಲಿಯುಂ; ವಿದಿತಂ = ಪ್ರಸಿದ್ಧವಾದ; ಇನಾಗಮವಿಧಿ = ಇನಾಗಮದ ವಿಧಿ; ತಪ್ಪದು = ತೊಲಗದು; ವತ್ವಸಂಧಿಯೆಡೆಯೊಳಂ = ವತ್ವಸಂಧಿಯ ಸ್ಥಾನದಲ್ಲಿಯುಂ; ವಿಕಲ್ಪಸ್ಥಿತಿಯಿಂ = ವಿಕಲ್ಪದ ಸ್ಥಿತಿಯಿಂದೆ; ಅಱಿ = ತಿಳಿ.

ವೃತ್ತಿ.—ಪ್ರಸಿದ್ಧಮಪ್ಪುವರ್ಣದೊಳಂ ಋವರ್ಣದೊಳಂ ಔಕಾರವೋಕಾರದೊಳಂ ಹ್ರಸ್ವಮಪ್ಪೆಕಾರದೊಳಂ ತೃತೀಯೆ ಮೊದಲಾದುವಱೊಳಿನಾಗಮಮಕ್ಕುಂ; ತೃತೀಯೆಯೊಳಂ ವತ್ವಸಂಧಿಯೆಡೆಯೊಳಮಿನಾಗಮಂ ವಿಕಲ್ಪದಿಂದಕ್ಕುಂ.

ಪ್ರಯೋಗಂ.—ಉಪಾದಿಗಳ್ಗೆ—ತಳಿರ್ವಾಸಿನಿಂದೆ ಸೆಜ್ಜೆಗೇಂ ತಕ್ಕೆ ಕೊಂಡು ಪೋದರ್ ವಿರಹಾಕುಲೆಯಂ. ಪೂವಿನ ಬಿಲ್ಲ ಕೊಪ್ಪನೊದೆದೇಱಿಸಿ ತಾವರೆ ನೂಲ ನಾರಿಯುಂ ಜೀವಡೆಗೆಯ್ದು ಪಿತೃವಿನ, ಖೂವಿನ; ಗ್ಲಾವಿನ, ಗೋವಿನ. ಮತ್ತಿನ ಮತ್ತಿನ ಬೇರ್ಗಳ ಬಿತ್ತುಗಳಾವೆಡೆಯೊಳೇನೊ ಸುಜನೋತ್ತಂಸಾ. ನಿಂನಿನ, ಪೊಂನಿನ.

ವ್ಯಂಜನದೊಳುಂಟು—ಈ ಸೂಱಿನ,

ತೃತೀಯೆಯೊಳ್ ವಿಕಲ್ಪಕ್ಕೆ—ಮಾತಿಂ, ಮಾತಿನಿಂ; ಕಡುಪಿಂ, ಕಡುಪಿನಿಂ.

ವತ್ವಸಂಧಿಯೊಳ್ ವಿಕಲ್ಪಕ್ಕೆ—ಮಡುವಿಂ, ಮಡುವಿನಿಂ; ಮಡುಗೆ, ಮಡುವಿಂಗೆ; ಮಡುವ, ಮಡುವಿನ; ಗುರುವಿಂ, ಗುರುವಿನಿಂ; ಗುರುಗೆ, ಗುರುವಿಂಗೆ; ಮನುವಿಂ, ಮನುವಿನಿಂ; ಗುರುವ, ಗುರುವಿನ; ಗುರುವೊಳ್, ಗುರುವಿನೊಳ್.

ಮನುವಿನ ಮಾರ್ಗಂ ಸುರಗುರು
ವಿನಱಿವು ಪವಮಾನಸೂನುವೊಂದಾಯತಿ ಪೆಂ ।
ಪಿನೊಳೆಸೆವ ಕರ್ಣಸೊಳ್ನುಡಿ
ತನಗದು ನಿಜಮಾಗೆ ನೆಗೞ್ದಿನಾ ವಿಭುವಿಳೆಯೊಳ್ ॥ ಕಂದಂ ॥

ಸೂತ್ರಂ.

But the insertion of ಇನ್ takes place only in a very few instances with words ending in Consonants; it is optional with ಪಗಲ್ and ಇರುಳ್, necessary with ಈಗಲ್ and ಆಗಲ್.

ಪಗಲಿರುಳೆಂಬಲ್ಲಿ ವಿಕ
ಲ್ಪಗತಿಯಿನಾ ವ್ಯಂಜನಾಂತದೊಳೆ ಪೇೞ್ವರ್ ಸೂ ।
ರಿಗಳಾಗಳೀಗಳೆಂಬೆಡೆ
ಗಗಲ್ದುಱಿದೆಡೆಗಿನಾಗಮಂ ದೋಷಕರಂ ॥ 109 ॥

ಪದಚ್ಛೇದಂ.—ಪಗಲ್ ಇರುಳ್ ಎಂಬಲ್ಲಿ ವಿಕಲ್ಪಗತಿಯಿಂ ಆ ವ್ಯಂಜನಾಂತದೊಳೆ ಪೇೞ್ವರ್ ಸೂರಿಗಳ್; ಆಗಳ್ ಈಗಳ್ ಎಂಬ ಎಡೆಗೆ ಅಗಲ್ದರ್; ಉಱಿದ ಎಡೆಗೆ ಇನಾಗಮಂ ದೋಷಕರಂ.

ಅನ್ವಯಂ.—ಸೂರಿಗಳ್ ಆ ವ್ಯಂಜನಾಂತದೊಳೆ ಪಗಲ್ ಇರುಳ್ ಎಂಬಲ್ಲಿ ವಿಕಲ್ಪಗತಿಯಿಂ ಪೇೞ್ವರ್; ಆಗಳ್ ಈಗಳ್ ಎಂಬೆಡೆಗೆ ಅಗಲ್ದರ್; ಉಱಿದೆಡೆಗೆ ಇನಾಗಮಂ ದೋಷಕರಂ.

ಟೀಕು.—ಸೂರಿಗಳ್ = ವಿದ್ವಾಂಸರ್; ಆ ವ್ಯಂಜನಾಂತದೊಳೆ = ಆ ಪ್ರಸಿದ್ಧವಾದ ವ್ಯಂ

ಜನಾಂತಶಬ್ದಂಗಳಲ್ಲಿಯೆ; ಪಗಲ್ = ಪಗಲೆಂದು; ಇರುಳ್ = ಇರುಳೆಂದು; ಎಂಬಲ್ಲಿ = ಎಂಬ ಶಬ್ದಂಗಳಲ್ಲಿ; ವಿಕಲ್ಪಗತಿಯಿಂ = ವಿಕಲ್ಪದ ಗತಿಯಿಂದೆ; ಪೇೞ್ವರ್ = ಇನಾಗಮುವಂ ಪೇೞ್ವರ್; ಆಗಳ್ = ಆಗಳೆಂದು; ಈಗಳ್ = ಈಗಳೆಂದು; ಎಂಬೆಡೆಗೆ = ಎಂಬ ಸ್ಥಾನಕ್ಕೆ; ಅಗಲ್ದರ್ = ಇನಾಗಮುವಂ ತೊಲಗಿಸರ್; ಉೞಿದೆಡೆಗೆ = ಮಿಕ್ಕ ವ್ಯಂಜನಾಂತಸ್ಥಾನಕ್ಕೆ; ಇನಾಗಮಂ = ಇನ್ ಎಂಬಾಗಮಂ; ದೋಷಕರಂ = ದೋಷಕರವಪ್ಪುದು.

ವೃತ್ತಿ.—ಪಗಲಿರುಳೆಂಬ ವ್ಯಂಜನಾಂತಶಬ್ದಂಗಳೊಳಿನಾಗಮಮಂ ವಿಕಲ್ಪದಿನಪ್ಪುದು; ಆಗಳೀಗಳೆಂಬ ವ್ಯಂಜನಾಂತದೊಳಿನಾಗಮಂ ನಿತ್ಯಂ. ಮಿಕ್ಕೆಡೆಯೊಳೆಲ್ಲಂ ದೋಷಂ.

ಪ್ರಯೋಗಂ.—ವಿಕಲ್ಪಕ್ಕೆ—ಪಗಲ, ಪಗಲಿನ; ಇರುಳ, ಇರುಳಿನ. ಪಗಲಂತಿರ್ದಜ್ಞವೆಳ್ದಿಂಗಗಳನ್ ಇನಕಿರಣಶ್ರೇಣಿಗೆತ್ತಾಗಳ್ ಮುನಿವಂದಂ. ಪಗಲಿನ ರವಿಕಿರಣಂಗಳ್ ಮಗುೞ್ದೀಗಳ್. ಇರುಳ ಸರೋಜವಾದುದರಿರಾಯರ ಸಂಸಾರಂ; ಇರುಳಿನ ಚಕ್ರಾಹ್ವಯದ ವೋಲಿರ್ದಪಂ ಸುಖಮ್ಪಡೆದಪನೆ.

ನಿತ್ಯಕ್ಕೆ—ಆಗಳಿನ ಕಜ್ಜಮನ್ ಏಗವೆ ಗೆಯ್ದಪುದೆಂದು ಆವ ರೀತಿ ಪೇೞ್ಟೆಂದೊಡೆ ಬಯ್ವರೀಗಳಿನ ದೆಸೆಗೆವಿಟ್ಟಿ ಮಹಾಕವೀಶ್ವರರ್.

ದೋಷಕ್ಕೆ—ಬೆಮರಿನ, ಮಣಲಿನ, ಮುಗಲಿನ; ಇವಱಿಂತೆ ಮಿಕ್ಕುವಂ ನೋಡಿ ಕೊಳ್ವುದು.

ಸೂತ್ರಂ.

In the Instrumental, etc. Verbal nominal bases, Pronouns, Adjectives, Numerals and words denoting Quantity (ಪವಣ್), when ending in ಉ, insert ಅಟ್. Words denoting Direction (ದಿಗ್ವಾಚಿ) insert ಅಣ್ in the Instrumental Singular, etc.

ಜನಿಯಿಪುದುದಂತಕೃತ್ಸ
ರ್ವನಾಮಗುಣವಚನಸಂಖ್ಯೆಗಳ್ಗೆ ಪವಣ್ಗಟ್ |
ವಿನಮಟ್ಕಾರಂ ದಿಗ್ವಾ
ಚಿ ನಿಲೆ ತೃತೀಯಾದಿಗಣ್ಪ್ರಯೋಗಿಸ ಪಡೆಗುಂ || 110 ||

ಪದಚ್ಛೇದಂ.—ಜನಿಯಿಪುದು ಉದಂತಕೃತ್—ಸರ್ವನಾಮ—ಗುಣವಚನ—ಸಂಖ್ಯೆಗಳ್ಗೆ ಪವಣ್ಗೆ ಅಟ್ಎನಂ ಅಟ್ಕಾರಂ; ದಿಗ್ವಾಚಿ ನಿಲೆ, ತೃತೀಯಾದಿಗೆ ಅಣ್ ಪ್ರಯೋಗಿಸ ಪಡೆಗುಂ.

ಅನ್ವಯಂ.—ಉದಂತಕೃತ್ಸರ್ವನಾಮಗುಣವಚನಸಂಖ್ಯೆಗಳ್ಗೆ ಪವಣ್ಗೆ ಅಟ್ಎನಂ ತೃತೀಯಾದಿಗೆ ಅಟ್ಕಾರಂ ಜನಿಯಿಪುದು; ದಿಗ್ವಾಚಿ ನಿಲೆ, ಅಣ್ ಪ್ರಯೋಗಿಸ ಪಡೆಗುಂ.

ಟೀಕು.—ಉದಂತಕೃತ್ = ಉಕಾರಾಂತಕೃತ್ತುಗಳ್ಗೆ; ಸರ್ವನಾಮ = ಸರ್ವನಾಮಂಗಳ್ಗೆ; ಗುಣವಚನ = ಗುಣವಚನಂಗಳ್ಗೆ; ಸಂಖ್ಯೆಗಳ್ಗೆ = ಸಂಖ್ಯಾವಾಚಿಗಳ್ಗೆ; ಪವಣ್ಗೆ = ಪ್ರಮಾಣವಾಚಿಗಳ್ಗೆ; ಅಱಿವಿನಂ = ತಿಳಿವುತ್ತಿರೆ; ತೃತೀಯಾದಿಗೆ = ತೃತೀಯಾವಿಭಕ್ತಿ ಮೊದಲಾದುವರ್ಕೆ; ಅಱ್ಕಾರಂ = ಅಱ್ ಎಂಬಾಗಮಂ; ಜನಿಯಿಪುದು = ಹುಟ್ಟುವುದು; ದಿಗ್ವಾಚಿ = ದಿಕ್ಕಂ ಪೇೞ್ವ ಶಬ್ದಂಗಳ್; ನಿಲೆ = ಇರೆ; ಅಣ್ = ಅಣೆಂಬಾಗಮಂ; ಪ್ರಯೋಗಿಸ ಪಡೆಗುಂ = ಪ್ರಯೋಗಿಸಲ್ಪಡುವುದು.

ವೃತ್ತಿ.—ಉಕಾರಾಂತಮಪ್ಪ ಕೃತ್ತಿಂಗಂ ಸರ್ವನಾಮಕ್ಕಂ ಗುಣವಚನಕ್ಕಂ ಸಂಖ್ಯೆಗಂ ಪವಣ್ಗಂ ತೃತೀಯೆ ಮೊದಲಾದುದಱೊಳಱಾಗಮಂ ಪುಟ್ಟುಗುಂ; ದಿಗ್ವಾಚಕದೊಳಂತೆ ಅಣಾಗಮುಮಕ್ಕುಂ.

ಪ್ರಯೋಗಂ.—ಕೃತ್ತಿಂಗೆ—ಮಾಡಿದುದಱಿಂ, ಕೂಡಿದುದಱಿಂ, ನೋಡಿದುದಱಿಂ, ಉಣ್ಬುದರ್ಕೆ.

ಸರ್ವನಾಮಕ್ಕೆ—ಅದಱಿಲ್ಲಿ; ಪೆಱವಱ ಧರ್ಮಂಗಳಂ; ಪೆಱವಱೊಳ್. ಅದಱನೆಂಬರ್ಥದೊಳ್ ಅಸ್ತಱನೆಂದೊಂದು ಶಬ್ದಮುಂಟು.

ಗುಣವಚನಕ್ಕೆ—ಕಿಱಿದಱೊಳೆ ಪಿರಿದುವರ್ಥಮನಱಿಪಲ್ ನೆಱೆವಾತನಾತನಿಂ ಜಾಣಂ. ಗುಣವಚನಮಲ್ಲದಲ್ಲಿಯುಂ ಅಱ್ಕಾರಂ ಒರ್ಮೆ ಉಂಟು—ಮೇಲುದಱ ಸೆಱಿಂಗನೋಸರಿಸುವಂತಿರೆ.

ಸಂಖ್ಯೆಗೆ—ಮೂಱಱಿಂ, ನಾಲ್ಕಱಿಂ, ಎಯ್ದಱಿಂ.

ಪವಣ್ಗೆ—ಅನಿತಱಿಂ, ಇನಿತಱಿಂ, ಎನಿತಱಿಂ, ಎಲ್ಲವಱಿಂ (*S.* 96).

ದಿಗ್ವಾಚಿಯ ಅಣ್ಗೆ—ಮೂಡಣ, ತೆಂಕಣ, ಪಡುವಣ ಇತ್ಯಾದಿ, ಮೂಡಣಿಂ, ತೆಂಕಣಿಂ, ಪಡುವಣಿಂ, ಬಡಗಣಿಂ, ಮೇಗಣಿಂ, ಕೆಳಗಣಿಂ, ನಡುವಣಿಂ, ಕಡೆಯಣಿಂ, ಅತ್ತಣಿಂ, ಇತ್ತಣಿಂ, ಉತ್ತಣಿಂ, ಎತ್ತಣಿಂ, ಮುಂದಣಿಂ, ಪಿಂದಣಿಂ, ಮುಂತಣಿಂ, ಪಿಂತಣಿಂ, ಒಳಗಣಿಂ, ಪೊಱಗಣಿಂ, ಕಡೆಯಣಿಂ. ನಡುವೆಂಬುದು ಶರೀರಮಧ್ಯಮಂ ಕುಱಿತು ದಿಗ್ವಾಚಕಮಲ್ತು; ಮಧ್ಯಮಂ ಕುಱಿತು ದಿಗ್ವಾಚಕಂ. ಎಡೆಯೆಂಬುದು ತೆಱಪಂ ಪೇೞ್ವಲ್ಲಿ ದಿಗ್ವಾಚಕಂ; ಆವೆಡೆಯಣಿನೆಂದಣ್ಪಾತ್ತುವುದು.

ಸೂತ್ರಂ.

In forming a Masculine base from words of Direction which have inserted ಅಣ್, the augment ಅ (Nom. ಅಂ) is joined; in the others the augment is ದ (Nom. ದಂ).

ಪುರುಷಪರಮಾದೊಡತ್ವಂ
ದೊರೆಕೊಳ್ಗುಮದಣ್ತಗುಳ್ದ ದಿಗ್ವಾಚಕದೊಳ್ ।
ಪರದಿಗ್ವಾಚಕದೊಳ್ಸಂ
ಚರಿಸುವುದಾ ತೆಱದೆ ದತ್ವವಿಧಿ ಶಾಬ್ದಿಕರಿಂ ॥ 111 ॥

ಪದಚ್ಛೇದಂ.—ಪುರುಷಪರಂ ಆದೊಡೆ, ಅತ್ವಂ ದೊರೆಕೊಳ್ಗುಂ ಅದು, ಅಣ್ ತಗುಳ್ದ ದಿಗ್ವಾಚಕದೊಳ್. ಪರದಿಗ್ವಾಚಕದೊಳ್ ಸಂಚರಿಸುವುದು ಆ ತೆಱದೆ ದತ್ವವಿಧಿ ಶಾಬ್ದಿಕರಿಂ.

ಅನ್ವಯಂ.—ಅಣ್ತಗುಳ್ದ ದಿಗ್ವಾಚಕದೊಳ್ ಪುರುಷಪರಂ ಆದೊಡೆ, ಅತ್ವಂ ಅದು ದೊರೆಕೊಳ್ಗುಂ. ಪರದಿಗ್ವಾಚಕದೊಳ್ ಆ ತೆಱದೆ ದತ್ವವಿಧಿ ಶಾಬ್ದಿಕರಿಂ ಸಂಚರಿಸುವುದು.

ಟೀಕು.—ಅಣ್ತಗುಳ್ದ ದಿಗ್ವಾಚಕದೊಳ್ = ಅಣಾಗಮಂ ಪತ್ತಿದ ದಿಗ್ವಾಚಕಂಗಳಲ್ಲಿ; ಪುರುಷಪರಂ = ಪುಲ್ಲಿಂಗಪರಂ; ಆದೊಡೆ = ಆಗೆ; ಅತ್ವಂ = ಅಕಾರಂ; ಅದು = ಅದು; ದೊರೆಕೊಳ್ಗುಂ = ಪ್ರಾಪ್ತಿಸುವುದು; ಪರದಿಗ್ವಾಚಕದೊಳ್ = ಅಣ್ಪತ್ತದ ಮಿಕ್ಕ ದಿಗ್ವಾಚಕಂಗಳಲ್ಲಿ ಆ ತೆಱದೆ = ಆ ರೀತಿಯಿಂದೆ; ದತ್ವವಿಧಿ = ದಕಾರದ ವಿಧಿ; ಶಾಬ್ದಿಕರಿಂ = ಶಬ್ದಜ್ಞರಿಂದೆ; ಸಂರಿಸುವುದು = ವರ್ತಿಸುವುದು.

ವೃತ್ತಿ.—ಅಣ್ಪತ್ತಿದ ದಿಗ್ವಾಚಕಂ ಪುಲ್ಲಿಂಗಮಪ್ಪೆಡೆಯೊಳಕಾರಮಂ ಕೈಕೊಳ್ಗುಂ; ಅಣ್ಪತ್ತದೆ ಮಿಕ್ಕ ದಿಗ್ವಾಚಕದೊಳ್ದಕಾರಾಗಮಮಕ್ಕುಂ.

ಪ್ರಯೋಗಂ.—ಅಕಾರಕ್ಕೆ—ಮೂಡಣಂ, ತೆಂಕಣಂ, ಬಡಗಣಂ, ಪಡುವಣಂ, ಮೇಗಣಂ, ಕೆಳಗಣಂ, ನಡುವಣಂ, ಕಡೆಯಣಂ, ಎಡೆಯಣಂ, ಒಳಗಣಂ, ಪೊಱಗಣಂ, ಮುಂತಣಂ, ಪಿಂತಣಂ, ಅತ್ತಣನಿತ್ತಣಂ.

ದಕಾರಕ್ಕೆ—ಕೆಲದಂ, ಬಲದಂ, ಅಲ್ಲಿದಂ, ಇಲ್ಲಿದಂ, ಎಲ್ಲಿದಂ.

ಕೆಲದಸಲ್ಲಿದನಿಲ್ಲಿದನೀಗಳೆಂಬಿನಂ ಮುತ್ತಿದನೊಂದೆ ತೇರೊಳಮರೇಂದ್ರ
 ಸುತಂ ಕುರುವೃಂದವೆಲ್ಲವಂ.

....ವಿನೋ
ದದ ಮೊದಲೆಲ್ಲಿದಂ ಸೊಬಗಿನಾಗರಮೆಲ್ಲಿದನಿಚ್ಛೆಯಾಣ್ಮನೆ
ಲ್ಲಿದನೆರ್ದೆಗಾಣ್ಮನೆನ್ನರಸನೆಲ್ಲಿದನೋ ಲಲಿತಾಂಗವಲ್ಲಭಮ್ ॥

ಸೂತ್ರಂ.

The Nominative of the Pronoun ಏನ್ (S. 79) is either ಏನ್ or ಏತಱ್; its Dative is ಏತರ್ಕೆ or ಏಕೆ (*cf.* S. 114); for the other cases its theme is ಏತಱ್.

ಏನೇತಱೆನಿಕುಮಾದಿಯೊ
ಳಾ ನೆಗೞ್ದ ಚತುರ್ಥಿಗಕ್ಕುಮೇತರ್ಕೇಕೆಂ |
ಬೀ ನುಡಿಯೇತಪ್ರಕೃತಿಯೆ
ತಾನಕ್ಕುಂ ತತ್ತೃತೀಯೆ ಮೊದಲಾದುವಱೊಳ್ || 112 ||

ಪದಚ್ಛೇದಂ. — ಏನ್ ಏತಱ್ ಎನಿಕುಂ ಆದಿಯೊಳ್; ಆ ನೆಗೞ್ದ ಚತುರ್ಥಿಗೆ ಅಕ್ಕುಂ ಏತರ್ಕೆ ಏಕೆ ಎಂಬ ಈ ನುಡಿ; ಏತಪ್ರಕೃತಿಯೆ ತಾಂ ಅಕ್ಕುಂ ತತ್ತೃತೀಯೆ ಮೊದಲಾದುವಱೊಳ್.

ಅನ್ವಯಂ. — ಆದಿಯೊಳ್ ಏನ್ ಏತಱ್ ಎನಿಕುಂ; ಆ ನೆಗೞ್ದ ಚತುರ್ಥಿಗೆ ಏತರ್ಕೆ ಏಕೆ ಎಂಬೀ ನುಡಿ ಅಕ್ಕುಂ; ತತ್ತೃತೀಯೆ ಮೊದಲಾದುವಱೊಳ್ ಏತಪ್ರಕೃತಿಯೆ ತಾಂ ಅಕ್ಕುಂ.

ಟೀಕು. — ಆದಿಯೊಳ್ = ಪ್ರಥಮಾವಿಭಕ್ತಿಯಲ್ಲಿ; ಏನ್ = ಏನೆಂದು; ಏತಱ್ = ಏತಱೆಂದು; ಎನಿಕುಂ = ಎನಿಸುವದು; ಆ ನೆಗೞ್ದ ಚತುರ್ಥಿಗೆ = ಆ ಪ್ರಸಿದ್ಧಿವಡೆದ ಚತುರ್ಥೀವಿಭಕ್ತಿಗೆ; ಏತರ್ಕೆ = ಏತರ್ಕೆ ಎಂದು; ಏಕೆ = ಏಕೆ ಎಂದು; ಎಂಬೀ ನುಡಿ = ಎಂಬೀ ವಾಕ್ಯಂ; ಅಕ್ಕುಂ = ಅಪ್ಪುದು; ತತ್ತೃತೀಯೆ = ಆ ತೃತೀಯೆ; ಮೊದಲಾದುವಱೊಳ್ = ಮೊದಲಾದ ವಿಭಕ್ತಿಗಳಲ್ಲಿ; ಏತಪ್ರಕೃತಿಯೆ = ಏತಱ್ ಎಂಬ ಪ್ರಕೃತಿಯೆ; ತಾಂ = ತಾಂ; ಅಕ್ಕುಂ = ಆಗುವದು.

ವೃತ್ತಿ. — ಏನೆಂಬ ಸರ್ವನಾಮದ ಪ್ರಥಮೆಗೆ ಏನೆಂದುಂ ಏತಱೆಂದುಮಕ್ಕುಂ; ಚತುರ್ಥಿಯೊಳೇತರ್ಕೆಂದುಮೇಕೆಂದುಮಕ್ಕುಂ; ತೃತೀಯೆ ಮೊದಲಾದುವರ್ಕೆ ಏತಱೆಂದೆ ಪ್ರಕೃತಿಯಕ್ಕುಂ.

ಪ್ರಯೋಗಂ. — ಪ್ರಥಮೆಗೆ — ಅಂದಿನ ನಿಜಭುಜವಿಕ್ರಾಂತಮ್ ಏನಾದುದು. ಏನಾಗಿಯುಮೇನೊ ತಿರ್ದಪುದೆ ತೀರದೊಡಂ. ಮಱಿದುಂಬಿಯಾಗಿ ಮೇಣ್ ಗತಿಯೆಂಬುದೇತಱಾತನೆ.

ಚತುರ್ಥಿಗೆ — ಏತರ್ಕೆ, ಏಕೆ. ಏತರ್ಕೆ ಮುನಿಸೆಂದು ನೊಂದು ನುಡಿದಂ. ಏಕೆಂದಱಿಯೆಂ ದಶಧರ್ಮಾಕಲಿತಕರಾಗ್ರನಾದನೆನಗಿದು ಚೋದ್ಯಂ.

ತೃತೀಯಾದಿಗೆ — ಏತಱಿಂ, ಏತಱತ್ತಣಿಂ, ಏತಱ, ಏತಱೊಳ್. ಏತಱ ಮಾತು ಭೂತಳದೊಳರ್ಥವಿಹೀನಶೌಚದಣ್ಮು.

ಸೂತ್ರಂ.

The Dative Singular of Masculines ending in ಅ is ಂ+ಗೆ; that of Neuters ending in ಅ is ಕೆ or ಕ್ಕೆ; the Dative of all other bases, whether Singular or Plural, Masculine or Feminine, is ಗೆ.

ಒದವುವುದದಂತಪುಲ್ಲಿಂ
ಗದೊಳ್ಗೆಯೆಂದಾದಿಬಿಂದುವಿಂ ದ್ವಿತ್ವಂ ಮೇ |
ಣೊದವುವುದು ನಪುಂಸಕಲಿಂ
ಗದೊಳ್ಚತುರ್ಥಿಗೆ ಗೆಯಕ್ಕುಮುೞಿದೆಡೆಗೆಲ್ಲಂ || 113 ||

ಪದಚ್ಛೇದಂ.—ಒದವುವುದು ಅದಂತಪುಲ್ಲಿಂಗದೊಳ್ ಗೆ ಎಂದು ಆದಿಬಿಂದುವಿಂ; ದ್ವಿತ್ವಂ ಮೇಣ್ ಒದವುವುದು ನಪುಂಸಕಲಿಂಗದೊಳ್ ಚತುರ್ಥಿಗೆ; ಗೆ ಅಕ್ಕುಂ ಉೞಿದ ಎಡೆಗೆ ಎಲ್ಲಂ.

ಅನ್ವಯಂ.—ಚತುರ್ಥಿಗೆ ಅದಂತಪುಲ್ಲಿಂಗದೊಳ್ ಆದಿಬಿಂದುವಿಂ, ಗೆ ಎಂದು, ಒದವುವುದು; ನಪುಂಸಕಲಿಂಗದೊಳ್ ದ್ವಿತ್ವಂ ಮೇಣ್ ಒದವುವುದು; ಉೞಿದೆಡೆಗೆ ಎಲ್ಲಂ ಗೆ ಅಕ್ಕುಂ.

ಟೀಕು.—ಚತುರ್ಥಿಗೆ = ಕೆ ಎಂಬ ಚತುರ್ಥೀವಿಭಕ್ತಿಗೆ; ಅದಂತ = ಅಕಾರಾಂತವಾದ; ಪುಲ್ಲಿಂಗದೊಳ್ = ಪುಲ್ಲಿಂಗದಲ್ಲಿ; ಆದಿಬಿಂದುವಿಂ = ಆದಿಯಲ್ಲಿ ಬಿಂದುವಿನೊಡನೆ; ಗೆ ಎಂದು = ಗೆಯೆಂದು; ಒದವುವುದು = ಪ್ರಾಪ್ತಿಸುವುದು; ನಪುಂಸಕಲಿಂಗದೊಳ್ = ಅಕಾರಾಂತವಾದ ನಪುಂಸಕಲಿಂಗದಲ್ಲಿ; ದ್ವಿತ್ವಂ = ದ್ವಿರ್ಭಾವಂ; ಮೇಣ್ = ವಿಕಲ್ಪದಿಂದೆ; ಒದವುವುದು = ಪ್ರಾಪ್ತಿಸುವುದು; ಉೞಿದೆಡೆಗೆ = ಅಕಾರಾಂತವಲ್ಲದುೞಿದೆಡೆಗೆ; ಎಲ್ಲಂ = ಸ್ತ್ರೀಪುಂನಪುಂಸಕಲಿಂಗಂಗಳಲ್ಲಿಯೆಲ್ಲಂ; ಗೆ = ಗೆಯೆಂದು; ಅಕ್ಕುಂ = ಆಗುವುದು.

ವೃತ್ತಿ.—ಅಕಾರಾಂತಪುಲ್ಲಿಂಗದೊಳ್ಪರಮಾದ ಚತುರ್ಥಿ ಬಿಂದುವೆರಸು ಗೆಯೆಂದಕ್ಕುಂ; ಅಕಾರಾಂತನಪುಂಸಕಲಿಂಗದೊಳ್ಪರಮಾದ ಚತುರ್ಥಿಗೆ ವಿಕಲ್ಪದಿಂ ದ್ವಿತ್ವಮಕ್ಕುಂ; ಅಕಾರಾಂತಮಲ್ಲದುೞಿದ ಸ್ವರವ್ಯಂಜನಾಂತಂಗಳ್ಗೆ ಪರಮಾದ ಚತುರ್ಥಿಗೆ, ಲಿಂಗವಚನವ್ಯವಸ್ಥೆಯಿಲ್ಲದೆ, ಗೆಯೆಂದಕ್ಕುಂ.

ಪ್ರಯೋಗಂ.—

ಪುಲ್ಲಿಂಗಕ್ಕೆ—ಅರಸಂಗೆ; ಆತಂಗೆ. ಅರಸಂಗಮರಸಿಗಂ ಪುಟ್ಟಿದ ರಾಜಸುತನೆನಿಸಿ ಹಂದೆಯುಂ ಲೋಭಿಯುಂ.

ಆತಂಗಮಾಕೆಗಂ ವಿ
ಖ್ಯಾತಯಶಂ ಪುಟ್ಟಿದಂ ಕುಲಕಂ ಚಲಕ್ಕಂ |
ಭೂತಳದೊಳಾರ್ಗಮಧಿಕಂ
ನೀತಿಪರಂ ಪರಬಲಾಬ್ಧಿಗೌರ್ವಪ್ರತಿಮಂ || ಕಂದಂ ||

ನಪುಂಸಕಲಿಂಗದ್ವಿತ್ವವಿಕಲ್ಪಕ್ಕೆ—ಬನಕ್ಕೆ, ಬನಕೆ; ಪೊಲಕ್ಕೆ, ಪೊಲಕೆ; ಕುಲಕಂ ಚಲಕ್ಕಂ ಭೂತಳದೊಳಾರ್ಗಮಧಿಕಂ.

ಸ್ವರವ್ಯಂಜನಾಂತಂಗಳ್ಗೆ—ಕವಿಗೆ ಕೇಡಿಲ್ಲೆಂತುಂ; ತನುಗೆ ಭೂಷಣಂ ಪೊಱೆಯಲ್ತೆ; ಆಕೆಗೆ ಕಡಿಲೆಂದು ಆತಂ ನುಡಿದಂ; ಪೆಣ್ಗೆ; ಕಣ್ಗೆ; ಕುರುಳ್ಗೆ; ಬೆರಲ್ಗೆ; ಅರಲ್ಗೆ; ಬೆಂಗೆ; ಳಕಳ್ಗೆ(?); ಮುಳ್ಗೆ; ಬಿಲ್ಗೆ; ಅವಲ್ಗೆ; ನೆಗಱ್ಗೆ; ಪೊಱ ವಾರ್ಗೆ.

ವಚನತ್ರಯಕ್ಕೆ—ಆವುದು ಸಂಕಟಂ ನಿನಗೆ ನಿಲ್ಲಜ ನಿಲ್ಲಜಾ. ಸ್ಯೆತಿರು. ಕಿವಿಗಳ್ಗೆ ಕರ್ಣಪೂರಮನಿಡುವೆಂ. ಅವಳ ಕುರುಳ್ಗೆ ಮಾಲೆದುಂಬಿಗಳೆಣೆಯೆ.

ಸೂತ್ರಂ.

The formation of the Dative Singular with ಕೆ occasionally occurs also where its appearance, so to say, suggests the idea of a Compound.

ಅಮರ್ದಿರದು ತೃತೀಯತ್ವಂ
ಸಮಾಸವದ್ಭಾವಮಾದ ತಾಣದೊಳೆಲ್ಲಂ ।
ಸಮ ಸಂದ ಚತುರ್ಥಿಗೆ ಕಾ
ವ್ಯಮಾರ್ಗದೊಳ್ ಲಕ್ಷ್ಯಮುಂಟು ತಾನೀ ತೆಱದಿಂ
|| 114 ||

ಪದಚ್ಛೇದಂ.—ಅಮರ್ದು ಇರದು ತೃತೀಯತ್ವಂ ಸಮಾಸವದ್ಭಾವಂ ಆದ ತಾಣದೊಳ್ ಎಲ್ಲಂ ಸಮ ಸಂದ ಚತುರ್ಥಿಗೆ; ಕಾವ್ಯಮಾರ್ಗದೊಳ್ ಲಕ್ಷ್ಯಂ ಉಂಟು ತಾಂ ಈ ತೆಱದಿಂ.

ಅನ್ವಯಂ.—ಸಮಾಸವದ್ಭಾವಂ ಆದ ತಾಣದೊಳ್ ಎಲ್ಲಂ ಸಮ ಸಂದ ಚತುರ್ಥಿಗೆ ತೃತೀಯತ್ವಂ ಅಮರ್ದು ಇರದು; ಕಾವ್ಯಮಾರ್ಗದೊಳ್ ಈ ತೆಱದಿಂ ಲಕ್ಷ್ಯಂ ತಾಂ ಉಂಟು.

ಟೀಕು.—ಸಮಾಸವದ್ಭಾವಂ = ಸಮಾಸದಂತಪ್ಪ ಭಾವಂ; ಆದ ತಾಣದೊಳ್ = ಆದ ತಾವಿನಲ್ಲಿ; ಎಲ್ಲಂ = ಸರ್ವಂ; ಸಮ ಸಂದ ಚತುರ್ಥಿಗೆ = ಸಮಾನವಾಗಿ ಸಂದ ಚತುರ್ಥೀ ವಿಭಕ್ತಿಗೆ; ತೃತೀಯತ್ವಂ = ಮೂಱನೆಯಕ್ಷರದ ಭಾವಂ; ಅಮರ್ದಿರದು = ಪೊರ್ದುಗೆಯಾಗಿ ರದು; ಕಾವ್ಯಮಾರ್ಗದೊಳ್ = ಕಾವ್ಯಂಗಳ ಮಾರ್ಗದಲ್ಲಿ; ಈ ತೆಱದಿಂ = ಈ ರೀತಿಯಿಂದೆ; ಲಕ್ಷ್ಯಂ = ಉದಾಹರಣೆ; ತಾಂ = ತಾಂ; ಉಂಟು = ಉಂಟಾಗಿರ್ಪುದು.

ವೃತ್ತಿ.—ಸಮಾಸಮಿಲ್ಲದೆಯುಂ ಸಮಾಸಲಕ್ಷಣಮಂ ಪೊಕ್ಕ ಚತುರ್ಥಿಗೆ ತೃತೀಯತ್ವಮಿಲ್ಲ.

ಪ್ರಯೋಗಂ.—ಕಾಱ್ಕೆ, ಕೋಱ್ಕೆ, ನಾಱ್ಕೆ, ಎತರ್ಕೆ, ಅದರ್ಕೆ, ಅನಿತರ್ಕೆ; ಏತಕೆಂದುಮುಂಟು. ಬಯಲ್ಗೆ ಬಂದಪರೊ ಪೇೞಿನಿತರ್ಕಮೊಳಂ ಪುರಾಂತಕಂ. ಶರೀರದ ಭೋಗಮಂ ತೋಱ್ವನಿತರ್ಕೆ.

ಸೂತ್ರಂ.

The ಗೆ, together with the augment ಅರ್, of the Dative Plural of Samskṛita and Canarese Masculines and Feminines may be treated as a slack double Consonant (S. 42). The doubling of ಗೆ is optional.

ಪಿರಿದುಂ ಚತುರ್ಥಿ ಸಂಸ್ಕೃತ
ಪುರುಷಸ್ತ್ರೀವಿಷಯವಿಹಿತಬಹುವಚನದೊಳೊಂ |
ದಿರೆ ಶಿಥಿಲವೃತ್ತಿ ತಾನು
ಚ್ಚರಿಪರ್ಗೆ ಯಥೇಷ್ಟವೆಂದು ತಿಳಿಗೀ ಕ್ರಮದಿಂ ||115||

ಪದಚ್ಛೇದಂ.—ಪಿರಿದುಂ ಚತುರ್ಥಿ ಸಂಸ್ಕೃತಪುರುಷಸ್ತ್ರೀವಿಷಯವಿಹಿತಬಹುವಚನದೊಳ್ ಒಂದಿ ಇರೆ, ಶಿಥಿಲವೃತ್ತಿ ತಾಂ ಉಚ್ಚರಿಪರ್ಗೆ ಯಥೇಷ್ಟಂ ಎಂದು, ತಿಳಿಗೆ ಈ ಕ್ರಮದಿಂ.

ಅನ್ವಯಂ.—ಪಿರಿದುಂ ಸಂಸ್ಕೃತಪುರುಷಸ್ತ್ರೀವಿಷಯವಿಹಿತಬಹುವಚನದೊಳ್ ಚತುರ್ಥಿ ಒಂದಿ ಇರೆ, ಶಿಥಿಲವೃತ್ತಿ ತಾಂ ಉಚ್ಚರಿಪರ್ಗೆ ಯಥೇಷ್ಟಂ ಎಂದು, ತಿಳಿಗೆ ಈ ಕ್ರಮದಿಂ.

ಟೀಕು.—ಪಿರಿದುಂ = ವಿಶೇಷವಾಗಿ; ಸಂಸ್ಕೃತ = ಸಂಸ್ಕೃತದ; ಪುರುಷಸ್ತ್ರೀ = ಪುಲ್ಲಿಂಗ ಸ್ತ್ರೀಲಿಂಗಂಗಳ; ವಿಷಯ = ವಿಷಯದಲ್ಲಿ; ವಿಹಿತ = ಕೂಡಲ್ಪಟ್ಟ; ಬಹುವಚನದೊಳ್ = ಬಹುವಚನದಲ್ಲಿ; ಚತುರ್ಥಿ = ಚತುರ್ಥೀವಿಭಕ್ತಿ; ಒಂದಿರೆ = ಕೂಡಿರೆ; ಶಿಥಿಲವೃತ್ತಿ = ಶಿಥಿಲದ ವರ್ತನೆ; ತಾಂ = ತಾಂ; ಉಚ್ಚರಿಪರ್ಗೆ = ಓದುವರ್ಗೆ; ಯಥೇಷ್ಟವೆಂದು = ಇಚ್ಛೆ ಬಂದ ಹಾಂಗೆ ಎಂದು; ಈ ಕ್ರಮದಿಂ = ಈ ರೀತಿಯಿಂದ; ತಿಳಿಗೆ = ಅಱಿಗೆ.

ವೃತ್ತಿ.—ಸಂಸ್ಕೃತಪುಲ್ಲಿಂಗಸ್ತ್ರೀಲಿಂಗದ ಬಹುವಚನದೊಳಂ ಪಿರಿದುಮೆಂಬುದಱಿಂ ಕನ್ನಡದ ಪುಂಸ್ತ್ರೀಲಿಂಗದೊಳಂ ಚತುರ್ಥಿಗೆ ದ್ವಿತ್ವವಿಕಲ್ಪಂ.

ಪ್ರಯೋಗಂ.—ಸಂಸ್ಕೃತಕ್ಕೆ—ಬುಧರ್ಗೆ, ಬುಧರ್ಗ್ಗೆ; ಬಾಂಧವರ್ಗೆ ಬಾಂಧವರ್ಗ್ಗೆ; ಕಾಂತೆಯರ್ಗೆ, ಕಾಂತೆಯರ್ಗ್ಗೆ; ಸ್ತ್ರೀಯರ್ಗೆ, ಸ್ತ್ರೀಯರ್ಗ್ಗೆ.

ಕನ್ನಡಕ್ಕೆ—ಎರೆವರ್ಗೆ, ಎರೆವರ್ಗ್ಗೆ; ಸೂಳೆಯರ್ಗೆ, ಸೂಳೆಯರ್ಗ್ಗೆ

ಸೂತ್ರಂ.

ಅತ್ತಣಿನೆಂದು ನಿಮಿರ್ಚುವ
ರತ್ತೆಂದಾಗಿರ್ದ ಪಂಚಮಿಯನಲ್ಲಿ ಕೆಲರ್ ।
ಪತ್ತಿಸುವರ್ ಮೂದೆಱಿನಂ
ಪೆತ್ತ ತೃತೀಯೆಯನೆಕಾರಮಂ ಪರಿಹರಿಪರ್ ॥ 116 ॥

The Ablative, the termination of which has been given as ಅತ್ (S. 93), is fully formed, however, by the termination ಅತ್ತಣಿಂ. This form may also become ಅತ್ತಣಿಂದಂ or ಅತ್ತಣಿಂದೆ; the form ಅತ್ತಣೆ is wrong.

ಪದಚ್ಛೇದಂ.—ಅತ್ತಣಿಂ ಎಂದು ನಿಮಿರ್ಚುವರ್, ಅತ್ತು ಎಂದು ಆಗಿ ಇರ್ದ ಪಂಚಮಿಯಂ; ಅಲ್ಲಿ ಕೆಲರ್ ಪತ್ತಿಸುವರ್ ಮೂದೆಱಿನಂ ಪೆತ್ತ ತೃತೀಯೆಯಂ; ಎಕಾರವಮಂ ಪರಿಹರಿಪರ್.

ಅನ್ವಯಂ.—ಅತ್ತು ಎಂದು ಆಗಿ ಇರ್ದ ಪಂಚಮಿಯಂ, ಅತ್ತಣಿಂ ಎಂದು, ನಿಮಿರ್ಚುವರ್; ಅಲ್ಲಿ ಕೆಲರ್ ಮೂದೆಱಿನಂ ಪೆತ್ತ ತೃತೀಯೆಯಂ ಪತ್ತಿಸುವರ್; ಎಕಾರವಮಂ ಪರಿಹರಿಪರ್.

ಟೀಕು.—ಅತ್ತೆಂದು = ಅತ್ ಎಂದು; ಆಗಿರ್ದ ಪಂಚಮಿಯಂ = ಆಗಿರ್ದ ಪಂಚಮೀ ವಿಭಕ್ತಿಯಂ; ಅತ್ತಣಿಂ = ಅತ್ತಣಿಂ ಎಂದು; ನಿಮಿರ್ಚುವರ್ = ನಿರ್ಮಿಸುವರ್; ಅಲ್ಲಿ = ಅತ್ ಎಂಬ ರೂಪಿನಲ್ಲಿ; ಕೆಲರ್ = ಕೆಲಂಬರ್; ಮೂದೆಱಿನಂ = ಇಮ್ ಇಂದಮ್ ಇಂದೆ ಎಂಬ ಮೂಱು ಪ್ರಕಾರವಂ; ಪೆತ್ತ = ಪಡೆದ; ತೃತೀಯೆಯಂ = ತೃತೀಯಾವಿಭಕ್ತಿಯ ರೂಪಂ; ಪತ್ತಿಸುವರ್ = ಪೊರ್ದುಗೆಯಂ ಮಾಡುವರ್; ಎಕಾರವಮಂ = ಉಚಿತವಾಗಿ ಬಂದ ಎಕಾರಮಂ; ಪರಿಹರಿಪರ್ = ಬಿಡುವರ್.

ವೃತ್ತಿ.—ಅತ್ ಎಂಬ ಪಂಚಮಿಯನತ್ತಣಿನೆಂದು ಪೇೞಿಲಕ್ಕುಂ; ಆ ಪಂಚಮಿಯೊಳ್ ಇಂ ಇಂದಂ ಇಂದೆ ಎಂಬ ತೃತೀಯೆಯ ಮೂಱು ರೂಪಮಂ ಕೆಲಂಬರ್ಪತ್ತಿಸುವರ್; ಆ ಮೂದೆಱಿಕ್ಕಾದೇಶಮಾದೆಕಾರಮಂ ಬಿಡುವರ್.

ಪ್ರಯೋಗಂ.—ಪಂಚಮಿಯ ನಿಜರೂಪಕ್ಕೆ—ಆಳ್ದನತ್ತಣಿಂದಱಿದುಱಿ ಮಾಯಿತುರವಣಂ. . ಆತನತ್ತಣಿಂ.

ತೃತೀಯಾರೂಪಕ್ಕೆ—ಕೆಱೆಯತ್ತಣಿಂ, ಕೆಱೆಯತ್ತಣಿಂದಂ. ಕೆಱೆಯತ್ತಣಿಂದೆ.—ಕೆಱೆಯತ್ತಣೆ ಎನಲಾಗದು.

ಮತ್ತಹಸ್ತಿಗಳ ಮಸ್ತಕದಿಂ, ಬಿದಿರಿಂ ಫಣೀಂದ್ರೋತ್ತಮಾಂಗದಿನಗ್ಗು ರ್ವಿಪ ಪಂದಿಯ ಕೋಟ್ಕೆಳಿಂ ಮುತ್ತೊಕ್ಕವು. ಆಲಿವರಲ್ಗಳುಮಿಂದ್ರಗೋಪ ಮುಂ ಸೂಸಿದವಭ್ರದಿಂ. ತಿಳಿಗೊಳದಿಂದೆ ಪಾಱಿದುವು ಹಂಸಕುಳಂ.

ಸೂತ್ರಂ.

The simple sign of the Genitive is ಅ; sometimes the ಅ is lengthened, a lengthening which is also used in Particles, when grief, agitation or command is expressed.

ಆದರಿಪರ್ಕೆಲಬರ್ದೀ
ರ್ಘಾದೇಶಮನಗ್ರದಲ್ಲಿ ಷಷ್ಠಿಯಕಾರ |
ಕ್ಕಾ ದೀರ್ಘಮನಿರದರೆಬರ್
ಖೇದದ ಸಂಭ್ರಮದ ಮ್ಮೈಯೊಳುತ್ಪಾದಿಸುವರ್ || 117 ||

ಪದಚ್ಛೇದಂ.—ಆದರಿಪರ್ ಕೆಲಬರ್ ದೀರ್ಘಾದೇಶಮಂ ಅಗ್ರದಲ್ಲಿ ಷಷ್ಠಿಯ ಅಕಾರಕ್ಕೆ; ಆ ದೀರ್ಘಮಂ, ಇರದೆ, ಅರೆಬರ್ ಖೇದದ ಸಂಭ್ರಮದ ಮ್ಮೈಯೊಳ್ ಉತ್ಪಾದಿಸುವರ್.

ಅನ್ವಯಂ.—ಕೆಲಬರ್ ಷಷ್ಠಿಯ ಅಕಾರಕ್ಕೆ ಅಗ್ರದಲ್ಲಿ ದೀರ್ಘಾದೇಶಮಂ ಆದರಿಪರ್; ಆ ದೀರ್ಘಮಂ ಇರದೆ, ಅರೆಬರ್ ಖೇದದ ಸಂಭ್ರಮದ ಮ್ಮೈಯೊಳ್ ಉತ್ಪಾದಿಸುವರ್.

ಟೀಕು.—ಕೆಲಬರ್ = ಕೆಲಬರ್; ಷಷ್ಠಿಯ = ಷಷ್ಠೀವಿಭಕ್ತಿಯ; ಅಕಾರಕ್ಕೆ = ಅತ್ವಕ್ಕೆ; ಅಗ್ರದಲ್ಲಿ = ತುದಿಯಲ್ಲಿ; ದೀರ್ಘಾದೇಶಮಂ = ದೀರ್ಘದ ಆದೇಶಮಂ; ಆದರಿಪರ್ = ಬೇಟ್ವರ್; ಆ ದೀರ್ಘಮಂ = ಆ ದೀರ್ಘವಂ; ಇರದೆ = ನಿಲ್ಲದೆ; ಅರೆಬರ್ = ಕೆಲಂಬರ್; ಖೇದದ = ದುಃಖದ; ಸಂಭ್ರಮದ = ಸಂಭ್ರಮದ; ಮ್ಮೈಯೊಳ್ = ಸ್ವರೂಪದಲ್ಲಿ; ಉತ್ಪಾದಿಸುವರ್ = ಪ್ರತಿಪಾದಿಸುವರ್.

ವೃತ್ತಿ.—ಅ ಎಂಬ ಷಷ್ಠಿಯಕಾರಕ್ಕೆ ಕೆಲಬರ್ ದೀರ್ಘಾದೇಶಮನೊಡಂಬಡುವರ್; ಆ ದೀರ್ಘಮಂ ಕೆಲರ್ ಖೇದದೊಳಂ ಸಂಭ್ರಮದೊಳಂ ಪ್ರಯೋಗಿಪರ್.

ಪ್ರಯೋಗಂ.—ಷಷ್ಠಿಯ ದೀರ್ಘಾದೇಶಕ್ಕೆ—ವೃಡನಾ; ಗಂಗಾಂಬುಧಾರಾಜಟಲಿತಜಟನಾ. ಕಾಲಾಗ್ನಿರುದ್ರನೆನಿಸಿದುದು ತೋಳ ಬಾಳ್ ಕೈಲಪನಾ. ದೊರೆಯೆನಿಸಿತ್ತು ಭಾರತಕ್ಕೆ ಗೆಲ್ದ ರಣಂ ಕುವರಾಂಕರಾಮನಾ.

ಖೇದಕ್ಕೆ—ಅಕ್ಕಟಾ ಮರುಳ್ದುಂಬಿಗಳೇಕೆ ಸಂಪಗೆಗಳೊಳ್ ಪಗೆಗೊಂಡು [illegible]ನಿಮಿತ್ತದಿಂ.

ಸಂಭ್ರಮಕ್ಕೆ—ಬೇಡ ಗಡಾ ಬೇಡ ಗಡಾ ನಿನಗಾತನೊಳ್ ಚಲಂ.
ವಿಧಿಯೊಳುಮುಂಟು—ಸತ್ಯಮಂ ನುಡಿ ಗಡಾ ನೀನಾತನೊಳ್.

ಸೂತ್ರಂ.

Such a lengthening of a Vowel is optionally used in the midst of words, and when an Accusative is followed by a Vowel, and also before ವೋಲ್.

ಅವಿಶೇಷದಿನಾ ದೀರ್ಘ
ವ್ಯವಹೃತಿ ಶಬ್ದಾಂತರಾಳದೊಳ್ಪಕ್ಷದಿನು ।
ದ್ಭವಿಕುಂ ದ್ವಿತೀಯೆಗಂ ಮುಂ
ದವತರಿಸಲೊಡಂ ಸ್ವರಪ್ರಪೂರ್ವಪದಂಗಳ್ ॥ 118 ॥

ಪದಚ್ಛೇದಂ.—ಅವಿಶೇಷದಿಂ ಆ ದೀರ್ಘವ್ಯವಹೃತಿ ಶಬ್ದಾಂತರಾಳದೊಳ್ ಪಕ್ಷದಿಂ ಉದ್ಭವಿಕುಂ; ದ್ವಿತೀಯೆಗಂ ಮುಂದೆ ಅವತರಿಸಲೊಡಂ ಸ್ವರಪ್ರಪೂರ್ವಪದಂಗಳ್.

ಯಥಾನ್ವಯಂ. ಟೀಕು.—ಅವಿಶೇಷದಿಂ = ವಿಶೇಷವಲ್ಲದುದರಿಂದೆ; ಆ ದೀರ್ಘ ವ್ಯವಹೃತಿ = ಆ ದೀರ್ಘವ್ಯವಹಾರಂ; ಶಬ್ದ = ಶಬ್ದದ; ಅಂತರಾಳದೊಳ್ = ಮಧ್ಯದಲ್ಲಿ; ಪಕ್ಷದಿಂ = ಕೆಲಂಬರ ಪಕ್ಷದಿಂದೆ; ಉದ್ಭವಿಕುಂ = ಹುಟ್ಟುವುದು; ದ್ವಿತೀಯೆಗಂ = ದ್ವಿತೀಯಾವಿಭಕ್ತಿಗೆಯುಂ; ಮುಂದೆ = ಮುಂದುಗಡೆಯಲ್ಲಿ; ಸ್ವರ = ಸ್ವರಂಗಳ್; ಪ್ರಪೂರ್ವ = ಆದಿಯಾದ; ಪದಂಗಳ್ = ಪದಂಗಳ್; ಅವತರಿಸಲೊಡಂ = ಹುಟ್ಟಲೊಡನೆ ಆ ದೀರ್ಘವ್ಯವಹೃತಿ ಹುಟ್ಟುವುದು.

ವೃತ್ತಿ.—ಆ ದೀರ್ಘಂ ಶಬ್ದಾಂತರಾಳದೊಳಂ ದ್ವಿತೀಯಾವಿಭಕ್ತಿಗೆ ಸ್ವರಂ ಪರಮಾಗೆಯುಂ ವಿಕಲ್ಪದಿನಕ್ಕುಂ.

ಪ್ರಯೋಗಂ.—ಶಬ್ದಾಂತರಾಳಕ್ಕೆ—ಇಂದೊಳಂ (ಈ-), ಇಂದೋಳಂ; ಆರೊಗಿಸಿದಂ, ಆರೋಗಿಸಿದಂ; ಎಣೆಗೊಣಂ (ಎಣಗೊಣಂ), ಎಣೆಗೋಣಂ (ಎಣ—); ಗೆಯಂಗಂ, ಗೆಯ್ಯಾಂಗಂ. ಗೆಯಂಗಕ್ಕೆ ತಾನೆ ಸೋಲ್ವವೆಳಯಿ ವೊಜಂಗಂ.

ದ್ವಿತೀಯೆಗೆ—ಕಲ್ಲನೇಱಿದಂ, ಕಲ್ಲಾನೇಱಿದಂ.

ಎನಿತ್ತೆನಿತ್ತಂಬುಜಪತ್ರನೇತ್ರೆಯಾ
ಘನಸ್ತನಂಗಳ್ ಬಳೆಗುಂ ಕಿರಾತೆಯಾ ।
ಅನಿತ್ತನಿತ್ತಂ ವನದೊಳ್ ವನೇಚರಂ
ತನತ್ತು ಬಿಲ್ಲಾನದನನ್ತೆ ಕೀಸುವಂ ॥ ವಂಶಸ್ಥವೃತ್ತಂ ॥

ವೋಲ್ ಪರಮಾದಲ್ಲಿಯುಂ ದೀರ್ಘಮುಂಟು—ಈದ ಪುಲಿಯಾ ವೋಲಿರ್ದಳೆಂದು, (o. r. ನೊಂದ ಪುಲ್ಲೆಯಾ ವೊಟಿರ್ದನೆಂದು,) ಗುಣವರ್ಮನ ಹರಿವಂಶಪ್ರಯೋಗಂ.

ಸೂತ್ರಂ.

The terminations for the Locative are ಅಲ್ಲಿ and ಒಳ್. Bases denoting Direction and ending in ಅ may remain in the Locative as they are, or receive ಅಲ್; such bases with final ಉ may also remain unchanged, or receive ಎ.

ಅಲ್ಲಿಯೊಳೆಂಬಿವು ಮಿಕ್ಕಡೆ
ಗೆಲ್ಲಂ ದಿಗ್ವಾಚಿಯಪ್ಪದಂತಕ್ಕಲ್ಮ।
ತ್ತಲ್ಲಿಯುದಂತಕ್ಕೆತ್ವಂ
ಬಲ್ಲರ ಮತದಿಂ ವಿಕಲ್ಪವಿಧಿ ಸಪ್ತಮಿಯೊಳ್ ॥ 119 ॥

ಪದಚ್ಛೇದಂ.—ಅಲ್ಲಿ ಒಳ್ ಎಂಬಿವು ಮಿಕ್ಕಡೆಗೆ ಎಲ್ಲಂ; ದಿಗ್ವಾಚಿ ಅಪ್ಪ ಅದಂತಕ್ಕೆ ಅಲ್, ಮತ್ತೆ ಅಲ್ಲಿ ಉದಂತಕ್ಕೆ ಎತ್ವಂ ಬಲ್ಲರ ಮತದಿಂ ವಿಕಲ್ಪವಿಧಿ ಸಪ್ತಮಿಯೊಳ್.

ಅನ್ವಯಂ.—ಸಪ್ತಮಿಯೊಳ್ ದಿಗ್ವಾಚಿ ಅಪ್ಪದಂತಕ್ಕೆ ಅಲ್, ಮತ್ತೆ ಅಲ್ಲಿ ಉದಂತಕ್ಕೆ ಎತ್ವಂ ಬಲ್ಲರ ಮತದಿಂ ವಿಕಲ್ಪವಿಧಿ; ಮಿಕ್ಕೆಡೆಗೆ ಎಲ್ಲಂ ಅಲ್ಲಿ ಒಳ್ ಎಂಬಿವು.

ಟೀಕು.—ಸಪ್ತಮಿಯೊಳ್ = ಒಳ್ ಎಂದಾಗಿರ್ದ ಸಪ್ತಮೀವಿಭಕ್ತಿಯಲ್ಲಿ; ದಿಗ್ವಾಚಿಯಪ್ಪದಂತಕ್ಕೆ = ದಿಗ್ವಾಚಿಗಳಾದ ಅಕಾರಾಂತಕ್ಕೆ; ಅಲ್ = ಅಲ್ ಎಂದಾಗುವುದು; ಮತ್ತೆ = ಬಳಿಕಂ; ಅಲ್ಲಿ = ಆ ದಿಗ್ವಾಚಿಕಂಗಳಲ್ಲಿ; ಉದಂತಕ್ಕೆ = ಉಕಾರಾಂತಕ್ಕೆ; ಎತ್ವಂ = ಹ್ರಸ್ವದ ಎಕಾರವಾಗುವುದು; ಬಲ್ಲರ ಮತದಿಂ = ಬಲ್ಲವರ ಮತದಿಂದೆ; ವಿಕಲ್ಪವಿಧಿ = ವಿಕಲ್ಪವಿಧಿಯಾಗುವುದು; ಮಿಕ್ಕೆಡೆಗೆ = ದಿಗ್ವಾಚಿಕಂಗಳಲ್ಲದುದಿದೆಡೆಗೆ; ಎಲ್ಲಂ = ಎಲ್ಲವುಂ; ಅಲ್ಲಿ = ಅಲ್ಲಿ ಎಂದು; ಒಳ್ = ಒಳೆಂದು; ಎಂಬಿವು = ಎಂಬೀ ಎರಡು ರೂಪುಗಳ್ ಸಾಮಾನ್ಯದಿಂದೆಯಾಗುವುವು.

ವೃತ್ತಿ.—ಅಲ್ಲಿ ಎಂದುಂ ಒಳ್ ಎಂದುಂ ಸಪ್ತಮಿಗೆ ಸಾಮಾನ್ಯದಿನಕ್ಕುಂ; ದಿಗ್ವಾಚಿಯಪ್ಪಕಾರಾಂತದ ಮೇಲೆ ವಿಕಲ್ಪದಿಂದಲ್ ಅಕ್ಕುಂ, ಉಕಾರಾಂತ ದಿಗ್ವಾಚಿಕಂಗಳ್ಗೆತ್ವಮಕ್ಕುಂ

ಪ್ರಯೋಗಂ.—ಒಳ್ ಅಲ್ಲಿ ಎಂಬವರ್ಕೆ—ಕೊಳದೊಳ್, ಬನದೊಳ್; ಕೊಳದಲ್ಲಿ, ಬನದಲ್ಲಿ; ಸಭೆಯೊಳ್, ಸಭೆಯಲ್ಲಿ; ಸಭೆಯೊಳ್ ನುಡಿದಂ ನವಮೇಘನಾದದಿಂ.

ಅಲ್ಲಿ ಇಲ್ಲಿ ಎಲ್ಲಿ ಉಲ್ಲಿ ಎಂದು, ಸ್ಥಳವಿಶೇಷದೊಳವಿಾ ಶಬ್ದವೊಳವು— ಸಿರಿನೆಲೆಗೊಂಡುದಲ್ಲಿ, ಮದನಂ ಮನೆಗಟ್ಟಿದನಲ್ಲಿ, ಅಲ್ಲಿಯ ಪೆಂಡಿರನಗ್ನಿ ಸುತ್ತಿದಂ.

ಪ್ರಥಮೆಗಂ ಸಪ್ತಮಿಗಮೊಳ್ ಎಂದೇಕರೂಪಮಕ್ಕುಂ.

ಅದಂತದ ವಿಕಲ್ಪದಲ್ಗೆ—ಪಡುವ, ಮೂಡ, ತೆಂಕ, ಬಡಗ, ಅತ್ತ, ಇತ್ತ, ಉತ್ತ, ಎತ್ತ; ಮೂಡಲ್, ಪಡುವಲ್, ತೆಂಕಲ್, ಬಡಗಲ್, ಅತ್ತಲ್, ಇತ್ತಲ್, ಉತ್ತಲ್, ಎತ್ತಲ್.

ಉತ್ಸಾಹಂ। ಪಡುವ ಮೂಡ ತೆಂಕ ಬಡಗ ಪೊಡವಿಪತಿಗಳಿಲ್ಲೆನಲ್ ನಡೆದು ಗೆಲ್ದು. ಎತ್ತಿದ ಕಯ್ಯೊಳ್ ಮುತ್ತಿದನತ್ತಿತ್ತುತ್ತೆತ್ತಲ್ ಸಾರ್ವರಿನ್ನ ಹಿತರ್ಕಳ್.

ಮೂಡಲಿರ್ದ ಪದದೊಳ್ತಾಂ ರಾಮನೊ ವಲ್ಲಭಂ.

ಅತ್ತಲ್ ದೇವೇಂದ್ರಂ ಮ
ತ್ತಿತ್ತಲ್ ಭುಜಗೇಂದ್ರನುತ್ತಲಾಶಾಧಿಪರೊಳ್ ।
ಮುತ್ತಿರೆ ಭೇರಿಧ್ವನಿ ಪ
ರ್ವಿತ್ತೆತ್ತಲ್ಮಸಗಿ ಘೋಷಶಿಕ್ಷಾದಕ್ಷಂ ॥ ಕಂದಂ ॥

ಉದಂತಕ್ಕೆತ್ವವಿಕಲ್ಪಂ—ಒಳಗು, ಒಳಗೆ; ಪೊಱಗು, ಪೊಱಗೆ; ಪೆಱಗು, ಪೆಱಗೆ; ಮೇಗು, ಮೇಗೆ; ಕೆಳಗು, ಕೆಳಗೆ.

ಕವಿ ಪೊಱಗಿರೆ ಕೀಳೊಳಗಿಗೆ
ಯವಿರಳವೋ ತುರಗಮುಖಮೊ ನೃಪಮಂದಿರವೋ
॥ ಕಂದಾರ್ಧಂ ॥

ನಡುವೆಯೆಂಬಲ್ಲಿ ನಾಮುಮಱಿದಪ್ಪುದಾಗಿ ವತ್ವಂ ಪೊಕ್ಕುದು.

ಸೂತ್ರಂ.

When Locative bases ಮುಂದು, ಪಿಂದು may become ಮುಂತೆ, ಪಿಂತೆ; ಮೇಲ್ becomes ಮೇಲೆ.

ಸವನಿಪುದು ಮುಂದು ಪಿಂದಂ
ಬಿವಱಿಂತ್ಯಕ್ಕಱಿ ವಿಕಲ್ಪದಿಂದೆ ತುಕಾರಂ ।
ವ್ಯವಹರಿಪುದೆತ್ವವಿಧಿ ಬ
ಲ್ಲವರಿಂ ಮೇಲೆಂದು ಪೇಟ್ವಿ ಬೀಱಿಕ್ಕರಕಂ ॥120॥

ಪದಚ್ಛೇದಂ.— ಸವನಿಪುದು ಮುಂದು ಪಿಂದು ಎಂಬ ಇವಱ ಅಂತ್ಯಕ್ಕೆ, ಅಱ್, ವಿಕಲ್ಪದಿಂದೆ ತುಕಾರಂ; ವ್ಯವಹರಿಪುದು ಎತ್ವವಿಧಿ ಬಲ್ಲವರಿಂ, ಮೇಲ್ ಎಂದು, ಪೇೞ್ವ ಬೞಿಕ್ಕರಕಂ.

ಅನ್ವಯಂ.— ಮುಂದು ಪಿಂದು ಎಂಬಿವಱ ಅಂತ್ಯಕ್ಕೆ ವಿಕಲ್ಪದಿಂದೆ ತುಕಾರಂ ಸವನಿಪುದು, ಅಱ್! ಮೇಲ್ ಎಂದು, ಪೇೞ್ವ ಬೞಿಕ್ಕರಕಂ ಎತ್ವವಿಧಿ ಬಲ್ಲವರಿಂ ವ್ಯವಹರಿಪುದು.

ಟೀಕು.—ಮುಂದು = ಮುಂದು ಎಂದು; ಪಿಂದು = ಪಿಂದು ಎಂದು; ಎಂಬಿವಱ = ಎಂಬೀ ಶಬ್ದಂಗಳ; ಅಂತ್ಯಕ್ಕೆ = ತುದಿಯ ದುಕಾರಕ್ಕೆ; ವಿಕಲ್ಪದಿಂದೆ = ವಿಕಲ್ಪದಿಂದೆ; ತುಕಾರಂ = ತುತ್ವಂ; ಸವನಿಪುದು = ಪ್ರಾಪ್ತಿಸುವುದು; ಅಱ್ = ತಿಳಿ; ಮೇಲೆಂದು ಪೇೞ್ವ ಬೞಿಕ್ಕರಕಂ = ಮೇಲ್ ಎಂದು ಪೇೞ್ವ ವ್ಯಂಜನಾಕ್ಷರಕ್ಕೆಯುಂ; ಎತ್ವವಿಧಿ = ಎಕಾರದ ವಿಧಿ; ಬಲ್ಲವರಿಂ = ಬಲ್ಲ ವಿದ್ವಾಂಸರಿಂದೆ; ವ್ಯವಹರಿಪುದು = ವ್ಯವಹರಿಸುವುದು.

ವೃತ್ತಿ.—ಮುಂದು ಪಿಂದೆಂಬಿವಱಿಂತ್ಯಕ್ಕೆ ವಿಕಲ್ಪದಿಂ ತುಕಾರಾದೇಶಮಾಗಿ, ಪಿಂದಣಂತೆತ್ವಮಕ್ಕುಂ. ಮೇಲ್ ಎಂಬ ವ್ಯಂಜನಾಂತಕ್ಕಮೆತ್ವಮಕ್ಕುಂ.

ಪ್ರಯೋಗಂ.—ತುಕಾರಕ್ಕೆ— ಮುಂದು, ಮುಂತು; ಪಿಂದು, ಪಿಂತು; ಮುಂದೆ, ಮುಂತೆ; ಪಿಂದೆ, ಪಿಂತೆ.

ಮೇಲೆಂಬುದರ್ಕೆ—ಆನೆಯ ಮೇಲೆಯುಮ್ ಆಳ ಮೇಲೆಯುಂ ಕುದುರೆಯ ಮೇಲೆಯುಂ ಪರಿದುದೊಂದೆ ಗಜಂ ಭುವನೈಕರಾಮನಾ.

ಸೂತ್ರಂ.

The ಅಲ್ of the Locative appears also in the Nominative and Accusative Singular.

| ಮೊದಲೆರಡು ವಿಭಕ್ತಿಯೊಳಂ
ಪೊದಱ್ಗುಮಲ್ಕಾಲವಾಚಿಯಂದಿಂದುಂದೆಂ |
ದಿದುಮೇಕರೂಪಮಾಗಿ
ರ್ಪುದು ಮೊದಲೆರಡುಂ ವಿಭಕ್ತಿಗಂ ಸಪ್ತಮಿಗಂ||121||

Likewise the bases of time ಅಂದು, ಇಂದು, ಉಂದು, ಎಂದು are the same in those three cases.

ಪದಚ್ಛೇದಂ.— ಮೊದಲ ಎರಡು ವಿಭಕ್ತಿಯೊಳಂ ಪೊದಱ್ಗುಂ ಅಲ್; ಕಾಲವಾಚಿಯು ಅಂದು ಇಂದು ಉಂದು ಎಂಬುದುಂ ಏಕರೂಪಂ ಆಗಿರ್ಪುದು ಮೊದಲ ಎರಡುಂ ವಿಭಕ್ತಿಗಂ ಸಪ್ತಮಿಗಂ.

ಅನ್ವಯಂ.—ಅಲ್ ಮೊದಲ ಎರಡು ವಿಭಕ್ತಿಯೊಳಂ ಪೊದಱ್ಗುಂ; ಕಾಲವಾಚಿಯ ಅಂದು ಇಂದು ಉಂದು ಎಂಬುದುಂ ಮೊದಲ ಎರಡುಂ ವಿಭಕ್ತಿಗಂ ಸಪ್ತಮಿಗಂ ಏಕರೂಪಂ ಆಗಿರ್ಪುದು!

ಟೀಕು.—ಅಲ್ = ಸಪ್ತಮಿಗೆ ಬಂದ ಅಲ್ ಎಂಬುದು; ಮೊದಲ = ಆದಿಯ; ಎರಡು ವಿಭಕ್ತಿಯೊಳಂ = ಪ್ರಥಮೆ ದ್ವಿತೀಯೆ ಎಂಬೆರಡು ವಿಭಕ್ತಿಯೊಳಂ; ಪೊದಱ್ಗುಂ = ಪೊರ್ದುಗೆಯಪ್ಪುದು; ಕಾಲವಾಚಿಯ = ಕಾಲವಾಚಿಶಬ್ದದ; ಅಂದು = ಅಂದೆಂದು; ಇಂದು = ಇಂದೆಂದು; ಉಂದು = ಉಂದೆಂದು; ಎಂಬುದುಂ = ಎಂಬ ರೂಪುಂ; ಮೊದಲೆರಡುಂ ವಿಭಕ್ತಿಗಂ = ಆದಿಯ ಎರಡೂ ವಿಭಕ್ತಿಗೆಯುಂ; ಸಪ್ತಮಿಗಂ = ಸಪ್ತಮೀವಿಭಕ್ತಿಗೆಯುಂ; ಏಕರೂಪಂ = ಒಂದೆ ರೂಪಂ; ಆಗಿರ್ಪುದು = ಆಗಿರ್ಪುದು.

ವೃತ್ತಿ.—ಸಪ್ತಮಿಗೆ ಬಂದ ಅಲ್ ಎಂಬುದು ಪ್ರಥಮೆಗಂ ದ್ವಿತೀಯೆಗಂ ಪತ್ತುಗುಂ; ಕಾಲವಾಚಕಂಗಳಪ್ಪ ಅಂದು ಇಂದು ಉಂದು ಎಂದು ಎಂಬ ಶಬ್ದಂಗಳಲುವಿನಂತೆ ಪ್ರಥಮೆಗಂ ದ್ವಿತೀಯೆಗಂ ಸಪ್ತಮಿಗಂ ಸರಿ.

ಪ್ರಯೋಗಂ.—ಪ್ರಥಮೆ ದ್ವಿತೀಯೆ ಸಪ್ತಮಿಗಳಲುವಿಂಗೆ—ಮೂಡಲ್, ಮೂಡಲ್, ಮೂಡಣಿಂ, ಮೂಡಣ್ಗೆ, ಮೂಡಣತ್ತಣಿಂ, ಮೂಡಣ, ಮೂಡಲ್.

ಅಂದು ವೊದಲಾದುವರ್ಕೆ—ಅಂದು, ಅಂದು, ಅಂದಿಂ, ಅಂದಿಂಗೆ. ಅಂದಿನತ್ತಣಿಂ, ಅಂದಿನ, ಅಂದು. ಉೞಿದುವರ್ಕೆ ಈ ಪರಿ.

ಸೂತ್ರಂ.

ಪುದಿಗುಮದಂತಕೆ ಪುಲ್ಲಿಂ
ಗದ ವೋಲ್ ಕಿಱಿದೆಡೆಗಳಲ್ಲಿಯೆಲ್ಲಂ ಸ್ತ್ರೀಲಿಂ।
ಗದೊಳಂ ಪುಂನಪ್ಸಿನೊಳಂ
ಪುದಿಗುಂ ತಿಳಿ ಬಹುಳಮಾದುದಾಹರಣೆಗಳಿಂ ||122a||

There are Feminine and Neuter bases (these when used as Masculine or Feminine) with final ಅ which are declined, also in the Singular, like Masculines ending in ಅ.

ಪದಚ್ಛೇದಂ.—ಪುದಿಗುಂ ಅದಂತಕೆ ಪುಲ್ಲಿಂಗದ ವೋಲ್ ಕಿಱಿದು ಎಡೆಗಳಲ್ಲಿ ಎಲ್ಲಂ ಸ್ತ್ರೀಲಿಂಗದೊಳಂ; ಪುಂನಪ್ಸಿನೊಳಂ ಪುದಿಗುಂ; ತಿಳಿ ಬಹುಳಂ ಆದ ಉದಾಹರಣೆಗಳಿಂ!

ಅನ್ವಯಂ.—ಸ್ತ್ರೀಲಿಂಗದೊಳಂ ಕಿಱಿದೆಡೆಗಳಲ್ಲಿ ಅದಂತಕೆ ಪುಲ್ಲಿಂಗದ ವೋಲ್ ಎಲ್ಲಂ ಪುದಿಗುಂ; ಪುಂನಪ್ಪೆನೊಳಂ ಪುದಿಗುಂ; ಬಹುಳಂ ಅದುದಾಹರಣೆಗಳಿಂ ತಿಳಿ.

ಟೀಕು.—ಸ್ತ್ರೀಲಿಂಗದೊಳಂ = ಸ್ತ್ರೀಲಿಂಗದಲ್ಲಿಯುಂ; ಕಿಱಿದೆಡೆಗಳಲ್ಲಿ = ಕಿಱಿದು ತಾಣಂಗಳಲ್ಲಿ; ಅದಂತಕೆ = ಅಕಾರಾಂತಕ್ಕೆ; ಪುಲ್ಲಿಂಗದ ವೋಲ್ = ಅಕಾರಾಂತಪುಲ್ಲಿಂಗದ ಹಾಂಗೆ; ಎಲ್ಲಂ = ಸಪ್ತವಿಭಕ್ತಿಗಳಾಗಮಂಗಳೆಲ್ಲಂ; ಪುದಿಗುಂ = ಪ್ರವೇಶವಾಗುವುದು; ಪುಂನಪ್ಪೆನೊಳಂ= ಗಂಡಾದ ನಪುಂಸಕಲಿಂಗದಲ್ಲಿಯುಂ ಕಿಱಿದು ತಾಣಂಗಳಲ್ಲಿ ಅಕಾರಾಂತಕ್ಕೆ, ಅಕಾರಾಂತಪುಲ್ಲಿಂಗದ ಹಾಂಗೆ, ಸಪ್ತವಿಭಕ್ತಿಗಳೆಲ್ಲಂ; ಪುದಿಗುಂ = ಪೊರ್ದುಯಾಗುವುದು; ಬಹುಳಂ = ಬಹುಳಂ; ಅದುದಾಹರಣೆಗಳಿಂ = ಅದುದಾಹರಣೆಗಳಿಂದೆ; ತಿಳಿ = ಅಱಿ.

ವೃತ್ತಿ.—ಸ್ತ್ರೀಲಿಂಗದೊಳಂ ಕಿಱಿದೆಡೆಗಳಲ್ಲಿ ಅಕಾರಾಂತಕ್ಕೆ, ಪುಲ್ಲಿಂಗದ ಹಾಂಗೆ, ಸಪ್ತವಿಭಕ್ತಿಗಳೆಲ್ಲಂ ಪತ್ತುಗುಂ; ಗಂಡಾದ ನಪುಂಸಕಲಿಂಗದಲ್ಲಿಯುಂ ಕಿಱಿದು ಶಬ್ದಂಗಳಲ್ಲಿ, ಅಕಾರಾಂತಪುಲ್ಲಿಂಗದಂತಿರೆ, ಸಪ್ತವಿಭಕ್ತಿಗಳೆಲ್ಲಂ ಪುದಿಗುಂ. ಇವಂ ಬಹುಳಮಾದುದಾಹರಣೆಗಳಿಂ ತಿಳಿವುದು.

ಪ್ರಯೋಗಂ.—ಅದಂತಸ್ತ್ರೀಲಿಂಗಕ್ಕೆ—ಅಕ್ಕಂ, ಅಕ್ಕನಂ, ಅಕ್ಕನಿಂ, ಅಕ್ಕಂಗೆ, ಅಕ್ಕನತ್ತಣಿಂ, ಅಕ್ಕನ, ಅಕ್ಕನೊಳ್. ಅವ್ವಂ, ಅಮ್ಮಂ ಎಂಬಿವರ್ಕಮಂತಱಿವುದು.

ಗಂಡಾದ ಅಕಾರಾಂತನಪುಂಸಕಕ್ಕೆ—ಹರಿಣಂ, ಹರಿಣನಂ, ಹರಿಣನಿಂ, ಹರಿಣಂಗೆ, ಹರಿಣನತ್ತಣಿಂ, ಹರಿಣನ, ಹರಿಣನೊಳ್. ಕೋಣಂ, ಹಂಗಂ, ಹಸುಬಂ, ಸರ್ಪಂ, ಗರುಡಂ, ಕೂರ್ಮಂ, ಕಮಠಂ, ವೃಷಭಂ, ಬಸವಂ ಎಂಬಿವಾದಿಯಾದುವರ್ಕಮಿಂತಱಿವುದು.

ಕಿಱಿದೆಡೆಗಳಲ್ಲಿ ಎಂಬುದಱಿಂ ಭೃಂಗ, ತುರಂಗ, ಹಯ, ಗಜ ಮೊದಲಾದ ಶಬ್ದಂಗಳ್ಗೆ ನಪುಂಸಕರೂಪಮೆ ಪತ್ತುಗುಂ—ಭೃಂಗದಿಂ, ತುರಂಗಕ್ಕೆ, ಹಯದತ್ತಣಿಂ, ಗಜದ.

ವರಾಹಶಬ್ದದೊಳ್ವಿಕಲ್ಪಂ—ವರಾಹದಿಂ, ವರಾಹನಿಂ; ವರಾಹಂಗೆ, ವರಾಹಕ್ಕೆ ಎಂಬಂತೆ.

ಹೆಣ್ಣಾದೊಡಂ, ಗಂಡಾದೊಡಂ ಹಂಗಂ ಹಸುಬಂ ಸರ್ಪನೆಂಬಿವಾದಿಯಾದುವರ್ಕೆ ಪುಲ್ಲಿಂಗದಂತೆ ರೂಪು ಪತ್ತುಗುಂ—ಹಂಗನಂ, ಹಸುಬನಿಂ, ಸರ್ಪಂಗೆ, ಗರುಡನತ್ತಣಿಂ ಎಂಬಂತಱಿವುದು.

ಸೂತ್ರಂ.

A Canarese Conjunction (ಉಮುವಿಧಿ) which is suffixed (also) to the terminations, is ಉಂ, or ಅಂ. In the Accusative it is inserted, exceptionally, between the augment and the termination. For the Genitive it is not used.

ಅಮುಮೆಂದುಸಿರ್ವ ಸಮುಚ್ಚಯ
ದುಮುವಿಧಿ ನಿರುತಂ ದ್ವಿತೀಯೆಯೊಳ್ ಪೊಕ್ಕಿರ್ಕುಂ|
ಸಮನಿಸವೆಂದುಂ ಷಷ್ಠಿಯೊ
ಳಮುಮವು ಮಿಕ್ಕಿನ ವಿಭಕ್ತಿಗಳ ಮೇಲಿರ್ಕುಂ||122b||

ಪದಚ್ಛೇದಂ.—ಅಂ ಉಂ ಎಂದು ಉಸಿರ್ವ ಸಮುಚ್ಚಯದ ಉಮುವಿಧಿ ನಿರುತಂ ದ್ವಿತೀಯೆಯ ಒಳ ಪೊಕ್ಕು ಇರ್ಕುಂ; ಸಮನಿಸವು ಎಂದುಂ ಷಷ್ಠಿಯೊಳ್ ಅಂ ಉಂ ಅವು; ಮಿಕ್ಕಿನ ವಿಭಕ್ತಿಗಳ ಮೇಲೆ ಇರ್ಕುಂ.

ಅನ್ವಯಂ.—ಅಂ ಉಂ ಎಂದು ಉಸಿರ್ವ ಸಮುಚ್ಚಯದ ಉಮುವಿಧಿ ನಿರುತಂ ದ್ವಿತೀಯೆಯ ಒಳ ಪೊಕ್ಕು ಇರ್ಕುಂ, ಷಷ್ಠಿಯೊಳ್ ಎಂದುಂ ಅಂ ಉಂ ಅವು ಸಮನಿಸವು; ಮಿಕ್ಕಿನ ವಿಭಕ್ತಿಗಳ ಮೇಲೆ ಇರ್ಕುಂ.

ಟೀಕು.—ಅಂ = ಅಂ ಎಂದು; ಉಂ = ಉಂ ಎಂದು; ಉಸಿರ್ವ = ಪೇಟ್ವ; ಸಮುಚ್ಚಯದ = ಸಮುಚ್ಚಯಾರ್ಥದ; ಉಮುವಿಧಿ = ಉಂಕಾರವಿಧಿ; ನಿರುತಂ = ನಿಶ್ಚಯವಾಗಿ; ದ್ವಿತೀಯೆಯ = ದ್ವಿತೀಯಾವಿಭಕ್ತಿಯ; ಒಳ ಪೊಕ್ಕು = ಒಳಗಂ ಪೊಕ್ಕು; ಇರ್ಕುಂ = ಇರ್ಪುದು; ಷಷ್ಠಿಯೊಳ್ = ಷಷ್ಠೀವಿಭಕ್ತಿಯಲ್ಲಿ; ಎಂದುಂ = ಆವಾಗಳುಂ; ಅಂ = ಅಂ ಎಂಬ; ಉಂ = ಉಂ ಎಂಬ; ಅವು = ಅವು; ಸಮನಿಸವು = ಪ್ರಾಪ್ತಿಸವು; ಮಿಕ್ಕಿನ = ಉಟಿದ; ವಿಭಕ್ತಿಗಳ = ಪ್ರತ್ಯಯಂಗಳ; ಮೇಲೆ = ಅಗ್ರದಲ್ಲಿ; ಇರ್ಕುಂ = ಇರ್ಪುವು.

ವೃತ್ತಿ.—ಅಮ್ ಉಮ್ ಎಂದು ಪೇಟ್ದ ಸಮುಚ್ಚಯದ ಉಂ ಎಂಬುದು ದ್ವಿತೀಯೆಯ ನಡುವೆ ಪೊಕ್ಕಿರ್ಕುಂ; ಷಷ್ಠಿಯೊಳ್ ಸಮುಚ್ಚಯಂ ಪತ್ತದು; ಅಮ್ ಉಂಗಳ್ಮಿಕ್ಕ ವಿಭಕ್ತಿಗಳ ಮೇಲೆಯನುರೂಪಮಾಗಿ ಪತ್ತುಗುಂ.

ಪ್ರಯೋಗಂ.—ದ್ವಿತೀಯೆಯೊಳಗಣ ಉಮುವಿಂಗೆ—ಅವರುಮನಂ ತಕನೊರ್ಮೆಯೆಸವಿ ನೋಡಲ್; ಒಂದೆಡೆಯೊಳ್ ಕಟ್ಟುವುದೆಪುಲಿಯುಮಂ ಕಪಿಲೆಯುಮಂ.

ಮಿಕ್ಕ ವಿಭಕ್ತಿಗಳ ಮೇಲಣ ಸಮುಚ್ಚಯಕ್ಕೆ—ನರನುಂ, ನರನಂದನನುಂ, ಗುರುವುಂ; ಕಾಲಿಂದೆಯುಂ ಕಯ್ಯಿಂದೆಯುಂ ಘಟ್ಟಿಸಿದಂ.

ಚತುರ್ಥಿಯೊಳೆರಡುಂ ಪತ್ತುಗುಂ—ದ್ರೋಣಂಗಂ ನಿನಗಂ ಬಿಲ್ಲಾಣಿಕೆಯುದು ಸಕ್ಕಸಮನೆ; ವಂಚಿಸುದವಂಗೆಯುಂ ನಿನಗೆಯುಂ ಸಹಜಂ ಬಿಡಿಸಲ್ಕೆ ಬರ್ಕುಮೆ; ಜಾದಿಯತ್ತಣಿಂದೆಯುಂ ಕೇದಗೆಯತ್ತಣಿಂದೆಯುಂ ಕಂಪು ಬಂದುದು.

ಸಪ್ತಮಿಗೆ ಅಮ್ ಪತ್ತುವುದು—ಚಲದೊಳಂ ಆಚಾರದೊಳಂ ಕಲಿತನದೊಳಂ.

ಅಲ್ಲಿಯೆಂಬುದಱ ಮೇಲೆ ಉಂ ಪತ್ತುಗುಂ—ಅಲ್ಲಿಯುಂ ಇಲ್ಲಿಯುಂ ಎಲ್ಲಿಯುಂ ನರಂ.

ಸೂತ್ರಂ.

Regarding the Vocative (ಆಮಂತ್ರಣಂ, ಸಂಬುದ್ಧಿ) the termination of the Nominative Singular is merely dropped, or lengthening may be used too.

ಎಲ್ಲಿಯುಮಾಮಂತ್ರಣದೊಳ್
ಬಲ್ಲರ್ಪ್ರಥಮೈಕವಚನಮಂ ಲೋಪಿಸುವರ್ ।
ನಿಲ್ಲದೆ ವಿಕಲ್ಪಮುಖದಿಂ
ಸೊಲ್ಲಿಸುವರ್ ಹ್ರಸ್ವದೀರ್ಘಕಾಕುಗಳೆರಡಂ ॥123॥

ಪದಚ್ಛೇದಂ.—ಎಲ್ಲಿಯುಂ ಆಮಂತ್ರಣದೊಳ್ ಬಲ್ಲರ್ ಪ್ರಥಮೈಕವಚನಮಂ ಲೋಪಿಸುವರ್; ನಿಲ್ಲದೆ, ವಿಕಲ್ಪಮುಖದಿಂ ಸೊಲ್ಲಿಸುವರ್ ಹ್ರಸ್ವದೀರ್ಘಕಾಕುಗಳ್ ಎರಡಂ.

ಅನ್ವಯಂ.—ಆಮಂತ್ರಣದೊಳ್ ಎಲ್ಲಿಯುಂ ಬಲ್ಲರ್ ಪ್ರಥಮೈಕವಚನಮಂ ಲೋಪಿಸುವರ್; ನಿಲ್ಲದೆ, ವಿಕಲ್ಪಮುಖದಿಂ ಹ್ರಸ್ವದೀರ್ಘಕಾಕುಗಳ್ ಎರಡಂ ಸೊಲ್ಲಿಸುವರ್.

ಟೀಕು.—ಆಮಂತ್ರಣದೊಳ್ = ಸಂಬುದ್ಧಿಯಲ್ಲಿ; ಎಲ್ಲಿಯುಂ = ಅವೆಡೆಯಲ್ಲಿಯುಂ; ಬಲ್ಲರ್ = ಬಲ್ಲ ವಿದ್ವಾಂಸರ್; ಪ್ರಥಮೈಕವಚನಮಂ = ಪ್ರಥಮಾವಿಭಕ್ತಿಯ ಏಕವಚನಮಂ; ಲೋಪಿಸುವರ್ = ಲೋಪಮಂ ಮಾಡುವರ್; ನಿಲ್ಲದೆ = ತಡೆಯದೆ; ವಿಕಲ್ಪಮುಖದಿಂ = ವಿಕಲ್ಪಮುಖದಿಂದೆ; ಹ್ರಸ್ವದೀರ್ಘಕಾಕುಗಳ್ = ಹ್ರಸ್ವದೀರ್ಘಕಾಕುಗಳ್; ಎರಡಂ = ಎರಡಂ; ಸೊಲ್ಲಿಸುವರ್ = ಪೇೞ್ವರ್.

ವೃತ್ತಿ.—ಆಮಂತ್ರಣದೊಳ್ ಸ್ವರಾಂತಗಳ ಪ್ರಥಮೈಕವಚನಕ್ಕೆಲ್ಲಿಯುಂ ಲೋಪಂ; ಆ ಸಂಬುದ್ಧಿಯೊಳ್ ಹ್ರಸ್ವದೀರ್ಘಮೆಂಬೆರಡು ಕಾಕುಗಳಂ ವಿಕಲ್ಪದಿಂ ಪೇೞ್ವರ್.

ಪ್ರಯೋಗಂ.—ಆಮಂತ್ರಣಕ್ಕೆ—ದೇವ, ಬಿನ್ನಪಂ. ಬೆಸೆಯದಿರ್ ಕುಸುಮಾಯುಧ, ನಿನ್ನ ಬಲ್ಪು ಪೆಣ್ಮಕ್ಕಳೊಳಲ್ಲದಿಲ್ಲ. ಕೇಳ್, ಮಾಧವ!

ಹ್ರಸ್ವಕಾಕುವಿಂಗೆ—ಎಲೆ, ಗಣಪ! ಎಂಬ ಮಾತು ಬಂದವುದೀಗಳ್. ಎಲೆ, ಎಲೆ, ರಂಭೆ! ಉರ್ವಶಿ! ತಿಲೋತ್ತಮೆ! ಮೇನಕೆ! ಮಂಜುಘೋಷೆ!

ದೀರ್ಘಕಾಕುವಿಂಗೆ—ಸುಖಸಂಪದಮಂ ಮಾಱ್ಪಿದೆನಗೆ, ಪರಮಜಿನೇಂದ್ರಾ! ತಡೆವಂತೇಂ ಕಾರಣಂ, ಕುರುಪತೀ, ಎಮಗೀಗಳ್?

ಸೂತ್ರಂ.

Further ಎ, ಏ may be joined to denote the Vocative; such being the case, in the Singular of bases with final ಅ the Bindu (S. 104) occurs between, and in the Vocative Plural the ಅರ್ (S. 98).

ಅವಿಶೇಷದಿಂದದಂತ
ಕ್ಕೆವರ್ಣಮೊದವುವುದೆವರ್ಣಮೊದವಿದದಂತ |
ಕ್ಕವತರಿಕುಂ ಬಿಂದುವಬಿಂ
ದುವಾಗಿ ಬಹುವಚನದರ್ವನಡರ್ವುದೆವರ್ಣಂ ‖ 124 ‖

ಪದಚ್ಛೇದಂ.—ಅವಿಶೇಷದಿಂದೆ ಅದಂತಕ್ಕೆ ಎವರ್ಣಂ ಒದವುವುದು; ಎವರ್ಣಂ ಒದವಿದ ಅದಂತಕ್ಕೆ ಅವತರಿಕುಂ ಬಿಂದು; ಅಬಿಂದುವಾಗಿ ಬಹುವಚನದ ಅರ್ವಂ ಅಡರ್ವುದು ಎವರ್ಣಂ.

ಅನ್ವಯಂ.—ಅವಿಶೇಷದಿಂದೆ ಅದಂತಕ್ಕೆ ಎವರ್ಣಂ ಒದವುವುದು; ಎವರ್ಣಂ ಒದವಿದದಂತಕ್ಕೆ ಬಿಂದು ಅವತರಿಕುಂ; ಅಬಿಂದುವಾಗಿ ಎವರ್ಣಂ ಬಹುವಚನದ ಅರ್ವಂ ಅಡರ್ವುದು.

ಟೀಕು.—ಇಲ್ಲಿ ಆಮಂತ್ರಣದೊಳ್ ಎಂಬುದನುವರ್ತನೆ—ಆಮಂತ್ರಣದೊಳ್ = ಸಂಬುದ್ಧಿಯಲ್ಲಿ; ಅವಿಶೇಷದಿಂ = ವಿಶೇಷವಲ್ಲದುದಱಿಂದೆ; ಅದಂತಕ್ಕೆ = ಅಕಾರಾಂತಶಬ್ದಕ್ಕೆ; ಎವರ್ಣಂ = ಎ ಏ ಎಂಬ ಸವರ್ಣಂ; ಒದವುವುದು = ಪ್ರಾಪ್ತಿಸುವುದು; ಎವರ್ಣಂ = ಎ ಏ ಎಂಬ ಸವರ್ಣಂ; ಒದವಿದ = ಪ್ರಾಪ್ತಿಸಿದ; ಅದಂತಕ್ಕೆ = ಅಕಾರಾಂತಕ್ಕೆ; ಬಿಂದು = ಸೊನ್ನೆ; ಅವತರಿಕುಂ = ಹುಟ್ಟುವುದು; ಅಬಿಂದುವಾಗಿ = ಬಿಂದುವಿಲ್ಲದುದಾಗಿ; ಎವರ್ಣಂ = ಎ ಏ ಎಂಬ ಸವರ್ಣಂ; ಬಹುವಚನದ = ಬಹುವಚನದ; ಅರ್ವಂ = ಅರಾಗಮವಂ; ಅಡರ್ವುದು = ಪತ್ತುವುದು.

ವೃತ್ತಿ.—ಲಿಂಗತ್ರಯಮೆನ್ನದೆ, ವಚನತ್ರಯಮುಮೆನ್ನದೆ, ಸ್ವರಾಂತ ವ್ಯಂಜನಾಂತಂಗಳೆನ್ನದೆ, ಸಾಮಾನ್ಯದಿಂ ಸಂಬೋಧನೆಯ ಕಡೆಯೊಳ್ವಿಕಲ್ಪದಿಂ ಎ ಏ ಎಂಬಿವಕ್ಕುಂ; ಅಕಾರಾಂತದ ಮೇಲೆ ಎ ಏ ಎಂಬಿವು ಪರಮಾಗೆ, ನಡುವೆ ಬಿಂದುವಕ್ಕುಂ; ಬಿಂದುವಿಲ್ಲದೆ, ಬಹುವಚನದರ್ಣದ ಮೇಲೆ ಎ ಏ ಎಂಬಿವಕ್ಕುಂ.

ಪ್ರಯೋಗಂ.—ಸ್ವರಾಂತ ವ್ಯಂಜನಾಂತಂಗಳ್ಗೆ—ಅಳಿಕುಳನೀಳಕುಂತಳೆಯೆ! ಕೋಕಿಲನಾದೆಯೆ! ಹಂಸಯಾನೆಯೆ! ಮನುವೇ, ನಿನ್ನಯೆ ಮಾರ್ಗಂ ಜನಕ್ಕಂ ಸೂತ್ರಮಾಯ್ತು! ಎಳಮಾವೇ! ತಳಿರುಯ್ಯಲೇ! ಎಲೆ, ತಂಬೆಲರೇ!

ಬಿಂದುವಿಂಗೆ—ಚಂದ್ರನೆ! ಕೊಳನೆ! ನಂದನಮೇ! ಲತಾಭವನಮೇ!

ಅರುವಿನ ಮೇಲಣವರ್ಣಕ್ಕೆ—ಭಟ್ಟರೆ, ಬಂದಿರೇಂ ಮುಂದೆಗೆ? ದೇವರೇ, ಕರುಣಿಸಿರೆ.

ಏಕವಚನದೊಳೆತ್ವಂ ವಿಕಲ್ಪಂ—ಎಲೆ, ಅಭಿಮನ್ಯು! ಎಲೆ, ಅಭಿಮನ್ಯುವೆ! ಅಭಿಮನ್ಯೂ ಎಂದುಮುಂಟು. ಎಲೆ, ತುಂಬಿ! ಎಲೆ, ತುಂಬಿಯೆ!

ಸೂತ್ರಂ.

Further, to express the Vocative Dual or Plural ಇರ is joined to ಗಳ್ or ಕಳ್ (S. 101), and also to ಅರ್. In addressing a person the Verb may be put in the Plural; and to the Verbal theme used for the 2nd person Singular of the Imperative ಅ may be joined.

ಪಿರಿದುಂ ದ್ವಿತ್ವಬಹುತ್ವಂ
ಬರೆ ಗಳ್ಕಳ್ಗುಂಟಿರಾಗಮಂ ಬಹುವಚನ |
ಸ್ಫುರಿತಕ್ರಿಯೆಗೇಕತೆ. ನಿಜ
ಪರಿಣತಿ ಮೇಣ್ಧಾತುಗೇಕವಚನದೊಳತ್ವಂ || 125 ||

ಪದಚ್ಛೇದಂ.—ಪಿರಿದುಂ ದ್ವಿತ್ವಬಹುತ್ವಂ ಬರೆ, ಗಳ್ಕಳ್ಗೆ ಉಂಟು ಇರಾಗಮಂ; ಬಹುವಚನಸ್ಫುರಿತಕ್ರಿಯೆಗೆ ಏಕತೆ; ನಿಜ ಪರಿಣತೆ, ಮೇಣ್ ಧಾತುಗೆ ಏಕವಚನದೊಳ್ ಅತ್ವಂ.

ಅನ್ವಯಂ.—ಪಿರಿದುಂ ದ್ವಿತ್ವಬಹುತ್ವಂ ಬರೆ, ಗಳ್ಕಳ್ಗೆ ಇರಾಗಮಂ ಉಂಟು; ಬಹುವಚನಸ್ಫುರಿತಕ್ರಿಯೆಗೆ ಏಕತೆ; ಧಾತುಗೆ ಏಕವಚನದೊಳ್ ನಿಜಪರಿಣತೆ, ಮೇಣ್ ಅತ್ವಂ.

ಟೀಕು.—ಇಲ್ಲಿ ಅನುವರ್ತನೆ—ಆಮಂತ್ರಣದೊಳ್ ಪಿರಿದುಂ = ವಿಶೇಷವಾಗಿ; ದ್ವಿತ್ವಬಹುತ್ವಂ = ದ್ವಿವಚನ ಬಹುವಚನಂಗಳ್; ಬರೆ = ಬರೆ; ಗಳ್ಕಳ್ಗೆ = ಗಳಾಗಮ ಕಳಾಗಮಂಗಳ್ಗೆ; ಇರಾಗಮಂ = ಇರ ಎಂಬಾಗಮಂ; ಉಂಟು = ಉಂಟಾಗಿರ್ಪುದು; ಬಹುವಚನ = ಬಹುವಚನದಲ್ಲಿ; ಸ್ಫುರಿತ = ಪ್ರಕಾಶಿಸಲ್ಪಟ್ಟ; ಕ್ರಿಯೆಗೆ = ಕ್ರಿಯೆಗೆ; ಏಕತೆ = ಏಕವಚನಂ ಉಂಟಾಗಿರ್ಪ

ದು; ಧಾತುಗೆ= ಧಾತುಗಳ್ಗೆ; ಏಕವಚನದೊಳ್= ಏಕವಚನದಲ್ಲಿ; ನಿಜಪರಿಣತೆ= ಇರ್ದ ಹಾಂಗೆ ಪರಿಣಮಿಸುವುದು ಉಂಟಾಗಿರ್ಪುದು; ವೋಲ್= ವಿಕಲ್ಪದಿಂದೆ; ಅತ್ವಂ= ಅಕಾರಂ ಉಂಟಾಗಿರ್ಪುದು.

ವೃತ್ತಿ.—ಆಮಂತ್ರಣದೊಳ್ ದ್ವಿವಚನ ಬಹುವಚನಂಗಳಾದ ಗಳ್ಗಂ ಕಳ್ಗಂ ಇರಾಗಮಮುಂಟು; ಪಿರಿದುಮೆಂಬುದಱಿಂದರುವಿನ ಮೇಲೆಯು ಮುಂಟು. ಪಿರಿದುಮೆಂಬ ಪ್ರಚುರಗ್ರಹಣದಿಂ ಗಳ್ ಎಂಬುದಱ ಮೇಲೆ ಆ ಇರಾಗಮಂ ಕೆಲವೆಡೆಯೊಳ್ಮಾಣ್ಬುದು. ಬಹುವಚನಕ್ರಿಯೆಯೊಳೆ ಏಕವಚನಮುಂಟು. ನಿಜಧಾತುವೇಕವಚನದೊಳಿರ್ದಂತೆ ಸಲ್ಗುಂ. ವಿಕಲ್ಪದಿನಾ ಧಾತುವತ್ವಮಂ ಪಡೆಗುಂ.

ಪ್ರಯೋಗಂ.—ಗಳ್ಗೆ ಇರಾಗಮಂ—ಸುರ-ತರು-ನಂದನಂಗಳಿರ! ದೆಸೆಗಳಿರ! ಮುಗಿಲ್ಗಳಿರ! ಸ್ತ್ರೀಪುರುಷವಾಚಕದೊಳವುದುವೆ.

ಕಳ್ಗೆ—ದೇವಿಯರ್ಕಳಿರ! ಬುಧರ್ಕಳಿರ, ನಿಮ್ಮ ಗುಣಸ್ತುತಿ ಕಾವ್ಯಮಾರ್ಗದೊಳ್.

ಅರ್ಗೆ—ನಂಟರಿರ! ನಲ್ಲರಿರ! ದೇವಿಯರಿರ!

ಕೆಲವೆಡೆಯೊಳಿಲ್ಲ—ಜಳಧಿದ್ವೀಪಾಂತರಾಳಂಗಳನಿರದೆ ಪುಗಿಂ, ಪೋಗಿ ಮುಗ್ಧಾರಿಗಳ್!

ಬಹುವಚನಕ್ರಿಯೆಯೊಳೇಕವಚನಕ್ಕೆ—ವಿಹಂಗಮಮಿಂದಿಂದೆ ಕಬ್ಬಿನಿನೇಱಿಪಿರ್. ದೇವಾಸುರಮಂ ಕೇಳಿರೆ, ದೇವ! ಅಱಿಯಿರೆ ನೀಮುಮಾಮು ಮೊಡನೋದಿದೆವೆಂಬುದನೆಂಣ?

ನಿಜಧಾತುಗೆ—ಪಾಡೆಲೆ, ತುಂಬಿ! ಬಗ್ಗಿಸೆಲೆ, ಕೋಗಿಲೆ! ತೀಡೆಲೆ, ಗಂಧವಾಹ!

ಧಾತುವಿನತ್ವಕ್ಕೆ—

ಬಾರ ಮರಾಳಿಕಾಗಮನೆ! ನೋಡ, ಚಕೋರವಿಲೋಲನೇತ್ರೆ! ನಿಂ
ದಾರಯ! ಪೀವರಸ್ತನನಿತಂಬಭರಾಲಸೆ, ಕೇಳ! ಕಾಮಕಾ
ಳೋರಗಕೇಶಪಾಶೆ, ಮೆನಗುತ್ತರಮಂ ಕುಡ! ಚಾರುವೇಣುವೀ
ಣಾರವೆ, ನೀನೆಮ್ಮ ಮಗಳೆಲ್ಲಿಗೆ ಪೋದಪೆಯಾವುದಾಶ್ರಯಂ?

|| ಉತ್ಪಲಮಾಲಿಕಾವೃತ್ತಂ ||

ಸೂತ್ರಂ.

ಅಭಿರೂಪಲಿನಾ ಪ್ರಥಮಾ
ವಿಭಕ್ತಿ ಲಿಂಗಾರ್ಥವಚನಸಂಬೋಧನದೊಳ್ ।
ಪ್ರಭವಿರ್ಪುದಾ ದ್ವಿತೀಯಾ
ವಿಭಕ್ತಿ ಕರ್ಮದೊಳನಾಕುಳಂ ವರ್ತಿಸುಗುಂ ॥ 126 ॥

By the Nominative are expressed the specification of things (ಲಿಂಗಂ), their property (ಅರ್ಥಂ), number (ವಚನಂ) and accosting (ಸಂಬೋಧನೆ, *cf.* note on page 155). In a sentence it forms the agent or subject (ಕರ್ತೃ), whereas the Accusative forms the object (ಕರ್ಮ).

ಪದಚ್ಛೇದಂ.—ಅಭಿರೂಪದಿಂ ಆ ಪ್ರಥಮಾವಿಭಕ್ತಿ ಲಿಂಗಾರ್ಥವಚನಸಂಬೋಧನದೊಳ್ ಪ್ರಭವಿರ್ಪುದು; ಆ ದ್ವಿತೀಯಾವಿಭಕ್ತಿ ಕರ್ಮದೊಳ್ ಅನಾಕುಳಂ ವರ್ತಿಸುಗುಂ.

ಯಥಾನ್ವಯಂ. ಟೀಕು.—ಅಭಿರೂಪದಿಂ = ಅಭಿವ್ಯಕ್ತವಾದ ರೂಪದಿಂದೆ; ಆ ಪ್ರಥಮಾವಿಭಕ್ತಿ = ಆ ಪ್ರಥಮೆಯೆಂಬ ವಿಭಕ್ತಿ; ಲಿಂಗ = ಲಿಂಗದಲ್ಲಿ; ಅರ್ಥ = ಅರ್ಥದಲ್ಲಿ; ವಚನ = ವಚನದಲ್ಲಿ; ಸಂಬೋಧನದೊಳ್ = ಸಂಬುದ್ಧಿಯಲ್ಲಿ; ಪ್ರಭವಿರ್ಪುದು = ಹುಟ್ಟಿರ್ಪುದು; ಆ ದ್ವಿತೀಯಾವಿಭಕ್ತಿ = ಆ ದ್ವಿತೀಯೆಯೆಂಬ ವಿಭಕ್ತಿ; ಕರ್ಮದೊಳ್ = ಕರ್ಮದಲ್ಲಿ; ಅನಾಕುಳಂ = ವ್ಯಾಕುಳವಿಲ್ಲದುದಾಗಿ; ವರ್ತಿಸುಗುಂ = ವರ್ತಿಸುವುದು.

ವೃತ್ತಿ.—ಲಿಂಗದೊಳಮ್ ಅರ್ಥದೊಳಂ ವಚನಮಾತ್ರದೊಳಂ ಸಂಬೋಧನೆಯೊಳಂ ಪ್ರಥಮಾವಿಭಕ್ತಿಯಕ್ಕುಂ. ಲಿಂಗಮೆಂಬುದು ವಸ್ತುವಿನ ಕುಱುಪಂ ಪೇೞ್ವುದು; ಅರ್ಥಮೆಂಬುದು ಭಾವವಿಶೇಷಮಂ ಪೇೞ್ವುದು; ವಚನಮಾತ್ರಮೆಂಬುದು ಗಣನೆಯಂ ಪೇೞ್ವುದು; ಸಂಬೋಧನೆಯೆಂಬುದು ಅಭಿಮುಖೀಕರಣಮಂ ಪೇೞ್ವುದು.

ಪ್ರಯೋಗಂ.—ಲಿಂಗಕ್ಕೆ—ಇಂದ್ರಂ, ಚಂದ್ರಂ, ಮನುಷ್ಯಂ; ಗೋಮಿನಿ, ಕಾಮಿನಿ; ಆನೆ, ಕುದುರೆ, ಮರಂ, ಗಿಡು, ಪಕ್ಕಿ, ಮಿಗಂ.

ಅರ್ಥಕ್ಕೆ—ನಿಡಿಯಂ, ಗುಜ್ಜಂ, ಕೆಂಚಂ, ಕರಿಯಂ, ಅಸಿಯಂ, ಇನಿಯಂ.

ವಚನಕ್ಕೆ—ಒಂದು, ಎರಡು, ಮೂಱು; ಒರ್ವಂ, ಇರ್ವರ್, ಮೂವರ್.

ತೃತೀಯಾರ್ಥದ ಕರ್ತೃವಿನೊಳಂ ಪ್ರಥಮೆಯಕ್ಕುಂ—ಅವಂ ಮಾಡಿದಂ, ಅವನಿಂ ಮಾಡೆ ಪಟ್ಟುದು.

ಸಂಬೋಧನೆಗೆ—ಎಲೆ, ದೇವ, ರಕ್ಷಿಸು!

ನೀನುಳ್ಳೊಡುಂಟು ರಾಜ್ಯಂ;
ನೀನುಳ್ಳೊಡೆ ಪಟ್ಟಮುಂಟು, ಪೇಳಿಗೆಯುಂಟು |
ನೀನುಳ್ಳೊಡುಂಟು ಬೆಳ್ಗೊಡೆ;
ನೀನಿಲ್ಲದಿವೆಲ್ಲಮೊಳವೆ, ಭಾನುತನೂಜಾ? || ಕಂದಂ ||
ನಲ್ಲಳೆ, ನಿಂನ ಕಾಲ್ವಿಡಿದಪೆಂ, ತಿಳಿ! ಮೌನಮಿದೇಕೆ?

ಸ್ತಂಭಕುಂಭಾದಿಜಡವಸ್ತುಗಳೊಳಂ ದೇವತಾಪ್ರತಿಮೆಯೊಳಂ ಲೋಕಾಂತರದೊಳಮ್ ಆತ್ಮೀಯಚಿತ್ತದೊಳಮ್ ಅಭಿಮುಖೀಕರಣಮುಪಚಾರಂ—ಎಲೆ, ಕನ್ನಡಿಕಳಸಮೆ, ಕಥೆಯ ಕೇಳ್!—ತಳಿರೆ! ತಾವರೆಯೆ! ಮದಾಳಿಕುಳಮೆ! ಕನ್ನೆಯ್ದಿಲೆ! ಮತ್ತಕೋಕಿಲಮೆ, ಸೀತೆಯಂ ಕಂಡಿರೆ.—ಸೈರಿಸು, ಹೃದಯಮೆ, ಸೈರಿಸು!—ಎಲೆ, ಸರ್ವೇಶ, ನಿನ್ನ ನಿಜಮಂ ತೋಱು!—ಆವ ಜಗಮಂ ಸಾಧಿಸಲ್ಪೋದಯ್? ಪೇೞಿಲೆ, ವಿದ್ಯಾಧರಚಕ್ರವರ್ತಿ!—

ಆವುದು ಮಾಡಲ್ವೇಡಿದುದದುವೆ ಕರ್ಮಂ; ಅದಱೊಳ್ದ್ವಿತೀಯಾವಿಭಕ್ತಿ ವರ್ತಿಸುಗುಂ. ಕರ್ತೃಕರ್ಮಕ್ಕುದಾಹರಣೆ—ಪಡೆದಂ ಪದ್ಮಜನೀ ಜಗತ್ರಯಮಂ.

ಸೂತ್ರಂ.

The Objects in the Accusative are of 4 different sorts: a thing to be produced as something new (ನಿರ್ವರ್ತ್ಯಂ), one that undergoes change (ವಿಕಾರ್ಯಂ), one that is to be reached (ಪ್ರಾಪ್ಯಂ), and one that is to be observed by the senses (ವೈಷಯಿಕಂ).

ಪ್ರವಿದಿತತತ್ಕರ್ಮಂ ಕ
ರ್ತೃವಿನೀಪ್ಸಿತತಮಪದಾರ್ಥಮದು ನಾಲ್ಕುಂ ಭೇ |
ದವನಾಳ್ದಿರ್ಕುಂ ನಿರ್ವ
ರ್ತ್ಯವಿಕಾರ್ಯಂ ಪ್ರಾಪ್ಯಮೆತ್ತಲುಂ ವೈಷಯಿಕಂ
|| 127 ||

ಪದಚ್ಛೇದಂ.—ಪ್ರವಿದಿತತತ್ಕರ್ಮಂ ಕರ್ತೃವಿನ ಈಪ್ಸಿತತಮಪದಾರ್ಥಂ; ಅದು ನಾಲ್ಕುಂ ಭೇದವಂ ಆಳ್ದು ಇರ್ಕುಂ, ನಿರ್ವರ್ತ್ಯವಿಕಾರ್ಯಂ, ಪ್ರಾಪ್ಯಂ, ಎತ್ತಲುಂ ವೈಷಯಿಕಂ.

ಅನ್ವಯಂ.—ಪ್ರವಿದಿತತತ್ಕರ್ಮಂ ಕರ್ತೃವಿನ ಈಪ್ಸಿತತಮಪದಾರ್ಥಂ; ಅದು ನಿರ್ವರ್ತ್ಯ-ವಿಕಾರ್ಯಂ, ಪ್ರಾಪ್ಯಂ, ಎತ್ತಲುಂ ವೈಷಯಿಕಂ ನಾಲ್ಕುಂ ಭೇದವಂ ಆಳ್ದು ಇರ್ಕುಂ.

ಟೀಕು.—ಪ್ರ = ವಿಶೇಷವಾಗಿ; ವಿದಿತ = ಪ್ರಸಿದ್ಧವಾದ; ತತ್ಕರ್ಮಂ = ಆ ಕರ್ಮಂ; ಕರ್ತೃವಿನ = ಮಾಡುವಾತನ; ಈಪ್ಸಿತತಮಪದಾರ್ಥಂ = ಇಚ್ಛೈಸಲ್ಪಟ್ಟ ಪದಾರ್ಥಂ; ಅದು = ಆ ಕರ್ಮಂ; ನಿರ್ವರ್ತ್ಯ = ನಿರ್ವರ್ತ್ಯ ಎಂದು; ವಿಕಾರ್ಯಂ = ವಿಕಾರ್ಯಮೆಂದು; ಪ್ರಾಪ್ಯಂ = ಪ್ರಾಪ್ಯಮೆಂದ.; ಎತ್ತಲುಂ = ಎಲ್ಲಿಯುಂ; ವೈಷಯಿಕಂ = ವೈಷಯಿಕಮೆಂದು; ನಾಲ್ಕುಂ ಭೇದವಂ = ನಾಲ್ಕೂ ಭೇದವಂ; ಆಳ್ದ = ತಾಳ್ದು; ಇರ್ಕುಂ = ಇರ್ಪುದು.

ವೃತ್ತಿ.—ಆ ಕರ್ಮಂ ಮಾಡುವನ ಇಷ್ಟಮಪ್ಪ ವಸ್ತು; ಅದು ನಿರ್ವರ್ತ್ಯಮೆಂದುಂ, ವಿಕಾರ್ಯಮೆಂದುಂ, ಪ್ರಾಪ್ಯಮೆಂದುಂ, ವೈಷಯಿಕಮೆಂದುಂ, ನಾಲ್ಕು ತೆಱನಪ್ಪುದು. ನಿರ್ವರ್ತ್ಯಮೆಂದು ನಿರ್ವಾಹಮನೆಯ್ದುವುದು; ವಿಕಾರ್ಯಮೆಂದು ರೂಪಾಂತರಮನೆಯ್ದುವುದು; ಪ್ರಾಪ್ಯಮೆಂದು ಎಯ್ದಲ್ ಪಡೆವುದು; ವೈಷಯಿಕಮೆಂದು ನಯನಾದಿಗೆ ವಿಷಯಮಪ್ಪುದು.

ಪ್ರಯೋಗಂ.—ಕರ್ಮಕ್ಕೆ—ತುಡಗೆಯಂ ತೊಟ್ಟಂ; ಪೂವಂ ಮುಡಿದಂ.
ನಿರ್ವರ್ತ್ಯಕ್ಕೆ—ಮನೆಯಂ ಮಾಡಿದಂ; ಕಾವ್ಯಮಂ ಪೇಳ್ದಿಂ.
ವಿಕಾರ್ಯಕ್ಕೆ—ಪಱಿವಂ ಕಡಿದಂ; ಕಾಯಂ ಪೋಳ್ದಿಂ.
ಪ್ರಾಪ್ಯಕ್ಕೆ—ಊರನೆಯ್ದಿದಂ; ಮರನಂ ಸಾರ್ದಂ.
ವೈಷಯಿಕಕ್ಕೆ—ನೇಸಱಿಂ ನೋಡಿದಂ; ಗೀತಮಂ ಕೇಳ್ದಂ: ನಲ್ಲಳನಪ್ಪಿದಂ; ರಸಮಂ ಪೀರ್ದಂ; ಪೂವಂ ಮೂಸಿದಂ.

ಸೂತ್ರಂ.

Further the Objects in the Accusative are things wished for (ಇಷ್ಟಂ), and not wished for (ಅನಿಷ್ಟಂ), time (ಕಾಲಂ), and space (ಅಧ್ವಂ). A double Accusative (ದ್ವಿಕರ್ಮಕಂ) occurs when taking or desiring something from somebody.—The Instrumental denotes either the agent (ಕರ್ತೃ), or the instrument (ಕರಣಂ), or the cause (ಹೇತು), or also association (ಸಂಯೋಗಂ).

ತೊಡರ್ದಿಷ್ಟಾನಿಷ್ಟದೊಳೆಡೆ
ಯುಡುಗದೆ ಕಾಲಾಧ್ವದೊಳ್ದ್ವಿತೀಯೆಯೆ ಮತ್ತಂ |
ನುಡಿಗುಂ ತೃತೀಯೆ ಪೇೞ
ಲ್ಪಡೆಗುಂ ಸಲೆ ಕರ್ತೃಕರಣಹೇತುಸ್ಥಿತಿಯೊಳ್ ||128||

ಪದಚ್ಛೇದಂ.—ತೊಡರ್ದು ಇಷ್ಟಾನಿಷ್ಟದೊಳ್, ಎಡೆ ಉಡುಗದೆ, ಕಾಲಾಧ್ವದೊಳ್ ದ್ವಿತೀಯೆಯೆ ಮತ್ತಂ ನುಡಿಗುಂ; ತೃತೀಯೆ ಪೇೞಲ್ಪಡೆಗುಂ ಸಲೆ ಕರ್ತೃಕರಣಹೇತುಸ್ಥಿತಿಯೊಳ್.

ಅನ್ವಯಂ.—ಮತ್ತಂ ದ್ವಿತೀಯೆಯೆ ಇಷ್ಟಾನಿಷ್ಟದೊಳ್ ತೊಡರ್ದು, ಎಡೆ ಉಡುಗದೆ, ಕಾಲಾಧ್ವದೊಳ್ ನುಡಿಗುಂ; ತೃತೀಯೆ ಸಲೆ ಕರ್ತೃಕರಣಹೇತುಸ್ಥಿತಿಯೊಳ್ ಪೇೞಲ್ಪಡೆಗುಂ.

ಟೀಕು.—ಮತ್ತಂ = ಮತ್ತೆಯುಂ; ದ್ವಿತೀಯೆಯೆ = ದ್ವಿತೀಯಾವಿಭಕ್ತಿಯೆ; ಇಷ್ಟ = ಇಷ್ಟದಲ್ಲಿ; ಅನಿಷ್ಟ = ಅನಿಷ್ಟದಲ್ಲಿ; ತೊಡರ್ದು = ಪೊರ್ದುಗೆಯಾಗಿ; ಎಡೆಯುಡುಗದೆ = ಎಡೆ ಬಿಡದೆ; ಕಾಲ = ಕಾಲದಲ್ಲಿ; ಅಧ್ವದೊಳ್ = ಪಥದಲ್ಲಿ; ನುಡಿಗುಂ = ನುಡಿವುದು; ತೃತೀಯೆ = ತೃತೀಯಾವಿಭಕ್ತಿ; ಸಲೆ = ಚನ್ನಾಗಿ; ಕರ್ತೃ = ಕರ್ತೃವಿನಲ್ಲಿ; ಕರಣ = ಕರಣದಲ್ಲಿ; ಹೇತು ಸ್ಥಿತಿಯೊಳ್ = ಹೇತುವಿನ ಸ್ಥಿತಿಯಲ್ಲಿ; ಪೇೞಲ್ಪಡೆಗುಂ = ಪೇೞಲ್ಪಡೆವುದು.

ವೃತ್ತಿ.—ಇಷ್ಟದೊಳಂ ಅನಿಷ್ಟದೊಳಂ ಕಾಲದೊಳಂ ಅಧ್ವದೊಳಂ ಎಡೆವಱಿಯದೆ ದ್ವಿತೀಯೆಯಕ್ಕುಂ; ಕರ್ತೃವಿನೊಳಂ ಕರಣದೊಳಂ ಹೇತುವಿನೊಳಂ ತೃತೀಯೆಯಕ್ಕುಂ.

ಪ್ರಯೋಗಂ.—ಇಷ್ಟಕ್ಕೆ—ನೇವಳಮಂ ತೆಗೆದಂ.

ಅನಿಷ್ಟಕ್ಕೆ—ಪಾವಂ ದಾಂಟಿದಂ.

ಕಾಲಕ್ಕೆ—ಐದುದಿಂಗಳಂ ತಳ್ತಿದಂ; ಉಪವಾಸದಿಂ ತ್ರಿರಾತ್ರಮನಿರ್ದಂ; ಜಾವಮಂ ತೊೞಲ್ದಂ.

ಅಧ್ವಕ್ಕೆ—ಅರೆ ಗಾವುದಮಂ ಪರಿದಂ; ಮೂಗಾವುದಮಂ ನಡೆದಂ.

ದೋಹನಾದಿಗಳೊಳ್ದ್ವಿಕರ್ಮಕಮುಂಟು—ಗುರುವಂ ಜ್ಞಾನಮಂ ಬೆಸಗೊಂಡಂ; ದಾನಿಯಂ ದಾನಮಂ ಬೇಡಿದಂ; ಪಶುವಂ ಪಾಲಂ ಕಱೆದಂ.

ತೃತೀಯೆಯ ಕರ್ತೃವಿಂಗೆ—ಪದಕಮಕ್ಕಸಾಲೆಯಿಂ ಮಾಡಲ್ ಪಟ್ಟುದು; ಕಾವ್ಯಮೆನ್ನಿಂ ಪೇೞಿಸೆ ಪಟ್ಟುದು.

ಕರಣಕ್ಕೆ—ಕೊಡಲಿಯಿಂ ಕಡಿದಂ; ಗದೆಯಿಂ ಮೋದಿದಂ; ಕಂಣಿಂ ನೋಡಿದಂ.

ಹೇತುವಿಂಗೆ—ಓಲಗದಿಂ ಪಡೆದಂ; ತಗಹಿಂ ಸಿಲ್ಕಿದಂ; ದೈವದಿಂ ಬಳ್ದಿಂ.

ಸಂಯೋಗದೊಳಮುಂಟು—ಸಂಗಡದಿಂ ಬಂದಂ.

ಸೂತ್ರಂ.

ನುತಸಂಪ್ರದಾನರೂಢಂ
ಚತುರ್ಥಿಯದು ರುಚಿಯೊಳೀರ್ಷೆಯೊಳ್ಮಚ್ಚರದೊಳ್ |
ಹಿತದೊಳ್ಸಂಭೀತಿಯೊಳುಂ
ನತಿಯೊಳ್ಸ್ವಸ್ತ್ಯಾದಿಯೊಳ್ಸ್ವಭಾವಸ್ಥಿತಿಯೊಳ್ || 129 ||
ಪ್ರವಿದಿತಹೇತುವಿನೊಳ್ಸಂ
ದವನತಿಯೊಳ್ಪ್ರಾಣ್ಯನಾದರಸ್ಮರಣದೊಳು |
ದ್ಭವಿಸಿದನೀಪ್ಸಿತದೊಳ್ಸದೃ
ಶವೃತ್ತಿಯೊಳ್ಪ್ರತಿನಿಧಾನದೊಳಮಿಷ್ಟದೊಳಂ || 130 ||

The Dative takes place in bestowing to (ಸಂಪ್ರದಾನಂ), in having a taste for (ರುಚಿ), in being angry with (ಈರ್ಷೆ), in envying somebody (ಮಚ್ಚರಂ), in being beneficial to (ಹಿತಂ), in fearing something (ಭೀತಿ), in excelling something (ಉನ್ನತಿ), in giving a blessing to (ಸ್ವಸ್ತಿ), in ascribing natural property to (ಸ್ವಭಾವಂ), in accounting for or being the reason for (ಹೇತು), in making obeisance to (ನಮಸ್ಕಾರಂ), in being unkind to (ಅನಾದರಂ), in showing hostility to (ಅನಿಷ್ಟಂ), in comparing with (ಸಾದೃಶ್ಯಂ), in substituting for (ಪ್ರತಿನಿಧಿ), and in showing love to (ಇಷ್ಟಂ).

ಪದಚ್ಛೇದಂ.—ನುತಸಂಪ್ರದಾನರೂಢಂ ಚತುರ್ಥಿ; ಅದು ರುಚಿಯೊಳ್, ಈರ್ಷೆಯೊಳ್, ಮಚ್ಚರದೊಳ್, ಹಿತದೊಳ್, ಸಂಭೀತಿಯೊಳ್, ಉಂನತಿಯೊಳ್, ಸ್ವಸ್ತ್ಯಾದಿಯೊಳ್, ಸ್ವಭಾವಸ್ಥಿತಿಯೊಳ್,—ಪ್ರವಿದಿತಹೇತುವಿನೊಳ್, ಸಂದ ಅವನತಿಯೊಳ್, ಪ್ರಾಣ್ಯನಾದರಸ್ಮರಣದೊಳ್, ಉದ್ಭವಿಸಿನ ಅನೀಪ್ಸಿತದೊಳ್, ಸದೃಶವೃತ್ತಿಯೊಳ್, ಪ್ರತಿನಿಧಾನದೊಳಂ ಇಷ್ಟದೊಳಂ.

ಯಥಾನ್ವಯಂ. ಟೀಕು.—ನುತ = ಕೊಂಡಾಡಲ್ಪಟ್ಟ; ಸಂಪ್ರದಾನ = ಸಂಪ್ರದಾನ ಕಾರಕದಲ್ಲಿ; ರೂಢಂ = ರೂಢಿಯುಳ್ಳುದು; ಚತುರ್ಥಿ = ಚತುರ್ಥೀವಿಭಕ್ತಿಯೆನಿಸುವುದು; ಅದು = ಆ ಚತುರ್ಥಿ; ರುಚಿಯೊಳ್ = ರುಚಿಯಲ್ಲಿ; ಈರ್ಷೆಯೊಳ್ = ಕೋಪದಲ್ಲಿ; ಮಚ್ಚರದೊಳ್ = ಮಚ್ಚರದಲ್ಲಿ; ಹಿತದೊಳ್ = ಹಿತದಲ್ಲಿ; ಸಂಭೀತಿಯೊಳ್ = ಲೇಸಾದ ಭೀತಿಯಲ್ಲಿ; ಉನ್ನತಿಯೊಳ್ = ಪೆರ್ಚುಗೆಯಲ್ಲಿ; ಸ್ವಸ್ತ್ಯಾದಿಯೊಳ್ = ಸ್ವಸ್ತಿಯೆಂಬುದು ಮೊದಲಾದುವಱಲ್ಲಿ; ಸ್ವಭಾವಸ್ಥಿತಿಯೊಳ್ = ಸ್ವಭಾವದ ಸ್ಥಿತಿಯಲ್ಲಿ;—ಪ್ರ = ವಿಶೇಷವಾಗಿ; ವಿದಿತ = ಪ್ರಸಿದ್ಧವಾದ; ಹೇತುವಿನೊಳ್ = ಕಾರಣದಲ್ಲಿ; ಸಂದವನತಿಯೊಳ್ = ಸಲುವಳಿಯಾದ ನಮಸ್ಕಾರದಲ್ಲಿ; ಪ್ರಾಣಿ = ಪ್ರಾಣಿಗಳಲ್ಲಿ; ಅನಾದರ = ಉದಾಸೀನದ; ಸ್ಮರಣದೊಳ್ = ನೆನಹಿನಲ್ಲಿ; ಉದ್ಭವಿಸಿದ = ಹುಟ್ಟಿದ; ಅನೀಪ್ಸಿತದೊಳ್ = ಅನಿಚ್ಛೆಯಲ್ಲಿ; ಸದೃಶವೃತ್ತಿಯೊಳ್ = ಸಮಾನವರ್ತನೆಯಲ್ಲಿ; ಪ್ರತಿನಿಧಾನದೊಳಂ = ಪ್ರತಿನಿಧಿಯಲ್ಲಿಯುಂ; ಇಷ್ಟದೊಳಂ = ಇಷ್ಟದಲ್ಲಿಯುಂ ಬರ್ಪುದು.

ವೃತ್ತಿ.—ಸಂಪ್ರದಾನವೆಂದಾವುದಾನೊಂದು ವಸ್ತುವನೀಸಿ ಕೊಂಬ ಪಾತ್ರಂ; ಅಲ್ಲಿ ಚತುರ್ಥಿಯಕ್ಕುಂ. ಅದು ರುಚಿ ಈರ್ಷೆ ಮಚ್ಚರ ಹಿತ ಭೀತಿ ಉಂನತಿ

ಸ್ವಸ್ತ್ಯಾದಿ ಸ್ವಭಾವ ಕಾರಣ ನಮಸ್ಕಾರ ಪ್ರಾಣ್ಯನಾದರಸ್ಮರಣ ಅನಿಷ್ಟ ಸಾದೃಶ್ಯ ಪ್ರತಿನಿಧಿ ಇಷ್ಟಮೆಂಬಿನಿತವಱೊಳ್ ವರ್ತಿಸುಗುಂ.

ಪ್ರಯೋಗಂ.—ಸಂಪ್ರದಾನಕ್ಕೆ— ಬ್ರಾಹ್ಮಣಂಗೆ ಗೋವಂ ಕೊಟ್ಟಂ.

ರುಚಿಗೆ— ಕೂಸಿಂಗೆ ಲಡ್ಡುಗೆಯಱ್ತಿ.

ಈರ್ಷೆಗೆ—ಕವಿಗೆ ಕವಿ ಮುನಿವಂ.

ಮಚ್ಚರಕ್ಕೆ—ಸವತಿಗೆ ಸವತಿ ಪುರುಡಿಪಳ್; ಬಿರುದರ್ಗೆ ಬಿರುದರ್ ಸೆಣಸುವರ್.

ಹಿತಕ್ಕೆ—ಪಶುವಿಂಗೆ ತೃಣಂ ಹಿತಂ; ರೋಗಿಗೌಷಧಂ ಹಿತಂ.

ಭೀತಿಗೆ—ಪಾಪಕ್ಕಂಜುಗುಂ ತಕ್ಕಂ. ಪುಲಿಗಂಜಿ ಪುತ್ತಮಂ ಪೊಕ್ಕಡರೆ ಪಾವು ಕೊಂದು.

ಉಂನತಿಗೆ—ಲೋಕಕ್ಕೀತನಧಿಕಂ; ಮೇರುವಿಂಗೆ ಈತನಗ್ಗಳಂ.

ಸ್ವಸ್ತ್ಯಾದಿಗೆ—ಸಮನಿಸುಗೆ ಜಗಕ್ಕೆಲ್ಲಿಯುಮಭೀಷ್ಟಂ, ಕ್ಷೇಮವೃತ್ತಿ, ಕುಶಲಂ, ಭದ್ರಂ, ಭಾವುಕಂ, ಭವಿತವ್ಯಂ, ಶ್ರೇಯಂ, ಶಿವಂ, ಶುಭಂ, ಸ್ವಸ್ತಿ, ಮಂಗಳಂ, ಕಲ್ಯಾಣಂ!

ಸ್ವಭಾವಕ್ಕೆ—ಸಿಂಹಕ್ಕೆ ಶೌರ್ಯಂ; ಕಪಿಗೆ ಚಪಲತೆ.

ಹೇತುವಿಂಗೆ—ಸಿರಿಗುದ್ಯೋಗಂ; ಮೞೆಗೆ ಮುಗಿಲ್.

ನಮಸ್ಕಾರಕ್ಕೆ—ದೇವರ್ಗೆ ಪೊಡಮಟ್ಟಂ; ಗುರುವಿಂಗೆಱಗಿದಂ.

ಪ್ರಾಣ್ಯನಾದರಸ್ಮರಣಕ್ಕೆ— ಮಾನಸರಂ ಪುಲ್ಗೆ ಕಷ್ಟಮಾಗೆ ನೆನೆವಂ.

ಅನಿಷ್ಟಕ್ಕೆ—ಆತಂಗೆ ವಿಷಮನಿಕ್ಕಿದಂ; ಆತಂಗೆ ಕತ್ತಿಯಂ ಮಸೆದಂ.

ಸಾದೃಶ್ಯಕ್ಕೆ— ಆತಂಗೀತಂ ತಕ್ಕಂ; ಐರಾವತಕ್ಕೆ ಸುಪ್ರತೀಕಮೋರಗೆ.

ಪ್ರತಿನಿಧಿಗೆ-ಜ್ಯೇನ ತುಪ್ಪಕ್ಕೆ ಸಕ್ಕರಿ ಸಲ್ವುದು; ಆ ಕಬ್ಬಕ್ಕೀ ಕಬ್ಬಮಾಯ್ತು.

ಇಷ್ಟಕ್ಕೆ—ಭಕ್ತಂಗೆ ವರಮನಿತ್ತಂ; ಕೆಳೆಯಂಗೆ ಸಂತಸಮಂ ಮಾಡಿದಂ.

ಸೂತ್ರಂ.

The Ablative occurs in separating from (ಅಪಾದಾನಂ), in the proceeding of fearful

ಆದಂ ಪಂಚಮಿಯಪ್ಪುದ
ಪಾದಾನಸ್ಥಲದೊಳದೆ ದಲೊದವುಗುಮಾತಂ ।
ಕಾದಾನೇಪ್ಸಾನಿಪ್ಸಾ
ಸಾದಿತಹೇತುವಿನೊಳುದಯದೊಳ್ಗಾರವದೊಳ್ ॥131॥

events from (ಭಯಂ), in being adopted by (ಸ್ವೀಕಾರಂ), in the proceeding of desired objects from (ಇಷ್ಟಂ), in the proceeding of undesired objects from (ಅನಿಷ್ಟಂ), in being the reason for (ಹೇತು), in arising from (ಉದಯಂ). and in excelling somebody (ಗೌರವಂ).

ಪದಚ್ಛೇದಂ.—ಆದಂ ಪಂಚಮಿ ಅಪ್ಪುದು ಅಪಾದಾನಸ್ಥಲದೊಳ್; ಆದೆ ದಲ್ ಒದವು ಗುಂ ಆತಂಕಾದಾನೇಷ್ಟಾನಿಷ್ಟಾಪಾದಿತಹೇತುವಿನೊಳ್, ಉದಯದೊಳ್, ಗೌರವದೊಳ್.

ಅನ್ವಯಂ.—ಅಪಾದಾನಸ್ಥಲದೊಳ್ ಆದಂ ಪಂಚಮಿ ಅಪ್ಪುದು; ಆದೆ ದಲ್ ಆತಂಕಾದಾನೇಷ್ಟಾನಿಷ್ಟಾಪಾಧಿತಹೇತುವಿನೊಳ್, ಉದಯದೊಳ್, ಗೌರವದೊಳ್ ಒದವುಗುಂ.

ಟೀಕು.—ಅಪಾದಾನಸ್ಥಲದೊಳ್ = ಅಪಾದಾನಕಾರಕಸ್ಥಲದಲ್ಲಿ; ಆದಂ = ಆದಮೆಂಬ ಹೀನಗ್ರಹಣದಿಂದೆ; ಪಂಚಮಿ = ಪಂಚಮೀವಿಭಕ್ತಿ; ಅಪ್ಪುದು = ಆಗುವುದು; ಆದೆ = ಆ ಪಂಚಮಿಯೆ; ದಲ್ = ನಿಶ್ಚಯವಾಗಿ; ಆತಂಕ = ಭಯದಲ್ಲಿ; ಆದಾನ = ಸ್ವೀಕಾರದಲ್ಲಿ; ಇಷ್ಟ = ಇಷ್ಟದಲ್ಲಿ; ಅನಿಷ್ಟ = ಇಷ್ಟವಲ್ಲದುದರಲ್ಲಿ; ಆಪಾದಿತ = ಪ್ರತಿಪಾದಿಸಲ್ಪಟ್ಟ; ಹೇತುವಿನೊಳ್ = ಕಾರಣದಲ್ಲಿ; ಉದಯದೊಳ್ = ಜನನದಲ್ಲಿ; ಗೌರವದೊಳ್ = ಗುರುತ್ವದಲ್ಲಿ; ಒದವುಗುಂ = ಪ್ರಾಪ್ತಿಸುವುದು.

ವೃತ್ತಿ.—ಅಪಾದಾನಮೆಂದಾವುದಾನೊಂದಱಿಂ ತೊಲಗುವುದು; ಅಲ್ಲಿ ಪಂಚಮಿಯಕ್ಕುಂ. ಆ ಪಂಚಮಿ ಭಯ ಸ್ವೀಕಾರ ಇಷ್ಟ ಅನಿಷ್ಟ ಹೇತು ಉದಯ ಗುರುತ್ವಮೆಂಬಿನಿತಱೊಳಂ ವರ್ತಿಸುಗುಂ.

ಪ್ರಯೋಗಂ.—ಅಪಾದಾನಕ್ಕೆ—ಮರದತ್ತಣಿಂ ಪಣ್ಣುದಿರ್ದುದು; ಕೆಱೆಯತ್ತಣಿಂ ಬಂದಂ. ಆತನಿಂ ಪಿರಿಯನೆಂಬಂತಪ್ಪವಱೊಳಪಾದಾನಮಂ ಮಱೆ ಮಾಡಿ, ವಿಕಲ್ಪಿಸುವರ್—ಕೃಷ್ಣನಿಂ ಪಿರಿಯಂ ಬಲಭದ್ರಂ; ದುರ್ಯೋಧನನಿಂ ಕಿಱಿಯಳ್ ದುಶ್ಶಳೆಯೆಂಬಂತೆ.

ಭಯಕ್ಕೆ—ಅರಸನತ್ತಣಿಂ ದಾಱಿ ಬಂದುದು. ಹುಲಿಯತ್ತಣಿಂದಂಜಿದೆಂ.
ಸ್ವೀಕಾರಕ್ಕೆ—ಸ್ವಾಮಿಯತ್ತಣಿಂ ನಿರ್ವಾಹಮಾದುದು.
ಇಷ್ಟಕ್ಕೆ—ರಂಭೆಯತ್ತಣಿಂ ಸುಖಂ ಪ್ರಾಪ್ತಿಸಿದುದು.
ಅನಿಷ್ಟಕ್ಕೆ—ಪಗೆಯತ್ತಣಿಂ ಬಂಧನಂ ಬಂದುದು.
ಹೇತುವಿಗೆ—ಉದ್ಯೋಗದತ್ತಣಿಂ ಸಿರಿ ಬಂದುದು.
ಉದಯಕ್ಕೆ—ಸದ್ವಂಶದತ್ತಣಿಂ ಪುಟ್ಟಿದಂ.
ಪೆರ್ಮೆಗೆ—ಕೃಷ್ಣನತ್ತಣಿಂ ಬಲಭದ್ರಂ ಪಿರಿಯಂ.

ಸೂತ್ರಂ.

The Genitive is used to denote connection (relation) of ownership (ಪತಿಸಂಬಂಧಂ), of family (ಕುಲ—),

ಪತಿಕುಲಜಾತ್ಯವಯವವಿ
ಶ್ರುತಲಕ್ಷಣಸಂನಿಧಾನಸಂಸ್ಪರ್ಶಸಮಾ ।
ಗತಸಂಬಂಧದೊಳಂ ತ
ದ್ಗತಸಂಬಂಧದೊಳಮುಂಟು ಷಷ್ಠಿಗೆ ಯೋಗಂ ॥132॥

of race (ಜಾತಿ—), of membership (ಅವಯವ—), of marking off (ಲಕ್ಷಣ—), of being near (ಸಂನಿಧಾನ—), of touching (ಸಂಸ್ಪರ್ಶ—), of connection of connection (ಸಂಬಂಧ—), of being the remainder (ಶೇಷ—), and of being made of (ವಸ್ತು ವಿಕಾರ—).

ಪದಚ್ಛೇದಂ.—ಪತಿಕುಲಜಾತ್ಯವಯವವಿಶ್ರುತಲಕ್ಷಣಸನ್ನಿಧಾನಸಂಸ್ಪರ್ಶಸಮಾಗತ ಸಂಬಂಧದೊಳಂ ತದ್ಗತಸಂಬಂಧದೊಳಂ ಉಂಟು ಷಷ್ಠಿಗೆ ಯೋಗಂ.

ಅನ್ವಯಂ.—ಷಷ್ಠಿಗೆ ಯೋಗಂ ಉಂಟು.

ಟೀಕು.—ಪತಿ = ಸ್ವಾಮಿಯಲ್ಲಿ; ಕುಲ = ಕುಲದಲ್ಲಿ; ಜಾತಿ = ಜಾತಿಯಲ್ಲಿ; ಅವಯವ = ಅವಯವದಲ್ಲಿ; ವಿಶ್ರುತ = ಪ್ರಸಿದ್ಧವಾದ; ಲಕ್ಷಣ = ಲಕ್ಷಣದಲ್ಲಿ; ಸನ್ನಿಧಾನ = ಸನ್ನಿಧಿಯಲ್ಲಿ; ಸಂ = ಲೇಸಾದ; ಸ್ಪರ್ಶ = ಸ್ಪರ್ಶನದಲ್ಲಿ; ಸಂ = ಲೇಸಾಗಿ; ಆಗತ = ಬಂದುದಾದ; ಸಂಬಂಧದೊಳಂ = ಸಂಬಂಧದಲ್ಲಿಯುಂ; ತತ್ = ಆ ಸಂಬಂಧದಲ್ಲಿ; ಗತ = ಎಯ್ದಲ್ಪಟ್ಟ; ಸಂಬಂಧದೊಳಂ = ಸಂಬಂಧದಲ್ಲಿಯುಂ; ಷಷ್ಠಿಗೆ = ಷಷ್ಠೀವಿಭಕ್ತಿಗೆ; ಯೋಗಂ = ಕೂಟಂ; ಉಂಟು = ಉಂಟಾಗಿರ್ಪುದು.

ವೃತ್ತಿ.—ಸಂಬಂಧದೊಳ್ ಷಷ್ಠಿಯಕ್ಕುಂ. ಅದು ಸ್ವಾಮಿಸಂಬಂಧ ಕುಲಸಂಬಂಧ ಜಾತಿಸಂಬಂಧ ಅವಯವಸಂಬಂಧ ಲಕ್ಷಣಸಂಬಂಧ ಸನ್ನಿಧಾನಸಂಬಂಧ ಸಂಸ್ಪರ್ಶಸಂಬಂಧ ಸಂಬಂಧದ ಸಂಬಂಧವೆಂಬಿನಿತರೊಳಮಕ್ಕುಂ.

ಪ್ರಯೋಗಂ.—ಸ್ವಾಮಿಸಂಬಂಧಕ್ಕೆ—ಊರೊಡೆಯಂ; ನಾಡೆಜಮಾನಿಯಂ.

ಕುಲಸಂಬಂಧಕ್ಕೆ—ಎಮ್ಮ ಸೊಮ್ಮು; ಎಮ್ಮ ಮೋಹಿನಿ; ಎಮ್ಮಳಿಯಂ; ಎಮ್ಮ ತಮ್ಮಂ.

ಜಾತಿಗೆ—ಆನೆಯ ಘಟೆ; ಕುದುರೆಯ ಥಟ್ಟು; ಗಿಳಿಯ ಪಿಂಡು.

ಅವಯವಕ್ಕೆ—ಮರದ ಕೊಂಬು; ಪೂವಿನೆಸಳ್; ಕೊಡೆಯ ಕಾವು.

ಕುಱುಪಿಂಗೆ—ಟೊಪ್ಪಿಗೆಯ ಮಾನಿಸಂ; ಕತ್ತಳದ ರಾವುತಂ; ಸಿಂಧುದೇಶದ ಕುದುರೆ.

ಸನ್ನಿಧಾನಕ್ಕೆ—ಕೆಱೆಯ ಕೋಡಿ; ಊರ ಮುಂದು; ಅದಱ ಕೆಲಂ.

ಸಂಸ್ಪರ್ಶಕ್ಕೆ—ಕಳಸದ ತಳಿರ್; ನೀರ ಹಾವಸೆ; ತೋಳ ಬಂದಿ.

ಸಂಬಂಧದ ಸಂಬಂಧಕ್ಕೆ—ನೊಸಲ ಕಣ್ಣ ದೇವಂ; ತೋಳ ಬಾಳ ಕಾಂತಿ; ಹರಿಯ ಪೊಕ್ಕುಳ ತಾವರೆ.

ಮತ್ತಂ ಶೇಷದೊಳಂ ವಸ್ತುವಿಕಾರದೊಳಮುಂಟು—

ಶೇಷಕ್ಕೆ—ಬಳ್ಳದಱ; ಅದಱ ಮಱು.

ವಸ್ತುವಿಕಾರಕ್ಕೆ—ಪೊನ್ನ ಕೋಲ್.

ಎಲ್ಲಾ ವಿಭಕ್ತಿಗಳುಂ ಷಷ್ಠೀಗತಮಾದುವಾಗಿ ಸಂಬಂಧಮೆಂಬರ್

ಸೂತ್ರಂ.

The Locative relates to site (ಅಧಿಕರಣಂ), and takes place in making conspicuous among (ನಿರ್ಧಾರಣಂ), in showing the object wherein or wherewith (ವಿಷಯಂ), the inherent property or substance in (ವ್ಯಾಪಕಂ), and the action of beings in (ವ್ಯವಹಾರಂ), in denoting the time wherein (ಕಾಲಂ), and in expressing the meaning of the Locative-Infinitive with final ಎ (ಸತ್ಯರ್ಥಂ, ಸತಿಸಪ್ತಮಿ, S. 249).

ಧೀರರಿನಾವುದು ತಾನಾ
ಧಾರಮದಧಿಕರಣಮಲ್ಲಿ ಸಪ್ತಮಿ ತಿಳಿ ನಿ |
ರ್ಧಾರಣವಿಷಯವ್ಯಾಪಕ
ಸಾರವ್ಯವಹಾರಕಾಲಸತ್ಯರ್ಥಗತಂ || 133 ||

ಪದಚ್ಛೇದಂ.—ಧೀರರಿಂ ಆವುದು ತಾಂ ಆಧಾರಂ, ಅದು ಅಧಿಕರಣಂ; ಅಲ್ಲಿ ಸಪ್ತಮಿ, ತಿಳಿ; ನಿರ್ಧಾರಣವಿಷಯವ್ಯಾಪಕಸಾರವ್ಯವಹಾರಕಾಲಸತ್ಯರ್ಥಗತಂ.

ಅನ್ವಯಂ.—ಧೀರರಿಂ ಆಧಾರಂ ತಾಂ ಆವುದು, ಅದು ಅಧಿಕರಣಂ.

ಟೀಕು.—ಧೀರರಿಂ = ವಿದ್ವಾಂಸರಿಂದೆ; ಆಧಾರಂ = ಆಧಾರಂ; ತಾಂ = ತಾಂ; ಆವುದು = ಆವುದು; ಅದು = ಅದು; ಅಧಿಕರಣಂ = ಅಧಿಕರಣಕಾರಕವೆನಿಸುವದು; ಅಲ್ಲಿ = ಆ ಅಧಿಕರಣಕಾರಕದಲ್ಲಿ; ಸಪ್ತಮಿ = ಸಪ್ತಮೀವಿಭಕ್ತಿ ಬರ್ಪುದು; ತಿಳಿ = ಅಱಿ; ನಿರ್ಧಾರಣ = ನಿರ್ಧಾರಣದಲ್ಲಿ; ವಿಷಯ = ವಿಷಯದಲ್ಲಿ; ವ್ಯಾಪಕ = ವ್ಯಾಪಕದಲ್ಲಿ; ಸಾರ = ಶ್ರೇಷ್ಠವಾದ; ವ್ಯವಹಾರ = ವ್ಯವಹಾರದಲ್ಲಿ; ಕಾಲ = ಕಾಲದಲ್ಲಿ; ಸತ್ಯರ್ಥ = ಸತಿಸಪ್ತಮಿಯರ್ಥದಲ್ಲಿ; ಗತಂ = ಎಯ್ದಲ್ಪಡುವುದು.

ವೃತ್ತಿ.—ಆವುದಾಧಾರಮದು ಅಧಿಕರಣಂ; ಅಲ್ಲಿ ಸಪ್ತಮಿಯಕ್ಕುಂ. ಅದು ನಿರ್ಧಾರಣದೊಳಂ,ವಿಷಯದೊಳಂ,ವ್ಯಾಪಕದೊಳಂ ವ್ಯವಹಾರದೊಳಂ, ಕಾಲದೊಳಂ,ಸತ್ಯರ್ಥದೊಳಂ ವರ್ತಿಸುಗುಂ.

ಪ್ರಯೋಗಂ.— ಅಧಿಕರಣಕ್ಕೆ—ಪಾಸಿನೊಳ್ನಿದ್ರೆಗೆಯ್ದಂ; ಪಱಿಗೋಲೊಳ್ಸುಳ್ಳಿರ್ದರ್.

ನಿರ್ಧಾರಣಮೆಂಬುದು ಗುಣಮೆಂಬ ಕ್ರಿಯೆಯೆಂಬ ಎರಡಱಿಂ ಜಾತಿಯತ್ತಣಿಂ ವಸ್ತುವಂ ಬೇರ್ಕೆಯ್ವುದು.

ಗುಣಕ್ಕೆ— ದೇವರೊಳ್ನಿರ್ದೋಷಿಯಾಪ್ತಂ; ರತ್ನಂಗಳೊಳ್ಮಾಣಿಕ್ಯಮುತ್ತಮಂ.

ಕ್ರಿಯೆಗೆ— ಪರಿಕಾಱರೊಳೀತಂ ಕಾಲ್ವಲ್ಲಿದಂ; ಕಾದುವರೊಳೀತಂ ಮೆಯ್ಗಲಿ.

ವಿಷಯಕ್ಕೆ— ಕಿವಿಯೊಳ್ಪಚ್ಚರ್ದಂ; ಮೊಗದೊಳ್ಮೆಲ್ದಂ.

ವ್ಯಾಪಕಕ್ಕೆ— ಪೂವಿನೊಳ್ಕಂಪು; ಕರ್ವಿನೊಳ್ ರಸಂ; ಎಳ್ಳೊಳ್ ಎಣ್ಣೆ.

ವ್ಯವಹಾರಕ್ಕೆ— ತಪದೊಳ್ನೆಗಟ್ದಂ; ವೀರದೊಳೆಸೆದಂ.

ಕಾಲಕ್ಕೆ— ವಸಂತದೊಳ್ ಮಾವು ಬಂದುದು; ಶರದೊಳ್ದಿಗ್ವಿಜಯಮುಚಿತಂ.

ಸತ್ಯರ್ಥಕ್ಕೆ— ಬರೆ ಕಂಡಂ=ಬರ್ಪೆಡೆಯೊಳ್ಕಂಡಂ.

ಸೂತ್ರಂ.

It happens that cases are, as it were, interchanged; for instance the *Genitive* has been used where the sense seems to require the Nominative or the Accusative.

ಇಂತೀ ಪೇೞ್ದ ವಿಭಕ್ತಿಗ
ಳೆಂತುಂ ಪಲ್ಲಟಿಸುಗುಂ ಯಥೇಷ್ಟಂ ಪ್ರಥಮಾ |
ರ್ಥಂ ತೋಱೆಯುಂ ದ್ವಿತೀಯಾ
ರ್ಥಂ ತೋಱೆಯುಮಲ್ಲಿ ಷಷ್ಠಿ ದೊರೆಕೊಂಡಿರ್ಕುಂ || 134 ||

ಪದಚ್ಛೇದಂ.— ಇಂತು ಈ ಪೇೞ್ದ ವಿಭಕ್ತಿಗಳ್ ಎಂತುಂ ಪಲ್ಲಟಿಸುಗುಂ, ಯಥೇಷ್ಟಂ; ಪ್ರಥಮಾರ್ಥಂ ತೋಱೆಯುಂ ದ್ವಿತೀಯಾರ್ಥಂ ತೋಱೆಯುಂ ಅಲ್ಲಿ ಷಷ್ಠಿ ದೊರೆಕೊಂಡು ಇರ್ಕುಂ.

ಅನ್ವಯಂ.— ಇಂತು ಈ ಪೇೞ್ದ ವಿಭಕ್ತಿಗಳ್ ಯಥೇಷ್ಟಂ ಎಂತುಂ ಪಲ್ಲಟಿಸುಗುಂ; ಪ್ರಥಮಾರ್ಥಂ ತೋಱೆಯುಂ ದ್ವಿತೀಯಾರ್ಥಂ ತೋಱೆಯುಂ ಅಲ್ಲಿ ಷಷ್ಠಿ ದೊರೆಕೊಂಡು ಇರ್ಕುಂ.

ಟೀಕು.— ಇಂತು=ಹೀಂಗೆ; ಈ ಪೇೞ್ದ ವಿಭಕ್ತಿಗಳ್=ಈ ಪೇೞ್ದ ಸಪ್ತವಿಭಕ್ತಿಗಳ್; ಯಥೇಷ್ಟಂ=ಇಚ್ಛೆ ಬಂದ ಹಾಂಗೆ; ಎಂತುಂ=ಹ್ಯಾಂಗೆಯಾದೊಡಂ; ಪಲ್ಲಟಿಸುಗುಂ=ಪಲ್ಲಟವಾಗುವುವು; ಪ್ರಥಮಾರ್ಥಂ=ಪ್ರಥಮಾವಿಭಕ್ತಿಯರ್ಥಂ; ತೋಱೆಯುಂ=ಕಾಣಿಸೆಯುಂ; ದ್ವಿತೀಯಾರ್ಥಂ=ದ್ವಿತೀಯಾವಿಭಕ್ತಿಯರ್ಥಂ; ತೋಱೆಯುಂ=ಕಾಣಿಸೆಯುಂ; ಅಲ್ಲಿ=ಆ ಸ್ಥಾನದಲ್ಲಿ; ಷಷ್ಠಿ=ಷಷ್ಠೀವಿಭಕ್ತಿ; ದೊರೆಕೊಂಡಿರ್ಕುಂ=ಪ್ರಾಪ್ತಿಸಿರ್ಪುದು.

ವೃತ್ತಿ.— ಈ ಪೇೞ್ದ ವಿಭಕ್ತಿಗಳ್ ಯಥಾಸಂಭವದಿನೆಂತಾದೊಡಂ ಪಲ್ಲಟಿಪುವು; ಅಲ್ಲಿ ಪ್ರಥಮಾರ್ಥದೊಳಂ ದ್ವಿತೀಯಾರ್ಥದೊಳಂ ಷಷ್ಠಿಯಕ್ಕುಂ.

ಪ್ರಯೋಗಂ.— ಪ್ರಥಮಾರ್ಥದ ಷಷ್ಠಿಗೆ—ನಿಶ್ಶಂಕೆಯಿಂ ನೃಪನ ಪೇೞ್ಕೆ, ಚಿತ್ತಭವಗೃಹದ ಸೊಂಕೆ, ಸುಜನೋತ್ತಂಸಾ=ನೃಪಂ ಪೇೞ್ಕೆ, ಗೃಹಂ ಸೊಂಕೆಯೆಂದಿವರ್ಕರ್ಥಂ.

ದ್ವಿತೀಯಾರ್ಥದ ಷಷ್ಠಿಗೆ—ಎಲವೊ, ನೀನೆನ್ನ ಕೊಂದಯ್, ಕಾಲ್ವಿಡಿದ ಪಯೊ? (o. r. ಪೇೞ್, ಪೊಡವಟ್ಟಂ). ತೆಂಕ ನಾಡ ಮೞೆಯಲ್ಕೆಂದುಂ (o. r. ಮೞೆಯಲ್ಕೇನುಂ) ಮನಂ ಬರ್ಕುಮೆ?=ಎನ್ನಂ ಕೊಂದಯ್; ನಾಡಂ ಮೞೆಯಲ್ಕೆಂದಿವರ್ಕರ್ಥಂ.

ಸೂತ್ರಂ.

ಸ್ವಾರ್ಥಂ ಪ್ರಥಮಾರ್ಥತೃತೀ
ಯಾರ್ಥಚತುರ್ಥ್ಯರ್ಥದೊಳ್ದ್ವಿತೀಯೆ ತೃತೀಯೋ |
ಕ್ತಾರ್ಥದೊಳಾ ಸಪ್ತಮಿಯೆ ಸ
ಮರ್ಥಂ ಪಂಚಮಿಯೊಳಂ ತೃತೀಯೆ ಸಮರ್ಥಂ || 135 ||

Thus, instead of the Nominative, the Instrumental, the Dative and the Ablative, the *Accusative* is used; instead of the Instrumental the *Locative;* and instead of the Ablative the *Instrumental.*

ಪದಚ್ಛೇದಂ.— ಸ್ವಾರ್ಥಂ ಪ್ರಥಮಾರ್ಥತೃತೀಯಾರ್ಥಚತುರ್ಥ್ಯರ್ಥದೊಳ್ ದ್ವಿತೀಯೆ; ತೃತೀಯೋಕ್ತಾರ್ಥದೊಳ್ ಆ ಸಪ್ತಮಿಯೆ ಸಮರ್ಥಂ; ಪಂಚಮಿಯೊಳಂ ತೃತೀಯೆ ಸಮರ್ಥಂ.

ಅನ್ವಯಂ.—ಪ್ರಥಮಾರ್ಥತೃತೀಯಾರ್ಥಚತುರ್ಥ್ಯರ್ಥದೊಳ್ ದ್ವಿತೀಯೆ ಸ್ವಾರ್ಥಂ; ತೃತೀಯೋಕ್ತಾರ್ಥದೊಳ್ ಆ ಸಪ್ತಮಿಯೆ ಸಮರ್ಥಂ; ಪಂಚಮಿಯೊಳಂ ತೃತೀಯೆ ಸಮರ್ಥಂ.

ಟೀಕು.—ಪ್ರಥಮಾರ್ಥ = ಪ್ರಥಮಾವಿಭಕ್ತಿಯರ್ಥದಲ್ಲಿ; ತೃತೀಯಾರ್ಥ = ತೃತೀಯಾವಿಭಕ್ತಿಯರ್ಥದಲ್ಲಿ; ಚತುರ್ಥ್ಯರ್ಥದೊಳ್ = ಚತುರ್ಥೀವಿಭಕ್ತಿಯರ್ಥದಲ್ಲಿ; ದ್ವಿತೀಯೆ = ದ್ವಿತೀಯಾವಿಭಕ್ತಿ; ಸ್ವಾರ್ಥಂ = ತನ್ನರ್ಥವುಳ್ಳುದಾಗಿರ್ಪುದು; ತೃತೀಯಾ = ತೃತೀಯಾವಿಭಕ್ತಿಯಿಂದೆ; ಉಕ್ತ = ಪೇೞಲ್ಪಟ್ಟ; ಅರ್ಥದೊಳ್ = ಅರ್ಥದಲ್ಲಿ; ಆ ಸಪ್ತಮಿಯೆ = ಆ ಸಪ್ತಮೀವಿಭಕ್ತಿಯೆ; ಸಮರ್ಥಂ = ಸಮರ್ಥವಾಗಿರ್ಪುದು; ಪಂಚಮಿಯೊಳಂ = ಪಂಚಮೀವಿಭಕ್ತಿಯಲ್ಲಿಯುಂ; ತೃತೀಯೆ = ತೃತೀಯಾವಿಭಕ್ತಿ; ಸಮರ್ಥಂ = ಸಮರ್ಥವಾಗಿರ್ಪುದು.

ವೃತ್ತಿ.—ಪ್ರಥಮಾರ್ಥದೊಳಂ ತೃತೀಯಾರ್ಥದೊಳಂ ಚತುರ್ಥ್ಯರ್ಥದೊಳಂ ಸಮುಚ್ಚಯದಿಂ ಪಂಚಮ್ಯರ್ಥದೊಳಂ ದ್ವಿತೀಯೆಯಕ್ಕುಂ; ತೃತೀಯಾರ್ಥದೊಳ್ ಸಪ್ತಮಿಯಕ್ಕುಂ; ಪಂಚಮ್ಯರ್ಥದೊಳ್ ತೃತೀಯೆಯಕ್ಕುಂ.

ಪ್ರಯೋಗಂ.—ಪ್ರಥಮಾರ್ಥದ ದ್ವಿತೀಯೆಗೆ—ನುಣ್ಪುಳ್ಳನೆಂಬಲ್ಲಿ ನುಣ್ಪನುಳ್ಳಂ ಎಂದಾಯ್ತು.

ತೃತೀಯಾರ್ಥದ ದ್ವಿತೀಯೆಗೆ—ದೇವರಂ ಪೂವಿಂದರ್ಚಿಸಿದನೆಂಬಲ್ಲಿ ಪೂವನರ್ಚಿಸಿದಂ ಎಂದಾಯ್ತು.

ಚತುರ್ಥ್ಯರ್ಥದ ದ್ವಿತೀಯೆಗೆ—ಪೊನ್ನಂ ಬಡ್ಡಿಗೆ ಕೊಟ್ಟನೆಂಬಲ್ಲಿ ಪೊನ್ನಂ ಬಡ್ಡಿಯಂ ಕೊಟ್ಟನೆಂದಾಯ್ತು.

ಪಂಚಮ್ಯರ್ಥದ ದ್ವಿತೀಯೆಗೆ—ಮಾಣವಕನತ್ತಣಿಂ ಕಾರ್ಯಮಂ ಬೆಸಗೊಂಡನೆಂಬಲ್ಲಿ ಮಾಣವಕನಂ ಕಾರ್ಯಮಂ ಬೆಸಗೊಂಡನೆಂದಾಯ್ತು.

ತೃತೀಯಾರ್ಥದ ಸಪ್ತಮಿಗೆ—ಕೊಡಲಿಯಿಂ ಕಡಿದನೆಂಬಲ್ಲಿ ಕೊಡಲಿಯೊಳ್ಕಡಿದನೆಂದಾಯ್ತು; ಗದೆಯಿಂ ಪೊಯ್ದನೆಂಬಲ್ಲಿ ಗದೆಯೊಳ್ ಪೊಯ್ದನೆಂದಾಯ್ತು; ಕಿವಿಯಿಂ ಕೇಳ್ದನೆಂಬಲ್ಲಿ ಕಿವಿಯೊಳ್ ಕೇಳ್ದನೆಂದಾಯ್ತು.

ಪಂಚಮ್ಯರ್ಥದ ತೃತೀಯೆಗೆ—ಕೆಱೆಯತ್ತಣಿಂ ಬಂದನೆಂಬಲ್ಲಿ ಕೆಱೆಯಿಂ ಬಂದನೆಂದಾಯ್ತು; ಕರಿಶಿರದತ್ತಣಿಂ ಮುತ್ತೊಕ್ಕುಮೆಂಬಲ್ಲಿ ಕರಿಶಿರದಿಂ ಮುತ್ತೊಕ್ಕುಮೆಂದಾಯ್ತು.

ಮತ್ತಹಸ್ತಿಗಳ ಮಸ್ತಕದಿಂ ಬಿದಿರಿಂ ಫಣೀಂ
ದ್ರೋತ್ತಮಾಂಗದಿನಗುರ್ವಿಪ ಪಂದಿಯ ಕೋಟ್ಕಿಳಿಂ ।
ಪತ್ತುವಿಟ್ಟಗನಿಕಾಯದೊಳೊಕ್ಕಳಮುತ್ತನಾ
ಯ್ವುತ್ತುಮಿರ್ಪರ್ ಶಬರವಿಪ್ರಿಯಕಾಮಿನಿಯರ್ಕಳಿಮ್ ॥

ಮಣಿವಿಭೂಷಣಾವೃತ್ತಂ'॥

ಆಲಿವರಲ್ಗಳುಮಿಂದ್ರಗೋಪಮುಂ ಸೂಸಿದುವಭ್ರದಿಂ. ತಿಳಿಗೊಳದಿಂದೆ ಪಾಱಿದುವು ಹಂಸಕುಳಂ.

ಸೂತ್ರಂ.

ಕೃತಿಯುಕ್ತಂ ಷಷ್ಠಿಯೊಳಂ
ದ್ವಿತೀಯೆಯೊಳಮಾ ಚತುರ್ಥಿ ಸಪ್ತಮಿಯೊಳ್ ಸಂ ।
ಗತಮಾ ಪ್ರಥಮಾಷಷ್ಠೀ
ಚತುರ್ಥಿಗಳ್ ಪ್ರಥಮೆಯುಂ ದ್ವಿತೀಯೆಯೊಳಕ್ಕುಂ
॥ 136 ॥

Further, instead of the Genitive and the Accusative, the *Dative* is put; instead of the Locative the Nominative, Genitive and Dative appear; and instead of the Accusative the Nominative.

ಪದಚ್ಛೇದಂ.—ಕೃತಿಯುಕ್ತಂ ಷಷ್ಠಿಯೊಳಂ ದ್ವಿತೀಯೆಯೊಳಂ ಆ ಚತುರ್ಥಿ; ಸಪ್ತಮಿಯೊಳ್ ಸಂಗತಂ ಆ ಪ್ರಥಮಾಷಷ್ಠೀಚತುರ್ಥಿಗಳ್; ಪ್ರಥಮೆಯುಂ ದ್ವಿತೀಯೆಯೊಳ್ ಅಕ್ಕುಂ.

ಅನ್ವಯಂ.—ಷಷ್ಠಿಯೊಳಂ ದ್ವಿತೀಯೆಯೊಳಂ ಆ ಚತುರ್ಥಿ ಕೃತಿಯುಕ್ತಂ; ಸಪ್ತಮಿಯೊಳ್ ಆ ಪ್ರಥಮಾಷಷ್ಠೀಚತುರ್ಥಿಗಳ್ ಸಂಗತಂ; ದ್ವಿತೀಯೆಯೊಳ್ ಪ್ರಥಮೆಯುಂ ಅಕ್ಕುಂ

ಟೀಕು.—ಷಷ್ಠಿಯೊಳಂ = ಷಷ್ಠೀವಿಭಕ್ತಿಯಲ್ಲಿಯುಂ; ದ್ವಿತೀಯೆಯೊಳಂ = ದ್ವಿತೀಯಾವಿಭಕ್ತಿಯಲ್ಲಿಯುಂ; ಆ ಚತುರ್ಥಿ = ಆ ಪ್ರಸಿದ್ಧವಾದ ಚತುರ್ಥೀವಿಭಕ್ತಿ; ಕೃತಿಯುಕ್ತಂ = ಕಾವ್ಯಯುಕ್ತಂ ಅಪ್ಪುದು; ಸಪ್ತಮಿಯೊಳ್ = ಸಪ್ತಮೀವಿಭಕ್ತಿಯಲ್ಲಿಯೆ; ಆ ಪ್ರಥಮಾಷಷ್ಠೀಚತುರ್ಥಿಗಳ್ = ಆ ಪ್ರಥಮಾವಿಭಕ್ತಿ ಷಷ್ಠೀವಿಭಕ್ತಿ ಚತುರ್ಥೀವಿಭಕ್ತಿಗಳ್; ಸಂಗತಂ = ಸಂಗತಂಗಳ್ ಅಪ್ಪುವು; ದ್ವಿತೀಯೆಯೊಳ್ = ದ್ವಿತೀಯಾವಿಭಕ್ತಿಯಲ್ಲಿ; ಪ್ರಥಮೆಯುಂ = ಪ್ರಥಮಾವಿಭಕ್ತಿಯುಂ; ಅಕ್ಕುಂ = ಅಪ್ಪುದು.

ವೃತ್ತಿ.—ಷಷ್ಠಿಯೊಳಂ ದ್ವಿತೀಯೆಯೊಳಂ ಚತುರ್ಥಿಯಕ್ಕುಂ; ಸಪ್ತಮಿಯೊಳ್ಪ್ರಥಮೆ ಷಷ್ಠಿ ಚತುರ್ಥಿಯಕ್ಕುಂ; ದ್ವಿತೀಯೆಯೊಳ್ಪ್ರಥಮೆಯಕ್ಕುಂ.

ಪ್ರಯೋಗಂ.—ಷಷ್ಠಿಯ ಚತುರ್ಥಿಗೆ--ನಾಡೊಡೆಯಂ, ನಾಡಿಗೊಡೆಯಂ ಕೊಡೆಯೊಡೆಯಂ, ಕೊಡೆಗೊಡೆಯಂ; ಎರ್ದೆಯಾಣ್ಮಂ ಎರ್ದೆಗಾಣ್ಮಂ. ಎರ್ದೆಗಾಣ್ಮನೆಂನರಸನೆಲ್ಲಿದನೊ ಲಲಿತಾಂಗವಲ್ಲಭಂ.

ದ್ವಿತೀಯೆಯ ಚತುರ್ಥಿಗೆ—ಶಿಷ್ಯನಂ ಕಲ್ಪಿಸಿದನೆಂಬಲ್ಲಿ ಶಿಷ್ಯಂಗೆ ಕಲ್ಪಿಸಿದಂ; ಆಕೆಯಂ ತಿಳಿಪಿದನೆಂಬಲ್ಲಿ ಆಕೆಗೆ ತಿಳಿಪಿದಂ.

ಸಪ್ತಮಿಯ ಪ್ರಥಮೆಗೆ—ಒಂದು ದಿವಸದೊಳ್ಬಂದನೆಂಬಲ್ಲಿ ಒಂದು ದಿವಸಂ ಬಂದಂ.

ಸಪ್ತಮಿಯ ಷಷ್ಠಿಗೆ—ಚಾಗಿಗಳೊಳ್ ಬಲ್ಲಹಂ, ಚಾಗಿಗಳ ಬಲ್ಲಹಂ; ಈವರೊಳ್ದೇವಂ, ಈವರ ದೇವಂ; ರಸಿಕರೊಳ್ ಚಕ್ರವರ್ತಿ, ರಸಿಕರ ಚಕ್ರವರ್ತಿ.

ಸಪ್ತಮಿಯ ಚತುರ್ಥಿಗೆ—ತಾವರೆಯೊಳ್ ಪುಟ್ಟಿದನೆಂಬಲ್ಲಿ ತಾವರೆಗೆ ಪುಟ್ಟಿದಂ; ಬಿಂಬದೊಳ್ ತೇಜಂ, ಬಿಂಬಕ್ಕೆ ತೇಜಂ; ಅಲರೊಳ್ ಬೆಳ್ಪೆಂಬಲ್ಲಿ ಅಲರ್ಗೆ ಬೆಳ್ಪು.

ದ್ವಿತೀಯೆಯ ಪ್ರಥಮೆಗೆ—ಒಂದು ವರ್ಷಮನಿರ್ದಂ, ಒಂದು ವರ್ಷಮಿರ್ದಂ.

ಇಂತು ನುಡಿವ ಬಿನ್ನಣದಿಂ ಕಾರಕಮ ನಿಯತಾರ್ಥಮೆಂದರಿವುದು.

ಸೂತ್ರಂ.

Nouns of class or race (ಜಾತಿ) and others are often put in the Singular with their Verb in the Plural, and the Subject (being Neuter) in the Plural is frequently followed by its Adjective (ವಿಶೇಷಣಂ) in the Singular.

ಅಕ್ಕುಂ ಜಾತಿಯೊಳೇಕ
ತ್ವಕ್ಕೆ ಬಹುತ್ವಂ ಬಹುತ್ವದೆಡೆಗೇಕತ್ವಂ |
ಪೊಕ್ಕು ವಿಶೇಷಣಮಕ್ಕುಂ
ಮೊಕ್ಕಳಮಾ ಜಾತಿಯಲ್ಲದಲ್ಲಿಯುಮೆಂಬರ್ ||137||

ಪದಚ್ಛೇದಂ.—ಅಕ್ಕುಂ ಜಾತಿಯೊಳ್ ಏಕತ್ವಕ್ಕೆ ಬಹುತ್ವಂ; ಬಹುತ್ವದ ಎಡೆಗೆ ಏಕತ್ವಂ ಪೊಕ್ಕು, ವಿಶೇಷಣಂ ಅಕ್ಕುಂ, ಮೊಕ್ಕಳಂ ಆ ಜಾತಿ ಅಲ್ಲದಲ್ಲಿಯುಂ ಎಂಬರ್.

ಅನ್ವಯಂ.—ಜಾತಿಯೊಳ್ ಏಕತ್ವಕ್ಕೆ ಬಹುತ್ವಂ ಅಕ್ಕುಂ; ಮೊಕ್ಕಳಂ ಆ ಜಾತಿ ಅಲ್ಲದಲ್ಲಿಯುಂ ಬಹುತ್ವದ ಎಡೆಗೆ ಏಕತ್ವಂ ಪೊಕ್ಕು, ವಿಶೇಷಣಂ ಅಕ್ಕುಂ ಎಂಬರ್.

ಟೀಕು.—ಜಾತಿಯೊಳ್ = ಜಾತಿಯಲ್ಲಿ; ಏಕತ್ವಕ್ಕೆ = ಏಕವಚನಕ್ಕೆ; ಬಹುತ್ವಂ = ಕ್ರಿಯಾಪದದ ಬಹುವಚನಂ; ಅಕ್ಕುಂ = ಅಪ್ಪುದು; ಮೊಕ್ಕಳಂ = ವೆಗ್ಗಳವಾಗಿ; ಆ ಜಾತಿಯಲ್ಲದ

ಲ್ಲಿಯುಂ = ಆ ಜಾತಿಯಲ್ಲದ ಸ್ಥಾನದಲ್ಲಿಯುಂ; ಬಹುತ್ವದ = ಬಹುವಚನದ; ಎಡೆಗೆ = ಸ್ಥಾನಕ್ಕೆ; ಏಕತ್ವಂ = ಏಕವಚನಂ; ಪೊಕ್ಕು = ಪ್ರವೇಶವಾಗಿ; ವಿಶೇಷಣಂ = ವಿಶೇಷಣಂ; ಅಕ್ಕುಂ = ಆಪ್ಪುದು; ಎಂಬರ್ = ಪೇೞ್ವರ್.

ವೃತ್ತಿ.—ಜಾತಿಯೊಳೇಕವಚನಮಿರ್ದುಂ ಬಹುವಚನಮಂ ಪೇೞ್ವುದು; ಅದುಕಾರಣಂ ಕ್ರಿಯಾಪದಂ ಬಹುವಚನಮಾಗಲಾರ್ಪುದು. ಜಾತಿಯಲ್ಲದಲ್ಲಿಯುಂ ಬಹುವಚನಕ್ಕೇಕವಚನಂ ವಿಶೇಷಣಮಾಗಿ ಪೊಕ್ಕು, ಬಹುವಚನಮಂ ಪೇೞ್ವುದು.

ಪ್ರಯೋಗಂ.—ಜಾತಿಗೆ—ಆನೆ ನೂಂಕಿದುವು, ಆನೆಗಳ್ನೂಂಕಿದುವು; ಕುದುರೆ ಏಱಿದುವು, ಕುದುರೆಗಳೇಱಿದುವು; ಕಾಲಾಳ್ಕವಿದುವು, ಕಾಲಾಳ್ಗಳ್ ಕವಿದುವು.

ಜಾತಿಯಲ್ಲದಲ್ಲಿಗೆ—ಮಹೇಂದ್ರಮಹದೈಶ್ವರ್ಯಂಗಳಿವೆಲ್ಲಮಧ್ರುವಂ, ಇವೆಲ್ಲಮಧ್ರುವಂಗಳ್; ಮನಂ ಸಂಚಲಮಾದುವು, ಮನಂಗಳ್ ಸಂಚಲಂಗಳಾದುವು.

ತ್ರಿಭುವನಮಂ ಪೇೞ್ದೊಡಂ ಕನ್ನಡದೊಳ್ ತ್ರಿಭುವನಂಗಳೆನಲಕ್ಕುಂ.

ಸೂತ್ರಂ.

ಏಕತೆಯೆ ತನಗೆ ಬಹುತೆಯ
ನಾಕರಿಸದು ಜಾತಿ ತಾಂ ವಿಶೇಷಣಮುಖದಿಂ ।
ದಾ ಕಾರಕಮೇಕತ್ವಮ
ನೇಕತ್ವಮನಾ ಕ್ರಿಯಾಪದಂ ಪಡೆಯಲೊಡಂ॥ 138 ॥

But whenever a Kâraka-noun belonging to class or race, and an accompanying Adjective (ವಿಶೇಷಣಂ) stand in the Singular, and also whenever such a noun and its Predicate (ಕ್ರಿಯಾಪದಂ) stand in the Singular, the Substantive (ವಿಶೇಷ್ಯಂ) always conveys the meaning of the Singular.—For the two Pronouns ಅದು and ಇದು the forms "ಆ" and "ಈ" are often substituted, and these can be put also before nouns of class or race which stand in the Plural or express the sense of the Plural.

ಪದಚ್ಛೇದಂ.—ಏಕತೆಯೆ, ತನಗೆ ಬಹುತೆಯಂ ಆಕರಿಸದು, ಜಾತಿ ತಾಂ—ವಿಶೇಷಣಮುಖದಿಂದೆ ಆ ಕಾರಕಂ ಏಕತ್ವಮಂ, ಏಕತ್ವಮಂ ಆ ಕ್ರಿಯಾಪದಂ ಪಡೆಯಲೊಡಂ.

ಅನ್ವಯಂ.—ವಿಶೇಷಣಮುಖದಿಂದೆ ಆ ಕಾರಕಂ ಏಕತ್ವಮಂ ಆ ಕ್ರಿಯಾಪದಂ ಏಕತ್ವಮಂ ಪಡೆಯಲೊಡಂ ಜಾತಿ ತಾಂ ಏಕತೆಯೆ; ತನಗೆ ಬಹುತೆಯಂ ಆಕರಿಸದು.

ಟೀಕು. — ವಿಶೇಷಣಮುಖದಿಂದೆ = ವಿಶೇಷಣದ ಮುಖದಿಂದೆ; ಆ ಕಾರಕಂ = ಆ ಪ್ರಸಿದ್ಧವಾದ ಕಾರಕಪದಂ; ಏಕತ್ವಮಂ = ಏಕವಚನಮಂ ಪಡೆಯಲೊಡನೆ; ಆ ಕ್ರಿಯಾಪದಂ = ಆ ಪ್ರಸಿದ್ಧವಾದ ಕ್ರಿಯಾಪದಂ; ಏಕತ್ವಮಂ = ಏಕವಚನಮಂ; ಪಡೆಯಲೊಡಂ = ಪಡೆಯಲೊಡನೆ; ಜಾತಿ = ವಿಶೇಷ್ಯವಾದ ಜಾತಿ; ತಾಂ = ತಾಂ; ಏಕತೆಯೆ = ಏಕವಚನವೆ ಅಪ್ಪುದು; ತನಗೆ = ವಿಶೇಷ್ಯವಾದ ಜಾತಿ ತನಗೆ; ಬಹುತೆಯಂ = ಬಹುವಚನಮಂ; ಅಕರಿಸದು = ಅಂಗೀಕರಿಸದು.

ವೃತ್ತಿ. — ವಿಶೇಷಣಮಾಗಿ ಕಾರಕಮೇಕವಚನದೊಳಿರ್ದೊಡಂ ಕ್ರಿಯಾಪದನೇಕವಚನದೊಳಿರ್ದೊಡಂ ವಿಶೇಷ್ಯಮಪ್ಪ ಜಾತಿಗೇಕತ್ವಮಲ್ಲದೆ ಬಹುತ್ವಮಿಲ್ಲ.

ಪ್ರಯೋಗಂ. — ಕಾರಕಕ್ಕೆ — ಇಂತುಟಾನೆ; ಇಂತುಟು ಕುದರೆ.

ಕ್ರಿಯೆಗೆ — ನಡೆದುದು ಹಂಸೆ; ಕೇಗಿದುದು ಸೋಗೆ; ಉಲಿದುದು ಕೋಗಿಲೆ; ಪಾಡಿದುದು ತುಂಬಿ.

ಅದು ಇದು ಎಂಬೇಕವಚನಕ್ಕೆ ಆ ಈ ಎಂಬಾದೇಶಮಾಗೆ, ಜಾತಿಯ ಏಕವಚನಕ್ಕೆ ಬಹುಳತೆಯಿಂ ಬಹುವಚನಮುಂಟು — ಆಯೆರಲೆ ಪೋದುವು; ಈ ಪುಲ್ಲೆ ಬಂದುವು.

ಸೂತ್ರಂ.

When, however, nouns of a Numerical character (ಸಂಖ್ಯೇಯಂ), Numerals (ಸಂಖ್ಯಾನಂ), and nouns expressing the natural condition of objects (ಭಾವಂ) are in the Singular, they always have the sense of the Plural. Such Substantives in the Singular may be accompanied by Adjectives in the Plural.

ನೀನಱಿ ಸಂಖ್ಯೇಯದ ಸಂ
ಖ್ಯಾನದ ದೊರೆವೆತ್ತ ಭಾವದೇಕತೆ ಬಹುತಾ |
ಧೀನಂ ವಿಶೇಷಣಂ ಬಹು
ತಾನತಮೆ ವಿಶೇಷ್ಯಮೇಕವಚನಮೆಯಕ್ಕುಂ ||139||

ಪದಚ್ಛೇದಂ. — ನೀಂ ಅಱಿ! ಸಂಖ್ಯೇಯದ ಸಂಖ್ಯಾನದ ದೊರೆವೆತ್ತ ಭಾವದ ಏಕತೆ ಬಹುತಾಧೀನಂ; ವಿಶೇಷಣಂ ಬಹುತಾನತಮೆ, ವಿಶೇಷ್ಯಂ ಏಕವಚನಮೆ ಅಕ್ಕುಂ.

ಅನ್ವಯಂ. — ಸಂಖ್ಯೇಯದ ಸಂಖ್ಯಾನದ ದೊರೆವೆತ್ತ ಭಾವದ ಏಕತೆ ಬಹುತಾಧೀನಂ, ನೀಂ ಅಱಿ! ವಿಶೇಷಣಂ ಬಹುತಾನತಮೆ, ವಿಶೇಷ್ಯಂ ಏಕವಚನಮೆ ಅಕ್ಕುಂ.

ಟೀಕು.—ಸಂಖ್ಯೇಯದ= ಸಂಖ್ಯಾವಸ್ತುಗಳ; ಸಂಖ್ಯಾನದ= ಸಂಖ್ಯಾವಾಚಿಗಳ; ದೊರೆವೆತ್ತ ಭಾವದ= ಪ್ರಸಿದ್ಧಿ ಪಡೆದ ಭಾವದ; ಏಕತೆ= ಏಕವಚನಂ; ಬಹುತಾಧೀನಂ= ಬಹುವಚನದಾಧೀನಂ ಅಪ್ಪುದು; ನೀಂ= ನೀಂ; ಅಱಿ= ತಿಳಿ; ವಿಶೇಷಣಂ= ವಿಶೇಷಣಪದಂ; ಬಹುತಾನತಮೆ= ಬಹುವಚನದಾಧೀನವೆ; ವಿಶೇಷ್ಯಂ= ವಿಶೇಷ್ಯಪದಂ; ಏಕವಚನಮೆ= ಏಕವಚನವೆ; ಅಕ್ಕುಂ= ಅಪ್ಪುದು.

ವೃತ್ತಿ.—ಸಂಖ್ಯಾವಸ್ತುವಿನೊಳಂ ಸಂಖ್ಯೆಯೊಳಂ ಭಾವದೊಳಂ ನೆಲಸಿದೇಕವಚನಂ ಬಹುವಚನಮುಂ ಪೇೞ್ವುದು; ವಿಶೇಷಣಂ ಬಹುವಚನಮಾಗಲೊಡಂ ವಿಶೇಷ್ಯಮೇಕವಚನಮಾಗಲಕ್ಕುಂ.

ಪ್ರಯೋಗಂ.—ಸಂಖ್ಯೇಯಕ್ಕೆ—ಪತ್ತು ದೆಸೆ, ಪತ್ತು ದೆಸೆಗಳ್; ಮೂಲೋಕಂ, ಮೂಲೋಕಂಗಳ್; ನಾಲ್ಕು ಯುಗಂ, ನಾಲ್ಕು ಯುಗಂಗಳ್.

ಸಂಖ್ಯೆಗೆ—ಒಂದು ನಾಲ್ಕು, ಒಂದು ನಾಲ್ಕುಗಳ್; ಎರಡೈದು, ಎರಡೈದುಗಳ್; ಪತ್ತು ನೂಱು, ಪತ್ತು ನೂಱುಗಳ್.

ಭಾವಕ್ಕೆ—ಕಣ್ಗಳ ಕೂರ್ಪು, ಕಣ್ಗಳ ಕೂರ್ಪುಗಳ್; ಪೂಗಳ ಬೆಳ್ಪು, ಪೂಗಳ ಬೆಳ್ಪುಗಳ್; ಕುರುಳ್ಗಳ ಕರ್ಪು, ಕರುಳ್ಗಳ ಕರ್ಪುಗಳ್.

ವಿಶೇಷ್ಯದೇಕವಚನಕ್ಕೆ—ನೇರಿದುವು ಬೆರಲ್; ತೋರಿದುವು ಜಘನಂ; ಬಟ್ಟಿದುವು ಮೊಲೆ.

ಸೂತ್ರಂ.

Adjectives which have the form of the Nominative, whereas their respective Substantives appear in other cases, receive, in parsing (ಅನ್ವಯಿೀಕಾರಂ), the case of their Substantives.

ವಿದಿತವಿಶೇಷಣಪದಮವು
ಮೊದಲ ವಿಭಕ್ತಿಗಳನಾಂತು ವಾಕ್ಯದ ಮೊದಲೊಳ್ ।
ಪದವೆತ್ತುವಗ್ರಕಾರಕ
ಪದದ ವಿಭಕ್ತಿಯನೆ ತಳೆವುವನ್ವಯಮುಖದೊಳ್ ॥ 140 ॥

ಪದಚ್ಛೇದಂ.—ವಿದಿತವಿಶೇಷಣಪದಂ ಅವು ಮೊದಲ ವಿಭಕ್ತಿಗಳಂ ಆಂತು, ವಾಕ್ಯದ ಮೊದಲೊಳ್ ಪದವೆತ್ತು, ಉವು ಅಗ್ರಕಾರಕಪದದ ವಿಭಕ್ತಿಯನೆ ತಳೆವುವು ಅನ್ವಯಮುಖದೊಳ್.

ಅನ್ವಯಂ.—ಉವು ಅನ್ವಯಮುಖದೊಳ್ ಅಗ್ರಕಾರಕಪದದ ವಿಭಕ್ತಿಯನೆ ತಳೆವುವು.

ಟೀಕು.—ವಿದಿತ = ಪ್ರಸಿದ್ಧವಾದ; ವಿಶೇಷಣಪದಂ = ವಿಶೇಷಣಪದಂಗಳ್; ಮೊದಲ ವಿಭಕ್ತಿಗಳಂ = ಪ್ರಥಮಾವಿಭಕ್ತಿಗಳಂ; ಅಂತು = ತಾಳ್ದು; ವಾಕ್ಯದ = ವಾಕ್ಯಂಗಳ; ಮೊದಲೊಳ್ = ಆದಿಯಲ್ಲಿ; ಪದವೆತ್ತು = ಪದವಾಗಿ; ಉವು = ಆ ಪ್ರಥಮಾಂತವಾದ ಪದಂಗಳ್; ಅನ್ವಯಮುಖದೊಳ್ = ಅರ್ಥದ ಮುಖದಲ್ಲಿ; ಅಗ್ರ = ತುದಿಯ; ಕಾರಕಪದದ = ಕಾರಕವಾದ ಪದದ; ವಿಭಕ್ತಿಯನೆ = ವಿಭಕ್ತಿಯರ್ಥವನೆ; ತಳೆವುವು = ಧರಿಸುವುವು.

ವೃತ್ತಿ.—ವಿಶೇಷಣಪದಂಗಳ್ಪ್ರಥಮಾವಿಭಕ್ತಿಯಂ ಪಡೆದು, ವಾಕ್ಯದ ಮೊದಲೊಳಿರ್ದು, ಅನ್ವಯಿಸುವಲ್ಲಿ ತುದಿಯ ಕಾರಕಪದದ ವಿಭಕ್ತಿಯನೆ ತಳೆವುವು.

ಪ್ರಯೋಗಂ.—ವೀರನುದಾರಂಶುಚಿಗಂ
ಭೀರಂನಯಶಾಲಿಕೈದುವೊತ್ತರದೇವಂ ।
ಗಾರೆಬಿಗನ್ನೃಪತುಂಗಂಗೆ (ಎಂಬ ಕಂದಭಾಗದೊಳ್)

ವೀರಂಗೆ ಉದಾರಂಗೆ ಶುಚಿಗೆ ಗಂಭೀರಂಗೆ ನಯಶಾಲಿಗೆ ಕೈದುವೊತ್ತರದೇವಂಗೆ ನೃಪತುಂಗಂಗೆ ಆರೆಬಿಗರೆಂಬುದನ್ವಯಂ.

ಸಂಗತಸತ್ವರಂಕುರುರಾಜಂಕರ್ಣಂಗೆ (ಎಂಬಲ್ಲಿ) ಸಂಗತಸತ್ವರಂಗೆ ಕುರುರಾಜಂಗೆ ಕರ್ಣಂಗೆಂಬುದನ್ವಯಂ.

ಸೂತ್ರಂ.

When Subjects of different *genders* have one Predicate (which must be in the Plural, *S.* 142), it cannot be said that one gender is domineering over the other; in such a case the Predicate simply conforms itself to the gender of the Subject last in place.

ಕೂಡಿ ನುಡಿವೆಡೆಯೊಳೆಂದುಂ
ಕೂಡದು ಲಿಂಗತ್ರಯಕ್ಕೆ ತರತಮಭಾವಂ ।
ನೀಡುಂ ವಾಕ್ಯದ ಕಡೆಯೊಳ್
ಕೂಡಿರ್ದುದದಾವುದದುವೆ ಮುಖ್ಯಮೆನಿಕ್ಕುಂ ॥141॥

ಪದಚ್ಛೇದಂ.—ಕೂಡಿ ನುಡಿವ ಎಡೆಯೊಳ್ ಎಂದುಂ ಕೂಡದು ಲಿಂಗತ್ರಯಕ್ಕೆ ತರತಮಭಾವಂ; ನೀಡುಂ ವಾಕ್ಯದ ಕಡೆಯೊಳ್ ಕೂಡಿ ಇರ್ದುದು ಅದು ಆವುದು, ಅದುವೆ ಮುಖ್ಯಂ ಎನಿಕ್ಕುಂ.

ಅನ್ವಯಂ.—ಕೂಡಿ ನುಡಿವೆಡೆಯೊಳ್ ಎಂದುಂ ಲಿಂಗತ್ರಯಕ್ಕೆ ತರತಮಭಾವಂ ಕೂಡದು; ನೀಡುಂ ವಾಕ್ಯದ ಕಡೆಯೊಳ್ ಕೂಡಿರ್ದುದು ಅದು ಆವುದು, ಅದುವೆ ಮುಖ್ಯಂ ಎನಿಕ್ಕುಂ.

ಟೀಕು.—ಕೂಡಿ = ಒಂದಾಗಿ; ನುಡಿವೆಡೆಯೊಳ್ = ಪೇೞ್ವ ಸ್ಥಾನದಲ್ಲಿ; ಎಂದುಂ = ಆವಾಗಳುಂ; ಲಿಂಗತ್ರಯಕ್ಕೆ = ಸ್ತ್ರೀಪುಂನಪುಂಸಕಂಗಳೆಂಬ ಲಿಂಗತ್ರಯಕ್ಕೆ; ತರತಮಭಾವಂ = ತಾರತಮ್ಯಭಾವಂ; ಕೂಡದು = ಪೊರ್ದುಗೆಯಾಗದು; ನೀಡುಂ = ವಿಶೇಷವಾಗಿ; ವಾಕ್ಯದ = ವಾಕ್ಯಂಗಳ; ಕಡೆಯೊಳ್ = ಅಂತ್ಯದಲ್ಲಿ; ಕೂಡಿರ್ದುದು = ಪೊರ್ದುಗೆಯಾಗಿರ್ದುದು; ಅದು = ಅದು; ಆವುದು = ಆವುದು; ಅದುವೆ = ಆ ಲಿಂಗವೆ; ಮುಖ್ಯಂ = ವಿಶೇಷಂ; ಎನಿಕ್ಕುಂ = ಎನಿಸುವುದು.

ವೃತ್ತಿ.—ಕೂಡಿ ನುಡಿವ ಲಿಂಗತ್ರಯಕ್ಕೆ ತಮ್ಮೊಳ್ಮುಖ್ಯತೆಯುಮುಖ್ಯತೆಯುಮಿಲ್ಲ; ವಾಕ್ಯದ ಕಡೆಯೊಳಾವ ಲಿಂಗಮಿರ್ದೊಡದುವೆ ಮುಖ್ಯಮಕ್ಕುಂ.

ಪ್ರಯೋಗಂ.—ಸೇನೆಯುಮರಸಿಯುಮರಸನುಂ ಬಂದರ್; ಆನೆಯುಮರಸನುಮರಸಿಯುಂ ಬಂದರ್; ಅರಸನುಮರಸಿಯುಂ ಬಂದರ್; ಅರಸನುಂ ಅರಸಿಯುಂ ಚತುರಂಗಬಲಮುಂ ಬಂದುವು.

ಸೂತ್ರಂ.

The Verb at the end of a sentence (ವಾಕ್ಯನಿರ್ವಾಹಂ) preceded by several subjects in the Singular,

ವ್ಯವಹರಿಸುವಿನಂ ಪ್ರಥಮೈ
ಕವಚನಮಂ ಪಲವನೋದಿ ವಾಕ್ಯದ ನಿರ್ವಾ |
ಹವನಳವಡಿಪೆಡೆಯೊಳ್ಪುಗಿ
ಸುವರ್ಕ್ರಿಯಾನೇಕವಚನಮಂ ಮಾರ್ಗವಿದರ್ ||142||

takes the form of the Plural by way of supplying (ಅಧ್ಯಾಹಾರಂ).

ಪದಚ್ಛೇದಂ.—ವ್ಯವಹರಿಸುವಿನಂ ಪ್ರಥಮೈಕವಚನಮಂ ಪಲವಂ ಓದಿ ವಾಕ್ಯದ ನಿರ್ವಾಹವಂ ಅಳವಡಿಪ ಎಡೆಯೊಳ್ ಪುಗಿಸುವರ್ ಕ್ರಿಯಾನೇಕವಚನಮಂ ಮಾರ್ಗವಿದರ್.

ಅನ್ವಯಂ.—ಪ್ರಥಮೈಕವಚನಮಂ ಪಲವಂ ಓದಿ ವ್ಯವಹರಿಸುವಿನಂ ವಾಕ್ಯದ ನಿರ್ವಾಹವಂ ಅಳವಡಿಪ ಎಡೆಯೊಳ್ ಕ್ರಿಯಾನೇಕವಚನಮಂ ಮಾರ್ಗವಿದರ್ ಪುಗಿಸುವರ್.

ಟೀಕು.—ಪ್ರಥಮೈಕವಚನಮಂ = ಪ್ರಥಮಾವಿಭಕ್ತಿಯ ಏಕವಚನಮಂ; ಪಲವಂ = ಹಲವಂ; ಓದಿ = ಹೇಳಿ; ವ್ಯವಹರಿಸುವಿನಂ = ವ್ಯವಹರಿಸುತ್ತಿರೆ; ವಾಕ್ಯದ = ವಾಕ್ಯಂಗಳ; ನಿರ್ವಾಹವಂ = ನಿರ್ಣಯವುಂ; ಆಳವಡಿಪೆಡೆಯೊಳ್ = ಆಳವಡಿಸುವ ಸ್ಥಾನದಲ್ಲಿ; ಕ್ರಿಯಾ = ಕ್ರಿಯಾಪದದ; ಅನೇಕವಚನಮಂ = ಬಹುವಚನಮಂ; ಮಾರ್ಗವಿದರ್ = ವೈಯಾಕರಣಮಾರ್ಗವಿದರ್; ಪುಗಿಸುವರ್ = ಪ್ರವೇಶವಂ ಮಾಡುವರ್.

ವೃತ್ತಿ.—ಪ್ರಥಮೈಕವಚನಮಂ ಮೊದಲೊಳ್ಪಲವಂ ಪೇಳ್ದು, ವಾಕ್ಯನಿರ್ವಾಹದೊಳ್ ಕ್ರಿಯಾಬಹುವಚನಮಂ ಪುಗಿಸುವರ್.

ಪ್ರಯೋಗಂ.—

ಅವತಂಸೋತ್ಪಲ-ತಾಡನಂ, ಕನಕ-ಕಾಂಚೀ-ಬಂಧನಂ, ನೂಪುರಾ
ರವ-ಝುಂಕಾರಿತ-ಚಾರು-ವಾಮ-ಚರಣಾಘಾತಂ, ಚಲದ್ಭ್ರೂಲತಾ |
ಗ್ರ-ವಿಭಾಗೋತ್ಕಟ-ತರ್ಜನಂ, ತರಳತಾ-ತಾಮ್ರಾಧರಂ ಚಕ್ರಿಗಿ
ತ್ತುವಲಂಪಂ ಪ್ರಣಯ-ಪ್ರಕೋಪ-ಸಮಯ-ಪ್ರಾರಂಭದೊಳ್ಕಾಂತೆಯಾ ||
ಮತ್ತೇಭವಿಕ್ರೀಡಿತವೃತ್ತಂ ||

ಚಕ್ರಿಗಿತ್ತುವು ಅಲಂಪಂ ಎಂಬಲ್ಲಿ ಇವೆಲ್ಲಮೆಂಬುದಧ್ಯಾಹಾರವಾಗಿ (—ಅಧ್ಯಾಹಾರ್ಯಮಾಗಿ) ಬಹುವಚನಂ ಸಲ್ವುದು.

ಸೂತ್ರಂ.

ಅವನವಳದೆಂಬಿವಿರ್ದಂ
ತೆವೊಲಿರ್ದಪುವಾವನಾವಳಾವುದು ತಾನೆಂ |
ಬಿವವಂ ಪಾರದೆ ನಿಲಲಱಿ
ಯವನ್ವಯಂ ತಾಗುವಲ್ಲಿ ವಾಕ್ಯೋವಿದರಿಂ || 143 ||

ಅವಂ, ಅವಳ್, ಅದು may, in the connexion of words (ಅನ್ವಯಂ), stand by themselves (at the end of a relative-demostrative compound); but ಆವಂ, ಆವಳ್, ಆವುದು require a following ಅವಂ, ಅವಳ್, ಅದು. This last rule holds good also, in its way, regarding ತಾಂ.

ಪದಚ್ಛೇದಂ.—ಅವಂ ಅವಳ್ ಅದು ಎಂಬ ಇವು ಇರ್ದ ಅಂತೆವೊಲ್ ಇರ್ದಪುವು; ಆವಂ ಆವಳ್ ಆವುದು ತಾಂ ಎಂಬ ಇವು ಅವಂ ಪಾರದೆ, ನಿಲಲ್ ಅಱಿಯವು, ಅನ್ವಯಂ ತಾಗುವಲ್ಲಿ ವಾಕ್ಯೋವಿದರಿಂ.

ಅನ್ವಯಂ.—ವಾಕ್ಯೋಃವಿದರಿಂ ಅನ್ವಯಂ ತಾಗುವಲ್ಲಿ.

ಟೀಕು. — ವಾಕ್ಯೋಃವಿದರಿಂ= ವಾಕ್ಯಾರ್ಥರಿಂದೆ; ಅನ್ವಯಂ ತಾಗುವಲ್ಲಿ= ಸಂಘಟನೆಯಾಗುವಲ್ಲಿ; ಅವಂ= ಅವನೆಂದು; ಅವಳ್= ಅವಳೆಂದು; ಅದು= ಅದೆಂದು; ಎಂಬಿವು= ಎಂಬೀ ಪದಂಗಳ್; ಇರ್ದಂತೆವೋಲ್= ಇರ್ದ ಹಾಂಗೆ; ಇರ್ದಪುವು= ಇರುತಿರ್ಪುವು; ಆವಂ= ಆವನೆಂದುಂ; ಆವಳ್= ಆವಳೆಂದುಂ; ಆವುದು= ಆವುದೆಂದುಂ; ತಾಂ= ತಾನೆಂದುಂ; ಎಂಬಿವು= ಎಂಬೀ ಪದಂಗಳ್; ಅವಂ= ಆ ಪದಂಗಳಂ; ಪಾರದೆ= ಬಯಸದೆ; ನಿಲಲಱಿಯವು= ಇರಲಱಿಯವು.

ವೃತ್ತಿ.—ಅವಂ ಅವಳ್ ಅದು ಎಂಬಿವನ್ವಯಸ್ವತಂತ್ರಂಗಳ್; ಆವಂ ಆವಳ್ ಆವುದು ತಾನೆಂಬಿವು ಅವಂ ಅವಳ್ ಅದು ಎಂಬಿವಂ ಪಾರದೆ ಅನ್ವಯಿಸಿ ಕೊಳಲಱಿಯವಾಗಿ, ಪರತಂತ್ರಂಗಳ್.

ಪ್ರಯೋಗಂ.—ಸ್ವತಂತ್ರಾನ್ವಯಕ್ಕೆ—ಪೊನ್ನುಳ್ಳವನೆ ಕುಲೀನನೆಂದೊಡೆ, ಆವಂ ಪೊನ್ನುಳ್ಳವನೆ ಕುಲೀನನೆನವೇಡ; ಸೊಬಗುಳ್ಳವಳೆ ಪೆಣ್ಣೆಂದೊಡೆ, ಆವಳ್ ಸೊಬಗುಳ್ಳವಳೆ ಪೆಣ್ಣೆನವೇಡ; ಅದೆ ರೂಢಿಯೆಂದೊಡೆ, ಆವುದು ರೂಢಿಯನುಳ್ಳದುವೆ ಲೇಸೆನವೇಡ.

ಪರತಂತ್ರಾನ್ವಯಕ್ಕೆ—ಆವನಧಿಕಪುಣ್ಯನವನೆ ಸೇವ್ಯಂ; ಆವಳ್ ಪತಿವ್ರತೆಯವಳೆ ಮಾನ್ಯೆ; ಆವುದು ಚೆಲ್ವಾದುದದೆ ದರ್ಶನೀಯಂ;—ತಾನವಂ ಚದುರಂ; ತಾನವಳ್ ಚದುರೆ; ತಾನದು ಪಿರಿದು. ಇದು ವಾಕ್ಯಾನ್ವಯಂ.

ಸೂತ್ರಂ.

ಯುಗಳಾರ್ಥದ ಬಹುವಚನ
ಕ್ಕೊಗೆತಂದಾವಿಷ್ಟಲಿಂಗದೆಡೆಗೇಕತ್ವಂ |
ನೆಗಱ್ಗುಂ ಕ್ರಿಯಾವಿಶೇಷಣ
ಮಗಲದೆ ನಿಂದೆಡೆಗಮಱಿವರಿಂದೇಕತ್ವಂ || 144 ||

In words denoting a Pair (ಯುಗಳಾರ್ಥಂ) and in comprising nominal bases (ಆವಿಷ್ಟಲಿಂಗಂ)[1] the Singular may be used instead of the Plural. Kriyâviśêshanas stand in the Singular.

ಪದಚ್ಛೇದಂ.—ಯುಗಳಾರ್ಥದ ಬಹುವಚನಕ್ಕೆ ಒಗೆತಂದ ಆವಿಷ್ಟಲಿಂಗದ ಎಡೆಗೆ ಏಕತ್ವಂ ನೆಗಱ್ಗುಂ; ಕ್ರಿಯಾವಿಶೇಷಣಂ ಅಗಲದೆ ನಿಂದೆಡೆಗಂ ಅಱಿವರಿಂದೆ ಏಕತ್ವಂ.

[1] *i. e.* Nominal bases comperising more things than a pair.

ಯಥಾನ್ವಯಂ.—ಟೀಕು.— ಯುಗಳಾರ್ಥದ = ಎರಡು ವಸ್ತುವಿನರ್ಥದ; ಬಹುವಚನಕ್ಕೆ = ಬಹುವಚನಕ್ಕೆ; ಒಗೆತಂದ = ಹುಟ್ಟಿ ಬಂದ; ಆವಿಷ್ಟಲಿಂಗದ = ಆವಿಷ್ಟವೆಂಬ ಲಿಂಗದ; ಎಡೆಗೆ = ಸ್ಥಾನಕ್ಕೆ; ಏಕತ್ವಂ = ಏಕವಚನಂ; ನೆಗಱ್ಗುಂ = ಪ್ರಾಪ್ತಿಸುವುದು; ಕ್ರಿಯಾವಿಶೇಷಣಂ = ಕ್ರಿಯಾವಿಶೇಷಣಂ; ಅಗಲದೆ = ತೊಲಗದೆ; ನಿಂದೆಡೆಗಂ = ನೆಲೆಗೊಂಡ ಸ್ಥಾನಕ್ಕೆಯುಂ; ಅಱಿವರಿಂದೆ = ಬಲ್ಲವರಿಂದೆ; ಏಕತ್ವಂ = ಏಕವಚನಂ ಪ್ರಾಪ್ತಿಸುವುದು.

ವೃತ್ತಿ.—ಯುಗಳಾರ್ಥದೊಳ್ವರ್ತಿಸುವ ಬಹುವಚನಕ್ಕಮಾವಿಷ್ಟಲಿಂಗಕ್ಕಂ ಕ್ರಿಯಾವಿಶೇಷಣಕ್ಕಂ ಬಲ್ಲರಿಂದೇಕವಚನಮಕ್ಕುಂ.

ಪ್ರಯೋಗಂ.—ಪದಯುಗಳಂಗಳ್ಗೆ — ಪದಯುಗಂ.

ಆವಿಷ್ಟಲಿಂಗಕ್ಕೆ—ವೇದಂಗಳ್ಪ್ರಮಾಣಂ; ಪ್ರತಿಭೆಯುಮಭ್ಯಾಸಮುಂ ವಿದ್ವತ್ಸೇವೆಯುಂ ಕಾವ್ಯಪರಿಚಯಮುಂ ಕವಿತೆಗೆ ಕಾರಣಂ.

ಕ್ರಿಯಾವಿಶೇಷಣಕ್ಕೆ—ಏನೆಂಬ ಪೆಂಪೊ! (ಅಂದರೆ) ಎಂತಹವರ್ಗಳೆಂಬ ಪೇರ್ಮೆಯೊ! (ಎಂಬಲ್ಲಿ) ಎಂಬೀ ಕ್ರಿಯೆಗೆ ಏನ್ ಎಂಬ ಕಾರಕಂ ವಿಶೇಷಣವಾಗಿ, ಬಹುವಚನಮಾಯ್ತು.

ಏನೆಂಬ ಪೆಂಪೊ ಮನುವುಂ
ತಾನುಂ ಸಚ್ಚರಿತರಮರಕುಜಮುಂ ತಾನುಂ |
ದಾನಿಗಳಂಭೋನಿಧಿಯುಂ
ತಾನುಂ ಗಂಭೀರರೆನಿಪನುದಯಾದಿತ್ಯಂ || ಕಂದಂ ||

ತಿಬ್ಬಂ ಮಾಡಿದಂ=ತಿಬ್ಬವೆಹಗಹುದಹಗೆ ಮಾಡಿದಂ; ದೋಷರಹಿತಂ ಪೇೞ್ದಿಂ=ದೋಷರಹಿತವೆಹಗಹುದಹಗೆ ಪೇೞ್ದಿಂ. ಇದೀಗ ಕ್ರಿಯಾವಿಶೇಷಣಂ.

ಸೂತ್ರಂ.

ಸಾತಪುದಧ್ಯಾರೋಪಂ
ಕಾರಕಕಂ ಕ್ರಿಯೆಗಮಗಲೆ ನೇಯದ ದೋಷಂ |
ಧೀರರ್ಕಳಿಂ ವಿಶಂಕೆಯೆ
ಕಾರಕ್ಕಂ ಪೇೞ್ವಿದಾ ಸಮುಚ್ಚಯದುಮುಗಂ ||145||

In each sentence there must be a proper Conclusion (ನೇಯುಂ). The Kâraka noun, the meaning of the verb (ಕ್ರಿಯೆ), the ಎ which expresses suspicion or uncertainty (ವಿಶಂಕೆ), the different ಉಂ which express conjunction (ಸಮುಚ್ಚಯಂ), and the proper cases must be rightly assigned (ಅಧ್ಯಾರೋಪಂ).

ಪದಚ್ಛೇದಂ.—ಸಾರಂ ಅದು ಅಧ್ಯಾರೋಪಂ ಕಾರಕಕಂ ಕ್ರಿಯೆಗಂ, ಅಗಲೆ ನೇಯದ ದೋಷಂ; ಧೀರರ್ಕಳಿಂ ವಿಶಂಕೆಯ ಎಕಾರಕ್ಕಂ ಪೇೞ್ವುದು ಆ ಸಮುಚ್ಚಯದ ಉಮುಗಂ.

ಅನ್ವಯಂ.—ಕಾರಕಕಂ ಕ್ರಿಯೆಗಂ ಅಧ್ಯಾರೋಪಂ ಅದು ಸಾರಂ, ಅಗಲೆ ನೇಯದ ದೋಷಂ; ಧೀರರ್ಕಳಿಂ ವಿಶಂಕೆಯ ಎಕಾರಕ್ಕಂ ಆ ಸಮುಚ್ಚಯದ ಉಮುಗಂ ಪೇೞ್ವುದು.

ಟೀಕು.—ಕಾರಕಕಂ = ಕಾರಕಕ್ಕೆಯುಂ; ಕ್ರಿಯೆಗಂ = ಕ್ರಿಯೆಗೆಯುಂ; ಅಧ್ಯಾರೋಪಂ = ಅಧ್ಯಾಹಾರಂ; ಅದು = ಅದು; ಸಾರಂ = ಶ್ರೇಷ್ಠವಾಗಿರ್ಪುದು; ಅಗಲೆ = ಹೊಂದುಗೆಯಾಗದಿರೆ; ನೇಯದ ದೋಷಂ = ನೇಯದ ದೋಷಂ ಬರ್ಪುದು; ಧೀರರ್ಕಳಿಂ = ವಿದ್ವಾಂಸರಿಂದೆ; ವಿಶಂಕೆಯ = ವಿಶಂಕಾರ್ಥದ; ಎಕಾರಕ್ಕಂ = ಎತ್ವಕ್ಕೆಯುಂ; ಆ ಸಮುಚ್ಚಯದ = ಆ ಸಮುಚ್ಚಯಾರ್ಥದ; ಉಮುಗಂ = ಉಂಕಾರಕ್ಕೆಯುಂ; ಪೇೞ್ವುದು = ಅಧ್ಯಾಹಾರಮುಂ ಪೇೞ್ವುದು.

ವೃತ್ತಿ.—ಕಾರಕಕ್ಕಂ ಕ್ರಿಯೆಗಂ ನೇಯದ ದೋಷಮಿಲ್ಲದಂತಧ್ಯಾರೋಪಮಂ ಮಾೞ್ಪುದು; ವಿಶಂಕೆಯ ಎತ್ವಕ್ಕೆಯುಂ ಸಮುಚ್ಚಯದುಮುವಿಗಂ ಅಧ್ಯಾರೋಪಮುಂಟು. ತಾಂ ಮಾಡಿದಧ್ಯಾರೋಪಮಸಮರ್ಥಮಾಗಿ ಮತ್ತೆ ಕೆಲವರ್ಕೆ ಪತ್ತುವೊಡದು ನೇಯದ ದೋಷಂ.

ಪ್ರಯೋಗಂ.—ನೇಯಕ್ಕೆ—

ಆರಕ್ತಮಾಗಿ ನೇಱಿಲ
ದೊರೆಯನನುಕರಿಪ್ಪುದಾದುದಾಗಸಮೆನೆ ಸಂ |
ಧ್ಯಾರುಚಿಯಿನಕ್ಕುಮೆಂದವ
ಧಾರಿಸಿ ನೆಱೆಯಱಿದು ಕೊಳ್ವುದಿದುನೇಯಾರ್ಥಂ || ಕಂದಂ ||

ಸಂಧ್ಯಾರುಚಿಯಿನೆಂದು ಬಗೆವುದನೇಯಂ, ಕೆಂಧೂಳಿಯಿಂದಾಗಸಂ ಕೆಂಪಾದುದಾಗಿ.

ಕಾರಕಕ್ಕೆ—ಏಕೆ? ನಿರ್ವಹಣಕ್ಕೆ ಸಲ್ಗುಮೊ, ಪೂಣ್ದೊಡಂ ಕೃತಿಬಂಧಮಂ? ಎಂಬಲ್ಲಿ ಕೃತಿಬಂಧಮೆಂಬುದಧ್ಯಾಹಾರ್ಯಂ. ಕರ್ಣನುಂ ದಾನಿಮೇಣೀತನುಮೆಂಬಲ್ಲಿ ದಾನಿಯೆಂಬುದಧ್ಯಾರೋಪಂ.

ಕ್ರಿಯೆಗೆ—ಪುರುಷೋತ್ತಮಂ ಮನುಷ್ಯಮಾತ್ರಮೆಯೆನೆ, ಅಲ್ಲಮೆಂಬುದಧ್ಯಾಹಾರ್ಯಂ. ಧೃತರಾಷ್ಟ್ರಂ ನುಡಿದಾರ್ತನೆ ಹರಿ ಭರಂಗೈದಾರ್ತನೆಯೆಂದೊಡೆ ಆಱಿನೆಂಬುಧಧ್ಯಾಹಾರ್ಯಂ.

ವಿಶಂಕೆಯ ಎತ್ವಕ್ಕೆ—ಉಱಿಮಂಜಿಮೆ? ಬೆರ್ಚೆವೆ? ಬೆಸಕೆಯಿಗೆಮೆ? ದೇವ! ಎಂಬಲ್ಲಿ ಉಱಿಮೆಯೆಂಬೆತ್ವಮಧ್ಯಾಹಾರ್ಯಂ.

ಸಮುಚ್ಚಯದುಮುವಿಂಗೆ—ಆಯುಂ ಸಿರಿ ತಾಯುಂ ತಂದೆ ಕಣ್ಣುಂ ಗತಿಯೆನಿಸಿದಪಂ ಸಿಂಹಸೇನಕ್ಷಿತೀಶನೆಂಬಲ್ಲಿ ಕಡೆಯ ಸಮುಚ್ಚಯದುಮ್ ಅಧ್ಯಾಹಾರ್ಯಂ.

ವಾಕ್ಯದೀಪಕಂ ಪ್ರತ್ಯೇಕಸಂಬಂಧಂ—ಆತನುಮವನುಂ ಬಂದನೆಂಬಲ್ಲಿ ಆತನುಂ ಬಂದಂ, ಅವನುಂ ಬಂದನೆಂದು ಮಾಲ್ಪುದು.

ಕಾರಕಮುಖದಿಂ ವಿಭಕ್ತಿಪರಿಣಾಮಿಸುವುದಾಗಿ, ವಿಭಕ್ತಿಪರಿಣಾಮಕ್ಕೆ—

ಕಡುಗಲಿ! ಸೆಣಸುವ ಭಟರಾರ್?
ಒಡೆಯಂಗತಿಹಿತವರಾರ್? ದುರಕ್ಕೊಡಗುವರಾರ್? |
ತೊಡದೊಡೆ ಭಂಗಂ ಬರ್ಕುಂ.
ಸಡಗರಮಿದು! ಜಯಮೆ ಮೆಱೆವುದಱಿ ಬೊಪ್ಪಲನಂ! || ಕಂದಂ ||

ಕಡುಗಲಿಯೆಂಬಲ್ಲಿ ಆತನೆಂಬ ಪ್ರಥಮೆಯುಂ, ಸೆಣಸುವ ಭಟರಾರ್ ಎಂಬಲ್ಲಿ ಆತನನೆಂಬ ದ್ವಿತೀಯೆಯುಂ, ಒಡೆಯಂಗತಿಹಿತವರಾರ್ ಎಂಬಲ್ಲಿ ಆತನಿಂ ಎಂಬ ತೃತೀಯೆಯುಂ, ದುರಕ್ಕೊಡಗುವರಾರ್ ಎಂಬಲ್ಲಿ ಆತಂಗೆಂಬ ಚತುರ್ಥಿಯುಂ, ತೊಡದೊಡೆ ಭಂಗಂ ಬರ್ಕುಮೆಂಬಲ್ಲಿ ಆತನತ್ತಣಿಂದೆಂಬ ಪಂಚಮಿಯುಂ, ಸಡಗರಮಿದೆಂಬಲ್ಲಿ ಆತನ ಎಂಬ ಷಷ್ಠಿಯುಂ, ಜಯಮೆ ಮೆಱೆವುದೆಂಬಲ್ಲಿ ಆತನೊಳೆಂಬ ಸಪ್ತಮಿಯುಂ ಈ ತೆಱದಿನಧ್ಯಾರೋಪಿಸಿ ಕೊಳ್ವುದು.

ಸೂತ್ರಂ.

The Declension of the Pronouns ಆಂ, ನೀಂ, ತಾಂ in the Singular. (Their Plural appears in Ss. 147, 148, 161).

ಪೀನಂ ಪ್ರಥಮೆಗೆ ನೀನಾ
ನ್ತಾನೆಂದಱಿ ನಿನಗೆಯೆನಗೆ ತನಗೆಂದು ಚತು |
ರ್ಥೀನಿರ್ದೇಶಕ್ಕಿತರ
ಸ್ಥಾನಕ್ಕಸ್ವರದಿನಿರ್ಪ ನಿನ್ ಎನ್ ತಂಗಳ್ || 146 ||

ಪದಚ್ಛೇದಂ.—ಪೀನಂ, ಪ್ರಥಮೆಗೆ ನೀಂ ಆಂ ತಾಂ ಎಂದು, ಅಱಿ! ನಿನಗೆ ಎನಗೆ ತನಗೆ ಎಂದು, ಚತುರ್ಥೀನಿರ್ದೇಶಕ್ಕೆ; ಇತರಸ್ಥಾನಕ್ಕೆ ಅಸ್ವರದಿಂ ಇರ್ಪ ನಿನ್ ಎನ್ ತಂಗಳ್.

ಅನ್ವಯಂ.—ಇತರಸ್ಥಾನಕ್ಕೆ ಅಸ್ವರದಿಂ ಇರ್ಪ ನಿನ್ ಎನ್ ತಂಗಳ್ ಪೀನಂ ಪ್ರಥಮೆಗೆ, ನೀಂ ಆಂ ತಾಂ ಎಂದು, ಅಱಿ! ಚತುರ್ಥೀನಿರ್ದೇಶಕ್ಕೆ ನಿನಗೆ ಎನಗೆ ತನಗೆ ಎಂದು.

ಟೀಕು.—ಇತರಸ್ಥಾನಕ್ಕೆ = ಪ್ರಥಮೆ ಚತುರ್ಥಿಯಲ್ಲದುಳಿದ ವಿಭಕ್ತಿಸ್ಥಾನಕ್ಕೆ; ಅಸ್ವರದಿಂ = ವ್ಯಂಜನರೂಪದಿಂದೆ; ಇರ್ಪ ನಿನ್ ಎನ್ ತಂಗಳ್ = ಇರ್ಪ ನಿನ್ ಎನ್ ತನ್ ಎಂಬಿವು; ಪೀನಂ = ವಿಶೇಷವಾಗಿ; ಪ್ರಥಮೆಗೆ = ಪ್ರಥಮಾವಿಭಕ್ತಿಗೆ; ನೀಂ = ನೀನೆಂದು; ಆಂ = ಆನೆಂದು; ತಾಂ = ತಾನೆಂದು; ಅಱಿ = ತಿಳಿ; ಚತುರ್ಥೀನಿರ್ದೇಶಕ್ಕೆ = ಚತುರ್ಥೀವಿಭಕ್ತಿಯ ನಿರ್ಣಯಕ್ಕೆ; ನಿನಗೆ = ನಿನಗೆ ಎಂದು; ಎನಗೆ = ಎನಗೆ ಎಂದು; ತನಗೆ = ತನಗೆ ಎಂದು ತಿಳಿ.

ವೃತ್ತಿ.—ಪಿರಿದುಂ ಪ್ರಥಮೆಗೆ ನೀನ್ ಆನ್ ತಾನ್ ಎಂದಱಿವುದು; ಚತುರ್ಥಿಗೆ ನಿನಗೆ ಎನಗೆ ತನಗೆ ಎಂದಱಿವುದು. ಮಿಕ್ಕೆಡೆಯೊಳ್ ಸ್ವರರಹಿತವಾಗಿ, ನಿನ್ ಎನ್ ತನ್ ಎಂದು, ಪ್ರಕೃತಿಯಪ್ಪುವು.

ಪ್ರಯೋಗಂ.—ವಿಭಕ್ತಿಯೋಗಕ್ಕೆ—ನಿನ್ನಂ, ನಿನ್ನಿಂ, ನಿನ್ನತ್ತಣಿಂ, ನಿನ್ನ, ನಿನ್ನೊಳ್. ನೀನಾರ್ಗಾನಾರ್ಗೆ ತಾನಾರ್ಗೆನೆನಗುಸಿರಲ್ವೇಡ. ನಿನಗೆನಗೆ ತನಗೆ ತೀರ್ಗುಮೆ ಹನುಮಂತನ ಶಕ್ತಿಸಾಹಸಂ ರಿಪುವಿಜಯಂ.

ಸೂತ್ರಂ.

ನಿನತೆನತ ತನತೆನಿಪ್ಪಿವು
ಜನಿಯಿಸುಗುಂ ನಿನ್ನದೆನ್ನದುಂ ತನ್ನದೆನಿ ।
ಪ್ಪಿನಿತಱೊಳಂ ಮೇಣ್ ದ್ವಿತ್ವದಿ
ನನೇಕದೊಳ್ನತ್ವದೆಡೆಗೆ ಮತ್ವಂ ಬರೆಯುಂ ॥ 147 ॥

For ನಿನ್ನದು (ನಿನ್ನ + ಅದು), ಎನ್ನದು, ತನ್ನದು may be substituted ನಿನತು, ಎನತು, ತನತು, or ನಿನತ್ತು, ಎನತ್ತು, ತನತ್ತು. Their Plural is ನಿಮುತು, ಎಮುತ್ತು, ತಮುತು, or ನಿಮುತ್ತು, ಎಮುತ್ತು, ತಮುತ್ತು.

ಪದಚ್ಛೇದಂ.—ನಿನತು ಎನತು ತನತು ಎನಿಪ್ಪ ಇವು ಜನಿಯಿಸುಗುಂ ನಿನ್ನದು ಎನ್ನದುಂ ತನ್ನದು ಎನಿಪ್ಪ ಇನಿತಱೊಳಂ ಮೇಣ್ ದ್ವಿತ್ವದಿಂ, ಅನೇಕದೊಳ್ ನತ್ವದ ಎಡೆಗೆ ಮತ್ವಂ ಬರೆಯುಂ.

ಅನ್ವಯಂ.—ನಿನ್ನದು ಎನ್ನದುಂ ತನ್ನದು ಎನಿಪ್ಪಿನಿತಱೊಳಂ ನಿನತು ಎನತು ತನತು ಎನಿಪ್ಪಿವು, ಮೇಣ್ ದ್ವಿತ್ವದಿಂ, ಜನಿಯಿಸುಗುಂ; ಅನೇಕದೊಳ್ ನತ್ವದ ಎಡೆಗೆ ಮತ್ವಂ ಬರೆಯುಂ.

ಟೀಕು.—ನಿನ್ನದು = ನಿನ್ನದೆಂದು; ಎನ್ನದುಂ = ಎನ್ನದೆಂದುಂ; ತನ್ನದು = ತನ್ನದೆಂದು; ಎನಿಪ್ಪ = ಎನಿಸುವ; ಇನಿತಱೊಳಂ = ಇಷ್ಟಱಲ್ಲಿಯುಂ; ನಿನತು = ನಿನತೆಂದು; ಎನತು = ಎನತೆಂದು; ತನತು = ತನತೆಂದು; ಎನಿಪ್ಪ = ಎನಿಸುವ; ಇವು = ಈ ಶಬ್ದಂಗಳ್; ಮೇಣ್ = ವಿಕಲ್ಪದಿಂದೆ; ದ್ವಿತ್ವದಿಂ = ಒತ್ತಿನೊಡನೆ; ಜನಿಯಿಸುಗುಂ = ಹುಟ್ಟುವುವು; ಅನೇಕದೊಳ್ = ಬಹುವಚನದಲ್ಲಿ; ನತ್ವದ = ನಿನ್ನದೆನ್ನದು ತನ್ನದೆಂಬ ನಕಾರದ; ಎಡೆಗೆ = ಸ್ಥಾನಕ್ಕೆ; ಮತ್ವಂ = ನಿಮ್ಮದೆಮ್ಮದು ತಮ್ಮದೆಂದು ಮಕಾರಂ; ಬರೆಯುಂ = ಬಂದೊಡಂ, ವಿಕಲ್ಪದಿಂದೆ, ನಿಮತ್ತು ಎಮತ್ತು ತಮತ್ತು ಎಂದು, ದ್ವಿತ್ವದಿಂ ಹುಟ್ಟುವದು.

ವೃತ್ತಿ.—ನಿನ್ನದು ಎನ್ನದು ತನ್ನದು ಎಂಬಿವರ್ಕೆ ನಿನತು ಎನತು ತನತು ಎಂದಾದೇಶಮಕ್ಕುಂ; ಮೇಣೆಂಬ ವಿಕಲ್ಪದಿಂದವರ್ಕೆ ದ್ವಿತ್ವಮುಂಟು—ನಿನತ್ತು ಎನತ್ತು ತನತ್ತು ಎಂದು. ನಿನತು ಎನತು ತನತು ಎಂಬ ನಕಾರಕ್ಕೆ ಬಹುವಚನದೊಳ್ ಮತ್ವಮುಂಟು—ನಿಮತು ಎಮತು ತಮತು. ವಿಕಲ್ಪದಿಂದವಱ ದ್ವಿರ್ಭಾವಮುಂಟು—ನಿಮತ್ತು ಎಮತ್ತು ತಮತ್ತು ಎಂದು.

ಪ್ರಯೋಗಂ.—ನಿನತಾದಿಗೆ—ನಿನತು ಬಲವೆನತು ಶೌರ್ಯಂ
ತನತು ಮಹಾಧೈರ್ಯಮವನಿಪತಿಗೆನೆ
|| ಕಂದಭಾಗಂ ||

ಇವಱ ದ್ವಿರ್ಭಾವಕ್ಕೆ—ಮುನಿಸಿದು ನಿನತ್ತು ಸೈರಣೆಯೆನತ್ತು ಕೆಳದಿಗೆ ತನತ್ತು ಸಂದಿಸುವೆಸಕಮ್.

ಸೂತ್ರಂ.

Insertion of ಉತು between ನಿಮ್ಮ, ಎಮ್ಮ, ತಮ್ಮ and Numerals with an initial Vowel, excepting ಒಂದು (ಒಂಬತ್ತು).

ಇದಿರೊಳ್ಸ್ವರಾದಿಸಂಖ್ಯೆಗ
ಳೊದವಿರೆ ನಿಮ್ಮೆಮ್ಮ ತಮ್ಮೆನಿಪ್ಪಿವು ಪಿಂತ ।
ಣ್ಗೊದವಿರೆ ನಡುವಣ್ಗುತುವ
ಪ್ಪುದಿವಱ ಬಹುವಚನದಲ್ಲಿ ಪುಗಿಸದಿರೊಂದಂ ||148||

ಪದಚ್ಛೇದಂ.—ಇದಿರೊಳ್ ಸ್ವರಾದಿಸಂಖ್ಯೆಗಳ್ ಒದವಿ ಇರೆ, ನಿಮ್ಮ ಎಮ್ಮ ತಮ್ಮ ಎನಿಪ್ಪ ಇವು ಪಿಂತಣ್ಗೆ ಒದವಿ ಇರೆ, ನಡುವಣ್ಗೆ ಉತು ಅಪ್ಪುದು. ಇವಱ ಬಹುವಚನದಲ್ಲಿ ಪುಗಿಸದೆ ಇರ್ ಒಂದಂ.

ಅನ್ವಯಂ.—ಇವಱ ಬಹುವಚನದಲ್ಲಿ ಒಂದಂ ಪುಗಿಸದಿರ್.

ಟೀಕು.—ಇದಿರೊಳ್ = ಪರದಲ್ಲಿ; ಸ್ವರಾದಿಸಂಖ್ಯೆಗಳ್ = ಸ್ವರಾಕ್ಷರಂಗಳಾದಿಯಾದ ಸಂಖ್ಯಾವಾಚಿಗಳ್; ಒದವಿರೆ = ಪ್ರಾಪ್ತಿಸಿರೆ; ನಿಮ್ಮ = ನಿಮ್ಮ ಎಂದು; ಎಮ್ಮ = ಎಮ್ಮ ಎಂದು; ತಮ್ಮ = ತಮ್ಮ ಎಂದು; ಎನಿಪ್ಪ = ಎನಿಸುವ; ಇವು = ಈ ಪದಂಗಳ್; ಪಿಂತಣ್ಗೆ = ಹಿಂದುಗಡೆಗೆ; ಒದವಿರೆ = ಪ್ರಾಪ್ತಿಸಿರೆ; ನಡುವಣ್ಗೆ = ಮಧ್ಯಕ್ಕೆ; ಉತು = ಉತು ಎಂದು; ಅಪ್ಪುದು = ಆಕ್ಕುಂ; ಇವಱ = ಈ ಪದಂಗಳ; ಬಹುವಚನದಲ್ಲಿ = ಬಹುತ್ವದಲ್ಲಿ; ಒಂದಂ = ಒಂದೆಂಬುದಂ; ಪುಗಿಸದಿರ್ = ಪ್ರವೇಶವಂ ಮಾಡದಿರ್.

ವೃತ್ತಿ.—ಸ್ವರಾದಿಸಂಖ್ಯೆಗಳ್ ಪರಮಾಗೆ, ಪೊದಲೊಳ್ ನಿಮ್ಮ ಎಮ್ಮ ತಮ್ಮ ಎಂಬಿವು ಬರೆ, ಮಧ್ಯದೊಳುತುವಕ್ಕುಂ. ಒಂದೆಂಬುದೇಕವಚನಮಾಗದು.

ಪ್ರಯೋಗಂ.—ನಿಮ್ಮುತಿರ್ವರುಂ ಎಮ್ಮುತ್ತೈವರುಂ ತಮ್ಮುತಱುವರುಂ; ಏೞ್ಬರುಂ ಎಣ್ಬರುಂ ಎಂಬಿವರ್ಕಮಂತೆ. ಒಂಬತ್ತೆಂಬುದರ್ಕೆ ಲಕ್ಷಣಮುಂಟಾದೊಡಮುಚ್ಚಾರಣಶುಭಗಮಲ್ಲಾಗಿ, ಪೇೞ್ದುದು.

ಸೂತ್ರಂ.

For ಎತ್ತಣದು and ಆರದು may be substituted ಎತ್ತಣ್ತು and ಆರ್ತು.

ಎತ್ತಣದೆಂಬೀ ಶಬ್ದಮ
ನೆತ್ತಣ್ತೆಂದಿಂತು ಕೂಡಿ ನುಡಿಯಲ್ಕಕ್ಕುಂ ।
ಮತ್ತಾರದೆಂಬುದಂ ಬುಧ
ಧೋತ್ತಮರಾರ್ತೆಂದು ಕೂಡಿ ನುಡಿಯಲ್ಕಕ್ಕುಂ
॥ 149 ॥

ಪದಚ್ಛೇದಂ.—ಎತ್ತಣದು ಎಂಬ ಈ ಶಬ್ದಮಂ, ಎತ್ತಣ್ತು ಎಂದು, ಇಂತು ಕೂಡಿ ನುಡಿಯಲ್ಕೆ ಆಕ್ಕುಂ; ಮತ್ತೆ ಆರದು ಎಂಬುದಂ ಬುಧೋತ್ತಮರ್, ಆರ್ತು ಎಂದು, ಕೂಡಿ ನುಡಿಯಲ್ಕೆ ಆಕ್ಕುಂ.

ಯಥಾನ್ವಯಂ. ಟೀಕು.— ಎತ್ತಣದು = ಎತ್ತಣದು; ಎಂಬೀ ಶಬ್ದಮಂ = ಎಂಬೀ ಶಬ್ದಮಂ; ಎತ್ತಣ್ತು = ಎತ್ತಣ್ತೆಂದು; ಇಂತು = ಹೀಂಗೆ; ಕೂಡಿ ನುಡಿಯಲ್ಕೆ = ಕೂಡಿ ನುಡಿವುದರ್ಕೆ; ಅಕ್ಕುಂ = ಅಪ್ಪುದು; ಮತ್ತೆ = ಬಳಿಕಂ; ಆರದೆಂಬುದಂ = ಆರದೆಂಬ ಶಬ್ದಮಂ; ವಿಬುಧೋತ್ತಮರ್ = ವಿದ್ವಚ್ಛ್ರೇಷ್ಠರ್; ಆರ್ತೆಂದು = ಆರ್ತು ಎಂದು; ಕೂಡಿ ನುಡಿಯಲ್ಕೆ = ಕೂಡಿ ನುಡಿವುದರ್ಕೆ; ಅಕ್ಕುಂ = ಅಪ್ಪುದು.

ವೃತ್ತಿ.—ಎತ್ತಣದೆಂಬೀ ಶಬ್ದಕ್ಕೆ ಎತ್ತಣ್ತೆಂದುಂ ಆರದೆಂಬ ಶಬ್ದಕ್ಕೆ ಆರ್ತೆಂದುಮಾದೇಶಮಕ್ಕುಂ.

ಪ್ರಯೋಗಂ.—ದೆಸೆಯೆತ್ತಣ್ತಾಗಸಮೆತ್ತಣ್ತೆತ್ತಣ್ತುರ್ವಿಯೆನಿಸಿ, ಪರ್ಬಿದುದು ತಮಂ. ಆರ್ತೀ ತುರಂಗಮಿಂತಿದನಾರ್ ತಂದರ್ ದಿವ್ಯವಸ್ತುಮಮ್.

ಸೂತ್ರಂ.

Derivation of the Masculines ಅವಂ, ಇವಂ, ಉವಂ and ಆತಂ, ಈತಂ, ಊತಂ from the Neuters ಅದು, ಇದು, ಉದು. Their Plural with ಅರ್ and ಂಗಳ್.

ಅದುವಿದುವುದುವೆಂಬಿವಱಿಂ
ತ್ಯದುಕಾರಕ್ಕೊದವುಗುಂ ವಕಾರಂ ಪುಲ್ಲಿಂ |
ಗದೊಳಲ್ಲಿ ತಕಾರಂ ಮೇ
ಣೊದವಿರೆ ಚೆಚ್ಚರದೆ ಬರ್ಪುದಾದಿಗೆ ದೀರ್ಘಂ ||150||

ಪದಚ್ಛೇದಂ.—ಅದು ಇದು ಉದು ಎಂಬ ಇವಱ ಅಂತ್ಯದುಕಾರಕ್ಕೆ ಒದವುಗುಂ ವಕಾರಂ ಪುಲ್ಲಿಂಗದೊಳ್; ಅಲ್ಲಿ ತಕಾರಂ ಮೇಣ್ ಒದವಿ ಇರೆ, ಚೆಚ್ಚರದೆ ಬರ್ಪುದು ಆದಿಗೆ ದೀರ್ಘಂ.

ಅನ್ವಯಂ.— ಪುಲ್ಲಿಂಗದೊಳ್ ಅದು ಇದು ಉದು ಎಂಬಿವಱ ಅಂತ್ಯದುಕಾರಕ್ಕೆ ವಕಾರಂ ಒದವುಗುಂ; ಅಲ್ಲಿ ಮೇಣ್ ತಕಾರಂ ಒದವಿ ಇರೆ, ಚೆಚ್ಚರದೆ ಆದಿಗೆ ದೀರ್ಘಂ ಬರ್ಪುದು.

ಟೀಕು.—ಪುಲ್ಲಿಂಗದೊಳ್ = ಪುಲ್ಲಿಂಗದಲ್ಲಿ; ಅದು = ಅದೆಂದು; ಇದು = ಇದೆಂದು; ಉದು = ಉದೆಂದು; ಎಂಬಿವಱ = ಎಂಬೀ ಶಬ್ದಂಗಳ; ಅಂತ್ಯದುಕಾರಕ್ಕೆ = ಕಡೆಯ ದುಕಾರಕ್ಕೆ; ವಕಾರಂ = ವತ್ವಂ; ಒದವುಗುಂ = ಪ್ರಾಪ್ತಿಸುವುದು; ಅಲ್ಲಿ = ಈ ಶಬ್ದಂಗಳ್ಪುಲ್ಲಿಂಗವಾ

ಗುವಲ್ಲಿ; ಮೇಣ್ = ವಿಕಲ್ಪದಿಂದೆ; ತಕಾರಂ = ತತ್ವಂ ಬಂದು; ಒದವಿರೆ = ಪ್ರಾಪ್ತಿಸಿರೆ; ಚೆಚ್ಚರದೆ = ಶೀಘ್ರದಿಂದೆ; ಆದಿಗೆ = ಮೊದಲಕ್ಷರಕ್ಕೆ; ದೀರ್ಘಂ = ದೀರ್ಘಂ; ಬರ್ಪುದು = ಬರ್ಪುದು.

ವೃತ್ತಿ.—ಅದು ಇದು ಉದು ಎಂಬಿವಱ ಕಡೆಯ ದುಕಾರಕ್ಕೆ ವಕಾರಾದೇಶಮಕ್ಕುಂ; ಆ ದುಕಾರಕ್ಕೊರ್ಮೆ ಪೂರ್ವಕ್ಕೆ ದೀರ್ಘಂ ಬೆರಸುತಕಾರಾದೇಶಮಕ್ಕುಂ.

ಪ್ರಯೋಗಂ — ವಕಾರಾದೇಶಕ್ಕೆ—ಅವಂ, ಇವಂ, ಉವಂ.

ಬಹುವಚನಕ್ಕೆ—ಅವರ್, ಇವರ್, ಉವರ್.

ತಕಾರಾದೇಶಕ್ಕೆ—ಆತಂ, ಈತಂ, ಊತಂ. ಆತಂ ದುರ್ಯೋಧನನೀತಂ ರವಿಜಾತನೂತನಶ್ವತ್ಥಾಮಂ.

ಬಹುವಚನಕ್ಕೆ—ಆತಂಗಳ್, ಈತಂಗಳ್, ಊತಂಗಳ್.

ಸೂತ್ರಂ.

Derivation of the Masculines ಅವಂ and its Plural ಅರ್ from ಅವುದು. From ಎಲ್ಲದು comes ಎಲ್ಲಂ for all the three genders in the Singular.

ಅವುದೆನಿಪ್ಪೀ ಶಬ್ದ
ಕ್ಕಾವಂ ಬಹುವಚನದೆಡೆಯೊಳಾರೆಲ್ಲದೆನಿ |
ಪ್ಪಾ ವಚನಮದೇಕತ್ವಮ
ನಾಪರಿಸಿದೊಡೆಲ್ಲಮೆಂದೆ ಆಯ್ತಾದೇಶಂ || 151 ||

ಪದಚ್ಛೇದಂ.—ಅವುದು ಎನಿಪ್ಪ ಈ ಶಬ್ದಕ್ಕೆ ಆವಂ, ಬಹುವಚನದ ಎಡೆಯೊಳ್ ಆರ್. ಎಲ್ಲದು ಎನಿಪ್ಪ ಆ ವಚನಂ ಆದು ಏಕತ್ವಮಂ ಆಪರಿಸಿದೊಡೆ, ಎಲ್ಲಂ ಎಂದೆ, ಆಯ್ತು ಆದೇಶಂ.

ಅನ್ವಯಂ.—ಆದೇಶಂ ಆಯ್ತೆಂಬುದನ್ವಯಂ.

ಟೀಕು.—ಅನುವರ್ತನೆ— ಪುಲ್ಲಿಂಗದೊಳ್ = ಪುಲ್ಲಿಂಗದಲ್ಲಿ; ಅವುದು = ಅವುದೆಂದು; ಎನಿಪ್ಪ = ಎನಿಸುವ; ಈ ಶಬ್ದಕ್ಕೆ = ಈ ಸರ್ವನಾಮಶಬ್ದಕ್ಕೆ; ಆವಂ = ಆವಂ ಎಂದಾಗುವದು; ಬಹುವಚನದ = ಬಹುತ್ವದ; ಎಡೆಯೊಳ್ = ಸ್ಥಾನದಲ್ಲಿ; ಆರ್ = ಆರೆಂದಾಗುವದು; ಎಲ್ಲದು = ಎಲ್ಲದೆಂದು; ಎನಿಪ್ಪ = ಎನಿಸುವ; ಆ ವಚನಂ = ಆ ಬಹುವಚನಂ; ಆದು = ಅದು; ಏಕತ್ವಂ = ಏಕವಚನವಂ; ಆಪರಿಸಿದೊಡೆ = ಅವಗ್ರಹಿಸಿದೊಡೆ; ಎಲ್ಲಮೆಂದೆ = ಎಲ್ಲಂ ಎಂದೆ; ಆದೇಶಂ = ಆದೇಶಂ; ಆಯ್ತು = ಆಯ್ತು.

ವೃತ್ತಿ.—ಆವುದೆಂಬ ಶಬ್ದಕ್ಕೆ ಪುಲ್ಲಿಂಗದೇಕವಚನದೊಳಾವನೆಂದುಂ ಬಹುವಚನದೊಳಾರೆಂದುಮಾದೇಶಂ; ಎಲ್ಲದೆಂಬ ಶಬ್ದಕ್ಕೆ ಲಿಂಗತ್ರಯದಲ್ಲಿಯುಂ ಎಲ್ಲಮೆಂಡಾದೇಶಂ.

ಪ್ರಯೋಗಂ.—ಆವುದೆಂಬುದರ್ಕೆ—ಆವಂ ಮುರನಂ ಕೊಂದಂ? ಆವಂ ಬಕ ಕಂಸ ಕೇಶಿಗಳನದಟಲೆದಂ? ಆರ್ಮೈಯ್ದೋರ್ಪರಾರ್ಮಲೆವರಾರ್ಪೊಣರ್ವರಾರ್ ತೂಳ್ದುವರಾರವಂ ಜನಮ್ ಏನೆಂದರ್.

ಎಲ್ಲದೆಂಬುದರ್ಕೆ—ಎಲ್ಲಂಗಮೆಲ್ಲ ಧನಮುಮನೆಲ್ಲೆಡೆಯೊಳಮೆಲ್ಲ ತೆಱದೊಳಂ ಕುಡುಗೆಮ; ಎಲ್ಲರುಮಾ ಕರ್ಣನಂತಿರೇನ್ ಚಾಗಿಗಳ್.

ಸೂತ್ರಂ.

Derivation of the Masculines ಪೆಱಂ, ಪೆಱರ್ from ಪೆಱತು, of the Masculines ಇನಿಯಂ, etc. from ಇನಿದು, etc., and of the Masculines ಬಳ್ಳಿದಂ, etc. from ಬಳ್ಳಿತು, etc.

ಪೆಱತೆಂಬಿವಱಂತ್ಯಾಕ್ಷರ
ಮಱಗುಂ ಗುಣವಚನದಂತ್ಯದುತ್ವಕ್ಕತ್ವಂ ।
ನೆಱೆಗುಂ ತುಕಾರಮಿರೆ ಬಂ
ದೆಱಗುಗುಮಾ ತಾಣದೊಳ್ದಕಾರಾದೇಶಂ ॥ 152 ॥

ಪದಚ್ಛೇದಂ.—ಪೆಱತು ಎಂಬ ಇವಱ ಅಂತ್ಯಾಕ್ಷರಂ ಅಱಗುಂ; ಗುಣವಚನದ ಅಂತ್ಯದುತ್ವಕ್ಕೆ ಅತ್ವಂ ನೆಱೆಗುಂ; ತುಕಾರಂ ಇರೆ, ಬಂದು ಎಱಗುಗುಂ ಆ ತಾಣದೊಳ್ ದಕಾರಾದೇಶಂ.

ಅನ್ವಯಂ.—ತುಕಾರಂ ಇರೆ ಆ ತಾಣದೊಳ್ ದಕಾರಾದೇಶಂ ಬಂದು ಎಱಗುಗುಂ ಎಂಬುದನ್ವಯಂ.

ಟೀಕು.—ಅನುವರ್ತನೆ—ಪುಲ್ಲಿಂಗದೊಳ್ ಪೆಱತೆಂಬಿವಱ = ಪೆಱತು ಪೆಱದು ಎಂಬೀ ಶಬ್ದಂಗಳ; ಅಂತ್ಯಾಕ್ಷರಂ = ಕಡೆಯಣಕ್ಷರಂ; ಅಱಗುಂ = ಲೋಪವಾಗುವುದು; ಗುಣವಚನದ = ಗುಣವಚನಂಗಳ; ಅಂತ್ಯದುತ್ವಕ್ಕೆ = ಅಂತ್ಯದ ದುಕಾರಕ್ಕೆ; ಅತ್ವಂ = ಅಕಾರಂ; ನೆಱೆಗುಂ = ಬರ್ಪುದು; ತುಕಾರಂ = ತುತ್ವಂ; ಇರೆ = ಇರೆ; ಆ ತಾಣದೊಳ್ = ಆ ತಾವಿನಲ್ಲಿ; ದಕಾರಾದೇಶಂ = ದಕಾರಾದೇಶಂ; ಬಂದು = ಬಂದು; ಎಱಗುಗುಂ = ಪೊರ್ದುಗೆಯಾಗುವುದು.

ವೃತ್ತಿ.—ಪೆಱತು ಪೆಱದು ಎಂಬ ಶಬ್ದಂಗಳ ಕಡೆಯಕ್ಕರಕ್ಕೆ ಲೋಪಂ; ಗುಣವಚನದ ಕಡೆಯ ದುಕಾರಕ್ಕಕಾರಾದೇಶಂ; ಆ ಗುಣವಚನಂ ತುಕಾರಾಂತಮಾಗಿರೆ, ದಕಾರಾದೇಶಂ.

ಪ್ರಯೋಗಂ.—

ಅಂತಾಕ್ಷರಲೋಪಕ್ಕೆ—ನರನೆಂಬಾತಂ ಪೆಱನಲ್ಲೀತನಾಗಲೆವೇೞ್ಕುಂ.

ಬಹುವಚನಕ್ಕೆ—ಪೆಱರುಮೆಂದರ್.

ಅಕಾರಾದೇಶಕ್ಕೆ—ಇನಿಯನೆ, ಬೆಲ್ಲದಿಂದಿನಿಯನೀವನೆ; ಪಿರಿಯಂ, ಅಃ ಪಿರಿದೀವನಿತ್ತುದಂ ನೆನೆವನೆ? ಚೀಃ ಅದಂ ನೆನೆಯಂ; ಕಿಱಿಯಂ, ಬಱಿಯಂ, ಅಸಿಯಂ, ಬಸಿಯಂ, ಕರಿಯಂ, ಕಡಿಯಂ, ನಿಡಿಯಂ.

ದಕಾರಾದೇಶಕ್ಕೆ—ಒಳ್ಳಿದಂ, ತೆಳ್ಳಿದಂ, ಮೆಲ್ಲಿದಂ, ಬೆಟ್ಟಿದಂ, ತೋರಿದಂ, ನೇರಿದಂ, ಕೂರಿದಂ. ಕೂರಿದನುಂ ಕೂರಸಿಯುಂತೆನಿಸಿ ಮೆಱೆವನಾ ನರನಾಥಂ.

ಸೂತ್ರಂ.

Derivation of the Masculines ಎಳೆಯಂ, ಪಱಿಯಂ and of the Feminines ಎಳೆಯಳ್, ಪಱಿಯಳ್ from ಎಳದು, ಪಱಿದು, of ಬಱುವಂ from ಬಱಿದು, and of ಪೊಸಂಬಂ from ಪೊಸತು.

ಎಳದು ಪಱಿದೆಂಬ ಶಬ್ದಂ
ಗಳ ಮಧ್ಯಕ್ಕುಂಟೆಕಾರಮುತ್ತ್ವಂ ಬಱಿದೆಂ ।
ದೊಳಱುವ ಱಿಕಾರದೊಳ್ನೀಂ
ತಿಳಿ ಪೊಸತಱ ಕಡೆಗೆ ಬಿಂದುವೆರಸುಬಕಾರಂ ‖ 153 ‖

ಪದಚ್ಛೇದಂ.—ಎಳದು ಪಱಿದು ಎಂಬ ಶಬ್ದಂಗಳ ಮಧ್ಯಕ್ಕೆ ಉಂಟು ಎಕಾರಂ; ಉತ್ತ್ವಂ ಬಱಿದು ಎಂದು ಒಳಱುವ ಱಿಕಾರದೊಳ್; ನೀಂ ತಿಳಿ, ಪೊಸತಱ ಕಡೆಗೆ ಬಿಂದುವೆರಸುಬಕಾರಂ.

ಅನ್ವಯಂ.—ಎಳದು ಪಱಿದು ಎಂಬ ಶಬ್ದಂಗಳ ಮಧ್ಯಕ್ಕೆ ಎಕಾರಂ ಉಂಟು; ಬಱಿದು ಎಂದು ಒಳಱುವ ಱಿಕಾರದೊಳ್ ಉತ್ತ್ವಂ; ಪೊಸತಱ ಕಡೆಗೆ ಬಿಂದುವೆರಸುಬಕಾರಂ ನೀಂ ತಿಳಿ!

ಟೀಕು.—ಅನುವರ್ತನೆ—ಪುಲ್ಲಿಂಗದೊಳ್ = ಗುಣವಚನಪುಲ್ಲಿಂಗದಲ್ಲಿ; ಎಳದು = ಎಳದೆಂದು; ಪಱಿದು = ಪಱಿದೆಂದು; ಎಂಬ ಶಬ್ದಂಗಳ = ಎಂಬ ಶಬ್ದಂಗಳ; ಮಧ್ಯಕ್ಕೆ = ನಡುವಣಕ್ಷರಕ್ಕೆ; ಎಕಾರಂ = ಎತ್ವಂ; ಉಂಟು = ಉಂಟಾಗುವುದು; ಬಱಿದೆಂದು = ಬಱಿದು ಎಂದು; ಒಳಱುವ = ಧ್ವನಿಗೆಯ್ವ; ಱಿಕಾರದೊಳ್ = ಱಿಕಾರದಲ್ಲಿ; ಉತ್ತ್ವಂ = ಉಕಾರಂ ಉಂಟಾಗುವುದು; ಪೊಸತಱ = ಪೊಸತೆಂಬ ಶಬ್ದದ; ಕಡೆಗೆ = ಅಂತ್ಯಾಕ್ಷರಕ್ಕೆ; ಬಿಂದುವೆರಸುಬಕಾರಂ = ಅದಿಯಲಿ ಬಿಂದುಗೂಡಿದ ಬಕಾರಂ ಉಂಟಾಗುವುದು; ನೀಂ = ನೀಂ; ತಿಳಿ = ಅಱಿ.

ವೃತ್ತಿ.—ಎಳದು ಪಱಿದು ಎಂಬ ಶಬ್ದಂಗಳ್ಗೆ ಪುಲ್ಲಿಂಗದಕಾರಂ ಬರೆ, ಮಧ್ಯಕ್ಕೆ ಹ್ರಸ್ವಮಪ್ಪೆತ್ತ್ವಮಕ್ಕುಂ; ಬಱಿದೆಂಬ ಶಬ್ದದ ಱಿಕಾರಕ್ಕೆ ಉಕಾರಾದೇಶಂ; ಪೊಸತೆಂಬುದಱ ತುಕಾರಕ್ಕೆ ಬಿಂದುವೆರಸುಬಕಾರಾದೇಶಮಕ್ಕುಂ.

ಪ್ರಯೋಗಂ.—ಎಳದು ಪಱಿದೆಂಬುವರ್ಕೆ—ಎಳೆಯಂ, ಪಱೆಯ; ಸ್ತ್ರೀಲಿಂಗದಳ್ ಪರಮಾಗೆಯುಮಂತೆ—ಎಳೆಯಳ್, ಪಱೆಯಳ್.

ಬಱಿದೆಂಬುದರ್ಕೆ—ಬಱುವಂ.

ಪೊಸತರ್ಕೆ—ಪೊಸಂಬಂ. ವಿಚಾರಿಸಡುಂತೆ ಪೊಸಂಬರೊತ್ತೆಯಂ ಕೊಳ್ವುದು ತಕ್ಕುದಲ್ತು.

ಸೂತ್ರಂ.

Derivation of the Feminines ಅವಳ್, ಇವಳ್, ಉವಳ್ and ಆಳೆ, ಈಳೆ, ಊಳೆ from ಅದು, ಇದು, ಉದು.

ಅಧುವಿದುವುದುವೆಂಬಿವಱಿಂ
ತ್ಯದೊಳ್ವಳಾದೇಶವಿಧಿ ಳೆಕಾರಂ ಮೇಣ್ಬಂ ।
ದೊದವಿರೆ ಬರ್ಕುಂ ಸ್ತ್ರೀಲಿಂ
ಗದೊಳಂ ಪುಲ್ಲಿಂಗದಂತಿರಾದಿಗೆ ದೀರ್ಘಂ ॥ 154 ॥

ಪದಚ್ಛೇದಂ.—ಅದು ಇದು ಉದು ಎಂಬ ಇವಱ ಅಂತ್ಯದೊಳ್ ವಳ್ ಆದೇಶವಿಧಿ; ಳೆಕಾರಂ ಮೇಣ್ ಬಂದು ಒದವಿ ಇರೆ, ಬರ್ಕುಂ ಸ್ತ್ರೀಲಿಂಗದೊಳಂ—ಪುಲ್ಲಿಂಗದಂತೆ ಇರೆ—ಆದಿಗೆ ದೀರ್ಘಂ.

ಅನ್ವಯಂ.—ಸ್ತ್ರೀಲಿಂಗದೊಳಂ ಅದು ಇದು ಉದು ಎಂಬಿವಱ ಅಂತ್ಯದೊಳ್ ವಳಾದೇಶವಿಧಿ; ಮೇಣ್ ಳೆಕಾರಂ ಬಂದು ಒದವಿರೆ, ಪುಲ್ಲಿಂಗದಂತಿರೆ ಆದಿಗೆ ದೀರ್ಘಂ ಬರ್ಕುಂ.

ಟೀಕು.—ಸ್ತ್ರೀಲಿಂಗದೊಳಂ = ಸ್ತ್ರೀಲಿಂಗದಲ್ಲಿಯುಂ; ಅದು = ಅದೆಂದು; ಇದು = ಇದೆಂದು; ಉದು = ಉದೆಂದು; ಎಂಬಿವಱ = ಎಂಬೀ ಶಬ್ದಂಗಳ; ಅಂತ್ಯದೊಳ್ = ಕಡೆಯಕ್ಷರದಲ್ಲಿ; ವಳಾದೇಶವಿಧಿ = ವಳ್ ಎಂಬಾದೇಶದ ವಿಧಿ ಬರ್ಪುದು; ಮೇಣ್ = ವಿಕಲ್ಪದಿಂದೆ; ಳೆಕಾರಂ = ಳೆಕಾರಂ; ಬಂದು = ಆದೇಶವಾಗಿ ಬಂದು; ಒದವಿರೆ = ಪ್ರಾಪ್ತಿಸಿರೆ; ಪುಲ್ಲಿಂಗದಂತಿರೆ = ಪುಲ್ಲಿಂಗದ ಹಾಂಗೆ ಸ್ತ್ರೀಲಿಂಗದಲ್ಲಿಯುಂ; ಆದಿಗೆ = ಮೊದಲಕ್ಷರಕ್ಕೆ; ದೀರ್ಘಂ = ದೀರ್ಘಂ; ಬರ್ಕುಂ = ಬರ್ಪುದು.

ವೃತ್ತಿ.—ಅದು ಇದು ಉದು ಎಂಬಿವಱ ದುಕಾರಕ್ಕೆ ಸ್ತ್ರೀಲಿಂಗದೊಳ್ ವಳಾದೇಶಂ; ಆ ದುಕಾರಕ್ಕೆ ಮೇಣ್ಕೆಕಾರಮುಮಾದಿಗೆ ಪುಲ್ಲಿಂಗದಂತಿರೆ ದೀರ್ಘಮುಮಕ್ಕುಂ.

ಪ್ರಯೋಗಂ.—ವಳ್ಗೆ—ಅವಳ್, ಇವಳ್, ಉವಳ್.
ಕೆಕಾರಕ್ಕೆ—ಆಕೆ, ಈಕೆ, ಊಕೆ.

ಸೂತ್ರಂ.

Many words which are either Masculines or Feminines in Samskṛita are Neuter in Canarese; for instance also ಸಜ್ಜನಂ becomes such a neuter when denoting a woman of good family.

ಕೆಲ ಕೆಲವು ಸಕ್ಕದದ ಮೂ
ಱು ಲಿಂಗಮುಂ ರೂಢಿವೆತ್ತ ಕರ್ಣಾಟಕದೊಳ್ ।
ನಿಲೆ ನಪ್ಪಱಿ ಸಜ್ಜನವಧು
ಕುಲವಧುವೆಂಬಲ್ಲಿ ಕನ್ನಡಂ ನಪ್ಪದುವುಂ ‖ 155 ‖

ಪದಚ್ಛೇದಂ. — ಕೆಲ ಕೆಲವು ಸಕ್ಕದದ ಮೂಱು ಲಿಂಗಮುಂ ರೂಢಿವೆತ್ತ ಕರ್ಣಾಟಕದೊಳ್ ನಿಲೆ ನಪ್ಪ, ಅಱಿ! ಸಜ್ಜನವಧು ಕುಲವಧು ಎಂಬ ಅಲ್ಲಿ ಕನ್ನಡಂ ನಪ್ಪ ಅದುವುಂ.

ಅನ್ವಯಂ.—ಕನ್ನಡಂ ಅದುವುಂ ನಪ್ಪ ಎಂಬುದನ್ವಯಂ.

ಟೀಕು.—ಕೆಲ ಕೆಲವು = ಹಲವು ಕೆಲವು; ಸಕ್ಕದದ = ಸಂಸ್ಕೃತದ; ಮೂಱು ಲಿಂಗಮುಂ = ಸ್ತ್ರೀಪುಂನಪುಂಸಕಂಗಳೆಂಬ ಮೂಱು ಲಿಂಗಮುಂ; ರೂಢಿವೆತ್ತ ಕರ್ಣಾಟಕದೊಳ್ = ರೂಢಿಯಾದ ಕನ್ನಡದಲ್ಲಿ; ನಿಲೆ = ನೆಲಸೆ; ನಪ್ಪ = ನಪುಂಸಕಲಿಂಗವಾಗುವುವು; ಅಱಿ = ತಿಳಿ; ಸಜ್ಜನವಧು = ಸಜ್ಜನವಧುವೆಂದು; ಕುಲವಧು = ಕುಲವಧುವೆಂದು; ಎಂಬಲ್ಲಿ = ಎಂಬೆಡೆಯಲ್ಲಿ; ಕನ್ನಡಂ = ಕನ್ನಡವಾಗಿ; ಅದುವುಂ = ಆ ಶಬ್ದವುಂ; ನಪ್ಪ = ನಪುಂಸಕಲಿಂಗವಾಗುವುದು, ತಿಳಿ!

ವೃತ್ತಿ. — ಕೆಲ ಕೆಲವು ಸಕ್ಕದದ ಮೂಱು ಲಿಂಗಮುಂ ಕನ್ನಡಕ್ಕೆ ಬಂದಲ್ಲಿ ನಪುಂಸಕಮಕ್ಕುಂ; ಸಜ್ಜನಶಬ್ದಂ ಕುಲಸ್ತ್ರೀಯುಂ ಪೇೞ್ವಲ್ಲಿ ಕನ್ನಡದೊಳೆಂದುಂ ನಪುಂಸಕಮೆಯಕ್ಕುಂ.

ಪ್ರಯೋಗಂ.—ಸಂಸ್ಕೃತಲಿಂಗತ್ರಯಂಗಳೊಳ್ ಪುಲ್ಲಿಂಗಕ್ಕೆ—ವೃಕ್ಷಂ ತಳಿರ್ತುದು, ವಾಯು ತೀಡಿದುದು;

ಸ್ತ್ರೀಲಿಂಗಕ್ಕೆ—ಪ್ರೀತಿಯಾದುದು, ಧರೆ ಬೆಳೆದುದು, ನದಿ ಬಂದುದು, ಮತಿ ಪೆರ್ಚಿದುದು;

ನಪುಂಸಕಕ್ಕೆ—ಕುಲಂ ಮೇಲೆನಿಸಿದುದು.

ಸಜ್ಜನಶಬ್ದಕ್ಕೆ—ಆ ಸತಿ ಸಜ್ಜನಮಾಬ್ಕೆಯಿನೆಂದುಂಟು.

ಸಮುಚ್ಚಯದಿಂ ಅಪತ್ಯ ಕಳತ್ರ (ಎಂಬ) ಶಬ್ದಂಗಳ್ಸ್ತ್ರೀವಾಚಕವಾಗಿಯುಂ ಜನಶಬ್ದ ಲೋಕಶಬ್ದಂಗಳ್ಪುರುಷವಾಚಕಂಗಳಾಗಿಯುಂ ನಪುಂಸಕಂ—ಇದು ಕಳತ್ರಂ; ಇದಪತ್ಯಂ. ಇದು ಜನಂ; ಇದು ಲೋಕಂ.

ಸೂತ್ರಂ.

In Metaphorical (or Tropical) language (ರೂಪಕಂ) the gender of a Substantive (ವಿಶೇಷ್ಯಂ) may be altered according to its being shown by the Attribute (ವಿಶೇಷಣಂ), and vice versa.

ನೆಲಸಿರ್ದ ವಿಶೇಷಣದಿ
ಷ್ಟಲಿಂಗಮೆನಿಪುದು ವಿಶೇಷ್ಯಮದಱಿಷ್ಟದಿನ ।
ಗ್ಗಲಿಕುಂ ವಿಶೇಷಣದ ಲಿಂ
ಗಲಕ್ಷಣಂ ದೋಷರಹಿತಮಿದು (ರೂಪಕದೊಳ್) ॥ 156 ॥

ಪದಚ್ಛೇದಂ.— ನೆಲಸಿ ಇರ್ದ ವಿಶೇಷಣದ ಇಷ್ಟಲಿಂಗಂ ಎನಿಪುದು ವಿಶೇಷ್ಯಂ; ಅದಱ ಇಷ್ಟದಿಂ ಅಗ್ಗಲಿಕುಂ ವಿಶೇಷಣದ ಲಿಂಗಲಕ್ಷಣಂ. ದೋಷರಹಿತಂ ಇದು ರೂಪಕದೊಳ್.

ಅನ್ವಯಂ. — ನೆಲಸಿ ಇರ್ದ ವಿಶೇಷಣದ ಇಷ್ಟಲಿಂಗಂ ಎನಿಪುದು ವಿಶೇಷ್ಯಂ; ಅದಱ ಇಷ್ಟದಿಂ ವಿಶೇಷಣದ ಲಿಂಗಲಕ್ಷಣಂ ಅಗ್ಗಲಿಕುಂ. ಇದು ರೂಪಕದೊಳ್ ದೋಷರಹಿತಂ.

ಟೀಕು.—ನೆಲಸಿರ್ದ = ನೆಲೆಗೊಂಡು ಇರ್ದ; ವಿಶೇಷಣದ = ವಿಶೇಷಣಶಬ್ದದ; ಇಷ್ಟಲಿಂಗಂ = ಇಷ್ಟವಾದ ಲಿಂಗಂ; ಎನಿಪುದು = ಎನಿಸುವುದು; ವಿಶೇಷ್ಯಂ = ವಿಶೇಷ್ಯಲಿಂಗಂ; ಅದಱ = ಆ ವಿಶೇಷ್ಯದ; ಇಷ್ಟದಿಂ = ಇಷ್ಟದಿಂದೆ; ವಿಶೇಷಣದ = ವಿಶೇಷಣಶಬ್ದದ; ಲಿಂಗಲಕ್ಷಣಂ = ಲಿಂಗದ ಲಕ್ಷಣಂ; ಅಗ್ಗಲಿಕುಂ = ಪೆರ್ಚುಗೆವಡೆವುದು; ಇದು = ಈ ಪ್ರಯೋಗಂ; ರೂಪಕದೊಳ್ = ರೂಪಕದಲ್ಲಿ; ದೋಷರಹಿತಂ = ನಿರ್ದೋಷವಪ್ಪುದು.

ವೃತ್ತಿ.—ವಿಶೇಷಣದ ಲಿಂಗದಿಷ್ಟದಿಂ ವಿಶೇಷ್ಯಮುಮನಾಲಿಂಗವಾಗಿ

ಯೋಜಿಸಿ ಕೊಳ್ವುದು; ವಿಶೇಷ್ಯಲಿಂಗದಿಷ್ಟದಿಂ ವಿಶೇಷಮುಮನಾಲಿಂಗಮಾಗಿ ಯೋಜಿಸಿ ಕೊಳ್ವುದು. ರೂಪಕದೊಳಿದು ನಿರ್ದೋಷಂ.

ಪ್ರಯೋಗಂ.—ವಿಶೇಷಣಬಲಕ್ಕೆ—

ಉದಯಾಸ್ತೋನ್ನತ-ಶೈಲ-ಸೇತು-ಹಿಮವತ್ಕುತ್ಕೀಲ-ಪರ್ಯಂತ-ಸಂ
ಪದೆಯಂ ವಾರ್ಧಿತ-ರ[illegible]-ರಂಗ-ನಿನದತ್-ಕಾಂಚೀ-ಕಲಾಪಾಂಚಿತಾ |
ಸ್ಪದೆಯಂ.ಸಾಧಿಸಿ ಕಬ್ಬಿಗಂಗೆ ನೆಲಸಂ ನಿರ್ವ್ಯಾಜದಿಂದಂ ನಿಮಿ
ರ್ಚಿದ್ದನಲ್ಲಂ ಭುವನೈಕರಾಮಮಹಿಪಂಗಕ್ಕುಂ; ಪೆಱರ್ಗಕ್ಕುಮೇ?

|| ಮತ್ತೇಭವಿಕ್ರೀಡಿತವೃತ್ತಂ ||

ಎಂಬಲ್ಲಿ ನೆಲನೆಂಬುದು ನಪುಂಸಕಲಿಂಗಮಂ ಬಿಟ್ಟು, ಧರಾವನಿತೆಯೆಂದು, ಯೋಜಿಸಿ ಕೊಳ್ವುದು.

ವಿಶೇಷ್ಯಬಲಕ್ಕೆ—ಆತಂ ಜಗದ್ದರ್ಪಣಂ; ಆ ಪೆಣ್ಜಗದ್ದರ್ಪಣಂ; ಅದು ಜಗದ್ದರ್ಪಣಂ.

ಸೂತ್ರಂ.

In the midst of Canarese words a ವ (ಅವು) may become an ಔ, and a ಯ (ಅಯಿ) au ಐ; final ಅ (ಅಂ) may become ಒ (ಒಂ).

ಪದಮಧ್ಯವತ್ವಯತ್ವ
ಕ್ಕೊದವುಗುವೌತ್ವೈತ್ವವಿಧಿಯದಂತಕ್ಕೊತ್ವಂ |
ಪುದಿದಿರ್ಕುಂ ಹ್ರಸ್ವತೆಯಿಂ
ವಿದಿತವಿಕಲ್ಪಂ ತಗುಳ್ಗುಮಾ ಮೂಱಱೊಳಂ || 157 ||

ಪದಚ್ಛೇದಂ.—ಪದಮಧ್ಯವತ್ವಯತ್ವಕ್ಕೆ ಒದವುಗುಂ ಔತ್ವೈತ್ವವಿಧಿ; ಅದಂತಕ್ಕೆ ಒತ್ವಂ ಪುದಿದು ಇರ್ಕುಂ ಹ್ರಸ್ವತೆಯಿಂ; ವಿದಿತವಿಕಲ್ಪಂ ತಗುಳ್ಗುಂ ಈ ಮೂಱಱೊಳಂ.

ಅನ್ವಯಂ.—ಪದಮಧ್ಯವತ್ವಯತ್ವಕ್ಕೆ ಔತ್ವೈತ್ವವಿಧಿ ಒದವುಗುಂ; ಅದಂತಕ್ಕೆ ಹ್ರಸ್ವತೆಯಿಂ ಒತ್ವಂ ಪುದಿದು ಇರ್ಕುಂ; ಈ ಮೂಱಱೊಳಂ ವಿದಿತವಿಕಲ್ಪಂ ತಗುಳ್ಗುಂ.

ಟೀಕು.—ಪದ = ಪದಂಗಳ; ಮಧ್ಯ = ನಡುವಣ; ವತ್ವಯತ್ವಕ್ಕೆ = ವಕಾರ ಯಕಾರಂಗಳ್ಗೆ; ಔತ್ವೈತ್ವವಿಧಿ = ಔಕಾರದ ಐಕಾರದ ವಿಧಿ; ಒದವುಗುಂ = ಪ್ರಾಪ್ತಿಸುವುದು; ಅದಂತಕ್ಕೆ = ಅಕಾರಾಂತಕ್ಕೆ; ಹ್ರಸ್ವತೆಯಿಂ = ಹ್ರಸ್ವತ್ವದಿಂದೆ; ಒತ್ವಂ = ಒಕಾರಂ; ಪುದಿದಿರ್ಕುಂ = ಪ್ರವೇಶವಾಗಿರ್ಪುದು; ಈ ಮೂಱಱೊಳಂ = ಈ ಮೂಱಱಲ್ಲಿಯುಂ; ವಿದಿತ = ಪ್ರಸಿದ್ಧವಾದ; ವಿಕಲ್ಪಂ = ವಿಕಲ್ಪಂ; ತಗುಳ್ಗುಂ = ಎಯ್ದುವುದು.

ವೃತ್ತಿ.—ಪದಮಧ್ಯವಕಾರ ಯಕಾರಂಗಳ್ಗೆ ಔಕಾರಮುಂ ಐಕಾರಮುಮಕ್ಕುಂ; ಪದಾಂತ್ಯದ ಅಕಾರಕ್ಕೆ ಹ್ರಸ್ವೋತ್ವಮಕ್ಕುಂ; ಇವಱೊಳ್ವಿಕಲ್ಪಮುಂಟು.

ಪ್ರಯೋಗಂ.—ಔಕಾರಕ್ಕೆ—ಕವುಂಗು, ಕೌಂಗು; ಕವುಂಕುೞ್; ಕೌಂಕುೞ್; ಅವುಂಕಿದಂ, ಔಂಕಿದಂ; ಅವುಂಡು, ಔಂಡು; ಕವುಂಡೆ, ಕೌಂಡೆ; ತವುಂಕಲ್, ತೌಂಕಲ್.

ಐಕಾರಕ್ಕೆ—ತೇರಯಿಸಿದಂ, ತೇರೈಸಿದಂ; ಕೋರಯಿಸಿದಂ, ಕೋರೈಸಿದಂ; ತೆಲ್ಲಯಿಸಿದಂ, ತೆಲ್ಲೈಸಿದಂ; ಹೊಲ್ಲಯಿಸಿದಂ, ಹೊಲ್ಲೈಸಿದಂ; ಕಯ್ವಾರಂ, ಕೈವಾರಂ.

ಒತ್ವಕ್ಕೆ—ಆವಂ, ಆವೊಂ; ನುಡಿದಂ, ನುಡಿದೊಂ; ಪಾಡಿದಂ, ಪಾಡಿದೊಂ.

ಸೂತ್ರಂ.

In the course of a sentence or in compounds ನ preceded by ಣ್ may be changed into ಣ.

ಅಸಮಾಸದೊಳಂ ದೊರೆವೆ
ತ್ತ ಸಮಾಸದೊಳಂ ಣಕಾರದಿಂ ಪರದೊಳ್ಸಂ |
ದಿಸಿದ ನಕಾರಂ ಣತ್ವಂ
ಪ್ರಸಿದ್ಧಮುಚ್ಚರಿಸುವರ್ಗೆ ದುಷ್ಕರಮದುವುಂ ‖ 158 ‖

ಪದಚ್ಛೇದಂ.—ಅಸಮಾಸದೊಳಂ ದೊರೆವೆತ್ತ ಸಮಾಸದೊಳಂ ಣಕಾರದಿಂ ಪರದೊಳ್ ಸಂದಿಸಿದ ನಕಾರಂ ಣತ್ವಂ ಪ್ರಸಿದ್ಧಂ; ಉಚ್ಚರಿಸುವರ್ಗೆ ದುಷ್ಕರಂ ಅದುವುಂ.

ಅನ್ವಯಂ.—ಅದುವುಂ ಉಚ್ಚರಿಸುವರ್ಗೆ ದುಷ್ಕರಂ.

ಟೀಕು.—ಅಸಮಾಸದೊಳಂ = ಸಮಾಸವಲ್ಲದಲ್ಲಿಯುಂ; ದೊರೆವೆತ್ತ = ಪ್ರಸಿದ್ಧಿವಡೆದ; ಸಮಾಸದೊಳಂ = ಸಮಾಸದಲ್ಲಿಯುಂ; ಣಕಾರದಿಂ = ಣತ್ವದಿಂದೆ; ಪರದೊಳ್ = ಪರದಲ್ಲಿ; ಸಂದಿಸಿದ ನಕಾರಂ = ಸಂದಿಸಿದ ನತ್ವಂ; ಣತ್ವಂ = ಣಕಾರವಪ್ಪುದು; ಪ್ರಸಿದ್ಧಂ = ಪ್ರಸಿದ್ಧಂ; ಅದುವುಂ = ಆ ಪ್ರಯೋಗವುಂ; ಉಚ್ಚರಿಸುವರ್ಗೆ = ಓದುವರ್ಗೆ; ದುಷ್ಕರಂ = ದುಷ್ಕರವಾಗಿರ್ಪುದು.

ವೃತ್ತಿ.—ಭಿನ್ನಪದದೊಳಂ ಸಮಾಸಪದದೊಳಂ ಣಕಾರಕ್ಕೆ ಪರಮಾದ ನಕಾರಂ ಣಕಾರಮನೆಯ್ದುಗುಂ; ಪ್ರಯೋಗಮುಂಟಾದೊಡಮಾಯುಚ್ಚಾರಣಂ ಸುಭಗಮಿಲ್ಲ.

ಪ್ರಯೋಗಂ.—ಭಿನ್ನಪದಕ್ಕೆ ಕಣ್ ನೊಂದಪುದು, ಕಣ್ಣೊಂದಪುದು; ಪುಣ್ನಾಳಿವೋದಪುದು, ಪುಣ್ಣಾಳಿವೋದಪುದು; ಜಾಣ್ ನೆರೆದಪುದು, ಜಾಣ್ಣೆರೆದಪುದು.

ಸಮಾಸಕ್ಕೆ—ತಣ್+ನೆಟಿಲ್, ತಣ್ಣೆಟಿಲ್; ಕಣ್+ನೀರ್, ಕಣ್ಣೀರ್; ಕಣ್+ನೋಟಂ, ಕಣ್ಣೋಟಂ.

ಸೂತ್ರಂ.

The single ಪ of pure Canarese words (ದೇಶಿ) is often changed into ಹ.

ಸಂದ ಪಕಾರಕ್ಕೆ ಹಕಾ
ರಂ ದೊರೆಕೊಳ್ಗುಂ ವಿಕಲ್ಪದಿಂ ಸಂಯೋಗಂ |
ಸಂದಿಸಿದೊಡೆ ದುಷ್ಕರಮದು
ಸುಂದರಮಾ ದೇಶಿಯಿಂದಮೆಂಬರ್ವಿಬುಧರ್ ‖ 159 ‖

ಪದಚ್ಛೇದಂ.—ಸಂದ ಪಕಾರಕ್ಕೆ ಹಕಾರಂ ದೊರೆಕೊಳ್ಗುಂ ವಿಕಲ್ಪದಿಂ; ಸಂಯೋಗಂ ಸಂದಿಸಿದೊಡೆ ದುಷ್ಕರಂ ಅದು, ಸುಂದರಂ ಆ ದೇಶಿಯಿಂದಂ ಎಂಬರ್ ವಿಬುಧರ್.

ಅನ್ವಯಂ.—ಸಂದ ಪಕಾರಕ್ಕೆ ಹಕಾರಂ ವಿಕಲ್ಪದಿಂ ದೊರೆಕೊಳ್ಗುಂ; ಸಂಯೋಗಂ ಸಂದಿಸಿದೊಡೆ ಅದು ದುಷ್ಕರಂ; ಆ ದೇಶಿಯಿಂದಂ ಸುಂದರಂ ವಿಬುಧರ್ ಎಂಬರ್.

ಟೀಕು.—ಸಂದ ಪಕಾರಕ್ಕೆ = ಕನ್ನಡದಲ್ಲಿ ಸಂದ ಪತ್ವಕ್ಕೆ; ಹಕಾರಂ = ಹತ್ವಂ; ವಿಕಲ್ಪದಿಂ = ವಿಕಲ್ಪದಿಂದೆ; ದೊರೆಕೊಳ್ಗುಂ = ಪ್ರಾಪ್ತಿಸುವುದು; ಸಂಯೋಗಂ = ದ್ವಿತ್ವಾಕ್ಷರಂ; ಸಂದಿಸಿದೊಡೆ = ಬಂದೊಡೆ; ಅದು = ಅದು; ದುಷ್ಕರಂ = ಮಾಡ ಬಾರದು; ಆ ದೇಶಿಯಿಂದಂ = ಪ್ರಸಿದ್ಧವಾದ ದೇಶಿಯ ಭಾಷೆಯಿಂದಂ; ಸುಂದರಂ = ಸೌಂದರ್ಯವೆಂದು; ವಿಬುಧರ್ = ವಿದ್ವಾಂಸರ್; ಎಂಬರ್ = ಪೇಳ್ವರ್.

ವೃತ್ತಿ.—ಕರ್ಣಾಟಕಶಬ್ದದ ಪಕಾರಕ್ಕೆ ವಿಕಲ್ಪದಿಂ ಹಕಾರಮಕ್ಕುಂ; ದ್ವಿತ್ವದೊಳ್ಪಿರಿದುಂ ಪಕಾರಕ್ಕೆ ಹಕಾರಮಿಲ್ಲ.

ಪ್ರಯೋಗಂ.—ಹಕಾರಕ್ಕೆ—ಪಲಗೆ, ಹಲಗೆ; ಪಂದರ್, ಹಂದರ್; ಪಾಸು, ಹಾಸು; ಪಂದಿ, ಹಂದಿ; ಪುಲಿ, ಹುಲಿ; ಪಲಸು, ಹಲಸು. ಇದು ದೇಶಿಯೊಳ್ಜೆಲ್ಲ.

ದ್ವಿತ್ವಕ್ಕಿಲ್ಲದುದರ್ಕೆ—ತಪ್ಪು; ಸೊಪ್ಪು; ಹೆಪ್ಪು; ಟೆಪ್ಪರಂ; ಮುಪ್ಪು; ಉಪ್ಪರಂ; ಟಪ್ಪಣಂ; ಮುಪ್ಪುರಿ; ಬಿಪ್ಪಂಡಂ; ಕಪ್ಪುರವೆಂಬಂತೆ.

ಸೂತ್ರಂ.

But also a double ಪ is changed into (a single) ಹ in ಅಂತಪ್ಪಂ, ಇಂತಪ್ಪಂ, ಉಂತಪ್ಪಂ, ಎಂತಪ್ಪಂ, when they are thought to stand before the Particle ಗಡ, which, besides, take the forms: ಅಂನಂ, ಇಂನಂ, ಉಂನಂ, ಎಂನಂ.

ಅಂತಹನಿಂತಹನುಂತಹ
ನೆಂತಹನೆಂದಿಂತು ಪದ್ವಿರುಕ್ತಿಗೆ ಹತ್ವಂ।
ಭ್ರಾಂತೆಂ ಗಡಾರ್ಥದೊಳ್ಮೇ
ಣಂತವಱಿಡೆಗಂನನಿಂನನುಂನಮುಮೆಂನಂ ॥ 160 ॥

ಪದಚ್ಛೇದಂ.— ಅಂತಹಂ ಇಂತಹಂ ಉಂತಹಂ ಎಂತಹಂ ಎಂದು, ಇಂತು ಪದ್ವಿರುಕ್ತಿಗೆ ಹತ್ವಂ, ಭ್ರಾಂತೆಂ, ಗಡಾರ್ಥದೊಳ್; ಮೇಣ್ ಅಂತು ಅವಱ ಎಡೆಗೆ ಅಂನಂ ಇಂನಂ ಉಂನಮುಂ ಎಂನಂ.

ಅನ್ವಯಂ.— ಪದ್ವಿರುಕ್ತಿಗೆ ಅಂತಹಂ ಇಂತಹಂ ಉಂತಹಂ ಎಂತಹಂ ಎಂದು, ಇಂತು ಹತಂ.

ಟೀಕು.—ಪದ್ವಿರುಕ್ತಿಗೆ = ಅಂತಪ್ಪನಿಂತಪ್ಪನುಂತಪ್ಪನೆಂತಪ್ಪನೆಂಬ ಪಕಾರದ ದ್ವಿಭಾವಕ್ಕೆ; ಅಂತಹಂ = ಅಂತಹನೆಂದು; ಇಂತಹಂ = ಇಂತಹನೆಂದು; ಉಂತಹಂ = ಉಂತಹನೆಂದು; ಎಂತಹಂ = ಎಂತಹನೆಂದು; ಇಂತು = ಹೀಂಗೆ; ಹತ್ವಂ = ಹಕಾರವುಪ್ಪದು; ಭ್ರಾಂತೆಂ = ಭ್ರಮೆಯೆಂ; ಗಡಾರ್ಥದೊಳ್ = ಗಡಶಬ್ದದರ್ಥದಲ್ಲಿ; ಮೇಣ್ = ವಿಕಲ್ಪದಿಂದೆ; ಅಂತು = ಹಾಂಗೆ; ಅವಱ = ಅಂತಹಂ ಗಡ, ಇಂತಹಂ ಗಡ, ಉಂತಹಂ ಗಡ, ಎಂತಹಂ ಗಡ ಎಂದಾ ಶಬ್ದಂಗಳ; ಎಡೆಗೆ = ಸ್ಥಾನಕ್ಕೆ; ಅಂನಂ = ಅಂನಂ ಎಂದು; ಇಂನಂ = ಇಂನಂ ಎಂದು; ಉಂನಮುಂ = ಉಂನಂ ಎಂದುಂ; ಎಂನಂ = ಎಂನಂ ಎಂದು, ಆಗುವುದು.

ವೃತ್ತಿ.—ಪ್ರಕಾರಕಾಲಾರ್ಥದ ಗಡಶಬ್ದಮಪ್ಪಲ್ಲಿ ಅಂತಪ್ಪಂ ಇಂತಪ್ಪಂ ಉಂತಪ್ಪಂ ಎಂತಪ್ಪಂ ಎಂಬಿವರ್ಕೆ ಹಕಾರಮಕ್ಕುಂ; ಮೇಣೆಂಬುದಱಿಂದವರ್ಕೆ ಅಂನಂ ಇಂನಂ ಉಂನಂ ಎಂನಂ ಎಂದುಮಕ್ಕುಂ.

ಪ್ರಯೋಗಂ.—ಅಂತಪ್ಪಂ ಮೊದಲಾದುವಱ ಹಕಾರಕ್ಕೆ—ಅಂತಹಂ, ಇಂತಹಂ, ಉಂತಹಂ, ಎಂತಹಂ.

ಅಂನ್ನಮಾದಿವಿಕಲ್ಪಕ್ಕೆ—ಸಿಡಿಲಅನ್ನಂ ಸಿಂಗದಂನ್ನಂ ಪುರಹರನುರಿಗೆಣ್ಣಂನ್ನನೀ ನಾರಸಿಂಹಂ. ಮನಸಿಜನೆಂನ್ನನಿಂನ್ನನರುಣಪ್ರಿಯನಂದನನೇಂನನಿಂನನಾದಿನಕರನೆಂನ್ನನಿಂನಂ.

ಸೂತ್ರಂ.

Final ವ್ and ನ್ are usually changed into the Bindu; but they may also be changed into the Nasal of the class to which a following consonant belongs.

ಮನಕಾರದ ಪರದೊಳ್ವ್ಯಂ
ಜನಮಿರ್ದೊಡಮಿಲ್ಲದೊಡಮನುಸ್ವಾರಂ ಸಂ।
ಜನಿಯಿಪುದು ವರ್ಗಮಿದಿರಿರೆ
ತನಗೆ ವಿಕಲ್ಪದೆ ತದೀಯಪಂಚಮಮಕ್ಕುಂ ॥ 161 ॥

ಪದಚ್ಛೇದಂ.—ಮನಕಾರದ ಪರದೊಳ್ ವ್ಯಂಜನಂ ಇರ್ದೊಡಂ ಇಲ್ಲದೊಡಂ ಅನುಸ್ವಾರಂ ಸಂಜನಿಯಿಪುದು; ವರ್ಗಂ ಇದಿರ್ ಇರೆ ತನಗೆ ವಿಕಲ್ಪದೆ ತದೀಯಪಂಚಮಂ ಅಕ್ಕುಂ.

ಅನ್ವಯಂ.—ತನಗೆ ವರ್ಗಂ ಇದಿರಿರೆ, ತದೀಯಪಂಚಮಂ ಅಕ್ಕುಂ ಎಂಬುದನ್ವಯಂ.

ಟೀಕು.—ಮನಕಾರದ = ಮಕಾರ ನಕಾರಂಗಳ; ಪರದೊಳ್ = ಮುಂದೆ; ವ್ಯಂಜನಂ = ವ್ಯಂಜನಾಕ್ಷರಂ; ಇರ್ದೊಡಂ = ಇರ್ದೊಡೆಯುಂ; ಇಲ್ಲದೊಡಂ = ಇಲ್ಲದಿರ್ದೊಡಂ; ಅನುಸ್ವಾರಂ = ಸೊಂನೆ; ಸಂಜನಿಯಿಪುದು = ಹುಟ್ಟುವುದು; ತನಗೆ = ಆ ಸೊನ್ನೆಯಾದ ತನಗೆ; ವರ್ಗಂ = ವರ್ಗಾಕ್ಷರಂ; ಇದಿರಿರೆ = ಇದಿರಲ್ಲಿರೆ; ವಿಕಲ್ಪದೆ = ವಿಕಲ್ಪದಿಂದೆ; ತದೀಯಪಂಚಮಂ = ಆ ವರ್ಗದೈದನೆಯಕ್ಷರಂ; ಅಕ್ಕುಂ = ಅಪ್ಪುದು.

ವೃತ್ತಿ.—ಮನಕಾರಂಗಳ್ಗೆ ಪರಮಾಗಿ ವ್ಯಂಜನಮಿರ್ದೊಡಮಿಲ್ಲದೊಡಂ ಬಿಂದುವಕ್ಕುಂ. ಆ ಬಿಂದುವಿಂಗಿದಿರಾಗಿ ವರ್ಗಮಿರೆ ವಿಕಲ್ಪದಿನಾ ವರ್ಗದ ಪಂಚಮಮಕ್ಕುಂ.

ಪ್ರಯೋಗಂ.—ಮಕಾರಕ್ಕೆ—ನೀಮ್ ಯೋಗ್ಯರ್, ನೀಂ ಯೋಗ್ಯರ್; ಆಮ್ ಸುಖಿಗಳ್, ಆಂ ಸುಖಿಗಳ್; ತಾಮ್ ಸೇವ್ಯರ್, ತಾಂ ಸೇವ್ಯರ್.

ನಕಾರಕ್ಕೆ—ಆನ್‌ವಾದಿ, ಆಂ ವಾದಿ; ನೀನ್ ಶುಚಿ, ನೀಂ ಶುಚಿ; ತಾನ್ ಸುಜನಂ, ತಾಂ ಸುಜನಂ.

ಪರವ್ಯಂಜನಶೂನ್ಯಕ್ಕೆ—ನೀನ್, ಆನ್, ತಾನ್; ನೀಂ, ಆಂ, ತಾಂ; ನೀಮ್, ಆಮ್, ತಾಮ್.

ವರ್ಗಪಂಚಮಕ್ಕೆ—ಅವಙ್ಕಡುಗಲಿ, ಅವಂ ಕಡುಗಲಿ; ಅವಞ್ಚಲವಾದಿ, ಅವಂ ಚಲವಾದಿ; ಕರಣ್ಟಕ್ಕಂ, ಕರಂ ಟಕ್ಕಂ; ಕೆನ್ದಳಿರ್, ಕೆಂದಳಿರ್; ಕೆಮ್ಮಣ್, ಕೆಂಮಣ್; ಹೊವ್ಬಣ್ಣಂ, ಹೊಂಬಣ್ಣಂ; ಪೊವ್ಮದಿಲ್, ಪೊಂಮದಿಲ್.

ಗದ್ಯಂ.—ಇದು ಸಮಸ್ತಶಾಬ್ದಿಕಜನಮನೋಜನಿತಶಬ್ದಸಂದೇಹಶಲ್ಯಚಾರುಚುಂಬಕಾಯಮಾನಾನೂನಕರ್ಣಾಟಕಲಕ್ಷಣಶಿಕ್ಷಾಚಾರ್ಯಸುಕವಿಕೇತಿರಾಜವಿರಚಿತಮಪ್ಪ ಶಬ್ದಮಣಿದರ್ಪಣದೊಳ್ ನಾಮನಿಯಾಮಲಕ್ಷಣಮೆಂಬ ದ್ವಿತೀಯಸಂಧಿ ಸಂಪೂರ್ಣಂ.

೨ನೆಯ ಅಧ್ಯಾಯಂ ಸಮಾಪ್ತಂ.

೩ನೆಯ ಅಧ್ಯಾಯಂ. III. CHAPTER.

ಸಮಾಸಪ್ರಕರಣಂ.

ON COMPOUNDS.

ಸೂತ್ರಂ.

ಕಱು ತಾಯ ಬೞಿಯೆನುೞಿಯದ
ತೆಱದಿಂದರ ನಾಮಪದಮದರ್ಥಾನುಗಮಾ |
ಗೆಱಗೆ ಸಮಾಸಂ ನೆಗೞ್ಗುಂ
ನೆಱೆ ಪೋಕುಂ ಮಧ್ಯಗತವಿಭಕ್ತಿಗಳವಱೊಳ್ ||162||

Regarding Compounds (ಸಮಾಸಂ) it is first to be stated that Nouns with Suffixes, when forming the first word, drop their Suffixes.

ಪದಚ್ಛೇದಂ.—ಕಱು ತಾಯ ಬೞಿಯಂ ಉೞಿಯದ ತೆಱದಿಂದಂ ನಾಮಪದಂ ಅದು ಅರ್ಥಾನುಗಂ ಆಗಿ ಎಱಗೆ, ಸಮಾಸಂ ನೆಗೞ್ಗುಂ; ನೆಱೆ ಪೋಕುಂ ಮಧ್ಯಗತವಿಭಕ್ತಿಗಳ್ ಅವಱೊಳ್.

ಅನ್ವಯಂ. — ಅವಱೊಳ್ ಮಧ್ಯಗತವಿಭಕ್ತಿಗಳ್ ನೆಱೆ ಪೋಕುಂ ಎಂಬುದನ್ವಯಂ.

ಟೀಕು.—ಕಱು = ಕರು; ತಾಯ ಬೞಿಯಂ = ತಾಯ ಬೆಂಬೞಿಯಂ; ಉೞಿಯದ ತೆಱದಿಂದಂ = ಬಿಡದ ರೀತಿಯಿಂದೆ; ನಾಮಪದಂ = ನಾಮಪದಂ; ಅದು = ಅದು; ಅರ್ಥಾನುಗಂ = ಅರ್ಥದ ಬೆಂಬೞಿವಿಡಿದೆಯ್ದುವುದು; ಆಗಿ = ಆಗಿ; ಎಱಗೆ = ಪೊರ್ದುಗೆಯಾಗೆ; ಸಮಾಸಂ = ಸಮಾಸಪದಂ; ನೆಗೞ್ಗುಂ = ಪ್ರಸಿದ್ಧಿವಡೆವುದು; ಅವಱೊಳ್ = ಆ ಸಮಾಸಂಗಳಲ್ಲಿ; ಮಧ್ಯಗತವಿಭಕ್ತಿಗಳ್ = ನಡುವಿರ್ದ ಪ್ರತ್ಯಯಂಗಳ್; ನೆಱೆ = ಚನ್ನಾಗಿ; ಪೋಕುಂ = ಲೋಪವಾಗಿ ಹೋಗುವುವು.

ವೃತ್ತಿ.—ತಾಯ ಬಱಿಯ ಕಱುವಿನಂತೆ ನಾಮಪದಂಗಳರ್ಥಾನುಗತಂಗಳಾಗೆ, ಸಮಾಸಂ ಘಟಿಸುಗುಂ; ಅಂತರಾಳದೊಳಿರ್ದ ವಿಭಕ್ತಿಯೆಲ್ಲಂ ಪೋಕುಂ.

ಪ್ರಯೋಗಂ.—ತೋಱಿಯ ಮಾವು = ತೋಱಿಮಾವು; ತೊಡೆಯ ಸಕ್ಕೆ = ತೊಡೆಸಕ್ಕೆ; ಎಡೆಯ ನುಡಿ = ಎಡೆನುಡಿ; ನೀರಂ ಕುಡಿದಂ = ನೀರ್ಗುಡಿದಂ; ಮರನಂ ಪಾಯ್ದಂ = ಮರವಾಯ್ದಂ; ಪುಯಲ್ಗೆ ಪೋದಂ = ಪುಯಲ್ಪೋದಂ; ಮೆಲ್ಲಿತ್ತು ಅಡಿ = ಮೆಲ್ಲಡಿ (s. S. 180).

ಸೂತ್ರಂ.

Definition of Augment (ಆಗಮಂ) and Substitute (ಆದೇಶಂ). In Compounds the Augment together with the Suffixes (ವಿಭಕ್ತಿ) suffers elision; a Substitute is supplied.

ಇರ್ದುದನೞಿಯದೆ ನಯದಿಂ
ಪೊರ್ದುವುವಾಗಮಮವೆಯ್ದೆ ಪೋಪುವು ಲೋಪಂ।
ಬೊರ್ದಿ ವಿಭಕ್ತಿಯ ಬೞಿವಿಡಿ
ದಿರ್ದುದನೞಿದಿರ್ಪುದರಿಯ ವೋಲಾದೇಶಂ ॥ 163 ॥

ಪದಚ್ಛೇದಂ.—ಇರ್ದುದಂ ಅೞಿಯದೆ ನಯದಿಂ ಪೊರ್ದುವುವು ಆಗಮಂ; ಅವು ಎಯ್ದೆ ಪೋಪುವು ಲೋಪಂಬೊರ್ದಿ, ವಿಭಕ್ತಿಯ ಬೞಿವಿಡಿದು. ಇರ್ದುದಂ ಅೞಿದು ಇರ್ಪುದು ಅರಿಯ ವೋಲ್ ಆದೇಶಂ.

ಅನ್ವಯಂ.—ಇರ್ದುದಂ ಅೞಿಯದೆ ನಯದಿಂ ಪೊರ್ದುವುವು ಆಗಮಂ; ಅವು ಎಯ್ದೆ, ವಿಭಕ್ತಿಯ ಬೞಿವಿಡಿದು, ಲೋಪಂಬೊರ್ದಿ ಪೋಪುವು. ಇರ್ದುದಂ ಅೞಿದು ಇರ್ಪುದು ಅರಿಯ ವೋಲ್ ಆದೇಶಂ.

ಟೀಕು.—ಇರ್ದುದಂ = ಶಬ್ದಂಗಳಲ್ಲಿರ್ದುದಂ; ಅೞಿಯದೆ = ಲೋಪವಂ ಮಾಡದೆ; ನಯದಿಂ = ಹಿತದಿಂದೆ; ಪೊರ್ದುವುವು = ಪೊರ್ದುಗೆಯಾಗುವುವು; ಆಗಮಂ = ಆಗಮವೆನಿಸುವುವು; ಅವು = ಆ ಆಗಮಂಗಳ್; ಎಯ್ದೆ = ಚನ್ನಾಗಿ; ವಿಭಕ್ತಿಯ ಬೞಿವಿಡಿದು = ವಿಭಕ್ತಿಗಳ ಬೆಂಬಳಿವಿಡಿದು; ಲೋಪಂಬೊರ್ದಿ = ಲೋಪವಂ ಪೊರ್ದಿ; ಪೋಪುವು = ಹೋಗುವುವು; ಇರ್ದುದಂ = ಮೊದಲಿರ್ದುದಂ; ಅೞಿದು = ಲೋಪಿಸಿ; ಇರ್ಪುದು = ಇರ್ಪುದು; ಅರಿಯ ವೋಲ್ = ಹಗೆಯ ಹಾಂಗೆ; ಆದೇಶಂ = ಆದೇಶವೆನಿಸುವುದು.

ವೃತ್ತಿ.—ಇರ್ದುದಂ ಕೆಡಿಸದೆ ಪತ್ತುವುವಾಗಮಂ; ಅವು ವಿಭಕ್ತಿಯೊಡನೆ ಲೋಪಮಪ್ಪುವು. ಪಗೆಯುಂತಿರ್ಪುದಂ ಕೆಡಿಸಿ ಬರ್ಪುದಾದೇಶಂ.

ಪ್ರಯೋಗಂ.—ಆಗಮಕ್ಕೆ—ಮಾತಿನ (=ಮಾತು+ಇನ್+ಅ) ಬಲ್ಲಹಂ; ನೂಱಿಱ ಪತ್ತು; ತೆಂಕಣ ವಂಕಂ.

ಆಗಮವಿಭಕ್ತಿಗಳ ಲೋಪಕ್ಕೆ—ಮಾತುವಲ್ಲಹಂ (Mdb.—ಬಲ್ಲಹಂ); ನೂಱುಪತ್ತು; ತೆಂಕವಂಕಂ (Mdb.—ವಕ್ಕಂ); ತೆಂಕವಕ್ಕದೊಳಸಂಖ್ಯಬಲಂ.

ಆದೇಶಕ್ಕೆ—ಕಿಱುಕೊಂಬು; ಒರ್ಮೊದಲ್; ಇರ್ಮೆಯ್; ಕುತ್ತಡಿ, ಕುತ್ತಡಿ ಸಿಲ್ಕುತ್ತಿರ್ಕೆ.

ಸೂತ್ರಂ.

First 3 (Saṁskṛita) Compounds: ತತ್ಪುರುಷಂ, ಕರ್ಮಧಾರಯಂ, ದ್ವಿಗು.

ಪರಪದದೊಳರ್ಥವರ್ತನ
ಮಿರೆ ತತ್ಪುರುಷಂ ಸಮಂತದೇಕಾಶ್ರಯಮಾ |
ಗಿರೆ ಕರ್ಮಧಾರಯಂ ನೆಲ
ಸಿರೆ ಮೊದಲೊಳ್ಸಂಖ್ಯೆಯದೆ ವಲಂ ದ್ವಿಗುವಕ್ಕುಂ || 164 ||

ಪದಚ್ಛೇದಂ.—ಪರಪದದೊಳ್ ಅರ್ಥವರ್ತನಂ ಇರೆ, ತತ್ಪುರುಷಂ; ಸಮಂತು ಅದು ಏಕಾಶ್ರಯಂ ಆಗಿ ಇರೆ, ಕರ್ಮಧಾರಯಂ; ನೆಲಸಿ ಇರೆ ಮೊದಲೊಳ್ ಸಂಖ್ಯೆ, ಅದೆ ವಲಂ ದ್ವಿಗು ಅಕ್ಕುಂ.

ಅನ್ವಯಂ.—ಮೊದಲೊಳ್ ಸಂಖ್ಯೆ ನೆಲಸಿ ಇರೆ, ಅದೆ ವಲಂ ದ್ವಿಗು ಅಕ್ಕುಂ ಎಂಬುದನ್ವಯಂ.

ಟೀಕು.—ಪರಪದದೊಳ್ = ಮುಂದಣ ಪದದಲ್ಲಿ; ಅರ್ಥವರ್ತನಂ = ಅರ್ಥದ ವರ್ತನೆ; ಇರೆ = ಇರೆ; ತತ್ಪುರುಷಂ = ತತ್ಪುರುಷಸಮಾಸಂ ಅಪ್ಪದು; ಸಮಂತು = ಹಾಂಗೆ; ಅದು = ಆ ಸಮಾಸಂ; ಏಕಾಶ್ರಯಂ = ಅನ್ಯೋನ್ಯಾಶ್ರಯಂ; ಆಗಿ = ಆಗಿ; ಇರೆ = ಇರೆ; ಕರ್ಮಧಾರಯಂ = ಕರ್ಮಧಾರಯಸಮಾಸಂ ಅಪ್ಪದು; ಮೊದಲೊಳ್ = ಮೊದಲ ಪದದಲ್ಲಿ; ಸಂಖ್ಯೆ = ಸಂಖ್ಯಾವಾಚಿಗಳ್; ನೆಲಸಿರೆ = ನೆಲೆಗೊಂಡಿರೆ; ಅದೆ = ಅದು ತಾನೆ; ವಲಂ = ನಿಶ್ಚಯವಾಗಿ; ದ್ವಿಗು = ದ್ವಿಗುಸಮಾಸಂ; ಅಕ್ಕುಂ = ಅಪ್ಪದು.

ವೃತ್ತಿ.—ಮುಂದಣ ಪದದೊಳರ್ಥಂ ಪ್ರವರ್ತಿಸೆ, ತತ್ಪುರುಷಸಮಾಸಂ; ಆ ತತ್ಪುರುಷಮೇಕಾಶ್ರಯಮಾಗೆ, ಕರ್ಮಧಾರಯಮಕ್ಕುಂ; ಅದು ಸಂಖ್ಯಾಪೂರ್ವಕಮಾಗೆ, ದ್ವಿಗುವಕ್ಕುಂ.

ಪ್ರಯೋಗಂ.—ತತ್ಪುರುಷಕ್ಕೆ—ಮಲ್ಲಿಗೆನನೆ; ಮಾಣಿಕಗೆಂಪು; ಅಲರ್ವಕ್ಕಿ; ಕನ್ನಡವಕ್ಕಿ; ಕಡೆಸೆಱಂಗು; ಉಡೆನೂಲ್.

ಕರ್ಮಧಾರಯಕ್ಕೆ—ತೆಳ್ಗದಂಪು; ಒಳ್ಗನ್ನಡಂ; ಮೆಲ್ನುಡಿ; ಬಲ್ಮುಗುಳ್; ಕಿಱುಗೂಸು, ಕಿಱುಗೂಸಾಗಿಯುಪಾಯಮಂ ಮಱೆದನೆ.

ದ್ವಿಗುವಿಂಗೆ—ಎರಡ್ಮಾತು ಎರಡ್ತೆರಂ; ಇರ್ಪಂಡಿರ್; ಇರ್ಬಾಳ್. ಮೂವಾಱ್, ಮೂವಾಱಕ್ಕಿದುರ್ವರೆಯೊಳ್.

ಸೂತ್ರಂ.

The other 3 (Samskrita) Compounds: ಬಹುವ್ರೀಹಿ, ದ್ವಂದ್ವಂ, ಅವ್ಯಯೀಭಾವಂ.

ಪದನೆರಡುಂ ಮೇಣ್ಪಲವುಂ
ಪದಾರ್ಥಮಂ ಬಯಸುತಿರೆ ಬಹುವ್ರೀಹಿ ಪದಾ |
ರ್ಥದ ಗಡಣಂ ದ್ವಂದ್ವಮೆನಿ
ಪ್ಪುದವ್ಯಯೀಭಾವಮಾದಿಪದಮುಖ್ಯತೆಯಿಂ || 165 ||

ಪದಚ್ಛೇದಂ.—ಪದಂ ಎರಡುಂ ಮೇಣ್ ಪಲವುಂ ಪದಾರ್ಥಮಂ ಬಯಸುತೆ ಇರೆ, ಬಹುವ್ರೀಹಿ; ಪದಾರ್ಥದ ಗಡಣಂ ದ್ವಂದ್ವಂ ಎನಿಪ್ಪುದು; ಅವ್ಯಯೀಭಾವಂ ಆದಿಪದಮುಖ್ಯತೆಯಿಂ.

ಅನ್ವಯಂ.—ಆದಿಪದಮುಖ್ಯತೆಯಿಂ ಅವ್ಯಯೀಭಾವಂ ಎಂಬುದನ್ವಯಂ.

ಟೀಕು.—ಪದನೆರಡುಂ = ಎರಡು ಪದಂಗಳುಂ; ಮೇಣ್ = ಅದಲ್ಲದೆ; ಪಲವುಂ = ಪಲವಾದ ಪದಂಗಳುಂ; ಪದಾರ್ಥಮಂ = ಮತ್ತೊಂದನ್ಯಪದಾರ್ಥವಂ; ಬಯಸುತೆ = ಬಯಸುತೆ; ಇರೆ = ಇರೆ; ಬಹುವ್ರೀಹಿ = ಬಹುವ್ರೀಹಿಸಮಾಸಂ ಎನಿಸುವುದು; ಪದಾರ್ಥದ = ಪದಾರ್ಥಂಗಳ; ಗಡಣಂ = ಸಮೂಹಂ; ದ್ವಂದ್ವಂ = ದ್ವಂದ್ವಸಮಾಸಂ; ಎನಿಪ್ಪುದು = ಎನಿಸುವುದು; ಆದಿಪದ = ಮೊದಲ ಪದದ; ಮುಖ್ಯತೆಯಿಂ = ಮುಖ್ಯತ್ವದಿಂದೆ; ಅವ್ಯಯೀಭಾವಂ = ಅವ್ಯಯೀಭಾವಸಮಾಸಂ ಎನಿಸುವುದು.

ವೃತ್ತಿ.—ಎರಡುಂ ಪದಂ ಪಲವು ಪದಂ ಮೇಣನ್ಯಪದಾರ್ಥಮಂ ಬಯಸುತ್ತಿರೆ, ಬಹುವ್ರೀಹಿಯಕ್ಕುಂ; ಪದಾರ್ಥಂಗಳ ಸಮುದಾಯಂ ದ್ವಂದ್ವಮಕ್ಕುಂ; ಪೂರ್ವಪದಂ ಪ್ರಧಾನಮಾದೊಡೆ ಅವ್ಯಯೀಭಾವಮಕ್ಕುಂ.

ಪ್ರಯೋಗಂ.—ಬಹುವ್ರೀಹಿಗೆ—ಕಡುಚಾಗಿ; ಚಲವಾದಿ; ಮೆಲ್ವಿನ್ನಣಿ; ಕಡುಗೇಡಿ; ನಿಡುಮೂಗಿ; ಹೆಱೆಗಾಲಿ.

ದ್ವಂದ್ವಕ್ಕೆ—ಮರಗಿಡುಬಳ್ಳಿಪುಲ್ಪೊದಱ್ಪಕ್ಕಿಮಿಗಂಗಳ್; ಆಟವಾಟಕೂಟಂಗಳ್. ಆಟವಾಟಕೂಟಂಗಳ ಕೇಳಿಗೈದಿಸದು ತೊೞ್ತು.

ಅವ್ಯಯೀಭಾವಕ್ಕೆ—ಅಂಗಯ್; ಮೇಂಗಾಲ್; ಮೇಂಗಯ್; ಪಿಂತಿಲ್; ಪಿನ್ತೊಲೆ; ಕಿೞ್ಪೊಡೆ; ಕಿೞ್ಕೆಱೆ; ಕಿಪ್ಪಿರೆ; ಭೆಂಬಿಸಲ್; ಬೆಂಗಾಲ್; ಬಯ್ಗಿರುಳ್:

ಸೂತ್ರಂ.

In Adverbial compounds (ಅವ್ಯಯೀಭಾವ) ಅಂ is = ಅಡಿ, ಮೇಂ = ಮೇಗು, ಮುಂ = ಮುಂದು, ಪಿಂ = ಪಿಂದು, ಕಿೞ್ = ಕೆಳಗು, ಪಿಂತು = ಪೆಱಗು.

ಅಡಿ ಮೇಗುಗಳಂತ್ಯಾಕ್ಷರ
ದೆಡೆಗಕ್ಕುಂ ಬಿಂದು ಮುಂದು ಪಿಂದುಗಳಂತ್ಯ ।
ಕ್ಕೊಡರಿಸುಗುಂ ಲೋಪಂ ನೋ
ೞ್ಪೊಡವ್ಯಯೀಭಾವದೊಳ್ಕೆಳಗು ಕಿೞೆನಿಕ್ಕುಂ || 166 ||

ಪದಚ್ಛೇದಂ.—ಅಡಿ ಮೇಗುಗಳ ಅಂತ್ಯಾಕ್ಷರದ ಎಡೆಗೆ ಆಕ್ಕುಂ ಬಿಂದು; ಮುಂದು ಪಿಂದುಗಳ ಅಂತ್ಯಕ್ಕೆ ಒಡರಿಸುಗುಂ ಲೋಪಂ; ನೋೞ್ಪೊಡೆ ಅವ್ಯಯೀಭಾವದೊಳ್ ಕೆಳಗು ಕಿೞ್ ಎನಿಕ್ಕುಂ.

ಅನ್ವಯಂ.— ಅವ್ಯಯೀಭಾವದೊಳ್ ನೋೞ್ಪೊಡೆ ಅಡಿ ಮೇಗುಗಳ ಅಂತ್ಯಾಕ್ಷರದ ಎಡೆಗೆ ಬಿಂದು ಅಕ್ಕುಂ; ಮುಂದು ಪಿಂದುಗಳ ಅಂತ್ಯಕ್ಕೆ ಲೋಪಂ ಒಡರಿಸುಗುಂ; ಕೆಳಗು ಕಿೞ್ ಎನಿಕ್ಕುಂ.

ಟೀಕು.— ಅವ್ಯಯೀಭಾವದೊಳ್ = ಅವ್ಯಯೀಭಾವಸಮಾಸದಲ್ಲಿ; ನೋೞ್ಪೊಡೆ = ನೋಡುವೊಡೆ; ಅಡಿಮೇಗುಗಳ = ಅಡಿ ಮೇಗು ಎಂಬ ಶಬ್ದಂಗಳ; ಅಂತ್ಯಾಕ್ಷರದ = ಕಡೆಯಣಕ್ಷರದ; ಎಡೆಗೆ = ಸ್ಥಾನಕ್ಕೆ; ಬಿಂದು = ಸೊನ್ನೆ; ಅಕ್ಕುಂ = ಅಪ್ಪುದು; ಮುಂದು ಪಿಂದುಗಳ = ಮುಂದು ಪಿಂದು ಎಂಬ ಶಬ್ದಂಗಳ; ಅಂತ್ಯಕ್ಕೆ = ಕಡೆಯಣಕ್ಷರಕ್ಕೆ; ಲೋಪಂ = ಲೋಪಂ; ಒಡರಿಸುಗುಂ = ಬರ್ಪುದು; ಕೆಳಗು = ಕೆಳಗು ಎಂಬ ಶಬ್ದಂ; ಕಿೞ್ = ಕಿೞೆಂದು; ಎನಿಕ್ಕುಂ = ಎನಿಸುವುದು.

ವೃತ್ತಿ.—ಅವ್ಯಯೀಭಾವದೊಳಡಿ ಮೇಗೆಂಬ ಶಬ್ದಂಗಳ ಕಡೆಯಕ್ಕರಕ್ಕೆ ಬಿಂದುವಕ್ಕುಂ; ಮುಂದು ಪಿಂದೆಂಬಿವಱ ಕಡೆಯಕ್ಕರಕ್ಕೆ ಲೋಪಮಕ್ಕುಂ;

ಕೆಳಗೆಂಬುದರ್ಕೆ ಕಿೞ್ ಎಂದಾದೇಶಮಕ್ಕುಂ; ಪೆಱಗೆಂಬುದುಮಾ ತೆಱದಿಂ ಪಿಂತೆಂದಕ್ಕುಂ.

ಪ್ರಯೋಗಂ.—ಅಂಗಯ್, ಅಂಗಾಲ್; ಮೇಂಗಯ್, ಮೇಂಗಾಲ್, ಉದ್ದಮಾಗಿ ಬಿಗಿದ ಮೇಂಗಾಲ್; ಮುಂಗಯ್, ಮುಂಗಾಲ್, ಮುಂಜೂರ್, ಮುಂಬಗಲ್, ಮುಂಮಾಗಿ; ಹಿಂಗಾಲ್, ಪಿಂಬೆದೆ, ಪಿಂಬೊಟ್ಟು; ಕಿೞ್ಕಿಱಿ, ಕಿೞ್ಪೊಡೆ, ಕಿೞ್ಪಿರೆ; ಪಿಂತಿಲ್, ಪಿಂತೊಲೆ.

ಸೂತ್ರಂ.

Canarese Verbal Compounds (ಕ್ರಿಯಾಸಮಾಸಂ) are a 7th class of compounds. They occur when a kâraka-noun and a verb are joined together. In forming them the Bindu must always be added to Samskṛita words ending in ಅ; with such Canarese words this is optional, also when they end in ಉ. In Verbal compounds incongruous compositions (ಅರಿಸಮಾಸಂ) are allowed.

ವಿದಿತಂ ಕ್ರಿಯಾಸಮಾಸಂ
ಮೊದಲೊಳ್ ಕಾರಕಮುಮಗ್ರದೊಳ್ ಕ್ರಿಯೆಯುಂ ಸಂ।
ನಿದಮಾಗೆ ಬಿಂದು ಸಕ್ಕದ
ದದಂತದೊಳ್ ಕನ್ನಡಕ್ಕೆ ಮೇಣುತ್ವದೊಳಂ ॥ 167 ॥

ಪದಚ್ಛೇದಂ.—ವಿದಿತಂ ಕ್ರಿಯಾಸಮಾಸಂ, ಮೊದಲೊಳ್ ಕಾರಕಮುಂ ಅಗ್ರದೊಳ್ ಕ್ರಿಯೆಯುಂ ಸಂನಿದಂ ಆಗೆ. ಬಿಂದು ಸಕ್ಕದದ ಅದಂತದೊಳ್, ಕನ್ನಡಕ್ಕೆ ಮೇಣ್ ಉತ್ವದೊಳಂ.

ಅನ್ವಯಂ.—ಮೊದಲೊಳ್ ಕಾರಕಮುಂ ಅಗ್ರದೊಳ್ ಕ್ರಿಯೆಯುಂ ಸಂನಿದಂ ಆಗೆ, ವಿದಿತಂ ಕ್ರಿಯಾಸಮಾಸಂ. ಸಕ್ಕದದ ಅದಂತದೊಳ್ ಬಿಂದು; ಕನ್ನಡಕ್ಕೆ ಮೇಣ್ ಉತ್ವದೊಳಂ.

ಟೀಕು.—ಮೊದಲೊಳ್ = ಆದಿಯಲ್ಲಿ; ಕಾರಕಮುಂ = ಕಾರಕಪದಮುಂ; ಅಗ್ರದೊಳ್ = ಪರದಲ್ಲಿ; ಕ್ರಿಯೆಯುಂ = ಕ್ರಿಯಾಪದವುಂ; ಸನ್ನಿದಂ = ಸಂಬಂಧಂ; ಆಗೆ = ಆಗೆ; ವಿದಿತಂ = ಪ್ರಸಿದ್ಧವಾದ; ಕ್ರಿಯಾಸಮಾಸಂ = ಕ್ರಿಯಾಸಮಾಸವಪ್ಪುದು; ಸಕ್ಕದದ = ಸಂಸ್ಕೃತದ; ಅದಂತದೊಳ್ = ಅಕಾರಾಂತದಲ್ಲಿ; ಬಿಂದು = ಸೊನ್ನೆ ಬರ್ಪುದು; ಕನ್ನಡಕ್ಕೆ = ಕರ್ನಾಟಕಶಬ್ದಕ್ಕೆ; ಮೇಣ್ = ವಿಕಲ್ಪದಿಂದೆ; ಉತ್ವದೊಳಂ = ಉಕಾರಾಂತದಲ್ಲಿಯುಂ; ಬಿಂದು = ಸೊನ್ನೆ ಬರ್ಪುದು. ಅಂ ಎಂಬ ಸಮುಚ್ಚಯದಿಂದೆ ಅಕಾರಾಂತದಲ್ಲಿಯುಂ ಬಿಂದು ಬರ್ಪುದು.

ವೃತ್ತಿ.—ಮೊದಲೊಳ್ ಕಾರಕಮುಂ ಪರದೊಳ್ ಕ್ರಿಯೆಯುಂ ಅರ್ಥವ್ಯಕ್ತಿಯಿಂ ಕೂಡೆ, ಕ್ರಿಯಾಸಮಾಸಂ; ಅಲ್ಲಿ ಸಂಸ್ಕೃತದಕಾರಾಂತಕ್ಕೆ ಬಿಂದು ನಿತ್ಯಂ; ಕನ್ನಡದದಂತಕ್ಕಮುದಂತಕ್ಕಂ ಬಿಂದುವಿಕಲ್ಪಂ.

ಪ್ರಯೋಗಂ.—ಕ್ರಿಯಾಸಮಾಸಕ್ಕೆ—ಬಳೆದೊಟ್ಟಂ; ಕೆಳೆಗೊಂಡಂ; ತೆಱೆದೆತ್ತಂ; ಮಱೆವೊಕ್ಕಂ.

ಸಂಸ್ಕೃತದ ನಿತ್ಯಬಿಂದುಗೆ—ಗುಣಂಗೊಂಡಂ; ಕಾಲಂಗಂಡಂ; ಪ್ರಿಯಂ ನುಡಿದಂ; ಧನಂಬಡೆದಂ; ರಂಗಂಬೊಕ್ಕಂ.

ಕನ್ನಡಕ್ಕವದೊಳ್ವಿಕಲ್ಪಬಿಂದುವಿಂಗೆ—ಮೊಗಂನೋಡಿದಂ, ಮೊಗನೋಡಿದಂ; ಪದಂಗೊಂಡಂ, ಪದಗೊಂಡಂ; ಬೆಸಂಬಡೆದಂ, ಬೆಸವಡೆದಂ; ಕೆಯ್ವೊಲಂಗಾದಂ, ಕೆಯ್ವೊಲಗಾದಂ; ಮನಂಸಂದಂ, ಮನಸಂದಂ; ಕಡಂಗೊಂಡಂ, ಕಡಗೊಂಡಂ; ಕಡಗೊಂಡನೊ ಬಡ್ಡಿಗೊಂಡನೊ.

ಉತ್ವಕ್ಕೆ—ಪುದುಂಗೊಳಿಸಿದಂ, ಪುದುಗೊಳಿಸಿದಂ; ಮಾತುಂಗುಟ್ಟಿದಂ, ಮಾತುಗುಟ್ಟಿದಂ, ಮೂಗುವಟ್ಟಿರೆ ಕೃಷ್ಣಂ ಮಾತುಗುಟ್ಟಿದಂ. ಬಱಿಮಾತುಗುಟ್ಟಿ ಪೋಪರೆ ಗಂಡರುಂ; ಅಸುಂಗೊಂಡಂ, ಅಸುಗೊಂಡಂ, ನಿನ್ನಸುಂಗೊಂಡಡೆ ದೋಷಮಾದುದೆ; ಅಸುಂಗೊಳಿಸುವರ್.

ಅರ್ಥವ್ಯಕ್ತಿ ಕಿಡುವೊಡೆ ಬಿಂದುವಂ ಕಳೆಯಲಾಗದು—ಪಯಣಂಬೋದಂ; ಪಸರಂಬಡೆದಂ; ಗಡಣಂಗೊಂಡಂ; ಬಿಜಯಂಗೈದಂ (Mdb. ಬಿಯಂ—); ಕೆಲಸಂಬೊಕ್ಕಂ; ಕರಗಂಬೊತ್ತಂ ಜರಂ ಮೃಡನೊಳ್, ಕಾದುವ ಕಾಲಮಾನೆ ಕರಗಂಬೊತ್ತೆಂ.

ಇದಱೊಳರಿಪದಂ (= ಅರಿಸಮಾಸಂ) ನಿದರ್ಶನಂ—

ಸವಣಂ ಬಳಪಂಗೊಳೆ, ಗಾಂ
ಡಿವಿ ಬಿಲ್ಗೊಳೆ, ಬಲವಿರೋಧಿ ವಜ್ರಂಗೊಳೆ, ದಾ |
ನವರಿಪು ಚಕ್ರಂಗೊಳೆ, ಕೌ
ರವಾರಿ ಗದೆಗೊಳೆ, ಪೊಣರ್ಕೆಗಾವಂ ನಿಲ್ವಂ? || ಕಂದಂ ||

ಸೂತ್ರಂ.

The 8th class of Compounds: Canarese Consecutive Compounds (ಗಮಕಸಮಾಸಂ). They occur when a

ಜನಿಯಿಸುಗುಂ ಸಂಖ್ಯಾಸ
ರ್ವನಾಮಗುಣವಚನಕೃತ್ಪ್ರಪೂರ್ವಂ ಗಮಕಂ |
ತನಗತ್ವಂ ಪೆಱಗಿತ್ವಂ
ತನಗರಿಪದನಿಲ್ಲ ಕರ್ಮಧಾರಯಮದುವುಂ || 168 ||

Kâraka-Noun is preceded by a Numeral, Pronoun, Adjective or a Verbal Noun-base (ಕೃತ್). In them also incongruous composition is allowed (S. 167); Adjective with final ಇ insert an ಅ before the noun.

ಪದಚ್ಛೇದಂ.—ಜನಿಯಿಸುಗುಂ ಸಂಖ್ಯಾಸರ್ವನಾಮಗುಣವಚನಕೃತ್ಪ್ರಪೂರ್ವಂ ಗಮಕಂ; ತನಗೆ ಅತ್ವಂ ಪೆಱಗೆ ಇತ್ವಂ; ತನಗೆ ಅರಿಪದಂ ಇಲ್ಲ; ಕರ್ಮಧಾರಯಂ ಅದುವುಂ.

ಅನ್ವಯಂ.—ಸಂಖ್ಯಾಸರ್ವನಾಮಗುಣವಚನಕೃತ್ಪ್ರಪೂರ್ವಂ ಗಮಕಂ ಜನಿಯಿಸುಗುಂ; ತನಗೆ ಅತ್ವಂ ಪೆಱಗೆ ಇತ್ವಂ; ತನಗೆ ಅರಿಪದಂ ಇಲ್ಲ; ಅದುವುಂ ಕರ್ಮಧಾರಯಂ.

ಟೀಕು.—ಸಂಖ್ಯಾ = ಸಂಖ್ಯಾವಾಚಿಗಳ್; ಸರ್ವನಾಮ = ಸರ್ವನಾಮಂಗಳ್; ಗುಣವಚನ = ಗುಣವಚನಂಗಳ್; ಕೃತ್ = ಕೃತ್ತುಗಳ್; ಪ್ರಪೂರ್ವಂ = ಆದಿಯಾಗೆ; ಗಮಕಂ = ಗಮಕಸಮಾಸಂ; ಜನಿಯಿಸುಗುಂ = ಹುಟ್ಟುವುದು; ತನಗೆ = ಗಮಕಸಮಾಸವಾದ ತನಗೆ; ಅತ್ವಂ = ಮಧ್ಯಕ್ಕೆ ಅಕಾರಂ; ಪೆಱಗೆ = ಅತ್ವದ ಪಿಂದುಗಡೆಯಲ್ಲಿ; ಇತ್ವಂ = ಇಕಾರಂ ಹುಟ್ಟುವುದು; ತನಗೆ = ಗಮಕಸಮಾಸವಾದ ತನಗೆ; ಅರಿಪದಂ = ಅರಿಸಮಾಸಂ; ಇಲ್ಲ = ಉಂಟಾಗದು; ಅದುವುಂ = ಆ ಗಮಕಸಮಾಸವುಂ; ಕರ್ಮಧಾರಯಂ = ಕರ್ಮಧಾರಯಸಮಾಸವೆನಿಸುವುದು.—ಉಂ ಎಂಬ ಸಮುಚ್ಚಯದಿಂದೆ ಎತ್ತಾನುಂ ತತ್ಪುರುಷಮುಮಪ್ಪುದು.

ವೃತ್ತಿ.—ಪರಪದದೊಳ್ ಕಾರಕಮುಂ ಪೂರ್ವಪದದೊಳ್ ಸಂಖ್ಯಾಸರ್ವನಾಮಗುಣವಚನಕೃತ್ಪದಂಗಳಾವುವಿರ್ದೊಡಂ ಗಮಕಸಮಾಸಮಕ್ಕುಂ; ಗುಣವಚನದೊಳಂತರಾಳಕ್ಕೆ ಒಂದಕಾರಂ ಪಿಂತಣ ಮಯ್ಯೊಳ್ ಇಕಾರಮಕ್ಕುಂ. ಇದಱೊಳ್ ಅರಿಸಮಾಸದೋಷಮಿಲ್ಲ; ಅದು ಕರ್ಮಧಾರಯದ ಭೇದಂ; ಎತ್ತಾನುಂ ತತ್ಪುರುಷಮಪ್ಪುದು.

ಪ್ರಯೋಗಂ.—ಸಂಖ್ಯೆಗೆ—ಇರ್ಪತ್ತೈದು; ನೂಱುಪತ್ತು; ಮೂವತ್ತಾಱು ಗುಣಂಗಳ್ ತಮಗಮರ್ದಿರೆ.

ಸರ್ವನಾಮಕ್ಕೆ—ಆವಮಾತು; ಆವಕಾರ್ಯಂ; ಆವನಾಯಕಂ; ಆವಕಾಂತೆ. ಆವರಾವುತರಾವವಾಜಿಗಳಾವವಾನೆಗಳಾವನಾಳೊಳವಾವನಾಯಕರೊ ನಿಂಮ ವ್ಯೂಹದೊಳ್.

ಗುಣವಚನದತ್ವಮಿತ್ವಕ್ಕೆ—(ಅಸಿ+ಅ+ನಡು=) ಆಸಿಯನಡು; ಪಸಿಯಬಣ್ಣಂ; ಬಿಳಿಯಕರ್ಬು; ನಿಡಿಯನಾಲಗೆ; ಪಿರಿಯಮಗಂ; ಕಿಱಿಯಮಗಂ.

ಕೃತ್ತಿಂಗೆ—ಪಾಡುವತುಂಬಿ; ಕೂಡುವಪುಱಿಲ್; ಆಡಿದಪೊಲನುಂಡಮರ್ದು ಕಂಡವಿಚಾರಂ.

ಅರಿಸಮಾಸದ ನಿರ್ದೋಷಕ್ಕೆ—ಬೀಸುವಚಾಮರಂ; ಪೊಡೆವಭೇರಿ; ಪೂರೈಸುವಶಂಖಂ; ಪಿಡಿವಕಹಳೆ; ಆದವಿಷ್ಣುವಿಜಯಾದಿತ್ಯಂ; ಪೂಸಿದಭಸ್ಮಪರಾಗಂ; ಪೊಣ್ಮುವಘರ್ಮಜಲಂಗಳಾ ಪಾಂಗುಂ.

ಸೂತ್ರಂ.

In Consecutive Compounds ಆ, ಈ, ಊ are used instead of ಅದು, ಇದು, ಉದು.

ಅದುವಿದುವುದುಗಾಯಿೋಯೂ
ವೊದವುಗುವಾದೇಶಮಾಗಿ ಗಮಕದೊಳಾಯೆಂ ।
ಬುದು ಪೂರ್ವಪರಾಮರ್ಶಿಗ
ವೊದವುಗುವಾ ರೂಢಿಗಂ ಕವೀಶ್ವರಮತದಿಂ ॥169॥

ಪದಚ್ಛೇದಂ.— ಅದುವಿದುವುದುಗೆ ಆಯಿೋಯೂ ಒದವುಗುಂ ಆದೇಶಂ ಆಗಿ ಗಮಕದೊಳ್; ಆಯೆಂಬುದು ಪೂರ್ವಪರಾಮರ್ಶಿಗಂ ಒದವುಗುಂ ಆ ರೂಢಿಗಂ ಕವೀಶ್ವರಮತದಿಂ.

ಅನ್ವಯಂ.—ಗಮಕದೊಳ್ ಅದುವಿದುವುದುಗೆ ಆಯಿೋಯೂ ಆದೇಶಂ ಆಗಿ ಒದವುಗುಂ; ಕವೀಶ್ವರಮತದಿಂ ಆಯೆಂಬುದು ಪೂರ್ವಪರಾಮರ್ಶಿಗಂ ಆ ರೂಢಿಗಂ ಒದವುಗುಂ.

ಟೀಕು.— ಗಮಕದೊಳ್ = ಗಮಕಸಮಾಸದಲ್ಲಿ; ಅದುವಿದುವುದುಗೆ = ಅದು ಇದು ಉದು ಎಂಬ ಶಬ್ದಂಗಳ್ಗೆ; ಆಯಿೋಯೂ = ಆ ಎಂಬುದು ಈ ಎಂಬುದು ಊ ಎಂಬುದು; ಆದೇಶಮಾಗಿ = ಆದೇಶವಾಗಿ; ಒದವುಗುಂ = ಪ್ರಾಪ್ತಿಸುವುದು; ಕವೀಶ್ವರಮತದಿಂ = ಕವೀಶ್ವರಮತದಿಂದೆ; ಆಯೆಂಬುದು = ಆ ಎಂಬ ಶಬ್ದಂ; ಪೂರ್ವಪರಾಮರ್ಶಿಗಂ = ಪೂರ್ವಸ್ಮರಣಕ್ಕೆಯುಂ; ಆ ರೂಢಿಗಂ = ಆ ಪ್ರಸಿದ್ಧಿಗೆಯುಂ; ಒದವುಗುಂ = ಪ್ರಾಪ್ತಿಸುವುದು.

ವೃತ್ತಿ.—ಗಮಕಸಮಾಸದೊಳ್ ಅದು ಇದು ಉದು ಎಂಬ ಸರ್ವನಾಮಕ್ಕೆ ಆ ಈ ಊ ಎಂಬಿವಾದೇಶಮಕ್ಕುಂ; ಆ ಎಂಬುದು ಪೂರ್ವಸ್ಮರಣದೊಳಂ ಪ್ರಸಿದ್ಧಿಯೊಳಮುಂಟು.

ಪ್ರಯೋಗಂ.—ಆ ಈ ಊ ಎಂಬ ಆದೇಶಕ್ಕೆ—ಆಮನೆ ಸಿರಿಯ ತವರ್ಮನೆ ಪಲದೆವಸಕ್ಕೆ ಕಂಡೆವಣ್ಣ; ಈಮನೆಯತ್ತಲೆ ಬಾರೀಕೆಗಿನ್ನಲಸದಿರಕ್ಕ; ಕಟಿಮ ತಡೆದತ್ತು ಕಸ್ತನುಣಲೂಮನೆಯೂಕೆಗಳುಯ್ದರ್; ಆಬನವೀಬವೂಬನವೆನ್ನದೆ ತೊಟಿಲ್ದು ಪೂಗೊಯ್ದರವರ್.

ಸ್ಮರಣಕ್ಕೆ—ನೆನದನಾಹಿರಣ್ಯಾಕನಂದು ಜಿಟ್ದಿಂದಮಂ; ಬಿದ್ದಿಗಾಪೊಟಿಲಿಚಕ್ ಮಾನ್ಯದೊಕ್ಕಲ್.

ಪ್ರಸಿದ್ಧಿಗೆ—ಗಜಹಯರೂಢಿಯೊಳ್ ಆ ಭಗದತ್ತನಿನಾನಳನಿಂ ಮಿಗಿಲಾದಂ.

ಸೂತ್ರಂ.

ಗದಬಜಕಾರಮವಿದಿರಿರೆ
ಮೊದಲ ಪದಂ ತಾಂ ಕೃದಂತಮಾಗಿರೆ ದೊರೆಕೊ।
ಳ್ವುದನುಸ್ವಾರಮುದಂತದೊ
ಳಿದಂತದೊಳ್ ಕರ್ಮಧಾರಯಂ ಬರೆ ಬಹುಳಂ ॥ 170 ॥

In Karmadhâraya compounds before nouns with initial ಗ, ದ, ಬ, ಜ, the final ಉ of Verbal noun-bases (ಕೃತ್) which are formed from roots ending in ಉ or ಇ, uses to get the Bindu.

ಪದಚ್ಛೇದಂ.—ಗದಬಜಕಾರಂ ಅವು ಇದಿರ್ ಇರೆ, ಮೊದಲ ಪದಂ ತಾಂ ಕೃದಂತಂ ಆಗಿ ಇರೆ, ದೊರೆಕೊಳ್ವುದು ಅನುಸ್ವಾರಂ ಉದಂತದೊಳ್ ಇದಂತದೊಳ್, ಕರ್ಮಧಾರಯಂ ಬರೆ, ಬಹುಳಂ.

ಅನ್ವಯಂ.—ಕರ್ಮಧಾರಯಂ ಬರೆ, ಗದಬಜಕಾರಂ ಅವು ಇದಿರ್ ಇರೆ, ಮೊದಲ ಪದಂ ತಾಂ ಕೃದಂತಂ ಆಗಿ ಇರೆ, ಉದಂತದೊಳ್ ಇದಂತದೊಳ್ ಬಹುಳಂ ಅನುಸ್ವಾರಂ ದೊರೆಕೊಳ್ವುದು.

ಟೀಕು.—ಕರ್ಮಧಾರಯಂ = ಕರ್ಮಧಾರಯಸಮಾಸಂ; ಬರೆ = ಬರೆ; ಗದಬಜಕಾರಂ = ಗಕಾರ ದಕಾರ ಬಕಾರ ಜಕಾರಂಗಳ್; ಅವು = ಅವು; ಇದಿರಿರೆ = ಇದಿರಾಗಿರೆ; ಮೊದಲ ಪದಂ = ಆದಿಯ ಪದಂ; ತಾಂ = ತಾಂ; ಕೃದಂತಂ = ಕೃಲ್ಲಿಂಗಂ; ಆಗಿರೆ = ಆಗಿರೆ; ಉದಂತದೊಳ್ = ಉಕಾರಾಂತದಲ್ಲಿ; ಇದಂತದೊಳ್ = ಇಕಾರಾಂತದಲ್ಲಿ; ಬಹುಳಂ = ಬಹುಳವಾಗಿ; ಅನುಸ್ವಾರಂ = ಸೊಂನೆ; ದೊರೆಕೊಳ್ವುದು = ಪ್ರಾಪ್ತಿಸುವುದು.

ವೃತ್ತಿ.—ಕರ್ಮಧಾರಯದೊಳ್ ಗದಬಜಕಾರಾದಿಪದಂಗಳ್ ಪರದೊಳಿರೆ, ಪೂರ್ವಪದಂ ಕೃತ್ತಾಗಿ, ಉಕಾರಾಂತಮಿಕಾರಾಂತಮಾಗಿರೆ, ಬಿಂದುವಕ್ಕುಂ; ಬಹುಳದಿಂ, ಕೆಲದೆಡೊಳಿಲ್ಲ.

ಪ್ರಯೋಗಂ.—ಉಕಾರಾಂತದೊಳ್ ಗಕಾರಂ ಪರಮಾದುದರ್ಕೆ—ಎತ್ತುಂಗೋಲ್; ಕುತ್ತುಂಗದಿ; ಪೊತ್ತುಂಗೊಡಿಡು; ಪುಟ್ಟುಂಗುರುಡಂ; ಸುರ್ಕುಂಗುರುಳ್; ಕರ್ಚುಂಗಲ್ಲಂ; ಚುಚ್ಚುಂಗೊಳ್ಳಿ; ಇರ್ಕುಂಗಾಲಿ; ಇಡುಕುಂಗಬ್ಬಂ, ಇಡುಕುಂಗಬ್ಬಂ ಮುಕ್ತಕಮೊಡಂಬಡೆ.

ದಕಾರಕ್ಕೆ—ಕಡುಕುಂದಱಿ; ಉರ್ಕುಂದೊಱೆ; ತೂಗುಂದೊಟ್ಟಿಲ್; ಆಡುಂದೊಲೆ; ತೂಗುಂದಲೆ. ಎತ್ತುವೇತದಾಡುಂದೊಲೆಯನ್ತೆ ಕಣ್ಗೆಸೆದುದಿಭಂ ಕದನತ್ರಿಣೇತ್ರನಾ. ತೂಪ ತೂಗುಂದೊಲೆ ಬಾೞ್ಪಿಣಂ ಪೊಡರೆ ಬಳ್ಕುವ ಸಮ್ಮನ ಶೂಲವಾಲದೊಳ್.

ಬಕಾರಕ್ಕೆ—ಬತ್ತುಂಬಯಂ; ಬತ್ತುಂಬೞಿ; ಅಟ್ಟುಂಬರಿ; ಆಡುಂಬೊಲಂ; ಮಿಂಚುಂಬುೞು; ಪೆರ್ಚುಂಬುರುಳ್; ತೋಱುಂಬೊಣೆ; ಹೆಱುಂಬಳೆ; ಪಾಱುಂಬಳೆ ನಾರಾಚಂ ತೂಱುವ ಸರಲ್.

ಜಕಾರಕ್ಕೆ—ತೂಗುಂಜೊಡರ್; ಅಟ್ಟುಂಜಗಳಂ; ಕಟ್ಟುಂಜುರಿಗೆ; ಕುಟ್ಟುಂಜೋಳಂ; ಏಱುಂಜವ್ವನಂ, ಏಱುಂಜವ್ವನದೊಳ್ ಸೊಕ್ಕಿಱಿದ ನೀಱೆಯರ.

ಇಕಾರಾಂತದೊಳ್—ಸಿಡಿಯುಂದಲೆ; ಇಱಿಯುಂಬೊೞ್ತು. ಇಲ್ಲಿ ಉಕಾರಂ ಪೊಕ್ಕುದು.

ಬಹುಳದಿಂ ಕೃತ್ತಿಲ್ಲದಲ್ಲಿಯುಂ ಬಿಂದುವುಂಟು—ಬೆಟ್ಟುಂಬೊಱೆ ಎಂದು.

ಲೋಪೋಚಿತಾಕ್ಷರಂ, Elision and Substitution.

But there are a few exceptions, such as ಸುಡುಗಾಡು, ಇಡುಗಿಚ್ಚು, etc.

ಸುಡುಗಾಡಿಡುಗಿಚ್ಚಡುಗೂ ಯ್ |
ಉಡುಗೊಱೆಯುಂ ಮಾಱುದಾಂಟು ಬಿಡುಗಣ್ ಬಿಡುವಾ
ತುಡುಜೊಡರಱುಗೆಱೆಯೆಂಬಿವು
ಪಡೆಯವು ಬಿಂದುವನುದಂತವೃತ್ತಿಯನಾಳ್ದಂ || 171 ||

ಪದಚ್ಛೇದಂ.—ಸುಡುಗಾಡು, ಇಡುಗಿಚ್ಚು, ಅಡುಗೂೞ್, ಉಡುಗೊಱೆಯುಂ, ಮಾಱುದಾಂಟು, ಬಿಡುಗಣ್, ಬಿಡುವಾಯ್, ತುಡುಜೊಡರ್, ಅಱುಗೆಱೆ ಎಂಬ ಇವು ಪಡೆಯವು ಬಿಂದುವಂ, ಉದಂತವೃತ್ತಿಯಂ ಆಳ್ದಂ.

ಅನ್ವಯಂ.—ಉದಂತವೃತ್ತಿಯಂ ಆಳ್ದಂ, ಬಿಂದುವಂ ಪಡೆಯವು ಎಂಬುದನ್ವಯಂ.

ಟೀಕು.—ಸುಡುಗಾಡು = ಸುಡುಗಾಡೆಂದು; ಇಡುಗಿಚ್ಚು = ಇಡುಗಿಚ್ಚೆಂದು; ಅಡುಗೂೞ್ = ಅಡುಗೂೞೆಂದು; ಉಡುಗೊಱೆಯುಂ = ಉಡುಗೊಱೆಯೆಂದುಂ; ಮಾಱುದಾಂಟು = ಮಾಱುದಾಂಟೆಂದು; ಬಿಡುಗಣ್ = ಬಿಡುಗಣ್ಣೆಂದು; ಬಿಡುವಾಯ್ = ಬಿಡುವಾಯ್ಯೆಂದು; ತುಡುಜೊಡರ್ = ತುಡುಜೊಡರೆಂದು; ಅಱುಗೆಱೆ = ಅಱುಗೆಱೆಯೆಂದು; ಎಂಬಿವು = ಎಂಬೀ ಸಮಾಸಪದಂಗಳ್; ಉದಂತವೃತ್ತಿಯಂ = ಉಕಾರಾಂತದ ವರ್ತನೆಯಂ; ಆಳ್ದಂ = ತಾಳ್ದಂ; ಬಿಂದುವಂ = ಸೊನ್ನೆಯಂ; ಪಡೆಯವು = ಹಡೆಯವು.

ವೃತ್ತಿ.—ಇದರ್ಕಿದೆ ವೃತ್ತಿ.

ಸೂತ್ರಂ.

Also Nouns which are no Verbal noun-bases and terminate in ಉ or ಅ, receive the Bindu (*cf. S.* 167); **likewise words with final ನ್ and ಣ್ when getting the augment ಅ, and those with final ಳ್ when getting the augment ಉ, receive the Bindu.**

ಕೃತ್ತಿರದೆಯುಮುತ್ವಾತ್ವಾ
ಯತ್ತಮನುಸ್ವಾರಮಸ್ವರದ ನಣಕತ್ವಂ ।
ಮತ್ತೆ ಳಕಾರಕ್ಕುತ್ವಂ
ಪತ್ತಲೊಡಂ ಬಿಂದು ಬಂದು ನೆಲೆಗೊಂಡಿರ್ಕುಂ ॥ 172 ॥

ಪದಚ್ಛೇದಂ.—ಕೃತ್ತು ಇರದೆಯುಂ ಉತ್ವಾತ್ವಾಯತ್ತಂ ಅನುಸ್ವಾರಂ; ಅಸ್ವರದ ನಣಕೆ ಅತ್ವಂ ಮತ್ತೆ ಳಕಾರಕ್ಕೆ ಉತ್ವಂ ಪತ್ತಲೊಡಂ, ಬಿಂದು ಬಂದು, ನೆಲೆಗೊಂಡು ಇರ್ಕುಂ.

ಅನ್ವಯಂ.—ಕೃತ್ತು ಇರದೆಯುಂ ಅನುಸ್ವಾರಂ ಉತ್ವಾತ್ವಾಯತ್ತಂ; ಅಸ್ವರದ ನಣಕೆ ಅತ್ವಂ ಮತ್ತೆ ಳಕಾರಕ್ಕೆ ಉತ್ವಂ ಪತ್ತಲೊಡಂ, ಬಿಂದು ಬಂದು, ನೆಲೆಗೊಂಡು ಇರ್ಕುಂ.

ಟೀಕು.—ಕೃತ್ತು = ಕೃತ್ಪದಂ; ಇರದೆಯುಂ = ಇಲ್ಲದೆಯುಂ; ಅನುಸ್ವಾರಂ = ಸೊನ್ನೆ; ಉತ್ವ = ಉಕಾರದಲ್ಲಿ; ಅತ್ವ = ಅಕಾರದಲ್ಲಿ; ಆಯತ್ತಂ = ಸಂಬಂಧವಪ್ಪುದು; ಅಸ್ವರದ = ವ್ಯಂಜನದ; ನಣಕೆ = ನಕಾರ ಣಕಾರಂಗಳ್ಗೆ; ಅತ್ವಂ = ಅಕಾರಂ; ಮತ್ತೆ = ಬಱಿಕ; ಳಕಾರಕ್ಕೆ = ವ್ಯಂಜನದ ಳಕಾರಕ್ಕೆ; ಉತ್ವಂ = ಉಕಾರಂ; ಪತ್ತಲೊಡಂ = ಪತ್ತಲೊಡನೆ; ಬಿಂದು = ಸೊನ್ನೆ; ಬಂದು = ಬಂದು; ನೆಲೆಗೊಂಡು = ನೆಲಸಿ; ಇರ್ಕುಂ = ಇರ್ಪುದು.

ವೃತಿ.—ಕೃತ್ತಿಲ್ಲದುದಂತಕ್ಕಂ ಅದಂತಕ್ಕಂ ಬಿಂದು ಸಂದಿಸುಗುಂ; ವ್ಯಂಜನದ ನಕಾರ ಣಕಾರಂಗಳ್ಗೆ ಅತ್ವಮುಂ ಳಕಾರಕ್ಕುಕಾರಮುಂ ಪತ್ತಲೊಡಂ, ಸೊನ್ನೆಯವತರಿಸುಗುಂ.

ಪ್ರಯೋಗಂ.—ಉದಂತಕ್ಕೆ—ಕುಕ್ಕುಂದಱಿ, ದಕ್ಕುಂದಲೆ, ತಾಱಿಂಬಱಿ. ತಾಱಿಂಬಱಿಯೆಟ್ಟಿ ಚುಂಚು ಬೆಮರಿಂ ಕಡೆಗೆನ್ನೆಯ ಬಾನಲಾದ ಬೊಟ್ಟು.

ಅದಂತಕ್ಕೆ—ಬಕ್ಕಂಬಯಲ್, ಕಳ್ಳಂಗಡಲೆ, ಜಕ್ಕಂದೊಱಲಿ. ಜವನೇಱಿದೊಂದು ಜಕ್ಕಂದೊಱಲಿಯನ್ತೆ ಕಣ್ಗೆಸೆದುದೇಱಿದಿಭಂ ಚಲದಂಕರಾಮನಾ.

ನಕಾರಕ್ಕೆ—ಮಿಾನಂಬುಱಿ, ಬಾನಂಗುಳಿಗೆ.

ಣತ್ವಕ್ಕೆ—ಕಣ್ಣಿಣಂದೊಱಲಿ.

ಳಕಾರಕ್ಕೆ—ಬೆಳ್ಳಂಬಟ್ಟೆ.

ಸೂತ್ರಂ.

ಪೆಱಗು becomes ಪೆಡಂ or ಪೆಡ.

ಪೆಡವೆಂಬಾದೇಶಂ ಬಂ
ದೆಡೆಗೊಳ್ಗುಂ ಪೆಱಗೆನಿಪ್ಪ ಶಬ್ದದೊಳದು ತಾಂ ।
ಪಡೆಗುಂ ಬಿಂದುಮನರೆಬರ್
ತಡಗಾಲೆಂಬಂತಬಿಂದುವುಮನಾಚರಿಪರ್ ॥ 173 ॥

ಪದಚ್ಛೇದಂ.—ಪೆಡಂ ಎಂಬ ಆದೇಶಂ ಬಂದು ಎಡೆಗೊಳ್ಗುಂ ಪೆಱಗು ಎನಿಪ್ಪ ಶಬ್ದದೊಳ್; ಅದು ತಾಂ ಪಡೆಗುಂ ಬಿಂದುಮಂ; ಅರೆಬರ್ ತಡಗಾಲ್ ಎಂಬ ಅಂತೆ ಅಬಿಂದುವುಮಂ ಆಚರಿಪರ್.

ಅನ್ವಯಂ.—ಪೆಱಗೆನಿಪ್ಪ ಶಬ್ದದೊಳ್ ಪೆಡವೆಂಬಾದೇಶಂ ಬಂದು ಎಡೆಗೊಳ್ಗುಂ; ಅದು ತಾಂ ಬಿಂದುವಂ ಪಡೆಗುಂ; ಅರೆಬರ್ ತಡಗಾಲ್ ಎಂಬಂತೆ ಅಬಿಂದುವುಮಂ ಆಚರಿಪರ್.

ಟೀಕು.—ಪೆಱಗು = ಪೆಱಗೆಂದು; ಎನಿಪ್ಪ ಶಬ್ದದೊಳ್ = ಎನಿಸುವ ಶಬ್ದದಲ್ಲಿ; ಪೆಡಂ = ಪೆಡಂ ಎಂದು; ಎಂಬಾದೇಶಂ = ಎಂಬಾದೇಶಂ; ಬಂದು = ಬಂದು; ಎಡೆಗೊಳ್ಗುಂ = ಎಡೆಗೊಂಬುದು; ಅದು ತಾಂ = ತಾನದು; ಬಿಂದುಮಂ = ಸೊನ್ನೆಯಂ; ಪಡೆಗುಂ = ಪಡೆವುದು; ಅರೆಬರ್ = ಕೆಲಂಬರ್; ತಡಗಾಲೆಂಬಂತೆ = ತಡಗಾಲೆಂಬ ಹಾಂಗೆ; ಅಬಿಂದುವುಮಂ = ಬಿಂದುವಿಲ್ಲದುದನಾಗ್ರಿಯುಂ; ಆಚರಿಪರ್ = ಪೇೞ್ವರ್.

ವೃತ್ತಿ.—ಪೆಱಗೆಂಬುದರ್ಕೆ ಪೆಡಪೆಂದಾದೇಶಮಾದುದರ್ಕೆ ಬಿಂದುವಕ್ಕುಂ; ಕೆಲರ್ ತಡಗಾಲೆಂಬವೊಲ್ ಅದರ್ಕೆ ಬಿಂದುವಿಲ್ಲದೆಯುಂ ಒಲ್ವರ್.

ಪ್ರಯೋಗಂ.—ಪೆಡವಾದೇಶಕ್ಕೆ—ಪೆಡಂಗಯ್; ಪೆಡಂದಲೆ; ಪೆಡಂಮೆಟ್ಟು, ಪೆಡಂಮೆಟ್ಟದೆ ಸೂಳ್ಗಿರಿವಂದಿಱಿದುದೆಲಱಿದಿಭಂ ಭುವನೈಕರಾಮನಾ; ತಡಂಗಾಲ್ ಎಂಬಂತೆ.

ಅಬಿಂದುವಿಗೆ—ಪೆಡಗಯ್; ಪೆಡದಲೆ; ಪೆಡಮೆಟ್ಟು, ಪೆಡಮೆಟ್ಟೆ ಬರ್ಪದುಯೋ೯ಧನನನಿಭಘಟೆಯುಂ; ತಡಗಾಲ್ ಎಂಬಂತೆ.

ಸೂತ್ರಂ.

ಪದವಿಧಿ ಕನ್ನಡಕಂ ಸ
ಕ್ಕದಕ್ಕಮಿಲ್ಲಾದ್ಯರಿಂದೆ ಸಂದುವನಱಿದಿ ।
ರ್ಪುದು ಬಿರುದಾವಳಿಯೊಳ್ಪೇ
ೞ್ವುದು ಪೆಱವಱೊಳಾಗದಿದು ವಿರುದ್ಧಸಮಾಸಂ
॥ 174 ॥

Compounds of incongruous words (ಅರಿಸಮಾಸಂ, ವಿರುದ್ಧ ಸಮಾಸಂ, Ss. 167; 168) are allowed in the 6 Compounds of Samskṛita character only when sanctioned by poets of old, as they are, for instance, in honorary language (ಬಿರುದು).

ಪದಚ್ಛೇದಂ.— ಪದವಿಧಿ ಕನ್ನಡಕಂ ಸಕ್ಕದಕ್ಕಂ ಇಲ್ಲ. ಆದ್ಯರಿಂದೆ ಸಂದುವಂ ಅಱಿದು ಇರ್ಪುದು; ಬಿರುದಾವಳಿಯೊಳ್ ಪೇೞ್ವುದು; ಪೆಱವಱೊಳ್ ಆಗದು. ಇದು ವಿರುದ್ಧಸಮಾಸಂ.

ಅನ್ವಯಂ.—ಕನ್ನಡಕಂ ಸಕ್ಕದಕ್ಕಂ ಪದವಿಧಿ ಇಲ್ಲ ಎಂಬುದನ್ವಯಂ.

ಟೀಕು.—ಕನ್ನಡಕಂ=ಕರ್ಣಾಟಕಶಬ್ದಕ್ಕೆಯುಂ; ಸಕ್ಕದಕ್ಕಂ=ಸಂಸ್ಕೃತಶಬ್ದಕ್ಕೆಯುಂ; ಪದವಿಧಿ = ಸಮಾಸವಿಧಿ; ಇಲ್ಲ = ಉಂಟಾಗದು; ಆದ್ಯರಿಂದೆ = ಪುರಾತನಕವಿಗಳಿಂದ; ಸಂದುವಂ = ಸಲುವಳಿಯಾದುವಂ; ಅಱಿದಿರ್ಪುದು = ತಿಳಿದಿರ್ಪುದು; ಬಿರುದಾವಳಿಯೊಳ್ = ಬಿರುದಾವಳಿಯಲ್ಲಿ; ಪೇೞ್ವುದು = ಹೇೞ್ವುದು; ಪೆಱವಱೊಳ್ = ಅನ್ಯವಾದುವಱಲ್ಲಿ; ಆಗದು = ಆಗದು; ಇದು = ಇದು; ವಿರುದ್ಧಸಮಾಸಂ = ಅರಿಸಮಾಸವೆನಿಸುವುದು.

ವೃತ್ತಿ.—ಕನ್ನಡಕ್ಕಂ ಸಂಸ್ಕೃತಕ್ಕಂ ಸಮಾಸಮಿಲ್ಲ. ಆದಿಮಾರ್ಗದಿನೆಂತರ್ಕೆ ಕೆಲವಂ ಸಂದುವನಱಿದಿರ್ಪುದು; ಬಿರುದಾವಳಿಯೊಳ್ಮೆಚ್ಚಿದಂತೆ ಪೇೞ್ವುದು; ಮಿಕ್ಕೆಡೆಯೊಳ್ಮಾಣ್ಬುದು.

ಪ್ರಯೋಗಂ.— ಅರಿಸಮಾಸಕ್ಕೆ— ಮುಖತಾವರೆ; ಅರಸುಕುಮಾರಂ; ಕೆಳದಿಸಮೇತಂ. ಇವು ಅರಿಸಮಾಸಂ.

ಮಾರ್ಗದೊಳುಳ್ಳವರ್ಕೆ—ಕಡುರಾಗಂ; ಮೊಗರಾಗಂ; ಅಱಿಕೆನಾಯಕಂ; ಗುಣಕಱಿಗೊಂಡಂ; ಕಟ್ಟೇಕಾಂತಂ; ಕೂರಸಿ; ಮಾರ್ಬಲಂ; ಇರ್ಬಲಂ; ಪೆರ್ಬಲಂ; ಅಲಿಜನಂ; ತುರಗದಱಿಂ; ಮಂಗಳಾರತಿ; ಮಂಗಳವಸದನಂ; ಮಂಗಳಪಱೆ; ಅರಸುಗುಣಂ; ಕಡುದರ್ಪಂ. ಪೆಱವುಮನೀ ತೆಱಗೆನಱಿವುದು. ಇವಱಿಂತೆ ಬೇಱೆ ಮಾಡಲಾಗದು.

ಬಿರುದಿಂಗೆ—ಗಜದುಳಿ; ಗಜಪಾಱಿ; ನರಲೋಕದಲ್ಲಣಂ; ಮಾಸವಳ ಮದನಮಹೇಶಂ; ಅಂಕತ್ರಿಣೇತ್ರಂ; ಗುಣಕ್ಕೆನಲ್ಲಗಣೇಶಂ ದಱಿಮುಖಧವಳಂ; ದಱಿಮುಖಾದಿತ್ಯಂ; ರಾಯಕೋಳಾಹಳಂ. ಈ ತೆಱದೆ ಬಿರುದಿನೊಳ್ ಎತ್ತಾನುಂ ಸಲ್ವುದು.

ಸೂತ್ರಂ.

In Compounds ಎಲ್ಲ retains its form or becomes ಎಲ್ಲಾ; ಮಹತ್ becomes ಮಾ. These forms may freely enter into compounds with Canarese and Samskṛita bases.

ಸವನಿಸುವುದೆಲ್ಲಶಬ್ದ
ಕ್ಕೆ ವಿಕಲ್ಪದೆ ದೀರ್ಘವಿಧಿ ಮಹಚ್ಛಬ್ದಕ್ಕು |
ದ್ಭವಿಕುಂ ಮಾದೇಶಂ ದೋ
ಷವಿಲ್ಲ ಸಂಸ್ಕೃತಪದಂ ಪರಕ್ಕೊದವಲೊಡಂ || 175 ||

ಪದಚ್ಛೇದಂ.— ಸವನಿಸುವುದು ಎಲ್ಲಶಬ್ದಕ್ಕೆ ವಿಕಲ್ಪದೆ ದೀರ್ಘವಿಧಿ; ಮಹಚ್ಛಬ್ದಕ್ಕೆ ಉದ್ಭವಿಕುಂ ಮಾದೇಶಂ. ದೋಷಂ ಇಲ್ಲ, ಸಂಸ್ಕೃತಪದಂ ಪರಕ್ಕೆ ಒದವಲೊಡಂ.

ಅನ್ವಯಂ.— ಎಲ್ಲಶಬ್ದಕ್ಕೆ ವಿಕಲ್ಪದೆ ದೀರ್ಘವಿಧಿ ಸವನಿಸುವುದು; ಮಹಚ್ಛಬ್ದಕ್ಕೆ ಮಾದೇಶಂ ಉದ್ಭವಿಕುಂ. ಸಂಸ್ಕೃತಪದಂ ಪರಕ್ಕೆ ಒದವಲೊಡಂ, ದೋಷಂ ಇಲ್ಲ.

ಟೀಕು.— ಎಲ್ಲಶಬ್ದಕ್ಕೆ = ಎಲ್ಲ ಎಂಬ ಶಬ್ದಕ್ಕೆ; ವಿಕಲ್ಪದೆ = ವಿಕಲ್ಪದಿಂದೆ; ದೀರ್ಘವಿಧಿ = ದೀರ್ಘದ ವಿಧಿ; ಸವನಿಸುವುದು = ಬರ್ಪುದು; ಮಹಚ್ಛಬ್ದಕ್ಕೆ = ಮಹತ್ ಎಂಬ ಶಬ್ದಕ್ಕೆ; ಮಾದೇಶಂ = ಮಾ ಎಂಬಾದೇಶಂ; ಉದ್ಭವಿಕುಂ = ಹುಟ್ಟುವುದು; ಸಂಸ್ಕೃತಪದಂ = ಸಂಸ್ಕೃತದ ಪದಂ; ಪರಕ್ಕೆ = ಮುಂದುಗಡೆಗೆ; ಒದವಲೊಡಂ = ಪ್ರಾಪ್ತಿಸಲೊಡನೆ; ದೋಷಂ = ಅರಿಸಮಾಸದ ದೋಷಂ; ಇಲ್ಲ = ಉಂಟಾಗದು.

ವೃತ್ತಿ.— ಎಲ್ಲ ಎಂಬ ಶಬ್ದಕ್ಕೆ ವಿಕಲ್ಪದಿಂ ದೀರ್ಘಮಕ್ಕುಂ; ಮಹಚ್ಛಬ್ದಕ್ಕೆ ಮಾ ಎಂಬಾದೇಶಮಕ್ಕುಂ. ಇವರ್ಕೆ ಸಂಸ್ಕೃತಪದಂ ಪರಮಾದೊಡಂ ದೋಷಮಿಲ್ಲ.

ಪ್ರಯೋಗಂ.— ದೀರ್ಘವಿಕಲ್ಪಕ್ಕೆ— ಎಲ್ಲಕಾರ್ಯಂ, ಎಲ್ಲಾಕಾರ್ಯಂ; ಎಲ್ಲರತ್ನಂ, ಎಲ್ಲಾರತ್ನಂ; ಎಲ್ಲಧನಂ, ಎಲ್ಲಾಧನಂ; ಎಲ್ಲಾಪುರುಷರ್; ಎಲ್ಲಾಕಾಂತೆಯರ್; ಎಲ್ಲಂಗಮೆಲ್ಲಧನಮುಮನೆಲ್ಲೆಡೆಯೊಳಮೆಲ್ಲತೆಱದೊಳಂ

ಕುಡುಗೆಮಗೆ; ಎಲ್ಲಾರತ್ನಂಗಳುಮನೊಳಕೊಂಡಾಳ್ವನಂಭೋನಿಧಿ ಲೋಕಕ್ಕೆಲ್ಲಂ ಬೀಱುಗುಂ.

ಮಹಚ್ಛಬ್ದಕ್ಕೆ—ಮಾದೇವಂ; ಮಾಕಾಳಿ; ಮಾದಾನಿ; ಮಾಶೌರ್ಯಂ.

ಕನ್ನಡಕ್ಕೆ—ಮಾಸಾಮಂತಂ; ಮಾಲಕುಮಿ; ಮಾನೌಮಿ.

ಸೂತ್ರಂ.

In Tatpurusha compounds the final letter of the first word is often elided, and also a homogeneons (ಉಚಿತ) letter is often supplied with or without Elision. ಕೆಳಗು becomes ಕಿಟ್ and (before ನ) ಕಿನ್.

ನೆಲೆಗೊಳ್ಗುಂ ಪೂರ್ವಪದಾಂ
ತ್ಯಲೋಪಮದು ಬಹುಳದಿಂದೆ ತತ್ಪುರುಷಕ್ಕ ।
ಗ್ಗಲಿಪುದುಚಿತಾಕ್ಷರಾಗಮ
ಮೊಲೆಗುಂ ಕೆಳಗಣ್ಗೆ ಕಿಟ್ಕಿನೆಂಬಾದೇಶಂ ॥ 176 ॥

ಪದಚ್ಛೇದಂ.—ನೆಲೆಗೊಳ್ಗುಂ ಪೂರ್ವಪದಾಂತ್ಯಲೋಪಂ ಅದು ಬಹುಳದಿಂದೆ ತತ್ಪುರುಷಕ್ಕೆ; ಅಗ್ಗಲಿಪುದು ಉಚಿತಾಕ್ಷರಾಗಮುಂ; ಒಲೆಗುಂ ಕೆಳಗಣ್ಗೆ ಕಿಟ್ ಕಿನ್ ಎಂಬ ಆದೇಶಂ.

ಅನ್ವಯಂ.—ತತ್ಪುರುಷಕ್ಕೆ ಪೂರ್ವಪದಾಂತ್ಯಲೋಪಂ ಅದು ಬಹುಳದಿಂದೆ ನೆಲೆಗೊಳ್ಗುಂ; ಉಚಿತಾಕ್ಷರಾಗಮುಂ ಅಗ್ಗಲಿಪುದು; ಕೆಳಗಣ್ಗೆ ಕಿಟ್ ಕಿನ್ ಎಂಬಾದೇಶಂ ಒಲೆಗುಂ.

ಟೀಕು.—ತತ್ಪುರುಷಕ್ಕೆ = ತತ್ಪುರುಷಸಮಾಸಕ್ಕೆ; ಪೂರ್ವಪದ = ಮೊದಲ ಪದದ; ಅಂತ್ಯ = ಕಡೆಯಣಕ್ಷರದ; ಲೋಪಂ = ಅದರ್ಶನಂ; ಅದು = ಅದು; ಬಹುಳದಿಂದೆ = ಬಹುಳದಿಂದೆ; ನೆಲೆಗೊಳ್ಗುಂ = ನೆಲೆಗೊಂಬುದು; ಉಚಿತ = ಉಚಿತವಾದ; ಅಕ್ಷರ = ಅಕ್ಷರದ; ಆಗಮುಂ = ಆಗಮುಂ; ಅಗ್ಗಲಿಪುದು = ಬರ್ಪುದು; ಕೆಳಗಣ್ಗೆ = ಕೆಳಗೆಂಬ ಶಬ್ದಕ್ಕೆ; ಕಿಟ್ = ಕಿಟೆಂದು; ಕಿನ್ = ಕಿನೆಂದು; ಎಂಬಾದೇಶಂ = ಎಂಬಾದೇಶಂ; ಒಲೆಗುಂ = ಬರ್ಪುದು.—ಅಗ್ಗಲಿಪುದೆಂದೊಡೆ ಹೆಗ್ಗಳವಪ್ಪುದು; ಒಲೆಗುಂ ಎಂದೊಡೆ ಒಲಿವುದೆಂಬುದರ್ಥಂ = ಔಚಿತ್ಯದಿಂ ಬರ್ಪುದೆಂಬುದರ್ಥಂ.

ವೃತ್ತಿ.—ತತ್ಪುರುಷಕ್ಕೆ ಬಹುಳದಿಂ ಕೆಲವೆಡೆಯೊಳ್ಮೊದಲ ಪದದ ಕಡೆಯಕ್ಕರಕ್ಕೆ ಲೋಪಂ; ಕೆಲವೆಡೆಯೊಳ್ ಲೋಪಂಬೆರಸುಚಿತಾಕ್ಷರಾಗಮಂ; ಕೆಳಗೆಂಬುದರ್ಕೆ ಕಿಟೆಂದುಂ ಕಿನ್ ಎಂದುಮಾದೇಶಮಕ್ಕುಂ.

ಪ್ರಯೋಗಂ.—ಪದಾಂತ್ಯಲೋಪಕ್ಕೆ—ಒಳಕೋಂಟೆ; ಹೊಱವೇಲಿ; ಜೇನೆಯ್; ತೆಂಗಾಳಿ; ಅರಮನೆ.

ಉಚಿತಾಕ್ಷರಾಗಮಕ್ಕೆ—ತೆಂಬೆಲರ್; ದಾಂಗುಡಿ; ಮಾಂಗಾಯ್; ಆಂಗೊಳಗು; ಆಂಗೊಳಂ; ಕಂಮುಂಗಣೆ, ಕಮ್ಮಂಗಣೆಯಿಂದೆಚ್ಚ ಪನಿಂಮಾವಿನ ಪೊದಱಿಗೊಳಿರ್ದು; ಕಡಲಾನ್ಗೊಂಗೊಳಗಿರಂ (Mdb. ಕಡಲಾಂಗೊಳಗೆನಗಿರಂ).

ಲೋಪಮಿಲ್ಲದುಚಿತಾಕ್ಷರಾಗಮಕ್ಕೆ—ನಟ್ಟೆವಾನ್, ನಟ್ಟೆವನೆ; ನಟ್ಟೆಗೊಂಬು; ಸಟ್ಟೆವನಿ. ಇಲ್ಲಿ ಎಕಾರಮುಚಿತವರ್ಣಾಗಮಂ.

ಕಿಱಿಾದೇಶಕ್ಕೆ—ಕಿಱುಕ್ಕೊಂಬು; ಕಿಱ್ಕಿವಲ್; ಕಿಱ್ಕಿಣೆ; ಕಿಱ್ಕಿಟ್ಟು; ಕಿಱ್ಕಿಡಲ್.

ಕಿನಾದೇಶಕ್ಕೆ—ಕಿನ್ನೀರ್; ಕಿನ್ನೆಲಂ.

ಸೂತ್ರಂ.

Also in Karmadhâraya and other Compounds such Elision takes place.

ಅಕ್ಕುಂ ಪದಾಂತ್ಯಲೋಪಂ
ತಕ್ಕಂತಿರೆ ಕರ್ಮಧಾರಯಕ್ಕಂ ದ್ವಿಗುಗಂ ।
ಮಿಕ್ಕಾ ದ್ವಂದ್ವಕ್ಕಂ ಮೇ
ಲಕ್ಕರಿಗರಿನಾ ಕ್ರಿಯಾಸಮಾಸೋಪೇತಂ ॥ 177 ॥

ಪದಚ್ಛೇದಂ.—ಅಕ್ಕುಂ ಪದಾಂತ್ಯಲೋಪಂ ತಕ್ಕ ಅಂತೆ ಇರೆ ಕರ್ಮಧಾರಯಕ್ಕಂ ದ್ವಿಗುಗಂ ಮಿಕ್ಕ ಆ ದ್ವಂದ್ವಕ್ಕಂ; ಮೇಲೆ ಅಕ್ಕರಿಗರಿಂ ಆ ಕ್ರಿಯಾಸಮಾಸೋಪೇತಂ.

ಅನ್ವಯಂ.—ಕರ್ಮಧಾರಯಕ್ಕಂ ದ್ವಿಗುಗಂ ಮಿಕ್ಕಾ ದ್ವಂದ್ವಕ್ಕಂ ತಕ್ಕಂತಿರೆ ಪದಾಂತ್ಯಲೋಪಂ ಅಕ್ಕುಂ; ಮೇಲೆ ಅಕ್ಕರಿಗರಿಂ ಆ ಕ್ರಿಯಾಸಮಾಸೋಪೇತಂ.

ಟೀಕು.—ಕರ್ಮಧಾರಯಕ್ಕಂ = ಕರ್ಮಧಾರಯಸಮಾಸಕ್ಕೆಯುಂ; ದ್ವಿಗುಗಂ = ದ್ವಿಗುಸಮಾಸಕ್ಕೆಯುಂ; ಮಿಕ್ಕಾ = ಉೞಿದ ಆ; ದ್ವಂದ್ವಕ್ಕಂ = ದ್ವಂದ್ವಸಮಾಸಕ್ಕೆಯುಂ; ತಕ್ಕಂತಿರೆ = ತಕ್ಕ ಹಾಂಗೆ; ಪದಾಂತ್ಯಲೋಪಂ = ಪೂರ್ವಪದದ ಕಡೆಯಕ್ಷರದ ಲೋಪಂ; ಅಕ್ಕುಂ = ಅಪ್ಪುದು; ಮೇಲೆ = ಆ ಮೇಲೆ; ಅಕ್ಕರಿಗರಿಂ = ಅಕ್ಷರಜ್ಞರಿಂದೆ; ಆ ಕ್ರಿಯಾಸಮಾಸೋಪೇತಂ = ಆ ಕ್ರಿಯಾಸಮಾಸದಲ್ಲಿಯುಂ ಕೂಡಿರ್ಪುದು.

ವೃತ್ತಿ.—ಕರ್ಮಧಾರಯಕ್ಕಂ ದ್ವಿಗುವಿಂಗಂ ದ್ವಂದ್ವಕ್ಕಂ ಕ್ರಿಯಾಸಮಾಸಕ್ಕಂ ಪೂರ್ವಪದಾಂತ್ಯಲೋಪಂ ಕೆಲವೆಡೆಗೊಳಕ್ಕುಂ.

ಪ್ರಯೋಗಂ.—ಕರ್ಮಧಾರಯಕ್ಕೆ—ಬಡವುನಡು, ಬಡನಡು; ಅರಸುನೇಱಿಲ್, ಅರನೇಱಿಲ್; ಪೊಲ್ಲದುಮೊಗಂ, ಪೊಲ್ಲಮೊಗಂ. ಪೊಲ್ಲಮಾನಿಸರ ಪೊಲ್ಲಮೊಗಂಗಳಂ.

ದ್ವಿಗುವಿಂಗೆ—ಪಲವುದೆವಸಂ, ಪಲದೆವಸಂ; ಪಲವುಕಣ್, ಪಲಗಣ್; ಪಲವುಪಣ್, ಪಲವಣ್. ಪಾದರಿಗಂ ಪಲವಣ್ಣನದೇನನೀವಂ.

ದ್ವಂದ್ವಕ್ಕೆ—ತಮ್ಮತಮ್ಮರಾಜ್ಯಂ, ತಂತಂಮ ರಾಜ್ಯಂ; ತಂತಮ ಮಹಾವಿಭೂತಿ; ತಂತಮ ಬಲಂ.

ಕ್ರಿಯಾಸಮಾಸಕ್ಕೆ—ಪೋಗುತಂದಂ, ಪೋತಂದಂ; ಕೆಳಗುಸಾರ್ದಂ, ಕೆಳಸಾರ್ದಂ; ಎಯ್ದುತಂದಂ, ಎಯ್ತಂದಂ; ಕಳವಸುತ್ತಿದಂ, ಕಳಸುತ್ತಿದಂ; ಏನಪೇೞ್ವೆಂ, ಏವೇೞ್ವೆನ್ ಅವನ ಚಾಗದ ಪೆಂಪಂ; ಏತರ್ಕೆ ಬಂದಂ, ಏವಂದಂ; ಏತರ್ಕೆ ಪೋದಂ, ಏವೋದಂ; ಏವಂದರೇವೋದರೆನ್ನದೆ ಕಾಲ್ತಱಿಸಲ್ವಮೆಂದು.

ಸೂತ್ರಂ.

In the midst of Karmadhâraya compounds occasionally an ಅ appears; and so to say an Elision of ಅಂತಪ್ಪ occurs.

ದೊರೆಕೊಳ್ವುದತ್ವವಿಧಿಯುಂ
ತರಾಳದೊಳ್ಬಹುಳಮಾಗಿ ಮಧ್ಯಪದಕ್ಕಂ ।
ದೊರೆಕೊಳ್ವುದದರ್ಶನವಿಧಿ
ವಿರಳತೆಯಿಂ ಕರ್ಮಧಾರಯಕ್ಕಱಿವವರಿಂ ॥ 178 ॥

ಪದಚ್ಛೇದಂ.—ದೊರೆಕೊಳ್ವುದು ಅತ್ವವಿಧಿ ಅಂತರಾಳದೊಳ್ ಬಹುಳಂ ಆಗಿ, ಮಧ್ಯಪದಕ್ಕಂ ದೊರೆಕೊಳ್ವುದು ಅದರ್ಶನವಿಧಿ ವಿರಳತೆಯಿಂ ಕರ್ಮಧಾರಯಕ್ಕೆ ಅಱಿವವರಿಂ.

ಅನ್ವಯಂ.—ಕರ್ಮಧಾರಯಕ್ಕೆ ಅಂತರಾಳದೊಳ್ ಅತ್ವವಿಧಿ ಬಹುಳಂ ಆಗಿ ದೊರೆಕೊಳ್ವುದು, ಅಱಿವವರಿಂ ಮಧ್ಯಪದಕ್ಕಂ ವಿರಳತೆಯಿಂ ಅದರ್ಶನವಿಧಿ ದೊರೆಕೊಳ್ವುದು.

ಟೀಕು.—ಕರ್ಮಧಾರಯಕ್ಕೆ = ಕರ್ಮಧಾರಯಸಮಾಸಕ್ಕೆ; ಅಂತರಾಳದೊಳ್ = ಮಧ್ಯದಲ್ಲಿ; ಅತ್ವವಿಧಿ = ಅಕಾರದ ವಿಧಿ; ಬಹುಳಮಾಗಿ = ಬಹುಳವಾಗಿ; ದೊರೆಕೊಳ್ವುದು = ಪ್ರಾಪ್ತಿಸುವುದು; ಅಱಿವವರಿಂ = ಬಲ್ಲವರಿಂದೆ; ಮಧ್ಯಪದಕ್ಕಂ = ನಡುವಣ ಪದಕ್ಕೆಯುಂ; ವಿರಳತೆಯಿಂ = ವಿರಳತ್ವದಿಂದೆ; ಅದರ್ಶನವಿಧಿ = ಲೋಪದ ವಿಧಿ; ದೊರೆಕೊಳ್ವುದು = ಬರ್ಪುದು.

ವೃತ್ತಿ. — ಕರ್ಮಧಾರಯದೊಳೆತ್ತಾನುಂ ಮಧ್ಯದೊಳೊಂದಕಾರಮಕ್ಕುಂ; ಕೆಲವೆಡೆಯೊಳ್ಮಧ್ಯಪದಕ್ಕೆ ಲೋಪಮಕ್ಕುಂ.

ಪ್ರಯೋಗಂ. — ಅತ್ವಕ್ಕೆ—ಬಟ್ಟೆತ್ತುತೊಡೆ, ಬಟ್ಟದೊಡೆ; ಬೆಟ್ಟವೆಸಗೆ, ದಟ್ಟವಳ್ಳಿ ಇವುಮಂತೆ.

ಮಧ್ಯಪದಲೋಪಕ್ಕೆ—ಅಲರಂತಪ್ಪ ಕಣ್ ಎಂಬಲ್ಲಿ ಅಂತಪ್ಪ ಎಂಬುದರ್ಕೆ ಲೋಪಮಾಗಿ ಅಲರ್ಗಣ್ ಎಂದಾಯ್ತು; ಪೆಟ್ಟೆನೊಸಲ್; ತೊಂಗಲ್ಗುರುಳ್; ತುಂಬಿಗುರುಳ್ ಇವುಮಂತೆ.

ಸೂತ್ರಂ.

ಮುಂದಣ ಪದಂ ವಿಶೇಷ್ಯದೊ
ಳೊಂದಿರೆ ಪಿಂದಿರ್ದ ಪದದುಪಾಂತ್ಯಸ್ವರದಿಂ ।
ಸಂದಿಪುದು ಲೋಪಮಾದಿಯೊ
ಳೊಂದಿದಿಕಾರಕ್ಕೆಕಾರವಿಧಿ ಬಹುಳತೆಯಿಂ ॥ 179 ॥

Further the final syllable together with the penultimate vowel of the first word (Adjective) is elided, and the vowel of the first syllable of this word, when ಇ, often changed into ಎ.

ಪದಚ್ಛೇದಂ.—ಮುಂದಣ ಪದಂ ವಿಶೇಷ್ಯದೊಳ್ ಒಂದಿ ಇರೆ, ಪಿಂದೆ ಇರ್ದ ಪದದ ಉಪಾಂತ್ಯಸ್ವರದಿಂ ಸಂದಿಪುದು ಲೋಪಂ; ಆದಿಯೊಳ್ ಒಂದಿದ ಇಕಾರಕ್ಕೆ ಎಕಾರವಿಧಿ ಬಹುಳತೆಯಿಂ.

ಅನ್ವಯಂ. — ಉಪಾಂತ್ಯಸ್ವರದಿಂ ಲೋಪಂ ಸಂದಿಪುದು; ಆದಿಯೊಳ್ ಒಂದಿದಿಕಾರಕ್ಕೆ ಬಹುಳತೆಯಿಂ ಎಕಾರವಿಧಿ ಎಂಬುದನ್ವಯಂ.

ಟೀಕು.—ಮುಂದಣ = ಅಗ್ರದ; ಪದಂ = ಪದಂ; ವಿಶೇಷ್ಯದೊಳ್ = ವಿಶೇಷ್ಯದಲ್ಲಿ; ಒಂದಿರೆ = ಕೂಡಿರೆ; ಪಿಂದೆ = ಹಿಂದೆ; ಇರ್ದ ಪದದ = ಇರ್ದ ಪದದ; ಉಪಾಂತ್ಯಸ್ವರದಿಂ = ಉಪಾಂತ್ಯಸ್ವರದೊಡನೆ; ಲೋಪಂ = ಅದರ್ಶನಂ; ಸಂದಿಪುದು = ಸಂದಿಸುವುದು; ಆದಿಯೊಳ್ = ಮೊದಲಲ್ಲಿ; ಒಂದಿದಿಕಾರಕ್ಕೆ = ಕೂಡಿದ ಇಕಾರಕ್ಕೆ; ಬಹುಳತೆಯಿಂ = ಬಹುಳತ್ವದಿಂದೆ; ಎಕಾರವಿಧಿ = ಎಕಾರದ ವಿಧಿ ಸಂದಿಪುದು.

ವೃತ್ತಿ. — ಪರಪದಂ ವಿಶೇಷ್ಯಮಾಗಿರೆ, ಪೂರ್ವಪದದುಪಾಂತ್ಯಸ್ವರದಿಂ ಲೋಪಂ; ಪದದಾದಿಯಿಕಾರಕ್ಕೆ ಬಹುಳದಿಂದೆಕಾರಮಕ್ಕುಂ.

ಪ್ರಯೋಗಂ. — ಉಪಾಂತ್ಯಸ್ವರಲೋಪಕ್ಕೆ (see s. S. 164) — (ತೆಳಿತ್ತು + ಬಸಿಱ್ =) ತೆಳ್ವಸಿಱ್; (ಒಳಿತ್ತು + ನುಡಿ =) ಒಳ್ನುಡಿ; (ಬಲಿತು + ಮುಗುಳ್ =) ಬಲ್ಮುಗುಳ್; (ಮೆಲ್ಲಿತು + ಅಡಿ =) ಮೆಲ್ಲಡಿ.

ಎತ್ವಕ್ಕೆ — (ಪಿರಿದು + ಮೊಲೆ =) ಪೆರ್ಮೊಲೆ; ಪೆರ್ಮರಂ; ಪೆರ್ಮಾತು; (ಬಿಳಿದು + ತಿಂಗಳ್ =) ಬೆಳ್ದಿಂಗಳ್; ಬೆಳ್ಮುಗಿಲ್; ಬೆಳ್ವಲ್; ಬೆಳ್ವಯಲ್.

ಬಹುಳಕ್ಕೆ — (ಬಿಣ್ಣಿತು + ಕೊನೆ =) ಬಿಣ್ಕೊನೆ; ಬಿಣ್ಪುಱೆ; (ಇನಿದು + ಮಾವು =) ಇಂಮಾವು.

ಸೂತ್ರಂ.

Further chiefly when, after the Elision, the final consonant of the first word (Adjective, Numeral)

ಅಗುರುಪದಾದಿಗೆ ದೀರ್ಘಂ
ನೆಗೞ್ಗುಂ ಮತ್ತಲ್ಲಿ ಬಂದು ಣಟಳನತಂಗಳ್ ।
ಪುಗೆ ಪೆಱತೆಂ ದ್ವಿರ್ಭಾವಂ
ನೆಗೞ್ಗುಂ ಸ್ವರಮಿದಿರೊಳೊದವೆ ಬಹುಳತೆಯಿಂದಂ ॥ 180 ॥

meets a vowel, its own vowel is lengthened; and when its final consonant has become ಣ್, ಟ್, ಳ್, ನ್, or ತ್, it is doubled (*cf.* S. 69).

ಪದಚ್ಛೇದಂ. — ಅಗುರುಪದಾದಿಗೆ ದೀರ್ಘಂ ನೆಗೞ್ಗುಂ, ಮತ್ತೆ ಅಲ್ಲಿ ಬಂದು ಣ ಟ ಳ ನ ತಂಗಳ್ ಪುಗೆ, ಪೆಱತೆಂ, ದ್ವಿರ್ಭಾವಂ ನೆಗೞ್ಗುಂ, ಸ್ವರಂ ಇದಿರೊಳ್ ಒದವೆ. ಬಹುಳತೆಯಿಂದಂ.

ಅನ್ವಯಂ. — ಸ್ವರಂ ಇದಿರೊಳ್ ಒದವೆ, ಬಹುಳತೆಯಿಂದಂ ಅಗುರುಪದಾದಿಗೆ ದೀರ್ಘಂ ನೆಗೞ್ಗುಂ; ಮತ್ತೆ ಅಲ್ಲಿ ಣ ಟ ಳ ನ ತಂಗಳ್ ಬಂದು ಪುಗೆ, ಪೆಱತೆಂ, ದ್ವಿರ್ಭಾವಂ ನೆಗೞ್ಗುಂ.

ಟೀಕು. — ಸ್ವರಂ = ಸ್ವರಾಕ್ಷರಂ; ಇದಿರೊಳ್ = ಪರದಲ್ಲಿ; ಒದವೆ = ಪ್ರಾಪ್ತಿಸೆ; ಬಹುಳತೆಯಿಂದಂ = ಬಹುಳದಿಂದೆ; ಅಗುರು = ಲಘುವಾದ; ಪದ = ಪದಂಗಳ; ಆದಿಗೆ = ಮೊದಲ್ಗೆ; ದೀರ್ಘಂ = ದೀರ್ಘಂ; ನೆಗೞ್ಗುಂ = ಪ್ರಸಿದ್ಧಿವಡೆವುದು; ಮತ್ತೆ = ಆ ಮೇಲೆ; ಅಲ್ಲಿ = ಆ ಸ್ವರಾಕ್ಷರಂಗಳಿದಿರಾದಲ್ಲಿ; ಣ ಟ ಳ ನ ತಂಗಳ್ = ಣಕಾರ ಟಕಾರ ಳಕಾರ ನಕಾರ ತಕಾರಂಗಳ್; ಬಂದು = ಬಂದು; ಪುಗೆ = ಪ್ರವೇಶವಾಗೆ; ಪೆಱತೇಂ = ಅನ್ಯವೇಂ; ದ್ವಿರ್ಭಾವಂ = ದ್ವಿತ್ವಂ; ನೆಗೞ್ಗುಂ = ಪ್ರಸಿದ್ಧಿವಡೆವುದು.

ವೃತ್ತಿ. — ಸ್ವರಂ ಪರಮಾಗೆ, ಪದದಾದಿಯ ಹ್ರಸ್ವಕ್ಕೆ ದೀರ್ಘಮಕ್ಕುಂ; ಪೂರ್ವಪದಾಂತ್ಯದೊಳ್ ಣ ಟ ಳ ನ ತಂಗಳಿರೆ, ದ್ವಿರ್ಭಾವಮಕ್ಕುಂ.

ಪ್ರಯೋಗಂ.— ದೀರ್ಘಕ್ಕೆ — (ಪಿರಿದು + ಆನೆ = ಪೆರಾನೆ =) ಪೇರಾನೆ, ಪೇರಡವಿ, ಪೇರೊಕ್ಕಲ್, ಪೇರಡಿ, ಪೇರೊಡಲ್; ಓರೆಂಜಲ್; ಈರೈದು, ಈರೊತ್ತೆ.

ಬಹುಳದಿಂ ವ್ಯಂಜನಪರವಾದಲ್ಲಿಯುಂ ದೀರ್ಘಮಾಯ್ತು — (ಇನಿದು + ಸ್ವರಂ = ಇಂಚರಂ =) ಈಂಚರಂ, ಈಂಬುಳಿ, ಈಂಗಡಲ್, ಈಂದೋಳ್, ಈಂದುಟಿ; ಈಂಗಡಲೊಳ್ಪುವೆತ್ತ ಪಸೆಕನ್ನಡಿ ಚಂದ್ರಮಾ.

ದ್ವಿತ್ವಕ್ಕೆ—(ಪೆಣ್ + ಉಡೆ =) ಪೆಣ್ಣುಡೆ, (ನುಣೆತು + ಅರಿಸಿನಂ =) ನುಣ್ಣರಿಸಿನಂ, ತಣ್ಣೆಲರ್;—ಕಟ್ಟಾಯಂ, ಕಟ್ಟೇಱಿ, ಕಟ್ಟಳೆ, ಕಟ್ಟಳ್ಕೆ;— ನಿಟ್ಟೆಯ್ದೆ, ನಿಟ್ಟೆಸಳ್, ಕಟ್ಟುಬ್ಬಟೆ;—ಬೆಳ್ಳಾನೆ, ಒಳ್ಳುಣಿಸು, ಅಳ್ಳೇಱು, ಬೆಳ್ಳಾಳ್ ಒಳ್ಳಾಳೆಡೆಗೊಡನೊಡಱಿ ಭಟ್ಟನೊಳೋವಜಂ (?); — ಇನ್ನುಣಿಸು;—ಕಿಡಿ, ಕುತ್ತಡಿ, ಕಿತ್ತಿಳೆ, ಕಿತ್ತಾಚಂ, ಕುತ್ತಳೆ, ಕುತ್ತಿವಂ, ಕುತ್ತೆಸಳ್.

ಸೂತ್ರಂ.

Remark on S. 180: ಕಡಿದು, ನಿಡಿದು, ನಡುವು, before Vowels, become ಕಟ್ಟು, ನಿಟ್ಟು, ನಟ್ಟು;

ಕಡಿದು ನಿಡಿದೆಂಬ ನಡುವೆಂ
ಬ ಡಕಾರಂ ಟತ್ವಮಾಯ್ತು ಕಿಱಿದರ್ಕೆ ಕುಱಿಂ |
ಬೆಡೆಯಲ್ಲಿ ತಕಾರಂ ಸ್ವರ
ಮಡಸೆ ಪರಕ್ಕುತ್ವಮಸ್ವರಂ ನಿಲೆ ಪರದೊಳ್ || 181 ||

but, before Consonants, ಕಡು, ನಿಡು, ನಡು.—ಕಿಱು and ಕುಱು (from ಕಿಱಿದು), before Vowels, become ಕಿತ್ತು, ಕುತ್ತು; before Consonants they do not change.

ಪದಚ್ಛೇದಂ.—ಕಡಿದು ನಿಡಿದು ಎಂಬ ನಡುವು ಎಂಬ ಡಕಾರಂ ಟತ್ವಂ ಆಯ್ತು, ಕಿಱಿದರ್ಕೆ ಕುಱು ಎಂಬ ಎಡೆಯಲ್ಲಿ ತಕಾರಂ, ಸ್ವರಂ ಅಡಸೆ ಪರಕ್ಕೆ; ಉತ್ವಂ, ಅಸ್ವರಂ ನಿಲೆ ಪರದೊಳ್.

ಅನ್ವಯಂ.—ಪರಕ್ಕೆ ಸ್ವರಂ ಅಡಸೆ, ಕಡಿದು ನಿಡಿದೆಂಬ ನಡುವೆಂಬ ಡಕಾರಂ ಟತ್ವಂ ಆಯ್ತು; ಕಿಱಿದರ್ಕೆ ಕುಱು ಎಂಬೆಡೆಯಲ್ಲಿ ತಕಾರಂ; ಪರದೊಳ್ ಅಸ್ವರಂ ನಿಲೆ, ಉತ್ವಂ.

ಟೀಕು.—ಪರಕ್ಕೆ = ಮುಂಗಡೆಗೆ; ಸ್ವರಂ = ಸ್ವರಾಕ್ಷರಂ; ಅಡಸೆ = ಪೊರ್ದುಗೆಯಾಗೆ; ಕಡಿದು ನಿಡಿದೆಂಬ ನಡುವೆಂಬ ಡಕಾರಂ = ಕಡಿದು ನಿಡಿದು ನಡುವೆಂಬ ಶಬ್ದಂಗಳ ಡಕಾರಂ; ಟತ್ವಂ = ಟಕಾರಂ; ಆಯ್ತು = ಆಯಿತು; ಕಿಱಿದರ್ಕೆ = ಕಿಱಿದೆಂಬ ಶಬ್ದಕ್ಕೆ; ಕುಱಿಂಬೆಡೆಯಲ್ಲಿ = ಕುಱು ಎಂಬಾದೇಶಂ ಬಂದಲ್ಲಿ; ತಕಾರಂ = ತತ್ವಂ ಆಯ್ತು; ಪರದೊಳ್ = ಮುಂದೆ; ಅಸ್ವರಂ = ವ್ಯಂಜನಂ; ನಿಲೆ = ನೆಲೆಗೊಳೆ; ಉತ್ವಂ = ಈ ಪೇಳ್ದ ಶಬ್ದಂಗಳ ಕಡೆಯಣಕ್ಷರಕ್ಕೆ ಉಕಾರಂ ಆಯ್ತು.

ವೃತ್ತಿ.—ಸ್ವರಂ ಪರಮಾಗೆ, ಕಡಿದು ನಿಡಿದು ನಡುವೆಂಬ ಡಕಾರಕ್ಕೆ ಟಕಾರಮಕ್ಕುಂ; ಕಿಱಿದೆಂಬ ಱಿಕಾರಕ್ಕಂ ಕುಱು ಎಂಬ ಱಿಕಾರಕ್ಕಂ ವ್ಯಂಜನದ ತಕಾರಮಕ್ಕುಂ; ವ್ಯಂಜನ ಪರಮಾದೆಡೆಯೊಳಿವರ್ಕೆ ಉಕಾರಮಕ್ಕುಂ.

ಪ್ರಯೋಗಂ.—ಟಕಾರಕ್ಕೆ—ಕಟ್ಟಾಳ್, ಕಟ್ಟುಬ್ಬಸಂ;—ನಿಟ್ಟಡಕಿಲ್, ನಿಟ್ಟೆರ್ಕೆ;—ನಟ್ಟಡವಿ, ನಟ್ಟಾಳಂ, ನಟ್ಟಿರುಳ್.

ತಕಾರಕ್ಕೆ—ಕಿತ್ತಡಿ, ಕಿತ್ತಿಳಿ, ಕಿತ್ತೆಸಳ್;—ಕುತ್ತಡಿ, ಕುತ್ತೆಸಳ್.

ಉಕಾರಕ್ಕೆ—ಕಡುಗುದುರೆ, ಕಡುಗಾಳಿ;—ನಿಡುದೋಳ್, ನಿಡುವಯಣಂ;—ನಡುಸೆಱಿಂಗು, ನಿಡುಮಾಳಂ, ಮುಂದೆ ನೀರಿಲ್ಲಣಮೆಮಗುಳ್ಪಡಂ ಪಿಂತಣೂರ್ಗೆಂಟ್ಟು;—ಕಿಱುಗೂಸು, ಕಿಱುನೆಲ್ಲಿ, ಕಿಱುವಿದಿರ್, ಕಿಱುವಲೆ, ಕಿಱುನಾಯ್;—ಕುಱುದಡಿ, ಕುಱುಗಿಡ.

ಸೂತ್ರಂ.

ಜನಿಯಿಸುಗುಂ ಪೞ್ಚನೆ ಕೆ
ೞ್ಚನೆ ಬೆೞ್ಚನೆಗಳ ಚಕಾರದೊಳ್ಮತ್ವಂ ಕೆ |
ೞ್ಚನೆಯಾದಿಗೆ ಚತ್ವಂ ಮೇ
ಣನಿತಱ ಮತ್ವಂ ಸುಕಾರಮೆತ್ವಕ್ಕಿತ್ವಂ || 182 ||

Further, before Consonants, ಪೞ್ಚನೆ, ಕೆೞ್ಚನೆ, ಬೆೞ್ಚನೆ become ಪಂ, ಕೆಂ, ಬೆಂ; ಕೆೞ್ಚನೆ becomes also ಚೆಂ; and ಕೆೞ್ಚನೆ, ಬೆೞ್ಚನೆ, ಪೞ್ಚನೆ appear also as ಕಿಸು (or ಕೆಸು), ಬಿಸು and ಪಸು. Before Vowels ಪೞ್ಚನೆ becomes ಪೞ್ಚು.

ಪದಚ್ಛೇದಂ.—ಜನಿಯಿಸುಗುಂ ಪೞ್ಚನೆ ಕೆೞ್ಚನೆ ಬೆೞ್ಚನೆಗಳ ಚಕಾರದೊಳ್ ಮತ್ವಂ; ಕೆೞ್ಚನೆಯ ಆದಿಗೆ ಚತ್ವಂ; ಮೇಣ್ ಅನಿತಱ ಮತ್ವಂ ಸುಕಾರಂ, ಎತ್ವಕ್ಕೆ ಇತ್ವಂ.

ಅನ್ವಯಂ.—ಪೞ್ಚನೆ ಕೆೞ್ಚನೆ ಬೆೞ್ಚನೆಗಳ ಚಕಾರದೊಳ್ ಮತ್ವಂ ಜನಿಯಿಸುಗುಂ ಎಂಬುದನ್ವಯಂ.

ಟೀಕು.—ಅಸ್ವರಂ ನಿಲೆ, ಪರದೊಳೆಂಬುದನುವರ್ತನೆ—ಪೞ್ಚನೆ ಕೆೞ್ಚನೆ ಬೆೞ್ಚನೆಗಳ = ಪೞ್ಚನೆ ಕೆೞ್ಚನೆ ಬೆೞ್ಚನೆ ಎಂಬ ಶಬ್ದಂಗಳ; ಚಕಾರದೊಳ್ = ಚಕಾರದಲ್ಲಿ; ಮತ್ವಂ = ಮಕಾರಂ; ಜನಿಯಿಸುಗುಂ = ಹುಟ್ಟುವುದು; ಕೆೞ್ಚನೆಯ = ಕೆೞ್ಚನೆ ಎಂಬ ಶಬ್ದದ; ಆದಿಗೆ = ಮೊದಲ್ಗೆ; ಚತ್ವಂ = ಚಕಾರಂ ಜನಿಯಿಸುಗುಂ; ಮೇಣ್ = ವಿಕಲ್ಪದಿಂದೆ; ಅನಿತಱ = ಅಷ್ಟು ಶಬ್ದಂಗಳ; ಮತ್ವಂ = ಮಕಾರಂ; ಸುಕಾರಂ = ಸುಕಾರಮಪ್ಪುದು; ಎತ್ವಕ್ಕೆ = ಆದಿಯ ಎಕಾರಕ್ಕೆ; ಇತ್ವಂ = ಇಕಾರಂ ಬರ್ಪುದು.

ವೃತ್ತಿ.—ಪಚ್ಚನೆ ಕೆಚ್ಚನೆ ಬೆಚ್ಚನೆಯೆಂಬಿವಱಿ ಚಕಾರಕ್ಕೆ ವ್ ಎಂಬುದಕ್ಕುಂ; ಕೆಚ್ಚನೆಯಾದಿಯ ಕಕಾರಕ್ಕೊರ್ಮೆ ಚಕಾರಮಕ್ಕುಂ; ಈ ಶಬ್ದಂಗಳ ಕಡೆಯ ಮಕಾರಕ್ಕೆ ಸುಕಾರಮುಮಾದಿಯ ಎತ್ವಕ್ಕಿತ್ವಮುಮಕ್ಕುಂ.

ಪ್ರಯೋಗಂ.—

ಮಕಾರಕ್ಕೆ—ಪಂದೋಲ್, ಪಂದೊವಲ್, ಪಂದಲೆ, ಪಂದಳಿರ್;

ಪಂದಳಿರ ತೋರಣಂ ತ
ಳ್ತೊಂದಿದ ಕೆಂಗುಡಿಯ ಪುಡಿಯ ಮುತ್ತಿನ ಕೊಡೆ ಚೆ |
ಲ್ವಿಂದೆಸೆವ ಮಂಗಳಾನಕ
ದೊಂದು ರವಮ್ಮುಗೆಗೆವಂದುದಂದರಮನೆಯೊಳ್ ||ಕಂದಂ||

ಕೆಂಗಾಱಿ (ಕೆಂಗಱಿ), ಕೆಂಗಱಿ, ಕೆಂಜೆಡೆ, ಕೆಂಗೊಡೆ, ಕೆಂದಳಿರ್, ಕೆಂಬಿಸಿಲ್, ಕೆಂಬಟ್ಟೆ;—ಬೆಂಗಲ್, ಬೆಂಗದಿರ್, ಬೆಂಬೊಳಲೆ, ಬೆಂನೀರ್.

ಎನಿತುಂ ಕಾಯ್ದುಂ ಬೆನ್ನೀರ್
ಮನೆ ಸುಡದೆಂಬಂತೆ ನಿನಗವರ್ ನಿಲೆ ಕಾಯ್ದುಂ |
ಮಸದೊಳ್ವೊಲ್ಲಮನೆಂದುಂ
ನೆನೆಯರದಂ ನಂಬು ಕುರುಕುಲಾನ್ವಯಭಾನೂ || ಕಂದಂ ||

ಚಕಾರಕ್ಕೆ—ಚೆಂಗಣಿಗಿಲೆ, ಚೆಂದೆಂಗು, ಚೆಂನೆಯ್ದಿಲ್, ಚೆಂಬೊನ್, ಚೆಂಗೋಲ್, ಚೆಂಬೋತಂ, ಚೆಂಗೊರಲ್, ಚೆಂದುಟಿ. ಅಲರ್ದಂಭೋರುಹಷಣ್ಡಮುಳ್ಳಲರ್ದ ಚೆಂನೆಯ್ದಿಲ್ಗೊಳಂ.

ಆದಿಯಿತ್ವಂ ಬೆರಸುಸುಕಾರಕ್ಕೆ—ಕಿಸುಗಣಗಿಲೆ, ಕಿಸುಗಲ್, ಕಿಸುಗಟ್ಟು, ಕಿಸುವೊನಲ್, ಕಿಸುವೊನ್, ಕಿಸುಸಂಜೆ, ಪೋಲ್ತಂ ಕಿಸುಸಂಜೆಿರ್ ಕವಿದ ನೀಲಾಚಲಮಂ;—ಬಿಸುಗದಿರ್, ಬಿಸುನೆತ್ತರ್, ಬಿಸುನೀರ್, ಬಿಸುಗಾಳಿ; ಬಿಸುನೆತ್ತರ ಧಾರೆಗೆ ಬಾಯನೊಡ್ಡಿ ಮೇಯ್ವೆಣದೆ.

ಪಚ್ಚನೆ ಎಂಬುದರ್ಕೆ ಆದಿಯಿತ್ವಮಿಲ್ಲಾಗಿ—ಪಸುಂಗಱಿ ಪಸುರ್ವಂದರೆಂದಾಯ್ತು.

ಸ್ವರಂ ಪರಮಾಗೆ—ಪಚ್ಚೋಲೆ, ಪಚ್ಚಡಕೆ, ಪಚ್ಚೆಲೆ. ಪಚ್ಚೋಲೆ ಪಚ್ಚದೊಳೊಡಂಬಡೆ ಬಂದು ಏದಗ್ಧೆ.

ಕೆಚ್ಚನೆ ಎಂಬುದರ್ಕೆ, ಮೇಣೆಂಬುದಱಿಂ—ಕೆಸಡಿ, ಕೆಸುರಿ, ಕೆಸಕ್ಕೆ.

ಸೂತ್ರಂ.

When, in (or without) compounds, ಡ್ is followed by a Consonant, it often becomes ೞ್; under the same circumstances ೞ್ often becomes ಱ.

ಪದದ ಕಡೆಯಣ ಡಕಾರ
ಕ್ಕುದಯಿಪುದು ೞಕಾರಮಾ ೞಕಾರಕ್ಕೊದವಿ ।
ರ್ಪುದು ರೇಫಂ ವ್ಯಂಜನಪದ
ಮಿದಿರೊಳ್ಸಂದಿಸೆ ಸಮಾಸದೊಳ್ಬಹುಳತೆಯಿಂ ॥183॥

ಪದಚ್ಛೇದಂ.—ಪದದ ಕಡೆಯಣ ಡಕಾರಕ್ಕೆ ಉದಯಿಪುದು ೞಕಾರಂ, ಆ ೞಕಾರಕ್ಕೆ ಒದವಿ ಇರ್ಪುದು ರೇಫಂ, ವ್ಯಂಜನಪದಂ ಇದಿರೊಳ್ ಸಂದಿಸೆ, ಸಮಾಸದೊಳ್ ಬಹುಳತೆಯಿಂ.

ಅನ್ವಯಂ.—ಸಮಾಸದೊಳ್ ಬಹುಳತೆಯಿಂ, ವ್ಯಂಜನಪದಂ ಇದಿರೊಳ್ ಸಂದಿಸೆ, ಪದದ ಕಡೆಯಣ ಡಕಾರಕ್ಕೆ ೞಕಾರಂ ಉದಯಿಪುದು; ಆ ೞಕಾರಕ್ಕೆ ರೇಫಂ ಒದವಿ ಇರ್ಪುದು.

ಟೀಕು.—ಸಮಾಸದೊಳ್ = ಸಮಾಸದಲ್ಲಿ; ಬಹುಳತೆಯಿಂ = ಬಹುಳದಿಂದೆ ಸಮಾಸವಲ್ಲದಲ್ಲಿಯುಂ; ವ್ಯಂಜನಪದಂ = ವ್ಯಂಜನಾದಿಯ ಪದಂ; ಇದಿರೊಳ್ = ಪರದಲ್ಲಿ; ಸಂದಿಸೆ = ಇದಿರಾಗೆ; ಪದದ = ಪದಂಗಳ; ಕಡೆಯಣ = ಅಂತ್ಯದ; ಡಕಾರಕ್ಕೆ = ಡತ್ವಕ್ಕೆ; ೞಕಾರಂ = ೞಎಂಬ ೞಕಾರಂ; ಉದಯಿಪುದು = ಹುಟ್ಟುವುದು; ಆ ೞಕಾರಕ್ಕೆ = ಆ ಪದದ ಕಡೆಯಣ ೞಕಾರಕ್ಕೆ; ರೇಫಂ = ರೇಫೆ; ಒದವಿರ್ಪುದು = ಪ್ರಾಪ್ತಿಸಿರ್ಪುದು.

ವೃತ್ತಿ.—ವ್ಯಂಜನಂ ಪರದೊಳಿರೆ, ಸಮಾಸದೊಳ್ಮೊದಲ ಪದದ ಕಡೆಯಣ ಡಕಾರಕ್ಕೆ ೞಕಾರಮಕ್ಕುಂ; ೞಕಾರಕ್ಕೆ ರೇಫೆಯುಕ್ಕುಂ; ಬಹುಳದಿಂದೆ ಅಸಮಾಸದೊಳಮಂತೆ.

ಪ್ರಯೋಗಂ.—ೞಕಾರಕ್ಕೆ—ಕಾೞ್ಕಿಚ್ಚು; ಕೋೞ್ಕಿಟ್ಟು; ನಾೞ್ಕಿಡೆ; ನೀೞ್ಕಿಲಿಸಿದಂ; ಎರೞ್ಕಿಡಿ; ಎರೞ್ತೆರಂ; ಎರೞ್ಮಡಿ; ಎರೞ್ಮಾತು. ಎರೞ್ಮಾತಾಗಿ ಬೞ್ದಿಂ ಜಗದ್ವಳಯಕ್ಕೊಳ್ಪಡಿಕಾಱನಾದ.

ರೇಫಕ್ಕೆ—ಕೆಸಱ್ಕಲ್ಲಿಗೆ; ನೇಸಱ್ಕಿರಣಂ; ಬೇಸಱ್ಕಡಿ; ಏಱ್ಪೆತ್ತರ್, ಏಱ್ಪೆತ್ತರೇಱ್ಪೆತ್ತರಂ ಪದುಳಂ ಮಾೞ್ಪುದುಚಿತಂ.

ಅಸಮಾಸದ ೞಕಾರಕ್ಕೆ—ನೋೞ್ಪಿಂ; ಮಾೞ್ಪಿಂ; ಬೇೞ್ಪಿಂ; ಬಿಸುೞ್ಪಿಂ; ಬೆಗೞ್ಪಿಂ, ನಿನ್ನ ಬಗೆಗಳೆ ಭಂಗಿ ಕರಮುಕ್ಕೆವಮಾಗಿ ಮನಕೆ ತೋಱುಗುಂ.

ರೇಫೆಗೆ—ಕೆಸಱ್ಸಗಿದುದು; ಪಱ್ಬಣ್ಬುದು; ಎಱ್ಪೊರ್ತುದು; ನೇಸಱ್ಪಡಿದುದು ಏೞ್ತು ಮೂಡುವ ತೆಱದಿಂ.

ಸೂತ್ರಂ.

In Compounds ಕಿಱಿದು becomes ಕುಱು (S. 181), ಬೆಟ್ಟಿತು (S. 178) becomes ಬಿಱು, ಕೊಂಕು becomes ಕುಡು. In (and without) Compounds the Consonant before an ೯ may be doubled.

ಕಿಱಿದಕ್ಕಾದೇಶಂ ಕುಱು
ಬಿಱುವೆಂಬುದು ಬೆಟ್ಟಿತಕ್ಕೆ ಕೊಂಕಿಂಗೆ ಕುಡೆಂ |
ದಱಿ ರೇಫೆ ತಳ್ತ ವರ್ಣ
ಕ್ಕೆಱಗಿರ್ಕುಂ ದ್ವಿತ್ವವೃತ್ತಿಯಸಮಾಸದೊಳಂ || 184 ||

ಪದಚ್ಛೇದಂ.—ಕಿಱಿದಕ್ಕೆ ಆದೇಶಂ ಕುಱು; ಬಿಱುವೆಂಬುದು ಬೆಟ್ಟಿತಕ್ಕೆ; ಕೊಂಕಿಂಗೆ ಕುಡು ಎಂದು, ಅಱಿ! ರೇಫೆ ತಳ್ತ ವರ್ಣಕ್ಕೆ ಎಱಗಿ ಇರ್ಕುಂ ದ್ವಿತ್ವವೃತ್ತಿ ಅಸಮಾಸದೊಳಂ.

ಅನ್ವಯಂ.—ಕಿಱಿದಕ್ಕೆ ಕುಱು (ಎಂದು) ಆದೇಶಂ; ಬೆಟ್ಟಿತಕ್ಕೆ ಬಿಱುವೆಂಬುದು; ಕೊಂಕಿಂಗೆ ಕುಡು ಎಂದು, ಅಱಿ! ಅಸಮಾಸದೊಳಂ ರೇಫೆ ತಳ್ತ ವರ್ಣಕ್ಕೆ ದ್ವಿತ್ವವೃತ್ತಿ ಎಱಗಿ ಇರ್ಕುಂ.

ಟೀಕು.—ಕಿಱಿದಕ್ಕೆ = ಕಿಱಿದೆಂಬ ಶಬ್ದಕ್ಕೆ; ಕುಱು = ಕುಱು ಎಂದು; ಆದೇಶಂ = ಆದೇಶಂ ಬರ್ಪುದು; ಬೆಟ್ಟಿತಕ್ಕೆ = ಬಿಟ್ಟಿತೆಂಬ ಶಬ್ದಕ್ಕೆ; ಬಿಱು = ಬಿಱು ಎಂದು; ಎಂಬುದು = ಎಂಬಾದೇಶಂ ಬರ್ಪುದು; ಕೊಂಕಿಂಗೆ = ಕೊಂಕೆಂಬ ಶಬ್ದಕ್ಕೆ; ಕುಡು = ಕುಡು ಎಂದು; ಅಱಿ = ತಿಳಿ; ಅಸಮಾಸದೊಳಂ = ಸಮಾಸವಲ್ಲದಲ್ಲಿಯುಂ; ರೇಫೆ ತಳ್ತ ವರ್ಣಕ್ಕೆ = ರೇಫೆಗೂಡಿದಕ್ಷರಕ್ಕೆ; ದ್ವಿತ್ವವೃತ್ತಿ = ದ್ವಿತ್ವದ ವರ್ತನೆ; ಎಱಗಿರ್ಕುಂ = ಬರ್ಪುದು.

ವೃತ್ತಿ.—ಕಿಱಿದಕ್ಕೆ ಕುಱು ಎಂದು, ಬೆಟ್ಟಿತಕ್ಕೆ ಬಿಱು ಎಂದು, ಕೊಂಕಿಂಗೆ ಕುಡು ಎಂದು, ಆದೇಶಮಕ್ಕುಂ; ಸಮಾಸದೊಳಮಸಮಾಸದೊಳಂ ರೇಫೆಯುಡರ್ದಕ್ಕರಕ್ಕೆ ದ್ವಿತ್ವಮಕ್ಕುಂ.

ಪ್ರಯೋಗಂ.—ಕುಱು, ಬಿಱು, ಕುಡು ಎಂಬವಕ್ಕೆ—ಕುಱುಗಿಡಂ, ಕುಱುದಡ್ಡಿ, ಕುಱುಗಡ್ಡಂ, ಕುಱುಗಂಟು, ಕುಱುದಱಿ, ಕುಱುಗಯ್; ಬಿಱುವೊಯಲ್, ಬಿಱುಬಿದಂ, ಬಿಱುವಡೆ, ಬಿಱುಗಾಳಿ, ಬೀಸುವ ಬಿಱುಗಾಳಿ ಕೊಳ್ಪ (?) ಮಱಿ ಪೊಯ್ವ ಸಿಡಿಲ್ ಚಿಳಿಲೆಂಬ ಮಿಂಚು; ಕುಡುವುರ್ಪು, ಕುಡುಗೋಲ್, ಕುಡುವೆಱಿ ತೋರ್ಪ ಕುಡುದಾಡೆ, ಕುಡುಮಿಂಚು; ಕುಡುಮಿಂಚಂ ಮಸೆದನ್ನರಪ್ಪ ಪಲರೊಳ್ ಪೆಂಡಿರ್.

ದ್ವಿತ್ವಕ್ಕೆ—ನೀರ್ಗ್ಗಿಚ್ಚು; ಊರ್ವ್ವೇಲಿ; ನೀರ್ವ್ವಾನಸೆಯಂತೆ ವಿಜಯವಧು ನೆಲಸಿರ್ಪಳ್; ಕಾರ್ಗ್ಗಾಲ್. ಕಾರ್ಗ್ಗಾಲದಂತೆ ಮಿಂಚಿ ಪೊಳೆದುವೊ ಬಾಳ್ಗಳ್.

ಅಸಮಾಸಕ್ಕೆ—ಬೇರ್ಪಟ್ಟಿದುದು; ತೇರ್ಪೞಿದುದು; ಕೇರ್ಕ್ಕಡೆದುದು; ಬೆಳಗಿದುದೆಂಟು ದೆಸೆ ನೀರ್ತ್ತಿಳಿದುದು.

ಸೂತ್ರಂ.

Words denoting "Battle" are formed by a sort of Bahuvṛīhi compound in which one and the same word occurs twice, the first ending in ಅ, the second in ಇ.

ಇತರೇತರಕ್ರಿಯಾಸಂ
ಹತಮದು ತಾನಾವುದಲ್ಲಿ ಮತ್ತೆ ಬಹುವ್ರೀ |
ಹಿ ತಗುಳ್ಗುಮಾತ್ವವಿಧಿಸಂ
ಗತಮಾದಿಪದಾಂತ್ಯದಲ್ಲಿ ಚರಮಕ್ಕಿತ್ವಂ || 185 ||

ಪದಚ್ಛೇದಂ.—ಇತರೇತರಕ್ರಿಯಾಸಂಹತಂ ಅದು ತಾಂ ಆವುದು, ಅಲ್ಲಿ ಮತ್ತೆ ಬಹುವ್ರೀಹಿ ತಗುಳ್ಗುಂ; ಆತ್ವವಿಧಿಸಂಗತಂ ಆದಿಪದಾಂತ್ಯದಲ್ಲಿ, ಚರಮಕ್ಕೆ ಇತ್ವಂ.

ಅನ್ವಯಂ.—ಇತರೇತರಕ್ರಿಯಾಸಂಹತಂ ಅದು ತಾಂ ಆವುದು, ಅಲ್ಲಿ ಮತ್ತೆ ಬಹುವ್ರೀಹಿ ತಗುಳ್ಗುಂ; ಆದಿಪದಾಂತ್ಯದಲ್ಲಿ ಆತ್ವವಿಧಿ ಸಂಗತಂ, ಚರಮಕ್ಕೆ ಇತ್ವಂ.

ಟೀಕು.—ಇತರೇತರ = ಅನ್ಯೋನ್ಯವಾದ; ಕ್ರಿಯಾ = ಕ್ರಿಯೆಯಿಂದೆ; ಸಂಹತಂ = ಕೂಡುವುದು; ಅದು ತಾಂ = ತಾನದು; ಆವುದು = ಆವುದುಂಟು; ಅಲ್ಲಿ = ಆ ಯುದ್ಧದಲ್ಲಿ; ಮತ್ತೆ = ಬೞಿಕಂ; ಬಹುವ್ರೀಹಿ = ಬಹುವ್ರೀಹಿಸಮಾಸಂ; ತಗುಳ್ಗುಂ = ಎಯ್ದುವುದು; ಆದಿಪದಾಂತ್ಯದಲ್ಲಿ = ಮೊದಲ ಪದದ ಕಡೆಯಲ್ಲಿ; ಆತ್ವವಿಧಿ = ಆಕಾರದ ವಿಧಿ; ಸಂಗತಂ = ಎಯ್ದಲ್ಪಡುವುದು; ಚರಮಕ್ಕೆ = ಕಡೆಯ ಪದದಂತ್ಯಕ್ಕೆ; ಇತ್ವಂ = ಇಕಾರಂ ಎಯ್ದಲ್ಪಡುವುದು.

ವೃತ್ತಿ.—ಓರೊಂದಱ ಕ್ರಿಯೆಯನೋರೊಂದು ಕೈಕೊಂಡು ಮಾಡುವೆಡೆಯೊಳ್ನೆಱಿವಣಿಗೆಯುಂ ಪಡೆವುದದುವುಂ ಮತ್ತೆ ಬಹುವ್ರೀಹಿಯಕ್ಕುಂ; ಅದಱ ಮೊದಲ ಪದದ ಕಡೆಗಾತ್ವಮುಂ ಪರಪದದ ಕಡೆಗಿತ್ವಮುಮಕ್ಕುಂ.

ಪ್ರಯೋಗಂ.—ಖಡ್ಗದಿಂ ಖಡ್ಗದಿಂ ಮಾಡುವ ಯುದ್ಧಮಾವುದದು—ಖಡ್ಗಾಖಡ್ಗಿ (Mdb. ಖಾಡಾಖಾಡಿ).

ಮುಷ್ಟಿಯಿಂ ಮುಷ್ಟಿಯಿಂ ಮೈಯೊಡ್ಡಿ ಮಾಡುವ ಯುದ್ಧಮಾವುದದು—ಮುಷ್ಟಾಮುಷ್ಟಿ (Mdb. ಮುಟ್ಟಾಮುಟ್ಟಿ). ಹೆಲ್ಲಾಹೆಲ್ಲಿ; ದಾಟಾದಾಟಿ;

ದೆಖ್ಖಾದೆಖ್ಖಿ; ಹಾಣಾಹಾಣಿ (ಹಣಾಹಣಿ).—ಇಲ್ಲಿ ಘಟ್ಟಾಘಟ್ಟಿ ಎಂಬ ಯುದ್ಧಮುಂ ಮಲ್ಲಾಮಲ್ಲಿ ಎಂಬ ಯುದ್ಧಮುಂ ತತ್ಸಮಂಗಳ್.

ಸೂತ್ರಂ.

Bahuvrīhi compounds terminate either in ಅ or ಇ. ಇಲ್ಲ at the end of the first word becomes ಇಲಿ; ಕೊಲ್ಪ at the end of a compound becomes ಕುಲಿ.

ಅಡಸುವುದು ಬಹುವ್ರೀಹಿಯ
ಕಡೆಗತ್ವಂ ಬಹುಳಮಗ್ರಮಿಲ್ಲೆಂದಿರೆ ತಾಂ |
ಕಡೆಗಕ್ಕುಂ ಲಿತ್ವಂ ಕೊ
ಲ್ವೆಡೆಯೊಳ್ಕುಲಿಯೆಂಬುದಕ್ಕುಮಂತ್ಯಾದೇಶಂ || 186 ||

ಪದಚ್ಛೇದಂ.—ಅಡಸುವುದು ಬಹುವ್ರೀಹಿಯ ಕಡೆಗೆ ಅತ್ವಂ ಬಹುಳಂ; ಅಗ್ರಂ ಇಲ್ಲ ಎಂದು ಇರೆ, ತಾಂ ಕಡೆಗೆ ಅಕ್ಕುಂ ಲಿತ್ವಂ; ಕೊಲ್ವ ಎಡೆಯೊಳ್ ಕುಲಿ ಎಂಬುದು ಅಕ್ಕುಂ ಅಂತ್ಯಾದೇಶಂ.

ಅನ್ವಯಂ.—ಬಹುವ್ರೀಹಿಯ ಕಡೆಗೆ ಬಹುಳಂ ಅತ್ವಂ ಅಡಸುವುದು; ಅಗ್ರಂ ಇಲ್ಲ ಎಂದು ಇರೆ, ಕಡೆಗೆ ಲಿತ್ವಂ ತಾಂ ಅಕ್ಕುಂ; ಕೊಲ್ವ ಎಡೆಯೊಳ್ ಕುಲಿ ಎಂಬುದು ಅಂತ್ಯಾದೇಶಂ ಅಕ್ಕುಂ.

ಟೀಕು.—ಬಹುವ್ರೀಹಿಯ = ಬಹುವ್ರೀಹಿಯ ಸಮಾಸದ; ಕಡೆಗೆ = ಅಂತ್ಯಕ್ಕೆ; ಬಹುಳಂ = ಬಹುಳವಾಗಿ; ಅತ್ವಂ = ಅಕಾರಂ; ಅಡಸುವುದು = ಪೊರ್ದುಗೆಯಪ್ಪುದು, ಬಹುಳವೆಂಬುದಱಿಂದೆ ಇಕಾರವುಂ ಬಪ್ಪುದೆಂಬುದರ್ಥಂ; ಅಗ್ರಂ = ಪದಾಂತ್ಯಂ; ಇಲ್ಲೆಂದು = ಇಲ್ಲವೆಂದು; ಇರೆ = ಇರೆ; ಕಡೆಗೆ = ಅಂತ್ಯಕ್ಕೆ; ಲಿತ್ವಂ = ಲಿಕಾರಂ; ತಾಂ = ತಾಂ; ಅಕ್ಕುಂ = ಆಗುವುದು; ಕೊಲ್ವೆಡೆಯೊಳ್ = ಕೊಲ್ವನೆಂಬೆಡೆಯಲ್ಲಿ; ಕುಲಿಯೆಂಬುದು = ಕುಲಿ ಎಂಬುದು; ಅಂತ್ಯಾದೇಶಂ = ಕಡೆಯಣ ಪದಕ್ಕಾದೇಶಂ; ಅಕ್ಕುಂ = ಅಪ್ಪುದು.

ವೃತ್ತಿ.—ಬಹುವ್ರೀಹಿಯ ಕಡೆಯೊಳಕಾರಮುಂ ಬಹುಳದಿನಿಕಾರಮುಮಕ್ಕುಂ; ಪರದೊಳಿಲ್ಲವೆಂದಿರೆ, ಕಡೆಯಕ್ಕರಕ್ಕೆ ಲಿತ್ವಮಕ್ಕುಂ; ಪರದೊಳ್ಕೊಲ್ (o.r. ಕೊಲ್ವಂ) ಎಂದಿರೆ, ಕುಲಿ ಎಂಬಾದೇಶಮಕ್ಕುಂ.

ಪ್ರಯೋಗಂ.—ಅತ್ವಕ್ಕೆ—ಅಲರ್ಗಣ್ಣಂ; ಬಟ್ಟದೊಡೆಯಂ; ಕೇಸಡಿಯಂ; ಕುಡುವಿಲ್ಲಂ; ಬಲ್ಲಲೆಯಂ; ಅಗಲ್ದುರದಂ.

ಕುಡುವಿಲ್ಲನೆಚ್ಚ ಕೋಲುಂ
ನಡೆದು ದಲನ್ದೊರ್ವನೆರ್ದೆಯನೊಳ್ಗಬ್ಬಮುಮೊ |
ಳ್ನುಡಿಯುಂ ಗೇಯಮುಮುರ್ಚದ
ಕಡುಗಲ್ಲೆರ್ದೆಯೆರ್ದೆಯನಂಬು ಮೇಣುರ್ಚುಗುಮೇ ||ಕಂದಂ||

ಇತ್ವಕ್ಕೆ—ಕಡುಗೆಲಸಿ; ನಿಡುಮೂಗಿ; ಚಲವಾದಿ; ಕ್ರುತ್ತನಾಸಿ(?); ಕಡುಚಾಗಿ.

ಲಿಕಾರಕ್ಕೆ—ಪಲ್ಲಿಲಿವಾಯ್; ಅಗಿಲಿಲಿಗಂಧಂ; ಕೂರಿಲಿಕುಡುಗ್ಲೋಲ್; ಬೆಳಗಿಲಿಗಣ್; ನಾಣಿಲಿವೆಣ್.

ಸೊಗಯಿಸುಗುಮೆ ಪಲ್ಲಿಲಿವಾ
ಯಗಿಲಿಲಿವಂಣುಂ ಸಮಂತು ಕೂರಿಲಿಕುಡುಗೋಲ್ |
ಮಿಗೆ ನಾಣಿಲಿಯೆನಿಸುವ ವಧು
ನಗೆಗೆಡೆಯಕ್ಕುಂ ಸಮಸ್ತಜಗತೀತಳದೊಳ್ || ಕಂದಂ ||

ಕುಲಿ ಎಂಬುದರ್ಕ್ಕೆ—ಮೀಂಗುಲಿ; ಅಱಿಗುಲಿ.

ಸೂತ್ರಂ.

For ಒಂದು the form ಒರ್ is substituted, for ಎರಡು the form ಇರ್ (regarding ಓರ್ and ಈರ್ see S. 180); the change of ಎರಡು into ಎರಟ್, etc. is taught by S. 183.

ದೊರೆಕೊಳ್ವುದಖಿಳವೈಯಾ
ಕರಣರಿನೊಂದೆಂಬುದರ್ಕೊರೆಂಬಾದೇಶಂ |
ಎರಡರ್ಕಮಿರಾದೇಶಂ
ದೊರೆಕೊಳ್ಗುಮದಲ್ಲದಂದುಕಾರಾಭಾವಂ || 187 ||

ಪದಚ್ಛೇದಂ.—ದೊರೆಕೊಳ್ವುದು ಅಖಿಳವೈಯಾಕರಣರಿಂ ಒಂಧು ಎಂಬುದರ್ಕೆ ಒರ್ ಎಂಬ ಆದೇಶಂ; ಎರಡರ್ಕಂ ಇರಾದೇಶಂ ದೊರೆಕೊಳ್ಗುಂ, ಅದು ಅಲ್ಲದ ಅಂದು ಉಕಾರಾಭಾವಂ.

ಅನ್ವಯಂ.—ಅಖಿಳವೈಯಾಕರಣರಿಂ ಒಂದು ಎಂಬುದರ್ಕೆ ಒರ್ ಎಂಬಾದೇಶಂ ದೊರೆಕೊಳ್ವುದು; ಎರಡರ್ಕಂ ಇರಾದೇಶಂ ದೊರೆಕೊಳ್ಗುಂ, ಅದಲ್ಲದಂದು ಉಕಾರಾಭಾವಂ.

ಟೀಕು.—ಅಖಿಳವೈಯಾಕರಣರಿಂ = ಸಮಸ್ತವ್ಯಾಕರಣಜ್ಞರಿಂದೆ; ಒಂದೆಂಬುದರ್ಕೆ = ಒಂದೆಂಬ ಶಬ್ದಕ್ಕೆ; ಒರೆಂಬಾದೇಶಂ = ಒರ್ ಎಂಬಾದೇಶಂ; ದೊರೆಕೊಳ್ವುದು = ಬರ್ಪುದು; ಎರಡರ್ಕಂ = ಎರಡೆಂಬ ಶಬ್ದಕ್ಕೆಯುಂ; ಇರಾದೇಶಂ = ಇರ್ ಎಂಬಾದೇಶಂ; ದೊರೆಕೊಳ್ಗುಂ =

ಪ್ರಾಪ್ತಿಸುವುದು; ಅದಲ್ಲದಂದು = ಆ ಇರಾದೇಶಂ ಬಾರದಂದು; ಉಕಾರ = ಉಕಾರದ; ಅಭಾವಂ = ಅದರ್ಶನಂ ಪ್ರಾಪ್ತಿಸುವುದು. ಉಕಾರಾಭಾವವೆಂಬುದು ಉಕಾರಂ ಪೋಗಿ, ಪೂರ್ವಸೂತ್ರದಿಂ (S. 183) ಱಟಾದೇಶಂ ಬರ್ಪುದೆಂಬುದರ್ಥಂ.

ವೃತ್ತಿ.—ಒಂದೆಂಬುದರ್ಕೊರಾದೇಶಂ; ಎರಡೆಂಬುದರ್ಕೆ ಇರಾದೇಶಂ; ಅದಲ್ಲದಂದುಕಾರಂ ಲೋಪಮಾಗಿ, ಱಟಿಂ.

ಪ್ರಯೋಗಂ.—ಒರ್ನುಡಿ, ಒರ್ಪೆಸರ್, ಒರ್ಮೊದಲ್, ಒರ್ಪಿಡಿಗೂೞ್, ಒರ್ಪಿಡಿಗೂೞಿಂ ಸಿತಗನ ಕಪ್ಪಡಮುಂ ರಾಜಸೇವೆಯಿಲ್ಲದೆ;—ಇರ್ಬೇನೆ, ಇರ್ತೆರೆ, ಇರ್ಕಟ್ಟು, ಇರ್ತಡಿ; ಇರ್ತಡಿಯ ಪೂಮರಂಗಳ ಪೊರ್ತಂ ಕಪಿಕುಲದೊಳಾದೊಡಮೊಕ್ಕಲರಿಂ.

ಉಕಾರಲೋಪಕ್ಕೆ—ಎರಟ್ಕಿದುರೆ, ಎರಱ್ಮಾತು.

ಉಕಾರಾಭಾವಮೆಂಬುದು ಸಲಕ್ಷಣಮಾಗಿ ವ್ಯಂಜ್ಯನಡಕಾರಕ್ಕೆ ಟಕಾರಾದೇಶಪೆಲ್ಲಕ್ಕೆಯುಂ ಬರ್ಪುದು—ಮಾಟ್ಪಿದು, ಬಿಸುಟ್ಪಿದು ಎಂಬಂತೆ. [ಸಲ್ಲಕ್ಷ-]

ಸೂತ್ರಂ.

ಮೂಱು becomes ಮೂ before Consonants, ಮುಯ್ಯ್ before Vowels. Before Consonants ಮೂ appears also as ಮು in which case the consonant is doubled.

ಚರಮಕ್ಕದರ್ಶನಂ ಮೂ
ಱಿರೆ ಬರೆ ಕಪವರ್ಗಮಗ್ರದೊಳ್ ದ್ವಿಭಾರ್ವಂ |
ಪಿರಿದುಂ ಹ್ರಸ್ವಂ ಮೊದಲೊಳ್
ಸ್ವರಮಿದಿರಿರೆ ಮೂಱಱಲ್ಲಿ ಮುಯ್ಯಾದೇಶಂ || 188 ||

ಪದಚ್ಛೇದಂ.—ಚರಮಕ್ಕೆ ಅದರ್ಶನಂ, ಮೂಱು ಇರೆ; ಬರೆ ಕಪವರ್ಗಂ ಅಗ್ರದೊಳ್ ದ್ವಿಭಾರ್ವಂ; ಪಿರಿದುಂ ಹ್ರಸ್ವಂ ಮೊದಲೊಳ್; ಸ್ವರಂ ಇದಿರ್ ಇರೆ; ಮೂಱಱಲ್ಲಿ ಮುಯ್ಯಾದೇಶಂ.

ಅನ್ವಯಂ.—ಮೂಱು ಇರೆ, ಚರಮಕ್ಕೆ ಅದರ್ಶನಂ; ಕಪವರ್ಗಂ ಅಗ್ರದೊಳ್ ಬರೆ, ದ್ವಿಭಾರ್ವಂ; ಪಿರಿದುಂ ಮೊದಲೊಳ್ ಹ್ರಸ್ವಂ; ಸ್ವರಂ ಇದಿರಿರೆ, ಮೂಱಱಲ್ಲಿ ಮುಯ್ಯಾದೇಶಂ.

ಟೀಕು.—ಮೂಱು = ಮೂಱೆಂಬ ಶಬ್ದಂ; ಇರೆ = ಇರೆ; ಚರಮಕ್ಕೆ = ಅಂತ್ಯಕ್ಕೆ; ಅದರ್ಶನಂ = ಲೋಪವಪ್ಪುದು; ಕಪವರ್ಗಂ = ಕವರ್ಗ ಪವರ್ಗಂಗಳ್; ಅಗ್ರದೊಳ್ = ಮುಂದು

ಗಡೆಯಲ್ಲಿ; ಬರೆ = ಬರೆ; ದ್ವಿಭಾರ್ವಂ = ದ್ವಿತ್ವವಪ್ಪುದು; ಪಿರಿದುಂ = ವಿಶೇಷವಾಗಿ; ಮೊದಲೊಳ್ = ಆದಿಯಲ್ಲಿ; ಹ್ರಸ್ವಂ = ಹ್ರಸ್ವಂ ಬರ್ಪುದು; ಸ್ವರಂ = ಸ್ವರಾಕ್ಷರಂ; ಇದಿರಿರೆ = ಮುಂದಿರೆ; ಮೂಱಱಲ್ಲಿ = ಮೂಱೆಂಬ ಸಂಖ್ಯಾವಾಚಿಯಲ್ಲಿ; ಮುಯ್ಯಾದೇಶಂ = ಮುಯ್ಯೆಂಬಾದೇಶಂ ಬರ್ಪುದು.

ವೃತ್ತಿ.—ವ್ಯಂಜನಂ ಪರಮಾಗೆ, ಮೂಱೆಂಬುದಱ ಕಡೆಯಕ್ಕರಕ್ಕೆ ಲೋಪಂ; ಕವರ್ಗಪವರ್ಗಂಗಳ್ಪರಮಾಗೆ, ತಮಗೆ ದ್ವಿತ್ವಮುಂ ಮೊದಲ್ಗೆ ಹ್ರಸ್ವಮುಮಕ್ಕುಂ; ಸ್ವರಂ ಪರಮಾಗೆ, ಮೂಱೆಂಬುದರ್ಕೆ ಮುಯ್ಯಾದೇಶಂ.

ಪ್ರಯೋಗಂ.—ಅಂತ್ಯಲೋಪಕ್ಕೆ—ಮೂಗೊಂಕು, ಮೂವಟ್ಟೆ (Mdb.-ವಿದ್ಧಿ), ಮೂವೆಳಸು, ಮೂನೂಱು, ಮೂಲೋಕ, ಮೂದಲೆ. ಮೂಲೋಕಕ್ಕೆ ಪೆಂಪಿಂದಗುಂದಲೆಯಾಗಿರ್ದುದು; . . . ಮೂದಲೆವಾರದೆ ಮಾಣ್ಬುದೆ ದೇವ.

ಹ್ರಸ್ವದ್ವಿತ್ವಂಗಳ್ಗೆ—ಮುಕ್ಕುಪ್ಪೆ, ಮುಕ್ಕೊಡೆ ಪುಷ್ಪವೃಷ್ಟಿ ಸುರದುಂದುಭಿ, ಮುಗ್ಗುಡ್ಡೆ; ಮುಪ್ಪೊೞಲ್, ಮುಪ್ಪುರಿ, ಮುಂಮೂಱು.

ಪಿರಿದೆಂಬುದಱಿಂ ಕವರ್ಗಪವರ್ಗಮಲ್ಲದಲ್ಲಿಯುಮೀ ಲಕ್ಷಣಮಾಯ್ತು—ಮುಚ್ಚೋಟು, ಮುಚ್ಚವಡಿ, ಮುಚ್ಚೆರೆ, ಮುಚ್ಚಾಲ್. ಪಿರಿದೆಂಬುದಱಿಂ ಕಪವರ್ಗಮಿರ್ದುಂ ಕೆಲವಱೊಳೀ ಮಾರ್ಗಮಿಲ್ಲ—ಮೂಗೇಣ್, ಮೂಗಾವುದಂ, ಮೂಗೋಱು, ಮೂಗಯ್; ಕಿಡೆ ಮೂಗೋಱಿಂ ಬೋೞಿಸಿ ನಡುದಲೆಯೊಳ್ ಮೆೞಿಸನೊಡೆದು. ಪಣೆಯುಂ ಮೂಗಯ್ಯ ಕವಲ್ಕಮಲ್ತು ಪಲವುಂ.

ಮುಯ್ಯೆಂಬುದರ್ಕೆ—ಮುಯ್ಯೊರಡಿ, ಮುಯ್ಯೆಂದಂ, ಮುಯ್ಯಡಿ; ಚಲದಿಂ ಮುಯ್ಯೇೞ್ ಸೂೞ್ ಕ್ಷತ್ರಿಯರನಱಿಸಿ ಕೊಂದಿಕ್ಕಿದಂ ಜಾಮದಗ್ನ್ಯಂ.

ಸೂತ್ರಂ.

ನಾಲ್ಕು, ಐದು and ಎಂಟು lose their last syllable; ಆಱು becomes ಅಱು, ಏೞು becomes ಏೞ್.

ಅಕ್ಕುಂ ಲೋಪಂ ನಾಲ್ಕೈ
ದಕ್ಕೆಂಟಕ್ಕಾಱೇೞಾದಿಯೊಳ್ ಹ್ರಸ್ವಂ ತಾ |
ನಕ್ಕುಮದೇೞಿಕ್ಕೇೞಱಿಂ
ದಕ್ಕುಂ ಚರಮಕ್ಕೆ ಲೋಪಮೆಣ್ಬರ್ಕಕ್ಕುಂ || 189 ||

ಪದಚ್ಛೇದಂ.—ಅಕ್ಕುಂ ಲೋಪಂ ನಾಲ್ಕು ಐದರ್ಕೆ ಅಂತ್ಯಕ್ಕೆ; ಆಱಱ ಆದಿಯೊಳ್ ಹ್ರಸ್ವಂ ತಾಂ ಅಕ್ಕುಂ ಅದು; ಏೞರ್ಕೆ ಏೞ್ ಎಂದು ಅಕ್ಕುಂ; ಚರಮಕ್ಕೆ ಲೋಪಂ ಎಂಟರ್ಕೆ ಅಕ್ಕುಂ.

ಅನ್ವಯಂ.—ನಾಲ್ಕೈದರ್ಕೆ ಅಂತ್ಯಕ್ಕೆ ಲೋಪಂ ಅಕ್ಕುಂ; ಆಱಱ ಆದಿಯೊಳ್ ಹ್ರಸ್ವಂ ತಾಂ ಅದು ಅಕ್ಕುಂ; ಏೞರ್ಕೆ ಏೞ್ ಎಂದು ಅಕ್ಕುಂ; ಎಂಟರ್ಕೆ ಚರಮಕ್ಕೆ ಲೋಪಂ ಅಕ್ಕುಂ.

ಟೀಕು.—ನಾಲ್ಕೈದರ್ಕೆ = ನಾಲ್ಕೈದು ಎಂಬಾ ಸಂಖ್ಯಾವಾಚಿಗಳ್ಗೆ; ಅಂತ್ಯಕ್ಕೆ = ಕಡೆಯಣಕ್ಷರಕ್ಕೆ; ಲೋಪಂ = ಅದರ್ಶನಂ; ಅಕ್ಕುಂ = ಅಪ್ಪುದು; ಆಱಱ = ಆಱೆಂಬಾ ಸಂಖ್ಯಾವಾಚಿಯ; ಆದಿಯೊಳ್ = ಮೊದಲಲ್ಲಿ; ಹ್ರಸ್ವಂ = ಹ್ರಸ್ವಂ; ತಾನದು = ಅದು ತಾಂ; ಅಕ್ಕುಂ = ಅಪ್ಪುದು; ಏೞರ್ಕೆ = ಏೞೆಂಬ ಸಂಖ್ಯಾವಾಚಿಗೆ; ಏೞೆಂದು = ಏೞ್ ಎಂದು; ಅಕ್ಕುಂ = ಅಪ್ಪುದು; ಎಂಟರ್ಕೆ = ಎಂಟೆಂಬ ಸಂಖ್ಯಾವಾಚಿಗೆ; ಚರಮಕ್ಕೆ = ಅಂತ್ಯಾಕ್ಷರಕ್ಕೆ; ಲೋಪಂ = ಅದರ್ಶನಂ; ಅಕ್ಕುಂ = ಆಗುವುದು.

ವೃತ್ತಿ.—ನಾಲ್ಕೈದೆಂಬಿವಱ ಕಡೆಯಕ್ಕರಕ್ಕೆ ಸ್ವರಂಬೆರಸುಲೋಪಮಕ್ಕುಂ; ಆಱೆಂಬುದಱ ಆದಿಗೆ ಹ್ರಸ್ವಂ; ಏೞು ಎಂಬುದರ್ಕೆ ಏೞ್ ಎಂದಾದೇಶಂ; ಎಂಟಱ ಕಡೆಗೆ ಲೋಪಂ.

ಪ್ರಯೋಗಂ.—

ನಾಲ್ಕರ್ಕೆ—ನಾಲ್ವಡಿ, ನಾಲ್ವತ್ತು, ನಾಲ್ವೆರಲ್:

ಉರಗಂ ಕೊಂಡಲ್ಲಿಗೆ ನಾ
ಲ್ವೆರಲನಿತಂ ಕಳೆದು ಕಟ್ಟೆ ಮೇಗಂ ಬೇಗಂ |
ಸೆರೆವಿಡುಗೆ ಸುಡುಗೆ ಕಡಿಗಿರ
ದರಿದಿಕ್ಕುಗೆ ಗಿಳಿಯ ಕಳೆಗೆ ನಿರ್ವಿಷಮಕ್ಕುಂ || ಕಂದಂ ||

ಐದರ್ಕೆ—ಐವಡಿ, ಐಗ್ಗುಂಡುಗಂ, ಐಸಾಸಿರಂ;

ಕೀೞ್ ಪುಗಲೆನೆಯುಮೆಂತುಂ
ಮೀೞ್ ಜನಂ ಪೊಕ್ಕು ಸಾಲೆಯಂ ಶಾರ್ಙ್ಗಮನಂ |
ದೇೞಿಸಿದನಹಿಪಶಯ್ಯೆಯ
ನೇೞಿದನೈಯ್ವಾಯಶಂಖವುಂ ಪೂರಿಸಿದಂ || ಕಂದಂ ||

ಆಱರ್ಕೆ—ಅಱುವಡಿ; ಅಱುವತ್ತು; ಅಱುನೂಱು; ಅಱುದಿಂಗಳ್;

ಅಱುದಿಂಗಳಾಯುಮುಂಟೆನೆ
ಮಱುಗುವುದುಂ ನಲ್ಲರಲ್ಲಿ ತಮ್ಮಂ ಮುನ್ನಂ |

ಪಱಿ ಪಟ್ಟು ಬರೆ ಕಸಲ್ವುದು
ಮಱಿಪನೆಸುರಜನರ್ಗೆ ನರಕದುಃಖದ ತೆಱಿನಂ || ಕಂದಂ ||

ಏಱಿರ್ಕೆ—ಏೞ್ಪತ್ತು, ಏೞ್ಕಿಡಲ್, ಓೞ್ಕರಿ, ಏೞ್ಕೋಟಿ, ಏೞ್ಪೊರೆ;
ಪರಿಮರ್ದಿಸುವುದು ದುತ್ತೂ
ರರಸಮನಿಂಪಾಗಿ ಪಿರಿದುನೆಲದೊಳ್ ಲವಣಂ |
ಬೆರಸೊರಸಿ ಕೊಂಡು ಪೂಸುಗೆ
ಕರಗುಗುಮೇೞ್ಪೊರೆಯೆನಿಪ್ಪ ಕುರುವುಂ ಬೇಗಂ || ಕಂದಂ ||

ಎಂಟರ್ಕೆ—ಎಣ್ದೆಸೆ; ಎಣ್ಪತ್ತು; ಎಣ್ಛಾಸಿರಂ. ನಿಜಸೈನ್ಯಭಾರದಿಂದೆಣ್ದೆಸೆ
ಯಾನೆಗಳ್ ಕುಸಿದು ಕುರ್ಗಿದುವು.

ಸೂತ್ರಂ.

ಒಂಬತ್ತು before ಪತ್ತು becomes ತೊಂ; before ನೂಱು and ಸಾಸಿರ it becomes ಒಂಬಯ್.

ಪತ್ತು ಪರಮಾಗಲೊಡವೊಂ
ಬತ್ತು ತೊಮೆಂದಕ್ಕುಮಗ್ರದೊಳ್ನೂಱಿರೆ ಮೇಣ್ ।
ಮತ್ತಂ ಸಾಸಿರಮಿರೆ ನೆಲ
ಸಿತ್ತೊಂಬಯ್ಯೆಂದು ವಿಬುಧರಿಂದಾದೇಶಂ || 190 ||

ಪದಚ್ಛೇದಂ.— ಪತ್ತು ಪರಂ ಆಗಲೊಡಂ ಒಂಬತ್ತು, ತೊಮ್ ಎಂದು, ಅಕ್ಕುಂ; ಅಗ್ರದೊಳ್ ನೂಱು ಇರೆ ಮೇಣ್, ಮತ್ತಂ ಸಾಸಿರಂ ಇರೆ, ನೆಲಸಿತ್ತು, ಒಂಬಯ್ ಎಂದು, ವಿಬುಧರಿಂದೆ ಆದೇಶಂ.

ಅನ್ವಯಂ.—ಪತ್ತು ಪರಂ ಆಗಲೊಡಂ ಒಂಬತ್ತು, ತೊಮ್ ಎಂದು, ಅಕ್ಕುಂ; ಮೇಣ್ ಅಗ್ರದೊಳ್ ನೂಱು ಇರೆ, ಮತ್ತಂ ಸಾಸಿರಂ ಇರೆ, ವಿಬುಧರಿಂದೆ, ಒಂಬಯ್ ಎಂದು, ಆದೇಶಂ ನೆಲಸಿತ್ತು.

ಟೀಕು.—ಪತ್ತು = ಪತ್ತೆಂಬ ಸಂಖ್ಯಾವಾಚಿ; ಪರಂ = ಮುಂದಣ ಪದಂ; ಆಗಲೊಡಂ = ಆಗಲೊಡನೆ; ಒಂಬತ್ತು = ಒಂಬತ್ತೆಂಬುದು; ತೊಮೆಂದು = ತೊಮ್ ಎಂದು; ಅಕ್ಕುಂ = ಆಗುವದು; ಮೇಣ್ = ಅದಲ್ಲದೆ; ಅಗ್ರದೊಳ್ = ಮುಂದೆ; ನೂಱು = ನೂಱೆಂಬ ಸಂಖ್ಯಾವಾಚಿ; ಇರೆ = ಇರೆ; ಮತ್ತಂ = ಅದಲ್ಲದೆ; ಸಾಸಿರಂ = ಸಾಸಿರವೆಂಬುದು; ಇರೆ = ಪರದಲ್ಲಿರೆ; ವಿಬುಧರಿಂದೆ = ವಿದ್ವಾಂಸರಿಂದೆ; ಒಂಬಯ್ಯೆಂದು = ಒಂಬಯ್ ಎಂದು; ಆದೇಶಂ = ಆದೇಶಂ; ನೆಲಸಿತ್ತು = ನೆಲೆಗೊಂಡಿತ್ತು.

ವೃತ್ತಿ.—ಪತ್ತೆಂಬುದು ಪರಮಾದೊಡೆ ಒಂಬತ್ತರ್ಕೆ ತೊಮ್ ಎಂದಾದೇಶಮಕ್ಕುಂ; ಪರದೊಳ್ನೂಱಿರ್ದೊಡಂ ಮೇಣ್ಸಾಸಿರಮಿರ್ದೊಡಂ ಒಂಬತ್ತರ್ಕೆ ಒಂಬಯ್ ಎಂದಾದೇಶಮಕ್ಕುಂ.

ಪ್ರಯೋಗಂ.—ತೊಂಬತ್ತು; ಒಂಬಯ್ನೂಱು, ಒಂಬಯ್ಸಾಸಿರಂ; ತೊಂಬತ್ತೊಂಬಯ್ಸಾಸಿರಯೋಜನಮಂ ನೆಗೆದ್ದೈದಿ ಸುರಗಿರಿ.

ಸೂತ್ರಂ.

ಪತ್ತು before ಸಾಸಿರ becomes ಪಯಿನ್; (before Vowels and Consonants) ನೂಱು and ಸಾಸಿರ may become ನೂಱ್, ಸಾಸಿರ್.

ಪತ್ತರ್ಕೆ ಪಯಿಂನೆಂದಾ
ದತ್ತಾದೇಶಂ ಸಮಂತು ಸಾಸಿರಮಿದಿರೊಳ್ ।
ಪತ್ತುಗೆಗೊಳೆ ನೂಱರ್ಕಂ
ಮತ್ತಂ ಸಾಸಿರಕಮಂತ್ಯಲೋಪಂ ವಿರಳಂ ॥ 191 ॥

ಪದಚ್ಛೇದಂ.— ಪತ್ತರ್ಕೆ, ಪಯಿನ್ ಎಂದು, ಆದತ್ತು ಆದೇಶಂ ಸಮಂತು, ಸಾಸಿರಂ ಇದಿರೊಳ್ ಪತ್ತುಗೆಗೊಳೆ; ನೂಱರ್ಕಂ ಮತ್ತಂ ಸಾಸಿರಕಂ ಅಂತ್ಯಲೋಪಂ ವಿರಳಂ.

ಅನ್ವಯಂ.— ಸಾಸಿರಂ ಇದಿರೊಳ್ ಪತ್ತುಗೆಗೊಳೆ, ಪತ್ತರ್ಕೆ, ಪಯಿನ್ನೆಂದು, ಸಮಂತು ಆದೇಶಂ ಆದತ್ತು; ನೂಱರ್ಕಂ ಮತ್ತಂ ಸಾಸಿರಕಂ ವಿರಳಂ ಅಂತ್ಯಲೋಪಂ.

ಟೀಕು.— ಸಾಸಿರಂ = ಸಾಸಿರವೆಂಬ ಶಬ್ದಂ; ಇದಿರೊಳ್ = ಮುಂತೆ; ಪತ್ತುಗೆಗೊಳೆ = ಪೊರ್ದುಗೆಗೊಳೆ; ಪತ್ತರ್ಕೆ = ಪತ್ತೆಂಬುದಕ್ಕೆ; ಪಯಿನ್ನೆಂದು = ಪಯಿನ್ ಎಂದು; ಸಮಂತು = ಹಾಂಗೆ; ಆದೇಶಂ = ಆದೇಶಂ; ಆದತ್ತು = ಆಯಿತ್ತು; ನೂಱರ್ಕಂ = ನೂಱೆಂಬುದಕ್ಕುಂ; ಮತ್ತಂ = ಬೞಿಕಂ; ಸಾಸಿರಕಂ = ಸಾಸಿರವೆಂಬುದಕ್ಕುಂ, ಸ್ವರ ವ್ಯಂಜನಂಗಳಾವುವು ಪರಮಾದೊಡಂ; ವಿರಳಂ = ನೂಱು ಎಂಬುದಱ ಉಕಾರಂ ಸಾಸಿರವೆಂಬುದಱ ಅಕಾರಂ ವಿರಳವಾಗಿ; ಅಂತ್ಯಲೋಪಂ = ಅಂತ್ಯದ ಲೋಪಂ ಆಯಿತ್ತು.

ವೃತ್ತಿ.— ಸಾಸಿರಂ ಪರದೊಳಿರೆ, ಪತ್ತರ್ಕೆ, ಪಯಿನ್ನೆಂದು, ಆದೇಶಂ; ನೂಱರ್ಕಂ ಮತ್ತಂ ಸಾಸಿರಕ್ಕಂ ಕಿಱಿದೆಡೆಯೊಳ್ ಅಂತ್ಯಲೋಪಮಕ್ಕುಂ.

ಪ್ರಯೋಗಂ.—ಪತ್ತರ್ಕೆ—ಪಯಿಂಛಾಸಿರಂ. ಪಡಲಿಟ್ಟಂತಿರೆ ಮಾಱ್ಪಿ ನೋವಡೆ ಪಯಿಂಛಾಸಿರ್ವರಂ ಯುದ್ಧದೊಳ್.

ಅಂತ್ಯಲೋಪಕ್ಕೆ—ನೂರ್ಮಡಿ, ನೂರ್ವಾರ್ತು, ನೂರ್ಛಾಸಿರಂ; ಸಾಸಿರ್ಮಡಿ, ಸಾಸಿರ್ವರ್, ಸಾಸಿರ್ವನಿತೆಯರ್, ಅಯ್ಸಾಸಿರ್ವಪ್ರಿಯತನೂಭವರ್.

ಸೂತ್ರಂ.

ಪತ್ತು before ಒಂದು and ಎರಡು becomes ಪನ್, before ಮೂಱು and ನಾಲ್ಕು it is ಪದಿ, before all other numbers with an initial Vowel (excepting ಒಂಬತ್ತು) ಪದಿನ್.

ಪತ್ತರ್ಕೆ ಪನ್ನೆನಿಕ್ಕುಮು
ದುತ್ತರಕೊಂದೆರಡು ನೆಲಸೆ ಪದಿಯೆಂದಕ್ಕುಂ ।
ಮತ್ತೊದವಿ ಮೂಱು ನಾಲ್ಕಿರೆ
ಸುತ್ತಿಂ ಸ್ವರಮಿರೆ ನಕಾರವಿಧಿ ಮುಂದೆಲ್ಲಂ ॥ 192 ॥

ಪದಚ್ಛೇದಂ.—ಪತ್ತರ್ಕೆ ಪನ್ ಎನಿಕ್ಕುಂ ಅದು, ಉತ್ತರಕೆ ಒಂದು ಎರಡು ನೆಲಸೆ; ಪದಿ ಎಂದು ಅಕ್ಕುಂ, ಮತ್ತೆ ಒದವಿ ಮೂಱು ನಾಲ್ಕು ಇರೆ; ಸುತ್ತಿಂ, ಸ್ವರಂ ಇರೆ, ನಕಾರವಿಧಿ ಮುಂದೆ ಎಲ್ಲಂ.

ಅನ್ವಯಂ.—ಉತ್ತರಕೆ ಒಂದು ಎರಡು ನೆಲಸೆ, ಪತ್ತರ್ಕೆ ಪನ್ ಅದು ಎನಿಕ್ಕುಂ; ಮತ್ತೆ ಮೂಱು ನಾಲ್ಕು ಒದವಿ ಇರೆ, ಪದಿ ಎಂದು, ಅಕ್ಕುಂ; ಸುತ್ತಿಂ, ಸ್ವರಂ ಮುಂದೆ ಇರೆ, ಎಲ್ಲಂ ನಕಾರವಿಧಿ.

ಟೀಕು.—ಉತ್ತರಕೆ = ಮುಂದಣ್ಗೆ; ಒಂದು = ಒಂದೆಂಬ ಶಬ್ದಂ; ಎರಡು = ಎರಡೆಂಬ ಶಬ್ದಂ; ನೆಲಸೆ = ನೆಲೆಗೊಳೆ; ಪತ್ತರ್ಕೆ = ಪತ್ತೆಂಬುದರ್ಕೆ; ಪನ್ = ಪನ್ ಎಂದು; ಅದು = ಅದು; ಎನಿಕ್ಕುಂ = ಎನಿಸುವುದು; ಮತ್ತೆ = ಬಱಿಕಂ; ಮೂಱು = ಮೂಱೆಂಬ ಶಬ್ದಂ; ನಾಲ್ಕು = ನಾಲ್ಕೆಂಬ ಶಬ್ದಂ ಮುಂದಣ್ಗೆ; ಒದವಿರೆ = ಪ್ರಾಪ್ತಿಸಿರೆ; ಪದಿಯೆಂದು = ಪದಿ ಎಂದು; ಅಕ್ಕುಂ = ಅಪ್ಪುದು; ಸುತ್ತಿಂ = ಭ್ರಮೆಯೆಂ; ಸ್ವರಂ = ಸ್ವರಾದಿಸಂಖ್ಯೆಗಳ್; ಇರೆ = ಮುಂದಿರೆ; ಮುಂದೆ = ಮುಂತೆ; ಎಲ್ಲಂ = ಎಲ್ಲಂ; ನಕಾರವಿಧಿ = ಪದಿ ಎಂಬುದಱ ಮೇಲೆ ನಕಾರವಿಧಿ ಅಪ್ಪುದು.

ವೃತ್ತಿ.—ಒಂದೆಂಬುದುಮೆರಡೆಂಬುದುಂ ಪರಮಾಗೆ, ಪತ್ತರ್ಕೆ ಪನ್ ಎಂದಾದೇಶಮಕ್ಕುಂ; ಮತ್ತೆ ಮೂಱು ಮೇಣ್ ನಾಲ್ಕು ಪರಮಾಗೆ, ಪತ್ತರ್ಕೆ, ಪದಿ ಎಂದು, ಆದೇಶಂ; ಸ್ವರಪರಮಾಗೆ, ಮುಂದೆಲ್ಲಂ ನಕಾರಾಗಮಮಕ್ಕುಂ.

ಪ್ರಯೋಗಂ.—ಪನ್ ಎಂಬುದರ್ಕೆ—ಪನ್ನೊಂದು, ಪನ್ನೆರಡು. ಸಾರಲ್ ಸಲ್ಲದು ಪನ್ನೆರಟ್ಟಿರಿಸಮುಂ ನಾಡದು.

ಪದಿ ಎಂಬುದರ್ಕೆ—ಪದಿಮೂಱು; ಪದಿನಾಲ್ಕು ಬಾಯಂ ತೆಱೆದೊಡೆ ಪದಿನಾಲ್ಕು ಲೊತ್ತದಂತಿರ್ಪುದು.

ನಕಾರಕ್ಕೆ—ಪದಿನೈದು, ಪದಿನಾಱು, ಪದಿನೇೞು, ಪದಿನೆಂಟು. ಎಲ್ಲವೆಂಬುದಱಿಂದೊಂಬತ್ತರ್ಕಿಲ್ಲ.

ಸೂತ್ರಂ.

A 9th class of Compounds appears in Repetition-compounds (ವೀಪ್ಸಾಸಮಾಸಂ). In forming them of Adverbs (ಅವ್ಯಯಂ) and imitative sounds (ಅನುಕೃತಿ) ending in ನೆ, the ನೆ of the first word is dropped so that it ends in ಅ. Such a final ಅ originates also in Non-adverbs, ನಡು and ಕಡೆ receiving the forms ನಟ್ಟ, ಕಟ್ಟ.

ಅತಿಶಯತರಾರ್ಥವೀಪ್ಸಾ
ನ್ವಿತನಾಂತಾವ್ಯಯಪದಕ್ಕಮನುಕೃತಿಪದಕಂ |
ಕೃತಮಂತ್ಯಲೋಪಮಿತರಾ
ಗತಮತ್ವಂ ನಡುವಿನಂತೆ ಕಡೆಗಂ ಟತ್ವಂ || 193 ||

ಪದಚ್ಛೇದಂ.—ಅತಿಶಯತರಾರ್ಥವೀಪ್ಸಾನ್ವಿತನಾಂತಾವ್ಯಯಪದಕ್ಕಂ ಅನುಕೃತಿಪದಕಂ ಕೃತಂ ಅಂತ್ಯಲೋಪಂ; ಇತರಾಗತಂ ಅತ್ವಂ, ನಡುವಿನಂತೆ ಕಡೆಗಂ ಟತ್ವಂ.

ಅನ್ವಯಂ.—ಅತಿಶಯತರಾರ್ಥವೀಪ್ಸಾನ್ವಿತನಾಂತಾವ್ಯಯಪದಕ್ಕಂ ಅನುಕೃತಿಪದಕಂ ಅಂತ್ಯಲೋಪಂ ಕೃತಂ; ಅತ್ವಂ ಇತರಾಗತಂ, ನಡುವಿನಂತೆ ಕಡೆಗಂ ಟತ್ವಂ.

ಟೀಕು.—ಅತಿಶಯತರ = ಅತ್ಯಂತಾತಿಶಯವಾದ; ಅರ್ಥ = ಅರ್ಥವನುಳ್ಳ; ವೀಪ್ಸಾ= ಇಚ್ಛೆಯೊಡನೆ; ಅನ್ವಿತ = ಕೂಡಲ್ಪಟ್ಟ; ನಾಂತ = ನಕಾರಾಂತವಾದ; ಅವ್ಯಯಪದಕ್ಕಂ = ಅವ್ಯಯಪದಂಗಳ್ಗೆಯುಂ; ಅನುಕೃತಿಪದಕಂ = ಅನುಕರಣಪದಂಗಳ್ಗೆಯುಂ; ಅಂತ್ಯಲೋಪಂ = ಕಡೆಯಣಕ್ಷರದ ಲೋಪಂ; ಕೃತಂ = ಮಾಡಲ್ಪಡುವುದು; ಅತ್ವಂ = ದ್ವಿರುಕ್ತಿಯಾದ ನಡು ಕಡೆ ಎಂಬ ಶಬ್ದಂಗಳ ಮೊದಲ ಪದದ ಕಡೆಗೆ ಅಕಾರಂ; ಇತರ = ಅನ್ಯವಾಗಿ; ಆಗತಂ = ಬರ್ಪುದು; ನಡುವಿನಂತೆ = ನಡುವೆಂಬ ಶಬ್ದದ ಹಾಂಗೆ; ಕಡೆಗಂ = ಕಡೆಯೆಂಬ ಶಬ್ದದ ಡಕಾರಕ್ಕರಿ; ಟತ್ವಂ = ಟಕಾರಂ ಬರ್ಪುದು.

ವೃತ್ತಿ.—ಅತಿಶಯತರಾರ್ಥಮಂ ನುಡಿವ ವೀಪ್ಸೆಯ ನಾಂತಂಗಳಪ್ಪವ್ಯಯಂಗಳ್ಗಂ ಅನುಕೃತಿಪದಂಗಳ್ಗಂ ಮೊದಲ ಪದದ ಕಡೆಯಕ್ಕರಕ್ಕೆ ಲೋಪಂ; ಅವ್ಯಯಮನುಕರಣಮಲ್ಲದ ಕೆಲವು ಪದಂಗಳೊಳಕಾರಮುಂ ಮುಂತೆ ಪೇೞ್ವ ನಡುವೆಂಬುದಱಂತೆ ಕಡೆಯೆಂಬುದಱ ಡಕಾರಕ್ಕೆ ಟಕಾರಮುಮಕ್ಕುಂ.

ಪ್ರಯೋಗಂ.— ಅವ್ಯಯಪದಾಂತಲೋಪಕ್ಕೆ— ಕಂಮಕಮ್ಮನೆ; ತಣ್ಣತಣ್ಣನೆ; ಮೆಲ್ಲಮೆಲ್ಲನೆ; ಸಪ್ಪಸಪ್ಪನೆ ರಸಂ; ತೊಪ್ಪತೊಪ್ಪನೆ; ತೆಪ್ಪತೆಪ್ಪನೆ ಪುರುಳ್; ನೊಪ್ಪನೊಪ್ಪನೆ ಪೇೞ್ವೆಂದು.

ಅನುಕರಣಾಂತಲೋಪಕ್ಕೆ—ತಱತಱನೆ ನೇಸಮೂರ್ಡಿದುದು ಮಿೞ್ತು ಮೂಡುವ ತೆಱದಿಂ; ಗಱಗಱನೆ ಕಣ್ಣೀರ್ ಸುರಿಯೆ ಚಿಂತಿಪ ಖಾರ್ವನ; ಚಳಚಳನೆ ಮಿಂಚಿತ್ತು ಸಿಡಿಲ ಕೈದೀವಿಗೆವೊಲ್.

ಅತ್ವಂ ಬೆರಸುಟಕಾರಕ್ಕೆ—ನಟ್ಟನಡು; ಕಟ್ಟಕಡೆ. ಕಟ್ಟಕಡೆ ಪೆರ್ವಟ್ಟೆಯಂ ಕರಂಗೊಂಡು.

ಸೂತ್ರಂ.

In the same manner ತುದಿ and ಮೊದಲ್ become ತುತ್ತ, ಮೊತ್ತ.

ತುದಿ ಮೊದಲೆಂಬ ದಕಾರ
ಕ್ಕುದಯಿಸುಗುಂ ದ್ವಿತ್ವವೃತ್ತಿಯಿಂದೆ ತಕಾರಂ |
ಮೊದಲೆಂಬ ಲಕಾರಕ್ಕ
ಪ್ಪುದದರ್ಶನವಿಧಿ ವಿಶೇಷಮಂ ನುಡಿವೆಡೆಯೊಳ್ ‖ 194 ‖

ಪದಚ್ಛೇದಂ. — ತುದಿ ಮೊದಲ್ ಎಂಬ ದಕಾರಕ್ಕೆ ಉದಯಿಸುಗುಂ ದ್ವಿತ್ವವೃತ್ತಿಯಿಂದೆ ತಕಾರಂ; ಮೊದಲ್ ಎಂಬ ಲಕಾರಕ್ಕೆ ಅಪ್ಪುದು ಅದರ್ಶನವಿಧಿ ವಿಶೇಷಮಂ ನುಡಿವ ಎಡೆಯೊಳ್.

ಅನ್ವಯಂ. — ವಿಶೇಷಮಂ ನುಡಿವೆಡೆಯೊಳ್ ತುದಿ ಮೊದಲೆಂಬ ದಕಾರಕ್ಕೆ ದ್ವಿತ್ವವೃತ್ತಿಯಿಂದೆ ತಕಾರಂ ಉದಯಿಸುಗುಂ; ಮೊದಲ್ ಎಂಬ ಲಕಾರಕ್ಕೆ ಅದರ್ಶನವಿಧಿ ಅಪ್ಪುದು.

ಟೀಕು. — ವಿಶೇಷಮಂ ನುಡಿವೆಡೆಯೊಳ್ = ವಿಶೇಷವಂ ಪೇಳ್ವೆಡೆಯಲ್ಲಿ; ತುದಿ ಮೊದಲೆಂಬ ದಕಾರಕ್ಕೆ = ತುದಿ ಮೊದಲ್ ಎಂಬ ದತ್ವಕ್ಕೆ; ದ್ವಿತ್ವವೃತ್ತಿಯಿಂದೆ = ದ್ವಿಘ್ನಾವದ ವರ್ತನೆಯಿಂದೆ; ತಕಾರಂ = ತತ್ವಂ; ಉದಯಿಸುಗುಂ = ಹುಟ್ಟುವುದು; ಮೊದಲೆಂಬ ಲಕಾರಕ್ಕೆ = ಮೊದಲ್ ಎಂಬ ಶಬ್ದದ ಲತ್ವಕ್ಕೆ; ಅದರ್ಶನವಿಧಿ = ಲೋಪದ ವಿಧಿ; ಅಪ್ಪುದು = ಆಗುವುದು.

ವೃತ್ತಿ.—ವಿಶೇಷಿಸಿ ನುಡಿವೆಡೆಯೊಳ್ ತುದಿ ಮೊದಲೆಂಬಿವಱ ದಕಾರಕ್ಕೆ ದ್ವಿತ್ವಮಪ್ಪ ತಕಾರಾದೇಶಮುಂ ಮೊದಲೆಂಬುದಱ ಲಕಾರಕ್ಕೆ ಲೋಪಮುಮಕ್ಕುಂ.

ಪ್ರಯೋಗಂ.—ತುತ್ತತುದಿ; ಮೊತ್ತಮೊದಲ್.

ಸೂತ್ರಂ.

Regarding *Ss.* 193. 194, also in pointing at a distant object (ದೂರಂ), in looking at (ಅಭೀಕ್ಷಣಂ), in

ದೂರಾಭೀಕ್ಷ್ಣವೀಪ್ಸೋ
ದಾರಾನುಕೃತಿಕ್ರಿಯಾಸಮಭಿಹಾರಸಮೀ |
ಪೋರುತರಚಾಪಳಾದಿಗೆ
ಸಾರಂ ಬುಧರಿಂ ಪದಕ್ಕೆ ಯುಗಳೋಚ್ಚರಣಂ ‖ 195 ‖

successive order (ವೀಪ್ಸೆ), in imitative sounds (ಅನುಕೃತಿ, ಅನುಕರಣಂ), in repeating an action (ಕ್ರಿಯಾಸಮಭಿಹಾರಂ), in pointing at a near object (ಸಮೀಪಂ), in agitation (fickleness, ಚಪಳಂ), Repetition of words (ಪದಯುಗಲೋಚ್ಚರಣಂ) is used, also a trebling (ತ್ರಿಪ್ರಯೋಗಂ) of them.

ಪದಚ್ಛೇದಂ.— ದೂರಾಭೀಕ್ಷ್ಣವೀಪ್ಸೋದಾರಾನುಕೃತಿಕ್ರಿಯಾಸಮಭಿಹಾರಸಮೀಪೋರುತರಚಾಪಳಾದಿಗೆ ಸಾರಂ ಬುಧರಿಂ ಪದಕ್ಕೆ ಯುಗಳೋಚ್ಚರಣಂ.

ಅನ್ವಯಂ.—ಬುಧರಿಂ ಪದಕ್ಕೆ ಯುಗಳೋಚ್ಚರಣಂ ಸಾರಂ ಎಂಬುದನ್ವಯಂ.

ಟೀಕು.— ದೂರ = ದೂರಕ್ಕೆ; ಅಭೀಕ್ಷ್ಣ = ಅಭಿಮುಖವಾಗಿ ನೋಡುವುದರ್ಕೆ; ವೀಪ್ಸಾ= ಇಚ್ಛೆಗೆ (?); ಉದಾರ= ಉದಾರವಾದ; ಅನುಕೃತಿ= ಅನುಕರಣಕ್ಕೆ; ಕ್ರಿಯಾಸಮಭಿಹಾರ= ಕ್ರಿಯೆಯನಭಿಮುಖವಾಗಿ ಮಾಡಿ ಕೊಂಬುದರ್ಕೆ; ಸಮೀಪ= ಸಮೀಪಕ್ಕೆ; ಉರುತರಚಾಪಳಾದಿಗೆ=ದೊಡ್ಡಿತ್ತಾದ ಚಪಲತ್ವಂ ಮೊದಲಾದುದರ್ಕೆ; ಬುಧರಿಂ=ವಿದ್ವಾಂಸರಿಂದೆ; ಪದಕ್ಕೆ= ಪದಂಗಳ್ಗೆ; ಯುಗಳೋಚ್ಚರಣಂ= ಎರಡು ವೇಳೆಯುಚ್ಚರಿಸುವುದು; ಸಾರಂ= ಶ್ರೇಷ್ಠವಪ್ಪುದು.

ವೃತ್ತಿ.—ದೂರದೊಳಂ ಪ್ರತಿಮುಖಾವಲೋಕನದೊಳಂ ವೀಪ್ಸೆಯೊಳಂ ಅನುಕರಣದೊಳಂ ಕ್ರಿಯೆಯನಭಿಮುಖಮಾಗಿ ತೆಗೆದು ಕೊಳ್ವೆಡೆಯೊಳಂ ಸಮೀಪದೊಳಂ ಚಪಳತೆಯೊಳಂ ಪದನೆರಡು ಸೂಟಿಯುಚ್ಚರಿಪುದು.

ಪ್ರಯೋಗಂ.—ದೂರಕ್ಕೆ—ಆತೋರ್ಪುದಾತೋರ್ಪುದೆ ಬಾನೊಳ್ ಧ್ವಜಪಟಂ.

ಅಭೀಕ್ಷ್ಣಕ್ಕೆ (ಅಭೀಕ್ಷ್ಣಕ್ಕೆ according to the Sûtra)—

ಗಿಳಿಯೊಡನೋದಿಯೋದಿ ನುಡಿಗಲ್ತು ಮದಾಲಸರಾಜಹಂಸಮಂ
ಡಳಿಯೊಡನಾಡಿಯಾಡಿ ನಡೆಗಲ್ತು ಕಳಾಪಿಗಳಾಟಮಂ ಮನಂ |
ಗೊಳೆ ನಡೆ ನೋಡಿನೋಡಿ ಕುಣಿಯಲ್ ನೆಱೆ ಕಲ್ತು ಕಳಾಗುಣಂ ಪೊದ
ಳ್ದಿಳವಡೆ ಬಾಲಭಾವದೊಳೆ ಭಾವಕಿಯರ್ ಬಳೆವರ್ ನಿರಂತರಂ || ಚಂ
ಪಕಮಾಲಾವೃತ್ತಂ ||

ವೀಪ್ಸೆಗೆ— ಊರೂರೊಳ್ಕೇರಿಕೇರಿಯೊಳ್ಮನೆಮನೆಯೊಳ್.

ಅನುಕರಣಕ್ಕೆ— ಫುಲ್ಫುಲ್ಲೆನೆ; ಭೋರ್ಭೋರೆನೆ ಪಾಯ್ವುದು ಹಿಮನಗಕ್ಕೆ ಗಂಗಾಸ್ರೋತಂ.

ಕ್ರಿಯಾಸಮಭಿಹಾರಕ್ಕೆ—ನಡೆನಡೆಯೆಂದು; ಇದಿರ್ಚಿದಿರ್ಚನೆ ಜಟಾಯು.

ಸಮೀಪಕ್ಕೆ— ಇದೆಇದೆ ಸಾರ್ಕೆಸಾರ್ಕೆ ಗಣಕಾವಳಿ ಪೇಳ್ದ ಮುಹೂರ್ತಂ.

ಚಪಳತೆಗೆ— ಒಪ್ಪಿಸೊಪ್ಪಿಸು; ಅಣ್ಮಣ್ಮು.—

ಇವರ್ಕೆಲ್ಲಂ ತ್ರಿಪ್ರಯೋಗಮೊಳವು—

ಬೆಳಗೆಯ್ಗುಳೊಳಿರ್ದ್ದೆತ್ತಂ
ಕಳರವದಿಂ ಕಯ್ಯನೆತ್ತಿ ಛಲಲಲೆ ಎನುತುಂ ।
ಬಳಗಳ್ ಗುಲ್ಗುಲ್ಗುಲ್ಲೆನೆ
ಗಿಳಿ ಸೋವಾಕೆಗಳೇನೊಪ್ಪುಗುಂ ಕೆಲವೆಡೆಯೊಳ್ ॥ ಕಂದಂ ॥

ಒಡ್ಡೊಡ್ಡೊಡ್ಡೆನುತೊಡ್ಡಿ ಮೇಳದವಳ್ಕುಂಕುಮವಾರಿ ಕುಪ್ಪಳಿಸಿ ಪೊಯ್ದಳ್.

ಸೂತ್ರಂ.

The Author says that he has done his best to elucidate the Compounds as they occur in the works of poets.

ಕವಿಮಾರ್ಗಗತಸಮಾಸಮ
ನವನೆನ್ನಱಿವನಿತನೆಯ್ದೆ ಪೇೞ್ದೆಂ ಲೋಕ ।
ವ್ಯವಹಾರದಿಂದಮಿನ್ನುೞಿ
ದುವನಱಿವುದು ಶಬ್ದಪಾರಮಾರ್ಗಮಶಕ್ಯಂ ॥ 196 ॥

ಟೀಕು. — ಕವಿ = ಕವಿಗಳ; ಮಾರ್ಗ = ಮಾರ್ಗದಲ್ಲಿ; ಗತ = ಎಯ್ದಲ್ಪಟ್ಟ; ಸಮಾಸಮಂ = ಸಮಾಸಪದವಂ; ಅವಂ = ಅವಂ; ಎನ್ನಱಿವನಿತಂ = ಎನಗೆ ತಿಳಿವಷ್ಟಂ; ಎಯ್ದೆ = ಚನ್ನಾಗಿ; ಪೇೞ್ದೆಂ = ಹೇೞ್ದೆಂ; ಲೋಕವ್ಯವಹಾರದಿಂದಂ = ವೈಯಾಕರಣಲೋಕವ್ಯವಹಾರದಿಂದೆ; ಇನ್ನುೞಿದುವಂ = ಇನ್ನುೞಿದ ಸಮಾಸಂಗಳಂ; ಅಱಿವುದು = ತಿಳಿವುದು; ಶಬ್ದ = ಶಬ್ದಂಗಳ; ಪಾರಮಾರ್ಗಂ = ಕಡೆಯನೆಯ್ದುವುದು; ಅಶಕ್ಯಂ = ಶಕ್ಯಮಲ್ತು.

ಗದ್ಯಂ. — ಇದು ಸಮಸ್ತಶಾಬ್ದಿಕಜನಮನೋಜನಿತಶಬ್ದಸಂದೇಹಶಲ್ಯಚಾರುಚುಂಬಕಾಯಮಾನಾನೂನಕರ್ನಾಟಕಲಕ್ಷಣಶಿಕ್ಷಾಚಾರ್ಯಸುಕವಿಕೇಶಿರಾಜವಿರಚಿತಮಪ್ಪ ಶಬ್ದಮಣಿದರ್ಪಣದೊಳ್ ಸಮಾಸಭೇದವಿವರಣಮೆಂಬ ತೃತೀಯಸಂಧಿ ಸಂಪೂರ್ಣಂ.

೩ನೆಯ ಅಧ್ಯಾಯಂ ಸಮಾಪ್ತಂ.

೪ನೆಯ ಅಧ್ಯಾಯಂ. IV. CHAPTER.

ತದ್ಧಿತಪ್ರಕರಣಂ.

ON SECONDARY NOMINAL BASES.

ಸೂತ್ರಂ.

ಪರಿನಿರ್ಮಿಪ ಮಾಱಿಾಡುವ
ದೊರೆವಡೆದ ನಿಯೋಗದನೃತದಱಿತದ ಋಣದಾ |
ಚರಣದ ಶಿಲ್ಪದ ಮೂಲದ
ನರನಂ ಪೇೞ್ವಲ್ಲಿ ಮಾೞ್ಕಿಗಪ್ರತ್ಯಯಮಂ || 197 ||

By the Suffix (ಪ್ರತ್ಯಯಂ) ಇಗ Nouns are formed denoting makers, changers (dealers), persons in employment, persons of untruth, of knowledge, of debt, of a certain profession and of manual art, and men of ancient times.

ಪದಚ್ಛೇದಂ.—ಪರಿನಿರ್ಮಿಪ ಮಾಱಿಾಡುವ ದೊರೆವಡೆದ ನಿಯೋಗದ ಅನೃತದ ಅಱಿತದ ಋಣದ ಆಚರಣದ ಶಿಲ್ಪದ ಮೂಲದ ನರನಂ ಪೇೞ್ವಲ್ಲಿ ಮಾೞ್ಕೆ ಇಗಪ್ರತ್ಯಯಮಂ.

ಅನ್ವಯಂ.—ಇಗಪ್ರತ್ಯಯಮಂ ಮಾೞ್ಕೆ ಎಂಬುದನ್ವಯಂ.

ಟೀಕು.—ಪರಿನಿರ್ಮಿಪ = ಆವುದನಾದೊಡಂ ಮಾಡುವ; ಮಾಱಿಾಡುವ = ಆವುದನಾದೊಡಂ ಮಾಱಿಯಾಡುವ; ದೊರೆವಡೆದ ನಿಯೋಗದ = ಪ್ರಸಿದ್ಧಿವಡೆದ ನಿಯೋಗದ; ಅನೃತದ = ಸಟೆಯ; ಅಱಿತದ = ತಿಳಿವಳಿಕೆಯ; ಋಣದ = ಸಾಲದ; ಆಚರಣದ = ಆಚರಣೆಯ; ಶಿಲ್ಪದ = ಶಿಲ್ಪದ ಕೆಲಸದ; ಮೂಲದ = ಮೂಲದ; ನರನಂ = ಮನುಷ್ಯನಂ; ಪೇೞ್ವಲ್ಲಿ = ಪೇೞ್ವೆಡೆಯಲ್ಲಿ; ಇಗಪ್ರತ್ಯಯಮಂ = ಇಗ ಎಂಬ ಪ್ರತ್ಯಯಮಂ; ಮಾೞ್ಕೆ = ಮಾಡುಗೆ.

ವೃತ್ತಿ.—ಮಾಡುವನೊಳಂ ಮಾಱುವನೊಳಂ ನಿಯೋಗಿಯೊಳಂ ಅನೃತದಲ್ಲಿಯುಂ ಅಱಿತದಲ್ಲಿಯುಂ ಋಣಿಯೊಳಂ ವರ್ತಕನೊಳಂ ಶಿಲ್ಪಕನಲ್ಲಿಯುಂ ಮೂಲದಲ್ಲಿಯುಂ (Mdb. Ms. ಪಱಿಯನೊಳಂ) ಇಗಪ್ರತ್ಯಯಮಕ್ಕುಂ.

ಪ್ರಯೋಗಂ.—ಮಾಡುವಂಗೆ–ಕಬ್ಬಿಗಂ; ಸರವಂದಿಗಂ; ಸಿಂಗರಿಗಂ; ತೋಂಟಿಗಂ. ಕಬ್ಬಿಗಗಳ್ಪಂದು ಕೂಸಾಡಿಸ ಬಾರದಕ್ಕರದ ರಾಜ್ಯದೊಳೀ ಕವಿಚಕ್ರವರ್ತಿಯಾ.

ಮಾಱುವಂಗೆ — ಗಂದಿಗಂ; ದೂಸಿಗಂ; ತಂಬುಲಿಗಂ.

ಗಂದಿಗನೆರವಣಿಗಂ ಸರ
ವಂದಿಗನಾ ಪಟ್ಟಸಾಲಿಗಂ ಬಾಣಸಿಗಂ |
ಮಾಂದುರಿಗಂ ಜೋಯಿಸಿಗಂ
ಸಂದಱಿಕೆಯ ಕಬ್ಬಿಗಂ ಸಮಂಜಸನೊಳನೇ || ಕಂದಂ ||

ನಿಯೋಗಕ್ಕೆ — ಅಡಪಿಗಂ; ಚಾಮರಿಗಂ; ಕರಹಟ್ಟಿಗಂ (ಕರಹಟಿಗಂ).
ಅನೃತಕ್ಕೆ — ಅಟಮಟಿಗಂ; ಮಾಳಿಗಂ (Mdb. Ms. ಮಾಲೆಗಂ); ಪುಸಿಗಂ.
ಅಱಿತಕ್ಕೆ — ಜೋಯಿಸಿಗಂ; ಲೆಕ್ಕಿಗಂ; ಪೊಲಂಬಿಗಂ.
ಋಣಕ್ಕೆ — ಸಾಲಿಗಂ; ಹಂಗಿಗಂ.
ಆಚರಣಕ್ಕೆ — ದೇಗುಲಿಗಂ; ಅಕ್ಕರಿಗಂ; ಛಾಂದಸಿಗಂ.
ಶಿಲ್ಪಕ್ಕೆ — ಚಿಪ್ಪಿಗಂ.
ಮೂಲಕ್ಕೆ — ಮೂಲಿಗಂ.

ಸೂತ್ರಂ.

By the Suffixes ವಳ, ವಳ್ಳ and ಆಯ್ತ Nouns are formed denoting people in their employment; by ವಡಿಗ Nouns denoting people who put (for sale).

ನಡೆಯಿಸುವನೀತನಿದನೆಂ
ಬೆಡೆಯೊಳ್ವಳವಳ್ಳಮಕ್ಕುಮಾಯ್ತುಮುಮಕ್ಕುಂ |
ವಡಿಗಪ್ರತ್ಯಯಮಕ್ಕುಂ
ಬಿಡದಿಕ್ಕುವನೀತನಿದನೆನಿಪ್ಪೊಂದೆಡೆಯೊಳ್ || 198 ||

ಪದಚ್ಛೇದಂ. — ನಡೆಯಿಸುವಂ ಈತಂ ಇದಂ ಎಂಬ ಎಡೆಯೊಳ್ ವಳವಳ್ಳಂ ಅಕ್ಕುಂ, ಆಯ್ತುಮುಂ ಅಕ್ಕುಂ; ವಡಿಗಪ್ರತ್ಯಯಂ ಅಕ್ಕುಂ ಬಿಡದೆ ಇಕ್ಕುವಂ ಈತಂ ಇದಂ ಎನಿಪ್ಪ ಒಂದು ಎಡೆಯೊಳ್.

ಅನ್ವಯಂ. — ಈತಂ ಇದಂ ನಡೆಯಿಸುವಂ ಎಂಬೆಡೆಯೊಳ್ ವಳವಳ್ಳಂ ಅಕ್ಕುಂ, ಆಯ್ತುಮುಂ ಅಕ್ಕುಂ; ಈತಂ ಇದಂ ಬಿಡದೆ ಇಕ್ಕುವಂ ಎನಿಪ್ಪೊಂದೆಡೆಯೊಳ್ ವಡಿಗಪ್ರತ್ಯಯಂ ಅಕ್ಕುಂ.

ಟೀಕು. — ಈತಂ = ಇವಂ; ಇದಂ = ಈ ಪ್ರಯೋಜನವಂ; ನಡೆಯಿಸುವಂ = ನಡೆಯಿಸುವಾತಂ; ಎಂಬೆಡೆಯೊಳ್ = ಎಂಬ ತಾವಿನಲ್ಲಿ; ವಳವಳ್ಳಂ = ವಳಪ್ರತ್ಯಯ ವಳ್ಳಪ್ರತ್ಯಯಂಗಳ್; ಅಕ್ಕುಂ = ಅಪ್ಪವು; ಆಯ್ತುಮುಂ = ಆಯ್ತುಪ್ರತ್ಯಯಮುಂ; ಅಕ್ಕುಂ = ಅಪ್ಪುದು; ಈತಂ = ಇವಂ; ಇದಂ = ಇದಂ; ಬಿಡದಿಕ್ಕುವಂ = ಬಿಡದೆ ಇಕ್ಕುವಂ; ಎನಿಪ್ಪ = ಎನಿಸುವ; ಒಂದೆಡೆಯೊಳ್ = ಒಂದು ತಾವಿನಲ್ಲಿ; ವಡಿಗಪ್ರತ್ಯಯಂ = ವಡಿಗ ಎಂಬ ಪ್ರತ್ಯಯಂ; ಅಕ್ಕುಂ = ಅಪ್ಪುದು.

ವೃತ್ತಿ.—ಈ ನಿಯೋಗಮನೀತಂ ನಡೆಯಿಸುವನೆಂಬಲ್ಲಿ ವಳ ವಳ್ಳಂ ಆಯ್ತ ಪ್ರತ್ಯಯಂಗಳಕ್ಕುಂ; ಇದನಿವನಿಕ್ಕುವನೆಂಬೆಡೆಯೊಳ್ ವಡಿಗಪ್ರತ್ಯಯ ಮಕ್ಕುಂ.

ಪ್ರಯೋಗಂ.—ವಳಕ್ಕೆ—ಅಡಪವಳಂ; ಮಾಸವಳಂ; ಮಡಿವಳಂ; ಪಡೆ ವಳಂ; ಸೆಜ್ಜೆವಳಂ; ಅಡುವಳಂ.

ವಳ್ಳಕ್ಕೆ—ಅಡಪವಳ್ಳಂ; ಮಾಸವಳ್ಳಂ; ಮಡಿವಳ್ಳಂ; ಪಡೆವಳ್ಳಂ; ಸೆಜ್ಜೆವ ಳ್ಳಂ; ಅಡುವಳ್ಳಂ.

ಆಯ್ತಕ್ಕೆ—ಝಳಂಬಾಯ್ತರ್; ಸೂಱಾಯ್ತರ್; ಕಲ್ಲಾಯ್ತರ್; ಕಡಂ ಗಾಯ್ತರ್; ಅಚ್ಚುಳಾಯ್ತರ್.

ಮಡಿವಳ್ಳಮಡಪವಳ್ಳಂ
ಪಡೆವಳ್ಳಂ ಸೆಜ್ಜೆವಳ್ಳನಜ್ಜಂಬೆಜ್ಜಂ ।
ಅಡುವಳನೆಂದಿಂತಿವರಂ
ಕಡಂಗಿ ಬಿಡೆ ಜಡಿಯದಿರ್ಕೆ ನಯವಱಿವರಸಂ ॥ ಕಂದಂ ॥
ಆಯ್ತಬ್ಧಿಯೆ ಘೂರ್ಣಿಸುವಂ
ತಾಯ್ತರಮನೆಯೊಳಗೆ ಪುಗುವ ಪೊಱಮಡುವ ಝಳಂ ।
ಬಾಯ್ತರ ಸೂಱಾಯ್ತರ ಕ
ಲ್ಲಾಯ್ತರ ಕಡಂಗಾಯ್ತರಚ್ಚುಳಾಯ್ತರ ರಭಸಂ ॥ ಕಂದಂ ॥

ವಡಿಗಕ್ಕೆ—ಕುಂಚವಡಿಗಂ; ಪುಲ್ಲವಡಿಗಂ; (ಕಳ್ವಡಿಗಂ).

ಸೂತ್ರಂ.

ಇವಱೊಳ್ ವ್ಯವಹರಿಪಂ ನಾ
ಡುವನಿವನೆಂಬಲ್ಲಿ ಕಾಱ ಗಾಱಂಗಳ್ಸಂ ।
ಭವಿಕುಂ ಗಾಱಾದಿಗೆ ಲೋ
ಪವಾದಿಯೊಳ್ ಕಂಮ್ಮಕುಂಬಜುಗವೊದವಲೊಡಂ
॥ 199 ॥

By the Suffix ಕಾಱ Nouns are formed denoting people who practice anything or observe a certain conduct; by ಗಾಱ Nouns denoting people who fabricate. After ಕಂಮ and ಕುಂಬ the ಗಾ of ಗಾಱ disappears.

ಪದಚ್ಛೇದಂ.— ಇವಱೊಳ್ ವ್ಯವಹರಿಪಂ ಮಾಡುವಂ ಇವಂ ಎಂಬಲ್ಲಿ ಕಾಱ ಗಾಱಂಗಳ್ ಸಂಭವಿಕುಂ; ಗಾಱಾದಿಗೆ ಲೋಪಂ, ಆದಿಯೊಳ್ ಕಂಮಕುಂಬಜುಗಂ ಒದವಲೊಡಂ.

ಅನ್ವಯಂ.— ಇವಱೊಳ್ ವ್ಯವಹರಿಪಂ ಇವಂ ಮಾಡುವಂ ಎಂಬಲ್ಲಿ ಕಾಱ ಗಾಱಂಗಳ್ ಸಂಭವಿಕುಂ; ಆದಿಯೊಳ್ ಕಂಮಕುಂಬಜುಗಂ ಒದವಲೊಡಂ ಗಾಱಾದಿಗೆ ಲೋಪಂ.

ಟೀಕು.— ಇವಱೊಳ್ = ಇವಱಲ್ಲಿ; ವ್ಯವಹರಿಪಂ = ವ್ಯವಹರಿಸುವಂ; ಇವಂ = ಈ ಕೆಲಸಂಗಳಂ; ಮಾಡುವಂ = ಮಾಡ್ಪಂ; ಎಂಬಲ್ಲಿ = ಎಂಬ ತಾವಿನಲ್ಲಿ; ಕಾಱ ಗಾಱಂಗಳ್ = ಕಾಱಪ್ರತ್ಯಯ ಗಾಱಪ್ರತ್ಯಯಂಗಳ್; ಸಂಭವಿಕುಂ = ಹುಟ್ಟುವುವು; ಆದಿಯೊಳ್ = ಮೊದಲಲ್ಲಿ; ಕಂಮಕುಂಬಜುಗಂ = ಕಂಮಕುಂಬವೆಂಬೆರಡು ಶಬ್ದಂಗಳ್: ಒದವಲೊಡಂ = ಪ್ರಾಪ್ತಿಸಲೊಡನೆ; ಗಾಱಾದಿಗೆ = ಗಾಱ ಎಂಬ ಪ್ರತ್ಯಯದ ಮೊದಲಕ್ಷರಕ್ಕೆ; ಲೋಪಂ = ಅದರ್ಶನಂ ಬರ್ಪುದು.

ವೃತ್ತಿ.— ಇವಱೊಳಿವಂ ವ್ಯವಹರಿಪನೆಂಬಲ್ಲಿ ಕಾಱಪ್ರತ್ಯಯಮಕ್ಕುಂ; ಇದನೀತಂ ಮಾಡುವನೆಂಬಲ್ಲಿ ಗಾಱಪ್ರತ್ಯಯಮಕ್ಕುಂ; ಕಂಮಕುಂಬಶಬ್ದಂಗಳ್ಪೆಱಗಿರೆ, ಗಾಱಪ್ರತ್ಯಯದ ಗಕಾರಕ್ಕೆ ಲೋಪಮಕ್ಕುಂ.

ಪ್ರಯೋಗಂ.— ಕಾಱಕ್ಕೆ— ನಡೆವಳಿಕಾಱಂ, ನುಡಿವಳಿಕಾಱಂ; ಇಚ್ಚೆಕಾಱಂ; ಕೈದುಕಾಱಂ; ಬಂದಿಕಾಱಂ; ಗಱಿಕಾಱಂ; ಬೇಹುಕಾಱಂ; ನಗೆವಡಿಕಾಱಂ; ನೀಱಂಬಗೆಕಾಱಂ; ಏಱಿಕಾಱಂ; ಒಳ್ನುಡಿಕಾಱಂ; ಪಗೆಕಾಱಂ; ಬಗೆಕಾಱಂ.

ಗಾಱಕ್ಕೆ— ಮಾಲೆಗಾಱಂ; ಕಂಚಗಾಱಂ; ಬಳೆಗಾಱಂ; ಗೆಜ್ಜೆಗಾಱಂ; ಮಣಿಗಾಱಂ; ಒಱಿಗಾಱಂ.

ಅಣಿಯರಮೆಸೆದೊಪ್ಪಿರ್ಪುವು
ಮಣಿಗಾಱರ ಕಂಚಗಾಱರೊಱಿಗಾಱರ ತಿಂ |
ತಿಣಿಯೆನಿಪ ಮಾಲೆಗಾಱರ
ಗಣನಾತೀತಂಗಳಾಪಣಂಗಳ್ ಪೊಱಲೊಳ್ || ಕಂದಂ ||

ಗಕಾರಲೋಪಕ್ಕೆ— ಕಂಮಱಂ; ಕುಂಬಱಂ.

ಸೂತ್ರಂ.

When a word with final ಉ precedes ಗಾಂಟಿ, the ಉ may receive the Bindu or be elided.—The Suffix ಇಚ is used to denote persons born of or in; the penultimate may be shortened.

ಪರದೊಳ್ಗಾಟಿಪ್ರತ್ಯಯ
ಮಿರೆ ಸಲ್ಗುಂ ಬಿಂದು ಮೇಣಕಾರಮುದಂತ |
ಕ್ಕೊರೆವರಿಚಪ್ರತ್ಯಯಮಂ
ಪಿರಿದುಂ ತದ್ಭವನೊಳುಪಧೆಗಕ್ಕುಂ ಹ್ರಸ್ವಂ || 200 ||

ಪದಚ್ಛೇದಂ.—ಪರದೊಳ್ ಗಾಟಿಪ್ರತ್ಯಯಂ ಇರೆ, ಸಲ್ಗುಂ ಬಿಂದು, ಮೇಣ್ ಅಕಾರಂ ಉದಂತಕ್ಕೆ. ಒರೆವರ್ ಇಚಪ್ರತ್ಯಯಮಂ ಪಿರಿದುಂ ತದ್ಭವನೊಳ್ ಉಪಧೆಗೆ ಅಕ್ಕುಂ ಹ್ರಸ್ವಂ.

ಅನ್ವಯಂ.—ಪರದೊಳ್ ಗಾಟಿಪ್ರತ್ಯಯಂ ಇರೆ, ಉದಂತಕ್ಕೆ ಬಿಂದು ಸಲ್ಗುಂ, ಮೇಣ್ ಅಕಾರಂ. ಪಿರಿದುಂ ತದ್ಭವನೊಳ್ ಇಚಪ್ರತ್ಯಯಮಂ ಒರೆವರ್; ಉಪಧೆಗೆ ಹ್ರಸ್ವಂ ಅಕ್ಕುಂ.

ಟೀಕು.—ಪರದೊಳ್ = ಮುಂದೆ; ಗಾಟಿಪ್ರತ್ಯಯಂ = ಗಾಟಿಪ್ರತ್ಯಯಂ; ಇರೆ = ಇರೆ; ಉದಂತಕ್ಕೆ = ಉಕಾರಾಂತಕ್ಕೆ; ಬಿಂದು = ಸೊನ್ನೆ; ಸಲ್ಗುಂ = ಸಲ್ಲುವದು; ಮೇಣ್ = ಅದಲ್ಲದೆ; ಅಕಾರಂ = ಅತ್ವಂ ಸಲ್ಲುವದು; ತದ್ಭವನೊಳ್ = ಅದರೊಳ್ಪುಟ್ಟಿದವನಲ್ಲಿ; ಇಚಪ್ರತ್ಯಯಮಂ = ಇಚ ಎಂಬ ಪ್ರತ್ಯಯಮಂ; ಒರೆವರ್ = ಪೇಳ್ವರ್; ಪಿರಿದುಂ = ವಿಶೇಷವಾಗಿ; ಉಪಧೆಗೆ = ಅಂತ್ಯದ ಮೊದಲ್ಗೆ; ಹ್ರಸ್ವಂ = ಹ್ರಸ್ವಂ; ಅಕ್ಕುಂ = ಅಪ್ಪದು.

ವೃತ್ತಿ.—ಗಾಟಿಪ್ರತ್ಯಯಂ ಪರದೊಳಿರೆ, ಪೂರ್ವದುದಂತಕ್ಕೆ ಬಿಂದುವುಂ ಅಕಾರಮುಮಕ್ಕುಂ. ಅದಱೊಳವಂ ಪುಟ್ಟಿದನೆಂಬಲ್ಲಿ ಇಚಪ್ರತ್ಯಯಮಕ್ಕುಂ; ಕೆಲವೆಡೆಯೊಳುಪಧೆಗೆ ಹ್ರಸ್ವಮಕ್ಕುಂ.

ಪ್ರಯೋಗಂ.—ಬಿಂದುಗೆ—ಪಾಡುಂಗಾಟಿಂ; ಅಲಸುಂಗಾಟಿಂ; ಓದುಂಗಾಟಿಂ; ಜೂದುಂಗಾಟಿಂ.

ಅತ್ವಕ್ಕೆ—ಕಂಚಗಾಟಿಂ.

ಇಚಪ್ರತ್ಯಯಕ್ಕೆ—ಆಲರಿಚಂ; ಪೊಟಿಲಿಚಂ.

ಕೆಲವಱೊಳುಪಧೆಗೆ ಹ್ರಸ್ವಂ—(ಕಾಲೂರು + ಇಚಂ) ಕಾಲುರಿಚಂ.

ಸೂತ್ರಂ.

By the Suffixes ಕುಟಿಗ and ಗ people are introduced who are occupied in; by ಉಳಿಗ beings who live on or by.

ಘನವಾಗಿ ವರ್ತಿಸುವನೀ
ತನಿವಱೊಳೆಂಬಲ್ಲಿ ಕುಟಿಗ-ಗಪ್ರತ್ಯಯಮುಂ |
ಟೆನಿಸುಗುಮುಳಿಗಪ್ರತ್ಯಯ
ಮನುಕೂಲಂ ಬಾಳ್ವಿನಿದಱೊಳಿವನೆಂಬೆಡೆಯೊಳ್
|| 201 ||

ಪದಚ್ಛೇದಂ.—ಘನಂ ಆಗಿ ವರ್ತಿಸುವಂ ಈತಂ ಇವಱೊಳ್ ಎಂಬಲ್ಲಿ ಕುಟಿಗ-ಗಪ್ರತ್ಯಯಂ ಉಂಟು ಎನಿಸುಗುಂ; ಉಳಿಗಪ್ರತ್ಯಯಂ ಅನುಕೂಲಂ ಬಾಳ್ವಿಂ ಇದಱೊಳ್ ಇವಂ ಎಂಬ ಎಡೆಯೊಳ್.

ಅನ್ವಯಂ.—ಈತಂ ಇವಱೊಳ್ ಘನಂ ಆಗಿ ವರ್ತಿಸುವಂ ಎಂಬಲ್ಲಿ ಕುಟಿಗಗಪ್ರತ್ಯಯಂ ಉಂಟು ಎನಿಸುಗುಂ; ಇವಂ ಇದಱೊಳ್ ಅನುಕೂಲಂ ಬಾಳ್ವಿಂ ಎಂಬೆಡೆಯೊಳ್ ಉಳಿಗ ಪ್ರತ್ಯಯಂ.

ಟೀಕು.—ಈತಂ = ಇವಂ; ಇವಱೊಳ್ = ಇವಱಲ್ಲಿ; ಘನಮಾಗಿ = ವೆಗ್ಗಳವಾಗಿ; ವರ್ತಿಸುವಂ = ಪ್ರವರ್ತಿಸುವಂ; ಎಂಬಲ್ಲಿ = ಎಂಬರ್ಥದಲ್ಲಿ; ಕುಟಿಗಗಪ್ರತ್ಯಯಂ = ಕುಟಿಗ ಪ್ರತ್ಯಯ ಗಪ್ರತ್ಯಯಂಗಳ್; ಉಂಟೆನಿಸುಗುಂ = ಉಂಟಾಗುವುವು; ಇವಂ = ಈತಂ, ಇದಱೊಳ್ = ಇದಱಲ್ಲಿ; ಅನುಕೂಲಂ = ಅನುಕೂಲವಾಗಿ; ಬಾಳ್ವಿಂ = ಬರ್ದುಂಕುವಂ; ಎಂಬೆಡೆಯೊಳ್ = ಎಂಬ ತಾವಿನಲ್ಲಿ; ಉಳಿಗಪ್ರತ್ಯಯಂ = ಉಳಿಗ ಎಂಬ ಪ್ರತ್ಯಯಂ ಉಂಟೆನಿಸುವುದು.

ವೃತ್ತಿ.—ಇವನಿದಱೊಳ್ ಪಿರಿದು ವರ್ತಿಸುವನೆಂಬಲ್ಲಿ ಕುಟಿಗಗಪ್ರತ್ಯಯಮಕ್ಕುಂ; ಇದಱೊಳಿವಂ ಬಾಳ್ವಿನೆಂಬಲ್ಲಿ ಉಳಿಗಪ್ರತ್ಯಯಮಕ್ಕುಂ.

ಪ್ರಯೋಗಂ.—ಕುಟಿಗಪ್ರತ್ಯಯಕ್ಕೆ—ಕಲ್ಕುಟಿಗಂ; ನೀರ್ಕುಟಿಗಂ; ಮರಕುಟಿಗಂ; ಕಱುಕುಟಿಗ; ಕಟ್ಟಿಕುಟಿಗಂ.

ಗಪ್ರತ್ಯಯಕ್ಕೆ—ಮಾತುಗಂ; ಬೂತುಗಂ ಕಂತೆಗಂ (Mdb. Ms. ಕತೆಗಂ); ಬೊಂತೆಗಂ; ಭಿದಿಗಂ; ಸಟೆಗಂ; ನವಸಿಗಂ; ಎಡೆಗಂ.

ಉಳಿಗಪ್ರತ್ಯಯಕ್ಕೆ—ದೇವುಳಿಗಂ; ಮಂಣುಳಿಗಂ, ಮಣ್ಣೊಳ್ಜೀವಿಸುವ ಪಾವುಮಣ್ಣುಳಿಗಂ.

ಸೂತ್ರಂ.

By the Suffix ಗುಳಿ with the Bindu before it people are marked who have an inclination for; by ಉಣಿ people who feed on.

ಒದವುವುದು ಗುಳಿಪ್ರತ್ಯಯ
ಮದು ಪೂರ್ವದ ಬಿಂದುವೆರಸುಶೀಲಗ್ರಹಣಾ |
ರ್ಥದೊಳೆತ್ತಮುಣಿಪ್ರತ್ಯಯ
ಮೊದವುಗುಮನ್ವಿತದಿನುಣ್ಬನಿದನೆಂಬೆಡೆಯೊಳ್ ||202||

ಪದಚ್ಛೇದಂ.—ಒದವುವುದು ಗುಳಿಪ್ರತ್ಯಯಂ ಅದು ಪೂರ್ವದ ಬಿಂದುವೆರಸುಶೀಲಗ್ರಹಣಾರ್ಥದೊಳ್; ಎತ್ತಂ ಉಣಿಪ್ರತ್ಯಯಂ ಒದವುಗುಂ ಅನ್ವಿತದಿಂ ಉಣ್ಬಂ ಇದಂ ಎಂಬ ಎಡೆಯೊಳ್.

ಅನ್ವಯಂ.—ಶೀಲಗ್ರಹಣಾರ್ಥದೊಳ್ ಪೂರ್ವದ ಬಿಂದುವೆರಸುಗುಳಿಪ್ರತ್ಯಯಂ ಅದು ಒದವುವುದು; ಇದಂ ಅನ್ವಿತದಿಂ ಉಣ್ಬಂ ಎಂಬೆಡೆಯೊಳ್ ಎತ್ತಂ ಉಣಿಪ್ರತ್ಯಯಂ ಒದವುಗುಂ.

ಟೀಕು.—ಶೀಲಗ್ರಹಣಾರ್ಥದೊಳ್ = ಆವುದಾನೊಂದು ಶೀಲಗ್ರಹಣಾರ್ಥದಲ್ಲಿ; ಪೂರ್ವದ = ಆದಿಯ; ಬಿಂದುವೆರಸು = ಬಿಂದುಗೂಡಿದ; ಗುಳಿಪ್ರತ್ಯಯಂ = ಗುಳಿ ಎಂಬ ಪ್ರತ್ಯಯಂ; ಒದವುವುದು = ಪ್ರಾಪ್ತಿಸುವುದು; ಇದಂ = ಇದಂ; ಅನ್ವಿತದಿಂ = ಹಿತದಿಂದ; ಉಣ್ಬಂ = ಊಟವಂ ಮಾಡುವಂ; ಎಂಬೆಡೆಯೊಳ್ = ಎಂಬ ತಾವಿನಲ್ಲಿ; ಎತ್ತಂ = ಆವ ದೆಸೆಯಲ್ಲಿಯುಂ; ಉಣಿಪ್ರತ್ಯಯಂ = ಉಣಿ ಎಂಬ ಪ್ರತ್ಯಯಂ; ಒದವುಗುಂ = ಬರ್ಪುದು.

ವೃತ್ತಿ.—ಶೀಲಗ್ರಹಣಾರ್ಥಂಗಳೊಳ್ ಬಿಂದುವೆರಸುಗುಳಿಪ್ರತ್ಯಯಮಕ್ಕುಂ; ಈ ವಸ್ತುವನೀತನುಣ್ಬನೆಂಬಲ್ಲಿ ಉಣಿಪ್ರತ್ಯಯಮಕ್ಕುಂ.

ಪ್ರಯೋಗಂ.—ಗುಳಿಪ್ರತ್ಯಯಕ್ಕೆ—ಆಟಂಗುಳಿ; ಸಾಲಂಗುಳಿ; ಲಂಚಂಗುಳಿ; ಕುತ್ತಂಗುಳಿ (Mdb. ಕುತ್ತುಂಗುಳಿ).

ಉಣಿಪ್ರತ್ಯಯಕ್ಕೆ—ಅಮರ್ದುಣಿ; ಕಳ್ಳುಣಿ; ತುಡುಗುಣಿ.

ಸೂತ್ರಂ.

In many of the mentioned instances the Suffixes ಉಳ, ಕುಳಿ, ಆಳಿ, ಇಳ and ಅಡಿಗ may also be used.

ಉಕಕುಳಿಯಾಳಿಪ್ರತ್ಯಯ
ಮಿಕಮುಂ ಶೀಲಾದಿವಿಶ್ರುತಾರ್ಥದೊಳಡಿಗ |
ಪ್ರಕಟಪ್ರತ್ಯಯಮಕ್ಕುಂ
ಸುಕವಿಗಳಿಂ ತದನುಕೂಲವರ್ತನವಿಧಿಯೊಳ್ ||203||

ಪದಚ್ಛೇದಂ.—ಉಕ-ಕುಳಿ-ಆಳಿಪ್ರತ್ಯಯಂ ಇಕಮುಂ ಶೀಲಾದಿವಿಶ್ರುತಾರ್ಥದೊಳ್; ಅಡಿಗಪ್ರಕಟಪ್ರತ್ಯಯಂ ಅಕ್ಕುಂ ಸುಕವಿಗಳಿಂ ತದನುಕೂಲವರ್ತನವಿಧಿಯೊಳ್.

ಅನ್ವಯಂ.—ಶೀಲಾದಿವಿಶ್ರುತಾರ್ಥದೊಳ್ ಉಕಕುಳಿಯಾಳಿಪ್ರತ್ಯಯಂ ಇಕಮುಂ; ಸುಕವಿಗಳಿಂ ತದನುಕೂಲವರ್ತನವಿಧಿಯೊಳ್ ಅಡಿಗಪ್ರಕಟಪ್ರತ್ಯಯಂ ಅಕ್ಕುಂ.

ಟೀಕು.—ಶೀಲಾದಿ = ಶೀಲ ಮೊದಲಾದ; ವಿಶ್ರುತಾರ್ಥದೊಳ್ = ಪ್ರಸಿದ್ಧವಾದರ್ಥದಲ್ಲಿ; ಉಕಕುಳಿಯಾಳಿಪ್ರತ್ಯಯಂ = ಉಕಪ್ರತ್ಯಯ ಕುಳಿಪ್ರತ್ಯಯ ಆಳಿಪ್ರತ್ಯಯಂಗಳ್; ಇಕಮುಂ = ಇಕ ಎಂಬ ಪ್ರತ್ಯಯಮುಂ ಅಪ್ಪುದು; ಸುಕವಿಗಳಿಂ = ಸತ್ಕವೀಶ್ವರರಿಂದೆ; ತದನುಕೂಲ = ಆ ಶೀಲಾದಿವಿಶ್ರುತಾರ್ಥದೊಳನುಕೂಲವಾದ; ವರ್ತನವಿಧಿಯೊಳ್ = ವರ್ತನದ ವಿಧಿಯಲ್ಲಿ; ಅಡಿಗ = ಅಡಿಗ ಎಂಬ; ಪ್ರಕಟ = ಪ್ರಸಿದ್ಧವಾದ; ಪ್ರತ್ಯಯಂ = ಪ್ರತ್ಯಯಂ; ಅಕ್ಕುಂ = ಆಗುವುದು.

ವೃತ್ತಿ.—ಶೀಲಾದಿನಿಖಿಲಾರ್ಥಂಗಳೊಳ್ ಉಕಪ್ರತ್ಯಯಮುಂ ಕುಳಿಪ್ರತ್ಯಯಮುಂ ಆಳಿಪ್ರತ್ಯಯಮುಂ ಇಕಪ್ರತ್ಯಯಮುಂ ಅಕ್ಕುಂ; ತದನುಕೂಲವರ್ತನದೊಳ್ ಅಡಿಗಪ್ರತ್ಯಯಮಕ್ಕುಂ.

ಪ್ರಯೋಗಂ.—ಉಕಪ್ರತ್ಯಯಕ್ಕೆ—ಕಟ್ಟುಕಂ; ತಟ್ಟುಕಂ; ಅಂಟುಕಂ; ಕಾರುಕಂ; ಸಂಣುಕಂ; ಬಂದುಕಂ (Mdb. Ms. ಬೊಂದುಕಂ); ದಿಂಡುಕಂ.

ಕುಳಿಪ್ರತ್ಯಯಕ್ಕೆ—ಪೋರ್ಕುಳಿ; ಓಡುಕುಳಿ; ಹುಡುಕುಳಿ (Mdb. Ms. ಪಾಡುಕುಳಿ); ಮಱುಕುಳಿ; (ಕುಱುಕುಳಿ); ಪ್ರೋಂಕ್ಕುಳಿ; ಇಱುಕುಳಿ; ಅಯ್ಕುಳಿ.

ಆಳಿಪ್ರತ್ಯಯಕ್ಕೆ—ಓದಾಳಿ; ಜೂದಾಳಿ; ಮಾಱಾಳಿ; ಏಱಾಳಿ; ಪಡಪಾಳಿ; ಮಾತಾಳಿ; ಕೇಡಾಳಿ; ಸಿಗ್ಗಾಳಿ.

ಮಾಱಾಳಿಯುಮೋದಾಳಿಯು
ಮೇಱಾಳಿಯುಮಪ್ಪನಾಗಿ ಪಡೆಪಾಳಿಯೆ ಕೇಳ್ ।
ನೀಱಿಂ ಜೂದಾಳಿ ಕರಂ
ನೀಱಿಗೆ ಮಾತಾಳಿ ಕಳೆಯೆ ಸಿಗ್ಗಾಳಿಯಿವಂ ॥ ಕಂದಂ ॥

ಇಕಪ್ರತ್ಯಯಕ್ಕೆ—ಕರಿಕಂ; ಅಸಿಕಂ; ದಸಿಕಂ (ಹಿಸಿಕಂ); ಬಾರಿಕಂ.

ಅಡಿಗಪ್ರತ್ಯಯಕ್ಕೆ—ದೇವಡಿಗಂ; ಪಾವಡಿಗಂ; ಪೂವಡಿಗಂ.

ಸೂತ್ರಂ.

By the Suffix ಉಗ Nouns are formed which denote people who deal in, or are engaged in or meddle with; by ಅಟಿಗ Nouns for rope-dancers, light-bearers, and blade-dealers (?).

ವ್ಯವಹರಣತದಾಚರಣ
ಪ್ರವಣನೊಳಕ್ಕುಂ ಸಮಂತುಗಪ್ರತ್ಯಯಮೊಂ |
ದುವುದಟಿಗಪ್ರತ್ಯಯಮಾ
ಡುವ ದೀವಿಗೆವಿಡಿವ ಹರದುಗೆಯ್ವನಿಬರೊಳಂ || 204 ||

ಪದಚ್ಛೇದಂ.—ವ್ಯವಹರಣತದಾಚರಣಪ್ರವಣನೊಳ್ ಅಕ್ಕುಂ ಸಮಂತು ಉಗಪ್ರತ್ಯಯಂ; ಒಂದುವುದು ಅಟಿಗಪ್ರತ್ಯಯಂ ಆಡುವ ದೀವಿಗೆವಿಡಿವ ಹರದುಗೆಯ್ವ ಅನಿಬರೊಳಂ.

ಅನ್ವಯಂ.—ವ್ಯವಹರಣತದಾತರಣಪ್ರವಣನೊಳ್ ಸಮಂತು ಉಗಪ್ರತ್ಯಯಂ ಅಕ್ಕುಂ; ಆಡುವ ದೀವಿಗೆವಿಡಿವ ಹರದುಗೆಯ್ವನಿಬರೊಳಂ ಅಟಿಗಪ್ರತ್ಯಯಂ ಒಂದುವುದು.

ಟೀಕು.—ವ್ಯವಹರಣ = ವ್ಯವಹಾರದಲ್ಲಿ; ತದಾಚರಣ = ಅದರಾಚರಣೆಯಲ್ಲಿ; ಪ್ರವಣನೊಳ್ = ಪ್ರಸಿದ್ಧನಾದವನಲ್ಲಿ; ಸಮಂತು = ಹಾಂಗೆ; ಉಗಪ್ರತ್ಯಯಂ = ಉಗ ಎಂಬ ಪ್ರತ್ಯಯಂ; ಅಕ್ಕುಂ = ಆಗುವುದು; ಆಡುವ = ಗಱಿವಿಡಿದಾಡುವ; ದೀವಿಗೆವಿಡಿವ = ದೀವಿಗೆಯಂ ಪಿಡಿವ; ಹರದುಗೆಯ್ವ = ಬೇಹಾರವಂ ಮಾಡುವ; ಅನಿಬರೊಳಂ = ಅನಿಬರಲ್ಲಿಯುಂ; ಅಟಿಗಪ್ರತ್ಯಯಂ = ಅಟಿಗ ಎಂಬ ಪ್ರತ್ಯಯಂ; ಒಂದುವುದು = ಪೊರ್ದುಗೆಯಾಗುವುದು.

ವೃತ್ತಿ.—ವ್ಯವಹರಿಸುವನೊಳಮ್ ಅಲ್ಲಿ ವರ್ತಿಸುವನೊಳಮ್ ಉಗಪ್ರತ್ಯಯಮಕ್ಕುಂ; ಗಱಿವಿಡಿದಾಡುವ ದೀವಿಗೆವಿಡಿವ ಎಲೆವರದಾಡುವನೊಳಮ್ ಅಟಿಗಪ್ರತ್ಯಯಮಕ್ಕುಂ.

ಪ್ರಯೋಗಂ.—ಉಗಪ್ರತ್ಯಯಕ್ಕೆ—ನಾರುಗಂ; ಬೇರುಗಂ; ಊರುಗಂ; ಕಾೞುಗಂ; ನೇಣುಗಂ; ಹೆಣ್ಣುಗಂ; ಮಣ್ಣುಗಂ.

ಅಟಿಗಪ್ರತ್ಯಯಕ್ಕೆ—ಕೊಲ್ಲಟಿಗಂ; ದೀವಟಿಗಂ; ಮಾವಟಿಗಂ.

ಸೂತ್ರಂ.

The Suffix ಕ is used for denoting persons of a certain condition; ಇಲ for denoting persons occupied with or following a profession, or abiding in.

ಏನಾನುಮೊಂದು ಭಾವಮ
ನಾನಲ್ ಸಲ್ವವನೊಳಱಿಗೆ ಕಪ್ರತ್ಯಯಮಂ |
ಪೀನಂ ತದ್ವರ್ತನಗತ
ಮಾನವನೊಳ್ ತಿಳಿಗೆ ಮತ್ತಿಲಪ್ರತ್ಯಯಮಂ || 205 ||

ಪದಚ್ಛೇದಂ.—ಏನಾನುಂ ಒಂದು ಭಾವಮಂ ಆನಲ್ ಸಲ್ವವನೊಳ್ ಅಱಿಗೆ ಕಪ್ರತ್ಯಯಮಂ; ಪೀನಂ ತದ್ವರ್ತನಗತಮಾನವನೊಳ್ ತಿಳಿಗೆ ಮತ್ತೆ ಇಲಪ್ರತ್ಯಯಮಂ.

ಅನ್ವಯಂ.—ಏನಾನುಂ ಒಂದು ಭಾವಮಂ ಆನಲ್ ಸಲ್ವವನೊಳ್ ಕಪ್ರತ್ಯಯಮಂ ಅಱಿಗೆ; ಪೀನಂ ತದ್ವರ್ತನಗತಮಾನವನೊಳ್ ಮತ್ತೆ ಇಲಪ್ರತ್ಯಯಮಂ ತಿಳಿಗೆ.

ಟೀಕು.—ಏನಾನುಮೊಂದು = ಆವುದಾನೊಂದು; ಭಾವಮಂ = ಭಾವಮಂ; ಆನಲ್ = ಧರಿಸಲ್; ಸಲ್ವವನೊಳ್ = ಸಲ್ವವನಲ್ಲಿ; ಕಪ್ರತ್ಯಯಮಂ = ಕ ಎಂಬ ಪ್ರತ್ಯಯಮಂ; ಅಱಿಗೆ = ತಿಳಿಗೆ; ಪೀನಂ = ವಿಶೇಷವಾಗಿ; ತದ್ವರ್ತನ = ಆ ವರ್ತನೆಯಲ್ಲಿ; ಗತ = ಎಯ್ದಲ್ಪಟ್ಟ; ಮಾನವನೊಳ್ = ಮನುಷ್ಯನಲ್ಲಿ; ಮತ್ತೆ = ಬೞಿಕಂ; ಇಲಪ್ರತ್ಯಯಮಂ = ಇಲ ಎಂಬ ಪ್ರತ್ಯಯಮಂ; ತಿಳಿಗೆ = ಅಱಿಗೆ.

ವೃತ್ತಿ.—ಆವುದಾನೊಂದು ಭಾವಮಂ ತಳೆದಿರ್ಪವನೊಳ್ ಕಪ್ರತ್ಯಯಮಕ್ಕುಂ; ಅದಱೊಳೀತಂ ವರ್ತಿಪನೆಂಬಲ್ಲಿ ಇಲಪ್ರತ್ಯಯಮಕ್ಕುಂ.

ಪ್ರಯೋಗಂ.—ಕಪ್ರತ್ಯಯಕ್ಕೆ—ಬಡಕಂ; ನಿಡುಕಂ; ಒಣಕಂ; ಕಿಡುಕಂ; ಬಣುಕಂ; ಅಱಿಕಂ; ಬೆಳುಕಂ (Mḍb. Ms. ಬಳಕಂ); ತೊಳಕಂ (Mḍb. Ms. ಕೊಳಕಂ or ಕೊಟಿಕಂ

ಇಲಪ್ರತ್ಯಯಕ್ಕೆ—ಪಚ್ಚಯಿಲಂ (o. r. ಪಚ್ಚಾಯಿಲಂ) ಫೆಳಯಿಲಂ; ಪಡೆಯಿಲಂ; ಗಾವಿಲಂ.

ಸೂತ್ರಂ.

By the Suffixes ಉಳ್ಳ, ಒಡೆಯ and ವಂತ persons are denoted who possess; by ವಣಿಗ persons whose delight is eating (or taking).

ಇದಱೊಳಿದುಂಟೆಂಬರ್ಥದೊ
ಳುದಯಿಪುದುಳ್ಳೊಡೆಯವಂತಶಬ್ದಂ ಕೈಕೊ |
ಳ್ವುದು ವಣಿಗಪ್ರತ್ಯಯಮು
ಣ್ಬುದು ಜೀವಿತಮಾಗಿ ಬೞಿದೆ ತಿನುತಿರ್ಪವನೊಳ್ || 206 ||

ಪದಚ್ಛೇದಂ.— ಇದಱೊಳ್ ಇದು ಉಂಟು ಎಂಬ ಅರ್ಥದೊಳ್ ಉದಯಿಪ್ಪುದು ಉಳ್ಳ ಒಡೆಯ ವಂತ ಶಬ್ದಂ; ಕೈಕೊಳ್ವುದು ವಣಿಗಪ್ರತ್ಯಯಂ, ಉಣ್ಬುದು ಜೀವಿತಂ ಆಗಿ, ಬಱಿದೆ ತಿನುತೆ ಇರ್ಪ ಅವನೊಳ್.

ಅನ್ವಯಂ.— ಉಣ್ಬುದು ಜೀವಿತಂ ಆಗಿ, ಬಱಿದೆ ತಿನುತೆ ಇರ್ಪವನೊಳ್ ವಣಿಗಪ್ರತ್ಯಯಂ ಕೈಕೊಳ್ವುದು.

ಟೀಕು.—ಇದಱೊಳ್ = ಇದರಲ್ಲಿ; ಇದು = ಇದು; ಉಂಟೆಂಬರ್ಥದೊಳ್ = ಉಂಟೆಂಬ ಅರ್ಥದಲ್ಲಿ; ಉಳ್ಳೊಡೆಯವಂತಶಬ್ದಂ = ಉಳ್ಳ ಎಂಬ, ಒಡೆಯ ಎಂಬ, ವಂತ ಎಂಬ ಶಬ್ದಂ; ಉದಯಿಪುದು = ಹುಟ್ಟುವುದು; ಉಣ್ಬುದು = ತಿಂಬುದು; ಜೀವಿತವಾಗಿ = ಬಾೞ್ವೆಯಾಗಿ; ಬಱಿದೆ = ಸುಮ್ಮನೆ; ತಿನುತಿರ್ಪವನೊಳ್ = ತಿನುತಿರ್ಪವನಲ್ಲಿ; ವಣಿಗಪ್ರತ್ಯಯಂ = ವಣಿಗ ಎಂಬ ಪ್ರತ್ಯಯಂ; ಕೈಕೊಳ್ವುದು = ಸ್ವೀಕಾರವಪ್ಪುದು.

ವೃತ್ತಿ.—ಇಲ್ಲಿ ಈ ವಸ್ತುವುಂಟೆಂಬರ್ಥದೊಳ್ ಉಳ್ಳವೊಡೆಯವಂತಪ್ರತ್ಯಯಮಕ್ಕುಂ; ಊಟಮೇ ಜೀವಿತಮಾಗಿ ಬಾೞ್ವಿನೊಳ್ ವಣಿಗಪ್ರತ್ಯಯಮಕ್ಕುಂ.

ಪ್ರಯೋಗಂ.—ಉಳ್ಳಪ್ರತ್ಯಯಕ್ಕೆ—ಧನಮುಳ್ಳಂ; ಧಾನ್ಯಮುಳ್ಳಂ; ಗುಣಮುಳ್ಳಂ; ಓದುಳ್ಳಂ; ತೇಜಮುಳ್ಳಂ.

ಒಡೆಯಪ್ರತ್ಯಯಕ್ಕೆ—ಪೆರ್ಮೆಯೊಡೆಯಂ; ಜಗದೊಡೆಯಂ; ನೆಲನೊಡೆಯಂ; ಕೊಡೆಯೊಡೆಯಂ; ಜಾಣೊಡೆಯಂ.

ವಂತಪ್ರತ್ಯಯಕ್ಕೆ—ಸಿರಿವಂತಂ; ಜಯವಂತಂ; ಜಸವಂತಂ; ಹೂನ್ಯವಂತಂ (Mdb. ಪೂಣ್ಯವಂತಂ).

ವಣಿಗಪ್ರತ್ಯಯಕ್ಕೆ—ಕೂೞ್ವಣಿಗಂ.

ಮತ್ತೆ ಕೆಲವಱೊಳುಂಟು—ಲಂಚವಣಿಗಂ; ಸಾಲವಣಿಗಂ.

ಸೂತ್ರಂ.

The Suffix ಅನೆಯ is used for denoting grades in quantity and number; ಮೆ for denoting so and so many times.

ಅನೆಯಪ್ರತ್ಯಯಮನಿತಿನಿ
ತೆನಿತೆಂಬ ಲಸತ್ಪ್ರಮಾಣಪೂರಣದೊಳ್ಕೆ ।
ಟ್ಟನೆ ಸಂಖ್ಯಾಪೂರಣದೊಳ್
ಜನಿಯಿಪುದು ಮೆಯೆಂಬುದಕ್ಕುಮೆಣಿಸುವ ಸೂೞೊಳ್

॥ 207 ॥

ಪದಚ್ಛೇದಂ.—ಅನೆಯಪ್ರತ್ಯಯಂ ಅನಿತು ಇನಿತು ಎನಿತು ಎಂಬ ಲಸತ್ಪ್ರಮಾಣಪೂರಣದೊಳ್ ನೆಟ್ಟನೆ ಸಂಖ್ಯಾಪೂರಣದೊಳ್ ಜನಿಯಿಪುದು; ಮೆ ಎಂಬುದು ಅಕ್ಕುಂ ಎಣಿಸುವ ಸೂೞೊಳ್.

ಅನ್ವಯಂ.—ಅನಿತಿನಿತೆನಿತೆಂಬ ಲಸತ್ಪ್ರಮಾಣಪೂರಣದೊಳ್ ನೆಟ್ಟನೆ ಸಂಖ್ಯಾಪೂರಣದೊಳ್ ಅನೆಯಪ್ರತ್ಯಯಂ ಜನಿಯಿಪುದು; ಎಣಿಸುವ ಸೂೞೊಳ್ ಮೆಯೆಂಬುದಕ್ಕುಂ.

ಟೀಕು.—ಅನಿತು = ಅನಿತೆಂದು; ಇನಿತು = ಇನಿತೆಂದು; ಎನಿತು = ಎನಿತೆಂದು; ಎಂಬ = ಎಂಬ; ಲಸತ್ = ಒಪ್ಪಲ್ಪಟ್ಟ; ಪ್ರಮಾಣಪೂರಣದೊಳ್ = ಪ್ರಮಾಣಪೂರಣದಲ್ಲಿ; ನೆಟ್ಟನೆ = ವ್ಯಕ್ತವಾಗಿ; ಸಂಖ್ಯಾ = ಲೆಕ್ಕದ; ಪೂರಣದೊಳ್ = ಪೂರಣದಲ್ಲಿ; ಅನೆಯಪ್ರತ್ಯಯಂ = ಅನೆಯ ಎಂಬ ಪ್ರತ್ಯಯಂ; ಜನಿಯಿಪುದು = ಹುಟ್ಟುವುದು; ಎಣಿಸುವ ಸೂೞೊಳ್ = ಎಣಿಸುವ ಸೂಡಿಲ್ಲಿ; ಮೆ ಎಂಬುದು = ಮೆ ಎಂಬ ಪ್ರತ್ಯಯಂ; ಅಕ್ಕುಂ = ಆಗುವುದು.

ವೃತ್ತಿ.—ಅನಿತಿನಿತೆನಿತೆಂಬ ಪ್ರಮಾಣಪೂರಣದೊಳಂ ಸಂಖ್ಯಾಪೂರಣದೊಳಮ್ ಅನೆಯಪ್ರತ್ಯಯಮಕ್ಕುಂ; ಎಣಿಸುವ ಸೂೞೊಳ್ ಮೆಯೆಂಬುದಕ್ಕುಂ.

ಪ್ರಯೋಗಂ.—ಅನೆಯಪ್ರತ್ಯಯಕ್ಕೆ—ಅನಿತನೆಯಂ; ಇನಿತನೆಯಂ; ಎನಿತನೆಯಂ; ಒಂದನೆಯಂ; ಎರಡನೆಯಂ; ಮೂಱನೆಯಂ; ಪದಿನಾಱನೆಯಂ; ನೂಱನೆಯಂ; ಐನೂಱನೆಯಂ.

ಮೆಪ್ರತ್ಯಯಕ್ಕೆ—ಒರ್ಮೆ; ಇರ್ಮೆ; ಮೂರ್ಮೆ; ಸಾಸಿರ್ಮೆ; ಪಲರ್ಮೆ.

ಸೂತ್ರಂ.

In forming Feminines chiefly from bases with final ಅ, the Suffixes ಇತಿ, ತಿ, ಅಳ್ or ಎ are added.

ಕಾಂತಾವಿಷಯದೊಳಾದಮ
ದಂತಕ್ಕಿತಿಯುಂ ತದಾದಿಲೋಪಮುಮಕ್ಕುಂ ।
ಭ್ರಾಂತೆ[illegible]ನಳಂತಮುಂ ನೆಗ
ೞ್ಗಿಂ ತೋಱಿದದರ್ಕದಂತದಲ್ಲಿ ವಿಕಲ್ಪಂ ॥ 208 ॥

ಪದಚ್ಛೇದಂ.—ಕಾಂತಾವಿಷಯದೊಳ್ ಅದಂ ಅದಂತಕ್ಕೆ ಇತಿಯುಂ ತದಾದಿಲೋಪ ಮುಂ ಅಕ್ಕುಂ; ಭ್ರಾಂತೆಂ, ಅಳಂತಮುಂ ನೆಗಟ್ಗುಂ, ತೋಱದು ಅದರ್ಕೆ ಅದಂತದಲ್ಲಿ ವಿಕಲ್ಪಂ.

ಅನ್ವಯಂ.—ಅದರ್ಕೆ ಅದಂತದಲ್ಲಿ ವಿಕಲ್ಪಂ ತೋಱದು ಎಂಬುದನ್ವಯಂ.

ಟೀಕು.—ಕಾಂತಾವಿಷಯದೊಳ್ = ಸ್ತ್ರೀವಿಷಯಲ್ಲಿ; ಅದಂ = ಅದಂ ಎಂಬ ಪೀನಗ್ರಹ ಣದಿಂದೆ; ಅದಂತಕ್ಕೆ = ಅಕಾರಾಂತಕ್ಕೆ; ಇತಿಯುಂ = ಇತಿಯೆಂಬ ಪ್ರತ್ಯಯವುಂ; ತದಾದಿಲೋ ಪಮುಂ = ಆ ಇತಿಪ್ರತ್ಯಯದಾದಿಗೆ ಲೋಪವುಂ; ಅಕ್ಕುಂ = ಅಪ್ಪದು; ಭ್ರಾಂತೆಂ = ಭ್ರಮೆ ಯೆಂ; ಅಳಂತಮುಂ = ಅಳ್ ಎಂಬ ಪ್ರತ್ಯಯಾಂತಮುಂ; ನೆಗಟ್ಗುಂ = ಪ್ರಸಿದ್ಧಿ ವಡೆವುದು; ಅದರ್ಕೆ = ಆ ಅಳ್ ಎಂಬ ಪ್ರತ್ಯಯಕ್ಕೆ; ಅದಂತದಲ್ಲಿ = ಅಕಾರಾಂತದಲ್ಲಿ; ವಿಕಲ್ಪಂ = ವಿಕಲ್ಪಂ; ತೋಱದು = ಬಾರದು.

ವೃತ್ತಿ.—ಸ್ತ್ರೀವಿಷಯದೊಳದಂತಕ್ಕೆ ಇತಿಪ್ರತ್ಯಯಮುಮ್, ಆದಿಯಿತ್ವಕ್ಕೆ ಲೋಪಮುಮ್, ಆದವೆಂಬುದಱಿಂ ಕಿಱಿದೆಡೆಯೊಳವ್ ಅದಂತಮಲ್ಲದ ಲ್ಲಿಯುಮ್, ಅದಂತಕ್ಕೆ ವಿಕಲ್ಪಮಿಲ್ಲದಳ್ಪ್ರತ್ಯಯಮುಮ್ ಆದವೆಂಬುದಱಿಂ ದಂತಕ್ಕೆತ್ವಮುಮಕ್ಕುಂ.

ಪ್ರಯೋಗಂ.—ಇತಿಗೆ—ಚಾಮರಿಗಿತಿ; ಮದ್ದಳಿಗಿತಿ; ಅವುಜಿಗಿತಿ; ಕನ್ನ ಡಿಗಿತಿ; [illegible]ಪಾಳಿಗಿತಿ; ಪಂಚಮಿಗಿತಿ; ವೇರಡಿಗಿತಿ; ಕುಱುಂಬತಿ; ತೆಲುಂಗಿತಿ (Mdb. Ms. ತೆಲ್ಲಿಗಿತಿ); ಚಿಪ್ಪಿಗಿತಿ; ಒಕ್ಕಲಿಗಿತಿ, ಒಕ್ಕಲಿತಿಯೆಂದುಮುಂಟು.

ಒಕ್ಕಲಿತಿ ಜೋಡೆಯಾದಂ
ತಕ್ಕುಮವಳ್ ಸಿತಗೆ ಪತಿಗೆ ಮಿಗೆಕಾಯ್ವಳ್ ನೋ |
ಟಕ್ಕೆ ಕಡುಸೊಂದಿ ನಾಣಿಲಿ
ಒಕ್ಕಂಬಯಲೊಳಮದಾರುಮಂ ಭಂಜಿಸುವಳ್ || ಕಂದಂ ||

ಅದಂತಮಲ್ಲದಲ್ಲಿಯುಂ—ಅಕ್ಕಸಾಲಿತಿ; ಒಕ್ಕಲಿತಿ.

ಇತ್ವಲೋಪಕ್ಕೆ—ಮಣಿಗಾರ್ತಿ; ಕಂಚಗಾರ್ತಿ; ಗಾಡಿಗಾರ್ತಿ (Mdb. Ms. ಗಾಡಿಕಾರ್ತಿ; ಬೇಟಕಾರ್ತಿ; ಘಟ್ಟವಳ್ತಿ, ಸೆಜ್ಜೆವಳ್ತಿ. ಪೊಲತಿ, ನರತಿ, ಎಡತಿ ಎಂಬ ಮೂಱು ಶಬ್ದದೆತ್ವಕ್ಕೆ ಸಮಾಸದಂತಿರತ್ಸಂ.

ವಿಕಲ್ಪಮಿಲ್ಲದ ಅಳ್ಪ್ರತ್ಯಯಕ್ಕೆ—ಅವಳ್, ಇವಳ್, ಉವಳ್; ಆವಳ್; ಪೆಱಳ್; ಕಿಱಯಳ್; ಪಿರಿಯಳ್; ಅಸಿಯಳ್; ಇನಿಯಳ್; ಇಂಬಿದಳ್; ಕಂಬಿದಳ್.

ಕೃತ್ತಿನೊಳಮಪ್ಪುದರ್ಕೆ—ಓಸರಿಸಿದಳ್; ರಾಗಿಸಿದಳ್; ಭೋಗಿಸಿದಳ್; ಪಾಡಿಸಿದಳ್; ನೋಡಿದಳ್; ಒಸೆದಳ್; ಬೆಸೆದಳ್.

ಎತ್ವಕ್ಕೆ—ಜೋಡೆ; ಸಿತಗೆ; ಚದುರೆ; ಪಾಣ್ಬೆ.

ಸೂತ್ರಂ.

In the formation of Secondary nominal bases there appears an Elision of vowels and consonants, and a Changing of consonants similar to what we see in Compounds and Verbs.

ಚರಮಸ್ವರಕ್ಕೆ ಚರಮಾ
ಕ್ಷರಕಕ್ಕುಂ ಲೋಪಮಗ್ರದೊಳ್ ತದ್ಧಿತಮೊಂ |
ದಿರೆ ತನ್ನೊಳಾ ಸಮಾಸಾಂ
ತರದಾಖ್ಯಾತಕದ ಲಕ್ಷಣಂ ವ್ಯವಹರಿಕುಂ || 209 ||

ಪದಚ್ಛೇದಂ.—ಚರಮಸ್ವರಕ್ಕೆ ಚರಮಾಕ್ಷರಕೆ ಅಕ್ಕುಂ ಲೋಪಂ, ಅಗ್ರದೊಳ್ ತದ್ಧಿತಂ ಒಂದಿ ಇರೆ; ತನ್ನೊಳ್ ಆ ಸಮಾಸಾಂತರದ ಆಖ್ಯಾತಕದ ಲಕ್ಷಣಂ ವ್ಯವಹರಿಕುಂ.

ಅನ್ವಯಂ.—ಅಗ್ರದೊಳ್ ತದ್ಧಿತಂ ಒಂದಿರೆ, ಚರಮಸ್ವರಕ್ಕೆ ಚರಮಾಕ್ಷರಕೆ ಲೋಪಂ ಅಕ್ಕುಂ; ತನ್ನೊಳ್ ಆ ಸಮಾಸಾಂತರದ ಆಖ್ಯಾತಕದ ಲಕ್ಷಣಂ ವ್ಯವಹರಿಕುಂ.

ಟೀಕು.—ಅಗ್ರದೊಳ್ = ಮುಂದೆ; ತದ್ಧಿತಂ = ತದ್ಧಿತಪ್ರತ್ಯಯಂ; ಒಂದಿರೆ = ಕೂಡಿರೆ; ಚರಮಸ್ವರಕ್ಕೆ = ಅಂತ್ಯದ ಸ್ವರಕ್ಕೆ; ಚರಮಾಕ್ಷರಕೆ = ಅಂತ್ಯದಕ್ಷರಕ್ಕೆ; ಲೋಪಂ = ಅದರ್ಶನಂ; ಅಕ್ಕುಂ = ಅಪ್ಪುದು; ತನ್ನೊಳ್ = ತದ್ಧಿತಮೊಂದಿದ ಪದಂ ತನ್ನಲ್ಲಿ; ಆ ಸಮಾಸಾಂತರದ = ಆ ಸಮಾಸಪ್ರಕರಣಮಧ್ಯದ; ಆಖ್ಯಾತಕದ = ಆಖ್ಯಾತಪ್ರಕರಣದ; ಲಕ್ಷಣಂ = ಲಕ್ಷಣವಾದ ಸೂತ್ರಂ; ವ್ಯವಹರಿಕುಂ = ವ್ಯವಹರಿಸುವುದು.

ವೃತ್ತಿ.—ತದ್ಧಿತಪ್ರತ್ಯಯಂ ಪರದೊಳಿರೆ, ಅಂತ್ಯಸ್ವರಕ್ಕಮಂತ್ಯಾಕ್ಷರಕ್ಕಂ ಲೋಪಂ; ಸಮಾಸಾಂತರಾಳಲಕ್ಷಣಮುಮ್ ಆಖ್ಯಾತಲಕ್ಷಣಮುಂ ತದ್ಧಿತದೊಳೆ ವ್ಯವಹರಿಸುಗುಂ.

ಪ್ರಯೋಗಂ.—ಸ್ವರಲೋಪಕ್ಕೆ—ಘಟ್ಟವಳ್ತಿ; ಸೆಜ್ಜೆವಳ್ತಿ; ತೆಲುಂಗಿತಿ; ಜೋಸರಿಗಿತಿ (Mdb. Ms. ಚೋ—); ದೇಸಿಗಿತಿ; ಕಂಮಱಿತಿ; ನಾವಿದಿತಿ; ಹಾದರಿಗಿತಿ.

(ಱು, ದು ಎಂಬ) ಅಕ್ಷರಂಗಳ ಲೋಪಕ್ಕೆ—ಏಱುತಕ್ಕೆ ಏತಂ; ಓದಿಂಗೆ ಓತಂ.

ಸಮಾಸಲಕ್ಷಣಕ್ಕೆ— ಮಾಲೆಗಾಱನೆಂಬುದಱ ಱಕಾರಕ್ಕೆ ರೇಫಮಾದುದಾಗಿ ಮಾಲೆಗಾರ್ತಿ; ಕಂಚಗಾರ್ತಿ; ಪಂಚಗಾರ್ತಿ; ಬಲಗಾರ್ತಿ; ಜಾಲಗಾರ್ತಿ; ಬಳೆಗಾರ್ತಿ.

ಆಖ್ಯಾತಲಕ್ಷಣಕ್ಕೆ—ಆಟಂ; ಪಾಟಂ; ನೋಟಂ; ಕೂಟಂ.

ಸೂತ್ರಂ.

ಇತ್ವದೊಳುತ್ವದೊಳಾ ಹ್ರ
ಸ್ವೆತ್ವದೊಳೊಂದಿದ ವಕಾರಮಕ್ಕುಂ ಭಾವ |
ಕ್ಕತ್ವಂ ಪಿರಿದುಂ ಪೆಱಗುಂ
ಟತ್ವಂ ಹ್ರಸ್ವೆತ್ವತತ್ವಮದು ಕೆಲವೆಡೆಯೊಳ್ || 210 ||

One class of Abstract nouns (ಭಾವಾರ್ಥಂಗಳ್) is formed by adding ವಿ, ವು or ವೆ to (Verbal) themes, in which case ಅ frequently generates before the suffixes;—another class by adding ತ or ತೆ.

ಪದಚ್ಛೇದಂ.—ಇತ್ವದೊಳ್ ಉತ್ವದೊಳ್ ಆ ಹ್ರಸ್ವೆತ್ವದೊಳ್ ಒಂದಿದ ವಕಾರಂ ಅಕ್ಕುಂ ಭಾವಕ್ಕೆ; ಅತ್ವಂ ಪಿರಿದುಂ ಪೆಱಗೆ ಉಂಟು. ಅತ್ವಂ ಹ್ರಸ್ವೆತ್ವತತ್ವಂ ಅದು ಕೆಲವೆಡೆಯೊಳ್.

ಅನ್ವಯಂ.—ಭಾವಕ್ಕೆ ಇತ್ವದೊಳ್ ಉತ್ವದೊಳ್ ಆ ಹ್ರಸ್ವೆತ್ವದೊಳ್ ಒಂದಿದ ವಕಾರಂ ಅಕ್ಕುಂ; ಅತ್ವಂ ಪಿರಿದುಂ ಪೆಱಗೆ ಉಂಟು. ಕೆಲವೆಡೆಯೊಳ್ ಅತ್ವಂ ಹ್ರಸ್ವೆತ್ವತತ್ವಂ ಅದು.

ಟೀಕು.—ಭಾವಕ್ಕೆ = ಭಾವಾರ್ಥಕ್ಕೆ; ಇತ್ವದೊಳ್ = ಇಕಾರದಲ್ಲಿ; ಉತ್ವದೊಳ್ = ಉಕಾರದಲ್ಲಿ; ಆ ಹ್ರಸ್ವೆತ್ವದೊಳ್ = ಆ ಹ್ರಸ್ವವಾದೆಕಾರದಲ್ಲಿ; ಒಂದಿದ ವಕಾರಂ = ಕೂಡಿದ ವಕಾರಂ; ಅಕ್ಕುಂ = ಆಗುವದು; ಅತ್ವಂ = ಅಕಾರಂ; ಪಿರಿದುಂ = ವಿಶೇಷವಾಗಿ; ಪೆಱಗೆ = ಹಿಂದೆ; ಉಂಟು = ಉಂಟಾಗುವುದು; ಕೆಲವೆಡೆಯೊಳ್ = ಕೆಲವು ತಾವಿನಲ್ಲಿ; ಅತ್ವಂ ಹ್ರಸ್ವೆತ್ವತತ್ವಂ = ಅಕಾರಮುಂ ಹ್ರಸ್ವದೆಕಾರಮುಂ ಕೂಡಿದ ತಕಾರಂ; ಅದು = ಅದು ಅಗುವುದು.

ವೃತ್ತಿ.—ಇಕಾರದೊಳಂ ಉಕಾರದೊಳಂ ಎಕಾರದೊಳಂ ಕೂಡಿದ ಭಾವಾರ್ಥದ ವಕಾರಮಿರ್ದೊಡೆ ಅದಱ ಪಿಂದೆ ಅಕಾರಮಕ್ಕುಂ; ಅತ್ವಮೆತ್ವಮಂ ತಳೆದ ತಕಾರಂ ಕೆಲವೆಡೆಯೊಳಕ್ಕುಂ.

ಪ್ರಯೋಗಂ.—ವಕಾರಕ್ಕೆ—ತೊಱವಿ, ಅಳವಿ, ಬಳವಿ; ಉಱವು, ಪೆಳವು (ಪೆಱವು), ಕೆಳವು, ತೆರವು, ಎರವು: ಮಱವೆ, ತೆಱವೆ, ಪಳವೆ, ಎಳವೆ (Mdb. Ms. ಎಡವೆ).

ವ್ಯಂಜನದ ಮೇಲಣತ್ವಕ್ಕೆ—ನಿಲವು; ಒಲವು; ಬಲವು; ಕಳವು; ಸಲವು; ಗೆಲವು; ಇರವು; ಬರವು.

ಪಿರಿದೆಂಬುದಱಿಂದತ್ವಮಿಲ್ಲದಲ್ಲಿಯುಮ್ ಇವಾದುವು—ಉೞಿವು; ಕಳಿವು; ತಿಳಿವು; ಅೞಿವು; ಪೞಿವು.

ತಕಾರಕ್ಕೆ—ಅಱಿತಂ. ಕಡಿತಂ, ಉಡಿತಂ, ಏತಂ, ಓತಂ, ಎರ್ತಂ, ಪೋರ್ತಂ.

ತೆಕಾರಕ್ಕೆ—ಅಗೆಲ್ತೆ, ಪೊಗೆಲ್ತೆ, ನೆಗೆಲ್ತೆ, ಪುಗುತೆ.

ಸೂತ್ರಂ.

Further, Abstract nouns denoting distinction (ಚೇತನಂ) are formed by the Suffixes ಇಕೆ, ಇಕ್ಕೆ (being added to bases with a final vowel), and ತನ (not to be added to Samskrita bases). Others are formed by means of ಉಮೆ, ಅಮೆ, ಗೆ, ಕೆ, ಮೆ, ಪು, ಪಿ and ಉ.

ಪ್ರಕಟಂ ಚೇತನಭಾವದೊ
ಳಿಕೆ ತನಮುಮೆಯಕ್ಕುಮುೞಿದ ಭಾವದೊಳಮೆಯುಂ|
ಗೆ ಕೆ ಮೆಗಳುಮುತ್ವದಿತ್ವದ
ಪಕಾರಮುಂ ಮತ್ತುಕಾರಮುಂ ಸಮನಿಸುಗುಂ ||211||

ಪದಚ್ಛೇದಂ.—ಪ್ರಕಟಂ ಚೇತನಭಾವದೊಳ್ ಇಕೆ ತನಂ ಉಮೆ ಅಕ್ಕುಂ; ಉೞಿದ ಭಾವದೊಳ್ ಅಮೆಯುಂ ಗೆ ಕೆ ಮೆಗಳುಂ ಉತ್ವದ ಇತ್ವದ ಪಕಾರಮುಂ ಮತ್ತೆ ಉಕಾರಮುಂ ಸಮನಿಸುಗುಂ.

ಅನ್ವಯಂ.—ಚೇತನಭಾವದೊಳ್ ಇಕೆ ತನಂ ಉಮೆ ಪ್ರಕಟಂ ಅಕ್ಕುಂ.

ಟೀಕು.—ಚೇತನಭಾವದೊಳ್ = ಚೈತನ್ಯಭಾವದಲ್ಲಿ; ಇಕೆ = ಇಕೆ ಎಂಬ ಪ್ರತ್ಯಯಂ; ತನಂ = ತನಂ ಎಂಬ ಪ್ರತ್ಯಯಂ; ಉಮೆ = ಉಮೆ ಎಂಬ ಪ್ರತ್ಯಯಂ; ಪ್ರಕಟಂ = ಪ್ರಸಿದ್ಧಂ; ಅಕ್ಕುಂ = ಆಗುವುದು; ಉೞಿದ ಭಾವದೊಳ್ = ಚೈತನ್ಯಭಾವವಲ್ಲದುೞಿದ ಭಾವದಲ್ಲಿ; ಅಮೆಯುಂ = ಅಮೆ ಎಂಬ ಪ್ರತ್ಯಯಮುಂ; ಗೆ ಕೆ ಮೆಗಳುಂ = ಗೆ ಪ್ರತ್ಯಯ, ಕೆ ಪ್ರತ್ಯಯ, ಮೆ

ಪ್ರತ್ಯಯಂಗಳ್; ಉತ್ವದ = ಉಕಾರದ; ಇತ್ವದ = ಇಕಾರದ; ಪಕಾರಮುಂ = ಪತ್ವಮುಂ; ಮತ್ತೆ = ಬಱಿಕಂ; ಉಕಾರಮುಂ = ಉ ಪ್ರತ್ಯಯಮುಂ; ಸಮನಿಸುಗುಂ = ಬರ್ಪುವು.

ವೃತ್ತಿ.—ಚೇತನಭಾವದೊಳಿಕೆಯೆಂಬುದುಂ ತನುಮೆಂಬುದುಮ್ ಉಮೆಯೆಂಬುದುಮ್ ಅಕ್ಕುಂ; ಉೞಿದ ಭಾವದೊಳ್ ಅಮೆ ಎಂದುಂ ಗೆ ಎಂದುಂ ಕೆ ಎಂದುಂ ಮೆ ಎಂದುಂ ಪು ಎಂದುಂ ಪಿ ಎಂದುಂ ಉ ಎಂದುಮ್ ಅಕ್ಕುಂ.

ಪ್ರಯೋಗಂ.—ಇಕೆಗೆ—ಉನ್ನತಿಕೆ; ಉದ್ಧತಿಕೆ; ಆಯತಿಕೆ; ಪನ್ನತಿಕೆ; ಬಲ್ಗಂಡಿಕೆ; ಮಾನಸಿಕೆ (Mdb. Ms. ಮಾಸರಿಕೆ).

ಇಕೆಗೆ ದ್ವಿತ್ವಮುಂಟು—ಉನ್ನತಿಕ್ಕೆ; ಉದ್ಧತಿಕ್ಕೆ.

ವ್ಯಂಜನಾಂತದ ಮೇಲೆ ಇಕೆಯಂ ಪತ್ತಿಸಲಾಗದು—ಕಾಣಿಕೆ, ಪೂಣಿಕೆ, ಜಾಣಿಕೆ, ತೆರಳಿಕೆ ಎಂದೊಡೆ ದೋಷಂ.

ತನಕ್ಕೆ—ಕಲಿತನಂ, ಚದುರತನಂ, ಆಳ್ತನಂ, (ಜಾತನಂ), ಎಗ್ಗತನಂ, ಮರುಳ್ತನಂ, ಪೆಣ್ತನಂ. ಸಂಸ್ಕೃತದೊಳಿದು ಸಲ್ಲದು; ಆರೋಹಕತನಮೆಂಬುದಬದ್ಧಂ.

ಉಮೆಗೆ—ತಕ್ಕುಮೆ.

ಅಮೆಗೆ—ತೀರಮೆ; ಅಟ್ಕಿಮೆ.

ಗೆಕಾರಕ್ಕೆ—ಉಡುಗೆ; ಪಸುಗೆ; ಪೊಲ್ಗೆ; ಬಿಸುಗೆ; ಪಂಣುಗೆ; ಪತ್ತುಗೆ.

ಕೆಕಾರಕ್ಕೆ—ಮಡಿಕೆ; ಹಡಿಕೆ; ಕಾಣ್ಕೆ; ಪೂಣ್ಕೆ; ತೆರಳ್ಕೆ; ನಿರ್ಮಿಕೆ; ತೋರ್ಕೆ.

ಮೆಕಾರಕ್ಕೆ—ಒಲ್ಮೆ; ಬಲ್ಮೆ; ಜಾಣ್ಮೆ; ಕಡುಮೆ; ಮೈಮೆ; ಕೂರ್ಮೆ; ಪೆರ್ಮೆ.

ಪುಕಾರಕ್ಕೆ—ಪಡೆಪು; ಪರೆಪು; ಕಡುಪು; ಬಲ್ಪು; ಮೆಲ್ಪು; ತಣ್ಪು; ನುಣ್ಪು; ಕರ್ಪು; ಪಸುರ್ಪು; ಕೆಂಪು; ಪೆಂಪು; ಬಿಸುಪು.

ಪಿಕಾರಕ್ಕೆ—ಕಲ್ಪಿ.

ಉಕಾರಕ್ಕೆ—ಉಗ್ಗು; ಸಿಗ್ಗು; ಎಗ್ಗು; ಕಿವುಡು; ಕೆಂಚು; ಗುಜ್ಜು; (ಬೆಜ್ಜು).

ಸೂತ್ರಂ.

The Noun ಪೆಂಪು mentioned under S. 211, is formed from ಪಿರಿದು.

ಪಿರಿದೆಂಬೀ ರೇಫಕ್ಕಾ
ಚರಿಪರ್ ಭಾವಾರ್ಥಮಪ್ಪುದೊಂದು ಪುಕಾರಂ ।
ಪರಮಾಗೆ ಬಿಂದುವಂ ವಾ
ಕ್ಪರಿಣತರಿಂ ಸಿದ್ಧಮಾಯ್ತು ಪೆಂಪೆಂಬ ಪದಂ ॥ 212 ॥

ಪದಚ್ಛೇದಂ.—ಪಿರಿದು ಎಂಬ ಈ ರೇಫಕ್ಕೆ ಆಚರಿಪರ್, ಭಾವಾರ್ಥಂ ಅಪ್ಪುದು ಒಂದು ಪುಕಾರಂ ಪರಂ ಆಗೆ, ಬಿಂದುವಂ; ವಾಕ್ಪರಿಣತರಿಂ ಸಿದ್ಧಂ ಆಯ್ತು ಪೆಂಪು ಎಂಬ ಪದಂ.

ಅನ್ವಯಂ.—ಭಾವಾರ್ಥಂ ಅಪ್ಪುದು ಒಂದು ಪುಕಾರಂ ಪರಂ ಆಗೆ, ಪಿರಿದು ಎಂಬೀ ರೇಫಕ್ಕೆ ಬಿಂದುವಂ ಆಚರಿಪರ್; ವಾಕ್ಪರಿಣತರಿಂ ಪೆಂಪು ಎಂಬ ಪದಂ ಸಿದ್ಧಂ ಆಯ್ತು.

ಟೀಕು.—ಭಾವಾರ್ಥಂ = ಭಾವಾರ್ಥಂ; ಅಪ್ಪುದು = ಆಗುವುದು; ಒಂದು ಪುಕಾರಂ = ಒಂದು ಪುಪ್ರತ್ಯಯಂ; ಪರಮಾಗೆ = ಪರವಾಗೆ; ಪಿರಿದೆಂಬೀ ರೇಫಕ್ಕೆ = ಪಿರಿದು ಎಂಬ ಶಬ್ದದ ರೇಫೆಗೆ; ಬಿಂದುವಂ = ಸೊನ್ನೆಯಂ; ಆಚರಿಪರ್ = ಪೇಟ್ಟಿರ್; ವಾಕ್ಪರಿಣತರಿಂ = ವಾಕ್ಪ್ರೌಢರಿಂದೆ; ಪೆಂಪೆಂಬ ಪದಂ = ಪೆಂಪು ಎಂಬ ಪದಂ; ಸಿದ್ಧಂ = ಪ್ರಸಿದ್ಧಂ; ಆಯ್ತು = ಆಯಿತ್ತು,

ವೃತ್ತಿ.—ಭಾವಾರ್ಥದ ಪುಕಾರಂ ಪರಮಾಗೆ, ಪಿರಿದೆಂಬ ರೇಫಕ್ಕೆ ಬಿಂದುವುಂ ಪೆಱಿಗಣೆತ್ವಕ್ಕೆತ್ವಮುಮಕ್ಕುಂ.

ಪ್ರಯೋಗಂ.—ಪೆಂಪು.—ಭಾವದೊಳ್ ಕಪ್ರತ್ಯಯಮುಂಟು. ಉಡುಕಂ ನಡುಕಮೆಂಬಂತೆ.

ಸೂತ್ರಂ.

Besides, Abstract nouns are formed by changing the Verbal theme, viz. its penultimate; when ಇ, it may become ಏ; when ಉ, ಓ; when short, long; when ಡು, ಟ.—Also the Verbal theme itself may form an Abstract noun.

ಮೊದಲಿತ್ವಕ್ಕೇತ್ವಮುಮು
ತ್ವದೊಳೋತ್ವಮುಮೆಸೆವ ದೀರ್ಘಮುಂ ಚರಮಕ್ಕ |
ತ್ವದ ವಿಧಿಯುಂ ಧಾತುಗೆ ಭಾ
ವದೊಳಕ್ಕುಂ ಧಾತು ನಿಜದೆ ಭಾವಮದಕ್ಕುಂ ||213||

ಪದಚ್ಛೇದಂ.—ಮೊದಲ ಇತ್ವಕ್ಕೆ ಏತ್ವಮುಂ, ಉತ್ವದೊಳ್ ಓತ್ವಮುಂ, ಎಸೆವ ದೀರ್ಘಮುಂ, ಚರಮಕ್ಕೆ ಅತ್ವದ ವಿಧಿಯುಂ ಧಾತುಗೆ ಭಾವದೊಳ್ ಅಕ್ಕುಂ; ಧಾತು ನಿಜದೆ ಭಾವಂ ಅದು ಅಕ್ಕುಂ.

ಅನ್ವಯಂ.—ಧಾತುಗೆ ಭಾವದೊಳ್ ಮೊದಲ ಇತ್ವಕ್ಕೆ ಏತ್ವಮುಂ, ಉತ್ವದೊಳ್ ಓತ್ವಮುಂ, ಎಸೆವ ದೀರ್ಘಮುಂ, ಚರಮಕ್ಕೆ ಅತ್ವದ ವಿಧಿಯುಂ ಅಕ್ಕುಂ; ಧಾತು ಅದು ನಿಜದೆ ಭಾವಂ ಅಕ್ಕುಂ.

ಟೀಕು.—ಧಾತುಗೆ = ಧಾತುಗಳ್ಗೆ; ಭಾವದೊಳ್ = ಭಾವಾರ್ಥದಲ್ಲಿ; ಮೊದಲ = ಆದಿಯ; ಇತ್ವಕ್ಕೆ = ಇಕಾರಕ್ಕೆ; ಏತ್ವಮುಂ = ಏಕಾರಮುಂ; ಉತ್ವದೊಳ್ = ಉಕಾರದಲ್ಲಿ; ಓತ್ವ

ಮುಂ = ಒಕಾರಮುಂ; ಎಸೆವ = ಒಪ್ಪುವ; ದೀರ್ಘಮುಂ = ದೀರ್ಘವುಂ; ಚರಮಕ್ಕೆ = ಅಂತ್ಯಕ್ಕೆ; ಅತ್ವದ ವಿಧಿಯುಂ = ಅಕಾರದ ವಿಧಿಯುಂ; ಅಕ್ಕುಂ = ಅಪ್ಪುದು; ಧಾತು = ಧಾತು; ನಿಜದೆ = ನಿಜದಿಂದೆ; ಭಾವಂ = ಭಾವಾರ್ಥಂ; ಅಕ್ಕುಂ = ಆಗುವುದು.

ಭಾವದೊಳ್ಧಾತುವಿನ ಮೊದಲಿಕಾರಕ್ಕೇಕಾರಮುಂ ಉತ್ವದೊಳೋತ್ವಮುಂ ಹ್ರಸ್ವಕ್ಕೆ ದೀರ್ಘಮುಮಕ್ಕುಂ; ಧಾತುವಿನ ಕಡೆಯೊಳತ್ವಮಕ್ಕುಂ; ಸಹಜಧಾತುವುಂ ಭಾವಮಕ್ಕುಂ.

ಪ್ರಯೋಗಂ.—ಏತ್ವಕ್ಕೆ—(ಕಿಡು ಇಸು ಧಾತುಗಳ್ಗೆ) ಕೇಡು, ಏಸು.

ಒತ್ವಕ್ಕೆ—ತ್ರೋಡು; ಕೋಡು. ತೋಡೆಂಬುದು ಜೆಟ್ಟಿಯೊಳಮೆಣೆಯೊಳಮುಂಟು.

ದೀರ್ಘಕ್ಕೆ—ಈಡು; ಬೀಡು; ಸೂಡು.

ಕಡೆಯಣತ್ವಕ್ಕೆ—ಆಟಂ; ಪಾಟಂ; ತೀಟಂ; ನೋಟಂ.

ನಿಜಧಾತುಗೆ—ತಡೆ; ನಡೆ; ಬಿಸು; ಪೆರ್ಚು; ಮರ್ಚು; ಉರ್ಕು; ಸೊರ್ಕು; ದಾಂಟು; ಕೂಂಟು.

ಸೂತ್ರಂ.

ವೋಲ್ may form a Compound with ಅಂತೆ (ಅಂತೆವೋಲ್), or may become ವೊಲ್; following a word with final ಅ (and forming a kind of Compound) the Bindu is inserted and ವೋಲ್ becomes ಬೋಲ್.

ವೋಲೆಂಬಂತೆಂಬೆರಡುಂ
ಪೋಲಿಸುವೆಡೆಗಾದುವಂತೆವೋಲೆನಲಕ್ಕುಂ ।
ವೋಲೊಳ್ ಹ್ರಸ್ವಮುಮಕ್ಕುಂ
ಮೇಲತ್ವಕ್ಕುಂಟು ಬಿಂದು ವತ್ವಂ ಬತ್ವಂ || 214 ||

ಪದಚ್ಛೇದಂ.—ವೋಲ್ ಎಂಬ ಅಂತೆ ಎಂಬ ಎರಡುಂ ಪೋಲಿಸುವ ಎಡೆಗೆ ಆದುವು; ಅಂತೆವೋಲ್ ಎನಲ್, ಅಕ್ಕುಂ; ವೋಲೊಳ್ ಹ್ರಸ್ವಮುಂ ಅಕ್ಕುಂ; ಮೇಲೆ ಅತ್ವಕ್ಕೆ ಉಂಟು ಬಿಂದು, ವತ್ವಂ ಬತ್ವಂ.

ಅನ್ವಯಂ.—ಪೋಲಿಸುವೆಡೆಗೆ ವೋಲೆಂಬಂತೆಂಬೆರಡುಂ ಆದುವು ಅಂತೆವೋಲೆನಲ್, ಅಕ್ಕುಂ; ವೋಲೊಳ್ ಹ್ರಸ್ವಮುಂ ಅಕ್ಕುಂ; ಮೇಲೆ ಅತ್ವಕ್ಕೆ ಬಿಂದು ಉಂಟು, ವತ್ವಂ ಬತ್ವಂ.

ಟೀಕು.—ಪೋಲಿಸುವೆಡೆಗೆ = ಪೋಲಿಸುವ ತಾಎಂಗೆ; ವೋಲೆಂಬಂತೆಂಬೆರಡುಂ = ವೋಲ್ ಎಂಬ ಅಂತೆ ಎಂಬ ಎರಡುಂ; ಆದುವು = ಸಲುವಳಿಯಾದುವು; ಅಂತೆವೋಲೆನಲ್ = ಅಂತೆವೋಲ್ ಎಂದು, ಪೇಳಿಳ್; ಅಕ್ಕುಂ = ಆಗುವುದು; ವೋಲೊಳ್ = ವೋಲ್ ಎಂಬುದರಲ್ಲಿ; ಹ್ರಸ್ವಮುಂ = ಹ್ರಸ್ವಮುಂ; ಅಕ್ಕುಂ = ಆಗುವುದು; ಮೇಲೆ = ಆ ಮೇಲೆ; ಅತ್ವಕ್ಕೆ = ಅಕಾರಾಂತಶಬ್ದಕ್ಕೆ ಬಿಂದು = ಸೊನ್ನೆ; ಉಂಟು = ಉಂಟಾಗುವುದು; ವತ್ವಂ = ವಕಾರಂ; ಬತ್ವಂ = ಬಕಾರಂ ಆಗುವುದು.

ವೃತ್ತಿ.—ವೋಲೆಂಬುದುಮ್ ಅಂತೆ ಎಂಬುದುಮ್ ಉಪಮೆಯೊಳ್ ಪ್ರತ್ಯೇಕಂ ಪತ್ತುಗುಂ; ಅಂತೆವೋಲೆಂಬೆರಡುಮನೊಂದು ಮಾಡಿ ಪೇಳ್ದೊಡಂ ಪುನರುಕ್ತದೋಷಮಿಲ್ಲ; ವೋಲೆಂಬುದು ವಿಕಲ್ಪದಿಂ ಹ್ರಸ್ವಮುಮಕ್ಕುಂ ಅದಂತಕ್ಕೆ ಮುಂದೆ ವಕಾರಂ ಬಿಂದುವೆರಸುಬಕಾರಮಕ್ಕುಂ.

ಪ್ರಯೋಗಂ.—

ಜಲನಿಧಿಯ ವೋಲ್ ಗಭೀರಂ
ಬಲವೈರಿಯ ವೋಲ್ ಸಮಗ್ರವಿಭವಸನಾಥಂ |
ಕುಲಗಿರಿವೋಲ್ ನಿಷ್ಕಂಪಂ
ಬಲಿಯಂತೆವೊಲಧಿಕದಾನಿ ದಾನವಿನೋದಂ || ಕಂದಂ ||

ಗಿರಿಯಂತೆ ಬಿಣ್ಪಿದಂ ಸುರ
ಕರಿಯಂತೆ ಬಲಾಢ್ಯನಬ್ಧಿಯಂತೆ ಗಭೀರಂ | ಕಂದಾರ್ಧಂ |
ರವಿಸುತನಂತೆವೊಲಧಿಕದಾನಿ
ಪರಾಕ್ರಮಿ ಸಿಂಗದಂತೆವೊಲ್ | ಕಂದಭಾಗಂ |

ಆ ಮುನೀಶ್ವರಂ ಶಾಂತರಸದ ಕಡಲ ವೋಲಿರ್ದಂ.

ನಿಜತೇಜಂ ನೀಳ್ದ ಕರ್ನೆಯ್ದಿಲ ವೊಲಿರೆ ತನುಚ್ಛಾಯೆಯಿಂ ಬಲಿ
ಯಂತೆ ವೊಲಧಿಕದಾನಿ ದಾನವಿನೋದಂ.

ಇಂದ್ರಂಬೋಲ್ ವಿಭವಯುತಂ
ಚಂದ್ರಂಬೋಲ್ ಕಾಂತಿವಂತನಾದಿತ್ಯಂಬೋಲ್ |
ಸಾಂದ್ರಪರಿಪೂರ್ಣತೇಜನು
ಪೇಂದ್ರಂಬೋಲ್ ನೀತಿನಿಪುಣನಾ ನರನಾಥಂ || ಕಂದಂ ||

ಸೂತ್ರಂ.

ಒದವಿರ್ಕುಂ ಸಂಸ್ಕೃತವೆಂ
ನದೆ ಕನ್ನಡವೆನ್ನದಾಯಿಲಪ್ರತ್ಯಯಮಂ |
ತದು ತಾನಿವು ಮೊದಲಾಗಱಿ
ವುದನ್ವಿತರ್ ಮಿಕ್ಕ ತದ್ಧಿತಪ್ರತ್ಯಯಮಮಂ || 215 ||

The Author mentions two other Suffixes: ಆಯಿಲ (put as well to Saṁskṛita as Canarese bases) and ವಳಿ; and for further ones refers his readers to the writings of other grammarians.

ಪದಚ್ಛೇದಂ.—ಒದವಿ ಇರ್ಕುಂ—ಸಂಸ್ಕೃತಂ ಎನ್ನದೆ ಕನ್ನಡಂ ಎನ್ನದೆ—ಆಯಿಲಪ್ರತ್ಯಯಂ ಅಂತು ಅದು ತಾಂ. ಇವು ಮೊದಲ್ ಆಗಿ ಅಱಿವುದು ಅನ್ವಿತರ್ ಮಿಕ್ಕ ತದ್ಧಿತಪ್ರತ್ಯಯಮಂ.

ಅನ್ವಯಂ. — ಸಂಸ್ಕೃತಂ ಎನ್ನದೆ ಕನ್ನಡಂ ಎನ್ನದೆ, ಆಯಿಲಪ್ರತ್ಯಯಂ ಅಂತು ಅದು ತಾಂ ಒದವಿರ್ಕುಂ. ಇವು ಮೊದಲ್ ಆಗಿ ಅನ್ವಿತರ್ ಮಿಕ್ಕ ತದ್ಧಿತಪ್ರತ್ಯಯಮಂ ಅಱಿವುದು.

ಟೀಕು.—ಸಂಸ್ಕೃತವೆನ್ನದೆ= ಸಂಸ್ಕೃತಶಬ್ದವೆನ್ನದೆ; ಕನ್ನಡವೆನ್ನದೆ= ಕರ್ಣಾಟಕಶಬ್ದವೆನ್ನದೆ; ಆಯಿಲಪ್ರತ್ಯಯಂ= ಆಯಿಲ ಎಂಬ ಪ್ರತ್ಯಯಂ; ಅಂತು= ಹಾಂಗೆ; ಅದು ತಾಂ= ತಾನದು; ಒದವಿರ್ಕುಂ= ಪ್ರಾಪ್ತಿಸಿರ್ಪುದು; ಇವು ಮೊದಲಾಗಿ= ಇವಾದಿಯಾಗಿ; ಅನ್ವಿತರ್= ವಿದ್ವಾಂಸರ್; ಮಿಕ್ಕ ತದ್ಧಿತಪ್ರತ್ಯಯಮಂ= ಉಱಿದ ತದ್ಧಿತಪ್ರತ್ಯಯಂಗಳಂ; ಅಱಿವುದು= ತಿಳಿವುದು.

ವೃತ್ತಿ.—ಸಂಸ್ಕೃತವೆಂಬ ಕರ್ಣಾಟಕವೆಂಬ ವಿವರಣೆಯಿಲ್ಲದೆ ಆಯಿಲ ಪ್ರತ್ಯಯಮೆಲ್ಲಿಯುಂ ಪತ್ತುಗುಂ.

ಪ್ರಯೋಗಂ.—ಸಂಸ್ಕೃತಕ್ಕೆ, ಆಯಿಲಪ್ರತ್ಯಯಕ್ಕೆ—ಗಾಥಾಯಿಲಂ; ರೇಖಾಯಿಲಂ.

ಕನ್ನಡಕ್ಕೆ—ಓಜಾಯಿಲಂ; ಅಡ್ಡಾಯಿಲಂ; ಗೋಱಾಯಿಲಂ; ಪುಗ್ಗಾಯಿಲಂ (Mdb. Ms. ಪುಗರ್ಾಯಿಲಂ).

ಈ ಪೇೞ್ದಿವು ಮೊದಲಾಗಿ, ನಡೆವಳಿ ನುಡಿವಳಿ ಸಲ್ವಳಿ ಎಂಬಂತೆ, ವಳಿ ಪ್ರತ್ಯಯ ಮುಂತಾದುೞಿದ ಪ್ರತ್ಯಯಂಗಳಂ ಶಾಬ್ದಿಕರಿನನ್ವಿತರಱಿವುದು.

ಗದ್ಯಂ. — ಇದು ಸಮಸ್ತಶಾಬ್ದಿಕಜನಮನೋಜನಿತಶಬ್ದಸಂದೇಹಶಲ್ಯಚಾರುಚುಂಬಕಾಯಮಾನಾನೂನಕರ್ನಾಟಕಲಕ್ಷಣಶಿಕ್ಷಾಚಾರ್ಯಸುಕವಿಕೇಶಿರಾಜವಿರಚಿತಮಪ್ಪ ಶಬ್ದಮಣಿದರ್ಪಣದೊಳ್ ತದ್ಧಿತಪ್ರತ್ಯಯನಿರೂಪಣಮೆಂಬ ಚತುರ್ಥಸಂಧಿ ಸಂಪೂರ್ಣಂ.

೪ನೆಯ ಅಧ್ಯಾಯಂ ಸಮಾಪ್ತಂ.

೫ನೆಯ ಅಧ್ಯಾಯಂ. V. CHAPTER.

ಆಖ್ಯಾತಪ್ರಕರಣಂ.

ON THE CONJUGATION OF VERBS.

ಸೂತ್ರಂ.

ಕ್ರಿಯೆಯರ್ಥದ ಮೂಲಂ ಪ್ರ
ತ್ಯಯರಹಿತಂ ಧಾತುವದನಭಾವಕ್ರಿಯೆಯೊ
ಳ್ನಿಯತಂ ನಿಶ್ಚಯಿಪುದು ಬುಧ
ಚಯಮಾ ಧಾತುಗೆ ವಿಭಕ್ತಿಯಾಱಿರಾಗಿರ್ಕುಂ || 216 ||

The basis (ಮೂಲಂ) of a verb's meaning (ಕ್ರಿಯಾರ್ಥಂ) is that form of the verb which has no suffixes (ಪ್ರತ್ಯಯಂ, ವಿಭಕ್ತಿ); it is called the Root or Theme (ಧಾತು). This is found when the suffix ಅಂ of the 3rd Person Masculine Singular of the Negative (ಪ್ರತಿಷೇಧಂ) is removed [1]. —There are 6 Personal Suffixes (ಪುರುಷವಿಭಕ್ತಿ, excepting the specific feminine and neuter ones).

ಪದಚ್ಛೇದಂ.—ಕ್ರಿಯೆಯ ಅರ್ಥದ ಮೂಲಂ ಪ್ರತ್ಯಯರಹಿತಂ ಧಾತು; ಅದಂ ಅಭಾವಕ್ರಿಯೆಯೊಳ್ ನಿಯತಂ ನಿಶ್ಚಯಿಪುದು ಬುಧಚಯಂ; ಆ ಧಾತುಗೆ ವಿಭಕ್ತಿ ಆಱು ಆಗಿ ಇರ್ಕುಂ.

ಅನ್ವಯಂ.—ನಿಯತಂ ಬುಧಚಯಂ ನಿಶ್ಚಯಿಪುದು ಎಂಬುದನ್ವಯಂ.

ಟೀಕು.—ಕ್ರಿಯೆಯ = ಕ್ರಿಯೆಯ; ಅರ್ಥದ = ಅರ್ಥಕ್ಕೆ; ಮೂಲಂ = ಮೊದಲಾದುದು; ಪ್ರತ್ಯಯ = ವಿಭಕ್ತಿಯಿಂದೆ; ರಹಿತಂ = ವಿರಹಿತವಾದುದು; ಧಾತು = ಧಾತುವೆನಿಸುವುದು; ಅದಂ = ಆ ಧಾತುವಂ; ಅಭಾವಕ್ರಿಯೆಯೊಳ್ = ಪ್ರತಿಷೇಧದ ಕ್ರಿಯೆಯಲ್ಲಿ; ನಿಯತಂ = ಕಟ್ಟಾಗಿ; ಬುಧಚಯಂ = ವಿದ್ವತ್ಸಮೂಹಂ; ನಿಶ್ಚಯಿಪುದು = ನಿಶ್ಚಯಿಸುವುದು; ಆ ಧಾತುಗೆ = ಆ ಧಾತುಗಳ್ಗೆ; ವಿಭಕ್ತಿ = ಪ್ರತ್ಯಯಂ; ಆಱಾಗಿ = ಆಱು ತೆಱನಾಗಿ; ಇರ್ಕುಂ = ಇರ್ಪುದು.

---

[1] and an elided ಉ restituted.

ವೃತ್ತಿ.—ಕ್ರಿಯಾರ್ಥದ ಮೂಲಂ ವಿಭಕ್ತಿರಹಿತಮುಂ ಧಾತುವೆಂಬುದು; ಆ ಧಾತುವಂ, ಪ್ರತಿಷೇಧಕ್ರಿಯೆಯ ವಿಭಕ್ತಿಯಂ ಕಳೆಯೆ, ಕಾಣಲಕ್ಕುಂ; ಆ ಧಾತುಗಳ್ಗೆ ವಿಭಕ್ತಿಗಳಾಱಾಗಿರ್ಪುವು.

ಪ್ರಯೋಗಂ.—ಧಾತು ನಿಶ್ಚಯಕ್ಕೆ—ಮಾಡಿದುಂ ಎಂಬ ಕ್ರಿಯೆಗೆ ಪ್ರತಿಷೇಧಮಾಗೆ, ಮಾಡಂ ಎಂದಿರ್ಪುದು; ಅಲ್ಲಿ ಅಮ್ ಎಂಬ ವಿಭಕ್ತಿಯಂ ಕಳೆಯೆ, ಮಾಡು ಎಂದೆ ನಿಲ್ವುದು. ಈ ತೆಱದಿಂ—ಕೂಡು, ನೋಡು, ತೀಡು, ಕಾಡು, ಸೂಡು ಎಂಬಿವಾದಿಯಾಗೆಱೆವುದು.[1]

ಸೂತ್ರಂ.

The 6 Suffixes for the 3 Persons (ಪುರುಷಂ) are: *a.*, for the 2 first persons (ಉತ್ತಮ ಪುರುಷಂ): ಎನ್, ಎವು; *b.*, for the 2 second persons (ಮಧ್ಯಮಪುರುಷಂ): ಅಯ್, ಇರ್; *c.*, for the 2 third persons (ಪ್ರಥಮಪುರುಷಂ): ಅಮ್, ಅರ್.

ಅಮರಯಿರೆನೆವುಗಳಕ್ಕುಂ
ಕ್ರಮದೇಕಾನೇಕವಚನದೊಳ್ಪ್ರತ್ಯೇಕಂ
ಸಮನಿಸೆ ಯುಗಳತೆಯಾಖ್ಯಾ
ತಮಾರ್ಗದೊಳ್ನೆಲಸಿ ನಿಂದ ಪುರುಷತ್ರಯಕಂ ‖ 217 ‖

ಪದಚ್ಛೇದಂ.—ಅಮ್, ಅರ್, ಅಯ್, ಇರ್, ಎನ್ ಎವುಗಳ್ ಅಕ್ಕುಂ ಕ್ರಮದೆ ಏಕಾನೇಕವಚನದೊಳ್, ಪ್ರತ್ಯೇಕಂ ಸಮನಿಸೆ ಯುಗಳತೆ, ಆಖ್ಯಾತಮಾರ್ಗದೊಳ್ ನೆಲಸಿ ನಿಂದ ಪುರುಷತ್ರಯಕಂ.

ಅನ್ವಯಂ.—ಆಖ್ಯಾತಮಾರ್ಗದೊಳ್ ನೆಲಸಿ ನಿಂದ ಪುರುಷತ್ರಯಕಂ ಕ್ರಮದೆ ಏಕಾನೇಕವಚನದೊಳ್, ಪ್ರತ್ಯೇಕಂ ಯುಗಳತೆ ಸಮನಿಸೆ, ಅಮರಯಿರೆನೆವುಗಳ್ ಅಕ್ಕುಂ.

ಟೀಕು.—ಆಖ್ಯಾತಮಾರ್ಗದೊಳ್ = ಕ್ರಿಯಾಪದಸಿದ್ಧಿಯಂ ಮಾಡುವಾಖ್ಯಾತಮಾರ್ಗದಲ್ಲಿ; ನೆಲಸಿ = ನೆಲೆಗೊಂಡು; ನಿಂದ ಪುರುಷತ್ರಯಕಂ = ನಿಂದ ಪ್ರಥಮಪುರುಷ ಮಧ್ಯಮಪುರುಷ ಉತ್ತಮಪುರುಷಂಗಳೆಂಬ ಪುರುಷತ್ರಯಕ್ಕೆಯುಂ; ಕ್ರಮದೆ = ತಱುವಾಯಿಂದೆ; ಏಕಾನೇಕವಚನದೊಳ್ = ಏಕವಚನ ಬಹುವಚನಂಗಳಲ್ಲಿ; ಪ್ರತ್ಯೇಕಂ = ಬೇಱೆ ಬೇಱೆ; ಯುಗಳತೆ = ಎರಡೆರಡಾಗಿ; ಸಮನಿಸೆ = ಪ್ರಾಪ್ತಿಸೆ; ಅಮರಯಿರೆನೆವುಗಳ್ = ಅಮ್ ಅರ್, ಅಯ್ ಇರ್, ಎನ್ ಎವು ಎಂಬಾಱು ವಿಭಕ್ತಿಗಳ್; ಅಕ್ಕುಂ = ಅಪ್ಪವು.

---

1) This does not put in question the existence of verbal-themes ending in half-consonants.

ವೃತ್ತಿ.—ಆಖ್ಯಾತದೊಳ್ವರ್ತಿಪ ಪ್ರಥಮಮಧ್ಯಮೋತ್ತಮಪುರುಷಂಗಳ್ಗೆ ಅಮ್ ಅರ್, ಅಯ್ ಇರ್, ಎನ್ ಎವು ಎಂಬಾಱು ವಿಭಕ್ತಿಗಳ್ ಪರಿವಿಡಿಯಿಂ ದೇಕವಚನ ಬಹುವಚನಂಗಳೊಳ್ಪ್ರತ್ಯೇಕಮೆರಡೆರಡೊಂದಾಗಿ ಪತ್ತುವುವು.

ಪ್ರಯೋಗಂ.—ಅಂಗೆ—ಎಸೆದಂ, ಬೆಸೆದಂ, ಒಸೆದಂ, ಶೀಘ್ರಂ ಚಕ್ರಾಯುಧಂ ಎತ್ತಿ ನಡೆದಂ ವೈರೀಭಕಂಠೀರವಂ, ನುಡಿದಂ, ಒಗೆದಂ, ಒಗೆದಂ.

ಅರ್ಗೆ—ಆಡಿದರ್, ಪಾಡಿದರ್ ಕವಿಗಳ್ ಕೃತಿಬಂಧದೊಳ್ ಅಲ್ತೆ, ಕಟ್ಟಿದರ್, ಮುಟ್ಟಿದರ್, ಮೆಟ್ಟಿದರ್.

ಅಯ್ಗೆ—ತೆಗೆದಯ್ ಮೋಕ್ಷದ ಬಟ್ಟೆಯುಂ, ಬಗೆದಯ್, ಭೀಮ ಭೀಮ ಗದೆಯಿಂ ಪಂಚತ್ವಮಂ ಪೊರ್ದಿದಯ್, ನೋಡಿದಯ್, ಪಾಡಿದಯ್, ಆಡಿದಯ್.

ಇರ್ಗೆ—ಪೊರ್ದುವಿರ್, ತಿರ್ದುವಿರ್; ವಿಹಂಗಮಮಿಂದಿಂದೆ ಕಬ್ಬಿನಿನೇಱಿಪಿರ್.

ಎನ್ಗೆ—ಅನುರ್ಚಿದೆನ್; ನಿಮಿರ್ಚಿದೆನ್; ಜನೋದಯಂಗಿದಂ ಪೇೞಿಲೊಡರ್ಚಿದೆನ್; ಬಣ್ಣಿಪೆನ್ ಆನ್ ಜಯದಂಕಕಾಱಿನಂ.

ಎವುಗೆ—ಕೇಳ್ದೆವು; ಕಂಡೆವು; ಉಸಿರ್ದೆವು; ಅಂಪೆವು ಕೃಪನಂ ಸಂಗ್ರಾಮದೊಳ್; ಆಂಪೆವು ಅರಾತಿಯಂ ಎಂಬಂತೆ.

ಸೂತ್ರಂ.

The Root ಬೆಳೆ is used only literally; when speaking figuratively, ಬಳೆ is used instead. (Shown by their respective abstract nouns.)

ಬೆಳೆಯೆಂಬ ಧಾತು ಸಸ್ಯಾ
ವಳಿಯೊಳ್ಬಳೆಯೆಂಬ ಧಾತು ಮಿಕ್ಕೆಡೆಯೊಳ್ಸಂ।
ಗಳಿಕುಂ ತಿಳಿಯಲ್ಬರ್ಪುದು
ಬೆಳೆಬಳವಿಗಳೆಂಬ ಭಾವವಚನದ್ವಯದೊಳ್ ॥218॥

ಪದಚ್ಛೇದಂ.—ಬೆಳೆ ಎಂಬ ಧಾತು ಸಸ್ಯಾವಳಿಯೊಳ್, ಬಳೆ ಎಂಬ ಧಾತು ಮಿಕ್ಕ ಎಡೆಯೊಳ್ ಸಂಗಳಿಕುಂ; ತಿಳಿಯಲ್ ಬರ್ಪುದು ಬೆಳೆ ಬಳವಿಗಳ್ ಎಂಬ ಭಾವವಚನದ್ವಯದೊಳ್.

ಅನ್ವಯಂ.—ಸಸ್ಯಾವಳಿಯೊಳ್ ಬೆಳೆ ಎಂಬ ಧಾತು, ಮಿಕ್ಕೆಡೆಯೊಳ್ ಬಳೆ ಎಂಬ ಧಾತು ಸಂಗಳಿಕುಂ; ಬೆಳೆ ಬಳವಿಗಳ್ ಎಂಬ ಭಾವವಚನದ್ವಯದೊಳ್ ತಿಳಿಯಲ್ ಬರ್ಪುದು.

ಟೀಕು.—ಸಸ್ಯಾವಳಿಯೊಳ್ = ಸಸಿಗಳ ಸಮೂಹದಲ್ಲಿ; ಬೆಳೆಯೆಂಬ ಧಾತು = ಬೆಳೆ ಎಂಬ ಧಾತು; ಸಂಗಳಿಕುಂ = ಬರ್ಪುದು; ಮಿಕ್ಕೆಡೆಯೊಳ್ = ಸಸ್ಯಾವಳಿಯಲ್ಲದುದಿದ ತಾವಿನಲ್ಲಿ; ಬಳೆಯೆಂಬ ಧಾತು = ಬಳೆ ಎಂಬ ಧಾತು ಬರ್ಪುದು; ಬೆಳೆ ಬಳವಿಗಳ್ = ಬೆಳೆ ಬಳವಿಗಳೆಂದು; ಎಂಬ ಭಾವವಚನದ್ವಯದೊಳ್ = ಎಂಬ ಭಾವವಚನಂಗಳೆರಡಱಲ್ಲಿ; ತಿಳಿಯಲ್ಬರ್ಪುದು = ಅಱಿಯಲ್ಬರ್ಪುದು.

ವೃತ್ತಿ.—ಸಸ್ಯಾದಿತರುಲತಾವಳಿಯ ಪೆರ್ಚುಗೆಯಂ ಪೇೞ್ವ ಧಾತುವಿನೊಳ್ ಬೆಳೆಯೆನಲ್ವೇೞ್ಕುಂ, ಉೞಿದ ವಸ್ತುವಿನ ಪೆರ್ಚುಗೆಯಂ ಪೇೞ್ವ ಧಾತುವಿನೊಳ್ ಬಳೆಯೆಂದಕ್ಕುಂ. ಬೆಳೆಯೆಂಬ ಧಾತುವಿನ ಭಾವವಚನಂ ಬೆಳೆಯೆಂದುಂ ಬೆಳಸೆಂದುಮಿರ್ಪುದು; ಬಳೆಯೆಂಬ ಧಾತುವಿನ ಭಾವವಚನಂ ಬಳವಿಯೆಂದಿರ್ಪುದು.

ಪ್ರಯೋಗಂ.—ನೆಲ್ಲುಂ ಕೌಂಗುಂ ಮಾವುಂ ಮಲ್ಲಿಗೆಯುಂ ಬೆಳೆವುವಲ್ಲಿ ಕಬ್ಬಿನ ರಸದಿಂ. ಭಾಗಕ್ಕೆ—

ಬೆಳೆಗಳ್ಕಳನಂ ಪೊಕ್ಕುವು;
ಬೆಳಸುಂ ಕುಂದದು ಪಾೞಿನೊಳೆಂದುಂ.

ಬಳೆಯೆಂಬುದರ್ಕೆ—ಮೃದುಮುಗ್ಧಾಲಾಪಂ ಬಳೆದಂ ಸರಸ್ವತೀ ಮಣಿಹಾರಂ.

ಭಾವಕ್ಕೆ—ತನುಜನ ಬಳವಿಯನೆ ನೋಡಿ
ಜನಕಂ ನಲಿದಂ || ಕಂದಭಾಗಂ ||

ಸೂತ್ರಂ.

Also Adjectives, Pronouns, Numerals and other Nouns are conjugated by adding the Personal Suffixes.

ವಿನುತಗುಣವಚನದೊಳ್ಸ
ರ್ವನಾಮದೊಳ್ಸಂಖ್ಯೆಯೊಳ್ಪ್ರವರ್ತಿಪುವಾಖ್ಯಾ
ತನಿಯುಕ್ತವಿಭಕ್ತಿಗಳವು
ಘನತರಸಂಸ್ಕೃತಗುಣೋಕ್ತಿಯೊಳಮಮರ್ದಿರ್ಕುಂ
|| 219 ||

ಪದಚ್ಛೇದಂ.—ವಿನುತಗುಣವಚನದೊಳ್ ಸರ್ವನಾಮದೊಳ್ ಸಂಖ್ಯೆಯೊಳ್ ಪ್ರವರ್ತಿಪುವು ಆಖ್ಯಾತನಿಯುಕ್ತವಿಭಕ್ತಿಗಳ್ ಅವು; ಘನತರಸಂಸ್ಕೃತಗುಣೋಕ್ತಿಯೊಳಂ ಅಮರ್ದಿರ್ಕುಂ.

ಅನ್ವಯಂ.— ವಿನುತಗುಣವಚನದೊಳ್ ಸರ್ವನಾಮದೊಳ್ ಸಂಖ್ಯೆಯೊಳ್ ಆಖ್ಯಾತನಿಯುಕ್ತವಿಭಕ್ತಿಗಳ್ ಅವು ಪ್ರವರ್ತಿಪುವು; ಘನತರಸಂಸ್ಕೃತಗುಣೋಕ್ತಿಯೊಳಂ ಅಮರ್ದು ಇರ್ಕುಂ.

ಟೀಕು.—ವಿನುತ=ಕೊಂಡಾಡಲ್ಪಟ್ಟ; ಗುಣವಚನದೊಳ್=ಗುಣವಚನಂಗಳಲ್ಲಿ; ಸರ್ವನಾಮದೊಳ್=ಸರ್ವನಾಮಂಗಳಲ್ಲಿ; ಸಂಖ್ಯೆಯೊಳ್=ಸಂಖ್ಯಾವಾಚಿಗಳಲ್ಲಿ; ಆಖ್ಯಾತ=ಆಖ್ಯಾತದಲ್ಲಿ; ನಿಯುಕ್ತ=ಕೂಡಲ್ಪಟ್ಟ; ವಿಭಕ್ತಿಗಳ್=ಪ್ರತ್ಯಯಂಗಳ್; ಅವು=ಅವು; ಪ್ರವರ್ತಿಪುವು=ಪ್ರವರ್ತಿಸುವುವು; ಘನತರ=ದೊಡ್ಡಿತ್ತಾದ; ಸಂಸ್ಕೃತ=ಸಂಸ್ಕೃತದ; ಗುಣೋಕ್ತಿಯೊಳಂ=ಗುಣವಚನಂಗಳಲ್ಲಿಯುಂ; ಅಮರ್ದು=ಪೊರ್ದುಗೆಯಾಗಿ; ಇರ್ಕುಂ=ಇರ್ಪುವು.

ವೃತ್ತಿ.—ಗುವಚನದೊಳಂ ಸರ್ವನಾಮದೊಳಂ ಸಂಖ್ಯೆಯೊಳಂ ಸಂಸ್ಕೃತಗುಣೋಕ್ತಿಯೊಳಮ್ ಆಖ್ಯಾತವಿಭಕ್ತಿಗಳ್ವರ್ತಿಸುಗುಂ.

ಪ್ರಯೋಗಂ.—ಕನ್ನಡಗುಣವಚನಕ್ಕೆ—ಒಳ್ಳಿದಂ, ಒಳ್ಳಿದರ್; ಒಳ್ಳಿದಯ್, ಒಳ್ಳಿದಿರ್, ಒಳ್ಳಿದರಿರ್; ಒಳ್ಳಿದೆನ್, ಒಳ್ಳಿದೆವು, ಒಳ್ಳಿದರೆವು.

ಸರ್ವನಾಮಕ್ಕೆ—ಪೆಱಿಂ, ಪೆಱರ್; ಪೆಱಯ್, ಪೆಱಿರ್, ಪೆಱರಿರ್; ಪೆಱೆನ್, ಪೆಱನೆನ್, ಪೆಱೆವು, ಪೆಱರೆವು.

ಸಂಖ್ಯೆಗೆ—ಒರ್ವಂ, ಒರ್ವರ್; ಒರ್ವಯ್. ಒರ್ವಿರ್, ಒರ್ವರಿರ್; ಒರ್ವೆನ್, ಒರ್ವನೆನ್; ಒರ್ವೆವು, ಒರ್ವರೆವು.

ಸಂಸ್ಕೃತಗುಣವಚನಕ್ಕೆ—ಉದ್ಧತಂ, ಉದ್ಧತರ್; ಉದ್ಧತಯ್, ಉದ್ಧತರಿರ್; ಉದ್ಧತನೆನ್, ಉದ್ಧತರೆವು.

ಸಮುಚ್ಚಯದಿಂ ಗುಣವಚನಮಲ್ಲದಲ್ಲಿಯುಮುಂಟು—ಕವಿಕೇಶವನೆಂ; ಮಲ್ಲಿಕಾರ್ಜುನಸುತನೆಂ; ದೌಹಿತ್ರನೆಂ; ಪೆಂಡತಿಯೆಂ.

ಸೂತ್ರಂ.

ಆದೇಶಮಾಗಿ ಮುಂಗೆ
ಳ್ಗಾದರುವದು ನಿಲ್ಕುಮಿರ್ಗಮೆವುಗಂ ಪೂರ್ವ |
ಕ್ಕಾದಿಗೆ ನತ್ವಮುದೆಸ್ವರ
ಮಾದೊಡೆ ಕೆಲರಿಂದೆ ಬಿಂದುವೆವುವಿನ ವ್ಯಸ್ತಂ || 220 ||

Regarding *S.* 219 it is to be remarked that before the Suffixes ಇರ್ and ಎವು the syllable ಅರ್ may be inserted in Canarese words; when Saṁskṛita Adjectives (or Nouns) are conjugated this must be done. Further, before ಎನ್ the letter ನ (ನ್) may be inserted.—The ಎವು (1st Person Plural) may become ಎಂ (*i. e.* like the 1st Person Singular).

ಪದಚ್ಛೇದಂ.—ಆದೇಶಂ ಆಗಿ ಮುಂಗಳ್ಗೆ ಆದ ಅರು ಅದು ನಿಲ್ಕುಂ ಇರ್ಗಂ ಎವುಗಂ ಪೂರ್ವಕ್ಕೆ; ಆದಿಗೆ ನತ್ವಂ ಅದು ಎನ್ ಪರಂ ಆದೊಡೆ; ಕೆಲರಿಂದೆ ಬಿಂದು ಎವುವಿನ ವತ್ವಂ.

ಅನ್ವಯಂ.—ಮುಂಗಳ್ಗೆ ಆದೇಶಂ ಆಗಿ ಆದ ಅರು ಅದು ಇರ್ಗಂ ಎವುಗಂ ಪೂರ್ವಕ್ಕೆ ನಿಲ್ಕುಂ; ಎನ್ ಅದು ಪರಂ ಆದೊಡೆ ಆದಿಗೆ ನತ್ವಂ; ಕೆಲರಿಂದೆ ಎವುವಿನ ವತ್ವಂ ಬಿಂದು.

ಟೀಕು.—ಮುಂಗಳ್ಗೆ = ಮುಂನಿನ ಗಳಾಗಮಕ್ಕೆ; ಆದೇಶಮಾಗಿ = ಆದೇಶವಾಗಿ; ಆದರು = ಆದ ಅರು (ಅರ್) ಆಗಮಂ; ಅದು = ಅದು; ಇರ್ಗಂ = ಇರೆಂಬಾಖ್ಯಾತವಿಭಕ್ತಿಗಂ; ಎವುಗಂ = ಎವು ಎಂಬಾಖ್ಯಾತವಿಭಕ್ತಿಗಂ; ಪೂರ್ವಕ್ಕೆ = ಮೊದಲ್ಗೆ; ನಿಲ್ಕುಂ = ಆಗಮವಾಗಿ ನಿಲ್ವುದು; ಎನ್ = ಎನ್ ಎಂಬುದು; ಅದು = ಅದು; ಪರಮಾದೊಡೆ = ಪರವಾದೊಡೆ; ಆದಿಗೆ = ಮೊದಲ್ಗೆ, ನತ್ವಂ = ನಕಾರವಪ್ಪುದು; ಕೆಲರಿಂದೆ = ಕೆಲಂಬರಿಂದೆ; ಎವುವಿನ = ಎವು ಎಂಬ ವಿಭಕ್ತಿಯ; ವತ್ವಂ = ವಕಾರಂ; ಬಿಂದು = ಸೊನ್ನೆಯಾಗುವದು.

ವೃತ್ತಿ.—ಪುರುಷಸ್ತ್ರೀವಿಷಯದೊಳ್ಬಹುವಚನದ ಗಳಾದೇಶಮಾಗಿ ಬಂದ ಅರ್ ಎಂಬುದು ಮಧ್ಯಮಪುರುಷದ ಇರ್ ಎಂಬುದಱಾದಿಯೊಳಮ್ ಉತ್ತಮಪುರುಷದೆವುವಿನಾದಿಯೊಳಂ ಕನ್ನಡದೊಳ್ವಿಕಲ್ಪದಿಂ ಪತ್ತುಗುಂ; ಸಂಸ್ಕೃತಗುಣವಚನದೊಳ್ನಿತ್ಯಂ; ಉತ್ತಮಪುರುಷದೆನ್ ಎಂಬುದಱಾದಿಗೆ ನತ್ವಮಕ್ಕುಂ.—ಎವುವಿನ ಉಕಾರಂ ಕೆಲರಿಂ ಬಿಂದುವಕ್ಕುಂ.

ಪ್ರಯೋಗಂ.—ಕನ್ನಡದೊಳ್ ವಿಕಲ್ಪದ ಅರ್ಗೆ—ಕೂರಿದರಿರ್ ಕಾಳೆಗದೊಳ್, ಕೂರಿದಿರ್; ನೇರಿದರಿರ್ ಕೂಡಿದವರೊಳೇನ್! ನೇರಿದಿರ್, ಪಿರಿಯರೆವು, ಪಿರಿಯೆವು, ಪಿರಿಯರೆವೆಂದು ಧಿಕ್ಕರಿಸಿ ಬಯ್ವುದು ತಕ್ಕುದೆ.

ಸಂಸ್ಕೃತದೊಳ್ ನಿತ್ಯದ ಅರ್ಗೆ—ಕುಲವೃದ್ಧರಿರ್, ಆಪ್ತರಿರ್, ಅತಿಬಲರಿರ್; ನಯವಿದರೆವು, ಸಹೋದರರೆವೆಂದೊಸೆದಾಳ್ವುದು ಭೃತ್ಯವಿತಾನಮುಂ.

ನಕಾರಕ್ಕೆ—ಪಿರಿಯನೆನ್, ಆಸಿಯಂತೆವೊಲಸಿಯನೆನ್; ಆಂ ಪೆಱಿನೆನೆಂದು ಬಗೆಯಲಿವಿೂಗಳ್; ಆನ್ ಒರ್ವನೆನೊರ್ವನೆಂ ಸಮರಕೇಳಿಯೊಳ್; ಅತಿಚದುರನೆನ್; ಕಳಾಪಂಡಿತನೆನ್; ಕೃತಿಲಕ್ಷಣಾವಧಾನನೆನ್.

ಎವುವಿನೊಳ್ ಬಿಂದುವಿನ ವಿಕಲ್ಪಕ್ಕೆ—ನೋಡುವೆವು, ನೋಡುವೆಂ; ಪಾಡುವೆವು, ಪಾಡುವೆಂ; ಅವರಾರುಮೆಂಮಾಳ್ದನೆಡೆಱಿನಾವೆ ತಿರ್ದುವೆಂ. ಏಕವಚನದೆಂಗಾದ ಬಿಂದುವುಮ್ ಆ ಬಹುವಚನದೆವುಗಾದ ಬಿಂದುವುಂ ತಮ್ಮೊಳೇಕರೂಪಮಾಗಿರ್ಪುವು; ಅವಂ ಕ್ರಮಣದಿನಱಿವುದು—ಕೋಂಟೆಯುಂ ಪತ್ತುವೆಂ; ವ್ಯಾಕರಣಮನೆಲ್ಲರುಂ ಕೇಳ್ವೆಂ ತಿಳಿಪಿಸಂ ಎಂಬಂತೆ.

ಸೂತ್ರಂ.

Of the 3 Tense-augments (ಕಾಲಾಗಮಂ) ದ is used for the Past (Imperfect), ದಪ for the Present, and ವ for the Future.—Verbs ending in ಉ insert ಇತ್ (ಇ) before ದ and ದಪ.

ದದಪವಕಾರಂಗಳ್ತ
ಪ್ಪದೆ ಕಾಲತ್ರಯವಿಭಕ್ತಿಮೂಲದೊಳಕ್ಕುಂ ।
ದದಪಾದಿಗಿದಾಗಮಮ
ಪ್ಪುದು ವತ್ವಕ್ಕಿಲ್ಲದುಂ ತ್ರಿವಚನಾನುಗತಂ ॥ 221 ॥

ಪದಚ್ಛೇದಂ.— ದ ॥ ದಪ ॥ ವಕಾರಂಗಳ್, ತಪ್ಪದೆ, ಕಾಲತ್ರಯವಿಭಕ್ತಿಮೂಲದೊಳ್ ಅಕ್ಕುಂ; ದದಪಾದಿಗೆ ಇದಾಗಮಂ ಅಪ್ಪುದು; ವತ್ವಕ್ಕೆ ಇಲ್ಲ; ಅದುಂ ತ್ರಿವಚನಾನುಗತಂ.

ಅನ್ವಯಂ.—ಕಾಲತ್ರಯವಿಭಕ್ತಿಮೂಲದೊಳ್, ತಪ್ಪದೆ, ದ ॥ ದಪ ॥ ವಕಾರಂಗಳ್ ಅಕ್ಕುಂ; ದದಪಾದಿಗೆ ಇದಾಗಮಂ ಅಪ್ಪುದು; ವತ್ವಕ್ಕೆ ಇಲ್ಲ; ಅದುಂ ತ್ರಿವಚನಾನುಗತಂ.

ಟೀಕು.—ಕಾಲತ್ರಯವಿಭಕ್ತಿಮೂಲದೊಳ್ = ಭೂತಕಾಲ ವರ್ತಮಾನಕಾಲ ಭವಿಷ್ಯತ್ಕಾಲಂಗಳೆಂಬ ಕಾಲತ್ರಯದ ವಿಭಕ್ತಿಗಳ ಮೊದಲಲ್ಲಿ; ತಪ್ಪದೆ = ತೊಲಗದೆ; ದದಪವಕಾರಂಗಳ್ = ದಕಾರ ದಪಕಾರ ವಕಾರಂಗಳ್; ಅಕ್ಕುಂ = ಅಪ್ಪವು; ದದಪಾದಿಗೆ = ದಕಾರ ದಪಕಾರಂಗಳ ಮೊದಲ್ಗೆ; ಇದಾಗಮಂ = ಇತ್ ಎಂಬಾಗಮಂ; ಅಪ್ಪುದು = ಉಕಾರಾಂತಧಾತುವಿಂಗೆ ಆಗುವುದು; ವತ್ವಕ್ಕೆ = ಭವಿಷ್ಯಂತಿಯ ವಕಾರಕ್ಕೆ; ಇಲ್ಲ = ಇದಾಗಮಂ ಬಾರದು; ಅದುಂ = ಆ ಇದಾಗಮವುಂ; ತ್ರಿವಚನ = ಏಕವಚನ ದ್ವಿವಚನ ಬಹುವಚನಗಳೆಂಬ ತ್ರಿವಚನಂಗಳಲ್ಲಿ; ಅನುಗತಂ = ಎಯ್ದಿಪ್ಪುದು.

ವಿಚಾರಂ.—ಉಕಾರಾಂತಧಾತುಗಳ್ಗೆ ಇದಾಗಮಂ ಬರ್ಪುದು.

ವೃತ್ತಿ.—ದ ದಪ ವ ಎಂಬಾಗಮಂಗಳ್ ಪೋದ ವರ್ತಿಪ ಬರ್ಪ ಕಾಲತ್ರಯಂಗಳ್ಗೆ ಸೂಚಕಂಗಳಾಗಿ, ಪುರುಷತ್ರಯಂಗಳ ವಿಭಕ್ತಿಗಳ ಮೊದಲೊಳಪ್ಪವು; ದ ದಪಂಗಳ ಪೆಱಗೆ, ವಚನತ್ರಯದ ಮೇರೆಯಿಲ್ಲದೆ, ಉಕಾರಾಂತಕ್ಕೆ ಇದಾಗಮಮಕ್ಕುಂ; ಭವಿಷ್ಯಂತಿಯ ವಕಾರಕ್ಕೆಯುಮ್ ಎಕಾರಾಂತ ಇಕಾರಾಂತ ವ್ಯಂಜನಾಂತಂಗಳ್ಗೆ ಪರಮಾದ ದ ದಪಂಗಳ್ಗೆಯುಮ್ ಇದಾಗಮಮಿಲ್ಲ.

ಪ್ರಯೋಗಂ.—ದಕಾರಕ್ಕೆ—ಪಡೆದಂ ರಜೋಧಿಕಂ ಬಿಱಿಪೆಡೆವಣಿಯಂ ಫಣಿಯ. ಒರ್ಬನೆ ಗೆಲ್ದಂ. ಕಡಿದಂ, ಇಡಿದಂ, ಕೇಳ್ದಂ.

ದಪಕ್ಕೆ— ಎತ್ತಿದಪಂ, ಒತ್ತಿದಪಂ; ವಸಂತರಾಜನೆಬ್ಬಿಂದಪನಿಂದು ನಾಳೆ ಬರ್ದುಕಿಲ್ಲ ವಿಯೋಗಿಗೆ. ಮಾಡಿದಪಂ ಖಳಸಮಿತಿಗೆ ಕೇಡಂ.

ವಕಾರಕ್ಕೆ— ಕುಡುವಂ, ಉಡುವಂ, ನಡುವಂ. ಬಿಡುವಂತೆ ಕೈದುವಿಡಿವಂ. ವಿಷ್ಣು ಪಡೆವಂ ಮತ್ರ್ಯಾವತಾರಕ್ಕೆ.

ಉಕಾರಾಂತಕ್ಕೆ ಇದಾಗಮಮಪ್ಪುದರ್ಕೆ — ನೋಡಿದಂ, ಬೇಡಿದಂ, ತೂಗಿದಂ, ಬಾಗಿದಂ; ಒರ್ಬನೆ ಮತ್ಸ್ಯಸಂತಳುರೆ ತಾಗಿದನಾಜಿಯೊಳ್. ಆ ನೃಪತಿ ಕೆಡಿಸಿದನಾ ನಾಡಂ. ಸಾರಿಸಿದಂ; ಅಂಜಿಸಿದಪಂ ಮೂಲೋಕಮನ್ನಾರಕಂ; ಮಾಡಿದಪಂ, ಎತ್ತಿದಪಂ; ಸಾಧಿಸಿದಪನಿಂತು ಕನ್ನು ವಿರಹಿವ್ರಜಮಂ.

ಭವಿಷ್ಯಂತಿಯ ವಕಾರಕ್ಕೆಯುಂ ಎಕಾರಾಂತ ಇಕಾರಾಂತ ವ್ಯಂಜನಾಂತಂಗಳ್ಗೆ ಇದಾಗಮಮಿಲ್ಲದುದರ್ಕೆ—ಬಿಗಿವಂ, ಬಿರಿವಂ, ಮುಚುವಂ; ಇನಂ ತುಹಿನಾದ್ರೀನ್ದ್ರಮನೊತ್ತುಗೊಂಡು ನಡೆವಂ; ಮರುತ್ತರಂಗಿಣಿಯನಂದಾಲಿಂಗನಂ ಮಾಡುವಂ;—ಪಡೆದಂ, ಪಡೆದಪಂ; ಸಿಡಿದಂ, ಸಿಡಿದಪಂ; ಕಲಿಲ್ದಂ, ಕಲಿಲ್ದಪಂ.

ಸೂತ್ರಂ.

The Negative with its Personal suffixes is used for all tenses, even also for the Past.

ಪರಿಭಾವಿಸೆ ಕಾಲತ್ರಯ
ಪರಿಣಾಮಿಗಳೆನಿಸಿ ನೆಗಟ್ದ ಮೂಱುಂ ಕ್ರಿಯೆಯೊಳ್ ।
ನಿರುತಂ ಪ್ರತಿಷೇಧಕ್ರಿಯೆ
ಬರೆ ಭೂತಾರ್ಥದೊಳೆ ಸಲ್ವುದೆಂಬರ್ಪಿರಿಯರ್ ॥222॥

ಪದಚ್ಛೇದಂ. — ಪರಿಭಾವಿಸೆ, ಕಾಲತ್ರಯಪರಿಣಾಮಿಗಳ್ ಎನಿಸಿ ನೆಗಟ್ದ ಮೂಱುಂ ಕ್ರಿಯೆಯೊಳ್ ನಿರುತಂ ಪ್ರತಿಷೇಧಕ್ರಿಯೆ ಬರೆ, ಭೂತಾರ್ಥದೊಳೆ ಸಲ್ವುದು ಎಂಬರ್ ಪಿರಿಯರ್.

ಅನ್ವಯಂ.—ಪ್ರತಿಷೇಧಕ್ರಿಯೆ ಬರೆ, ಪಿರಿಯರ್ ಭೂತಾರ್ಥದೊಳೆ ಸಲ್ವುದು ಎಂಬರ್.

ಟೀಕು. —ಪರಿಭಾವಿಸೆ = ವಿಚಾರಿಸೆ; ಕಾಲತ್ರಯದ = ಕಾಲತ್ರಯದಲ್ಲಿ; ಪರಿಣಾಮಿಗಳ್ = ಪರಿಣಾಮವುಳ್ಳವು; ಎನಿಸಿ = ಎನಿಸಿ; ನೆಗಟ್ದ ಮೂಱುಂ ಕ್ರಿಯೆಯೊಳ್ = ಪ್ರಸಿದ್ಧವಡೆದ ಮೂಱೂ ಕ್ರಿಯೆಗಳಲ್ಲಿ; ನಿರುತಂ = ನಿಶ್ಚಯವಾಗಿ; ಪ್ರತಿಷೇಧಕ್ರಿಯೆ = ಪ್ರತಿಷೇಧಕ್ರಿಯೆ; ಬರೆ = ಬಂದೊಡೆ; ಪಿರಿಯರ್ = ವಿದ್ವಾಂಸರ್; ಭೂತಾರ್ಥದೊಳೆ = ಭೂತಕಾಲದರ್ಥದಲ್ಲಿಯೆ; ಸಲ್ವುದು = ಸಲ್ವುದೆಂದು; ಎಂಬರ್ = ಪೇೞ್ವರ್.

ವೃತ್ತಿ.—ಕಾಲತ್ರಯಂಗಳಂ ಪೇೞ್ವ ಮೂಱು ಕ್ರಿಯಾಪದಂಗಳಲ್ಲಿ ಪ್ರತಿಷೇಧಕ್ರಿಯೆ ಬರೆ, ಭೂತವತಿಯಾಗಿಯೇ ಸಲ್ವುದು.

ಪ್ರಯೋಗಂ.—ಮಾಡಿದನೆಂಬುದರ್ಕೆ ಮಾಡಂ, ಮಾಡಿದಪನೆಂಬುದರ್ಕಂ ಮಾಡಂ.

ಸೂತ್ರಂ.

Each of the 3 Persons, when by itself with its respective Pronoun, is quite independent.

ಪುರುಷತ್ರಯಮುಂ ಸ್ವಾರ್ಥೋಚ್ಚ
ರಿತಂಗಳ್ ಯುಗಪದುಕ್ತಿಗುತ್ತಮಪುರುಷಂ |
ಪರಮದನುೞಿದಿರೆ ಮಧ್ಯಮ
ಪುರುಷಂ ಕ್ರಮಗಣನಮಿರೆಯುಮೊಲ್ದಂತಿರೆಯುಂ || 223 ||

When, in a sentence, all the 3 Persons (Indicated by their personal pronouns) are made the Subject, the Predicate stands in the 1st Person Plural; when the 2nd and 3rd Persons only form the Subject, the Predicate is put in the 2nd Person Plural.

ಪದಚ್ಛೇದಂ.—ಪುರುಷತ್ರಯಮುಂ ಸ್ವಾರ್ಥೋಚ್ಚರಿತಂಗಳ್; ಯುಗಪದುಕ್ತಿಗೆ ಉತ್ತಮಪುರುಷಂ ಪರಂ; ಅದಂ ಉೞಿದು ಇರೆ, ಮಧ್ಯಮಪುರುಷಂ; ಕ್ರಮಗಣನಂ ಇರೆಯುಂ ಒಲ್ದ ಅಂತೆ ಇರೆಯುಂ.

ಅನ್ವಯಂ.—ಪುರುಷತ್ರಯಮುಂ ಸ್ವಾರ್ಥೋಚ್ಚರಿತಂಗಳ್; ಕ್ರಮಗಣನಂ ಇರೆಯುಂ ಒಲ್ದಂತೆ ಇರೆಯುಂ, ಯುಗಪದುಕ್ತಿಗೆ ಉತ್ತಮಪುರುಷಂ ಪರಂ; ಅದಂ ಉೞಿದು ಇರೆ ಮಧ್ಯಮಪುರುಷಂ.

ಟೀಕು.—ಪುರುಷತ್ರಯಮುಂ = ಪ್ರಥಮಮಧ್ಯಮೋತ್ತಮಂಗಳೆಂಬ ಪುರುಷತ್ರಯಮುಂ; ಸ್ವಾರ್ಥೋಚ್ಚರಿತಂಗಳ್ = ಸ್ವತಂತ್ರಂಗಳಾಗಿ ತಮ್ಮರ್ಥದಲ್ಲಿ ಉಚ್ಚರಿಸಲ್ಪಟ್ಟುವು; ಕ್ರಮಗಣನಂ = ಕ್ರಮದಿಂ ಗಣನೆಯಾಗಿ; ಇರೆಯುಂ = ಇರ್ದೊಡೆಯುಂ; ಒಲ್ದಂತೆ = ಪಲ್ಲಟವಾಗಿ, ಇಚ್ಛೆ ಬಂದಂತೆ; ಇರೆಯುಂ = ಇರ್ದೊಡೆಯುಂ; ಯುಗಪದುಕ್ತಿಗೆ = ಒಂದಾಗಿ ನುಡಿಯುವದರ್ಕೆ; ಉತ್ತಮಪುರುಷಂ = ಉತ್ತಮಪುರುಷಂ; ಪರಂ = ಮುಖ್ಯಂ; ಅದಂ = ಆ ಉತ್ತಮಪುರುಷಮಂ; ಉೞಿದರೆ = ಬಿಟ್ಟರೆ; ಮಧ್ಯಮಪುರುಷಂ = ಮಧ್ಯಮಪುರುಷಂ ಮುಖ್ಯವಾಗುವದು.

ವೃತ್ತಿ.—ಪುರುಷತ್ರಯಂಗಳ್ ತಂತಮ್ಮರ್ಥಂಗಳೊಳ್ ಸ್ವತಂತ್ರಂಗಳ್; ಪುರುಷತ್ರಯಂ ಕ್ರಮದಿನಿರ್ದೊಡಂ ವ್ಯತ್ಯಯಮಾಗಿರ್ದೊಡಂ ಕೂಡಿ ನುಡಿವೆಡೆ

ಯೊಳ್ ಉತ್ತಮಪುರುಷಕ್ಕೆ ಮುಖ್ಯತ್ವಂ; ಉತ್ತಮಪುರುಷಂ ಕಳೆದುೞಿದ ಪ್ರಥಮಮಧ್ಯಮಪುರುಷಂಗಳನುಕ್ರಮದಿನಿರ್ದೊಡಂ ವ್ಯತ್ಯಯದಿನಿರ್ದೊಡಂ ಮಧ್ಯಮಪುರುಷಕ್ಕೆ ಮುಖ್ಯತ್ವಂ; ಯುಗಪದುಕ್ತಿಯೊಳ್ಪ್ರಥಮಪುರುಷಕ್ಕೆ ಮುಖ್ಯತ್ವಮಿಲ್ಲ.

ಪ್ರಯೋಗಂ.—ಸ್ವತಂತ್ರಾರ್ಥಕ್ಕೆ—ತಾನಿರ್ದಂ, ತಾಮಿರ್ದರ್; ನೀನ್ ಕಂಡಯ್, ನೀಂ ಕಂಡಿರ್; ಆನ್ ಕೇಳ್ದೆಂ, ಆಂ ಕೇಳ್ದೆವು.

ಉತ್ತಮಪುರುಷಮುಖ್ಯತ್ವಕ್ಕೆ—ಆತನುಂ ನೀನುಂ ಆನುಂ ಪೊೞಿಗಾಗಿರ್ದಪೆವುರ್ವಿಪತಿಗೆ ಪಿಸುಣರಿಂ.

ವ್ಯತ್ಯಯಕ್ಕೆ—ನೀನುಮಾತನುಮಾನುಂ ಮಣಿಕೂಟನಗರಕ್ಕೆ ಪೋಪೆವು; ಆತನುಮಾನುಂ ನೀನುಂ ಕಜ್ಜದ ತೆಱವನಱಿದು ಪೇೞ್ದೆವು; ಆನುಂ ನೀನುಮಾತನುಂ ಬೆಸಕೆಯ್ವೆವು.

ಮಧ್ಯಮಪುರುಷಮುಖ್ಯತ್ವಕ್ಕೆ—ಆತನುಂ ನೀನುಂ ಕೂಡಿದಿರ್ಪ್ಪೊಡೆ ಆಹವಕ್ಕೆ ಕಿಚ್ಚುಂ ಗಾಳಿಯುಂ ಕೂಡಿದಂತೆ.

ವ್ಯತ್ಯಯಕ್ಕೆ—ನಾಳಿನ ದಿನದೊಳ್ನೀನುಮಾತನುಂ ಕೂಡಿದಪಿರ್.

ಸೂತ್ರಂ (not found in the Mdb. Ms.).

ತಾಂ, ನೀಂ, ಆಂ are the forms of the 3 Personal Pronouns, for the Singular and Plural, on which the 3 Personal Suffixes depend.

ತಿಳಿ ತಾಂ ನೀನಾನೆಂಬ
ರ್ಥಳಂಬಿಗಳ್ಪ್ರಥಮಮಧ್ಯಮೋತ್ತಮಪುರುಷಂ |
ಗಳವೇಕವಚನಮೊರ್ವನ
ಬೞಿಕೆಗೆ ಬಹುವಚನಮೆಲ್ಲರಂ ಪೇೞ್ವೆಡೆಯೊಳ್ || 224 ||

ಪದಚ್ಛೇದಂ.—ತಿಳಿ, ತಾಂ ನೀಂ ಆಂ ಎಂಬ ಅರ್ಥಳಂಬಿಗಳ್ ಪ್ರಥಮಮಧ್ಯಮೋತ್ತಮಪುರುಷಂಗಳ್; ಅವು ಏಕವಚನಂ ಒರ್ವನ ಬೞಿಕೆಗೆ, ಬಹುವಚನಂ ಎಲ್ಲರಂ ಪೇೞ್ವೆಡೆಯೊಳ್.

ಅನ್ವಯಂ.— ತಾಂ ನೀಂ ಆಂ ಎಂಬರ್ಥಳಂಬಿಗಳ್ ಪ್ರಥಮಮಧ್ಯಮೋತ್ತಮಪುರುಷಂಗಳ್, ತಿಳಿ! ಅವು ಒರ್ವನ ಬೞಿಕೆಗೆ ಏಕವಚನಂ, ಎಲ್ಲರಂ ಪೇೞ್ವೆಡೆಯೊಳ್ ಬಹುವಚನಂ.

ಟೀಕು.— ತಾಂ = ತಾನೆಂದು; ನೀಂ = ನೀನೆಂದು; ಆಂ = ಆನೆಂದು; ಎಂಬ = ಎಂಬ; ಅರ್ಥ = ಅರ್ಥದಲ್ಲಿ; ಆಂಬಿಗಳ್ = ಆಲಂಬಮುಳ್ಳ ಶಬ್ದಂಗಳ್; ಪ್ರಥಮಮಧ್ಯಮೋತ್ತಮಪುರುಷಂಗಳ್ = ಪ್ರಥಮಪುರುಷ ಮಧ್ಯಮಪುರುಷ ಉತ್ತಮಪುರುಷಂಗಳೆಂದು; ತಿಳಿ = ಅಱಿ; ಅವು = ಆ ಪುರುಷತ್ರಯಂಗಳ್; ಒರ್ವನ = ಒರ್ವನ; ಬಱಿಕೆಗೆ = ಹೇೞುವುದರ್ಕೆ; ಏಕವಚನಂ = ಏಕವಚನಂ ಬರ್ಪುದು; ಎಲ್ಲರಂ = ಸರ್ವರಂ; ಪೇೞ್ವೆಡೆಯೊಳ್ = ಹೇೞ್ವ ತಾವಿನಲ್ಲಿ; ಬಹುವಚನಂ = ಬಹುವಚನಂ ಬರ್ಪುದು.

ವೃತ್ತಿ.—ತಾನ್ ನೀನ್ ಆನ್ ಎಂಬರ್ಥಮನಾಶ್ರಯಿಸಿ, ಪುರುಷತ್ರಯಂಗಳಿರ್ಪುವು; ಅಲ್ಲಿಯೊರ್ವನಂ ಪೇೞ್ವೆಡೆಯೊಳೇಕವಚನಮಕ್ಕುಂ, ಪಲಂಬರಂ ಪೇೞ್ವೆಡೆಯೊಳ್ಬಹುವಚನಮಕ್ಕುಂ.

ಪ್ರಯೋಗಂ.—ತಾಂ ಎಂಬುದರ್ಕೆ—ತಾನೆಚ್ಚಂ ಪೊಚ್ಚಮಲ್ಲದರಿವಾಹಿನಿಯಂ; ತಾಂ ಸವ್ಯಸಾಚಿಯೊಳೆ ತೊಡರ್ದಿಱಿಯರ್.

ನೀಂ ಎಂಬುದರ್ಕೆ—ರಣಕ್ಕೆನ್ನಿಂದೆ ನೀಂ ಮುಂಚಿದಯ್; ನೀಂ ಪೇೞ್ವಿರ್; ನೀಂ ಬಂದಿರ್; ಮೊನಿಯೊಳ್ಸೊಲ್ತಿಡವಾಯ್ತು, ನೀಮಿರೆ ಮತ್ತವಾರಣಮುಂ ತಾರಕಚಕ್ರವರ್ತಿಗೆ; ದೇವಾಸುರಮುಂ ಕೇಳಿರೆ ದೇವಾ.

ಆ ಎಂಬುದರ್ಕೆ—

ಆನಱಿವೆಂ ಪೃಥೆಯಱಿವಳ್
ದಾನವರಿಪುವಱಿವನರ್ಕನಱಿವಂ ದಿವ್ಯ ।
ಜ್ಞಾನಿಸಹದೇವನಱಿವಂ
ನೀನಾರ್ಗೆನ್ದಾರುಮಱಿಯುರಂಗಾಧಿಪತೀ ॥ ಕಂದಂ ॥
ಆಮಱಿವೊಡಮುಸಿರಲಕ್ಕೆಮವಾಳ್ದನ ಗತಿಯಂ.

ಸೂತ್ರಂ.

For the 3rd Person Singular and Plural the Neuter personal suffixes respectively are:

ಉದುವುವುವೆಂಬಾದೇಶಂ
ಪುದಿದಿರ್ಕುಂ ಪ್ರಥಮಪುರುಷದೇಕಬಹುತ್ವ ।
ಕ್ಕೊದವಿರ್ದ ನಪುಂಸಕಲಿಂ
ಗದೊಳುದು ಭಾವಾರ್ಥದಲ್ಲಿಯುಂ ಸಂಗಳಿಕುಂ ॥225॥

ಉದು, ಉವು.—The form with ಉದು is used also as an Abstract noun, and in the sense of the Imperative.

ಪದಚ್ಛೇದಂ.—ಉದು ಉವು ಎಂಬ ಆದೇಶಂ ಪುದಿದು ಇರ್ಕುಂ ಪ್ರಥಮಪುರುಷದ ಏಕಬಹುತ್ವಕ್ಕೆ ಒದವಿ ಇರ್ದ ನಪುಂಸಕಲಿಂಗದೊಳ್; ಉದು ಭಾವಾರ್ಥದಲ್ಲಿಯುಂ ಸಂಗಳಿಕುಂ.

ಅನ್ವಯಂ.—ಒದವಿ ಇರ್ದ ನಪುಂಸಕಲಿಂಗದೊಳ್ ಪ್ರಥಮಪುರುಷದ ಏಕಬಹುತ್ವಕ್ಕೆ ಉದು ಉವು ಎಂಬಾದೇಶಂ ಪುದಿದು ಇರ್ಕುಂ; ಉದು ಭಾವಾರ್ಥದಲ್ಲಿಯುಂ ಸಂಗಳಿಕುಂ.

ಟೀಕು. — ಒದವಿರ್ದ = ಪ್ರಾಪ್ತಿಸಿ ಇರ್ದ; ನಪುಂಸಕಲಿಂಗದೊಳ್ = ನಪುಂಸಕಲಿಂಗದಲ್ಲಿ; ಪ್ರಥಮಪುರುಷದ = ಅನ್ಯಪುರುಷದ; ಏಕಬಹುತ್ವಕ್ಕೆ = ಏಕವಚನ ಬಹುವಚನಂಗಳ್ಗೆ; ಉದು = ಉದು ಎಂದು; ಉವು = ಉವು ಎಂದು; ಎಂಬಾದೇಶಂ = ಎಂಬಾದೇಶಂ; ಪುದಿದು = ಪ್ರವೇಶವಾಗಿ; ಇರ್ಕುಂ = ಇರ್ಪುವು; ಭಾವಾರ್ಥದಲ್ಲಿಯುಂ = ಭಾವಾರ್ಥದೊಳಂ; ಉದು = ಉದು ಎಂಬುದು; ಸಂಗಳಿಕುಂ = ಸಂಬಂಧವಾಗುವುದು. ಉಂ ಎಂಬ ಸಮುಚ್ಚಯದಿಂ ವಿಧ್ಯರ್ಥದಲ್ಲಿಯುಂ ಬರ್ಪುದೆಂಬರ್ಥಂ.

ವೃತ್ತಿ.—ಪ್ರಥಮಪುರುಷದೇಕವಚನಬಹುವಚನಕ್ಕಾದೇಶಮಾಗಿ ನಪುಂಸಕಲಿಂಗದೊಳುದುವೆಂಬುದುಂ ಉವುವೆಂಬುದುಮಪ್ಪುವು. ಭಾವಾರ್ಥದೊಳುದುವುಂಟು.

ಪ್ರಯೋಗಂ.—ಏಕವಚನಕ್ಕೆ—ಬರೆದುದು; ನೆರೆದುದು; ಕರೆದುದು; ಜಲಗಂ ಪರೆದುದು. ಮುತ್ತುದು ನೇಸಱ ತೇಜಂ ಸತ್ತುದು ದಾವಾಗ್ನಿ.

ಬಹುವಚನಕ್ಕೆ—

ನಿಮಿರ್ದುವು ಪೊಳೆದುವಳುಂಕಿದು
ವಮರ್ದುವು ಚುಂಬಿಸಿದುವಪ್ಪಿದುವು ಸಂಭ್ರಮದಿಂ |
ಸಮದೃಷ್ಟಿಯಾಗಿ ಸಿಲ್ಕಿದು
ವೆಮೆಯಿಕ್ಕಲ್ಮಱೆದುವವಳ ಧವಳಕಟಾಕ್ಷಂ || ಕಂದಂ ||

ಭಾವಕ್ಕೆ—ಈವುದು ಕರ್ಣಂಗೆ ಸಹಜಮಾರೋಪಿತಮೆ; ಕೂರ್ಪುದು; ಇರ್ಪುದು; ಮಾಟ್ಪುದು.

ಸಮುಚ್ಚಯವಶದಿಂ ವಿಧ್ಯರ್ಥದೊಳುದುವುಂಟು—ರಕ್ಷಿಪುದೆಂನಂ; ಅವಧರಿಪುದು ಬಿಂನಪಮಂ ಎಂಬಂತೆ.

ಸೂತ್ರಂ.

Instead of the ಉದು (S. 225) for the 3rd Person Neuter Singular also ಇತು, ಇತ್ತು, ಅತ್ತು are in use.

ನೆಗೞ್ದ ನಪುಂಸಕೈಕೋ
ಕ್ತಿಗೆ ಕೆಲರಿತುವಿತ್ತುವತ್ತುವೆಂದುಸಿರ್ವರ್ ನೆ ।
ಟ್ಟಗೆ ಪುಗಿಸುವರಂತೇಕೋ
ಕ್ತಿಗೆ ತಾಂ ಸ್ತ್ರೀವಿಷಯಮಾಗಳಂತಸ್ಥಿತಿಯಂ, ॥ 226 ॥

The Feminine Personal suffix for the 3rd Person Singular is ಅಳ್.

ಪದಚ್ಛೇದಂ.—ನೆಗೞ್ದ ನಪುಂಸಕೈಕೋಕ್ತಿಗೆ ಕೆಲರ್, ಇತು ಇತ್ತು ಅತ್ತು ಎಂದು, ಉಸಿರ್ವರ್; ನೆಟ್ಟಗೆ ಪುಗಿಸುವರ್ ಅಂತು ಏಕೋಕ್ತಿಗೆ ತಾಂ, ಸ್ತ್ರೀವಿಷಯಂ ಆಗೆ, ಅಳಂತ ಸ್ಥಿತಿಯಂ.

ಅನ್ವಯಂ.—ಸ್ತ್ರೀವಿಷಯಂ ಆಗೆ, ಅಂತು ಏಕೋಕ್ತಿಗೆ ಅಳಂತಸ್ಥಿತಿಯಂ ತಾಂ ನೆಟ್ಟಗೆ ಪುಗಿಸುವರ್ ಎಂಬುದನ್ವಯಂ.

ಟೀಕು.—ನೆಗೞ್ದ = ಪ್ರಸಿದ್ಧವಡೆದ; ಆ ನಪುಂಸಕೈಕೋಕ್ತಿಗೆ = ಆ ಉದುವೆಂಬ ನಪುಂಸಕಲಿಂಗದ ಏಕವಚನಕ್ಕೆ; ಕೆಲರ್ = ಕೆಲಂಬರ್; ಇತು = ಇತು ಎಂದು; ಇತ್ತು = ಇತ್ತು ಎಂದು; ಅತ್ತು = ಅತ್ತು ಎಂದು; ಉಸಿರ್ವರ್ = ಬಹುಳದಿಂ ಪೇೞ್ವರ್; ಸ್ತ್ರೀವಿಷಯಂ = ಸ್ತ್ರೀಲಿಂಗದ ವಿಷಯಂ; ಆಗೆ = ಆಗೆ; ಅಂತು = ಹಾಂಗೆ; ಏಕೋಕ್ತಿಗೆ = ಏಕವಚನಕ್ಕೆ; ಅಳಂತಸ್ಥಿತಿಯಂ = ಅಳ್ ಎಂಬ ಪ್ರತ್ಯಯಾಂತದ ಸ್ಥಿತಿಯಂ; ತಾಂ = ವಿದ್ವಾಂಸರ್ ತಾಂ; ನೆಟ್ಟಗೆ = ವ್ಯಕ್ತವಾಗಿ; ಪುಗಿಸುವರ್ = ಪ್ರವೇಶವಂ ಮಾಡುವರ್.

ವಿಚಾರಂ (not found in the Mdb. Ms.)—ನಪುಂಸಕಲಿಂಗದ ಭೂತಕಾಲದ ಪ್ರಥಮಪುರುಷದೇಕವಚನಕ್ಕೆ ಇತು ಇತ್ತು ಅತ್ತು ಎಂಬಿವರ್ಕೆ ಆ ಭೂತಕಾಲದ ದಕಾರಂ ಬಹುಳವಾಗಿ ಬರ್ಪುದು; ಅದೆಂತೆಂದೊಡೆ—ಈ, ಓ, ಕಾ, ಕೀ, ಕೇ, ಪೂ, ಬೇ, ಬಾ, ಮೇ ಎಂಬೇಕಾಕ್ಷರಧಾತುಗಳ್ಗೆ ಪರದಲ್ಲಿ ದಕಾರಂ ನಿತ್ಯಂ; ಏಕಾರಾಂತಂಗಳಲ್ಲಿ ಇತು ಇತ್ತು ಎಂಬೆರಡರ್ಕೆ ದತ್ವಮಿಲ್ಲ; ವರ್ಗತೃತೀಯಾಂತದ ವರ್ಗಪ್ರಥಮಂಗಳಾಗುವಲ್ಲಿ ನಿತ್ಯಂ; ಇಕಾರಾಂತಗಳಲ್ಲಿ ವಿಕಲ್ಪಂ; ವ್ಯಂಜನಾಂತಂಗಳಲ್ಲಿ ಬಹುಳಂ; ಸರ್ವಧಾತುಗಳಲ್ಲಿಯುಂ ಅತ್ತು ಎಂಬುದರ್ಕೆ ದತ್ವಂ ನಿತ್ಯವಾಗಿ ಬರ್ಪುದು. ಇವನುದಾಹರಣೆಯ ಮುಖದಿಂದಱಿವುದು.

ವೃತ್ತಿ.—ನಪುಂಸಕಲಿಂಗದೇಕವಚನಕ್ಕೆ ಇತುವೆಂದುಂ ಇತ್ತುವೆಂದುಂ ಅತ್ತುವೆಂದುಮ್ ಅಕ್ಕುಂ; ಪ್ರಥಮಪುರುಷದೇಕವಚನಕ್ಕೆ, ಸ್ತ್ರೀವಿವಕ್ಷೆಯಾಗೆ, ಅಳ್ ಎಂದಕ್ಕುಂ.

ಪ್ರಯೋಗಂ.—

ಇತುಗೆ—ಮುಟ್ಟಿತು; ಮೆಟ್ಟಿತು.

ಮುಟ್ಟಿತು ಮುಟ್ಟದು ದಿವಮಂ
ಮೆಟ್ಟಿತು ಮೆಟ್ಟದು ರಸಾತಳಾಗ್ರಮನೆಮ್ಗೆ।
ಳ್ಬಿಟ್ಟಳಮಾಗಿರೆ ದಿವಿಜರ
ದಿಟ್ಟಿಗೆ ಸೊಗಯಿಪುದು ಮುಂದೆ ಮಂದರಶೈಲಂ ॥ ಕಂದಂ ॥

ಇತ್ತುಗೆ—ಅಲ್ಲಾಡಿತ್ತು; ಓಡಿತ್ತು. ಈಶ್ವರನ ಮನಮಲ್ಲಾಡಿತ್ತೋಡಿತ್ತು ಕಿನ್ನರಸೈನ್ಯಂ.

ಅತ್ತುಗೆ—ಇರ್ದತ್ತು; ಪಸರಿಸಿದತ್ತು. ಶಿರಃಕರೋಟಿ ನಗುವಂತಿರ್ದತ್ತು ರಾಗಾಧರನಂ; ಪಸರಿಸಿದತ್ತು ಮೂಡದೆಸೆಯೊಳ್ ಬೆಳಗೆಂಪು.

ಅಳ್ಗೆ—ಕಡೆದಳ್; ತಡೆದಳ್; ಪಡೆದಳ್; ಅಱಿದಳ್ ಪಾಂಡುತನೂಜರ ತೆಱನೆಲ್ಲಮನೀಕೆ.

ಸೂತ್ರಂ.

There are two other Affixes for the 3rd Person: ಗುಂ and ಕುಂ. The forms created by them (are, like	ಸವಮಾಗಿ ಭೂತದೊಳ್ ಲಿಂ ಗವಚನದೊಳ್ತಳ್ತು ವರ್ತಮಾನಭವಿಷ್ಯ। ದ್ವ್ಯವಹೃತಿಗಳ ಗುಂ ಕುಂ ಸ ಲ್ವುವು ತಾವನ್ಯೈಕವಚನದೊಳ್ನೆಲಸಿರ್ದುಂ ॥ 227 ॥

the forms with ಉದು of S. 225, a sort of verbal noun, and) may be used for all tenses, even also the Past, for all numbers and all genders.

ಪದಚ್ಛೇದಂ.—ಸವಂ ಆಗಿ ಭೂತದೊಳ್ ಲಿಂಗವಚನದೊಳ್ ತಳ್ತು, ವರ್ತಮಾನಭವಿಷ್ಯದ್ವ್ಯವಹೃತಿಗಳ ಗುಂ ಕುಂ ಸಲ್ವುವು, ತಾಂ ಅನ್ಯೈಕವಚನದೊಳ್ ನೆಲಸಿ ಇರ್ದುಂ.

ಅನ್ವಯಂ.—ವರ್ತಮಾನಭವಿಷ್ಯದ್ವ್ಯವಹೃತಿಗಳ ಗುಂ ಕುಂ, ತಾಂ ಅನ್ಯೈಕವಚನದೊಳ್ ನೆಲಸಿ ಇರ್ದುಂ, ಭೂತದೊಳ್ ಲಿಂಗವಚನದೊಳ್ ತಳ್ತು, ಸವಂ ಆಗಿ ಸಲ್ವುವು.

ಟೀಕು.—ವರ್ತಮಾನ = ವರ್ತಮಾನಕಾಲದ; ಭವಿಷ್ಯತ್ = ಭವಿಷ್ಯತ್ಕಾಲದ; ವ್ಯವಹೃತಿಗಳ = ವ್ಯವಹಾರಂಗಳ; ಗುಂ = ಗುಂಕಾರಂ; ಕುಂ = ಕುಂಕಾರಂ; ತಾಂ = ತಾಂ; ಅನ್ಯ = ಪ್ರಥಮಪುರುಷದ; ಏಕವಚನದೊಳ್ = ಏಕವಚನದಲ್ಲಿ; ನೆಲಸಿರ್ದುಂ = ನೆಲೆಗೊಂಡಿರ್ದುಂ; ಭೂತದೊಳ್ = ಭೂತಕಾಲದಲ್ಲಿ; ಲಿಂಗವಚನದೊಳ್ = ಲಿಂಗತ್ರಯ ವಚನತ್ರಯಂಗಳಲ್ಲಿ; ಸವನಾಗಿ = ಸಮಾನವಾಗಿ; ತಳ್ತು = ಪೊರ್ದುಗೆಯಾಗಿ; ಸಲ್ವುವು = ಸಲುವಳಿಯಪ್ಪುವು.

ವೃತ್ತಿ.—ಭೂತಕಾಲವೆನ್ನದೆ, ಲಿಂಗತ್ರಯವಚನತ್ರಯವೆನ್ನದೆ, ವರ್ತಮಾನಭವಿಷ್ಯತ್ಕಾಲಂಗಳೊಳ್ ವರ್ತಿಸುವ ಗುಂ ಕುಮ್ ಎಂಬಿವು ಪ್ರಥಮದೇಕವಚನಕ್ಕಮಾದೇಶಮಪ್ಪುವು.

ಪ್ರಯೋಗಂ.—ಗುಮೆಂಬುದರ್ಕೆ ಭೂತಕಾಲಕ್ಕೆ—ಅಂದು ಮಾಡುಗುಂ, ಅಂದು ಮಾಟ್ಕಿಂ.

ಲಿಂಗತ್ರಯಕ್ಕೆ—

ಅಸವಸದಿಂ ಪಳಗೆಯ್ಯುಂ
ಕಸಮಂ ಸೋದಿಸದೆ ಬಿತ್ತಿದೊಕ್ಕಲಿಗನ ವೋಲ್ ।
ಸಸಿಯಂ ನೋಡಿ ತಳೋದರಿ
ಬಿಸುಸುಯ್ಗುಂ ಬಯ್ಗುಮಿಂತು ಮಾಡಿದ ಬಿದಿಯಂ ॥ ಕಂದಂ ॥

ಭೂವಳಯಾಧಿಪಂ ನುಡಿಗುಮಾ ದೂತಂಗೆ ಸ್ವಚಿತ್ತಗತಾರ್ಥಮಂ. ಕೋಗಿಲೆಯುಲಿಗುಂ ನಯದಿಂದ. ಬೀಸುಗುಂ ಗಂಧವಾಹಂ.

ವಚನತ್ರಯಕ್ಕೆ—ಒರ್ವನೆ ಗೆಲ್ಗುಂ ಕಿರೀಟಿ ಕೌರವಬಲಮಂ. ಬಲನಾರಾಯಣರಿರ್ವರುಂ ನುಡಿಗುಂ ಆ ದೂತಂಗೆ. ಮೂದೇವರುಮಂಮೂಱು ಕೋಣೆವುಗಿಸುಗುಮಸುರರ್. ಎಮಗೀಗಳೆ ಸೂಚಿಸುಗುಮವರ್ ನಾಳೆ ಕಾಣ್ಗುಂ.

ಕುಮಿಂಗೆ—ಕೇಳ್ವಾತನ ಕಿವಿಯುಂ ಕನಲ್ ಕರಿಮುರಿವೋಕುಂ (?)

ಅರ್ಕೇಂದುಗಳಂ ತವೆ ನುಂ
ಗಿರ್ಕುಂ ಕಟ್ಟಿಲೆ ಸಿಡಿಲ್ಗಳೆಱಗುಗುಮತ್ತಂ ।
ಬರ್ಕುಂ ನಿನ್ನೋಪಳಭಯ
ಮಿರ್ಕುಮೆ ನೀನಿರ್ಪ ಮನದೊಳುಗ್ರತುಳಾಕಾ (o. r.—
ತಳಕರ್ಾ) ॥ ಕಂದಂ ॥.

ಇದುಮದಱಿಂತೆ ಸಲ್ವುದು. ಶ್ರಾವ್ಯಮಾದೊಡೇಕಪದದೊಳೆರಡುಂ ಪತ್ತುಗುಂ—ಸೂಚಿಸುಗುಂ, ಸೂಚಿಕುಂ; ಮಾಳ್ಕುಂ, ಮಾಡುಗುಂ.

ಸೂತ್ರಂ.

When the ಕುಂ (S. 227) is joined to ಇಸು, the suffix of causation (ಹೇತು), the ಸು is dropped. The ಕ in ಕುಂ may be doubled.

ಇಸುವಿನ ಸುಕಾರಮಂ ಲೋ
ಪಿಸುವರ್ ಕುಂ ಪರದೊಳಾಗೆ ಕುಂಮಿಂಗೆ ಕೆಲ |
ರ್ಪೊಸಯಿಸುವರ್ ದ್ವಿರ್ಭಾವಮ
ನೆಸಗಲದಂ ಬೇಡ ಕಿವಿಗೆ ಸೊಗಯಿಸದೆಡೆಯೊಳ್ ||228||

ಪದಚ್ಛೇದಂ.—ಇಸುವಿನ ಸುಕಾರಮಂ ಲೋಪಿಸುವರ್, ಕುಂ ಪರದೊಳ್ ಆಗೆ; ಕುಂಮಿಂಗೆ ಕೆಲರ್ ಪೊಸಯಿಸುವರ್ ದ್ವಿರ್ಭಾವಮಂ; ಎಸಗಲ್ ಅದಂ ಬೇಡ ಕಿವಿಗೆ ಸೊಗಯಿಸದ ಎಡೆಯೊಳ್.

ಅನ್ವಯಂ.—ಕುಂ ಪರದೊಳ್ ಆಗೆ, ಇಸುವಿನ ಸುಕಾರಮಂ ಲೋಪಿಸುವರ್; ಕೆಲರ್ ಕುಂಮಿಂಗೆ ದ್ವಿರ್ಭಾವಮಂ ಪೊಸಯಿಸುವರ್; ಕಿವಿಗೆ ಸೊಗಯಿಸದೆಡೆಯೊಳ್ ಅದಂ ಎಸಗಲ್ ಬೇಡ.

ಟೀಕು. — ಕುಂ = ಕುಂಕಾರಂ; ಪರದಲ್ಲಿ = ಧಾತುಗಳ ಪರದಲ್ಲಿ; ಆಗೆ = ಪೊರ್ದುಗೆಯಾಗೆ; ಇಸುವಿನ = ಇಸುಪ್ರತ್ಯಯದ; ಸುಕಾರಮಂ = ಸುತ್ವವಂ; ಲೋಪಿಸುವರ್ = ಲೋಪವಂ ಮಾಡುವರ್; ಕೆಲರ್ = ಕೆಲಂಬರ್; ಕುಂಮಿಂಗೆ = ಕುಂಕಾರಕ್ಕೆ; ದ್ವಿರ್ಭಾವಮಂ = ದ್ವಿತ್ವವಂ; ಪೊಸಯಿಸುವರ್ = ಪೊರ್ದುಗೆಯಂ ಮಾಡುವರ್; ಕಿವಿಗೆ = ಕರ್ಣಕ್ಕೆ; ಸೊಗಯಿಸದೆಡೆಯೊಳ್ = ಹಿತವಾಗದ ತಾವಿನಲ್ಲಿ; ಅದಂ = ಆ ಕುಂಕಾರದ ದ್ವಿತ್ವವಂ; ಎಸಗಲ್ ಬೇಡ = ಮಾಡ ಬೇಡ.

ವೃತ್ತಿ.—ಹೇತುವಿನೊಳಾದ ಇಸುವಿನ ಸುಕಾರಕ್ಕೆ ಕುಂ ಪರಮಾಗೆ, ಆ ಸುತ್ವಂ ಲೋಪಮಕ್ಕುಂ; ಕೆಲರಾ ಕುಂಮಿಂಗೆ ದ್ವಿತ್ವಮಂ ಪೇೞ್ವರ್; ಅದಂ ಶ್ರವಣಕ್ಕೆ ಶೋಭನವಾಗದ ತಾಣದೊಳ್ ಪೇೞಲಾಗದು.

ಪ್ರಯೋಗಂ.—ಸುಕಾರಲೋಪಕ್ಕೆ—ಈ ಯೋಗದೊಳಾವ ರೋಗಮಂ ಪರಿಹರಿಕುಂ; ಸಮನಿಕುಮಾಕಾರಂಮೇಣವರ್ಣ; ಇಂದಿನ ದಿನದೊಳ್ ರಂಭೆ ಕೇಳಿಕುಂ ಪೆಕ್ಕಣಮಂ; ಭಾವಿಕುಂ; ಮಾಣಿಕುಂ.

ದ್ವಿತ್ವಕ್ಕೆ—ಪುರುಡಿಕ್ಕುಂ; ಪೊಗೞಿಕ್ಕುಂ; ರಂಜಿಕ್ಕುಂ; ಪಾಲಿಕ್ಕುಂ ಜಗವೆಲ್ಲಮಂ ಕಮಲಭವಂ.

ಶ್ರಾವ್ಯಮಲ್ಲದುದರ್ಕೆ—ಬಿಡಿಕ್ಕುಂ, ಕೆಡಿಕ್ಕುಂ, ಸೊಪ್ಪಿಕ್ಕುಮೆನ ಬೇಡ. ಸಂಸ್ಕೃತದೊಳಿಂತಿದು ಮನೋಹರಂ.

ಸೂತ್ರಂ.

Regarding the Imperative (ವಿಧಿ) there are the Suffixes ಗೆ and ಕೆ (ಕ್ಕೆ, *cf. S.* 228) for the Singular and Plural of the 3rd Person (the Elision regarding ಇಸು also occurring here); ಇಂ for the 2nd Person Plural; and ಅಂ for the 1st Person Plural.

ಸೊಗಯಿಪುವು ಗೆ ಕೆಗಳನ್ಯೋ
ಕ್ತಿಗೆ ವಿಧ್ಯರ್ಥಕ್ಕೆ ಮಧ್ಯಮೋತ್ತಮಪುರುಷ ।
ಪ್ರಗತಬಹೂಕ್ತಿಯೊಳಿಮಮೆಂ
ದೊಗೆತರ್ಕುಂ ಯುಗಪದುಕ್ತಿಯೊಳ್ಕ್ರಮದಿಂದಂ ॥ 229 ॥

ಪದಚ್ಛೇದಂ.—ಸೊಗಯಿಪುವು ಗೆ ಕೆಗಳ್ ಅನ್ಯೋಕ್ತಿಗೆ ವಿಧ್ಯರ್ಥಕ್ಕೆ; ಮಧ್ಯಮೋತ್ತಮಪುರುಷಪ್ರಗತಬಹೂಕ್ತಿಯೊಳ್, ಇಂ ಅಂ ಎಂದು, ಒಗೆತರ್ಕುಂ, ಯುಗಪದುಕ್ತಿಯೊಳ್ ಕ್ರಮದಿಂದಂ.

ಅನ್ವಯಂ.—ವಿಧ್ಯರ್ಥಕ್ಕೆ ಅನ್ಯೋಕ್ತಿಗೆ ಗೆ ಕೆಗಳ್ ಸೊಗಯಿಪುವು; ಯುಗಪದುಕ್ತಿಯೊಳ್ ಮಧ್ಯಮೋತ್ತಮಪುರುಷಪ್ರಗತಬಹೂಕ್ತಿಯೊಳ್ ಕ್ರಮದಿಂದಂ, ಇಂ ಅಂ ಎಂದು, ಒಗೆತರ್ಕುಂ.

ಟೀಕು.—ವಿಧ್ಯರ್ಥಕ್ಕೆ = ವಿಧಿಯರ್ಥಕ್ಕೆ; ಅನ್ಯ = ಪ್ರಥಮಪುರುಷದ; ಉಕ್ತಿಗೆ = ಅಂ ಅರ್ ಎಂಬೇಕವಚನಬಹುವಚನಕ್ಕೆ; ಗೆ ಕೆಗಳ್ = ಗೆಕಾರ ಕೆಕಾರಂಗಳ್; ಸೊಗಯಿಪುವು = ಹಿತವಾಗವುವು; ಯುಗಪದುಕ್ತಿಯೊಳ್ = ಒಂದಾಗಿ ನುಡಿವುದಾದ; ಮಧ್ಯಮ = ಮಧ್ಯಮಪುರುಷದಲ್ಲಿ; ಉತ್ತಮ = ಉತ್ತಮಪುರುಷದಲ್ಲಿ; ಪ್ರಗತ = ವಿಶೇಷವಾಗಿ ಎಯ್ದಲ್ಪಟ್ಟ; ಬಹೂಕ್ತಿಯೊಳ್ = ಇರ್, ಎವು ಎಂಬ ಬಹುವಚನದಲ್ಲಿ; ಕ್ರಮದಿಂದಂ = ತಱುವಾಯಿಂದೆ; ಇಂ = ಇಂ ಎಂದು; ಅಂ = ಅಂ ಎಂಡು; ಒಗೆತರ್ಕುಂ = ಬರ್ಪುವು.

ವೃತ್ತಿ.—ಪ್ರಥಮಪುರುಷದೇಕವಚನಕ್ಕಂ ಬಹುವಚನಕ್ಕಂ ವಿಧ್ಯರ್ಥದೊಳ್ ಗೆ ಎಂದುಂ ಕೆ ಎಂದುಮಕ್ಕುಂ; ಕೆಕಾರಕ್ಕೆ ಕುಮ್ಮಿನಂತೆ ದ್ವಿತ್ವವಿಕಲ್ಪಂ. ಮಧ್ಯಮೋತ್ತಮಪುರುಷಂಗಳ ಬಹುವಚನಕ್ಕೆ ಯುಗಪದುಕ್ತಿಯೊಳ್ಪರಿವಿಡಿಯಿಂ ಇಮ್ ಅಮ್ ಎಂಬಿವಕ್ಕುಂ.

ಪ್ರಯೋಗಂ.—ಗೆಕಾರಕ್ಕೆ—ಅವಂ ಕುಡುಗೆ; ಅವಂ ಪಡೆಗೆ; ಅವಂ ತರ್ಕೆ; ಅವಂ ಬರ್ಕೆ; ಪಾಳಿಸುತ್ತಿರ್ಕೆ ವಿಷ್ಣು; ಪರಿಪಾಳಿಕೆ ಜಿಷ್ಣುವಲಂಕರಿಷ್ಣು.

ಬಹುವಚನಕ್ಕೆ—ಅವರ್ಮೂಡಿಕ್ಕೆ; ಅವತೋರ್ಕೆ.

ಕೆಕಾರಕ್ಕೆ ದ್ವಿತ್ವವಿಕಲ್ಪಂ—ರಕ್ಷಿಕೆ, ರಕ್ಷಿಕ್ಕೆ; ಪೂಜಿಕೆ, ಪೂಜಿಕ್ಕೆ; ಪೆರ್ಚಿಕೆ, ಪೆರ್ಚಿಕ್ಕೆ; ನರನಾಥನಾ ತೆಱದಿಂ ಪೆರ್ಚಿಕ್ಕೆ ದೇಶಂಗಳಂ.

ಇಂಗೆ—ಸಮಕಟ್ಟಂ! ಇರಿಸಿಂ! ತರಿಸಿಂ! ವ್ಯಾಳದನ್ನಿಕುಲಮಂ ಸಮಕಟ್ಟಂ.

ಅಂಗೆ—ನೆನೆಯದ ಕಜ್ಜದ ಬಿಣ್ಪಂ

ಮುನಿವಯ್ನೀನೊರ್ಬನೆಂಬ ಹರಿಗಮಸಾಧ್ಯಂ |
ಮನುಜಪ್ರಾಕಾರಾಂಕನೊ
ಳನಿಬರುಮೊಂದಾಗಿ ತಾಗುವಂ ಫಲ್ಗುಣನೊಳ್! || ಕಂದಂ ||

ಏಗೆಯ್ವಂ ಪೇೞಿಮೆಂದೊಡೆಂದರ್ಭೀಷ್ಮರ್.

ಸೂತ್ರಂ.

Further, the form of the 2nd Person Singular Imperative is the Verbal theme or root; the root ಇರ್ may become ಇರು.—Remark: ವೆಂ is the suffix for the 1st Person Singular Imperative, ವಂ for the 1st Person Plural.—The Imperative may be put twice (*cf. S.* 195).

ಪರಿಣಮಿಸಿರ್ಕುಂ ಪ್ರಕೃತಿ
ಸ್ವರೂಪದಿಂ ಮಧ್ಯಮೈಕವಚನಂ ವಿಧಿಯೊಳ್ |
ದೊರೆಕೊಳ್ಗುಮುತ್ವಮಿರ್ಗಂ
ಕುರಿಪುದು ವಿಧಿಯಾ ಕ್ರಿಯಾಸಮಭಿಹಾರದೊಳಂ || 230 ||

ಪದಚ್ಛೇದಂ.— ಪರಿಣಮಿಸಿ ಇರ್ಕುಂ ಪ್ರಕೃತಿಸ್ವರೂಪದಿಂ ಮಧ್ಯಮೈಕವಚನಂ ವಿಧಿಯೊಳ್; ದೊರೆಕೊಳ್ಗುಂ ಉತ್ವಂ ಇರ್ಗೆ; ಅಂಕುರಿಪುದು ವಿಧಿ ಆ ಕ್ರಿಯಾಸಮಭಿಹಾರದೊಳಂ.

ಅನ್ವಯಂ.— ವಿಧಿಯೊಳ್ ಮಧ್ಯಮೈಕವಚನಂ ಪ್ರಕೃತಿಸ್ವರೂಪದಿಂ ಪರಿಣಮಿಸಿ ಇರ್ಕುಂ; ಇರ್ಗೆ ಉತ್ವಂ ದೊರೆಕೊಳ್ಗುಂ; ಆ ಕ್ರಿಯಾಸಮಭಿಹಾರದೊಳಂ ವಿಧಿ ಅಂಕುರಿಪುದು.

ಟೀಕು.— ವಿಧಿಯೊಳ್ = ವಿಧ್ಯರ್ಥದಲ್ಲಿ; ಮಧ್ಯಮೈಕವಚನಂ = ಅಯ್ ಎಂಬ ಮಧ್ಯಮಪುರುಷದೇಕವಚನಂ; ಪ್ರಕೃತಿಸ್ವರೂಪದಿಂ = ಧಾತುಸ್ವರೂಪದಿಂದೆ; ಪರಿಣಮಿಸಿರ್ಕುಂ = ಪರಿಣಮಿಸಿರ್ಪುದು; ಇರ್ಗೆ = ಇರ್ ಎಂಬ ಧಾತುವಿಂಗೆ; ಉತ್ವಂ = ಉಕಾರಂ; ದೊರೆಕೊಳ್ಗುಂ = ಪ್ರಾಪ್ತಿಸುವುದು; ಆ ಕ್ರಿಯಾಸಮಭಿಹಾರದೊಳಂ = ಆ ಕ್ರಿಯೆಯನಭಿಮುಖವಾಗಿ ಮಾಡಿ ಕೊಂಬಲ್ಲಿಯುಂ; ವಿಧಿ = ವಿಧ್ಯರ್ಥಂ; ಅಂಕುರಿಪುದು = ಅಂಕುರವಾಗುವುದು, ಬರ್ಪುದೆಂಬುದರ್ಥಂ.

ವಿಚಾರಂ (it is not in the Mdb. Ms.) —ಇಲ್ಲಿ, ಮಾಡು, ಕರಣೇ ಎಂದು, ಧಾತುವಿರೆ, ಪ್ರಥಮಪುರುಷದೇಕವಚನ ಬಹುವಚನಂಗಳ್ಗೆ— ಅವಂ ಮಾಡುಗೆ, ಅವರ್ ಮಾಡುಗೆ; ಅವಂ ಮಾಳ್ಕೆ, ಅವರ್ ಮಾಡಿಕ್ಕೆ ಎಂದಾಯ್ತು. ಮಧ್ಯಮಪುರುಷದೇಕಬಹುವಚನಕ್ಕೆ— ನೀಂ ಮಾಡು! ನೀವೆಲ್ಲರ್ ಮಾಡಿಂ! ಎಂದಾಯ್ತು.

ಉತ್ತಮಪುರುಷದೇಕವಚನಕ್ಕೆ ಪೇೞಲಿಲ್ಲಾಗಿ, ಬಹುವಚನಕ್ಕೆ ಭವಿಷ್ಯಂತಿಗೆ ಬರ್ಪ ವಕಾರದ ಮೇಲೆ ಅಂ ಎಂಬುದು ಪತ್ತಿ—ಆವೆಲ್ಲರ್ ಮಾಡುವಂ! ಎಂದು, ಅಯ್ತು. ಏಕವಚನಕ್ಕೆ ಹ್ಯಾಂಗೆಂದೊಡೆ— ಭವಿಷ್ಯಂತಿಯ ವಕಾರದ ಮೇಲೆ ಎನ್ ಎಂಬುದು ಪತ್ತಿದಂತೆ ಆನ್ ಮಾಡುವೆಂ ಎಂದಪ್ಪುದಾಗಿ ಪೇೞಲಿಲ್ಲೆಂದಱಿವುದು.

ಶಬ್ದಾನುಶಾಸನದಲ್ಲಿ— || ಆಶೀರ್ವಿಧಿನಿಮಂತ್ರಣಾಮಂತ್ರಣಾಧ್ಯೇಷಣಸಂಪ್ರಶ್ನಪ್ರೇಷಣವಿಜ್ಞಾಪನಾಜ್ಞಾಪನಪ್ರಾರ್ಥನೇ ಗೆತ್ || 4, 24 || ಆಶೀರಾದಿವಿವಕ್ಷಾಯಾಂ ಧಾತೋಃ ಪರಯೋರ್ ಅಮ್ ಅರ್ ಇತ್ಯೇತಯೋರ್ ಗೆದ್ ಇತ್ಯಾದೇಶೋ ಭವತಿ || ಎಂದುದಾಗಿ ಆಶೀರಾದಿವಿವಕ್ಷೆಯಲ್ಲಿ ಧಾತುವಿನತ್ತಣಿಂ ಪರಂಗಳಾದ ಅಮ್ ಅರ್ ಎಂಬಿವರ್ಕೆ ಗೆತ್ (ಗೆ) ಎಂದಾದೇಶಂ ಬರ್ಪುದು. ತಕಾರಂ ಇತ್ತು, ಗೆ ಎಂದು ಉೞಿವುದು—ಅವಂ ಮಾಡುಗೆ; ಅವರ್ಮಾಡುಗೆ.

|| ಅಯಿಕೋಶ್ಕೋದುಃ || 4, 25 || ಎಂದುದಾಗಿ ಧಾತುವಿನತ್ತಣಿಂ ಪರಂಗಳಾದ ಅಮ್ ಅರ್ ಎಂಬವರ್ಕಂ ಅಯ್ ಇರ್ ಎಂಬಿವರ್ಕಂ ಉದು ಎಂದಾದೇಶಂ ಬರ್ಪುದು, ಆಶೀರಾದಿವಿಷಯದಲ್ಲಿ—ಅವಂ ಮಾಡಿಪ್ಪುದು, ಅವರ್ಮಾಡಿಪ್ಪುದು; ನೀಂ ಮಾಡಿಪ್ಪುದು, ನೀವೆಲ್ಲರ್ ಮಾಡಿಪ್ಪುದು. ಮಾಡುವುದು ಎಂದುಂ ವಿಕಲ್ಪಂ.

|| ಅಯೋಲೋಪೌ || 4, 27 || ಧಾತೋಃ ಪರಸ್ಯ ಅಯಃ | ಅಕಾರೋ ಲೋಪಶ್ಚಾದೇಶೌ ಭವತ ಆಶೀರಾದಿವಿಷಯೇ || ಎಂದುದಾಗಿ ಧಾತುವಿನತ್ತಣಿಂ ಪರದ ಅಯ್ ಎಂಬುದರ್ಕೆ ಅಕಾರಾದೇಶಮುಂ ಲೋಪಮುಮಕ್ಕುಂ— ನೀಂ ಮಾಡ! ನೀಂ ಮಾಡು!

|| ಇರ ಇಮ್ || 4, 26 || ಧಾತೋಃ ಪರಸ್ಯ ಇರ ಇಮ್ ಇತ್ಯಾದೇಶೋ ಭವತ್ಯಾಶೀರಾದಿವಿಷಯೇ || ಎಂದುದಾಗಿ ಧಾತುವಿನತ್ತಣಿಂ ಪರದ ಇರ್ ಎಂಬುದರ್ಕೆ ಇಮ್ ಎಂಬಾದೇಶಮಕ್ಕುಂ ಆಶೀರಾದಿವಿಷಯದಲ್ಲಿ—ನೀವೆಲ್ಲರ್ ಮಾಡಿಂ! ಗುರುಗಳಿರಾ, ಮುದದಿನೆಮಗೆ ಬೆಸಸಿಮಿಾ ಕಥೆಯಂ! ಶಿವ ಸುಖಮಂ ಮಾಡಿಮೆಮಗೆ!

|| ಎನೋ ವೆನ್ || 4, 30 || ಧಾತೋಃ ಪರಸ್ಯ ಎನ್ಪ್ರತ್ಯಯಸ್ಯ ವೆನ್ ಇತ್ಯಾದೇಶೋ ಭವತಿ || ಎಂದುದಾಗಿ ಧಾತುವಿನತ್ತಣಿಂ ಪರ ಎನ್ ಎಂಬುದರ್ಕೆ ವೆನ್ ಎಂಬಾದೇಶಂ ಬರ್ಪುದು, ಆಶೀರಾದಿವಿಷಯದಲ್ಲಿ — ಆನಿದಂ ಮಾಡ್ವೆಂ! ಆಂ ಶಿವನಂ ಪೂಜಿಸುವೆಂ!

|| ಎವೋರ್ವಂ || 4, 29 || ಧಾತೋಃ ಪರಸ್ಯ ಎವುಪ್ರತ್ಯಯಸ್ಯ ವಮ್ ಇತ್ಯಾದೇಶೋ ಭವತಿ ಆಶೀರಾದಿವಿಷಯೇ || ಎಂದುದಾಗಿ ಧಾತುವಿನತ್ತಣಿಂ ಪರದ ಎವು ಎಂಬುದರ್ಕೆ ವಮ್ ಎಂದಾದೇಶಂ ಬಪ್ಪುದು ಆಶೀರಾದಿವಿಷಯದಲ್ಲಿ—ಆಮೆಲ್ಲರೀಗಳಶ್ವಮೇಧವಂ ಮಾಡುವಂ!

ಇಂತು ಪೇಳ್ದುದಾಗಿ ಆಶೀರ್ವಿಧಿಗಳಾದಿಯಾದುವಱಲ್ಲಿ ಪ್ರಥಮೈಕವಚನಂ—ಆತಂ ಮಾಡುಗೆ, ಆತಂ ಮಾಳ್ಕೆ; ಆತಂ ಮಾಡುವುದು, ಆತಂ ಮಾೞ್ಪುದು.

ಬಹುವಚನಂ—ಅವರ್ ಮಾಡುಗೆ, ಮಾಳ್ಕೆ; ಅವರ್ ಮಾಡುವುದು, ಮಾೞ್ಪುದು.

ಮಧ್ಯಮೈಕವಚನಂ—ನೀಂ ಮಾಡ! ನೀಂ ಮಾಡು! ಮಾಡುವುದು! ಮಾೞ್ಪುದು!

ಬಹುವಚನಂ—ನೀವೆಲ್ಲರ್ ಮಾಡುವುದು! ಮಾೞ್ಪುದು! ಮಾಡಿಂ!

ಉತ್ತಮಪುರುಷೈಕವಚನಂ—ಆಂ ಮಾಡುವೆಂ! ಮಾೞ್ಪೆಂ!

ಬಹುವಚನಂ—ಆವೆಲ್ಲರ್ ಮಾಡುವಂ! ಮಾೞ್ಪಂ! ಎಂದಿಂತಱಿವುದು.

ವೃತ್ತಿ.—ಧಾತುಸ್ವರೂಪದಿಂ ಮಧ್ಯಮಪುರುಷದೇಕವಚನಂ ವಿಧ್ಯರ್ಥವಾಗಿ ಪರಿಣಮಿಸುಗುಂ; ಇರ್ ಎಂಬ ಧಾತುವೊಂದರ್ಕಮುತ್ತಮಕ್ಕುಂ; ವಿಧ್ಯರ್ಥಂ ಕ್ರಿಯಾಸಮಭಿಹಾರದೊಳಮಕ್ಕುಂ.

ಪ್ರಯೋಗಂ.—ಧಾತುಸ್ವರೂಪಕ್ಕೆ—ನುಡಿ, ನುಡಿಯೆ ಚಲಂ ಮಂಗುಱಿಬೇೞ್ಪುದೆ ಬೇೞ್ಪುದು. ಪಾಡೆಲೆ ತುಂಬಿ! ಬಗ್ಗಿಸೆಲೆ ಕೋಗಿಲೆ! ತೀಡೆಲೆ ಗಂಧವಾಹ! ಹರಿ, ಕೇಳ್! ಧೂಮಪತಾಕೆ, ಕೇಳ್! ನಿರುತಿ, ಕೇಳ್!

ವಾಯಸದಂತೆ ನೋಡು ಬಕನಂತಿರೆ ಮೆಲ್ಲನೆ ಮೆಟ್ಟು ಕಚ್ಛಪೋ
ಪಾಯದಡಂಗು ನಿಲ್ ಭ್ರಮರಿವೊಲ್ ಭ್ರಮಿಯಂತಿರೆ ಬೆಚ್ಚರಾಗು ಖ।
ಡ್ಗಾಯುಧಚಾಮರಂಪೊಳೆವ ಮಿಂಚನೆ ಪೋಲ್ತಿರೆ ಬೀಸು ನೀಂ ಖಳ
ನ್ಯಾಯದಿನೆಲ್ಲಮಂ ನೆಱೆಯೆ ಕಲ್ತುಪದೇಶಕನಾಗು ಲೋಕದೊಳ್ ||

ಉತ್ಪಲಮಾಲಿಕಾವೃತ್ತಂ ||

ಇರ್ಗೆ—ಇರು ಮರುಳೆ ಶುಷ್ಕವೈಯಾಕರಣಂಗಂ!

ಕ್ರಿಯಾಸಮಭಿಹಾರದ ವಿಧಿಗೆ—ಬಿಡುಬಿಡೆಂದು, ಬಿಡಿಸಿದಂ.

ಕೊಳ್ಕೊಳ್ಳೆಂದ್ದೊಡನೊಡನೆಯೆ
ತುಳ್ಕುವ ಯುವತಿಯರ ಕರಪರಿಚ್ಯುತಸಲಿಲಂ ।
ಗಳ್ಕೊಳೆ ಬಿಡೆ ಕೆದಱುವ ಕಿಂ
ಜಳ್ಕದಿನಾದುದು ಸರೋವರಂ ಕಪಿಶಜಳಂ || ಕಂದಂ ||

ನಡೆ ನಡೆಯೆಂದೇಂ ನಡೆದುದೊಪಡೆ ಪಡೆದಚ್ಚರಿಯಂ.

ಸೂತ್ರಂ.

By the Suffix ಇಸು such verbs are formed from Canarese verbal themes, etc. as denote 1, that the agent causes another to do something or causes something to be done or happen (ಪರಕರ್ತೃ, ಅನ್ಯ—, ಭಿನ್ನ—, ಹೇತು—), or 2, that the agent does that which the word expresses (ಸ್ವಕರ್ತೃ, ಸ್ವಯಂಕರ್ತೃ, ನಿಜಕರ್ತೃ) also when a special aim or purpose of the agent is meant. Samskṛita polysyllables also serve for the formation of verbs with ಇಸು that are like the Canarese ones under No. 2.

ಧಾತುಗಿಸು ಕನ್ನಡಕ್ಕಾ
ಹೇತುವಿನೊಳ್ ಸ್ವಪರಕರ್ತೃವೊಳ್ ಸಂಸ್ಕೃತದಾ ।
ಧಾತುಗನೇಕಾಕ್ಷರಕಿಸು
ಜಾತಂ ನಿಜಕರ್ತೃವೊಳ್ ಪ್ರಯೋಜನದೆಡೆಯೊಳ್ ॥ 231 ॥

ಪದಚ್ಛೇದಂ.— ಧಾತುಗೆ ಇಸು ಕನ್ನಡಕ್ಕೆ ಆ ಹೇತುವಿನೊಳ್ ಸ್ವಪರಕರ್ತೃವೊಳ್, ಸಂಸ್ಕೃತದ ಆ ಧಾತುಗೆ ಅನೇಕಾಕ್ಷರಕೆ ಇಸು ಜಾತಂ ನಿಜಕರ್ತೃವೊಳ್ ಪ್ರಯೋಜನದ ಎಡೆಯೊಳ್.

ಅನ್ವಯಂ.—ಕನ್ನಡಕ್ಕೆ ಧಾತುಗೆ ಆ ಹೇತುವಿನೊಳ್ ಸ್ವಪರಕರ್ತೃವೊಳ್ ಇಸು ಜಾತಂ, ಸಂಸ್ಕೃತದ ಆ ಧಾತುಗೆ ಅನೇಕಾಕ್ಷರಕೆ ನಿಜಕರ್ತೃವೊಳ್ ಪ್ರಯೋಜನದ ಎಡೆಯೊಳ್ ಇಸು.

ಟೀಕು.—ಕನ್ನಡಕ್ಕೆ = ಕನ್ನಡವಾದ; ಧಾತುಗೆ = ಧಾತುಗಳ್ಗೆ; ಆ ಹೇತುವಿನೊಳ್ = ಆ ಕಾರಣದಲ್ಲಿ; ಸ್ವಪರಕರ್ತೃವೊಳ್ = ಸ್ವಕರ್ತೃಪರಕರ್ತೃವಿನಲ್ಲಿ; ಇಸು = ಇಸುಪ್ರತ್ಯಯಂ; ಜಾತಂ = ಹುಟ್ಟುವುದು; ಸಂಸ್ಕೃತದ = ಸಕ್ಕದದ; ಆ ಧಾತುಗೆ = ಆ ಧಾತುಗಳ್ಗೆ; ಅನೇಕಾಕ್ಷರಕೆ = ಬಹುವರ್ಣಕ್ಕೆ; ನಿಜಕರ್ತೃವೊಳ್ = ಸ್ವಕರ್ತೃವಿನಲ್ಲಿ; ಪ್ರಯೋಜನದೆಡೆಯೊಳ್ = ಪ್ರಯೋಜನದ ತಾವಿನಲ್ಲಿ; ಇಸು = ಇಸುವೆಂಬ ಪ್ರತ್ಯಯಂ ಹುಟ್ಟುವುದು.

ವೃತ್ತಿ.—ಕನ್ನಡದ ಧಾತುವಿಂಗೆ ಹೇತುವಿನೊಳಂ ಸ್ವಯಂಕರ್ತೃಕಪರಕರ್ತೃಕದೊಳಂ ಇಸುವಕ್ಕುಂ; ಸಂಸ್ಕೃತದನೇಕಾಕ್ಷರಧಾತುಗೆ ಸ್ವಯಂಕರ್ತೃವಿನೊಳಿಸುವಕ್ಕುಂ; ಪ್ರಯೋಜನವಸ್ತುವಿನೊಳ್ಕರ್ತೃವಿವಕ್ಷೆಯಾಗೆ, ಇಸುವಕ್ಕುಂ.

ಪ್ರಯೋಗಂ.—ಹೇತುಗೆ—ಮಾತಿಂ ನಗಿಸಿದಂ; ಮೃಗಗಣಮಂ ಪೋದ ಪೆಜ್ಜೆಯಿಂ ಕಾಣಿಸಿದಂ.

ಸ್ವಯಂಕರ್ತೃವಿವಕ್ಷೆಯಾಗೆ—ನಿಟ್ಟಿಸಿದಂ; ಕಂಟಿಸಿದಂ; ತುಟ್ಟಿಸಿದಂ; ಘೃತಾಹುತಿವಡೆದನಲಂತೆ ಮಿಗೆ ದಳ್ಳಿಸಿದಂ.

ಅನ್ಯಕರ್ತೃಗೆ—ನುಡಿಯಿಸಿದಂ; ಮುಡಿಯಿಸಿದಂ; ಕಡೆಯಿಸಿದಂ ಸುರರಿ ನಸುರರಿಂ ಪಾಲ್ಗಡಲಂ.

ಏಕಾಕ್ಷರದೊಳ್ ಅನ್ಯಕರ್ತೃಗೆ—ಈಯಿಸಿದಂ; ತೇಯಿಸಿದಂ (Mdb. Ms. ತೇ—); ನೋಯಿಸಿದಂ; ಜಗುನೆಯ ತಡಿಯಲ್ಲಿ ತುಱುಗಳಂ ಮೇಯಿಸಿದಂ.

ಸಂಸ್ಕೃತಧಾತುವಿನ ಸ್ವಯಂಕರ್ತೃಗೆ—ಬರ್ಪಂಬಂ ನಿಶಿತವಿಶಿಖದಿಂ ಖಂಡಿಸಿದಂ, ಖಂಡಿಸಿದಪಂ.—ಭಿನ್ನಕರ್ತೃವಿನೊಳಿಸುವಿಲ್ಲ.

ಪ್ರಯೋಜನವಸ್ತುವಿಂಗೆ ಸಂಸ್ಕೃತಕ್ಕೆ—ಚಿತ್ರಿಸಿದಂ; ಮುದ್ರಿಸಿದಂ.

ಕನ್ನಡಕ್ಕೆ—ಪೊಂಗಿಸಿದಂ; ಸೊಪ್ಪಿಸಿದಂ.

ಸೂತ್ರಂ.

ನೆಗಱ್ದಿರ್ದ ರೇಫಱಳಿನಾಂ
ತಗಾಂತಸಾಂತೋತ್ವದಿದಿರ ವತ್ವಂ ಪತ್ವಂ |
ಪುಗುಗುಂ ದ್ವಿತ್ವಂ ಮೇಣ್ ಸುಗು
ಯುಗಕ್ಕೆ ಲೋಪೋಕ್ತಿ ನಾಂತಣಾಂತಂ ಬತ್ವಂ ‖ 232 ‖

The ವ of the Future tense (S. 221), when preceded by ರ್ (ೃ), ಱ್ (ೃ), ಳ್, ನ್, ಗ್, ಸ್ and ಒ, becomes ಪ, and this ಪ may be doubled. Under such circumstances ಗ್ and ಸ್ must be elided. The ವ preceded by ನ್ (as an exception) and ಣ್ becomes ಬ.

ಪದಚ್ಛೇದಂ.—ನೆಗಱ್ದು ಇರ್ದ ರೇಫಱಳಿನಾಂತಗಾಂತಸಾಂತೋತ್ವದ ಇದಿರ ವತ್ವಂ ಪತ್ವಂ; ಪುಗುಗುಂ ದ್ವಿತ್ವಂ ಮೇಣ್; ಸುಗುಯುಗಕ್ಕೆ ಲೋಪೋಕ್ತಿ; ನಾಂತಣಾಂತಂ ಬತ್ವಂ.

ಅನ್ವಯಂ.—ನೆಗಱ್ದಿರ್ದ ರೇಫಱಳಿನಾಂತಗಾಂತಸಾಂತೋತ್ವದ ಇದಿರ ವತ್ವಂ ಪತ್ವಂ; ಮೇಣ್ ದ್ವಿತ್ವಂ ಪುಗುಗುಂ; ಸುಗುಯುಗಕ್ಕೆ ಲೋಪೋಕ್ತಿ; ನಾಂತಣಾಂತಂ ಬತ್ವಂ.

ಟೀಕು.—ನೆಗಱ್ದಿರ್ದ = ಪ್ರಸಿದ್ಧಿವಡೆದಿರ್ದ; ರೇಫ = ರೇಫೆಯ; ಱ = ಱಕಾರದ; ಳ = ಳಕಾರದ; ನಾಂತ = ನಕಾರಾಂತದ; ಗಾಂತ = ಗಕಾರಾಂತದ; ಸಾಂತ = ಸಕಾರಾಂತದ; ಒತ್ವದ = ಒಕಾರದ; ಇದಿರ = ಮುಂದಣ; ವತ್ವಂ = ಭವಿಷ್ಯಂತಿಯ ವಕಾರಂ; ಪತ್ವಂ = ಪಕಾರವಪ್ಪುದು; ಮೇಣ್ = ಏಕಲ್ಪದಿಂದೆ; ದ್ವಿತ್ವಂ = ದ್ವಿರ್ಭಾವಂ; ಪುಗುಗುಂ = ಪ್ರವೇಶವಾಗುವುದು; ಸುಗುಯುಗಕ್ಕೆ = ಸಕಾರ ಗಕಾರಂಗಳ್ಗೆ; ಲೋಪೋಕ್ತಿ = ಲೋಪದ ವಾಕ್ಯಂ ಬರ್ಪುದು; ನಾಂತಣಾಂತಂ = ನಕಾರಾಂತ ಣಕಾರಾಂತವಾಗೆ; ಬತ್ವಂ = ವಕಾರಂ ಬಕಾರಮಪ್ಪುದು.

ವೃತ್ತಿ.—ರೇಫೞಿಕಾರಟಿಕಾರನಕಾರಗಕಾರಸಕಾರಓಕಾರಾಂತದ ಧಾತು ವಿನ ಪರದ ಭವಿಷ್ಯಂತಿಯ ವಕಾರಕ್ಕೆ ಪಕಾರಮಕ್ಕುಂ; ಅದರ್ಕೆ ವಿಕಲ್ಪದಿಂ ದ್ವಿತ್ವಮುಮಕ್ಕುಂ; ಗಾಂತಸಾಂತಧಾತುವಿನ ಕಡೆಗೆಲ್ಲಿಯುಂ ಲೋಪಮಕ್ಕುಂ; ನಾಂತಣಾಂತಂಗಳ ಪರದವತ್ವಕ್ಕೆ ಬತ್ವಮಕ್ಕುಂ.

ಪ್ರಯೋಗಂ.—ರೇಫಕ್ಕೆ—ಕೂರ್ಪಂ, ಬರ್ಪಂ, ತರ್ಪಂ, ಇರ್ಪಂ; ಆ ಪುರ ದೊಳಿರ್ಪನಿನಕುಲದೀಪಂ ವಿಪುಲಪ್ರತಾಪಂ.

ೞಿಕಾರಕ್ಕೆ—ಆೞ್ಪಂ, ತೋೞ್ಪಂ, ಮೂೞ್ಪಂ, ಮಾೞ್ಪೆಡೆಗೆ ತೋಳ ಬಾಳ ಕೂೞ್ಪಂ ತೋೞ್ಪಂ.

ಟಿಕಾರಕ್ಕೆ—ಅಟ್ಪಿಂ, ಅಗಟ್ಪಿಂ, ಕೇಟ್ಪಿಂ.

ಡಕಾರಕ್ಕಾದೇಶಮಾದ ಟಿಕಾರಕ್ಕೆ—ಬೆಗಟ್ಪಿಂ, ಬಿಸುಟ್ಪಿಂ, ನೋಟ್ಪಿಂ, ಬೇಟ್ಪಿಂ, ಮಾಟ್ಪಿಂ.

ನಕಾರಕ್ಕೆ—ಆಂಪಂ, (ಆನ್ಪಂ). ನೋಂಪಂ, ಸೀಂಪಂ; ಮಲೆದು ನರನೊ ಳಾಂಪಂ ಗಾಮ್ಪಂ.

ಗಾಂತಕ್ಕೆ—ಪೋಪಂ, ತಾಪಂ, ತೂಪಂ, ತೊಳಪ ದಂತಮರೀಚಿಸಂತತಿ ಪರ್ವೆ ಬಳ್ಪಳಂ ನೀಳ್ದು, ಮಿಱುಪಂ, ಲಲಾಟದೊಳ್ ಮಿಱುಪ ಕಣ್ಣುರಿಯಂತೆ.

ಸಾಂತಕ್ಕೆ—ತರಿಪಂ, ಬರಿಪಂ, ಇರಿಪಂ, ಬೆಸಪಂ, ಕಾಪಂ; ನಿನ್ನೊಡ ನೊಂದು ಭಾಗಮಂ ಬರಿಪುದು (Mdb. Ms. ಚರಿಪುದು).

ಓಕಾರಕ್ಕೆ—ಓಪಂ.

ದ್ವಿತ್ವಕ್ಕೆ—ತೊಳಪ್ಪಂ; ಬೆಳಪ್ಪಂ; ಉದಯಿಪ್ಪಂ. ಉದ್ಯಯಿಪ್ಪ ಗಂಡ ಮಾರ್ತಣ್ಡನಲರ್ಚುಗೆಮ್ಮಂ ಗೆಲ್ದು ಬೆಳಪ್ಪನೀಗೆ ಬೀರರಿಗಳಂ.

ಗಕಾರ ಸಕಾರಂಗಳ ಲೋಪಕ್ಕೆ—ಪೋಪಂ, ತಾಪಂ, ಮಿಱುಪಂ;— ತರಿಪಂ, ಬರಿಪಂ, ಇರಿಪಂ.

ಬಕಾರಕ್ಕೆ—ನಾಂಬಂ, ಎಂಬಂ, ತಿಂಬಂ; ಅದು ಪಣ್ಣಾದು ಪೋಗು ನೀನು ಮಾನುಂ ತಿಂಬಂ.—ಉಣ್ಬಂ, ಕಾಣ್ಬಂ, ಮಾಣ್ಬಂ, ಪೂಣ್ಬಂ. ತಿರಿದುಣ್ಬಂ ಹರನನ್ನಿ ಕಾಡ ಕಸವಂ ತಿಂದಿರ್ದಂ.

ಸೂತ್ರಂ.

Also the ಪ in ದಪ (the suffix for the Present, S. 221) may be doubled.— The two roots ನೋ and ಬೇ, when followed by ದ (the suffix for the Past, S. 221) or ದಪ, insert ನ್, and becomes short.

ದಪದ ಪಕಾರಕ್ಕಂ ಸಂ
ದಿಪುದು ವಿಕಲ್ಪದೆ ಬುಧರ್ಕಳಿಂ ದ್ವಿತ್ವಂ ಸಂ |
ದಿಪುದು ನಕಾರಂ ನೋಧಾ
ತುಪರದೊಳಾ ದದಪವೊದವೆ ನೋಗಂ ಹ್ರಸ್ವಂ ||233||

ಪದಚ್ಛೇದಂ.—ದಪದ ಪಕಾರಕ್ಕಂ ಸಂದಿಪುದು ವಿಕಲ್ಪದೆ ಬುಧರ್ಕಳಿಂ ದ್ವಿತ್ವಂ. ಸಂದಿಪುದು ನಕಾರಂ, ನೋಧಾತುಪರದೊಳ್ ಆ ದದಪಂ ಒದವೆ; ನೋಗಂ ಹ್ರಸ್ವಂ.

ಅನ್ವಯಂ.—ದಪದ ಪಕಾರಕ್ಕಂ ಬುಧರ್ಕಳಿಂ ದ್ವಿತ್ವಂ, ವಿಕಲ್ಪದೆ ಸಂದಿಪುದು. ನೋಧಾತುಪರದೊಳ್ ಆ ದದಪಂ ಒದವೆ, ನಕಾರಂ ಸಂದಿಪುದು; ನೋಗಂ ಹ್ರಸ್ವಂ.

ಟೀಕು.—ದಪದ = ದಪಕಾರದ; ಪಕಾರಕ್ಕಂ = ಪತ್ವಕ್ಕಂ; ಬುಧರ್ಕಳಿಂ = ವಿದ್ವಾಂಸರಿಂದೆ; ದ್ವಿತ್ವಂ = ದ್ವಿರ್ಭಾವಂ; ವಿಕಲ್ಪದೆ = ವಿಕಲ್ಪದಿಂದೆ; ಸಂದಿಪುದು = ಸಂದಿಸುವುದು; ನೋಧಾತುಪರದೊಳ್ = ನೋ ಎಂಬ ಧಾತುವಿನ ಪರದಲ್ಲಿ; ಆ ದದಪಂ = ಆ ದಕಾರ ದಪಕಾರಂಗಳ್; ಒದವೆ = ಪ್ರಾಪ್ತಿಸೆ; ನಕಾರಂ = ನಕಾರಾಗಮುಂ; ಸಂದಿಪುದು = ಬರ್ಪುದು; ನೋಗಂ = ನೋ ಎಂಬುದರ್ಕಂ; ಹ್ರಸ್ವಂ = ಹ್ರಸ್ವಂ ಬರ್ಪುದು.

ವೃತ್ತಿ.—ವಿಕಲ್ಪದಿಂ ದಪದ ಪಕಾರಕ್ಕಂ ದ್ವಿತ್ವಮಕ್ಕುಂ. ದ ದಪಂಗಳೊದವೆ ನೋಧಾತುವಿನ ಪರದೊಳ್ ನಕಾರಮುಂ ನೋಗೆ ಹ್ರಸ್ವಮುಮ್ ಅಕ್ಕುಂ. ಸಮುಚ್ಚಯದಿಂಬೇ ಎಂಬ ಧಾತುಗಮಂತೆ.

ಪ್ರಯೋಗಂ.—ದ್ವಿತ್ವವಿಕಲ್ಪಕ್ಕೆ—ಬರೆದಪಂ, ಬರೆದಪ್ಪಂ; ಕರೆದಪಂ, ಕರೆದಪ್ಪಂ; ನಿಲಿಸಿದಪಂ, ನಿಲಿಸಿದಪ್ಪಂ; ಇಱಿದಪಂ, ಇಱಿದಪ್ಪಂ; ಇರಿಸಿದಪ್ಪಂ, ಮಗಧೇಶನಂ ನಿಲಿಸಿದಪ್ಪಂ ಚೋಳನಂ ಭಾಷೆಯಂ ಹರಿ ಕೇಳ್.

ನೋಬೇಧಾತುಗಳ್ಗೆ—ನೊಂದಂ, ನೊಂದಪಂ; ಬೆಂದಂ, ಬೆಂದಪಂ.

ಸೂತ್ರಂ.

When the action of the second person of a prohibition (ಪ್ರತಿಷೇಧಂ) is changed into an order (ವಿಧಿ), ಅಲಿಂ (ಅಲ್ + ಇಂ) is used[1]. ಅಲ್ denotes *a*) prohibition, is used *b*) to express usefulness or fitness for, and *c*) to make an action the object of an action.

ಸತತಂ ಮಧ್ಯಮಪುರುಷ
ಪ್ರತಿಷೇಧದ ವಿಧಿಯೊಳಂ ಪ್ರಯೋಜನವಸ್ತ್ವಾ |
ಶ್ರಿತಹೇತುಕ್ರಿಯೆಯೊಳಮ
ನ್ವಿತಮಲ್ಕ್ರಿಯೆ ತಾಂ ಕ್ರಿಯಾರ್ಥಮಪ್ಪೆಡೆಗಳೊಳಂ
|| 234 ||

ಪದಚ್ಛೇದಂ.—ಸತತಂ ಮಧ್ಯಮಪುರುಷಪ್ರತಿಷೇಧದ ವಿಧಿಯೊಳಂ ಪ್ರಯೋಜನವಸ್ತ್ವಾಶ್ರಿತಹೇತುಕ್ರಿಯೆಯೊಳಂ ಅನ್ವಿತಂ ಅಲ್ ಕ್ರಿಯೆ ತಾಂ ಕ್ರಿಯಾರ್ಥಂ ಅಪ್ಪ ಎಡೆಗಳೊಳಂ.

ಅನ್ವಯಂ.—ಸತತಂ ಮಧ್ಯಮಪುರುಷಪ್ರತಿಷೇಧದ ವಿಧಿಯೊಳಂ ಪ್ರಯೋಜನವಸ್ತ್ವಾಶ್ರಿತಹೇತುಕ್ರಿಯೆಯೊಳಂ ಕ್ರಿಯೆ ತಾಂ ಕ್ರಿಯಾರ್ಥಂ ಅಪ್ಪೆಡೆಗಳೊಳಂ ಅಲ್ ಅನ್ವಿತಂ.

ಟೀಕು.—ಸತತಂ = ಆವಾಗಳುಂ; ಮಧ್ಯಮಪುರುಷ = ಮಧ್ಯಮಪುರುಷದ; ಪ್ರತಿಷೇಧದ = ಪ್ರತಿಷೇಧಾರ್ಥದ; ವಿಧಿಯೊಳಂ = ವಿಧಿಯಲ್ಲಿಯುಂ; ಪ್ರಯೋಜನವಸ್ತು = ಪ್ರಯೋಜನವಸ್ತುವಿನಲ್ಲಿ; ಆಶ್ರಿತ = ಆಶ್ರಯಿಸಲ್ಪಟ್ಟ; ಹೇತುಕ್ರಿಯೆಯೊಳಂ = ಕಾರಣಕ್ರಿಯೆಯಲ್ಲಿಯುಂ; ಕ್ರಿಯೆ = ಕ್ರಿಯೆ; ತಾಂ = ತಾಂ; ಕ್ರಿಯಾರ್ಥಂ = ಕ್ರಿಯಾಪ್ರಯೋಜನಂ; ಅಪ್ಪೆಡೆಗಳೊಳಂ = ಆಗುವೆಡೆಗಳಲ್ಲಿಯುಂ; ಅಲ್ = ಅಲ್ಲೆಂಬುದು; ಅನ್ವಿತಂ = ಕೂಡಲ್ಪಡುವುದು.

ವೃತ್ತಿ.—ಮಧ್ಯಮಪುರುಷಪ್ರತಿಷೇಧದ ಕ್ರಿಯೆ ವಿಧ್ಯರ್ಥಮಾದಲ್ಲಿಯುಂ ಪ್ರಯೋಜನವಸ್ತುವಿಂಗೆ ನಿಮಿತ್ತಮಪ್ಪ ಕ್ರಿಯೆಯೊಳಂ ಕ್ರಿಯೆ ತಾಂ ಕ್ರಿಯಾರ್ಥಮಂ ಪೇೞ್ವೆಡೆಯೊಳಂ ಅಲ್ ಅಕ್ಕುಂ.

ಪ್ರಯೋಗಂ.—ವಿಧ್ಯರ್ಥಮಾದಲ್ಲಿ—ಉಸಿರಲಿಂ; ಸಾರಲಿಂ ಬಲ್ಲಿದಿರ್ಪೆಯನೆಂದುದೆ ಮಾತು; ಮಾಱಿಲಿಂ; ಏಳಿದಂ ಗೆಯ್ಯಲಿಮಾಗಳೆಮ್ಮೊಳ್; ಆರಯ್ದಾರುಂ ಸಾರಲಿಂ

---

[1] The 88th Sûtra of the 4th Pâda of the ಶಬ್ದಾನುಶಾಸನಂ says: || ಪ್ರಾಕ್ಪ್ರಯೋಗೇ ಚಾವಿಕೃತಾತ್ || ಅವಿಕೃತಾದಿಮುಃ ಪ್ರಾಗ್ ಅಲ್‌ಭವತಿ ಬೇಡಂ ಬೇಡ ಇತ್ಯನಯೋಃ ಪ್ರಯೋಗೇ ಅಪ್ರಯೋಗೇ ಚ ವಿಷಯೇ || Examples: ಪೆಂಡಿರಂ ನಂಬಲಿಂ ಬೇಡಂ | ನಂಬಲಿಂ ಬೇಡ | ನಂಬಲಿಂ | ಅಕಾರ್ಯಮಂ ಮಾಡಲಿಂ ಬೇಡಂ | ಮಾಡಲಿಂ ಬೇಡ | ಮಾಡಲಿಂ | ಅವಿಕೃತಾದಿತಿ ಕಿಂ || ನೋಡಲ್ ಬೇಡ | etc.

ಪ್ರತಿಷೇಧಕ್ರಿಯೆಯೊಳ್ ಅಲ್ ಅಕ್ಕುಂ—ಪೆಱತೊಂದನಣಂಬಗೆಯಲ್ ಗಡ ನಿನಗೆ ಸುಮತಿ ಬೇಡಿಱಾಂ ಬೇಡಿೞ್. ಬನದಲ್ಲಿ ಪುಗಲ್ ಪುಗಲೆಂಬ ಗಂಡುಗೋಗಿಲೆ.

ಪ್ರಯೋಜನವಸ್ತುಕ್ರಿಯೆಗೆ — ಅಱಿಯಲ್ತಕ್ಕೆಳವರ್ಗಳ್ಗೆ; ಬಿಡದೀಯಲ್ತಕ್ಕ ಸಂಪತ್ತಿ ಮಾತಱಿಯಲ್ತಕ್ಕ ವಿವೇಕಂ.

ಕ್ರಿಯೆಗೆ — ಗೆಲಲ್ಬಗೆದಂ; ಪುಗಲ್ಬಂದಂ; ಮುತ್ತಲ್ವೇೞ್ದಂ; ಈಯಲ್ಬಂದತ್ತು ಕಲ್ಪಾಂಘ್ರಿಪಮಭಿಮತವಮಂ.

ಸೂತ್ರಂ.

In the last two cases the Dative of ಅಲ್ (ಅಲ್ಕೆ) may be used, or the ಲ್ be dropped.

ಸಂದಿಪುದಲ್ಪಿನ ಪರದೊಳ್
ಬಂದು ಕೆಕಾರಮುಮದೊರ್ಮೆ ವೈಕಲ್ಪಿಕದಿಂ ।
ಸಂದಿಪುದಲ್ಗಂ ಲೋಪಂ
ಬಂದಾ ಪ್ರತಿಷೇಧವಿಧಿಯನೊದವದ ಪಕ್ಷಂ ||235||

ಪದಚ್ಛೇದಂ.—ಸಂದಿಪುದು ಅಲ್ಪಿನ ಪರದೊಳ್ ಬಂದು ಕೆಕಾರಮುಂ ಅದು ಒರ್ಮೆ, ವೈಕಲ್ಪಿಕದಿಂ ಸಂದಿಪುದು ಅಲ್ಗಂ ಲೋಪಂ ಬಂದು, ಆ ಪ್ರತಿಷೇಧವಿಧಿಯುಂ ಒದವದ ಪಕ್ಷಂ.

ಅನ್ವಯಂ. — ಆ ಪ್ರತಿಷೇಧವಿಧಿಯುಂ ಒದವದ ಪಕ್ಷಂ ಅಲ್ಪಿನ ಪರದೊಳ್ ಕೆಕಾರಮುಂ ಅದು ಒರ್ಮೆ ಬಂದು ಸಂದಿಪುದು, ವೈಕಲ್ಪಿಕದಿಂ ಅಲ್ಗಂ ಲೋಪಂ ಬಂದು ಸಂದಿಪುದು.

ಟೀಕು. — ಆ ಪ್ರತಿಷೇಧವಿಧಿಯುಂ = ಆ ಮಧ್ಯಮಪುರುಷದ ಪ್ರತಿಷೇಧದ ವಿಧಿಯುಂ; ಒದವದ ಪಕ್ಷಂ = ಪ್ರಾಪ್ತಿಸದ ಪಕ್ಷದಲ್ಲಿ; ಅಲ್ಪಿನ = ಅಲ್ ಎಂಬುದಱ; ಪರದೊಳ್ = ಮುಂದುಗಡೆಯಲ್ಲಿ; ಕೆಕಾರಮುಂ = ಕೆಕಾರಮುಂ; ಅದು = ಅದು; ಒರ್ಮೆ = ಒಂದು ಬಾರಿ; ಬಂದು = ಬಂದು; ಸಂದಿಪುದು = ಸಂದಿಸುವುದು; ವೈಕಲ್ಪಿಕದಿಂ = ವಿಕಲ್ಪದಿಂದೆ; ಅಲ್ಗಂ = ಅಲ್ ಎಂಬುದಱ ಲಕಾರಕ್ಕಂ; ಲೋಪಂ = ಅದರ್ಶನಂ; ಬಂದು ಸಂದಿಪುದು = ಬರ್ಪುದು.

ವೃತ್ತಿ.—ಪ್ರತಿಷೇಧದ ವಿಧಿ ಪೊರ್ದದೊಡಲುವಿನ ಮುಂದೊರ್ಮೆ ಕೆಕಾರಮಕ್ಕುಂ; ಆಯಲ್ಗೆ ವಿಕಲ್ಪದಿಂ ಲೋಪಂ.

ಪ್ರಯೋಗಂ. — ಕೆಕಾರಕ್ಕೆ — ನುಡಿಯಲ್ಕೆ ಬಲ್ಲಂ; ಪೇೞಲ್ಕೆ ಕೇಳ್ದಂ; ಬೇಡಲ್ಕೆ ಬಂದಂ; ಬಿತ್ತರಿಸಲ್ಕೆವೇೞ್ ಸುವರ್ಣೋತ್ಕರಮಂ.

ಅಲುವಿನ ಲೋಪಕ್ಕೆ — ಉಡಲ್ವೇೞ್ ಉಡವೇೞ್; ತರಲ್ವೇೞ್, ತರವೇೞ್; ತರವೇೞ್ ಸನ್ನಿಧವಾಜಿಸಾಧನಮಂ.

ಸೂತ್ರಂ.

The Terminations for the Past Participle (ಭೂತಕಾಲ ಕ್ರಿಯೆ) are ಉ and ಇ; those for the Present Participle (ವರ್ತಮಾನಕ್ರಿಯೆ) are ಉತುಂ, ಉತ್ತುಂ, ಉತ್ತೆ, ಉತೆ.

ಪ್ರತಿಪಾದ್ಯಮುತ್ವಮಿತ್ವಂ
ಮತಿವಂತರಿನೆಯ್ದೆ ಪೂರ್ವಕಾಲಕ್ರಿಯೆಗಾ ।
ಯುತುಮುತ್ತುಮುತ್ತೆಯುತೆಯೆಂ
ದು ತಗುಳ್ಗುಂ ವರ್ತಮಾನವಿಹಿತಕ್ರಿಯೆಯೊಳ್ ‖ 236 ‖

ಪದಚ್ಛೇದಂ.—ಪ್ರತಿಪಾದ್ಯಂ ಉತ್ವಂ ಇತ್ವಂ ಮತಿವಂತರಿಂ ಎಯ್ದೆ ಪೂರ್ವಕಾಲಕ್ರಿಯೆಗೆ; ಆ, ಉತುಂ ಉತ್ತುಂ ಉತ್ತೆ ಉತೆ ಎಂದು, ತಗುಳ್ಗುಂ ವರ್ತಮಾನವಿಹಿತಕ್ರಿಯೆಯೊಳ್.

ಅನ್ವಯಂ.—ಮತಿವಂತರಿಂ ಎಯ್ದೆ ಪೂರ್ವಕಾಲಕ್ರಿಯೆಗೆ ಉತ್ವಂ ಇತ್ವಂ ಪ್ರತಿಪಾದ್ಯಂ; ವರ್ತಮಾನವಿಹಿತಕ್ರಿಯೆಯೊಳ್ ಆ, ಉತುಂ ಉತ್ತುಂ ಉತ್ತೆ ಉತೆ ಎಂದು, ತಗುಳ್ಗುಂ.

ಟೀಕು.—ಮತಿವಂತರಿಂ = ಬುದ್ಧಿವಂತರಿಂದೆ; ಎಯ್ದೆ = ಚನ್ನಾಗಿ; ಪೂರ್ವಕಾಲಕ್ರಿಯೆಗೆ = ಮೊದಲ ಕಾಲದ ಕ್ರಿಯೆಗೆ; ಉತ್ವಂ = ಉಕಾರಂ; ಇತ್ವಂ = ಇಕಾರಂ; ಪ್ರತಿಪಾದ್ಯಂ = ಪ್ರತಿಪಾದಿಸಲ್ಪಡುವುದು; ವರ್ತಮಾನ = ವರ್ತಮಾನಕಾಲದಲ್ಲಿ; ವಿಹಿತ = ಕೂಡಲ್ಪಟ್ಟ; ಕ್ರಿಯೆಯೊಳ್ = ಕ್ರಿಯೆಯಲ್ಲಿ; ಆಯುತುಂ = ಆ ಉತುಂ ಎಂದು; ಉತ್ತುಂ = ಉತ್ತುಂ ಎಂದು, ಉತ್ತೆ = ಉತ್ತೆ ಎಂದು; ಉತೆ = ಉತೆ ಎಂದು; ತಗುಳ್ಗುಂ = ಎಯ್ದುವದು.

ವಿಚಾರಂ (not in Mdb. Ms.).—ಈ, ಓ, ಕಾ, ಕೀ, ಕೇ, ಸೋ, ಪೂ, ಬೇ, ಬಾ ಎಂಬೇಕಾಕ್ಷರ ಧಾತುಗಳ್ಗಂ ಇಕಾರಾಂತಂಗಳ್ಗಂ ಎಕಾರಾಂತಂಗಳ್ಗಂ ಉಕಾರಂ ಪತ್ತುವುದು. ಉಕಾರಾಂತಂಗಳ್ಗೆ ಇಕಾರಂ ಪತ್ತುವುದು. ವ್ಯಂಜನಾಂತಂಗಳ್ಗೆ ಎರಡುಂ ಪತ್ತುಗುಂ. ಅಲ್ಲಿ ಉತ್ವಂ ಪತ್ತಿದಲ್ಲಿ ಭೂತಕಾಲದ ದಕಾರಂ ಪತ್ತುವುದು, ಇತ್ವಂ ಪತ್ತಿದಲ್ಲಿ ದತ್ವಂ ಬಾರದು; ಅವಂ ಪ್ರಯೋಗಂಗಳಲ್ಲಿ ನೋಡಿ ತಿಳಿವುದು. ಬಂದಂ ಪೋದಂ ಎಂಬಲ್ಲಿ ಬಂದು ಪೋದಂ; ಪೋದಂ ಬಂದನೆಂಬಲ್ಲಿ ಪೋಗಿ ಬಂದಂ ಎಂಬಂತೆ.

ವೃತ್ತಿ.—ಭೂತಕಾಲಕ್ರಿಯೆಯೊಳುಕಾರಮುಮಿಕಾರಮುಮಕ್ಕುಂ; ವರ್ತಮಾನಕ್ರಿಯೆಯೊಳುತುಂ ಉತ್ತುಂ ಉತ್ತೆ ಉತೆ ಎಂದು ನಾಲ್ಕು ರೂಪಮಕ್ಕುಂ.

ಭೂತಕಾಲದುಕಾರಕ್ಕೆ—ಕುಸಿದು ನಡೆದಂ; ಒಸೆದು ಕೊಟ್ಟಂ; ನೆನೆದು ಪೇೞ್ದಂ; ಮಿಂದುಂಡು ಕುಡಿದು ಮಗುೞ್ದಂ ಬಂದಿರ್ಪೊಡಮಿರ್ಪ.

ಇಕಾರಕ್ಕೆ—ನಚ್ಚಿ ಬಂದಂ; ಮಚ್ಚಿ ಪೊಗೞ್ದಂ; ಎತ್ತಿ ನಡೆದಂ; ಮುತ್ತಿ ಬಿಟ್ಟಂ, ತಿರ್ದಿ ನರನುದ್ದಮಿಸೆ ಬೇಸೞ್ದಂ.

ವರ್ತಮಾನದೊಳ್ ಉತುಗೆ—ನಗುತುಂ ಬಂದಂ; ಪುಗುತುಮಿರ್ದಂ; ಕರೆಯುತುಂ ಪೋದಂ; ಸೂಸುತುಂ ನದನದ್ಯಚ್ಛಜಲಂಗಳಂ.

ಉತ್ತುಗೆ—ಕಾದುತ್ತುಂ ಬಂದಂ; ಜಡಿಯುತ್ತುಂ ಪೊಡೆದಂ; ಕೆದಱುತ್ತುಂ ಮಣಲಂ; ಕಪಿಧ್ವಜಂ; ನಿಳ್ಕಿ ನಿವರ್ತಿಸುತ್ತುಮಿರೆ.

ಉತ್ತೆಗೆ—ಕೆತ್ತುತ್ತೆ ಕಡಿದಂ; ಪರಸುತ್ತೆ ಬಂದಂ; ಪೋಗು ಪೋಗು ಕಾದುತ್ತೆ ಬಂದಪೆಂ ಸಲ್ಲವೆಮ್ಮೊಳಿವು.

ಉತೆಗೆ—ಮಿಱುಗುತೆ ಪೋದಂ; ಎೞುತೆ ನಿಂದಂ; ಇಸುತಿರ್ದಂ; ತನ್ನಾಜ್ಞೆಗೆ ಪೇೞುತಿರ್ಪರ್ (?).

ಸೂತ್ರಂ.

When the roots ಮೀ, ತರ್, ಬರ್ ಕೊಲ್ and ಸಲ್ are followed by ದ and ದಪ, they become ಮಿನ್, ತನ್, ಬನ್, ಕೊನ್ and ಸನ್; ನಿಲ್ may keep its form.

ದ ದಪಂಗಳ್ಪರದೊಳ್ತಾ
ಮೊದವಿರೆ ಮೀಯೆಂಬುದರ್ಕೆ ತರ್ಬರ್ಗಳ್ಗೊಂ ।
ದಿದ ಕೊಲ್ಸಲ್ಗಳ್ಗಮರ್ದಿ
ಪುರ್ದು ನತ್ವಂ ನಿಲ್ಗೆ ಬಲ್ಲರಿಂದೆ ವಿಕಲ್ಪಂ ॥ 237 ॥

ಪದಚ್ಛೇದಂ.—ದ ದಪಂಗಳ್ ಪರದೊಳ್ ತಾಂ ಒದವಿ ಇರೆ, ಮೀ ಎಂಬುದರ್ಕೆ ತರ್ ಬರ್ಗಳ್ಗೆ ಒಂದಿದ ಕೊಲ್ ಸಲ್ಗಳ್ಗೆ ಅಮರ್ದು ಇರ್ಪುದು ನತ್ವಂ; ನಿಲ್ಗೆ ಬಲ್ಲರಿಂದೆ ವಿಕಲ್ಪಂ.

ಅನ್ವಯಂ.—ಪರದೊಳ್ ದ ದಪಂಗಳ್ ತಾಂ ಒದವಿರೆ, ಮೀ ಎಂಬುದರ್ಕೆ ತರ್ ಬರ್ಗಳ್ಗೆ ಒಂದಿದ ಕೊಲ್‌ಸಲ್ಗಳ್ಗೆ ನತ್ವಂ ಅಮರ್ದು ಇರ್ಪುದು; ನಿಲ್ಗೆ ಬಲ್ಲರಿಂದೆ ವಿಕಲ್ಪಂ.

ಟೀಕು.—ಪರದೊಳ್ = ಧಾತುವಿನ ಪರದಲ್ಲಿ; ದ ದಪಂಗಳ್ = ದಕಾರ ದಪಕಾರಂಗಳ್; ತಾಂ = ತಾಂ; ಒದವಿರೆ = ಪ್ರಾಪ್ತಿಸಿರೆ; ಮೀ ಎಂಬುದರ್ಕೆ = ಮೀ—ಸ್ನಾಪನೇ—ಎಂಬ ಧಾತುವಿಂಗೆ; ತರ್ಬರ್ಗಳ್ಗೆ = ತರ್ ಬರ್ ಎಂಬ ಧಾತುಗಳ್ಗೆ; ಒಂದಿದ ಕೊಲ್ಸಲ್ಗಳ್ಗೆ = ಕೂಡಿದ ಕೋಲ್ ಸಲ್ ಎಂಬ ಧಾತುಗಳ್ಗೆ; ನತ್ವಂ = ನಕಾರಂ; ಅಮರ್ದಿರ್ಪುದು = ಪೊರ್ದುಗೆಯಾಗಿ ಪ್ಪುದು; ನಿಲ್ಗೆ = ನಿಲ್ ಎಂಬುದರ್ಕ್ಕೆ; ಬಲ್ಲರಿಂದೆ = ಬಲ್ಲ ವಿದ್ವಾಂಸರಿಂದೆ; ವಿಕಲ್ಪಂ = ವಿಕಲ್ಪವಾಗಿ ಬರ್ಪುದು.

ವಿಚಾರಂ (not in Mdb. Ms.).—ಶಬ್ದಾನುಶಾಸನದಲ್ಲಿ ಸೂತ್ರಂ— ॥ ಕೊಲ್ಸಲೋರ್. ನಃ ॥ 4, 50 ॥ ಕೊಲ್ಸಲ್ ಇತ್ಯೇತಯೋರ್ಧಾತ್ವೋರ್ ನಕಾರಾದೇಶೋ ಭವತಿ ದಕಾರಾದೌ ಪ್ರತ್ಯಯೇ ಪರೇ ॥ ಎಂದುದಾಗಿ ಕೊಲ್ ಸಲ್ ಎಂಬ ಧಾತುಗಳ್ಗೆ ನಕಾರಾದೇಶಮಕ್ಕುಂ

ದಕಾರಾದಿಪ್ರತ್ಯಯಂ ಪರಮಾಗೆ. ॥ ತರ್ಬರೋರ್ ಇಮಿ ಚ ॥ 4, 51 ॥ ತರ್ಬರ್ ಇತ್ಯೇತಯೋರ್ಧಾತ್ವೋರ್ ನಕಾರಾದೇಶೋ ಭವತಿ ದಕಾರಾದೌ ಪ್ರತ್ಯಯೇ ಇಮಿ ಚ ಪರೇ ॥ ಎಂದು ದಾರಿ. ತರ್ ಬರ್ ಎಂಬ ಧಾತುಗಳ್ಗೆ ನಕಾರಾದೇಶಮಕ್ಕು, ದಕಾರಾದಿಪ್ರತ್ಯಯಂ ಪರಮಾಗೆಯುಂ ಮಧ್ಯಮಪುರುಷದ ವಿಧ್ಯರ್ಥದ ಬಹುವಚನವಾದ ಇಮ್ ಎಂಬುದು ಪರಮಾಗೆಯುಂ; ಅದೆಂತೆಂದೊಡೆ— ತಂದಂ, ತಂದಪಂ, ತಂದು, ತನ್ನಿಂ; ಬಂದಂ, ಬಂದಪಂ, ಬಂದು, ಬನ್ನಿಂ ಎಂದಱಿವುದು.

ವೃತ್ತಿ.—ದಪಂಗಳ್ಪರಮಾಗೆ, ಮಿಾ ಎಂಬುದರ್ಕಂ ತರ್ ಬರ್ಗಳ ರೇಫೆಗಂ ಕೊಲ್ ಸಲ್ಗಳ ಲತ್ವಕ್ಕಂ ನಕಾರಾದೇಶಂ; ನಿಲ್ ಎಂಬುದರ್ಕೆ ವಿಕಲ್ಪಂ.

ಪ್ರಯೋಗಂ.—ಕ್ರಮಪ್ರಯೋಗಕ್ಕೆ—ಅಲರ ಮೞೆಯೊಳ್ ಮಿಂದಂ ಭೂಪಾಳಮನ್ಮಥನಾಜಿಯೊಳ್; ನಡೆ ತಂದಂ ಮೇರೆದಪ್ಪಿ ಕವಿವಂಬುಧರಂ ಬೊಲ್; ಆವನ ಬೀಡಿನಭಿರಮ್ಯರೋಜವಾರ್ತಂದರಿದಂ (?); ಬಂದಂ ಪಲ್ಗಣನಿಲ್ಲ ಸಂದಯಮಣಂ ತಾನಿಲ್ಲ; ಕೊಂದನಿಂನೆಗೊಂಡೆಗಳನೆಯ್ದುವು (?); ತಂತಮನೆ ಕೊಂದರೆಂದು ಪಡೆಯಾ ಸಕಳಂ; ಕೊಂದಂ ಕೊಳ್ವಂತೆ ರಸಮನಂ ಜನಸಿದ್ಧಂ; ಬೇಡರ ಪೋಲ್ ಮಸಗಿ ತುಱುಗೊಳಲ್ ಬಱಿ ಸಂದಂ (Mdb. Ms. ತಱಿ—); ಮಿಂದಪಂ, ತಂದಪಂ, ಬಂದಪಂ, ಕೊಂದಪಂ, ಸಂದಪಂ.

ನಿಲ್ಗೆ—ನಿಂದಂ, ನಿಲ್ತಂ; ನಿಂದಪಂ, ನಿಲ್ತಪಂ. ಮಂಡಲವ್ಯೂಹಮನೊಡ್ಡಿ ನಿಂದು ನಿಱಿಯಲ್; ಬೆನ್ನೊಳ್ ನಿಲ್ತಂ ಗಾಂಡೀವಿ.

ಸೂತ್ರಂ.

Further, before the affixes ದ and ದಪ, the roots ಇಸು, ಬಿಸು, ಗಿೞು, ಕಿೞು, ತಿೞು and ಕಿಡು, changing their ಇ into ಎ, become ಎಚ್, ಬೆಚ್, ಗೆತ್, ಕೆತ್, ತೆತ್, ಕೆಟ್; and the roots ಉಗು, ಪುಗು, ಕುಡು, ತುಡು, changing their ಉ into ಒ, become ಒಕ್, ಪೊಕ್, ಕೊಟ್, ತೊಟ್. The ಅ in ತರ್ and ಬರ್ lengthened in the Negative (ವಿಲೋಮಕ್ರಿಯೆ).

ಪ್ರಕೃತಿಯ ಪೂರ್ವದಿಕಾರದೊ
ಳುಕಾರದೊಳ್ ಹ್ರಸ್ವದೆತ್ವಮೊತ್ವಂ ಬಹುಳಂ ।
ಪ್ರಕಟಂ ತರ್ಬರ್ಗಳ ಮೊದ
ಲಕಾರದೊಳ್ದೀರ್ಘವಿಧಿ ವಿಲೋಮಕ್ರಿಯೆಯೊಳ್॥238॥

ಪದಚ್ಛೇದಂ.—ಪ್ರಕೃತಿಯ ಪೂರ್ವದ ಇಕಾರದೊಳ್ ಉಕಾರದೊಳ್ ಹ್ರಸ್ವದ ಎತ್ವಂ ಒತ್ವಂ ಬಹುಳಂ; ಪ್ರಕಟಂ ತರ್ ಬರ್ಗಳ ಮೊದಲ ಅಕಾರದೊಳ್ ದೀರ್ಘವಿಧಿ ವಿಲೋಮಕ್ರಿಯೆಯೊಳ್.

ಅನ್ವಯಂ.—ವಿಲೋಮಕ್ರಿಯೆಯೊಳ್ ತರ್‌ಬರ್ಗಳ ಮೊದಲ ಅಕಾರದೊಳ್ ದೀರ್ಘ ವಿಧಿ ಪ್ರಕಟಂ ಎಂಬುದನ್ವಯಂ.

ಟೀಕು.—ದ ದಪಂಗಳ್ಪರಮಾದ ಎಂಬುದನುವರ್ತನೆ—ಪ್ರಕೃತಿಯ = ದ ದಪಂಗಳ್ಪರ ಮಾದ ಧಾತುವಿನ; ಪೂರ್ವದ = ಮೊದಲ; ಇಕಾರದೊಳ್ = ಇಕಾರದಲ್ಲಿ; ಉಕಾರದೊಳ್ = ಉ ಕಾರದಲ್ಲಿ; ಹ್ರಸ್ವದ = ಹ್ರಸ್ವದ; ಎತ್ವಂ = ಎಕಾರಂ; ಒತ್ವಂ = ಒಕಾರಂ; ಬಹುಳಂ = ಬಹುಳ ವಾಗಿ ಬಪ್ಪುದು; ವಿಲೋಮಕ್ರಿಯೆಯೊಳ್ = ಪ್ರತಿಷೇಧದ ಕ್ರಿಯೆಯೊಳ್; ತರ್‌ಬರ್ಗಳ = ತರ್ ಬರ್ ಎಂಬ ಧಾತುಗಳ; ಮೊದಲ = ಆದಿಯ; ಅಕಾರದೊಳ್ = ಅತ್ವದಲ್ಲಿ; ದೀರ್ಘವಿಧಿ = ದೀ ರ್ಘದ ವಿಧಿ; ಪ್ರಕಟಂ = ಸಿದ್ಧವಾಗುವುದು.

ವಿಚಾರಂ.—ಇಸು, ಬಿಸು, ಗಿಱು, ಚಿಱು, ತಿಱು, ಕಿಡು, ಉಗು, ಪುಗು, ಕುಡು, ತುಡು ಎಂಬೀ ಹ್ರಸ್ವಾದಿದ್ವಿಸ್ವರಂಗಳಾದುಕಾರಾಂತಧಾತುಗಳ್ಗೆ ಕ್ರಮದಿಂದೆ ಆದಿಯ ಇಕಾರಕ್ಕೆಕಾರಂ ಉಕಾರಕ್ಕೊಕಾರಂ ಬರ್ಪುವೆಂದಱಿವುದು.

ವೃತ್ತಿ.—ದ ದಪಂಗಳ್ಪರಮಾದ ಧಾತುವಿನ ಮೊದಲಿಕಾರದೊಳಮುಕಾರದೊಳಂ ಹ್ರಸ್ವಮಪ್ಪೆತ್ವಮುಮೊತ್ವಮುಮಕ್ಕುಂ; ತರ್ ಬರ್ ಎಂಬ ಧಾತುಗಳ ಮೊದಲಕಾರಕ್ಕೆ ಪ್ರತಿಷೇಧಕ್ರಿಯೆಯೊಳ್ ದೀರ್ಘಮಕ್ಕುಂ.

ಪ್ರಯೋಗಂ.—ಇತ್ವದೆತ್ವಕ್ಕೆ—ಬಿಸು, ಬೆಚ್ಚಂ; ತಿಱು, ತೆತ್ತಂ; ಗಿಱು, ಗೆತ್ತಂ; ಕಿಡು, ಕೆಟ್ಟಂ. ಮಱುಗುವಿನಂ ಮಾಣದೆಚ್ಚನರಿವಾಹಿನಿಯಂ; ಮುಗಿಲಂ ಮಾಱಾನೆಗೆತ್ತಂ.

ಉತ್ವದೊತ್ವಕ್ಕೆ—ಉಗು, ಒಕ್ಕಂ; ಪುಗು, ಪೊಕ್ಕಂ; ಕುಡು, ಕೊಟ್ಟಂ, ಎನಿತುಮನಿತುಮಂ ಧರ್ಮಜಂ ಸೂಱೆಗೊಟ್ಟಂ; ತುಡು, ತೊಟ್ಟಂ, ತೊಟ್ಟಂ ಸಂಮೋಹನಮಂ.

ದಪದೊಳಂ—ಎಚ್ಚಪಂ, ಬೆಚ್ಚಪಂ, ತೊಟ್ಟಪಂ, ಕೊಟ್ಟಪಂ ಎಂಬಂತವರ್ಗಂ ಪತ್ತುಗುಂ.

ಬಹುಳದಿಂ ಕೆಲವಱೊಳೆತ್ವಮೊತ್ವಮಿಲ್ಲ—ಇತ್ತಂ; ಇರ್ದಂ, ಪಸೆಯಿರ್ದಂ ಗರುಡವೇಗನ್ನೃಪನಂದನೆಯೊಳ್; ಇಟ್ಟಂ, ಬೇಟ್ಪಿರಿದಿರೊಳ್ ಚತ್ರಾವಿಚ್ಛಿನ್ನಂಗಳಂ ತರಿಸಿಟ್ಟಂ;—ಉಟ್ಟಂ; ಸುಟ್ಟಂ, ಜವದಿಂದಗಮಲೆಯಂ ಸುಟ್ಟಂ; ಕಱ್ತ್ತೆಯಿಂದುಱ್ತಿಂ; ಉರ್ಕಿದಂ; ಸುರ್ಕಿದಂ. ಆಗಳೆ ಗಂಡುಡಿಗೆಯುಟ್ಟು ಬಿಟ್ಟು ಹಿಣಿಲಂ. ದಪಕ್ಕಮಂತೆ.

ದೀರ್ಘಕ್ಕೆ—ಪತಿಗೆಂದು ಯುದ್ಧದೊಳ್ ಬನ್ನಮಂ ತಾರಂ. ನೃಪಂ ಬೆಂಬಿೞ್ದಿಂ ದೂದಟ್ಟಿಯುಂ ಬಾರಂ.

ಬಹುಳದಿಂ ಪ್ರತಿಷೇಧಮಲ್ಲಿದಲ್ಲಿಯುಂ (ವಿಧಿಯೊಳ್) ದೀರ್ಘಮುಂಟು—ಬಾರ ಮರಾಳಿಕಾಗಮನೇ!

ಸೂತ್ರಂ.

ಧಾತುವಿನಂತ್ಯದ ವರ್ಗೋ
ಪೇತತೃತೀಯಾಕ್ಷರಕ್ಕೆ ತಾಂ ಪ್ರಥಮತ್ವಂ |
ಮಾತೇಂ ವ್ಯಂಜನರೂಪದಿ
ನೇ ತೆಱದಿಂ ಸ್ವಂತಧಾತುಗಕ್ಕುಂ ಚತ್ವಂ || 239 ||

Further, as partly seen by S. 238, before the affixes ದ and ದಪ, the roots ಪುಗು, ನಗು, ಉಗು, ಮಿಗು, ಅಡು, ಸುಡು, ಕುಡು, ತುಡು, ಬಿಡು, ಉಡು, ನಡು, ಪಡು, ಇಡು, ಕಿಡು, ಮಡು, compound-verbs formed with them, and ಮುದು change their final soft consonant into the corresponding hard one; and ಇಸು, ಬಿಸು, ಪಸು their ಸ್ into ಚ್.

ಪದಚ್ಛೇದಂ.—ಧಾತುವಿನ ಅಂತ್ಯದ ವರ್ಗೋಪೇತತೃತೀಯಾಕ್ಷರಕ್ಕೆ ತಾಂ ಪ್ರಥಮತ್ವಂ, ಮಾತೇಂ, ವ್ಯಂಜನರೂಪದಿಂ; ಏ ತೆಱದಿಂ ಸ್ವಂತಧಾತುಗೆ ಅಕ್ಕುಂ ಚತ್ವಂ.

ಅನ್ವಯಂ.—ಧಾತುವಿನ ಅಂತ್ಯದ ವರ್ಗೋಪೇತತೃತೀಯಾಕ್ಷರಕ್ಕೆ ಪ್ರಥಮತ್ವಂ ತಾಂ, ಮಾತೇಂ, ವ್ಯಂಜನರೂಪದಿಂ ಅಕ್ಕುಂ; ಏ ತೆಱದಿಂ ಸ್ವಂತಧಾತುಗೆ ಚತ್ವಂ.

ಟೀಕು.—ದ ದಪಂಗಳ್ಪರದೊಳೊದವಿರೆ ಎಂಬುದನುವರ್ತನೆ—ಧಾತುವಿನ = ದ ದಪಂಗಳ್ಪರಮಾದ ಹ್ರಸ್ವಾದಿದ್ವಿಸ್ವರಂಗಳಾದುಕಾರಾಂತಧಾತುವಿನ; ಅಂತ್ಯದ = ಕಡೆಯಣ; ವರ್ಗ = ವರ್ಗಂಗಳಲ್ಲಿ; ಉಪೇತ = ಕೂಡಲ್ಪಟ್ಟ; ತೃತೀಯಾಕ್ಷರಕ್ಕೆ = ಮೂಱನೆಯಕ್ಷರಂಗಳ್ಗೆ; ಪ್ರಥಮತ್ವಂ = ಮೊದಲಕ್ಷರದ ಭಾವಂ; ತಾಂ = ತಾಂ; ಮಾತೇಂ = ಹೇೞ್ವುದೇಂ; ವ್ಯಂಜನರೂಪದಿಂ = ವ್ಯಂಜನದ ರೂಪಿನಿಂದೆ; ಅಕ್ಕುಂ = ಆಗುವುದು; ಏ ತೆಱದಿಂ = ಆವ ರೀತಿಯಿಂದೆಯುಂ; ಸ್ವಂತಧಾತುಗೆ = ಸುಕಾರಾಂತಧಾತುಗೆ; ಚತ್ವಂ = ಚಕಾರಂ ಆಗುವುದು.

ವಿಚಾರಂ (not in Mdb. Ms.).—ಪುಗು, ನಗು, ಉಗು, ಮಿಗು ಎಂಬ ಗಾಂತಕ್ಕಂ—ಅಡು, ಸುಡು, ಕುಡು, ತುಡು, ಬಿಡು, ಉಡು, ನಡು, ಪಡು, ಇಡು, ಕಿಡು, ಮಡು ಎಂಬ ಡಾಂತಕ್ಕಂ—ಆಸೆವಡು, ಪಡಲಿಡು, ಮುಂಬಿಡು, ಹೊಲಬುಗಿಡು, ಒಡಂಬಡು, ಮೂಗುವಡು, ಅಚ್ಚುಕಂಬಡು, ಕರುವಿಡು, ತಿಟ್ಟವಿಡು, ಉಬ್ಬಸಂಬಡು ಎಂಬಂತೆ ಬಹುಸ್ವರಯುಕ್ತಂಗಳಾದೊಡಂ ಇಡು, ಪಡು, ಮಡು, ಬಿಡು, ಕುಡು ಎಂಬ ಹ್ರಸ್ವಾದಿ ದ್ವಿಸ್ವರಂಗಳಾದುಕಾರಾಂತಧಾತುಗಳಂತ್ಯ

ವಾಗಿರ್ಪುದರಿಂದೆ ಈ ಕ್ರಿಯಾಸಮಾಸರೂಪಧಾತುಗಳ್ಗಂ—ಋಾಂತಪಲ್ಲಿ ಮುದು ‖ ವೃಧ್, to grow ‖ ಎಂಬುದರ್ಕಂ ಪ್ರಥಮಾಕ್ಷರಂ ಬರ್ಕುಂ. ಇಸು ಬಿಸು ಪಸು ಎಂಬ ಸುಕಾರಾಂತಕ್ಕೆ ಚತ್ವಂ ಬರ್ಕುಂ.

ವೃತ್ತಿ.—ದ ದಪಂಗಳ್ಪರಮಾದ ಧಾತುವಿನ ಕಡೆಯ ವರ್ಗತೃತೀಯಾಕ್ಷರಕ್ಕೆ ವ್ಯಂಜನ ರೂಪದಿಂ ಮೊದಲಕ್ಕರಮಕ್ಕುಂ; ಸುಕಾರಾಂತಧಾತುವಿನ ಕಡೆಯ ಸುಕಾರಕ್ಕೆ ವ್ಯಂಜನಚಕಾರಮಕ್ಕುಂ.

ಪ್ರಯೋಗಂ.—ಗಕಾರಕ್ಕೆ—ಉಗು, ಒಕ್ಕಂ; ಪುಗು, ಪೊಕ್ಕಂ; ನಗು, ನಕ್ಕಂ; ಮಿಗು, ಮಿಕ್ಕಂ. ತಕ್ಕೆಂದಱಿವೆಡೆಯೊಳ್ ಮಿಕ್ಕಂ ಕರ್ಣಾರ್ಜುನರ್ಕಳಂ (Mdb. Ms. ವಕ್ಕೆಂದಱಿ—); ಪೊಕ್ಕನಂದು ನಿಜಮಂದಿರಮಂ ಪರಸೈನ್ಯಭೈರವಂ.

ಡಕಾರಕ್ಕೆ—ನಡು, ನಟ್ಟಂ; ಮಡು, ಮಟ್ಟಂ; ಕಿಡು, ಕೆಟ್ಟಂ; ಕುಡು, ಕೊಟ್ಟಂ, ಪಿಡಿಯೆಂದಸಿತಾಳಪತ್ರಮಂ ಯತಿ ಕೊಟ್ಟಂ; ಗರುಂ (o. r. ಗುರುಂ) ನೆಱಿಲೊಳೆ ಪೋರ್ವಂತೆವೊಲ್ ದೆಸೆಗೆಟ್ಟಂ; ಸುಡು, ಸುಟ್ಟಂ; ಬಿಡು, ಬಿಟ್ಟಂ.

ದಕಾರಕ್ಕೆ—ಮುದು, ಮುತ್ತಂ. ಮುತ್ತುದು ನೇಸಱಿ ತೇಜಂ ಸತ್ತುದು ದಾವಾಗ್ನಿ.

ಸುಕಾರದ ಚತ್ವಕ್ಕೆ—ಪಸು, ಪಚ್ಚಂ; ಬಿಸು, ಬೆಚ್ಚಂ; ಇಸು, ಎಚ್ಚಂ; ಕಳ್ಳೆವೆಳ್ಳಿವಟ್ಟಲ್ ಬಾಯೊಳ್ ಬೆಚ್ಚಂತಿರೆ; ಮಾಱಾಂತೆಚ್ಚಂ ಮಹಾರಥಂ ನರಂ.

ದಪಕ್ಕಮಂತೆ.

ಸೂತ್ರಂ.

Further, before the affixes ದ and ದಪ, final ಟ್ becomes ತ್, occasionally also ಕ.

ಱಾಂತದೊಳಂ ಮೃತಿದಾನಾ
ರ್ಥಾಂತದೊಳಂ ವ್ಯಂಜನದ ತಕಾರಂ ದೀರ್ಘಂ ।
ಪಿಂತಿರೆ ಬರ್ಕುಂ ಹ್ರಸ್ವತೆ
ಱಾಂತಕ್ಕಂ ರೇಫಮೊರ್ಮೆ ತವುಗೆ ಪಕಾರಂ ‖ 240 ‖

ಸಾಯ್ and ಈ shortening their Vowel, also get final ತ್. This shortening of the Vowel before ದ and ದಪ appears, for instance, also in ಕಾಣ್, ಏಱ್, ಬೀಱ್, ಆಱ್. The ವ್ of ತವು becomes ಪ್.

ಪದಚ್ಛೇದಂ.—ಱಾಂತದೊಳಂ ಮೃತಿದಾನಾರ್ಥಾಂತದೊಳಂ ವ್ಯಂಜನದ ತಕಾರಂ ದೀರ್ಘಂ ಪಿಂತೆ ಇರೆ, ಬರ್ಕುಂ ಹ್ರಸ್ವತೆ; ಱಾಂತಕ್ಕಂ ರೇಫಂ ಒರ್ಮೆ; ತವುಗೆ ಪಕಾರಂ.

ಅನ್ವಯಂ.—ಪಿಂತೆ ದೀರ್ಘಮಿರೆ, ಹ್ರಸ್ವತೆ ಬರ್ಕುಂ; ಱಾಂತಕ್ಕಂ ಒರ್ಮೆ ರೇಫಂ; ತವುಗೆ ಪಕಾರಂ ಎಂಬುದನ್ವಯಂ.

ಟೀಕು.—ದ ದಪಂಗಳ್ಪರದೊಳಿರೆ ಎಂಬುದನುವರ್ತನೆ—ಱಾಂತದೊಳಂ= ರೇಫಾಂತ ಧಾತುಗಳಲ್ಲಿಯುಂ; ಮೃತಿದಾನಾರ್ಥಂತದೊಳಂ= ಸಾಯ್ ಈ ಎಂಬ ಮರಣಾರ್ಥದಾನಾರ್ಥದ ಧಾತುಗಳಂತ್ಯದಲ್ಲಿಯುಂ; ವ್ಯಂಜನದ= ವ್ಯಂಜನದ; ತಕಾರಂ= ತತ್ವಂ ಬರ್ಕ್ಕುಂ, ಱಾಂತಕ್ಕಂ ಸಾಯ್ ಎಂಬುದರ್ಕಂ ಆದೇಶವಾಗಿ, ಈ ಎಂಬುದರ್ಕಾಗಮವಾಗಿ ಬರ್ಪುದು; ಪಿಂತೆ= ಹಿಂತೆ; ದೀರ್ಘಂ= ದೀರ್ಘಾಕ್ಷರಂ; ಇರ= ಇರೆ; ಹ್ರಸ್ವತೆ= ಹ್ರಸ್ವತ್ವಂ; ಬರ್ಕುಂ= ಬರ್ಪುದು; ಱಾಂತಕ್ಕಂ= ರೇಫಾಂತಕ್ಕೆಯುಂ; ಒರ್ಮೆ= ಒಂದು ಬಾರಿ; ರೇಫಂ= ರೇಫೆ ಬರ್ಪುದು; ತವುಗೆ= ತವು ‖ ಕ್ಷಯೇ ‖ ಎಂಬ ಧಾತುಗೆ; ಪಕಾರಂ= ಪತ್ವಂ ಬರ್ಪುದು.

ವಿಚಾರಂ.—ಪೆಱು, ತೆಪ್ಪಱು, ಕಿಱು, ತಿಱು, ಗಿಱು, ಪೊಱು, ಎಬ್ಬಱು, ಆಸಱು, ಬೇಸಱು ಎಂಬೀ ಱಾಂತಕ್ಕೆ ತಕಾರಂ ಬರ್ಪುದು; ಉೞಿದ ಱಾಂತಕ್ಕೆ ಒರ್ಮೆ ಎಂಬುದಱಿಂ ವಿಕಲ್ಪದಿಂ ರೇಫೆಯಕ್ಕುಂ.

ವೃತ್ತಿ.—ದ ದಪಂಗಳ್ಪರವಾದ ಧಾತುವಿನ ಕಡೆಯ ಱಕಾರಕ್ಕೆಯುಂ ಸಾಯೀಯೆಂಬ ಧಾತುಗಳ ಕಡೆಯೊಳಂ ವ್ಯಂಜನತಕಾರಮಕ್ಕುಂ; ಸಾಯೀಯೆಂಬವಱಾದಿದೀರ್ಘಕ್ಕೆ ಹ್ರಸ್ವಮಕ್ಕುಂ; ಱಕಾರಕ್ಕೊರ್ಮೆ ರೇಫಮಕ್ಕುಂ; ತವು ಎಂಬ ಧಾತುವಿನ ವಕಾರಕ್ಕೆ ಪಕಾರಮಕ್ಕುಂ.

ಪ್ರಯೋಗಂ.—ಱಕಾರದ ತಕಾರಕ್ಕೆ—ಕಿಱು, ಕೆತ್ತಂ; ತಿಱು, ತೆತ್ತಂ; ಗಿಱು, ಗೆತ್ತಂ; ಪೆಱು, ಪೆತ್ತಂ. ಜಾತವೇದಂ ಪಟುಕಪಟಮಯವ್ಯಾಜದಿಂ ಬೇಡಿ ಪೆತ್ತಂ; ಶಾಲಭಂಜಿಕೆವೆತ್ತರಸಂ ನೋಡಿದಂ ಲಲಾಟ ಕೋಮಲೆಯಂ.

ಸಾಯ್ ಈ ಎಂಬಿವರ್ಕೆ—ಸತ್ತಂ; ಇತ್ತಂ. ಕಾದಿ ನಿಂಸುಳ್ಳರುಂ ಬನ್ನಿತ್ತರ್ ಕೆಲರ್; ನಗೆಮೊಗದುಳುಗಿದು ಕವಚಮನಿಂದ್ರಗಿತ್ತಂ ಕರ್ಣಂ.

ಸಾಯೀಯೆಂಬವಱಿಂತೆ ಸಮುಚ್ಚಯವಶದಿಂ ಮತ್ತೆ ಕೆಲವಱಾದಿದೀರ್ಘಕ್ಕೆ ಹ್ರಸ್ವಮುಂಟು—(ಕಾಣ್) ಕಂಡಂ; (ಏೞ್) ಎೞ್ದಂ; (ಬೀೞ್) ಬಿೞ್ದಂ; (ಆೞ್) ಅೞ್ದಂ. ಇವು ಮೊದಲಾದುವು.

ಱಕಾರದ ರೇಫೆಗೆ—ಅಱು ಎಂಬುದರ್ಕೆ ಅರ್ತಂ, ವಿಕಲ್ಪದಿಂ ಅಱುತನೆಂದುಮುಂಟು—ಅರ್ತ ಕದಂಪು ಬತ್ತಿದ ಕಾಲುಂ ಹುರಿಯೞಿದೞಿಮಿಳಿ

ಯೆಸದ ಸೆರೆಯುಂ. (ಆಱು ಎಂಬುದರ್ಕೆ) ಅರ್ತಂ; ಮೂರ್ತಪ್ಪ ತೆರೆಗಳಿಂ (Mdb. Ms. ವೇಗದಿಂ) ತರಲಾರ್ತುದು ತನ್ನದಿಗೆ ಸುರನದಿವಿಭ್ರಮಮಂ.

ತವುಗೆ—ತಪ್ಪಂ, ತಪ್ಪಪಂ; ತಪ್ಪಂ ತಂನೊಳ್ ಪಳಂಚಿ ಕಿಡುಗುಟ್ಟಿ ತಪ್ಪು ವಂಬುಗಳರವಂ.

ಸೂತ್ರಂ.

ನಿರುತಂ ಕ ಚ ಟ ತ ಪಂಗಳ
ಪರದ ದಕಾರಕ್ಕೆ ಪೂರ್ವರೂಪಮದಕ್ಕುಂ ।
ಪರವರ್ಣಂ ಧಾತ್ವಂತ್ಯದೊ
ಳಿರೆ ಡತ್ವಂ ಮೇಣ್ ತಕಾರಮೊರ್ಮೆಯಕಾರಂ ॥ 241 ॥

Further, when the finals of verbal themes have undergone the changes into ಕ್, ಚ್, ಟ್, ತ್ or ಪ್, the following ದ assumes the same respective shape;—after ಉಣ್, ಕಾಣ್ and ಕೊಳ್ the ದ becomes ಡ;—after the roots ಕವಲ್, ಮಡಲ್, ಬಲ್, ಕಲ್, ಪೋಲ್, ಸಾಲ್, ಸೋಲ್, ಪೇಲ್, ನೂಲ್, ಕೂರ್, ಕಸರ್, ಕನರ್, ಕೊನರ್, ತಳಿರ್, ಬೆಳರ್, ಚಿಗುರ್. ಬೆಮರ್, ಆಱ್, ಉಱ್, ಕೀಱ್, ಚಳಿ, ಮೊಳಿ, ಅೞಿ, ಅಱಿ, ಮಱಿ, ಕುಱಿ, ಬಾ, ಕೀ, ಪೂ, ಬೀ, ಓ, ಕೂನ್, ಸೀನ್, ಪೇನ್, ಆನ್, ನೋನ್, ಈನ್ the ದ generally appears as ತ;—in ಬೆರಂಟಂ the ದ has disappeared.

ಪದಚ್ಛೇದಂ.—ನಿರುತಂ ಕ ಚ ಟ ತ ಪಂಗಳ ಪರದ ದಕಾರಕ್ಕೆ ಪೂರ್ವರೂಪಂ ಅದು ಅಕ್ಕುಂ; ಪರವರ್ಣಂ ಧಾತ್ವಂತ್ಯದೊಳ್ ಇರೆ, ಡತ್ವಂ; ಮೇಣ್ ತಕಾರಂ; ಒರ್ಮೆ ಅಕಾರಂ.

ಯಥಾನ್ವಯಂ. ಟೀಕು.—ನಿರುತಂ = ನಿಶ್ಚಯವಾಗಿ; ಕ ಚ ಟ ತ ಪಂಗಳ = ಕಕಾರ ಚಕಾರ ಟಕಾರ ತಕಾರ ಪಕಾರಂಗಳ; ಪರದ = ಮುಂದಣ; ದಕಾರಕ್ಕೆ = ದತ್ವಕ್ಕೆ; ಪೂರ್ವ ರೂಪಂ = ಮೊದಲಕ್ಷರದ ರೂಪು; ಅದು = ಅದು; ಅಕ್ಕುಂ = ಆಗುವುದು; ಪರವರ್ಣಂ = ಕ ಚ ಟ ತ ಪಂಗಳಲ್ಲದ ಅನ್ಯವರ್ಣಂ; ಧಾತ್ವಂತ್ಯದೊಳ್ = ಧಾತುಗಳ ಕಡೆಯಲ್ಲಿ; ಇರೆ = ಇರ್ದೊಡೆ; ಡತ್ವಂ = ಡಕಾರಂ; ಮೇಣ್ = ಅದಲ್ಲದೆ; ತಕಾರಂ = ತತ್ವಂ; ಒರ್ಮೆ = ಒಂದು ದಾರಿ; ಅಕಾರಂ = ಅತ್ವಂ ಆಗುವುದು.

ವಿಚಾರಂ (not in Mdb. Ms.).—ಉಣ್ ಕಾಣ್ ಎಂಬ ಣಕಾರದ ಕೊಳ್ಧಾತು ವಿನ ಣಕಾರದ ಮುಂದೆ ದತ್ವಂ ಡಕಾರವಾಗುವದು.

ಶಬ್ದಾನುಶಾಸನದಲ್ಲಿ ಸೂತ್ರಂ— ‖ ಕವಲಾದಿಭ್ಯಸ್ ತಃ ‖ 4, 66 ‖ ಕವಲಾದಿಭ್ಯೋ ಧಾತುಭ್ಯಃ ಪರಸ್ಯ ದಕಾರಸ್ಯ ತಕಾರಾದೇಶೋ ಭವತಿ ‖ ಎಂದುದಾಗಿ ಕವಲಾದಿಧಾತುಗಳತ್ತಣಿಂ ಪರದ ದಕಾರಕ್ಕೆ ತಕಾರಾದೇಶವಪ್ಪುದು; ಕವಲ್, ಮಡಲ್, ಬಲ್, ಕಲ್, ಪೋಲ್, ಸಾಲ್, ಸೋಲ್,

ಪೇೞ್, ಸೂೞ್, ಕೂರ್, ಕಸರ್, ಕನರ್, ಕೊನರ್, ತಳಿರ್, ಬೆಳರ್, ಚಿಗುರ್, ಬೆಮರ್, ಆಱ್, ಉಱ್, ಕೀಱ್, ಚಳಿ, ಮೊಳೆ, ಆೞ್, ಆೞ್, ಮುೞ್, ಕುೞ್, ಬಾ, ಕೀ, ಪೂ, ಬೀ, ಓ, ಕೂನ್, ಸೀನ್, ಪೇನ್, ಆನ್, ನೋನ್, ಈನ್ ಎಂಬಿವು ಕವಲಾದ್ಯಾಕೃತಿಗಣಂ. ಇವಱಲ್ಲಿ ಆೞ್, ಮುೞ್, ಬೆಮರ್, ಬೆಳರ್, ಕೀಱ್ ಎಂಬಿವಾದಿಯಾದುವರ್ಕೆ ವಿಕಲ್ಪದಿಂ ತಕಾರಮಪ್ಪುದಾಗಿ, ಇವು ಪ್ರಯೋಗಗಮ್ಯಂಗಳೆಂದಱಿವುದು.

ವೃತ್ತಿ.—ಧಾತುವಿನ ಕಡೆಯ ಕ ಚ ಟ ತ ಪಂಗಳ ರೂಪಮಂ ಪರದ ದಕಾರಂ ಪಡೆಗುಂ; ಕ ಚ ಟ ತ ಪಂಗಳಲ್ಲದ ಪೆಱವಕ್ಕರಂಗಳ್ ಧಾತುವಿನ ಕಡೆಯೊಳಿರೆ, ಪರದ ದಕಾರಕ್ಕೆ ಡಕಾರಮುಂ ತಕಾರಮುಕಾರಮುಮಕ್ಕುಂ.

ಪ್ರಯೋಗಂ.—ಕಕಾರಕ್ಕೆ—ಒಕ್ಕಂ, ಒಕ್ಕರ್; ಮಿಕ್ಕಂ, ಮಿಕ್ಕರ್; ಪೊಕ್ಕಂ, ಪೊಕ್ಕರ್; ನಕ್ಕಂ, ನಕ್ಕರ್; ತಕ್ಕರಂ.

ಮಿಕ್ಕರನೇಕೆ ಮಂನಿಸುವ
ರಕ್ಕರವೋದದ ಪುಲ್ಲಪಾಪಿಗಳ್
ರಕ್ಕಸಿಯ ಮಾಡಮುದಱಿಕೊಳ್
ಪೊಕ್ಕವರುಱಿದಪರೆ ಸರಸ್ವತಿಮಣಿಹಾರಾ ||

ಚಕಾರಕ್ಕೆ—ಎಚ್ಚಂ, ಎಚ್ಚರ್; ಬೆಚ್ಚಂ, ಬೆಚ್ಚರ್; ಪಚ್ಚಂ, ಪಚ್ಚರ್. ಮಣಿಯದೆ ಕುಣಿದೀ ಧೀರನದಿರೆ ಕೂಕಿಱಿದೆಚ್ಚರ್; ಮಿಟ್ಟಿಗೆ ಮಾರಿಗೆ ಪಚ್ಚರ್; ದುಟ್ಟೋಡೆ ಘಾಯದಿಂ ಹಯುಬಲಮಂ.

ಟಕಾರಕ್ಕೆ—ತೊಟ್ಟಂ, ತೊಟ್ಟರ್; ಕೊಟ್ಟಂ, ಕೊಟ್ಟರ್; ಬಿಟ್ಟಂ, ಬಿಟ್ಟರ್; ನಟ್ಟಂ, ನಟ್ಟರ್. ಬೆಕ್ಕಸಂಬಟ್ಟು ಬಾಯಂ ಬಿಟ್ಟರ್ ಭೀಷ್ಮರ್; ಕೆತೊಟ್ಟಂ ಸಂಮೋಹನಮನಭಯಂ ಪಾಂಡವಂ.

ತಕಾರಕ್ಕೆ—ಪೆತ್ತಂ, ಪೆತ್ತರ್; ಕೆತ್ತಂ, ಕೆತ್ತರ್; ತೆಟ್ಟಂ, ತೆಟ್ಟರ್; ಗೆತ್ತಂ, ಗೆತ್ತರ್; ಪೊತ್ತಂ, ಪೊತ್ತರ್ ಮುಗಿಲಂ ಮಾಱಾನೆಗೆತ್ತರ್.

ಪಕಾರಕ್ಕೆ—ತಪ್ಪಂ, ತಪ್ಪರ್. ತಪ್ಪಂ ತಂನೊಳ್ಪಳಂಚಿಕಿಡಿಗುಟ್ಟಿ ತಪ್ಪುವಂಬುಗರವಂ.

ಡಕಾರಕ್ಕೆ—ಉಣ್ಡಂ; ಕಣ್ಡಂ; ಕೊಣ್ಡಂ. ಮರದ ಹರಿಯಣದೊಳುಂಡಂ; ಮರದೊಳ್ಸಮೆದಂಕವಣಿಯನೇಱಿದಂ; ಕುರುಪ್ರಭು ಕಂಡಂ ಶರಜಾ

ಲಜರ್ಜರಿತಗಾತ್ರತ್ರಾಣನಂದ್ರೋಣನಂ; ಭುವನತ್ರಿಣೇತ್ರರುಚಿಯಂ ಕೈಕೊಂಡನಾ ಪಾಂಡವಂ.

ದಕಾರಕ್ಕಾದ ತಕಾರಕ್ಕೆ—ಸೋಲ್ತಂ; ಪೋಲ್ತಂ; ನಿಲ್ತಂ; ಕಿಟ್ತಿಂ; ಉಟ್ತಿಂ.

ಮಾಲವದೇಶಮುಂ ಕಿಡಿಸಿ ತದ್ಧರಾಪುರಸ್ತ್ರೀಯರಂ ತೊಟ್ತ್ವರ್ಾಡಿದಂ; ಕಾದದಿರ್ದಂದು ಸೋಲ್ತಂ ಕೌಂತೇಯಂ ಕೌರವಂಗೆಂದುಲಿಗುಂ; ಮಟಿಸುಂದಿದ ಪುಲಿಯನಾಗಳಿನಿಸಂ ಪೋಲ್ತಂ; ನೋಳ್ದಿ ಕೊಂಡಂತೆ ಬೆಂನೊಳ್ ನಿಲ್ತಂ ಗಾಂಡೀವಿ.

ಅಕಾರಕ್ಕೆ (ಒಂದು ಸೂಟಿ‌ ದಕಾರಕ್ಕೆ ಟಕಾರಮಕ್ಕುಂ ಎಂದು ಪಾಠಾಂತರಂ)—ಬೆರಂಟಂ. ಬೆರಂಟುವು ಪೊಕ್ಕುಟಿನುಗುರಿಸಿದುವು ತುಟಿಂಬ.

ಮೇಣೆಂಬುದಟಿಂ ಕೆಲವಟಿಕೊಳಿರ್ದಂತೆ ದಕಾರಮೆ—ಪೂಣ್ದಂ; ಮಾಣ್ದಂ; ಜೋಲ್ದಂ; ಎಟ್ದಿಂ; ನೇಟ್ದಿಂ; ಅಟ್ದಿಂ (or ಅಟ್ದಿಂ); ಬಿಟ್ದಿಂ; ಆರ್ದಂ; ನೇರ್ದಂ. ಬಾದುಂಟೆಂದು ಹತ್ತನೆಯ ತಲೆಯುಮಂ ನೇರ್ದಾಗಳ್.

ಸೂತ್ರಂ.

Further, the roots ಪೋಗು and ಆಗು lose their ಗ before ದ and ದಪ; and also before ಯ್ತು, their common substitute in the Imperfect for ಉದು (or ಇತು).

ನೆಗಟ್ದ್ಗಂ ಲೋಪಂ ಪೋಗಾ
ಗುಗಳ ಗಕಾರಕ್ಕೆ ದದಪಮಿರೆಯುಂ ದತ್ವ |
ಕ್ಕೊಗೆದಸ್ವರಯತ್ವಂ ಪ
ತ್ತುಗೆಗೊಂಡುದುಗಾದ ತುತ್ವದೊಳ್ ನೆಲಸಿರೆಯುಂ || 242 ||

ಪದಚ್ಛೇದಂ.—ನೆಗಟ್ದ್ಗಂ ಲೋಪಂ ಪೋಗು ಆಗುಗಳ ಗಕಾರಕ್ಕೆ, ದದಪಂ ಇರೆಯುಂ, ದತ್ವಕ್ಕೆ ಒಗೆದು ಅಸ್ವರಯತ್ವಂ ಪತ್ತುಗೆಗೊಂಡು ಉದುಗೆ ಆದ ತುತ್ವದೊಳ್ ನೆಲಸಿ ಇರೆಯುಂ.

ಅನ್ವಯಂ.—ದದಪಂ ಇರೆಯುಂ—ದತ್ವಕ್ಕೆ ಅಸ್ವರಯತ್ವಂ ಒಗೆದು, ಉದುಗೆ ಆದ ತುತ್ವದೊಳ್ ಪತ್ತುಗೆಗೊಂಡು, ನೆಲಸಿರೆಯುಂ—ಪೋಗಾಗುಗಳ ಗಕಾರಕ್ಕೆ ಲೋಪಂ ನೆಗಟ್ದ್ಗಂ.

ಟೀಕು.—ದದಪಂ = ದಪಕಾರಂ; ಇರೆಯುಂ = ಪರದಲ್ಲಿ ಇರ್ದೊಡೆಯುಂ; ದತ್ವಕ್ಕೆ = ಭೂತಕಾಲದ ದಕಾರಕ್ಕೆ; ಅಸ್ವರಯತ್ವಂ = ವ್ಯಂಜನದ ಯಕಾರಂ; ಒಗೆದು = ಹುಟ್ಟಿ; ಉದುಗೆ = ನಪುಂಸಕಲಿಂಗದ ಉದು ಎಂಬುದರ್ಕೆ; ಆದ ತುತ್ವದೊಳ್ = ಆದೇಶವಾದ ತುಕಾರದಲ್ಲಿ;

ಪತ್ತುಗೆಗೊಂಡು = ಪೊರ್ದುಗೆಯಾಗಿ; ನೆಲಸಿರೆಯುಂ = ನೆಲೆಗೊಂಡಿರ್ದೊಡೆಯುಕಿ; ಪೋಗಾಗುಗಳ = ಪೋಗು ಆಗು ಎಂಬ ಧಾತುಗಳ; ಗಕಾರಕ್ಕೆ = ಗತ್ವಕ್ಕೆ; ಲೋಪಂ = ಅದರ್ಶನಂ; ನೆಗಟ್ಬ್ಗಂ = ಬರ್ಪುದು.

ವೃತ್ತಿ.—ದ ದಪಂಗಳ್ಪರವಾಗೆಯುಂ, ಪೋಗು ಆಗು ಎಂಬಿವಱ ಗಕಾರಕ್ಕೆ ಲೋಪಂ; ಭೂತವತಿಯ ದಕಾರಕ್ಕೆ ವ್ಯಂಜನಯುಕಾರಂ ಬಂದು, ಉದುಗಾದ ತುಕಾರದೊಳ್ಪೊರ್ದೆಯುಂ, ಗಕಾರಕ್ಕೆ ಲೋಪಮಕ್ಕುಂ.

ಪ್ರಯೋಗಂ.—ಪೋದಂ, ಪೋದಪಂ; ಆದಂ, ಆದಪಂ; ಪೋದುದು, ಆದುದು; ಪೋಯ್ತು, ಆಯ್ತು. ಪೊಂಮಱಿವೋಲ್ ಪೊಳೆದು ಪಾಱಿ ಪೋದಂ ಶ್ವೇತಂ; ಕೊಂಬಿಬಿಱಿಪಿದ ಮರದಿಂದಗ್ಗಳಂ ತಿಂಣಮಾದಂ; ಕೆಂದಳಿರ್ಮಿಸುಪ ಕೆಂಗಱಿಯಾದುದು; ಪೂದೊಡಂಬೆ ಪಿಳ್ಕಾದುದು; ಅಬ್ಬಿನಿ ಪೋದಂದು ನುಣ್ದನಿ ಸವಿಲ್ಗೆ ಸರದದ ಪುಗಿಲೊಳ್; ಭೀಷಣಮಾಯ್ತು; ಸೈನ್ಯಂ ಮಹಾರ್ಣವದಂತಾಯ್ತಬ್ಧಿಯೆ ಘೂರ್ಣಿಸುವಂತಾಯ್ತುರ ಮನೆಯೊಳಗೆ; ಬಗೆ ಪೋಯ್ತಾಗಳೆಲೆಯಿದಲ್ತೆ ತುಹಿನಕ್ಷೋಣೀಧ್ರದುತ್ತುಂಗಸಾನುಗಳ್; ಪುಂಸ್ಕೋಕಿಲಧ್ವನಿತಾನಿರಲೆವೋಯ್ತು. ಪೋಗಲೀಯದಡಸಿ ತಾಪಮೆಂಡುಂ ಜೋದರೆಲ್ಲಂ; ಪೋಪಂಗೆ ಬರ್ಪಂಗನಾಕುಳಂ.

ಸೂತ್ರಂ.

Besides, before the affix ಕೆ of the Imperative and before ಕುಂ they receive the forms: ಪೋ, ಅಕ್.

ಪರದೊಳ್ವಿಧಿಯ ಕೆಕಾರಂ
ಬರೆ ಕುಂ ಬರೆ ಪೋಗೆನಿಪ್ಪ ಧಾತುವಿನಂತ್ಯಾ ।
ಕ್ಷರಲೋಪಂ ಚರಮಂ ವಿ
ಸ್ವರಮಾದ್ಯಂ ಹ್ರಸ್ವಮಕ್ಕುಮಾಗೆಂಬುದಱೊಳ್
|| 243 ||

ಪದಚ್ಛೇದಂ.—ಪರದೊಳ್ ವಿಧಿಯ ಕೆಕಾರಂ ಬರೆ, ಕುಂ ಬರೆ, ಪೋಗು ಎನಿಪ್ಪ ಧಾತುವಿನ ಅಂತ್ಯಾಕ್ಷರಲೋಪಂ; ಚರಮಂ ವಿಸ್ವರಂ, ಆದ್ಯಂ ಹ್ರಸ್ವಂ ಆಕ್ಕುಂ ಆಗು ಎಂಬುದಱೊಳ್.

ಅನ್ವಯಂ.—ಆಗು ಎಂಬುದಱೊಳ್ = ಚರಮಂ ವಿಸ್ವರಂ, ಆದ್ಯಂ ಹ್ರಸ್ವಂ ಆಕ್ಕುಂ ಎಂಬುದನ್ವಯಂ.

ಟೀಕು.—ಪರದೊಳ್ = ಪರದಲ್ಲಿ; ವಿಧಿಯ = ವಿಧ್ಯರ್ಥದ; ಕೆಕಾರಂ = ಕೆಕಾರಂ; ಬರೆ = ಬರೆ; ಕುಂ = ಕುಂಕಾರಂ; ಬರೆ = ಬರೆ; ಪೋಗೆನಿಪ್ಪ ಧಾತುವಿನ = ಪೋಗು ಎಂಬ ಧಾತುವಿನ; ಅಂತ್ಯಾಕ್ಷರಲೋಪಂ = ಕಡೆಯಕ್ಷರದ ಲೋಪಂ ಆಗುವುದು; ಆಗೆಂಬುದಱೊಳ್ = ಆಗು ಎಂಬ ಧಾತುವಿನಲ್ಲಿ; ಚರಮಂ = ಅಂತ್ಯಂ; ವಿಸ್ವರಂ = ವ್ಯಂಜನದ ಕಕಾರಂ; ಆದ್ಯಂ = ಮೊದಲಕ್ಷರಂ; ಹ್ರಸ್ವಂ = ಹ್ರಸ್ವಂ; ಅಕ್ಕುಂ = ಆಗುವುದು.

ವೃತ್ತಿ.—ವಿಧಿಯ ಕೆಕಾರಮುಂ ಕುಂ ಎಂಬುದುಂ ಪರಮಾಗೆ, ಪೋಗೆಂಬ ಗಕಾರಕ್ಕೆ ಲೋಪಂ; ಆಗೆಂಬುದಱ ಕಡೆಯ ಸ್ವರಕ್ಕೆ ಲೋಪಮುಂ ಮೊದಲ್ಗೆ ಹ್ರಸ್ವಮುಮಕ್ಕುಂ.

ಪ್ರಯೋಗಂ.—ಪೋಕೆ, ಪೋಕುಂ; ಅಕ್ಕೆ, ಅಕ್ಕುಂ. ಪೋಕೆ ಬರ್ಕೆ ಮುಳಿಸಿಲ್ಲ ಮಗಾತನೊಳ್ ಆವ ಪಾಂಗಿನಿಂ; ಪೊಱಮಾಡಿದೆ ಸಯ್ತೆ ಪೋಕುಮಾ ಪರಸೈನ್ಯಂ. ವೇದದೊಳೊಂದಿದಾಯು ನಿನಗಕ್ಕೆ ಬೇಗಂ ಕಲಿಕಾಲಸೂದನಾ. ಸ್ವಾಯಂ ಕೂಸಾದೊಡಭಿಪ್ರಾಯಂ ಕೂಸಕ್ಕುಮೆ.

ಸೂತ್ರಂ.

The root ಉಳ್ nd the suffix ಉದು become ಉಂಟು.— For the Negative the suffixes ಉದು and ಉವು become ಅದು and ಅವು.

ಅವತರಿಸಿರ್ಕುಮದುಳ್ಧಾ
ತುವಿನ ಳಕಾರಕ್ಕೆ ಣತ್ವಮುದುಗೆ ಟುಕಾರಂ |
ಪ್ರವಿಲೋಮಕ್ರಿಯೆಗದುವೆಂ
ದವೆಂದು ಬಂದಿರ್ಕುಮುದುಗಮುವುಗಂ ಪ್ರಚುರಂ || 244 ||

ಪದಚ್ಛೇದಂ.—ಅವತರಿಸಿ ಇರ್ಕುಂ ಅದು ಉಳ್ಧಾತುವಿನ ಳಕಾರಕ್ಕೆ ಣತ್ವಂ, ಉದುಗೆ ಟುಕಾರಂ.—ಪ್ರವಿಲೋಮಕ್ರಿಯೆಗೆ ಅದು ಎಂದು ಅವು ಎಂದು ಬಂದು ಇರ್ಕುಂ ಉದುಗಂ ಉವುಗಂ ಪ್ರಚುರಂ.

ಅನ್ವಯಂ.—ಉಳ್ಧಾತುವಿನ ಳಕಾರಕ್ಕೆ ಣತ್ವಂ ಅದು, ಉದುಗೆ ಟುಕಾರಂ ಅವತರಿಸಿ ಇರ್ಕುಂ.—ಪ್ರವಿಲೋಮಕ್ರಿಯೆಗೆ ಉದುಗಂ ಉವುಗಂ ಅದು ಎಂದು ಅವು ಎಂದು ಪ್ರಚುರಂ ಬಂದು ಇರ್ಕುಂ.

ಟೀಕು.—ಉಳ್ಧಾತುವಿನ = ಉಳ್ ‖ ಸತ್ತಾಯಾಂ, to be ‖ ಎಂಬ ಸತ್ತಾರ್ಥದ ಧಾತುವಿನ; ಳಕಾರಕ್ಕೆ = ಳತ್ವಕ್ಕೆ; ಣತ್ವಂ = ಣಕಾರಂ; ಅದು = ಅದು; ಉದುಗೆ = ನಪುಂಸಕ

ಲಿಂಗದ ಉದು ಎಂಬುದರ್ಕೆ; ಟುಕಾರಂ = ಟುತ್ವಂ; ಅವತರಿಸಿರ್ಕುಂ = ಹುಟ್ಟಿಪ್ಪುದು; ಪ್ರವಿಲೋಮಕ್ರಿಯೆಗೆ = ಪ್ರತಿಷೇಧಕ್ರಿಯೆಗೆ; ಉದುಗಂ = ನಪುಂಸಕಲಿಂಗದ ಉದುವೆಂಬುದರ್ಕಂ; ಉವುಗಂ = ಉವು ಎಂಬುದರ್ಕಂ; ಅದುವೆಂದು = ಅದು ಎಂದು; ಅವೆಂದು = ಅವು ಎಂದು; ಪ್ರಚುರಂ = ಪ್ರಸಿದ್ಧವಾಗಿ; ಬಂದಿರ್ಕುಂ = ಬಂದಿಪ್ಪುವು.

ವೃತ್ತಿ.—ಉಳ್ ಎಂಬ ಧಾತುವಿನ ಳಕಾರಕ್ಕೆ ಣತ್ವಮುಂ ಅಲ್ಲಿ ಪರದುದುವಿಂಗೆ ಟುಕಾರಾದೇಶಮುಮಕ್ಕುಂ.—ನಪುಂಸಕಲಿಂಗದ ಉದುಗಮುವುಗಂ ಪ್ರತಿಷೇಧಕ್ರಿಯೆಯೊಳದುವೆಂದುಮುವುವೆಂದುಮ್ ಆದೇಶಮಕ್ಕುಂ.

ಪ್ರಯೋಗಂ.—ಉಳ್ಳುದೆಂಬುದರ್ಕೆ—ಉಣ್ಟು. ಉಂಟು ಭುಜಬಲಂ ಪಿರಿದು ಚಾಗದಮೆಯ್; ಈ ಸಿರಿಯುಂಟು ಮಾಡಿದಂ ಕುರುಬಲದೊಳ್.

ಪ್ರತಿಷೇಧಕ್ರಿಯೆಗೆ—ಊಱಿಯುದು ವಿಭವಂ; ಜವ್ವನಮಿಱಿಯುದು; ನವವಿಧರತೋಪಚಾರದಿನೆಂದುಂ ಪಱಿಸದು ಬೇಟಂ; ವಿಪುಳಕಳಾಪಕೋಪಶಿಖಿ ಪುಟ್ಟದು;—ಸಲ್ಲವು; ಗೆಲ್ಲವು; ನಿಲ್ಲವು; ನೆಱೆಯುವು. ಗಿರಿಯುಂ ಕರಿಯುಂ ನಿಲ್ಲವು ಪವಿಮುಖದ ಕೋಟ್ಗಿಮಾತನ ಬಾಳ್ಗಂ; ತುಱುಗಳ ಮೆಯ್ಗಳ ರೋಮಂ ನೆಱೆಯುವು ದಲ್.

ಸೂತ್ರಂ.

ಣತ್ವಂ ಕೊಳ್ಧಾತ್ವಂತ್ಯ
ಕ್ಕುತ್ವಕ್ಕುಳ್ಧಾತುಪೂರ್ವದೊಳ್ ನೆಗಱ್ಗಂ ಹ್ರ ।
ಸ್ವೋತ್ವಂ ಪುರುಷತ್ರಯದೊಳ್
ದತ್ವನಿಷೇಧಂ ಬಹುತ್ವದುವುಗವುಮಕ್ಕುಂ ॥ 245 ॥

Before ದ and ದಪ the theme ಕೊಳ್ becomes ಕೊಣ್.—Excepting ಉಂಟು the root ಉಳ್ becomes ಒಳ್, and takes the personal affixes without inserting ದ or ದಪ. Its Suffix for the Neuter Plural, thorgh ಅವು, is affirmative. For ಉಂಟು, in the Negative, ಇಲ್ಲ is used.

ಪದಚ್ಛೇದಂ.—ಣತ್ವಂ ಕೊಳ್ಧಾತ್ವಂತ್ಯಕ್ಕೆ. ಉತ್ವಕ್ಕೆ ಉಳ್ಧಾತುಪೂರ್ವದೊಳ್ ನೆಗಱ್ಗಂ ಹ್ರಸ್ವೋತ್ವಂ; ಪುರುಷತ್ರಯದೊಳ್ ದತ್ವನಿಷೇಧಂ; ಬಹುತ್ವದ ಉವುಗೆ ಅವುಂ ಅಕ್ಕುಂ.

ಅನ್ವಯಂ.—ಕೊಳ್ಧಾತ್ವಂತ್ಯಕ್ಕೆ ಣತ್ವಂ ನೆಗಱ್ಗಂ. ಉಳ್ಧಾತುಪೂರ್ವದೊಳ್ ಉತ್ವಕ್ಕೆ ಹ್ರಸ್ವೋತ್ವಂ; ಪುರುಷತ್ರಯದೊಳ್ ದತ್ವನಿಷೇಧಂ; ಬಹುತ್ವದ ಉವುಗೆ ಅವುಂ ಅಕ್ಕುಂ.

ಟೀಕು.—ದ ದಪಂಗಳ್ಪರಮಾದ ಎಂಬುದನುವರ್ತನೆ—ಕೊಳ್ಧಾತ್ವಂತ್ಯಕ್ಕೆ = ದ ದಪಂಗಳ್ಪರಮಾದ ಕೊಳೆಂಬ ಧಾತುವಿನಂತ್ಯಕ್ಕೆ; ಣತ್ವಂ = ಣಕಾರಾದೇಶಂ; ನೆಗಱ್ಗುಂ = ಪ್ರಸಿದ್ಧಿವಡೆವುದು; ಉಳ್ಧಾತು ಪೂರ್ವದೊಳ್ = ಸತ್ತಾರ್ಥದಲ್ಲಿ ಉಳ್ ಎಂಬ ಧಾತುವಿನ ಮೊದಲಲ್ಲಿ; ಉತ್ವಕ್ಕೆ = ಉಕಾರಕ್ಕೆ; ಹ್ರಸ್ವೋತ್ವಂ = ಹ್ರಸ್ವದ ಒಕಾರಂ ಪ್ರಸಿದ್ಧಿವಡೆವುದು; ಪುರುಷತ್ರಯದೊಳ್ = ಪುರುಷತ್ರಯದಲ್ಲಿ; ದತ್ವನಿಷೇಧಂ = ಭೂತಕಾಲದ ದಕಾರಂ ಬಾರದು; ಬಹುತ್ವದ = ನಪುಂಸಕಲಿಂಗದ ಬಹುವಚನದ; ಉವುಗೆ = ಉವು ಎಂಬುದರ್ಕೆ; ಅವುಂ = ಅವು ಎಂಬುದುಂ; ಅಕ್ಕುಂ = ಆಗುವುದು

ವಿಚಾರಂ (not in Mḍb. Ms.).—ದತ್ವನಿಷೇಧವೆಂದು, ಉಪಲಕ್ಷಣವಾಗಿ ಉಳ್ಧಾತುಗೆ ದ ದಪ ವಕಾರಂಗಳ್ ಮೂಱುಂ ನಿಷೇಧವೆಂಬುದರ್ಥಂ; ಭೂತಕಾಲವಾಗಿಯೆ ಸಲ್ವುದು.

ವೃತ್ತಿ.—ದಕಾರಂ ಪರಮಾದ ಕೊಳ್ಧಾತುವಿನ ಳಕಾರಕ್ಕೆ ಣತ್ವಮಕ್ಕುಂ; ಪುರುಷತ್ರಯದೊಳ್ ಉಳ್ಧಾತುವಿನ ಮೊದಲುಕಾರಕ್ಕೆ ಹ್ರಸ್ವೋತ್ವಮಕ್ಕುಂ; ನಪುಂಸಕಲಿಂಗದ ಬಹುವಚನದುವುವಿಂಗೆ ಅವು ಎಂದಕ್ಕುಂ.

ಪ್ರಯೋಗಂ.—ಕೊಳ್ಧಾತುಗೆ—ಕೊಣ್ಡಂ, ಕೊಣ್ಡರ್, ಭುವನತ್ರಿಣೇತ್ರರುಚಿಯುಂ ಕೈಕೊಂಡನಾ ಪಾಂಡವಂ. ತಮತಮಗೆ ಭಯಂಗೊಂಡರಾಶಂಕೆಗೊಂಡರ್.

ಉಳ್ಧಾತುಗೆ—ಒಳಂ, ಒಳರ್; ಒಳಯ್, ಒಳಿರ್; ಒಳೆನ್, ಒಳೆವು. ಪೇಱೆನಿತರ್ಕಮೊಳಂ ಮುರಾಂತಕಂ (Mḍb. Ms. ಪು—) ಒಳರನ್ನೆವರಂ ಮಾರ್ಬಲದೊಳಗಿದಿರಿಯಲ್ ಮುಱಿುಗುವತಿಭಟರ್.

ನಪುಂಸಕಕ್ಕೆ—ಒಳವು.

ನೀನುಳ್ಳೊಡುಂಟು ರಾಜ್ಯಂ
ನೀನುಳ್ಳೊಡೆ ಪಟ್ಟಮುಂಟು ಪೇಱಿಗೆಯುಂಟು ।
ನೀನುಳ್ಳೊಡುಂಟು ಬೆಳ್ಗೊಡೆ
ನೀನಿಲ್ಲದಿವೆಲ್ಲಮೊಳವೆ ಭಾನುತನೂಜಾ ‖ ಕಂದಂ ‖

ನುಂಗುವವುಮೊಳವುದಧಿಯೊಳ್ ಮಹಾಮತ್ಸ್ಯಂಗಳ್.

ಉಂಟೆಂಬುದರ್ಕೆ ಎಲ್ಲವಱಿಂತೆ ಪ್ರತಿಷೇಧಮಾಗಿಲ್ಲೆಂದಾಯಿತು ನೀಲಗ್ರೀವರುಮಾರ್ತರಿಲ್ಲ ಗೆಲಲನ್ನರಾರ್ಪರೆಂದಂ ಕೃಪಂ.

ಸೂತ್ರಂ.

A form of the verb expressing the sense of the Locative (ಸತಿಸಪ್ತಮಿ) is formed by the suffix ಎ, instead of which also the suffixes ಇನೆಗಂ, ಉದುಂ, ಅನ್ನಂ, ಅನ್ನೆಗಂ, ಇನಂ, ಅಲೊಡಂ and ಅಲೊಡಂ + ಎ (ಅಲೊಡನೆ) are used.

ಇನೆಗಮುದುಮಂನಮಂನೆಗ
ಮಿನಮಲೊಡಂ ಸೊಂನೆವೆರಸು ಸತ್ಯರ್ಥದೆಕಾ |
ರನಿಜಸ್ಥಾನದೊಳಪ್ಪುವಿ
ವನುಕೂಲಂ ಮತ್ತೆಕಾರದಾದಿಯೊಳಲೊಡಂ || 246 ||

ಪದಚ್ಛೇದಂ.—ಇನೆಗಂ ಉದುಂ ಅನ್ನಂ ಅನ್ನೆಗಂ ಇನಂ ಅಲೊಡಂ ಸೊಂನೆವೆರಸು; ಸತ್ಯರ್ಥದ ಎಕಾರನಿಜಸ್ಥಾನದೊಳ್ ಅಪ್ಪುವು ಇವು; ಅನುಕೂಲಂ ಮತ್ತೆ ಎಕಾರದ ಆದಿಯೊಳ್ ಅಲೊಡಂ.

ಅನ್ವಯಂ.—ಸತ್ಯರ್ಥದ ಎಕಾರನಿಜಸ್ಥಾನದೊಳ್ ಇನೆಗಂ ಉದುಂ ಅನ್ನಂ ಅಂನೆಗಂ ಇನಂ ಅಲೊಡಂ ಇವು ಸೊಂನೆವೆರಸು ಅಪ್ಪುವು; ಮತ್ತೆ ಎಕಾರದ ಆದಿಯೊಳ್ ಅಲೊಡಂ ಅನುಕೂಲಂ.

ಟೀಕು.—ಸತ್ಯರ್ಥದ = ಸತಿಸಪ್ತಮಿಯರ್ಥದ; ಎಕಾರನಿಜಸ್ಥಾನದೊಳ್ = ಎಕಾರದ ನಿಜಸ್ಥಾನದಲ್ಲಿ; ಇನೆಂಗಂ = ಇನೆಂಗಂ ಎಂದು; ಉದುಂ = ಉದುಂ ಎಂದು; ಅಂನಂ = ಅಂನಂ ಎಂದು; ಅಂನೆಗಂ = ಅನ್ನೆಂಗಂ ಎಂದು; ಇನಂ = ಇನಂ ಎಂದು; ಅಲೊಡಂ = ಅಲೊಡಂ ಎಂದು; ಇವು = ಈ ರೂಪಂಗಳ್; ಸೊಂನೆವೆರಸು = ಸೊಂನೆಗೂಡಿ; ಅಪ್ಪುವು = ಆದೇಶವಾಗುವುವು; ಮತ್ತೆ = ಬಱಿಕ; ಎಕಾರದ = ಸತ್ಯರ್ಥದೆಕಾರದ; ಆದಿಯೊಳ್ = ಮೊದಲಲ್ಲಿ; ಅಲೊಡಂ = ಅಲೊಡಂ ಎಂದು; ಅನುಕೂಲಂ = ಹಿತವಪ್ಪುದು.

ವೃತ್ತಿ.—ಇನೆಗಂ ಉದುಂ ಅಂನಂ ಅಂನೆಗಂ ಇನಂ ಅಲೊಡಂ ಎಂಬಿವು ಸೊಂನೆವೆರಸಲ್ಲದಿರವು; ಇವು ಸತಿಸಪ್ತಮಿಯ ಎಕಾರಕ್ಕಾದೇಶಮಾಗಿ ಬಂದುವು; ಎಕಾರದ ಪೆಱಗೆ ಒರ್ಮೆ ಅಲೊಡಮೆಂಬುದೊಂದಾಗಮಮಾಗಿಯುಂ ಬರ್ಕುಂ.

ಪ್ರಯೋಗಂ.—ಸತಿಸಪ್ತಮಿಯ ಎಕಾರಕ್ಕೆ—ನುಡಿಯೆ; ಪೊರ್ದೆ; ನೆಲನದಿರೆ; ನೋಟಕರ್ಕಂಣಲಸೆ; ಮನಂಗೊರಗೆ.

ಎಕಾರದ ಆದೇಶಂಗಳೊಳ್ ಇನೆಗಮೆಂಬುದರ್ಕೆ—ಕಾಮಕರಂ ಕರಮುಡಂಗಿನುರ್ಗಪಿನೆಗಂ ಕಾಮದನಡಂಗೆವೊಯ್ದಂ.

ಉದುಮೆಂಬುದರ್ಕೆ — ಬರವೇೞಿೞೆಂಬುದುಮ್ ಅಂಜನಾಚಲದವೊಲ್ ಕಣ್ಗೊಪ್ಪಿ ಬರ್ಪಂಬುಜೋದರಸಂ.

ಅನ್ನಮೆಂಬುದರ್ಕೆ—ಉದ್ಧವಿರ್ದಂ ನೆಗೆಪನ್ನಂ ಪೊಯ್ಯಲೆಂದವ್ವಳಿಪುದು.

ಅನ್ನೆಗಂ ಇನಮೆಂಬುದರ್ಕೆ—ಒಲೆಯೊಡನೆ ಮುತ್ತುಂಗಾಲೊಳ್ ನರೆ ಬರ್ಪಂನೆಗಮಿರು. ಗಂಗೆಯ ವುಡುಗಳನಡಹಡಿಸಿ ಪುಗುವಿನಂ ಭಯವಶದಿಂ.

ಒಡಮೆಂಬುದರ್ಕೆ—ಕುರುಕುಲಾಧಿಪಂ ನುಡಿಯಲೊಡಂ.

ಎಕಾರದ ಪೆಱಗೆ ಅಲೊಡಮಾಗಮಕ್ಕೆ—ಬರಲೊಡನೆ ಕೊಟ್ಟಂ.

ಸೂತ್ರಂ.

Of the above suffixes ಅನ್ನೆಗಂ, ಅನ್ನಂ, ಇನೆಗಂ, ಇನಂ are used for the Present and Future tenses; ಉದುಂ, ಅಲೊಡಂ for the Past.

ನೆಗೞ್ಗುಂ ಸಂಪ್ರತಿಗಂ ಭಾ
ವಿಗಮುಂನೆಗಮಂನಮಿನೆಗಮಿನಮೆಂಬಿವು ಸೂ |
ರಿಗಳಿಂದುದುಮಲೊಡಂಗಳ್
ನೆಗೞ್ಗುಂ ಭೂತಾರ್ಥದಲ್ಲಿ ಸತಿಸಪ್ತಮಿಯೊಳ್ ||247||

ಪದಚ್ಛೇದಂ.— ನೆಗೞ್ಗುಂ ಸಂಪ್ರತಿಗಂ ಭಾವಿಗಂ ಅಂನೆಗಂ ಅಂನಂ ಇನೆಗಂ ಇನಂ ಎಂಬ ಇವು ಸೂರಿಗಳಿಂದೆ, ಉದುಂ ಅಲೊಡಂಗಳ್ ನೆಗೞ್ಗುಂ ಭೂತಾರ್ಥದಲ್ಲಿ ಸತಿಸಪ್ತಮಿಯೊಳ್.

ಅನ್ವಯಂ.— ಸೂರಿಗಳಿಂದೆ ಸತಿಸಪ್ತಮಿಯೊಳ್ ಸಂಪ್ರತಿಗಂ ಭಾವಿಗಂ ಅಂನೆಗಂ ಅಂನಂ ಇನೆಗಂ ಇನಂ ಎಂಬಿವು ನೆಗೞ್ಗುಂ, ಭೂತಾರ್ಥದಲ್ಲಿ ಉದುಂ ಅಲೊಡಂಗಳ್ ನೆಗೞ್ಗುಂ.

ಟೀಕು.—ಸೂರಿಗಳಿಂದೆ = ವಿದ್ವಾಂಸರಿಂದೆ; ಸತಿಸಪ್ತಮಿಯೊಳ್ = ಸತಿಸಪ್ತಮಿಯಲ್ಲಿ ಸಂಪ್ರತಿಗಂ = ವರ್ತಮಾನಕಾಲಕ್ಕಂ; ಭಾವಿಗಂ = ಭವಿಷ್ಯತ್ಕಾಲಕ್ಕಂ; ಅಂನೆಗಂ = ಅಂನೆಗಂ ಎಂದು; ಅಂನಂ = ಅಂನಂ ಎಂದು; ಇನೆಗಂ = ಇನೆಗಂ ಎಂದು; ಇನಂ = ಇನಂ ಎಂದು; ಎಂಬಿವು = ಎಂಬೀ ರೂಪಂಗಳ್; ನೆಗೞ್ಗುಂ = ಬರ್ಪುವು; ಭೂತಾರ್ಥದಲ್ಲಿ = ಭೂತಕಾಲದರ್ಥದಲ್ಲಿ ಉದುಮಲೊಡಂಗಳ್ = ಉದುಂ ಅಲೊಡಂ ಎಂಬಿವು; ನೆಗೞ್ಗುಂ = ಬರ್ಪುವು.

ವೃತ್ತಿ.—ಅಂನೆಗಂ, ಅಂನಂ, ಇನೆಗಂ ಇನಂ ಎಂಬಿವು ವರ್ತಮಾನದೊಳಂ ಭವಿಷ್ಯಂತಿಯೊಳಂ ವರ್ತಿಪುವು; ಉದುಂ, ಅಲೊಡಂ ಎಂಬಿವು ಭೂತವತಿಯೊಳ್ ಸಲ್ಗುಂ.

ಪ್ರಯೋಗಂ.—ಸಂಪ್ರತಿಗೆ—ನೆನೆವಂನೆಗಂ ಬಂದಂ; ಕೊಲ್ವಂನಮ್ ಇಕ್ಕೆ ಕೊಂಡಂ; ಬಿಂನೈಸುವಿನೆಗಮ್ ಎರ್ದೆಗೊಂಡಂ (Mdb. Ms. ಎಡೆಗೊಂಡಂ); ಇದಿರ್ವಪ್ಪಿನಮ್ ಅಪ್ಪಿ ಕೊಂಡಂ.

ಭವಿಷ್ಯಂತಿಗೆ—ಈವಂನೆಗಮಿರ್ದಂ; ಬರಂಬಡೆವನ್ನಮಾರಾಧಿಸಿದಂ; ಅವಧಿ ಬರ್ಪಿನೆಗಂ ಸೈರಿಸಿದಂ; ಬೆಳಗಪ್ಪಿನಂ ಕೇಳಿಸಿದಂ.

ಭೂತವತಿಗೆ—ಓಲಗಂ ಪರೆವುದುಮಾಲೋಚನಕ್ಕೆ ಪೊಕ್ಕಂ; ಪಾವಸೆ ಕಿಡಲೊಡಂ ನೀರ್ತಿಳಿದುದು.—ಇವು ಸತಿಸಪ್ತಮಿಯ ಪ್ರಯೋಗಂಗಳ್

ಸೂತ್ರಂ.

When ಅನ್ನೆಗಂ, ಇನ್ನೆಗಂ and ಎನ್ನೆಗಂ are followed by ವರಂ, or ವರೆಗಂ which denote boundary (ಸೀಮಾ, ಸೀಮೆ), Their last syllable is dropped Also ಮುಟ್ಟೆ denotes "as far as".

ಅಂನೆಗಮಿಂನೆಗಮೆಂನೆಗ
ಮೆಂನದೆ ಕಡೆಗುಂಟು ಲೋಪಮಿದಿರೊಳ್ಸೀಮೋ ।
ತ್ಪಂನಂ ವರಂ ವರೆಗಮಿರೆ
ಕೆಂನಂ ಪೆಱವರ್ಕೆ ಲೋಪವಿಧಿ ಮುಟ್ಟೆನೆಯುಂ ||248||

ಪದಚ್ಛೇದಂ.—ಅಂನೆಗಂ ಇಂನೆಗಂ ಎಂನೆಗಂ ಎಂನದೆ ಕಡೆಗೆ ಉಂಟು ಲೋಪಂ, ಇದಿರೊಳ್ ಸೀಮೋತ್ಪನಂ ವರಂ ವರೆಗಂ ಇರೆ; ಕೆಂನಂ ಪೆಱವರ್ಕೆ ಲೋಪವಿಧಿ; ಮುಟ್ಟೆ ಎನೆಯುಂ.

ಅನ್ವಯಂ.—ಇದಿರೊಳ್ ಸೀಮೋತ್ಪಂನಂ ವರಂ ವರೆಗಂ ಇರೆ, ಅಂನೆಗಂ ಇಂನೆಗಂ ಎಂನೆಗಂ ಎಂನದೆ ಕಡೆಗೆ ಲೋಪಂ ಉಂಟು; ಮುಟ್ಟೆನೆಯುಂ; ಕೆಂನಂ ಪೆಱವರ್ಕೆ ಲೋಪವಿಧಿ.

ಟೀಕು.—ಇದಿರೊಳ್ = ಪರದಲ್ಲಿ; ಸೀಮಾ = ಸೀಮೆಯಲ್ಲಿ; ಉತ್ಪಂನಂ = ಹುಟ್ಟಿದುವಾದ; ವರಂ = ವರಂ ಎಂದು; ವರೆಗಂ = ವರೆಗಂ ಎಂದು; ಇರೆ = ಇರ್ದೊಡೆ; ಅಂನೆಗಂ = ಅಂನೆಗಂ ಎಂದು; ಇಂನೆಗಂ = ಇಂನೆಗಂ ಎಂದು; ಎಂನೆಗಂ = ಎಂನೆಗಂ ಎಂದು; ಎಂನದೆ = ಎಂನದೆ; ಕಡೆಗೆ = ಅಂತ್ಯಕ್ಕೆ; ಲೋಪಂ = ಲೋಪಂ; ಉಂಟು = ಉಂಟಾಗುವುದು; ಮುಟ್ಟೆನೆಯುಂ = ಮುಟ್ಟೆ ಎನೆಯುಂ; ಕೆಂನಂ = ವೆಗ್ಗಳವಾಗಿ; ಪೆಱವರ್ಕೆ = ಅನ್ಯವಾದುವರ್ಕೆ; ಲೋಪವಿಧಿ = ಲೋಪದ ವಿಧಿ ಬರ್ಪುದು.

ವೃತ್ತಿ.—ವರಂ ವರಗಮೆಂಬ ಸೀಮಾರ್ಥಶಬ್ದಂ ಪರದೊಳಿರೆ, ಅಂನೆಗಂ ಇಂನೆಗಂ ಎಂನೆಗಂ ಎಂಬಿವಱ ಗಕಾರಕ್ಕೆ ಲೋಪಂ; ವರಂ ವರೆಗಮೆಂಬಿವು ಪರದೊಳಿರ್ದೊಡಂ ಮಿಕ್ಕಲ್ಲಿ ಲೋಪಮಿಲ್ಲ; ಮುಟ್ಟೆ ಎಂದುಂ ಸೀಮಾರ್ಥಮಂ ಪೇೞ್ಗುಂ.

ಪ್ರಯೋಗಂ.—ಪರಮೆಂಬುದಾಗಮಕ್ಕೆ—ಎಂನೆವರಂ ಸಿರಿ ತಮಗುಂಟಂ ನೆವರಂ ಸೇವ್ಯರ್ಕಲ್ತೆ ಖಳರುಂ. ಇಂನೆವರಂ ಗುಱಿಯಾದುದಿಲ್ಲ ಕಾಮಕರ ವಿಮುಕ್ತಬಾಣಹತಿಗೆ.

ಮುಟ್ಟೆಂಬುದರ್ಕೆ—ದೆಸಮುಟ್ಟೆ; ವಾರ್ಧಿಮುಟ್ಟೆ; ಅಂತಮುಟ್ಟೆ; ಆನಱಿ ಯೆನಾ ತಂಮುಟ್ಟೆ ಸಂಗ್ರಾಮಮಂ.

ಸೂತ್ರಂ.

It is not advisable to use the suffix ಅಲ್ instead of the ಎ of the Locative—Infinitive (S. 246). This last Infinitive form is used when another agent is expected (ಉಭಯಕರ್ತೃಕಂ).

ವಿದಿತೋಭಯಕರ್ತೃಕಮೆನಿ
ಸಿದ ಸತಿಸಪ್ತಮಿಗೆಕಾರಮಪ್ಪುದದರ್ಕಂ ।
ಜದೆ ಕೆಲರಲ್ವಂ ಪೇೞ್ವರ್
ಚದುರರದಂ ಮೆಚ್ಚರಲೊಡಮೆಂದೊಡೆ ಶುದ್ಧಂ॥249॥

ಪದಚ್ಛೇದಂ.—ವಿದಿತೋಭಯಕರ್ತೃಕಂ ಎನಿಸಿದ ಸತಿಸಪ್ತಮಿಗೆ ಎಕಾರಂ ಅಪ್ಪುದು. ಅದರ್ಕೆ ಅಂಜದೆ ಕೆಲರ್ ಅಲ್ವಂ ಪೇೞ್ವರ್; ಚದುರರ್ ಅದಂ ಮೆಚ್ಚರ್; ಅಲೊಡಂ ಎಂದೊಡೆ ಶುದ್ಧಂ.

ಯಥಾನ್ವಯಂ. ಟೀಕು.—ವಿದಿತ = ಪ್ರಸಿದ್ಧವಾದ; ಉಭಯಕರ್ತೃಕಂ = ಇರ್ವರ್ ಕರ್ತೃಗಳನುಳ್ಳುದು; ಎನಿಸಿದ ಸತಿಸಪ್ತಮಿಗೆ = ಎನಿಸಿದ ಸತಿಸಪ್ತಮಿಯ ಪ್ರಯೋಗಕ್ಕೆ; ಎಕಾರಂ = ಎತ್ವಂ; ಅಪ್ಪುದು = ಆಗುವದು; ಅದರ್ಕೆ = ಆ ಎಕಾರಕ್ಕೆ; ಅಂಜದೆ = ಹೆದರದೆ; ಕೆಲರ್ = ಕೆಲಂಬರ್; ಅಲ್ವಂ = ಅಲ್ ಎಂಬುದಂ; ಪೇೞ್ವರ್ = ಹೇೞ್ವರ್; ಚದುರರ್ = ಬಲ್ಲವರ್; ಅದಂ = ಆ ಪ್ರಯೋಗಮಂ; ಮೆಚ್ಚರ್ = ಒಡಂಬಡರ್; ಅಲೊಡಂ = ಅಲೊಡಂ ಎಂದು; ಎಂದೊಡೆ = ಪೇೞ್ದೊಡೆ; ಶುದ್ಧಂ = ಶುದ್ಧವಪ್ಪುದು.

ವೃತ್ತಿ.—ಇರ್ಬರ್ಕರ್ತೃಗಳ್ಗೆ ನಿಮಿತ್ತಮಪ್ಪ ಸತಿಸಪ್ತಮಿಗೆ ಎಕಾರಮಕ್ಕುಂ; ಆ ಎಕಾರಕ್ಕೆ ಅಲುವಂ ಕೆಲರ್ ಅಂಜದೆ ಪೇೞ್ವರ್; ಅದುಮಾಗದು; ಅಲೊಡಮೆಂದೊಡೆಶುದ್ಧಂ.

ಪ್ರಯೋಗಂ.—ಇರ್ಬರ್ ಕರ್ತೃಗಳ್ಗಪ್ಪ ಸತಿಸಪ್ತಮಿಗೆ—ಗಾಯಕಂ ಪಾಡೆ ದೇವಂ ಮೆಚ್ಚಿದಂ; ಪಾತ್ರವಾಡೆ ವಾದಕಂ ಬಾಜಿಸಿದಂ; ವಂದಿ ಪೊಗೞೆ ಚಾಗಿ ಕೊಟ್ಟಂ.

ಅಲ್ಗೆ—ಪಾದಪದ್ಮಂಗಳನೊತ್ತುತ್ತಿರಲ್ ಶೂದ್ರಿಕನೃಪತಿ ಸುಖಾಸೀನನಾಗಿರ್ದನಾಗಳ್; ಬಯ್ಗಿನ ಕೆಂಬಿಸಿಲೆಳಸಲೆಸೆದುವಾಶ್ರಮತರುಗಳ್ ಎಂಬಿವ ಬದ್ಧಂಗಳ್.

ಅಲೊಡಮೆಂಬುದದಱ ಶುದ್ಧಕ್ಕೆ—ವಸಂತಂ ಬರಲೊಡಂ ಕೋಗಿಲೆಯುಲಿಗುಂ; ಗಾಳಿ ಬೀಸಲೊಡನೆಲೆ ಕಟಿಲ್ದುವು.

ಸೂತ್ರಂ.

The Suffix ಒಡೆ which introduces the Subjunctive (ಪಕ್ಷಾರ್ಥಂ), is used for all genders, all numbers, all persons and all tenses.

ಪಿರಿದುಂ ಪಕ್ಷಾಂತರಮಂ
ನಿರವಿಪೆಕಾರಂ ನಿಜಾಂತಮಾದೊಡೆಶಬ್ದಂ |
ಪರಿಕಿಸೆ ಧಾತ್ವಂತ್ಯದೊಳಾ
ವರಿಸಿರ್ಕುಂ ಲಿಂಗವಚನಪುರುಷಾಯತ್ತಂ || 250 ||

ಪದಚ್ಛೇದಂ.— ಪಿರಿದುಂ ಪಕ್ಷಾಂತರಮಂ ನಿರವಿಪ ಎಕಾರಂ ನಿಜಾಂತಂ ಆದ ಒಡೆ ಶಬ್ದಂ, ಪರಿಕಿಸೆ, ಧಾತ್ವಂತ್ಯದೊಳ್ ಆವರಿಸಿ ಇರ್ಕುಂ, ಲಿಂಗವಚನಪುರುಷಾಯತ್ತಂ.

ಅನ್ವಯಂ.— ಲಿಂಗವಚನಪುರುಷಾಯತ್ತಂ ಆವರಿಸಿ ಇರ್ಕುಂ ಎಂಬುದನ್ವಯಂ.

ಟೀಕು.—ಪಿರಿದುಂ = ವಿಶೇಷವಾಗಿ; ಪಕ್ಷಾಂತರವಂ = ಒಂದು ಪಕ್ಷಾಂತರವಂ; ನಿರವಿಪೆಕಾರಂ = ಪೇೞ್ವ ಎಕಾರಂ; ನಿಜಾಂತಂ = ತಂನಂತಂ; ಆದ = ಆದ; ಒಡೆಶಬ್ದಂ = ಒಡೆ ಎಂಬ ಶಬ್ದಂ; ಪರಿಕಿಸೆ = ವಿಚಾರಿಸೆ; ಧಾತ್ವಂತ್ಯದೊಳ್ = ಧಾತುಗಳಂತ್ಯದಲ್ಲಿ; ಲಿಂಗ = ಲಿಂಗತ್ರಯದಲ್ಲಿ; ವಚನ = ವಚನತ್ರಯದಲ್ಲಿ; ಪುರುಷ = ಪುರುಷತ್ರಯದಲ್ಲಿ; ಆಯತ್ತಂ = ಕೂಡಿದುದಾಗಿ; ಆವರಿಸಿರ್ಕುಂ = ಪೊರ್ದುಗೆಯಾಗಿರ್ಪುದು.

ವೃತ್ತಿ.—ಪಕ್ಷಾರ್ಥಮಂ ಪೇೞ್ವೆಕಾರಂ ಕಡೆಯಾಗುಳ್ಳೊಡೆಶಬ್ದಂ ಲಿಂಗತ್ರಯವಚನತ್ರಯ ಪುರುಷತ್ರಯಾನ್ವಿತಮಾಗಿ, ಧಾತುವಿನ ಕಡೆಯೊಳ್ಪತ್ತುಗುಂ.

ಪ್ರಯೋಗಂ.—ಲಿಂಗತ್ರಯಕ್ಕೆ—ನೋೞ್ಪೊಡವಳ್ಕಿೞಿಯಳ್; ಸಮನುಡಿವೊಡವಂ ಪಿರಿಯಂ; ತೀಡುವೊಡಲ್ಲಿ ಕಂಮೆಲರ್ತೀಡುಗುಂ.

ವಚನತ್ರಯಕ್ಕೆ—ಕಾದುವೊಡೊರ್ವನೆ ಬಲ್ಲಿದಂ; ಪೋಲಿಸುವೊಡಿರ್ವರುಂ ತಕ್ಕರ್; ನುಡಿವೊಡೆಲ್ಲರುಂ ಮಾತಱಿಯರ್.

ಪುರುಷತ್ರಯಕ್ಕೆ—ಪೊರ್ದುವೊಡವನೊಳ್ಳಿದಂ; ತಿರ್ದುವೊಡವರೊಳ್ಳಿದರ್; ಬೇಟ್ಟೊಡೆ ನೀನೊಳ್ಳಿದಯ್; ಈವೊಡೆ ನೀವೊಳ್ಳಿದಿರ್; ಭಾವಿಪೊಡಾನೊಳ್ಳಿದೆಂ; ಸೇವಿಪೊಡಾವೊಳ್ಳಿದೆವು.

ಪಿರಿದೆಂಬುದಱಿಂ ಕಾಲತ್ರಯಕ್ಕೆ—ಪುಸಿದೊಡೆ ಬಿಟ್ಟಂ; ಪಳಂಚಿದವೊಡೆ ಕೊಂದಪಂ; ಚಿತ್ರಿಪೊಡೆ ತೂಳಿಕೆಯುಂ ತರಿಸುವಂ.

ಸೂತ್ರಂ.

Roots and verbal themes have various meanings.

ಧಾತುಗಳವು ನಾನಾರ್ಥೋ
ಪೇತಂಗಳ್ ಲಕ್ಷ್ಯಸಿದ್ಧಿವಿಡಿದುವನಱಿದ ।
ನ್ವಿತರೆ ಕ್ರಿಯಾನುಕೂಲಂ
ಮಾತೇಂ ಪೂರಿಸುಗೆ ಮತ್ತಮುೞಿದುವನಿದಱೊಳ್
|| 251a ||

ಪದಚ್ಛೇದಂ.—ಧಾತುಗಳ್ ಅವು ನಾನಾರ್ಥೋಪೇತಂಗಳ್; ಲಕ್ಷ್ಯಸಿದ್ಧಿವಿಡಿದುವಂ ಅಱಿದು, ಅನ್ವಿತರೆ ಕ್ರಿಯಾನುಕೂಲಂ, ಮಾತೇಂ, ಪೂರಿಸುಗೆ ಮತ್ತಂ ಉೞಿದುವಂ ಇದಱೊಳ್.

ಅನ್ವಯಂ.—ಮತ್ತಂ ಉೞಿದುವಂ ಇದಱೊಳ್ ಪೂರಿಸುಗೆ ಎಂಬುದನ್ವಯಂ.

ಟೀಕು.—ಧಾತುಗಳ್ = ಧಾತುಗಳ್; ಅವು = ಅವು; ನಾನಾರ್ಥೋಪೇತಂಗಳ್ = ನಾನಾರ್ಥದೊಡನೆ ಕೂಡಲ್ಪಟ್ಟುವು; ಲಕ್ಷ್ಯಸಿದ್ಧಿವಿಡಿದುವಂ = ಉದಾಹರಣೆಗಳಲ್ಲಿ ಸಿದ್ಧಿವಡೆದುವಂ; ಅಱಿದು = ತಿಳಿದು; ಅನ್ವಿತರೆ = ಬಲ್ಲವರೆ; ಕ್ರಿಯಾನುಕೂಲಂ = ಕ್ರಿಯೆಗೆ ಅನುಕೂಲವಾಗಿ; ಮಾತೇಂ = ಹೇಳ್ವುದೇಂ; ಮತ್ತಂ = ಇನ್ನು; ಉೞಿದುವಂ = ಉೞಿದ ಧಾತುಗಳಂ; ಇದಱೊಳ್ = ಈ ಆಖ್ಯಾತಪ್ರಯೋಗದಲ್ಲಿ; ಪೂರಿಸುಗೆ = ಪೂರ್ಣವಂ ಮಾಡುಗೆ.

ವೃತ್ತಿ.—ಧಾತುಗಳ್ಪಲವರ್ಥಂಗಳಂ ನುಡಿಯಲ್ಸಮರ್ಥಂಗಳಾಗಿರ್ಪುವು; ಪ್ರಮಾಣಪುರುಷರ ಮಾರ್ಗೋದಾಹರಣಂಗಳ ಬೞಿವಿಡಿದು, ವಾಕ್ಯಾನ್ವಯಸಿದ್ಧಿಯುಳ್ಳರ್ ಕ್ರಿಯಾನುಕೂಲವಾಗಿ ಮತ್ತಮ್ ಈ ಆಖ್ಯಾತಪ್ರಕರಣದೊಳ್ತಿಳಿದು ಪೂರಿಸುಗೆ.

ಅನುಕ್ತಸೂತ್ರಂ.[1]

ಕ್ರಿಯೆಯ ಪದಂ ತಾಂ ಕರ್ತೃ
ಪ್ರಯುಕ್ತಮಾಗೆಲ್ಲಿಯೇನದೆಂಬಿಚ್ಛೆಯನಾ ।
ಶ್ರಯಿಪುದು ಸಕರ್ಮಕಮದಲ್
ಪ್ರಯುಕ್ತ ಪಡುಧಾತು ಸರ್ವಧಾತುಗಕ್ಕುಂ
|| 251b ||

If the verb ಪಡು (with personal suffixes) is joined to verbs that have either the suffix ಅಲ್ or ಎ and are transitive (ಸಕರ್ಮಕಂ), the so-called Passive is formed; when they are intransitive, the combination with ಪಡು does not alter their meaning.

ಪದಚ್ಛೇದಂ.—ಕ್ರಿಯೆಯ ಪದಂ ತಾಂ ಕರ್ತೃಪ್ರಯುಕ್ತಂ ಆಗಿ ಎಲ್ಲಿ ಏನ್ ಅದು ಎಂಬ ಇಚ್ಛೆಯಂ ಆಶ್ರಯಿಪುದು, ಸಕರ್ಮಕಂ ಅದು. ಅಲ್ಪ್ರಯುಕ್ತ ಪಡುಧಾತು ಸರ್ವಧಾತುಗೆ ಅಕ್ಕುಂ.

ಯಥಾನ್ವಯಂ. ಟೀಕು.—ಕ್ರಿಯೆಯ ಪದಂ=ಕ್ರಿಯಾಪದಂ; ತಾಂ=ತಾಂ; ಕರ್ತೃಪ್ರಯುಕ್ತಂ= ಪದದೊಡನೆ ಕೂಡಿದುದು; ಆಗಿ = ಆಗಿ; ಎಲ್ಲಿ = ಆವೆಡೆಯಲ್ಲಿ; ಅದು = ಅದು; ಏನ್ = ಏನೆಂದು; ಎಂಬಿಚ್ಛೆಯಂ = ಎಂಬಾಪೇಕ್ಷೆಯಂ; ಆಶ್ರಯಿಪುದು = ಬಯಸುವುದು; ಅದು =ಆ ಪದಂ; ಸಕರ್ಮಕಂ = ಸಕರ್ಮಕಪ್ರಯೋಗಂ ಅಪ್ಪುದು; ಸರ್ವಧಾತುಗೆ = ಈ || ಪ್ರದಾನೇ || ಎಂಬುದಾದಿಯಾದ ಸಮಸ್ತಧಾತುಗಳ್ಗೆ (vide 6th Chapter); ಅಲ್‌ಪ್ರಯುಕ್ತ ಪಡುಧಾತು = ಅಲ್ ಎಂಬುಧಟೊಡನೆ ಕೂಡಿದ ಪಡು ಎಂಬ ಧಾತು; ಅಕ್ಕುಂ = ಆಗುವುದು.

ವೃತ್ತಿ.—ಕ್ರಿಯಾಪದಂ ಕರ್ತೃಪದದೊಡನೆ ಕೂಡಿದುದಾಗಿ ಎಲ್ಲಿ ಏನೆಂಬಾಪೇಕ್ಷೆಯಂ ಬಯಸುವುದು, ಅದು ಸಕರ್ಮಕಮಕ್ಕುಂ. ಅಲ್ಲಿ ಈ || ಪ್ರದಾನೇ || ಎಂಬುದಾದಿಯಾದ ಸಕಲಧಾತುಗಳ್ಗೆ ಅಲ್ ಎಂಬುದಟೊಡನೆ ಕೂಡಿದ ಪಡುಧಾತುವಕ್ಕುಂ; ಅಲ್ಲಿ ಮೊದಲ್ಪೇಳ್ದ ತಾಂ ನೀನ್ ಆನೆಂಬ ಪುರುಷತ್ರಯಕ್ಕೆ ಏಕಾನೇಕವಚನದೊಳ್ ಅಮ್ ಅರ್ ಅಯ್ ಇರ್ ಎನ್ ಎವುಗಳಕ್ಕುಂ ಎಂಬುದ್ದನುವರ್ತಿಸೆ, ಪದಮಕ್ಕುಂ.

ಪ್ರಯೋಗಂ.—ತಾನಿರಲ್ಪಟ್ಟಂ, ತಾಮಿರಲ್ಪಟ್ಟರ್; ನೀನಿರಲ್ಪಟ್ಟಯ್, ನೀವಿರಲ್ಪಟ್ಟಿರ್; ಆನಿರಲ್ಪಟ್ಟೆಂ, ಆಮಿರಲ್ಪಟ್ಟೆವು ಎಂಬಂತೆ ಎಲ್ಲಕ್ಕಂ ತಿಳಿವುದು.

---

[1] It is not found in our best two Manuscripts, and does also not occur in the Mûḍabidaru Manuscript. It is, therefore, an interpolation (Cased on the Śabdânuśasana).

ಶಬ್ದಾನುಶಾಸನದಲ್ಲಿ ಸೂತ್ರಂ (4, 2)[1] || ಕರ್ಮಣಿ || ಅನ್ಯದ್-ಯುಷ್ಮದ್-ಅಸ್ಮದ್-ಅರ್ಥೇಷು ಪ್ರತ್ಯೇಕಮ್ ಏಕತ್ವಾನೇಕತ್ವಯೋರ್ ವಿವಕ್ಷಿತಯೋರ್ ಯಥಾಕ್ರಮಂ ಧಾತೋಃ ಅಮ್ ಅರ್ ಅಯ್ ಇರ್ ಎನ್ ಎವು ಏತೇ ಪ್ರತ್ಯಯಾ ಭವಂತಿ ಕರ್ಮಣಿ ಚಾಭಿಧೇಯೇ || ಇಲ್ಲಿ ಕರ್ಮಣಿ ಎಂದು ಕರ್ಮದಲ್ಲಿ ಎಂಬೀ ಸೂತ್ರಕ್ಕೆ ಅನುವರ್ತನೆ ಬಂದು, ತಾನ್ನೀನಾನೆಂಬರ್ಥಂಗಳಲ್ಲಿ ಬೇಱೆ ಬೇಱೆ ಏಕವಚನ ಬಹುವಚನಂಗಳ್ ವಿವಕ್ಷೆಯಾಗೆ ಯಥಾಕ್ರಮವಾಗಿ ಧಾತುಗೆ ಅಮ್ ಅರ್ ಅಯ್ ಇರ್ ಎನ್ ಎವು ಎಂಬೀ ಪ್ರತ್ಯಯಂಗಳ್ ಕರ್ಮದೊಳಮ್ ಅಕ್ಕುಂ— ತಾನಿರಲ್ಪಟ್ಟಂ, ತಾಮಿರಲ್ಪಟ್ಟರ್, ನೀನಿರಲ್ಪಟ್ಟಯ್, (ಅದು ಇರೆ ಪಟ್ಟುದು) ಎಂಬಂತೆಲ್ಲಕ್ಕಂ ಪತ್ತಿಸುಗುಂ. ಯೋಗವಿಭಾಗಮುತ್ತರಾರ್ಥಂ.

ಸೂತ್ರಂ (4, 3) || ಬೇಡ್ವಾದೇರ್ ಅಪ್ರಧಾನೇ || ಅನ್ಯದರ್ಥವಿವಕ್ಷಾಯಾಂ ಬೇಡ್ಸ ಇತ್ಯೇವಮ್ ಆದಿಭ್ಯೋ ಧಾತುಭ್ಯಃ ಅಪ್ರಧಾನೇ ಕರ್ಮಣ್ಯ ಅಮ್-ಆದಯೋ ಭವಂತಿ || ಎಂದುದಾಗಿ ಬೇಡ್ವಾದಿಗಪ್ರಧಾನದಲ್ಲಿ ಎಂಬಾ ಸೂತ್ರಕ್ಕೆ ಅನ್ಯಾರ್ಥವಿವಕ್ಷೆಯಲ್ಲಿ ಬೇಡು ಎಂಬುದಾದಿಯಾದ ಧಾತುಗಳ್ಗೆ ಅಪ್ರಧಾನವಾದಲ್ಲಿ ಕರ್ಮದಲ್ಲಿ ಅಮಾದಿಗಳಕ್ಕುಂ.

ಪ್ರಯೋಗಂ.—ಪಾರ್ವನಿನರಸಂ ಗ್ರಾಮಮಂ ಬೇಡಲ್ಪಟ್ಟಂ; ನೀಂ ಬೇಡಲ್ಪಟ್ಟಯ್; ಆಂ ಬೇಡಲ್ಪಟ್ಟೆಂ. ಇಂತು—ಗೋವಳನಿಂದೆ ಎರ್ಮೆ ಪಾಲಂ ಕಱೆಯಲ್ಪಟ್ಟುದು; ಉಪಾಧ್ಯಾಯಂ ಶಿಷ್ಯರಿಂ ತತ್ವಮಂ ಬೆಸಗೊಳಲ್ಪಟ್ಟಂ; ಬೇಹುಕಾಱನರಸನಿಂ ಸುದ್ದಿಯಂ ಕೇಳಲ್ಪಟ್ಟಂ; ಪಟ್ಟಳ್, ಪಟ್ಟುದು ಎಂಬಂತೆ.

ಸೂತ್ರಂ (4, 89)[2] || ಕರ್ಮಣ್ಯ ಅನು ಪಡುಃ || ಧಾತೋಃ ಪಡುಧಾತುರ್ ಅನುಪ್ರಯುಜ್ಯತೇ ಕರ್ಮಣಿ ವಿಹಿತೇತಿಙ್‌ಪರೇ || ಎಂದುದಾಗಿ ಧಾತುಗೆ ಪಡುಧಾತುವನುಪ್ರಯುತ್ಯಮಾದಪುದು ಕರ್ಮದಲ್ಲಿ ವಿಹಿತಮಾಗೆ, (ತಿಙ್ ಎಂಬ) ಅಮಾದಿಗಳ್ಪರಮಾಗೆ —

1) The first S. is: ಧಾತೋರ್ ಏಕಾನೇಕತ್ವೇ (the Presonal suffixes are used). The instance given are: ತಾನಿರ್ದಂ, ತಾಮಿರ್ದರ್, ನೀನಿರ್ದಯ್, ನೀಮಿರ್ದಿರ್; etc.

2) Sûtra 88 see in note 1 s. S, 234.

ಮಾಡಲ್ಪಟ್ಟುದು ಘಟಂ ಕುಂಬರಿನಿಂ; ನೋಡಲ್ಪಟ್ಟನರಸನಂಗನೆಯಿಂ; ಬಯಸಲ್ಪಟ್ಟಳ್ತರುಣಿ ರಮಣನಿಂ; ಮಾಡಲ್ಪಡುಗೆಮಗೆ ಸಂಪದಂ ಜಿನಪತಿಯಿಂ; ಕಿಡಿಸಲ್ಪಡುಗೆಮ್ಮ ದುಃಖಸಂತತಿ ಜಿನನಿಂ.

ಕರ್ಮಣಿಪ್ರಯೋಗವಲ್ಲದಿರೆ—ನೋಡಿದಳರಸನ್ನಂಗನೆ; ರಮಣಂ ತರುಣಿಯಂ ಬಯಸಿದಂ; ಮಾಡಿದಂ ಪದಕಮನಕ್ಕಸಾಲೆ.

ಸೂತ್ರಂ (4, 91) || ತಸ್ಮಿನ್ನೆದಲ್ || ಧಾತೋರ್ ಎಕಾರಃ ಅಲ್ ಭವತಃ ಪಡುಧಾತೌ ಪರೇ || ಎಂದುದಾಗಿ ಧಾತುಗೆ ಹ್ರಸ್ವದೆಕಾರಂ ಅಲ್ಲುಂ ಅಪ್ಪುವು ಪಡುಧಾತು ಪರಮಾಗೆ—ಮಾಡೆ ಪಟ್ಟಂ, ಮಾಡಲ್ ಪಟ್ಟಂ; ನೋಡೆ ಪಟ್ಟಂ, ನೋಡಲ್ ಪಟ್ಟಂ; ಕಿಡಿಸೆ ಪಟ್ಟುದು, ಕಿಡಿಸಲ್ ಪಟ್ಟುದು ಎಂಬಂತೆಲ್ಲಕ್ಕಂ ಪತ್ತಿಸುವುದು.

The author Kêśava is a second Bramha indeed!

ಕವಿತಾ-ಪ್ರೌಢಿಯೊಳಬ್ಜ-ಸಂಭವನೆ ಕರ್ತಾರಂ ಕ್ರಿಯಾ-ಕೌಶಲ್ಯಂ
ಸ್ತವನೀಯಂ ತದಧೀನವಾದಖಿಳ-ಶಾಸ್ತ್ರಾಮ್ನಾಯಮುಂ ಕೂಡೆ ಬ|
ಲ್ಲವರಿಲ್ಲೆನ್ನದಿರೊರ್ವನಿಂದಭಿನವ-ಬ್ರಹ್ಮಂ ಗಡೆಂಬಂತೆ ತೋ
ಱುವನಾತ್ಮೀಯ-ವಚೋ-ವಿಚಿತ್ರತರ-ವಿದ್ಯಾವೇಶವಂ ಕೇಶವಂ||

ಮತ್ತೇಭವಿಕ್ರೀಡಿತಂ ||

ಟೀಕು.—ಕವಿತ್ವದ ಬಲ್ಲತನದಲ್ಲಿ ಬ್ರಹ್ಮನೆ ಕರ್ತೃ ಕ್ರಿಯಾಕೌಶಲ್ಯವುಳ್ಳವಂ ಸ್ತುತಿ ಮಾಡಲ್ತಕ್ಕವಂ, ಅವನಧೀನವಾದ ಸಮಸ್ತವಾದ ವೇದಶಾಸ್ತ್ರಂಗಳಂ ಒಡನೆ ಅಱಿತವರ್ ಇಲ್ಲವೆಂದು ಎನಲ್ ಬೇಡ; ಕವಿಕೇಶವಂ ಒರ್ವಂ ಇಂದು ಹೊಸಬನಾದ ಬಹ್ಮಂ ಗಡ! ಎಂಬ ಹಾಂಗೆ ತನ್ನ ಸಂಬಂಧವಾದ ವಾಕ್ಯಂಗಳ ಚೋದ್ಯತರವಾದ ವಿದ್ಯಂಗಳ ಆವೇಶವನ್ನು ಕಾಣಿಸುವಂ.

ಗದ್ಯಂ.— ಇದು ಸಮಸ್ತಶಾಬ್ದಿಕಜನಮನೋಹನಿತಶಬ್ದಸಂದೇಹಶಲ್ಯಚಾರುಚುಂಬಕಾಯಮಾನಾನೂನಕರ್ನಾಟಕಲಕ್ಷಣಶಿಕ್ಷಾಚಾರ್ಯಸುಕವಿಕೇಶಿರಾಜವಿರಚಿತಮಪ್ಪ ಶಬ್ದಮಣಿದರ್ಪಣದೊಳ್ ಆಖ್ಯಾತಸಾಕಲ್ಯಲಕ್ಷಣಮೆಂಬ ಪಂಚಮಸಂಧಿ ಸಂಪೂರ್ಣಂ.

೪ನೆಯ ಅಧ್ಯಾಯಂ ಸಮಾಪ್ತಂ.

೬ನೆಯ ಅಧ್ಯಾಯಂ. VI. CHAPTER.

ಧಾತುಪ್ರಕರಣಂ.

CANARESE VERBAL ROOTS AND THEMES.

(This list is not in the Mûḍabidaru Manuscript; it is usually given separately.)

ಸೂತ್ರಂ೧.

Kêšava's list of Canarese verbal Roots (and themes) is equal in value to (the poet) Bhîma's list of Samskṛita roots.

ವೇದಸಮನಾಗಿ ಭೀಮನಿ
ನಾದುದು ಸಂಸ್ಕೃತದ ಧಾತುವಾ ತೆಱದಿಂದಂ ।
ಯಾದವಕಟಕಾಚಾರ್ಯನಿ
ನಾದುದು ಕರ್ಣಾಟಧಾತು ಕವಿಕೇಶವನಿಂ ॥

ಸೂತ್ರಂ.

No Canarese Roots end in aspirated consonants or in ಜ್, ಝ್, ಶ್, ಷ್, ಹ್, or ಕ್ಷ್.

ದೊರೆವಡೆದ ಮಹಾಪ್ರಾಣಾ
ಕ್ಷರಾಂತದಿಂ ಜಝಶಷಾಂತಹಾಂತಕ್ಷಾಂತೋ ।
ದ್ಧರಣದಿನುದ್ಭವಿಸವು ಬ
ಲ್ಲರ ಮತದಿಂ ಧಾತು ತಿಳಿವುದಿವನೀಕ್ರಮದಿಂ ॥251c॥

ಕ್ರಿಯಾರ್ಥೋ ಧಾತುಃ[1)]

(A verbal root or theme expresses the meaning of a verb)

1. ಸ್ವರಧಾತುಗೆ.

1. ಈ. ಪ್ರದಾನೇ (literally: in giving), to give.

2. ಓ. ಸ್ನೇಹೇ, to love.

2. ಕಾಂತಕ್ಕೆ.

3. ಕಾ. ರಕ್ಷಣೇ, to guard.

4. ಕೀ. ರಕ್ತಪಕ್ವೇ, to become pus.

5a. ಕೇ. ಶಯನೇ, to lie dowu, ನಿಧುವನೇಚ, to lie with.

---

1) This sentence occurs in 1, 12 of the Šabdânušâsana.

5b. ಕುಟಕು. ಗಾಢಪೂರಣೇ, to cram into.

6. ಮಿಸುಕು. ಸ್ಪಂದನೇ, to move.

7. ಮುಸುಕು. ಆವರಣೇ, to cover, -ಭಾವೇ ಚ, a covering.

8. ಕುಸುಕು, ಕುಸುಂಕು. ಘಾತನೇ, to strike.

9. ಪಿಸುಕು, ಪಿಸುಂಕು. ಅವಜ್ಞಾತಿಶಯೇ, to treat with great disrespect.

10. ಕುಱುಕು, ಕುಱುಂಕು. ಖಾದನೇ, to eat, etc.

11. ಮುಱುಕು. ಮುಖವಿಕಾರೇ, to distort the face, etc.

12. ತುಱುಕು. ಗಾಢಪ್ರವೇಶೇ, to force into.

13. ನುಱುಕು. ವೃದ್ಧಿಹೀನೇ, to be or become deficient in growth.

14. ಇಱುಕು, ಇಱುಂಕು. ನಿಗ್ರಹಗ್ರಹಣೇ, to hold firmly, etc.

15. ಸಾಕು. ರಕ್ಷಣೇ, to preserve, foster.

16. ಚಕ್ರು. ನಖಘಾತನೇ, to strike with the nails or claws.

17. ನೂಂಕು. ಪ್ರೇರಣೇ, to push on, etc.

18. ಸೋಂಕು. ಸ್ಪರ್ಶನೇ, to touch, etc.

19. ಕೊಂಕು. ಉತ್ಸರ್ಪಣೇ, ಉತ್ಸರ್ಪಣಮೆಂದು ಗಮನಂ, to soar, etc.

20. ತೇಂಕು. ಪ್ಲವನೇ, to float, swim.

21. ಔಂಕು. ದೃಢಪೀಡನೆ to press firmly, etc.

22. ಕಲಂಕು. ಆಲೋಡನೇ, to stir up, etc.

23. ಚಲುಕು, ಚಲುಂಕು. ಜಲೋತ್ಸರ್ಜನೇ, to pour out liquids.

24. ಚಲಕು, ಚಲಂಕು. ಕರವಿಮೋಚನೇ, to loosen from out of the hand, etc.

25. ಪೊಳಕು, ಪೊಳಂಕು. ಚರ್ವಣಕ್ರಿಯಾಯಾಂ, to chew.

26a. ಪಳಂಕು. ಗಾಢಸ್ಪರ್ಶನೇ, to touch strongly or forcibly, to push, etc.

26b. ಪಳುಂಕು, (ಪಱುಕು). ನೂಂಕು, to push, etc.

27. ಹಲಕು. ವೃಕ್ಷಾರೋಹಣೇ, to climb, as a tree, ಶರೀರಾಂಗಭೇದೇ ಚ. a certain member of the body.

28. ಉಲುಕು. ಶರೀರಸ್ಫುರಣೇ, the body to shake, etc.

29. ಮುಲುಕು. ಪ್ರಸವನಕ್ರಿಯಾಯಾಂ, to be in labour.

30. ಕುಳುಕು. ಗಾಢಪೂರಣೇ, to fill with force, etc.

31. ತೊಡಕು, ತೊಡಂಕು. ವಿಪರ್ಯಾಸೇ, to oppose, etc.

32. 33. ಕೊಂಕು, ಬಂಕು. ಕೌಟಿಲ್ಯೇ, to get crooked, to bend.

34. ತುಡುಕು, ತುಡುಂಕು. ಸತ್ವರಗ್ರಹಣೇ, to seize or grasp hastily, etc.

35. ಪುಡುಕು, ಪುಡುಂಕು. ಕರಾನ್ವೇಷಣೇ, to search for with the hands, etc.

36. ಮಿಡುಕು, ಮಿಡುಂಕು. ಚೈತನ್ಯೇ, to recover consciousness, etc.

37. ಇಡುಕು, ಇಡುಂಕು. ಗಾಢವಿಮೋಚನೇ, to unloose vehemently, etc.

38. ಅಡಕು. ಸ್ಥಾನಾಂತರಪ್ರಣೀತೌ, to put in another place, etc.

39. ಕುಡುಕು. ಚಂಚುಘಾತನೇ, to peck, ಧಾನ್ಯಾದಿದ್ರವ್ಯೇ ಚ, corn and other things, food aliment.

40. ಕರ್ದುಕು, ಕರ್ದುಂಕು. ಲಘುಚಂಚುಘಾತನೇ, to peck lightly.

41. ಬರ್ದುಕು, ಬರ್ದುಂಕು. ಜೀವನಾರ್ಥೇ, to live.

42. ಬೆದಕು. ಅನ್ವೇಷಣೇ, to search for.

43. ಕುಡುಕು. ಈಷತ್ಪ್ರಧಾವನೇ, to wash gently.

44. ಮುಡುಕು (ಮುದುಕು). ಶರೀರೋಪಗೂಹನೇ, ಉಪಗೂಹನಮೆಂದಾಲಿಂಗನಂ, to embrace the body.

45. ಮಿನುಕು. ಅಂತರ್ಗತಸ್ವನೇ, to speak in an indistinct tone etc., ಕಾಂತೌ ಚ, to glitter.

46. ಕೆಣಕು. ಕದರ್ಥನೇ; to irritate or provoke.

47. ಕುಣುಕು. ಮುಸಲಕ್ರಿಯಾಯಾಂ, to pound, ಕೇಳೀ ಚ, to play (or ಕೀಲೇ ಚ, a plug).

48. ಕೊಣಕು. ಮೃಗಲಂಘನೇ, to leap, as a wild beast

49. ತಿಣುಕು (o. r. ತಿಣಕು). ಅಪಾನವಾಯೌ, to fart.

50. ಬಿಕ್ಕು. ಉಚ್ಛ್ವಾಸೇ, to sigh, sob, ಮಾಂಸಭೇದೇ ಚ, a kind of flesh.

51. ಒಕ್ಕು. ಖಲಕರಣೇ, to work on the floor for treading out corn. ಶಕುನೇ ಚ, an omen.

52. ಇಕ್ಕು. ತ್ಯಾಗ—ಹನನಯೋಃ, to deposit, etc. to beat, kill.

53. ನಕ್ಕು, (o. r. ನೆಕ್ಕು). ಲೇಹನೇ, to lick.

54. ಪಿಕ್ಕು. ವಿವರಣೇ, to separate.

55. ಎಕ್ಕು. ವಿಭಜನೇ, to divide, etc. ಪ್ರವಾಹಿಕಾಯಾಂ ಚ, to purge.

56. ತೆಕ್ಕು. ತಿರ್ಯಕ್ಕಂಡೂತಿಲೇಹನೇ, to lick the itch as beasts do.

57. ಕೆಕ್ಕು. ಗೋಶಿಕ್ಷಾಧ್ವನೌ, to shout in training cattle.

58. ಮುಕ್ಕು. ಖಾದನವಿಶೇಷೇ, to eat in a certain manner

59. ನೆಕ್ಕು. ಅಂತರ್ಲೀನೇ, to be depressed, etc.

60. ಕುಕ್ಕು. ವಸ್ತ್ರಸ್ವಲ್ಪಘಾತನೇ, to beat a cloth to a small extent. ಪಕ್ಷಿಭೇದೇ ಚ, a crane.

61. ಮುಳುಕು, ಮುಳುಂಕು. ಜಲನಿಮಜ್ಜನೇ, to be immersed in water.

62. ತುಳುಕು, ತುಳುಂಕು. ಸೇಚನೇ, to sprinkle, etc.

63. ಬಳ್ಕು. ನಮನೇ, to bend.

64. ನಿಳ್ಕು. ಉಪರಿಸ್ಪರ್ಶನೇ, to stretch one's self, etc.

65. ಉಳ್ಕು. ದೀಪ್ತೌ, to shine ದ್ರವ್ಯೇ ಚ, a meteor.

66. ಅಳ್ಕು. ಭಯೇ, to fear, ಅಶಕ್ತೌ ಚ, to be without strength

67. ತಳ್ಕು. ಅನುಲೇಪನೇ, to anoint the body, ತದ್ಭಾವೇ ಚ, lustre, etc.

68. ಒಬ್ಕು, ಪ್ರವಾಹೇ, to flow.

69. ಅಬ್ಕು. ಜೀರ್ಣೇ, to be worn out, etc.

70. ಉರ್ಕು. ಔದ್ಧತ್ಯೇ, to be proud etc. ಲೋಹಭೇದೇ ಚ, steel.

71. ಸೊರ್ಕು. ಉನ್ಮಾದೇ, to grow proud.

72. ಸಿರ್ಕು, ಸಿಲ್ಕು. ಪ್ರತಿಬಂಧೇ, to be impeded, entangled.

73. ಸುರ್ಕು. ಸಂಕೋಚೇ, to contract, shrivel.

74. ಜಿರ್ಕು. ನಖಕ್ಷತೇ, to wound with the nails or claws

75. ಸೆರ್ಕು. ವಸ್ತ್ವಂತರಪ್ರವೇಶೇ, to tuck into, etc.

76. ಮೊರಕು (o. r. ಮೊರ್ಕು). ದರ್ಪಘೂರ್ಣನೇ, to be in trembling oscillation from haughtiness.

77. ಕೋ. ಸೂತ್ರಪ್ರವೇಶೇ, to enter, as a thread into a needle; to be threaded; to thread.

3. ಗಾಂತಕ್ಕೆ

78. ಉಗಿ. ಆಕರ್ಷಣೇ, to draw towards, etc. ನಖಕ್ಷತೇ ಚ, to wound with the nails or claws.

79. ಮುಗಿ. ಪುಷ್ಪಸಂಕೋಚನೇ, to contract, as a flower, etc.

80. ಬಗಿ. ವಿಶ್ಲೇಷೇ, ವಿಶ್ಲೇಷವೆಂದು ಭಾಗಂ, to divide, separate, etc.

81. ಸುಗಿ. ಭಯೇ, to fear.

82. ಬಿಗಿ. ಬಂಧನೇ, to fasten, ಹಯಪರಿಕರೇ ಚ, a girth of horses, etc.

83. ಅಗಿ. ಸಂತ್ರಾಸ—ಹರ್ಷ—ಚರ್ವಣೇಷು, ಸಂತ್ರಾಸವೆಂದು ಭಯಂ (to tremble), to tremble or fear; to be glad; to chew.

84. ಜಿಗಿ. ಅಂಗುಲಿವಿಸರ್ಜನೇ, to let loose from the fingers; to discharge or propel with the fingers.

85. ಪುಗು. ಪ್ರವೇಶೇ, to enter.

86. ನಗು. ಹಸನೇ, to laugh.

87. ಉಗು ವಿಸರ್ಜನೇ, to let loose, throw away.

88. ಮಿಗು. ಅತಿಕ್ರಮಣೇ, to exceed, etc.; ಅವಶಿಷ್ಟೇ ಚ, to remain.

89. ಮುಗ್ಗು. ಜೀರ್ಣಾವಗಂಧೇ, to get or have a corrupt, musty smell. ಗತಿಭಂಗೇ ಚ, to stumble.

90. ಉಗ್ಗು. ವಚನವಿರೋಧೇ, to stammer, etc.

91. ಪೋಗು. ಗಮನೇ, to go

92. ಆಗು. ಪ್ರಾದುರ್ಭಾವೇ, to become manifest, to become.

93. ಕೂಗು. ಉಚ್ಚೈರ್ಧ್ವನೌ, to cry aloud, shout.

94. ತೇಗು. ಉದಾನವಾಯೌ. to belch; ವೃಕ್ಷಭೇದೇ ಚ, a teak-tree.

95. ತಾಗು. ಸಂಘಟ್ಟನೇ, to come into close contact.

96. ಬಾಗು. ನಮ್ರತ್ವೇ, to bend or bow.

97. ತೂಗು. ತುಲನೇ, to weigh.

98. ಬೀಗು. ಹರ್ಷಭಾವೇ, to be glad. ಸ್ಥೌಲ್ಯೇ ಚ, to become bulky, to swell.

99. ಕೇಗು. ಮಯೂರಸ್ವನೇ, to cry, as a peacock.

100. ನೀಗು. ತ್ಯಜನೇ, to leave or quit.

101. ಹುದುಗು. ಗೋಪನೇ, to guard, conceal, etc.

102. ಸಿದುಗು. ಹಸ್ತಾನ್ವೇಷಣೇ, to search about or for with the hands.

103. ಪೊಂಗು. ಸ್ಫುಟನೇ, to burst, open, expand, etc.

104. ನುಂಗು. ಗಿಲನೇ, to swallow.

105. ಕುನುಂಗು. ಸಂಕೋಚನೇ, to contract; to bend.

106. ತಾಂಗು. ಧಾರಣ–ಸಂಘಟ್ಟನಯೋಃ, to support; to come into close contact.

107. ಜಿನುಗು, ಜಿನುಂಗು. ಅವ್ಯಕ್ತಧ್ವನೌ, to sound inarticulately, to mutter, to hum; ವರ್ಷಭೇದೇ ಚ, drizzling rain

108. ಮಲಗು, ಮಲಂಗು. ಉಪಧಾನಾವಲಂಬೇ, to lie down, recline; ಉಪಧಾನೇ ಚ, a pillow, a cushion.

109. ಚೆಲಂಗು. ಕರಮುಕ್ತೌ. to let go from the hand, etc.

110. ತೊಲಗು. ವಿವಿಕ್ತೌ, to move away, separate from.

111. ಪಿಂಗು. ಅಪಸರಣೇ, to go away, retreat.

112. ಮಿನುಗು. ಕಾಂತೌ, to shine.

113. ಎಸಗು. ಉದ್ಯೋಗೇ, to undertake, commence,.

114. ಮುಸಗು. ವಿಜೃಂಭಣೇ, to open, extend, appear.

115. ಕರಗು. ವಿಲೀನೇ, to be dissolved, melt, etc.

116. ಕೊರಗು. ರಸವಿಹೀನೇ, to be deprived of juice, to shrivel, etc.

117. ಹರಗು. ಸಸ್ಯಕ್ರಿಯಾಯಾಂ, to work in a corn-field, etc.

118. ಮುಱುಗು. ಸಂತಾಪೇ, to burn, grieve.

119. ಎಱಗು. ಪ್ರಣತೌ, to stoop, to bow, etc.

120. ಮಿಱುಗು. ಚಕಚಕಾಯಮಾನೇ, to glitter.

121. ತುಱುಗು. ಸಂಛನ್ನೇ, to be covered or enveloped, etc.

122. ಉಱುಗು. ವಕ್ರಭಾವೇ, to be crooked, bent.

123. ಒಱಗು. ಸುಪ್ತೌ, to lie down, sleep.

124. ಕಱಂಗು. ಕಾರ್ಷ್ಣ್ಯೇ, ಕಾರ್ಷ್ಣ್ಯವೆಂದು ಕರ್ಪು, to turn black.

125. ಉಡುಗು. ಸಂಕೋಚನೇ, to inflect, contract, shrivel, etc.

126. ತೊಡಗು. ಪ್ರಾರಂಭೇ, to begin.

127. ಮಡಗು. ಗೋಪನೇ, to hide, conceal.

128. ನಡುಗು (o. r. ನಡಗು). ಕಂಪನೇ, to tremble.

129. ಮಿಡುಗು. ಸಂಖಿನ್ನೇ, ಸಂಖಿನ್ನವೆಂದು ದುಃಖದಿಂದಾದ ಚಿಂತೆ, to grieve.

130. ಕಡಂಗು. ಔತ್ಸುಕ್ಯೇ, ಔತ್ಸುಕ್ಯವೆಂದು ಇಚ್ಛೆ, to desire.

131. ಅಡಂಗು. ಗೋಪನೇ, to hide (v. i.).

132. ಒಣಗು. ಶೋಷಣೇ, to become dry, etc.

133*a*. ಎಡೆಯುಡುಗು (ಎಡೆ-ಉಡುಗು). ವಿಚ್ಛೇದೇ, to leave room, etc.

133*b*. 133*c*. ತೊಳಗು, ಬೆಳಗು. ಕಾಂತೌ, to shine.

133*d*. ಮುಳುಗು. ನಿಮಗ್ನೇ, to submerge,

134. ಅಲುಗು. ಸಂಚಲನೇ, to shake.

135. 136. 137. ಅಱ್ ಅಱ್ಗು ತಱ್ಗು, ಕ್ಷೀಣತ್ವೇ, to decay; to grow less.

138. ಮುಱ್ಗು. ಪತನೇ, to fall down.

139. ಮೊಱು. ನಮನೇ, to bow (*v. i.*).
140. ಅಱು (see 136). ಲಯೇ, to dissolve (v. i.).
141. ಪುಱು. ದಹನಕ್ರಿಯಾಯಾಂ, to burn.
142. ಉಱು. ಸ್ನೇಹೇ, to love.
143. ಮೊಱಗು. ವಾದನಕ್ರಿಯಾಯಾಂ, to sound, as musical instruments; ಸ್ತನಿತೇ ಚ, to thunder; ವೃಕ್ಷಭೇದೇ ಚ, a sort of tree.
144. ಒಱು. ಸಮ್ಮೇಳನೇ, to unite.
145. ನುಱು (ನುಳ್ಗು). ಸಂಚೂರ್ಣೇ, to be ground.
146. ಕುಱು. ಆಕುಂಚನೇ, to bend together, contract.
147. ಕಱು. ಕಾರ್ಷ್ಣ್ಯೇ, to turn black.
148. ನೆಱು. ಅಂತರ್ಲೀನೇ, to sink in, be depressed.
149. ತೆಗೆ. ಆಕರ್ಷಣೇ, to take.
150. ಒಗೆ. ಜನನ—ವಸ್ತ್ರಪ್ರಕ್ಷಾಲನಯೋಃ, to be born; to wash clothes.
151. ಬಗೆ. ಪರಿಭಾವೇ, to reflect; ಚಿತ್ತೇ ಚ, to think.
152. ತಗೆ. ಸ್ತಂಭನೇ, to stop, etc.
153. ಹೊಗೆ. ಧೂಪಧೂಮನಿರೋಧಕ್ರಿಯಾಯಾಂ, to hem in the smoke of incense and other materials, to smoke, ಧೂಮೇ ಚ, smoke.
154. ನೆಗೆ. ಉತ್ಪವನೇ, to be purified, become clear.
155. ಮೊಗೆ. ಜಲಾಕರ್ಷಣೇ, to scoop water; ಭೂಭೇದೇ ಚ, (o. r. ಘಟಭೇದೇ ಚ), an earthen vessel.

4. ಚಾಂತಕ್ಕೆ.

156. ಮಿಂಚು. ದೀಪ್ತೌ, to shine; ವಿದ್ಯುತಿ ಚ, lightning.
157. ಮುಂಚು. ಅಗ್ರಗಮನೇ, to go before.
158. ಪಿಂಚು. ಪಶ್ಚಾದರ್ಥೇ, to be behind.
159. ಹೊಂಚು. ಸಂಕೇತೋದ್ಯೋಗೇ, to exert one's self secretly, etc.
160. ಪಳಂಚು. ಸಂಘಟ್ಟನೇ, to come into close contact, etc.
161. ಜಬುಚು. ಬಹುಭಾಷಾಯಾಂ, to chatter.
162. ಅಬುಚು. ಉಚ್ಚೈರ್ಧ್ವನೌ, to cry out aloud.
163. ಮೋಚು. ವೈಧವ್ಯೇ, to become a widow.
164. ಕವಿಚು. ವಿಪರೀತಪತನೇ, to be turned upside down.
165. ಪೆರ್ಚು. ವಿಸ್ತಾರೇ, to increase.
166. ಮರ್ಚು. ಅತಿಪರಿಚಯೇ, to be greatly devoted to etc.
167. ಬೆರ್ಚು. ಸಂತ್ರಾಸೇ, to fear; ತೃಣಪುರುಷೇ ಚ, a straw-puppet, scare-crow.
168. ಕರ್ಚು. ಖಾದನೇ, to bite; ಪ್ರಕ್ಷಾಲನೇ, to wash; ತಂಡುಲಪ್ರಕ್ಷಾಲಜಲೇ ಚ, water in which rice has been washed.
169. ಬಾರ್ಚು. ಪುಂಜೀಕರಣೇ, to heap.
170. ತೀರ್ಚು. ನಿಷ್ಪತ್ತೌ, to finish.
171. ಉರ್ಚು. ಆಕರ್ಷಣೇ, to draw towards one's self; ಮಲಭೇದನೇ ಚ, to purge or be purged.
172. ಬಿರ್ಚು. ವಿಭಜನೇ, to divide, to loosen.

173. ಪರ್ಚು (o. r. ಅರ್ಚು). ಅವ್ಯಕ್ತಧ್ವನೌ, to whisper.

174. ಪೆಟ್ಟುವೆರ್ಚು (ಪೆಟ್ಟು + ಪೆರ್ಚು). ದರ್ಪೇ, to be very haughty (o. r. ಬೆಟ್ಟುವೆರ್ಚು).

175. ಚುರ್ಚು. ದಾಹೇ, to burn.

176. ಚುರ್ಚು. ಶಿಶುಸಂಧಾರಣೇ, to sustain a young (?); (one Ms. ಶಿಖಿ—).

177. ಮುಚ್ಚು. ಆಚ್ಛಾದನೇ, to cover.

178. ಮೆಚ್ಚು. ಅಭ್ಯುಪಗಮೇ, to assent.

179. ನಚ್ಚು- ವಿಶ್ವಾಸೇ, to trust.

180. ಎಚ್ಚು. ಅಂಜನಕ್ರಿಯಾಯಾಂ, to smear.

181. ಕೆಚ್ಚು. ತಂತುವಾಯಕ್ರಿಯಾಯಾಂ, to do (a certain kind of) weaving-business; ತರುಸಾರೇ ಚ, the core of a tree.

182. ನಾಣ್ಚು. ಲಜ್ಜಾಯಾಂ, to be ashamed.

183. ಕಡೆಗಣ್ಚು (ಕಡೆ-ಕಣ್ಚು). ಅವಜ್ಞಾಯಾಂ, ಅವಜ್ಞೆಯೆಂದು ಮಾಡಿದುದು, to slight, contempt.

184. ನುಣ್ಚು. ಅಪಸರಣೇ, to move off.

ಧಾತೋರ್ ಇಸುಪ್ರತ್ಯಯಸ್ಯ ಚಾದೇಶೇ ಪುನರ್ಧಾತುತ್ವಂ.

(Themes formed with ಚು, this being a substitute of ಇಸು.)

185. ಅಲರ್ಚು. ವಿಕಸನೇ, to cause to expand or open.

186. ಎಲರ್ಚು. ಚೇತನಕರಣೇ, to give strength or animation, to enliven.

187. ಉದಿರ್ಚು. ಅಧಃಪತನೇ, to cause to fall down (from above).

188. ಸಾರ್ಚು. ಸಮೀಪಾಗಮನೇ, to make go or come near or to, etc.

189. ಸೋರ್ಚು. ಗಲನೇ, to cause to drop, etc.

190. ಒಡರ್ಚು. ಉದ್ಯಮೇ, to make effort; to begin.

191. ತೊಡರ್ಚು. ಬಂಧನೇ, to bind, etc.

192. ಬಿದಿರ್ಚು. ರಥವಿಮೋಚನೇ, to unharness or unyoke, as a coach.

193. ಅಮರ್ಚು. ಸಂಘಟೀಕರಣೇ, to put into close contact, to join.

194. ಬೆಮರ್ಚು. ಸ್ವೇದಕರಣೇ, to cause perspiration.

195. ನಿಮಿರ್ಚು. ಪ್ರಸಾರಣೇ, ಪ್ರಸಾರಣವೆಂದು ನಿಗುರಿಸುವದು, to cause to be stretched, etc.

196. ಪೊಣರ್ಚು. ಸಂಯುಗೇ, ಸಂಯುಗವೆಂದು ಬೆರೆದುದು, to join, to unite.

197. ತಳರ್ಚು. ಸ್ಥಾನಾಪಗಮನೇ, to cause to go away from a place.

198. ಸಡಿಲ್ಚು. ಶೈಥಿಲ್ಯೇ, to loosen.

199. 200. ಕೊರಲ್ಚು. ಪುಯಲ್ಚು. ಆಕ್ರೋಶಧ್ವನೌ, to vociferate.

201. 202. ಮರಲ್ಚು (*cf.* 622). ಮಗುಳ್ಚು. ಪರಾಙ್ಮುಖೀಕರಣೇ, to avert the face, etc.

203. ನುಗುಳ್ಚು. ಸೂಕ್ಷ್ಮದ್ವಾರಪ್ರವೇಶೇ, to cause to enter a small opening, etc.

204. ಮುಗುಳ್ಚು. ಸಂಕೋಚಕರಣೇ, to cause to contract, etc.

205. ಸುರುಳ್ಚು. ಸಂಕೋಚನೇ, to cause to contract.

206. ತಿರಳ್ಚು. ಚಲನೇ, to cause to move; ಚಯನೇ ಚ, to amass.

207. ಪೊರಳ್ಚು. ಲುಠನೇ, to cause to welter, etc.

208. ಕೆರಳ್ಚು. ಆಸ್ಫೋಟನೇ, ಆಸ್ಫೋಟನವೆಂದು ಪ್ರಕಟಂ, to make great noise by slapping or clapping the arms (one Ms. ಕೋಪೋದ್ರೇಕೇ, to enrage).

209. ಕುರುಳ್ಚು. ಶಸ್ತ್ರಸಂಚಾಲನೇ, to shake a weapon.

210. ಉರುಳ್ಚು. ನಿಮ್ನಾಗಮನಕರಣೇ, to cause to roll down.

211. ಹರಳ್ಚು. ನೇತ್ರವಿರೋಧಕರಣೇ, to impede or trouble the eye.

212. ಎಱಲ್ಚು. ಆಲಂಬನೇ, to cause to hang down, etc.

213. ಕಱಲ್ಚು. ಪೃಥಕ್ಕರಣೇ, to separate.

214. ಬಱಲ್ಚು. ನಿಶ್ಚೇಷ್ಟ್ಯಾಯಾಂ, to deprive of motion, activity, etc.

215. ಬಱಾಲ್ಚು. ಅಧಃಸ್ರಂಸನೇ, to cause to fall down, etc.

216. ಅಗುೞ್ಚು. ಜಲಾಶಯಮಗ್ನೇ, to cause to sink in a piece of water.

217. ಅಱಲ್ಚು. ದುಃಖೋತ್ಪಾದನೇ, to make sorrowful.

218. ಕಿಮುೞ್ಚು. ಹಸ್ತಮರ್ದನೇ, to crush with the hand.

219. ನೆಗೞ್ಚು. ವಿಖ್ಯಾತೌ, to make notorious; ಉದ್ಯೋಗೇ ಚ, to cause to engage in.

220. ತಗುೞ್ಚು (ತಗುಳ್ಚು). ಉದ್ಯೋಗೇ, to engage in; ಅಗ್ನಿಬಾಧನೇ ಚ, to set on fire.

5. ಜಾಂತಕ್ಕೆ.

221. ಅಂಜು. ಭಯೇ, to fear.

222. ಪಿಂಜು. ಪೃಥಕ್ಕರಣೇ, to separate.

223. ನಂಜು. ಈಷಲ್ಲೇಹನೇ, to lick a little, etc. ವಿಷೇ ಚ, poison.

224. ಬೆರಂಜು. ಚಯನೇ, ಚಯನವೆಂದೊಟ್ಟುಗೂಡುವದು, to collect together.

225. ಮಾಂಜು. ಅಪಲಾಪೇ, to conceal.

6. ಟಾಂತಕ್ಕೆ.

226. ದಾಂಟು. ಲಂಘನೇ, to jump over, cross.

227. ಜೂಂಟು, ಏಕಪಾದಗತೌ, to walk on one leg.

228. ಕುಂಟು. ವಿಕೃತಗತೌ, to walk in a disfigured manner, to halt.

229. ಮೀಂಟು. ಉತ್ಪಾಟನೇ, to pull out; ಉತ್ಕರ್ಷದ್ರವ್ಯೇ ಚ, an instrument for pulling up.

230. ಈಂಟು. ಪಾನೇ, to drink.

231. ನಾಂಟು. ಅಂತರ್ಭೇದೇ, to be pierced into.

232. ತೆಂಟು. ಶೂರ್ಪೀಕರಣೇ, to winnow.

233. ಸೀಂಟು. ಗುದಸಂಮಾರ್ಜನೇ, to rub the anus, etc.

234. ಬೆರಂಟು (238). ಅಂಗುಲಿಕ್ರಿಯಾಯಾಂ, to make a certain performance with the fingers.

235. ಮುರುಂಟು. ದಹನಕರಣೇ, to cause to burn.

236. ಸುರುಂಟು. ಸಂಕೋಚನೇ, to contract, to shrivel.

237. 238. ಕೆರಂಟು. ಬೆರಂಟು. ನಖಖನನೇ, to dig with the nails or claws.

239. ತೆರಂಟು. ನಿವಸನೋದ್ವಾಹನೇ, ನಿವಸನೋದ್ವಾಹನವೆಂದು ಮದುವೆಯ ಮುಯ್ಯ ಸೀರೆ, to make a gift of raiment at a wedding.

240. ಉರುಟು. ಅತಿಕ್ರಮಣೇ, to be overbearing.

241. ಕಾಟು. ಸಂಘಟ್ಟನೇ, to come into close contact

242. ಬಗಟು. ಊರುವಿಶ್ಲೇಷೇ, to disunite the legs.

243. ಪುಟ್ಟು. ಉತ್ಪತ್ತೌ, to be born; ದಾರುಹಸ್ತೇ ಚ, a wooden ladle.

244. ಕಟ್ಟು. ಬಂಧನೇ, to bind, to build; ಪಕ್ವಧಾನ್ಯರಸೇ ಚ, the decoction of any kind of pulse.

245. ಕುಟ್ಟು. ತಾಡನೇ, to strike; to pound.

246. ಬೆಟ್ಟು. ಗಾಢಪ್ರವೇಶೇ, to cause to enter firmly; ಪರ್ವತೇ ಚ, mountain.

247. ಮುಟ್ಟು. ಸ್ಪರ್ಶನೇ, to touch; ಉಪಕರಣೇ ಚ, utensils, implements.

248. ಕಿಟ್ಟು. ಸ್ಪರ್ಶನೇ, to touch.

249. 250. 251. ಅಟ್ಟು. ಅಱಿಯಟ್ಟು (ಅಱಿ+ಅಟ್ಟು). ಎಬ್ಬಟ್ಟು(ಎಬ್ಬ+ಅಟ್ಟು). ಅನುಧಾವನೇ, to run after.

252. ಮೆಟ್ಟು. ಪದವಿನ್ಯಾಸೇ, to place the foot, step; ಪಾದತ್ರಾಣೇ ಚ, a sandal.

253. ತಿಟ್ಟು. ಭರ್ತ್ಸನೇ, to abuse; ಉನ್ನತ ಭೂಮೌ ಚ, high ground.

254. ಸುಟ್ಟು. ಅಂಗುಲಿದರ್ಶನೇ, to point at with the finger.

255. ಕಿಡುಕುಟ್ಟು(ಕಿಡು+ಕುಟ್ಟು). ಸಂಘಟ್ಟನೇ, to come into close contact.

256. ಸಮಕಟ್ಟು (ಸಮ+ಕಟ್ಟು). ವಿಧಾನೇ, to arrange.

257. ಗುಡಿಕಟ್ಟು (ಗುಡಿ+ಕಟ್ಟು). ವರ್ಣಪೂರರೇಖಾಯಾಂ, ವರ್ಣಪೂರರೇಖೆಯೆಂದು ಕುಂಡಲೀಕರಣಂ, a ring or halo to form.

258. ತಟ್ಟು. ತಾಡನೇ, to strike; ಕ್ಷಪಣಕಾಚ್ಛಾದನೇ ಚ, the cloth of a Jaina mendicant.

259. ಎಟ್ಟು. ಊರ್ಧ್ವಗತವಸ್ತುಗ್ರಹಣೇ, to reach a thing placed on high.

260. ಒಟ್ಟು. ಏಕಕ್ರಿಯಾಯಾಂ, to make one, to put together.

7. ಡಾಂತಕ್ಕೆ.

261. ಜಡಿ. ತರ್ಜನೇ, to menace; ಅಲ್ಪವೃಷ್ಟೌ ಚ, fine small rain.

262. ಬಡಿ. ತಾಡನೇ, to strike; ಸ್ವಲ್ಪದಂಡೇ ಚ, a short staff.

263. ನುಡಿ. ವಚನೇ, to speak.

264. ಪಿಡಿ. ಗ್ರಹಣೇ, to seize; ಕರಿಣ್ಯಾಂ ಚ, a female elephant.

265. ಸಿಡಿ. ವಿಕೀರ್ಣೇ, to scatter; ಸಂಕ್ಷಿಪ್ತಯಸ — ದಾಹಾಂತಗಜಕ್ರೋಧವಸ್ತುನೋಃ; ಸೂಕ್ಷ್ಮವೆಂದು ಕಾಣ ಬಾರದ ಹಾಂಗಿರ್ದ ಭಾವಂ, the state of being small, etc.; ಅಯಸವೆಂದು ಮಪ್ಪುದು, an iron hook; ದಾಹಾಂತದಲ್ಲಿಯುಂ (o. r.

ದಾಹಂ—) ಗಜದಲ್ಲಿಯುಮ್ ಉಂಟು. See Dictionary.

266. ಕುಡಿ. ಪಾನೇ, to drink; ವಲ್ಲ್ಯಗ್ರೇ ಚ, the point of a creeper.

267. ಮಿಡಿ. ಅಂಗುಲಿಪ್ರಹರಣೇ, to strike with the finger; ಶಲಾಟುಫಲೇ ಚ, unripe fruit.

268. ಮುಡಿ. ಕೇಶಬಂಧನೇ, to tie (or set in) the hair; ನಿರ್ವಹಣೇ ಚ, to end.

269. ಉಡಿ. ಮೋಟನೇ, to break; ರೋಗಭೇದೇ ಚ, a kind of sickness.

270. ಕಡಿ. ಖಂಡನೇ, to cut; ಶಕಲೇ ಚ, a piece, a potsherd.

271. ಮಡಿ. ಮರಣೇ, to die; ಧೌತವಸ್ತ್ರೇ ಚ, washed cloth.

272. ಗಿಡಿ. ಕಬಳಪ್ರವೇಶೇ, to enter in, or make enter, by mouthfuls.

273. ಇಡಿ. ಚೂರ್ಣೇ, to be powdered; ಸಂಕೀರ್ಣೇ ಚ, to be crowded.

274. ಅಡು. ಪಚನೇ, to cook.

275. ಸುಡು. ದಾಹೇ, to burn.

276. ತುಡು. ಶರಸಂಧಾನೇ, to fix the arrow (to the bow); ಭೂಷಣಾವರಣೇ ಚ, to put on, as ornaments etc.

277. ಕುಡು. ಪ್ರದಾನೇ, to give; ವಕ್ರೇ ಚ, crooked.

278. ಬಿಡು. ವಿಮೋಚನೇ, to let go, etc.

279. ಉಡು. ವಸ್ತ್ರಪ್ರವೇಷ್ಟನೇ, to enter into clothes; ಮೃಗವಿಶೇಷೇ ಚ, a large kind of lizard.

280. ನಡು. ಸಂಸ್ಥಾಪನೇ, to plant; ಮಧ್ಯೇ ಚ, the middle, the waist.

281. ಪಡು. ಮರಣೇ, to die, ಶಯನೇ ಚ, to repose.

282. ಸೆಡು. ಸ್ಯೂತೇ, to be sewn, stitched, united; to sew, etc.

283. ಇಡು. ಕರವಿಮೋಚನೇ, to let go or send off from the hand, etc.

284. ಕಿಡು. ವಿನಾಶೇ, to be ruined.

285. ಮಡು. ದೃಢಸಂಧಾನೇ, to put firmly or close together; ಅಗಾಧಜಲೇ ಚ, deep water.

286. ಆಡು. ನರ್ತನೇ, to dance, to play; ಅಜೇ ಚ, a goat.

287. ಪಾಡು. ಗಾನೇ, to sing.

288. ನೋಡು. ಪ್ರೇಕ್ಷಣೇ, to see.

289. ಕಾಡು. ಅವಹೇಲನೇ, to treat disrespectfully, etc. ಅರಣ್ಯೇ ಚ, a forest.

290. ತೋಡು. ನಿಷ್ಕ್ರಮಣೇ, to go out, come forth; ಯುಗ್ಮೇ ಚ, a pair.

291. ನೀಡು. ಪ್ರಸಾರಣೇ, to stretch out.

292. ಓಡು. ಪಲಾಯನೇ, to flee; ಭಾಂಡಶಕಲೇ ಚ, a potsherd.

293. ಮಾಡು. ಕರಣೇ, to make, to do; ಕುಡ್ಯವಿಶೇಷೇ ಚ, a niche in a wall.

294. ತೀಡು. ವಾಯುಸ್ಪರ್ಶನೇ, to touch, as sin or wind, etc.

295. ಸೂಡು. ಪುಷ್ಪಧಾರಣೇ, to dress with flowers; ತೃಣಾದಿಪೂರೇ ಚ, a bundle, as of grass.

296. ಕೂಡು. ಸಂಮೇಲನೇ, to come together.

297. ಊಡು. ಭೋಜನಕ್ರಿಯಾಯಾಂ, to take food, etc., ಆಧಾರೇ ಚ, a support, prop.

298. ಮೂಡು. ಉತ್ಪತ್ತೌ, to be born, to rise.

299. ಕೋಡು. ಶೈತ್ಯೇ, to be cold; ಭಯೇ, to fear; ಶೃಂಗೇ ಚ, a horn.

300. ಬೇಡು. ಯಾಚ್ಞಾಯಾಂ, to beg; ಶಬರಸಮೂಹೇ ಚ, a company of Šabaras.

301. ಬಾಡು. ಮ್ಲಾನೇ, to fade; ಮಾಂಸೇ ಚ, flesh.

302. ಹೂಡು. ಯೋಜನೇ, to join, to harness.

303. ಅಱ್ಕಾಡು (ಅಱ್ಕು+ಆಡು). ನಿರವಶೇಷೇ, ನಿರವಶೇಷವೆಂದಿಲ್ಲವಾದುದು, to be consumed or finished.

304. ತಡವಾಡು. ತಡಂಮಾಡು (ತಡಂ+ಮಾಡು). ವಿಪರ್ಯಾಸೇ, to delude, perplex, etc.

305. ಓಲಾಡು (ಓಲ್+ಆಡು). ಜಲಖೇಲನೇ, to move to and fro in water, etc.

306. ಏಸಾಡು (ಏಸು+ಆಡು). ಶರಗತೌ, to shoot, as an arrow.

307. ಈಸಾಡು (ಈಸು+ಆಡು). ಜಲೋತ್ತರಣೇ, to cross water, to swim.

308. ಬೀಸಾಡು (ಬೀಸು+ಆಡು). ಕರವಿಮೋಚನೇ, to let go from the hand, to throw away.

309. ಹರಡು. ಅಂಗುಲಿಖನನೇ, to dig with the fingers, etc.; ಶರೀರಾಂಗಭೇದೇ ಚ, the ankle.

310. 311. ಕದಡು. ಕಲಡು. ಕಲುಷೇ, to become turbid.

312. ಮುದುಡು. ಸಂಕೋಚನೇ, to contract, shrink, etc.

313. ಹೊರಡು. ಪರಿಲುಠನೇ, ಪರಿಲುಠನವೆಂದು ಪೊರಳ್ವುದು), to roll about, to welter, etc.

314. ಔಡು. ದಂತಚರ್ವಣೇ, to chew with the teeth.

315. ಹರಡು. ಪ್ರಸಾರಣೇ, to spread; ಗುಲ್ಫೇ ಚ, the ankle.

316. ಅಲ್ಲಾಡು (ಅಲ್ಲು+ಆಡು). ಸಂಚಲನೇ, to shake.

317. ಕೊಂಡಾಡು (ಕೊಂಡು+ಆಡು). ಅತ್ಯಾದರೇ, to show excessive regard, to praise.

318. ಆಸೆವಡು (ಆಸೆ+ಪಡು). ಈಪ್ಸಾಯಾಂ, to desire.

319. ಪದಲಿಡು (ಪದಲ್+ಇಡು). ವಿಶೀರ್ಣಪತನೇ, to fall scattered.

320. ಮುಂಬಿಡು (ಮುಂಬು+ಇಡು). ಪುರೋವಗಮನೇ, to go or place before (?).

321. ಹೊಲಬುಗಿಡು (ಹೊಲಬು+ಕಿಡು). ದಿಗ್ಭ್ರಮಣೇ, to become bewildered.

322. ಒಡಂಬಡು (ಒಡಂ+ಪಡು). ಅಭ್ಯುಪಗಮೇ, to agree.

323. ಮೂಗುವಡು (ಮೂಗು+ಮಡು). ಮೌನೇ, to become silent.

324*a*. 324*b*. 324*c*. 324*d*. ಬಿಸಾಡು (*cf* 308). ಬಿಸುಡು. ಹೋಗಾಡು (ಹೋಗು+ಆಡು). ಈಡಾಡು (ಈಡು+ಆಡು). ಪ್ರಮಾದತ್ಯಜನೇ, to throw away madly, etc.

325. ಅಳ್ಕಜಂಬಡು. ಅಸೂಯ್ಯೇ, to envy.

326. ಕರುವಿಡು (ಕರು+ಇಡು). ಲೇಪ್ಯಕರ್ಮಣಿ, to mould, etc.

327. ತಿಟ್ಟವಿಡು (ತಿಟ್ಟ+ಇಡು). ಚಿತ್ರಪ್ರಾರಂಭೇ, to delineate, etc.

328. ಉಬ್ಬಸಂಬಡು (ಉಬ್ಬಸಂ+ಪಡು). ಉತ್ಸಾಹನಿಗ್ರಹೇ (o. r. ಉಚ್ಛ್ವಾಸನಿಗ್ರಹೇ), to become asthmatic.

329. ದಾೞಿಡು (ದಾೞ್ + ಇಡು). ದೂರಧಾವನೇ, to rush far, etc.

330. ಗೋೞಿಡು (ಗೋೞು + ಇಡು). ಆಕ್ರೋಶಧ್ವನೌ, to roar, to howl.

331. ಊಳಿಡು (ಊಳ್ + ಇಡು). ಜಂಬುಕಸ್ವನೌ, to howl as a jackal.

332. ಮೆಯ್ವಿಡು (ಮೆಯ್ + ಬಿಡು). ನಿಃಶಂಕತಾಯಾಂ, to be without hesitation, be fearless.

333. ಕೂಗಿಡು (ಕೂಗು + ಇಡು). ಉಚ್ಚೈರ್ಧ್ವನೌ, to cry aloud.

334. ಬಾಯ್ವಿಡು (ಬಾಯ್ + ಬಿಡು). ದೈನ್ಯೇ, to grow low-spirited, etc.

335. ಬೆಕ್ಕಸಂಬಡು (ಬೆಕ್ಕಸಂ + ಪಡು). ವಿಸ್ಮಯೇ, to be surprised.

336. ಪೊಡಮಡು (ಪೊಡ + ಮಡು). ನಮಸ್ಕಾರೇ, to make obeisance.

337. ತಲೆಮಡು (ತಲೆ + ಮಡು). ಶಿರಸ್ಸಂಧಾನೇ, to join heads, (o. r. ತಲೆವಡು).

338. ರೂಪಿಡು (ರೂಪು + ಇಡು). ಕ್ರೋಧನಿರ್ದೇಶೇ, to indicate anger or passion.

339. ಕಾಪಿಡು (ಕಾಪು + ಇಡು). ಸಂರಕ್ಷಣೇ, to protect.

340. ಬೇರ್ಪಡು (ಬೇಱ್ + ಪಡು). ವಿವಿಕ್ತೌ, be separated; ವಿವರೇ ಚ, to be spread out, etc.

341. ಸೇರ್ಪಡು (ಸೇರ್ + ಪಡು). ಸಂಶ್ಲೇಷೇ, to be united, etc.

342. ಒಡ್ಡು. ಪ್ರತೀಕಾರೇ, to counteract, oppose; ವ್ಯೂಹೇ ಚ, a mass, etc.

343. ಹಿಂಡು. ಮುಷ್ಟಿನಿಷ್ಪೀಡನೇ, to squeeze out with the fist (o. r. ನಿಷ್ಪೀಡನೇ) ಗೋಸಮೂಹೇ ಚ, a herd of cattle.

344. ಚಿವುಡು. ನಖಚ್ಛೇದೇ, to cut off with the nails.

345. ಕೈಮಾಡು (ಕೈ + ಮಾಡು). ಶಸ್ತ್ರಸಂಚಾಲನೇ, to brandish a weapon; ವ್ಯವಹಾರಮೌಲ್ಯಸಂಕೇತನೇ ಚ, to fix the price in bargaining, etc.

346. ಬಾಯ್ಮಾಡು (ಬಾಯ್ + ಮಾಡು). ಪ್ರತಿಜ್ಞಾಯಾಂ, to assert, etc.

347. ಕೊಱಚಾಡು (ಕೊಱಚು + ಆಡು). ಮರ್ಮೋದ್ಘಾಟನವಚನೇ, to speak thus as to reveal a secret, etc.

348. ಚೋಡಾಡು (ಚೋಡು + ಆಡು). ವಿಕೃತಾಂಗಾಪಹಸನೇ, to deride with grimaces, etc.

349. ಒಡೆ. ಸ್ಫೋಟನೇ, to break; ದ್ರವ್ಯೇ ಚ, a broken piece.

350. ಪೊಡೆ. ಪ್ರಹರಣೇ, to strike; ಕುಕ್ಷೌ ಚ, the belly.

351. ಸಿಡೆ (o. r. ಪಿಡೆ). ಆಸ್ಥೌಲ್ಯೇ, ಆಸ್ಥೌಲ್ಯವೆಂದು ಪೆರ್ಚುಗೆ, to increase; ರಸಧಾನ್ಯಾಕರ್ಷಣ ಪಾತ್ರೇ ಚ, a vessel for the reception of liquids and corn.

352. ಕೆಡೆ (o. r. ಕಿಡೆ). ಪತನೇ, to fall.

353. ಅಡೆ. ಅಂಗುಲಿಪ್ರಹರಣೇ, to strike or throw with the finger; ಪಂಚಕಾರುಕಕರ್ಮದಾರೌ ಚ, a piece of wood used by artisans.

354. ಪಡೆ. ಉಪಾರ್ಜನೇ, to acquire; ಬಲೇ ಚ, an army.

355. ಕಡೆ. ಮಥನೇ, to churn; ಅವಸಾನೇ ಚ, end, termination.

356. ತಡೆ. ಕಾಲಕ್ಷೇಪೇ, to delay.

357. ತೊಡೆ. ಸಂಮಾರ್ಜನೇ, to wipe, etc.; ಅಂಗೇ ಚ, the thigh.

358. ನಡೆ. ಗಮನೇ, to walk.

359. ಕಟ್ಟುವಡೆ (ಕಟ್ಟು+ಪಡೆ). ಮನೋನಿರೋಧೇ, the mind to be fettered, etc.

360. ಮೊಗಂಬಡೆ (ಮೊಗಂ+ಪಡೆ). ಅನುನಯೇ, to be polite, etc.

361. ಜೀವಡೆ (ಜೀ+ಪಡೆ). ಸಿಂಜಿನಿಪ್ರಹರಣೇ, to twang a bow-string (o. r. ಜೀವೊಡೆ).

8. ಣಾಂತಕ್ಕೆ.

362. ಮಣಿ. ನಮನೇ. to bow; ಭಯ-ರತ್ನಯೋಃ, fear; a gem.

363. ಕುಣಿ. ನರ್ತನೇ, to dance.

364. ತಿಣಿ. ಸಂಕೀರ್ಣೇ, to be mixed together, etc.

365. ತಣಿ. ತೃಪ್ತೌ, to be satisfied.

366. ಅಣೆ. ಸ್ಪರ್ಶನೇ, to come in contact with (o. r. ಅಣಿ).

367. ಉಣ್. ಭೋಜನೇ, to take a meal.

368. ಕಾಣ್. ದರ್ಶನೇ, to see.

369. ಮಾಣ್. ನಿವಾರಣೇ, to cease, etc.

370. ಪೂಣ್. ಪ್ರತಿಜ್ಞಾಯಾಂ, to promise, to assent, etc.

371. ಪಣ್ (ಪಣ್ಣು). ಸಜ್ಜೀಕರಣೇ, to make ready; ಫಲೇ ಚ, ripe fruit.

372. ಅಣೆ (*cf.* 366). ಅಂಗುಲಿಪ್ರಹರಣೇ, to strike or propel with the finger; ಜಲಪ್ರತಿಬಂಧನೇ ಚ, a water-dam.

373. ಸೊಣೆ. ಅಂಗುಲಿಪ್ರಹರಣೇ, to strike with the fingers, etc.

374. ಪೆಣೆ. ಮಿಶ್ರಬಂಧನೇ, to unite miscellaneous things, twist, etc.; ಸಂಯೋಗೇ ಚ, to be joined together.

375. ಸೆಣೆ. ಕ್ರೋಧೇ, to be angry.

376. ನೊಣೆ. ಗಿಲನೇ, to swallow.

377. ಟೊಣೆ. ಶಠಾರ್ಥೇ, to cheat, etc.

9. ತಾಂತಕ್ಕೆ.

378. ಒತ್ತು. ಆಕ್ರಮಣೇ, to press. etc. ನದಿತೀರೇ ಚ, the bank of a river.

379. ಸುತ್ತು. ವೇಷ್ಟನೇ, to surround.

380. ಮುತ್ತು. ನಿರೋಧಾವರಣೇ, to cover so as to obstruct, hem in; ಮೌಕ್ತಿಕೇ ಚ, a pearl.

381. ಕೆತ್ತು. ಸ್ಪಂದನೇ, to quiver.

382. ಕುತ್ತು. ಘಾತನೇ, to strike, beat.

383. ಕೆತ್ತು. ತನೂಕರಣೇ, to make thin, chip.

384. ತುತ್ತು. ಕಬಲನೇ, to take by mouthful.

385. ಪತ್ತು. ಸಂಶ್ಲೇಷೇ, ಸಂಶ್ಲೇಷವೆಂದು ಕೊಂಡುಗೆ, to be in contact; ಕಲಹ-ಸಂಖ್ಯಯೋಃ a fight; the number 10.

386. ಬತ್ತು. ನಿರ್ದ್ರವೇ, to lose wetness, dry up.

387. ಬಿತ್ತು. ಬೀಜಸ್ಥಾಪನೇ, to put seeds, sow; ಬೀಜೇ ಚ, a seed.

388. ಪೊತ್ತು. ಅಗ್ನಿಪಟೂಕರಣೇ, to be kindled, etc.; ಅತಿಪಕ್ವಾನ್ನೇ ಚ, to be burnt, as rice etc.

389. ತೇ. ಅಪಸರಣೇ, to move off, go away, etc.

390. ತೋ. ಆರ್ದ್ರೀಕರಣೇ, to make wet; to be wet.

10. ದಾಂತಕ್ಕೆ.

391. ಹದಿ. ಖನನವಿವರಣೇ, to uncover by digging, etc.

392. ಪುದಿ. ಆಚ್ಛಾದನೇ, to be covered; ದ್ವಾರಪಾರ್ಶ್ವೇ ಚ, the side of a door.

393. ಗುದಿ. ಪಾದಬಂಧನೇ, to tie the feet.

394. ಮಿದಿ. ಮುಸಲಕ್ರಿಯಾಯಾಂ, to work with the pestle, to pound; ಘಾತ-ಮರ್ದನಯೋಃ, to kill, to grind.

395. ಕುದಿ. ಸಂತಾಪೇ, to boil, etc.

396. ಕಾದು. ಯುದ್ಧೇ, to fight.

397. ಮೋದು. ತಾಡನೇ, to strike.

398. ಓದು. ಪಠನೇ, to read.

399. ಊದು. ಶ್ವಾಸಪ್ರಹರಣೇ, to strike with the breath, to blow.

400. ಉರ್ದು. ಸಂನಿಘೃಷ್ಟೇ, to rub; ಮಾಷೇ ಚ, a kind of pulse.

401. ಗುರ್ದು. ಮುಷ್ಟಿತಾಡನೇ, to strike with the fist.

402. ತಿರ್ದು. ಋಜೂಕರಣೇ, to make straight or right (*S*. 37).

403. ಬರ್ದು. ಮರಣೇ, to die.

404. ಪೊರ್ದು. ಸಮೀಪೇ, to be near.

405. ಆೞ್ದು. ಜಲಮಗ್ನೇ, to sink under water, dive (o. r. ಅೞ್ದು).

406. ತಾಳ್ದು. ಧಾರಣೇ, to hold, etc.

407. ಮೊಳ್ದು. ಅತಿಕ್ರಮಣೇ, to transpass, to transgress.

408. ತಿಮುಳ್ದು. ಚಯನೇ, to amass.

409. ಸೇಂದು. ಜಲನಿಷ್ಕ್ರಮಣೇ, to draw up water.

410. ನಾಂದು. ದ್ರವೀಕರಣೇ, to liquefy, etc.

411. ಹೊಂದು. ಮರಣೇ, to die.

412. ಸುಂದು. ಮೈಥುನೇ, to lie with; ಶಯನೇ ಚ, to lie down.

413. ನಂದು. ವಿನಾಶೇ, to perish; ಗತತೇಜಸಿ ಚ, to lose one's splendour.

414. ಮಾಂದು. ಪ್ರತಿಷೇಧೇ, to stop, etc. (o. r. ಪ್ರಸಿದ್ಧೇ).

415. ಒಂದು. ಸಂಮೇಲನೇ, to be united; ಸಂಖ್ಯಾಯಾಂ ಚ, the number 1.

416. ಕಂದು. ಗತಕಾಂತೌ, to lose one's lustre; ಪೇಷಣಾಗ್ರಶಿಲಾಯಾಂ ಚ, the top-stone in grinding.

417. ಕುಂದು. ಕ್ಷಯೇ, to decrease; ಪಶುರೋಗೇ ಚ, a disease of cattle.

418. ಮುಂದು. ಪುರಸ್ಸರಣೇ, to go before; ಅಗ್ರೇ ಚ, the front.

419. ಒದೆ. ಪಾದಪ್ರಹರಣೇ, to strike with the foot.

420. ಹೊದೆ. ಆಚ್ಛಾದನೇ, to cover; ಶರಕೋಶೇ ಚ, an arrow-hold, quiver.

421. ತದೆ. ತಾಡನೇ, to strike.

422. ಸದೆ. ಈಷಚ್ಚೂರ್ಣೇ, to crush a little or slightly, to squash.

423*a*. ಪದೆ. ಈಪ್ಸಾಯಾಂ, to desire.

423*b*. ಮುದು. ವೃದ್ಧೌ, to grow old, etc.

423c. ಮೊದೆ. ಮುಂಜಾತೃಣೇ, the grass *Saccharum munja* (not in all Mss.).

11. ನಾಂತಕ್ಕೆ.

424. ಮುನಿ. ಕ್ರೋಧೇ, to be angry. ತಪಸ್ವಿನಿ ಚ, an ascetic.
425. ಕುನಿ. ಆಕುಂಚನೇ, to bend (v. i.); ವಕ್ರಭೂಮೌ ಚ, crooked or bent ground.
426. ಹನಿ. ಬಿಂದುಪತನೇ, to fall in drops.
427. ನಾನ್. ಆರ್ದ್ರಭಾವೇ, to become wet.
428. ಬಾನ್. ಕುಲಾಲಕರಣೇ, to do the work of a potter; ಆಕಾಶಗೋಮಯಪಿಂಡಪುಂಜಯೋಃ, the sky; a heap of cakes of cowdung.
429. ಆನ್. ಧಾರಣೇ, to hold.
430. ನೋನ್. ವ್ರತಾಚರಣೇ, to perform a vow.
431. ಸೀನ್. ಕ್ಷುತಕರಣೇ, to sneeze.
432. ಕೂನ್. ಆನಮೇ, to bend.
433. ಪೇನ್ (o. r. ಹೇನ್). ಯೂಕಸಮೃದ್ಧೌ, lice to increase.
434. ಈನ್. ತಿರ್ಯಕ್ಪ್ರಸವೇ, to bring forth, as cattle and other beasts.
435. ತಿನ್. ಖಾದನೇ, to eat.
436. ಎನ್. ಭಾಷಣೇ, to say.
437. ನೆನೆ. ಸ್ಮರಣೇ, to remember.
438. ನನೆ. ಆರ್ದ್ರಭಾವೇ, to become wet; ಪುಷ್ಪಕುಟ್ಮಲೇ ಚ, a flower-bud.
439. ತೊನೆ. ಆಂದೋಲನೇ, to swing backwards and forwards.
440. ಕೊನೆ. ಸ್ವೀಕೃತಾರ್ಥವರ್ಧನೇ, to succeed in one's adopted cause; ಅಗ್ರೇ ಚ, point, top.
441. ಒನೆ. ಶೂರ್ಪಕರಣೇ, to winnow.
442. ನೋ; ವ್ಯಥನೇ, to suffer pain.

12. ಪಾಂತಕ್ಕೆ.

443. ಪೂ. ಪುಷ್ಪಸಂಭವೇ, to bloom; ಪುಷ್ಪೇ ಚ, a flower.
444. ಪರೆಪು. ಪ್ರಸಾರೇ, to spread (o. r. ಪರಪು).
445. ನೆರೆಪು (o. r. ನೆರಪು). ಸಂಗ್ರಹೇ, to collect.
446. ತಿರುಪು. ಭ್ರಮಣೇ, to turn round.
447. ಉರಿಪು (o. r. ಉರುಪು). ಅಗ್ನಿಬಾಧೇ, to cause to burn or flame.
448. ಮುರಿಪು. ಮುಷ್ಟಿಭ್ರಮಣೇ, to whirl the fist.
449. ತಣಿಪು. ತೃಪ್ತೌ, to satisfy.
450. ಪೋಪು. ಆಸನ್ನಗಮನೇ, ಆಸನ್ನಗಮನವೆಂದು ಗಮನೋದ್ಯುಕ್ತಂ, to be zealously active in going (*cf.* 91).
451. ಮಡಿಪು. ಮರಣಕರಣೇ, to kill.
452. ಕೆಡಪು. ಪತನೇ, to make fall (o. r. ಕೆಡೆಪು, ಕಿಡಪು).
453. ಕೊಡಪು. ಕರವಿಕೀರ್ಣೇ, to scatter about with the hand.
454. ಸಲಪು. ರಕ್ಷಣೇ, to preserve, etc.
455. ಇೞಿಪು. ಅಧಃಸ್ಥಾನೇ, to cause to descend, to lower.
456. ಗಳಪು. ಬಹುಭಾಷಣೇ, to chatter.
457. ಕಳಿಪು. ಅನುಗಮನೇ, to send after.
458. ತಿಳಿಪು. ಕ್ರೋಧೋತ್ಸರ್ಜನೆ, to abandon one's anger.

459. ಅಱಪು. ಲೋಪತ್ವೇ, to destory.

460. ಉಱಪು. ಶೇಷಕರಣೇ, to let remain.

461. ಅಪ್ಪು. ಆಲಿಂಗನೇ, to embrace; ಉದಕೇ ಚ, water.

462. ಒಪ್ಪು. ಸೌಂದರ್ಯೇ, to be beautiful; ಅಂಗೀಕಾರೇ ಚ, to agree to, etc.

463. ಸೊಪ್ಪು. ನಿವಾರಣೇ, to keep off, etc.

464. ತಪ್ಪು. ಸ್ಖಲನೇ, to slip, to err.

465. ಟಿಪ್ಪು. ಪ್ರಹರಣೇ, to strike.

466. ಕಪ್ಪು. ಖನನೇ, to dig.

467. ಕುಪ್ಪು. ಪುಂಜೀಕರಣೇ, to heap together; ರೋಗಭೇದೇ ಚ, a kind of disease.

13. ಬಾಂತಕ್ಕೆ.

468. ಬೀ. ಅವಸಾನೇ, to end, perish.

469. ನಂಬು. ವಿಶ್ವಾಸೇ, to trust.

470. ತುಂಬು. ಪೂರಣೇ, to become full; ವೃಂತ-ಜಲಪ್ರಣಾಲ್ಯೋಃ, the foot-stalk of a flower, leaf or fruit; a flood-gate, etc.

471. ತಿಂಬು. ಪೂರಣೇ, to fill.

472. ಅಂಬು. ಶೋಷಣೇ, to dry; ಶರೇ ಚ, an arrow.

473. ನಾಂಬು. ಆಲಸ್ಯೇ, to be idle.

474. ಅಲಂಬು. ಜಲಕ್ಷಾಲನೇ, to wash with water.

475. ತಱುಂಬು. ಗತಿಸ್ತಂಭೇ, to stop; ಶಿಲೋದ್ವಹನದಾರೌ ಚ, a wood for lifting stones, a lever.

476. ಕಱುಂಬು. ಅಸೂಯೇ, to envy.

477. ಉಱುಂಬು. ಯುದ್ಧಕ್ರಮಣಗಮನೇ, to march, march against.

478. ಅಸುಂಬು. ಸಂಚಾಲನೇ, to shake.

479. ಕಲುಂಬು. ಕಲುಷೀಕರಣೇ, to make turbid.

480. 481. ನಿಗುಂಬು. ನಿಲುಂಬು. ಪುಂಜೀಕರಣೇ, to amass.

482. ತುಬ್ಬು. ಚೋರಸೂಚನೇ, to inform against a thief; to be detected as a thief; ತಲ್ಲಂಚೇ ಚ, the state of being found out or detected.

483. ಗೆಬ್ಬುರ್. ಮೈಥುನೇ, to have sexual intercourse.

484. ಪಬ್ಬುರ್. ವಿಸ್ತಾರೇ, to spread.

485. ಕೊಬ್ಬುರ್. ಸಮೃದ್ಧೌ, to increase, to fatten.

486. ಉಬ್ಬುರ್. ಉತ್ಸಾಹೋದ್ವರ್ತನಯೋಃ to become full of effort, etc.; to rise or swell.

487. ಜಬ್ಬುರ್. ಆಕ್ರಮಣಧ್ವನೌ, to scold, etc. (o. r. ಆಗ್ರಹಧ್ವನೌ).

488. ತಬ್ಬುರ್. ಆಶ್ಲೇಷೇ, ಆಶ್ಲೇಷವೆಂದು ಆಲಿಂಗನಂ, to embrace.

489. ಎಬ್ಬು. ಉತ್ಸರ್ಜನೇ, to rise.

490. ಬೇ. ದಾಹೇ, to be burnt up, etc.

491. ಬಾ. ಶೋಭೇ, to swell.

14. ಮಾಂತಕ್ಕೆ.

492. ವಿಾ. ಸ್ನಪನೇ, to bathe.

493. ಕೆಂಮು (ಕಿಂಮು). ಕಾಸೇ, to cough.

494. ಕಂಮು. ದಂತಸ್ವಾಸೇ, breath to be fragrant (o. rs. ದಂತಸ್ವಾನೇ, ಗಂಧಶ್ವಾಸೇ).

495. ಕುಂಮು. ಮುಸಲಕ್ರಿಯಾಯಾಂ,

to work with a pestle, to pound.

496. ಒಮ್ಮು. ಅನುವರ್ತನೇ, to assent, etc.

497. ಚಿಂಮು. ಯುಗಾಂಗುಲಿವಿಮೋಚನೇ. to discharge by means of the fingers, etc.; ಶಸ್ತ್ರಕ್ರಿಯಾಯಾಂ ಚ, to brandish a weapon.

498. ಹಂಮು. ರಜ್ಜುಕ್ರಿಯಾಯಾಂ, to make or twist a rope.

499. ನೆಂಮು. ಪೃಷ್ಠಸ್ಥಾಪನೇ, to lean on, etc.

500. ಅಣ್ಮು. ಪೌರುಷೇ, to be strong.

501*a*. ಪೊಣ್ಮು. ಉದ್ಗಮನೇ, to rise, appear (*S*. 168).

501*b*. ಉಣ್ಮು. ಉದ್ಗತೌ, to rise, etc.

502. ಕಯ್ಗಣ್ಮು (ಕಯ್ಗ್+ಅಣ್ಮು). ಅತಿಕ್ರಮಣೇ, to overstep, etc.

503. ಕರೆಗಣ್ಮು (ಕರೆಗೆ+ಅಣ್ಮು). ಕೂಲಾತಿಕ್ರಮಣೇ (o. r. ಕೂಲಾತಿಕ್ರಮಣೇ), to overstep the boundary.

504. ನಮೆ. ಗುರುಯಾಪ್ಯೇ, to become insignificant in bulk etc.; ದಾರಿದ್ರ್ಯೇ ಚ, to become poor.

505. ಸವೆ. ನಿರ್ವಹಣೇ. to be made ready, etc. ನಿಃಶೇಷೇ ಚ, to wear away, be consumed, etc.

506. ಮೇ. ತಿರ್ಯಕ್ಖಾದನೇ, to eat as beasts do, to graze.

15. ಯಾಂತಕ್ಕೆ.

507. ಪೊಯ್. ತಾಡನೇ, to strike.

508. ಬಯ್. ನಿಕ್ಷೇಪೇ, (o. r. ವಿಕ್ಷೇಪೇ), to put aside, etc.

509. ಗೆಯ್ (also ಕೆಯ್, as would appear from the compounds, 520, 521, 527, 528, 529). ಶಿಲ್ಪೇ, to perform manual or mechanical art, etc.

510. ನೆಯ್. ವಸ್ತ್ರಕ್ರಿಯಾಯಾಂ, to weave; ಘೃತೇ ಚ, clarified butter, ghee.

511. ಕೊಯ್. ಲವನೇ, to cut, reap.

512. ಉಯ್. ನಿಯಾಮೇ, to restrain.

513. ಅರಯ್. ಅನ್ವೇಷಣೇ, to search.

514. ಸುಯ್. ಉಚ್ಛ್ವಾಸೇ, to breathe, sigh.

515. ತೊಯ್ (o. r. ತುಯ್) ಸಾರ್ದ್ರತ್ವೇ, to become wet.

516. ಕಾಯ್. ಫಲೋತ್ಪತ್ತೌ, fruit to grow; ಕೋಪೇ ಚ, to grow angry.

517. ಆಯ್. ಶಿರಲವಸ್ತ್ವಾಕರ್ಷಣೇ, to pick up single things, select, etc.; ಆಯುಷ್ಯೇ ಚ, age.

518. ಪಾಯ್. ಲಂಘನೇ, to pass over.

519. ಮನಂಬೊಯ್ (ಮನಂ+ಪೊಯ್). ಸಮಗ್ರಚೇಷ್ಟಾಯಾಂ, ಸಮಗ್ರಚೇಷ್ಟೆಯೆಂದು ಸಂಪೂರ್ಣಚೇಷ್ಟೇ, to be replete with activity, etc.

520. ಕಡು-ಕೆಯ್. ಶೀಘ್ರತ್ವೇ, to hasten.

521. ಒಳ-ಕೆಯ್. ಅಂತಃಕ್ರಿಯಾಯಾಂ, to do or to put inside, etc.

522. ತಳ್ಪೊಯ್ (ತಳ್+ಪೊಯ್). ಪ್ರತಿಘಾತೇ, to be obstructed, to hinder, etc.

523. ಕಯ್ಕಾಯ್ (ಕಯ್+ಕಾಯ್). ಸಂರಕ್ಷಣೇ, to protect.

524. 525. ತುಬಿಲ್ಗೆಯ್ (ತುಬಿಲ್+ಗೆಯ್). ನಮಸ್ಕಾರೇ, to make obeisance.

526. ಕಯ್ಗೆಯ್ (ಕಯ್+ಗೆಯ್). ಭೂಷಣೋದ್ವಹನೇ, to trim, to adorn.

527. ಎಂಬು ಕೆಯ್. ಅನುಮತೌ, to assent.

528. ಇಂಬು ಕೆಯ್. ಸ್ಥಾನಸಂಗ್ರಹೇ, to seize a place.

529. ಅಪ್ಪು ಕೆಯ್. ಅಂಗೀಕರಣೇ, to agree, consent.

530. ಕಯ್ಪೊಯ್ (ಕಯ್+ಪೊಯ್). ಪ್ರತಿಜ್ಞಾಯಾಂ, to agree, assent; ತಾಡನೇ ಚ, to clap the hands.

16. ರಾಂತಕ್ಕೆ.

531. ಸರಿ. ಪಲಾಯನೇ, to go backwards, flee; ಸಾಮ್ಯೇ ಚ, equality, etc.

532. ಸುರಿ. ಗಲನೇ, to drop, etc.

533. ಬಿರಿ. ಸ್ಫುಟನೇ, to burst, etc.

534. ಅರಿ. ಕೃಂತನೇ, to cut, cut off; ಶತ್ರೌ ಚ, an enemy.

535. ಕಿರಿ. ವಪನೇ, to shave; ತಂತು ಗ್ರಂಥಿ-ವರಾಹಯೋಃ a knot in thread; a hog.

536. ಮುರಿ. ವಕ್ರಭಾವೇ, to be bent, grow crooked.

537. ಹರಿ (o. r. ಪರಿ). ಧಾವನೇ, to run, flow, etc.

538. ಉರಿ. ದಹನೇ, to burn; ತರುವಿಶೇಷೇ ಚ, a kind of tree.

539. ಕರಿ. ಅತಿದಾಹೇ, to be burnt to cinder, be charred; ಗಜೇ ಚ, an elephant.

540. ಹುರಿ. ನಿರ್ದ್ರವಕರಣೇ, to make dry, parch, etc.

541. ಜರಿ. ತೀರಪತನೇ, to slide or slip down, as a bank.

542. ನಿಮಿರ್. ಪ್ರಸಾರಣೇ, to extend, become straight.

543. ಅಮರ್. ಗಾತ್ರಶ್ಲೇಷೇ, to be closely united, be linked to, etc.

544. ಬೆಮರ್. ಸ್ವೇದಭಾವೇ, to be in perspiration.

545. ತಿಮಿರ್. ತ್ವಙ್ಮಲವಿಸರ್ಜನೇ, to do away with filth or excretion of the skin.

546. ಅಡರ್. ಆರೋಹಣೇ, to ascend, climb.

547. ತೊಡರ್. ಬಂಧನೇ, to be bound, etc.; ಬಿರುದಶೃಂಖಲಾಯಾಂ ಚ, a chain of honour.

548. ಬಿಡುರ್. ಅಶೃಂಖಲಾಯಾಂ, to unite.

549. ಪೊದರ್. ಸ್ಫುರಣೇ, to tremble, etc.

550. ಅದಿರ್. ಕಂಪನೇ, to tremble, etc.

551. ಬಿದಿರ್. ವಿಕೀರ್ಣೇ, to be scattered, spread about, etc. ವೇಣೌ ಚ, a bamboo.

552. ಉದಿರ್. ಪತನೇ, to fall down from above, etc.

553. ಅಲರ್. ವಿಕಸನೇ, to open, blossom; ಪುಷ್ಪೇ ಚ, a flower.

554. ಮಲರ್ ಪರಾಙ್ಮುಖೇ, the face to be turned or averted; ಪುಷ್ಪೇ ಚ, a flower.

555. ಪೋರ್. ಮಲ್ಲಯುದ್ಧೇ, to wrestle; ಬಿಲೇ ಚ, a hole.

556. ಸಾರ್. ಸಮೀಪಾಗಮನೇ, to come or go near.

557. ನೇರ್. ಕೃಂತನೇ, to cut, cut off.

558. ಪಾರ್. ಸಮಯಾನ್ವೇಷಣೇ, to search for a time or occasion, look for, etc.

559. ಗೋರ್. ಜಾಲಕರಣೇ, to catch with a net, fish.

560. ಸೇರ್. ಸಾನುಮತೇ, to agree with, etc.

561. ಕೂರ್. ಸ್ನೇಹೇ, to be attached to.

562. ಬಾರ್. ಚರ್ಮವಲ್ಲೀಕರಣೇ, to cut leather lengthwise or in straps; ದ್ರವ-ದ್ರವ್ಯನಿರ್ಮುಕ್ತೌ, to set free a liquid, pour out.

563. ಸೋರ್. ಗಲನೇ, to drop, etc.; ಗರ್ವಹೀನೇ ಚ, to become free from pride.

564. ಕಾರ್. ಖಾದನೇ, to bite; ಜಲದಾಗಮೇ ಚ, the coming of clouds, the rainy season.

565. ಹೀರ್ (o. r. ಪೀರ್). ರಸಾಸ್ವಾದನೇ, to suck a liquid; ಭೂಷಣೇ ಚ, an ornament.

566. ಆರ್. ಉಚ್ಚೈರ್ಧ್ವನೌ, to cry aloud; ಹಲಾನ್ವಿತವೃಷಭಯುಗ್ಮೇ, a pair of oxen yoked to a plough; ದಾರುಭೇದೇ ಚ, a frame put on the neck of cattle when training them.

567. 568. 569. ಕೊನರ್. ಚಿಗುರ್. ತಳಿರ್. ಪಲ್ಲವೋತ್ಪತ್ತೌ, to sprout.

570. ಕನರ್. ಅಪಕ್ವರಸೇ, the taste of something unripe to exist.

571. ಒಸರ್. ಸ್ರವಣೇ, to ooze, etc.

572. 573. ಕಿಸುರ್. ಅಸುರ್. ಅಸಹ್ಯಭಾವೇ, to be of an intolerable nature or very disagreeable.

574. ಉಸಿರ್. ಭಾಷಣೇ, to speak.

575. ಕಸರ್, ಗಲಕಂಡೂತೌ, to scratch the throat, to be astringent to the taste.

576. ಪಸುರ್. ಹರಿತಭಾವೇ, to be green.

577. ತಗರ್. ಗತಿಬಂಧನೇ, to stop, etc.; ಅಜಭೇದೇ ಚ, a he-goat.

578*a*. ಬಿಗುರ್. ಭಯೇ, to fear.

578*b*. ಇರ್. ಸ್ಥಾಯಿಭಾವೇ, to be, to stay.

579. ತರ್. ಆನಯೇ, to bring.

580. ಬರ್. ಆಗಮನೇ, to come.

581. 582. 583. ಎಟ್ತರ್ (ಎಟ್+ತರ್), ಎಯ್ತರ್ (ಎಯ್+ತರ್). ಸಾರ್ತರ್ (ಸಾರ್+ತರ್). ಸಮೀಪಾಗಮನೇ, to come near.

584. ಪೊರೆ. ಪೋಷಣೇ, to nourish; ಉಪಸರ್ಗೇ ಚ, nearness, etc.

585. ನೆರೆ. ಸಂಯೋಗೇ, to be united; ಪಾರ್ಶ್ವೇ ಚ, proximity, neighbourhood.

586. ಅರೆ. ಪೇಷಣೇ, to grind; ಅರ್ಧೇ ಚ, half.

587. ಒರೆ. ಕರ್ಷಣೇ, to draw.

588. ಕರೆ. ಆಹ್ವಾನೇ, to call; ವಸ್ತ್ರದಶಾಪನಗೋಕುಲೇಷು, the border of a cloth; green black-pepper; a herd of kine (?).

589. ತೊರೆ. ಸ್ತನ್ಯೇ, milk to come to breast, etc.

590. ಕೊರೆ. ನಿದ್ರಾಂಗಧ್ವನೌ, to snore.

591. ಎರೆ. ಯಾಚ್ಞಾಯಾಂ, to beg; ಭೂವಿಶೇಷ–ತಿರ್ಯಗ್ಗ್ರಾಸಯೋಃ, a kind of black soil; food for animals.

592. ಪರೆ. ಪ್ರಸಾರಣೇ, to extend, etc.; ಕಾಲ್ಯೇ ಚ, to dawn (*cf.* 444).

593. ಬರೆ. ವಿಲೇಖನೇ, to write.

594. ಮುರೆ (o. r. ಮೊರೆ). ಭ್ರಮರಾದಿ ನಿನದೇ, to sound, as a black bee and other insects; ಕಿನ್ನರಿಕ್ರಿಯಾಯಾಂ, to sound as a lute.

595. ಕೆರೆ. ನಖಕ್ರಿಯಾಯಾಂ, to scratch with the nails.

596. ಮಿಳಿರ್. ಲುಠನೇ, to move about, etc.

597. ತಳರ್. ಚಲನೇ, to move, etc.

598*a*. ಅಳುಷ್. ಆವರಣೇ, to cover.

598*b*. ಚಳಿರ್. ಪಲ್ಲವೋತ್ಪತ್ತೌ, to sprout.

599. ಕಿಳಿರ್. ಹಯಧ್ವನೌ, to neigh.

600. ಬೆಳರ್. ಧಾವಲ್ಯೇ, to become white or bright.

601. ಕೆಳರ್. ವಿಜೃಂಭಣೇ, to expand, yawn, etc.

602. ಮಿಳಿರ್. ಸಮೃದ್ಧೌ, to increase.

603. ಕುಳಿರ್. ಋಜುಭೇದೇ, to bend, sit down; ಹೈಮೇ ಚ, to be cool or cold.

16. ಲಾಂತಕ್ಕೆ.

604. ಮಲೆ. ಔದ್ಧತ್ಯೇ, to be puffed up, etc.; ವನೇ ಚ, a forest.

605. ಕೆಲೆ. ಉತ್ಸಾಹಧ್ವನೌ, to shout with energy or for joy.

606. ಒಲೆ. ಆಂದೋಲನೇ, to be in a swinging motion; ಅಶ್ಮಂತಕೇ ಚ, a fire-place.

607. ಅಲೆ. ಪರಿಭಾವ–ಲೋಲನಯೋಃ, to slight, disgrace, etc.; to shake, be unsteady.

608. ಅಂಡಲೆ. ಆಸಂಜನಪೀಡನೇ, to oppress, harass, etc.

609. ಕಣ್ಮಲೆ (ಕಣ್+ಮಲೆ). ಚಿತ್ತಸ್ಫುರಣೇ, to flash on the mind, etc.

610. ಪೊಲ್. ಸ್ಯೂತೌ, to sew.

611. ಕಿಟಿಕಿಲ್. ಹೇಷಿತೇ, to neigh.

612. ಕುಕಿಲ್. ಕೋಲಸ್ವನೇ, to sound as a cuckoo; ಪಕ್ಷಿಭೇದೇ ಚ, the cuckoo (?).

613. ಒಲಿಲ್. ಸ್ನೇಹೇ, to love.

614. ನೆಬಿಲ್. ನಿಶ್ಚೇಷ್ಟಾವಲಂಬನೇ, to hang down motionless or powerless; to faint.

615. ಕಬಿಲ್. ತನುತ್ವೇ, to be thin, etc.; ತಕ್ರ–ಮಂಜೀರಯೋಃ, butter-milk mixed with water; a foot-ring, anklet.

616. ಅವಲ್. ಮುಸಲಕ್ರಿಯಾಯಾಂ, to work with the pestle, to pound; ಚಿಪಿಟಕೇ ಚ, grain flattened after boiling.

617. ಬಬಿಲ್. ಶ್ರಾಂತೌ, to be weary.

618. ತೊಬಿಲ್. ಭ್ರಮಣೇ, to whirl round, to wander about, etc.

619. ಅಬಿಲ್. ದುಃಖೇ, to sorrow, to grieve.

620. ಎಬಿಲ್. ಅಲಂಬನೇ, to hang down, be pendent.

621. ಪಿಳಿಲ್. ಹಸ್ತೋನ್ಮುಕ್ತೌ, to let loose from the hand, etc.

622. ಮರಲ್. ಪರಾಙ್ಮುಖೇ, the face to be turned or averted, to turn backwards; ಪುಷ್ಪೇ ಚ, a flower.

623. ಅರಲ್. ವಿಕಾಸೇ, to open, blow; ಪುಷ್ಪೇ ಚ, a flower.

624. ಕನಲ್. ಕ್ರೋಧೇ, to be angry.

625. ಒನಲ್. ಅಪಹಸನಕ್ರೋಧೇ, ಅಪಹಸನಕ್ರೋಧವೆಂದು ನಗೆಯಿಲ್ಲದ ಕ್ರೋಧಂ, to be in scornful wrath, in a wrath which knows no smile.

626. ನರಲ್. ವೇದನಧ್ವನೌ, to groan, moan.

627. ಮಡಲ್. ವಲ್ಲಿವೃದ್ಧೌ, to spread out or run as a creeper.

628. ಸಿಡಿಲ್. ವಿಕೀರ್ಣೇ, to be scattered; ಮೇಘುವಹ್ನೌ ಚ, the fire of clouds, a thunderbolt.

629. ತಳಿಲ್. ಶಾಖಾಮುಖೇ, to bud, shoot as branches.

630. ಎಳೆ-ತಳಲ್. ಪಲ್ಲವಪ್ರಾಪ್ತೌ, to get sprouts or shoots.

631. ಜೋಲ್. ಆಲಂಬನೇ, to hang down, be suspended, etc.

632. ಕೊಲ್. ಹಿಂಸಾಯಾಂ, to kill.

633. ಸಲ್. ಸ್ಥಾನಪ್ರವೇಶೇ, to enter a place, to enter; ಸಮಾಖ್ಯಾತೌ ಚ, to be famous.

634. ನಿಲ್. ಗತಿಮುಕ್ತೌ, to cease from walking, stand.

635. ಬಿಲ್. ವಿಕ್ರಯೇ, to sell; ಕೋದಂಡೇ ಚ, a bow.

636. ಕಲ್. ಅಭ್ಯಾಸೇ, to learn; ಪಾಷಾಣೇ ಚ, a stone.

637. 638. ಜಿಗಿಲ್. ಪಗಿಲ್. ಸ್ನಿಗ್ಧ–ಸಂಕ್ಲೇಶಯೋಃ, to be sticky, gummy, etc.; to suffer distress.

639. ತಱ-ಸಲ್. ನಿಶ್ಚಯೇ, to be ascertained, settled, etc.

640. ಬೞ-ಸಲ್. ಅನುಗಮನೇ, to follow.

641. ಸೋಲ್. ಪರಾಜಯೇ, to lose, be defeated.

642. ಸಾಲ್. ಋಣೇ, to get into debt, etc.; ಸಸ್ಯಪಂಕ್ತೌ ಚ, a corn-row, furrow.

643. ಪೋಲ್. ಸಾದೃಶ್ಯೇ, to resemble.

644. ನೂಲ್. ತಂತುಕರಣೇ, to make thread; ತಂತುಮಾತ್ರೇ ಚ, thread.

645. ನೇಲ್. ಆಲಂಬನೇ, to be suspended, to hang, etc.

646. ಪೇಲ್. ಮಲವಿಸರ್ಜನೇ, to void excrement; ಮಲೇ ಚ, excrement.

18. ವಾಂತಕ್ಕೆ.

647. ಅವಿ. ನಿಗೂಹನೇ (o. r. ಗೂಹನೇ), to cover, hide.

648. ಕವಿ. ಆಚ್ಛಾದನೇ, to cover; ಕವೌ ಚ, a poet.

649. ಸವಿ. ಖಾದನಪರೀಕ್ಷಾಯಾಂ, to test by eating, to taste.

650. ತಿವಿ. ಮುಷ್ಟಿಪ್ರಹರಣೇ, to strike with the fist.

651. ತವು. ಕ್ಷಯೇ, to decrease, to waste away.

652. ಬಿದವು. ಸಮೃದ್ಧೌ, to thrive.

653. ಓವು. ಪಾಲನೇ, to guard, protect.

654. ಸೀವು. ಭೂಷಣೇ, to adorn.

655. ತೀವು. ಪೂರಣೇ, to fill; to become full.

656. ಎಬಿವು. ಅಪಮರ್ಜನೇ, ಅಪಮರ್ಜನವೆಂದು ತೊಡೆವುದು, to remove by wiping or rubbing.

657. ಗರವು. ಸರ್ವಾಕರ್ಷಣೇ, to draw the whole towards one's self.

658. ತಡವು. ಹಸ್ತಾನ್ವೇಷಣೇ, to seek with the hands, grope; ಸ್ತಿಮಿತಭಾವೇ ಚ, to stop.

659. ಅಬ್ಬು. ದಹನಾತಿಕ್ರಮಣೇ, burning to go beyond the proper limit.

660. ತಳ್ವು. ಕಾಲಕ್ಷೇಪೇ, to delay.

661. ಎಳವು. ವಿಧೇಯೀಕರಣೇ, to order, to arrange.

19. ಸಾಂತಕ್ಕೆ.

662. ಹುಸಿ. ಅನೃತೇ, to be false; to lie.

663. ನಸಿ. ಜೀರ್ಣೇ, to decay, etc.; ನಷ್ಟಚೇಷ್ಟಾಯಾಂ ಚ, to have become motionless or insensible.

664. ಬಸಿ. ಗಲನೇ, to drip; ಶಾತದಂಡಮಧ್ಯಯೋಃ, to be sharpened, etc.; the middle or tongue of a balance.

665. ಕುಸಿ. ಕ್ಷೀಣತ್ವೇ, to sink, give way; ಕವಾಟಕಲಾಕಾಯಾಂ ಚ, the knob-like pin of a door.

666. ಹಸಿ. ಕ್ಷುಧಾಯಾಂ, to hunger; ದ್ರವದ್ರವ್ಯೇ ಚ, a green, fresh, moist substance.

667. ಕಿಸಿ. ವಿಕಸನೇ, to open, etc.

668. ಸಸಿ. ಸಸ್ಯೋದ್ಯುತ್ಪಾಟನೇ, to pull out as corn, etc.; ಸಸ್ಯೇ ಚ, corn, a young plant.

669. ಬೀಸು. ಆವರ್ತನೇ, to turn round, etc.

670. ಹಾಸು. ಆಸ್ತರಣಕ್ರಿಯಾಯಾಂ, to lay, spread out; ತಲ್ಪೇ ಚ, a bed.

671. ಸೂಸು. ಪರಿತ್ಯಾಗೇ, to quit, let go, etc.

672. ಆಸು. ಊರ್ಧ್ವವಿಮೋಚನೇ, to release from above; ವೃಕ್ಷಭೇದೇ ಚ, the sâl tree.

673. ಮಾಸು. ಮಲೀಮಸೇ, to become dirty; ಜರಾಯೌ ಚ, the after-birth.

674. ಹೇಸು. ಜುಗುಪ್ಸಾಯಾಂ, to feel aversion.

675. ಬಾಸು. ಪುರಿಷೋತ್ಸರ್ಗೇ, to void excrement.

676. ಕೀಸು. ಕೃಶೀಕರಣೇ, to make thin; ಕರ್ಣಪತ್ರೇ ಚ, ear-leaf.

677. ಮೂಸು. ಆಘ್ರಾಣೇ, to smell.

678. ಪೂಸು. ವಿಲೇಪನೇ, to besmear. plaster; ಅಪಾನವಾಯೌ ಚ, to fart.

679. ಈಸು. ಜಲೋತ್ತರಣೇ, to cross water in swimming; ಶಕಟಾಂಗ—ದೋಹನಯೋಃ, a part (the shaft) of a cart; to yield, to permit.

680. ಹೂಸು. ಅಧೋವಾಯೌ, to break wind downwards, fart.

681. ಕಾಸು. ದಾಹೇ, to make hot, to heat; ವಿವರೇ ಚ, detail (the smallest copper coin).

682. ಕೋಸು. ಸೂತ್ರಪ್ರವೇಶೇ, to cause to thread.

683. ಕಯ್ವೀಸು (ಕಯ್+ಬೀಸು). ರಣಾರಂಭ—ಹಸ್ತಸೂಚನಯೋಃ, to begin fighting by flourshing the hands; to give a sign with the hand.

684. ಅಱಸು. ಅನ್ವೇಷಣೇ, to search.

685. ಮಱಸು. ಆಚ್ಛಾದನೇ, to conceal, hide.

686. ತುಱಿಸು. ಕಂಡೂತಿಕರ್ಷಣೇ, to scratch what itches.

687. ಮೊಗಸು. ಉದ್ಯೋಗಾರಂಭೇ, to begin to exert one' self, etc.

688. ಉ[illegible]ಸು. ಸಹನೇ, to bear, endure.

689. ಎಳಸು. ಇಚ್ಛಾಯಾಂ, to desire.

690. ಬಳಸು. ಭ್ರಮಣ—ಕಂಚುಕಾಂಗಯೋಃ, to go round; a coat-of-mail.

691. 692. ಬೆರಸು. ಕಲಸು. ಸಂಮಿಶ್ರೇ, to mix or be mixed.

693. ಅಡಸು. ಗಾಢಪ್ರವೇಶೇ, to enter closely or firmly.

694. ಅಲಸು. ಆಲಸ್ಯೇ, to become tired or fatigued, etc.

695. ಸೆಣಸು. ಈರ್ಷ್ಯಾಯಾಂ, to envy. etc.

696. ಒರಸು. ಘರ್ಷಣೇ, to rub, etc.

697. ಇಸು. ಶರವಿಮೋಚನೇ, to shoot, as an arrow.

698. ಬೆಸು. ಲೋಹಸಂಧಾನೇ, to put metals together, solder.

699. ಪಸು. ವಿಭಜನೇ, to divide; ಜೀವಧನೇ ಚ, living wealth, cattle, etc.

700. ಕೆಸೆ. ನಿಧುವನಕರಣೇ, to have sexual intercourse; ವಾಹಾರೋಹಭೇದೇ ಚ, a sort mounting of riding a horse.

701. ಹೊಸೆ. ರಜ್ಜುಕ್ರಿಯಾಯಾಂ, to make rope, twist; ಮಂಥದಂಡೇ ಚ, churning-stick.

702. ಬಿಸೆ ಗರ್ವೇ, to be proud; ಕಾರ್ಪಾಸಚಾಪೇ ಚ, a bow for (dressing) cotton.

703. ನೆಸೆ. ಉತ್ಪವನೇ, to be purified, etc.

704. ಮಸೆ. ಘರ್ಷಣೇ, to rub, whet; ಸ್ವಲ್ಪಕ್ಷತೇ ಚ, a slight wound.

705. ಎಸೆ. ಶೋಭಾಯಾಂ, to shine.

706. ಒಸೆ. ಪ್ರಸನ್ನೇ, to be delighted, etc.

ಸಂಸ್ಕೃತಕೃದಂತೇ ಸ್ವಯಂಕರ್ತರಿ ಇಸು ಭವತಿ.

Verbs formed from Samskṛita noun (ಕೃತ್) by means of ಇಸು in which the Subject is doing or experiencing something itself.

707. ಚಿತ್ರಿಸು. ರೂಪಾದಿಲೇಖನೇ, to draw a picture, etc.

708. ಸೂತ್ರಿಸು. ಮಾನಸೂತ್ರಸ್ಥಾಪನೇ, to place a measuring line.

709. ಗರ್ಜಿಸು. ಭಯಂಕರಧ್ವನೌ, to roar.

710. ತರ್ಜಿಸು. ನಿವಾರಣೇ, to keep off, etc.

711. ಮುದ್ರಿಸು. ಅಂಗೀಕರಣೇ, to agree to, to assent, etc.

712. ಭದ್ರಿಸು, ಮುಂಡನಕ್ರಿಯಾಯಾಂ, to shave.

713. ವರ್ಣಿಸು. ಸ್ತೋತ್ರೇ, to praise.

714. ಘೂರ್ಣಿಸು. ವಿಜೃಂಭಣೇ, to gape, expand.

715. ಶಿಕ್ಷಿಸು. ನಿಯಾಮೇ, to restrain, subdue.

716*a*. 716*b*. ಪಾಳಿಸು. ಮೇಳಿಸು. ಸಂಯೋಗೇ, to be joined, etc.

717. ರಕ್ಷಿಸು. ಪಾಲನೇ, to protect, etc.

718. ರಾಜಿಸು. ಶೋಭಾಯಾಂ, to shine.

719. ಪೂಜಿಸು. ಅರ್ಚನವಿಧೌ, to worship, adore, etc.

720. ವರ್ತಿಸು. ವರ್ತನೇ, to be occupied, etc.

721. ಕೀರ್ತಿಸು. ವರ್ಣನೇ, to praise.

722. ನೀರಾಜಿಸು. ಆರಾತಿಕಕ್ರಿಯಾಯಾಂ, to wave lamps before a person or idol

723. ಯೋಜಿಸು. ಅನುಮತೌ, to assent to, etc.

724. ಬೀಂಕರಿಸು. ಪ್ರಶಂಸಾಯಾಂ, ಪ್ರಶಂಸೆಯಿಂದು ಕೊಂಡಾಟಂ, to praise.

725. ಮಾಂಕರಿಸು (o. r. ಮಾಕರಿಸು). ಅವಜ್ಞಾಯಾಂ, ಅವಜ್ಞೆಯಿಂದು ಮಾಱುದುದು, to surpass, etc.

726. ಕಾಸಿಸು. ಶಿಕ್ಷಾಯಾಂ, to teach, train.

727, ವಾಸಿಸು. ಆಘ್ರಾಣೇ, to smell.

728. ನಿಯಾಮಿಸು, ಆಜ್ಞಾಪನೇ, to command.

729. ಅಭಿನಯಿಸು. ಅನುಕರಣೇ, to imitate, represent.

730. ರಂಜಿಸು. ಶೋಭಾಯಾಂ, to shine, etc.

731*a*. ಪುಂಜಿಸು. ರಾಶೌ, to heap.

731*b*. ರಂಜಿಸು. ರಾಗೇ, to have the passions or feelings roused, etc.

732. ಭಂಜಿಸು. ಅಪಮಾನೇ, to dishonour.

733. ಉದಾಹರಿಸು. ಕಥನೇ, to relate.

734. ಚರಯಿಸು (o. r. ಚರಿಯಿಸು). ಭ್ರಮಣೇ, to walk about, etc.

735. ವರಯಿಸು (o. r. ವರಿಯಿಸು) ಸ್ವೀಕಾರೇ, to adopt, make one's own, etc.

736. ಕೋಪಿಸು. ಅಮರ್ಷೇ, to become angry, etc. (o. r. ಆಮರ್ಷೇ).

737. ಸ್ಥಾಪಿಸು. ನ್ಯಾಸಕರಣೇ, to put down, place, etc.

738. ಸಂಚಿಸು. ಸಂಗ್ರಹೇ, to collect, etc.

739. ವಂಚಿಸು, ಅಪಲಾಪೇ, to conceal, deny.

740. ರಮಿಸು. ಕ್ರೀಡಾಯಾಂ, to know carnally.

741. ಗಮಿಸು. ಗಮಕೃತೇ (o. r. ಗಮಕತ್ವೇ), to go.

ಕರ್ಣಾಟೇ ಸ್ವಯಂಕರ್ತೃಕ— ಹೇತುಕರ್ತೃಕಯೋರ್ ಅಪಿ ಇಸು ಭವತಿ.

Verbs formed from Canarese themes by means of ಇಸು in which the Subject is doing or experiencing something itself, or causes something to happen.

742. ಆಲಿಸು. ಆಕರ್ಣನೇ, to listen attentively.

743. ಮಾಲಿಸು. ಕಟಾಕ್ಷೇ, to cast a side-glance, etc.; ದೀರ್ಘಾಲೋಕೇ ಚ, to behold for a long time.

744. ನಿಗುಂಬಿಸು. ಸಂಕೀರ್ಣರಾಶೌ, a heap to be formed of miscellaneous things, etc.

745. ನಂಬಿಸು. ಅನುಮೋದನೇ, to cause to assent, etc.

746. ಗುಡಿಯಿಸು (o. r. ಗುಡಿಸು). ಪುಂಜೀಕರಣೇ, to make a heap, etc.

747. ಬಡಿಸು. ಓಲಗಕ್ರಿಯಾಯಾಂ (ವಾಲಗಕ್ರಿಯಾಯಾಂ), to serve up or out.

748. ನಿಟ್ಟಿಸು. ನಿರ್ಭರಾಲೋಕೇ, to look excessively, etc.

749. ತುಟ್ಟಿಸು. ಶಕ್ತಿಕ್ಷಯೇ, strength to be diminished, etc.

750. ಓಸರಿಸು. ಅಪಾದಾನೇ, to remove, etc.

751. ಬೋಸರಿಸು. ಮಿಥ್ಯಾದರೇ, to flatter, etc.

752. ಮುಕ್ಕುಳಿಸು. ಗಂಡೂಷೇ, to rinse the mouth with water.

753. ಬಿಕ್ಕುಳಿಸು. ಉದ್ಗಾರೇ, to vomit, etc.

754. ಅಕ್ಕುಳಿಸು. ನಿಮ್ನಕುಕ್ಷೌ, to contract the belly; ಭಯೇ ಚ, to fear.

755. ನಿಕ್ಕುಳಿಸು. ವಿಲಾಸಾವನಮ್ರೇ, ವಿಲಾಸಾವನಮ್ರವೆಂದು ವಿಲಾಸದಿಂ ಬಾಗುವತನಂ, to bend one's self from coquetry, etc.

756. ಜಕ್ಕುಳಿಸು. ನರ್ಮಕರಣೇ, to jeer at, etc.

757. ಕುಪ್ಪಳಿಸು. ರಾಶೌ, to heap.

758. ಅಪ್ಪಳಿಸು. ಆಸ್ಫಾಲನೇ. to flap, etc.

759. ಬಿತ್ತರಿಸು. ವಿಸ್ತಾರೇ, to spread.

760. ಒತ್ತರಿಸು. ಉದ್ವೃತ್ತ್ಯಾಯಾಂ, to act haughtily, etc. (o. r. ಉದ್ವೃತ್ತೌ).

761. ಉಂಮಳಿಸು. ಚಿಂತಾಯಾಂ, grieve, etc.

762. ದೊಂಮಳಿಸು. ತಿರ್ಯಕ್ಸಮೂಹಸಂಭ್ರಮೇ, to be agitated or alarmed etc., as a herd of cattle.

763. ಕೊಕ್ಕರಿಸು. ವಿಭತ್ಸರ್ಜನೇ, (o. r. ನಿರ್ಭರ್ತ್ಸನೇ), to threaten, etc.

764. ಚಿಕ್ಕರಿಸು (o. r. ಚೆಕ್ಕರಿಸು). ಅಜಧ್ವನೌ, to bleat.

765. ಆಲಿಸು (*cf.* 742). ಪರಿಭಾವನೇ, to think about, etc.

766. ಸೋಲಿಸು. ಅಪಜಯೇ, to defeat.

767. 768. ಸಂದಣಿಸು. ಗೊಂದಣಿಸು. ಸಮೂಹೇ, to crowd, etc.; ಬಾಹುಲ್ಯೇ ಚ, to become much or numerous.

769. ಬಿಜ್ಜಣಿಸು. ವಿಸ್ತಾರೇ, to spread out, etc.

770. ಪುಜ್ಜಣಿಸು. ಲಯೇ, to melt away, be destroyed.

771. ಬೆಜ್ಜಳಿಸು. ವಿಮೋಹೇ, to become bewildered or be beguiled.

772. ಟಿಬ್ಬರಿಸು. ಕುಂಠೀಕರಣೇ, to make blunt, stupid, etc.

773. ಗಬ್ಬರಿಸು. ಖನನೇ, to dig, etc.

774. ಉಬ್ಬರಿಸು. ಪೂರಣೇ, to swell, etc.

775. ಕುರ್ಗಿಸು. ಸಂಕೋಚೇ, to cause to be bent, etc.

776. ಜಾನಿಸು. ಧ್ಯಾನೇ, to meditate.

777. ಜಿನಿಗಿಸು. ನಷ್ಟಚೇಷ್ಟಾಯಾಂ, to be or make motionless.

778. ತಡವರಿಸು. ಅನ್ವೇಷಣೇ (o. rs. ಅಸೌಷ್ಟನೇ, ಸೌಷ್ಟನೇ), to grope, etc.

779. ಗುಡುಗುಡಿಸು (o. r. ಗುಡಿಗುಡಿಸು), ಕೋಪೋದ್ರೇಕೇ, to be excessively angry, etc.

780. ಚಿಮಿಚಿಮಿಸು. ಶಬ್ದೇ, to make a certain sound; ಲುಠನೇ ಚ, to roll about.

781. ಕದಕದಿಸು. ಸಂಚಲತ್ವೇ, to tremble, shake.

782. ಕಳವಳಿಸು. ಮನೋವೈಕಲ್ಯೇ, to be agitated in one's mind, etc.

783. ಕನವರಿಸು. ನಿದ್ರಾವಿಕಾರೇ, to talk in one's sleep.

784. ಸೈರಿಸು. ಸಹನೇ, (o. r. ಕ್ಷಮತ್ವೇ), to bear, forbear.

785. ಸೊಗಯಿಸು. ಶೋಭಾಯಾಂ, to shine.

786. ಮಂದಯಿಸು. ಸಾಂದ್ರತ್ವೇ, to thicken, etc.

787. ಸಂದಿಸು. ಸಂಧಾನೇ, to unite, join, etc.

788. ಚಾಳಿಸು. ಚಾಪಲ್ಯೇ, to be unsteady, etc.

789. ಕಡೆಗಣಿಸು. ಅವಜ್ಞಾಯಾಂ, to disrespect, etc.

790. ಸಮನಿಸು. ಪ್ರಾಪ್ತೌ, to be acquired, etc.

791. ತವಿಸು. ಕ್ಷಯೇ, to cause to decrease, etc.

792. ಅವಧರಿಸು (o. r. ಅವಧಾರಿಸು). ಸ್ಮರಣೇ, to consider, etc.

793. ಕಿನಿಸು. ಕೋಪೇ, to be angry.

794. ಹನಿಸು. ರಸದಾನೇ, to present a liquid, etc.

795. ಬಿಂನವಿಸು. ವಿಜ್ಞಾಪನೇ, to petition.

ಅಥ ಭಿನ್ನಕರ್ತೃಕಪ್ರಯೋಗೇ.

Verbs formed of Canarese verbal themes by means of ಇಸು in which the agent causes something to be done or experienced by another.

796. ಪೆರ್ಚಿಸು. ವರ್ಧನೇ, to cause to grow.

797. ಬೆರ್ಚಿಸು. ಭಯೇ, to cause to suffer fear.

798. ಮಾಡಿಸು. ನಿರ್ಮಾಪಣೇ, to cause to perform.

799. ನೋಡಿಸು. ಲೋಚನಕ್ರಿಯಾಯಾಂ, to cause to see.

800. ಆಡಿಸು. ನರ್ತನವಿಧೌ, to cause to play.

801. ಪಾಡಿಸು. ಗಾನೇ, to cause to sing.

802. ಓದಿಸು. ಶಾಸ್ತ್ರಶಿಕ್ಷಾಯಾಂ, to cause to read, as the šâstras.

803. ಕಾದಿಸು. ಸಂಗರಕ್ರಿಯಾಯಾಂ, to cause to fight.

804. ಮುತ್ತಿಸು. ದುರ್ಗಸಂವೇಷ್ಟನೇ, to cause to encompass, as a fort.

805. ಎತ್ತಿಸು. ಉದ್ಧರಣೇ, to cause to lift up.

806. ತೊಡೆಯಿಸು. ಲೇಪ್ಯಾಕರಣೇ, to cause to smear, etc.

807. ಕಡಿಯಿಸು. ಖಂಡನೇ, to cause to cut.

808. ಅಱಯಿಸು. ಲಯೇ, to cause to be destroyed, etc.

809. ಮುಳಿಯಿಸು. ಕೋಪೇ, to cause to become angry.

810. ಕಟ್ಟಿಸು. ಬಂಧನೇ, to cause to bind, etc.

811. ಒಟ್ಟಿಸು. ಪುಂಜೀಕರಣೇ, to cause to heap.

812. ಪೊದೆಯಿಸು. ಆಚ್ಛಾದನೇ, to cause to cover.

813. ಪದೆಯಿಸು. ಈಪ್ಸಾಯಾಂ, to cause to desire.

814. ಅಗುಱಿಸು. ಖನನೇ, to cause to dig.

815. ತೆಗೞಿಸು. ನಿಂದಾಯಾಂ, to cause to blame.

816. ಬರೆಯಿಸು. ಲೇಖನೇ, to cause to write.

817. ಬರೆಯಿಸು. ಕರ್ಷಣೇ, to cause to draw.

20. ಱಾಂತಕ್ಕೆ.

818. ಮೆಱ್. ವಿಡಂಬೇ, to make manifest, to display, etc.

819. ಕಱ್. ದೋಹನೇ, to milk; ಕಳಂಕೇ ಚ, a spot, a stain.

820. ಮಱ್. ಪೋತಕಾಯಾಂ, the young of an animal to be born (?).

821. ತೆಱ್. ಅನಾವರಣೋದ್ಘಾಟನಯೋಃ, to be uncovered, to open; to make open, etc.; ಕರೇ ಚ, tribute.

822. ನೆಱ್. ಸಮಗ್ರತ್ವೇ, to become entire, full grown, etc.

823. ಮಱ್. ಸ್ಮರಣೇ, to forget.

824. ತೊಱ್. ವಿಸರ್ಜನೇ, to put away; ನದ್ಯಾಂ ಚ, a river.

825. ಅಱ್. ಜ್ಞಾನೇ, to know.

826. ಕಳ್ಚಿಱ್. ಯುಗಲಸಂಧಾನೇ, to join a pair.

827. ಬೊಬ್ಬಿಱ್ (ಬೊಬ್ಬೆ+ಇಱ್). ಮಹಾರವೇ, to give a loud sound, to bawl.

828. ಪಱ್. ವಿಚ್ಛಿತ್ತೌ, to cut, tear, etc.

829. ತಱ್. ಲೂನೇ, to clip or strip off; ಖದಿರೇ ಚ, the Acacia Catechu tree.

830. ಮುಱ್. ಮೋಟನೇ, to break, etc.; ಖಂಡೇ ಚ, a fragment, a piece (s. *S.* 24).

831. ತಱ್ (*cf.* 829). ಛೇದೇ to cut, etc.

832. ನುಱ್. ಸಂಚೂರ್ಣೇ, to be powdered, etc.

833. ಪಱ್ (*cf.* 828). ಭೂಷಣೇ, to decorate.

834. ಇಱ್. ಘಾತನೇ, to strike, stab.

835. ಅಳ್ಳಿಱ್ (ಅಳ್ಳು+ಇಱ್). ಸ್ಪಂದನೇ, to tremble, shake.

836. ಈಡಿಱ್ (ಈಡು+ಇಱ್). ಶೃಂಗಸಂಕರ್ಷಣೇ, to pull with the horns.

837. ಪಾಂಗಱ್ (ಪಾಂಗು+ಅಱ್). ಪ್ರಕಾರಗಮನೇ, to go in proper order, etc.

838. ಎಡೆಗಿಱ್ (ಎಡೆಗೆ+ಇಱ್). ಸಂಛಂನೇ, to be covered, etc.

839. ಏಱು (o. r. ಏಱ್). ಆರೋಹಣೇ, to ascend; ಕ್ಷತೇ ಚ, a wound.

840. ಮೀಱು (o. r. ಮೀಱ್). ಅತಿಕ್ರಮಣೇ, to transgress, etc.

840*a*–840*e*. ಕೇಱು. ಸೂರ್ಪಕರಣೇ, to winnow.—ತೂಱು. ಉ

ದ್ಧೂತೌ, to rouse up.—ದೂಱು. ಪೈಶೂನ್ಯೇ, to calumniate, etc.—ತೀಱು. ಕಬಳನೇ, to take mouthfuls.—ಸಾಱು. ಘೋಷಣೇ, to proclaim; ರಸಾರ್ದ್ರೇ ಚ, broth.

841. ಪಾಱು (o. r. ಪಾಱ್). ಉತ್ಪ್ಲವನೇ (o. r. ಉತ್ಪವನೇ), to leap up, to jump; ವಹಿತ್ರಭೇದೇ ಚ, a kind of boat.

842. ತೋಱು (o. r. ತೋಱ್). ದರ್ಶನೇ, to appear, etc.

843. ಕೀಱು (*cf.* 883, o. r. ಕೀಱ್). ಆಗ್ರಹ-ಪ್ರಮಾರ್ಜನಯೋಃ, to rage; to rub off or away.

844. ಮಾಱು. ವಿಕ್ರಯೇ, to barter, sell.

845. ಕಾಱು. ವಮನೇ, to vomit.

846. ನಾಱು. ಗಂಧೇ, to smell; ಆರ್ದ್ರೀಕರಣೇ ಚ, to make wet, moisten.

847. ಸೇಱು (o. r. ಪೀಱು). ವಿಕೀರ್ಯೇ, ವಿಕೀರ್ಯವೆಂದು ಚೆಲ್ಲೂದು, to scatter.

848. ತಾಱು. ಶೋಷಣೇ, to become dry, etc.; dry up ಶಕುನೇ ಚ, an omen.

849. ಊಱು. ಸತ್ವೇ, to be, exist, etc.

850. ಕೆದಱು. ವಿಕೀರ್ಣೇ, to scatter, dishevel, etc.

851. ಒಱ್. ವಹೇ, to ooze, flow; ಶಸ್ತ್ರಕೋಶೇ ಚ, the sheath of a weapon.

852. ಬೆದಱು. ವ್ಯಸ್ತೇ, to be agitated, alarmed, etc.

853. ಒದಱು. ಆಸ್ಫೋಟನೇ, to make noise by slapping or clapping the arms.

854. ಗದಱು. ಗರ್ಜನೇ, to roar, etc.

855. ಸಮಱು. ಚಾರುಕರಣೇ, to make beautiful, etc.

856. ಮುಸುಱು. ಸಂಛಂನೇ, to cover, etc.

857. ಎಡಱು. ವಕ್ರಭಾವೇ, to be crooked; ದಾರಿದ್ರ್ಯೇ ಚ, poverty.

858. 859. ಅಳಱು. ಬೆಳಱು. ಭಯೇ, to fear.

860. ಒಳಱು. ರಾವೇ, to sound.

861. ಕಿಳಱು. ಹಯಘೋಷಾಯಾಂ, to neigh as a horse. (*cf.* 599).

862. ಪೋಱಮಾಱು. ಪಲಾಯನೇ, to flee.

863. ಪೆಱು. ಉಪಲಬ್ಧೌ, to acquire; ಪ್ರಸೂತೇ ಚ, to beget, to generate.

864. ತೆಪ್ಪಱು. ಚೇತನಕರಣೇ, to animate.

865. ತಿಱು. ವಿನಿಮಯೇ, to barter, exchange.

866. ಕಿಱು. ವ್ಯವಧಾನೇ, to close, to shut, etc.

867. ಪೊಱು. ಶಿರೋಧಾರಣೇ, to bear on the head, etc.

868. ಎಱ್. ದ್ರವದ್ರವ್ಯದಾನೇ, to pour out liquids; ಪತಿತ್ವೇ ಚ, the state of being a master.

869. ಕೊಱ್. ಖಂಡನೇ, to cut; ಧಾನ್ಯಭೇದೇ ಚ, a sort of grain.

870. ಜಱ್. ಅವಗ್ರಹೇ, to be impeded (?) (*cf.* 888).

871. ಅಱ್. ಸ್ವರೂಪಭಾವೇ, to lose one's form; ಶಿಲಾಯಾಂ ಚ, a rock, slab.

872. ಕಯ್ಮಱ್ (ಕಯ್+ಮಱ್). ವಿಸ್ಮಯೇ, to be amazed etc.

873. ತೆಗೆ-ನೆಱ್. ಆಕರ್ಣಾಂತೇ, to pull to its full extent, etc.

874. ಎಚ್ಚಱು. ಜಾಗರಣೇ, to awake (v. i.).

875. 376. ಬೇಸಱು. ಆಸಱು. ಆಲಸ್ಯೇ, to be weary or fatigued.

877. 878. ಅಳ್ಕಱು ಬೆಳ್ಕಱು (o. r. ಬೆಚ್ಕಱು). ಬಯೇ, to fear.

879. ಅಚ್ಕಱು. ಪ್ರೇಮ್ಣಿ, to love.

880. ಎಚ್ಚಱು. ನಿದ್ರಾಭಾವೇ, to be vigilant, etc. (*cf.* 874).

881*a*. ಪೊಚ್ಚಱು. ಸ್ಫುರಣೇ, to appear, etc.

881*b*. ಆಱು. ನಿರ್ದ್ರವೇ, to dry up, become dry; ಸಮರ್ಥತ್ವೇ ಚ, to be able or strong, etc.

882. ಸೀಱು. ದುಃಕಲಹೇ, to grow enraged, very contentious or quarrelsome.

883. ಕೀ[illegible] (*cf.* 833). ಭಯಧ್ವನೌ, to cry out from fear. etc.

884. ಬೀಱು. ಸ್ವೇಚ್ಛಾಪ್ರದಾನೇ, to give away according to one's inclination.

885. ಗಱು. ಪರಿಭಾವನೇ, to conceive, think, etc.

886. ಜಱು. ಭಯೇ, to fear.

887. ಎಱು. ಸಮಗ್ರತ್ವೇ, to be complete, etc.

888. ಜಱ್ (*cf.* 870). ಆಕ್ರಮಣಾಲಾಪೇ, to speak assaultingly.

889. ಬೆಱ್. ಅಹಂಕಾರಭಾವೇ, to be arrogant, etc.

21. ೞಾಂತಕ್ಕೆ, ಉತ್ತರಸ್ಥಿತೞಧಾತವಃ

Verbs with final ೞ್.

890. ಕುೞ್. ಖನನೇ, to dig; ನಿಮ್ನಭೂಮೌ ಚ, a hollow, etc.

891. ಇೞ್. ನಿಮ್ನಾವಕರಣೇ, to come down, to descend.

892. ಉೞ್. ಅವಶಿಷ್ಟೇ, to remain; ವಿಮೋಚನೇ ಚ, to remain alive; ಚೋರಪ್ರಸ್ತರೋಪಕರಣಗೋಪನೇಷು ಕುಳಂ, but when meaning "a thief", or "a tool", or "to hide", it is written ಉಳಿ.

893. ಅೞ್. ವಿನಾಶೇ, to be ruined; ಮಾನಶೇಷರಸೇ ಚ, the liquid which remains in the measure; ಭ್ರಮರಾರ್ಥೇ ಕ್ಷ್ಮಳಂ, but when meaning "the black bee" it is written ಅಳಿ.

894. ಕೞ್. ನಿಧನಾತಿದೂರಯೋಃ, to end, to die, to go or be removed very far; ಸೌವೀರೇ ಚ, sour gruel.

895. ಬೞ್. ಸಮ್ಮಾರ್ಜನ-ಮಾರ್ಗ-ವಂಶೇಷು, to sweep, etc. road; race, lineage; ಆಹ್ವಾನಪುರುಷೇ ಚ, a man who calls or invites.

896. 897. ಕಯ್ಗೞ್ (ಕಯ್+ಕೞ್). ಅಸ-ಕೞ್. ಅತಿಕ್ರಮಣೇ, to surpass, etc.

898. ಪೞ್. ನಿಂದಾಯಾಂ, to rebuke; ವಸ್ತ್ರವಿಶೇಷೇ ಚ, a certain cloth.

899. ಸುೞ್. ಭ್ರಮಣೇ (o. r. ಪರಿಭ್ರಮಣೇ), to turn round; ಜಲಾವರ್ತೇ ಚ, a whirlpool.

900. ತುೞ್. ಪಾದಸಂಘಟ್ಟನೇ, to trample on.

901. ಪಿೞ್. ನಿರ್ದ್ರವಕರಣೇ, to squeeze out, etc.; ದಲನಾರ್ಥೇ ಕ್ಷುಳಂ, but when meaning "to burst" it is ಪಿೞಿ, for instance ಪಿಳ್ಳನೆ ಪಿೞಿದುದು.

902. ಕೊೞೆ. ಜೀರ್ಣೇ, to decay, to rot; ಕಾಯಮಲೇ ಚ, excretion of the body.

903. ಎೞೆ. ಆಕ್ರಮಣಾಕರ್ಷಣೇ, to draw with power, to pull; ತಂತುಮಾತ್ರೇ ಚ, thread; ಭೂವಾಚಕೇ ಕ್ಷಳಂ, but when meaning "earth" it is ಎಳೆ.

904. ಕೀೞ್. ಉತ್ಪಾಟನೇ, to pull out, etc.

905. ಉೞ್. ವಿಲೇಖನೇ, to make furrows, to plough.

906. ಅೞ್. ರೋದನೇ, to weep.

907. ಅಗುೞ್. ಖನನೇ, to dig.

908. ತೆಗೞ್. ನಿಂದಾಯಾಂ, to rebuke, to blame.

909. ಜಗುೞ್. ಅಪಸರಣೇ, to go away, etc.

910. ಪೊಗೞ್. ಸಂಸ್ತವನೇ, to praise.

911. ನೆಗೞ್. ಉದ್ಯೋಗ-ಖ್ಯಾತಯೋಃ, to engage in, to be known or famous; ನಕ್ರೇ ಚ, an alligator.

12. ಮಗುೞ್. ನಿವರ್ತನೇ, to return, etc.

913. ಪೆಡ-ಮಗುೞ್ (o. r. ಪೆಡಂಮಗುೞ್). ಪರಾಙ್ಮುಖೇ, to turn the face backward.

914. ಎೞೆ (*cf.* 903). ರೋಧಾಕರ್ಷಣೇ, to lay hold of and pull forcibly, to drag.

915. 916. ಆೞ್. ಅಗುೞ್. ಜಲನಿಮಜ್ಜನೇ, to dive into water, to sink in water; ಸೇವಕೇ ಕುಳಂ, but when meaning "servant", ಆಳ್.

917. ಬಾೞ್. ಜೀವನೇ, to live; ಖಡ್ಗೇ ಕುಳಂ, but when meaning "sword", ಬಾಳ್.

918. ಪೋೞ್. ವಿದಾರಣೇ, to cleave asunder, split; ಖಂಡೇ ಚ, a piece or portion; ವಿರಚನಾರ್ಥೇ ಚ, arranging, etc.

919. ಪೊೞ್, ಆಚ್ಛಾದನೇ, to cover, etc.

920. ಬೀೞ್. ಪತನೇ, to fall; ಖಿಲಕ್ಷೇತ್ರೇ ಚ, uncultivated land, etc.

921. ಏೞ್. ಉತ್ಥಾಪನೇ, to rise.

922. ಪಾಱೇೞ್ (ಪಾಱು + ಏೞ್). ನಿರ್ದ್ರವನೇ, to run away; ಅವಮಾನೇ ಚ, to become contemptuous.

923. ಜೀಱೇೞ್ (ಜೀಱು + ಏೞ್). ಧ್ವನಿವಿಕಾರೇ, to sound strangely, to scream, etc.

22. ಳಾಂತಕ್ಕೆ.

ತದನಂತರೇ ಕುಳಃ.

Now Verbs with final ಳ್.

924. ಬೆಳೆ. ಸಸ್ಯವೃದ್ಧೌ, to grow, as corn.

925. ಬಳೆ. ಪ್ರವೃದ್ಧೌ, to grow up, to prosper, ಕಾಚಭೂಷಣೇ ಚ, a glass-ring.

926. ತಳೆ. ಧಾರಣೇ, to obtain, etc.; ಆತಪತ್ರಭೇದೇ ಱುಂ, when meaning "parasol" it is ತೞೆ.

927. ಮೊಳೆ. ಪ್ರರೋಹಕ್ರಿಯಾಯಾಂ, to sprout, get shoots; ಅಂಕುರೇ ಚ, a shoot, a sprout.

928. ಸೆಳೆ. ಆಕರ್ಷಣೇ, to draw, etc.; ಬಾಲಶಿಕ್ಷಾದಂಡೇ ಚ, a rod for training boys.

929. ಅಳೆ. ಪರಿಮಾಣೇ, to measure; ತಕ್ರೇ ಚ, buttermilk.

930. ತೊಳೆ. ಪ್ರಕ್ಷಾಲನೇ, to remove by washing, wash; ಫಲತೂಲಾಯಾಂ ಚ; a division in fruits.

931 ಪೊಳೆ. ಲುಠನೇ, to roll about; ನದ್ಯರ್ಥೇ ಬಿಟಿಂ, but when meaning "river", ಪೊಟ್.

932. ಕಳೆ. ವಿಸರ್ಜನೇ, to throw away, etc.; ಕಳಾಯಾಂ ಕ್ಷಳ, but when meaning "lustre", the ಳ is kshaḷa.

933. ತಳಿ. ಸೇಚನೇ, to sprinkle; ಸತ್ರೇ ಚ, a choultry for travellers; ಸ್ಥೂಲದಾರೌ ಬಿಟಿಂ, but when meaning "a thick piece of wood" it is ತಟ್.

934. ನಳಿ. ನಮನೇ, to bow.

935. ಚಳಿ. ವಿಗತಪ್ರಭಾವೇ (ಒ. r. ವಿಗತಭಾವ), to be deprived of power; ಶೀತೇ ಚ, cold, coolness, etc.

936. ಮುಳಿ. ಕೋಪೇ, to be angry.

937a. ತಿಳಿ. ನೈರ್ಮಲ್ಯೇ, to be or become clean or clear; ಜ್ಞಾನ-ಪ್ರಸನ್ನಭಾವಯೋಃ, to be known, to know; to be pleased, etc.; ಕಾಂಜಿಕೇ ಚ, conjee water.

937b. ಸೆಳೆ. ಆಕರ್ಷಣೇ, to draw towards one's self (only in one Ms.).

938. ತೊಳ್. ಅಪಸರ್ಪಣೇ, to retreat, etc.

939. ತಾಳ್. ಧಾರಣೇ, to bear; ವೃಕ್ಷೇ ಬಿಟಿಂ, but when meaning "the palmyra tree" it is ತಾಟ್.

940. ಸೀಳ್. ವಿದಾರಣೇ, to cleave, split, etc.; ಶಕಲೇ ಚ, a piece.

941. ಬೇಳ್. ಹವಿಃಪ್ರದಾನೇ, to offer into or with fire; ನಿವೃದ್ಧೌ ಚ, to be without growth (? o. r. ನಿವರ್ಧನೇ).

942. ಮೋಳ್. ಅಗ್ರಗಮನೇ, to go before.

943. ಓಳ್. ನಿಧುವನೇ, to have sexual intercourse.

944. ಊಳ್. ದೂರಾದಾಹ್ವಾನೇ, to call from afar.

945. ನೀಳ್. ಪ್ರಸಾರಣೇ, to extend, etc.

946. ಕಳ್. ಸ್ತೇಯೇ, to steal; ಮದ್ಯೇ ಚ, toddy.

947. ಕೊಳ್. ಗ್ರಹಣೇ, to seize, take, lay hold.

948. ಮುಳ್. ಕಂಟಕೇ, to be irritated, etc.

949. ಮಸುಳ್. ವಿಗತಪ್ರಭಾಯಾಂ, lustre to go away or disappear, grow dim, etc.

950. 951. ನುಗುಳ್. ನುಸುಳ್. ದ್ವಾರಪ್ರವೇಶೇ, to enter a door or opening, etc.

952. ತಗುೞ್. ಅನುಧಾವನೇ, to run after.

953. ಬಗುೞ್. ಕುರ್ಕುರಧ್ವನೌ, to sound as a dog, to bark; ಸಾರಣೇ ಚ, to suffer from dysentery.

954. ಮುಗುೞ್. ನಿಮೀಲನೇ, to shut the eyelids; ಕುಟ್ಮಲೇ ಚ, an opening bud.

955. ಸುರುೞ್. ಸಂಕೋಚನೇ, to contract, shrivel.

956. ಉರುೞ್. ನಿಮ್ನಪತನೇ, to roll down, etc.

957. ಪೊರೞ್. ಲುಠನೇ, to roll, etc.

958. ಸೂರುೞ್. ಶಪಥೇ, to swear.

959. ಕಣ್ಗೊಳ್ (ಕಣ್+ಕೊಳ್). ದರ್ಶನೀಯೇ, to appear.

960. ಕಯ್-ಕೊಳ್. ಸ್ವೀಕಾರೇ, to adopt, etc.

961. ಬೆಂ-ಗೊಳ್. ಅನುಧಾವನೇ, to run after.

962. ದೊರೆ-ಕೊಳ್. ಪ್ರಾಪ್ತೌ, to be obtained or gained.

963. ಮನಂ-ಗೊಳ್. ಚಿತ್ತವಿಮೋಹನೇ, the mind to be captured, etc.

964. ಅಸುಂ-ಗೊಳ್. ಪ್ರಾಣಾಪಹರಣೇ, to take away life, to kill.

965. ಬಟ್-ಕೊಳ್. ಕ್ರಮಸಂಧಾನೇ, to put together in regular order.

966. ನೆಟ್-ಕೊಳ್. ಸರ್ವಸ್ವಹರಣೇ, to seize all, etc.; ಮರ್ಮಭೇದೇ ಚ (o. r. ವರ್ಮಭೇದೇ ಚ), to pierce or penetrate the vitals, etc.

967. ಮಾರ್ಕೊಳ್ (ಮಾಱ್+ಕೊಳ್). ಸಂಮುಖೇ, to become opposite to, etc.

968. ಬಲವರಂಗೊಳ್ (ಬಲವರಂ+ಕೊಳ್). ಪಕ್ಷಸ್ವೀಕಾರೇ, to side with.

ಗದ್ಯಂ. — ಇದು ಸಮಸ್ತಶಾಬ್ದಿಕಜನಮನೋಜನಿತಶಬ್ದಸಂದೇಹಶಲ್ಯಚಾರುಚುಂಬಕಾಯಮಾನಾನೂನಕರ್ನಾಟಕಲಕ್ಷಣಶಿಕ್ಷಾಚಾರ್ಯಸುಕವಿಕೇಶಿರಾಜವಿರಚಿತಮಪ್ಪಶಬ್ದಮಣಿದರ್ಪಣದೊಳ್ ಧಾತುನಿರ್ಣಯಮೆಂಬ ಷಷ್ಠಮಪ್ಪ ಸಂಧಿ ಸಮಾಪ್ತಂ.

೬ನೆಯ ಅಧ್ಯಾಯಂ ಸಮಾಪ್ತಂ.

೭ನೆಯ ಅಧ್ಯಾಯಂ. VII. CHAPTER.

ಅಪಭ್ರಂಶಪ್ರಕರಣಂ.

ON WORDS CORRUPTED FROM THE SAMŚKRIT.

ಸೂತ್ರಂ.

There are (Apabhraṁśa or Tadbhava) words in use that are worth consideration also on the part of the learned.

ಈಕ್ಷಿಸಿ ಶಿಕ್ಷಾಸೂತ್ರದ
ಲಕ್ಷಣಮಂ ಲೋಕರೂಢಿ ಕೆಡದ ವೊಲಱಿವರ್ |
ಲಕ್ಷಿಪುದು ನುಡಿಗಳೊಳ್ ಬಹು
ಳಾಕ್ಷೇಪಣಮಿಲ್ಲದಿರೆಯುಮಱಿಯದ ಕೆಲವಂ ||252||

ಪದಚ್ಛೇದಂ.—ಈಕ್ಷಿಸಿ ಶಿಕ್ಷಾಸೂತ್ರದ ಲಕ್ಷಣಮಂ, ಲೋಕರೂಢಿ ಕೆಡದ ವೊಲ್, ಅಱಿವರ್ ಲಕ್ಷಿಪುದು, ನುಡಿಗಳೊಳ್ ಬಹುಳಾಕ್ಷೇಪಣಂ ಇಲ್ಲದೆ ಇರೆಯುಂ, ಅಱಿಯದ ಕೆಲವಂ.

ಅನ್ವಯಂ.—ಶಿಕ್ಷಾಸೂತ್ರದ ಲಕ್ಷಣಮಂ ಈಕ್ಷಿಸಿ, ಲೋಕರೂಢಿ ಕೆಡದ ವೊಲ್, ಅಱಿವರ್, ನುಡಿಗಳೊಳ್ ಬಹುಳಾಕ್ಷೇಪಣಂ ಇಲ್ಲದೆ ಇರೆಯುಂ, ಅಱಿಯದ ಕೆಲವಂ ಲಕ್ಷಿಪುದು.

ಟೀಕು.—ಶಿಕ್ಷಾಸೂತ್ರದ = ಶಿಕ್ಷಾಸೂತ್ರದ; ಲಕ್ಷಣಮಂ = ಲಕ್ಷಣವಂ; ಈಕ್ಷಿಸಿ = ನೋಡಿ; ಲೋಕರೂಢಿ = ಲೋಕಪ್ರಸಿದ್ಧಿ; ಕೆಡದ ವೊಲ್ = ಕೆಡದ ಹಾಂಗೆ; ಅಱಿವರ್ = ತಿಳಿವರ್; ನುಡಿಗಳೊಳ್ = ವಾಕ್ಯಂಗಳಲ್ಲಿ; ಬಹುಳಾಕ್ಷೇಪಣಂ = ಬಹುಳ ಸಮುಚ್ಚಯಂಗಳ್; ಇಲ್ಲದಿರೆಯುಂ = ಇಲ್ಲದಿರ್ದೊಡಂ; ಅಱಿಯದ ಕೆಲವಂ = ತಿಳಿಯದ ಕೆಲವಂ; ಲಕ್ಷಿಪುದು = ಗುಱುವಿಡುವುದು.

I. Changes of Consonants in general.

ಸೂತ್ರಂ.

In Tadbhava words ಶ್ and ಷ್ are changed into ಸ್.

ಸಕ್ಕದದ ತದ್ಭವಂಗಳ
ಲಕ್ಕಣಮಂ ಕಂನಡಕ್ಕೆ ಲಕ್ಷಿಸಿ ಪೇೞ್ವೆಂ |
ಸಕ್ಕದದ ಶಷದ್ವಿತಯ
ಕ್ಕಕ್ಕುಂ ಸತ್ವಂ ಪ್ರಸಿದ್ಧಿಯಿಂದೆಲ್ಲೆಡೆಯೊಳ್ || 253 ||

ಪದಚ್ಛೇದಂ.—ಸಕ್ಕದದ ತದ್ಭವಂಗಳ ಲಕ್ಕಣಮುಂ ಕಂನಡಕ್ಕೆ ಲಕ್ಷಿಸಿ ಪೇೞ್ವೆಂ. ಸಕ್ಕದದ ಶಷದ್ವಿತಯಕ್ಕೆ ಆಕ್ಕುಂ ಸತ್ವಂ ಪ್ರಸಿದ್ಧಿಯಿಂದೆ ಎಲ್ಲ ಎಡೆಯೊಳ್.

ಅನ್ವಯಂ.—ಸಕ್ಕದದ ಶಷದ್ವಿತಯಕ್ಕೆ ಎಲ್ಲೆಡೆಯೊಳ್ ಪ್ರಸಿದ್ಧಿಯಿಂದೆ ಸತ್ವಂ ಅಕ್ಕುಂ ಎಂಬುದನ್ವಯಂ.

ಟೀಕು.—ಸಕ್ಕದದ = ಸಂಸ್ಕೃತದ; ತದ್ಭವಂಗಳ = ತದ್ಭವಶಬ್ದಂಗಳ; ಲಕ್ಕಣಮುಂ = ಲಕ್ಷಣವಂ; ಕಂನಡಕ್ಕೆ = ಕರ್ಣಾಟಕಕ್ಕೆ; ಲಕ್ಷಿಸಿ = ಗುರುತುಪಿಟ್ಟು; ಪೇೞ್ವೆಂ = ಪೇೞ್ವೆಂ; ಸಕ್ಕದದ = ಸಂಸ್ಕೃತದ; ಶಷದ್ವಿತಯಕ್ಕೆ = ಶಕಾರ ಷಕಾರವೆಂಬೆರಡಕ್ಕೆ; ಎಲ್ಲೆಡೆಯೊಳ್ = ಎಲ್ಲಾ ತಾವಿನಲ್ಲಿ; ಪ್ರಸಿದ್ಧಿಯಿಂದೆ = ಪ್ರಸಿದ್ಧಿಯಿಂದೆ; ಸತ್ವಂ = ಸಕಾರಂ; ಆಕ್ಕುಂ = ಆಗುವುದು.

ವೃತ್ತಿ.—ಸಂಸ್ಕೃತಕ್ಕೆ ಪುಟ್ಟಿದ ಕಂನಡಮಂ ನಿರೂಪಿಸುವೆಂ. ಸಂಸ್ಕೃತದ ಶಷಂಗಳ್ಗೆ ಸಕಾರಂ ಪ್ರಸಿದ್ಧಮಾಗೆಲ್ಲೆಡೆಯೊಳಮುಕ್ಕುಂ.

ಪ್ರಯೋಗಂ.—ಶಕಾರಕ್ಕೆ—ಶಶಿ = ಸಸಿ; ಶಂಕೆ = ಸಂಕೆ; ಶಾಂತಿ = ಸಾಂತಿ; ಶರಂ = ಸರಂ; ಶಂಬರಂ = ಸಂಬರಂ, ಶಂಬರಮೆಂದುದಕಂ; ಕಳಶಂ = ಕಳಸಂ; ಶೂಲಂ = ಸೂಲಂ; ಗಿರಿಶಂ = ಗಿರಿಸಂ; ಶಿವೆ = ಸಿವೆ; ನಿಶ್ಯಂಕಂ = ನಿಸ್ಸಂಕಂ; ಅಶನಿ = ಅಸನಿ; ಶುಚಿ = ಸುಚಿ; ಪಾಶಂ = ಪಾಸಂ or ಹಾಸಂ; ಶರದಂ = ಸರದಂ; ಶಂಕು = ಸಂಕು, ಶಂಕುವೆಂದು ಕೊರಡುಂ ಗಿರ್ವಂದಿಯುಮಕ್ಕುಂ; ಅಂಕುಶಂ = ಅಂಕುಸಂ; ಶಾಲೆ = ಸಾಲೆ; ಶಕುನಂ = ಸಕುನಂ; ಶಾಪಂ = ಸಾಪಂ; ಶಂಬಳಂ = ಸಂಬಳಂ; ಆಕಾಶಂ = ಆಕಾಸಂ, ಆಗಸಂ; ಶಾಲಣಂ = ಸಾಲಣಂ (not in Mḍs. Ms.); ಸಂಶಯಂ = ಸಂಸಯಂ; ಶಾರಿದಂ = ಸಾರಿದಂ (o. r. ಹಾರಿದಂ = ಸಾರಿದಂ); ಶಿರಂ = ಸಿರಂ; ದಶೆ = ದಸೆ; ರಾಶಿ = ರಾಸಿ; ಶಾಣಂ = ಸಾಣೆ; ಶೌರಿ = ಸೌರಿ; ಶಕುನಿ = ಸಕುನಿ; ಪರಶು = ಪರಸು; ಶುದ್ಧಿ = ಸುದ್ದಿ; ಶುಂಠಿ = ಸುಂಟಿ; ಶೀತಂ = ಸೀತಂ; ಪಶು = ಪಸು; ನಿಶಾದಿ = ನಿಸಾದಿ; ಶಾರೀರಂ = ಸಾರೀರಂ.

ಷಕಾರಕ್ಕೆ—ಹರ್ಷಂ = ಹರುಸಂ; ಭಾಷೆ = ಬಾಸೆ; ವೇಷಂ = ವೇಸಂ; ವಿಷಯಂ = ವಿಸಯಂ; ಮೇಷಂ = ಮೇಸಂ; ಆಮಿಷಂ = ಆಮಿಸಂ; ನಿಷಾದಿ = ನಿಸಾದಿ, ನಿಸಾದಿಯೆಂದು ಮಾವಂತಿಗಂ; ದೋಷಂ = ದೋಸಂ; ವಿಷಂ = ವಿಸಂ; ನಿಮಿಷಂ = ನಿಮಿಸಂ; ಪಾಷಾಣಂ = ಪಾಸಾಣಂ; ಔಷಧಂ = ಔಸದಂ; ರೋಷಂ = ರೋಸಂ; ದೂಷಣಂ = ದೂಸಣೆ; ಪಾಷಾಂಡಿ = ಪಾಸಾಂಡಿ; ಜೋಷಂ = ಜೋಸಂ; ಶೇಷಂ = ಸೇಸಂ; ಶೇಷೆ = ಸೇಸೆ; ಪೌರುಷಂ = ಪೌರುಸಂ; ಕಾಷಾಯಂ = ಕಾಸಾಯಂ; ಮಷಿ = ಮಸಿ.

ಸೂತ್ರಂ.

Further, when a Double-consonant is disjoined, its first letter receives either ಅ, ಇ or ಉ, and a long vowel (preceded by ಅ or ಇ) is then shortened.

ವಿರಳಂ ಮಾಡಿದ ದಡ್ಡ
ಕ್ಕರದ ಮೊದಲ್ಗತ್ವಮಿತ್ವಮುತ್ವಮುಮಕ್ಕುಂ |
ದೊರೆಕೊಳ್ಗುಮತ್ವದಿತ್ವದ
ಪರವರ್ಣಂ ದೀರ್ಘಮಾದ ಪಕ್ಷಂ ಹ್ರಸ್ವಂ || 254 ||

ಪದಚ್ಛೇದಂ.—ವಿರಳಂ ಮಾಡಿದ ದಡ್ಡಕ್ಕರದ ಮೊದಲ್ಗೆ ಅತ್ವಂ ಇತ್ವಂ ಉತ್ವಮುಂ ಅಕ್ಕುಂ; ದೊರೆಕೊಳ್ಗುಂ ಅತ್ವದ ಇತ್ವದ ಪರವರ್ಣಂ ದೀರ್ಘಂ ಆದ ಪಕ್ಷಂ ಹ್ರಸ್ವಂ.

ಅನ್ವಯಂ.—ಅತ್ವದ ಇತ್ವದ ಪರವರ್ಣಂ ದೀರ್ಘಮಾದ ಪಕ್ಷಂ ಹ್ರಸ್ವಂ ದೊರೆಕೊಳ್ಗುಂ ಎಂಬುದನ್ವಯಂ.

ಟೀಕು.—ವಿರಳಂ ಮಾಡಿದ ದಡ್ಡಕ್ಕರದ= ವಿರಳವಂ ಮಾಡಿದ ಒತ್ತಿನಕ್ಕರದ; ಮೊದಲ್ಗೆ = ಮೊದಲಕ್ಷರಕ್ಕೆ; ಅತ್ವಂ = ಅಕಾರಂ; ಇತ್ವಂ = ಇಕಾರಂ; ಉತ್ವಮುಂ = ಉಕಾರವುಂ; ಅಕ್ಕುಂ = ಆಗುವುದು; ಅತ್ವದ = ಅಕಾರದ; ಇತ್ವದ = ಇಕಾರದ; ಪರವರ್ಣಂ = ಮುಂದಣಕ್ಷರಂ; ದೀರ್ಘಂ = ದೀರ್ಘಾಕ್ಷರಂ; ಆದ ಪಕ್ಷಂ = ಆದ ಪಕ್ಷದಲ್ಲಿ; ಹ್ರಸ್ವಂ = ಹ್ರಸ್ವಂ; ದೊರೆಕೊಳ್ಗುಂ = ಬರ್ಪುದು.

ವೃತ್ತಿ.—ಬೇರ್ಕೆಯ್ದ ದಡ್ಡಕ್ಕರದ ಪೂರ್ವವ್ಯಂಜನಕ್ಕೆ ಅಕಾರಮಿಕಾರಮುಕಾರಮಕ್ಕುಂ; ಅಕಾರದಿಕಾರದ ಮುಂದಣ ದೀರ್ಘಕ್ಕೆ ಹ್ರಸ್ವಮಕ್ಕುಂ.

ಪ್ರಯೋಗಂ.—ಅಕಾರಕ್ಕೆ—ಯತ್ನಂ = ಜತನಂ; ಇಂದ್ರಂ = ಇಂದರಂ; ಕ್ರಕಚಂ = ಕರಗಸಂ.

ಇಕಾರಕ್ಕೆ—ಶ್ರೀ = ಸಿರಿ; ಗಿರ್ಗಟಂ = ಗಿರಿಗಟಂ; ವರ್ಷಂ = ಬರಿಸಂ.

ಉಕಾರಕ್ಕೆ—ಲಕ್ಷ್ಮಿ = ಲಕುಮಿ; ಲಕ್ಷ್ಮಣಂ = ಲಕುಮಣಂ; ಸರ್ಷಪಂ = ಸರುಸಪಂ, ಸರ್ಷಪಮೆಂದು ಸಾಸವೆ; ಹರ್ಷಂ = ಹರುಸಂ; ಅರ್ಹಂ = ಅರುಹಂ; ದರ್ಶನಂ = ದರುಸನಂ; ಆಕರ್ಷಣಂ = ಆಕರುಸನಂ; ಅಲ್ಪಂ = ಅಲುಪಂ; ಯುಗ್ಮಂ = ಜುಗುಮಂ; ಪದ್ಮಂ = ಪದುಮಂ; ಲಗ್ನಂ = ಲಗುನಂ; ಶಬ್ದಂ = ಸಬುದಂ; ಮಾತ್ರಂ = ಮಾತುರಂ; ತನ್ತ್ರಂ = ತನ್ತುರಂ; ಭಕ್ತಿ = ಭಕುತಿ; ಮುಕ್ತಿ = ಮುಕುತಿ; ರತ್ನಂ = ರತುನಂ; ಸೂಕ್ಷ್ಮಂ = ಸುಕುಮಂ.

ಅತ್ವದ ಮುಂದಣ ಹ್ರಸ್ವಕ್ಕೆ—ಪ್ರಾಯಂ = ಹರಯಂ; ಪ್ರಾಣಂ = ಹರಣಂ; ತ್ರಾಸಂ = ತರಸಂ; ತ್ರಾಣಂ = ತರಣಂ.

ಇತ್ವದ ಮುಂದಣ ಹ್ರಸ್ವಕ್ಕೆ—ವ್ಯಾಧಿ=ಬಿಯದಿ; ವ್ಯಾಧಂ=ಬಿಯದಂ; ವ್ಯಾಳಂ=ಬಿಯಳಂ; ವ್ಯಾಸಂಗಂ=ಬಿಯಸಂಗಂ.

ಸೂತ್ರಂ.

The letters ಕ, ಚ, ಟ, ತ become ಗ, ಜ, ಡ, ದ; ಖ, ಛ, ಠ, ಥ, ಫ become ಕ, ಚ, ಟ, ತ, ಪ; and ಘ, ಝ, ಢ, ಧ, ಭ become ಗ, ಜ, ಡ, ದ, ಬ.

ವರ್ಗಪ್ರಥಮಂಗಳ್ತ
ದ್ವರ್ಗತೃತೀಯಂಗಳಪ್ಪುವುೞಿಯೆ ಪವರ್ಗಂ |
ವರ್ಗದ್ವಿತೀಯವರ್ಣಂ
ವರ್ಗಪ್ರಥಮಂ ಚತುರ್ಥಮಱಿಗೆ ತೃತೀಯಂ ||255 ||

ಪದಚ್ಛೇದಂ.—ವರ್ಗಪ್ರಥಮಂಗಳ್ ತದ್ವರ್ಗತೃತೀಯಂಗಳ್ ಅಪ್ಪುವು, ಉೞಿಯೆ ಪವರ್ಗಂ; ವರ್ಗದ್ವಿತೀಯವರ್ಣಂ ವರ್ಗಪ್ರಥಮಂ; ಚತುರ್ಥಂ; ಅಱಿಗೆ, ತೃತೀಯಂ.

ಅನ್ವಯಂ.—ಪವರ್ಗಂ ಉೞಿಯೆ, ವರ್ಗಪ್ರಥಮಂಗಳ್ ತದ್ವರ್ಗತೃತೀಯಂಗಳ್ ಅಪ್ಪುವು; ವರ್ಗದ್ವಿತೀಯವರ್ಣಂ ವರ್ಗಪ್ರಥಮಂ; ಚತುರ್ಥಂ ತೃತೀಯಂ; ಅಱಿಗೆ.

ಟೀಕು.—ಪವರ್ಗಂ=ಪವರ್ಗಂ; ಉೞಿಯೆ=ಹೊರತಾಗಿ; ವರ್ಗಪ್ರಥಮಂಗಳ್=ವರ್ಗದ ಮೊದಲಕ್ಷರಂಗಳ್; ತದ್ವರ್ಗತೃತೀಯಂಗಳ್=ಆ ವರ್ಗದ ಮೂಱನೆಯಕ್ಷರಂಗಳ್; ಅಪ್ಪುವು=ಆಗುವುವು; ವರ್ಗದ್ವಿತೀಯವರ್ಣಂ=ವರ್ಗದೆರಡನೆಯಕ್ಷರಂಗಳ್; ವರ್ಗಪ್ರಥಮಂ=ವರ್ಗದ ಮೊದಲಕ್ಷರಂಗಳ್ ಆಗುವುವು; ಚತುರ್ಥಂ=ವರ್ಗದ ನಾಲ್ಕನೆಯಕ್ಷರಂಗಳ್; ತೃತೀಯಂ=ವರ್ಗದ ಮೂಱನೆಯಕ್ಷರಂಗಳ್ ಆಗುವುವು; ಅಱಿಗೆ=ತಿಳಿಗೆ.

ವೃತ್ತಿ.—ಪವರ್ಗಮಂ ಕಳೆದುೞಿದ ವರ್ಗಂಗಳ ಮೊದಲ ಕ ಚ ಟ ತಂಗಳ್ತಮ್ಮ ಮೂಱನೆಯ ಗ ಜ ಡ ದಂಗಳಪ್ಪುವು; ವರ್ಗದೆರಡನೆಯ ಖ ಛ ಠ ಥ ಫಂಗಳ್ ತಮ್ಮ ಮೊದಲ ಕ ಚ ಟ ತ ಪಂಗಳಪ್ಪುವು; ವರ್ಗದ ನಾಲ್ಕನೆಯ ಘ ಝ ಢ ಧ ಭಂಗಳ್ ತಮ್ಮ ಮೂಱನೆಯ ಗ ಜ ಡ ದ ಬಂಗಳಪ್ಪುವು.

ಪ್ರಯೋಗಂ.—1) ಕಕಾರಕ್ಕೆ ಗಕಾರಂ—ಹೇರಿಕಂ=ಹೇರಿಗಂ (o. r. ಹೋರಿಕ=ಹೋರಿಗ); ವಾಸುಕಿ=ವಾಸುಗಿ; ಡಮರುಕಂ=ಡಮರುಗಂ; ಆಕರಂ=ಆಗರಂ; ಆಕಾಶಂ=ಆಗಸಂ; ಗಳಂತಿಕೆ=ಗಳಂತಿಗೆ, ಗಳಂತಿಗೆಯೆಂದಣದಿಗೆ; ಪೇಟಕೆ=ಪೆಟ್ಟಗೆ; ಮಲ್ಲಿಕೆ=ಮಲ್ಲಿಗೆ; ಪೂರಿಕೆ=ಪೂರಿಗೆ; ದೀಪಿಕೆ=ದೀವಿಗೆ; ಮುಷ್ಟಿಕೆ=ಮುಷ್ಟಿಗೆ; ಜೀವಕಂ=ಜೀವಗಂ, ಜೀವಗಮೆಂದು ಹೊನ್ನೆಯ ಮರಂ; ಪಿಣ್ಡಿಕೆ=ಪಿಣ್ಡಿಗೆ; ಪೈತೃಕಂ=ಹೈತಿಗೆ (o. r. ಹೈತಿಗಂ); ಓಳಿಕೆ=ಓಳಿಗೆ.

ಚಕಾರಕ್ಕೆ ಜಕಾರಂ—ಶೂಚಿ=ಸೂಜಿ; ಕಾಚು=ಗಾಜು; ವಾಚನೆ=ಬಾಜನೆ; ವಚೆ=ಬಜೆ.

ಟಕಾರಕ್ಕೆ ಡಕಾರಂ—ಕೋಟಿ=ಕೋಡಿ; ಕಟಕಂ=ಕಡಗಂ; ಮಕುಟಂ=ಮಗುಡಂ; ಅಟವಿ=ಅಡವಿ; ಮಾಟಂ=ಮಾಡಂ; ಲಕುಟಂ=ಲಗುಡಂ, ಲಗುಡಮೆಂದು ಡಾಣೆ; ಕಟಂ=ಕಡಂ (o. r. ತಟಂ=ತಡಂ); ಪಟಲಕಂ=ಹಡಲಗೆ; ತಟಿ=ತಡಿ; ಕುಟಿ=ಗುಡಿ; ಕೋಟಿ=ಗೋಡೆ; ಕೂಟಂ=ಕೋಡು.

ತಕಾರಕ್ಕೆ ದಕಾರಂ—ಜಾತಿ=ಜಾದಿ; ವಸತಿ=ಬಸದಿ; ಚತುರಂ=ಚದುರಂ; ಭೂತಿ=ಬೂದಿ; ದೂತಿ=ದೂದಿ; ಕೈತವಂ=ಕೈದವಂ; ಪ್ರಾಕೃತಂ=ಪಾಗದಂ; ತಾತಂ=ತಂದೆ.

2) ಖಕಾರಕ್ಕೆ ಕಕಾರಂ—ಖದಿರಂ=ಕದಿರಂ; ಖಳಂ=ಕಳಂ; ಖಂಡಂ=ಕಂಡಂ; ಖಾಸಂ=ಕಾಸಂ; ಶಂಖಂ=ಸಂಕಂ; ನಖಂ=ನಕಂ; ಪರಿಖೆ=ಪರಿಕೆ; ಖಂಕರಿ=ಕಂಕರಿ; ಖಜ್ಜಾಖಂ=ಕಜಾಕಂ (o. r. ಖಜಿಕಂ=ಕಜಿಕಂ); ಖರಂ=ಕರಂ; ಖುರಂ=ಕುರಂ; ಮುಖಂ=ಮುಕಂ.

ಛಕಾರಕ್ಕೆ ಚಕಾರಂ—ಛಂದಂ=ಚಂದಂ; ಛಿನ್ನಂ=ಚಿನ್ನಂ; ಛಾಂದಸಂ=ಚಾಂದಸಂ; ಛವಿ=ಚವಿ.

ಠಕಾರಕ್ಕೆ ಟಕಾರಂ—ಕಂಠಿಕೆ=ಕಂಟಿಕೆ; ಶುಂಠಿ=ಸುಂಟಿ; ಮಠಂ=ಮಟಂ; ಶಠೆ=ಸಟೆ; ಕಂಠಂ=ಕಂಟಂ (o. r. ಕುಂಠಂ=ಕುಂಟಂ); ವಂಠಂ=ವಂಟಂ (o. r. ಬಂಟಂ); ಕಠೋರಂ=ಕಟೋರಂ.

ಥಕಾರಕ್ಕೆ ತಕಾರಂ—ಕಥೆ=ಕತೆ; ಕಂಥೆ=ಕಂತೆ; ವೃಥೆ=ವಿತೆ, ವಿತೆಯೆಂದು ಪ್ರಯೋಜನವಲ್ಲದುದು; ಮಂಥಂ=ಮಂತಂ, ಮಂತಮೆಂದು ಕಡೆಗೋಲುಂ ಮೊಸರ ಮೇಲಣ ನಿಡಿಯುಮಕ್ಕುಂ; ಮಂಥನಿ=ಮಂತಣಿ, ಮಂತಣಿಯೆಂದು ಕಡೆವ ಮಡಕೆಯುಂ ಗುಡುವನಮಕ್ಕುಂ; ಮಿಥಿಳೆ=ಮಿತಿಳೆ; ಪಥಂ=ಪತಂ; ಗ್ರಂಥಂ=ಗ್ರಂತಂ.

ಫಕಾರಕ್ಕೆ ಪಕಾರಂ—ಫಳಂ=ಪಳಂ; ಫಾಲಂ=ಪಾಲಂ; ಫಣಿ=ಪಣಿ; ಫಲಕಂ=ಹಲಗೆ; ಕಫಂ=ಕಪಂ; ಫಲ್ಗುನಂ=ಪಲುಗುಣಂ; ಫೇನಂ=ಪೇನಂ; ಗುಂಫನಂ=ಗುಂಪನಂ; ಫಾಲ್ಗುನಂ=ಪಾಲುಗುಣಂ.

3) ಘಕಾರಕ್ಕೆ ಗಕಾರಂ—ಘಂಟೆ=ಗಂಟೆ; ಘುಂಟಿಕೆ=ಗುಂಟಿಗೆ; ಜಘನಂ=ಜಗನಂ; ನಿಘಂಟು=ನಿಗಂಟು; ಘಟಕಂ=ಗಡಗೆ; ಘಟೆ=ಗಡೆ;

ಜಘರಂ=ಜಗಂ; ಗರ್ಘರಂ=ಗರ್ಗರಂ; ಸಂಘಂ=ಸಂಗಂ; ಘೋಷಣೆ=ಗೋಸಣೆ; ಘೂಕಂ=ಗೂಗೆ; ಅರ್ಘಂ=ಅಗ್ಗಂ.

ಝಕಾರಕ್ಕೆ ಜಕಾರಂ—ಝಗಟಿ (o. r. ಝಗಡೆ)=ಜಗಳೆ; ಝಟಿತಿ=ಜಡಿತಿ, ಜಡಿತಿ ಎಂದು ಬೇಗಂ; ಝೋಂಟಿಗಂ=ಜೋಂಟಿಗಂ; ಝಂಕೆ=ಜಂಕೆ; ಝಂಪ=ಜಮ್ಪ; ಝಂಝೂ=ಜಂಜು.

ಢಕಾರಕ್ಕೆ ಡಕಾರಂ—ಢಕ್ಕೆ=ಡಕ್ಕೆ; ರೂಢಿ=ರೂಡಿ; ಗಾಢಂ=ಗಾಡಂ; ಷಂಢಂ=ಸಂಡಂ; ಢೆಂಕೆ=ಡೆಂಕೆ.

ಧಕಾರಕ್ಕೆ ದಕಾರಂ—ಧನಂ=ದನಂ; ಧೂಪಂ=ದೂಪಂ; ನಿಧಿ=ನಿದಿ; ನಿಧಾನಂ=ನಿದಾನಂ; ಸಾಧನಂ=ಸಾದನೆ; ಬಂಧಂ=ಬಂದಂ; ಧೂಸರಂ=ದೂಸರಂ, ದೂಸರಮೆಂದು ನಸುಬಿಳಿದು; ಧಾರೆ=ದಾರೆ; ಬುಧಂ=ಬುದಂ; ಔಷಧಂ=ಔಸದಂ; ಧೂಳಿ=ದೂಳಿ; ಸಿಂಧುರಂ=ಸಿಂದುರಂ; ಶುದ್ಧಿ=ಸುದ್ದಿ; ವಿಧಿ=ಬಿದಿ; ಸೈಂಧವಂ=ಸೈಂದವಂ.

ಭಕಾರಕ್ಕೆ ಬಕಾರಂ—ಶುಂಭಂ=ಸುಂಬಂ; ಶುಭಂ=ಸುಬಂ; ಶಂಭು=ಸಂಬು; ಕುಶುಂಭಂ=ಕುಸುಂಬೆ; ಕುಂಭಂ=ಕುಂಬಂ; ರಂಭೆ=ರಂಬೆ; ಭೈರವಂ=ಬೈರವಂ; ಭೇರಿ=ಬೇರಿ; ಭೋಗಿ=ಬೋಗಿ; ಆರಂಭಂ=ಆರಂಬಂ; ಭೀಮಂ=ಬೀಮಂ; ಭೋಗಂ=ಬೋಗಂ; ಭವಿ=ಬವಿ; ಭಂಡಂ=ಬಂಡಂ; ಲೋಭಂ=ಲೋಬಂ.

ಸೂತ್ರಂ.

Also ಖ becomes ಗ; ಛ and ಥ become ಚ್ಛ; ಥ becomes also ಸ.

ಖತ್ವಕ್ಕಂ ಬಹುಳತೆಯಿಂ
ಗತ್ವಂ ಛತ್ವಂ ದ್ವಿರುಕ್ತಿಯಿಂ ಕೂಡಿರೆ ಮೇಣ್ |
ಯತ್ವಾನ್ವಿತಮಿರೆ ಚತ್ವಂ
ದ್ವಿತ್ವಂ ಛತ್ವಕ್ಕೆ ಸತ್ವಮುಂಟರೆಯೆಡೆಯೊಳ್ || 256 ||

ಪದಚ್ಛೇದಂ.—ಖತ್ವಕ್ಕಂ ಬಹುಳತೆಯಿಂ ಗತ್ವಂ; ಛತ್ವಂ ದ್ವಿರುಕ್ತಿಯಿಂ ಕೂಡಿರೆ, ಮೇಣ್ ಯತ್ವಾನ್ವಿತಂ ಇರೆ, ಚತ್ವಂ ದ್ವಿತ್ವಂ; ಛತ್ವಕ್ಕೆ ಸತ್ವಂ ಉಂಟು ಅರೆ ಎಡೆಯೊಳ್.

ಯಥಾನ್ವಯಂ. ಟೀಕು.—ಖತ್ವಕ್ಕಂ=ಖಕಾರಕ್ಕೆಯುಂ; ಬಹುಳತೆಯಿಂ=ಬಹುಳದಿಂದೆ; ಗತ್ವಂ=ಗಕಾರಂ ಬರ್ಪುದು; ಛತ್ವಂ=ಛಕಾರಂ; ದ್ವಿರುಕ್ತಿಯಿಂ=ದ್ವಿತ್ವದಿಂದೆ; ಕೂಡಿರೆ=ಪೊರ್ದುಗೆಯಾಗಿರೆ; ಮೇಣ್=ಅದಲ್ಲದೆ; ಯತ್ವಾನ್ವಿತಂ=ಯಕಾರದೊಡನೆ ಕೂಡಲ್ಪಟ್ಟುದಾಗಿ; ಇರೆ=ಇರ್ದೊಡೆ; ದ್ವಿತ್ವಂ=ದ್ವಿತ್ವವಾದ; ಚತ್ವಂ=ಚಕಾರಂ ಬರ್ಪುದು;

ಛತ್ವಕ್ಕೆ = ಛಕಾರಕ್ಕೆ; ಅರೆಯೆಡೆಯೊಳ್ = ಕೆಲವೆಡೆಯೊಳ್; ಸತ್ವಂ = ಸಕಾರಂ; ಉಂಟು = ಉಂಟಾಗುವುದು.

ವೃತ್ತಿ.—ಖಕಾರಕ್ಕೆ ತಾನುಂ ಗಕಾರಮಕ್ಕುಂ; ಛಕಾರಂ ದಡ್ಡಕ್ಕರಮಾಗಿರ್ದೊಡಂ ಮೇಣ್ ಯಕಾರಂ ಬೆರಸಿರ್ದೊಡಂ ದ್ವಿತ್ವಮಪ್ಪ ಚಕಾರಮಕ್ಕುಂ; ಛಕಾರಕ್ಕೆ ಸಕಾರಮುಂ ಕೆಲವೆಡೆಯೊಳಕ್ಕುಂ.

ಪ್ರಯೋಗಂ.—ಖಕಾರಕ್ಕೆ ಗಕಾರಂ—ಮುಖಂ = ಮೊಗಂ; ವೈಶಾಖಂ = ವೈಶಾಗಂ ಅಂದರೆ ಬೇಸಗೆ.

ದ್ವಿತ್ವದ ಛತ್ವಕ್ಕೆ ದಡ್ಡಕ್ಕರದ ಚಕಾರಂ—ಇಚ್ಛೆ = ಇಚ್ಚೆ; ಮಚ್ಛರಂ = ಮಚ್ಚರಂ; ಚಿಕಿಚ್ಛೆ = ಚಿಕಿಚ್ಚೆ.

ಯತ್ವಂ ಬೆರಸಿದ ಛತ್ವಕ್ಕೆ ದ್ವಿತ್ವದ ಚಕಾರಂ—ಮಛ್ಯಂ = ಮಚ್ಚಂ; ತುಛ್ಯಂ = ತುಚ್ಚಂ; ಅಛ್ಯಂ = ಅಚ್ಚಂ; ವಿಛ್ಯಂದಂ = ಬಿಚ್ಚಂದಂ; ಲಾಂಛ್ಯನಂ = ಲಚ್ಚಣಂ.

ಛಕಾರಕ್ಕೆ ಸಕಾರಂ—ಛುರಿಕೆ = ಸುರಿಗೆ; ಛತ್ರಿಕೆ = ಸತ್ತಿಗೆ.

ಸೂತ್ರಂ.

ಠ becomes also ಡ and ಢ; ಸ್ಥ becomes ತ; ಥ becomes also ದ, ಟ, and ಹ.

ಅರಮೆ ಠಕಾರಂ ಡಢದಿಂ
ಪರಿಣಮಿಕುಂ ಸತ್ವಮಿಶ್ರಮಪ್ಪ ಥಕಾರಂ |
ಬರೆಯುಂ ತಕಾರಮಕ್ಕುಂ
ಸ್ವರಾನ್ವಿತಂ ಥತ್ವಮೊರ್ಮೆ ದಟಹಮುಮಕ್ಕುಂ ||257||

ಪದಚ್ಛೇದಂ.—ಅರಮೆ ಠಕಾರಂ ಡಢದಿಂ ಪರಿಣಮಿಕುಂ; ಸತ್ವಮಿಶ್ರಮಪ್ಪ ಥಕಾರಂ ಬರೆಯುಂ ತಕಾರಂ ಅಕ್ಕುಂ ಸ್ವರಾನ್ವಿತಂ; ಥತ್ವಂ ಒರ್ಮೆ ದಟಹಮುಂ ಅಕ್ಕುಂ.

ಯಥಾನ್ವಯಂ. ಟೀಕು.—ಅರಮೆ = ಕೆಲವೆಡೆಯೊಳ್; ಠಕಾರಂ = ಠತ್ವಂ; ಡಢದಿಂ = ಡಕಾರ ಢಕಾರಂಗಳಿಂದೆ; ಪರಿಣಮಿಕುಂ = ಪರಿಣಮಿಸುವದು; ಸತ್ವಮಿಶ್ರಂ = ಸಕಾರದೊಡನೆ ಮಿಶ್ರಂ; ಅಪ್ಪ ಥಕಾರಂ = ಆದ ಥಕಾರಂ; ಬರೆಯುಂ = ಬಂದೊಡೆಯುಂ; ತಕಾರಂ = ತತ್ವಂ; ಅಕ್ಕುಂ = ಅಪ್ಪುದು; ಸ್ವರಾನ್ವಿತಂ = ಸ್ವರದೊಡನೆ ಕೂಡಿದುದಾದ; ಥತ್ವಂ = ಥಕಾರಂ; ಒರ್ಮೆ = ಒಂದು ಬಾರಿ; ದಟಹಮುಂ = ದಕಾರ ಟಕಾರ ಹಕಾರಮುಂ; ಅಕ್ಕುಂ = ಅಪ್ಪುದು.

ವೃತ್ತಿ.—ಎತ್ತಾನುಂ ಕೆಲವು ಶಬ್ದಂಗಳ ಠಕಾರಂ ಡಢಕಾರಮಾಗಿ ಪರಿಣಮಿಕುಂ; ಸಕಾರದೊಡನೆವೆರಸಿದ ಥಕಾರಂ ಸ್ವರಾನ್ವಿತಮಪ್ಪ ತಕಾರಮಕ್ಕುಂ; ಥಕಾರಮೊರ್ಮೆ ದಕಾರಮುಂ ಟಕಾರಮುಂ ಹಕಾರಮುಂ ಅಕ್ಕುಂ.

ಪ್ರಯೋಗಂ.—ಠಕಾರಕ್ಕೆ ಡಕಾರಂ—ಕುಠಾರಂ=ಕೊಡಲಿ; ಮಠಂ= ಮಡಂ (o. r. ಮಂಠಂ=ಮಂಡಂ).

ಠಕಾರಕ್ಕೆ ಱಕಾರಂ—ಮಠಿಕೆ=ಮಱಿಕೆ; ಪೀಠಿಕೆ=ಪೀಱಿಗೆ.

ಸಕಾರದೊಡನೆ ಕೂಡಿದ ಥಕಾರಕ್ಕೆ ತಕಾರಂ—ಅವಸ್ಥೆ=ಅವತೆ; ಸ್ಥೂಲಂ=ತೊಳಂ; ಸ್ಥಾನಂ=ತಾಣಂ; ಸಂಸ್ಥೆ=ಸಂತೆ; ಸ್ಥಾಪನಂ=ತಾಪಣೆ (o. r. ಸ್ಥಾಪನೆ=ತಾಪಣೆ).

ಥಕಾರಕ್ಕೆ ದತ್ವಂ—ವೀಥಿ=ಬೀದಿ.

ಥಕಾರಕ್ಕೆ ಟತ್ವಂ—ಗ್ರಂಥಿ=ಗಂಟು.

ಥಕಾರಕ್ಕೆ ಹತ್ವಂ—ಗಾಥೆ=ಗಾಹೆ.

ಸೂತ್ರಂ.

ಪ becomes ವ and ಹ (cf. Ss. 67; 159; 232); ಬ becomes ವ; ವ becomes ಬ.

ಅವತರಿಸಿರ್ಕುಂ ಪತ್ವ
ಕ್ಕೆ ವತ್ವಹತ್ವವ್ಯವಸ್ಥೆ ಕೆಲಕೆಲವೆಡೆಯೊಳ್ ।
ಸವನಿಸುಗುಂ ಬತ್ವಕ್ಕೊ
ರ್ಮೆ ವತ್ವಮುಂ ವತ್ವದೆಡೆಗೆ ಬತ್ವಂ ಬಹುಳಂ. ॥258॥

ಪದಚ್ಛೇದಂ.—ಅವತರಿಸಿ ಇರ್ಕುಂ ಪತ್ವಕ್ಕೆ ವತ್ವಹತ್ವವ್ಯವಸ್ಥೆ ಕೆಲಕೆಲ ಎಡೆಯೊಳ್; ಸವನಿಸುಗುಂ ಬತ್ವಕ್ಕೆ ಒರ್ಮೆ ವತ್ವಮುಂ; ವತ್ವದ ಎಡೆಗೆ ಬತ್ವಂ ಬಹುಳಂ.

ಅನ್ವಯಂ.—ಕೆಲಕೆಲವೆಡೆಯೊಳ್ ಪತ್ವಕ್ಕೆ ವತ್ವಹತ್ವವ್ಯವಸ್ಥೆ ಅವತರಿಸಿ ಇರ್ಕುಂ; ಒರ್ಮೆ ಬತ್ವಕ್ಕೆ ವತ್ವಮುಂ, ವತ್ವದ ಎಡೆಗೆ ಬತ್ವಂ ಬಹುಳಂ ಸವನಿಸುಗುಂ.

ಟೀಕು.—ಕೆಲಕೆಲವೆಡೆಯೊಳ್=ಕೆಲವು ಕೆಲವು ತಾವಿನಲ್ಲಿ; ಪತ್ವಕ್ಕೆ=ಪಕಾರಕ್ಕೆ; ವತ್ವಹತ್ವವ್ಯವಸ್ಥೆ=ವಕಾರದ ಹಕಾರದ ವ್ಯವಸ್ಥೆ; ಅವತರಿಸಿರ್ಕುಂ=ಹುಟ್ಟಿರ್ಪುದು; ಒರ್ಮೆ=ಒಂದು ಬಾರಿ; ಬತ್ವಕ್ಕೆ=ಬಕಾರಕ್ಕೆ; ವತ್ವಮುಂ=ವಕಾರವುಂ; ವತ್ವದೆಡೆಗೆ=ವಕಾರದ ಸ್ಥಾನಕ್ಕೆ; ಬತ್ವಂ=ಬಕಾರಂ; ಬಹುಳಂ=ಬಹುಳವಾಗಿ; ಸವನಿಸುಗುಂ=ಪ್ರಾಪ್ತಿಸುವುದು.

ವೃತ್ತಿ.—ಪಕಾರಕ್ಕೆ ವಕಾರಮುಂ ಹಕಾರಮುಂ ಕೆಲಕೆಲವೆಡೆಯೊಳಕ್ಕುಂ; ಬಕಾರಕ್ಕೊರ್ಮೆ ವಕಾರಮುಂ, ವಕಾರಕ್ಕೊರ್ಮೆ ಬಕಾರಮುಮಕ್ಕುಂ.

ಪ್ರಯೋಗಂ.—ಪತ್ವಕ್ಕೆ ವತ್ವಂ—ಸೂಪಂ=ಸೂಪ್ಪಂ; ವಾಪಿ=ಬಾವಿ; ಛಾಪಳಂ=ಚಾವಳಂ; ದೀಪಿಕೆ=ದೀವಿಗೆ; ಕಪಿಲೆ=ಕವಿಲೆ; ತ್ರಿಪದೆ=ತಿವದೆ (o. r. ತ್ರಿಪದಿ=ತಿವದಿ); ಕೂಪಸ್ತಂಭಂ=ಕೂವಕಂಬಂ; ಕಪಿಂಜಳಂ=ಕವಿಂಜಳಂ.

ಪತ್ವಕ್ಕೆ ಹತ್ವಂ—ಪಿಪ್ಪಲಿ=ಹಿಪ್ಪಲಿ; ಪಟ್ಟಿಕೆ=ಹಟ್ಟಿಕೆ; ಪಾದುಕಂ=ಹಾವುಗೆ; ಗೋಪುರಂ=ಗೋಹುರಂ; ಪರವಶಂ=ಹರವಸಂ; ಪಂಜರಂ=ಹಂಜರಂ; ಪಾಶಂ=ಹಾಸಂ; ಪಂಡಂ=ಹಂಡಂ; ಪಂಥಂ=ಹಂತಂ; ಪಿಸುನಂ=ಹಿಸುಣಂ.

ಬತ್ವಕ್ಕೆ ವತ್ವಂ—ಕಬಳಂ=ಕವಳಂ; ಶಿಬಿಕೆ=ಸಿವಿಗೆ; ಶಬಂ=ಸವಂ; ವಿಬಂದಂ=ವಿವಂದಂ.

ವತ್ವಕ್ಕೆ ಬತ್ವಂ—ವಿಧಿ=ಬಿದಿ; ವಶೆ=ಬಸೆ, ಬಸೆಯೆಂದು ನೆಣಮುಂ ಹೆಂಣಾನೆಯುಂ ಗೊಡ್ಡಾಕಳಮುಮಕ್ಕುಂ; ವೇಗಂ=ಬೇಗಂ; ವೇದನೆ=ಬೇದನೆ; ವಂಚನೆ=ಬಂಚನೆ; ವಸಂತಂ=ಬಸಂತಂ; ವಾಸಂತಿ=ಬಾಸಂತಿ; ವೀಣೆ=ಬೀಣೆ; ವೀರಂ=ಬೀರಂ; ವಾಲಂ=ಬಾಳಂ (o. r. ಬಾಲಂ); ವಲ್ಲಿ=ಬಳ್ಳಿ; ವಸತಿ=ಬಸದಿ (o. r. ಬಸತಿ).

ಸೂತ್ರಂ.

ಯ seldom becomes ಗ or ನ, often ಜ; ದ್ಯ becomes ಜ್ಜ.

ಘನಮಿಲ್ಲ ಯತ್ವದೊಳ್ ಗ
ತ್ವನತ್ವವಿಧಿ ಪಿರಿದು ಜತ್ವವಿಧಿ ಮತ್ತಂ ದ |
ತ್ವನಿಯುಕ್ತಯತ್ವಮುಂ ಜ
ತ್ವನಿಯತಮಂ ಕೆಲವು ಶಬ್ದದೊಳ್ತಾಳ್ದಿರ್ಕುಂ || 259 |

ಪದಚ್ಛೇದಂ.—ಘನಂ ಇಲ್ಲ ಯತ್ವದೊಳ್ ಗತ್ವನತ್ವವಿಧಿ; ಪಿರಿದು ಜತ್ವವಿಧಿ; ಮತ್ತಂ ದತ್ವನಿಯುಕ್ತಯತ್ವಮುಂ ಜತ್ವನಿಯತಮಂ ಕೆಲವು ಶಬ್ದದೊಳ್ ತಾಳ್ದು ಇರ್ಕುಂ.

ಅನ್ವಯಂ.—ಯತ್ವದೊಳ್ ಗತ್ವನತ್ವವಿಧಿ ಘನಮಿಲ್ಲ; ಪಿರಿದು ಜತ್ವವಿಧಿ; ಮತ್ತಂ ಕೆಲವು ಶಬ್ದದೊಳ್ ದತ್ವನಿಯುಕ್ತಯತ್ವಮುಂ ಜತ್ವನಿಯತಮಂ ತಾಳ್ದು ಇರ್ಕುಂ.

ಟೀಕು.—ಯತ್ವದೊಳ್ = ಯಕಾರದಲ್ಲಿ; ಗತ್ವನತ್ವವಿಧಿ = ಗಕಾರದ ನಕಾರದ ವಿಧಿ; ಘನಮಿಲ್ಲ = ವೆಗ್ಗಳವಾಗಿ ಬಾರದೆಂಬುದರ್ಥಂ; ಪಿರಿದು = ವಿಶೇಷವಾಗಿ; ಜತ್ವವಿಧಿ = ಜಕಾರದ

ವಿಧಿ ಬರ್ಪುದು; ಮತ್ತಂ = ಬಳಿಕಂ; ಕೆಲವು ಶಬ್ದದೊಳ್ = ಕೆಲವು ಶಬ್ದಂಗಳಲ್ಲಿ; ದತ್ವನಿಯುಕ್ತಯತ್ವಮುಂ = ದತ್ವದೊಡನೆ ಕೂಡಿದ ಯತ್ವವುಂ; ಜತ್ವನಿಯತಮಂ = ಜಕಾರದ ನಿಯತಿಯಂ; ತಾಳ್ದಿರ್ಕುಂ = ಧರಿಸಿರ್ಪುದು.

ವೃತ್ತಿ.—ಯಕಾರಕ್ಕೆ ಗಕಾರನಕಾರಾದೇಶಂ ಕಿಱಿದೆಡೆಯೊಳುಂಟು; ಆ ಯಕಾರಕ್ಕೆ ಜಕಾರಾದೇಶಂ ಪಿರಿದು; ದಕಾರದೊಳ್ಕೂಡಿದ ಯಕಾರಕ್ಕಂ ದ್ವಿತ್ವದ ಜಕಾರಮಕ್ಕುಂ.

ಪ್ರಯೋಗಂ.—ಯಕಾರಕ್ಕೆ ಗಕಾರಂ—ದ್ವಿತೀಯೆ = ಬಿದಿಗೆ; ತೃತೀಯೆ = ತದಿಗೆ; ಚರ್ಯೆ = ಚರಿಗೆ.

ಯತ್ವಕ್ಕೆ ನತ್ವಂ—ಯುಗಂ = ನೊಗಂ.

ಯತ್ವಕ್ಕೆ ಜತ್ವಂ—ಯವೆ = ಜವೆ; ಯಶಂ = ಜಸಂ; ಯೋಗಿ = ಜೋಗಿ; ಯತಿ = ಜತಿ; ಯವ್ವನಂ = ಜವ್ವನಂ; ಯಂತ್ರಂ = ಜಂತ್ರಂ; ಯಾತ್ರೆ = ಜಾತ್ರೆ; ಯುಗಂ = ಜುಗಂ; ಯುದ್ಧಂ = ಜುದ್ದಂ; ದುರ್ಯೋಧನಂ = ದುಜ್ಜೋದನಂ; ಯುಗ್ಮಂ = ಜುಗುಮಂ; ಯಮುನೆ = ಜಗುನೆ; ಯಮಳಂ = ಜಮಳಂ; ಯವನಿಕೆ = ಜವನಿಕೆ.

ದಕಾರದೊಳ್ಬೆರಸಿದ ಯತ್ವಕ್ಕೆ ದ್ವಿತ್ವಜಕಾರಂ—ವಿದ್ಯೆ = ಬಿಜ್ಜೆ; ವಿದ್ಯಾಧರಂ = ಬಿಜ್ಜೋದರಂ; ವೈದ್ಯಂ = ಬೆಜ್ಜಂ; ಉದ್ಯೋಗಂ = ಉಜ್ಜುಗಂ.

ಸೂತ್ರಂ.

ದ್ಯೂತಂ, ವಿಂಧ್ಯಂ, ವಂಧ್ಯೆ, ಸಂಧ್ಯೆ, ಧ್ಯಾನಂ become ಜೂದು, ಬಿಂಜಂ, ಬಂಜೆ, ಸಂಜೆ, ಜಾನಂ.

ವ್ಯವಹರಿಕುಂ ಲೋಪಂ ದ್ಯೂ
ತವಿಂಧ್ಯವಂಧ್ಯಾಪ್ರಶಸ್ತಸಂಧ್ಯಾಧ್ಯಾನ |
ಪ್ರವಿದಿತದಧಕಾರಂಗ
ಳ್ಗವಶಿಷ್ಟಯಕಾರಮಂತೆ ಜತ್ವಮನಾಳ್ಗುಂ || 260 ||

ಪದಚ್ಛೇದಂ.—ವ್ಯವಹರಿಕುಂ ಲೋಪಂ ದ್ಯೂತವಿಂಧ್ಯವಂಧ್ಯಾಪ್ರಶಸ್ತಸಂಧ್ಯಾಧ್ಯಾನ ಪ್ರವಿದಿತದಧಕಾರಂಗಳ್ಗೆ ಅವಶಿಷ್ಟಯಕಾರಂ ಅಂತೆ ಜತ್ವಮಂ ಆಳ್ಗುಂ.

ಅನ್ವಯಂ.—ದ್ಯೂತವಿಂಧ್ಯವಂಧ್ಯಾಪ್ರಶಸ್ತಸಂಧ್ಯಾಧ್ಯಾನಪ್ರವಿದಿತದಧಕಾರಂಗಳ್ಗೆ ಲೋಪಂ ವ್ಯವಹರಿಕುಂ, ಅವಶಿಷ್ಟಯಕಾರಂ ಅಂತೆ ಜತ್ವಮಂ ಆಳ್ಗುಂ.

ಟೀಕು.—ದ್ಯೂತ = ದ್ಯೂತ ಎಂಬ ಶಬ್ದದ; ವಿಂಧ್ಯ = ವಿಂಧ್ಯ ಎಂಬ ಶಬ್ದದ; ವಂಧ್ಯಾ = ವಂಧ್ಯಾ ಎಂಬ ಶಬ್ದದ; ಪ್ರಶಸ್ತ = ಪ್ರಸಿದ್ಧವಾದ; ಸಂಧ್ಯಾ = ಸಂಧ್ಯಾ ಎಂಬ ಶಬ್ದದ; ಧ್ಯಾನ = ಧ್ಯಾನ ಎಂಬ ಶಬ್ದದ; ಪ್ರವಿದಿತ = ಪ್ರಸಿದ್ಧವಾದ; ದಧಕಾರಂಗಳ್ಗೆ = ದಕಾರ ಧಕಾರಂಗಳ್ಗೆ; ಲೋಪಂ = ಅದರ್ಶನಂ; ವ್ಯವಹರಿಕುಂ = ವ್ಯವಹರಿಸುವುದು; ಅವಶಿಷ್ಟಯಕಾರಂ = ಉಳಿದ ಯಕಾರಂ; ಅಂತೆ = ಮೊದಲ್ ಪೇೞ್ದಂತೆ; ಜತ್ವಮುಂ = ಜಕಾರಮುಂ; ಆಳ್ಗುಂ = ತಾಳ್ವುದು.

ವೃತ್ತಿ.—ಮೇಲಿರ್ದ ದಧಕಾರಂಗಳಂ ಲೋಪಿಸಿ, ನಿಂದ ಯಕಾರಕ್ಕೆ ಜತ್ವಮಕ್ಕುಂ.

ಪ್ರಯೋಗಂ.—ದ್ಯೂತಂ = ಜೂದು (o. r. ಜೂಜು); ವಿಂಧ್ಯಂ = ಬಿಂಜಂ; ವಂಧ್ಯೆ = ಬಂಜೆ; ಸಂಧ್ಯೆ = ಸಂಜೆ; ಧ್ಯಾನಂ = ಜಾನಂ.

ಸೂತ್ರಂ.

Rêpha after a double or single consonant (ೕ) and under a consonant (ੑ) is elided; when under a consonant, it also takes the form of that consonant.

ನೆಗೞ್ಗುಂ ದ್ವಿತ್ವಾಗ್ರದ ರೇ
ಫೆಗೆ ಲೋಪಂ ವರ್ಣಮಿಶ್ರರೇಫಕ್ಕಂ ತಾಂ ।
ನೆಗೞ್ಗುಂ ಲೋಪಂ ಬಹುಳದೆ
ನೆಗೞ್ಗುಂ ವೃತರೇಫಮಡಿಯೊಳಾ ವರ್ಣದ ವೋಲ್ ॥ 261 ॥

ಪದಚ್ಛೇದಂ.—ನೆಗೞ್ಗುಂ ದ್ವಿತ್ವಾಗ್ರದ ರೇಫೆಗೆ ಲೋಪಂ; ವರ್ಣಮಿಶ್ರರೇಫಕ್ಕಂ ತಾಂ ನೆಗೞ್ಗುಂ ಲೋಪಂ ಬಹುಳದೆ; ನೆಗೞ್ಗುಂ ವೃತರೇಫಂ ಅಡಿಯೊಳ್ ಆ ವರ್ಣದ ವೋಲ್.

ಅನ್ವಯಂ.—ಬಹುಳದೆ ದ್ವಿತ್ವಾಗ್ರದ ರೇಫೆಗೆ ಲೋಪಂ ನೆಗೞ್ಗುಂ; ವರ್ಣಮಿಶ್ರರೇಫಕ್ಕಂ ಲೋಪಂ ತಾಂ ನೆಗೞ್ಗುಂ; ವೃತರೇಫಂ ಅಡಿಯೊಳ್ ಆ ವರ್ಣದ ವೋಲ್ ನೆಗೞ್ಗುಂ.

ಟೀಕು.—ಬಹುಳದೆ = ಬಹುಳದಿಂದೆ; ದ್ವಿತ್ವಾಗ್ರದ = ದ್ವಿತ್ವದ ಮೇಲಣ; ರೇಫೆಗೆ = ರೇಫಕ್ಕೆ; ಲೋಪಂ = ಅದರ್ಶನಂ; ನೆಗೞ್ಗುಂ = ನೆಗೞ್ವುದು, ಬರ್ಪುದು; ವರ್ಣಮಿಶ್ರರೇಫಕ್ಕಂ = ಅಕ್ಷರದಲ್ಲಿ ಅವೃತವಾದ ರೇಫೆಗಂ; ಲೋಪಂ = ಅದರ್ಶನಂ; ತಾಂ = ತಾಂ; ನೆಗೞ್ಗುಂ = ಬರ್ಪುದು; ವೃತರೇಫಂ = ಆ ವೃತರೇಫಂ; ಅಡಿಯೊಳ್ = ಕೆಳಗೆ; ಆ ವರ್ಣದ ವೋಲ್ = ಆ ಮೇಲಿರ್ದ ವರ್ಣದ ಹಾಂಗೆ; ನೆಗೞ್ಗುಂ = ಪ್ರಸಿದ್ಧಿವಡೆವುದು.

ವೃತ್ತಿ.—ದಡ್ಡಕ್ಕರದ ಮೇಲಣ ರೇಫೆಗೆ ಲೋಪಂ; ಬಳಸಿದ ರೇಫೆಗಂ ಬಹುಳದಿಂ ಲೋಪಂ; ಆ ಸುತ್ತಿದ ರೇಫೆ ತನ್ನೊಳಿರ್ದಕ್ಕರದಂತೆ ದ್ವಿರ್ಭಾವಮಂ ಕೆಲವೆಡೆಯೊಳ್ತಳೆಗುಂ.

ಪ್ರಯೋಗಂ.—ದ್ವಿತ್ವಾಗ್ರರೇಫಲೋಪಕ್ಕೆ—ಒಬ್ಬರಂ=ಒಬ್ಬರಂ, ಒಬ್ಬರಮೆಂದು ನಾಱುವ ಬೇಳೆಯುಂ ಬೊಬ್ಬುಲಿಯುಮೊಂದು ದೇಶಮುಮಕ್ಕುಂ; ಸರ್ಬ್ಬಂ=ಸಬ್ಬಂ; ನಿರ್ಬ್ಬುದ್ಧಿ=ನಿಬ್ಬುದ್ಧಿ; ಪುರ್ಗ್ಗಿ=ಪುಗ್ಗಿ (o. r. ಸುರ್ಗ್ಗಿ=ಸುಗ್ಗಿ); ಅರ್ಘ್ಯಂ=ಅಗ್ಗಂ; ಶೀರ್ಷಕಂ=ಸೀಸಕಂ, ಸೀಸಕಮೆಂದು ತಲೆಯ ಟೊಪ್ಪಿ; ವರ್ತ್ತಿ=ಬತ್ತಿ; ಕರ್ತ್ತರಿ=ಕತ್ತರಿ; ಮರ್ಕ್ಕಟಂ=ಮಕ್ಕಡಂ; ದರ್ಪ್ಪಂ=ದಪ್ಪಂ; ಶರ್ಕ್ಕರೆ=ಸಕ್ಕರೆ; ವರ್ಗ್ಗಂ=ಬಗ್ಗಂ; ಅರ್ಚ್ಚನೆ=ಅಚ್ಚನೆ; ಕರ್ಕ್ಕಶಂ=ಕಕ್ಕಸಂ; ಅರ್ದ್ಧಂ=ಅದ್ದಂ; ಧರ್ಮ್ಮಂ=ಧಮ್ಮಂ; ನಿರ್ಮ್ಮಳಂ=ನಿಮ್ಮಳಂ.

ಕರ್ಕ್ಕ ದರ್ದ್ದುರಗಳೆರಡಱ ಮೇಲಣ ರೇಫೆಗೆ ತದ್ಭವಮಾದೊಡಂ ಬಹುಳದಿಂ ಲೋಪಮಿಲ್ಲ—ಅರ್ಕ್ಕ=ಎರ್ಕ್ಕ; ದರ್ದ್ದುರ=ತರ್ದ್ದುರ. ಈ ತೆಱದಿನಿರ್ಪುವು. ಅವರ್ಕೆ ಪ್ರಯೋಗಂ

ಒರ್ಕ್ಕುಡಿತೆನೀರ್ಗೆ ಪಱಿಪ
ಟ್ಟೆರ್ಕ್ಕೆಯ ಪಣ್ಣೆಲೆಯ । ಕಂದಭಾಗಂ, see s. S. 24 ।
ತರ್ದ್ದುರಗಳಱಿಗುಂ ಬಱಿಟೆಯೊ (o. r. ಬೆಱಿಟೆಯೊ)
ಳುರ್ದ್ದಿ ನೆಲಾವರೆಯ ಬೇರನಾಮಳಕಮುಮಂ ।
ಬರ್ದ್ದಲಿಮಿಂಚಿಯ ರಸದೊಳ್
ನಿರ್ದ್ದಯೆಯಿಂದೊರಸಿ ಪೂಸೆ ದಿನಪಂಚಕದೊಳ್ ॥ ಕಂದಂ ॥

ಪರಿವೃತರೇಫಲೋಪಕ್ಕೆ—ದ್ರೋಣಿ=ದೋಣಿ; ದ್ರೋಣಂ=ದೋಣಂ, ದೋಣಮೆಂದು ನಾಗೊಳಗಮುಂ ದ್ರೋಣಾಚಾರ್ಯನುಮಕ್ಕುಂ; ದ್ರೋಹಂ=ದೋಹಂ; ಕ್ರೇಣಿ=ಕೇಣಿ; ಭ್ರಮರಂ=ಬವರಂ; ಪ್ರಭೆ=ಹಬೆ; ಶ್ರೋಣಿ=ಸೋಣಿ; ಪ್ರಣತೆ=ಹಣತೆ; ಶ್ರವಣಂ=ಸವಣಂ; ಪ್ರಸರಂ=ಪಸರಂ; ಪತಿವ್ರತೆ=ಹದಿಬತೆ; ಶ್ರೇಣಿ=ಸೇಣಿ; ಪ್ರಭು=ಹಬು; ಚಂದ್ರಂ=ಚಂದಂ.

ಸುತ್ತಿದ ರೇಫೆ ದಡ್ಡಕ್ಕರಮಾದುದರ್ಕೆ—ವೇತ್ರಂ=ಬೆತ್ತಂ; ನೇತ್ರಂ=ನೆತ್ತಂ; ಛತ್ರಿಕೆ=ಸತ್ತಿಗೆ; ಸೂತ್ರಿಕೆ=ಸುತ್ತಿಗೆ; ತೀವ್ರಂ=ತಿಬ್ಬಂ; ಮುದ್ರಿಕೆ=

ಮುದ್ದಿಗೆ; ಚಕ್ರಪಕ್ಷಿ=ಚಕ್ಕವಕ್ಕಿ; ವ್ಯಾಘ್ರಂ=ಬಗ್ಗಂ: ನಿದ್ರೆ=ನಿದ್ದೆ; ಚಿತ್ರಾಗಾರಂ=ಚಿತ್ತಾಗಾರಂ; ಪುತ್ರಿಕೆ=ಪುತ್ತಿಗೆ, ಬಹುಳದಿಂ ಪುತ್ತಳಿಯುಮಕ್ಕುಂ.

ಸೂತ್ರಂ

ಕ್ಷ becomes either ಕ್ಕ, ಚ್ಛ, ಖ್ಖ, ಸ, or ಕ; also ಕ್ಷ್ಣ becomes ಕ್ಕ.

ದ್ವಿತ್ವಂ ಬೆರಸಿದ ಕತ್ವ
ಚತ್ವಂ ಖತ್ವಂ ಯಥಾಪ್ರಯೋಗದಿನಕ್ಕುಂ ।
ಕ್ಷತ್ವಕ್ಕೆ ಬಹುಳದಿಂದಂ
ಸತ್ವಂ ಕತ್ವಂ ದ್ವಿರುಕ್ತಿಯಿಲ್ಲರೆಯೆಡೆಯೊಳ್ ‖ 262 ‖

ಪದಚ್ಛೇದಂ.— ದಿತ್ವಂ ಬೆರಸಿದ ಕತ್ವಂ, ಚತ್ವಂ, ಖತ್ವಂ ಯಥಾಪ್ರಯೋಗದಿಂ ಅಕ್ಕುಂ ಕ್ಷತ್ವಕ್ಕೆ ಬಹುಳದಿಂದಂ; ಸತ್ವಂ, ಕತ್ವಂ—ದ್ವಿರುಕ್ತಿ ಇಲ್ಲ—ಅರೆ ಎಡೆಯೊಳ್.

ಅನ್ವಯಂ.—ಕ್ಷತ್ವಕ್ಕೆ ಬಹುಳದಿಂದಂ ದ್ವಿತ್ವಂ ಬೆರಸಿದ ಕತ್ವಂ, ಚತ್ವಂ, ಖತ್ವ ಯಥಾಪ್ರಯೋಗದಿಂ ಅಕ್ಕುಂ; ಅರೆಯೆಡೆಯೊಳ್ ಸತ್ವಂ; ಕತ್ವಂ, ದ್ವಿರುಕ್ತಿಯಿಲ್ಲ.

ಟೀಕು.— ಕ್ಷತ್ವಕ್ಕೆ = ಕ್ಷಕಾರಕ್ಕೆ; ಬಹುಳದಿಂದ=ಬಹುಳದಿಂದೆ; ದ್ವಿತ್ವಂ ಬೆರಸಿದ ಕತ್ವಂ= ದ್ವಿತ್ವವಂ ಬೆರಸಿದ ಕಕಾರಂ; ಚತ್ವಂ = ಚಕಾರಂ; ಖತ್ವಂ = ಖಕಾರಂ; ಯಥಾಪ್ರಯೋಗದಿಂ= ಪ್ರಯೋಗಾನುಸಾರದಿಂದೆ; ಅಕ್ಕುಂ = ಆಗುವುದು; ಅರೆಯೆಡೆಯೊಳ್ = ಕೆಲವೆಡೆಯಲ್ಲಿ; ಸತ್ವಂ= ಸಕಾರಂ; ಕತ್ವಂ= ಕಕಾರಂ; ದ್ವಿರುಕ್ತಿ = ದ್ವಿರ್ಭಾವಂ; ಇಲ್ಲ = ಬಾರದು.

ವೃತ್ತಿ.— ಕ್ಷಕಾರಕ್ಕೆ ದ್ವಿತ್ವಂ ಬೆರಸಿದ ಕಕಾರಮುಂ ಚಕಾರಮುಂ ಖಕಾರಮುಂ ಪ್ರಯೋಗಾನುಸಾರಮಾಗಿ ಬಹುಳದಿನಕ್ಕುಂ; ಆ ಕ್ಷಕಾರಕ್ಕೆ ಸಕಾರಮೊರ್ಮೆ ಘಟಿಯಿಸುಗುಂ; ದ್ವಿತ್ವಮಿಲ್ಲದ ಕಕಾರಮುಂ ಕ್ಷಕಾರಕ್ಕೆ ಕಿಱಿದೆಡೆಯೊಳಕ್ಕುಂ.

ಪ್ರಯೋಗಂ.— ಕ್ಷಕಾರಕ್ಕೆ ದ್ವಿತ್ವದ ಕಕಾರಂ— ರಕ್ಷೆ=ರಕ್ಕೆ; ಪಕ್ಷಂ= ಪಕ್ಕಂ; ಲಕ್ಷಂ=ಲಕ್ಕಂ; ಪ್ರೇಕ್ಷಣಂ=ಪೆಕ್ಕಣಂ; ಅಕ್ಷರಂ=ಅಕ್ಕರಂ; ಸಾಕ್ಷಿ= ಸಾಕ್ಕಿ; ಭಿಕ್ಷೆ=ಬಿಕ್ಕೆ; ಲಕ್ಷಣಂ=ಲಕ್ಕಣಂ.

ದ್ವಿತ್ವದ ಚಕಾರಕ್ಕೆ— ಅಕ್ಷಿ=ಅಚ್ಚಿ; ಭಿಕ್ಷು=ಬಿಚ್ಚು; ಕಕ್ಷಂ=ಕಚ್ಚಂ; ಅಕ್ಷಂ=ಅಚ್ಚು; ಮಕ್ಷಿ=ಮಚ್ಚು.

ದ್ವಿತ್ವದ ಖಕಾರಕ್ಕೆ—ಪ್ರಕ್ಷಾಲಂ=ಪಖ್ಖಾಳಂ (o. r. ಪಖ್ಖಳಂ).

ಬಹುಳದಿಂ ಣಕಾರಮಿಶ್ರಮಪ್ಪ ಕ್ಷಕಾರಕ್ಕಂ ದ್ವಿತ್ವದ ಕಕಾರಂ—ತೀಕ್ಷ್ಣಂ= ತಿಕ್ಕಂ.

ಸಕಾರಕ್ಕೆ—ಕ್ಷೇಮಂ=ಸೇಮಂ; ಕ್ಷಪಣಂ=ಸವಣಂ.

ಅದ್ವಿತ್ವದ ಕಕಾರಕ್ಕೆ—ಕ್ಷೇಪಣಂ=ಕೇವಣಂ, ಕೇವಣಮೆಂದು ನೂಂಕುವುದು; ಭೈಕ್ಷ್ಯಂ=ಬೈಕಂ; ಪರೀಕ್ಷೆ=ಪರಿಕೆ; ಕ್ಷಾರಂ=ಕಾರಂ; ಕ್ಷೀರಂ=ಕೀರಂ; ದೀಕ್ಷೆ=ದೀಕೆ.

ಸೂತ್ರಂ.

ಮ becomes ವ; ಚ becomes ಸ or ದ; ಶ, ಷ, ಸ, ತ become ಚ; ಹ becomes either ಯ, ಗ, or ಣ.

ಪಡೆಗುಂ ಮತ್ವಂ ವತ್ವಮ
ನಱಿಸಿದ ಚತ್ವಕ್ಕೆ ಸತ್ವದತ್ವಂ ಶಷತಂ ।
ಪಡೆಗುಂ ಚಕಾರಮಂ ತಾಂ
ಪಡೆಗುಂ ಬಹುಳದೆ ಹಕಾರದೆಡೆಯಂ ಯಗಣಂ ||263||

ಪದಚ್ಛೇದಂ.— ಪಡೆಗುಂ ಮತ್ವಂ ವತ್ವಮಂ; ಅಱಸಿದ ಚತ್ವಕ್ಕೆ ಸತ್ವ—ದತ್ವಂ; ಶಷತಂ ಪಡೆಗುಂ ಚಕಾರಮಂ; ತಾಂ ಪಡೆಗುಂ ಬಹುಳದೆ ಹಕಾರದ ಎಡೆಯಂ ಯಗಣಂ.

ಅನ್ವಯಂ.—ಮತ್ವಂ ವತ್ವಮಂ ಪಡೆಗುಂ; ಅಱಸಿದ ಚತ್ವಕ್ಕೆ ಸತ್ವದತ್ವಂ; ಶಷತಂ ಚಕಾರಮಂ ಪಡೆಗುಂ; ಬಹುಳದೆ ಹಕಾರದ ಎಡೆಯಂ ಯಗಣಂ ತಾಂ ಪಡೆಗುಂ.

ಟೀಕು.—ಮತ್ವಂ=ಮಕಾರಂ; ವತ್ವಮಂ=ವಕಾರಮಂ; ಪಡೆಗುಂ=ಪಡೆವುದು; ಅಱಸಿದ ಚತ್ವಕ್ಕೆ=ಶಬ್ದಂಗಳಲ್ಲಿರ್ದ ಚಕಾರಕ್ಕೆ; ಸತ್ವದತ್ವಂ=ಸಕಾರ ದಕಾರಂಗಳ್ ಬರ್ಪುವು; ಶಷತಂ=ಶಕಾರ ಷಕಾರ ತಕಾರಂ; ಚಕಾರಮಂ=ಚತ್ವಮಂ; ಪಡೆಗುಂ=ಪಡೆವುದು; ಬಹುಳದೆ=ಬಹುಳದಿಂದೆ; ಹಕಾರದ=ಹತ್ವದ; ಎಡೆಯಂ=ಸ್ಥಾನವಂ; ಯಗಣಂ=ಯಕಾರ ಗಕಾರ ಣಕಾರಂ; ತಾಂ=ತಾಂ; ಪಡೆಗುಂ=ಪಡೆವುದು.

ವೃತ್ತಿ.—ಪರದೊಳಗಣ ಮಕಾರಂ ವಕಾರಮಕ್ಕುಂ; ಚಕಾರಕ್ಕೆ ಸಕಾರಮುಂ ದಕಾರಮುಮಕ್ಕುಂ; ಶ. ಷ ತಂಗಳೆ ಚಕಾರಮಕ್ಕುಂ; ಹಕಾರಂ ಬಹುಳದಿಂ ಯಕಾರಮುಂ ಗಕಾರಮುಂ ಣಕಾರಮುಮಕ್ಕುಂ.

ಪ್ರಯೋಗಂ.—ಮಕಾರಕ್ಕೆ ವಕಾರಂ—ಭೀಮಂ=ಬೀವಂ; ಯಮಳಂ=ಜವಳಂ; ಗ್ರಾಮಂ=ಗಾವಂ; ಕುಂಕುಮಂ=ಕುಂಕುವಂ; ಹಿಮಂ=ಹಿವಂ; ರೋಮಂ=ರೋವಂ; ಭೂಮಿ=ಬೂವಿ; ಡಮರಕಂ (o. r. ಡಮರುಕಂ, ಡಮರುಗಂ)=ಡವರುಗಂ; ಶ್ರಮಂ=ಸವಂ; ಚಾಮುಂಡಿ=ಚಾವುಂಡಿ; ಕ್ರಮಂ=ಕವಂ; ಜೇಮನಂ=ಜೇವಣಂ (ಜೆವಣಂ); ಸಂಗಮಂ=ಸಂಗವಂ; ಅಮರಿ=ಅವರಿ (o. r. ಅವರೆ=ಅಮರೆ).

ಚಕಾರಕ್ಕೆ ಸಕಾರಂ—ಚರ್ಮಕಾರಂ=ಸಮ್ಮಗಾಱಿಂ; ಚೂರ್ಣಂ=ಸುಂಣ್ಣಂ; ಮರಿಚಂ=ಮೆಳಸು (ಮೆಱಿಸು); ಚೇಲಂ=ಸೇಲೆ; ಚೀರಂ=ಸೀರೆ; ಕ್ರಕಂಚಂ=ಕರಗಸಂ.

ಚಕಾರಕ್ಕೆ ದತ್ವಂ—ಉಚ್ಚಂ=ಉದ್ದಂ.

ಶತ್ವಕ್ಕೆ ಚತ್ವಂ—ಶಿಲ್ಪಿಕಂ=ಚಿಪ್ಪಿಗಂ; ಶಷ್ಕುಲಿ=ಚಕ್ಕುಲಿ; ವಂಶಂ=ಬಂಚಂ; ಶಿಖರಿ=ಚಿಕರಿ; ನಿಶ್ಚಲಂ=ನಿಚ್ಚಲಂ; ನಿಶ್ಚಿಂತಂ=ನಿಚ್ಚಿಂತಂ.

ಷತ್ವಕ್ಕೆ ಚತ್ವಂ—ಷಷ್ಠಿ=ಚಟ್ಟಿ.

ಬಹುಳದಿಂ ಸತ್ವಕ್ಕೆ ಚತ್ವಂ—ಹಂಸೆ=ಅಂಚೆ; ತುಳಸಿ=ತೊಳಚಿ; ಕಾಂಸ್ಯಂ=ಕಂಚು; ಅಪ್ಸರಸಿ=ಅಚ್ಚರಸಿ.

ತಕಾರಕ್ಕೆ ಚತ್ವಂ—ನರ್ತಕಿ=ನಚ್ಚಣಿ; ವತ್ಸಳೆ=ಬಚ್ಚಳೆ (o. r. ಬಚ್ಚಣೆ); ನಿತ್ಯಂ=ನಿಚ್ಚಂ.

ಹಕಾರಕ್ಕೆ ಯಕಾರಂ—ಕುಹಕಂ=ಕೊಯಕಂ.

ಹಕಾರಕ್ಕೆ ಗಕಾರಂ—ಹಡಹು (o. r. ಪಡಹು)=ಪಡಗು; ಸಿಂಹಂ=ಸಿಂಗಂ.

ಹಕಾರಕ್ಕೆ ಣಕಾರಂ—ಸಂನಾಹಂ=ಸಂನಣಂ, ಸಂನಣವೆಂದು ದಗಲೆ.

ಸೂತ್ರಂ.

ಕ್ತ, ಸ್ತ, ಪ್ತ become ತ್ತ; ಹ್ಮ becomes ಮ್ಮ; ಹ್ನ becomes ನ್ನ.

ತಳೆಗುಂ ಮೇಲಣ ಕಸಪಂ
ತಳದ ತಕಾರಸ್ವರೂಪಮಂ ಮೇಗೆ ತಗು ।
ಳ್ದೆಳಸಿದ ಹಕಾರಮುಂ ತಳ
ದೊಳಿರ್ದ ಮನಕಾರರೂಪಮಂ ಧರಿಯಿಸುಗುಂ ॥264॥

ಪದಚ್ಛೇದಂ. ತಳೆಗುಂ ಮೇಲಣ ಕಸಪಂ ತಳದ ತಕಾರಸ್ವರೂಪಮಂ; ಮೇಗೆ ತಗಳ್ದು ಎಳಸಿದ ಹಕಾರಮುಂ ತಳದೊಳ್ ಇರ್ದ ಮನಕಾರರೂಪಮಂ ಧರಿಯಿಸುಗುಂ.

ಅನ್ವಯಂ.—ಮೇಲಣ ಕಸಪಂ ತಳದ ತಕಾರಸ್ವರೂಪಮಂ ತಳೆಗುಂ; ಮೇಗೆ ತಗುಳ್ದೆಳಸಿದ ಹಕಾರಮುಂ ತಳದೊಳ್ ಇರ್ದ ಮನಕಾರರೂಪಮಂ ಧರಿಯಿಸುಗುಂ.

ಟೀಕು.—ಮೇಲಣ=ಅಗ್ರದ; ಕಸಪಂ=ಕಕಾರ ಸಕಾರ ಪಕಾರಂ; ತಳದ=ಕೆಳಗಣ; ತಕಾರಸ್ವರೂಪಮಂ=ತಕಾರದ ರೂಪಮಂ; ತಳೆಗುಂ=ಧರಿಸುವುದು; ಮೇಗೆ=ಮೇಲೆ; ತಗುಳ್ದೆಳಸಿದ=ಕೂಡಿ ಕೊಂಡಿರ್ದ; ಹಕಾರಮುಂ=ಹಕಾರವೂ; ತಳದೊಳ್=ಕೆಳಗೆ; ಇರ್ದ

ಮನಕಾರರೂಪಮಂ = ಇರ್ದ ಮಕಾರನಕಾರದ ಸ್ವರೂಪವಮಂ; ಧರಿಯಿಸುಗುಂ = ಧರಿಯಿಸುವುದು.

ವೃತ್ತಿ.—ಮೇಲಿರ್ದ ಕಸಪಾಕ್ಷರಂಗಳ್ಕೆಳಗಣ ತಕಾರರೂಪಮಾಗಿ ಪರಿಣಮಿಸುಗುಂ; ಮೇಲಣ ಹಕಾರಮುಂ ಕೆಳಗಣ ಮಕಾರನಕಾರವಾಗಿ ಪರಿಣಮಿಸುಗುಂ.

ಪ್ರಯೋಗಂ.—ಮೇಲಣ ಕಕಾರಕ್ಕೆ ತಕಾರಂ—ಶುಕ್ತಿ=ಸುತ್ತಿ; ಯುಕ್ತಿ= ಜುತ್ತಿ, ಜುಗುತಿಯು ಮಕ್ಕುಂ (o. r. ಜುಕುತಿಯುಮಕ್ಕುಂ).

ಮೇಲಣ ಸಕಾರಕ್ಕೆ ತಕಾರಂ—ವಿಸ್ತಾರಂ=ಬಿತ್ತರಂ; ಕಸ್ತೂರಿ=ಕತ್ತುರಿ; ಪುಸ್ತಕಂ=ಹೊತ್ತಗೆ; ಕುಸ್ತುಂಬುರು=ಕೊತ್ತುಂಬರಿ.

ಮೇಲಣ ಪಕಾರಕ್ಕೆ ತಕಾರಂ—ಸಪ್ತಮಿ=ಸತ್ತವಿ; ಗುಪ್ತಂ=ಗುತ್ತಂ.

ಮೇಲಣ ಹತ್ವಕ್ಕೆ ಮಕಾರಂ—ಬ್ರಹ್ಮಂ=ಬೊಮ್ಮಂ.

ಮೇಲಣ ಹತ್ವಕ್ಕೆ ನತ್ವಂ—ಚಿಹ್ನಂ=ಚಿನ್ನಂ.

ಸೂತ್ರಂ.

ಷ್ಮ becomes ಮ್ಮ; ಷ್ಕ becomes ಕ್ಕ; ತ್ಪ becomes ಪ್ಪ; ತ್ಫ becomes ಫ್ಫ; ತ್ನ becomes ನ್ನ; ಣ್ನ becomes ನ್ನ; ನ್ಮ becomes ಮ್ಮ.

ತಳದ ಮಕಾಕ್ಷರರೂಪಂ
ಗಟಿಯಿಪುದಗ್ರದ ಷಕಾರಮಗ್ರತಕಾರಂ ।
ತಳದ ಪಫನಮೆ ದಲಕ್ಕುಂ
ತಳದ ನಮಾಕ್ಷರಮೆಯಕ್ಕುಮಗ್ರದ ನಣಮುಂ ॥ 265 ॥

ಪದಚ್ಛೇದಂ.—ತಳದ ಮಕಾಕ್ಷರರೂಪಂ ಘಟಿಯಿಪುದು ಅಗ್ರದ ಷಕಾರಂ, ಅಗ್ರತಕಾರಂ ತಳದ ಪಫನಮೆದಲ್ ಅಕ್ಕುಂ ತಳದ ನಮಾಕ್ಷರಮೆ ಅಕ್ಕುಂ ಅಗ್ರದ ನಣಮುಂ.

ಅನ್ವಯಂ.—ಅಗ್ರದ ಷಕಾರಂ ತಳದ ಮಕಾಕ್ಷರರೂಪಂ ಗಟಿಯಿಪುದು; ಅಗ್ರತಕಾರಂ ತಳದ ಪಫನಮೆದಲ್ ಅಕ್ಕುಂ; ಅಗ್ರದ ನಣಮುಂ ತಳದ ನಮಾಕ್ಷರಮೆ ಅಕ್ಕುಂ.

ಟೀಕು.—ಅಗ್ರದ = ಮೇಲಣ; ಷಕಾರಂ = ಷತ್ವಂ; ತಳದ = ಕೆಳಗಣ; ಮಕಾಕ್ಷರರೂಪಂ = ಮಕಾರದ ಕಕಾರದ ರೂಪಂ; ಗಟಿಯಿಪುದು = ಗಟಿಯಿಸುವುದು; ಅಗ್ರತಕಾರಂ = ಮೇಲಣ ತಕಾರಂ; ತಳದ = ಕೆಳಗಣ; ಪಫನಮೆ = ಪಕಾರ ಫಕಾರ ನಕಾರವೆ; ದಲ್ = ನಿಶ್ಚಯವಾಗಿ; ಅಕ್ಕುಂ = ಅಗುವುದು; ಅಗ್ರದ = ಮೇಲಣ; ನಣಮುಂ = ನಕಾರ ಣಕಾರವುಂ; ತಳದ = ಕೆಳಗಣ; ನಮಾಕ್ಷರಮೆ = ನಕಾರ ಮಕಾರವೆ; ಅಕ್ಕುಂ = ಅಗುವುದು.

ವೃತ್ತಿ.—ಮೇಲಣ ಷತ್ವಂ ತಳದ ಮತ್ವ ಕತ್ವಂಗಳಕ್ಕುಂ; ಮೇಲಣ ತತ್ವಂ ಕೆಳಗಣ ಪ ಫ ನಂಗಳಕ್ಕುಂ; ಮೇಲಣ ಣಕಾರ ನಕಾರಂಗಳ್ ಕೆಳಗಣ ನತ್ವ ಮತ್ವಂಗಳಕ್ಕುಂ.

ಪ್ರಯೋಗಂ.—ಮೇಲಣ ಷತ್ವಕ್ಕೆ ಮತ್ವಂ—ಉಷ್ಮೆ=ಉಮ್ಮೆ.

ಮೇಲಣ ಷತ್ವಕ್ಕೆ ಕತ್ವಂ—ವಿಷ್ಕಿರಂ=ಏಕ್ಕಿರಂ, ಏಕ್ಕಿರಮೆಂದು ಪಕ್ಕಿ; ಪುಷ್ಕರಣೆ=ಹೊಕ್ಕರಣೆ; ಮಸ್ಕರಿ=ಮಕ್ಕರಿ.

ಮೇಲಣ ತತ್ವಕ್ಕೆ ಪತ್ವಂ—ಉತ್ಪಟಂ=ಉಪ್ಪಡಂ.

ಮೇಲಣ ತತ್ವಕ್ಕೆ ಫತ್ವಂ—ಸತ್ಫಲಂ=ಸಪ್ಫಳಂ=(o. r. ಸಫ್ಫಳಂ).

ಮೇಲಣ ತತ್ವಕ್ಕೆ ನತ್ವಂ—ರತ್ನಂ=ರನ್ನಂ.

ಮೇಲಣ ಣತ್ವಕ್ಕೆ ನತ್ವಂ—ಜೀರ್ಣಂ=ಜಿನ್ನಂ (o. r. ಜೀನ್ಣಂ); ಕರ್ಣಂ=ಕನ್ನಂ; ಕರ್ಣಾಟಕಂ=ಕನ್ನಡಂ.

ಮೇಲಣ ನತ್ವಕ್ಕೆ ಮತ್ವಂ—ಉನ್ಮತ್ತಂ=ಉಮ್ಮತಂ.

ಸೂತ್ರಂ.

Within words ಜ್ವ becomes ಜ್ಜ; ಲ್ವ (281) becomes ಳ್ಳ; ತ್ವ becomes ತ್ತ; ದ್ವ becomes ದ್ದ; ನ್ಯ becomes ನ್ನ; ಳ್ಯ becomes ಳ್ಳ; ತ್ಯ becomes ತ್ತ; ವ್ಯ becomes ಬ್ಬ; ಪ್ಯ becomes ಪ್ಪ; ಗ್ನ becomes ಗ್ಗ.

ಜಲತದ ಕೆಳಗಣ ವತ್ವಂ
ನಲತವಪಾಕ್ಷರದ ಕೆಳಗೆ ಕೂಡಿದ ಯತ್ವಂ |
ಸಲೆ ಗತ್ವದ ಕೆಳ ಮೈಯೊಳ್
ನೆಲಸಿದ ನತ್ವಂ ತದಾಕೃತಿಯನಾಳ್ದಿರ್ಕುಂ || 266 ||

ಪದಚ್ಛೇದಂ.—ಜಲತದ ಕೆಳಗಣ ವತ್ವಂ, ನಲತವಪಾಕ್ಷರದ ಕೆಳಗೆ ಕೂಡಿದ ಯತ್ವಂ, ಸಲೆ ಗತ್ವದ ಕೆಳ ಮೈಯೊಳ್ ನೆಲಸಿದ ನತ್ವಂ ತದಾಕೃತಿಯಂ ಆಳ್ದು ಇರ್ಕುಂ.

ಯಥಾನ್ವಯಂ. ಟೀಕು.—ಜಲತದ=ಜಕಾರ ಲಕಾರ ತಕಾರಂಗಳ; ಕೆಳಗಣ=ಅಡಿಯಣ; ವತ್ವಂ=ವಕಾರಂ; ನಲತವಪಾಕ್ಷರದ=ನಕಾರ ಲಕಾರ ತಕಾರ ವಕಾರ ಪಕಾರವೆಂಬಕ್ಷರದ; ಕೆಳಗೆ=ತಳದಲ್ಲಿ; ಕೂಡಿದ ಯತ್ವಂ=ಕೂಡಿದ ಯಕಾರಂ; ಸಲೆ=ಚಂನಾಗಿ; ಗತ್ವದ=ಗಕಾರದ; ಕೆಳಮೈಯೊಳ್=ಕೆಳಗಣ ಮೈಯಲ್ಲಿ; ನೆಲಸಿದ ನತ್ವಂ=ನೆಲೆಗೊಂಡ ನಕಾರಂ; ತದಾಕೃತಿಯಂ=ಆ ಮೇಲಿರ್ದಕ್ಷರದಾಕಾರಮಂ; ಆಳ್ದು=ತಾಳ್ದು; ಇರ್ಕುಂ=ಇರ್ಪುವು.

ವೃತ್ತಿ.—ಪದಂಗಳೊಳ್ ನೆಲಸಿದ ಜಕಾರ ಲಕಾರ ತಕಾರಂಗಳ ಕೆಳಗಿರ್ದ ವಕಾರಮವಱಿಂತಕ್ಕುಂ; ನಕಾರ ಲಕಾರ ತಕಾರ ವಕಾರ ಪಕಾರಂಗಳ ಕೆಳಗಿರ್ದ ಯಕಾರಮವಱಿಂತಕ್ಕುಂ; ಗತ್ವದ ಕೆಳಗಣ ನತ್ವಂ ಗತ್ವಮೆಯಕ್ಕುಂ.

ಪ್ರಯೋಗಂ.—ವತ್ವಕ್ಕೆ ಜತ್ವಂ—ಉಜ್ವಲಂ=ಉಜ್ಜಳಂ; ಪ್ರಜ್ವಲಂ=ಪಜ್ಜಳಂ.

ವತ್ವಕ್ಕೆ ಲತ್ವಂ—ಬಿಲ್ವಪತ್ರಂ=ಬೆಲ್ಲವತ್ತಂ.

ವತ್ವಕ್ಕೆ ತತ್ವಂ—ಸತ್ವಕಂ=ಸತ್ತುಗಂ.

ಯತ್ವಕ್ಕೆ ನತ್ವಂ—ಮನ್ಯಾಳಿ=ಮನ್ನಳಿ; ಅನ್ಯಾಯಂ=ಅನ್ನೆಯಂ; ಕನ್ಯಕೆ=ಕನ್ನಿಕೆ.

ಯತ್ವಕ್ಕೆ ಲತ್ವಂ—ಪಲ್ಯಯನಂ=ಹಲ್ಲಣಂ.

ಯತ್ವಕ್ಕೆ ತತ್ವಂ—ಮೃತ್ಯು=ಮಿತ್ತು, ಮಿಟ್ಟುವೆಂದುಮುಂಟು.

ಯತ್ವಕ್ಕೆ ವತ್ವಂ—ಕಾವ್ಯಂ=ಕಬ್ಬಂ.

ಯತ್ವಕ್ಕೆ ಪತ್ವಂ—ಲೇಪ್ಯಂ=ಲಿಪ್ಪಂ.

ನತ್ವಕ್ಕೆ ಗತ್ವಂ—ಅಗ್ನಿ=ಅಗ್ಗಿ; ಲಾಗ್ನಿಕಂ=ಲಗ್ಗಿಕಂ (o. r. ಲಗ್ಗಿಗಂ).

ಮೃದ್ವೀಕೆ ಮುದ್ದಿಗೆಯಾದಂತೆ ಕೆಳಗಣಕ್ಕರಮೆ ಮೇಲಣದಪ್ಪುದರ್ಕೆ ಕೆಲವಂ ಪ್ರಯೋಗವಶದಿನಱಿವುದು.

ಸೂತ್ರಂ.

ದ becomes ವ, ರ, ಜ, ಯ, ತ, ಡ. The first syllable of a word is lengthened ocasionally.

ವರಜಯತಡವರ್ಣಮನಾ
ಚರಿಪುದು ತಾಂ ಬೇಱೆ ಬೇಱೆ ಪದಚಯದೊಳ್ಸಂ |
ಚರಿಪ ದಕಾರಕ್ಕಾದಂ
ದೊರೆಕೊಳ್ಗುಂ ಕೆಲವು ಶಬ್ದದಾದಿಗೆ ದೀರ್ಘಂ ||267||

ಪದಚ್ಛೇದಂ.—ವರಜಯತಡವರ್ಣಮುಂ ಆಚರಿಪುದು ತಾಂ ಬೇಱೆ ಬೇಱೆ ಪದಚಯದೊಳ್ ಸಂಚರಿಪ ದಕಾರಕ್ಕೆ ಆದಂ; ದೊರೆಕೊಳ್ಗುಂ ಕೆಲವು ಶಬ್ದದ ಆದಿಗೆ ದೀರ್ಘಂ.

ಅನ್ವಯಂ.—ಪದಚಯದೊಳ್ ಸಂಚರಿಪ ದಕಾರಕ್ಕೆ ಆದಂ ಬೇಱೆ ಬೇಱೆ ವರಜಯತಡವರ್ಣಮುಂ ತಾಂ ಆಚರಿಪುದು; ಕೆಲವು ಶಬ್ದದ ಆದಿಗೆ ದೀರ್ಘಂ ದೊರೆಕೊಳ್ಗುಂ.

ಟೀಕು.—ಪದಚಯದೊಳ್=ಪದಸಮೂಹದಲ್ಲಿ; ಸಂಚರಿಪ ದಕಾರಕ್ಕೆ=ಸಂಚರಿಸುವ ದಕಾರಕ್ಕೆ; ಆದಂ=ಆದಂ ಎಂಬ ವಿಶೇಷದಿಂದೆ; ಬೇಱ್ ಬೇಱ್=ಒಂದೊಂದಾಗಿ; ವರಜಯತಡವರ್ಣಮುಂ=ವಕಾರ ರೇಫ ಜಕಾರ ಯಕಾರ ತಕಾರ ಡಕಾರವೆಂಬಕ್ಷರವಂ; ತಾಂ=ವಿದ್ವಾಂಸರ್ ತಾಂ; ಆಚರಿಪುದು=ಹೇೞ್ವುದು; ಕೆಲವು ಶಬ್ದದ=ಕೆಲವು ಶಬ್ದಂಗಳ; ಆದಿಗೆ=ಮೊದಲ್ಗೆ; ದೀರ್ಘಂ=ದೀರ್ಘಂ; ದೊರೆಕೊಳ್ಗುಂ=ಬರ್ಪುದು.

ವೃತ್ತಿ.—ಪದಂಗಳೊಳ್ನೆಲಸಿದ ದತ್ವಕ್ಕೆ ವತ್ವಮುಂ ರೇಫೆಯುಂ ಜತ್ವಮುಂ ಯತ್ವಮುಂ ತತ್ವಮುಂ ಡತ್ವಮುಮಾದೇಶಮಕ್ಕುಂ; ಕೆಲವು ಶಬ್ದಂಗಳಾದಿಗೆ ದೀರ್ಘಮಕ್ಕುಂ.

ಪ್ರಯೋಗಂ.—ದಕಾರಕ್ಕೆ ವತ್ವಂ—ಪಾದುಕಂ=ಹಾವುಗೆ.

ದಕಾರಕ್ಕೆ ರೇಫಂ—ಕದಂಬಂ=ಕರಂಬಂ, ಕರಂಬವೆಂದು ಹಸುರ ಶಾಕದ ಕಾವು.

ದತ್ವಕ್ಕೆ ಜತ್ವಂ—ಗದೆ=ಗಜೆ; ದಂತಂ=ಜಂತಂ

ದತ್ವಕ್ಕೆ ಯತ್ವಂ—ಮದನಂ=ಮಯಣಂ; ಪದಂ=ಪಯಂ; ಯಶೋದೆ=ಜಸೋಯೆ.

ದತ್ವಕ್ಕೆ ತತ್ವಂ—ದರ್ದು=ತರ್ದು.

ದತ್ವಕ್ಕೆ ಡತ್ವಂ—ವಿಜ್ಝಂದಂ=ಬಿಜ್ಜಂಡಂ; ಪದದಕ್ಕೆ (o. r. ಪದಡಕ್ಕೆ)=ಪದಡಕ್ಕೆ (o. r. ಪಡಡಕ್ಕೆ).

ಪದದಾದಿಯ ದೀರ್ಘಕ್ಕೆ—ಗಹನಂ=ಗಾಹನಂ; ನವಮಿ=ನಾವಮಿ; ದಂಷ್ಟ್ರಂ=ದಾಡೆ; ಕಹಳೆ=ಕಾಳೆ; ಅಮರೆ=ಆವರೆ; ದ್ವಿಪಟ್ಟಿಕೆ=ದೂವಟ್ಟಿಗೆ; ದ್ವಿಹಸ್ತಿ=ದೂಹಸ್ತಿ.

2. Changes of Vowels and Consonants in the Beginning.

ಸೂತ್ರಂ.

In the beginning ಋ becomes ರ, ಇ, ಎ, ಅ, and ಉ; in the middle ಅ and ಅರ್.

ಪದದಾದಿಯ ಋತ್ವಕ್ಕಿ
ತ್ವದೆತ್ವದತ್ವದ ವಿಧಾನಮುತ್ವಂ ಬಹುಳಂ |
ಪುದಿದಿಕುರ್ಮಮಮೃತಶಬ್ದಾಂ
ತದಲ್ಲಿಯುಂ ಬ್ರಹ್ಮಶಬ್ದದಂತಿರೆ ರೇಫಂ || 268 ||

ಪದಚ್ಛೇದಂ.—ಪದದ ಆದಿಯ ಋತ್ವಕ್ಕೆ ಇತ್ವದ ಎತ್ವದ ಅತ್ವದ ವಿಧಾನಂ, ಉತ್ವಂ ಬಹುಳಂ, ಪುದಿದು ಇರ್ಕುಂ; ಅಮೃತಶಬ್ದಾಂತದಲ್ಲಿಯುಂ, ಬ್ರಹ್ಮಶಬ್ದದಂತೆ ಇರೆ, ರೇಫಂ.

ಅನ್ವಯಂ.—ಪದದ ಆದಿಯ ಋತ್ವಕ್ಕೆ ಇತ್ವದ ಎತ್ವದ ಅತ್ವದ ವಿಧಾನಂ ಪುದಿದು ಇರ್ಕುಂ, ಉತ್ವಂ ಬಹುಳಂ; ಅಮೃತಶಬ್ದಾಂತದಲ್ಲಿಯುಂ, ಬ್ರಹ್ಮಶಬ್ದದಂತಿರೆ, ರೇಫಂ.

ಟೀಕು.—ಪದದ = ಪದಂಗಳ; ಆದಿಯ = ಮೊದಲ; ಋತ್ವಕ್ಕೆ = ಋಕಾರಕ್ಕೆ; ಇತ್ವದ = ಇಕಾರದ; ಎತ್ವದ = ಎಕಾರದ; ಅತ್ವದ = ಅಕಾರದ; ವಿಧಾನಂ = ವಿಧಾನಂ; ಪುದಿದಿರ್ಕುಂ = ಪ್ರವೇಶವಾಗಿರ್ಪುದು; ಉತ್ವಂ = ಉಕಾರಂ; ಬಹುಳಂ = ಬಹುಳವಾಗಿ ಪ್ರವೇಶವಾಗಿರ್ಪುದು; ಅಮೃತಶಬ್ದಾಂತದಲ್ಲಿಯುಂ = ಅಮೃತವೆಂಬ ಶಬ್ದದ ಕಡೆಯಲ್ಲಿಯುಂ; ಬ್ರಹ್ಮಶಬ್ದದಂತಿರೆ = ಬ್ರಹ್ಮಶಬ್ದದ ಹಾಂಗೆ; ರೇಫಂ = ರೇಫೆ ಪ್ರವೇಶವಾಗಿರ್ಪುದು.

ವೃತ್ತಿ—ಪದದ ಮೊದಲ ಋತ್ವಕ್ಕೆ ಇತ್ವಮುಂ ಎತ್ವಮುಂ ಅತ್ವಮುಂ ಬಹುಳದಿನುತ್ವಮುಮಕ್ಕುಂ; ಬ್ರಹ್ಮಶಬ್ದದಂತಮೃತಶಬ್ದದ ಕಡೆಗಂ ರೇಫಂ.

ಪ್ರಯೋಗಂ.—ಋತ್ವಕ್ಕಿತ್ವಂ—ಋತು = ರಿತು; ಋಷಿ = ರಿಸಿ; ಋಣಂ = ರಿಣಂ; ಮೃಗಂ = ಮಿಗಂ; ಶೃಂಗಿ = ಸಿಂಗಿ; ತೃಣಂ = ತಿಣಂ; ಭೃಂಗಂ = ಬಿಂಗಂ; ಬೃಂದಂ = ಬಿಂದಂ; ವೃದ್ಧಿ = ಬಿದ್ದಿ; ವೃತ್ತಿ = ಬಿತ್ತಿ; ವೃಥೆ = ಬಿತೆ; ಮೃತಂ = ಮಿತಂ; ಭೃಂಗಾರಂ = ಬಿಂಗಾರಂ; ಶೃಂಗಾರಂ = ಸಿಂಗಾರಂ; ಋಜು = ರಿಜು.

ಋತ್ವಕ್ಕೆತ್ವಂ—ಹೃಷ್ಟಂ = ಹೆಟ್ಟಂ; ಹೃದಯಂ = ಹೆದೆಯಂ.

ಋತ್ವಕ್ಕತ್ವಂ—ವೃಷಭಂ = ಬಸವಂ; ಶೃಂಖಲಂ = ಸಂಕಲೆ; ಕೃತಕಿ = ಗದಕಿ.

ಬಹುಳದಿಂ ಪದಮಧ್ಯದ ಋತ್ವಕ್ಕಮುತ್ವಂ—ಪ್ರಾಕೃತಂ = ಪಾಗದಂ; ಅಮೃತಂ = ಅಮರ್ದು; ಸಂಸ್ಕೃತಂ = ಸಕ್ಕದಂ.

ಪದದಾದಿಯ ಋತ್ವಕ್ಕುತ್ವಂ—ಮೃದ್ವೀಕೆ = ಮುದ್ದಿಗೆ.

ಬ್ರಹ್ಮಶಬ್ದದಂತಮೃತಶಬ್ದದ ಕಡೆಗಂ ರೇಫಂ—ಬ್ರಹ್ಮ = ಬರ್ಮ್ಮ; ಅಮೃತ = ಅಮರ್ದು.

ಸೂತ್ರಂ.

In the beginning ಅ becomes ಉ, ಇ, or ಹ; after the first syllable ಜ್ಞ becomes ನ್ನ or ಣ.

ಆದಿಯೊಳಿರ್ದತ್ವಕ್ಕು
ತ್ವಾದೇಶಮುಮಿತ್ವವೃತ್ತಿಯುಂ ಹತ್ವಮುಮಾ ।
ಪಾದಿತಮಕ್ಕುಂ ಜ್ಞತ್ವ
ಕ್ಕಾದಿಯನುೞಿದು ನ್ನನಕ್ಕುಮದು ಬಹುಳತೆಯಿಂ ॥ 269 ॥

ಪದಚ್ಛೇದಂ. — ಆದಿಯೊಳ್ ಇರ್ದ ಅತ್ವಕ್ಕೆ ಉತ್ವಾದೇಶಮುಂ ಇತ್ವವೃತ್ತಿಯುಂ ಹತ್ವಮುಂ ಆಪಾದಿತಂ ಅಕ್ಕುಂ, ಜ್ಞತ್ವಕ್ಕೆ ಆದಿಯಂ ಉೞಿದು ನ್ನಂ ಆಕ್ಕುಂ, ಅದು ಬಹುಳತೆಯಿಂ.

ಅನ್ವಯಂ. — ನ್ನಂ ಅದು ಬಹುಳತೆಯಿಂ ಅಕ್ಕುಂ ಎಂಬುದನ್ವಯಂ.

ಟೀಕು. — ಆದಿಯೊಳ್ = ಮೊದಲಲ್ಲಿ; ಇರ್ದತ್ವಕ್ಕೆ = ಇರ್ದಕಾರಕ್ಕೆ; ಉತ್ವಾದೇಶಮುಂ = ಉಕಾರದ ಆದೇಶಮುಂ; ಇತ್ವವೃತ್ತಿಯುಂ = ಇಕಾರದ ವರ್ತನೆಯುಂ; ಹತ್ವಮುಂ = ಹಕಾರಮುಂ; ಆಪಾದಿತಂ = ಪ್ರತಿಪಾದಿಸಲ್ಪಡುವುದು; ಅಕ್ಕುಂ = ಆಗುವುದು; ಜ್ಞತ್ವಕ್ಕೆ = ಜ್ಞಕಾರಕ್ಕೆ; ಆದಿಯಂ = ಮೊದಲಂ; ಉೞಿದು = ಬಿಟ್ಟು; ನ್ನಂ = ದ್ವಿತ್ವದ ನಕಾರಂ; ಅದು = ಅದು; ಬಹುಳತೆಯಿಂ = ಬಹುಳತ್ವದಿಂದೆ; ಅಕ್ಕುಂ = ಆಗುವುದು.

ವೃತ್ತಿ. — ಪದದಾದಿಯಕಾರಕ್ಕುಕಾರಮುಮಿಕಾರಮುಂ ಹಕಾರಮುಮಕ್ಕುಂ; ಆದಿಯಂ ಕಳೆದುೞಿದ ಜ್ಞತ್ವಕ್ಕೆ ದ್ವಿತ್ವದ ನಕಾರಂ ಬಹುಳದಿನಕ್ಕುಂ.

ಪ್ರಯೋಗಂ. — ಅತ್ವಕ್ಕುತ್ವಂ — ಅಂಗುಷ್ಠಂ = ಉಂಗುಟಂ; ತ್ವರಿತಂ = ತುರಿಹಂ.

ಅತ್ವಕ್ಕಿತ್ವಂ — ಜಳೂಕಂ = ಜಿಗುಳೆ (not in Mdb. Ms.); ಅಂಗಾರಂ = ಇಂಗಳಂ.

ಅತ್ವಕ್ಕೆ ಹತ್ವಂ — ಅಗ್ನಿ = ಹಗ್ಗಿ.

ಜ್ಞಕಾರಕ್ಕೆ ದ್ವಿತ್ವನಕಾರಂ — ವಿಜ್ಞಾನಂ = ಬಿನ್ನಣಂ; ವಿಜ್ಞಾಪನಂ = ಬಿಂನಪಂ; ಸಂಜ್ಞೆ = ಸನ್ನೆ; ಯಜ್ಞಂ = ಜನ್ನಂ.

ಬಹುಳಮೆಂಬುದಱಿಂದಾಜ್ಞೆಗೆ ಆಣೆಯೆಂದುಂಟು.

ಸೂತ್ರಂ.

In the beginning ಉ becomes ಒ or ಓ; ಊ becomes ಓ; ಔ becomes ಒ and ಓ; ಅ becomes ಒ and ಓ; the first syllable, when long, becomes short.

ಪದದಾದಿಯುವರ್ಣಕ್ಕೌ
ತ್ವದತ್ವದೆಡೆಗೊತ್ವಮುಂ ಪೊದಳ್ದೋತ್ವಮುಮ |
ಪ್ಪದು ವೈಕಲ್ಪಿಕದಿಂ ಶ
ಬ್ದದಾದಿದೀರ್ಘಕ್ಕೆ ಪಿರಿದುಮಕ್ಕುಂ ಹ್ರಸ್ವಂ ‖ 270 ‖

ಪದಚ್ಛೇದಂ.—ಪದದ ಆದಿಯ ಉವರ್ಣಕ್ಕೆ ಔತ್ವದ ಅತ್ವದ ಎಡೆಗೆ ಒತ್ವಮುಂ ಪೊದಳ್ದ ಓತ್ವಮುಂ ಅಪ್ಪದು ವೈಕಲ್ಪಿಕದಿಂ; ಶಬ್ದದ ಆದಿದೀರ್ಘಕ್ಕೆ ಪಿರಿದುಂ ಅಕ್ಕುಂ ಹ್ರಸ್ವಂ.

ಅನ್ವಯಂ.—ಹ್ರಸ್ವಂ ಅಕ್ಕುಂ ಎಂಬುದನ್ವಯಂ.

ಟೀಕು.—ಪದದ = ಪದಂಗಳ; ಆದಿಯ = ಮೊದಲ; ಉವರ್ಣಕ್ಕೆ = ಉ ಊ ಎಂಬ ಸವರ್ಣಕ್ಕೆ; ಔತ್ವದ = ಔಕಾರದ; ಅತ್ವದ = ಅಕಾರದ; ಎಡೆಗೆ = ಸ್ಥಾನಕ್ಕೆ; ಒತ್ವಮುಂ = ಹ್ರಸ್ವವಾದ ಒಕಾರವುಂ; ಪೊದಳ್ದೋತ್ವಮುಂ = ಪ್ರಸಿದ್ಧಿವಡೆದ ಓಕಾರವುಂ; ವೈಕಲ್ಪಿಕದಿಂ = ವಿಕಲ್ಪದಿಂದೆ; ಅಪ್ಪದು = ಆಗುವುದು; ಶಬ್ದದ = ಶಬ್ದಂಗಳ; ಆದಿದೀರ್ಘಕ್ಕೆ = ಮೊದಲ ದೀರ್ಘಕ್ಕೆ; ಪಿರಿದುಂ = ವಿಶೇಷವಾಗಿ; ಹ್ರಸ್ವಂ = ಹ್ರಸ್ವಂ; ಅಕ್ಕುಂ = ಆಗುವುದು.

ವೃತ್ತಿ.—ವಿಕಲ್ಪದಿಂ ಪದದಾದಿಯ ಉ ಊ ಎಂಬಿವರ್ಕಂ ಔಕಾರಕ್ಕಂ ಅಕಾರಕ್ಕಂ ಹ್ರಸ್ವೋತ್ವಮುಂ ದೀರ್ಘೋತ್ವಮುಂ ಅಕ್ಕುಂ; ಪದಂಗಳ ಮೊದಲ ದೀರ್ಘಕ್ಕೆ ಪಿರಿದುಂ ಹ್ರಸ್ವಮಕ್ಕುಂ.

ಪ್ರಯೋಗಂ.—ಉಕಾರಕ್ಕೆ ಒತ್ವಂ—ಕುಂತಂ=ಕೊಂತಂ; ಕುಂಡಂ=ಕೊಂಡಂ; ತುವರಿ=ತೊವರಿ; ಸುಧೆ=ಸೊದೆ; ಭುಜಂಗಂ=ಬೊಜಂಗಂ; ಸುಖಂ=ಸೊಕಂ (o. r. ಸೊಗಂ); ಸುಭಗಂ=ಸೊಬಗಂ; ಮುಖಂ=ಮೊಗಂ; ಉಷ್ಟ್ರಂ=ಒಟ್ಟೆ (o. r. ಒಂಟೆ); ಪುಸ್ತಕಂ=ಪೊತ್ತಗೆ; ತುಲಸಿ=ತೊಳಸಿ (o. r. ತೊಳಚಿ).

ಉಕಾರಕ್ಕೆ ಓತ್ವಂ—ಸುವಾಸಿನಿ=ಸೋವಾಸಿಣಿ (o. r. ಸೋವಾಸಿನಿ); ಕುಕ್ಕುಟಂ=ಕೋೞಿ; ಕುರುಂಟಂ=ಗೋರಟೆ.

ಊಕಾರಕ್ಕೆ ಓತ್ವಂ—ಮೂಢಂ=ಮೋಡಂ; ಕೂಟಂ=ಕೋಡು.

ಔಕಾರಕ್ಕೆ ಒತ್ವಂ—ಸೌರಾಷ್ಟ್ರಂ=ಸೊರಟಂ; ಕ್ರೌಂಚಂ=ಕೊಂಚೆ.

ಔಕಾರಕ್ಕೆ ಓತ್ವಂ—ಕೌಪೀನಂ=ಕೋವಣಂ.

ಅಕಾರಕ್ಕೆ ಒತ್ವಂ—ಸ್ವರ್ಣಂ=ಸೊಂನೆ.

ಅಕಾರಕ್ಕೆ ಓತ್ವಂ—ಮಯೂರಂ=ವೋರಂ.

ಆದಿದೀರ್ಘಕ್ಕೆ ಹ್ರಸ್ವಂ—ಕಾರ್ಯಂ=ಕಜ್ಜಂ; ಸೂತ್ರಿಕೆ=ಸುತ್ತಿಗೆ; ರಾಕ್ಷಸಂ=ರಕ್ಕಸಂ; ಪೂರ್ವೆ=ಹುಬ್ಬೆ; ಗೂರ್ಜರಂ=ಗುಜ್ಜರಂ; ಸಾಕ್ಷಿ=ಸಕ್ಕಿ; ಪ್ರೇಕ್ಷಣಂ=ಪೆಕ್ಕಣಂ; ವ್ಯಾಘ್ರಂ=ಬಗ್ಗಂ; ಕಾಂಚಿ=ಕಂಚಿ; ಕಾಂಜಿ=ಗಂಜಿ; ಆರ್ಯಂ=ಅಜ್ಜಂ; ತಾತಂ=ತಂದೆ; ತೀಕ್ಷ್ಣಂ=ತಿಕ್ಕಂ; ಕಾಂಡಪಟಂ=ಕಂಡಪಟಂ; ಲಾಗ್ನಿಕಂ=ಲಗ್ಗಿಕಂ (o. r. ಲಗ್ಗಿಗಂ).

ಸೂತ್ರಂ.

In the beginning it now and then happens that ಇ and ಅ becomes ಎ, and ಏ; also that ಐ becomes ಎ or ಏ; an initial ಹ is dropped, but its vowel is retained.

ಅಕ್ಕುಮೆವರ್ಣಂ ಭಾವಿಸೆ
ತಕ್ಕಂತೆ ಪದಾದಿಯಿತ್ವದತ್ವದ ಸಂಸ್ಥಾ |
ನಕ್ಕಂ ಮತ್ತೈತ್ವಕ್ಕಂ
ಮಿಕ್ಕಾದಿಹಕಾರಮಸ್ವರದೆ ಲೋಪಿಸುಗುಂ || 271 ||

ಪದಚ್ಛೇದಂ.—ಅಕ್ಕುಂ ಎವರ್ಣಂ, ಭಾವಿಸೆ, ತಕ್ಕಂತೆ ಪದಾದಿಯ ಇತ್ವದ ಅತ್ವದ ಸಂಸ್ಥಾನಕ್ಕಂ ಮತ್ತೆ ಐತ್ವಕ್ಕಂ; ಮಿಕ್ಕ ಆದಿಹಕಾರಂ ಅಸ್ವರದೆ ಲೋಪಿಸುಗುಂ.

ಅನ್ವಯಂ.—ಪದಾದಿಯ ಇತ್ವದ ಅತ್ವದ ಸಂಸ್ಥಾನಕ್ಕಂ ಮತ್ತೆ ಐತ್ವಕ್ಕಂ ಎವರ್ಣಂ, ಭಾವಿಸೆ, ತಕ್ಕಂತೆ ಅಕ್ಕುಂ; ಮಿಕ್ಕಾದಿಹಕಾರಂ ಅಸ್ವರದೆ ಲೋಪಿಸುಗುಂ.

ಟೀಕು.— ಪದಾದಿಯ=ಪದಂಗಳ ಮೊದಲ; ಇತ್ವದ=ಇಕಾರದ; ಅತ್ವದ=ಅಕಾರದ; ಸಂಸ್ಥಾನಕ್ಕಂ=ಲೇಸಾದ ಸ್ಥಾನಕ್ಕೆಯುಂ; ಮತ್ತೆ=ಬಳಿಕ; ಐತ್ವಕ್ಕಂ=ಐಕಾರಕ್ಕೆಯುಂ; ಎವರ್ಣಂ=ಎ ಏ ಎಂಬ ಸವರ್ಣಂ; ಭಾವಿಸೆ=ವಿಚಾರಿಸೆ; ತಕ್ಕಂತೆ=ತಕ್ಕಹಾಂಗೆ; ಅಕ್ಕುಂ=ಆಗುವುದು; ಮಿಕ್ಕ=ಉಳಿದ; ಆದಿಹಕಾರಂ=ಮೊದಲ ಹಕಾರಂ; ಅಸ್ವರದೆ=ವ್ಯಂಜನರೂಪದಿಂದೆ; ಲೋಪಿಸುಗುಂ=ಲೋಪಿಸಿ ಕೊಂಬುದು.

ವೃತ್ತಿ.—ಎ ಏ ಎಂಬಕ್ಕರಂಗಳ್ ಪದಾದಿಯ ಇಕಾರಕ್ಕಮಕಾರಕ್ಕಮೈಕಾರಕ್ಕಮಕ್ಕುಂ; ಪದಾದಿಯ ಹಕಾರಂ ಸ್ವರರಹಿತಮಾಗಿ ಲೋಪಮಕ್ಕುಂ.

ಪ್ರಯೋಗಂ.—ಇಕಾರಕ್ಕೆ ಎತ್ವಂ—ಇಳೆ=ಎಳೆ; ಸಿಂದೂರಂ=ಸೆಂದುರಂ;

ದಿವಸಂ=ದೆವಸಂ; ದಿಶೆ=ದೆಸೆ; ಬಿಲ್ವಪತ್ರಂ=ಬೆಲ್ಲವತ್ತಂ; ವಿನಾಯಕಃ= ಬೆನಕಂ; ಶಿಲೆ=ಸೆಲೆ.

ಇಕಾರಕ್ಕೆ ಏತ್ವಂ—ನಿಯಮಂ=ನೇಮಂ.

ಅಕಾರಕ್ಕೆ ಎತ್ವಂ—ಜಟೆ=ಜಡೆ; ಶಯ್ಯೆ=ಸೆಜ್ಜೆ; ವ್ಯಂಜನಂ=ಬೆಂಜನಂ; ವ್ಯತಿರೇಕಂ=ಬೆತಿರೇಕಂ (o. r. ವೆತಿರೇಕಂ); ವ್ಯಥೆ=ಬೆತೆ (o. r. ವೆತೆ).

ಅಕಾರಕ್ಕೆ ಏತ್ವಂ—ವ್ಯವಹಾರಂ=ಬೇಹಾರಂ (o. r. ಬೇಹರಂ).

ಐಕಾರಕ್ಕೆ ಎತ್ವಂ—ಸೈಂಧವಂ=ಸೆಂದವಂ; ವೈದ್ಯಂ=ಬೆಜ್ಜಂ; ತೈಲಿಕಂ= ತೆಲ್ಲಿಗಂ.

ಐಕಾರಕ್ಕೆ ಏತ್ವಂ—ವೈಶಾಖಂ=ಬೇಸಗೆ; ವೈರಂ=ಬೇರಂ.

ತಕ್ಕಂತೆಯೆಂಬ ಪರಿಮಿತವಚನದಿಂದಿತ್ವಕ್ಕಮುತ್ವಕ್ಕಮೈತ್ವಕ್ಕಂ ಎವರ್ಣಂ ಕೆಲವೆಡೆಗೊಳ್ಳಿಲ್ಲ; ಇತ್ವಕ್ಕೆ—ನಿಶೆ (o. r. ನಿಶಿ)=ನಿಸಿ; ವಿಷಂ=ಬಿಸಂ; ನಿಮಿಷಂ=ನಿಮಿಸಂ.

ಉತ್ವಕ್ಕಮಂತೆ—ಅಂಕುಶಂ=ಅಂಕುಸಂ; ಕಂಠಿಕೆ=ಕಂಟಿಕೆ (o. r. ಕಂಟಿಗೆ); ಖಂಖರಿ=ಕಂಕರಿ.

ಐತ್ವಕ್ಕಮಂತೆ—ಭೈರವಂ=ಬೈರವಂ; ಭೈಕ್ಷ್ಯಂ=ಬೈಕಂ; ಶೈವಂ=ಸೈವಂ.

ಅಸ್ವರಹಕಾರಲೋಪಕ್ಕೆ—ಹಂಸೆ=ಅಂಚೆ; ಹಿಂಗು=ಇಂಗು; ಹಿಂಗುಲಿಕಂ=ಇಂಗುಲಿಕಂ.

ಸೂತ್ರಂ.

ಅಕ್ಕುಂ ಸ್ಪರ್ಶಸ್ಫಟಿಕ
ಸ್ಫಿಕ್ಕಾಸ್ಫೋಟಕಗದೊಳಂ ಸ್ತುತಿಸ್ತಿಮಿತಸ್ತೋ |
ಮಕ್ಕಿರ್ದ ಪದಾದಿಸಕಾ
ರಕ್ಕಂ ಲೋಪಂ ಶ್ಮಶಾನದಾ ಶತ್ವಕ್ಕಂ|| 272 ||

ಸ್ಪರ್ಶಂ, ಸ್ಫಟಿಕಂ, ಸ್ಫಿಕ್ಕೆ, ಸ್ಫೋಟಕಂ, ಸ್ತುತಿ, ಸ್ತಿಮಿತಂ, ಸ್ತೋಮಂ and ಶ್ಮಶಾನಂ become ಪರುಸಂ, ಪಳಿಕು, ಹೆಕ್ಕೆ, ಹೋಳಿಗೆ, ತುತಿ, ತಿಮಿತಂ, ತೋಮಂ and ಮಸಣಂ.

ಪದಚ್ಛೇದಂ.—ಅಕ್ಕುಂ ಸ್ಪರ್ಶಸ್ಫಟಿಕಸ್ಫಿಕ್ಕಾಸ್ಫೋಟಕದೊಳಂ ಸ್ತುತಿಸ್ತಿಮಿತಸ್ತೋಮಕ್ಕೆ ಇರ್ದ ಪದಾದಿಸಕಾರಕ್ಕಂ ಲೋಪಂ, ಶ್ಮಶಾನದ ಆ ಶತ್ವಕ್ಕಂ.

ಅನ್ವಯಂ.—ಸ್ಪರ್ಶಸ್ಫಟಿಕಸ್ಫಿಕ್ಕಾಸ್ಫೋಟಕದೊಳಂ ಸ್ತುತಿಸ್ತಿಮಿತಸ್ತೋಮಕ್ಕೆ ಇರ್ದ ಪದಾದಿಸಕಾರಕ್ಕಂ ಲೋಪಂ ಅಕ್ಕುಂ, ಶ್ಮಶಾನದ ಆ ಶತ್ವಕ್ಕಂ.

ಟೀಕು. — ಸ್ಪರ್ಶಸ್ಫಟಿಕಸ್ಫಿಕ್ಕಾಸ್ಫೋಟಕದೊಳಂ = ಸ್ಪರ್ಶವೆಂಬ ಸ್ಫಟಿಕವೆಂಬ ಸ್ಫಿಕ್ಕೆಯೆಂಬ ಸ್ಫೋಟಕವೆಂಬ ಶಬ್ದಂಗಳಲ್ಲಿಯುಂ; ಸ್ತುತಿಸ್ತಿಮಿತಸ್ತೋಮಕ್ಕೆ = ಸ್ತುತಿಯೆಂಬ ಸ್ತಿಮಿತವೆಂಬ ಸ್ತೋಮವೆಂಬ ಶಬ್ದಂಗಳ್ಗೆ; ಇರ್ದ ಪದಾದಿಸಕಾರಕ್ಕಂ = ಇರ್ದ ಪದಾದಿಸಕಾರಕ್ಕೆಯುಂ; ಲೋಪಂ = ಅದರ್ಶನಂ; ಅಕ್ಕುಂ = ಆಗುವುದು; ಶ್ಮಶಾನದ = ಶ್ಮಶಾನವೆಂಬ ಶಬ್ದದ; ಆ ಶತ್ವಕ್ಕಂ = ಆ ಶಕಾರಕ್ಕೆಯುಂ ಅದರ್ಶನಂ ಆಗುವುದು.

ವೃತ್ತಿ. — ಈ ಪೇೞಲ್ಪಡೆದ ಶಬ್ದಂಗಳ ಸಕಾರಕ್ಕಂ ಶ್ಮಶಾನಶಬ್ದದ ಶಕಾರಕ್ಕಂ ಲೋಪಮಕ್ಕುಂ.

ಪ್ರಯೋಗಂ. — ಸ್ಪರ್ಶಂ = ಪರುಸಂ; ಸ್ಫಟಿಕಂ = ಪಳಿಕು; ಸ್ಫಿಕ್ಕೆ = ಹೆಕ್ಕೆ (o. r. ಹಿಕ್ಕೆ); ಸ್ಫೋಟಕಂ = ಹೋಳಿಗೆ; ಸ್ತುತಿ = ತುತಿ; ಸ್ತಿಮಿತಂ = ತಿಮಿತಂ; ಸ್ತೋಮಂ = ತೋಮಂ; ಶ್ಮಶಾನಂ = ಮಸಣಂ.

3. Changes of Vowels and Consonants in the Middle.

ಸೂತ್ರಂ.

In the middle a long vowel is shortened; ಓ becomes ಉ; ಉ becomes ಇ or ಅ; and ಅ becomes ಇ.

ಪದಮಧ್ಯದ ದೀರ್ಘಕ್ಕ
ಪ್ಪುದು ಪೀನಂ ಹ್ರಸ್ವಮೋತ್ವಮಾದಂದುತ್ವಂ ।
ಪುದಿದುತ್ವಕ್ಕಿತ್ವಮುಮ
ತ್ವದ ಮೆಯ್ಯುಮದತ್ವದಲ್ಲಿಗಿತ್ವಾದೇಶಂ ॥ 273 ॥

ಪದಚ್ಛೇದಂ. — ಪದಮಧ್ಯದ ದೀರ್ಘಕ್ಕೆ ಅಪ್ಪುದು ಪೀನಂ ಹ್ರಸ್ವಂ; ಓತ್ವಂ ಆದ ಅಂದು ಉತ್ವಂ; ಪುದಿದ ಉತ್ವಕ್ಕೆ ಇತ್ವಮುಂ ಅತ್ವದ ಮೆಯ್ಯುಂ ಅದು; ಅತ್ವದ ಅಲ್ಲಿಗೆ ಇತ್ವಾದೇಶಂ.

ಅನ್ವಯಂ. — ಪದಮಧ್ಯದ ದೀರ್ಘಕ್ಕೆ ಪೀನಂ ಹ್ರಸ್ವಂ ಅಪ್ಪುದು; ಓತ್ವಂ ಆದಂದು ಉತ್ವಂ; ಪುದಿದುತ್ವಕ್ಕೆ ಇತ್ವಮುಂ ಅತ್ವದ ಮೆಯ್ಯುಂ ಅದು; ಅತ್ವದಲ್ಲಿಗೆ ಇತ್ವಾದೇಶಂ.

ಟೀಕು. — ಪದಮಧ್ಯದ = ಪದಂಗಳ ನಡುವಣ; ದೀರ್ಘಕ್ಕೆ = ದೀರ್ಘಕ್ಕೆ; ಪೀನಂ = ವಿಶೇಷವಾಗಿ; ಹ್ರಸ್ವಂ = ಹ್ರಸ್ವಂ; ಅಪ್ಪುದು = ಆಗುವುದು; ಓತ್ವಂ = ಓಕಾರಂ; ಆದಂದು = ಆದಲ್ಲಿ; ಉತ್ವಂ = ಉಕಾರಂ ಅಪ್ಪುದು; ಪುದಿದ = ಪ್ರವೇಶವಾದ; ಉತ್ವಕ್ಕೆ = ಉಕಾರಕ್ಕೆ; ಇತ್ವಮುಂ = ಇಕಾರವುಂ; ಅತ್ವದ ಮೆಯ್ಯುಂ = ಅಕಾರದ ಸ್ವರೂಪವುಂ; ಅದು = ಅದು ಅಪ್ಪುದು; ಅತ್ವದಲ್ಲಿಗೆ = ಅಕಾರದ ಸ್ಥಾನಕ್ಕೆ; ಇತ್ವಾದೇಶಂ = ಇಕಾರದಾದೇಶಂ ಅಪ್ಪುದು.

ವೃತ್ತಿ. — ಪದಮಧ್ಯದ ದೀರ್ಘಕ್ಕೆ ಪಿರಿದುಂ ಹ್ರಸ್ವಮಕ್ಕುಂ; ಪದಮಧ್ಯದೋತ್ವಕ್ಕುತ್ವಮಕ್ಕುಂ; ಪದಮಧ್ಯದುತ್ವಕ್ಕಿತ್ವಮುಮತ್ವಮುಮಕ್ಕುಂ; ಪದಮಧ್ಯದತ್ವಕ್ಕಿತ್ವಮಕ್ಕುಂ.

ಪ್ರಯೋಗಂ. — ದೀರ್ಘಕ್ಕೆ ಹ್ರಸ್ವಂ — ಅಯೋಗ್ರಂ=ಅಯೊಗಂ; ದುಕೂಲಂ=ದುಗುಲಂ; ಆಕಾಶಂ=ಆಗಸಂ; ಸನ್ನಾಹಂ=ಸನ್ನಣಂ; ಶಲಾಕೆ=ಸಲಗೆ; ತಾಂಬೂಲಂ=ತಂಬುಲಂ; ಆರಾಮಂ=ಆರವೆ; ವಿಲಾಸಂ=ವಿಲಸಂ; ಬಂಧೂಕಂ=ಬಂದುಗೆ; ಗೋಧೂಮಂ=ಗೋದುವೆ; ಗೋಪಾಳಂ=ಗೋವಳಂ; ಬರ್ಬೂರಂ (o. r. ಬರ್ಬೂಲಂ)=ಬೊಬ್ಬುಲಿ (o. r. ಬಬ್ಬುಲಿ); ಕೂರ್ಪಾಸಂ=ಕುಪ್ಪಸಂ; ಶ್ಮಶಾನಂ=ಮಸಣಂ; ಪ್ರಯಾಣಂ=ಪಯಣಂ; ದ್ವಿತೀಯೆ=ಬಿದಿಗೆ; ತೃತೀಯೆ=ತದಿಗೆ.

ಓತ್ವಕ್ಕುತ್ವಂ—ಅಶೋಕೆ (o. r. ಅಶೋಕಂ)=ಅಸುಗೆ; ಉದ್ಯೋಗಂ=ಉಜ್ಜುಗಂ; ಕಠೋರಂ=ಕಟುರಂ.

ಉತ್ವಕ್ಕಿತ್ವಂ — ಆಯುಷ್ಯಂ=ಆಯಿಸಂ.

ಉತ್ವಕ್ಕತ್ವಂ — ಕುರುಂಟಂ=ಗೋರಟಿ (o. r. ಗೋರಣ್ಟೆ); ಮಾನುಷ್ಯಂ=ಮಾನಸಂ.

ಅತ್ವಕ್ಕಿತ್ವಂ — ಕನ್ಯಕೆ=ಕನ್ನಿಕೆ.

ಸೂತ್ರಂ.

In the middle ಏ and ಈ become ಅ; ಅ becomes ಉ; ಆ becomes ಎ.

ಪದಮಧ್ಯದೇತ್ವದೊಳಮೀ
ತ್ವದೊಳಂ ತಾನತ್ವಮತ್ವಮಿರ್ದಂದುತ್ವಂ ||
ವಿದಿತಾತ್ವಕ್ಕಕ್ಕುಂ ಹ್ರ
ಸ್ವದೆತ್ವವಿಧಿ ಬಹುಳವೃತ್ತಿಯಿಂ ಕೆಲವೆಡೆಯೊಳ್ ||274||

ಪದಚ್ಛೇದಂ. — ಪದಮಧ್ಯದ ಏತ್ವದೊಳಂ ಈತ್ವದೊಳಂ ತಾಂ ಅತ್ವಂ; ಅತ್ವಂ ಇರ್ದ ಅಂದು ಉತ್ವಂ; ವಿದಿತಾತ್ವಕ್ಕೆ ಅಕ್ಕುಂ ಹ್ರಸ್ವದ ಎತ್ವವಿಧಿ ಬಹುಳವೃತ್ತಿಯಿಂ ಕೆಲ ಎಡೆಯೊಳ್.

ಅನ್ವಯಂ. — ಪದಮಧ್ಯದ ಏತ್ವದೊಳಂ ಈತ್ವದೊಳಂ ಅತ್ವಂ ತಾಂ ಅಕ್ಕುಂ; ಅತ್ವಂ ಇರ್ದಂದು ಉತ್ವಂ; ಕೆಲವೆಡೆಯೊಳ್ ಬಹುಳವೃತ್ತಿಯಿಂ ವಿದಿತಾತ್ವಕ್ಕೆ ಹ್ರಸ್ವದ ಎತ್ವವಿಧಿ.

ಟೀಕು.— ಪದಮಧ್ಯದ = ಪದಂಗಳ ನಡುವಣ; ಏತ್ವದೊಳಂ = ಏಕಾರದಲ್ಲಿಯುಂ; ಈತ್ವದೊಳಂ = ಈಕಾರದಲ್ಲಿಯುಂ; ಅತ್ವಂ = ಅಕಾರಂ; ತಾಂ = ತಾಂ; ಅಕ್ಕುಂ = ಆಗುವುದು; ಅತ್ವಂ = ಅಕಾರಂ; ಇರ್ದಂದು = ಇರ್ದಲ್ಲಿ; ಉತ್ವಂ = ಉಕಾರಂ ಆಗುವುದು; ಕೆಲವೆಡೆಯೊಳ್ = ಕೆಲವೆಡೆಯಲ್ಲಿ; ಬಹುಳವೃತ್ತಿಯಿಂ = ಬಹುಳದ ವರ್ತನೆಯಿಂದೆ; ಏದಿತಾತ್ವಕ್ಕೆ = ಪ್ರಸಿದ್ಧವಾದಾಕಾರಕ್ಕೆ; ಹ್ರಸ್ವದ = ಹ್ರಸ್ವದ; ಏತ್ವವಿಧಿ = ಎಕಾರದ ವಿಧಿ ಆಗುವುದು.

ವೃತ್ತಿ.— ಪದಮಧ್ಯದೇಕಾರದೊಳಮೀಕಾರದೊಳಮತ್ವಮಕ್ಕುಂ; ಪದಮಧ್ಯದತ್ವಕ್ಕುತ್ವಮಕ್ಕುಂ; ಪದಮಧ್ಯದಾತ್ವಕ್ಕೆತ್ವಂ ಬಹುಳದಿನಕ್ಕುಂ.

ಪ್ರಯೋಗಂ.— ಏತಕತ್ವಂ—ಅಲೇಖಂ = ಅಳಕಂ.

ಈಕಾರಕ್ಕೆ ಅತ್ವಂ—ಕೌಪೀನಂ = ಕೋವಣಂ; ಮರೀಚಂ = ಮೆಳಸು (o. r. ಮೆಱಿಸು).

ಅತ್ವಕ್ಕುತ್ವಂ— ಸತ್ವಕಂ = ಸತ್ತುಗಂ.

ಆತ್ವಕ್ಕೆತ್ವಂ— ಅನ್ಯಾಯಂ = ಅನ್ನೆಯಂ.

ಬಹುಳದಿನೆಂಬದಱಿಂ— ರಸಾಯನಂ = ರಸೆಯನಂ.

ಸೂತ್ರಂ.

In the middle Elision often takes place; in the beginning ಬ becomes ಭೈ, and ಅ becomes ಐ; also ಆ becomes ಐ.

ಅವತರಿಸಿರ್ಕುಂ ಪದಮ
ಧ್ಯವರ್ಣದೊಳ್ ಲೋಪವೃತ್ತಿ ಬಹುಳತೆಯಿಂ ತ |
ದ್ಭವಮಾದಿಯ ಬತ್ವಂ ಭೈ
ತ್ವಮೈತ್ವವಿಧಿಯತ್ವದಾತ್ವದೊಳ್ದೊರೆಕೊಳ್ಗುಂ ‖ 275 ‖

ಪದಚ್ಛೇದಂ.— ಅವತರಿಸಿ ಇರ್ಕುಂ ಪದಮಧ್ಯವರ್ಣದೊಳ್ ಲೋಪವೃತ್ತಿ ಬಹುಳತೆಯಿಂ; ತದ್ಭವಂ ಆದಿಯ ಬತ್ವಂ ಭೈತ್ವಂ; ಐತ್ವವಿಧಿ ಅತ್ವದ ಆತ್ವದೊಳ್ ದೊರೆಕೊಳ್ಗುಂ.

ಅನ್ವಯಂ.— ಪದಮಧ್ಯವರ್ಣದೊಳ್ ಲೋಪವೃತ್ತಿ ಬಹುಳತೆಯಿಂ ಅವತರಿಸಿರ್ಕುಂ; ಆದಿಯ ಬತ್ವಂ ಭೈತ್ವಂ ತದ್ಭವಂ; ಅತ್ವದಾತ್ವದೊಳ್ ಐತ್ವವಿಧಿ ದೊರೆಕೊಳ್ಗುಂ.

ಟೀಕು.—ಪದಮಧ್ಯವರ್ಣದೊಳ್ = ಪದಂಗಳ ನಡುವಣ ವರ್ಣದಲ್ಲಿ; ಲೋಪವೃತ್ತಿ= ಲೋಪದ ವರ್ತನೆ; ಬಹುಳತೆಯಿಂ = ಬಹುಳದಿಂದೆ; ಅವತರಿಸಿರ್ಕುಂ = ಹುಟ್ಟಿರ್ಪುದು; ಆದಿಯ = ಮೊದಲ; ಬತ್ವಂ = ಬಕಾರಂ; ಭೈತ್ವಂ = ಭೈಕಾರವಾಗಿ; ತತ್ = ಅದಱಿಲ್ಲಿ; ಭವಂ = ಹುಟ್ಟಿದುದು; ಅತ್ವದಾತ್ವದೊಳ್ = ಅಕಾರ ಆಕಾರದಲ್ಲಿ; ಐತ್ವವಿಧಿ = ಐಕಾರದ ವಿಧಿ; ದೊರೆಕೊಳ್ಗುಂ = ಪ್ರಾಪ್ತಿಸುವುದು.

ವೃತ್ತಿ.— ಪದಮಧ್ಯದಕ್ಕರಕ್ಕೆ ಬಹುಳದಿಂ ಲೋಪಮಕ್ಕುಂ; ಪದಾದಿಯ ಬಕಾರಕ್ಕೆ ಐತ್ವಂ ಬೆರಸಿದ ಭಕಾರಮಕ್ಕುಂ; ಪದಾದಿಯತ್ವಕ್ಕಮಾತ್ವಕ್ಕಮೈತ್ವಮಕ್ಕುಂ.

ಪ್ರಯೋಗಂ.— ಪದಮಧ್ಯಲೋಪಕ್ಕೆ— ನವಮಿ=ನಾಮಿ; ಸಾಹಸಂ= ಸಾಸಂ; ಗಹನಂ=ಗಾನಂ; ಕುಕ್ಕುಟಂ=ಕೋೞಿ; ವಾಹಳಿ=ವಾಳಿ; ಮಯೂರಂ=ಮೋರಂ; ಕುಮಾರಂ=ಕೋರಂ (also ಕುವರಂ); ನಿಯಮಂ=ನೇಮಂ.

ಬತ್ವದ ಭೈಕಾರಕ್ಕೆ— ಬಹಿತ್ರಂ=ಭೈತ್ರಂ.

ಅತ್ವಕ್ಕೈತ್ವಂ—ಮಹಿಮೆ=ಮೈಮೆ; ಮಹಿಷಿ=ಮೈಸಿ.

ಆತ್ವಕ್ಕೈತ್ವಂ— ವಾಹ್ಯಾಳಿ=ವೈಹಾಳಿ (o. r. ವೈಹ್ಯಾಳಿ); ಬಹುಳದಿನಿಲ್ಲಿ ಪದಮಧ್ಯಲೋಪಮಿಲ್ಲ.

ಸೂತ್ರಂ.

In the middle ಮ and ಳ (ಲ) become ಗ; ಕ becomes ವ; ಧ್ಯ becomes ದ್ಧಿ.

ಸಮನಿಸುಗುಂ ಗತ್ವಂ ಶ
ಬ್ದಮಧ್ಯಮತ್ವಕ್ಕಮಂತೆ ಳತ್ವಕ್ಕಂ ಕ ।
ತ್ವಮದಿರ್ದೊಡೆ ವತ್ವಂ ಯ
ತ್ವಮಿಶ್ರಧತ್ವಕ್ಕೆ ದತ್ವಮತ್ವಕ್ಕಿತ್ವಂ ‖ 276 ‖

ಪದಚ್ಛೇದಂ— ಸಮನಿಸುಗುಂ ಗತ್ವಂ ಶಬ್ದಮಧ್ಯಮತ್ವಕ್ಕಂ ಅಂತೆ ಳತ್ವಕ್ಕಂ; ಕತ್ವಂ ಅದು ಇರ್ದೊಡೆ ವತ್ವಂ; ಯತ್ವಮಿಶ್ರಧತ್ವಕ್ಕೆ ದತ್ವಂ, ಅತ್ವಕ್ಕೆ ಇತ್ವಂ.

ಅನ್ವಯಂ.— ಶಬ್ದಮಧ್ಯಮತ್ವಕ್ಕಂ ಅಂತೆ ಳತ್ವಕ್ಕಂ ಗತ್ವಂ ಸಮನಿಸುಗುಂ; ಕತ್ವಂ ಅದು ಇರ್ದೊಡೆ ವತ್ವಂ; ಯತ್ವಮಿಶ್ರಧತ್ವಕ್ಕೆ ದತ್ವಂ, ಅತ್ವಕ್ಕೆ ಇತ್ವಂ.

ಟೀಕು. — ಶಬ್ದಮಧ್ಯಮತ್ವಕ್ಕಂ = ಶಬ್ದಂಗಳ ನಡುವಣ ಮಕಾರಕ್ಕೆಯುಂ; ಅಂತೆ = ಹಾಂಗೆ; ಳತ್ವಕ್ಕಂ = ಳಕಾರಕ್ಕೆಯುಂ; ಗತ್ವಂ = ಗಕಾರಂ; ಸಮನಿಸುಗುಂ = ಪ್ರಾಪ್ತಿಸುವುದು; ಕತ್ವಂ = ಕಕಾರಂ; ಅದು = ಅದು; ಇರ್ದೊಡೆ = ಇರ್ದೊಡೆ; ವತ್ವಂ = ವಕಾರಂ ಪ್ರಾಪ್ತಿಸುವುದು; ಯತ್ವಮಿಶ್ರಧತ್ವಕ್ಕೆ = ಯಕಾರದೊಡನೆ ಕೂಡಿದ ಧಕಾರಕ್ಕೆ; ದತ್ವಂ = ದಕಾರಂ ಪ್ರಾಪ್ತಿಸುವುದು; ಅತ್ವಕ್ಕೆ = ಅಕಾರಕ್ಕೆ; ಇತ್ವಂ = ಇಕಾರಂ ಪ್ರಾಪ್ತಿಸುವುದು.

ವೃತ್ತಿ.—ಶಬ್ದಮಧ್ಯದ ಮಕಾರಕ್ಕಂ ಳಕಾರಕ್ಕಂ ಗಕಾರಮಕ್ಕುಂ: ಪದಮಧ್ಯಕಕಾರಕ್ಕೆ ವಕಾರಮಕ್ಕುಂ; ಯತ್ವಮಿಶ್ರಧಕಾರಕ್ಕೆ ದಕಾರಮಕ್ಕುಂ, ಅದಱಿತ್ವಕ್ಕಿತ್ವಮಕ್ಕುಂ.

ಪ್ರಯೋಗಂ. — ಮಕಾರಕ್ಕೆ ಗಕಾರಂ—ಯಮುನೆ = ಜಗುನೆ.

ಳಕಾರಕ್ಕೆ ಗಕಾರಂ—ಜಳೂಕೆ = ಜಿಗುಳೆ.

ಕಕಾರಕ್ಕೆ ವತ್ವಂ—ಶೀಕರಂ = ಸೀವರಂ.

ಯತ್ವಮಿಶ್ರಧಕಾರಕ್ಕಿತ್ವಂ ಬೆರಸಿದ ದಕಾರಂ—ಅಧ್ಯಕ್ಷಂ = ಅದ್ದಿಕಂ.

ಸೂತ್ರಂ.

In the middle ತ becomes ರ, ಟ, or ಗ; a final ತ becomes ಡ or ಹ.

ಪದಮಧ್ಯತಕಾರಕ್ಕ
ಪ್ಪುದೊರ್ಮೆ ರೇಫಂ ಟಕಾರಮೊರ್ಮೆ ಗಕಾರಂ |
ಪುದಿದಿರ್ಕುಮೊರ್ಮೆ ತಾನಂ
ತ್ಯದೊಳೊಂದಿರೆ ಡತ್ವಮೊರ್ಮೆಯೊರ್ಮೆ ಹಕಾರಂ || 277 ||

ಪದಚ್ಛೇದಂ. — ಪದಮಧ್ಯತಕಾರಕ್ಕೆ ಅಪ್ಪುದು ಒರ್ಮೆ ರೇಫಂ, ಟಕಾರಂ ಒರ್ಮೆ, ಗಕಾರಂ ಪುದಿದು ಇರ್ಕುಂ ಒರ್ಮೆ; ತಾಂ ಅಂತ್ಯದೊಳ್ ಒಂದಿ ಇರೆ, ಡತ್ವಂ ಒರ್ಮೆ, ಒರ್ಮೆ ಹಕಾರಂ.

ಅನ್ವಯಂ. — ಪದಮಧ್ಯತಕಾರಕ್ಕೆ ಒರ್ಮೆ ರೇಫಂ, ಒರ್ಮೆ ಟಕಾರಂ, ಒರ್ಮೆ ಗಕಾರಂ ಅಪ್ಪುದು; ತಾಂ ಅಂತ್ಯದೊಳ್ ಒಂದಿ ಇರೆ. ಒರ್ಮೆ ಡತ್ವಂ, ಒರ್ಮೆ ಹಕಾರಂ ಪುದಿದು ಇರ್ಕುಂ.

ಟೀಕು. — ಪದಮಧ್ಯತಕಾರಕ್ಕೆ = ಪದಂಗಳ ನಡುವಣ ತಕಾರಕ್ಕೆ; ಒರ್ಮೆ = ಒಂದು ಬಾರಿ; ರೇಫಂ = ರೇಫೆ ಆಗುವುದು; ಒರ್ಮೆ = ಒಂದು ಬಾರಿ; ಟಕಾರಂ = ಟತ್ವಂ ಆಗುವುದು; ಒರ್ಮೆ = ಒಂದು ಬಾರಿ; ಗಕಾರಂ = ಗತ್ವಂ; ಅಪ್ಪುದು = ಆಗುವುದು; ತಾಂ = ಅದು ತಾಂ; ಅಂತ್ಯದೊಳ್ = ಪದಾಂತ್ಯದಲ್ಲಿ; ಒಂದಿರೆ = ಕೂಡಿರೆ; ಒರ್ಮೆ = ಒಂದು ಬಾರಿ; ಡತ್ವಂ = ಡಕಾ

ರಂ ಪ್ರವೇಶವಾಗಿರ್ಪುದು; ಒರ್ಮೆ = ಒಂದು ಬಾರಿ; ಹಕಾರಂ = ಹತ್ವಂ; ಪುದಿದಿರ್ಕುಂ = ಪ್ರವೇಶವಾಗಿರ್ಪುದು.

ವೃತ್ತಿ.—ಪದಮಧ್ಯತಕಾರಕ್ಕೊರ್ಮೆ ರೇಫಮುಂ ಟಕಾರಮುಂ ಗಕಾರಮುಮಕ್ಕುಂ; ಪದಾಂತ್ಯತಕಾರಕ್ಕೆ ಡಕಾರಮುಂ ಹಕಾರಮುಮಕ್ಕುಂ.

ಪ್ರಯೋಗಂ.—ಪದಮಧ್ಯತಕಾರದ ರೇಫೆಗೆ—ಖಾತಿಕೆ=ಕಾರಿಗೆ (o. rs. ಖಾರಿಗೆ, ಗಾರಿಗೆ).

ತಕಾರಕ್ಕೆ ಟಕಾರಂ—ಪತ್ತನಂ=ಪಟ್ಟಣಂ.

ತಕಾರಕ್ಕೆ ಗಕಾರಂ—ಉತ್ಕಟಂ=ಉಗ್ಗಟಂ; ಅತಸಿ=ಅಗಸೆ

ಪದಾಂತತಕಾರದ ಡತ್ವಕ್ಕೆ—ಸಂಘಾತಂ=ಸಂಗಡಂ.

ತಕಾರಕ್ಕೆ ಹಕಾರಂ—ತ್ವರಿತಂ=ತುರಿಹಂ.

4. Changes of Vowels and Consonants in the End.

ಸೂತ್ರಂ.

> Final ನ, ಜ್ಞ, ಕ become ಣ; ನ becomes ಣ also in the middle; final ಅ becomes ಎ, ಇ or ಉ.

ತಿಳಿ ಬಹುಳದೆ ಶಬ್ದಾಂತಂ
ಗಳ ನತ್ವಜ್ಞತ್ವಕತ್ವದೆಡೆಗೆ ಣಕಾರಂ |
ತಳೆಗುಮದಂತಪದಾಂತಂ
ಗಳೆತ್ವಮುಮನಿತ್ವವೃತ್ತಿಯುಮನುತ್ವಮುಮಂ ‖278‖

ಪದಚ್ಛೇದಂ.—ತಿಳಿ! ಬಹುಳದೆ ಶಬ್ದಾಂತಂಗಳ ನತ್ವಜ್ಞತ್ವಕತ್ವದ ಎಡೆಗೆ ಣಕಾರಂ; ತಳೆಗುಂ ಅದಂತಪದಾಂತಂಗಳ್ ಎತ್ವಮುಮಂ ಇತ್ವವೃತ್ತಿಯುಮಂ ಉತ್ವಮುಮಂ.

ಅನ್ವಯಂ.—ಬಹುಳದೆ ಶಬ್ದಾಂತಂಗಳ ನತ್ವಜ್ಞತ್ವಕತ್ವದ ಎಡೆಗೆ ಣಕಾರಂ; ಅದಂತ ಪದಾಂತಂಗಳ್ ಎತ್ವಮುಮಂ ಇತ್ವವೃತ್ತಿಯುಮಂ ಉತ್ವಮುಮಂ ತಳೆಗುಂ; ತಿಳಿ!

ಟೀಕು.—ಬಹುಳದೆ = ಬಹುಳದಿಂದೆ; ಶಬ್ದಾಂತಂಗಳ = ಶಬ್ದಂಗಳಂತ್ಯದ; ನತ್ವಜ್ಞತ್ವಕತ್ವದ = ನಕಾರದ ಜ್ಞಕಾರದ ಕಕಾರದ; ಎಡೆಗೆ = ಸ್ಥಾನಕ್ಕೆ; ಣಕಾರಂ = ಣತ್ವಂ ಬರ್ಪುದು, ಅಱ; ಅದಂತಪದಾಂತಂಗಳ್ = ಅಕಾರಾಂತವಾದ ಪದಾಂತಂಗಳ್; ಎತ್ವಮುಮಂ = ಎಕಾರಮುಮಂ; ಇತ್ವವೃತ್ತಿಯುಮಂ = ಇಕಾರದ ವರ್ತನೆಯುಮಂ; ಉತ್ವಮುಮಂ = ಉಕಾರಮುಮಂ; ತಳೆಗುಂ = ತಳೆವುವು; ತಿಳಿ = ಅಱ.

ವೃತ್ತಿ.—ಬಹುಳದಿಂ ಶಬ್ದಂಗಳ ಕಡೆಯ ನಕಾರ ಜ್ಞಕಾರ ಕಕಾರಂಗಳ್ಗೆ ಣತ್ವಮಕ್ಕುಂ; ಪದಾಂತ್ಯದಕಾರಂಗಳ್ಗೆತ್ವಮುಮಿತ್ವಮುಮುತ್ವಮುಮಕ್ಕುಂ.

ಪ್ರಯೋಗಂ.— ನತ್ವಕ್ಕೆ ಣತ್ವಂ— ಖನಿ=ಕಣಿ; ಮಂಥನಿ=ಮಂತಣಿ; ಲಂಬನಂ=ಲಂಬಣಂ; ಸ್ಥಾನಂ=ತಾಣಂ; ಪಿಶುನಂ=ಹಿಸುಣಂ; ವಿಜ್ಞಾನಂ=ಬಿನ್ನಣಂ; ಪತ್ತನಂ=ಪಟ್ಟಣಂ; ಸುವಾಸಿನಿ=ಸೋವಾಸಿಣಿ; ಫಲ್ಗುನಂ=ಪಲುಗುಣಂ; ಅಂಕನಂ (o. r. ಅಂಗನಂ)=ಅಂಗಣಂ, ಅಂಗಣವಾವಿಯೆಂದಚ್ಚಗನ್ನಡದ ಸಮಾಸಮುಂಟು, ಮತ್ತಂ ಸಂಸ್ಕೃತದೊಳಮಂಗಣಮುಂಟು, ರಾಜಾಂಗಣಂ ಗೃಹಾಂಗಣಮೆಂದು.

ಜ್ಞತ್ವಕ್ಕೆ ಣತ್ವಂ— ಆಜ್ಞೆ=ಆಣೆ.

ಕಕಾರಕ್ಕೆ ಣತ್ವಂ— ನರ್ತಕಿ=ನಚ್ಚಣಿ.

ಬಹುಳದಿಂ ಪದಮಧ್ಯನಕಾರಕ್ಕಂ ಣತ್ವಂ— ಶುನಕಂ=ಸೊಣಗಂ.

ಅತ್ವಕ್ಕೆತ್ವಂ— ಶಾಣಂ=ಸಾಣೆ; ಪ್ರಹರಣಂ=ಪ್ರಹರಣೆ; ಕುಸುಂಭಂ=ಕುಸುಂಬೆ; ಜೀರಕಂ=ಜೀರಿಗೆ (o. r. ಜೀರಗೆ); ಚೀರಂ=ಸೀರೆ; ಧೂಮಂ=ದೂವೆ; ಅಂದುಕಂ=ಅಂದುಗೆ; ಕುರುಂಟಂ=ಗೋರಟೆ; ಕಳಮಂ=ಕೞವೆ; ಘುಟ್ಟಣಂ=ಘಟ್ಟಣೆ; ಸ್ಥಾಪನಂ=ತಾಪಣೆ; ಕೋಕಿಲಂ=ಕೋಗಿಲೆ; ಮಂಡಕಂ=ಮುಂಡಗೆ; ಪಾದುಕಂ=ಪಾವುಗೆ (o. r. ಹಾವುಗೆ); ಹಂಸಂ=ಅಂಚೆ; ಅರ್ಕಂ=ಎಕ್ಕೆ.

ಅತ್ವಕ್ಕಿತ್ವಂ—ಕಂಬಲಂ=ಕಂಬಳಿ; ಮಾಘಂ=ಮಾಗಿ; ಬರ್ಬುಲಂ=ಬೊಬ್ಬುಲಿ (o. r. ಬಬ್ಬುಲಿ); ಭೃಂಗಾರಂ=ಬಿಂಗಾರಿ; ಪಾಟಳಂ=ಪಾದರಿ (o. r. ಹಾದರಿ); ಕುಕ್ಕುಟಂ=ಕೋೞಿ; ಅರ್ಗಳಂ=ಅಗುೞಿ; ಕುದ್ದಾಲಂ=ಗುದ್ದಲಿ; ಆಷಾಢಂ=ಆಸಡಿ (o. r. ಅಸಡಿ); ಸಸ್ಯಂ=ಸಸಿ.

ಅತ್ವಕುತ್ವಂ— ದಂಡಂ=ದಂಡು; ವಾಟಂ=ಬಾಡು; ವಾದಂ=ಬಾದು; ಸ್ಫಟಿಕಂ=ಪಳಿಕು; ರೂಪಂ=ರೂಪು, ರೂವೆಂದುಮುಂಟು; ಕೂಟಂ=ಕೋಡು; ಸುಲ್ವಂ (ಶುಲ್ವಂ)=ಸುಲು, ಸುಲೆಂದು (o. r. ಸುಲುವೆಂದು) ಕಿಸುವೊನ್; ಕಾಚ=ಗಾಜು (o. r. ಕಾಜು); ಅಕ್ಷಂ=ಅಚ್ಚು; ಅಮೃತಂ=ಅಮರ್ದು; ಧಾಮಂ=ದಾವು; ಮರೀಚಂ=ಮೆಳಸು (ಮೆೞಸು); ದ್ಯೂತಂ=ಜೂದು (o. r. ಜೂಜು); ತರಂಗಂ=ತರಂಗು; ಪೇಟ್ಟಂ=ಪೆಟ್ಟು; ಪಿಷ್ಟಂ=ಹಿಟ್ಟು.

ಸೂತ್ರಂ.

Final ಉ becomes ಇ; ಇ becomes ಉ or ಎ; a final vowel is also elided.

ನೆಲೆಗೊಂಡುತ್ವಕ್ಕಿತ್ವಂ
ಕೆಲವೆಡೆಯಿತ್ವಕ್ಕಮುತ್ವಮುಂ ಹ್ರಸ್ವತೆಯ ।
ಗ್ಗಲಿಸಿರ್ದೆತ್ವಮುಮಂತ್ಯ
ಸ್ಥಲಸ್ವರಕ್ಕೊರ್ಮೆ ಲೋಪಮುಂ ಸಂಭವಿಕುಂ ॥ 279 ॥

ಪದಚ್ಛೇದಂ. — ನೆಲೆಗೊಂಡ ಉತ್ವಕ್ಕೆ ಇತ್ವಂ, ಕೆಲ ಎಡೆಯ ಇತ್ವಕ್ಕಂ ಉತ್ವಮುಂ ಹ್ರಸ್ವತೆ ಅಗ್ಗಲಿಸಿ ಇರ್ದ ಎತ್ವಮುಂ, ಅಂತ್ಯಸ್ಥಲಸ್ವರಕ್ಕೆ ಒರ್ಮೆ ಲೋಪಮುಂ ಸಂಭವಿಕುಂ.

ಯಥಾನ್ವಯಂ. ಟೀಕು. — ನೆಲೆಗೊಂಡ = ಪದಾಂತಂಗಳಲ್ಲಿ ನೆಲೆಗೊಂಡ; ಉತ್ವಕ್ಕೆ = ಉಕಾರಕ್ಕೆ; ಇತ್ವಂ = ಇಕಾರಂ ಬರ್ಪುದು; ಕೆಲವೆಡೆಯ = ಕೆಲವು ತಾವಿನ; ಇತ್ವಕ್ಕಂ = ಇಕಾರಕ್ಕೆಯುಂ; ಉತ್ವಮುಂ = ಉಕಾರವುಂ; ಹ್ರಸ್ವತೆ = ಹ್ರಸ್ವತ್ವಂ; ಅಗ್ಗಲಿಸಿರ್ದೆತ್ವಮುಂ = ವೆಗ್ಗಳಿಸಿರ್ದ ಎಕಾರವುಂ ಬರ್ಪುದು; ಅಂತ್ಯಸ್ಥಲಸ್ವರಕ್ಕೆ = ಕಡೆಯಣ ಸ್ವರಕ್ಕೆ; ಒರ್ಮೆ = ಒಂದು ದಾಂ; ಲೋಪಮುಂ = ಅದರ್ಶನಮುಂ; ಸಂಭವಿಕುಂ = ಸಂಭವಿಸುವುದು.

ವೃತ್ತಿ. — ಪದಾಂತ್ಯದುಕಾರಕ್ಕಿಕಾರಮಕ್ಕುಂ; ಕೆಲವೆಡೆಯಿಕಾರಕ್ಕುಕಾರಮುಂ ಹ್ರಸ್ವಮಪ್ಪೆತ್ವಮುಮಕ್ಕುಂ; ಪದಾಂತ್ಯಸ್ವರಕ್ಕೊರ್ಮೆ ಲೋಪಮಕ್ಕುಂ.

ಪ್ರಯೋಗಂ. — ಉತ್ವಕ್ಕಿತ್ವಂ — ಖರ್ಜುರ = ಕಜ್ಜಿ; ಕುಸ್ತುಂಬುರು = ಕೊತ್ತುಂಬರಿ.

ಇತ್ವಕ್ಕುತ್ವಂ — ಗ್ರಂಥಿ = ಗಂಟು; ಸಂಧಿ = ಸಂದು; ಮುಷ್ಟಿ = ಮಚ್ಚು; ಮಂತ್ರಿ = ಮಂತು.

ಇತ್ವಕ್ಕೆತ್ವಂ — ಪಂಚಮಿ = ಪಂಚವೆ; ಸಪ್ತಮಿ = ಸತ್ತವೆ; ಅಷ್ಟಮಿ = ಅಟ್ಟವೆ; ಪುಷ್ಕರಣಿ = ಹೊಕ್ಕರಣೆ; ಕುಕ್ಷಿ = ಕುಕ್ಕೆ; ತುಂಡಿ = ತೊಂಡೆ; ಅತಸಿ = ಅಗಸೆ; ತುಲಸಿ = ತೊಳಚೆ.

ಅಂತ್ಯಸ್ವರಲೋಪಕ್ಕೆ — ಕೀಲಂ = ಕೀಲ್; ಶೀಲಂ = ಶೀಲ್; ಕೋಣಂ = ಕೋಣ್; ಪ್ರಮಾಣಂ = ಪವಣ್; ಮಾನಂ = ಮಾನ್; ನೀರಂ = ನೀರ್; ಮುಕುಳಂ = ಮುಗುಳ್.

ಸೂತ್ರಂ.

ಆಶ್ಚರ್ಯಂ, ಪ್ರಗ್ರಹಂ, ವಿಜ್ಞಾಪನಂ, ಕಪಿಂಜಳಂ, ಆಂಗಿರಸಂ, ಗ್ರಹಣಂ become ಅಚ್ಚರಿ, ಹಗ್ಗಂ, ಬಿಂನಪಂ, ಕವಿಂಜು, ಆಂಗಿರಂ, ಗರಣಂ.

ಮಹಿ ಪೊಗೞ್ವಾಶ್ಚರ್ಯಪ್ರ
ಗ್ರಹವಿಜ್ಞಾಪನಕಪಿಂಜಳಾಂಗಿರಸಾಂತ್ಯ |
ಕ್ಕೆ ಹಿತಂ ಲೋಪವಿಧಾನಂ
ಗ್ರಹಣಕ್ಕಂ ಗರಣಮಾಯ್ತು ಶಬ್ದಾದೇಶಂ || 280 *a* ||

ಪದಚ್ಛೇದಂ.— ಮಹಿ ಪೊಗೞ್ವ ಆಶ್ಚರ್ಯಪ್ರಗ್ರಹವಿಜ್ಞಾನಕಪಿಂಜಳಾಂಗಿರಸಾಂತ್ಯಕ್ಕೆ ಹಿತಂ ಲೋಪವಿಧಾನಂ; ಗ್ರಹಣಕ್ಕಂ ಗರಣಂ ಆಯ್ತು ಶಬ್ದಾದೇಶಂ.

ಯಥಾನ್ವಯಂ. ಟೀಕು.— ಮಹಿ = ಭೂಮಿ; ಪೊಗೞ್ವ = ಕೊಂಡಾಡುವ; ಆಶ್ಚರ್ಯ = ಆಶ್ಚರ್ಯವೆಂಬ ಶಬ್ದದ; ಪ್ರಗ್ರಹ = ಪ್ರಗ್ರಹವೆಂಬ ಶಬ್ದದ; ವಿಜ್ಞಾಪನ = ವಿಜ್ಞಾಪನವೆಂಬ ಶಬ್ದದ; ಕಪಿಂಜಳ = ಕಪಿಂಜಳವೆಂಬ ಶಬ್ದದ; ಆಂಗಿರಸ = ಆಂಗಿರಸವೆಂಬ ಶಬ್ದದ; ಅಂತ್ಯಕ್ಕೆ = ಕಡೆಗೆ; ಲೋಪವಿಧಾನಂ = ಅದರ್ಶನಂ; ಹಿತಂ = ಹಿತವಾಗುವುದು; ಗ್ರಹಣಕ್ಕಂ = ಗ್ರಹಣವೆಂಬ ಶಬ್ದಕ್ಕೆಯುಂ; ಗರಣಂ = ಗರಣವೆಂದು; ಶಬ್ದಾದೇಶಂ = ಶಬ್ದಕ್ಕಾದೇಶಂ; ಆಯ್ತು = ಆಯ್ತು.

ವೃತ್ತಿ.— ಈ ಶಬ್ದಂಗಳ ಕಡೆಯಕ್ಕರಕ್ಕೆ ಲೋಪಂ; ಗ್ರಹಣಶಬ್ದಕ್ಕೆ ಗರಣಮೆಂದಾದೇಶಂ.

ಪ್ರಯೋಗಂ.— ಆಶ್ಚರ್ಯಂ = ಅಚ್ಚರಿ; ಪ್ರಗ್ರಹಂ = ಹಗ್ಗಂ; ವಿಜ್ಞಾಪನಂ = ಬಿಂನಪಂ; ಕಪಿಂಜಳಂ = ಕವಿಂಜು; ಆಂಗಿರಸಂ = ಆಂಗಿರಂ; ಗ್ರಹಣಂ = ಗರಣಂ.

ಸೂತ್ರಂ.

ಕ್ರೂರಂ, ಪ್ರಾಕಾರಂ, ಗ್ರಾಮಿಣಂ become ಕೂಱ್, ಪಾಗಲ್, ಗಾವಿಲಂ.

ಕ್ರೂರಪ್ರಾಕಾರಂಗಳ
ಮೇರೆಯ ರೇಫಕ್ಕೆ ತರದೆ ಱಱಲತ್ವಂಗಳ್ |
ಪೂರಿಪುವಸ್ವರವಿಧಿಯಿಂ
ಸಾರಂ ಗ್ರಾಮಿಣಣತ್ವದೆಡೆಗೆ ಲಕಾರಂ || 280 *b* ||

ಪದಚ್ಛೇದಂ.— ಕ್ರೂರಪ್ರಾಕಾರಂಗಳ ಮೇರೆಯ ರೇಫಕ್ಕೆ ತರದೆ ಱಱ ಲತ್ವಂಗಳ್ ಪೂರಿಪುವು ಅಸ್ವರವಿಧಿಯಿಂ; ಸಾರಂ ಗ್ರಾಮಿಣಣತ್ವದ ಎಡೆಗೆ ಲಕಾರಂ.

ಯಥಾನ್ವಯಂ. ಟೀಕು.— ಕ್ರೂರಪ್ರಾಕಾರಂಗಳ = ಕ್ರೂರವೆಂಬ ಪ್ರಾಕಾರವೆಂಬ ಶಬ್ದಂಗಳ; ಮೇರೆಯ = ಅಂತ್ಯದ; ರೇಫಕ್ಕೆ = ರೇಫೆಗೆ; ತರದೆ = ತಡುವಾಯಿಂದೆ; ಱಱಲತ್ವಂಗಳ್ = ಱಱ ಲಕಾರಂಗಳ್; ಅಸ್ವರವಿಧಿಯಿಂ = ವ್ಯಂಜನದ ವಿಧಿಯಿಂದೆ; ಪೂರಿಪುವು = ಪೂರೈಸು

ವುವು; ಗ್ರಾವಿಣಾಣತ್ವದ = ಗ್ರಾಮಿಣಾಣವೆಂಬ ಶಬ್ದದ ಣಕಾರದ; ಎಡೆಗೆ = ತಾವಿಂಗೆ; ಲಕಾರಂ = ಲತ್ವಂ; ಸಾರಂ = ಶ್ರೇಷ್ಠವಾಗುವುದು.

ವೃತ್ತಿ. — ಕ್ರೂರ ಪ್ರಾಕಾರಂಗಳ ರೇಫೆಗೆ ಪರಿವಿಡಿಯಿಂ ಱಟಿನುಂ ಲಕಾರಮುಂ ವ್ಯಂಜನರೂಪದಿನಕ್ಕುಂ; ಗ್ರಾವಿಣಾಣಶಬ್ದದ ಣಕಾರಕ್ಕೆ ಲಕಾರ ಮಕ್ಕುಂ.

ಪ್ರಯೋಗಂ. — ಕ್ರೂರಂ = ಕೂಱ್; ಪ್ರಾಕಾರಂ = ಪಾಗಲ್; ಗ್ರಾವಿಣಾಣಂ = ಗಾವಿಲಂ.

5. Further changes.

ಸೂತ್ರಂ.

ಶ್ವ, ಸ್ವ, ದ್ವ, ಧ್ವ, ಲ್ವ, ಜ್ವ, ಳ್ವ, ತ್ವ lose their ವ; ಸ್ನ loses its ನ; ಜ್ಯ, ಸ್ಯ, ಕ್ಯ, ನ್ಯ, ವ್ಯ, ಶ್ಯ, ಷ್ಯ lose their ಯ;—and then some other changes also happen.

ಶಸದಧಲಜಳತದಿಂ ಕೆಳ
ಗೆ ಸಲ್ವ ವತ್ವಂ ಸ್ನುಕಾರಸತ್ವಂ ಮತ್ತಂ ।
ಜಸಕನವಶಷದ ಯತ್ವಂ
ಪ್ರಸಂನಭಾವದೊಳೆ ತಳ್ತು ಲೋಪಮನಾಳ್ಗುಂ ॥ 281 ॥

ಪದಚ್ಛೇದಂ. — ಶಸದಧಲಜಳತದಿಂ ಕೆಳಗೆ ಸಲ್ವ ವತ್ವಂ, ಸ್ನುಕಾರಸತ್ವಂ, ಮತ್ತಂ ಜಸಕನ ವಶಷದ ಯತ್ವಂ ಪ್ರಸಂನಭಾವದೊಳೆ ತಳ್ತು ಲೋಪಮಂ ಆಳ್ಗುಂ.

ಯಥಾನ್ವಯಂ. ಟೀಕು. — ಶಸದಧಲಜಳತದಿಂ = ಶಕಾರ ಸಕಾರ ದಕಾರ ಧಕಾರ ಲಕಾರ ಜಕಾರ ಳಕಾರ ತಕಾರಂಗಳಿಂದೆ; ಕೆಳಗೆ ಸಲ್ವ ವತ್ವಂ = ಕೆಳಗೆ ಸಲ್ವ ವಕಾರಂ; ಸ್ನುಕಾರಸತ್ವಂ = ಸ್ನುಕಾರದ ನಕಾರಂ; ಮತ್ತಂ = ಬಱಿಕಂ; ಜಸಕನವಶಷದ = ಜಕಾರ ಸಕಾರ ಕಕಾರ ನಕಾರ ವಕಾರ ಶಕಾರ ಷಕಾರಂಗಳ; ಯತ್ವಂ = ಆಡಿಯಣ ಯಕಾರಂ; ಪ್ರಸನ್ನಭಾವದೊಳೆ = ಪ್ರತ್ಯಕ್ಷದ ಭಾವದಲ್ಲಿಯೆ; ತಳ್ತು = ಕೂಡಿ; ಲೋಪಮಂ = ಅದರ್ಶನಮಂ; ಆಳ್ಗುಂ = ತಾಳ್ವುವು.

ವೃತ್ತಿ. — ಶಕಾರ–ಸಕಾರ–ದಕಾರ–ಧಕಾರ–ಲಕಾರ–ಜಕಾರ–ಳಕಾರ–ತಕಾರದ ಕೆಳಗಣ ವತ್ವಕ್ಕೆ ಲೋಪಂ; ಸ್ನುಕಾರದ ನಕಾರಕ್ಕಂ ಲೋಪಂ; ಜಕಾರ-ಸಕಾರ-ಕಕಾರ-ನಕಾರ-ವಕಾರ-ಶಕಾರ-ಷಕಾರದ ಕೆಳಗಿರ್ದ ಯತ್ವಕ್ಕಂ ಲೋಪಂ.

ಪ್ರಯೋಗಂ. — ವತ್ವಲೋಪಕ್ಕೆ—ಈಶ್ವರಂ = ಈಸರಂ; ಶಾಶ್ವತಂ = ಸಾಸತಂ; ಶ್ವಾನಂ = ಸಾನಂ; ಶ್ವೇತಂ = ಸೇತಂ; — ಸ್ವರ್ಗಂ = ಸಗ್ಗಂ; ಸ್ವಾಮಿ = ಸಾ

ಮಿ; ಸ್ವಯಂಭು=ಸಯಂಬು; ಸ್ವರಂ=ಸರಂ; ತಪಸ್ವಿ=ತಪಸಿ, ತವಸಿಯೆಂದು ಮುಂಟು; ಸ್ವರೂಪಂ=ಸರೂಪಂ; ಸ್ವಾತಿ=ಸಾತಿ; ಸರಸ್ವತಿ=ಸರಸತಿ;— ದ್ವೀಪಂ=ದೀಪಂ, ದೀವಿಯೆಂದುಮುಂಟು; ದ್ವಾರಪಟ್ಟಂ=ದಾರವಟ್ಟಂ; ದ್ವಿಗುಣಂ=ದುಗುಣಂ;—ಧ್ವನಿ=ದನಿ;— ಸುಲ್ವಂ (ಶುಲ್ವಂ)=ಸುಲು, ಸುಲ್ ಎಂದುಮುಂಟು;—ಜ್ವಾಲೆ=ಜಾಳೆ; ಜ್ವರಂ=ಜರಂ;—ಬಿಳ್ವಂ=ಕಿಲ್ (o. r. ಬಿಳ್ವ=ಬಿಳ್);—ತ್ವರಿತಂ=ತುರಿಹಂ.

ಶ್ನಕಾರನತ್ವಲೋಪಕ್ಕೆ—ಸ್ನುಷೆ=ಸೊಸೆ.

ಯತ್ವಲೋಪಕ್ಕೆ—ಜ್ಯೋತಿ=ಜೋತಿ; ಜ್ಯೋತಿಷಂ=ಜೋಯಿಸಂ;— ಸಸ್ಯಂ=ಸಸಿ; ಕಾಂಸ್ಯಂ=ಕಂಚು; ಆಲಸ್ಯಕಂ=ಅಲಸುಗೆ; ಅಮಾವಾಸ್ಯೆ= ಅಮಾಸೆ, ಅವಸೆಯೆಂದುಮುಂಟು;— ಮಾಣಿಕ್ಯಂ=ಮಾಣಿಕಂ;—ನ್ಯೂನಂ=ನೂಸಂ; ನ್ಯಾಯಂ=ನೇಯಂ (o. r. ನಾಯಂ):—ವ್ಯಥೆ=ಬೆತೆ (o. r. ವೆತೆ); ವ್ಯಂಜನಂ=ಬೆಂಜನಂ; ವ್ಯವಹಾರಂ=ಬೇಹಾರಂ (o. r. ವೆವಹಾರಂ);—ವಾಂಶ್ಯಂ=ವಾಸಂ; ಶ್ಯಾಮವರ್ಣಂ=ಸಾಮವರ್ಣಂ;—ಆಯುಷ್ಯಂ=ಆಯಿಸಂ (o. r. ಆಯುಸಂ).

ಸೂತ್ರಂ.

ಜ becomes ಯ, ಸ, ಚ, ದ; ಭ becomes ಹ, ಪ, ವ; ರ becomes ಲ or ಳ.

ಯತ್ವದ ಸತ್ವದ ಚತ್ವದ
ದತ್ವದ ವಿಧಿ ಜತ್ವದಲ್ಲಿ ಸಂಭವಿಸಿರ್ಕುಂ |
ಭತ್ವಕ್ಕೆ ಹಪವಮಕ್ಕುಂ
ರತ್ವಕ್ಕಂ ಲಳಮುಮಕ್ಕುಮೋರೊಂದೆಡೆಯೊಳ್ || 282 ||

ಪದಚ್ಛೇದಂ.—ಯತ್ವದ ಸತ್ವದ ಚತ್ವದ ದತ್ವದ ವಿಧಿ ಜತ್ವದಲ್ಲಿ ಸಂಭವಿಸಿ ಇರ್ಕುಂ; ಭತ್ವಕ್ಕೆ ಹಪವಂ ಅಕ್ಕುಂ; ರತ್ವಕ್ಕಂ ಲಳಮುಂ ಅಕ್ಕುಂ ಓರ್ ಒಂದು ಎಡೆಯೊಳ್.

ಯಥಾನ್ವಯಂ. ಟೀಕು.—ಜತ್ವದಲ್ಲಿ=ಜಕಾರದಲ್ಲಿ; ಯತ್ವದ=ಯಕಾರದ; ಸತ್ವದ=ಸಕಾರದ; ಚತ್ವದ=ಚಕಾರದ; ದತ್ವದ=ದಕಾರದ; ವಿಧಿ=ವಿಧಿ; ಸಂಭವಿಸಿರ್ಕುಂ=ಹುಟ್ಟಿರ್ಪುದು; ಭತ್ವಕ್ಕೆ=ಭಕಾರಕ್ಕೆ; ಹಪವಂ=ಹಕಾರಪಕಾರವಕಾರಂ; ಅಕ್ಕುಂ=ಆಗುವುದು; ಓರೊಂದೆಡೆಯೊಳ್=ಒಂದೊಂದು ತಾವಿನಲ್ಲಿ; ರತ್ವಕ್ಕಂ=ರೇಫೆಗಂ; ಲಳಮುಂ=ಲಕಾರಳಕಾರಮುಂ; ಅಕ್ಕುಂ=ಆಗುವುದು.

ವೃತ್ತಿ.— ಯತ್ವಮುಂ ಸತ್ವಮುಂ ದತ್ವಮುಂ ಚತ್ವಮುಂ ಜತ್ವಕ್ಕಾದೇಶಮಕ್ಕುಂ; ಭತ್ವಕ್ಕೆ ಹತ್ವಮುಂ ಪತ್ವಮುಂ ವತ್ವಮುಮಕ್ಕುಂ; ರೇಫೆಗೆ ಲತ್ವಮುಂ ಳತ್ವಮುಂ ಕಿಱಿದೆಡೆಯೊಳಕ್ಕುಂ.

ಪ್ರಯೋಗಂ.— ಜತ್ವಕ್ಕೆ ಯತ್ವಂ — ರಾಜಂ=ರಾಯಂ.
ಜತ್ವಕ್ಕೆ ಸತ್ವಂ— ಕುಟಜಕಂ=ಕೊಡಸಿಗೆ.
ಜತ್ವಕ್ಕೆ ದತ್ವಂ— ಮುಂಜಂ=ಮೊದೆ.
ಜತ್ವಕ್ಕೆ ಚತ್ವಂ— ಲಾಮಜ್ಜಂ=ಲಾಮಚ್ಚಂ (o. r. ಲಾಮಚಂ).
ಭತ್ವಕ್ಕೆ ಹತ್ವಂ—ವಲ್ಲಭಂ=ಬಲ್ಲಹಂ.
ಭತ್ವಕ್ಕೆ ಪತ್ವಂ— ಭಿಂಡಿವಾಳಂ=ಪಿಂಡಿವಾಳಂ.
ಭತ್ವಕ್ಕೆ ವತ್ವಂ— ವೃಷಭಂ=ಬಸವಂ.
ರೇಫೆಗೆ ಲತ್ವಂ— ಕುಠಾರಂ=ಕೊಡಲಿ.
ರೇಫೆಗೆ ಳತ್ವಂ— ಮರೀಚಂ=ಮೆಳಸು, (ಮೆಱಿಸು).

ಸೂತ್ರಂ.

ದ್ಧ becomes ಡ್ಡ, ಡ, or ಜ್ಜ; ಧ becomes ಜ; ಷ್ಟ becomes ಡ್ಡ, ಟ್ಟ, or ಟ; ಷ್ಠ becomes ಟ್ಟ, or ಟ.

ಡತ್ವಂ ಜತ್ವಂ ದಿತ್ವಾ
ದ್ವಿತ್ವಧಕಾರಕ್ಕೆ ಯೋಗವಾಹಮನಾಳ್ದಾ ।
ಷತ್ವಕ್ಕೆ ಡತ್ವಟತ್ವಂ
ದ್ವಿತ್ವದಿನಕ್ಕುಂ ಟಕಾರಮೊರ್ಮೆದ್ವಿತ್ವಂ ॥ 283 ॥

ಪದಚ್ಛೇದಂ.— ಡತ್ವಂ ಜತ್ವಂ ದ್ವಿತ್ವಾದ್ವಿತ್ವಧಕಾರಕ್ಕೆ; ಯೋಗವಾಹಮಂ ಆಳ್ದ ಆ ಷತ್ವಕ್ಕೆ ಡತ್ವಟತ್ವಂ ದ್ವಿತ್ವದಿಂ ಅಕ್ಕುಂ; ಟಕಾರಂ ಒರ್ಮೆ ಅದ್ವಿತ್ವಂ.

ಅನ್ವಯಂ.— ದ್ವಿತ್ವಾದ್ವಿತ್ವಧಕಾರಕ್ಕೆ ಡತ್ವಂ ಜತ್ವಂ ಎಂಬುದನ್ವಯಂ.

ಟೀಕು.— ದ್ವಿತ್ವಾದ್ವಿತ್ವಧಕಾರಕ್ಕೆ = ದ್ವಿತ್ವದ (ಮತ್ತು) ಅದ್ವಿತ್ವದ ಧಕಾರಕ್ಕೆ; ಡತ್ವಂ= ಡಕಾರಂ; ಜತ್ವಂ= ಜಕಾರಂ; ಅಕ್ಕುಂ= ಅದ್ವಿತ್ವವಾಗಿ ದ್ವಿತ್ವವಾಗಿ ಆಗುವುದು; ಯೋಗವಾಹಮಂ= ಯೋಗವಾಹಮುಂ; ಆಳ್ದಾ ಷತ್ವಕ್ಕೆ = ತಾಳ್ದ ಆ ಷಕಾರಕ್ಕೆ; ಡತ್ವಟತ್ವಂ= ಡಕಾರ ಟಕಾರಂಗಳ್; ದ್ವಿತ್ವದಿಂ= ಒತ್ತಿನೊಡನೆ ಆಗುವುದು; ಟತ್ವಂ= ಟಕಾರಂ; ಒರ್ಮೆ= ಒಂದು ಬಾರಿ; ಅದ್ವಿತ್ವಂ= ದ್ವಿತ್ವವಿಲ್ಲದುದು ಆಗುವುದು.

ವೃತ್ತಿ.—ದ್ವಿತ್ವಮುಮದ್ವಿತ್ವಮುಮಪ್ಪ ಧಕಾರಕ್ಕೆ ತದನುರೂಪಮಾಗಿ ಡಕಾರಮುಂ ಜಕಾರಮುಮಕ್ಕುಂ; ಆ ಯೋಗವಾಹದ ಷತ್ವಕ್ಕೆ ದ್ವಿತ್ವದ ಡಕಾರಮುಂ ಟಕಾರಮುಮಕ್ಕುಂ; ದ್ವಿತ್ವರಹಿತಮಪ್ಪ ಟತ್ವಮೊರ್ಮೆಯಕ್ಕುಂ.

ಪ್ರಯೋಗಂ.—ದ್ವಿತ್ವಧಕಾರಕ್ಕೆ ಡಕಾರಂ—ವರ್ಧಕಿ=ಬಡ್ಡಗಿ, ಬಡಗಿಯುಮಕ್ಕುಂ.

ದ್ವಿತ್ವಧಕಾರಕ್ಕೆ ಜಕಾರಂ—ಪದ್ಧತಿ=ಪಜ್ಜೆ (o. r. ಹೆಜ್ಜೆ), ಪದ್ಧತಿಯೆಂಬ ಶಬ್ದದ ತಕಾರಕ್ಕೆ ಲೋಪಮುಂಟು.

ಅದ್ವಿತ್ವಧಕಾರಕ್ಕೆ ಜಕಾರಂ—ಧಾತು=ಜಾದು.

ಯೋಗವಾಹಷಕಾರಕ್ಕೆ ಡತ್ವಂ—ಕಾಷ್ಟಂ=ಕಡ್ಡಿ.

ಆ ಷಕಾರಕ್ಕೆ ಟತ್ವಂ—ನಿಷ್ಠೆ=ನಿಟ್ಟೆ; ನಿಷ್ಠುರಂ=ನಿಟ್ಟುರಂ; ಗೋಷ್ಠಿ=ಗೋಟ್ಟಿ; ಷಷ್ಠಿ=ಚಟ್ಟಿ; ಮಂಜಿಷ್ಠಕಂ=ಮಂಜಿಟ್ಟಿಗೆ; ಅಂಗುಷ್ಠಂ=ಉಂಗುಟ್ಟಂ; ಈ ಎರಡು ಶಬ್ದಂಗಳ್ಗೆ ವಿಕಲ್ಪಂ=ಮಂಜಿಟಿಗೆ, ಉಂಗುಟಂ; ದುಷ್ಟಂ=ದುಟ್ಟಂ; ನಷ್ಟಿ=ನಟ್ಟಿ; ಸೃಷ್ಟಿ=ಸಿಟ್ಟಿ; ಕಷ್ಟಂ=ಕಟ್ಟಂ; ಪಿಷ್ಟಂ=ಪಿಟ್ಟು (o. r. ಹಿಟ್ಟು); ಮುಷ್ಟಿಕೆ=ಮುಟ್ಟಗೆ; ಇಷ್ಟಕಂ=ಇಟ್ಟಿಗೆ.

ಆ ಷಕಾರಕ್ಕೆ ಅದ್ವಿತ್ವಟಕಾರಂ—ಪ್ರತಿಷ್ಠೆ=ಹದಿಟೆ (o. r. ಪದಿತೆ); ಜ್ಯೇಷ್ಠೆ=ಜೇಟೆ; ಸೌರಾಷ್ಟ್ರಂ=ಸೊರಟಂ.

ಸೂತ್ರಂ.

ದಾಡಿಮಂ, ಕೂಷ್ಮಾಂಡಂ become ದಾಳಿಂಬಂ, ಕುಂಬಳಂ.

ಎದಿತಂ ದಾಡಿಮಕೂಷ್ಮಾಂ
ಡದ ಮತ್ವಸ್ಥಾನದಲ್ಲಿ ಬತ್ವಂ ಕೂಷ್ಮಾಂ |
ಡದ ಷತ್ವಕ್ಕಂ ಬಿಂದುಗ
ಮುದಯಿಸುಗುಂ ಲೋಪವೃತ್ತಿ ಲಕ್ಷಣವಿಧಿಯಿಂ
|| 284 ||

ಪದಚ್ಛೇದಂ.—ಎದಿತಂ ದಾಡಿಮಕೂಷ್ಮಾಂಡದ ಮತ್ವಸ್ಥಾನದಲ್ಲಿ ಬತ್ವಂ; ಕೂಷ್ಮಾಂಡದ ಷತ್ವಕ್ಕಂ ಬಿಂದುಗಂ ಉದಯಿಸುಗುಂ ಲೋಪವೃತ್ತಿ ಲಕ್ಷಣವಿಧಿಯಿಂ.

ಅನ್ವಯಂ.— ದಾಡಿಮಕೂಷ್ಮಾಂಡದ ಮತ್ವಸ್ಥಾನದಲ್ಲಿ ಬತ್ವಂ ವಿದಿತಂ; ಕೂಷ್ಮಾಂಡದ ಷತ್ವಕ್ಕಂ ಬಿಂದುಗಂ ಲಕ್ಷಣವಿಧಿಯಿಂ ಲೋಪವೃತ್ತಿ ಉದಯಿಸುಗುಂ.

ಟೀಕು.— ದಾಡಿಮಕೂಷ್ಮಾಂಡದ = ದಾಡಿಮವೆಂಬ ಕೂಷ್ಮಾಂಡವೆಂಬ ಶಬ್ದಂಗಳ; ಮತ್ವಸ್ಥಾನದಲ್ಲಿ = ಮಕಾರದ ತಾವಿನಲ್ಲಿ; ಬತ್ವಂ = ಬಕಾರಂ; ವಿದಿತಂ = ಪ್ರಸಿದ್ಧವಾಗುವುದು; ಕೂಷ್ಮಾಂಡದ = ಕೂಷ್ಮಾಂಡ ಶಬ್ದದ; ಷತ್ವಕ್ಕಂ = ಷಕಾರಕ್ಕೆಯುಂ; ಬಿಂದುಗಂ = ಬಿಂದುವಿಂಗೆಯುಂ; ಲಕ್ಷಣವಿಧಿಯಿಂ = ಲಕ್ಷಣವಿಧಿಯಿಂದೆ; ಲೋಪವೃತ್ತಿ = ಲೋಪದ ವರ್ತನೆ; ಉದಯಿಸುಗುಂ = ಹುಟ್ಟುವುದು.

ವೃತ್ತಿ.— ದಾಡಿಮಕೂಷ್ಮಾಂಡಂಗಳ ಮತ್ವಕ್ಕೆ ಬತ್ವಂ; ಕೂಷ್ಮಾಂಡದ ಷಕಾರಕ್ಕಂ ಬಿಂದುಗಂ ಲೋಪಮಕ್ಕುಂ.

ಪ್ರಯೋಗಂ.— ದಾಡಿಮಂ = ದಾಳಿಂಬಂ; ಕೂಷ್ಮಾಂಡಂ = ಕುಂಬಳಂ.

ಸೂತ್ರಂ.

First and secoud syllables receive the Bindu; a Bindu is sometimes dropped.

ಸಮನಿಸುಗುಮಾದಿವರ್ಣಾಂ
ತಿಮದೊಳಮೆರಡನೆಯ ವರ್ಣದಂತಿಮದೊಳಮಾ ।
ಸಮುಚಿತಬಿಂದುಸ್ಥಿತಿ ಬಿಂ
ದುಮಂತಶಬ್ದಕ್ಕೆ ಬಿಂದುಲೋಪಂ ಬಹುಳಂ ॥ 285 ॥

ಪದಚ್ಛೇದಂ.— ಸಮನಿಸುಗುಂ ಆದಿವರ್ಣಾಂತಿಮದೊಳಂ ಎರಡನೆಯ ವರ್ಣದ ಅಂತಿಮದೊಳಂ ಆ ಸಮುಚಿತಬಿಂದುಸ್ಥಿತಿ; ಬಿಂದುಮಂತ ಶಬ್ದಕ್ಕೆ ಬಿಂದುಲೋಪಂ ಬಹುಳಂ.

ಯಥಾನ್ವಯಂ. ಟೀಕು.— ಆದಿವರ್ಣಾಂತಿಮದೊಳಂ = ಆದ್ಯಕ್ಷರದ ಅಂತ್ಯದಲ್ಲಿಯುಂ; ಎರಡನೆಯ ವರ್ಣದ = ಎರಡನೆಯಕ್ಷರದ; ಅಂತಿಮದೊಳಂ = ಕಡೆಯಲ್ಲಿಯುಂ; ಆ ಸಮುಚಿತಬಿಂದುಸ್ಥಿತಿ = ಅಯುಚಿತವಾದ ಬಿಂದುವಿನ ಸ್ಥಿತಿ; ಸಮನಿಸುಗುಂ = ಪ್ರಾಪ್ತಿಸುವುದು; ಬಿಂದುಮಂತಶಬ್ದಕ್ಕೆ = ಬಿಂದುವುಳ್ಳ ಶಬ್ದಕ್ಕೆ; ಬಹುಳಂ = ಬಹುಳವಾಗಿ; ಬಿಂದುಲೋಪಂ = ಬಿಂದುವಿನ ಲೋಪಂ ಪ್ರಾಪ್ತಿಸುವುದು.

ವೃತ್ತಿ.— ಮೊದಲಕ್ಕರದ ಕಡೆಯೊಳಮೆರಡನೆಯಕ್ಕರದ ಕಡೆಯೊಳಮುಚಿತವಾಗಿ ಬಿಂದುವಕ್ಕುಂ; ಬಿಂದುಯುಕ್ತಶಬ್ದಂಗಳ್ಗೆ ಬಹುಳದಿಂ ಲೋಪಮಕ್ಕುಂ.

ಪ್ರಯೋಗಂ.—ಆದ್ಯಕ್ಷರದ ಬಿಂದುವಿಂಗೆ—ಮೇಠಿ (o. r. ಮೇಧಿ)=ಮೇಂಟಿ; ತಾತಂ=ತಂದೆ; ಕೂಷ್ಮಾಂಡಂ=ಕುಂಬಳಂ; ಮರ್ಕಟಂ=ಮಂಕಡಂ, ಮಕ್ಕಡಮೆಂದುಂಮುಂಟು

ದ್ವಿತೀಯಾಕ್ಷರದ ಬಿಂದುವಿಂಗೆ—ಕ್ರಮುಕಂ=ಕವುಂಗು; ದಾಡಿಮಂ=ದಾಳಿಂಬಂ.

ಬಿಂದುಲೋಪಕ್ಕೆ—ವಾಂಶ್ಯಂ=ವಾಸಂ; ಮುಂಜಂ=ಮೊದೆ; ಸಂಸ್ಕೃತಂ=ಸಕ್ಕದಂ; ಲಾಂಛನಂ (o. r. ಲಾಂಚ್ಛನಂ)=ಲಚ್ಚಣಂ.

ಬಹುಳಮಾಗಿ ಲೋಪಮಿಲ್ಲ—ಮಂಥನಿ=ಮಂತಣಿ; ಸಂಘಾತಂ=ಸಂಗಡಂ; ಅಂಕುಶಂ=ಅಂಕುಸಂ.

ಸೂತ್ರಂ.

ಪದದೆರಡನೆಯಕ್ಕರದ
ತ್ವದೊಳೆತ್ವಂ ಹ್ರಸ್ವದೆತ್ವಮಾತ್ವಕ್ಕೂತ್ವ |
ಕ್ಕುದಯಿಕುಮತ್ವಸ್ಥಿತಿ ಬಹು
ಳದೆ ದೀರ್ಘಂ ಹ್ರಸ್ವಮಾ ತೃತೀಯಾಕ್ಷರಕಂ || 286 ||

In the second syllable ಅ becomes ಎ; also ಆ becomes ಎ; ಊ becomes ಅ; and a long vowel is shortened. The last occurs also in the third syllable.

ಪದಚ್ಛೇದಂ.—ಪದದ ಎರಡನೆಯ ಅಕ್ಕರದ ಅತ್ವದೊಳ್ ಎತ್ವಂ; ಹ್ರಸ್ವದ ಎತ್ವಂ ಆತ್ವಕ್ಕೆ; ಊತ್ವಕ್ಕೆ ಉದಯಿಕುಂ ಅತ್ವಸ್ಥಿತಿ; ಬಹುಳದೆ ದೀರ್ಘಂ ಹ್ರಸ್ವಂ, ಆ ತೃತೀಯಾಕ್ಷರಕಂ.

ಅನ್ವಯಂ.—ಪದದ ಎರಡನೆಯಕ್ಕರದ ಅತ್ವದೊಳ್ ಎತ್ವಂ; ಆತ್ವಕ್ಕೆ ಹ್ರಸ್ವದೆತ್ವಂ; ಊತ್ವಕ್ಕೆ ಅತ್ವಸ್ಥಿತಿ ಉದಯಿಕುಂ; ಬಹುಳದೆ, ಆ ತೃತೀಯಾಕ್ಷರಕಂ, ದೀರ್ಘಂ ಹ್ರಸ್ವಂ.

ಟೀಕು.—ಪದದ=ಪದಂಗಳ; ಎರಡನೆಯಕ್ಕರದ=ಎರಡನೆಯಕ್ಷರದ; ಅತ್ವದೊಳ್=ಅಕಾರದಲ್ಲಿ; ಎತ್ವಂ=ಎಕಾರಂ ಆಗುವುದು; ಆತ್ವಕ್ಕೆ=ಆಕಾರಕ್ಕೆ; ಹ್ರಸ್ವದೆತ್ವಂ=ಹ್ರಸ್ವದ ಎಕಾರಂ ಬರ್ಪುದು; ಊತ್ವಕ್ಕೆ=ಊಕಾರಕ್ಕೆ; ಅತ್ವಸ್ಥಿತಿ=ಅಕಾರದ ಸ್ಥಿತಿ; ಉದಯಿಕುಂ=ಹುಟ್ಟುವುದು; ಬಹುಳದೆ=ಬಹುಳದಿಂದೆ; ಆ ತೃತೀಯಾಕ್ಷರಕಂ=ಆ ಮೂಱನೆಯಕ್ಷರಕ್ಕಂ; ದೀರ್ಘಂ=ದೀರ್ಘಂ; ಹ್ರಸ್ವಂ=ಹ್ರಸ್ವವಾಗುವುದು. ಬಹುಳಸಮುಚ್ಚಯಗಳಿಂ ದ್ವಿತೀಯಾಕ್ಷರಕ್ಕಂ ಹ್ರಸ್ವಂ ಬರ್ಪುದು.

ವೃತ್ತಿ.— ಪದದೆರಡನೆಯಕ್ಕರದತ್ವಕ್ಕೆತ್ವಮುಮಾಕಾರಕ್ಕೆ ಹ್ರಸ್ವೈತ್ವಮು ಮೂಕಾರಕ್ಕತ್ವಮುಮಕ್ಕುಂ; ಆ ದ್ವಿತೀಯಾಕ್ಷರದೀರ್ಘಕ್ಕೆ ಹ್ರಸ್ವಮಕ್ಕುಂ; ಆ ತೃತೀಯಾಕ್ಷರಕ್ಕಮಂತೆ.

ಪ್ರಯೋಗಂ.— ಅತ್ವಕ್ಕೆತ್ವಂ—ಉಜ್ಜಯನಿ= ಉಜ್ಜೆಣಿ.

ಆತ್ವಕ್ಕೆತ್ವಂ— ರಸಾಯನಂ= ರಸೆಯನಂ.

ಊಕಾರಕ್ಕತ್ವಂ —ನಿರೂಪಿಸಿದಂ= ನಿರವಿಸಿದಂ.

ದ್ವಿತೀಯಾಕ್ಷರದೀರ್ಘಕ್ಕೆ ಹ್ರಸ್ವಂ— ಹಿಂಗೂಲಕಂ= ಇಂಗುಲಿಕಂ; ಪ್ರಸಾಧನಂ= ಪಸದನಂ; ದ್ವಿತೀಯೆ= ಬಿದಿಗೆ; ತೃತೀಯೆ= ತದಿಗೆ; ಅಮಾವಾಸ್ಯೆ= ಅವಸೆ; ಉದ್ಯಾಪನಂ= ಉಜ್ಜವಣೆ; ವಿನಾಯಕಂ= ಬೆನಕಂ.

ತೃತೀಯಾಕ್ಷರದೀರ್ಘಕ್ಕೆ ಹ್ರಸ್ವಂ— ಉತ್ತರೀಯಕಂ= ಉತ್ತರಿಗೆ; ವರ್ಧಮಾನಂ= ಬದ್ದವಣಂ, ಬದ್ದವಣಮೆಂದು ಔಡಲಂ.

ಸೂತ್ರಂ.

In the Third syllable ಅ becomes ಇ, ಒ, or ಉ; and ಉ becomes ಅ.

ವ್ಯವಹರಿಸುಗುಮತ್ವಕ್ಕಿ
ತ್ವವಿಧಾನಂ ಹ್ರಸ್ವದೋತ್ವಮುತ್ವಂ ಶಬ್ದ |
ಪ್ರವಿದಿತಮಾದುತ್ವಕ್ಕ
ತ್ವವೃತ್ತಿ ಮೂಱನೆಯ ವರ್ಣದೊಳ್ನೆಲೆಗೊಳ್ಗುಂ
|| 287 ||

ಪದಚ್ಛೇದಂ.—ವ್ಯವಹರಿಸುಗುಂ ಅತ್ವಕ್ಕೆ ಇತ್ವವಿಧಾನಂ, ರಸ್ವದ ಒತ್ವಂ, ಉತ್ವ; ಶಬ್ದಪ್ರವಿದಿತಂ ಆದ ಉತ್ವಕ್ಕೆ ಅತ್ವವೃತ್ತಿ — ಮೂಱನೆಯ ವರ್ಣದೊಳ್—ನೆಲೆಗೊಳ್ಗುಂ.

ಯಥಾನ್ವಯಂ. ಟೀಕು.—ಮೂಱನೆಯ ವರ್ಣದೊಳ್ = ಮೂಱನೆಯಕ್ಷರದಲ್ಲಿ; ಅತ್ವಕ್ಕೆ = ಅಕಾರಕ್ಕೆ; ಇತ್ವವಿಧಾನಂ = ಇಕಾರದ ವಿಧಾನಂ; ಹ್ರಸ್ವದೋತ್ವಂ = ಹ್ರಸ್ವದ ಒಕಾರಂ; ಉತ್ವಂ = ಉಕಾರಂ; ವ್ಯವಹರಿಸುಗುಂ = ವ್ಯವಹರಿಸುವುದು; ಶಬ್ದಪ್ರವಿದಿತಂ = ಶಬ್ದಂಗಳಲ್ಲಿ ಪ್ರಸಿದ್ಧಂ; ಆದುತ್ವಕ್ಕೆ = ಆದ ಉಕಾರಕ್ಕೆ; ಅತ್ವವೃತ್ತಿ = ಅಕಾರದ ವರ್ತನೆ; ನೆಲೆಗೊಳ್ಗುಂ = ನೆಲೆಗೊಂಬುದು.

ವೃತ್ತಿ.—ಶಬ್ದಂಗಳ ತೃತೀಯಾಕ್ಷರದತ್ವಕ್ಕಿತ್ವಮುಂ ಹ್ರಸ್ವೋತ್ವಮುಂ ಉತ್ವಮುಮಕ್ಕುಂ; ಉತ್ವಕ್ಕತ್ವಮಕ್ಕುಂ.

ಪ್ರಯೋಗಂ.—ಅತ್ವದ ಇತ್ವಕ್ಕೆ—ಹಿಂಗೂಲಕಂ=ಇಂಗುಲಿಕಂ.

ಒತ್ವಕ್ಕೆ— ಸುರಪರ್ಣಿ=ಸುರಹೊನ್ನೆ.

ಉತ್ವಕ್ಕೆ— ಆಲಸ್ಯಕಂ=ಅಲಸುಗೆ.

ಉತ್ವದತ್ವಕ್ಕೆ—ಕುಸ್ತುಂಬುರು=ಕೊತ್ತುಂಬರಿ.

ಸೂತ್ರಂ.

In the fourth syllable ಅ becomes ಒ. A syllable of the second, third and fourth place suffers elision.

ದೊರೆಕೊಳ್ಗುಂ ನಾಲ್ಕನೆಯ
ಕ್ಕರದತ್ವಕ್ಕೊತ್ವವೃತ್ತಿ ಶಬ್ದಂಗಳೊಳಿ ।
ರ್ದೆರಡನೆಯ ಮೂಱನೆಯ ಸಂ
ಚರಿಸುವ ನಾಲ್ಕನೆಯ ವರ್ಣಮಕ್ಕುಮಭಾವಂ
|| 288 ||

ಪದಚ್ಛೇದಂ.— ದೊರೆಕೊಳ್ಗುಂ ನಾಲ್ಕನೆಯ ಅಕ್ಕರದ ಅತ್ವಕ್ಕೆ ಒತ್ವವೃತ್ತಿ; ಶಬ್ದಂಗಳೊಳ್ ಇರ್ದ ಎರಡನೆಯ ಮೂಱನೆಯ ಸಂಚರಿಸುವ ನಾಲ್ಕನೆಯ ವರ್ಣಂ ಅಕ್ಕುಂ ಅಭಾವಂ.

ಯಥಾನ್ವಯಂ. ಟೀಕು.— ನಾಲ್ಕನೆಯಕ್ಕರದ = ನಾಲ್ಕನೆಯಕ್ಷರದ; ಅತ್ವಕ್ಕೆ = ಅಕಾರಕ್ಕೆ; ಒತ್ವವೃತ್ತಿ = ಒಕಾರದ ವರ್ತನೆ; ದೊರೆಕೊಳ್ಗುಂ = ದೊರೆಕೊಂಬುದು; ಶಬ್ದಂಗಳೊಳ್ = ಶಬ್ದಂಗಳಲ್ಲಿ; ಇರ್ದೆರಡನೆಯ ಮೂಱನೆಯ ಸಂಚರಿಸುವ ನಾಲ್ಕನೆಯ ವರ್ಣಂ = ಇರ್ದ ಎರಡನೆಯದಾದ ಮೂಱನೆಯದಾದ ನಾಲ್ಕನೆಯದಾದ ಅಕ್ಷರಂ; ಅಭಾವಂ = ಲೋಪಂ; ಅಕ್ಕುಂ = ಆಗುವುದು.

ವೃತ್ತಿ.—ನಾಲ್ಕನೆಯಕ್ಕರದತ್ವಕ್ಕೊತ್ವಮಕ್ಕುಂ; ಶಬ್ದಂಗಳೊಳಿರ್ದೆರಡನೆಯ ಮೂರನೆಯ ನಾಲ್ಕನೆಯಕ್ಕರಕ್ಕೆ ಲೋಪಂ.

ಪ್ರಯೋಗಂ.— ಅಕಾರದೊತ್ವಕ್ಕೆ— ಆಟರೂಷಕಂ=ಆಡಸೋಗೆ.

ದ್ವಿತೀಯಾಕ್ಷರಕ್ಕೆ ಲೋಪಂ— ವ್ಯವಹಾರಂ=ಬೇಹಾರಂ.

ತೃತೀಯಾಕ್ಷರಕ್ಕೆ ಲೋಪಂ—ಪಲ್ಯಯನಂ=ಹಲ್ಲಣಂ; ಅಮಾವಾ

ಸ್ಯೆ=ಅವಸೆ; ವಿನಾಯಕಂ=ಬೆನಕಂ; ಮರುವಕಂ=ಮರುಗಂ (o. r. ಮರ ಗಂ); ಉಜ್ಜಯನಿ=ಉಜ್ಜೆಣಿ; ಆಟರೂಷಕಂ=ಆಡಸೊಗೆ.

ಚತುರ್ಥಾಕ್ಷರಕ್ಕೆ ಲೋಪಂ— ಉತ್ತರೀಯಕಂ=ಉತ್ತರಿಗೆ.

6. Compounds of Tadbhavas with Tadbhavas, and of Tadbhavas with unaltered Saṁskṛit themes.

ಸಂಸ್ಕೃತಪದಕ್ಕಾದಪಭ್ರಂಶದಚ್ಚ ಗಂನಡದ ಸಮಾಸಮಂ ಪೇೞ್ವೆಂ—

ಸೂತ್ರಂ.

In forming compounds (ಸಮಾಸಂ) both words may be Tadbhavas. In some cases it is also allowed to form compounds wherein either the first or second word is an unaltered Saṁskṛit theme. It is, however, incorrect, if a word of which there exists a Tadbhava, is compounded in its Saṁskṛita form with a Tadbhava.

ಪದನೆರಡುಂ ತದ್ಭವದೊಳ್
ಪುದಿದಿರೆ ಮಾೞ್ಪುದು ಸಮಾಸಮಂ ಪದಯುಗದೊಳ್ ।
ಪದವೊಂದೇಗೆಯ್ದುಂ ವಿಧಿ
ಗೊದವದೆ ನಿಲೆಯುಂ ಸಮಾಸಮುಂಟರೆಯೆಡೆಯೊಳ್
॥ 289 ॥

ಪದಚ್ಛೇದಂ.— ಪದಂ ಎರಡುಂ ತದ್ಭವದೊಳ್ ಪುದಿದು ಇರೆ, ಮಾೞ್ಪುದು ಸಮಾಸ ಮಂ; ಪದಯುಗದೊಳ್ ಪದಂ ಒಂದು, ಏ ಗೆಯ್ದುಂ, ವಿಧಿಗೆ ಒದವದೆ ನಿಲೆಯುಂ ಸಮಾಸಂ ಉಂಟು ಅರೆ ಎಡೆಯೊಳ್.

ಅನ್ವಯಂ.— ಪದಂ ಎರಡುಂ ತದ್ಭವದೊಳ್ ಪುದಿದು ಇರೆ, ಸಮಾಸಮಂ ಮಾೞ್ಪು ದು; ಪದಯುಗದೊಳ್ ಒಂದು ಪದಂ, ಏ ಗೆಯ್ದುಂ, ವಿಧಿಗೆ ಒದವದೆ ನಿಲೆಯುಂ ಅರೆಯೆಡೆಯೊ ಳ್ ಸಮಾಸಂ ಉಂಟು.

ಟೀಕು.— ಪದನೆರಡುಂ=ಎರಡು ಪದಂಗಳುಂ; ತದ್ಭವದೊಳ್=ತದ್ಭವದಲ್ಲಿ; ಪುದಿದಿ ರೆ=ಪೊರ್ದುಗೆಯಾಗಿರೆ; ಸಮಾಸಮಂ=ಸಮಾಸವಂ; ಮಾೞ್ಪುದು=ಮಾಡುವುದು; ಪದ ಯುಗದೊಳ್=ಪದವೆರಡಱಲ್ಲಿ; ಪದವೊಂದು=ಒಂದು ಪದಂ; ಏ ಗೆಯ್ದುಂ=ಏನ ಮಾಡಿ ಯುಂ; ವಿಧಿಗೆ=ತದ್ಭವದ ವಿಧಿಗೆ; ಒದವದೆ=ಪ್ರಾಪ್ತಿಸದೆ; ನಿಲೆಯುಂ=ನಿಂದೊಡೆಯುಂ; ಅರೆಯೆಡೆಯೊಳ್=ಕಿಱಿದೆಡೆಯಲ್ಲಿ; ಸಮಾಸಂ=ಸಮಾಸಂ; ಉಂಟು=ಪೂರ್ವಕವಿಗಳ ಪ್ರಯೋಗದಲ್ಲಿ ಉಂಟು.

ವೃತ್ತಿ.— ಎರಡು ಪದಂಗಳಪಭ್ರಂಶದೊಳ್ ನಿಲೆ, ಸಮಾಸಮಂ ಮಾಱ್ಪು ದು; ಎರಡು ಪದಂಗಳೊಳೊಂದು ಪದನಪಭ್ರಂಶಲಕ್ಷಣಕ್ಕೆ ಬಾರದೆ ನಿಜದಿನಿ ರೆಯುಂ ನಿರ್ದೋಷವಾಗಿ ಕಿಱಿದೆಡೆಯೊಳ್ ಸಮಾಸಮುಂಟು.

ಪ್ರಯೋಗಂ.— 1) ಎರಡು ಪದಂಗಳಪಭ್ರಂಶಕ್ಕೆ—ಸರ್ವಲಕ್ಷಣಂ=ಸ ಬ್ಬಲಕ್ಕಣಂ; ಸರ್ವಸಂನಾಹಂ=ಸಬ್ಬಸಂನಣಂ; ಸಮೋಘಸಂನಾಹಂ=ಸವ ಗಸಂನಣಂ; ಕರ್ಕಶಯೌವನಂ=ಕಕ್ಕಸಜವ್ವನಂ; ಅಂಕುಶಚಾರಣಂ=ಅಂ ಕುಸಸಾರಣೆ; ದಶಶಿರಂ=ದಸಸಿರಂ; ವರ್ಣಶರಂ=ಬಣ್ಣಸರಂ; ದೃಷ್ಟಿವಿಷಂ= ದಿಟ್ಟಬಿಸಂ (o. r. ದಿಟ್ಟವಿಸಂ); ಶಿಲ್ಪಿಕವಿದ್ಯೆ=ಚಿಪ್ಪಿಗಬಿಜ್ಜೆ; ರಕ್ತಾಶೃಂಖಲಂ= ರಕ್ಕಸಂಕಲೆ; ಯಮಪುರಂ=ಜವಹುರಂ; ಷಷ್ಠೀಗ್ರಹಣಂ=ಚಟ್ಟಿಗರಣಂ; ಸ್ಥಾ ನದೀಪಿಕೆ=ತಾಣದೀವಿಗೆ; ಸ್ಥಾನಭ್ರಷ್ಟಂ=ತಾಣಬಟ್ಟಂ; ಕ್ರೂರಕರ್ಮಿ=ಕೂ ಱ್ಕಿಮ್ಮಿ; ಶ್ರೀಖಂಡಂ=ಸಿರಿಕಂಡಂ; ವೀರಶ್ರೀ=ಬೀರಸಿರಿ; ಅವನಜೇಮನಂ= ಅವಣಜವಣಂ; ಅಚ್ಛಸ್ಫಟಿಕಂ=ಅಚ್ಚವಳಿಕು; ಸಂಭಾರಕಬಳಂ=ಸಂಬರಗ ವಳಂ; ಖರಶಾಣಂ=ಕರಸಾಣೆ; ಪ್ರತಿಚ್ಛಂದಂ=ಪಡಿಚಂದಂ; ಆಂದೋಳಛ ತ್ರಿಕೆ=ಅಂದಳಸತ್ತಿಗೆ.

2) ಮೊದಲ ಪದನಪಭ್ರಂಶಕ್ಕೆ ಬಾರದೆ, ಪರಪದಂ ತದ್ಭವಮಾದ ಸಮಾ ಸಕ್ಕೆ— ಮಂಗಳಪ್ರಸಾಧನಂ=ಮಂಗಳವಸದನಂ; ವಿಜಯಶೇಷಿ=ವಿಜಯ ಸೇಸಿ; ಪರಮಶ್ರೀ=ಪರಮಸಿರಿ; ಜಗವರ್ತಿ=ಜಗವತ್ತಿ; ಪಂಚಶರಂ=ಪಂಚ ಸರಂ; ಪಾದರಕ್ಷೆ=ಪಾದರಕ್ಕೆ; ಪರಬ್ರಹ್ಮಂ=ಪರಬೊಂಮಂ; ಕರಣಶಾಲೆ= ಕರಣಸಾಲೆ; ಪಟ್ಟಶಾಲೆ=ಪಟ್ಟಸಾಲೆ; ದಾನಶಾಲೆ=ದಾನಸಾಲೆ; ಉತ್ತರದೇ ಶಂ=ಉತ್ತರದೇಸಂ; ಬಾಹುವಳಯಂ=ಬಾಹುಬಳೆ; ಪಾದಶೃಂಖಲೆ=ಪಾದ ಸಂಕಲೆ.

3) ಪೂರ್ವಪದಂ ತದ್ಭವಮಾದುದರ್ಕೆ — ತ್ರಿಪುರಾಂತಕಂ=ತಿಪುರಾಂತ ಕಂ; ತ್ರಿಗುಣಂ=ತಿಗುಣಂ; ತ್ರಿವಳಿ=ತಿವಳಿ; ದ್ವಿಗುಣಂ=ದುಗುಣಂ; ಚತು ರ್ದಂತಂ=ಚೌದಂತಂ; ಸ್ವರಕರಣಂ=ಸರಕರಣಂ; ಸ್ವರವಾದಿ=ಸರವಾದಿ; ಪದಗತಿ=ಪಯಗತಿ; ಯಮದಂಡಂ=ಜವದಂಡಂ; ಸಂಧಿವಾತಂ=ಸಂದುವಾ ತಂ; ಶನಿವಾರಂ=ಸಣಿವಾರಂ; ಗ್ರಾಮರಸಂ=ಗಾವರಸಂ; ಪಶುಪತಿ=ಪಸು ಪತಿ; ದಿಶಾಬಲಿ=ದೆಸೆಬಲಿ; ಶೂಲಪಾಣಿ=ಸೂಳೆಪಾಣಿ.

4) ಎರಡು ಪದಮುಂ ತದ್ಭವನೆಯ್ದುವಲ್ಲಿಯೊಂದು ಪದಮನುಱಿಸಿ ತಪ್ಪಾದುದರ್ಕೆ ಹಂಸರಾಜನ ಪ್ರಯೋಗಂ— || ತರವೇಱಿಮ್ಮಾಣಿಕ್ಯಭಂಡಾರದ ಪುಟಿಕೆಗಳಂ || ಇಲ್ಲಿ ಮಾಣಿಕ್ಯಶಬ್ದಮನುಱಿದು ಮಾಣಿಕಭಂಡಾರಮೆನೆ ಶುದ್ಧಂ.

ಸೂತ್ರಂ.

In the beginning of compounds ಏಕ, ದ್ವಿ, ತ್ರಿ, ಚತುಃ become ಎಕ್ಕ, ದು (ದೂ), ತಿ, ಚೌ; and ದ್ವಿಕ, ತ್ರಿಕ, ಚತುಷ್ಕ become ದುಗ, ತಿಗ, ಚೌಕ.

ಏಕದ್ವಿತ್ರಿಚತುಃಶ
ಬ್ದಾಕೃತಿಗೆಕ್ಕ ದು ತಿ ಚೌಗಳಾದೇಶಂಗಳ್ |
ಸ್ವೀಕೃತಸಮಾಸಪೂರ್ವದೊ
ಳಾಕರಿಪರ್ ಪ್ರತ್ಯಯಾಂತದೊಳಮೀ ವಿಧಿಯಂ
|| 290 ||

ಪದಚ್ಛೇದಂ.—ಏಕ-ದ್ವಿ-ತ್ರಿ-ಚತುಃಶಬ್ದಾಕೃತಿಗೆ ಎಕ್ಕ ದು ತಿ ಚೌಗಳ್ ಆದೇಶಂಗಳ್ ಸ್ವೀಕೃತಸಮಾಸಪೂರ್ವದೊಳ್; ಆಕರಿಪರ್ ಪ್ರತ್ಯಯಾಂತದೊಳಂ ಈ ವಿಧಿಯಂ.

ಅನ್ವಯಂ.—ಸ್ವೀಕೃತಸಮಾಸಪೂರ್ವದೊಳ್ ಏಕದ್ವಿತ್ರಿಚತುಃಶಬ್ದಾಕೃತಿಗೆ ಎಕ್ಕ ದು ತಿ ಚೌಗಳ್ ಆದೇಶಂಗಳ್; ಪ್ರತ್ಯಯಾಂತದೊಳಂ ಈ ವಿಧಿಯಂ ಆಕರಿಪರ್.

ಟೀಕು.—ಸ್ವೀಕೃತಸಮಾಸಪೂರ್ವದೊಳ್ = ಅಂಗೀಕರಿಸಲ್ಪಟ್ಟ ಸಮಾಸಪದಂಗಳ ಮೊದಲಲ್ಲಿ; ಏಕದ್ವಿತ್ರಿಚತುಃಶಬ್ದಾಕೃತಿಗೆ = ಏಕ ಎಂಬ ದ್ವಿ ಎಂಬ ತ್ರಿ ಎಂಬ ಚತುಃ ಎಂಬ ಶಬ್ದಂಗಳ ಆಕಾರಕ್ಕೆ; ಎಕ್ಕ ದು ತಿ ಚೌಗಳ್ = ಎಕ್ಕ ಎಂಬ ದು ಎಂಬ ತಿ ಎಂಬ ಚೌ ಎಂಬ ಶಬ್ದಂಗಳ್; ಆದೇಶಂಗಳ್ = ಆದೇಶಂಗಳಪ್ಪುವು; ಪ್ರತ್ಯಯಾಂತದೊಳಂ = ದ್ವಿಕಂ ತ್ರಿಕಂ ಚತುಷ್ಕಂ ಎಂಬ ಪ್ರತ್ಯಯಾಂತಶಬ್ದಂಗಳಲ್ಲಿಯುಂ; ಈ ವಿಧಿಯಂ = ಈ ಪೇೞ್ದ ವಿಧಿಯಂ; ಆಕರಿಪರ್ = ಪೇೞ್ವರ್.

ವೃತ್ತಿ.—ಸಮಾಸದಾದಿಯೊಳಿರ್ದ ಏಕದ್ವಿತ್ರಿಚತುಃಶಬ್ದಂಗಳ್ಗೆ ಎಕ್ಕ ದು ತಿ ಚೌ ಎಂಬಿವಾದೇಶಮಪ್ಪುವು; ದ್ವಿತ್ರಿಚತುಃಶಬ್ದಂಗಳ್ ಪ್ರತ್ಯಯಾಂತಮಾದೊಡಮ್ ಈ ಲಕ್ಷಣಮೆ.

ಪ್ರಯೋಗಂ.—ಎಕ್ಕಕ್ಕೆ—ಏಕಶರಂ = ಎಕ್ಕಸರಂ; ಏಕಪತ್ರಂ = ಎಕ್ಕವತ್ತಿ; ಏಕಸ್ಥಲಂ = ಎಕ್ಕತಳ್ಳಂ.

ದುಗೆ— ದ್ವಿಶರಂ=ದುಸರಂ; ದ್ವಿಗುಣಂ=ದುಗುಣಂ; ದ್ವಿಪಟ್ಟಿಕೆ=ದುವಟ್ಟಿಗೆ; ದ್ವಿಹಸ್ತಂ=ದುಹತ್ತಂ, ದೂವಟ್ಟಿಗೆ, ದೂಹತ್ತಮೆಂದುಮುಂಟು.

ತಿಗೆ— ತ್ರಿಗುಣಂ=ತಿಗುಣಂ; ತ್ರಿಶರಂ=ತಿಸರಂ; ತ್ರಿಶೂಲಂ=ತಿಸುಳಂ; ತ್ರಿಪದಿ=ತಿವದಿ; ತ್ರಿವಳಿ=ತಿವಳಿ.

ಚೌಗೆ—ಚತುಃಪದಂ=ಚೌಪದಂ; ಚತುಃಪಟ್ಟಂ=ಚೌವಟ್ಟಂ, ವಿಕಲ್ಪದಿಂ ಚೌವಟಮೆಂದುಮುಂಟು; ಚತುರ್ಗ್ರಾಮಂ=ಚೌಗಾವೆ; ಚತುಃಖಂಡಂ=ಚೌಕಂಡಂ; ಚತುರ್ವೇದಿ=ಚೌವೇದಿ; ಚತುರ್ದಂತಂ=ಚೌಜಂತಂ.

ಪ್ರತ್ಯಯಾಂತಕ್ಕೆ—ದ್ವಿಕಂ=ದುಗಂ; ತ್ರಿಕಂ=ತಿಗಂ; ಚತುಷ್ಕಂ=ಚೌಕಂ.

ಸೂತ್ರಂ.

When, in compounds, ಸಹ and ಮಹತ್ precede a consonant, they may become ಸಾ and ಮಾ.

ಸಮಸಂದ ಸಹಮಹಚ್ಛ
ಬ್ದಮೆ ಸಾಮಾದೇಶದಿಂ ಸಮಾಸಾದಿಯೊಳಂ ।
ತಮರ್ದಿರ್ಕುಂ ಪರಪದಪೂ
ರ್ವಮದುಂ ವ್ಯಂಜನದೊಳೊಂದೆ ಬಹುಳತೆಯಿಂದಂ
|| 291 ||

ಪದಚ್ಛೇದಂ.— ಸಮಸಂದ ಸಹಮಹಚ್ಛಬ್ದಮೆ ಸಾಮಾದೇಶದಿಂ ಸಮಾಸಾದಿಯೊಳ್ ಅಂತು ಅಮರ್ದು ಇರ್ಕುಂ, ಪರಪದಪೂರ್ವಂ ಅದುಂ ವ್ಯಂಜನದೊಳ್ ಒಂದೆ, ಬಹುಳತೆಯಿಂದಂ.

ಅನ್ವಯಂ.—ಪರಪದಪೂರ್ವಂ ಅದುಂ ವ್ಯಂಜನದೊಳ್ ಒಂದೆ, ಸಮಾಸಾದಿಯೊಳ್ ಸಮಸಂದ ಸಹಮ ಹಚ್ಛಬ್ದಮೆ ಸಾಮಾದೇಶದಿಂ ಅಂತು ಬಹುಳತೆಯಿಂದಂ ಅಮರ್ದು ಇರ್ಕುಂ.

ಟೀಕು.—ಪರಪದಪೂರ್ವಂ= ಮುಂದಣ ಪದದ ಮೊದಲ್; ಅದುಂ= ಅದುಂ; ವ್ಯಂಜನದೊಳ್= ವ್ಯಂಜನಾಕ್ಷರದಲ್ಲಿ; ಒಂದೆ= ಕೂಡೆ; ಸಮಾಸಾದಿಯೊಳ್= ಸಮಾಸದ ಮೊದಲಲ್ಲಿ; ಸಮಸಂದ ಸಹಮಹಚ್ಛಬ್ದಮೆ= ಸಮಾನವಾಗಿ ಸಂದ ಸಹ ಎಂಬ ಮಹತ್ ಎಂಬ ಶಬ್ದಂಗಳೆ; ಸಾಮಾದೇಶದಿಂ= ಸಾ ಎಂಬ ಮಾ ಎಂಬಾದೇಶದಿಂ; ಅಂತು= ಹಾಂಗೆ; ಬಹುಳತೆಯಿಂದಂ= ಬಹುಳತ್ವದಿಂದೆ; ಅಮರ್ದಿರ್ಕುಂ= ಪೊರ್ದುಗೆಯಾಗಿರ್ಪುದು.

ವೃತ್ತಿ.—ವ್ಯಂಜನಂ ಪರಮಾಗೆ, ಸಹಮಹಚ್ಛಬ್ದಂಗಳ್ಗೆ ಸಾ ಮಾ ಎಂಬಾದೇಶಂ ಬಹುಳದಿನಕ್ಕುಂ.

ಪ್ರಯೋಗಂ.— ಸಾಗೆ— ಸಹದೇವಂ= ಸಾದೇವಂ; ಸಹವಾಸಿ=ಸಾವಾಸಿ.

ಮಾಗೆ— ಮಹಾದೇವಂ= ಮಾದೇವಂ; ಮಹಾಕಾಳಿ= ಮಾಕಾಳಿ; ಮಹಾಜನಂ= ಮಾಜನಂ; ಮಹಾದಾನಿ= ಮಾದಾನಿ; ಮಹಾಸಾವಂತಂ= ಮಾಸಾವಂತಂ; ಮಹಾಪಾತಕಂ= ಮಾಪಾತಕಂ; ಮಹಾಪಥಂ= ಮಾಪತಂ; ಮಹಂತಂ= ಮಾಂತಂ; ಮಹಾಪುರುಷಂ= ಮಾಪುರುಷಂ; ಮಹಾಲಕ್ಷ್ಮಿ= ಮಾಲಕುಮಿ.

ಕೆಲವೆಡೆಯೊಳಿಲ್ಲ— ಸಹಜಾತಂ; ಸಹಧರ್ಮಿ; ಸಹಭೋಜಿ;—ಮಹಾಗಿರಿ; ಮಹಾಗಜಂ; ಮಹಾಸೈನ್ಯಂ.

ಸೂತ್ರಂ.

When, in compounds, the first letter of the second word is ಪ, ಬ, or ಮ, these are often changed into ವ; in such a case an ಊ of ವ is shortened, and the Rêpha (visarga) of a preceding ಅಂತರ್ (ಅಂತಃ) elided.

ಪರದೊಳ್ ಪಬಮಂಗಳ್ ನೆಲ
ಸಿರೆ ವತ್ವಂ ಪೀನಮಾ ಪಕಾರಮದೂತ್ವಂ ।
ಬೆರಸಿರೆ ತಾಂ ಹ್ರಸ್ವತೆಯಂ
ತರೆಂಬ ಶಬ್ದಾಂತರೇಫೆಗಕ್ಕುಂ ಲೋಪಂ ॥ 292 ॥

ಪದಚ್ಛೇದಂ.—ಪರದೊಳ್ ಪ ಬ ಮಂಗಳ್ ನೆಲಸಿ ಇರೆ, ವತ್ವಂ; ಪೀನಂ ಆ ಪಕಾರಂ ಅದು ಊತ್ವಂ ಬೆರಸಿ ಇರೆ, ತಾಂ ಹ್ರಸ್ವತೆ; ಅಂತರ್ ಎಂಬ ಶಬ್ದಾಂತರೇಫೆಗೆ ಅಕ್ಕುಂ ಲೋಪಂ.

ಅನ್ವಯಂ.— ಪರದೊಳ್ ಪ ಬ ಮಂಗಳ್ ನೆಲಸಿರೆ, ವತ್ವಂ ಅಕ್ಕುಂ; ಪೀನಂ ಆ ಪಕಾರಂ ಅದು ಊತ್ವಂ ಬೆರಸಿರೆ, ಹ್ರಸ್ವತೆ ತಾಂ; ಅಂತರ್ ಎಂಬ ಶಬ್ದಾಂತರೇಫೆಗೆ ಲೋಪಂ.

ಟೀಕು.— ಪರದೊಳ್= ಪರಪದದಾದಿಯಲ್ಲಿ; ಪ ಬ ಮಂಗಳ್= ಪಕಾರ ಬಕಾರ ಮಕಾರಂಗಳ್; ನೆಲಸಿರೆ= ನೆಲೆಗೊಂಡಿರೆ; ವತ್ವಂ= ವಕಾರಂ; ಅಕ್ಕುಂ= ಅಪ್ಪುದು; ಪೀನಂ= ವಿಶೇಷವಾಗಿ; ಆ ಪಕಾರಂ= ಆ ವತ್ವಂ; ಅದು= ಅದು; ಊತ್ವಂ= ಊಕಾರಮಂ; ಬೆರಸಿರೆ= ಕೂಡಿರೆ; ಹ್ರಸ್ವತೆ= ಹ್ರಸ್ವತ್ವಂ; ತಾಂ= ತಾಂ ಆಗುವುದು; ಅಂತರೆಂಬ ಶಬ್ದಾಂತರೇಫೆಗೆ= ಅಂತರ್ ಎಂಬ ಶಬ್ದದ ಕಡೆಯಣ ರೇಫೆಗೆ; ಲೋಪಂ= ಅದರ್ಶನಂ ಆಗುವುದು.

ವೃತ್ತಿ.— ಪರಪದದ ಮೊದಲೊಳ್ ಪಕಾರ ಬಕಾರ ಮಕಾರಂಗಳಿರೆ, ವತ್ವಮಕ್ಕುಂ, ಆ ಪಕಾರದೂತ್ವಕ್ಕೆ ಹ್ರಸ್ವಮಪ್ಪುಕಾರಮಕ್ಕುಂ; ಅಂತರ್ಶಬ್ದದ ಕಡೆಯ ರೇಫೆಗೆ ಲೋಪಮಕ್ಕುಂ.

ಪ್ರಯೋಗಂ.— ಪಕಾರಕ್ಕೆ ವತ್ವಂ—ಹಂಸಪಿಂಡಂ=ಅಂಚೆವಿಂಡು; ಪಂಜರಪಕ್ಷಿ=ಹಂಜರವಕ್ಕಿ; ಪಾದಪಾಶಂ=ಪಾದವಾಸಂ; ಪಾದಪಟ್ಟಂ=ಪಾಯವಟ್ಟಂ; ರತ್ನಪಟ್ಟಿಕೆ=ರನ್ನವಟ್ಟಿಗೆ; ಯೋಗಪಾದುಕಂ=ಜೋಗವಾವುಗೆ; ಸಂಸ್ಥಾಪತ್ತನಂ=ಸಂತೆವಟ್ಟಣಂ; ಮಾನುಷಪುಸ್ತಕಂ=ಮಾನಸವೊತ್ತಗೆ; ಸಂಘಾತಪ್ರೇಕ್ಷಣಂ=ಸಂಗಡವೆಗ್ಗಣಂ (o. r. ಸಂಗಡವೆಕ್ಕಣಂ); ರಾಕ್ಷಸಪ್ರಕರಣಂ=ರಕ್ಕಸವಗರಣಂ; ಚಂದ್ರಪುರಂ=ಚಂದವುರಂ.

ಬಕಾರಕ್ಕೆ ವಕಾರಂ=ಶೃಂಖಲಾಬಂಧಂ=ಸಂಕಲೆವಂದಂ; ದಿಶಾಬಲಿ=ದೆಸೆವಲಿ; ಶರಬಂಧಂ=ಸರವಂದಂ.

ಮಕಾರಕ್ಕೆ ವತ್ವಂ—ದೇವಮಾನುಷಂ=ದೇವವಾನಸಂ; ಯಮಳಮರ್ದಳಂ=ಜವಳಿವದ್ದಳೆ; ರತ್ನಮಣಿ=ರನ್ನವಣಿ.

ಆ ಪತ್ವದ ಊತ್ವಕ್ಕುತ್ವಂ— ವರ್ಣಪೂರಂ=ಬಂಣವುರಂ; ಕರ್ಣಪೂರಂ=ಕನ್ನವುರಂ.

ರೇಫಲೋಪಕ್ಕೆ—ಅಂತಃಪುರಂ=ಅಂತವುರಂ.

ಪೀನಗ್ರಹಣದಿಂದೆ ಕೆಲವಱೊಳ್ವತ್ವಮಿಲ್ಲ—ಕಾಂಡಪಟಂ=ಕಂಡಪಟಂ; ಗೂರ್ಜರಪಟ್ಟಿ=ಗುಜ್ಜರಪಟ್ಟಿ; ಶಂಕರಪ್ರಸಾದಿತಂ=ಸಂಕರಪಸಾಯಿತಂ; ಪತಿವ್ರತೆ=ಹದಿಬದೆ (o. r. ಹದಿಬತೆ); ನಿರ್ಬಂಧಿಕಂ=ನಿಬ್ಬಂದಿಗಂ; ನಿರ್ಬುದ್ಧಿ=ನಿಬುದ್ದಿ; ಅಚ್ಛಮಲ್ಲಿಕೆ=ಅಚ್ಚಮಲ್ಲಿಗೆ; ವಲ್ಲಿಮಾಟಂ=ಬಳ್ಳಿಮಾಡಂ; ಅಕ್ಷರಮಾಲೆ=ಅಕ್ಕರಮಾಲೆ.

ಸೂತ್ರಂ.

As according to S. 65 in sandhi thus also in Tadbhava compounds ಕ, ತ, ಪ become ಗ, ದ, ಬ; further, when the first syllable of the second word suffers elision, the last letter of the first word is lengthened.

ಉದಯಿಪುದು ತೃತೀಯತೆ ಪೂ
ರ್ವದ ಸೂತ್ರವಿಧಾನದಿಂದೆ ಕತಪಕ್ಕೆ ತಗು | -
ಳ್ವುದು ದೀರ್ಘಂ ಪೂರ್ವಪದಾಂ
ತ್ಯದೊಳುತ್ತರಪದದ ಮೊದಲೊಳೊದವಿರೆ ಲೋಪಂ
|| 293 ||

ಪದಚ್ಛೇದಂ.—ಉದಯಿಪುದು ತೃತೀಯತೆ ಪೂರ್ವದ ಸೂತ್ರವಿಧಾನದಿಂದೆ ಕ-ತ-ಪಕ್ಕೆ; ತಗುಳ್ವುದು ದೀರ್ಘಂ ಪೂರ್ವಪದಾಂತ್ಯದೊಳ್ ಉತ್ತರಪದದ ಮೊದಲೊಳ್ ಒದವಿ ಇರೆ ಲೋಪಂ.

ಅನ್ವಯಂ.—ಪೂರ್ವದ ಸೂತ್ರವಿಧಾನದಿಂದೆ ಕತಪಕ್ಕೆ ತೃತೀಯತೆ ಉದಯಿಪ್ಪುದು; ಉತ್ತರಪದದ ಮೊದಲೊಳ್ ಲೋಪಂ ಒದವಿರೆ ಪೂರ್ವಪದಾಂತ್ಯದೊಳ್ ದೀರ್ಘಂ ತಗುಳ್ವುದು.

ಟೀಕು.—ಪೂರ್ವದ=ಮೊದಲ ಸಂಧಿಪ್ರಕರಣದ; ಸೂತ್ರವಿಧಾನದಿಂದೆ=ಸೂತ್ರದ ವಿಧಿಯಿಂದೆ; ಕತಪಕ್ಕೆ=ಕಕಾರ ತಕಾರ ಪಕಾರಂಗಳ್ಗೆ; ತೃತೀಯತೆ=ಮೂಱನೆಯಕ್ಷರದ ಭಾವಂ; ಉದಯಿಪ್ಪುದು=ಹುಟ್ಟುವುದು; ಉತ್ತರಪದದ=ಮುಂದಣ ಪದದ; ಮೊದಲೊಳ್=ಆದಿಯಲ್ಲಿ; ಲೋಪಂ=ಅದರ್ಶನಂ; ಒದವಿರೆ=ಬಂದಿರೆ; ಪೂರ್ವಪದಾಂತ್ಯದೊಳ್=ಮೊದಲ ಪದದ ಕಡೆಯಲ್ಲಿ; ದೀರ್ಘಂ=ದೀರ್ಘಂ; ತಗುಳ್ವುದು=ಎಯ್ದುವುದು, ಬರ್ಪುದೆಂಬುದರ್ಥಂ.

ವೃತ್ತಿ.—ಪೂರ್ವೋಕ್ತಸೂತ್ರದಿಂ ಪರದ ಕತಪಕ್ಕೆ ತೃತೀಯತೆಯಕ್ಕುಂ; ಪೂರ್ವಪದಾಂತ್ಯಕ್ಕೆ ದೀರ್ಘಮುಮುತ್ತರಪದದಾದಿಗೆ ಲೋಪಮುಮಕ್ಕುಂ.

ಪ್ರಯೋಗಂ.—ಕಕಾರತೃತೀಯತೆಗೆ—ಮಾನುಷಕಾವ್ಯಂ=ಮಾನಸಗಬ್ಬಂ; ಕರ್ಪೂರಕರಂಡಕಂ=ಕಪ್ಪುರಗರಡಗೆ; ಸಂಭಾರಕಬಳಂ=ಸಂಬರಗವಳಂ; ರತ್ನಕಂಬಳಂ=ರನ್ನಗಂಬಳಿ; ಕಾಶಾಕರ್ಪಟಂ=ಕಾಸಿಗಪ್ಪಡಂ (o. r. ಸಸೆಗಪ್ಪಡಂ).

ತಕಾರತೃತೀಯತೆಗೆ—ಖದಿರತಾಂಬೂಲಂ=ಕೈರದಂಬುಲಂ; ಮಾಲಾತೋರಣಂ=ಮಾಲೆದೋರಣಂ; ಕಾಕತುಂಡಿ=ಕಾಗೆದೊಂಡೆ; ಅಚ್ಛತುವರಿ=ಅಚ್ಚದೊವರಿ (o. r. ಅಚ್ಚದೊಗರಿ); ಸಂಘಾತತಾಳಂ=ಸಂಗಡದಾಳಂ.

ಪಕಾರತೃತೀಯತೆಯಂ ಪ್ರಯೋಗದೊಳ್ ನೋಡಿ ಕೊಳ್ವುದು.

ಪೂರ್ವಪದಾಂತ್ಯಕ್ಕೆ ದೀರ್ಘಮುಂ ಉತ್ತರಪದಾದಿಗೆ ಲೋಪಮುಮಾಗಿ—ಧರ್ಮಪಾನೀಯಕ್ಕೆ ದವ್ಮಾಣಿ, ಕಾಂಸ್ಯತಾಳಕ್ಕೆ ಕಂಸಾಳಮ್ ಎಂದಾಯ್ತು.

ಸೂತ್ರಂ.

Further, in compounds sometimes the first syllable of the second word suffers elision; sometimes the last syllable of the first word is elided.

ಪರಪದದಾದಿಗೆ ಲೋಪಂ
ದೊರೆಕೊಳ್ಗುಂ ಕೆಲವೆಡೆಲ್ಲಿ ಪೂರ್ವಪದಾಂತ್ಯ |
ಕ್ಕಿರದಕ್ಕುಂ ಲೋಪಂ ವ್ಯವ
ಹರಿಪ ಸಮಾಸಂಗಳಲ್ಲಿ ಕೆಲಕೆಲವೆಡೆಯೊಳ್ || 294 ||

ಪದಚ್ಛೇದಂ.—ಪರಪದದ ಆದಿಗೆ ಲೋಪಂ ದೊರೆಕೊಳ್ಗುಂ, ಕೆಲವಱಲ್ಲಿ ಪೂರ್ವ ಪದಾಂತ್ಯಕ್ಕೆ ಇರದೆ ಅಕ್ಕುಂ ಲೋಪಂ, ವ್ಯವಹರಿಪ ಸಮಾಸಂಗಳಲ್ಲಿ ಕೆಲ ಕೆಲ ಎಡೆಯೊಳ್.

ಅನ್ವಯಂ.—ವ್ಯವಹರಿಪ ಸಮಾಸಂಗಳಲ್ಲಿ ಕೆಲಕೆಲವೆಡೆಯೊಳ್ ಪರಪದದ ಆದಿಗೆ ಲೋಪಂ ದೊರೆಕೊಳ್ಗುಂ; ಕೆಲವಱಲ್ಲಿ ಪೂರ್ವಪದಾಂತ್ಯಕ್ಕೆ ಇರದೆ ಲೋಪಂ ಅಕ್ಕುಂ.

ಟೀಕು.—ವ್ಯವಹರಿಪ ಸಮಾಸಂಗಳಲ್ಲಿ = ವ್ಯವಹರಿಸುವ ಸಮಾಸಪದಂಗಳಲ್ಲಿ; ಕೆಲ ಕೆಲವೆಡೆಯೊಳ್ = ಕೆಲವು ಕೆಲವು ತಾವಿನಲ್ಲಿ; ಪರಪದದ = ಮುಂದಣ ಪದದ; ಆದಿಗೆ = ಮೊದಲ್ಗೆ; ಲೋಪಂ = ಅದರ್ಶನಂ; ದೊರೆಕೊಳ್ಗುಂ = ಬರ್ಪುದು; ಕೆಲವಱಲ್ಲಿ = ಕೆಲವು ಸಮಾಸ ಪದಂಗಳಲ್ಲಿ; ಪೂರ್ವಪದಾಂತ್ಯಕ್ಕೆ = ಮೊದಲ ಪದದ ಕಡೆಯಕ್ಷರಕ್ಕೆ; ಇರದೆ = ನಿಲ್ಲದೆ; ಲೋಪಂ = ಅದರ್ಶನಂ; ಅಕ್ಕುಂ = ಆಗುವುದು.

ವೃತ್ತಿ.—ಸಮಾಸದೊಳುತ್ತರಪದದಾದಿಗೆ ಕೆಲವೆಡೆಯೊಳ್ ಲೋಪಮಕ್ಕುಂ; ಪೂರ್ವಪದಾಂತ್ಯಕ್ಕೆ ಕೆಲವಱೊಳ್ ಲೋಪಮಕ್ಕುಂ.

ಪ್ರಯೋಗಂ.—ಉತ್ತರಪದಾದಿಯ ಲೋಪಕ್ಕೆ—ಚರ್ಮಪಟ್ಟಿಕೆ = ಚಮ್ಮಟ್ಟಿಗೆ, ಸಮಟಿಗೆಯೆನಲುಮಕ್ಕುಂ.

ಪೂರ್ವಪದಾಂತ್ಯಲೋಪಕ್ಕೆ—ದೇವಕುಲಂ = ದೇಗುಲಂ; ದೇಶಶಾಖೆ = ದೇಸಾಕೆ; ಶೂಚಿಯಾನಂ = ಸೂಯಾಣಂ.

ಸೂತ್ರಂ.

Where ಆಕಾರ and ಆಗಾರ form the second word of a compound, they often become ಅರ; and ಆವಳಿಕೆ become ಆಳಿಗೆ (or ಳಿಗೆ).

ಆವಗಮಾಕಾರಾಗಾ
ರಾವಳಿಕೆಗಳಿವು ಸಮಾಸದುತ್ತರಪದನಾ |
ಗಾವರಿಸಿರ್ಕುಂ ಲೋಪಂ
ಭಾವಿಪೊಡೆರಡನೆಯ ವರ್ಣದೊಳಮಾದಿಯೊಳಂ || 295 ||

ಪದಚ್ಛೇದಂ.—ಆವಗಂ ಆಕಾರಾಗಾರಾವಳಿಕೆಗಳ್ ಇವು ಸಮಾಸದ ಉತ್ತರಪದಂ ಆಗೆ, ಆವರಿಸಿ ಇರ್ಕುಂ ಲೋಪಂ, ಭಾವಿಪೊಡೆ ಎರಡನೆಯ ವರ್ಣದೊಳಂ ಆದಿಯೊಳಂ.

ಯಥಾನ್ವಯಂ, ಟೀಕು. — ಅವಗಂ = ಆವಾಗಳುಂ; ಆಕಾರಾಗಾರಾವಳಿಕೆಗಳ್ = ಆಕಾರವೆಂಬ ಆಗಾರವೆಂಬ ಆವಳಿಕೆಯೆಂಬ ಶಬ್ದಂಗಳ್; ಇವು = ಈ ಪದಂಗಳ್; ಸಮಾಸದ = ಸಮಾಸಪದದ; ಉತ್ತರಪದಂ = ಮುಂದಣಪದಂ; ಆಗಿ = ಆಗಿ; ಆವರಿಸಿರ್ಕುಂ = ಆವರಿಸಿಪ್ಪವು; ಭಾವಿಪೊಡೆ = ಭಾವಿಸುವೊಡೆ; ಎರಡನೆಯ ವರ್ಣದೊಳಂ = ಎರಡನೆಯಕ್ಷರದಲ್ಲಿಯುಂ; ಆದಿಯೊಳಂ = ಆದಿಯಕ್ಷರದಲ್ಲಿಯುಂ; ಲೋಪಂ = ಅದರ್ಶನಂ ಬರ್ಪುದು.

ವೃತ್ತಿ.—ಆಕಾರ ಆಗಾರ ಆವಳಿಕಾ ಶಬ್ದಂಗಳ್ ಪರಮಾಗೆ, ತಮ್ಮೆರಡನೆಯಕ್ಕರದೊಳಂ ಆದಿಯಕ್ಕರದೊಳಂ ಲೋಪಂ.

ಪ್ರಯೋಗಂ. — ಆಕಾರಕ್ಕೆ — ಚಿತ್ರಾಕಾರಂ = ಚಿತ್ತಾರಂ; ರೂಪಾಕಾರಂ = ರೂಪಾರಂ.

ಆಗಾರಕ್ಕೆ — ಕೋಷ್ಠಾಗಾರಂ = ಕೊಟ್ಟಾರಂ; ಭಾಂಡಾಗಾರಂ = ಭಂಡಾರಂ; ಕ್ಷೀರಾಗಾರಂ = ಕೀರಾರಂ, ಕೀಲಾರಮ್ ಎಂದುಮುಂಟು; ದೇವಾಗಾರಂ = ದೇವಾರಂ; ಧವಳಾಗಾರಂ = ಧವಳಾರಂ; ಗೂಢಾಗಾರಂ = ಗೂಡಾರಂ.

ಆವಳಿಕೆಗೆ—ದೀಪಾವಳಿಕೆ = ದೀಪಾಳಿಗೆ; ಆದಿಯಕ್ಕರಂ ಲೋಪಮಾಗಿ ದೀವಳಿಗೆ ಎಂದಾಯ್ತು. ಸಿಂಹಾಗಾರಂ ಕಾರಾಗಾರಮೆಂಬ ಶಬ್ದಂಗಳ್ಗೆ ಬಹುಳದಿನೀ ಲಕ್ಷಣಮಿಲ್ಲ.

ಸೂತ್ರಂ.

ದ್ವಾರಂ, when being the second word of a compound with the Tadbhavas ಸಿರಿಯು, ವಂಕ, ಪಾಣಿಯು, and ಕಂಟೆಯು, apppears as ದರಂ, ದಾರಂ, or ಬಾರಂ.

ದರದಾರಬಾರಮಕ್ಕುಂ
ಪರದಾ ದ್ವಾರಕ್ಕೆ ಪೂರ್ವದೊಳ್ ತದ್ಭವಮಾ ।
ಗಿರೆ ಸಿರಿಯವಂಕಪಾಣಿಯ
ಮಿರೆ ಕಂಟೆಯಮುಚಿತವಿಧಿ ವಿಕಲ್ಪವಿಧಾನಂ ‖ 296 ‖

ಪದಚ್ಛೇದಂ. — ದರ-ದಾರ-ಬಾರಂ ಅಕ್ಕುಂ ಪರದ ಆ ದ್ವಾರಕ್ಕೆ, ಪೂರ್ವದೊಳ್ ತದ್ಭವಂ ಆಗಿ ಇರೆ ಸಿರಿಯ-ವಂಕ-ಪಾಣಿಯಂ, ಇರೆ ಕಂಟೆಯಂ; ಉಚಿತವಿಧಿ ವಿಕಲ್ಪವಿಧಾನಂ.

ಅನ್ವಯಂ. — ಪೂರ್ವದೊಳ್ ತದ್ಭವಂ ಆಗಿ ಇರೆ ಸಿರಿಯವಂಕಪಾಣಿಯಂ, ಕಂಟೆಯುಂ ಇರೆ-ವಿಕಲ್ಪವಿಧಾನಂ ಉಚಿತವಿಧಿ-ಪರದ ಆ ದ್ವಾರಕ್ಕೆ ದರದಾರಬಾರಂ ಅಕ್ಕುಂ.

ಟೀಕು.—ಪೂರ್ವದೊಳ್= ಆದಿಯಲ್ಲಿ; ತದ್ಭವಂ=.ತದ್ಭವಂ; ಆಗಿರೆ= ಆಗಿರೆ; ಸಿರಿಯವಂಕಪಾಣಿಯಂ= ಸಿರಿಯ ಎಂಬ ವಂಕ ಎಂಬ ಪಾಣಿ ಎಂಬ ಶಬ್ದಂಗಳ್; ಕಂಟೆಯುಂ= ಕಂಟೆಯ ಎಂಬ ಶಬ್ದಂ; ಇರೆ= ಇರಲಾಗಿ; ವಿಕಲ್ಪವಿಧಾನಂ= ವಿಕಲ್ಪದ ವಿಧಾನಂ; ಉಚಿತವಿಧಿ= ಉಚಿತದ ವಿಧಿಯಾಗಿ; ಪರದ= ಮುಂದಣ; ಆ ದ್ವಾರಕ್ಕೆ= ಆ ದ್ವಾರ ಎಂಬ ಶಬ್ದಕ್ಕೆ; ದರದಾರಬಾರಂ= ದರ ಎಂಬ ದಾರ ಎಂಬ ಬಾರ ಎಂಬಾದೇಶಂ; ಅಕ್ಕುಂ= ಆಗುವುದು.

ವೃತ್ತಿ.—ಶ್ರೀವಕ್ರಪಾನೀಯಕಂಟಕಮೆಂಬಿವಕ್ಕಾದ ಸಿರಿಯ ವಂಕ ಪಾಣಿಯ ಕಂಟೆಯುಂಗಳ್ ಮೊದಲೊಳಿರೆ, ಪರದ ದ್ವಾರಶಬ್ದಕ್ಕೆ ದರಮೆಂದುಂ ದಾರಮೆಂದುಂ ಬಾರಮೆಂದುಮಕ್ಕುಂ; ಇವಱೊಳ್ವಿಕಲ್ಪಮನುಚಿತಮಾಗಱಿವುದು.

ಪ್ರಯೋಗಂ.—ಶ್ರೀದ್ವಾರಂ=ಸಿರಿಯದರಂ, ಸಿರಿಯದಾರಂ, ಸಿರಿಯಬಾರಂ.
ವಕ್ರದ್ವಾರಂ=ವಂಕದರಂ, ವಂಕದಾರಂ, ವಂಕಬಾರಂ.
ಪಾನೀಯದ್ವಾರಂ=ಪಾಣಿಯಬಾರಂ; ಕಂಟಕದ್ವಾರಂ=ಕಂಟೆಯಬಾರಂ. ಈ ಎರಡು ಸಮಾಸಪದಕ್ಕಮುಚಿತವಿಧಿಯಿಂ ವಿಕಲ್ಪಮಿಲ್ಲ.

7. Tatsama words.

ಇಲ್ಲಿಂದಂ ಮೇಲೆ ತತ್ಸಮಕ್ಕೆ ಸೂತ್ರಂ.

ಸೂತ್ರಂ.

There are 21 Tatsamas. Their compounds with Saṁskṛita and Karṇâṭaka words.

ಮಣಿ ಮಂಚಂ ಪಟ್ಟಂ ತೋ
ರಣಮಟ್ಟಂ ಗೋಣಿ ಸಬಳಮಂಕಂ ಲತೆ ಕಂ |
ಕಣಮೆಸೆವ ಕೋಂಟೈ ಬಲಘಂ
ಗಣಂ ಬಿಲಂ ಬಂದಿ ಮಾಲೆ ಗಾಳಂ ಗಂಡಂ ‖ 297 ‖

ಗಲ್ಲಂ ಮಲ್ಲಂ ತಳಘಿಂ
ತೆಲ್ಲಂ ತತ್ಸಮಮುಮಿವಱುದಾಹರಣೆಗಳಂ |
ಸೊಲ್ಲಿಸುವೆನೆರಡು ಮೆಯ್ಗಂ
ಬಲ್ಲರ್ಗಳ್ ಮೆಚ್ಚುತಿರೆ ಸಮಾಸೋಕ್ತಿಗಳಿಂ ‖ 298 ‖

ಪದಚ್ಛೇದಂ.— ಮಣಿ, ಮಂಚಂ, ಪಟ್ಟಂ, ತೋರಣಂ, ಅಟ್ಟಂ, ಗೋಣಿ, ಸಬಳಂ, ಅಂಕಂ, ಲತೆ, ಕಂಕಣಂ, ಎಸೆವ ಕೋಂಟೆ, ಬಲಂ, ಅಂಗಣಂ, ಬಿಲಂ, ಬಂದಿ, ಮಾಲೆ, ಗಾಳಂ, ಗಂಡಂ, ಗಲ್ಲಂ, ಮಲ್ಲಂ, ತಳಂ ಇಂತು ಎಲ್ಲಂ ತತ್ಸಮಮುಮುಂ; ಇವಱ ಉದಾಹರಣೆಗಳಂ ಸೊಲ್ಲಿಸುವೆಂ ಎರಡು ಮೆಯ್ಗಂ, ಬಲ್ಲರ್ಗಳ್ ಮೆಚ್ಚುತಿರೆ, ಸಮಾಸೋಕ್ತಿಗಳಿಂ.

ಯಥಾನ್ವಯಂ. ಟೀಕು.— ಮಣಿಯೆಂದು, ಮಂಚವೆಂದು, ಪಟ್ಟವೆಂದು, ತೋರಣವೆಂದು, ಅಟ್ಟವೆಂದು, ಗೋಣಿಯೆಂದು, ಸಬಳವೆಂದು, ಅಂಕವೆಂದು, ಲತೆಯೆಂದು, ಕಂಕಣವೆಂದು, ಎಸೆವ ಕೋಂಟೆಯೆಂದು, ಬಲವೆಂದು, ಅಂಗಣವೆಂದು, ಬಿಲವೆಂದು, ಬಂದಿಯೆಂದು, ಮಾಲೆಯೆಂದು, ಗಾಳವೆಂದು, ಗಂಡವೆಂದು, ಗಲ್ಲವೆಂದು, ಮಲ್ಲವೆಂದು, ತಳವೆಂದು; ಇಂತು = ಹೀಗೆ; ಎಲ್ಲಂ = ಈ ಶಬ್ದಂಗಳೆಲ್ಲಂ; ತತ್ಸಮಮುಮುಂ = ತತ್ಸಮಂಗಳೆನಿಸುವವು; ಇವಱ = ಈ ಶಬ್ದಂಗಳ; ಉದಾಹರಣೆಗಳಂ = ಉದಾಹರಣಂಗಳಂ; ಎರಡು ಮೆಯ್ಗಂ = ಸಂಸ್ಕೃತ ಕರ್ಣಾಟಕವೆಂಬೆರಡು ಸ್ವರೂಪಕ್ಕೆಯುಂ; ಬಲ್ಲರ್ಗಳ್ = ಬಲ್ಲ ವಿದ್ವಾಂಸರ್; ಮೆಚ್ಚುತಿರೆ = ಅಂಗೀಕರಿಸುತ್ತಿರೆ; ಸಮಾಸೋಕ್ತಿಗಳಿಂ = ಸಮಾಸವಾಕ್ಯಂಗಳಿಂದೆ; ಸೊಲ್ಲಿಸುವೆಂ = ಪೇೞ್ವೆಂ.

ವೃತ್ತಿ.— ಈ ಶಬ್ದಂಗಳ್ ಸಂಸ್ಕೃತಕ್ಕಂ ಕಂನಡಕ್ಕಂ ಸರಿ; ಇವಱುದಾಹರಣಂಗಳಂ ಸಮಾಸೋಕ್ತಿಯಿಂ ಸಂಸ್ಕೃತ ಕರ್ಣಾಟಕಂಗಳೊಳ್, ಬಲ್ಲರ್ ಮೆಚ್ಚೆ, ತೋಱಿದಪೆಂ.

ಪ್ರಯೋಗಂ.— ಮಣಿಗೆ—ಮಕುಟಮಣಿ; ದಿನಮಣಿ; ಕೆಲವಣಿ; ಉಡೆವಣಿ.

ಮಂಚಕ್ಕೆ— ಕಾಂಚನಮಂಚಂ; ರತ್ನಮಂಚಂ; ಸೆಳೆಮಂಚಂ (o. r. ತೂಗುಮಂಚಂ).

ಪಟ್ಟಕ್ಕೆ— ಪಟ್ಟವರ್ಧನಂ; ಪಟ್ಟಮಹಿಷಿ; ಪಟ್ಟಶರಂ: ಪಟ್ಟವಣೆ; ಪಟ್ಟಗೊಱಿ (o. r. ಪಟ್ಟಗಾಱಿ); ಪಟ್ಟಗದ್ದುಗೆ.

ತೋರಣಕ್ಕೆ— ಕಾಂಸ್ಯತೋರಣಂ; ಮಕರತೋರಣಂ; ಪಚ್ಚೆದೋರಣಂ; ತಳಿದೋರ್ರಣಂ.

ಅಟ್ಟಕ್ಕೆ— ಅಟ್ಟಹಾಸಂ; ಅಟ್ಟವಡಿ; ಅಟ್ಟಗವಲ್.

ಗೋಣಿಗೆ.—ಗೋಣಿಕಾಪುತ್ರಂ; ಕಿಱುಗೋಣಿ; ಪೆರ್ಗೋಣಿ.

ಸಬಳಕ್ಕೆ— ಸಬಳತ್ರಿಣೇತ್ರಂ; ಸಬಳಸಹಸ್ರಬಾಹು; ಸಬಳಗದ್ಯಾಣಂ; ಸಬಳದೇಱಿ; ಸಬಳವಿಂನಣಿ.

ಅಂಕಕ್ಕೆ— ಮೃಗಾಂಕಂ; ವೃಷಾಂಕಂ; ಮಾಱಿಂಕಂ; ಕಟ್ಟಂಕಂ; ಅಂಕವಱಿ; ಅಂಕವಾತು.

ಲತೆಗೆ— ನವಲತೆ; ಎಳಲತೆ; ಲತೆವಳ್ಳಿ; ಲತೆವನೆ.

ಕಂಕಣಕ್ಕೆ— ಮಣಿಕಂಕಣಂ; ಹಸ್ತಕಂಕಣಂ; ಹಿಂಡುಗಂಕಣಂ; ಗುಬ್ಬಿಗಂಕಣಂ.

ಕೋಂಟೆಗೆ— ಧೂಳಿಕೋಂಟೆ; ಹೆಡೆಗೆಗೋಂಟೆ (o. rs. ಹೆಡಗೆಗೋಂಟೆ, ಹೆಡೆ—, ಹೆಡ—); ತಱಿಗೋಂಟೆ; ಹತ್ತುಗೋಂಟೆ.

ಬಲಕ್ಕೆ— ಭೂಬಲಂ; ಭುಜಬಲಂ; ಆಳ್ವಲಂ (o. r. ಆಳ್ಬಲಂ); ತೋಳ್ವಲಂ (o. r. ತೋಳ್ಬಲಂ); ನೆಲವಲಂ; ಪೆರ್ವಲಂ; ಮಾರ್ವಲಂ.

ಅಂಗಣಕ್ಕೆ— ಅಂಗಣವಲಯಂ; ಅಂಗಣವಾವಿ; ಅಂಗಣವೆಟ್ಟು (o. r. ಅಂಗಣವೆಟ್ಟ); ಅಂಕಣಶಬ್ದಕ್ಕಂಗಣಮಾದುದಾಗಿ ತತ್ಸಮಮಾಗಲಾರ್ಪುದು.

ಬಿಲಕ್ಕೆ—ಬಿಲದ್ವಾರಂ; ಬಿಲಸರ್ಗಂ (o. r. ಬಿಲಸಗ್ಗ); ಪೆರ್ಬಿಲಂ.

ಬಂದಿಗೆ— ಬಂದಿಗ್ರಹಣಂ; ಬಲ್ವಂದಿಕಾಱಿಂ, ಬಲ್ವಂದಿಕಾಱಿಣ ವೋಲ್ ಹಿಂಡೊಡೆದೊಂದೆ (ಹಿಂಡೊಡೆದಂತೆ) ಪೋಯ್ತು: ಬಂದಿವಿಡಿದಂ ಬಿಂಬಾಧರಸ್ಥಾನಮಂ.

ಮಾಲೆಗೆ— ವನಮಾಲೆ; ಕಂಠಮಾಲೆ; ಪೂಮಾಲೆ; ಪಚ್ಚೆವಾಲೆ.

ಗಾಳಕ್ಕೆ— ಗಳಗಾಳಂ; ಸಂಣಗಾಳಂ; ಎಡೆಗಾಳಂ.

ಗಂಡಕ್ಕೆ— ಗಂಡಗರ್ವಂ; ಗಂಡಗುಣಂ; ಗಂಡವರಿಜು; ಗಂಡಗಲಿ; ಗಂಡವಸದನಂ (o. r. ಗಂಡವಸನಂ); ಗಂಡಪೆಂಡಿರ್.

ಗಲ್ಲಕ್ಕೆ—ಗಲ್ಲಸ್ಥಳಂ; ಗಲ್ಲಗಿವಿ; ಗಲ್ಲಮುಗುರಿ; ಗಲ್ಲಗುಗ್ಗುರಿ; ತೆಳ್ಗಲ್ಲಂ.

ಮಲ್ಲ—ಮಲ್ಲಮುರಾಂತಕಂ; ಮಲ್ಲವಾತು; ಮಲ್ಲಗಾಳೆಗಂ (o. r. ಮಲ್ಲಗಾಳಗ).

ತಳಕ್ಕೆ—ಕರತಳಂ; ಧರಣೀತಳಂ; ಕೆಂದಳಂ; ತಟ್ಟತಳಂ; ತಳಹಗ್ಗಂ ಎಂಬಂತೆ.

ಸೂತ್ರಂ.

Further, in forming compounds not only Tadbhava words, but also Tadbhava compounds and Tatsama compounds may be joined to pure Canarese words.

ಸಕ್ಕದಮಂ ಮಱಿಗೊಳ್ಳದೆ
ಚೊಕ್ಕಳಿಕೆಯಿನಚ್ಚಗಂನಡಂ ಬೇೞ್ಪಿರ ಕ |
ಯ್ವೊಕ್ಕ ನಿಧಿಯೆನಿಪಪಭ್ರಂ
ಶಕ್ಕಂ ದೇಶೀಯಪದಕಮುಂಟು ಸಮಾಸಂ || 299 ||

ಪದಚ್ಛೇದಂ.— ಸಕ್ಕದಮುಂ ಮಱಿಗೊಳ್ಳದೆ ಚೊಕ್ಕಳಿಕೆಯಿಂ ಅಚ್ಚಗಂನಡಂ ಬೇಳ್ಪಿರ ಕಯ್ವೊಕ್ಕ ನಿಧಿ ಎನಿಪ ಅಪಭ್ರಂಶಕ್ಕಂ ದೇಶೀಯಪದಕಂ ಉಂಟು ಸಮಾಸಂ.

ಯಥಾನ್ವಯಂ. ಟೀಕು.—ಸಕ್ಕದಮುಂ=ಸಂಸ್ಕೃತಮುಂ; ಮಱಿಗೊಳ್ಳದೆ=ಮಱಿ ಪೊಗದೆ; ಚೊಕ್ಕಳಿಕೆಯಿಂ= ಚೊಕ್ಕಟದಿಂದೆ; ಅಚ್ಚಗಂನಡಂ= ಅಚ್ಚ ಕಂನಡಂ; ಬೇಳ್ಪಿರ= ಬಯಸುವರ; ಕಯ್ವೊಕ್ಕ ನಿಧಿ= ಕೈ ಸಾರ್ದ ನಿಧಾನಂ; ಎನಿಪಪಭ್ರಂಶಕ್ಕಂ= ಎನಿಸುವ ಅಪಭ್ರಂಶ ಶಬ್ದಕ್ಕೆಯುಂ; ದೇಶೀಯಪದಕಂ= ದೇಶೀಯಪದಕ್ಕೆಯುಂ; ಸಮಾಸಂ= ಸಮಾಸಂ; ಉಂಟು= ಉಂಟಾಗಿರ್ಪುದು.

ವೃತ್ತಿ.— ಸಂಸ್ಕೃತಮಂ ಮಱಿಗೊಳ್ಳದೆ ನೆಱಿವಣೆಯಿಂದಚ್ಚಗಂನಡಮಂ ಪೇಳ್ವಿಗಿರ್ಪಯಪಭ್ರಂಶಪದಮುಮ್ ಇದಱಿ ಸಮಾಸಮುಂ ತತ್ಸಮದ ಸಮಾಸಮುಂ ಕಯ್ವೊಕ್ಕ ನಿಧಾನಮಿದಱೊಡನೆ ಕನ್ನಡದ ದೇಶೀಯಪದಮುಂ ಸಮಾಸಿಸಲಪ್ಪುದು.

ಪ್ರಯೋಗಂ.— ಅಪಭ್ರಂಶಕ್ಕಂ ದೇಶೀಯಪದಕ್ಕಂ ಸಮಾಸಂ— ಸೆಜ್ಜೆವನೆ; ಸಿಂಗವೇಂಟೆ; ರಾಯಗೋಟೆ.

ಅಪಭ್ರಂಶಸಮಾಸಕ್ಕಂ ದೇಶೀಯಪದಕ್ಕಂ ಸಮಾಸಂ— ತಾಣದೀವಿಗೆವೆಳಗು; ಜವಳಿವದ್ದಳಿದೊಂಗಲ್; ಜೊನ್ನವಕ್ಕಿಗಣ್ಗಳ್.

ತತ್ಸಮಸಮಾಸಕ್ಕಂ ದೇಶೀಯಪದಕ್ಕಂ ಸಮಾಸಂ— ಸಬಳಗದ್ಯಾಣದೆಱಿ; ಕಟ್ಟಂಕದಲ್ಲಣಂ; ಪೂಮಾಲೆದುಱಿಂಬು.

ಗದ್ಯಂ.— ಇದು ಸಮಸ್ತಶಾಬ್ದಿಕಜನಮನೋಜನಿತಶಬ್ದಸಂದೇಹಶಲ್ಯಚಾರುಚುಂಬಕಾಯಮಾನಾನೂನಕರ್ಣಾಟಕಲಕ್ಷಣಶಿಕ್ಷಾಚಾರ್ಯಸುಕವಿಕೇಶಿರಾಜವಿರಚಿತಮಪ್ಪ ಶಬ್ದಮಣಿದರ್ಪಣದೊಳ್ ಅಪಭ್ರಂಶಪ್ರಪಂಚಲಕ್ಷಣಮೆಂಬ ಸಪ್ತಮಮಪ್ಪ ಸಂಧಿ ಸಮಾಪ್ತಂ.

ಏನೆಯ ಅಧ್ಯಾಯಂ ಸಮಾಪ್ತಂ.

೮ನೆಯ ಅಧ್ಯಾಯಂ. VIII. CHAPTER.

ಅವ್ಯಯಪ್ರಕರಣಂ.

ON PARTICLES.

ಸೂತ್ರಂ.

Particles (Adverbs ಅವ್ಯಯಂ) include all Imitative sounds and many words formed by the suffixes ಅದು, ಅನೆ, ಅಗೆ.

ಅನುಕೃತಿಪದವೊದವೆಯುವುದು
ವನೆಯೆಂಬೆರಡುಂ ಪದಾಂತ್ಯದೊಳ್ ಬರೆಯುಂ ನೆ ।
ಟ್ಟನೆ ತಾವವ್ಯಯಮಪ್ಪವು
ವನೆಯ ನಕಾರಂ ವಿಕಲ್ಪದಿಂದೆ ಗಕಾರಂ ‖ 300 ‖

ಪದಚ್ಛೇದಂ.—ಅನುಕೃತಿಪದಂ ಒದವೆಯುಂ ಅದು ಅನೆ ಎಂಬ ಎರಡುಂ ಪದಾಂತ್ಯದೊಳ್ ಬರೆಯುಂ ನೆಟ್ಟನೆ ತಾಂ ಅವ್ಯಯಂ ಅಪ್ಪುವು; ಅನೆಯ ನಕಾರಂ ವಿಕಲ್ಪದಿಂದೆ ಗಕಾರಂ.

ಟೀಕು.—ಅನುಕೃತಿಪದಂ = ಅನುಕರಣಪದಂಗಳ್; ಒದವೆಯುಂ = ಬಂದೊಡೆಯುಂ; ಅದು = ಅದೆಂದು; ಅನೆ = ಅನೆ ಎಂದು; ಎಂಬೆರಡುಂ = ಎಂಬೆರಡು ರೂಪುಂ; ಪದಾಂತ್ಯದೊಳ್ = ಪದದ ಕಡೆಯಲ್ಲಿ; ಬರೆಯುಂ = ಬಂದೊಡಂ; ನೆಟ್ಟನೆ = ವ್ಯಕ್ತವಾಗಿ; ತಾಂ = ಆ ಶಬ್ದಂಗಳ್ ತಾಂ; ಅವ್ಯಯಂ = ಅವ್ಯಯಂಗಳ್; ಅಪ್ಪುವು ಅಗುವುವು; ಅನೆಯ = ಅನೆ ಎಂಬ ರೂಪಿನ; ನಕಾರಂ = ನತ್ವಂ; ವಿಕಲ್ಪದಿಂದೆ = ವಿಕಲ್ಪದಿಂದೆ; ಗಕಾರಂ = ಗತ್ವವಾಗುವುದು.

ವೃತ್ತಿ.—ಧಿಗಿಲನೆ, ಭುಗಿಲನೆ, ಭೋರನೆ ಎಂಬನುಕರಣಪದಂಗಳ್ ಬರೆಯುಂ, ಅದು ಅನೆ ಎಂಬಿವು ಪದಾಂತ್ಯಂಗಳೊಳಿರೆಯುಂ, ಅವ್ಯಯಪದಂಗಳಪ್ಪುವು.

ಪ್ರಯೋಗಂ.—ಅದುಗೆ—ನೂಂಕದು (o. r. ನೂಕದು); ನೂಳದು; ತೆತ್ತದು (o. r. ತೆಕ್ಕದು), ತೆತ್ತದೆಂದು ತೀರದೆಂಬರ್ಥಂ.

ಅನೆಗೆ—ಕಂಮನೆ; ಇಂಮನೆ; ಸಿಯ್ಯನೆ; ಮೆಲ್ಲನೆ.

ನಕಾರಕ್ಕೆ ವಿಕಲ್ಪದಿಂ ಗಕಾರಂ—ನೆಟ್ಟನೆ=ನೆಟ್ಟಗೆ; ಸುಮ್ಮನೆ=ಸುಮ್ಮಗೆ; ಕಮ್ಮನೆ=ಕಂಮಗೆ; ಬಿಂನನೆ=ಬಿನ್ನಗೆ.

ಸೂತ್ರಂ.

ಇಲ್ಲ, not; ಕೀಱಿದು (ಕಿಱಿದು) crowdedly, densely; ನಿರ್ನೆರ್, ನಿರ್ನೆರಂ, causelessly.

ಸೊಲ್ಲೊಳ್ ಕ್ರಿಯಾತ್ಮಕಾವ್ಯಯ
ಮಿಲ್ಲೆಂಬುದು ಕೀಱಿದೆಂಬುದಾಕೀರ್ಣಾರ್ಥಂ (o.r. ಕಿಱಿದುವೆಂಬುದಾಕೀರ್ಣಾರ್ಥಂ) |
ಬಲ್ಲಗೆ ನಿರ್ನಿಮಿತ್ತಾ
ರ್ಥೋಲ್ಲಸಿತಂ ನಿರ್ನೆರೆಂಬುದು (o. r. ನೆರ್ನೆರ್-) ನಿ
ರ್ನೆರಮುಂ (o. r. ನೆ—) || 301 ||

ಪದಚ್ಛೇದಂ.—ಸೊಲ್ಲೊಳ್ ಕ್ರಿಯಾತ್ಮಕಾವ್ಯಯಂ ಇಲ್ಲ ಎಂಬುದು; ಕೀಱಿದು ಎಂಬುದು ಆಕೀರ್ಣಾರ್ಥಂ; ಬಲ್ಲಗೆ ನಿರ್ನಿಮಿತ್ತಾರ್ಥೋಲ್ಲಸಿತಂ ನಿರ್ನೆರ್ ಎಂಬುದುಂ ನಿರ್ನೆರಮುಂ.

ಟೀಕು.—ಇಲ್ಲೆಂಬುದು=ಇಲ್ಲ ಎಂಬುದು; ಸೊಲ್ಲೊಳ್=ವಾಕ್ಯದಲ್ಲಿ; ಕ್ರಿಯಾತ್ಮಕಾವ್ಯಯಂ=ಕ್ರಿಯಾಸ್ವರೂಪವಾದವ್ಯಯಂ; ಕೀಱಿದೆಂಬುದು=ಕೀಱಿದೆಂಬುದು; ಆಕೀರ್ಣಾರ್ಥಂ=ತುಱುಗಿದರ್ಥಂ; ಬಲ್ಲಗೆ=ಬಲ್ಲವರ್ಗೆ; ನಿರ್ನೆರೆಂಬುದುಂ=ನಿರ್ನೆರ್ ಎಂಬುದುಂ; ನಿರ್ನೆರಮುಂ=ನಿರ್ನೆರಂ ಎಂಬುದುಂ; ನಿರ್ನಿಮಿತಾರ್ಥ=ಕಾರಣವಲ್ಲದ ಅರ್ಥದಲ್ಲಿ; ಉಲ್ಲಸಿತಂ=ಉನ್ನತವಾಗಿ ಬಪ್ಪುದು.

ಸೂತ್ರಂ.

ಸುಂಮಗೆ, ಸುಂಮನೆ, ಉಸಿಕನೆ, silently; ಗುಱುಗುಂಮಗೆ, ಬಿಂನಗೆ, ಬಿಂನನೆ, inactively.

ನೆಗೞ್ಗುಂ ಮೌನಾರ್ಥಂ ಸುಂ
ಮಗೆ ಸುಂಮನೆಯುಸಿಕನೆಂದು ನುಡಿವವ್ಯಯದೊಳ್ |
ಪುಗುಗುಂ ಗುಱುಗುಂಮಗೆ ಬಿಂ
ನಗೆ ಬಿಂನನೆಯೆನಲೊಡಂ ಕ್ರಿಯಾಶೂನ್ಯಾರ್ಥಂ
|| 302 ||

ಪದಚ್ಛೇದಂ.—ನೆಗಳ್ದಿಂ ಮೌನಾರ್ಥಂ ಸುಂಮಗೆ ಸುಂಮನೆ ಉಸಿಕನೆ ಎಂದು ನುಡಿವ ಅವ್ಯಯದೊಳ್; ಪುಗುಗುಂ ಗುಱುಗುಂಮಗೆ ಬಿಂನಗೆ ಬಿಂನನೆ ಎನಲೊಡಂ ಕ್ರಿಯಾಶೂನ್ಯಾರ್ಥಂ.

ಟೀಕು.—ಸುಂಮಗೆ = ಸುಂಮಗೆಯೆಂದು; ಸುಂಮನೆ = ಸುಂಮನೆಯೆಂದು; ಉಸಿಕನೆ = ಉಸಿಕನೆಯೆಂದು; ನುಡಿವವ್ಯಯದೊಳ್ = ಪೇೞ್ವ ಅವ್ಯಯದಲ್ಲಿ; ಮೌನಾರ್ಥಂ = ಮೌನದರ್ಥಂ; ನೆಗಳ್ದಿಂ = ಪ್ರಸಿದ್ಧಿವಡೆವುದು; ಗುಱುಗುಂಮಗೆ = ಗುಱುಗುಂಮಗೆಯೆಂದು; ಬಿಂನಗೆ = ಬಿಂನಗೆಯೆಂದು; ಬಿಂನನೆ = ಬಿಂನನೆಯೆಂದು; ಎನಲೊಡಂ = ಎನಲೊಡನೆ; ಕ್ರಿಯಾಶೂನ್ಯಾರ್ಥಂ = ಕ್ರಿಯೆಯಿಲ್ಲದರ್ಥಂ; ಪುಗುಗುಂ = ಪ್ರವೇಶವಪ್ಪುದು.

ಸೂತ್ರಂ.

ಅನುಂ, soever, refers to place, direction, time and number; ಅಣಂ, ಅಣಂ, whatsoever.

ಆನುಮೆನಿಪ್ಪವ್ಯಯಮಂ
ಸ್ಥಾನದಿಶಾಕಾಲಸಂಖ್ಯೆಗಳೊಳುಸಿರ್ವರ್ ಮ |
ತ್ತೇನುಮೆನಿಪ್ಪರ್ಥಮನಿರ
ದಾನಿಪರಣಮಾಣಮೆಂದು ನುಡಿವವ್ಯಯದೊಳ್
|| 303 ||

ಪದಚ್ಛೇದಂ.—ಆನುಂ ಎನಿಪ್ಪ ಅವ್ಯಯಮಂ ಸ್ಥಾನದಿಶಾಕಾಲಸಂಖ್ಯೆಗಳೊಳ್ ಉಸಿರ್ವರ್; ಮತ್ತೆ ಏನುಂ ಎನಿಪ್ಪ ಅರ್ಥಮಂ ಇರದೆ ಆನಿಪರ್ ಅಣಂ ಆಣಂ ಎಂದು ನುಡಿವ ಅವ್ಯಯದೊಳ್.

ಟೀಕು.—ಸ್ಥಾನದಿಶಾಕಾಲಸಂಖ್ಯೆಗಳೊಳ್ = ಸ್ಥಾನಂಗಳಲ್ಲಿ ದಿಕ್ಕುಗಳಲ್ಲಿ ಕಾಲಂಗಳಲ್ಲಿ ಸಂಖ್ಯೆಗಳಲ್ಲಿ; ಆನುಂ = ಆನುಂ ಎಂದು; ಎನಿಪ್ಪವ್ಯಯಮಂ = ಎನಿಸುವವ್ಯಯಮಂ; ಉಸಿರ್ವರ್ = ಪೇೞ್ವರ್; ಮತ್ತೆ = ಬಱಿಕಂ; ಅಣಂ = ಅಣಂ ಎಂದು; ಆಣಂ = ಆಣಂ ಎಂದು; ನುಡಿವವ್ಯಯದೊಳ್ = ಪೇೞ್ವವ್ಯಯದಲ್ಲಿ; ಏನುಂ = ಏನುಂ ಎಂದು; ಎನಿಪ್ಪರ್ಥಮಂ = ಎನಿಸುವರ್ಥಮಂ; ಇರದೆ = ಇಲ್ಲದೆ; ಆನಿಪರ್ = ಸಂಬಂಧಿಸುವರ್.

ವೃತ್ತಿ.—ಸ್ಥಾನ ದೆಸೆ ಕಾಲ ಸಂಖ್ಯೆಗಳಲ್ಲಿ ಆನುಂ ಎಂಬವ್ಯಯಮಂ ಪೇೞಿಲಕ್ಕುಂ; ಏನುಮೆಂಬರ್ಥದೊಳ್ ಅಣಂ ಆಣಂ ಎಂಬವ್ಯಯಮಂ ಪೇೞಿಲಕ್ಕುಂ.

ಪ್ರಯೋಗಂ.—ಸ್ಥಾನಕ್ಕೆ—ಎಲ್ಲಿಯಾನುಂ.

ದೆಸೆಗೆ—ಎತ್ತಾನುಂ.
ಕಾಲಕ್ಕೆ—ಎಂದಾನುಂ.
ಸಂಖ್ಯೆಗೆ—ಒಂದಾನುಂ; ಎರಡಾನುಂ; ಪತ್ತಾನುಂ; ನೂಱಾನುಂ.
ಅಣಕ್ಕೆ—ಕಾರ್ಯಮಣಮಿಲ್ಲ.
ಅಣಕ್ಕೆ—ಗುಣಮಾಣಮಿಲ್ಲ ಎನಲೊಡಮೇನುಮಿಲ್ಲೆಂಬರ್ಥಂ.

ಸೂತ್ರಂ.

ನಾಡೆ, ಎಡೆ (s. S. 56), ಆವಗಂ, ನೆಱ (S. 58), ನೀಡುಂ, ಕರಂ, ಅದಂ, ಎಯ್ದೆ, ನೂಳದು, ಪಿರಿದುಂ, ನೀಡು, ಮಿಗೆ (s. Ss. 88; 90), ಕೆಂನಂ (s. S. 88) signify "much", "exceedingly", "more".

ನಾಡೆಯೆಡೆಯಾವಗಂ ನೆಱ
ನೀಡುಂ ಕರಮಾದಮೆಯ್ದೆ ನೂಳದು ಪಿರಿದುಂ |
ನೀಡು ಮಿಗೆ ಕೆಂನಮೆಲ್ಲಂ
ರೂಢಿಯನುಳ್ಳುದುಮಿವವ್ಯಯದೊಳಧಿಕಾರ್ಥಂ
|| 304 ||

ಪದಚ್ಛೇದಂ.—ನಾಡೆ, ಎಡೆ, ಆವಗಂ, ನೆಱ, ನೀಡುಂ, ಕರಂ, ಅದಂ, ಎಯ್ದೆ, ನೂಳದು, ಪಿರಿದುಂ, ನೀಡು, ಮಿಗೆ, ಕೆಂನಂ ಎಲ್ಲಂ ರೂಢಿಯಂ ಉಳ್ಳುದು; ಇವು ಅವ್ಯಯದೊಳ್ ಅಧಿಕಾರ್ಥಂ.

ಟೀಕು.—ನಾಡೆ = ನಾಡೆ ಎಂದು; ಎಡೆ = ಎಡೆ ಎಂದು; ಆವಗಂ = ಆವಗಂ ಎಂದು; ನೆಱ = ನೆಱ ಎಂದು; ನೀಡುಂ = ನೀಡುಂ ಎಂದು; ಕರಂ = ಕರಂ ಎಂದು; ಅದಂ = ಅದಂ ಎಂದು; ಎಯ್ದೆ = ಎಯ್ದೆ ಎಂದು; ನೂಳದು = ನೂಳದು ಎಂದು; ಪಿರಿದುಂ = ಪಿರಿದುಂ ಎಂದು; ನೀಡು = ನೀಡು ಎಂದು; ಮಿಗೆ = ಮಿಗೆ ಎಂದು; ಕೆಂನಂ = ಕೆಂನಂ ಎಂದು; ಎಲ್ಲಂ = ಈ ಶಬ್ದಂಗಳೆಲ್ಲಂ; ರೂಢಿಯನುಳ್ಳುದು = ಪ್ರಸಿದ್ಧಿಯನುಳ್ಳುದು; ಇವು = ಈ ಶಬ್ದಂಗಳ್; ಅವ್ಯಯದೊಳ್ = ಅವ್ಯಯದಲ್ಲಿ; ಅಧಿಕಾರ್ಥಂ = ಅಧಿಕವಾದರ್ಥಂ.

ಸೂತ್ರಂ.

ಭೋಂಕನೆ, ಚೆಕ್ಕನೆ, ಭೋರನೆ, ಭೋಂಕಲ್, ಚಡುಪುಡನೆ, ಗಿಬ್ಬಿತಿಬ್ಬಿನೆ, ಕಡು, ಚೆಚ್ಚರಂ, ಬೆಚ್ಚರಂ signify "swiftly".

ಭೋಂಕನೆ ಚೆಕ್ಕನೆ ಭೋರನೆ
ಭೋಂಕಲ್ ಚಡುಪುಡನೆ ಗಿಬ್ಬಿತಿಬ್ಬಿನೆಯುಂ ಮ |
ತ್ತಂ ಕಡು ಚೆಚ್ಚರಬೆಚ್ಚರ
ಮುಂ ಕೂಡಿರೆ ತಂಮೊಳೊದವುಗುಂ ಶೀಘ್ರಾರ್ಥಂ
|| 305 ||

ಪದಚ್ಛೇದಂ.—ಭೋಂಕನೆ, ಚೆಕ್ಕನೆ, ಭೋರನೆ, ಭೋಂಕಲ್, ಚಡುಪುಡನೆ, ಗಿಱ್ಱಿತಿಱ್ಱನೆಯುಂ, ಮತ್ತಂ ಕಡು, ಚೆಚ್ಚರ, ಬೆಚ್ಚರವುಂ ಕೂಡಿರೆ, ತಂಮೊಳ್ ಒದವುಗುಂ ಶೀಘ್ರಾರ್ಥಂ.

ಟೀಕು.—ಭೋಂಕನೆ ಎಂದು; ಚೆಕ್ಕನೆ ಎಂದು; ಭೋರನೆ ಎಂದು; ಭೋಂಕಲ್ ಎಂದು; ಚಡುಪುಡನೆ ಎಂದು; ಗಿಱ್ಱಿಗಿಱ್ಱನೆ ಎಂದು; ಮತ್ತಂ= ಆ ಮೇಲೆ; ಕಡು ಚೆಚ್ಚರ ಬೆಚ್ಚರವುಂ= ಕಡು ಚೆಚ್ಚರಂ ಬೆಚ್ಚರಂ ಎಂದು; ಕೂಡಿರೆ= ಪೊರ್ದುಗೆಯಾಗಿರೆ; ತಂಮೊಳ್= ತಮ್ಮಲ್ಲಿ; ಶೀಘ್ರಾರ್ಥಂ= ಬೇಗವೆಂಬರ್ಥಂ; ಒದವುಗುಂ= ಪ್ರಾಪ್ತಿಸುವದು.

ಸೂತ್ರಂ.

ಏಗಂ, ವಲಂ, ವೆಱಿಂ, ದಲ್ signify "most certainly"; ಮತ್ತಿನ means "other"; ಬೇಱೆ ಬೇಱೆ "separately".

ಏಗಂ ವಲಂ ವೆಱಿಂ ದಲ್
ತಾಗುಗುಮತಿನಿಶ್ಚಯಾರ್ಥಮಂ ತಾನಿತರಾ |
ರ್ಥಾಗತಮದು ಮತ್ತಿನನುಡಿ
ಯೇಗೆಯ್ದುಂ ಬೇಱೆಬೇಱೆಯೆನೆ ಪೃಥಗರ್ಥಂ
|| 306 ||

ಪದಚ್ಛೇದಂ—ಏಗಂ ವಲಂ ವೆಱಿಂ ದಲ್ ತಾಗುಗುಂ ಅತಿನಿಶ್ಚಯಾರ್ಥಮಂ; ತಾಂ ಇತರಾರ್ಥಾಗತಂ ಅದು ಮತ್ತಿನನುಡಿ; ಏಗೆಯ್ದುಂ ಬೇಱೆಬೇಱೆ ಎನೆ ಪೃಥಗರ್ಥಂ.

ಟೀಕು.—ಏಗಂ= ಏಗಂ ಎಂದು; ವಲಂ= ವಲಂ ಎಂದು; ವೆಱಿಂ= ವೆಱಿಂ ಎಂದು; ದಲ್= ದಲ್ ಎಂದು; ಅತಿನಿಶ್ಚಯಾರ್ಥಮಂ= ಅತ್ಯಂತನಿಶ್ಚಯಾರ್ಥವಂ; ತಾಗುಗುಂ= ಎಯ್ದುವುವು; ಮತ್ತಿನನುಡಿ= ಮತ್ತಿನ ಎಂಬ ನುಡಿ; ಅದು ತಾಂ= ಅದುತಾಂ; ಇತರಾರ್ಥಾಗತಂ= ಅನ್ಯಾರ್ಥದಲ್ಲಿ ಬರ್ಪುದು; ಏಗೆಯ್ದುಂ= ಏನಂ ಮಾಡೆಯುಂ; ಬೇಱೆಬೇಱೆಯೆನೆ= ಬೇಱೆಬೇಱೆ ಎಂದೊಡಂ; ಪೃಥಗರ್ಥಂ= ಇಂಗಡಿಂಗಡವೆಂಬರ್ಥಂ.

ಸೂತ್ರಂ.

ತಿಱ್ಱನೆ, ತಿಟ್ಟನೆ, ಬಟ್ಟನೆ mean "whirlingly"; ಒಯ್ಯನೆ, ನೆಟ್ಟನೆ, ನೆಟ್ಟಗೆ "exactly", "nicely".

ಅನುತಿಱ್ಱನೆ ತಿಟ್ಟನೆ ಬ (o. r. ಬಿ-)
ಟ್ಟನೆಯೆಂಬಿವಱೊಳ್ ಭ್ರಮಾರ್ಥಮೊಯ್ಯನೆಯೆನೆ ನೆ |
ಟ್ಟನೆಯೆನೆ ನೆಟ್ಟಗೆಯೆನೆ ಬಂ
ದು ನಿಲ್ಕುಮಿವಱೊಳ್ ಪರಿಸ್ಫುಟಾರ್ಥವಿಧಾನಂ
|| 307 ||

ಪದಚ್ಛೇದಂ.—ಅನು ತಿಱ್ಱನೆ ತಿಟ್ಟನೆ ಬಟ್ಟನೆ ಎಂಬ ಇವಱೊಳ್ ಭ್ರಮಾರ್ಥಂ; ಒಯ್ಯನೆ ಎನೆ, ನೆಟ್ಟನೆ ಎನೆ, ನೆಟ್ಟಗೆ ಎನೆ, ಬಂದು ನಿಲ್ಕುಂ ಇವಱೊಳ್ ಪರಿಸ್ಫುಟಾರ್ಥವಿಧಾನಂ.

ಟೀಕು.— ಅನು ತಿಬ್ಬಿನೆ = ಅನು ತಿಬ್ಬಿನೆಯೆಂದು; ತಿಟ್ಟನೆ = ತಿಟ್ಟನೆಯೆಂದು; ಬಟ್ಟನೆ = ಬಟ್ಟನೆಯೆಂದು; ಎಂಬಿವಱೊಳ್ = ಎಂಬೀ ಶಬ್ದಂಗಳಲ್ಲಿ; ಭ್ರಮಾರ್ಥಂ = ಭ್ರಮಣಾರ್ಥಂ; ಒಯ್ಯನೆಯೆನೆ = ಒಯ್ಯನೆಯೆಂದೊಡೆ; ನೆಟ್ಟನೆಯೆನೆ = ನೆಟ್ಟನೆಯೆಂದೊಡೆ; ನೆಟ್ಟಗೆಯೆನೆ = ನೆಟ್ಟಗೆಯೆಂದೊಡೆ; ಇವಱೊಳ್ = ಈ ಶಬ್ದಂಗಳಲ್ಲಿ; ಪರಿಸ್ಫುಟಾರ್ಥವಿಧಾನಂ = ವ್ಯಕ್ತವಾದರ್ಥವಿಧಾನಂ; ಬಂದು ನಿಲ್ಕುಂ = ಬಂದು ನಿಲ್ಪುದು.

ಸೂತ್ರಂ.

ಅಹಹಂ is used in pain; ಅಕ್ಕಟಾ in grief and surprise; ಅಯ್ಯೋ in grief and compassion.

ವೇದನೆಯೊಳಹಹಮೆಂಬುದು
ಖೇದದೊಳಚ್ಚರಿಯೊಳಕ್ಕಟಾ ಎಂಬುದು ತತ್- |
ಖೇದವಿಡಂಬನಕರುಣಾ
ನಾದದೊಳಯ್ಯೋ ಎನಿಪ್ಪುದವತರಿಸಿರ್ಕುಂ || 308 ||

ಪದಚ್ಛೇದಂ.— ವೇದನೆಯೊಳ್ ಅಹಹಂ ಎಂಬುದು, ಖೇದದೊಳ್ ಅಚ್ಚರಿಯೊಳ್ ಅಕ್ಕಟಾ ಎಂಬುದು, ತತ್ಖೇದವಿಡಂಬನಕರುಣಾನಾದದೊಳ್ ಅಯ್ಯೋ ಎನಿಪ್ಪುದು ಅವತರಿಸಿ ಇರ್ಕುಂ.

ಟೀಕು.— ವೇದನೆಯೊಳ್ = ನೋವಿನಲ್ಲಿ; ಅಹಹಂ ಎಂಬುದು = ಅಹಹಂ ಎಂಬ ಶಬ್ದಂ; ಖೇದದೊಳ್ = ದುಃಖದಲ್ಲಿ; ಅಚ್ಚರಿಯೊಳ್ = ಆಶ್ಚರ್ಯದಲ್ಲಿ; ಅಕ್ಕಟಾ ಎಂಬುದು = ಅಕ್ಕಟಾ ಎಂಬ ಶಬ್ದಂ; ತತ್ಖೇದವಿಡಂಬನಕರುಣಾನಾದದೊಳ್ = ಆ ದುಃಖದ ವಿಡಂಬನದ ಕರುಣದ ಧ್ವನಿಯಲ್ಲಿ; ಅಯ್ಯೋ ಎನಿಪ್ಪುದು = ಅಯ್ಯೋ ಎಂಬ ಶಬ್ದಂ; ಅವತರಿಸಿರ್ಕುಂ = ಹುಟ್ಟಿರ್ಪುದು.

ಸೂತ್ರಂ.

ಓಹೋ, ಹೋ are used in stopping; ಒಡನೆ means "with" ಗಹಗಹಂ is used in laughing; ಸೋಽಡಂ ಬಾಡಂ mean "much", "more".

ಸವನಿಪುದೋಹೋ ಹೋ ಎನೆ
ನಿವಾರಣಾರ್ಥಂ, ಸಹಾರ್ಥವೊಡನೆನೆ. ಹಸನ |
ವ್ಯವಹೃತಿ ಗಹಗಹಮೆನೆ ಪಿರಿ
ದುವೆಂಬಭಿಪ್ರಾಯದಲ್ಲಿ ಸೋಽಡಂ ಬಾಡಂ || 309 ||

ಪದಚ್ಛೇದಂ.— ಸವನಿಪುದು ಓಹೋ ಹೋ ಎನೆ ನಿವಾರಣಾರ್ಥಂ; ಸಹಾರ್ಥಂ ಒಡನೆ ಎನೆ; ಹಸನವ್ಯವಹೃತಿ ಗಹಗಹಂ ಎನೆ; ಪಿರಿದುಂ ಎಂಬ ಅಭಿಪ್ರಾಯದಲ್ಲಿ ಸೋಽಡಂ ಬಾಡಂ.

ಟೀಕು.—ಓಹೋ = ಓಹೋ ಎಂದು; ಹೋ = ಹೋ ಎಂದು; ಎನೆ = ಎಂದೊಡೆ; ನಿವಾರಣಾರ್ಥಂ = ನಿಲ್ಲಿಸುವರ್ಥಂ; ಸವನಿಪುದು = ಪ್ರಾಪ್ತಿಸುವುದು; ಒಡನೆನೆ = ಒಡನೆ ಎಂದೊಡೆ; ಸಹಾರ್ಥಂ = ಸಂಗಡವೆಂಬರ್ಥಂ; ಗಹಗಹಮೆನೆ = ಗಹಗಹಂ ಎಂದೊಡೆ; ಹಸನವ್ಯವಹೃತಿ = ನಗುವ ವ್ಯವಹಾರಂ; ಪಿರಿದುವೆಂಬಭಿಪ್ರಾಯದಲ್ಲಿ = ಪಿರಿದು ಎಂಬಭಾವದಲ್ಲಿ; ಸೋಡಂ ಬಾಡಂ = ಸೋಡಂ ಬಾಡಮೆಂದಾಗುವುದು.

ಸೂತ್ರಂ.

ಆಃ, ಅಃ are used in showing surprise; ಉಃ expresses joy derived from a bad habit and disgust.

ಪರಿವಿಡಿಯಿಂದಾಃ ಅಃ ಎಂ
ಬೆರಡುಂ ವಿಸ್ಮಯವಿಡಂಬನಂ ವ್ಯಸನಸುಖ |
ಸ್ಫುರಿತಾರ್ಥದೊಳುಃ ಎಂಬುದು
ಪಿರಿದುವಸಹ್ಯಾರ್ಥದೊಳ್ ಪ್ರಯೋಗಿಸ ಪಡೆಗುಂ. || 310 ||

ಪದಚ್ಛೇದಂ.—ಪರಿವಿಡಿಯಿಂದೆ ಆಃ ಅಃ ಎಂಬ ಎರಡುಂ ವಿಸ್ಮಯವಿಡಂಬನಂ; ವ್ಯಸನಸುಖಸ್ಫುರಿತಾರ್ಥದೊಳ್ ಉಃ ಎಂಬುದು, ಪಿರಿದುಂ ಅಸಹ್ಯಾರ್ಥದೊಳ್ ಪ್ರಯೋಗಿಸ ಪಡೆಗುಂ.

ಟೀಕು.—ಪರಿವಿಡಿಯಿಂದೆ = ತಱುವಾಯಿಂದೆ; ಆಃ ಅಃ ಎಂಬೆರಡುಂ = ಆಃ ಎಂಬ ಅಃ ಎಂಬ ಎರಡು ಶಬ್ದಂಗಳುಂ; ವಿಸ್ಮಯವಿಡಂಬನಂ=ಚೋದ್ಯವಿಡಂಬನಂಗಳ್; ವ್ಯಸನಸುಖಸ್ಫುರಿತಾರ್ಥದೊಳ್ = ವ್ಯಸನದ ಸುಖಂ ಕಾಣಿಸಿದರ್ಥದಲ್ಲಿ; ಪಿರಿದುಂ = ವಿಶೇಷವಾಗಿ; ಅಸಹ್ಯಾರ್ಥದೊಳ್ = ಅಸಹ್ಯಾರ್ಥದಲ್ಲಿ; ಉಃ ಎಂಬುದು = ಉಃ ಎಂಬ ಶಬ್ದಂ; ಪ್ರಯೋಗಿಸ ಪಡೆಗುಂ = ಪ್ರಯೋಗಿಸಲ್ಪಡುವುದು.

ಸೂತ್ರಂ.

ಎಲೆಲೆ, ಏ are used in calling to mind, in deliberation, and in addressing; ಎ, ಏ are used in emphasizing.

ಸ್ಮರಣವಿಚಾರಾಮಂತ್ರಣ
ಪರಿಗತವೆನಿಸಿರ್ಪುವೆಲೆಲೆ ಏ ಎಂಬಿವು ಸಂ |
ಚರಿಸುವುದನುಮತದೊಳ್ ಬ
ಲ್ಲರಿನೇಕಾರಮದೆಕಾರಮವಧಾರಣೆಯೊಳ್ || 311 ||

ಪದಚ್ಛೇದಂ.—ಸ್ಮರಣವಿಚಾರಾಮಂತ್ರಣಪರಿಗತಂ ಎನಿಸಿ ಇರ್ಪುವು ಎಲೆಲೆ ಏ ಎಂಬ ಇವು; ಸಂಚರಿಸುವುದು ಅನುಮತದೊಳ್ ಬಲ್ಲರಿಂ ಏಕಾರಂ ಅದು ಎಕಾರಂ ಅವಧಾರಣೆಯೊಳ್.

ಟೀಕು.—ಎಲೆಲೆ = ಎಲೆಲೆ ಎಂದು; ಏ = ಏ ಎಂದು; ಎಂಬಿವು = ಎಂಬೀ ಶಬ್ದಂಗಳ್; ಸ್ಮರಣವಿಚಾರಾಮಂತ್ರಣಪರಿಗತಂ = ನೆನೆವಲ್ಲಿ ವಿಚಾರದಲ್ಲಿ ಸಂಬುದ್ಧಿಯಲ್ಲಿ ಎಯ್ದಲ್ಪಟ್ಟವು;

ಎನಿಸಿರ್ಪುವು = ಎನಿಸಿರ್ಪುವು; ಅವಧಾರಣೆಯೊಳ್ = ನಿರ್ಧಾರಣದಲ್ಲಿ; ಬಲ್ಲರಿಂ = ಬಲ್ಲ ವಿದ್ವಾಂಸರಿಂದೆ; ಅನುಮತದೊಳ್ = ಅನುಮತದಲ್ಲಿ; ಏಕಾರಂ = ಏಕಾರಂ; ಅದು = ಅದು; ಎಕಾರಂ = ಎಕಾರಂ; ಸಂಚರಿಸುವುದು = ಬರ್ಪುದು.

ಸೂತ್ರಂ.

ಮತ್ತೆ means "again"; ಅರಮೆ, ಅರೆ mean "here and there", "to some extent"; ಬೆಳ್ಪಳಂ "unsteadily", "tremblingly".

ಮತ್ತೆಂಬುದು ಪುನರರ್ಥದೊ
ಳೆತ್ತಾನುಮದೆಲ್ಲಿಯಾನುಮೆಂಬರ್ಥದೊಳಾ ।
ಯತ್ತಂಗಳರಮೆ ಅರೆಗಳ್
ಸುತ್ತೆಂ ತರಲಾರ್ಥದಲ್ಲಿ ಬೆಳ್ಪಳಮಕ್ಕುಂ ॥ 312 ॥

ಪದಚ್ಛೇದಂ—ಮತ್ತೆ ಎಂಬುದು ಪುನರರ್ಥದೊಳ್; ಎತ್ತಾನುಂ ಅದು ಎಲ್ಲಿಯಾನುಂ ಎಂಬ ಅರ್ಥದೊಳ್ ಆಯತ್ತಂಗಳ್ ಅರಮೆ ಅರೆಗಳ್; ಸುತ್ತೆಂ, ತರಲಾರ್ಥದಲ್ಲಿ ಬೆಳ್ಪಳಂ ಅಕ್ಕುಂ.

ಟೀಕು.—ಪುನರರ್ಥದೊಳ್ = ಆಮೇಲೆಂಬರ್ಥದಲ್ಲಿ; ಮತ್ತೆ ಎಂಬುದು = ಮತ್ತೆ ಎಂಬ ಶಬ್ದಂ; ಅಕ್ಕುಂ = ಆಗುವುದು; ಎಲ್ಲಿಯಾನುಂ ಎಂಬರ್ಥದೊಳ್ = ಎಲ್ಲಿಯಾನುಂ ಎಂದು ಪೇಳ್ವರ್ಥದಲ್ಲಿ; ಎತ್ತಾನುಂ = ಎತ್ತಾನುಂ; ಅದು = ಅದು ಎಂದಲ್ಲಿ; ಅರಮೆ ಅರೆಗಳ್ = ಅರಮೆ ಅರೆ ಎಂಬ ಶಬ್ದಂಗಳ್; ಆಯತ್ತಂಗಳ್ = ಏಕಾರ್ಥದಲ್ಲಿ ಆಯುತ್ತಂಗಳ್ ಅಪ್ಪುವು; ಸುತ್ತೆಂ = ಭ್ರಮೆಯೆಂ; ತರಲಾರ್ಥದಲ್ಲಿ = ಎಳದೆಂಬರ್ಥದಲ್ಲಿ; ಬೆಳ್ಪಳಂ = ಬೆಳ್ಪಳಂ ಎಂಬುದು ಅಪ್ಪುದು.

ಸೂತ್ರಂ.

ಸಲೆ means "constantly", "essentially"; ಹುಂ and ಅಲ್ತೆಯಲ್ತೆ are used in asking and inferring.

ಸಲೆಯೆಂಬುದು ನಿತ್ಯಾರ್ಥಾ
ವಲಂಬಿ ಹುಂಮೆನಯುಂ[1] ಅಲ್ತೆಯಲ್ತೆಯೆನೆಯುಂ ।
ಫಲಿಯಿಸುಗುಂ ಪ್ರಶ್ನಾರ್ಥೋ
ಜ್ಜ್ವಲಾನುಮಾನಾರ್ಥಯುಗಳಮವು ಶಾಬ್ದಿಕರಿಂ
॥ 313 ॥

ಪದಚ್ಛೇದಂ.—ಸಲೆ ಎಂಬುದು ನಿತ್ಯಾರ್ಥಾವಲಂಬಿ; ಹುಂ ಎನೆಯುಂ ಅಲ್ತೆಯಲ್ತೆ ಎನೆಯುಂ ಫಲಿಯಿಸುಗುಂ ಪ್ರಶ್ನಾರ್ಥೋಜ್ಜ್ವಲಾನುಮಾನಾರ್ಥಯುಗಳಂ ಅವು ಶಾಬ್ದಿಕರಿಂ.

1) The term is probably ಹೂಂ (ಹೂಮ್).

ಟೀಕು.—ಸಲೆಯೆಂಬುದು = ಸಲೆ ಎಂಬ ಶಬ್ದಂ; ನಿತ್ಯಾರ್ಥಾವಲಂಬಿ = ನಿತ್ಯವಾದರ್ಥದಲ್ಲಿ ಅವಲಂಬಮುಳ್ಳುದು; ಹುಂ ಎನೆಯುಂ = ಹುಂ ಎಂದೊಡೆಯುಂ; ಅಲ್ತೆಯಲ್ತೆ ಎನೆಯುಂ = ಅಲ್ತೆ ಅಲ್ತೆ ಎಂದೊಡಂ; ಶಾಬ್ದಿಕರಿಂ = ಶಬ್ದಜ್ಞರಿಂದೆ; ಪ್ರಶ್ನಾರ್ಥೋರ್ಜ್ಜಿತಲಾನುಮಾನಾರ್ಥಯುಗಳಂ = ಪ್ರಶ್ನೆಯ ಅರ್ಥವೆಂಬ ಪ್ರಕಾಶಮಾನವಾದ ಅನುಮಾನದರ್ಥವೆಂಬ ಎರಡರ್ಥಂ; ಅವು = ಅವು; ಫಲಿಯಿಸುಗುಂ = ಫಲಿತವಪ್ಪುವು.

ಸೂತ್ರಂ.

ಅಂ, ಉಂ mean "and", "also" (*cf.* S. 122 *b*); ಎ, ಏ, ಒ, ಓ joined to a word, express doubt, question and censure.

ಅಮುಮೆಂಬಿವೆರಡುಮಮರ್ಗುಂ
ಸಮುಚ್ಚಯಾರ್ಥದೊಳೆ, ಏ ಒ ಓ ಎಂಬಿವು ಶ।
ಬ್ದಮನಪ್ಪಿ ವಿಶಂಕಾಪ್ರ
ಶ್ನಮಂಡಲಾಕ್ಷೇಪಕಾರ್ಥದೊಳ್ ವರ್ತಿಸುಗುಂ ‖ 314 ‖

ಪದಚ್ಛೇದಂ.—ಅಂ ಉಂ ಎಂಬ ಇವು ಎರಡುಂ ಅಮರ್ಗುಂ ಸಮುಚ್ಚಯಾರ್ಥದೊಳ್; ಎ ಏ ಒ ಓ ಎಂಬ ಇವು ಶಬ್ದಮುಂ ಅಪ್ಪಿ ವಿಶಂಕಾಪ್ರಶ್ನಮಂಡಲಾಕ್ಷೇಪಕಾರ್ಥದೊಳ್ ವರ್ತಿಸುಗುಂ.

ಟೀಕು.—ಅಂ = ಅಂ ಎಂದು; ಉಂ = ಉಂ ಎಂದು; ಎಂಬಿವೆರಡುಂ = ಎಂಬಿವೆರಡು ರೂಪುಗಳುಂ; ಸಮುಚಯಾರ್ಥದೊಳ್ = ಸಮುಚ್ಚಯದರ್ಥದಲ್ಲಿ; ಅಮರ್ಗುಂ = ಪೊರ್ದುಗೆಯಪ್ಪುವು; ಎ = ಎ ಎಂದು; ಏ = ಏ ಎಂದು; ಒ ಓ = ಒ ಓ ಎಂದು; ಎಂಬಿವು = ಎಂಬೀ ಶಬ್ದಂಗಳ್; ಶಬ್ದಮುಂ = ಶಬ್ದವಂ; ಅಪ್ಪಿ = ಕೂಡಿ; ವಿಶಂಕಾಪ್ರಶ್ನಮಂಡಲಾಕ್ಷೇಪಕಾರ್ಥದೊಳ್ = ವಿಶಂಕೆಯ (ಮತ್ತೆ) ಪ್ರಶ್ನೆಯ (ಮಂಡಲದ ಮತ್ತೆ) ಆಕ್ಷೇಪಕದ ಅರ್ಥದಲ್ಲಿ; ವರ್ತಿಸುಗುಂ = ವರ್ತಿಸುವುವು.

ಸೂತ್ರಂ.

ಬೞಿಕೆ, ಬೞಿಕ್ಕಂ, ಬೞಿಕಂ, ಬೞಿಕ್ಕೆ, ಬೞಿಯಂ mean "afterwards"; ಮೇಣ್ means "further", "or".

ಬೞಿಕೆ ಬೞಿಕ್ಕಂ ಬೞಿಕಂ
ಬೞಿಕ್ಕೆ ಬೞಿಯಂ ಪ್ರಸಿದ್ಧಪಶ್ಚಾದರ್ಥಂ ।
ಫೞಿಯಿಪುದು ವಿಕಲ್ಪಾರ್ಥಂ
ಕೞಿಲದೆ ಮೇಣೆಂಬ ಶಬ್ದದೊಳ್ ಶಾಬ್ದಿಕರಿಂ ‖ 315 ‖

ಪದಚ್ಛೇದಂ.—ಬಱಿಕೆ ಬಱಿಕ್ಕಂ ಬಱಿಕಂ ಬಱಿಕ್ಕೆ ಬಱಿಯಂ ಪ್ರಸಿದ್ಧಪಶ್ಚಾದರ್ಥಂ ಘಟಿಯಿಪುದು, ವಿಕಲ್ಪಾರ್ಥಂ ಕಡಿಲದೆ ಮೇಣ್ ಎಂಬ ಶಬ್ದದೊಳ್ ಶಾಬ್ದಿಕರಿಂ.

ಟೀಕು.— ಶಾಬ್ದಿಕರಿಂ = ಶಬ್ದಜ್ಞರಿಂದೆ; ಬಱಿಕೆ = ಬಱಿಕೆ ಎಂದು; ಬಱಿಕ್ಕಂ = ಬಱಿಕ್ಕಂ ಎಂದು; ಬಱಿಕಂ = ಬಱಿಕಂ ಎಂದು; ಬಱಿಕ್ಕೆ = ಬಱಿಕ್ಕೆ ಎಂದು; ಬಱಿಯಂ = ಬಱಿಯಂ ಎಂದು; ಪ್ರಸಿದ್ಧಪಶ್ಚಾದರ್ಥಂ = ಪ್ರಸಿದ್ಧವಾದ ಮತ್ತೆಂಬರ್ಥವಾಗಿ; ಘಟಿಯಿಪುದು = ಬರ್ಪುದು; ಮೇಣೆಂಬ ಶಬ್ದದೊಳ್ = ಮೇಣೆಂಬ ಶಬ್ದದಲ್ಲಿ; ವಿಕಲ್ಪಾರ್ಥಂ = ವಿಕಲ್ಪವೆಂಬರ್ಥಂ; ಕಡಿಲದೆ = ಕೆಡದೆ ಬರ್ಪುದು.

ಸೂತ್ರಂ.

ಅಂತಿರೆ, ಅಂತೆ, ಅಂತೆ ವೋಲ್, ವೋಲ್, signify "as", "like as"; ಗಳ and ಗಡ are used in polite communication.

ಉಪಮಾನಾರ್ಥದೊಳಿವು ವ
ರ್ತಿಪುವಂತಿರೆಯಂತೆಯಂತೆವೋಲ್ವೋಲ್ಗಳ್ ರಂ ।
ಜಿಪುವು ಗಡ ಗಳಗಡಂಗಳ
ವುಪಚಿತವಾರ್ತೆಯೊಳಮುಚಿತಸಂಭಾಷಣೆಯೊಳ್ || 316 ||

ಪದಚ್ಛೇದಂ.—ಉಪಮಾನಾರ್ಥದೊಳ್ ಇವು ವರ್ತಿಪುವು ಅಂತಿರೆ ಅಂತೆ ಅಂತೆವೋಲ್ ವೋಲ್ಗಳ್; ರಂಜಿಪುವು, ಗಡ, ಗಳ ಗಡಂಗಳ್ ಅವು ಉಪಚಿತವಾರ್ತೆಯೊಳಂ ಉಚಿತಸಂಭಾಷಣೆಯೊಳ್.

ಟೀಕು.—ಅಂತಿರೆಯಂತೆಯಂತೆವೋಲ್ವೋಲ್ಗಳ್ = ಅಂತಿರೆಯೆಂದು, ಅಂತೆಯೆಂದು, ಅಂತೆವೋಲ್ ಎಂದು, ವೋಲ್ ಎಂದು, ಎಂಬೀ ಶಬ್ದಂಗಳ್; ಇವು = ಈ ಪೇೞ್ದ ಶಬ್ದಂಗಳ್; ಉಪಮಾನಾರ್ಥದೊಳ್ = ಪೋಲಿಸುವರ್ಥದಲ್ಲಿ; ವರ್ತಿಪುವು = ವರ್ತಿಸುವುವು; ಗಳ ಗಡಂಗಳ್ = ಗಳ ಎಂಬ ಗಡ ಎಂಬ ಶಬ್ದಂಗಳ್; ಅವು = ಆ ಶಬ್ದಂಗಳ್; ಉಪಚಿತವಾರ್ತೆಯೊಳಂ = ಉಪಚಾರವಾದ ವಾರ್ತೆಯಲ್ಲಿಯುಂ; ಉಚಿತಸಂಭಾಷಣೆಯೊಳ್ = ಉಚಿತವಾದ ಸಂಭಾಷಣೆಯಲ್ಲಿ; ರಂಜಿಪುವು = ರಂಜಿಸುವುವು; ಗಡ = ಗಡ.

ಸೂತ್ರಂ.

ಸುಂಮನೆ, ಸುಮ್ಮಗೆ (s. S. 88; S. 302), ಬಱಿದೆ, ಅಲ್ಲವಱ್ mean "causelessly". ಅನ್ತಱಿಂ is used in the instrumental, but not with the suffix ಎ.

ಮೆಱಿಗುಂ ಸುಂಮನೆ ಸುಂಮಗೆ
ಬಱಿದಲ್ಲವಱಿಂಬ ಮಾತಕಾರಣದೊಳ್ ಪೊ ।
ಚ್ಚಱಿಗುಂ ತೃತೀಯೆ ಬಂದಂ
ತಱಿನೆಂಬ ಪದಕ್ಕಮಾ ಎಕಾರಕ್ಕಿತರಂ || 317 ||

ಪದಚ್ಛೇದಂ.—ಮೆಱೆಗುಂ ಸುಂಮನೆ ಸುಂಮಗೆ ಬಱಿದೆ ಅಲ್ಲವರ್ ಎಂಬ ಮಾತು ಅಕಾರಣದೊಳ್ ಪೊಚ್ಚಱುಗುಂ; ತೃತೀಯೆ ಬಂದು ಅಂತಱಿಂ ಎಂಬ ಪದಕ್ಕಂ ಆ ಎಕಾರಕ್ಕೆ ಇತರಂ.

ಟೀಕು.—ಸುಂಮನೆ= ಸುಂಮನೆಯೆಂದು; ಸುಂಮಗೆ= ಸುಂಮಗೆಯೆಂದು; ಬಱಿದೆ= ಬಱಿದೆಯೆಂದು; ಅಲ್ಲವಱ್= ಅಲ್ಲವಱೆಂದು; ಎಂಬ ಮಾತು= ಎಂಬ ವಾಕ್ಯಂ; ಅಕಾರಣ ದೊಳ್= ಕಾರಣವಿಲ್ಲೆಂಬರ್ಥದಲ್ಲಿ; ಮೆಱೆಗುಂ= ಮೆಱೆವುದು; ಅಂತಱಿನೆಂಬ ಪದಕ್ಕಂ= ಅಂತಱಿಂ ಎಂಬ ಅವ್ಯಯಪದಕ್ಕೆಯುಂ; ಆ ಎಕಾರಕ್ಕಿತರಂ= ಆ ಎಕಾರಕ್ಕೆ ಅನ್ಯವಾದ; ತೃತೀಯೆ= ಇಂ, ಇಂದಂ, ಇಂದೆ ಎಂಬ ತೃತೀಯೆ; ಬಂದು= ಬಂದು; ಪೊಚ್ಚಱುಗುಂ= ಪೊರ್ದುಗೆ ಯಪ್ಪುದು.

ಸೂತ್ರಂ.

ಹೌವನೆ is uttered when something suddenly happens, or when one is seized with fear; ಅಂತು, ಇಂತು "thus" are used to complete a verse; ಚಿಃ and ಇಸ್ಸಿ denote detestation.	ಹೌವನೆಯಾಕಸ್ಮಿಕಭಯ ಭಾವಿತವಂತಿಂತುಗಳ್ ಪದಾಪೂರಣದೊಳ್ । ಕೋವುವು ಚಿಃ ಇಸ್ಸೀಗಳ್ ತಾವೊಗೆದು ಜುಗುಪ್ಸನಾರ್ಥದೊಳ್ ವರ್ತಿಸುಗುಂ ॥ 318 ॥

ಪದಚ್ಛೇದಂ—ಹೌವನೆ ಆಕಸ್ಮಿಕಭಯಭಾವಿತಂ; ಅಂತು ಇಂತುಗಳ್ ಪದಾಪೂರಣ ದೊಳ್ ಕೋವುವು; ಚಿಃ ಇಸ್ಸೀಗಳ್ ತಾಂ ಒಗೆದು ಜುಗುಪ್ಸನಾರ್ಥದೊಳ್ ವರ್ತಿಸುಗುಂ.

ಟೀಕು.—ಹೌವನೆ= ಹೌವನೆಯೆಂದು; ಆಕಸ್ಮಿಕಭಯಭಾವಿತಂ= ಆಕಸ್ಮಿಕಾರ್ಥವುಂ ಭಯ ಭಾವಿತಾರ್ಥವುಂ; ಅಂತಿಂತುಗಳ್= ಅಂತು ಇಂತು ಎಂಬ ಶಬ್ದಂಗಳ್; ಪದಾಪೂರಣದೊಳ್= ಪದದ ಆಪೂರಣದಲ್ಲಿ; ಕೋವುವು= ಪವಣಿಗೆಯಪ್ಪುವು; ಜುಗುಪ್ಸನಾರ್ಥದೊಳ್= ಹೇಸಿಕೆಯರ್ಥದಲ್ಲಿ; ಚಿಃ ಇಸ್ಸೀಗಳ್= ಚಿಃ ಇಸ್ಸಿ ಎಂಬುವು; ತಾಂ= ತಾಂ; ಒಗೆದು= ಹುಟ್ಟಿ; ವರ್ತಿಸುಗುಂ= ವರ್ತಿಸುವುವು.

ಸೂತ್ರಂ.

ಬಳ್ಳಿ, ಬಱಿ mean "further", "and"; ಅಂದು "then", ಇಂದು "now", ಉಂದು "now", ಎಂದು "when".	ಮತ್ತೆಂಬರ್ಥದೊಳುಸಿರ್ವರ್ ಬಿತ್ತಿಗರಾ ಬಳ್ಳಿ ಬಱಿಗಳಂ ಕಾಲಾರ್ಥಂ । ಪತ್ತುವುದಂದಿಂದುಂದೆಂ ದಿತ್ತಂ ನುಡಿವವ್ಯಯಂಗಳೊಳ್ ವಾಗ್ಮಿದರಿಂ ॥ 319 ॥

ಪದಚ್ಛೇದಂ.—ಮತ್ತೆ ಎಂಬ ಅರ್ಥದೊಳ್ ಉಸಿರ್ವರ್ ಬಿತ್ತಗರ್ ಆ ಬಲ್ಲೆ ಬಱಿಗಳಂ; ಕಾಲಾರ್ಥಂ ಪತ್ತುವುದು ಅಂದು ಇಂದು ಉಂದು ಎಂದು ಎತ್ತಂ ನುಡಿವ ಅವ್ಯಯಂಗಳೊಳ್ ವಾಗ್ಮಿದರಿಂ.

ಟೀಕು.—ಬಿತ್ತಗರ್=ಬಲ್ಲವರ್; ಮತ್ತೆಂಬರ್ಥದೊಳ್=ಮತ್ತೆ ಎಂಬರ್ಥದಲ್ಲಿ; ಆ ಬಲ್ಲೆ ಬಱಿಗಳಂ=ಆ ಬಲ್ಲೆಯೆಂಬ ಬಱಿಯೆಂಬ ಶಬ್ದಂಗಳಂ; ಉಸಿರ್ವರ್=ಪೇೞ್ವರ್; ವಾಗ್ಮಿದರಿಂ=ವಾಕ್ಯವಂ ಬಲ್ಲವರಿಂದೆ; ಅಂದು=ಅಂದೆಂದು; ಇಂದು=ಇಂದೆಂದು; ಉಂದು=ಉಂದೆಂದು; ಎಂದು=ಎಂದೆಂದು; ಎತ್ತಂ=ಆವೆಡೆಯಲ್ಲಿಯುಂ; ನುಡಿವವ್ಯಯಂಗಳೊಳ್=ಪೇೞ್ವವ್ಯಯಂಗಳಲ್ಲಿ; ಕಾಲಾರ್ಥಂ=ಕಾಲದರ್ಥಂ; ಪತ್ತುವುದು=ಪೊರ್ದುಗೆಯಾಗುವುದು.

ಸೂತ್ರಂ.

ಭ್ರಾಂತಿಯನುೞಿದಂತಿಂತುಂ
ತೆಂತೆಂಬಿವು ತಾಂ ಪ್ರಕಾರಕಾಲ್ಯಾರ್ಥಂಗಳ್
ಮುಂತೆ ಚತುರ್ಥೀಷಷ್ಠೀ
ಕಾಂತಂಗಳವೆಂದು ತಿಳಿಗೆ ಪೇೞ್ವವ್ಯಯಮಂ || 320 ||

ಅಂತು "in that manner", ಇಂತು "in this manner", ಉಂತು "in this manner", ಎಂತು "how" refer to manifold ways.—Now follow Particles of time, which have a Genitive and Dative.

ಪದಚ್ಛೇದಂ.—ಭ್ರಾಂತಿಯಂ ಉೞಿದು ಅಂತು ಇಂತು ಉಂತು ಎಂತು ಎಂಬ ಇವು ತಾಂ ಪ್ರಕಾರಕಾಲ್ಯಾರ್ಥಂಗಳ್.—ಮುಂತೆ, ಚತುರ್ಥೀಷಷ್ಠೀಕಾಂತಂಗಳ್ ಅವು ಎಂದು, ತಿಳಿಗೆ ಪೇೞ್ವ ಅವ್ಯಯಮಂ.

ಅನ್ವಯಂ.—ಭ್ರಾಂತಿಯಂ ಉೞಿದು ಅಂತು ಇಂತು ಉಂತು ಎಂತು ಎಂಬಿವು ತಾಂ ಪ್ರಕಾರಕಾಲ್ಯಾರ್ಥಂಗಳ್.—ಮುಂತೆ ಪೇೞ್ವವ್ಯಯಮಂ, ಚತುರ್ಥೀಷಷ್ಠೀಕಾಂತಂಗಳ್ ಅವು ಎಂದು, ತಿಳಿಗೆ.

ಟೀಕು.—ಭ್ರಾಂತಿಯಂ=ಭ್ರಮೆಯಂ; ಉೞಿದು=ಬಿಟ್ಟು; ಅಂತು=ಅಂತೆಂದು; ಇಂತು=ಇಂತೆಂದು; ಉಂತು=ಉಂತೆಂದು; ಎಂತು=ಎಂತೆಂದು; ಎಂಬಿವು=ಎಂಬೀ ಶಬ್ದಂಗಳ್; ತಾಂ=ತಾಂ; ಪ್ರಕಾರಕಾಲ್ಯಾರ್ಥಂಗಳ್=ಆ ಪ್ರಕಾರಮಿಾ ಪ್ರಕಾರಮೆಂಬಂತೆ ಪ್ರಕಾರಕಾಲ್ಯಾರ್ಥವಂ ಪೇೞ್ವುವು;—ಮುಂತೆ=ಮುಂದೆ; ಪೇೞ್ವವ್ಯಯಮಂ=ಹೇೞ್ವವ್ಯಯಶಬ್ದಂಗಳಂ; ಚತುರ್ಥೀಷಷ್ಠೀಕಾಂತಂಗಳ್=ಚತುರ್ಥೀವಿಭಕ್ತಿ ಷಷ್ಠೀವಿಭಕ್ತಿಯಿಂದೆ ಬೆಳಗುವವು; ಅವು=ಆ ಶಬ್ದಂಗಳ್; ಎಂದು=ಎಂದು; ತಿಳಿಗೆ=ಅಱಿಗೆ.

ವೃತ್ತಿ.—ಕಾಲಭೇದಮನಱಿವ ಮುಂದಣವ್ಯಯಂಗಳೊಳ್ ಚತುರ್ಥಿ ಷಷ್ಠಿಗಳ್ ಪರಿಣಮಿಸಿರ್ಪುವೆಂದಱಿವುದು.

ಸೂತ್ರಂ.

They all (with the exception of ಸವಳದೆ) receive the Bindu in being declined, and are: ಆಗಳ್, then, ಈಗಳ್, now, ಆಗಡು, then ಈಗಡು, now; ಸವಳದೆ, ಪೊೞ್ತಿಡೆ, ಸವಳ್ತಡೆ, early;—ನಾಡಿದು, the day after tomorrow, ನಾಳೆ, tomorrow, ನಿನ್ನೆ yesterday, ಮೊನ್ನೆ, the day before yesterday, ಈವರೆ (*cf.* S. 248), till now, ಮೊನೆಯೇಡು (?), till then.

ತಳೆಗುಂ ಕಾಲಾರ್ಥಮನಾ
ಗಳೀಗಳೆಂಬಾಗಡೀಗಡೆಂಬಿವು ಬಿಂದೂ ।
ಜ್ಜ್ವಳಮುಮಿವುದಯಮುಸಿರ್ವುವು,
ತಿಳಿ ಸವಳದೆ ಪೊೞ್ತಿಡೆನೆ ಸವಳ್ತಡೆಯೆನೆಯಂ || 321 ||

ಸವಸಂದ ಕಾಲವಾಚಕ
ಮಿವು ನಾಡಿದು ನಾಳೆ ನಿಂನೆ ಮೊಂನೆಗಳಾದಂ ।
ಏವರಿಪುವೀವಱಿ ಮೊನೆಯೇ
ಡವು ಕಿಂಚಿದ್ಭೂತಭೂದಕಾಲದ್ವಯದೊಳ್ || 322 ||

ಪದಚ್ಛೇದಂ.—ತಳೆಗುಂ ಕಾಲಾರ್ಥಮಂ ಆಗಳ್ ಈಗಳ್ ಎಂಬ ಆಗಡು ಈಗಡು ಎಂಬ ಇವು, ಬಿಂದೂಜ್ಜ್ವಳಮುಂ ಇವು, ಉದಯಮುಂ ಉಸಿರ್ವುವು, ತಿಳಿ, ಸವಳದೆ ಪೊೞ್ತಿಡೆ ಎನೆ, ಸವಳ್ತಡೆ ಎನೆಯುಂ. ಸವಸಂದ ಕಾಲವಾಚಕಂ ಇವು ನಾಡಿದು ನಾಳೆ ನಿಂನೆ ಮೊಂನೆಗಳ್ ಆದಂ; ಏವರಿಪುವು ಈವಱಿ ಮೊನೆಯೇಡು ಇವು ಕಿಂಚಿದ್ಭೂತಭೂತಕಾಲದ್ವಯದೊಳ್.

ಟೀಕು.—ಆಗಳ್ ಈಗಳ್ ಎಂಬ ಆಗಡು ಈಗಡು ಎಂಬಿವು= ಆಗಳೆಂಬ ಈಗಳೆಂಬ ಆಗಡೆಂಬ ಈಗಡೆಂಬ ಈ ಶಬ್ದಂಗಳ್; ಕಾಲಾರ್ಥಮಂ= ಕಾಲಾರ್ಥವನ್ನು; ತಳೆಗುಂ= ತಳೆವುವು; ಸವಳದೆ= ಸವಳದೆ ಎಂದು; ಪೊೞ್ತಿಡೆ= ಪೊೞ್ತಿಡೆ ಎಂದು; ಎನೆ= ಎನೆ; ಸವಳ್ತಡೆ= ಸವಳ್ತಡೆ ಎಂದು; ಎನೆಯುಂ= ಎಂದೊಡೆಯುಂ, ಬಿಂದೂಜ್ಜ್ವಳಮುಂ= ಬಿಂದುವಿನೊಡನೆ ಪ್ರಕಾಶಿಪುವಾಗಿಯುಂ; ಇವು= ಈ ಶಬ್ದಂಗಳ್; ಉದಯಮುಂ= ಉದಯಕಾಲಮಂ; ಉಸಿರ್ವುವು= ಪೇೞ್ವುವು; ತಿಳಿ= ಅಱಿ; ನಾಡಿದು ನಾಳೆ ನಿಂನೆ ಮೊಂನೆಗಳ್= ನಾಡಿದು ಎಂಬ ನಾಳೆ ಎಂಬ ನಿಂನೆ ಎಂಬ ಮೊಂನೆ ಎಂಬ ಶಬ್ದಂಗಳ್; ಇವು= ಇವು; ಆದಂ= ಆದಂ ಎಂಬ ಪೀನಗ್ರಹಣದಿಂದೆ; ಸವಸಂದ ಕಾಲವಾಚಕಂ= ಸಮಾನವಾಗಿ ಸಂದ ಕಾಲವಾಚಕವಂ ಪೇೞ್ವ ಶಬ್ದಂ

ಗಳ್; ಕಿಂಚಿದ್ಭೂತಭೂತಕಾಲದ್ವಯದೊಳ್ = ಸ್ವಲ್ಪಭೂತಕಾಲ ಭೂತಕಾಲವೆಂಬೆರಡಱಲ್ಲಿ; ಈವಱು = ಈವಱು ಎಂದು; ಮೊನೆಯೇಡು = ಮೊನೆಯೇಡು ಎಂದು; ಇವು = ಈ ಶಬ್ದಂಗಳ್; ವಿವರಿಪುವು = ವಿವರವಾಗುವುವು.

ವೃತ್ತಿ.— ಇವಱೊಳ್ ಚತುರ್ಥೀಷಷ್ಠಿಗಳ್ ಪತ್ತುವಂದಮಂ ಉದಾಹರಿಪೆಂ.— ಆಗಳಿಂಗೆ, ಈಗಳಿಂಗೆ, ಆಗಡಿಂಗೆ, ಈಗಡಿಂಗೆ; ಆಗಳಿನ, ಈಗಳಿನ, ಆಗಡಿನ, ಈಗಡಿನ; ಸವಳ್ತಡಿಂಗೆ, ಪೊೞ್ತಿಡಿಂಗೆ, ಸವಳ್ತಡಿನ, ಪೊೞ್ತಿಡಿನ. ಸವಳದೆಗೆ ಆಗದು.— ನಾಳಿಂಗೆ, ನಾಡಿದಿಂಗೆ, ನಿಂನಿಂಗೆ, ಮೊಂನಿಂಗೆ; ನಾಳಿನ, ನಾಡಿದಿನ, ನಿಂನಿನ, ಮೊಂನಿನ; ಈವಱಿಂಗೆ, ಮೊನೆಯೇಡಿಂಗೆ; ಈವಱಿನ, ಮೊನೆಯೇಡಿನ. ಈವಱೆಂಬುದು ಈಷದ್ಭೂತಕಾಲಂ: ಮೊನೆಯೇಡೆಂದು ಭೂತ ಕಾಲಂ; ಇವು ವರ್ಷವಾಚಕಂಗಳಾಗಿ ಕಾಲೋಪಯುಕ್ತಂಗಳ್.

ಗದ್ಯಂ. — ಇದು ಸಮಸ್ತಶಾಬ್ದಿಕಜನಮನೋಜನಿತಶಬ್ದಸಂದೇಹಶಲ್ಯಚಾರುಚುಂಬಕಾಯಮಾನಾನೂನಕರ್ಣಾಟಕಲಕ್ಷಣಶಿಕ್ಷಾಚಾರ್ಯಸುಕವಿಕೇತಿರಾಜವಿರಚಿತಮಪ್ಪ ಶಬ್ದಮಣಿದಣದೊಳ್ ಅವ್ಯಯಾರ್ಥವಿವರಣಮೆಂಬ ಅಷ್ಟಮಮಪ್ಪ ಸಂಧಿ ಸಂಪೂರ್ಣಂ.

೮ನೆಯ ಅಧ್ಯಾಯಂ ಸಮಾಪ್ತಂ.

Here the Mûḍabidaru Manuscript has: ಶಬ್ದಮಣಿದರ್ಪಣಂ ಸಮಾಪ್ತಂ.

೯ನೆಯ ಅಧ್ಯಾಯಂ. IX. CHAPTER.[1]

ಪ್ರಯೋಗಸಾರಮೆಂಬ ಶಬ್ದಾರ್ಥನಿರ್ಣಯಂ.

MEANING OF SOME UNCOMMON WORDS.

ಸೂತ್ರಂ.

ಅಪರಿಮಿತವಿದ್ವರೆನಿಸಿ
ರ್ದ ಪುರಾಣಕವೀಂದ್ರರಖಿಳಕಾವ್ಯಂಗಳ ಗೂ |
ಢಪದಪ್ರಯೋಗಮಂ ನೆರೆ
ಪಿ ಪದಾರ್ಥಂಗಳನಣಂ ಮನಂಬುಗೆ ಪೇಳ್ವೆಂ || 323 ||

1. Version.

1. ಕಚ್ಚಟಿಯೆಂದು, ಬಿರುದಿನ ಬಳೆ. (s. S. 23, No. 19). || 6 ||
2. ಪುಚ್ಚಟಿಯೆಂದು, ಕೇಡು. (s. S. 23, No. 18). || 11 ||
3. ದಡ್ಡಸಮೆಂದು, ಡೊಂಬವಱಿ. || 17 ||
4. ಪರ್ಪರಿಕೆಯೆಂದು, ಕರ್ಕಶತೆ. || 18 ||
5. ಅಂಮಂಗೊಡಲಿಯೆಂದು, ಹೆಗ್ಗಟ್ಟವತ್ತಿಗೆ. || 20 ||
6. ಪಂಚಮೆಂದು, ಪೂರ್ವಂ. || 23 || (ಅಪೂ–)
7. ಉಗ್ಗಿವಳಿದೆಣ್ಣೆಯೆಂದು, ಉರಿವೆಂಣೆ. [M. A., M. B. and M. C. ಉಗ್ಗಿವಳದೆಣ್ಣೆಯೆಂದು, ಉರಿಯೆಣ್ಣೆ]. || 28 ||
8. ಸಿರಿವಂತಿಗೆಯೆಂದು, ಹುರಿಯೋಡು. || 29 ||
9. ಸೊಡಬಲಿಯೆಂದು, ಮಸಣವಟ್ಟಿಗೆ. || 30 ||
10. ಪೊಚ್ಚಮೆಂದು, ಪೊಱಿ. || 32 ||
11. ಅತ್ತಪರಮೆಂದು, ಕಾಳಗವಲಗೆ. [M. C. ಕಾಳಗವಳಗೆ]. || 34 ||
12. ಕಿರ್ಗಿಯೆಂದು, ಒಱಿವು. || 37 ||
13. ಸಲವೆಂದು, ಪ್ರವೇಶಂ. || 38 ||
14. ಗಾರಣಮೆಂದು, ದೂಱಿ. || 39 ||
15. ಕೊಟ್ಟಜವೆಂದು, ಕಷ್ಪಂ. || 44 ||
16. ತೇನತೇನಮೆಂದು, ಮೇಲೆ ಮೇಲೆ. || 45 ||
17. ಅಳಸೆಂದು, ಸುರತಧ್ವನಿ. || 54 ||
18. ಪವಿತ್ರಮೆಂದು, ಒಂದು ಕಿವಿದುಡಿಗೆ. || 57 ||
19. ಬರ್ದುಗೆಯೆಂದು, ಸಾವು. || 59 ||
20. ಅಱಲೆಂದು, ವಿಾನೆಂದು, ನಕ್ಷತ್ರಂ. || 61 ||
21. ಮುಂಮುರಿಯೆಂದು, ಕಾಸಿದ ಮರಲ್. [M. C. ಕಾಸಿದ ಮಳಲು]. || 62 ||
22. ಸೈಪೆಂದು, ಪುಣ್ಯಂ. || 65 ||
23. ಗುಂಡೆಂದು, ನೆರವಿ (ನೆಱವಿ). || 66 ||
24. ಬಂಡಣಮೆಂದು, ಕಾಳಗಂ. [M. C. ಭಂಡ–]. || 67 ||
25. ನಿಕ್ಕುವಮೆಂದು, ನಿಶ್ಚಯಂ. || 69 ||
26. ತಿಱಿಕೊಱಿಯೆಂದು, ಆಯ್ಕುಳಿ. [M. C. ತಿಱಿ–]. || 70 ||

1) This Chapter has not been promised in S. 8, and exists in two versions. The smaller one which is given first, appears to be satisfactorily correct, and is in W., M. A., M. C., B. and D. The numbers at the end of the words refer to the numbers of the corresponding words in the larger version which follows hereafter.

27. ನನಸೆಂದು, ದಿಟಂ. [M. C. ನನೆ–). ॥71॥
28. ಒಸವಂದಮೆಂದು, ಕೌತುಕಂ. ॥75॥
29. ಒಡ್ಡೆಱಂದು, ಪ್ರೌಢಿ. ॥84॥
30. ನಿಗ್ಗವಮೆಂದು, ಗಜದಂತಂ. ॥85॥
31. ಪಲ್ಲಮಱಿಯೆಂದು, ಆನೆಯ ಮಱಿ. ॥86॥
32. ಮೊನೆಯೆಂದು, ಕಾಳಗಂ. ॥88॥
33. ರಾಜಾವರ್ತ್ತಮೆಂದು, ಎಳೆನೀಲಂ. ॥89॥
34. ನವಿರೆಂದು, ಕೂದಲ್. ॥90॥
35. ತೊದಳೆಂದು, ಪುಸಿ. ॥93॥
36. ಸೌಸವಮೆಂದು, ಕಂಪು. ॥97॥
37. ಕೊಳವೇರೆಂದು, ಲಾಮಜ್ಜಂ. [M. C. ಲಾಮಚಂ]. ॥102॥
38. ಗೊಂಕೆಯೆಂದು, ಗೋಣ್. ॥105॥
39. ಮುಂನೀರೆಂದು, ಸಮುದ್ರಂ. ॥107॥
40. ತಳಮಳಗೆಂದು, ಬೆಱಗಾಗುಹಂ. [M. C. ಬೆಱಗಾವುದುಂ]. ॥110॥
41. ಕಾಮಕರಮೆಂದು, ಗರ್ವಂ. ॥124॥
42. ಬೇಂಟೆಯೆಂದು, ಸರವಿ; ಮಳಲಬೇಂಟೆಯಂ ಮಾಡಿದ ವೋಲ್. ॥125॥
43. ಚೆಂನಪೊಂಗನೆಂದು, ಬಿವರಂ (ವೀರಂ, also in M. A. and M. C. etc.) ॥131॥
44. ಪುಗ್ಗಾಯ್ಲನೆಂದು, ಗರ್ವಿತಂ. [M. C. ಪುಗ್ಗಾಯಿಲನೆಂದು]. ॥132॥
45. ನೆಲಕಲನೆಂದು, ಲೋಭಿ. [M. C. ನೆಲಖಲ–]. ॥133॥
46. ಬೆಳ್ಪಡಿಯೆಂದು, ಗೊರವಂ. ॥135॥
47. ಕಿತ್ತ್ರಡಿಯೆಂದು, ವ್ರತಿ. ॥136॥
48. ಬಿತ್ತ್ರಿಗನೆಂದು, ಪ್ರೌಢಂ. ॥137॥
49. ನೆರ್ದನೆಂದು, ಅರಿದಂ. ॥141॥
50. ಅಲ್ಲಣಿಗೆಯೆಂದುಂ, ಸಬ್ಬವಮೆಂದುಂ, ಮೇಳಂ. [M. C. ಸಬ್ಬವೆಂದುಂ]. ॥168॥
51. ಪನಮೆಂದುಂ, ಕೊಂಬೆಂದುಂ, ಸಂಕೇತಸ್ಥಳಂ. ॥169; 170॥
52. ಸೊಂದಿಯೆಂದು, ಸಿತಗಂ. ॥138॥
53. ಗಾಳಿವಾತೆಂದುಂ, ತಿಟ್ಟೆಂದುಂ, ಬೆಯ್ಗಳ್. ॥176॥
54. ಪುಚ್ಚವಣಮೆಂದು, ಪರೀಕ್ಷೆಯುಮ್ ಅಣ್ಮುಮಕ್ಕುಂ. ॥179॥
55. ಸುಸಿಲೆಂದು, ಸಂಭೋಗಮುಂ ಪ್ರಭಾತಕಾಲಮುಮಕ್ಕುಂ. ॥183॥

ಇವೆಲ್ಲಂ ಕವಿಮಾರ್ಗಮನೋಹರಂಗಳ್; ಇಂನುಮಿವು ಮೊದಲಾದುವಂ ನೋಡಿ ಕೊಳ್ವುದು.

2. Version[1].

*1. ಬದ್ದವಣಮೆಂದು, ಮಂಗಳವಱಿ.
2. ಬೆಳ್ಪೆಂದು, ನಿರ್ಮಳಕೆ [M. D. ನಿರ್ಮ್ಮಳಿಕೆ]
3. ಮೂಡಿಯೆಂದು, ಉದಯಂ.
*4. ಅದುವದೆಂದು, ವಿಚಾರಿಸುಹಂ.
5. ಬೆಳ್ಪಳಮೆಂದು, ಸಂಚಳಂ.
6. ಕಚ್ಚಳಿಯೆಂದು, ಬಿರುದಿನ ಬಳೆ ॥1॥ [M. D. ಕಚ್ಚಕಳಿ]
7. ಪನ್ನತಿಕೆಯೆಂದು, ಪರಾಕ್ರಮಂ.
8. ಸಲಂಡುಗೊಂಡುದೆಂದು, ಆಕ್ರಮಿಸಿ ಕೊಂಡುದು.
9. ಕೆಲಚೆಂದು, ಸಹಾಯಂ.
10. ಪೊಱಮಾಱೆಂದು, ಬೆನ್ನಹಂ [M. D. ಬೆನ್ನಿಹಂ; M. B. ಪೊಱವಱೆಂದು, ಬೆನ್ನಹಿಂದು]
11. ಪುಚ್ಚಳಿಯೆಂದು, ಕೇಡು. ॥2॥
12. ಮೆಳ್ವಡೆಯೆಂದು[ಮೆಳ್ಪಡೆ–], ಮರುಳ್ತನಂ.
13. ಬದ್ಧಮೆಂದು, ಗಾಢಂ [ಗಾಡಂ].
14. ಪೊಪ್ಪುಕಮೆಂದು [ಪಪ್ಪುಕ–], ಸೊಪ್ಪುಗುಟ್ಟುಹಂ [ಗೊಟ್ಟುಹಂ].
15. ಅಡೆವಣಿಗೆಯೆಂದು, ಕೆಸಱೊಳಾದ ಪಜ್ಜೆ.
16. ಬೆಜ್ಜೆಯೆಂದು, ಚಪ್ಪರಣೆ.
17. ದಡ್ಡಸಮೆಂದು, ಡೊಂಬವಱಿ. ॥3॥

1) This we possess in M. B., M., and M. D.; words in square brakets refer to M. D.; words with * are not in M. D.

18. ಪರ್ಪರಿಕೆಯೆಂದು, ಕರ್ಕಶತೆ. ॥4॥
19. ಪಿಱಿತಿನಿಯೆಂದು, ಮರುಳ್. [॥5॥
20. ಅಮ್ಮಂಗೊಡಲಿಯೆಂದು, ಹೆಗ್ಗಟ್ಟವತ್ತಿಗೆ.
21. ಕಡಗುಂಡಿಯೆಂದು, ಜಳಪ್ರತ್ಯಯಂ.
22. ಉಗ್ಗಿಯೆಂದು [ಉಜ್ಜಿ], ಒಂದು ನೊಂಪಿ.
23. ಪಂಚಮೆಂದು, ಪೂರ್ವಂ. ॥6॥
24. ನಿಸ್ಸಂಕೆಯೆಂದು, ಅವಜ್ಞೆ.
25. ಮರಾಳಮೆಂದು, ಕುದುರೆಯವಟ್ಟೆ [–ರೆಯಟ್ಟೆ]. [ಮಳಾರ–]
26. ಒಳೆಂದು, ಕುದುರೆಯ ವಳೆಯಂ. (ಬಳೆಯೆಂದು)
27a. ಇಱಿಸಿಲೆಂದು, ಮಿಗಮಂ ಕೆಡಪುವ ಗುಳಿ (ಗಾಳಿ) [ಗಾಣಿ].
27b. ಕೊತ್ತಣಿಯೆಂದು, ಕಾಗೆಗಳ ಮೊತ್ತಂ.
28. ಉಗ್ಗಿವಳದೆಂಡೆಯೆಂದು, ಉರಿವೆಂಡೆ. ॥7॥
29. ಸಿರಿವಂತಿಗೆಯೆಂದು, ಹುರಿಯೋಡು. ॥8॥
30. ಸೊಡಬಲಿಯೆಂದು, ಮಸಣವಟ್ಟಿಗೆ. ॥9॥
31. ಎವುಳೆಂದು (ಎರೆಯೆಂದು), ಎಂಜಲವುಳು. (ಸೀಮುಳೆಂದು)
32. ಪೊಚ್ಚಮೆಂದು, ಪೊಱೆ. ॥10॥
33. ಅರ್ತದೆಂದು, ಅಱಿತುಡು. [ಅರ್ತ್ಥುಎಂದು]
34. ಅತ್ತಪರಮೆಂದು, ಕಾಳಗವಲಗೆ. ॥11॥ [ಕಾಳೆಗ–]
35. ಬಳಮದ್ದೆಂದು, ಅಂಕದೌಷಧಂ. [ಬಲ–]
36. ಮೆಚ್ಚವಣಿಗೆಯೆಂದು, ಮೆಚ್ಚನುಳ್ಳದೆಂಬರ್ಥಂ.
37. ಕಿಱಿಗೆಯೆಂದು (ಕಿಗ್ಗಿರ್–), ಒಱಿವು. ॥12॥ [ಕಿತ್ತಿರ್ಯೆಂದು, ಒಱಿವು]
38. ಸಲಮೆಂದು, ಪ್ರವೇಶಂ. ॥13॥
39. ಗಾರಣಮೆಂದು, ದೂಱು. ॥14॥
40. ಬದಸೆಂದು, ಕೌಟಿಲ್ಯಂ. [ಬದಗೆಂದು]
41. ಕೌವರಿಯೆಂದು, ಸಂಭ್ರಮಂ.
42. ಹರಳಿಗನೆಂದು, ಜಾರಂ.
43. ಹೆರಿದನೆಂದು, ಬೆಹಿನವಂ [ಹಿರಿಗ–]
44. ಕೊಟ್ಟಜಮೆಂದು, ಕಪ್ಪಂ. ॥15॥
45. ತೇನತೇನಮೆಂದು, ಮೇಲೆ ಮೇಲೆ ॥16॥
46. ತೆಂಗುಹಮೆಂದು, ಹಕ್ಕಿಯೆರಗುಹಂ. [ತೆಂಗಹಮೆಂದು, ಹಕ್ಕಿಯೆಱಿಗಹಂ]
47. ತಿಪ್ಪುಳೆಂದು, ಗಱಿ.
48. ಬಿಜ್ಜಲಬಿಟ್ಟೇರೆಂದು, ಹಿರಿಯ ಬಿಟ್ಟೇರು. [ಬಿಜಲಿಟ್ಟೇಱಿಂದು, ಹಿರಿಯ ಬೆಟ್ಟೇಱು]
49. ಸಾರಿಯೆಂದುಂ ಬಿಸುಗೆಯೆಂದುಂ, ಡೆಂಜೆಯಂ (ಡೆಂಚೆಯಂ).
50. ಪೂಜಾಗಜಮೆಂದು, ಪಟ್ಟವರ್ಧನಂ.
51. ಪಂಚಪಲ್ಲವದ ವಾಜಿಗಳೆಂದು, ರಾಜವಾಹನಂಗಳ್.
52. ದೊಡ್ಡ ಮಾರ್ಗಮೆಂದು, ಆನೆ ಕುದುರೆಗಳೊಳಾದ ಕಿಱಿದೊಡೆಯ ಜಿಡ್ಡು. [ಜಡ್ಡು, ದಡ್ಡು]
53. ಇಱಿಮೆಂದು, ಸಂದಣಿ.
54. ಅಳಸೆಂದು, ಸುರತಧ್ವನಿ. ॥17॥
55. ತೆರೆಪೊಡೆಯೆಂದು, ಮಡಿಲ್.
56. ಱೊಬ್ಬೆಯೆಂದು (ರಣಜ್ಜೆಯೆಂದು), ಹಳಕು. (ಱೊಜ್ಜೆ?)
57. ಪವಿತ್ರಮೆಂದು, ಒಂದು ಕಿವಿದುಡಿಗೆ. ॥18॥
58. (ವಾಱಿಂದು, ಬಹಿತ್ರಭೇದಂ).
59. ಬರ್ದುಗೆಯೆಂದು, ಸಾವು. ॥19॥
60. ದಳಿಯೆಂದು, ಪತ್ರ.
61. ಅಱಿಲೆಂದುಂ ಮಿಾನೆಂದುಂ, ನಕ್ಷತ್ರಂ ॥20॥
62. ಮುಂಮುಱಿಯೆಂದು, ಕಾಸಿದ ಮಳಲ್. ॥21॥
63. ತಟ್ಟಮೆಡಱಿದನೆಂದು, ತಟ್ಟವೆಣದಂ.
64. ನಾಗಹಮೆಂದು, ಗೋದಾವರಿಯೊಳೊಂದು ಮಡು. [ನಾದಹ–]
65. ಸೃಪೆಂದು, ಪುಣ್ಯಂ. ॥22॥
66. ಗುಂಡೆಂದು, ನೆರವಿ. ॥23॥
67. ಭಂಡಣಮೆಂದು, ಕಾಳೆಗಂ. (ಕಾಳಗಂ) ॥24॥
68. ಉಗಿಪದಮೆಂದು [ಉಲಿಪದಮೆಂದು], ಸುಲಿಹಂ.

69. ನಿಕ್ಕುವಮೆಂದು, ನಿಶ್ಚಯಂ. ॥25॥
70. ತಿರಿಕೊಱಿಯೆಂದು, ಆಯ್ಕುಳಿ. ॥26॥
71. ನನಸೆಂದು, ದಿಟಂ. [ದಿಟ್ಟಂ] ॥27॥
72. ಕುಱಿಯೆಂದು, ಕುಱಿವು. (ಕುಱುವು)
73. ಆಸುವೆಂದು, ಶೀಘ್ರಂ. [ಅಸು–]
74. ಆಸಿದನೆಂದುಂ ಚೆಲಂಕಿದನೆಂದುಂ, ಈಡಾಡಿದಂ.
75. ಬಿಸವಂದಮೆಂದು, ಕೌತುಕಂ. ॥28॥
76. ಮುಕ್ಕುಱೆಂದು, ಮುಸುಱುಹಂ.
77. ಡಾಹಿಣಿಯೆಂದು, ರಕ್ಕಸಿಯ ಕತ್ತಿಗೆ.
78. ಜಱುಜೆಂದು, ವ್ಯರ್ಥಾಳಾಪಂ. (ಜಱಿ–)
79. ಬೆಜ್ಜೆಂದು, ವೈದ್ಯಂ.
80. ಅಜ್ಜೆಂದು, ಸಾವಾಸಿ. [ಸವಾಸಿ]
81. ಕಾದಲ್ಮೆಯೆಂದು, ಸ್ನೇಹಂ.
82. ಅರ್ಬಿಯೆಂದು [ಅರ್ಜಿಯೆಂದು], ಉಳಿನಿರ್ಝರಂ.
83. ತೋರ್ಪೆಯೆಂದು, ತೋರ್ಕೆ. [ತೋರ್ಪೆಂ–]
84. ಬರ್ದೆಂದು, ಪ್ರೌಢಿ. ॥29॥
85. ನಿಗ್ಗವಮೆಂದು, ಗಜದಂತಂ. ॥30॥
86. ಪಲ್ಲಮಱಿಯೆಂದು, ಆನೆಯ ಮಱಿ. ॥31॥
87. ಕರಿಯೆಂದು, ಆನೆ.
88. ಮೊನೆಯೆಂದು, ಕಾಳಗಂ. [ಕಾಳೆಗಂ] ॥32॥
89. ರಾಜಾವರ್ತಮೆಂದು, ಎಳೆನೀಲಂ. ॥33॥ [ರಾಜಾವಾ–]
90. ನವಿರೆಂದು, ಕೂದಲ್. ॥34॥
91. ವಾಳೆಯೆಂದು [ಲಾಳೆಂದು], ಲಿಂಗವತ್ತಿಗೆ.
92. ಸುನ್ನಮೆಂದು, ಶೂನ್ಯಂ.
93. ತೊದಳೆಂದು, ಪುಸಿಯ ಭೇದಂ. ॥35॥
94. ಅಸಕಳಿಹಮೆಂದು, ಕೈಮಿಱುಹಂ [ಕಮ್ಮಿಱುಹಂ] (–ಮುರುಹಂ).
95. ಎಸವೆಂದು, ಎನ್ನವರ್ತನಂ.
96. ಆವೆಯಾದೊಡಮೆಂದು, ಆರಾದೊಡಮೆಂಬರ್ಥಂ [ಆದೊಡಮೆಂಬರ್ಥಂ]
97. ಸೌಸವಮೆಂದು, ಕಂಪು. ॥36॥
98. ಮಾಂದಡೆಯೆಂದು, ಮಾಣದೆಂಬರ್ಥಂ.
99. ನಿಱಿಗನೆಂದು, ಒಂದು ಮಾವು. [ನಿಱಿಗಿ–]
100. ಗಱಿವುವ್ವೆಂದು, ಕೇದಗೆಯ ಪೂ.
101. ಕೋಮಳೆಯೆಂದು, ನೆಯ್ದಲ್. [ನೆಯ್ದಿಲ್]
102. ಕೊಳವೇರೆಂದು (ಕೊಳರೆಂದು, also M. D.), ಲಾಮಜಂ. ॥37॥
103. ಕೆಕ್ಕೆಯೆಂದು, ಕೆನ್ನೆ.
104. ತೆಗಳೆಂದು, ಪೆಗಲ್.
105ª. ಗೊಂಕೆಯೆಂದು, ಗೋಣ್. ॥38॥
105ᵇ. ಬದ್ದಿಸಮೆಂದು (or ಒದ್ದಿ–?), ಔಂಕುಹಂ. [ಅವುಂಕುಹಂ] (ಬಡ್ಡಿಸ–)
106. ತಱಿಸಲಮೆಂದು, ನಿರ್ಣಯಂ.
107. ಮುನ್ನೀರೆಂದು, ಸಮುದ್ರಂ. ॥39॥
108. ಬೆದಂಡೆಯೆಂದು, ವೈದಂಡಿಕಂ.
109. ಚತ್ತ್ರಾಣಮೆಂದು, ಒಂದು ಕಾವ್ಯಂ.
110. ತಳಮಳಮೆಂದು, ಬೆಱಗಾಗುಹಂ. ॥40॥
111. ಅಣಿಯರಂ, ಉಬ್ಬಡಿಗಂ, ಅಗುಂದಲೆ, ಉರ್ಬಿನಂ, ನೂಳದು ಎಂಬಿವು ಪಿರಿದೆಂಬರ್ಥಂ. (ಉಬ್ಬರಿಗಂ)
112. ತಿಬ್ಬಮೆಂದು, ತೀವ್ರಂ.
113. ಪರಕಮೆಂದು, ಪರೋಕ್ಷಂ.
114. ಬವಸೆಂದು, ವ್ಯವಸಾಯಂ.
115. ಬಾಗುಳೆಂದು, ವ್ಯಾಕುಳಂ.
116. ಪಾಗಲಮೆಂದು, ಪ್ರಾಕಾರಂ.
117. ಅಳಕಮೆಂದು, ಆಲೇಖಂ.
118. ವಂಚಮೆಂದು, ವಂಶಂ.
119. ಕುಯಕಮೆಂದು, ಕುಹಕಂ.
120. ಕೈದವಮೆಂದು, ಕೈತವಂ.
121. ಸುತ್ತಿಯೆಂದು, ಶುಕ್ತಿ.
122. ಉಮ್ಮಳಿಸಿತೆಂದು, ಊಷ್ಮದೋಱಿದುದು.
122ª. [ತೆಲ್ಲಂಟೆಯೆಂದು, ನಿಬ್ಬಣಂ].

122b. [ತಂಮಡಮೆಂದು, ತಡದುದು].

122c. [ಡವಳೆಯೆಂದು, ಕಾಳಾಂಜಿ].

123. ನಿರ್ನೆರೆಂದು (ನೆರ್ನೆರಿ-), ನಿರ್ನೆರಮೆಂದು (ನಿರ್ನೆರಮೆಂದು), ನಿರ್ನಿಮಿತ್ತಂ.

123a. [ಅಡಬಿಳನೆಂದು, ಬಾಣಸಿಗಂ].

123b. [ಹೆದೆಯೆಂದು, ಭೂತ].

123c. [ಹರಿಮೆಖಲೆಯೆಂದು, ಇಂದ್ರಜಾಲಂ].

124. ಕಾಮಕರಮೆಂದು, ಗರ್ವಮಕ್ಕುಂ. (ಪ್ರಯೋಗಂ—ತಾಮಸಗೆ ತಾಗಿದಸುರನ ಕಾಮಕರಂ ಕರಮಡಂಗಿ ನುರ್ಗಪ್ಪಿನೆಗಂ). ‖41‖

125. ಬೇಂಟೆಯೆಂದು, ಸರವಿ; ಮಳಲ ಬೇಂಟಿಯಂ ಮಾಡಿದ ವೋಲ್ ‖42‖

126. ತಗೆರ್ದುದೆಂದು, ತಗದುದೆಂಬರ್ಥಂ.

127. ನಾಳಿಯೆಂದು, ನಾಡಿಯೆಂಬರ್ಥಂ.

128. ಎರ್ವೂತವೆಂದು, ತಡಂಬೊಯ್ದುದೆಂಬರ್ಥಂ. (—ತದೆಂದು, ಕಂದಂಬಾ—)

129. ಕಯ್ಕೋಲೆಂದು, ಕಡೆಗೋಲ್.

130. ಚಣಕಮೆಂದು, ಚಲ್ಲಣಂ. (ಚಲ್ಲಣಮೆಂದು, ಅರ್ದ್ಧೋರುಹಕಂ)

131. ಚೆಂನವೊಂಗನೆಂದು, ವೀರಂ. ‖43‖

132. ಪುಗ್ಗಾಯ್ಲನೆಂದು, ಗರ್ವಿತಂ. [ಪುಗ್ಗಾಯಿಲ—] ‖44‖

133. ನೆಲಕಲನೆಂದು, ಲೋಭಿ. ‖45‖

134. ಪಚ್ಚಾಯ್ಲನೆಂದು, ಪಂಚಾಗಾಱಿಂ. [ಪಜ್ಚಗಾಱಿಂ]

135. ಬೆಳ್ಳಡಿಯೆಂದು, ಗೊರವಂ. ‖46‖

136. ಕೆತ್ತಡಿಯೆಂದು, ವ್ರತಿ. ‖47‖

137. ಬಿತ್ತಿಗನೆಂದು, ಪ್ರೌಢಂ. ‖48‖

138. ಸೊಂದೆಯೆಂದು (ವೊಲಱಿಯೆ—) [ವೊಲದಿಯೆಂದು], ಸಿತಗಂ. ‖52‖

139. ಪೆಱಿನೆಂದು, ಎಡೆಯಂ (ಸಡೆಯಂ). [ಪೆಱಿನೆಂದು, ಪಱಿಯಂ]

140. ತೆಱಿಲ್ದನೆಂದು (ನೆರಲನೆಂದು), ಜೊಲ್ಲಂ. [ನೆಱಿಲನೆಂದು—]

141. ನೆರ್ದನೆಂದು, ಅರಿದಂ. ‖49‖ (ಎರಿ—)

142. ನಿರದನೆಂದು, ಕೊಂದಂ.

143. ನೊಳ್ಪಿದನೆಂದು, ಇದಿರ್ಚಿ ನಡೆದಂ.

144. ಬಿತ್ತಗನೆಂದು, ತುತ್ತಿದಂ.

145. ಪಳುಂಕಿದನೆಂದು, ನೂಂಕಿದಂ. [ಪುಳಿಂಕಿ—]

146. ತಡ ಮಾಡಿದನೆಂದು, ತಳ್ಳಂಕಗೊಳಿಸಿದಂ.

147. ಕಿಸುಗಣ್ಚಿದನೆಂದು, ಕೋಪಿಸಿದಂ. [ಕಿಸುಗಚ್ಚಿ—]

148. ಇಂಬುಕೆಯ್ದನೆಂದು, ಎಂದುದಂ ಮಾಡಿದಂ.

149. ಕರೆದನೆಂದು, ಅಡಂಗಿದಂ.

150. ತೆರ್ಪತ್ತನೆಂದು, ಮೂರ್ಚ್ಛೆ ತಿಳಿದಂ.

151. ಮುಚ್ಚುತ್ತನೆಂದು, ಮೂರ್ಚ್ಛೆವೋದಂ. [ಮುಚ್ಚನೆಂದು, ಮೂರ್ಚ್ಛೆಯೋದಂ]

*152. ಕುಂಗರೆಂದು, ಬೆಸದವರ್.

153. ಬಾಂಬರೆಂದುಂ ಕೊವರೆಂದುಂ, ಕುಂಬಱಿರ್. [ಕುಱುಂಬರ್]

154. ಕೆಸಱಿಂಕರೆಂದು, ಮಲ್ಲರ್.

155. ಮಾರ್ಮರೆಂದು, ಮಲೆವರ್.

156. ಚಲ್ಲವೊತ್ತರೆಂದು, ನಂಬಿಸಿ ತಿಂಬುವರ್.

157. ಸೈದರೆಂದು, ನೇರಿದರ್.

158. ಪಾಱಿಂದುಂ, ದಡ್ರುಂಚಿಯರೆಂದುಂ (ದಡ್ರು—)[ದಡ್ರುಱಚಿಯ—], ಸಿತಗೆಯರ್.

159. ಪಜ್ಚವಡತಿಯೆಂದು, ಹಚ್ಚಡಿಸುವಾಕೆ.

160. (ಮಗಳ್ಮಾಯೆಂದುಂ ಮಾಳ್ಮಕಿಯೆಂದುಂ, ಗಂಡನ ಪತ್ತಿ ಬಿಡದಾಕೆ.)

161. 162. ಜೋಡೆಯೆಂದು, ಸಿತಗೆಯರುಂ ಪಾಣ್ಬೆಯರುಂ ಅಕ್ಕುಂ.

163. ಜೋಡನೆಂದು, ಸಿತಗನುಂ ಪಾಣ್ಬನುಮಕ್ಕುಂ. [ಜೋಡೆಯಿಂ—]

164. 165. ಒಱಿಲ್ದನೆಂದುಂ ಮಱಿಗಿದನೆಂದುಂ ಮುಳುಗಿದನೆಂದುಂ, ಕೂರ್ತಂ; ಅಳ್ಕರ್ತನೆಂದುಂ ಗುಣಕಱಿಗೊಂಡನೆಂದುಂ, ಪ್ರೀತಿವಟ್ಟಂ.

166. ನಿಲುಂಜಿತೆಂದು (ನಿಗುಂಜಿತೆಂದುಂ), ಕುಪ್ಪಳಿಸಿತ್ತು.

167. ತಣ್ಣಲದುದೆಂದುಂ (ಕಣ್ಣಲ–; ಕಣ್ಮಲೆ–) ಪೊಚ್ಚಱಿಸಿತೆಂದುಂ, ಪೊಡಕರಿಸಿತು.

168. ಅಲ್ಲಣಿಗೆಯೆಂದುಂ ಸಬ್ಬರಮೆಂದುಂ, ಮೇಳಂ. ॥50॥ (ಸಬ್ಬವ–)

169. (ಕತ್ತುಪೆನಮೆಂದುಂ ಪೆಳಕೆಂದುಂ, ಬೆಗಳಂ).

170. ಪನಮೆಂದುಂ ಕೊಳಮೆಂದುಂ ಕೊಂಬೆಂದುಂ, ಸಂಕೇತಸ್ಥಳಂ. ॥51॥

171. ಉಕ್ಕಿದಮೆಂದು (ಪಳಾಳಮೆಂದುಂ), ಠಕ್ಕು. (ಉಕ್ಕೆವವೆಂದುಂ)

172. ಅಳ್ಕೆಂದುಂ ಬೆಗಡೆಂದುಂ ಭಯಂ.

173. ಅವುತೆಯೆಂದುಂ (ಅವುಶೆ–) ಜೀವರಕ್ಕೆಯೆಂದುಂ, ಕವಚಂ.

174. (ಬೊಂದಿಯೆಂದುಮೊದಂಬಿಯೆಂದುಂ, ಶರೀರಂ).

175. ಕಸವರಮೆಂದುಂ ವಸುವೆಂದುಂ ಪೊನ್. [ಕಸವರಮೆಂದು, ಮಿಸುನಿಯ ಪೊನ್]

176. ಗಾಳಿವಾತೆಂದುಂ ತಿಟ್ಟೆಂದುಂ, ಬೈಗುಳ್. ॥53॥

177. ಮಚ್ಚೆಂದು, ನೊಳಂ. [ನೊಳವು]

178. ಪಾಳಿಯೆಂದುಂ ಕೇಳಿಯೆಂದುಂ, ಪಂಕ್ತಿ.

179. ಪಚ್ಚವಣಮೆಂದು, ಪರೀಕ್ಷೆಯುಮಣ್ಮುಮಕ್ಕುಂ. ॥54॥ (ಪುಚ್ಚವ–)

180. ಗರವಸಗೊಂಡುದೆಂದುಂ ಕೊಱೆದುದೆಂದುಂ, ಗರಪಟಿಸಿದುದುಮಕ್ಕುಂ.

181. ಸೋಡಂಬಾಡಮೆಂದುಂ ಉಣವಳಿಯೆಂದುಂ, ಪಿರಿದುಮಕ್ಕುಂ.

182. ತುಳಿಲೆಂದು, ವೀರಮುಂ ಪೊಡವಡಿಕೆಯುಮಕ್ಕುಂ.

183. ಸುಸಿಲೆಂದು, ಸಂಭೋಗಮುಂ ಪ್ರಭಾತಕಾಲಮುಮಕ್ಕುಂ. ॥55॥

184. ಕಂಮಂಗಣೆಯನೆಂದುಂ ಇಂಗೋಲ್ವಿಲ್ಲನೆಂದುಂ, ಕಾಮಂ.

185. ಪಂಡಿತವಕ್ಕಿಯೆಂದುಂ ಕನ್ನಡವಕ್ಕಿಯೆಂದುಂ, ಗಿಳಿ.

186. ಪಡಿಯಱವಕ್ಕಿಯೆಂದುಂ ಪೊಕ್ಕುಳಿವಕ್ಕಿಯೆಂದುಂ ಕೆಂಗಂಣನೆಂದುಂ [ಕೆಂಗಂಣಲರ್ವಕ್ಕಿಯೆಂದುಂ], ಕೋಗಿಲೆ.

187. ಮುಯ್ಯೆರಡಿಯೆಂದುಂ (ಮುಯ್ಯಿ–) ಆಱಡಿಯೆಂದುಂ ಅಲರ್ವಕ್ಕಿಯೆಂದುಂ ಪಱಮೆಯೆಂದುಂ ಮೆಳಂಬಮೆಂದುಂ, ತುಂಬಿ.

188. ಜೊನ್ನವಕ್ಕಿಯೆಂದು, ಚಕೋರಂ.

189. ತಾರಗೆವಟ್ಟೆಯೆಂದು, ಆಗಸಂ.

190. ಬಾನೆಂದು, ಗಗನಂ.

191. ಬಾಂಬನೆಂದು, ಕುಮಿಂಬಂ.

[ಇವೆಲ್ಲಂ ಕವಿಮಾರ್ಗಮನೋಹರಂಗಳ್ | ನಿರ್ದ್ದಿಷ್ಟಂಗಳಿನ್ನುಮಿವು ಮೊದಲಾದುವಂ ನೋಡಿ ಕೊಳ್ವುದು.]

ಸಮಾಪ್ತಿಕವಾಕ್ಯಂಗಳ್.

CONCLUSION.

Kesava's grammar's value is undisputable.

ನಡೆದುದೆ ಮಾರ್ಗಂ, ಪದವಿಡ
ಲೊಡರಿಸಿದುದೆ. ಭಂಗಿ ಕೇಶವಂಗಱಿದುಂಟೇ? | (ಕೇಶವಂಗಿದಿರುಂಟೇ ಎಂತ ಪಾಠಾಂತರಂ).
ತೊಡಗಿದ ಕೃತಿಗಳೊಳಾನೆಯ
ನಡು ಬಡವೇ? ತಾನೆ ಲೋಕದೊಳ್ ಲಾಕ್ಷಣಿಕಂ! ॥ 1 ॥

Besides this work he has written a Coḷa-king-story, the story of (Kṛshṇa's sister) Subhadrâ being carried off (by Arjuna), the book called "the moon of knowledge", and a Kirâta-story.

ದೊರೆವಡೆದ ಚೋೞಪಾಲಕ
ಚರಿತಂ, ಶ್ರೀಚಿತ್ರಮಾಲೆಯುತೆ ಸುಭದ್ರಾ |
ಹರಣಂ, ಪ್ರಬೋಧಚಂದ್ರಂ,
ಕಿರಾತಮಿವು ಕೇಶಿರಾಜವಿರಚಿತಕಂಗಳ್. || 2 ||

All learned men will highly esteem his beautiful and well-sounding Sabdamaṇidarpaṇa.

ಸಿರಿಗೀಕ್ಷಿಪ ರಸಚಿತ್ರಂ,
ಸರಸತಿಗೆರಡನೆಯ ಬೀಣೆಯೆನೆ ಸೌಭಾಗ್ಯಂ |
ಕರಮಾದುದೆಂದು, ಬುಧರಾ
ದರಿಪರ್, ಮೆಚ್ಚೆಂದೆ, ಶಬ್ದಮಣಿದರ್ಪಣಮಂ. || 3 ||

Certainly the fame also of this work of Kesava of Ârya race who is a teacher to the Yâdavas, will spread afar, and remain.

ಆರ್ಯನ ಯಾದವಕಟಕಾ
ಚಾರ್ಯನ ಕೇಶವನ ಶಬ್ದಮಣಿದರ್ಪಣಮಂ |
ಸೂರ್ಯೇಂದುಮೇರುವಾರಿಧಿ
ಪರ್ಯಂತಂ ಪರೆದು, ನಿಲ್ಕನಾಕುಳದಿಂದಂ. || 4 ||

ಚಂಪಕಮಾಲಾವೃತ್ತಂ.[1]

Good Canarese chiefly consists in a knowledge of Gamaka-compounds (Ss. 168; 169), of the distinction between ೞ, the Saṇskṛt ಲ or ಳ, and the Canarese ಳ, of well-sounding Euphony, of the Locative-Infinitive (S. 249), of the employment of Saṇskṛt words, of the rules regading the letters ವ, ಮ, ಹ, ಪ, of the Gerunds (ವಿಹಿತಾವ್ಯಯಂ; S. 236), of Saṇskṛt Themes, of fleeting Consonants, and of the offences which may be committed against the rules of Pauses (ಯತಿ, cæsura in verses or melody).

ಗಮಕಸಮಾಸದಿಂ ೞಳಕುಳಕ್ಷಳದಿಂ ಶ್ರುತಿಸಹ್ಯಸಂಧಿಯಿಂ
ಸಮುಚಿತಮಾಗಿ ಬರ್ಪ ಸತಿಸಪ್ತಮಿಯಿಂ ಸಮಸಂಸ್ಕೃತೋಕ್ತಿಯಿಂ |
ವಮಹಪಭೇದದಿಂ ವಿಹಿತಾವ್ಯಯಸಂಸ್ಕೃತಲಿಂಗದಿಂ ಪದೋ
ತ್ತಮಶಿಥಿಲತ್ವದಿಂ ಯತಿವಿಲಂಘನದಿಂದಱಿದಲ್ತೆ ಕನ್ನಡಂ? || 5 ||

ಇದು ಸಮಸ್ತಶಾಬ್ದಿಕಜನಮನೋಜನಿತಶಬ್ದಸಂದೇಹಶಲ್ಯಚಾರುಚುಂಬಕಾಯಮಾನಾನೂನಕರ್ಣಾಟಕಲಕ್ಷಣಶಿಕ್ಷಾಚಾರ್ಯಸುಕವಿಕೇಶಿರಾಜವಿರಚಿತಮಪ್ಪ ಶಬ್ದಮಣಿದರ್ಪಣದೊಳ್ ಪ್ರಯೋಗಸಾರಂ ಶಬ್ದಾರ್ಥನಿರ್ಣಯಂ ಸಂಪೂರ್ಣಂ.

ಶಬ್ದಮಣಿದರ್ಪಣಂ ಸಂಪೂರ್ಣಂ.